# ചെന്നായ്ക്കൾക്കിടയിൽ

**Chennaykalkidayil**
Novel

Translation of 'Naked among the wolves'
by Bruno Apitz

*Translated by*
Subhadra Parameswaran

CHINTHA PUBLISHERS
Thiruvananthapuram



*First Chintha Edition*
November 2009

*Second Edition*
November 2021

*Published*
Chintha Publishers, Thiruvananthapuram

*Typesetting*
Infoneeds, Kariyam

*Printed at*
Repro India Ltd, Mumbai

*Cover Design*
Vinod Mangoes

ISBN : 978-81-26203-77-2

CR - 3028 / 5672

**₹ 540**

Email: chinthapublishers@gmail.com
Website: www.chinthapublishers.com

***Distribution***
**DESHABHIMANI BOOKHOUSE**
H O Thiruvananthapuram 695035

***Branch***
Head Office Kunnukuzhi • Statue Thiruvananthapuram •
KSRTC Bus Station Thiruvananthapuram
KSRTC Bus Station Alappuzha • KSRTC Bus Station Ernakulam •
Machingal Lane Thrissur • IG Road Kozhikode •
Mavoor Road Kozhikode • NGO Union Building Kannur •
Central Bus Terminal Complex Thavakkara Kannur

# ചെന്നായ്ക്കൾക്കിടയിൽ

ബ്രൂണോ അപിറ്റ്സ്

പരിഭാഷ

സുഭദ്ര പരമേശ്വരൻ

ചിന്ത പബ്ലിഷേഴ്സ്
തിരുവനന്തപുരം-695 035
വില : ₹ 540

## ബ്രൂണോ അപിറ്റ്സ്

ജർമനിയിലെ ലെപ്സിഗിൽ, ഒരു അലക്കുകാരിയുടെ മകനായി ജനിച്ചു. ഒന്നാംലോകമഹായുദ്ധകാലത്ത് ജർമൻ കമ്യൂണിസ്റ്റുപാർട്ടിയുടെ അനുഭാവിയും കാൾ ലീബ്നെക്റ്റിന്റെ ആരാധകനുമായി രാഷ്ട്രീയജീവിതം ആരംഭിച്ചു. പതിനേഴാമത്തെ വയസിൽ ഒരു ഫാക്ടറിത്തൊഴിലാളി സമരത്തിൽ പങ്കെടുത്തതിന്റെ പേരിൽ അറസ്റ്റുചെയ്ത് 29 മാസത്തെ തടവിന് ശിക്ഷിച്ചു. 1919-ൽ ജർമൻ സോഷ്യൽ ഡമോക്രാറ്റിക് പാർട്ടിയിലും, തുടർന്ന്, 1927-ൽ ജർമൻ കമ്യൂണിസ്റ്റു പാർട്ടിയിലും അംഗമായി. 1918-ലെ നവംബർ വിപ്ലവത്തിൽ സജീവമായി പങ്കുകൊണ്ടു.

കമ്യൂണിസ്റ്റ് പത്രങ്ങളിൽ കവിതകളും ചെറുകഥകളും എഴുതി ശ്രദ്ധേയനായി. നാസി വിരുദ്ധ പ്രവർത്തനങ്ങളുടെ പേരിൽ അറസ്റ്റു ചെയ്യപ്പെട്ട് വിവിധ കോൺസൻട്രേഷൻ ക്യാമ്പുകളിൽ മാറിമാറി പീഡിപ്പിക്കപ്പെട്ടു. ബുച്ചൻവാൾഡ് തടങ്കൽപ്പാളയത്തിലെ അനുഭവങ്ങൾ *ചെന്നായ്ക്കൾക്കിടയിൽ* എന്ന ലോകപ്രസിദ്ധ നോവലിനു വിഷയമായി.

നാസിസത്തിന്റെ പതനത്തെത്തുടർന്ന് 1945-ൽ ജയിൽ മോചിതനായി. കിഴക്കൻ ജർമനിയിലെ ഭരണകക്ഷിയായി മാറിയ ജർമൻ സോഷ്യലിസ്റ്റ് യൂണിറ്റി പാർട്ടിയുടെ സ്ഥാപകനേതാക്കളിലൊരാൾ.

## സുഭദ്ര പരമേശ്വരൻ

1920-ൽ ഇരിങ്ങാലക്കുടയിൽ ജനനം. മദ്രാസ് ലോ കോളേജിൽ നിന്ന് ബി എൽ ബിരുദമെടുത്തു. ഇരിങ്ങാലക്കുടയിലെ പ്രഥമ വനിതാ മുനിസിപ്പൽ കൗൺസിലറും ആദ്യത്തെ വനിതാ അഭിഭാഷകയുമായിരുന്നു. ഒരു വർഷത്തോളം സബ് രജിസ്ട്രാറായും പ്രവർത്തിച്ചിട്ടുണ്ട്.

*ഒരു യഥാർഥ മനുഷ്യന്റെ കഥ, വിപ്ലവത്തിന്റെ തീച്ചൂളയിൽ, മരുമകൻ* (റഷ്യൻ നോവലുകൾ), *ചെന്നായ്ക്കൾക്കിടയിൽ, അവന്റെ തലയ്ക്കൊരു സമ്മാനം* (ജർമൻ നോവലുകൾ) *ഓപ്പറേഷൻ തീയേറ്റർ, മണിമുഴക്കം, രണ്ടു കാമുകന്മാർ, ആദ്യപ്രേമം* (റഷ്യൻ നാടകങ്ങൾ), *ഹോട്ടോ ബീച്ച് കഥകൾ* (റഷ്യൻ ബാലസാഹിത്യം), *ബൾഗേറിയൻ നാടോടിക്കഥകൾ, ഭാരതീയ വനിത, വനിതാലോകം* (ലേഖനങ്ങൾ) എന്നീ കൃതികൾ മലയാളത്തിൽ പരിഭാഷപ്പെടുത്തി. 1967-ൽ അന്തരിച്ചു.

ഭർത്താവ് : സമാധാനം പരമേശ്വരൻ,
മക്കൾ : ടി ജയചന്ദ്രൻ സി ഐ സി സി,
സലില നന്ദകുമാർ, ലക്ഷ്മി കേശവൻകുട്ടി

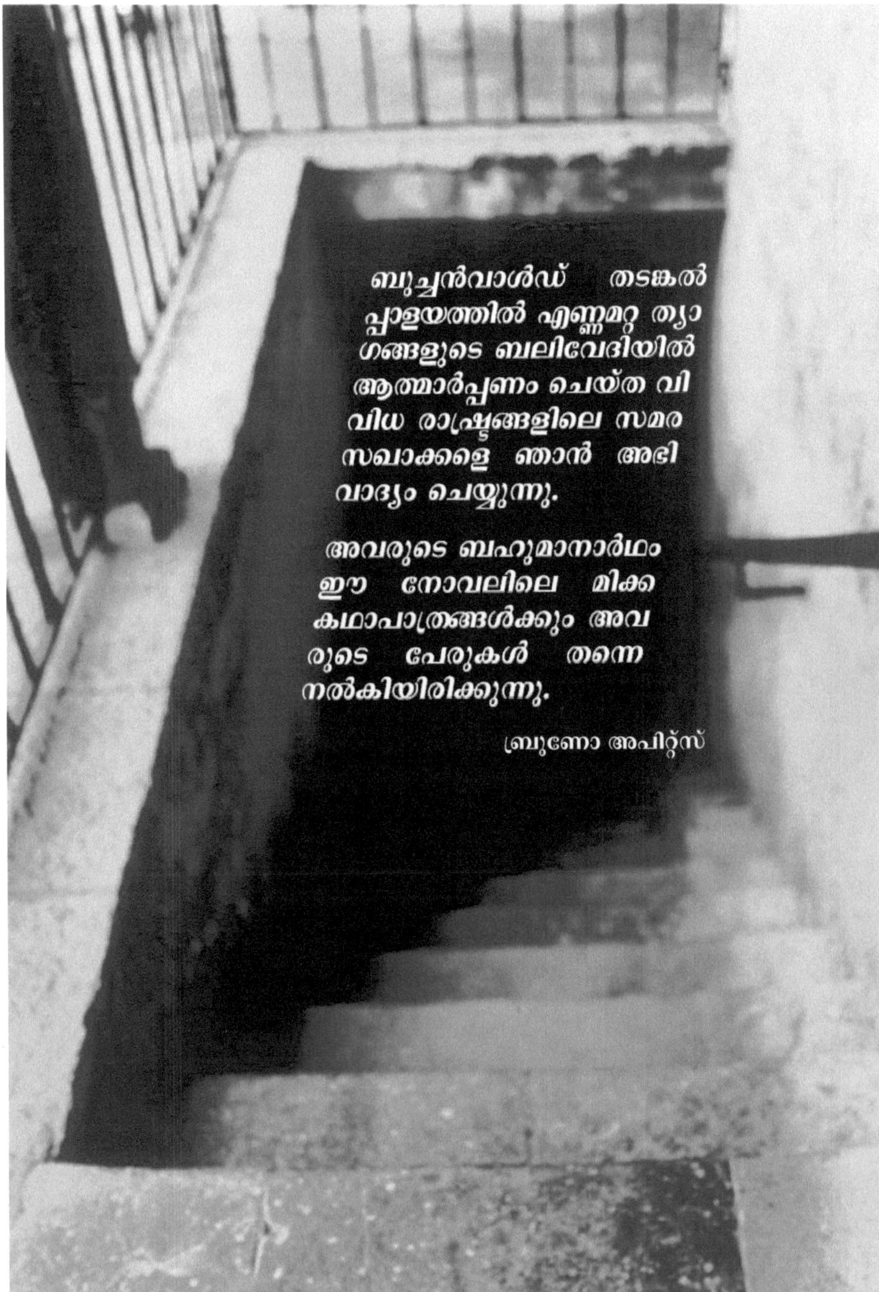
ബുച്ചൻവാൾഡ് തടങ്കൽപ്പാളയത്തിൽ എണ്ണമറ്റ ത്യാഗങ്ങളുടെ ബലിവേദിയിൽ ആത്മാർപ്പണം ചെയ്ത വിവിധ രാഷ്ട്രങ്ങളിലെ സമരസഖാക്കളെ ഞാൻ അഭിവാദ്യം ചെയ്യുന്നു.
അവരുടെ ബഹുമാനാർഥം ഈ നോവലിലെ മിക്ക കഥാപാത്രങ്ങൾക്കും അവരുടെ പേരുകൾ തന്നെ നൽകിയിരിക്കുന്നു.
ബ്രൂണോ അപിറ്റ്സ്

# പ്രസാധകക്കുറിപ്പ്

**വി**ഖ്യാത ജർമ്മൻ നോവലായ Naked among the Wolves ന്റെ പരിഭാഷയാണ് ചെന്നായ്ക്കൾക്കിടയിൽ. ബുച്ചൽ വാൾഡ് തടങ്കൽ പാളയത്തിലെ അനുഭവങ്ങളാണ് ഈ നോവലിൽ വരച്ചുകാട്ടുന്നത്. നാസി തടങ്കൽപ്പാളയങ്ങൾ ഇന്നും മനുഷ്യഭാവനയെ വേട്ടയാടുന്നു. ഫാഷിസവും നാസിസവും മുമ്പെങ്ങോ കഴിഞ്ഞുപോയതാണെന്നു കരുതുന്ന ശുദ്ധാത്മാവ് ഇന്നും ലോകത്തുണ്ട്. അവർ ഈ നോവൽ വായിക്കുമ്പോൾ ചുറ്റുമുള്ള ലോകം മാറിയതായി തോന്നും. നേരനുഭവത്തിന്റെ പൊള്ളൽ ഈ കൃതിയിലുണ്ട്. നൂറിലേറെ ഭാഷകളിൽ ഇതിനകം പരിഭാഷപ്പെടുത്തപ്പെട്ട ഈ കൃതിയുടെ മലയാള പരിഭാഷ നിർവ്വഹിച്ചിട്ടുള്ളത് ശ്രീമതി സുഭദ്ര പരമേശ്വരനാണ്. മൂലകൃതിയുടെ കാവ്യാത്മകമായ ഭാഷയ്ക്ക് തെല്ലും ഈനം തട്ടാതെയുള്ള പരിഭാഷയാണിത്.

**ചിന്ത പബ്ലിഷേഴ്സ്**

# ഒന്ന്

## I

ചുറ്റുമുള്ള ഭൂപ്രദേശങ്ങളിൽനിന്ന് എറ്റേർസ്ബർഗിനെ ഒറ്റപ്പെടുത്തി, അതിനെ വലയം ചെയ്തു നിൽക്കുന്ന നിതാന്ത നിശബ്ദതയിലേക്ക് നിശ്ചലം തലയുയർത്തി നിന്നിരുന്നു ആ കുന്നിൻനിറുകയിലെ മരങ്ങൾ. അവയിൽനിന്ന് അപ്പോഴും വെള്ളം ഇറ്റിറ്റു വീണിരുന്നു. ശിശിരകാലത്ത് അമ്പേ പൊഴിഞ്ഞുവീണിരുന്ന ഇലകൾ നിലത്ത് കിടന്ന് ജലകണികകളേറ്റ് ചീയുന്നുണ്ടായിരുന്നു.

വസന്തം അറച്ചറച്ചേ അങ്ങോട്ട് കയറാറുള്ളൂ.

മരങ്ങളുടെ ഇടയിൽ സ്ഥാപിച്ചിരുന്ന ആ അടയാളങ്ങൾ അതിനെ ഭയപ്പെടുത്തുന്നപോലെ.

ബുച്ചൻവാൾഡ് തടങ്കൽപ്പാളയത്തിന്റെ പ്രാദേശിക കാര്യാലയം.

അപകടം!

ഒഴിഞ്ഞുനിന്നോളൂ!

അതിക്രമിച്ചു കടക്കുന്നവരെ യാതൊരു മുന്നറിയിപ്പും കൂടാതെ വെടിവെച്ചു വീഴ്ത്തുന്നതാണ്!

അതിന്റെ താഴെയായി ഒപ്പുവെച്ചപോലെ ഒരു തലയോടും പിണച്ചുവെച്ച അസ്ഥികളും.

1945 മാർച്ചുമാസത്തിലെ ഉച്ചതിരിഞ്ഞ സമയം. അവിരാമമായി പൊഴിഞ്ഞുകൊണ്ടിരുന്ന ചാറ്റൽമഴ ആ കോൺക്രീറ്റ് പ്ലാറ്റ്ഫോമിൽ നിന്നിരുന്ന അമ്പത് എസ് എസുകാരുടെ കോട്ടുകളിലും പറ്റിനിന്നിരുന്നു. ചാഞ്ഞ ഒരു മേൽപ്പുര കെട്ടി സംരക്ഷിച്ചിരുന്ന ഈ പ്ലാറ്റ്ഫോമിനെ 'ബുച്ചൻവാൾഡ് സ്റ്റേഷൻ' എന്നാണ് വിളിച്ചിരുന്നത്. വീമാറിൽ നിന്ന് കുന്നിന്റെ ഉച്ചിയിലേക്ക് എത്തിയിരുന്ന റെയിൽവേ പാളത്തിന്റെ അവസാനത്തിലായിരുന്നു അത്. അതിനടുത്തു തന്നെയാണ് ക്യാമ്പ്.

വടക്കോട്ട് ചാഞ്ഞുകിടന്ന അതിവിശാലമായ ആ കവാത്ത് മൈതാന

ത്തിൽ തടവുകാർ സായാഹ്നകാലത്തെ ഹാജർ വിളിക്കായി കൂടി നിന്നിരുന്നു. ബ്ലോക്കുകൾ ബ്ലോക്കുകളായി ജർമൻകാർ, റഷ്യക്കാർ, പോളണ്ടുകാർ, ഫ്രഞ്ചുകാർ, ജൂതന്മാർ, ഡച്ചുകാർ, ആസ്ത്രിയക്കാർ, ചെക്കുകാർ, തീവ്രമതവിശ്വാസികൾ, മുരത്ത കുറ്റവാളികൾ.... അതിവിപുലമായ ഒരു ജനതതിയെ വളവും ചരിവുമില്ലാത്ത ഒരൂക്കൻ ചതുരമായി അങ്ങനെ ഒരുക്കി നിർത്തിയിരിക്കുകയാണ്.

അവിടെ കൂടിയിരുന്ന തടവുകാരുടെ ഇടയിൽ രഹസ്യമായ ഒരു പിറുപിറുപ്പ് പടർന്നു പിടിച്ചിരുന്നു. അമേരിക്കക്കാർ 'റെമാജിൻ' എന്ന സ്ഥലത്തുവെച്ച് റൈൻനദി കടന്നിരിക്കുന്നു എന്നൊരു കിംവദന്തി അന്ന് ആരോ ക്യാമ്പിൽ എത്തിച്ചിരുന്നു.

38-ാം ബ്ലോക്കിന്റെ മുൻവരിയിൽ തന്റെ അടുത്തായി നിന്നിരുന്ന ഹെർബർട്ട് ബോച്ചൗവിനോട് ബ്ലോക്ക് സീനിയറായ റുങ്കി ചോദിച്ചു. "നിങ്ങൾ കേട്ടില്ലേ?" ബോച്ചൗ തലകുലുക്കി. "അവിടെ അവർ ഒരു 'ബ്രിഡ്ജ് ഹെഡ്' സ്ഥാപിച്ചിരിക്കുന്നുവത്രെ."

അവരുടെ രണ്ടുപേരുടേയും പിന്നിലായി രണ്ടാം നിരയിൽ നിന്നിരുന്ന 'സ്കൂപ്പും' ഈ മന്ത്രിക്കലിൽ പങ്കുചേർന്നു.

"റെമാജിൻ; അത് വളരെ അകലെയാണല്ലോ."

അയാൾക്ക് മറുപടിയൊന്നും കിട്ടിയില്ല. ബോച്ചൗവിന്റെ കഴുത്തിന്റെ പിന്നിലേക്കുതന്നെ മിഴിച്ചു നോക്കിക്കൊണ്ട് അയാൾ ചിന്താമഗ്നനായി നിന്നു. വട്ടത്തിലുള്ള വായും, കറുത്ത ചട്ടക്കൂ ടുള്ള കണ്ണട മറച്ചിരിക്കുന്ന ഉണ്ടക്കണ്ണുകളുമുള്ള ആ ക്യാമ്പ് ഇലക്ട്രീഷ്യൻ സ്കൂപ്പിന്റെ, സദാ സരളമായ വിസ്മയം ദ്യോതിപ്പിക്കുന്ന മുഖത്ത്, അന്നു കേട്ട വാർത്തയുടെ ആവേശം പ്രകടമായി കാണാമായിരുന്നു. മറ്റു തടവുകാരും അന്യോന്യം മന്ത്രിക്കുമ്പോഴാണ് പെട്ടെന്നു റുങ്കി "ഇതാ നോക്കൂ" എന്നു പറഞ്ഞ് അതിനൊരു വിരാമമിട്ടത്. ബ്ലോക്ക് ഫ്യൂഹറർമാർ-താഴ്ന്ന സ്ഥാനത്തുള്ള എസ്എസുകാർ-മുകളിൽ നിന്നുവന്ന, ഓരോരുത്തരും തങ്ങളുടെ അധികാരത്തിൻ കീഴിലുള്ള ബ്ലോക്കിന്റെ മുമ്പിൽ സ്ഥാനം പിടിച്ചു. പിറുപിറുക്കൽ പെട്ടെന്നു നിന്നു. ആവേശം അവരുടെ പരുപരുത്ത മുഖങ്ങളിലേക്കുതന്നെ പിൻവാങ്ങി.

"റെമാജിൻ."

അതെ 'ടൂറിൻജിയ'യിൽ നിന്ന് അവിടേക്കു വളരെയേറെ ദൂരമുണ്ടെന്നതു തീർച്ചതന്നെ.

എന്നാലും! ജർമനിയെ ലാക്കാക്കി പോളണ്ടിലേക്കു കടന്നിരുന്ന ചെമ്പടയുടെ നിർണായകമായ നിശിതാക്രമണം മൂലം പടിഞ്ഞാറൻ സമരമുഖങ്ങളിൽ ചലനമുണ്ടായിരിക്കുന്നു.

ഇന്നത്തെ വാർത്ത തങ്ങളെ എത്രമാത്രം ഗാഢമായി ഉലച്ചിരുന്നു എന്നൊന്നും തടവുകാരുടെ മുഖത്തു നോക്കിയാൽ തോന്നുകയില്ല.

അവർ നിശ്ശബ്ദരായി നിരന്നുനിന്നു. സൈനികർ തടവുകാരുടെ എണ്ണമെടുക്കുകയായിരുന്നു. അവരെ നയിച്ചത് ഫ്യുരർമാർ ആയിരുന്നു.

അവർ ഗേറ്റിന്റെ അടുക്കൽവെച്ചുതന്നെ ക്യാമ്പിലെ ആകെ തടവുകാരുടെ എണ്ണമടങ്ങുന്ന ലിസ്റ്റ് ഫ്യുരർക്ക് ഏൽപ്പിച്ചു കൊടുത്തു. അതുംകഴിഞ്ഞ് ചട്ടാനുസരണം അയാൾ ആ വലിയ ചതുരത്തിന്റെ പുറത്ത് സ്വസ്ഥാനത്തുചെന്ന് നിലയുറപ്പിച്ചു. തന്റെ പിന്നിൽ അണിനിരന്നു നിൽക്കുന്ന പതിനായിരക്കണക്കിനുള്ള ആളുകളുടെ ഉള്ളിൽ നടമാടിയിരുന്ന ചിന്ത തന്നെയായിരുന്നു അയാളുടെ മനസിലും തങ്ങിനിന്നിരുന്നത്. എന്നാലും ആ മുഖം ഭാവരഹിതമായിരുന്നു.

ഓരോരോ ബ്ലോക്കിന്റെയും മേലന്വേഷണം നടത്തിയിരുന്ന ഫ്യൂഹറർമാർ വളരെ നേരത്തെതന്നെ റിപ്പോർട്ടു ഫ്യൂഹററായ 'റീനിബോത്തി'നെ തങ്ങളുടെ കണക്കുകൾ ബോധിപ്പിച്ചിരുന്നു. അതു കഴിഞ്ഞ് അവർ യാതൊരു അടുക്കും ചിട്ടയുമില്ലാതെ ഗേറ്റിന്റെ അടുക്കൽപോയി നിന്നു. എന്നിട്ടും കണക്കൊക്കെ ശരിപ്പെടുത്താൻ പിന്നേയും വേണ്ടിവന്നു ഒരു മണിക്കൂർകൂടെ. അവസാനം മൈക്രോഫോൺ സ്റ്റാൻഡിനെ സമീപിച്ചു റീനിബോത്ത്.

"റെഡി അറ്റൻഷൻ!"

ഭീമമായ ആ ചതുരം സ്തംഭിച്ചുനിന്നു.

"തൊപ്പികൾ എടുക്കുവിൻ!"

ഒരൊറ്റ മൂച്ചിൽ തടവുകാർ മെഴുക്കുപുരണ്ട തൊപ്പികൾ തലയിൽ നിന്നെടുത്തു. ക്യാമ്പിലെ അസിസ്റ്റന്റ് ഫ്യൂഹറർ 'ക്ലൂട്ടിക്ക്' റീനിബോത്ത് റിപ്പോർട്ട് സമർപ്പിക്കുന്നത് ശ്രദ്ധിച്ചുകൊണ്ട് ആ വാർപ്പിരുമ്പുകൊണ്ട് പണിത ഗേറ്റിനരികെ നിന്നിരുന്നു.

ഉദാസീനമായി അയാൾ വലത്തെ കൈ പൊക്കി.

കൊല്ലങ്ങളായി അയാൾ പരിശീലിച്ചുപോന്നതായിരുന്നു ആ സമ്പ്രദായം. ആ സമയത്തു, താനന്നു കേട്ട വാർത്ത സ്കൂപ്പിന്റെ മനസിൽ നുരയിട്ടു പൊന്തിവന്നു, അതയാളെ തികച്ചും അസ്വസ്ഥനാക്കിയിരുന്നു. ശാന്തത പാലിക്കാൻ തീരെ വയ്യെന്നായപ്പോൾ അയാൾ വായ കോട്ടി അതിന്റെ കോണിലൂടെ ബോച്ചൗവിന്റെ പിൻകഴുത്തിനെ ലക്ഷ്യമാക്കി മന്ത്രിച്ചു.

"ദാ, അവിടെ നിൽക്കുന്ന അവനിനി വയറുനിറച്ചു കിട്ടുമല്ലൊ."

പൊന്തിവന്ന പുഞ്ചിരി ബോച്ചൗ തന്റെ വികാരശൂന്യമായ മുഖത്തെ ഞൊറികൾക്കുള്ളിൽ തന്നെ ഒളിപ്പിച്ചു.

റീനിബോത്ത് വീണ്ടും ഉച്ചഭാഷിണിയുടെ അടുത്തെത്തി.

"തൊപ്പി ധരിക്കണം?"

ഒരൊറ്റ ഞെട്ടൽ. തൊപ്പികളെല്ലാം അങ്ങനെ തന്നെ തലകളിൽ പതിച്ചു. ഓരവും പിന്നും മുമ്പും മടങ്ങിയ നിലയിൽ വീണപാടെതന്നെ അവ തലയിൽ ഇരുന്നു. കാണാൻ ചന്തമുള്ള നിരവധി അലകുകൾ പോലിരുന്നു തടവുകാർ; കാരണം സൈനികപരമായ കണിശം ഇത്തരുണത്തിൽ വെറും വിദൂഷകത്വമായി അധഃപതിച്ചിരുന്നു. മൈക്രോഫോണിലൂടെ അലറുക എന്നത് റീനിബോത്തിന്റെ ശീലമായിരിക്കുന്നു ഇപ്പോൾ.

"ശരിയാക്കൂ!"

പതിനായിരക്കണക്കിനു കൈകൾ തങ്ങളുടെ തൊപ്പികൾ തലയുടെ മധ്യത്തിലേക്കു മാറ്റി.

"അവസാനിച്ചു!"

ഒരൊറ്റ ശബ്ദത്തിൽ കൈകൾ പാർശ്വഭാഗത്തിൽ വീണു. ഇപ്പോൾ തൊപ്പികൾ തലയിൽ നേരെ തന്നെയിരിക്കണം. ചത്വരം അനങ്ങാതെ വിറങ്ങലിച്ചു നിൽക്കുകയാണിപ്പോൾ. ക്യാമ്പിനെ സംബന്ധിച്ചിടത്തോളം, എസ് എസുകാർ സമരത്തെ മനഃപൂർവം അവഗണിക്കുന്ന മട്ടാണ് കാണിക്കാറ്. പ്രധാനമായ യാതൊന്നും സംഭവിക്കുന്നില്ല എന്ന മട്ടിൽ ഓരോ ദിവസവും കൊഴിഞ്ഞുവീണു. പക്ഷെ യാന്ത്രികമായ ഈ ദൈനം ദിന വ്യാപാരങ്ങൾക്കിടയിലൂടെ ഒരു അന്തർപ്രവാഹം പാഞ്ഞു കളിക്കുന്നുണ്ടായിരുന്നു. 'മേലേക്കിടയിലുള്ള ശത്രു സൈന്യങ്ങളോട് ഏറ്റുമുട്ടി.' ഈയിടെയാണ് 'കോൾബർഗും' 'ഗ്രോഡൻസും' ധീരോചിതമായി പൊരുതി കീഴടങ്ങിയത്.

ചുകപ്പുസൈന്യം!

റൊമാജിൻ പ്രദേശത്ത് റൈൻനദി കടന്നിരിക്കുന്നു!

സഖ്യശക്തികൾ!

ദ്വിമുഖസമരങ്ങൾ അവസാനിക്കുന്നു!

റീനിബോത്തിനു വേറെ ഒരു പ്രഖ്യാപനംകൂടി നടത്താനുണ്ടായിരുന്നു.

വസ്ത്രമുറിയിലേക്ക് നിയോഗിക്കപ്പെട്ട തടവുകാർ അങ്ങോട്ടും, ബ്ലോക്കിലെ ക്ഷുരകന്മാർ കുളിമുറിയിലേക്കും പോകണം.

ഈ വക ഉത്തരവുകൾ ക്യാമ്പിൽ ഒട്ടും പുത്തരിയായിരുന്നില്ല. പുതിയ കുറെ ആൾക്കാർ വരുന്നുണ്ട് എന്നായിരുന്നു അതിന്റെ അർത്ഥം. കഴിഞ്ഞ കുറെ മാസങ്ങളായി ഇടക്കിടെ സംഭവിക്കാറുള്ളതാണ്, ഇത്. കിഴക്കൻ ഭാഗങ്ങളിലുള്ള തടങ്കൽപ്പാളയങ്ങളിൽ നിന്നെല്ലാം തടവുകാരെ ഒഴിക്കുകയാണ്. ഓച്ച് വിറ്റ്സ്.........ലുബ്ലിൽ.........

നിറഞ്ഞു പൊട്ടാറായിരിക്കുകയാണെങ്കിലും ബുച്ചൻവാൾഡിലേക്ക് വരുന്നവരെയെല്ലാം അതിനു സ്വീകരിക്കേണ്ടിയിരുന്നു. ഉഷ്ണമാപിനി യന്ത്രത്തിലെ രസരേഖപോലെ പുതിയതായി വരുന്നവരുടെ എണ്ണം ദിനം പ്രതി ഉയരുകയാണ്. അവർ എവിടെപ്പോകും. നവാഗതരെ പാർപ്പിക്കാൻ ക്യാമ്പിനകത്ത്, ഒരു ഭാഗത്തേക്കുമാറി അടിയന്തരമായി കുറെ ബാരക്കുകൾ ഉണ്ടാക്കിയിട്ടുണ്ട്. ഒരിക്കൽ കുതിരലായങ്ങളായിരുന്ന സ്ഥലത്തേക്ക് ആയിരക്കണക്കിന് ആൾക്കാരെ ആട്ടിക്കൊണ്ടു പോയിരിക്കുന്നു. രണ്ടുവരി മുള്ളുകമ്പികൾ വലിച്ച വേലികൾകൊണ്ടവ സുരക്ഷിതമാക്കിയിട്ടുണ്ട്. അതുമൂലം ചെറിയ ക്യാമ്പ് എന്ന് അതിനു പേരു കിട്ടി.

ക്യാമ്പിനകത്തൊരു ക്യാമ്പ്! ഒറ്റപ്പെട്ട്, സ്വന്തമായ ജീവിത നിയമങ്ങൾ പുലർത്തുന്ന ഒരു സ്ഥലം. യൂറോപ്പിലെ എല്ലാ രാജ്യങ്ങളിലേയും ആൾക്കാരെ അവിടെ കൊണ്ടുചെന്നാക്കിയിട്ടുണ്ട്. അവരുടെ വീടുകൾ

എവിടെയാണെന്ന് ആർക്കും അറിയില്ല; അവരുടെ ചിന്തകൾ എന്തെല്ലാമാണെന്നാരും ഊഹിക്കാറുമില്ല. ആർക്കും മനസിലാകാത്ത ഒരു ഭാഷയാണ് അവർ സംസാരിക്കാറ്. പേരുകളോ വ്യക്തിത്വമോ ഇല്ലാത്ത കുറെ മനുഷ്യജീവികൾ!

മറ്റു ക്യാമ്പുകളിൽ നിന്നു വന്നവരിൽ പകുതി വഴിയിൽ വെച്ചുതന്നെ മരിച്ചിരുന്നു; അഥവാ എസ് എസുകാർ പരലോകത്തിലേക്ക് അയച്ചു കഴിഞ്ഞിരുന്നു. ശവശരീരങ്ങൾ വഴിയിലങ്ങനെ കൂടിക്കിടന്നു. യാത്രക്കാരുടെ പട്ടിക പരിശോധിക്കാറില്ലാത്തതുകൊണ്ട് അവരുടെ രജിസ്റ്റർനമ്പറുകൾ ആകെക്കൂടി കുഴഞ്ഞു കിടന്നിരുന്നു. ഏതു നമ്പറാണ് ജീവിച്ചിരിക്കുന്നവന്റെ? ഏതാണ് മരിച്ചവന്റെ? ഹോ; ആർക്കറിയാം ഈ മനുഷ്യരുടെ പേരുകളും അവരുടെ ചരിത്രവും.

"മാർച്ച്!"

റീനിബോത്ത് ഉച്ചഭാഷിണി പൂട്ടി. ഭീമാകൃതിപൂണ്ട ആ ചതുരത്തിനു ജീവൻവെച്ചു. ബ്ലോക്ക് സീനിയർമാർ കൽപ്പിച്ചു; ഓരോരോ ബ്ലോക്കുകളായി അവർ തിരിഞ്ഞുനിന്നു. ഗംഭീരമായ ആ മനുഷ്യവിധാനം പതുക്കെപ്പതുക്കെ അലിഞ്ഞു. കവാത്ത് മൈതാനിയിലൂടെ ബാരക്കുകളിലേക്ക് ഫ്യൂഹറർമാർ അപ്രത്യക്ഷമായി.

അതേസമയത്ത് തടവുകാരേയും വഹിച്ചുകൊണ്ടു വരുന്ന സാമാനവണ്ടി സ്റ്റേഷനോടടുക്കുകയായിരുന്നു. വണ്ടി നിൽക്കുന്നതിനു മുമ്പുതന്നെ ചുമലിൽനിന്ന് തോക്കുകൾ വലിച്ചെടുത്ത ഒരു കൂട്ടം എസ് എസുകാർ അതിനു സമാന്തരമായി ഓടി, പൂട്ടുകൾ തല്ലിത്തകർത്ത് അവർ മുറിയുടെ വാതിൽ മലർക്കെ തുറന്നിട്ടു.

"ഇറങ്ങിവരിൻ! വൃത്തികെട്ട തെമ്മാടികളെ! ഉം, ഇറങ്ങിൻ പുറത്ത്, പുറത്ത്!"

നാറുന്ന, മുറിക്കകത്ത് തൊട്ടുരുമ്മി നിൽക്കുകയായിരുന്നു ആ സാധുക്കൾ. പെട്ടെന്ന് അകത്തേക്ക് അടിച്ച ജീവവായുമൂലം പലർക്കും തലചുറ്റൽ അനുഭവപ്പെട്ടു. എസ് എസുകാരുടെ കൂക്കും വിളിയുംകേട്ട അവർ ഉരുണ്ടും പിരണ്ടും ഞെങ്ങിഞെരുങ്ങി പാതയിലൂടെ പ്രവഹിക്കാൻ തുടങ്ങി. ബാക്കിയുള്ള എസ് എസുകാർ അവരെയെല്ലാം ആട്ടിത്തെളിച്ചു കൂട്ടിനിർത്തി. തീവണ്ടിമുറികൾ അവയുടെ ഉള്ളടക്കത്തെ പുറത്തേക്കു തുറന്നുവിട്ടു; പൊട്ടിയ കുരുവിൽനിന്ന് ചോരയും ചലവും പുറത്തേക്ക് ഒഴുകുന്നതുപോലെ.

മുറിയിൽനിന്ന് ഏറ്റവും ഒടുവിൽ പുറത്തുചാടിയവരിൽ ഒരാൾ 'സക്കറിയാസ് ജങ്കോവ്സ്കി' എന്നൊരു പോളിഷ് യഹൂദനായിരുന്നു. തന്റെ പെട്ടി വലിച്ചെടുക്കാൻ ശ്രമിച്ച അയാളുടെ കയ്യിന്മേൽ ഒരു എസ് എസുകാരൻ തോക്കിന്റെ പാത്തികൊണ്ട് ഒരടി അടിച്ചു.

"ജൂതപ്പന്നി! തുലഞ്ഞുപോട്ടെ!"

കോപക്കലികൊണ്ട ആ എസ് എസുകാരൻ വലിച്ചെറിഞ്ഞ ആ പെട്ടി ഒരുവിധത്തിൽ ജങ്കോവ്സ്കി പിടിച്ചെടുത്തു.

“കളവായി കടത്തിയ വൈരക്കല്ലുകളാണ് അതിൽ. അല്ലേടാ? ങേ! കാട്ടുകള്ളാ!”

ജങ്കോവ്സ്കി ആ പെട്ടിയുമേന്തി ജനക്കൂട്ടത്തിന്റെ ഇടയിലേക്ക് കയറി-ഒരു രക്ഷ കിട്ടാൻ.

എസ് എസുകാർ തീവണ്ടി മുറിയിലേക്കു കയറി അവിടെ അവശേഷിച്ചവരെയെല്ലാം തോക്കിന്റെ പാത്തികൊണ്ടടിച്ചു പുറത്തേക്ക് ഓടിച്ചു. രോഗികളെയും തീരെ അവശരായവരെയും ചാക്കുകൾ വലിച്ചെറിയുന്നതുപോലെ പുറത്തേക്ക് എറിഞ്ഞു. ആ നീണ്ട യാത്രയ്ക്കിടയിൽ വളരെ പ്രയാസപ്പെട്ട് ഒഴിച്ചിട്ടിരുന്ന മൂലകളിൽ ശവങ്ങൾ കൂടിക്കിടന്നു. ഒരു ജഡം പകുതി ഇരിക്കുന്ന മട്ടിൽ പല്ലിളിച്ചുകൊണ്ടാണ് കിടന്നത്.

മിക്ക ബ്ലോക്കുകളിലും ചുവരിലോ ബ്ലോക്ക് സീനിയറുടെ – സാധാരണയായി ദീർഘകാലമായി തടങ്കലിൽ കഴിയുന്ന ഒരു പരിചയസമ്പന്നനായിരിക്കും ഇയാൾ–മേശപ്പുറത്തോ ഓരോ ഭൂപടം വയ്ക്കാറുണ്ടായിരുന്നു. വളരെക്കാലം മുമ്പ് ഫാസിസ്റ്റ് ഭടന്മാർ, ‘മിൻസ്ക്’, ‘സ്മോളെൻസ്ക്’, ‘വ്യാസ്മ’, എന്നിവിടങ്ങളിൽക്കൂടി മോസ്കോവിലേക്കും, പിന്നീട് ‘ഒഡീസ, റോസ്റ്റോവ്’ എന്നീ മാർഗങ്ങളിലൂടെ സ്റ്റാലിൻഗ്രാഡിലേക്കും മുന്നേറിയിരുന്ന അവസരങ്ങളിൽ ഓരോരോ വർത്തമാനപ്പത്രങ്ങളിൽനിന്ന് വെട്ടിയെടുത്തവയായിരുന്നു ആ ഭൂപടങ്ങൾ.

ബ്ലോക്ക് ഫ്യൂഹർമാർ-ആരെയെങ്കിലും തല്ലിച്ചതക്കാനായി കൈത്തരിപ്പോടെ നടന്ന എസ് എസുകാർ-എന്തുകൊണ്ടോ ഈ ഭൂപടങ്ങളെ സഹിച്ചിരുന്നു. വിജയലഹരിയിൽ നീന്തിത്തുടിച്ച അവർ, ചില നല്ല സമയങ്ങളിൽ, റഷ്യയിലെ ചില പട്ടണങ്ങളെ തൊട്ടുകാണിച്ചു ഗർവോടെ തടവുകാരോട് ചോദിച്ചു.

“കൊള്ളാം, എവിടെയാണിപ്പോൾ നിങ്ങളുടെ ചെമ്പട.”

പക്ഷെ അത് കുറെക്കാലം മുമ്പായിരുന്നു.

ഇപ്പോൾ മനഃപൂർവം അവരീ ഭൂപടങ്ങളെ അവഗണിച്ചു. തടവുകാർ അവയിൽ വരച്ചിരിക്കുന്നതൊന്നും അവരുടെ കണ്ണിൽപ്പെടാറില്ല. കട്ടികൂടിയതും ഘനം കുറഞ്ഞതുമായ എത്രയെത്ര വരകൾ! നീലയും ചുകപ്പും കറുപ്പുമായ രേഖകൾ.

ആയിരം പ്രാവശ്യം ആയിരമായിരം വിരലുകളുടെ തലോടലേറ്റ പണ്ടത്തെ ആ സമരമുഖങ്ങളുടെ പേരുകൾ ഇപ്പോൾ കനംകുറഞ്ഞ കടലാസിൽ കറുകറുത്ത പാടുകൾ മാത്രമായി അവശേഷിച്ചു. ഗോമൽ, കീവ്, ഖാർക്കോവ്.......

പക്ഷേ അവയെ ഇനി ആര് ശ്രദ്ധിക്കുന്നു? ഇപ്പോഴത്തെ പ്രശ്നം ‘കുസ്റിൻ’, ‘കോളോൺ’, ‘സ്റ്റെറ്റിൽ’, ‘ഗ്രോഡെൻസ്’, ‘ഡസ്സൽ’, ‘ഡോർഫ്’......

ഈ പേരുകളും ഇപ്പോൾ വെറും പാടുകൾ മാത്രമായിരിക്കുന്നു. അവിടെയിവിടെയെല്ലാം കുറെയേറെ എഴുതിയിട്ടുണ്ട്. വെട്ടിയിട്ടുണ്ട്, മായ്ച്ചിട്ടുണ്ട്....കടലാസു തന്നെ അധികം ബാക്കിയില്ല.

ആയിരമായിരം വിരലുകൾ ഈ രണാങ്കണങ്ങളിലൂടെ തേച്ചും മായ്ച്ചും സഞ്ചരിച്ചിട്ടുണ്ട്, തേച്ചും മായ്ച്ചും ......... അനുനയിച്ചടുപ്പിക്കാനാകാത്തവിധത്തിൽ അവസാനം അണയുകയാണ്......!

പകൽസമയത്ത് പ്രായേണ പ്രശാന്തമായിരിക്കാറുള്ള ബ്ലോക്കുകൾ തടവുകാരുടെ തിരിച്ചുവരവോടെ ശബ്ദമുഖരിതമാവും. അവർ ഭൂപടങ്ങളുടെ അടുക്കൽ തിങ്ങിക്കൂടിയിരിക്കുകയാണ്.

38-ാം ബ്ലോക്കിൽ റുങ്കിയുടെ മേശപ്പുറത്തു വെച്ചിരിക്കുന്ന ഭൂപടത്തിന്റെ മുമ്പിൽനിന്ന് അതു പരിശോധിക്കുന്നവരുടെ കൂട്ടത്തിലേക്ക് സ്കൂപ്പ് തിക്കിത്തിരക്കി കയറിച്ചെന്നു.

"റെമാജിൻ....ഇതാ ഇവിടെ 'കോബ്ളെൻ'സിനും ബോണിന്നുമിടയ്ക്ക്."

"വീമാറിൽനിന്ന് അവിടേക്ക് എത്ര ദൂരമുണ്ടാകും?" കൂട്ടത്തിൽ ഒരാൾ അന്വേഷിച്ചു.

അത്ഭുതം തിരളുന്ന മുഖം കോട്ടി, കണ്ണുമിഴിച്ചു പിടിച്ചു സ്കൂപ്പ് ആലോചിച്ചു. 'അവർ അത്രയും അടുക്കൽ എത്തിപ്പറ്റിയില്ലെങ്കിൽ......'

വഴി വിരലുകൾകൊണ്ട് തൊട്ടു തലോടി അയാൾ വ്യക്തമാക്കി. 'ഈസ്നാച്ച്' 'ലാഞ്ചൽ സ്ലാസ്', 'ഗോഥ്', 'എർഫർട്ട്'.....

സ്കൂപ്പ് ചിന്തകൾക്കൊരു വിരാമമിട്ടു.

"അവർ എർഫർട്ടിൽ എത്തിയാൽ ബുച്ചൻവാൾഡിൽ വന്ന വാശിയായി."

"അപ്പോൾ ദിവസങ്ങൾക്കകമാകുമോ? ആഴ്ചകൾ? മാസങ്ങൾ?"

"ഒരു നിമിഷം നിൽക്കൂ. നമുക്കിതു നല്ലതിനല്ല. അമേരിക്കക്കാർക്കുവേണ്ടി നമ്മെ വൻതോക്കുകൾ ഇവിടെയിങ്ങനെ വാഴിക്കുമെന്നാണോ നിങ്ങളുടെ വിചാരം. അപ്പോഴേക്കും അവർ നമ്മെ എല്ലാവരേയും തുലച്ചുകളയും."

"ഇത്രനേരത്തെ തുണി ചീത്തയാക്കല്ലെ" സ്കൂപ്പ് ആ സംശയക്കാരനെ നോക്കി മുരണ്ടു. അപ്പോഴേക്കും പരിചാരകൻ പരിഭ്രമത്തോടെ ഇടയിൽക്കയറി പറഞ്ഞു. "ഒരുപകാരം ചെയ്യാമോ? ദയവായി ആഹാരപ്പാത്രങ്ങൾ ഒന്ന് എടുത്തുകൊണ്ടു വരൂ."

മരച്ചെരുപ്പുകൾ കടകട നാദമുയർത്തി; പാത്രങ്ങൾ കലപില എന്ന് ശബ്ദിച്ചു തുടങ്ങി.

എസ് എസുകാർ ഒരു വിധത്തിൽ ആ ജനക്കൂട്ടത്തെ മാർച്ച് ചെയ്യാനുള്ള രൂപത്തിലാക്കി. അവരിൽ കുറെപ്പേർ മുമ്പിൽനടന്നു. മറ്റുള്ളവർ ആടിയും ഉലഞ്ഞും തേങ്ങിയും ക്യാമ്പിനെ ലക്ഷ്യമാക്കി നീങ്ങി.

എങ്ങനെയോ ജനതതിയുടെ ഒത്ത നടുക്ക് എത്തിച്ചേർന്ന ജങ്കോവ്സ്കി, എസ് എസുകാരുടെ തലങ്ങും വിലങ്ങും വന്നുവീഴുന്ന പ്രഹരങ്ങളിൽനിന്ന് രക്ഷ നേടി. ആ കൂട്ടത്തിലെ ആരുംതന്നെ അടുത്തുനിൽക്കുന്നവനെ ഗൗനിച്ചിരുന്നില്ല. തനിക്കുവേണ്ടി ഒരുക്കിയിട്ടുള്ള അജ്ഞാതമായ വിധിയെക്കുറിച്ചായിരുന്നു ഓരോരുത്തരുടേയും ചിന്ത. ജന്തുസഹ

ജമായ ആത്മ ത്രാണവ്യഗ്രതയുടെ പ്രേരണയിൽപ്പെട്ട് രോഗികളും അവശന്മാരും വലിഞ്ഞുനീങ്ങിക്കൊണ്ടിരുന്നു. അങ്ങനെ ആ ജാഥ ക്യാമ്പിലേക്കുള്ള വഴിയിലൂടെ, അതിന്റെ ഗേറ്റിലൂടെ വിറച്ചു വിറച്ചു മുന്നോട്ടുനീങ്ങി.

അടികൊണ്ടു തരിച്ച ജങ്കോവ്സ്കിയുടെ കൈപ്പടം തനിക്ക് അന്യമായ, വിരുദ്ധമായ, ഏതോ വസ്തുവിനെപ്പോലെ തൂങ്ങിക്കിടന്നിരുന്നു. പക്ഷെ വേദനയെക്കാൾ അയാളുടെ ശ്രദ്ധയെ ആകർഷിച്ചിരുന്നത് വല്ല വിധത്തിലും ആ പെട്ടിയൊന്നു ക്യാമ്പിലെത്തിക്കാനുള്ള മാർഗങ്ങളായിരുന്നു. പിന്നെ വരുന്നതുപോലെയെല്ലാം വരട്ടെ!

ധൃതിയിൽ ജങ്കോവ്സ്കി നാലു ഭാഗത്തേക്കും കണ്ണോടിച്ചു. അയാൾ ആ തള്ളലിൽ പറ്റിനിന്നു. ജനക്കൂട്ടത്തോടൊപ്പം അകത്തേക്കു കടന്നു എസ് എസുകാരുടെ കണ്ണിൽപ്പെടാതെ സാമർത്ഥ്യപൂർവം ഒളിക്കാൻ ചിരപരിചയം അയാളെ സഹായിച്ചു. ഒരു വിധം ആ പ്രവാഹത്തിൽപ്പെട്ടു ആരുമാരും എതിർക്കാതെ അയാൾ ക്യാമ്പിനകത്തേക്കു കയറി.

ഒരു മായാജാലത്തിന്റെ ശക്തികൊണ്ടാണ് പെട്ടി ഇവിടെവരെ എത്തിയത്. ആ മായാജാലത്തെ വിരട്ടിയോടിക്കാതിരിക്കാനായി ജങ്കോവ്സ്കി ഒരു ഞെട്ടലോടെ മറ്റു ദുഷ്ചിന്തകളെയെല്ലാം മനസിൽ നിന്നകറ്റി നിർത്തി. തികഞ്ഞ ആത്മാർഥതയോടെ ഒരൊറ്റ കാര്യമയാൾ വിശ്വസിച്ചു.

ദയാമയനായ സർവശക്തൻ ഈ പെട്ടി എസ് എസുകാരുടെ കയ്യിലകപ്പെടാൻ അനുവദിക്കുകയില്ല.

കവാത്തു മൈതാനത്തിൽ എത്തിയ ജനങ്ങൾ അവിടെ അണിയായി നിന്നു.

ഇപ്പോൾ ഒരു ജാഥയായി ക്യാമ്പിലേക്ക് നയിക്കപ്പെടുന്ന ആ വരിയിൽ കാലുകൾ ഉറപ്പിച്ചുവെച്ചു നിൽക്കാൻ ജങ്കോവ്സ്കിക്കു തന്റെ അവസാനത്തെ ശക്തിബിന്ദുകൂടി ഉപയോഗിക്കേണ്ടിവന്നു. ശ്രദ്ധയാകർഷിക്കാനുതകുന്ന, തെന്നലോ തേങ്ങലോ ഇടറലോ ഒന്നുംവയ്യ. ചെന്നിയിലേക്ക് എന്തോ പതഞ്ഞുപൊങ്ങുന്നപോലെ തോന്നി അയാൾക്ക്. എന്നിട്ടും അയാൾ വാശി വിടാതെനിന്നു. ക്യാമ്പിലെ മറ്റു അന്തേവാസികളാൽ നയിക്കപ്പെടുന്ന ആ ജാഥ അതിന്റെ ഉദ്ദിഷ്ട സ്ഥാനത്ത് എത്തിയിരിക്കുന്നു എന്ന് താമസിയാതെ അയാൾക്ക് മനസിലായി. ഹൗ, എന്തൊരാശ്വാസം!

അവർ അവിടെ എത്തുമ്പോഴേക്കും, ഉയർന്ന ഇഷ്ടിക കെട്ടിടങ്ങൾക്കിടയിലുള്ള ആ തുറന്ന സ്ഥലത്ത് പീഠങ്ങളിട്ട് ക്ഷുരകന്മാർ ഒരു നീണ്ട നിരയായി കാത്തിരുന്നു. വീണ്ടും കോലാഹലത്തിന്റെ ആരംഭമായി. സംഗതി അത്ര എളുപ്പമായിരുന്നില്ല; എന്തെന്നാൽ ഉറക്കെ ഗർജിച്ചുകൊണ്ട് ഒരു സ്കാർഫ്യൂഹറർ അവരെ ഒരു പറ്റം കോഴിക്കുഞ്ഞുങ്ങളെപ്പോലെ അങ്ങോട്ടും ഇങ്ങോട്ടും ആട്ടിയോടിച്ചു കൊണ്ടിരുന്നു.

അവസാനം ആർപ്പുവിളിയും അട്ടഹാസവും അൽപ്പമൊന്ന് ആറി, സ്കാർഫ്യൂഹറർ കുളിമുറിയിലേക്കു കയറിയപ്പോൾ അത്യന്തം ക്ഷീണിതനായിരുന്ന ജങ്കോവ്സ്കി ആ ചരൽക്കല്ലുകൾ കൂർത്തുനിന്ന

തറയിലേക്ക് കുഴഞ്ഞുവീണു. കൈപ്പടത്തിലെ കുത്തിക്കീറുന്ന വേദന ഇപ്പോൾ നേരിയ ഒരു സ്പന്ദനം മാത്രമായിരിക്കുന്നു. തലയും താഴ്ത്തി കുറെയേറെ നേരം അയാൾ ഇരുന്നുപോയി. ആരോ വന്നു കുലുക്കി വിളിച്ചപ്പോഴാണ് അയാൾ ഞെട്ടിയുണർന്നത്. ക്യാമ്പിലെ 'പെട്രോൾ' വിഭാഗത്തിൽപ്പെട്ട ഒരു തടവുകാരൻ അയാളുടെ മുമ്പിൽ നിന്നിരുന്നു. അയാൾ പോളിഷ് ഭാഷയിൽ പറഞ്ഞു.

"നിങ്ങൾ.......ഇതാ ഇങ്ങനെ ഉറങ്ങരുത്."

വിറച്ചു വിറച്ചു ജങ്കോവ്സ്കി എഴുന്നേറ്റു. മിക്കവരും നഗ്നരായിരുന്നു. മഴയേറ്റു തണുത്തു വിറച്ച് ആ ക്ഷുരകന്മാരുടെ മുമ്പിൽ നിന്ന ആ നിർഭാഗ്യവാന്മാരുടെ ദേഹത്തിലെ അവസാനത്തെ കീറത്തുണികൾ പോലും നീക്കപ്പെട്ടിരുന്നു. ഒരു കൈയന്ത്രംകൊണ്ട് ദേഹത്തിലെ രോമമാകെ വടിച്ചിറക്കുകയായിരുന്നു ക്ഷുരകൻ.

പരിക്കു പറ്റാത്ത കൈകൊണ്ട് തന്റെ ശരീരത്തിലെ കഷ്ടിപിഷ്ടിയായ തുണികൾ വലിച്ചു മാറ്റാൻ ബദ്ധപ്പെട്ട ജങ്കോവ്സ്കിയെ ആ പോളിഷ് തടവുകാരൻ സഹായിച്ചു.

ആ സമയത്ത് ക്യാമ്പിലെ രണ്ടു താമസക്കാർ പുതിയതായി വന്നവരുടെ കെട്ടും മാറാപ്പും പരിശോധിക്കുകയായിരുന്നു. അവർ ഇടയ്ക്കിടെ ചാക്കുകൾ പൊന്തിക്കുകയും കെട്ടുകൾ എടുത്തു നോക്കുകയും ചെയ്തിരുന്നു. ജങ്കോവ്സ്കിക്കു ഭയമായി.

"എന്താണവർ അവിടെ നോക്കുന്നത്?"

ക്യാമ്പു പാറാവുകാരൻ ആ രണ്ടു പേരെയും നോക്കി സൗമനസ്യത്തോടെ ചിരിച്ചു.

"ഹോ, അതു കലവറ മുറിയിലെ 'ഹോഫലും' 'പിപ്പിഗ്ഗു'മാണ്."

അയാൾ തന്റെ പെട്ടി ചൂണ്ടിക്കാണിച്ചു.

"ഇല്ല, ഇവിടെനിന്ന് ആരും ഒന്നും തട്ടിക്കൊണ്ടുപോകയില്ല. ശരി വേഗമാകട്ടെ സഹോദരാ, പോയി തലമുടി വെട്ടിക്കൂ."

കൂർത്തുമൂർച്ചയേറിയ കല്ലുകളിൽ നഗ്നപാദങ്ങൾ വെച്ച് ജങ്കോവ്സ്കി വളരെ ആയാസപ്പെട്ട് ക്ഷുരകന്മാരുടെ അടുത്തേക്ക് നീങ്ങി.

കുളിമുറിയുടെ പ്രവേശനദ്വാരത്തിൽ നിൽക്കുന്ന ആ സ്കാർഫ്യൂഹറർ അവിടെ വല്ലാത്ത തിക്കും തിരക്കും ബഹളവും ഉണ്ടാക്കുകയായിരുന്നു. പുതിയതായി വന്നവരെയെല്ലാം അയാൾ ഒരു വലിയ മരപാത്തിയുടെ സമീപത്തേക്ക് ഓടിച്ചു; ഒരേസമയത്ത് അഞ്ചും ആറും ആളുകളെ വീതം. നിരവധികാലത്തെ ഉപയോഗംകൊണ്ട് നാറിത്തുടങ്ങിയ ആ 'അണുനാശകദ്രാവക'ത്തിൽ എല്ലാവരും മുങ്ങണമായിരുന്നു.

"എടടാ, ധ്രുവപ്പൂച്ചകളെ! ഉം, തല മുക്കണം" പറ്റെ മുണ്ഡനം ചെയ്ത തലകൾക്കു മീതെ ഒരു തടിച്ച ഗദയും വീശിക്കൊണ്ടയാൾ ആക്രോശിച്ചപ്പോൾ എല്ലാ തലകളും പൊടുന്നനെ ആ ദ്രാവകത്തിൽ താഴ്ന്നു,

"അവൻ കുടിച്ചു കുതികുന്തം മറഞ്ഞു നടക്കുകയാണ്." വളഞ്ഞ

കാലുകളോടുകൂടിയ ആ കുറിയ മനുഷ്യൻ-പിപ്പിഗ്ഗ്-അഭിപ്രായപ്പെട്ടു. ഇവിടെ വരുന്നതിനുമുമ്പ് അയാൾ 'ഡ്രെസ്ഡനിലെ'ലെ അച്ചുനിരത്തലുകാരനായിരുന്നു. ഹോഫൽ ഒന്നും ഗൗനിച്ചിരുന്നില്ല. അയാൾ ജങ്കോവ്സ്കിയുടെ പെട്ടി കാലുകൊണ്ട് ഒന്നു തട്ടി.

"കെട്ടി വലിച്ചുകൊണ്ടുവരാൻ കണ്ട ഓരോ സാധനങ്ങൾ!"

പിപ്പിഗ്ഗ് പെട്ടിയുടെ അടുത്തേക്കു കുനിഞ്ഞുനിന്നപ്പോൾ ജങ്കോവ്സ്കി ഞൊണ്ടി ഞൊണ്ടി അങ്ങോട്ട് ഓടിയെത്തി. അയാളുടെ മുഖത്ത് ഭയം സുവ്യക്തമായി കാണാമായിരുന്നു. അവരോട് എന്തൊക്കെയോ ധൃതിയിൽ അയാൾ പറഞ്ഞുകൂട്ടി. പക്ഷെ ആ പോളണ്ടുകാരൻ പറഞ്ഞതിലൊരക്ഷരം പോലും അവർക്ക് രണ്ടുപേർക്കും മനസിലായില്ല.

"നിങ്ങൾ ആരാണ്" ഹോഫൽ ആരാഞ്ഞു. "പേർ എന്ത്? പേർ!"

ആ വാക്ക് അയാൾക്ക് മനസിലായെന്ന് തോന്നുന്നു.

"ജങ്കോവ്സ്കി സഖറിയാസ് വാർഷാവ."

"ഇത് നിങ്ങളുടെ പെട്ടിയാണോ?"

"ടാക്ക്, ടാക്ക്" (അതെ എന്നർഥമുള്ള ഒരു പോളിഷ് വാക്ക്)

"എന്താണ് ഇതിന്റെ അകത്ത്?"

ജങ്കോവ്സ്കി എന്തോ പറഞ്ഞു; എന്നിട്ടാ ചില ആംഗ്യങ്ങൾ കാണിച്ചു. പെട്ടിയെ സംരക്ഷിക്കാനെന്നമട്ടിൽ അതിന്റെ മീതെ കൈവിരിച്ചു മറച്ചുവെച്ചു.

അപ്പോഴെക്കും ആ സ്കാർഫ്യൂഹറർ കുളിമുറിയിൽനിന്ന് പാഞ്ഞെത്തി അവിടെ കണ്ടവരെയെല്ലാം പ്രാകിത്തൊഴിച്ച് ഓടിച്ചു. ശ്രദ്ധയിൽപെടാതിരിക്കാൻവേണ്ടി ഹോഫൽ ആ പോളണ്ടുകാരനെ അവിടെ നഗ്നരായി നിന്ന മറ്റു തടവുകാരുടെ കൂട്ടത്തിലേക്ക് പിടിച്ചുതള്ളി. പക്ഷേ ആ പാവം ജൂതൻ ചെന്ന് വീണത് സ്കാർഫ്യൂഹററുടെ കയ്യിലാണ്. അയാൾ ആ സാധുവിന്റെ കൈകൾ കൂട്ടിപ്പിടിച്ച് കുളിമുറിയിലേക്ക് തള്ളി. ജങ്കോവ്സ്കിക്ക് ആ പാത്തിയിലെ വെള്ളത്തിൽ മുങ്ങേണ്ടി വന്നു. അവിടെനിന്ന് ഭയചകിതരായ മറ്റു തടവുകാരുടെ പ്രവാഹത്തിൽപ്പെട്ട് അയാൾ കുളിമുറിയിൽ എത്തി.

മിതമായ ആ ശീതോഷ്ണാവസ്ഥ അയാൾക്ക് വളരെ ഗുണകരമായിരുന്നു. തണുത്ത ഷവറിന്റെ ചുവട്ടിൽ നിൽക്കുമ്പോൾ തന്റെ മനഃക്ലേശങ്ങളെല്ലാം അവസാനിച്ചു എന്നു തോന്നി ജങ്കോവ്സ്കിക്ക്. ഭയവും ഞരമ്പിന്റെ വലിവും ഒന്നയഞ്ഞ, അയാളുടെ ശരീരം അത്യാർത്തിയോടെ ആ ഇളംചൂട് വലിച്ചെടുത്തു.

ഉൽക്കണ്ഠയോടെ ആ പെട്ടിയുടെ സമീപം ചടഞ്ഞിരുന്നു. പിപ്പിഗ്ഗ് അത് തുറന്നു. പെട്ടെന്ന് അത് അടച്ചുവെച്ചു, അയാൾ സംഭ്രമത്തോടെ ഹോഫലിന്റെ മുഖത്തേക്ക് നോക്കി.

"ഉം, എന്താ കുഴപ്പം?"

പിപ്പിഗ്ഗ് വീണ്ടും പെട്ടി തുറന്നു. പക്ഷെ ഇത്തവണ കുനിഞ്ഞു

നിൽക്കുന്ന ഹോഫലിനു കഷ്ടിച്ചു കാണാൻ മാത്രമേ അയാൾ അതു തുറന്നുള്ളൂ.

"മനുഷ്യ, അതടയ്ക്കൂ." ഹോഫൽ ചീറി. ധൃതിയിൽ നിവർന്നുനിന്ന് ഉദ്വേഗത്തോടെ അയാൾ ആ സ്കാർഫ്യൂഹറർ എവിടെയാണെന്ന് തിരക്കി. ഭാഗ്യത്തിന് അയാൾ കുളിമുറിയിലായിരുന്നു.

"ഇതവരുടെ കയ്യിൽ എങ്ങാനും കിട്ടിയാൽ....." പിപ്പിഗ്ഗ് മന്ത്രിച്ചു. ഹോഫൽ ക്ഷമയറ്റു, കൈകൊണ്ടു ചില ആംഗ്യങ്ങൾ കാണിച്ചു.

"വേഗം, ഇതെടുത്തു കൊണ്ടുപോകൂ; എവിടെയെങ്കിലും ഒളിക്കൂ, ഉം, ഉം, വേഗം.....വേഗം."

ഒരു കള്ളനെപ്പോലെ പിപ്പിഗ്ഗ് കുളിമുറിയിലേക്ക് ഏറുകണ്ണിട്ടു നോക്കി. ആരും തന്നെ ശ്രദ്ധിക്കുന്നില്ലെന്നു മനസിലായപ്പോൾ ധൃതിയിൽ ആ പെട്ടിയും താങ്ങി, ആ ഇഷ്ടികകെട്ടിടത്തിനകത്ത് കയറി. അയാൾ അപ്രത്യക്ഷനായി.

കുളിമുറിയിൽ 'ലിയോനിഡ് ബോഗോർസ്കി' പുതിയതായി വന്നവരെ നോക്കിക്കൊണ്ട് ആ ഷവറിന്റെ ഇടയിലൂടെ അങ്ങോട്ടും ഇങ്ങോട്ടും നടക്കുകയായിരുന്നു. തലയിണത്തുണി കൊണ്ടുള്ള കനം കുറഞ്ഞ ഒരു ട്രൗസർ മാത്രമേ അയാൾ ധരിച്ചിരുന്നുള്ളൂ; കാലിൽ മരച്ചെരിപ്പുകളും. ഒരു കായികാഭ്യാസിയുടെ വടിവുള്ള അയാളുടെ ശരീരത്തിന്റെ മേൽഭാഗം വെള്ളത്തുള്ളികളേറ്റു തിളങ്ങിയിരുന്നു. ഷവർ 'കമാന്റോ' വിലെ 'കാപോ' വായ ഈ റഷ്യക്കാരൻ പുതിയ ആൾക്കാർ വരുമ്പോൾ പിന്നണിയിൽ നിൽക്കാനാണ് ഇഷ്ടപ്പെടാറ്. ഇവിടെ അയാൾക്ക് സ്കാർഫ്യൂഹററിൽ നിന്ന് യാതൊരു അലട്ടും ഉണ്ടാവാറില്ല. അയാൾ ആ പാത്തിക്കരികെ സ്വയം രസിച്ചുകൊണ്ടു നിൽക്കുകയാണ്.

ചൂടുവെള്ളപ്രവാഹത്തിൽ ആറാടിനിൽക്കുന്ന ആ മനുഷ്യർ ക്യാമ്പിൽ എത്തിയതിനുശേഷം ആദ്യമായി വിശ്രമസുഖം നുകരുകയായിരുന്നു. ജലധാര അവരുടെ പരിഭ്രമവും ഭയവും ഇതുവരെ അനുഭവിച്ച യാതനകളഖിലവും പാടെ കഴുകിക്കളഞ്ഞപോലെ അവർക്കു തോന്നി. ഓരോ പ്രാവശ്യവും തടവുകാരിൽ കാണാറുള്ള ഈ അവസ്ഥാഭേദം ബോഗോർസ്കിക്കു പുത്തരിയായിരുന്നില്ല. തീരെ ചെറുപ്പമായിരുന്നു അയാൾ, കഷ്ടിച്ച് ഒരു മുപ്പത്തിയഞ്ചുവയസുവരും. വ്യോമസേനയിലെ ഒരു ഓഫീസറായിരുന്നു ആദ്യം. പക്ഷെ നാസികൾക്ക് അതജ്ഞാതമായിരുന്നു. സമര മുന്നണിക്കടുത്തുള്ള പാളയത്തിൽനിന്ന് ബുച്ചൻവാൾഡിലേക്കു മാറ്റപ്പെട്ട ഒരു സാധാരണ റഷ്യൻ യുദ്ധതടവുകാരൻ മാത്രമായിരുന്നു, അവർക്ക് ബോഗോർസ്കി. തന്റെ അജ്ഞാതാവസ്ഥ ചോർന്നുപോകാതിരിക്കാൻ ആകുന്നതെല്ലാം അയാൾ ചെയ്തിരുന്നു താനും. ക്യാമ്പിലെ അതീവരഹസ്യമായ ഐ എൽ കെയിലെ ഒരംഗമായിരുന്നു അയാൾ. അതിന്റെ പ്രണേതാക്കൾക്കൊഴികെ ക്യാമ്പിലെ ആർക്കും തന്നെ അതിനെ കുറിച്ചറിവുണ്ടായിരുന്നില്ല. പിന്നെ എസ് എസിന്റെ കാര്യം പറയാനുമില്ലല്ലോ!

പ്രശാന്തമായി ബോഗോർസ്കി ആ ഷവറിനടിയിലൂടെ അങ്ങോട്ടും മിങ്ങോട്ടും നടന്നു. അയാളുടെ മുഖത്ത് കണ്ട ആ പുഞ്ചിരി മതിയായിരുന്നു പുതുതായി വന്നവർക്ക് അൽപ്പമൊരു സുരക്ഷിതബോധം കൈവരുത്താൻ അടഞ്ഞ കണ്ണുകളോടെ ചൂടുവെള്ളത്തിന്റെ സുഖമാസ്വദിക്കുന്ന ആ ചടച്ചമനുഷ്യന്റെ-ജങ്കോവ്സ്കിയുടെ-മുന്നിൽ അയാൾ അൽപ്പനേരം നിന്നു. ഏതുനാടിനെ പറ്റിയായിരിക്കുമോ ഇയാൾ സ്വപ്നം കാണുന്നത്? പിന്നീട് ബോഗോർസ്കി കുറ്റമറ്റ പോളിഷ് ഭാഷയിൽ ചോദിച്ചു:

"എത്ര കാലമായി നിങ്ങൾ പുറപ്പെട്ടിട്ട്."

വിദൂരതയിൽ അലഞ്ഞു തിരിഞ്ഞിരുന്ന കിനാവിൽ നിന്നു ഞെട്ടിയുണർന്ന ജങ്കോവ്സ്കി ഭീതിയോടെ കണ്ണു തുറന്നു.

"മൂന്നാഴ്ചയായി", ചിരിച്ചുകൊണ്ടയാൾ മറുപടിയോതി.

മൗനമാണ്, പ്രത്യേകിച്ചും അപരിചിതമായ സാഹചര്യങ്ങളിൽ തികഞ്ഞ മൗനമാണ്, അത്യന്തം അഭിലഷണീയമെന്ന് അനുഭവത്തിൽ നിന്ന് അയാൾക്ക് അറിയാമായിരുന്നു. എന്നാലും ജങ്കോവ്സ്കിക്ക് എന്തെങ്കിലുമൊക്കെ പറയണമെന്നു തോന്നി.

ധൃതിയിൽ, നാലു ഭാഗത്തേക്കും ചടുല വീക്ഷണങ്ങൾ എറിഞ്ഞു കൊണ്ട് അയാൾ ബുച്ചൻവാൾഡിലേക്കുള്ള യാത്രയെക്കുറിച്ചൊരു സംക്ഷിപ്ത വിവരണം നൽകി. ക്യാമ്പിലെ ഒഴിപ്പിക്കലിന്റെ ഭീകരതയെ പറ്റിയ അയാൾ വർണിച്ചു കേൾപ്പിച്ചു. ആഴ്ചകളോളം ആഹാരമോ വിശ്രമമോ വിരാമമോ ഇല്ലാതെ പരവശരായി അവർ ഇഴഞ്ഞു നീങ്ങി. രാത്രിയാകുമ്പോൾ മഞ്ഞേറ്റു പാറപോലെ കടുത്ത, പുതിയതായി ഉഴുതു മറിച്ച വയലുകളിലാണ് അവർ വിശ്രമിക്കാറ്. കനത്ത മൂടൽ മഞ്ഞിന്റെ ക്രൂരഹസ്തങ്ങളിൽനിന്നു രക്ഷപ്പെടാൻ അവർ അന്യോന്യം പറ്റിച്ചേർന്നാണ് കിടക്കുക. എത്രയെത്രപേരാണ് പിറ്റേദിവസത്തെ യാത്രക്ക് ഹാജരാകാതിരിക്കുക. എസ് എസുകാർ വയലുകളിലേക്ക് പാഞ്ഞു ചെന്നു ജീവൽസ്പന്ദനമുള്ളവരെയെല്ലാം അവിടെതന്നെയിട്ടു ശരിപ്പെടുത്തുകയാണ് പതിവ്. കർഷകർ, ശവങ്ങൾ കിടന്ന ദിക്കുകളിൽതന്നെ അവയെ കുഴിച്ചു മൂടും. എത്രപേർ വഴിയിൽ തകർന്നടിഞ്ഞു വീണു! എത്ര പേരുടെമേൽ എസ് എസ് തോക്കുകൾ തീ തുപ്പി! അവസാനത്തെ വെടിക്കുശേഷം, "ഉം ഓടട, കള്ള തെമ്മാടികളെ" എന്നു പറഞ്ഞു അവരെ വിരട്ടിയോടിക്കും.

പറയാനുള്ളതെല്ലാം പറഞ്ഞു കഴിഞ്ഞ മട്ടിൽ ജങ്കോവ്സ്കി മൗനമവലംബിച്ചപ്പോൾ ബോഗോർസ്കി ചോദിച്ചു.

"ഓച്ച്വിറ്റ്സിൽ നിന്നു തിരിക്കുമ്പോൾ എത്ര പേരുണ്ടായിരുന്നു?"

ജങ്കോവ്സ്കി പതുക്കെ പറഞ്ഞു "ഏതാണ്ട് മൂവ്വായിരത്തോളം...... ജങ്കോവ്സ്'കിയുടെ മുഖത്ത് ഒരു പുഞ്ചിരി പരന്നു. ഇനിയും കുറെക്കൂടെ പറയണമെന്നുണ്ടായിരുന്നു അയാൾക്ക്. തന്റെ പെട്ടിയിലെ രഹസ്യം ഈ അപരിചിതമായ ക്യാമ്പിലെ ആരോടെങ്കിലും തുറന്നു പറഞ്ഞാലോ...... പക്ഷെ അപ്പോഴേക്കും സ്കാർഫ്യൂഹറർ ഷവർ അടച്ചു; പുതിയ ഒരു കൂട്ടത്തെ കുളിമുറിയിലേക്കു കയറ്റി.

ജങ്കോവ്സ്കി പ്രാഞ്ചി പ്രാഞ്ചി വീണ്ടും ആ കൊടും തണുപ്പിലേക്ക് കടന്നു. പെട്ടി അപ്രത്യക്ഷമായിരിക്കുന്നു. പോളണ്ടുകാരനെ തന്നെ കാത്തുനിന്ന ഹോഫൽ കൈകൊണ്ടു വായ്മൂടി പതുക്കെ പറഞ്ഞു.

"മിണ്ടാതിരിക്കൂ; എല്ലാം, എല്ലാം ശരിയായിരിക്കുന്നു."

ശാന്തതയോടെ പെരുമാറുകയാണ് നല്ലതെന്നു ജങ്കോവ്സ്കിക്കു മനസിലായി. അയാൾ ആ ജർമൻകാരനെ തുറിച്ചു നോക്കി. "നിങ്ങളുടെ കെട്ടു മാറാപ്പുകളെല്ലാം എടുത്തോളൂ" എന്നു പറഞ്ഞു ഹോഫൽ സാധനങ്ങൾ ജങ്കോവ്സ്കിയുടെ കൈത്തണ്ടയിലേക്ക് ഇട്ടുകൊടുത്തു. അയാളെ പതുക്കെ തള്ളി, കുളികഴിഞ്ഞ് വസ്ത്രധാരണ മുറിയിലേക്കു പോകാൻ അക്ഷമയോടെ കാത്തുനിന്നവരുടെ കൂട്ടത്തിലേക്കു മാറ്റി നിർത്തി. അവിടെ ചെന്ന് അവർക്കു തങ്ങളുടെ വൃത്തികെട്ട വസ്ത്രങ്ങൾ മാറ്റി പുതിയവ ധരിക്കേണ്ടിയിരുന്നു. ജങ്കോവ്സ്കി ആ ജർമൻകാരനോട് എന്തോ പുലമ്പി. ഭാഷ മനസിലായില്ലെങ്കിലും ആ വാക്കുകളിൽ പ്രകടമായി കണ്ട ഭയം ഹോഫലിനു വ്യക്തമായും മനസിലായി. തികഞ്ഞ സഹതാപത്തോടെ അയാളുടെ പുറം തടവി കൊണ്ടു ഹോഫൽ പറഞ്ഞു.

"തീർച്ച, തീർച്ച, തീർച്ച, എല്ലാം ശരിപ്പെടുത്താം, പൊയ്ക്കോളൂ, ഇപ്പോൾ പൊയ്ക്കോളൂ.....വേഗം.........."

ധൃതിയിൽ ആ കൂട്ടത്തിൽകൂടി ജങ്കോവ്സ്കിക്ക് വസ്ത്രം മാറുന്ന മുറിയിലേക്ക് പോകേണ്ടി വന്നു. ഹോഫൽ അയാളുടെ കൈകൊണ്ട് ആംഗ്യം കാണിച്ച് അകറ്റി.

## II

**പു**തിയ കളിപ്പാട്ടം കിട്ടിയ കുട്ടിയുടെ ഉത്സാഹതിമർപ്പോടെ പിപ്പിഗ് പെട്ടിയുമെടുത്ത് കോവണി കയറി കലവറമുറിയിൽ എത്തി.

ഉച്ചതിരിഞ്ഞപ്പോഴേക്കും ആ കമാന്റോവിലെ ജോലിക്കാരെല്ലാം സിവിലയൻ വസ്ത്രങ്ങളടങ്ങുന്ന ആയിരമായിരം സഞ്ചികൾ തൂങ്ങി കിടന്ന ആ ഇടുങ്ങിയവസ്ത്രധാരണമുറി വിട്ടുപോയിരുന്നു. ഓരോ കടലാസുകൾ തിരിച്ചും മറിച്ചും നോക്കിക്കൊണ്ട് കിഴവൻ അഗസ്റ്റ്റോസ് മാത്രം കൗണ്ടറിന്നരികെ നിന്നു.

പിപ്പിഗ് ഒളിച്ച് ഒളിച്ച് അകത്തേക്ക് കടക്കുന്നത് അയാൾ അത്ഭുതത്തോടെ നോക്കി.

"നിങ്ങൾ എന്താണ് ഇങ്ങോട്ടു വലിച്ചുകൊണ്ടുവരുന്നത്?"

കൈകൊണ്ട് ആംഗ്യം കാണിച്ചു അയാൾ ചോദ്യം തടഞ്ഞു.

"എവിടെ സ്വീലിങ്ങ്?"

റോസ്, സൈനിക നേതാവിന്റെ മുറി തള്ളവിരൽ കൊണ്ട് ചൂണ്ടിക്കാണിച്ചുകൊടുത്തു.

"ഇതാ ഒന്നു നോക്കിക്കോളണേ എന്നപേക്ഷിച്ച് പിപ്പിഗ് സാമാന്യം ഇരുളിലാണ്ടുകിടക്കുന്ന വസ്ത്രധാരണമുറിയിലേക്ക് ബദ്ധപ്പെട്ടു നടന്നുപോയി. അയാൾ മറഞ്ഞവഴി വിസ്മയത്തോടെ കുറെനേരം നോക്കി

നിന്നശേഷം റോസ് ജനലിലൂടെ കാണാവുന്ന തരത്തിൽ തന്റെ മുറിയിൽ ഇരിക്കുന്ന ആ ഹോപ്റ്റർശ്ചാർ ഫ്യൂഹററെ സൂക്ഷിച്ചുകൊണ്ടിരുന്നു.

കൈകളിൽ തലയും താങ്ങി ഒരു വർത്തമാനക്കടലാസിൽ കണ്ണുകൾ നട്ടുകൊണ്ട് മേശയ്ക്കരികെ ഇരിക്കുകയായിരുന്നു സ്വീലിങ്. കണ്ടാൽ അയാൾ ഉറങ്ങുകയാണെന്നേ തോന്നൂ. പക്ഷെ ചൂലിന്റെ ഈർക്കിലി പോലുള്ള കാലുകളുള്ള ആ എല്ലിച്ച മനുഷ്യൻ ഉറങ്ങുകയായിരുന്നില്ല: സമരമുന്നണിയിൽ നിന്നുള്ള പുത്തൻ വാർത്തകൾ അയാളെ അസ്വസ്ഥ നാക്കിയിരുന്നതിനാൽ അയാൾ എന്തോ ഗാഢമായി ആലോചിച്ചുകൊ ണ്ടിരിക്കുകയായിരുന്നു.

പിപ്പിഗ്ഗ് പുറത്തേക്കു വന്നു, റോസിനോട് ശബ്ദിക്കരുതെന്ന് ആംഗ്യം കാട്ടി, സ്വീലിങ്ങിന്റെ മുറിയുടെ തൊട്ടടുത്ത ഗുമസ്ഥന്മാരുടെ ഓഫീസിന്റെ വാതിൽ ശബ്ദത്തോടെ തള്ളിത്തുറന്നു, ശബ്ദം കുറെക്കൂടി ഉയർത്തി അയാൾ വിളിച്ചു.

"ക്രോപ്പിൻസ്കി, വേഗംവന്നു ഇതൊന്നു വ്യാഖ്യാനിച്ചു തരണം."

സ്വീലിങ്ങ് ഒന്നു ഞെട്ടി. വിളിക്കപ്പെട്ട ആ പോളണ്ടുകാരൻ പിപ്പിഗ്ഗിന്റെ കൂടെ ഇറങ്ങിപ്പോകുന്നത് അയാൾ കണ്ടു.

പുറത്തു കടന്ന പിപ്പിഗ്ഗ്, ക്രോപ്പിൻസ്കിയെ നോക്കി ധൃതിയിൽ എന്തോ ആംഗ്യം കാണിച്ചു. പിന്നീട് അവർ രണ്ടുപേരും കൂടി പിൻഭാഗത്തേക്കു നടന്നു. വസ്ത്രധാരണ മുറിയുടെ അങ്ങേ അറ്റത്തായി, മരിച്ചുപോയ തടവുകാരുടെ വസ്ത്രങ്ങളും മറ്റു സാധനങ്ങളും സൂക്ഷിച്ചിരുന്ന സഞ്ചികളും കെട്ടുകളും ഇട്ടിരുന്നതിന്റെ പിന്നിലേക്കുമാറി. അയാൾ അവിടെയായിരുന്നു ആ പെട്ടി വെച്ചിരുന്നത്.

ഉത്സാഹവും ആവേശവും കൊടുമ്പിരിക്കൊണ്ടിരുന്ന പിപ്പിഗ്ഗ് തല നീട്ടി ഒരിക്കൽക്കൂടി ആ കെട്ടുകളുടെ അപ്പുറത്തേക്ക് നോക്കി, കൈകൾ കൂട്ടിത്തിരുമ്മി, ക്രോപ്പിൻസ്കിയുടെ മുഖത്തുനോക്കി ഇളിച്ചു-എന്താണ് എന്റെ കയ്യിലുള്ളത് എന്ന് കണ്ടോളൂ-എന്നു പറയുന്ന മട്ടിൽ പിന്നീട് അയാൾ പെട്ടിയുടെ പൂട്ട് വലിച്ച് അതിന്റെ മൂടി ഉയർത്തി, കാലുകൾ അകറ്റി പോക്കറ്റിൽ കൈകടത്തി നിന്ന് തന്റെ വിജയമാസ്വദിച്ചു.

പെട്ടിയിൽ കുഞ്ഞിക്കൈകൾ കൊണ്ടു തന്റെ കൊച്ചു മുഖം പൊത്തി, കീറിപ്പറിഞ്ഞ വസ്ത്രങ്ങൾ ധരിച്ച ഒരു മനുഷ്യ ശിശു ചുരുണ്ടുകൂടി കിടന്നിരുന്നു. ഏതാണ്ട് മൂന്നു വയസുതോന്നുന്ന ഒരാൺകുട്ടി. ക്രോപ്പിൻസ്കി കുനിഞ്ഞ് ആ കുട്ടിയെ തുറിച്ചുനോക്കി. കുട്ടി അനക്കമില്ലാതെ കിടക്കുകയായിരുന്നു. പിപ്പിഗ്ഗ് സ്നേഹത്തോടെ അതിന്റെ ഇളം മേനി തഴുകി.

"കൊച്ചു കുറിഞ്ഞിപ്പൂച്ച! നമ്മുടെ കൂടെ താമസിക്കാൻ വന്നതാണ്."

ചുമലിൽ പിടിച്ച് അവനെ ഒന്നു തിരിച്ചുകിടത്താൻ അവർ ശ്രമിച്ചു. പക്ഷെ കുട്ടി ബലം പ്രയോഗിച്ച് അനങ്ങാതെ കിടന്നു. അവസാനം ക്രോപ്പിൻസ്കിക്ക് സംസാരിക്കാമെന്നായി.

"സാധു മോൻ; നീ എവിടെ നിന്നു വരുന്നു." അയാൾ സ്വന്തം ഭാഷയിൽ പറഞ്ഞു. പോളിഷ് ഭാഷയി ലുള്ള ആ സംസാരം കേട്ടപ്പോൾ,

ഒച്ച്, തോടിൽനിന്ന് തല വലിക്കുന്നതു പോലെ ആ ബാലൻ ശബ്ദംകേട്ട ഭാഗത്തേക്കു തിരിഞ്ഞു. ജീവന്റെ ആ കൊച്ചുസ്പന്ദനം അത്രമേൽ ആവേശകരമായിരുന്നതിനാൽ അവർ രണ്ടുപേരും ആ കൊച്ചുകണ്ണുകളിലേക്ക് തന്നെ ദൃഷ്ടിയൂന്നി അനങ്ങാതെ നിന്നു. മുതിർന്ന ഒരാളുടെ ഗൗരവമായിരുന്നു ആ കൊച്ചുമുഖത്ത്. കണ്ണുകളിലെ പ്രകാശം ഒട്ടും തന്നെ ശിശുസഹജമായിരുന്നില്ല. മൂകമായ പ്രതീക്ഷയോടെ കണ്ണു തുറന്ന് അവൻ അവരെ നോക്കി. അവരാകട്ടെ ശ്വാസം വിടാൻപോലും വയ്യാത്ത നിലയിൽ തരിച്ചു നിൽക്കുകയായിരുന്നു.

റോസിനു ജിജ്ഞാസ നിയന്ത്രിക്കാൻ വയ്യാതായി. അയാൾ പതുക്കെ മുക്കിലേക്ക് നീങ്ങിച്ചെന്ന് അവരുടെ മുമ്പിൽ നിന്നു.

"എന്താണ് ഇതിന്റെ അർഥം?"

കഠിനമായി ഞെട്ടിത്തരിച്ച പിപ്പിഗ്ഗ് അത്ഭുതസ്തബ്ധനായി നിൽക്കുന്ന റോസിനെ നോക്കി ചീറി.

"ഭ്രാന്തായോ? ഇപ്പോൾ എന്തിനു വന്നു ഇങ്ങോട്ട്? അവിടെപ്പോയി നിൽക്കൂ. സ്വീലിങ്ങ് ഞങ്ങളുടെ നെഞ്ചത്തു കയറുന്നതു കാണാനാണോ മോഹം?"

റോസ് കൈവീശി.

"അയാൾ ഉറങ്ങുകയാണ്."

കുട്ടിയുടെ നേരെ കുനിഞ്ഞുനിന്ന് അയാൾ പുലമ്പി.

"നല്ല കളിപ്പാട്ടമാണല്ലോ പൊക്കിക്കൊണ്ടു വന്നിരിക്കുന്നത്."

മുൻവശത്തു നീണ്ട കൗണ്ടറിന്റെ അപ്പുറത്ത്, നവാഗതരിൽ ചിലർ വന്നുനിന്നിരുന്നു, നിസാരമായ ചില വസ്തുക്കൾ അവർക്ക് അവിടെ ഏൽപ്പിക്കാനുണ്ടായിരുന്നു; വിവാഹമോതിരം താക്കോൽക്കൂട്ടം മുതലായ ചില ചില്ലറ സാമാനങ്ങൾ.

കമാന്റോവിലെ ജോലിക്കാർ ആ വക സാധനങ്ങൾ കട ഉറകളിലാക്കി സൂക്ഷിച്ചുവയ്ക്കാറാണ് പതിവ്. കമാന്റോവിന്റെ 'കാപോ' എന്ന നിലയ്ക്ക് ഹോഫലിനായിരുന്നു അതിന്റെ മേലന്വേഷണം നടത്തേണ്ട ചുമതല.

സ്വീലിങ്ങ് അയാളുടെ അടുത്തുനിന്ന് അതെല്ലാം നിരീക്ഷിക്കുന്നുണ്ടായിരുന്നു. എപ്പോഴും തുറന്നിരുന്ന ആ വായ സ്വതവെതന്നെ ഭാവരഹിതമായിരുന്ന ആ മുഖത്തെ കുറെക്കൂടെ നിശ്ചേതനമാക്കി.

ഈ നിസാര വസ്തുക്കളിൽ യാതൊരു കൗതുകവും തോന്നാതിരുന്ന അയാൾ അവിടെനിന്നും യാത്രയായി. ഹോഫലിന്റെ കണ്ണുകൾ അയാളെ പിൻതുടരുകയായിരുന്നു. മെല്ലിച്ച ആ ശരീരത്തിന്, ഉദാസീനമായ ആ നടപ്പും കൂടിയായപ്പോൾ വളഞ്ഞ ഒരാണിയുടെ ഛായ തോന്നും. ഞെളിഞ്ഞു ഞെളിഞ്ഞു നടന്നു സ്വീലിങ്ങ് തന്റെ മുറിയിൽ കയറി.

വന്നവരെല്ലാം വേഗംതന്നെ മടങ്ങി. ഹോഫലിനു കുട്ടിയെ കാണാൻ ഒരവസരമായിരുന്നു അത്. അപ്പോഴേക്കും കൗണ്ടറിലേക്ക് മടങ്ങി എത്തിയിരുന്ന റോസ് ചോദിച്ചു.

"പിപ്പിഗ്ഗിനെ അന്വേഷിക്കുകയാണോ? അതാ............" തികഞ്ഞ ജിജ്ഞാസയോടെ അയാൾ പിന്നിലേക്ക് ചൂണ്ടി ക്കാണിച്ചു. ഹോഫൽ ചുരുക്കിപ്പറഞ്ഞു.

"എനിക്കറിയാം അതൊക്കെ. ഇനി ഇത് വിളിച്ചുപറഞ്ഞുകൊണ്ടു നടക്കേണ്ട. മനസിലാകുന്നുണ്ടോ?"

റോസിന് ദേഷ്യം വന്നു. അയാൾ തിരിച്ചടിച്ചു.

"എന്താ ഞാൻ ഒറ്റു കാരനാണെന്നാണോ തന്റെ വിചാരം?" അലോഹ്യത്തോടെ അയാൾ ഹോഫലിനെ നോക്കി. മറ്റു തടവുകാർക്കും രസം തോന്നി. അവർ ഓരോരോ ചോദ്യങ്ങൾ ചോദിക്കാനാരംഭിച്ചു. പക്ഷേ റോസ് ഒരക്ഷരം മിണ്ടിയില്ല. തനിക്കുമറിയാം രഹസ്യം എന്നർ ഥത്തിലുള്ള ഒരു ചെറു ചിരിയോടെ റോസ് മെല്ലെ ഗുമസ്തന്മാരുടെ ഓഫീസിലേക്ക് നടന്നു.

കുട്ടി പെട്ടിയിൽ നിവർന്നിരിക്കുകയായിരുന്നു. അതിനടുക്കൽ മുട്ടുകുത്തിയിരുന്ന ക്രോപ്പിൻസ്കി അവനെക്കൊണ്ട് സംസാരിപ്പിക്കാൻ ഉദ്യമിക്കുകയും.

"മോന്റെ പേരെന്താണ്? എന്നോട് പറയില്ലേ? അച്ഛൻ എവിടെ? അമ്മ എവിടെയാണ്?"

ഹോഫൽ അവരുടെ കൂടെക്കൂടി. പിപ്പിഗ്ഗ് നിസ്സഹായനായി മന്ത്രിച്ചു.

"നാം ഇവനെ എന്തു ചെയ്യും. അവരുടെ കയ്യിലെങ്ങാനും അകപ്പെ ട്ടാൽ തല്ലിക്കൊന്നു കളയും."

ഹോഫൽ മുട്ടുകുത്തിനിന്ന് കുട്ടിയുടെ മുഖത്തേക്ക് ഗാഢമായി നോക്കി.

അവൻ ഒരക്ഷരം മിണ്ടുന്നില്ല. ക്രോപ്പിൻസ്കി നിരാശയോടെ കൈ മലർത്തി.

അപരിചിതനായ ആ മനുഷ്യൻ കുട്ടിയെ പരിഭ്രാന്തനാക്കി. അവർ അവന്റെ കീറ ഉടുപ്പിന്മേൽ അമർത്തിപ്പിടിച്ചു. അപ്പോഴും ആ മുഖത്ത് യാതൊരു ഭാവവും കാണാനുണ്ടായിരുന്നില്ല. കരയാൻ അതിനു വശമി ല്ലെന്നു തോന്നുന്നു.

ഹോഫൽ കുഞ്ഞിന്റെ വിറയ്ക്കുന്ന കൈകൾ മുറുക്കി പിടിച്ചു.

"നീയാരാണ് മോനെ?"

കുട്ടി ചുണ്ടുകൾ അനക്കി, പതുക്കെ തുപ്പൽ വിഴുങ്ങി.

കാരണം മനസിലായപോലെ പിപ്പിഗ്ഗ് പറഞ്ഞു. "അവനു വിശക്കു ന്നുണ്ട് ഞാൻ പോയി വല്ലതും കൊണ്ടുവരട്ടെ."

ഹോഫൽ എഴുന്നേറ്റു നിന്ന് ദീർഘമായി നിശ്വസിച്ചു. അവർ മൂന്നു പേരും അസ്വസ്ഥതയോടെ തമ്മിൽ മിഴിച്ചുനോക്കി. ഹോഫൽ തന്റെ തൊപ്പി തലയുടെ പിന്നിലേക്കു വലിച്ചുനീക്കി.

"ശരി, ശരി, ശരി തീർച്ചയായും..........."

തന്റെ ഉദ്ദേശ്യത്തിനുള്ള അനുമതിയാണ് ഈ വാക്കുകൾ എന്നായി രുന്നു പിപ്പിഗ്ഗിന്റെ വ്യാഖ്യാനം. അയാൾ ധൃതിയിൽ പോകാനൊരുങ്ങി.

പക്ഷെ അർഥമില്ലാത്ത ആ വാക്കുകൾ, പേ പിടിച്ച തന്റെ ചിന്തകളെ നിയന്ത്രിക്കാനും സംസാരിക്കാനുമായി ഹോഫൽ നടത്തിയ ശ്രമ ത്തിന്റെ ബഹിർസ്ഫുരണം മാത്രമായിരുന്നു. എന്താകും ഈ കുട്ടിയുടെ ഗതി? എവിടേക്കു പോകുമവൻ? ഇവിടെത്തന്നെ താമസിക്കേണ്ടി വരുമെന്നാണ് തോന്നുന്നത്, പോകാനാഞ്ഞ പിപ്പിഗ്ഗിനെ തടുത്തുനിർത്തി അവർ ആലോചിച്ചു.

“ഏതായാലും അവനൊരു കിടക്കയുണ്ടാക്കൂ. ഇതാ ആ പഴയ കോട്ടുകൾ കുറെയെടുത്ത് ആ മൂലയിൽ വിരിച്ചോളൂ......” പെട്ടെന്നയാൾ നിർത്തി. പിപ്പിഗ്ഗ് ചോദ്യഭാവത്തിൽ ഹോഫലിനെ നോക്കി. ആ മുഖത്ത് നഗ്നമായ ഭയം വ്യക്തമായി കാണാമായിരുന്നു.

“കുട്ടി കരഞ്ഞാലോ.......”

ഹോഫൽ നെറ്റിയിൽ കൈ അമർത്തി.

“കൊച്ചുകുട്ടികൾക്ക് പേടി തോന്നിയാൽ അവർ ഉറക്കെ ഉറക്കെ കരയും.....നരകം.....” അയാൾ കുറെനേരം കുട്ടിയെത്തന്നെ തുറിച്ചു നോക്കിക്കൊണ്ടുനിന്നു. പിന്നീട് അയാൾ അവന്റെ ചുമലിൽ കൈവെച്ചു മന്ദമായി കുലുക്കിക്കൊണ്ടു പറഞ്ഞു.

“നീ ഒരിക്കലും കരയരുത്...... മനസിലായോ? കരഞ്ഞാൽ എസ് എസ് വരും......”

പൊടുന്നനെ ഭയം ആ കുട്ടിയുടെ മുഖത്ത് ചില ഭാവ വ്യത്യാസ ങ്ങളുണ്ടാക്കി. അവൻ പെട്ടെന്നു പിടിവിടുവിച്ച് പെട്ടിയിൽ കിടന്നു, കൈ കൊണ്ടു മുഖം മറച്ചു ചുരുണ്ടുകൂടി കിടന്നു.

“അതിനു കാര്യമറിയാം.”പിപ്പിഗ്ഗ് അതിശയിച്ചു. പരീക്ഷിക്കാനായി അയാൾ പെട്ടിയടച്ചു ശ്രദ്ധിച്ചു നിന്നു. പെട്ടിക്കകത്ത് പരമമായ ശാന്ത തയും തികഞ്ഞ നിശബ്ദതയും. “തീർച്ച അവന് കാര്യമറിയാം” പിപ്പിഗ്ഗ് ആവർത്തിച്ചു.

അയാൾ വീണ്ടും പെട്ടി തുറന്നു. കുട്ടിക്കു അനക്കമേയില്ല. ക്രോപ്പിൻ സ്കി അവനെ വാരിയെടുത്തപ്പോൾ ഒരു പുഴുവിനെപ്പോലെ ചുരുണ്ടു കൂടി അവൻ ആ കൈകളിൽ തൂങ്ങിക്കിടന്നു. വിചിത്ര സ്വഭാവിയായ ആ പൈതലിനെ മൂന്നു പേരും വിസ്മയത്തോടെ നോക്കിക്കൊണ്ടുനിന്നു.

ഹോഫൽ ക്രോപ്പിൻസ്കിയുടെ കയ്യിൽനിന്ന് കുട്ടിയെ വാങ്ങി. അത് എന്തു ചെയ്യുമെന്നറിയാൻ വേണ്ടി കുട്ടിയെ തിരിക്കുകയും മറിക്കുകയും ചെയ്തു. അമ്മയുടെ ഗർഭപാത്രത്തിൽ നിന്ന് അപ്പോൾ അടർത്തിയെ ടുത്തപോലെ കയ്യും കാലും അകത്തേക്കു മടക്കി കൊച്ചു കൈകൾകൊ ണ്ട് മുഖം അമർത്തിപ്പിടിച്ച മട്ടിൽ അത് സംഭീതനായി വർത്തിച്ചു. ഞെട്ട ലോടെ ഹോഫൽ കുട്ടിയെ ക്രോപ്പിൻസ്കിയുടെ കയ്യിൽ കൊടുത്തു. അയാൾ കുട്ടിയോട് പോളിഷ് ഭാഷയിൽ ഓരോരോ സാന്ത്വനവാക്കുകൾ ഉരുവിട്ടു തുടങ്ങി.

“അവൻ ശരിക്ക് പെരുമാറിക്കൊള്ളും.” ചിലമ്പിച്ച ശബ്ദത്തിൽ ഹോഫൽ പറഞ്ഞു. അയാൾ ചുണ്ടുകൾ അമർത്തി പിടിച്ചു. വീണ്ടും ആ മൂന്നുപേർ അന്യോന്യം നോക്കി-അസാധാരണമായ ഈ പരിതഃസ്ഥി

തിയിൽ ഓരോരുത്തരും അപരനിൽനിന്ന് നിർണായകമായ വാക്ക് പ്രതീക്ഷിക്കുന്നപോലെ.

"വരൂ, നമുക്ക് മുൻഭാഗത്തേക്ക് പോകാം." സ്വീലിങ്ങിന്റെ ശ്രദ്ധയെ തങ്ങൾ ആകർഷിച്ചേക്കുമോ എന്നു ഭയന്ന ഹോഫൽ പിപ്പിഗ്ഗിനേയും കൊണ്ടുനടന്നു. തിരിഞ്ഞപ്പോൾ അയാൾ ക്രോപ്പിൻസ്കിയോട് വിളിച്ചു പറഞ്ഞു.

"ഞങ്ങൾ വരുന്നതുവരെ ഇവിടെ ഇരിക്കണേ."

ഘനമുള്ള ആ ഭാണ്ഡം പെട്ടിയിൽ തന്നെ അടച്ചുവെച്ചു ക്രോപ്പിൻസ്കി. പഴയ കോട്ടുകൾ എടുത്ത് ഒരു കിടക്കയുണ്ടാക്കുമ്പോൾ അയാളുടെ കൈകൾ വിറച്ചിരുന്നു. വളരെ സാവധാനത്തിൽ കുട്ടിയെ ആ കിടക്കയിൽ കിടത്തി അതിനെ പുതപ്പിച്ചു. വളരെ ശ്രദ്ധയോടെ മുഖത്തുനിന്ന് കൈകൾ എടുത്തുമാറ്റി. അങ്ങനെ ചെയ്യുമ്പോൾ കുട്ടി ബലം പ്രയോഗിക്കുന്നതായി അയാൾക്ക് തോന്നി. കണ്ണുകൾ അപ്പോഴും മുറുകെ അടച്ചുപിടിച്ചിരുന്നു.

പിപ്പിഗ്ഗ് കുറച്ചു കാപ്പിയും റൊട്ടിയുമായി ആ മൂലയിലേക്ക് തിരിച്ചെത്തുമ്പോഴേക്കും, ക്രോപ്പിൻസ്കി, കുട്ടി കണ്ണുതുറക്കത്തക്കവിധത്തിൽ അവനെ സമാശ്വസിപ്പിച്ചു കഴിഞ്ഞിരുന്നു. അവനെ എഴുന്നേൽപ്പിച്ചിരുത്തി അലൂമിനിയംകോപ്പ അവന്റെ കയ്യിൽ കൊടുത്തു. പിപ്പിഗ്ഗ് റൊട്ടിക്കഷ്ണം അവന്റെ നേരെ നീട്ടി. കുട്ടിയതു വാങ്ങാൻ കൂട്ടാക്കിയില്ല.

"അവന് പേടിയാണ്." റൊട്ടി കുഞ്ഞിന്റെ കൈകളിൽ പിടിപ്പിച്ച് പിപ്പിഗ്ഗ് സ്നേഹത്തോടെ പറഞ്ഞു.

"മോൻ തിന്നോളു........"

"നല്ലപോലെ തിന്ന് സുഖമായി ഉറങ്ങണം." ക്രോപ്പിൻസ്കി മന്ത്രിച്ചു. "ഞാനും സഹോദരൻ പിപ്പിഗ്ഗും നിന്നെ നല്ലപോലെ നോക്കിക്കൊള്ളാം. നിന്നെ ഞാൻ പോളണ്ടിലേക്കു കൊണ്ടുപോകുമല്ലൊ." സ്വയം തൊട്ടുകാണിച്ചുകൊണ്ടയാൾ തുടർന്നു. "എനിക്കവിടെ ഒരു കൊച്ചു വീടുണ്ട്."യാതൊരു ചലനവും ഇല്ലാതെ കുട്ടി ക്രോപ്പിൻസ്കിയുടെ മുഖത്തേക്ക് തുറിച്ചുനോക്കി, വായ പതുക്കെ തുറന്നു. പെട്ടെന്നു തീരെ വിചാരിക്കാത്ത മട്ടിൽ, ഒരു ജന്തുവിന്റെ അനായാസ ലാഘവത്തോടെ അവൻ ആ കോട്ടിന്റെ ഉള്ളിലേക്ക് ചുരുണ്ടു കയറി, രണ്ടുപേരും കുറെ നേരംകൂടി അവിടെ കാത്തിരുന്നു. പിന്നെ പതുക്കെ ചെന്ന് ക്രോപ്പിൻസ്കി ആ കോട്ടു പൊക്കിനോക്കി. ചരിഞ്ഞുകിടന്ന് അവൻ ആ റൊട്ടിക്കഷ്ണം തിന്നുകയായിരുന്നു. ക്രോപ്പിൻസ്കി സാവധാനത്തിൽ അവനെ വീണ്ടും പുതപ്പിച്ചു. രണ്ടുപേരും സൂക്ഷ്മതയോടെ ആ മൂലയിൽനിന്ന് പുറത്തു കടന്ന് പ്രവേശനദ്വാരം ഭദ്രമായി മൂടി. പുറത്തു കടന്ന് അവർ ചെവി കൂർപ്പിച്ചുനോക്കി. മൂലയിൽ യാതൊരു ആട്ടവും അനക്കവുമില്ല.

അവർ ഉമ്മറത്ത് എത്തിയപ്പോൾ ആ കമാന്റോവിലെ അന്തേവാസികൾ സാധാരണപോലെ സായാഹ്നകാലത്തെ ഹാജർവിളിക്ക് തയ്യാ

റായി കഴിഞ്ഞിരുന്നു. കലവറ മുറിയിലെ കമാന്റോവിന് ദീർഘസമയം പണിയെടുക്കേണ്ടിയിരുന്നതിനാൽ പൊതുവെയുള്ള ഹാജർ വിളിക്ക് അവർക്ക് പോകേണ്ട ആവശ്യമില്ലായിരുന്നു. പണിയെടുക്കുന്ന സ്ഥലത്ത് ചെന്നു, എളിയ സ്ഥാനത്തുള്ള എസ് എസുകാർ അവരെ എണ്ണി നോക്കാറാണ് പതിവ്. അവർ കണക്ക് റിപ്പോർട്ട് ഫ്യൂഹററെ, ഏൽപ്പിക്കും. അയാൾ അത് പട്ടികയിൽ ചേർക്കുകയും ചെയ്യും. നമ്മുടെ കൂട്ടുകാർ നിരയായി നിൽക്കാൻ തുടങ്ങിയപ്പോഴേക്കും സ്വീലിങ്ങ് തന്റെ മുറിയിൽനിന്ന് പുറത്തേക്കു വന്നു. ഹോപ്റ്റശ്ചാർ ഫ്യൂഹറുടെ മുമ്പിൽ തന്റെ സ്വന്തം അസ്വസ്ഥത മറയ്ക്കാനായി ഹോഫൽ ഒരു വേഷമെടുത്തു. അയാൾ കോപത്തോടെ പിപ്പിഗ്ഗിനെയും ക്രോപ്പിൻസ്കിയെയും നോക്കി മുരണ്ടു.

"എന്താ നിങ്ങൾക്ക് രണ്ടുപേർക്കും പ്രത്യേക ക്ഷണമയക്കണോ ങേ!"

അയാൾ തൊപ്പി കയ്യിലെടുത്തു സ്വീലിങ്ങിന്റെ മുമ്പിൽ അറ്റൻഷനായി നിന്ന് "കലവറമുറിയിലെ കമാന്റോ. ഇരുപതുപേർ ഹാജരുണ്ട്."

ഇത്രയും പറഞ്ഞ് അയാൾ ആ നിരയിലേക്കുതന്നെ പിൻവാങ്ങി.

സ്വീലിങ്ങ് എണ്ണം തിട്ടപ്പെടുത്തി, അണിയായി നിൽക്കുന്ന തടവുകാരുടെ മുമ്പിലൂടെ ഞെളിഞ്ഞുനീങ്ങി.

ഹോഫലിന്റെ സർവചേതനകളും ശ്രവണേന്ദ്രിയത്തിൽ കേന്ദ്രീകരിച്ചിരിക്കുകയാണ്. പുറകിൽനിന്ന് എന്തെങ്കിലും കേൾക്കുന്നുണ്ടോ എന്നായിരുന്നു അയാളുടെ ശ്രദ്ധ, 'കുട്ടി പേടിച്ചു നിലവിളിക്കാതിരിക്കുമോ?'

എണ്ണമെടുക്കൽ കഴിഞ്ഞപ്പോൾ "പിരിഞ്ഞു പോയ്ക്കോളൂ" എന്നയർഥത്തിൽ സ്വീലിങ്ങ് ഉദാസീനമായി കൈവീശി. അണികൾ മുറിഞ്ഞ്, തടവുകാർ അവരവരുടെ വേലയ്ക്കായി പോയി. ഹോഫൽ മാത്രം അനങ്ങാതെ നിന്നു. സ്വീലിങ്ങിന്റെ ആംഗ്യം അയാൾ കണ്ടിരുന്നില്ല.

"എന്താണ് സംഗതി" വികാരവിഹീനമായ തന്റെ കുഴഞ്ഞ ശബ്ദത്തിൽ സ്വീലിങ്ങ് അന്വേഷിച്ചു. ഹോഫൽ ഞെട്ടിയുണർന്നു ചാടി.

"ഒന്നുമില്ല. ഹോപ്റ്റശ്ചാർഫ്യൂഹറർ."

സ്വീലിങ്ങ് കടലാസ് എടുത്ത് ഹാജർ പട്ടികയിൽ ഒപ്പുവെച്ചു.

"എന്തിനെ പറ്റിയാണ് നിങ്ങൾ ആലോചിച്ചുകൊണ്ടിരുന്നത്." സൗമനസ്യത്തോടെ എന്ന മട്ടിലായിരുന്നു ആ ചോദ്യം.

"പ്രത്യേകിച്ചു ഒന്നിനെ കുറിച്ചുമായിരുന്നില്ല. ഹോപ്റ്റശ്ചാർ ഫ്യൂഹാർ."

സ്വീലിങ്ങ് നാക്ക് തന്റെ കീഴ്ചുണ്ടിലേക്കുനീട്ടി. അതായിരുന്നു അയാളുടെ പുഞ്ചിരി.

"വീട്ടിൽ എത്തിച്ചേർന്നു എന്നായിരുന്നോ തന്റെ വിചാരം ങേ!"

ഹോഫൽ ചുമൽ കുലുക്കിക്കൊണ്ട് ചോദിച്ചു.

"എന്തുകൊണ്ട്?"

സ്വീലിങ്ങ് യാതൊരു മറുപടിയും പറഞ്ഞില്ല. അർഥസൂചകമായ ഒരു

ചിരിയോടെ അയാൾ സ്വന്തം മുറിയിലേക്ക് നടന്നു. കുറച്ചുകഴിഞ്ഞപ്പോൾ ഫ്യൂഹററർക്ക് കണക്ക് ബോധ്യപ്പെടുത്താനായി അയാൾ പുറപ്പെട്ടു. അയാൾ ചാരനിറത്തിലുള്ള തോൽ കോട്ടാണ് ധരിച്ചിരുന്നത്. തിരിച്ചുവരുന്നില്ല എന്നതിന്റെ അടയാളമായിരുന്നു ആ കോട്ട്. ഇനി ജോലി കഴിഞ്ഞാൽ താക്കോൽ പടികാവൽക്കാരന്റെ കയ്യിൽ കൊടുത്തേൽപ്പിക്കേണ്ട ചുമതലയേയുള്ളൂ ഹോഫലിന്.

റോസ് എന്തോ പുലമ്പിയിരുന്നതിനാൽ, ഗുമസ്തന്മാരുടെ മുറിയിലെത്തിയ ഹോഫലിനെ വളഞ്ഞുകൊണ്ട് മറ്റു തടവുകാർ വിശദവിവരങ്ങൾ ആവശ്യപ്പെട്ടു. ഹോഫൽ റോസിനോട് കയർത്തപ്പോൾ അയാൾ തടിതപ്പി.

"ഞാനില്ല അപ്പാ നേരംപോക്കിനൊന്നും."

തടവുകാരെല്ലാം ഒരേസമയത്ത് ആവേശത്തോടെ തിരക്കി.

"എവിടേ കുട്ടി?"

"മിണ്ടാതിരിക്കൂ" എന്നു ശാസിച്ചുകൊണ്ട് ഹോഫൽ റോസിന്റെ നേരെ തിരിഞ്ഞു.

"ഇവിടെ യാതൊരു നേരംപോക്കുമില്ല. ഇന്നു രാത്രി ആ കുട്ടി നമ്മുടെ കൂടെ കഴിയും; നാളെ അവനെ ഇവിടെനിന്നു കൊണ്ടുപോകും. മനസിലായോ?"

തടവുകാർക്ക് കുട്ടിയെ കണ്ടേ തീരൂ. അവർ മെല്ലെ മെല്ലെ, ആ മൂലയിലേക്കു നീങ്ങി. ക്രോപ്പിൻസ്കി സൂക്ഷ്മതയോടെ കോട്ടു പൊന്തിച്ചു. ഓരോരുത്തരും മറ്റവന്റെ ചുമലിലൂടെ ഏന്തിവലിഞ്ഞു ആ കൊച്ചുകുഞ്ഞിനെ നോക്കി. അതൊരു കമ്പിളിപ്പുഴുവിനെപ്പോലെ ചുരുണ്ടുകൂടി കിടന്നുറങ്ങുകയായിരുന്നു. അവരുടെ മുഖം പ്രകാശിച്ചു. എത്രയെത്രകാലം കൂടിയിട്ടാണ് അവർ ഒരു കൊച്ചുകുഞ്ഞിന്റെ മുഖം കാണുന്നത്. അത്ഭുതം! "ഹൗ ശരിക്കും ഒരു കൊച്ചു മനുഷ്യൻ തന്നെ."

മതിവരുവോളം അവനെ നോക്കി കാണാൻ ഹോഫൽ തടവുകാരെ അനുവദിച്ചു. ക്രോപ്പിൻസ്കി തന്റെ സമ്പാദ്യത്തിൽ അഭിമാനംകൊണ്ടു. അടിവെച്ച് അടിവെച്ച് തടവുകാർ അവിടെനിന്നും നീങ്ങിയപ്പോഴേ ക്രോപ്പിൻസ്കി ശ്വാസം വിട്ടിട്ടുള്ളൂ. അയാൾ കുട്ടിയെ പുതപ്പിച്ചു. അന്നു വൈകുന്നേരം ഗുമസ്തന്മാരുടെ മുറിയിലും കൗണ്ടറിലും അലസരായിരുന്ന അവരുടെ ഉള്ളിൽ എന്തെന്നറിയാൻ വയ്യാത്ത ഒരാനന്ദം തിരയടിക്കുകയായിരുന്നു. ഏറ്റവും സന്തുഷ്ടൻ ക്രോപ്പിൻസ്കിയായിരുന്നു. അസ്സൽ ഒരു പോളിഷ് പൈതൽ, അയാൾ ചിരിച്ചു. വീണ്ടും വീണ്ടും ചിരിച്ചു. അഭിമാനം അതിന്റെ പാരമ്യത്തിൽ എത്തി.

## III

**ഹോ**ഫൽ തന്നെ ഒഴിഞ്ഞു നടക്കുകയാണെന്നു പിപ്പിഗ്ഗിനു മനസിലായി. ഒരു ദിവസം പണിയെല്ലാം അവസാനിപ്പിച്ച് ബ്ലോക്കിലെ ബാരക്കിൽ, തീൻമേശയ്ക്കരികെ അവർ രണ്ടുപേരും ഇരിക്കുക

യായിരുന്നു. ഹോഫൽ അസ്വസ്ഥതയോടെ തണുത്താറിയ സൂപ്പ് സ്പൂൺകൊണ്ട് കോരിക്കോരി കുടിക്കുന്നത് നോക്കിക്കൊണ്ടിരുന്നു പിപ്പിഗ്ഗ്. പിപ്പിഗ്ഗിന്റെ നിശബ്ദതയിൽ അന്തർലീനമായി കിടന്നിരുന്ന ചോദ്യം എന്തായി രിക്കുമെന്നു നല്ല നിശ്ചയമുണ്ടായിരുന്നു ഹോഫലിന്. അയാൾ സ്പൂൺ പാത്രത്തിൽ തന്നെ ഇട്ട് എഴുന്നേറ്റു.

"അപ്പോൾ ആ കുട്ടി പോകണമെന്നുതന്നെയാണോ പറയുന്നത്!"

ഹോഫൽ പിപ്പിഗ്ഗിന്റെ ചോദ്യത്തിൽനിന്ന് ഒഴിഞ്ഞുമാറി, ആളുകൾ വരിവരിയായി ഇരുന്നിരുന്ന മേശകൾക്കിടയിലൂടെ പാത്രം കഴുകാനായി വെള്ളമിരിക്കുന്ന സ്ഥലത്തേക്കു പോയി, പിപ്പിഗ്ഗും അയാളെ അനുഗമിച്ചു. അവർ തനിച്ചായിരുന്നു അവിടെ.

"കുട്ടിയെ എന്തു ചെയ്യാനാണ് ഉദ്ദേശ്യം?"

അന്തമില്ലാത്ത ചോദ്യം! ഹോഫൽ വിഷമത്തോടെ മുഖം വീർപ്പിച്ചു.

"പിപ്പിഗ്ഗ്, എന്നെ ഒന്ന് വെറുതെ വിടാമോ?"

പിപ്പിഗ്ഗ് മൗനം ഭഞ്ജിച്ചു. ഹോഫലിന്റെ ഇത്തരത്തിലുള്ള പെരുമാറ്റം പുത്തരിയായിരുന്നു പിപ്പിഗ്ഗിനും. അതു ഹോഫലിനു മനസിലാകുകയും ചെയ്തു. പകുതി ദേഷ്യത്തോടും പകുതി സ്വയം രക്ഷിക്കാനുള്ള മോഹത്തോടുംകൂടി ഹോഫൽ പിപ്പിഗ്ഗിനെ നോക്കി ഊറിച്ചിരിച്ചു.

"എനിക്കതിന് സ്വന്തമായ ചില കാരണങ്ങളെല്ലാമുണ്ട്. നാളെ ആ കുട്ടി ഇവിടംവിടുന്നു. കൂടുതലൊന്നു ചോദിക്കേണ്ട."

അയാൾ അവിടെനിന്നുംപോയി. പിപ്പിഗ്ഗ് ഏകനായി അവിടെ നിന്നു.

ഈ ഹോഫലിന് എന്തുപറ്റി!

ഹോഫൽ ബ്ളോക്കിൽനിന്നും പുറത്തേക്കിറങ്ങി. അപ്പോഴും കുത്തിത്തറയ്ക്കുന്ന തരത്തിൽ മഴപെയ്തിരുന്നു. വിറച്ചുകൊണ്ട് ഹോഫൽ ചുമലുകൾ കൂട്ടിപ്പിടിച്ചു. പിപ്പിഗ്ഗിനോട് ദേഷ്യപ്പെടേണ്ടി വന്നതിൽ അയാൾക്ക് പശ്ചാത്താപം തോന്നിയിരുന്നു. പക്ഷെ ആ നിഷേധത്തിന്റെ പിന്നിലുള്ള കാര്യങ്ങൾ അത്യന്തം രഹസ്യമായിരുന്നു. ആ നല്ല മനുഷ്യനോട് അതു തുറന്നുപറയാൻ നിർവാഹമില്ല. എന്തുചെയ്യാം! പണ്ട് ബെർലിനിലെ ഒരു സേനാദളങ്ങിലെ സാർജന്റ് മേജറും പാർട്ടിസെല്ലിലെ ഒരംഗവുമായിരുന്ന താൻ, ഇന്ന് ക്യാമ്പിലെ സാർവലൗകിക പ്രതിരോധ സംഘത്തിന്റെ സൈനികോപദേഷ്ടാക്കളിൽ ഒരുവനാണെന്ന വസ്തുത, പിപ്പിഗ്ഗിനോ മറ്റുള്ളവർക്കോ നിശ്ചയമുണ്ടായിരുന്നില്ല.

അചിരേണ സാർവലൗകിക ക്യാമ്പ് കമ്മിറ്റി, പ്രതിരോധ സംഘത്തിന്റെ കേന്ദ്രമായി. ആദ്യമൊക്കെ തങ്ങളുടെ രാജ്യത്തിലെ പ്രതിനിധികളെന്ന നിലയിലായിരുന്നു പാർട്ടി സഖാക്കൾ ഐ എൽ കെയിൽ ചേർന്നത്. ആയിരക്കണക്കിന് അടിച്ചു കൂട്ടി അതിനകത്താക്കിയിരിക്കുന്നവർക്ക് ഒരു സംഘടനയുണ്ടാക്കുക, വിവിധ രാഷ്ട്രങ്ങൾ തമ്മിലൊരു പരസ്പര ധാരണവളർത്തുക, എന്നതായിരുന്നു അവരുടെ ലക്ഷ്യം. സാധിക്കുമെങ്കിൽ അതിലെ പ്രധാനപ്പെട്ടവരുടെ സഹായത്തോടെ ഒരു ഐക്യബോധമുളവാക്കുക എന്ന ആശയം ആരംഭകാലത്ത് ഉണ്ടായിരു

ന്നില്ല. ക്രിമിനൽ പുള്ളികളടങ്ങുന്ന കുറെ ബ്ലോക്കുകൾ ജർമൻ തടവുകാരുടെ ഇടയിൽ മാത്രമേ ഉണ്ടായിരുന്നുള്ളൂ. സ്വാർഥലാഭത്തിനുവേണ്ടി എസ് എസിന്റെ ചൊൽപ്പടിക്കാരാകാൻ മാത്രം അധഃപതിച്ച കുറെ തടവുകാരായിരുന്നു അതിൽ. ബ്ലോക്കിലേയും കമാന്റോവിലേയും ഫ്യൂഹറർമാരുടെ പങ്കാളികളും അവരുടെ ഒറ്റുകാരും വേലക്കാരുമായി വർത്തിച്ചു അവർ. ക്യാമ്പിലെ മിക്ക ബ്ലോക്കിലും, സാമാന്യം എല്ലാ ദേശക്കാരുടെ ഇടയിലുമുണ്ടായിരുന്നു അത്തരക്കാർ. രാഷ്ട്രീയ തടവുകാരിലുണ്ടായിരുന്നു കുറെ ദുർബലമനസ്കർ. സ്വന്തം ജീവനു വല്ല അപകടവും വരുമോ എന്നു കരുതി ഭയന്നു നടക്കുന്ന കുറെ ആൾക്കാർ. അവർക്ക് സമുദായത്തിന്റെ ദൃഢതയേക്കാളും രക്ഷയെക്കാളും അഭികാമ്യമായിരുന്നത് സ്വന്തം കാര്യങ്ങളായിരുന്നു.

ഫാസിസത്തിന്റെ നിതാന്തവൈരികളെന്ന അർഥത്തിൽ രാഷ്ട്രീയക്കാരായിരുന്നില്ല. ചുകപ്പു ത്രികോണം ധരിച്ചു നടന്നിരുന്ന എല്ലാവരും. ഗസ്റ്റപ്പോമാർ പിടിച്ച് അകത്താക്കിയിരുന്ന എല്ലാ ചപ്പുചവറുകൾക്കും കിട്ടിയിരുന്നു ചുകപ്പു ത്രികോണം. അങ്ങനെ വന്നപ്പോൾ രാഷ്ട്രീയബ്ലോക്കിൽ ക്ഷീണമനസ്കരായ സ്വാർഥികൾ തൊട്ട് മൂത്തുമുരടിച്ച കുറ്റവാളികൾ വരെ ഉണ്ടായിരുന്നു. ചുരുക്കത്തിൽ അവിടത്തെ അന്തേവാസികളിൽ പലർക്കും യോജിക്കുക ക്രിമിനൽ പുള്ളികളുടെ പച്ച ത്രികോണമായിരുന്നു.

ആരംഭകാലത്ത് ഭാഷയുടെ വ്യത്യാസവും മറ്റു തടസങ്ങളും മൂലം ജർമൻ ബ്ലോക്കും, പോളണ്ടുകാർ, റഷ്യക്കാർ, ഫ്രഞ്ചുകാർ, ഡച്ചുകാർ, സ്പെയിൻകാർ, ചെക്കോസ്ലോവോക്കിയൻ ജനത, നോർവെക്കാർ, ആസ്ത്രിയക്കാർ എന്നിങ്ങനെയുള്ള നിരവധി വൈദേശികർ അടങ്ങുന്ന മറ്റു ബ്ലോക്കുകളും തമ്മിൽ ഒരു പരസ്പരധാരണ വളർത്താൻ വളരെയേറെ പാടുപെടേണ്ടി വന്നു. ജർമൻകാരെ വിശ്വസിക്കാൻ അവർക്കു തന്നെ പ്രയാസമായിരുന്നു. ഐ എൽ കെയിലെ അംഗങ്ങളായിരുന്ന സഖാക്കൾക്കു വൈദേശിക തടവുകാരുടെ അവിശ്വാസം നീക്കാൻ വളരെയേറെ പാടുപെടേണ്ടിവന്നു. നിരന്തരമായ, രഹസ്യമായ, അതുകൊണ്ടുതന്നെ അത്യാപൽക്കരമായ ഉത്സാഹങ്ങൾകൊണ്ടു മാത്രമേ ഐ എൽ കെ കാർക്ക് ആയിരമായിരം ആൾക്കാരുടെ വിശ്വാസമാർജി ക്കാനും അവർക്കിടയിൽ ഐക്യബോധം വളർത്താനും സാധ്യമായുള്ളൂ.

എല്ലാ ബ്ലോക്കിലും തികച്ച് വിശ്വാസിക്കാൻ പറ്റിയ കുറെ സുഹൃത് ജനങ്ങളെ അവർക്കു കിട്ടിയിരുന്നു. അനുക്രമം ഐ എൽ കെക്ക് തടവുകാരുടെ ഇടയിൽ തങ്ങളുടെ സ്വാധീനം ചെലുത്താറായി. പക്ഷെ ഇങ്ങനെ ഒരു കണ്ണി നിലവിലുണ്ടെന്ന് ആദ്യം ആരും സംശയിച്ചിരുന്നില്ല, ഭാവിച്ചതുമില്ല. അതിലെ സഖാക്കളിൽ ആരുംതന്നെ പരസ്യമായ സ്ഥാനമംഗീകരിച്ച് ഒറ്റപ്പെട്ടു നിൽക്കാൻ മിനക്കെട്ടതുമില്ല. സാധാരണ മട്ടിൽ പ്രത്യക്ഷമായി ഒന്നിലും ഇടപെടാതെ അവർ അവിടെ കഴിച്ചുകൂട്ടി. ബോഗോർസ്കി, ഷവർ കമാന്റോവിലും 'ക്രോഡ്സിക്കും' പ്രബുലയും

നയനരോഗ ചികിത്സാവിദഗ്ധരെന്ന നിലയിൽ അതിന്റെ ബാരക്കിലും, 'ഡാൻവാലൻ' ചികിത്സാലയത്തിലെ ഒരു സാധാരണ പരിചാരകനായും 'റിയോമണ്ട്' എസ് എസ് കാസി നോവിലെ ഫ്രഞ്ച് പാചകക്കാരനായും (അവിടത്തെ മദ്യപാനികൾക്ക് അയാളോട് വലിയ മതിപ്പായിരുന്നു). ബോച്ചൗ 38-ാം ബ്ലോക്കിലെ ഒരു താഴ്ന്നതരം ഗുമസ്തനായും കഴിച്ചു കൂട്ടി.

പ്രാദേശിക നിയമസഭയിൽ, 'ബ്രമർഹിവ'നിലെ കമ്യൂണിസ്റ്റ് പ്രതി നിധിയായ സഖാവ് ബോച്ചൗ തനിക്കും തന്റെ അപകട പൂർണമായ പ്രവർത്തനങ്ങൾക്കും പറ്റിയ ഒരു രക്ഷാസങ്കേതം കണ്ടുപിടിച്ചിരുന്നു. എഴുതാനും ഭംഗിയായി അച്ചടിക്കാനും അസാമാന്യ കഴിവുണ്ടായി രുന്നതിനാൽ ആ ബ്ലോക്കിലെ ഫ്യൂഹറർക്ക് - മണ്ടശ്ശിരോമണിയായിരുന്ന ആ അന്റർ ചാർഫ്യൂഹറർക്ക്-അയാളെ വലിയ ബഹുമാന മായിരുന്നു. 'എന്റെ ആത്മാഭിമാനം രാജഭക്തിയാണ്;' 'ഒരേ ജനത, ഒരേ സാമ്രാജ്യം, ഒരേ ഫ്യൂഹറർ.' എന്നിങ്ങനെയുള്ള മുദ്രാവാക്യങ്ങളടങ്ങുന്ന ഡസൻ കണക്കിനു കാർഡ്ബോർഡ് പലകകൾ അയാൾക്കുവേണ്ടി ബോച്ചൗ എഴുതിയുണ്ടാക്കിയിരുന്നു. അതെല്ലാം തന്റെ പരിചയക്കാരുടെ ഇടയിൽ വിറ്റഴിച്ച് ബ്ലോക്ക് ഫ്യൂഹറർ അൽപ്പമൊരു സാമ്പത്തിക പുരോഗതിയും തരമാക്കിയിരുന്നു. തനിക്കു സർവഥാ വിധേയനായ ഇയാൾ വെറുമൊരു 'നിർദോഷി തടവുകാര'നെക്കാൾ മീതെയായി എന്തെങ്കിലും ആയിരി ക്കുമെന്നയാൾ സ്വപ്നത്തിൽപോലും വിചാരിച്ചുമില്ല.

ഒരു ഐ എൽ കെ ചർച്ചാവേളയിൽ, സൈനികോപദേഷ്ടാവായി 'ആൻഡ്രി ഹോഫലി'നെ നാമനിർദേശം ചെയ്തതും ബോച്ചൗ തന്നെ യായിരുന്നു. എനിക്കയാളെ അറിയാം. മിടുമിടുക്കനാണ്. ഇതിനെപ്പറ്റി ഞാൻ തന്നെ അയാളോട് പറഞ്ഞോളാം.

ഒരു കൊല്ലംമുമ്പ്, സായാഹ്നസമയത്തെ ഹാജർ വിളിക്കുശേഷം, ഏകാന്തമായ ഒരു സ്ഥലത്ത്—ബോച്ചൗവിനു പറയാനുണ്ടായിരുന്നത് വേറെ ആർക്കും കേൾക്കാൻ പറ്റിയതായിരുന്നില്ല—ഹോഫലും ബോച്ചൗ വും ഒരുമിച്ചു നടക്കുമ്പോൾ, ഇന്നത്തെപ്പോലെതന്നെ മഴ തകർത്തു പെയ്തിരുന്നു. 50 വയസ്സ് പ്രായമായ ബോച്ചൗ, പാന്റിന്റെ പോക്കറ്റിൽ കൈ തിരുകി, തന്നെക്കാൾ പത്തുവയസു താഴെയുള്ള ഹോഫലിനോ ടൊപ്പം അന്നു നടന്നു. അയാളുടെ മന്ദമായ ശബ്ദം ഇപ്പോഴും ഹോഫലി ന്റെ ചെവിയിൽ കിടന്നു മുഴങ്ങുന്നുണ്ട്. ഹോഫലിനു അത്യാവശ്യം അറിയേണ്ടതുമാത്രം മനസിലാക്കി കൊടുക്കാനുള്ള വ്യഗ്രതയിൽ ബോച്ചൗ തന്റെ ഓരോ വാക്കും വാചകവും തൂക്കി നോക്കിയമട്ടിലാണ് പുറത്തെടുത്തിരുന്നത്. 'ആൻഡ്രീ........നമുക്ക് തയ്യാറെടുക്കേണ്ടിയി രിക്കുന്നു.....അവസാനത്തേക്ക്.......സർവലൗകിക സമരസംഘടന ......മനസിലായോ.......ആയുധങ്ങൾ........മനസിലായില്ലേ?'

ഹോഫൽ വിസ്മയത്തോടെ അയാളുടെ മുഖത്തേക്ക് തന്നെ നോക്കി. വരാൻപോകുന്ന ചോദ്യം കണ്ടറിഞ്ഞമട്ടിൽ ബോച്ചൗ കയ്യിന്റെ

നേരിയ ചലനംകൊണ്ട് അത് തടഞ്ഞുകൊണ്ടു പറഞ്ഞു. “നമുക്ക് അതൊക്കെ പിന്നീട് പറയാം....... ഇപ്പോൾ ഏതായാലും വേണ്ട.”

പിരിയാൻ സമയത്ത് അയാൾ ഉപദേശിച്ചു,

“ഒന്നുകൊണ്ടും യാതൊരു പ്രാമുഖ്യവും പ്രത്യേകതയും പുറത്തു കാണിക്കരുത്. തീരെ നിസാര സംഗതിയിൽപോലും മനസിലായോ?”

ഒരുകൊല്ലം മുമ്പായിരുന്നു അത്. പിന്നീട് എല്ലാം സുഗമമായി നടന്നു പോന്നു. ആയുധങ്ങൾ എവിടെ നിന്നാണ് വരുന്നത് എന്ന് ഹോഫലിനു മനസിലായിക്കഴിഞ്ഞു. അന്ന് ബോച്ചൗ പറയാൻ മടിച്ച ആ സംഗതി വെട്ടാനും കുത്താനും ഉപയോഗിക്കാവുന്ന ആയുധങ്ങൾ ക്യാമ്പിലെ പണിശാലയിൽ തടവുകാർ അതീവ രഹസ്യമായി വാർത്തെടുക്കുകയായിരുന്നു, വീമാർ ആയുധശാലയിൽ പണിയെടുത്തിരുന്ന സോവിയറ്റ് തടവുകാർ സൂത്രത്തിൽ കൈബോംബുകൾ ഉണ്ടാക്കി അവ വളരെ ഭദ്രമായി ക്യാമ്പിൽ എത്തിച്ചിരുന്നു. ചികിത്സാലയത്തിലും ‘പത്തോളജി’ (രോഗനിദാനശാസ്ത്രം) വകുപ്പിലും പണിയെടുക്കുന്ന മിടുക്കന്മാർ തങ്ങൾ കൈകാര്യം ചെയ്യുന്ന രാസവസ്തുക്കൾ ഉപയോഗിച്ച് ആ ബോംബുകളിൽ ശക്തിയുൽപ്പാദനം നടത്തി. എല്ലാം വ്യക്തമായി മനസിലായി കഴിഞ്ഞിരുന്നു അയാൾക്ക്. രഹസ്യമായ സങ്കേതങ്ങളിൽ തടവുകാരെ ആയുധമുപയോഗിക്കാൻ അഭ്യസിപ്പിക്കുന്നതിനിടക്ക്, ഒരു 7.65 മില്ലിമീറ്റർ വാൾത്താർ തോക്ക് പ്രയോഗിച്ച് കാണിക്കാൻ സാധിച്ചതിൽ അയാൾക്ക് അത്യധികം സംതൃപ്തി തോന്നിയിരുന്നു. എസ് എസ് നേതാക്കന്മാരുടെ ക്ലബ്ബിൽവെച്ചുണ്ടായ ഒരു മദിരോത്സവത്തിനിടയിൽ ക്യാമ്പിലെ രണ്ടാം കമാന്ററായ ക്ലൂട്ടിക്കിന്റെ കയ്യിൽനിന്ന് വെട്ടിച്ചെടുത്തതായിരുന്നു ആ ആയുധം. മദ്യം പകർന്നുകൊടുക്കാൻ നിയുക്തനായിരുന്ന ഒരു തടവുകാരൻ എടുത്തതായിരുന്നു ആ ആയുധം. ഇന്നേവരെ ആർക്കും അത് കണ്ടുപിടിക്കുവാൻ സാധിച്ചിട്ടില്ല. കമ്യൂണിസ്റ്റുകാരുടെ ആജീവനാന്ത വൈരിയായ ക്ലൂട്ടിക്കിന്, ഒരു തടവുകാരന് ഇത്രയും ധൈര്യമുണ്ടാകുമെന്ന് സമ്മതിച്ചുകൊടുക്കാൻതന്നെ പ്രയാസമായിരുന്നു. അയാൾ സംശയിച്ചത് കുടിയനായ തന്റെ ഒരു സ്നേഹിതനെ തന്നെയായിരുന്നു. വിരുന്നെല്ലാം കഴിഞ്ഞ്, തന്റെ കീഴിലുണ്ടായിരുന്ന, നിലയറയിലെ അടിമകളേയും നയിച്ചുകൊണ്ട് എസ് എസുകാരുടെ അടുത്തുകൂടെ ഗേറ്റു കടന്നുപോകുമ്പോൾ ആ 7.65 മില്ലി മീറ്റർ ഉടുതുണിക്കിടയിൽ ഒളിച്ചുവെച്ചിരുന്ന ആ തടവുകാരൻ എത്ര മാത്രം ഉദാസീനതയോടെ പെരുമാറിയിരിക്കണം? ഓരോ തവണയും അതിമഹത്തായ ആ ആയുധം കയ്യിലെടുക്കുമ്പോൾ, ഓരോ തവണയും അത് അതിന്റെ ഒളിവു സ്ഥലത്തുനിന്ന് പുറത്തേക്ക് എടുക്കുമ്പോൾ, യാതൊരു സംശയവും കൂടാതെ തന്നെ അഭിവാദ്യം ചെയ്യുന്ന സ്നേഹിതരേയും, എസ് എസ്കാരെയും കടന്ന് അരമണിക്കൂർ നേരത്തെ അഭ്യാസത്തിനായി അതിവേഗത്തിൽ അതിനെ ഒളിപ്പിച്ചുവെച്ചുകൊണ്ടു പോകുമ്പോൾ, അന്നത്തെ ദിവസം അനുഭൂതമായ ആ തണുപ്പ് ഇന്നും ഹോഫലിനു

തോന്നാറുണ്ട്. തണുത്ത ലോഹം തന്റെ ദേഹത്തോടമർന്ന് ഇരിക്കുമ്പോൾ, അന്നത്തെ കുളിർമ അയാൾ അയവിറക്കും. ഹാ, എല്ലാം എത്ര സുഗമമായി, ലഘുവായി നടന്നുപോന്നു.

ഇതാ ഒരു കുഞ്ഞ് ക്യാമ്പിലേക്ക് കടന്നു വന്നിരിക്കുന്നു. കൃത്രിമമായ മാർഗത്തിലൂടെ, അപകട പൂർണമായി; അന്നത്തെ ആ 7.65 വാൾത്താറിനെപ്പോലെ തന്നെ. ഇതിനെക്കുറിച്ച് ആരോട് ആലോചിക്കും? ആരുമില്ല! ഉവ്വ്. ബോച്ചൗ മാത്രം. 38-ാം നമ്പർ ബ്ലോക്കിലേക്ക് ഏതാനും അടികൾ മാത്രമേ വയ്ക്കേണ്ടതുള്ളൂ. എന്നിട്ടും അയാൾക്ക് തോന്നി കുറെയേറെ ദൂരം ഇനിയുമുണ്ടെന്ന്. കനമേറിയ ഒരു കല്ല് അയാളുടെ നെഞ്ചത്തു അമർന്നിരിക്കുന്നു. വേറൊരു തരത്തിൽ പ്രവർത്തിക്കാൻ സാധ്യമായിരുന്നോ? ഒരു കൊച്ചു ജീവസ്ഫുരണം വിഘ്നങ്ങളെല്ലാം ചാടി മറിഞ്ഞ് ഇങ്ങോട്ട് എത്തിയിരിക്കുന്നു. മരണത്തിന്റെ പാളയത്തിൽ അവശേഷിച്ച ജീവന്റെ ഒരു കൊച്ചു നാമ്പ്. അതിനെ ചവിട്ടിയരച്ചു കളയാതെ പരിരക്ഷിക്കേണ്ടതല്ലേ?

ഹോഫൽ നിശ്ചലനായി, തന്റെ കാൽക്കീഴിൽ കിടന്നു വെട്ടിത്തിളങ്ങുന്ന നനഞ്ഞ കല്ലുകളെ നോക്കിക്കൊണ്ടു നിന്നു. ഇതിലും സ്വാഭാവികമായി ഈ അഖില ലോകത്തിൽ വേറെയെന്തുണ്ട്?

അഖില ലോകത്തിൽ!

പക്ഷെ ഇവിടെയല്ല!

അതാണ് അയാളിപ്പോൾ ആലോചിക്കുന്നത്.

ക്യാമ്പിലെ അതീവ രഹസ്യമായ ഒരു മൂലയിൽ, ആപൽക്കാരിയായ ഒരു ജീവൽസ്ഫുരണം പ്രകാശിക്കുന്നതു കൊണ്ടുവരാവുന്ന ദുർഘടങ്ങളുടെ മുന്നറിയിപ്പുകൾ മേഘമാലകളെപ്പോലെ ഹോഫലിന്റെ മനസിലൂടെ കടന്നുപോയി. പക്ഷെ അയാൾ അതെല്ലാം അവഗണിച്ചു. ഒരു പക്ഷെ ബോച്ചൗവിനു സഹായിക്കാനായേക്കും.

മരംകൊണ്ടുള്ള ബ്ലോക്കുകളുടെ നിർമാണത്തിനുശേഷം പണിത ഈ 38-ാം ബ്ലോക്ക് ഇഷ്ടിക കൊണ്ടുള്ള ഒരു ഇരുനിലകെട്ടിടമാണ്. മറ്റു ഇഷ്ടിക കെട്ടിടങ്ങളെപ്പോലെ തന്നെ ഇതിലും നാലു ഭക്ഷണമുറികളും അടുത്തുതന്നെ ഒരു വലിയ കിടപ്പു മുറിയും ഉണ്ടായിരുന്നു. കലവറയിലെ കാപോ ഒരു ബ്ലോക്കിലേക്കു വരുന്നതിൽ അസാധാരണമായി എന്താണുള്ളത്. അതുകൊണ്ട് ഹോഫലിന്റെ പ്രവേശനം ആരുമത്ര ഗൗനിക്കാറില്ല. ബ്ലോക്ക് സീനിയറുടെ മേശക്കരികെ ഇരുന്നു. പിറ്റേ ദിവസം പ്രഭാതത്തിലുള്ള ഹാജർ വിളിക്കുള്ള പട്ടികകൾ എഴുതുകയായിരുന്നു ബോച്ചൗ. തടവുകാർ കൂടി നിൽക്കുന്നതിനിടയിലൂടെ കടന്ന ഹോഫൽ ബോച്ചൗവിന്റെ മേശക്കരികെയെത്തി.

"ഒരു നിമിഷനേരത്തേക്ക് ഒന്നും പുറത്തേക്ക് വരാൻ പറ്റുമോ?"

യാതൊന്നും പറയാതെ ബോച്ചൗ എഴുന്നേറ്റു തന്റെ കോട്ട് ചുമലിൽ ഇട്ടു. രണ്ടുപേരുംകൂടെ ബ്ലോക്ക് വിട്ട് ഇറങ്ങി. പുറത്ത് എത്തുന്നതുവരെ അവർ യാതൊന്നും മിണ്ടിയില്ല. ചികിത്സാലയത്തിലേക്ക് നയിക്കുന്ന ആ

വിശാലമായ പാതയിൽ എത്തിയപ്പോഴാണ് ഹോഫൽ സംസാരിക്കാൻ തുടങ്ങിയത്. അപ്പോഴും കുറെപ്പേർ അവിടവിടെ ചുറ്റിപ്പറ്റി നടക്കുന്നുണ്ടായിരുന്നു.

"എനിക്കൊരു കാര്യം പറയാനുണ്ടായിരുന്നു."

"അടിയന്തരമാണോ?"

ആരും കേൾക്കാതിരിക്കാൻ വളരെ പതുക്കെയാണ് അവർ സംസാരിച്ചത്.

"സക്കറിയാസ് ജങ്കോവ്സ്കി എന്നൊരു പോളിഷ് തടവുകാരൻ വന്നപ്പോൾ കൂടെ ഒരു കൊച്ചുകുട്ടിയുമുണ്ടായിരുന്നു."

"ഇതാണോ ഇത്ര അടിയന്തരവാർത്ത."

"കുട്ടി ഇപ്പോൾ കലവറമുറിയിൽ എന്റെ കൂടെയുണ്ട്."

"എന്ത്! എന്തിന്!"

"ഞാനവനെയവിടെ ഒളിപ്പിച്ചിരിക്കുകയാണ്." ഇരുട്ടിൽ ബോച്ചൗവിന്റെ മുഖഭാവം ഹോഫലിനു കാണാൻ പറ്റിയില്ല. ചികിത്സാലയത്തിൽനിന്ന് മഴ കൊള്ളാതിരിക്കാൻ തലയും കുമ്പിട്ടു നടന്നുവന്ന ഒരു പാറാവുകാരൻ അവരുടെ ദേഹത്ത് വന്നിടിച്ചു, ധൃതിയിൽ നടന്നകന്നു.

ബോച്ചൗ നിശ്ചലം നിന്നുപോയി.

"മനുഷ്യാ നിങ്ങൾക്ക് ഭ്രാന്തു പിടിച്ചോ?"

ഹോഫൽ കൈ ഉയർത്തിക്കൊണ്ടു പറഞ്ഞു.

"ഹെർബർട്ട്, ഞാൻ പറയട്ടെ........."

"എനിക്കൊന്നും കേൾക്കണ്ട."

"പക്ഷേ ഇത് കേട്ടേ തീരൂ." ഹോഫൽ നിർബന്ധിച്ചു. കടുപ്പക്കാരനും മുരട്ടുസ്വഭാവിയുമായ ബോച്ചൗവിനെ ഹോഫലിനു നല്ലപോലെ അറിയാമായിരുന്നു. അവർ വീണ്ടും നടത്തം തുടർന്നു. ഊഷ്മളമായ ഒരു വികാരം അയാളിൽ നുരയിട്ടുപൊന്തി. ഒന്നും ആലോചിക്കാതെ ഹോഫൽ വെട്ടിത്തുറന്നു പറഞ്ഞു.

"വീട്ടിൽ എനിക്കൊരു മകനുണ്ട്. അവനിപ്പോൾ പത്തുവയസായി കാണും. പക്ഷെ പക്ഷെ ഞാനവനെ ക.....ണ്ടി.......ട്ടി........ല്ല......"

"നശിച്ച വികാരാവേശം! എല്ലാത്തിൽനിന്നും ഒഴിഞ്ഞു നിൽക്കണമെന്ന് നിങ്ങൾക്ക് കർശനമായ നിർദേശങ്ങൾ തന്നിരുന്നതല്ലേ? അതു അമ്പേ മറന്നുപോയോ?"

ഹോഫൽ സ്വയം നീതീകരിക്കാനാഞ്ഞു. "അവരുടെ കയ്യിൽ അകപ്പെട്ടാൽ ആ കുട്ടി അവസാനിച്ചതു തന്നെ. എനിക്കതിനെ ഗേറ്റിലേക്ക് വലിച്ചുകൊണ്ടു പോകാനൊക്കുമോ? ഇവിടെ ഒരു പെട്ടിയിലാണ് ഞങ്ങളവനെ കണ്ടത്." അവർ നടന്നുനടന്നു ചികിത്സാലയംവരെ എത്തിയിരുന്നു. പിൻതിരിഞ്ഞ് വീണ്ടും അവർ ആ റോഡിലൂടെ നടന്നു തുടങ്ങി. തന്റെയും ബോച്ചൗവിന്റെയും നടുക്കുള്ള കനത്തമതിൽ അയാൾ കണ്ടു. തീർത്തും വേദനയോടെ അയാൾ ചോദിച്ചു.

"ഹെർബർട്ട്, നിങ്ങളുടെ ശരീരത്തിൽ ഹൃദയമെന്നൊരു സാധനം ഇല്ലേ?"

"അതും ഒരു ലോലമനസ്കത തന്നെയല്ലേ?" അറിയാതെ തന്നെ അയാളുടെ ശബ്ദം പൊന്തിപ്പോയിരുന്നു. പെട്ടെന്നയാൾ ഒച്ചതാഴ്ത്തി പറഞ്ഞു.

"എന്റെ ശരീരത്തിൽ ഹൃദയമില്ലെ എന്നോ? ഇവിടെ പ്രശ്നം ഒരു കുട്ടിയുടേതല്ല; അമ്പതിനായിരം ജനങ്ങളുടേതാണ്."

വല്ലാത്ത വിഷമത്തോടെ ഹോഫൽ ബോച്ചൗവിന്റെ കൂടെ നടന്നു. ബോച്ചൗവിന്റെ പ്രതിഷേധം അയാളുടെ അവശേഷിച്ച ശക്തി ശകലം കൂടെ ചോർത്തിക്കളഞ്ഞിരിക്കുന്നു. "ശരി, നാളെ ഞാൻ ആ കുട്ടിയെ പടിക്കലേക്കു കൊണ്ടുവരാം." കുറച്ചുകൂടി നടന്നതിനുശേഷം അയാൾ പറഞ്ഞു.

ബോച്ചൗ തലകുലുക്കി. "രണ്ടു അബദ്ധങ്ങൾ കൂടിയാൽ ഒരു സുബദ്ധമാകുമോ."

ഹോഫലിന്റെ ക്ഷമ നശിച്ചു. "ഒന്നുകിൽ ഞാൻ ആ കുട്ടിയെ ഒളിപ്പിക്കാം, അല്ലെങ്കിൽ അവനെ വിട്ടുകൊടുക്കാം."

"നിങ്ങൾ ഒരു തന്ത്രജ്ഞനാണല്ലോ."

"ഞാൻ പിന്നെ എന്തു ചെയ്യണം." പോക്കറ്റിൽ നിന്ന് കൈവലിച്ച് അവ മലർത്തിപ്പിടിച്ചുകൊണ്ട് നിസ്സഹായനായി അയാൾ ചോദിച്ചു. ഹോഫലിനെ ശാന്തമാക്കാനും തനിക്കു പരിഭ്രമമില്ലെന്ന് കാണിക്കാനുമായി ബോച്ചൗ അലസമായി പറഞ്ഞു. "ഗുമസ്തന്മാരുടെ മുറിയിൽ ആരോ പറയുന്നത് കേട്ടിരിക്കുന്നു; നാളെ ഒരു സംഘം ആൾക്കാർ ഇവിടെനിന്നു പോകുന്നുവത്രെ, ആ പോളണ്ടുകാരനേയും കൂടെ അതിൽ ഉൾപ്പെടുത്താൻ ഞാൻ ശ്രമിക്കാം. അയാൾ ആ കുട്ടിയേയും കൂടെ കൊണ്ടുപൊയ്ക്കൊള്ളട്ടെ."

കഠിനമായ ആ വിധിയോർത്ത് ഹോഫലിന് കടുത്ത മനഃസ്താപം തോന്നി. ബോച്ചൗ നടത്തം നിർത്തി ഹോഫലിനെ സമീപിച്ചു അയാളുടെ കണ്ണുകളിലേക്ക് ഉറ്റുനോക്കിക്കൊണ്ട് ചോദിച്ചു.

"പിന്നെ നമുക്ക് എന്ത് ചെയ്യാനാകും."

ഹോഫൽ ദീർഘമായി നിശ്വസിച്ചു. എന്താണ് അയാളുടെ ഉള്ളിൽ നടക്കുന്നത് എന്ന് ബോച്ചൗ മനസിലാക്കിയിരുന്നു.

ആവശ്യങ്ങളൊക്കെ തുലനം ചെയ്തു നോക്കുമ്പോൾ ക്യാമ്പിന്റെ രക്ഷക്കായിരുന്നു മുൻതൂക്കം, പ്രതിരോധസംഘടനയുടെ രക്ഷകർത്തൃത്വം ഏൽപ്പിക്കപ്പെട്ടിരുന്ന ബോച്ചൗവിന്, അതിന്റെ സൈനികോപദേഷ്ടാവോ, സംഘംതന്നെയോ ഒരു കുട്ടിമൂലം ആപത്തിലകപ്പെടുന്നത് അനുവദിക്കാൻ സാധ്യമാണോ? അതോ ഇത്രമാത്രം കഷ്ടപ്പാടുകൾ സഹിച്ച് പടുത്തുയർത്തി കൊണ്ടുവന്ന ആ ഉപകരണമോ? പുറമേയ്ക്ക് നിയമവിധേയമായ ഒരു ഘടകമാണെന്നു തോന്നുന്ന ആ ക്യാമ്പ് പെട്രോൾ വാസ്തവത്തിൽ ഒരു ഒന്നാംക്ലാസ്സ് സൈനികസംഘടനയല്ലേ? നിരുപദ്രവമെന്നു തോന്നുന്ന ഈ സംഗതി എന്തെന്തു കുഴപ്പങ്ങൾ വരുത്തിവയ്ക്കുമെന്ന് ആരു കണ്ടു. ഒരു കൊച്ചുകുട്ടി ഹിമത്തിന്റെ ഒരു കൊച്ചു

പന്ത് ഉരുട്ടിവിടുന്നു. പെട്ടെന്നത് ഹിമവാതമായി എല്ലാത്തിനേയും എല്ലാവരേയും നാശത്തിന്റെ വൻചുഴിയിലേക്ക് എടുത്തെറിയുന്നു.

ഹോഫലിനെത്തന്നെ നോക്കിനിന്ന ബോച്ചൗവിന്റെ മനസിലൂടെ പാഞ്ഞിരുന്നത് ഈദൃശചിന്തകളായിരുന്നു, തിരിഞ്ഞുനടക്കാൻ തുടങ്ങിയ അയാൾ വിഷമത്തോടെ പറഞ്ഞു.

“ചിലപ്പോൾ-ഈ ഹൃദയമെന്നു പറയുന്ന സാധനം അപകടം പിടിച്ചതാണ്. കുട്ടിയെ എങ്ങനെ നോക്കി വളർത്താമെന്ന് ആ പോളണ്ടുകാരന് അറിയാമായിരിക്കും. ഇത്രയും ദൂരം അയാൾ അവനെ കൊണ്ടുവന്നല്ലോ, ഇനിയും അയാൾ തന്നെ അതിനെ നോക്കിക്കോളും.” ഹോഫൽ ഒന്നും മിണ്ടിയില്ല. ചികിത്സാലയത്തിന്റെ റോഡിൽനിന്ന് വിട്ടു അവരിപ്പോൾ നിൽക്കുന്നത് ബാരക്കുകളുടെ മധ്യേയാണ്. അവിടം വിജനമായിരുന്നു. കുത്തിത്തറയ്ക്കുന്ന മഴയേറ്റു രണ്ടുപേരും വിറച്ചു. ആ ഇരുട്ടിൽ അവർക്ക് അന്യോന്യം മുഖം കാണാമായിരുന്നില്ല. പോക്കറ്റിൽ കൈ തിരുകി ചുമലുകൾ കൂട്ടിപ്പിടിച്ച് തണുപ്പിൽനിന്ന് രക്ഷപ്പെടാൻ ഹോഫൽ ശ്രദ്ധിച്ചു. എന്നാലും പോകാനുള്ള ഭാവമൊന്നുമുണ്ടായിരുന്നില്ല അയാൾക്ക്. ബോച്ചൗ അയാളുടെ തോളിൽ പിടിച്ചു തികഞ്ഞ ആത്മാർഥതയോടെ പറഞ്ഞു. “കുഴപ്പങ്ങൾ ക്ഷണിച്ചുവരുത്തരുതേ ...... ആൻഡ്രീ, ഇപ്പോൾ അകത്തേക്കു പോകൂ. എന്താണു ചെയ്യേണ്ടത് എന്നു ഞാൻ പറഞ്ഞുതരാം.” അവർ പിരിഞ്ഞു.

ബോച്ചൗ ഹോഫൽ പോയവഴിയെ തന്നെ നോക്കിക്കൊണ്ടുനിന്നു. പരിക്ഷീണമായ കാലുകൾ വലിച്ചുവെച്ച് അയാൾ നടന്നകലുകയാണ്. ബോച്ചൗവിന്റെ മനസിൽ വല്ലാത്ത വിഷമം. എന്തിനെ ചൊല്ലിയാണ് അതെന്ന് അയാൾക്ക് തന്നെ നിശ്ചയമുണ്ടായിരുന്നില്ല. ഹോഫലിനെ കുറിച്ചാണോ? ആ കുട്ടിയെ ചൊല്ലിയാണോ? ആ മുഹൂർത്തത്തിൽ തന്റെ വിധി നിർണയിക്കപ്പെട്ടു എന്നു സ്വപ്നത്തിൽപോലും കരുതാത്ത അജ്ഞാതനായ പോളണ്ടുകാരനെ പറ്റിയാണോ ഈ വ്യഥ. അതെ, തന്നെപ്പോലെ തന്നെയുള്ള തടവുകാർ, പരിതഃസ്ഥിതികളുടെ സമ്മർദം മൂലം, തന്റെമേൽ അധികാരമുപയോഗിച്ചു, വിധി പ്രസ്താവിക്കുന്നു. ബോച്ചൗ ദുഷ്ചിന്തകളെ മനസിൽനിന്ന് ആട്ടിയകറ്റി. ധൃതഗതിയിലുള്ള, ഭയരഹിതമായ പ്രവർത്തനങ്ങളാണ് ഇവിടെ ആവശ്യം. ബ്ലോക്കിലേക്ക് മടങ്ങണം. ഉടനെത്തന്നെ.

ക്യാമ്പ് സീനിയർക്ക് കൊടുക്കാനുള്ള ഹാജർ പട്ടികയുമായി ഗുമസ്തന്മാരുടെ മുറിയിലേക്കു വന്നിരുന്ന ബ്ലോക്ക് സീനിയർ റുങ്കിയെ ബോച്ചൗ ബ്ലോക്കിന്റെ വാതിൽക്കൽ വെച്ചു തടുത്തുനിർത്തി.

“ഓട്ടോ, അതെന്റെ കയ്യിൽ തന്നേക്കൂ; ഞാൻ കൊണ്ടു കൊടുക്കാം.”

ബോച്ചൗവിന്റെ സ്വരത്തിൽ എന്തൊ പ്രത്യേകത തോന്നിയ റുങ്കി ആരാഞ്ഞു. “എന്താ! കുഴപ്പം വല്ലതുമുണ്ടോ?”

“ഏയ് കാര്യമായി ഒന്നുമില്ല.” അയാൾ പ്രതിവചിച്ചു. ക്യാമ്പിലെ പഴയ അന്തേവാസികളിൽ ഒരാളായ ബോച്ചൗവിന്റെ വാക്കിന് വിലയു

ണ്ടെന്ന് റുങ്കിക്കറിയാമായിരുന്നു, ഐ എൽ കെയുടെ നിലനിൽപ്പോ; ബോച്ചൗവിന്റെ അംഗത്വമോ റുങ്കിക്ക് അജ്ഞാതമായിരുന്നു. രാഷ്ട്രീയ ത്തടവുകാരുടെ ഇടയിൽ നിലനിന്ന ഗൂഢലോചനയുടേതായ നിയമം നിരുപാധികമായ വിശ്വാസത്തിന്റെ ദൃഢമായ ചരടിൽ അവരെ അന്യോന്യം കൂട്ടിയിണക്കിയിരുന്നു. യാതൊരു ഉൽക്കണ്ഠയും ഇല്ല. ക്യാമ്പിൽ നടക്കുന്നതിനെ കുറിച്ചെല്ലാം പറഞ്ഞുകേട്ട അറിവുമാത്രം. അത് നിശ്ശബ്ദമായിരുന്നുതാനും....ആത്മാർഥമായ തികഞ്ഞ അച്ചട ക്കവും, സംശയാതീതമായ വിധത്തിൽ തങ്ങളെ അന്യോന്യം ബന്ധി ക്കുന്ന ഐക്യത്തെക്കുറിച്ചു പൂർണമായ അറിവും അവർക്കുണ്ടാ യിരുന്നു. അവർക്ക് അറിയാനാവശ്യമില്ലാത്ത കാര്യങ്ങളെപ്പറ്റി വിവേച നരഹിതങ്ങളായ ചോദ്യങ്ങൾ അവർ ചോദിക്കാറില്ല. പ്രധാനപ്പെട്ട വല്ലതുമുണ്ടെങ്കിൽ നിശ്ശബ്ദമായി അതവരെ അറിയിക്കുമെന്ന് അവർക്ക് ഉറപ്പുണ്ട്. അങ്ങനെ അന്യോന്യം സംരക്ഷിക്കപ്പെട്ടവർ രഹസ്യങ്ങൾ ചോർന്നുപോകാതെ സൂക്ഷിച്ചു.

വളരെ വിപുലമായിരുന്നു തടവുകാരുടെ വലയം. ക്യാമ്പു മുഴുവനും അത് വ്യാപിച്ചുകിടന്നു. തങ്ങളുടെ ഹൃദയങ്ങളിൽ അരക്കിട്ടുറപ്പിച്ച രഹസ്യവുമായി നിശ്ശബ്ദം അവരവിടെ കഴിച്ചുകൂട്ടി. അവരെ അന്യോന്യം കൂട്ടിയിണക്കിയ അദൃശ്യമായ അസ്പർശമായ, സർവവ്യാപിയായ പാർട്ടി ആ ക്യാമ്പിലും വിലസിയിരുന്നു. ഒരാൾക്കോ രണ്ടാൾക്കോ അതു പ്രത്യക്ഷപ്പെടാറില്ലെന്നില്ല. പക്ഷെ അതിനെ കാണാൻ അനുവാദമുള്ള വന്റെ മുമ്പിലെ അത് ദൃശ്യമായിരുന്നുള്ളൂ. അതിന്റെ അഭാവത്തിൽ മുണ്ഡനം ചെയ്ത തലയും മാറത്ത് അക്കവും കയ്യിൽ ചുകന്ന ത്രികോ ണവും വഹിച്ചിരുന്ന അവരെല്ലാവരും ഒരേമാതിരി തന്നെയായിരുന്നു. അതുകൊണ്ടാണ് ബോച്ചൗ തന്റെ കൈയിൽനിന്ന് ഹാജർപുസ്തകം വാങ്ങിച്ചപ്പോൾ റുങ്കി അധികമൊന്നും ചോദിക്കാഞ്ഞത്.

ഗുമസ്തന്മാരുടെ ഓഫീസിന്റെ തൊട്ടടുത്ത മുറിയായിരുന്നു ക്യാമ്പ് സീനിയർ 'ക്രാമറു'ടെയും, അയാളുടെ സഹായി 'പ്രോളി'ന്റെയും ആസ്ഥാനം. വൈകുന്നേരത്തെ ജോലിയെല്ലാം തീർത്ത പ്രോൾ ഗുമസ്തന്മാരുടെ ഓഫീസിൽ എന്തോ ധൃതിയിൽ ചെയ്തുകൊണ്ടിരി ക്കുകയായിരുന്നു. ക്രാമറാകട്ടെ നാളെ പ്രഭാതത്തിലെ ഹാജർവിളിക്കുള്ള പട്ടികകൾ ഓരോരോ ബ്ലോക്കിന്റെ അടിസ്ഥാനത്തിൽ അടക്കിവെച്ചുകൊ ണ്ടിരിക്കുകയും. കുറച്ചു ദൂരെമാറി ചില ബ്ലോക്ക് ക്ലാർക്കുമാരും ബ്ലോക്ക് സീനിയർമാരും ഇരുന്നിരുന്നു. തങ്ങളുടെ റിപ്പോർട്ടുകൾ സമർപ്പിച്ചതിനു ശേഷം വെറുതെനിന്നു സൊള്ളുകയായിരുന്നു അവർ. ബോച്ചൗ അങ്ങോട്ടുചെന്ന് തന്റെ റിപ്പോർട്ടുകൊടുത്തു പക്ഷെ അയാൾ അമാന്തിച്ച് അവിടെതന്നെ നിന്നു. 38-ാം നമ്പറിലെ ബ്ലോക്ക് ക്ലാർക്കിന്റെ മനസിൽ എന്തോ ഒന്നു ഉണ്ടെന്ന് ക്യാമ്പ് സീനിയർക്ക് മനസിലായി.

എല്ലാം നിശ്ശബ്ദമായി അറിയാൻ കഴിവുള്ളവരുടെ കൂട്ടത്തിലായി രുന്നു ക്രാമറും. ക്യാമ്പ് സീനിയറായി അയാളെ അവരോധിച്ചത് ഐ

എൽ കെയുടെ സൂത്രപ്പണിയായിരുന്നു. ക്ലൂട്ടിക്ക് സ്വന്തമായി തെരഞ്ഞെടുത്ത ഒരു മുരത്ത കുറ്റവാളി വഹിച്ചിരുന്ന പ്രാധാന്യമേറിയ ആ പദവി വിശ്വസിക്കാവുന്ന ഒരു സഖാവിനു നൽകണമെന്നായിരുന്നു അവരുടെ ഉന്നം. സ്വാർഥലാഭത്തിനുവേണ്ടി ആ സ്ഥാനത്തിന്റെ സ്വാധീനം ദുരുപയോഗപ്പെടുത്തിയതിനാലാണ് ആദ്യത്തെ ആളെ നീക്കം ചെയ്യേണ്ടി വന്നത്. ഐ. എൽ.കെയിലെ സഖാക്കൾ വാൾട്ടർ ക്രാമറെ ക്യാമ്പിലെ സീനിയറായി നാമനിർദേശം ചെയ്തു. ക്യാമ്പിലെ കമാന്ററായിരുന്ന ഷവാളും ക്ലൂട്ടിക്കുമായുണ്ടായിരുന്ന മൗലികമായ അഭിപ്രായവ്യത്യാസങ്ങളുടെ പേരിൽ സമർഥമായി കരുനീക്കി ഐ എൽ കെ ക്രാമറെ ക്യാമ്പ് സീനിയറാക്കുന്നതിൽ വിജയം നേടി.

ദിവസവും കാലത്ത് ഷവാളിനു ക്ഷൗരം ചെയ്യാൻ നിയുക്തനായ ആൾ വിശ്വസിക്കാൻ പറ്റിയ ഒരു തടവുകാരനായിരുന്നു. ഈ പണി നടത്താൻ അയാളെയാണ് അവർ കണ്ടുപിടിച്ചത്. തടവുകാരുടെ അധികാരികളായി കുറ്റവാളികളെ നിയമിക്കണമെന്നായിരുന്നു ക്ലൂട്ടിക്കിന്റെ മോഹം. ബുദ്ധിയുടെയും തന്റേടത്തിന്റെയും അടിസ്ഥാനത്തിൽ ആ സ്ഥാനം രാഷ്ട്രീയത്തടവുകാർക്ക് നൽകണമെന്നായിരുന്നു ഷവാളിന്റെ അഭിപ്രായം. വിപരീതാശയങ്ങളുടെ പേരിൽ ഷവാളും ക്ലൂട്ടിക്കുമായുണ്ടാകാറുള്ള നിരന്തരമായ ഉരസൽ തടവുകാർക്കെല്ലാം അറിയാമായിരുന്നു. അതുകൊണ്ട് ക്യാമ്പ് സീനിയറായി ഒരു രാഷ്ടീയത്തടവുകാരനെ നിയമിക്കണമെന്നുള്ള തന്റെ ക്ഷുരകന്റെ നിർദേശം വളരെ സന്തോഷത്തോടെയാണ് ഷവാൾ സ്വീകരിച്ചത്. ഒന്നുമല്ലെങ്കിൽ ക്ലൂട്ടിക്കിനെ ഒന്നു കടത്തിവെട്ടാമല്ലോ. അങ്ങനെ ക്രാമറെ കമാന്ററർതന്നെ നേരിട്ടു നിയമിച്ചു. ശരിക്കും ഐ എൽ കെയിലെ അംഗമായിരുന്നില്ലെങ്കിലും, തന്റെ പ്രവൃത്തിമൂലം ക്രാമർ അതിന്റെ സംഭവവികാസങ്ങളിൽ സജീവമായി പങ്കെടുത്തു.

ഈയൊരറ്റ വ്യക്തിയെ ചുറ്റിപ്പറ്റിയാണ് ക്യാമ്പിലെ സർവസംഗതികളും നീങ്ങിയത്. ഷവാളിൽനിന്നും ക്യാമ്പ് ഫ്യൂഹറിൽ നിന്നും റിപ്പോർട്ട് വാങ്ങുവാൻ ഫ്യൂഹററിൽ നിന്നും അയാൾക്ക് കൽപ്പനകൾ കിട്ടിയിരുന്നു. അതെല്ലാം നടത്തേണ്ടത് അയാളുടെ ചുമതലയുമായിരുന്നു. തടവുകാരുടെ ശരീരത്തിനോ ജീവനോ രക്ഷക്കോ ഊനം വരാത്ത വിധത്തിൽ അവയെ പ്രായോഗികമാക്കാൻ തികഞ്ഞ സാമർഥ്യവും ഉശിരുള്ള പ്രവർത്തനങ്ങളും അത്യന്താപേക്ഷിതമായിരുന്നു. വിരിഞ്ഞ ചുമലുകളോടുകൂടിയ ആ ഒത്ത മനുഷ്യൻ ആദ്യം ഹാംബർഗ്ഗിലെ ഒരു ചെമ്പുപണിക്കാരനായിരുന്നു. ഗാംഭീര്യം ഉടലെടുത്ത ആ മനുഷ്യനെ യാതൊന്നും എളുപ്പത്തിൽ ഉലച്ചിരുന്നില്ല. ക്ലിഷ്ടമായ തന്റെ ചുമതലകളെല്ലാം പാർട്ടിയുടെ വ്യക്തമായ സഹായത്തോടെ വളരെ ഭംഗിയായി അയാൾ നിർവഹിച്ചുപോന്നു. ക്യാമ്പിൽ രഹസ്യമായി ഉണ്ടായിരുന്ന ആ പാർട്ടിയുമായുള്ള അയാളുടെ സമ്പർക്കം ഹെർബർട്ട് ബോച്ചൗ എന്ന വ്യക്തി മുഖേനയാണ്. ബോച്ചൗവിൽനിന്നും കിട്ടുന്ന അഭിപ്രായങ്ങളും നിർദേ

ശങ്ങളും പാർട്ടിയുടേതാണെന്ന് പറയാതെതന്നെ അയാൾക്ക് അറിയാമായിരുന്നു.

നിയമവിരുദ്ധമായ ആ സംഘടനയെപ്പറ്റി ഏറ്റവും കുറച്ച് വിവരമേ നൽകൂ എന്നതായിരുന്നു ബോച്ചൗവിന്റെ നിലപാട്. അതുകൊണ്ട് ബോച്ചൗ വളരെ അതിശയോക്തി കലർത്തിയേ സംസാരിക്കൂ, ബോച്ചൗ കൊണ്ടുവന്നിട്ടുള്ള ചില നിർദേശങ്ങളുടെ കാര്യകാരണങ്ങളെ കുറിച്ച് അന്വേഷിക്കുന്ന ക്രാമറോട് ബോച്ചൗ പ്രതിഷേധത്തോടെ പറയും. "വാൾട്ടർ അതിനെപ്പറ്റി അന്വേഷിക്കേണ്ട, അതാണ് നിങ്ങൾക്ക് നല്ലത്." പലപ്പോഴും ക്രാമർ മിണ്ടാതിരിക്കും, ഈ കലവറ പലപ്പോഴും അരോചകമായി തോന്നാറുണ്ട്. എന്നാലും ചിലപ്പോൾ ബോച്ചൗവിന്റെ പുറത്തു തട്ടിക്കൊണ്ടയാൾ പറയും.

"ഹെർബർട്ട്, ഈ സന്ദേഹത്തി ലൊന്നും ഒരു കാര്യമില്ല: എനിക്ക് എല്ലാം അറിയാമല്ലോ." താൻ അറിയാൻ ഉദ്ദേശിക്കാത്ത പലതും തനിക്കറിയാമെന്നതിൽ അയാൾക്ക് രഹസ്യമായ ഒരാനന്ദവും തോന്നിയിരുന്നു. ആ അറിവുകൊണ്ട് ചിലപ്പോൾ അയാൾക്ക് വിഷമവും തോന്നാറുണ്ട്. മിക്ക കാര്യങ്ങളും കുറെക്കൂടെ തുറന്നു പറഞ്ഞ് മുൻകൂട്ടി ക്രാമറുടെ അഭിപ്രായം കൂടെ അറിയാൻ ബോച്ചൗ ഒരുങ്ങിയിരുന്നെങ്കിൽ എത്ര നന്നായിരുന്നു. അനാവശ്യമായി അവിടെ തങ്ങിനിന്ന സന്ദർശകരെ സൗമനസ്യപൂർവമായ ഒരു മുരൾച്ചയോടെ പറഞ്ഞയച്ചശേഷം ക്രാമർ ഒരു വെല്ലുവിളിയോടെ ബോച്ചൗവിനെ നോക്കി.

"ഒരു കൊച്ച് അബദ്ധം." ബോച്ചൗ ആരംഭിച്ചു.

"എന്താണ് കുഴപ്പം."

"യാത്രക്ക് ആളുകളെ സജ്ജമാക്കുന്നുണ്ടോ?"

"ഉണ്ടെങ്കിൽ അയാൾ തിരിച്ചടിച്ചു. ഇതാ പ്രോൾ അതിന്റെ പട്ടിക ശരിപ്പെടുത്തുകയാണ്."

"ഇന്നാൾ വന്നവരുടെ കൂട്ടത്തിൽ സക്കറിയാസ് ജങ്കോവ്സ്കി എന്നൊരു പോളണ്ടുകാരനുണ്ട്, ചെറിയ ക്യാമ്പിൽ ഉണ്ടാകണം അയാൾ. നാളത്തെ യാത്രക്കാരുടെ കൂട്ടത്തിൽ അയാളെ കൂടെ ഉൾപ്പെടുത്താൻ വല്ല മാർഗവുമുണ്ടോ?"

"എന്താണയാൾക്ക് കുഴപ്പം."

"ഏയ്, കുഴപ്പമൊന്നുമില്ല. നിങ്ങൾ ഹോഫലുമായി ഒന്നു സംസാരിക്കണം. പോളണ്ടുകാരനു കൊടുത്തയക്കാൻ അയാൾ ഒരു സാധനം തരും."

"എന്തു സാധനം."

"ഒരു കുട്ടി"

"ഒരു! എന്ത്" എഴുതിക്കൊണ്ടിരുന്ന പെൻസിൽ ക്രാമർ നിലത്തിട്ടു. ബോച്ചൗ ക്രാമറുടെ അത്ഭുതംതന്നെ നോക്കിക്കൊണ്ടിരുന്നു, "എന്നോടൊന്നും ചോദിക്കരുതേ. എനിക്കൊന്നും പറയാനാവില്ല."

"പക്ഷെ ഒരു കുട്ടിയല്ലെ, ഹെർബർട്ട് ഇവർ എങ്ങോട്ടു പോകുന്നു

എന്ന് ദൈവത്തിനുമാത്രമെ അറിയാനാകൂ. ഇതിന്റെ അർഥമെന്താണെന്ന് നിങ്ങൾക്ക് അറിഞ്ഞുകൂടെ?"

ബോച്ചൗ പരിഭ്രമിച്ച്? "ഇതിൽ കൂടുതലായി എനിക്കൊന്നും പറയാനില്ല."

ക്രാമർ എഴുന്നേറ്റു. "ഏതു കുട്ടി! എന്താണവന്റെ കഥ."

ബോച്ചൗ ആ ചോദ്യം ഗൗനിച്ചില്ല.

"ഒന്നുമില്ല. അതല്ലല്ലോ ഇപ്പോഴത്തെ പ്രശ്നം."

"എനിക്ക് ഏതാണ്ട് ഊഹിക്കാൻ കഴിയും." അയാൾ പറഞ്ഞു. "ഹെർബർട്ട് ശ്രദ്ധിച്ചു കേൾക്കൂ. സാധാരണയായി ഞാൻ യാതൊരു ചോദ്യവും ചോദിക്കാറില്ലല്ലോ. ഞാൻ വിശ്വസിക്കാറല്ലേ പതിവ്....."

"എന്നാൽ ഇപ്പോഴും ഒന്നും ചോദിക്കേണ്ട."

ക്രാമർ നേരെ മുമ്പിലേക്ക് തുറിച്ചുനോക്കിക്കൊണ്ടിരുന്നു.

"ഹെർബർട്ട്. ചിലപ്പോൾ നിങ്ങൾ സംഗതികൾ വളരെ ദുർവഹമാക്കി ത്തീർക്കുന്നുണ്ട് കേട്ടോ."

സമാശ്വസിപ്പിക്കാനെന്ന മട്ടിൽ ബോച്ചൗ തന്റെ കൈ അയാളുടെ ചുമലിൽ വെച്ചു. "നിങ്ങൾക്കല്ലാതെ വേറെ ആർക്കും ഈ പ്രശ്നം കൈകാര്യം ചെയ്യാനാവില്ല. ഹോഫലിനോട് കാര്യമെല്ലാം പറഞ്ഞിരിക്കുന്നു. എന്റെ അടുക്കൽ നിന്നാണ് നിങ്ങൾ വരുന്നതെന്നു പറഞ്ഞാൽ മതി."

ക്രാമർ വിഷമത്തോടെ മുരണ്ടു. അയാൾക്ക് ഒട്ടുംതന്നെ തൃപ്തി തോന്നിയില്ല.

സ്വന്തം മുറിയിലേക്കു പോകാതെ ഹോഫൽ അസ്വസ്ഥനായി. ബ്ലോക്കുകൾക്കിടയിലൂടെ അങ്ങനെ നടന്നു. മൗഢ്യം പിടിച്ച കുറെ തടവുകാർ ധൃതിയിൽ ബ്ലോക്കുകളിലേക്കു നടക്കുന്നുണ്ടായിരുന്നു. ഇടവിട്ടിടവിട്ട് ഒരു വിസിലിന്റെ നാദം കേൾക്കാം. ക്യാമ്പ് സീനിയർ തന്റെ വൈകുന്നേരത്തെ സന്ദർശനപരിപാടി നിർവഹിക്കുകയായിരുന്നു. ഇനി തടവുകാർക്ക് ബ്ലോക്കിന്റെ വെളിയിൽ നിൽക്കാൻ പാടില്ല എന്നായിരുന്നു ആ വിസിലിന്റെ പൊരുൾ. വിസിലിന്റെ ഒച്ച നേർത്തു നേർത്തു വന്നു. വളരെ ദൂരത്തായിരുന്നു അതിപ്പോൾ. മഴയിൽ നനഞ്ഞു കുതിർന്ന ആ ബാരക്കുകളുടെ മോന്തായം ഒരു മങ്ങലോടെ തിളങ്ങി. ഹോഫലിന്റെ കാൽക്കീഴിൽപ്പെട്ട ചരൽക്കല്ലുകൾ ഞെങ്ങി അമരുന്നുണ്ട്. ഇടയ്ക്കിടെയെല്ലാം അയാൾ കല്ലിന്മേൽ തട്ടിത്തടഞ്ഞു. എവിടെയ്ക്കാണ് പോകുന്നതെന്നൊന്നും അയാൾ ശ്രദ്ധിച്ചിരുന്നില്ല. മനസുനിറയെ ബോച്ചൗവിനോടുള്ള വൈരാഗ്യമായിരുന്നു. ഉം. ജീവനുള്ള ഒരു മനുഷ്യപൈതലിനു യാതൊരു വിലയുമില്ലേ! തണുത്തു വിറച്ച് അയാൾ സ്വന്തം ബ്ലോക്കിൽ എത്തി. ഭക്ഷണമുറി ശൂന്യമായിരുന്നു. തടവുകാരെല്ലാം ഉറങ്ങാൻ പോയിരുന്നു. ചില പരിചാരകർ മാത്രം സൂപ്പ് പാത്രങ്ങളിൽ തട്ടിമുട്ടിക്കൊണ്ടിരുന്നു. ബ്ലോക്ക് സീനിയർ മേശക്കരികെ ഇരുന്നിരുന്നു, വൈകുന്നേരത്തെ കാബേജ് സൂപ്പിന്റെ മണം, ബഞ്ചിന്മേൽ മടക്കിവെച്ചിരുന്ന വസ്ത്രങ്ങളുടെ വാസനയോട് ഇടകലർന്ന് അന്തരീക്ഷത്തിൽ തങ്ങിനിന്നു. ആരും ഹോഫലിനെ ശ്രദ്ധിച്ചില്ല. അയാൾ തന്റെ വസ്ത്ര

മഴിച്ചു, ബഞ്ചിൽ ഒഴിഞ്ഞ സ്ഥലത്തു ഭംഗിയായി മടക്കിവച്ചു.

വാസ്തവത്തിൽ ബോച്ചൗ പറഞ്ഞത് ശരിതന്നെയല്ലേ? ആ അപരിചിതനായ കുട്ടിയുമായി തനിക്കെന്തു ബന്ധം? അതു കനത്ത ഒരു കല്ലുപോലെ തന്റെ കഴുത്തിൽ തൂങ്ങിക്കിടക്കുകയാണ്. ഇത്തരത്തിലുള്ള ചിന്തകൾ തന്നെ അനാശാസ്യമല്ലേ? ഹോഫലിനു ലജ്ജതോന്നി. ആ അനാവശ്യ ചിന്തകൾ ആട്ടിക്കളയാൻ ശ്രമിക്കുന്നതിനിടയ്ക്ക്, സ്വന്തം ഭാര്യ ഡോറയെക്കുറിച്ചുള്ള സ്മരണകൾ മനസിൽ തങ്ങിനിറഞ്ഞു മറ്റേതിനെ ആട്ടിയകറ്റി. ഇത്ര പെട്ടെന്ന് എവിടെനിന്നു കടന്നുവന്നു ഈ ഓർമകൾ? ആ മൂലയിൽ കിടന്നുറങ്ങിയ ആ കൊച്ചുകുഞ്ഞാണോ, തന്റെ ഹൃദയാന്തർഭാഗത്ത് മയങ്ങിക്കിടന്ന ചിന്തകളെ വലിച്ചു പുറത്തിട്ടത്. പൊടുന്നനെ മനസിൽ ആ വിചാരങ്ങൾ ഓളംവെട്ടി. തനിക്ക് അന്യമായി തീർന്ന ആ ലോകത്തിൽ ഒരിക്കൽ തന്റെ ഭാര്യയായിരുന്ന ഒരു സ്ത്രീ ജീവിച്ചിരിക്കുന്നുണ്ട് എന്നകാര്യം അയാളിൽ വിസ്മയം വളർത്തി.

ചിന്താപതംഗങ്ങൾ അങ്ങനെ മനസിലൂടെ പരക്കംപായുകയാണ്. ഒരിക്കലും കണ്ടിട്ടില്ലാത്ത ഒരു മകനുണ്ട് തനിക്കവിടെ. വാതിലുകളും ജനവാതിലുകളും വീട്ടുസാമാനങ്ങളുമുള്ള ഒരു ഫ്ളാറ്റ്, യഥാർഥമായ ഒരു ഫ്ളാറ്റ് അയാളുടേതായുണ്ട്. പക്ഷേ അവയ്ക്കൊന്നും യാതൊരു വ്യക്തതയും ചിട്ടയുമില്ല. വെളിച്ചമില്ലാത്ത ഒരു ശ്യൂന്യതയിൽ തട്ടിത്തകർന്നടിഞ്ഞുപോയ ലോകത്തിന്റെ അവശിഷ്ടങ്ങൾ പോലെ അതങ്ങനെ അയാൾക്ക് ചുറ്റും ചിന്നിച്ചിതറി കിടക്കുകയാണ്. അതറിയാതെതന്നെ അയാൾ കൈകൊണ്ട് മുഖമമർത്തിപ്പിടിച്ചു. നിശീഥിനിപോലെ അന്ധകാരം നിറഞ്ഞ ഒരു ഗർത്തത്തിലേക്കയാൾ നോക്കിക്കൊണ്ടിരിക്കുകയാണ്. നാലാഴ്ച കൂടുമ്പോൾ ആ ഇരുളിലേക്കയാൾ എഴുതിവിടും. 'പ്രിയപ്പെട്ട ഡോറ, ഞാൻ സുഖമായിരിക്കുന്നു. വിശേഷമൊന്നുമില്ല. എങ്ങനെയിരിക്കുന്നു നമ്മുടെ മകൻ.' നാലാഴ്ച കഴിയുമ്പോൾ അയാൾക്കു മറുപടി കിട്ടും. എല്ലാ എഴുത്തിന്റെ അടിയിലും അയാളുടെ ഭാര്യ എഴുതും -ഞാൻ അങ്ങയെ ഗാഢഗാഢം ചുംബിക്കുന്നു.

ഏതു ലോകത്തിൽനിന്നാണ് ഇവർ വരുന്നത്? എന്റെ ഈശ്വരാ എന്തുലോകം! ഹോഫൽ ആലോചിച്ചു. ആ ലോകത്തിലും കുട്ടികൾ ജീവിച്ചിരിക്കുന്നുണ്ടാകും. പക്ഷെ അവരെയാരും കാലിൽ തൂക്കിപ്പിടിച്ചു പൂച്ചകുഞ്ഞുങ്ങളെപ്പോലെ തലക്കുമീതെ ആഞ്ഞുവീശാറില്ല, അവരുടെ കുഞ്ഞു തലയോടുകൾ ഭിത്തിയിൽ തട്ടിത്തകർന്നു തരിപ്പണമാകാറില്ല. ഹോഫൽ ശൂന്യതയിലേക്ക് ഉറ്റുനോക്കിക്കൊണ്ടിരുന്നു. ഓർമശക്തി അയാളുടെ ചിന്തകളെ വഞ്ചിച്ചു. അവ വീണ്ടും ശൂന്യതയിൽ തകർന്നടിഞ്ഞുവീണു. സ്വന്തം കൈകൾ മുഖത്തമർത്തിയപ്പോൾ അനുഭൂതമായ, സുഖകരമായ ആ ഇളംചൂടിനെ കുറിച്ചു മാത്രമേ അയാൾക്കിപ്പോൾ ഓർമയുള്ളു. പെട്ടെന്നയാൾക്ക് തോന്നി, ആ അന്ധകാരത്തിനുള്ളിൽ നിന്നു നീണ്ടുനീണ്ടുവന്ന രണ്ടു ലോലഹസ്തങ്ങളാണ് തന്റെ മുഖത്ത് എന്ന്. ശരീരമില്ലാത്ത ഒരു ശബ്ദം മന്ത്രിക്കുന്നു.

'ആൻഡ്രി......എന്തൊരു സാധുകുട്ടി' ഹോഫൽ ചാടിയെഴുന്നേറ്റു. തനിക്ക് ഭ്രാന്തു പിടിക്കുകയാണോ?

അയാൾ കൈകൾ താഴെയിട്ടു. വായുവിലെ ഈർപ്പം അയാളുടെ കപോലങ്ങളിൽ തട്ടി. ഹോഫൽ തന്റെ കൈകളിലേക്ക് നോക്കി. ഏയ്, അവ യാതൊരു ഇന്ദ്രജാലത്തിനും വിധേയമല്ല. ചിരപരിചിതമായ ജോലി യാണവ ചെയ്യുന്നത്. നമ്പർ പുറത്തേക്കാക്കി ചട്ടമനുസരിച്ച് ട്രൗസറും ജാക്കറ്റും മടക്കിവെക്കുന്ന ജോലി അനുസരണയോടെ ചെയ്യുകയാണവ.

അതെ ബോച്ചൗവിന്റെ അഭിപ്രായമാണ് ശരി! ആ കുട്ടി പോയേ തീരൂ! എല്ലാവർക്കും ആപത്താണവൻ. എങ്ങനെയെങ്കിലും അതിനെ പുറത്തുകടത്താൻ ആ പോളണ്ടുകാരനു സാധിക്കണം. അയാൾ കിടപ്പു മുറിയിലേക്കു കടന്നു, വളരെക്കാലമായി പരിചയിച്ചുപോന്ന ആ കെട്ട നാറ്റം സ്വപ്നലോകത്തിൽ നിന്ന് നഗ്നയാഥാർത്ഥ്യത്തിലേക്ക് അയാളെ തള്ളിയിട്ടു. 'ഞാൻ അങ്ങയെ ഗാഢഗാഢം ചുംബിക്കുന്നു.' ഹോഫൽ വൈക്കോൽ നിറച്ച തന്റെ കിടക്കയിലേക്കു കയറി കീറിത്തുടങ്ങിയ പുത പ്പെടുത്തു മൂടിപ്പുതച്ചു.

മൂന്നുവരിയിൽ ബങ്കുകൾ ഇട്ടിട്ടുള്ള ആ മുറിയിലെ കിടപ്പുകാർ ഉറക്കം പിടിക്കാൻ കുറെയേറെ നേരം എടുക്കും, അമേരിക്കക്കാർ റൊമാജിനടുത്തുവെച്ച് റൈൻനദി കടന്നിരിക്കുന്നു എന്ന കൗതുക കരമായ വാർത്ത വികാരങ്ങൾക്ക് ചൂട് പകർന്നിരുന്നു. ആ പിറുപിറുക്കൽ ശ്രവിച്ചുകൊണ്ട് കിടന്നു ഹോഫൽ. അടുത്തു കിടന്നിരുന്ന ആൾ ഉറങ്ങിക്കഴിഞ്ഞിരുന്നു. അയാളുടെ നേരിയ കൂർക്കംവലി ചുറ്റും പരന്നിരുന്ന ആവേശത്തിമർപ്പിനു കടകവിരുദ്ധമായിരുന്നു. അമേരിക്ക ക്കാർ റൈൻനദി കടന്നാൽ അധികം താമസിയാതെ തന്നെ 'ടൂറിൻജിയ' യിൽ എത്തും. അതിന് അധികം സമയമൊന്നും വേണ്ട. അതിന്? ഏതിന്? എന്തിനാണ് അധികസമയം വേണ്ടാത്തത്? ആ വാക്കിൽ എന്തോ ഒന്ന് ഒളിച്ചിരിക്കുന്നുണ്ട്. നിരവധി കാലത്തെ ആ സ്വാതന്ത്ര്യം, ആശകൾ, നൈരാശ്യങ്ങൾ എല്ലാം എല്ലാം ഞെക്കി ഞെരുക്കി ആ വാക്കിനകത്ത് ഒളിച്ചുവെച്ചിരിക്കുകയാണ്. അത്യപകടകരമായ ഒരു ഭാരം! ചെറിയതെങ്കിലും കനമേറിയ ആ വാക്ക് കൈത്തലത്തിൽ ഒരു കൈബോംബുപോലെ ഇരിക്കുകയാണ്. സമയമാകുമ്പോൾ......... ഹോഫ ലിന് ചുറ്റും പിറുപിറുക്കലും മന്ത്രിക്കലും മാത്രം. അയൽക്കാരൻ ശാന്ത മായി ഉറങ്ങുകയാണ്. ഹോഫലും ആലോചനയിൽ ലയിച്ചു. അധിക സമയമെടുക്കുകയില്ല, ആ മൂലയിലുള്ള കുട്ടി അപ്പോഴേക്കും ഒരുപക്ഷെ ........ഇപ്പോൾ യാന്ത്രികമായി മാത്രം അയാളുടെ ശ്രദ്ധയെ കവർന്നിരുന്ന ആ പിറുപിറുപ്പ് ഒരു താരാട്ടുപോലെ അയാളെ സുഖകരമായ ഒരു നിർവൃതിയിലേക്ക് നയിച്ചു. വിദൂരതയിൽനിന്നുള്ള ആ വേറെ ഒരാളുടെ കൈത്തലത്തിനുമാത്രം അരുളാൻ പറ്റിയ തരത്തിലുള്ള ഒരു നിർവൃതി. പെട്ടെന്ന് ഹോഫൽ കണ്ണുകൾ മുഴുവൻ തുറന്നു, ഒരു ഞെട്ടലോടെ തിരിഞ്ഞുകിടന്നു. വേണ്ട, വേണ്ട, വേണ്ട. അതു ദൂരെപോകട്ടെ. ദൂരെ .....ദൂരെ ആ കുട്ടി നാളെപ്പോകണം; നാളെയല്ലെങ്കിൽ മറ്റന്നാൾ!

# IV

സ്റ്റാൻഡർട്ടൺ ഫ്യൂഹറർ അലോയ്സ് ഷവാൾ എന്ന ക്യാമ്പ് കമാന്റർ, മറ്റ് രണ്ടു ക്യാമ്പ് ഫ്യൂഹറർമാരായ 'വിസാങ്ക്'ും ക്ലൂട്ടിക്കു മൊരുമിച്ച് അന്ന് സായാഹ്നത്തിൽ തന്റെ ഓഫീസിൽ ഇരിക്കുകയാ യിരുന്നു. അറുപതു കഴിഞ്ഞ തടിക്കാൻ സാധ്യതയുള്ള ഒരു കൊച്ചു മനുഷ്യനായിരുന്നു ഷവാൾ. വട്ടമുഖവും തൂങ്ങിക്കിടക്കുന്ന കീഴ്ത്താടി യുമുള്ള അയാൾക്ക് ഒരു ശീലമുണ്ടായിരുന്നു. സംസാരിക്കുമ്പോൾ എന്തെങ്കിലും മരസാമാനത്തിന്റെ ചുറ്റുമങ്ങനെ ലാത്തണം. ശ്രദ്ധാ പൂർവം ഉപകരണങ്ങളിട്ട് അലങ്കരിച്ചിരുന്ന ആ മുറിയുടെ ഒത്ത നടുക്കു തന്നെ വലിയ ഒരുമേശ ഇട്ടിരുന്നു, നല്ല പരിചയമുള്ള ഒരു അത്താഴാ നന്തര പ്രാസംഗികനാണെന്ന് തോന്നുന്നു കമാന്റർ.

ചെയ്യുന്ന പ്രസ്താവനകളെ തുടർന്ന് അയാൾ വൃത്താകൃതിയി ലുള്ള ആംഗ്യങ്ങൾ കാണിക്കും. ഇടയ്ക്കിടെ ശ്രദ്ധയാകർഷിക്കത്ത ക്കവിധത്തിൽ പ്രഭാഷണം നിർത്തും. അമേരിക്കക്കാർ റൈൻനദി കടന്നു എന്ന കഥ, അയാളെയും പ്രത്യേകിച്ച് ക്ലൂട്ടിക്കിനെയും വളരെ അസ്വസ്ഥ രാക്കിയിരുന്നു. ചിത്രപ്പണികൾ ചെയ്തിട്ടുള്ള വലിയ കോൺഫറൻസ് മേശയുടെ അപ്പുറത്തുള്ള സോഫമേൽ കാലുകൾ അകറ്റിവെച്ച് സ്റ്റാബാൻഫ്യൂഹറർ ഇരുന്നു. ഒഴിച്ചുകൂടാൻ വയ്യാത്ത 'ഫ്രഞ്ച് കോഗ്നാ ക്കി'ന്റെ ഒരു കുപ്പി മുൻപിലുണ്ട്. ഷവാളും ക്ലൂട്ടിക്കും തമ്മിലുള്ള ചൂടു പിടിച്ച വാദപ്രതിവാദം കേട്ടുകൊണ്ടിരിക്കുകയായിരുന്നു അയാൾ. വിസാങ്ക് ലക്കറ്റു കുടിച്ചിരുന്നു. നനഞ്ഞ കണ്ണുകൾകൊണ്ട് തന്റെ യജ മാനന്റെ ഓരോ ചലനവും പിൻതുടരുകയായിരുന്നു അയാൾ.

വരാൻ പോകുന്ന സംഭവത്തെ; റൈൻ കടന്നാലുണ്ടാകുന്ന സംഭവ വികാസങ്ങളെ മുൻകൂട്ടി കണ്ട ഷവാൾ വൈദ്യസഹായത്തിനുള്ള ഒരു പരിപാടി തയ്യാറാക്കി. തടവുകാരെ ഉൾക്കൊള്ളിച്ച ഒരു മെഡിക്കൽ സ്ക്വാഡ്, നിരന്തരമായ വ്യോമാക്രമണമോ, ക്യാമ്പിന്റെ നേരെ കയ്യേ റ്റമോ ഉണ്ടാകുകയാണെങ്കിൽ എസ് എസുകാരെ സഹായിക്കാൻ തയ്യാ റായിരിക്കണം. ഈ സ്ക്വാഡിന്റെ കാര്യമാണ് ഇപ്പോൾ വാദപ്രതിവാദ ത്തിനു കാരണമായിരിക്കുന്നത്. അത് ഒന്നിനൊന്നു കടുത്തു വരുകയാ യിരുന്നു. നീണ്ട കിഴങ്ങുപോലുള്ള മൂക്കോടുകൂടിയ വിളറി വിളർത്ത് എല്ലുപോലെയുള്ള ആ മുപ്പത്തിയഞ്ചുകാരൻ ക്ലൂട്ടിക്ക് മേശയുടെ മുമ്പിൽ നിൽക്കുകയായിരുന്നു. തടിച്ച കണ്ണടകൾക്കിടയിലൂടെ കാണുന്ന വീർത്ത കാഴ്ചകുറഞ്ഞ ആ കണ്ണുകൾ വിഷം വമിക്കുകയായിരുന്നു. ചില്ലുകളെ കുത്തിപ്പിളർക്കുന്ന തരത്തിലായിരുന്നു ആ നോട്ടം. അയാളും കമാന്ററും തമ്മിൽ അനുരഞ്ജനത്തിനതീതമായ വിധത്തിലുള്ള വൈരാഗ്യമുണ്ട്. ഈ അപകടം പിടിച്ച പ്രതിസന്ധിഘട്ടത്തിൽ അത് പൊട്ടിച്ചിതറിയിരി ക്കുകയാണ്. ഇപ്പോൾ ഷവാളിന്റെ നേർക്കു തനിക്കു യാതൊരുവക ബഹു മാനമില്ല എന്ന വസ്തുത അയാൾ ഒളിച്ചുവയ്ക്കാൻ മിനക്കെടാറില്ല. അഹന്ത നിറഞ്ഞ മൗനത്തോടെയാണ് അയാൾ കൽപ്പനകൾ സ്വീകരി

ക്കാറ്. എന്തെങ്കിലും കൽപ്പന അയാൾ അനുസരിച്ചിട്ടുണ്ടെങ്കിൽ അത് ഷവാളിന്റെ കമാന്റർ, സ്റ്റൻഡാർട്ടൻഫ്യൂഹറർ എന്ന ഉന്നതപദവി കളെ ഭയന്നു മാത്രമാണ്. തന്റെ ഈ സ്ഥാനംകൊണ്ട് മാത്രമാണ് ഷവാൾ ക്ലൂട്ടിക്കിനോട് എതിർത്തു നിന്നിരുന്നതും. ക്ലൂട്ടിക്കിന്റെ സാന്നിധ്യത്തിൽ അയാൾക്ക് തോന്നാറുള്ള അധമമനോഭാവം അയാളെ വല്ലാതെ അലട്ടാറുണ്ട്. ക്ലൂട്ടിക്കിന്റെ സാഹസിക ശീലത്തെ അയാൾ വെറുത്തു; അതേ സമയത്ത് തന്നെ ആ സാഹസികത്വത്തോട് അയാൾക്ക് അസൂയയും തോന്നി.

ഷവാൾ ഭീരുവും, ഒന്നുംതന്നെ തീർച്ചപ്പെടുത്താൻ ധൈര്യമില്ലാത്തവനും, ഒരു കാര്യത്തിലും ഒരു തീർച്ചയും മൂർച്ചയും കാണിക്കാത്തവനുമായിരുന്നു. പക്ഷെ നയജ്ഞതയുടെ കാര്യത്തിൽ താൻ ക്ലൂട്ടിക്കിനേക്കാൾ സമർഥനാണെന്ന ബോധം അയാൾക്കുണ്ടായിരുന്നു. ക്ലൂട്ടിക്ക് ഒരു ചെറിയ വ്യവസായശാലയുടെ ഉടമയായിരുന്നു. ദുർഗുണ പരിഹാര ശാലയിലെ മുപ്പതുകൊല്ലത്തെ സേവനംകൊണ്ട് ഷവാൾ ആർജിച്ച മെച്ചങ്ങൾ അവകാശപ്പെടാൻ പറ്റിയ പശ്ചാത്തലം ക്ലൂട്ടിക്കിനു ഉണ്ടായിരുന്നില്ല. ഷവാൾ ആ നിലയിൽ ഒരു ഇൻസ്പെക്ടർ വരെ ഉയർന്നു. കുടിച്ചുമറിയുമ്പോൾ പണ്ടത്തെ ജോലികളെ ആസ്പദിച്ചു, അവർ 'പിന്നൽ വിദഗ്ധൻ' എന്നും 'പേന തള്ളി' എന്നും അന്യോന്യം വിളിച്ചു കളിയാക്കാറുണ്ടായിരുന്നു. ഈ പരിചയം, ഒരു ദിവസം അപകടപൂർണമായ വൈരാഗ്യമായി മൂക്കുമെന്ന് ആരും വിചാരിച്ചിരുന്നുമില്ല. പക്ഷെ ഇന്നു വൈകുന്നേരം അതാണ് സംഭവിച്ചത്.

ആദ്യമാദ്യം മെഡിക്കൽ സ്ക്വാഡിന്റെ തിരഞ്ഞെടുപ്പിന്റെ കാര്യത്തിലാണ് കലഹം ആരംഭിച്ചത്. ദീർഘകാല തടവുകാരെ മാത്രമെടുക്കാനായിരുന്നു ഷവാളിന്റെ ഉദ്ദേശ്യം. ക്ലൂട്ടിക് അതിനെ എതിർത്തു. അതായിരുന്നു ബഹളത്തിന്റെ ആദ്യത്തെ പടി. കമാന്റർ എന്ന നിലയിൽ ഷവാൾ ആ പഴയ കച്ചവടക്കാരനു കുറെ വേദാന്തമോതിക്കൊടുത്തു.

"എന്റെ പ്രിയപ്പെട്ട മനുഷ്യാ, നിങ്ങൾക്ക് തീരെ ഇല്ലാതെ പോയത് ക്രാന്തദർശിത്വവും, മനുഷ്യരെ കുറിച്ചുള്ള അറിവുമാണ്. കമ്യൂണിസ്റ്റുകാരുടെ അച്ചടക്കത്തിൽ നിന്നാണ് നമുക്ക് മുതലെടുക്കേണ്ടത്. ഒരൊറ്റ ആൾ നമ്മുടെ കയ്യിൽനിന്ന് രക്ഷപ്പെടുകയില്ല. ബീജകോശംപോലെ അവർ ഒട്ടിയൊട്ടിയിരിക്കും."

ക്ലൂട്ടിക് തിളച്ചുമറിയാൻ ആരംഭിച്ചു. അയാളുടെ ഉത്തരങ്ങൾ കൂടുതൽ കടുത്തതായി. ഷവാൾ രഹസ്യമായി ഭയന്നിരുന്ന കുത്തിത്തുളക്കുന്ന തരത്തിലുള്ള ആ ശബ്ദം കൂടുതൽ രൂക്ഷമായി. തന്റെ പഴയ ലാവണത്തിലെ ഡയറക്ടറുടെ ഒച്ചയുടെ ഛായയുണ്ടായിരുന്നു അതിന്.

"ഈ സാഹചര്യത്തിൽ കമ്യൂണിസ്റ്റുകാരെ ഉപയോഗിക്കുന്നത് ആപൽക്കരമായിരിക്കുമെന്ന യാഥാർഥ്യത്തിലേക്ക് നിങ്ങളുടെ ശ്രദ്ധയെ ആകർഷിക്കാതിരിക്കാൻ നിവൃത്തിയില്ല. നിങ്ങൾക്കു മറ്റ് തടവുകാരുടെ സേവനം ആവശ്യപ്പെടാമല്ലോ."

"ബാ ബാ ബാ ബാ" എന്നു ആക്രോശിച്ച് ഷവാൾ എഴുന്നേറ്റു. അയാൾ ക്ലൂട്ടിക്കിന്റെ അടുത്തുചെന്നു. ചുമലുകൾ പിന്നോക്കം ആഞ്ഞ്

കുടവയർ മുമ്പിലേക്കുതള്ളി നിന്നുകൊണ്ട് ഗർജ്ജിച്ചു. "ഉം. മറ്റ് തടവുകാർ! ക്രിമിനൽ പുള്ളികൾ! മുരത്ത തെമ്മാടികൾ!"

"ഈ ക്യാമ്പിൽ രഹസ്യമായ ഒരു കമ്യൂണിസ്റ്റ് സംഘടനയുണ്ട്."

"അവർക്ക് എന്തു ചെയ്യുവാനൊക്കും?" ഷവാൾ വീണ്ടും മേശയുടെ ചുറ്റും നടക്കാനാരംഭിച്ചു.

"ഈ ക്യാമ്പിൽ രഹസ്യമായ ഒരു റേഡിയോ ട്രാൻസ്മിറ്റർ ഉണ്ട്." അപ്രതീക്ഷിതമായി ക്ലൂട്ടിക് മേശക്കരികെ എത്തി ഷവാളിന്റെ വിഹാരം തടഞ്ഞു.

കമാന്ററർ ഉദാസീനനായ ഒരു മേലാവിന്റെ ഭാഗമഭിനയിച്ചു. ക്ലൂട്ടിക്കിന്റെ യൂണിഫോറത്തിന്റെ ഒരു ബട്ടണിന്മേൽ തിരുപ്പിടിച്ചുകൊണ്ടയാൾ പറഞ്ഞു. "നിങ്ങൾ പറയുന്ന ആ ട്രാൻസ്മിറ്ററിൽ ഞാനൊരു ഡയറക്ഷൻ ഫൈൻഡർ ഉപയോഗിച്ചിരുന്നു; ഫലമോ യാതൊന്നുമില്ല. ഹെർഫോപ്റ്റസ്റ്റംഫ്യൂഹറർ, വെറുതെ ധൈര്യം കൈവിടാതിരിക്കണം."

"ഹെർ കമാന്ററർ, ഞാൻ നിങ്ങളുടെ ധീരതയെ അഭിനന്ദിക്കുന്നു."

അന്യോന്യം അളക്കുന്ന മട്ടിൽ വിരക്തമായ കണ്ണുകൾകൊണ്ട് ഉഴിഞ്ഞുനോക്കിക്കൊണ്ടവർ അങ്ങനെനിന്നു. തന്റെ നെഞ്ച് ഉറഞ്ഞു കട്ടിയാവുന്നതുപോലെ തോന്നി ഷവാളിന് നിയന്ത്രണം തീരെ കൈവിട്ട് അയാൾ അലറി. "ഞാൻ നിങ്ങളെപ്പോലെ ചിതറിത്തെറിക്കാനൊന്നും പോകുന്നില്ല. ഞാനൊരു കൽപ്പന കൊടുക്കുകയാണെങ്കിൽ അരമണിക്കൂറിനകം ഈ ക്യാമ്പിലെ സർവരും വെടിയുണ്ടകൾക്കിരയാകും മനസിലായോ? ക്യാമ്പു മുഴുവൻ—നിങ്ങളുടെ ആ കമ്യൂണിസ്റ്റ് സംഘടനയടക്കം.......'

ക്ലൂട്ടിക്കിന്റെ ആത്മനിയന്ത്രണവും ശക്തിയും അതിന്റെ നെല്ലിപ്പടിയിൽ എത്തി. എല്ലുന്തിയ മുഖത്തുനിന്ന് രക്തമയമെല്ലാം വിടവാങ്ങി. അയാൾ ഷവാളിന്റെ നേരെ ആർത്തട്ടഹസിക്കുന്നതുകണ്ട് ഭീതിതനായ വിസാങ്ക് ചാടിയെഴുന്നേറ്റ് രണ്ടുപേരുടേയും നടുവിൽ ചെന്നു നിന്നു, ക്ലൂട്ടിക്കിനെ ബലമായി പിടിച്ചു മാറ്റാൻ ശ്രമിച്ചു. "സാരമില്ല ക്ലൂട്ടിക്ക് വിട്ടുകളയൂ......"

"മാറിനിൽക്കട കഴുതെ" എന്ന് പുച്ഛത്തോടെ അലറിക്കൊണ്ടു ക്ലൂട്ടിക്ക് സ്റ്റംബാൻഫ്യൂരറെ തള്ളിമാറ്റി. അയാൾ വീണ്ടും ഷവാളിന്റെ നേരെ തിരിഞ്ഞു ആക്രോശിച്ചു. "ഒരുപക്ഷെ അവരുടെ കയ്യിൽ ആയുധങ്ങളും ഉണ്ടായിരിക്കും. നിങ്ങൾ അതിനെ കുറിച്ച് യാതൊന്നും ചെയ്യുന്നില്ല. ഒരുപക്ഷേ ഇതിനകം അമേരിക്കക്കാരുമായി അവർ ഇടപെട്ടിട്ടുണ്ടായിരിക്കും. ഞാൻ നിങ്ങളുടെ കൽപ്പന കേൾക്കാൻ ഭാവമില്ല."

വിസാങ്ക് വീണ്ടും ഇടപെട്ടു. "അതിന് നിങ്ങൾക്കല്ലല്ലോ കൽപ്പനകൾ കിട്ടുന്നത്. കൽപ്പനകൾ ലഭിക്കാത്തത് റീനിബോത്തിനല്ലേ."

പക്ഷെ കോപക്കലികൊണ്ട് തുള്ളിനിൽക്കുന്ന ക്ലൂട്ടിക്ക് വീണ്ടും അയാളുടെ നേരെ ചീറി, "ഒന്നു മിണ്ടാതിരിക്കെടാ അവിടെ."

"ഹോപ്റ്റശ്ചാർഫ്യൂഹറർ" വിറയ്ക്കുന്ന കവിളുകളോടെ ഷവാൾ മുക്രയിട്ടു.

"ഞാൻ ഒരു കൽപ്പനയും അനുസരിക്കുകയില്ല."

"ഇപ്പോൾ ഞാനാണ് ഇവിടത്തെ കമാന്ററർ."

"ഒരു ഷ........."

അയാൾ പെട്ടെന്നു നിർത്തി. വെട്ടിത്തിരിഞ്ഞു വിസാങ്ക് ഇരുന്ന ആ സോഫമേൽ ചെന്നിരുന്നു.

ക്ലൂട്ടിക്കിനെപ്പോലെ തന്നെ പൊടുന്നനെ ഷവാളും ബോധവാനായി. എളിയിൽ കൈകുത്തി, കോൺഫറൻസ് മേശയുടെ സമീപം ചെന്നു നിന്ന് അയാൾ ആരാഞ്ഞു. "അപ്പോൾ നിങ്ങൾ എന്താണ് പറയാൻ ആഞ്ഞത്."

ക്ലൂട്ടിക്ക് അനങ്ങിയില്ല. തലയുംതാഴ്ത്തി കൈകൾ മുട്ടിന്മേൽ പരത്തിവെച്ച് അയാൾ ഒരേ ഇരുപ്പ് ഇരുന്നു. ഇത്ര വലിയ ബഹളത്തിനു ശേഷം എന്തെങ്കിലും മറുപടി കിട്ടുമെന്ന് അയാൾ പ്രതീക്ഷിച്ചിരിക്കുകയില്ല. അയാൾ മുക്കിൽവെച്ചിരുന്ന അലമാരിയെ സമീപിച്ച് ഏതാനും ഗ്ലാസുകൾ എടുത്ത് കോൺഫറൻസ് മേശപ്പുറത്തുകൊണ്ടുവെച്ച് അതെല്ലാം നിറച്ചു. "ഇതാ ഇതൊക്കെ മറന്നുകളയൂ."

അയാൾ അത്യാർത്തിയോടെ തന്റെ ഗ്ലാസ് ഒഴിച്ചു; കോഗ്നാക്ക് ഗ്ലാസ് എടുത്തു വിസാങ്ക് ക്ലൂട്ടിക്കിനെ പ്രേരിപ്പിച്ചു. "ഇതാ കുറച്ചുകുടിക്കൂ; നന്നായിരിക്കും."

മനസില്ലാമനസോടെ സ്റ്റംബാൻഫ്യൂഹറ്റിൽനിന്നും ഗ്ലാസ് വാങ്ങി; എന്തോ മരുന്നു കഴിക്കുന്നതുപോലെ അയാൾ അതു വലിച്ചുകുടിച്ചു. വീണ്ടും കോപത്തോടെ മുന്നിലേക്ക് നോക്കിക്കൊണ്ടിരുന്നു. കഴിഞ്ഞ കാര്യങ്ങളെ കുറിച്ചവർ ഖേദിക്കുകയായിരുന്നില്ല. ശാന്തത മാനസികമായ അലസതയ്ക്കു വഴിവെച്ചു കൊടുത്തപോലെ തോന്നി. ഷവാൾ ഒരു സിഗരറ്റ് എടുത്തു കത്തിച്ചു ചാരുകസേരയിലേക്ക് ചാഞ്ഞു. പുകവലിക്കുന്നതിനിടയിൽ അയാൾ ദീർഘമായി ശ്വാസം വിട്ടു. ക്ലൂട്ടിക്ക് നേരെ മുമ്പിലേക്കുതന്നെ നോക്കിക്കൊണ്ടിരുന്നു. വിസാങ്കിന്റെ വിരസമായ മുഖത്ത് യാതൊരു വികാരങ്ങളുടെയും ലക്ഷണങ്ങൾ കാണാനുണ്ടായിരുന്നില്ല.

ഷവാൾ അവരെ രണ്ടുപേരേയും മാറി മാറി നോക്കി കടുത്ത തമാശയിൽ പറഞ്ഞു.

"ശരി മാന്യരെ! കളികഴിഞ്ഞു."

ക്ലൂട്ടിക്ക് മേശപ്പുറത്ത് മുഷ്ടിചുരുട്ടി ഇടിച്ചു ഭ്രാന്തു പിടിച്ചവനെപ്പോലെ ചീറി. "ഇല്ല." അയാൾ തന്റെ കീഴ്ത്താടി നീട്ടിപ്പിടിച്ചു.

ക്ലൂട്ടിക്കിന്റെ അന്തഃക്ഷോഭം ഷവാളിനു തികച്ചും മനസിലായി. സിഗറ്റ് വലിച്ചെറിഞ്ഞു അയാൾ നീണ്ടുനിവർന്നുനിന്നു. തനിക്കാണ് ജയം എന്നൊരുഭാവവും അയാളിൽ പ്രകടമായി. ഡസ്കിന്റെ പിന്നിൽ മരച്ചട്ടയിട്ട വലിയ ഒരു ഭൂപടം വെച്ചിരുന്നു. ഷവാൾ അതിനെ സമീപിച്ചു ഒരു അഭിജ്ഞന്റെ ദൃഷ്ടിയോടെ അതിനെ ഒന്ന് ഉഴിഞ്ഞു നോക്കി. പിന്നീട് അയാൾ നിറമുള്ള മൊട്ടുസൂചികൾ ഒന്നുതട്ടി. "ഇതാ, ഇതാണ് സമരമുഖത്തിന്റെ ഛായ. ഇവിടെ, ഇവിടെ, ഇവിടെ" അയാൾ കൈകൾ മലർത്തി ഡസ്കി

ന്മേൽ ചാരിനിന്നുകൊണ്ടു ചോദിച്ചു. "എന്താ അങ്ങനെയല്ലെന്നുണ്ടോ?"

വിസാങ്കും ക്ലൂട്ടിക്കും മിണ്ടാതിരുന്നു. എളിയിൽ കൈകുത്തിക്കൊണ്ട് ഷവാൾ തുടർന്നു. "നാലാഴ്ചകൾക്കകത്ത് സ്ഥിതിഗതികൾ എങ്ങനെയാകും? അല്ലെങ്കിൽ എട്ട് ആഴ്ചകൾക്കകത്ത്! അല്ലെങ്കിൽ മൂന്നാഴ്ചകൾക്കകം?" ഭൂപടത്തിന്മേൽ മുഷ്ടി ചുരുട്ടി ഇടിച്ചാണ് അയാൾ ഉത്തരം പറഞ്ഞത്. ബർലിനിൽ, ഡ്രെസ്ഡനിൽ, വീമാറിൽ! മരംകൊണ്ടുള്ള ചട്ട ഉറക്കെ ശബ്ദിച്ചു. ഷവാളിനു തൃപ്തിയായി. തന്റെ വാക്കുകളുടെ പ്രത്യാഘാതം അയാൾ കണ്ടു; ക്ലൂട്ടിക്കിന്റെ താടിയെല്ലുകളുടെ ചലനത്തിൽ, വിസാങ്കിന്റെ മഠയത്തരം ദ്യോതിപ്പിക്കുന്ന നിസഹായമായ ശ്വാനനയനങ്ങളിൽ. ഒരു ജനറലിനെപ്പോലെ അയാൾ കോൺഫറൻസ് മേശയുടെ അടുക്കലേക്ക് നീങ്ങി, പ്രാധാന്യത്തോടെ തുടർന്നു.

"മാന്യരെ, ഇനിയുമുണ്ടോ നിങ്ങൾക്ക് വല്ല വിഭ്രാന്തിയും?" അയാൾ ഇരുന്നു. "കിഴക്കുഭാഗത്തു ബോൾഷേവിക്കുകൾ പടിഞ്ഞാറുഭാഗത്ത് അമേരിക്കക്കാർ, നാം നടുക്കും; എന്താ, അങ്ങനെയല്ലേ! "ഹോപ്റ്റശ്ചാർ ഫ്യൂഹറർ, ഒന്നു നല്ലപോലെ ആലോചിച്ചുനോക്കൂ. ആരും നമ്മുടെ പിന്നാലെ ചൂളംവിളിച്ചുകൊണ്ടുവരുന്നില്ല. നമ്മുടെ തൊലിക്കുവേണ്ടി ആരും മിനക്കെടുന്നുമില്ല, അല്ല, ഒരുപക്ഷേ ഊറക്കിടാൻ ഉപയോഗിക്കുമായിരിക്കും."

പെട്ടെന്ന് വിസാങ്ക് കൈത്തോക്ക് മേശപ്പുറത്തേക്കിട്ടുകൊണ്ട് ചിണുങ്ങി "എന്നെ ആരും പിടിക്കാൻ പോകുന്നില്ല; എന്റെ കൈവശം ഇതുണ്ടാകും."

തന്റെ ആയുധം വളച്ച മട്ടിൽ, തിരിച്ചെടുക്കുന്ന ആ ബവേറിയക്കാരൻ കരുവാന്റെ വീരപരാക്രമം ഷവാൾ അമ്പേ അവഗണിച്ചു. അയാൾ നെഞ്ചിൽ കൈകെട്ടിക്കൊണ്ടു പറഞ്ഞു. "നാം തനിച്ചേ ഉള്ളൂ. ആകാവുന്നിടത്തോളം ഒരു കൈ നോക്കണം."

ക്ലൂട്ടിക്ക് ചാടിയെഴുന്നേറ്റു. "എനിക്കിപ്പോൾ നിങ്ങളെ തികച്ചും മനസിലായി." വീണ്ടും അയാളെ ബോധക്കേട് ബാധിച്ചു. "നിങ്ങൾ അമേരിക്കക്കാരുടെ പിന്നാലെ വാലാട്ടിക്കൊണ്ടു നടക്കണം. നിങ്ങൾ, നിങ്ങൾ, ശുദ്ധ ഭീരുവാണ്."

ഷവാൾ വെറുപ്പോടെ കൈകൊണ്ട് ആംഗ്യംകാട്ടി സംസാരം തടഞ്ഞു. "ഇത്ര വലിയ ഗമയിലൊന്നും സംസാരിക്കരുതെ! ധൈര്യമുണ്ടെങ്കിലും ഇല്ലെങ്കിലും, എന്താണ് നമുക്ക് ചെയ്യുവാൻ സാധിക്കുക. നമുക്ക് സ്വന്തം രക്ഷ നോക്കണം. അതുതന്നെ ഹെർഹോപ്റ്റശ്ചാർ ഫ്യൂഹറർ! ഇതിനൊക്കെ ആവശ്യം തലച്ചോറാണ്; തലച്ചോറ്! നയതന്ത്രജ്ഞത, അനുനയത്വം."

തന്റെ കൈത്തോക്ക് എടുത്തു ഉള്ളംകയ്യിൽ വെച്ചുകൊണ്ടയാൾ പറഞ്ഞു. "ഇതിനി അങ്ങനെ ആവശ്യാനുസരണം വഴങ്ങുകയില്ല."

ക്ലൂട്ടിക്കും തന്റെ പോക്കറ്റിൽ നിന്ന് സ്വന്തം തോക്ക് വലിച്ചെടുത്ത് അത് ആഞ്ഞുവീശിക്കൊണ്ട് പറഞ്ഞു. "പക്ഷേ ഇതിന് ഉദ്ദിഷ്ടഫലം നൽകാനുള്ള ശക്തിയുണ്ട്. ഹെർ കമാന്ററർ ശക്തിയുണ്ട്!"

വീണ്ടും ഒരു സമരത്തിനവർ ഒരുമ്പെടുമോ എന്നു ഭയമായി. വിസാങ്ക് അവരുടെ ഇടയിൽ കയറിനിന്നു. "ഏയ് വീണ്ടും സ്നേഹിതരാവണം! അന്യോന്യം വെടിവെച്ചു കളയല്ലേ."

"നീ ആരെയാണ് വെടിവയ്ക്കാൻ പോകുന്നത്." ഷവാൾ തികഞ്ഞ പുച്ഛത്തോടെ ചീറി.

"അവരെയെല്ലാവരേയും" ഭ്രാന്തുപിടിച്ചപോലെ അങ്ങോട്ടും ഇങ്ങോട്ടും നടന്നുകൊണ്ട് ക്ലൂട്ടിക് ഉഴറി, നിരാശയോടെ വീണ്ടും സോഫയിൽ കയറിയിരുന്നു, അയാൾ കൈകൊണ്ട് തന്റെ ഉള്ളുകുറഞ്ഞ തലമുടി തടവി.

ഷവാൾ പരിഹാസത്തോടെ പറഞ്ഞു. "ഉം, വീരപരാക്രമങ്ങളെല്ലാം അവസാനിച്ചു. ഞാൻ അത് അംഗീകരിക്കുന്നു."

എന്തൊക്കെയായാലും പിറ്റേദിവസം കാലത്ത് തന്നെ മെഡിക്കൽ സ്ക്വാഡിനെ കുറിച്ചുള്ള കമാന്ററുടെ കൽപ്പന ക്ലൂട്ടിക് എത്തേണ്ടിടത്ത് എത്തിച്ചു. ക്യാമ്പിന്റെ പ്രവേശനദ്വാരത്തിന്റെ ഒരു ഭാഗത്താണ് ഇരുപത്തിയഞ്ചുവയസുപോലും തികയാത്ത ഹോപ്റ്റ്ഷ്വാർഫ്യൂററുടെ ഓഫീസ്. ശ്രദ്ധാപൂർവം പരിരക്ഷിക്കുന്ന റീനിബോത്തിന്റെ ആകാരം ക്ലൂട്ടിക്കിന്റേതിൽനിന്നു വിഭിന്നമായിരുന്നു. ഗർവിഷ്ഠനായ ആ യുവാവ് സുന്ദരമായ തന്റെ ആകാരവടിവിൽ തികച്ചും അഭിമാനംകൊണ്ടിരുന്നു. രോമശകലമില്ലാതെ പൗഡർ പൂശിയപോലെ മിനുസമാർന്ന ആ കവിൾത്തടങ്ങളിലെയും തൊലിയുടെയും ആരക്തികദ്യുതി അയാളെ മികച്ച ഒരാരാധനാവിഗ്രഹമാക്കിയിരുന്നു. എന്നിരുന്നാലും ഒരു സാധാരണ ബിയർ വാറ്റുകാരന്റെ വെറും സാധാരണക്കാരൻ മകൻ മാത്രമായിരുന്നു അയാൾ.

മുട്ടുകൾമടക്കി മേശയുടെ വക്കിൽകൊള്ളിച്ചു കസേരയിൽ ചാരിയിരുന്നു വളരെ ഉദാസീതയോടെയാണ് അയാൾ ആ കൽപ്പന സ്വീക രിച്ചത്. "മെഡിക്കൽ സ്ക്വാഡ്, അതൊരു രസം പിടിച്ച ആശയമാണല്ലോ." അയാൾ പരമമായ പുച്ഛത്തോടെ ചുണ്ടുകൾ കോട്ടി. "ആ വലിയ ചെന്നായയെകുറിച്ച് ആർക്കോ വല്ലാത്ത ഭയം കയറിയിട്ടുണ്ടെന്നു തോന്നുന്നുവല്ലോ."

ക്ലൂട്ടിക് ഒന്നും പറയാതെ റേഡിയോവിന്റെ അടുത്തേക്കു നടന്നു. കൈകൾ എളിയിൽകുത്തി കാലുകൾ അകറ്റി അയാൾ അതിന്റെ മുന്നിൽ ചെന്നുനിന്നപ്പോൾ വാർത്തകളുടെ പ്രക്ഷേപണം ഒഴുകിവരുകയായിരുന്നു. "........ശത്രുക്കളുടെ പീരങ്കികളിൽനിന്നുള്ള കനത്ത ആഘാതമേറ്റ്, റൈൻ നദിയുടെ താഴെ ഭാഗത്തെ സമരം ചിന്നിച്ചിതറിയിരിക്കുന്നു ......... 'മെയിൻസി'ൽ ഉണ്ടായിരുന്ന പട്ടാളവിഭാഗത്തെ റൈൻനദിയുടെ വലത്തെ കരയിലേക്കു പിൻവലിച്ചിരിക്കുകയാണ്........."

കുറെ നേരമായി റീനിബോത്ത് ക്ലൂട്ടിക്കിനെ തന്നെ നോക്കി നിൽക്കാൻ തുടങ്ങിയിട്ട്. അയാളുടെ ഉള്ളിൽ നടക്കുന്നതെന്താണെന്ന് ആ യുവാവിനു മനസിലായിരുന്നു. വരാൻ പോകുന്ന വിപത്തിനെകുറിച്ചുള്ള ഭയം ചപ്പടാച്ചികൾ കൊണ്ടയാൾ മറച്ചുവയ്ക്കാൻ ശ്രമിക്കുകയാണ്. "ഏതായാലും നിങ്ങൾക്ക് ഇംഗ്ലീഷു പഠിക്കാനുള്ള സമയമായി."

ശാശ്വതമായ ഗർവ് നിറഞ്ഞ ആ മന്ദഹാസം ഇപ്പോൾ വായയുടെ കോണിൽ ഒരു വക്രരേഖയായി ഒതുങ്ങിനിന്നു. ക്ലൂട്ടിക് ആ പരിഹാസം മനസിലാക്കിയില്ല. അയാൾ ദേഷ്യത്തോടെ മുരണ്ടു: "അവരോ? നമ്മളോ."

"ഓ, നമ്മളുതന്നെ" റീനിബോത്ത് മറുപടി പറഞ്ഞു. അയാൾ ഭംഗിയേറിയ ലാഘവത്തോടെ റൂളുവടി മേശപ്പുറത്തേക്കിട്ട് എഴുന്നേറ്റുനിന്നു. നിശ്ശബ്ദമായി അന്യോന്യം നോക്കി നിൽക്കുന്ന അവർ തങ്ങളുടെ വികാരങ്ങളെ ഒളിക്കാൻ ശ്രമിക്കുകയായിരുന്നു.

ക്ലൂട്ടിക് ഉദ്ധതനായി. "അങ്ങനെ നമുക്ക് പോകേണ്ടിവരുകയാണെങ്കിൽ........." അയാൾ മുഷ്ടി ചുരുട്ടി വാക്കുകൾ പല്ലുകൾക്കിടയിലൂടെ ഞെങ്ങി ഞെരുങ്ങിയാണ് പുറത്തേക്കു വന്നത്. "ഞാൻ ഒരൊറ്റ എലിയെപ്പോലും ജീവനോടെ ഇട്ടേക്കുകയില്ല......."

റീനിബോത്തിന് ഈ വക എടുത്തുചാട്ടങ്ങളെല്ലാം പരിചിതമായിരുന്നു. എങ്ങനെയാണ് ക്ലൂട്ടിക്കിനെ അളക്കേണ്ടതെന്നും അയാൾക്കറിയാമായിരുന്നു. ദുരഭിമാനത്തിന്റെ കൂടാണ് ആ മനുഷ്യൻ. നിറഞ്ഞ പുച്ഛത്തോടെ റീനിബോത്ത് തുടർന്നു. "നേരത്തെ തുടങ്ങിയില്ലെങ്കിൽ സമയം അതിക്രമിച്ചു പോയേക്കും. നമ്മുടെ നയതന്ത്രവിശാരദൻ ഇപ്പോൾ തന്നെ കെണി തുറന്നു കുറേശ്ശ എലികളെ പുറത്തേക്ക് വിട്ടു തുടങ്ങിയിരിക്കുന്നു.........."

"കഴുത", ക്ലൂട്ടിക് വായുവിൽ കൈ ആഞ്ഞു വീശി. "എങ്ങിനെ നമുക്ക് അറിയാനൊക്കും......ഇപ്പോൾതന്നെ ആ മുരത്ത കള്ളൻ അമേരിക്കക്കാരുമായി ഇടപാടുകൾ തുടങ്ങിക്കാണും. മുഴുവൻ ആയുധങ്ങൾ നൽകാൻ അവർക്ക് സാധിക്കും." നേരിയ സംഭ്രമത്തോടെ അയാൾ തുടർന്നു. "എങ്ങനെയായാലും അവർ അമ്പതിനായിരം പേരുണ്ട്."

റീനിബോത്ത് ഗർവോടെ കൈ വീശി "ഉം, പ്രാകാരത്തിൽനിന്ന് രണ്ടു ചുറ്റു വെടിവെയ്ക്കുക—അപ്പോൾ—വിദൂഷകന്മാർ ഉം....."

"പക്ഷെ അമേരിക്കക്കാർ പാരച്യൂട്ടു ഭടന്മാരെ ഇറക്കിയാലോ? അപ്പോൾ നാം എന്തു ചെയ്യും?"

റീനിബോത്ത് ചുമൽ കുലുക്കി, "അപ്പോൾ ഇവിടത്തെ തമാശ കഴിഞ്ഞു എന്നു തന്നെ ഞാൻ വിചാരിക്കും." അയാൾ തികഞ്ഞ ഉദാസീനതയോടെ പറഞ്ഞു. "പക്ഷെ ഞാൻ അപ്പോഴേക്കും സ്പെയിനിൽ എത്തിയിരിക്കും."

"നീയൊരു വൻചതിയൻ നായിന്റെ മോൻ തന്നെ." ക്ലൂട്ടിക് പരിഹാസത്തോടെ കാറിത്തുപ്പി. "പക്ഷെ നിന്റെ തോൽ മാത്രമല്ലല്ലോ ഇവിടെ അപകടത്തിൽ പെടുന്നത്." ഒപ്പത്തിനൊപ്പം റീനിബോത്ത് പറഞ്ഞു. 'അതുശരി, നിന്റേതുമുണ്ട്."

റീനിബോത്ത്, ക്ലൂട്ടിക്കിന്റെ മുഖത്ത് നോക്കി ഇളിച്ചു. "പിന്നെ സ്റ്റംബാൻഫ്യൂഹററോ, അല്ലെങ്കിൽ ഇവിടത്തെ കമാന്ററർ തന്നെയോ ആകാനുള്ള തന്റെ പൂതിയുണ്ടല്ലോ..... പൂതി." സങ്കൽപ്പത്തിലുള്ള ഒരു കോവണിയിന്മേൽകയറുന്നതുപോലെ വായുവിലൂടെ മുകളിലേക്കു

ആഞ്ഞു ഗോഷ്ടി കാണിച്ചു. "അതെല്ലാം അവസാനിച്ചു ആഡ്‌ലീ" അയാൾ പാടി. "ഉം. സാരമില്ല, ഞാനും ഉണ്ട് നിന്റെ ഒപ്പംനിന്ന് വ്യസനിക്കാൻ."

ഇത്ര പുച്ഛത്തോടെ നിരുത്തരവാദപരമായി തന്റെ പരിപാടികൾ തുറന്നടിച്ചതിൽ ക്ലൂട്ടിക്കിന്റെ അരിശം തിളച്ചുപൊങ്ങി. ശൂന്യതയിലേക്ക് തുറിച്ചുനോക്കിക്കൊണ്ടയാൾ കസേരയിൽ ഇരിപ്പുറപ്പിച്ചു. വാസ്തവത്തിൽ എല്ലാം കഴിഞ്ഞു. ഇനി ഇവിടെയുള്ളവരിൽനിന്ന് തടിതപ്പുക മാത്രമേ ചെയ്യാനുള്ളൂ. ക്രോധാവേശത്തോടെ സ്ഥലത്തില്ലാത്ത കമാന്ററെ അയാൾ പിരാകി. "കുരുത്തംകെട്ട കഴുത! അവനു നല്ല പോലെ അറിയാം. ക്യാമ്പിലെ തെമ്മാടികൾ എല്ലാം സംഘടിച്ചിരിക്കുകയാണ്. അവറ്റയിൽനിന്ന് ഒരു ഡസനെ പിടിച്ചു തട്ടിക്കളയുന്നതിനു പകരം........"

"പക്ഷെ പ്രശ്നം ശരിയായവരെ പിടികിട്ടുമോ എന്നതാണ്" റീനിബോത്ത് പ്രസ്താവിച്ചു. അതല്ലെങ്കിൽ എന്റെ കുട്ടി! അത് ഭയങ്കരമായ കുഴപ്പത്തിൽ കലാശിക്കും. ആദ്യത്തെ വെട്ടിൽ ശരിക്കുള്ളവർ തന്നെ വീഴണം! സംഘത്തിലെ തലവൻ ശരിക്കും തലച്ചോറു തന്നെ."

"ക്രാമർ" പെട്ടെന്നു ക്ലൂട്ടിക് പറഞ്ഞു.

"അതെ ഒരാൾ; പിന്നെ ആരെല്ലാം?"

ഒരു സിഗരറ്റ് കൊളുത്തി വളരെ ലാഘവത്തോടെ മേശയുടെ മൂലയിൽ കയറിയിരുന്നു അയാൾ. ഉദാസീനതയോടെ വലതുകാൽ ആട്ടി. ക്ലൂട്ടിക് ക്രൂരമായി ചീറി. "ഞാൻ ആ തന്തയില്ലാത്തവനെ പിടിച്ചു അകത്തു കയറ്റി ചെറുനാരങ്ങപോലെ ഞെക്കിപ്പിഴിയും; ചെറുനാരങ്ങ പോലെ."

റീനിബോത്ത് അഹങ്കാരത്തോടെ ചിരിച്ചു.

"ഹേയ് അതു തീരെ ഋജുവായിപ്പോയി, ഹെർക്യാമ്പ് ഫ്യൂഹറർ തീരെ, തീരെ ഋജുവായിപ്പോയല്ലോ. ആദ്യമായി, ക്രാമർ ഒരൊറ്റ അക്ഷരം മിണ്ടില്ല. ഒരു സ്വരംപോലും നിങ്ങൾക്ക് അയാളിൽനിന്ന് കിട്ടാൻ പോകുന്നില്ല. പിന്നെ രണ്ടാമതായി, ക്രാമറെപ്പിടിച്ച് അഴിക്കകത്താക്കുക. എന്നാൽ മറ്റുള്ളവർക്ക് ആവശ്യമായ മുൻകരുതൽ നൽകുക എന്നാണ് അർഥം."

ഇനി "ആ ചങ്ങാതിയെ നല്ലപോലെ സൂക്ഷിച്ചുകൊള്ളു, അയാളിൽനിന്ന് ഒരു ചുക്കും കിട്ടുകയില്ലെന്ന് നിങ്ങൾക്ക് മനസിലാകും." ഉച്ചഭാഷിണിയുടെ സമീപത്തേക്കു നടക്കുമ്പോൾ അയാൾ പറയുന്നുണ്ടായിരുന്നു.

അയാൾ ഉച്ചഭാഷിണി പ്രവർത്തിപ്പിച്ചു. "ഉടനടി ക്യാമ്പ് സീനിയർ ക്രാമർ റിപ്പോർട്ട് ചെയ്യണം. വേഗം."

അയാളുടെ ഈ കൽപ്പന, ക്യാമ്പിലെ മറ്റ് ഉച്ചഭാഷിണികളിലൂടെ മുഴങ്ങുമ്പോൾ ക്രാമർ ഹോഫലൊന്നിച്ച് കലവറമുറിയിൽ ഇരിക്കുകയായിരുന്നു. സ്വീലിങ്ങ് എത്തിയിരുന്നില്ല. പതുക്കെ സംസാരിച്ചുകൊണ്ട് അവർ ജനവാതിൽക്കലേക്കു നീങ്ങി "ആൻഡ്രീ, നാളെ ഒരു കൂട്ടർ പുറത്ത് പോകുന്നു. എന്താണ് വേണ്ടതെന്ന് അറിയാമല്ലോ......"

ഹോഫൽ ഒന്നും മിണ്ടാതെ തലയാട്ടി. പ്രഖ്യാപനം ആവർത്തിക്കപ്പെട്ടു. "ക്യാമ്പ് സീനിയർ ക്രാമർ ഉടനടി റിപ്പോർട്ടു ഫ്യൂഹററെ സമീപിക്കണം."

വെറുപ്പ് ഉളവാക്കുന്നവിധത്തിൽ ശബ്ദം കൂട്ടുന്ന ആ ഉച്ചഭാഷിണിയെ ക്രാമർ തുറിച്ചുനോക്കി. ഹോഫൽ ചുണ്ടുകൾ കൂട്ടിക്കടിച്ചു.

കസേരമേൽ കൂനിക്കൂടിയിരിക്കുകയായിരുന്നു ക്ലൂട്ടിക്. റീനിബോത്ത് ദേഷ്യത്തോടെ അയാളുടെ കൈത്തണ്ടമേൽ പിടിച്ചു കുലുക്കി. "ഒന്ന് നേരെയിരിക്കൂ. നമ്മുടെ പുതിയ വിജയം നിങ്ങളെ എങ്ങനെ ബാധിക്കുന്നു എന്ന്, വരുന്നവഴി ഒറ്റ നോട്ടത്തിൽ അയാൾക്ക് മനസിലാക്കി കൊടുക്കണമോ?"

അനുസരണയോടെ ക്ലൂട്ടിക് എഴുന്നേറ്റ് ജാക്കറ്റ് വലിച്ച് ബൽട്ടിന്റെ അടിയിലിട്ട് ഉഷാറായി.

അൽപ്പനിമിഷങ്ങൾകഴിഞ്ഞപ്പോൾ ക്രാമർ മുറിയിലെത്തി. ഒരൊറ്റ നോട്ടത്തിൽ അയാൾ സംഗതികൾ മനസിലാക്കി. തന്നെ തികഞ്ഞ അവിശ്വാസത്തോടെ നോക്കിക്കൊണ്ട് ക്ലൂട്ടിക് ചുമരിൽ ചാരി നിൽക്കുകയാണ്. വക്രബുദ്ധിയായ ആ യുവാവ് ഡസ്കിന്റെ പിന്നിലുള്ള കസേരയിൽ ഇരിക്കുകയല്ല, ഏതാണ്ട് ചാരിക്കിടക്കുകയാണ്. 'ശ്രദ്ധിച്ചു കേൾക്കു; ഞങ്ങൾക്ക് നിങ്ങളോട് ഒരു പുതിയ കാര്യം പറയാനുണ്ട്. ഗർവ്വ് നിറഞ്ഞ, അലസത ഓളംവെട്ടുന്ന ആ സ്വരം ക്രാമർക്ക് പരിചിതമായി രുന്നു. റീനിബോത്ത് യാതൊരു ധൃതിയും കാണിക്കാതെ, പതുക്കെ എഴുന്നേറ്റു കൈകൾ ട്രൗസറിന്റെ പോക്കറ്റിൽത്തിരുകി അവിടെ ഉലാത്താൻ തുടങ്ങി. കമാന്ററുടെ കൽപ്പന വളരെ കേവലമായേ താൻ പറയൂ എന്നയാൾ തീരുമാനിച്ചിരുന്നു. റീനിബോത്തിന്റെ പ്രത്യക്ഷമായ അലസിത വിലസിത ഭാവവും; ക്ലൂട്ടിക്ക് നിൽക്കുന്ന ഭാഗത്തുനിന്ന് തന്റെ നേരെ ഉദ്ഗമിക്കുന്ന തീക്ഷ്ണമായ നോട്ടവും കൂടെയായപ്പോൾ ക്രാമർക്ക് മനസിലായി, അസാധാരണമായ ചില സംഭവവികാസങ്ങൾ ഉണ്ടായിട്ടുണ്ടെന്ന്. തന്റെ ബൂട്ട്സ് നിലത്തിട്ട് അടിച്ച് കാൽ നീട്ടി വെച്ചിട്ട് ഗർവിഷ്ഠനായ ആ ചെറുപ്പക്കാരൻ പറഞ്ഞു. "പതിനാറു തടവുകാരെ, പതിനാറു ദീർഘകാല രാഷ്ട്രീയത്തടവുകാരെ ഒരു മെഡിക്കൽ സ്ക്വാഡിലേക്കു വേണ്ടി സന്നദ്ധമാക്കണം." വായുവിനോടു സംസാരിക്കുന്നപോലെ. നടത്തം നിർത്താതെ ഉദാസീനമായി ആ യുവാവ് വിവരിച്ചുതുടങ്ങി. "വ്യോമാക്രമണ മുന്നറിയിപ്പു ലഭിക്കുമ്പോൾ മെഡിക്കൽ സ്ക്വാഡ് ഏറ്റവും അറ്റത്തുള്ള കാവൽമേഖലയുടെ പുറത്തേക്ക് നീങ്ങണം.' ക്രാമർക്ക് രക്തം ഉറഞ്ഞപോലെ തോന്നി. പക്ഷെ തന്റെ മനസിലൂടെ പാഞ്ഞുനടക്കുന്ന ചിന്താശതങ്ങളുടെ ഒരു നേരിയ രേഖപോലും ആത്മനിയന്ത്രണം സാധിച്ച ക്രാമറുടെ മുഖത്തു കാണാമായിരുന്നില്ല. പതിനാറ് നല്ല സഖാക്കൾ അങ്ങ് അറ്റത്തെ കാവൽ മേഖലയ്ക്കപ്പുറത്തു....

ക്ലൂട്ടിക്ക് ശക്തിയെടുത്ത് ചുമരിന്റെ അടുക്കൽനിന്ന് അകന്നുമാറി, ക്രാമറുടെ മുമ്പിൽച്ചെന്ന് ഞെളിഞ്ഞുനിന്ന് അയാളുടെ നേരെ നോക്കി ചീറി. "തടവുകാർ യാതൊരു കാവലുമില്ലാതെയാണ് പോകുക; മനസിലായോ?"

തന്റെ വേവലാതി മറച്ചു പിടിക്കാൻ ക്രാമർക്ക് വളരെയേറെ പാടു പെടേണ്ടിവന്നു. അമർത്തിപ്പിടിച്ച പല്ലുകൾക്കിടയിലൂടെ അയാൾ വീണ്ടും ചീറി. “വെട്ടിക്കാൻ വല്ല പരിപാടിയും കണ്ടിട്ടുണ്ടെങ്കിൽ.....അതങ്ങു മറന്നുകളഞ്ഞേക്കൂ. ഞങ്ങൾ നിങ്ങളെ നോക്കുന്നുണ്ടായിരിക്കും.” ഈ ‘നോക്കൽ’ എങ്ങനെയാണ് പ്രയോഗിക്കേണ്ടതെന്ന് അയാൾക്കു തന്നെ നിശ്ചയമുണ്ടായിരുന്നില്ല. അവർ ഒന്നും മിണ്ടാതെ അന്യോന്യം നോക്കി നിന്നു. ക്ലൂട്ടിക്കിന്റെ കുത്തിപ്പിളർക്കുന്ന തരത്തിലുള്ള വൈരാഗ്യം നിറഞ്ഞ നോട്ടം. തികഞ്ഞ ശാന്തതയോടെയാണു ക്രാമർ സ്വീകരിച്ചത്. പെട്ടെന്ന യാൾ സന്തോഷിച്ചു. വിജയസാധ്യത തെളിഞ്ഞു കണ്ടു. കണ്ണടയ്ക്കു ള്ളിലെ ചുകന്ന, മങ്ങിയ ആ കണ്ണുകളുടെ അടിയിൽ അയാൾ കണ്ടത് ഭയം ആയിരുന്നു. ക്ലൂട്ടിക്കിന്റെ കോപം കൂടിക്കൂടിവന്നു. പുറത്തേക്കു കാണുന്നപോലെ ശാന്തനായിരുന്നില്ല ക്രാമറും. ഏതെങ്കിലും പോംവഴി കണ്ടുപിടിക്കാനുള്ള പരിപാടികളായിരുന്നു ആ തലയ്ക്കകത്ത് ഏതു സമയത്തും. ക്ലൂട്ടിക്ക് തന്റെ ആത്മനിയന്ത്രണം കൈ വിട്ടേക്കുമെന്ന് റീനി ബോത്ത് ഭയപ്പെട്ടു. അയാളെ തടുക്കാൻ റീനിബോത്ത് ഒരു ശ്രമം നടത്തി.

“നാളെ കാലത്ത് ആ പതിനാറുപേരെ എന്റെ മുമ്പിൽ ഹാജരാക്കണം.”

ക്രാമറുടെ പിന്നിൽനിന്നാണ് റീനിബോത്ത് പറഞ്ഞത് ക്രാമർ തിരിഞ്ഞുനിന്നു പറഞ്ഞു. “ശരി. സാർ.”

യുവാവ് ക്രാമറുടെ സമീപത്തുചെന്ന് അയാളുടെ ജാക്കറ്റിന്റെ മുൻഭാഗത്തു കടന്നു പിടിച്ചുകൊണ്ടലറി. “ആ കള്ളന്മാരിൽ ആരെങ്കിലും കടന്നു കളയുന്നപക്ഷം.....”

നയവഞ്ചനാത്മകമായി, ആപൽക്കരമായ സൗഹൃദത്തോടെ പതുക്കെ ചിരിച്ചുകൊണ്ടയാൾ തുടർന്നു: “നഷ്ടത്തിനെല്ലാം ഉത്തരം പറയേണ്ടിവരും. മനസിലാകുന്നുണ്ടോ?”

ക്രാമർക്ക് ഉത്തരം പറയാൻ സാധിക്കുന്നതിനു മുമ്പുതന്നെ ക്ലൂട്ടിക്ക് അയാളുടെ മുമ്പിലെത്തി മുറുമുറുത്തു. “ക്യാമ്പു മുഴുവനും......”

“ശരി സാർ”

ക്രാമറിന്റെ അനുസരണയോടുകൂടിയുള്ള സമ്മതം മൂളൽമൂലം ക്ലൂട്ടിക്കിന് ഒരു പിടിവള്ളിയും കിട്ടാതായി. അതുകൊണ്ടയാൾ മുരണ്ടു.

“നിങ്ങൾക്കു ശരിക്കും മനസിലായോ എന്നാണ് ഞാൻ ചോദിക്കുന്നത്?”

“ഉവ്വ് സാർ.”

പൊട്ടിത്തെറിക്കാനായിരുന്നു ക്ലൂട്ടിക്കിന്റെ മോഹം. പക്ഷെ ക്രാമറുടെ പ്രശാന്തത അയാളെ ശ്വാസം മുട്ടിച്ചു. “കടന്നുപോകൂ പുറത്ത്” എന്ന് കൂവാനേ അയാൾക്ക് സാധിച്ചുള്ളൂ. ക്രാമർ വാതിലിന്റെ അടുത്തു എത്തിയപ്പോഴേക്കും ആത്മനിയന്ത്രണം തീരെ കൈവിട്ട ക്ലൂട്ടിക് ഗർജിച്ചു. “നിൽക്കവിടെ.” അത്ഭുതത്തോടെ തിരിഞ്ഞുനിന്ന ക്രാമറെ സമീപിച്ചു കൊണ്ട് ക്ലൂട്ടിക്ക് കൗശലത്തോടെ ചോദിച്ചു. “ഒരു കാലത്ത് നിങ്ങൾ ഒരു ഉദ്യോഗസ്ഥനായിരുന്നു അല്ലേ?”

എന്താണ് ഇയാളുടെ ഉദ്ദേശ്യമെന്ന് വിസ്മയിച്ചുകൊണ്ടു ക്രാമർ മറുപടി പറഞ്ഞു.

"അതെ, സാർ."

"കമ്യൂണിസ്റ്റ്?"

"അതേ, സാർ."

ക്രാമറുടെ ഏറ്റുപറച്ചിൽ കേട്ട ക്ലൂട്ടിക് ഞെട്ടി.

"നീയൊരു....നീയൊരു.....അതുപോലെയല്ലേ പറയുന്നത്."

ദൃഷ്ടിഗോചരമല്ലാത്ത ഒരു മന്ദസ്മേരം ക്രാമറുടെ ചുണ്ടിൽ ഒളിവീശി.

"അതുകൊണ്ടാണല്ലോ ഞാൻ ഇവിടെ......"

"അല്ല", കടുത്ത സ്വരത്തിൽ ക്ലൂട്ടിക് പറഞ്ഞു. അയാൾ സ്വബോധം വീണ്ടെടുത്തിരുന്നു." 'അല്ല; ഗൂഢാലോചനക്കാരെ സംഘടിപ്പിക്കാതിരിക്കാൻ; ക്യാമ്പിൽ ചെയ്തതുപോലെ രഹസ്യസംഘടനകൾ തട്ടിപ്പടുക്കാതിരിക്കാനാണ്; നിങ്ങളെ ഇവിടെ ഇട്ടിരിക്കുന്നത്." ക്ലൂട്ടിക് ക്രാമറുടെ കണ്ണുകളിലേക്ക് തറച്ചുനോക്കി. കാൽ മടമ്പു നിലത്തുകുത്തി മെല്ലെ മെല്ലെ ആടിക്കൊണ്ട് യുവാവ് തൊട്ടു പിന്നിൽതന്നെ നിൽപ്പാണ്. യൂണിഫാറത്തിന്റെ ബട്ടൺ നിരയിലായിരുന്നു അയാളുടെ തള്ളവിരൽ.

"രഹസ്യസംഘടനയോ!" ക്ലൂട്ടിക്കിന്റെ തറച്ചനോട്ടത്തിനു മുമ്പിൽ അൽപ്പംപോലും പതറാതെ ക്രാമർ ഉറച്ചുനിന്നു. എന്തെങ്കിലും ഇവർക്ക് പിടികിട്ടിയിരിക്കുമോ? പെട്ടെന്നയാൾക്ക് മനസിലായി, ക്ലൂട്ടിക് വെറുതെ പരീക്ഷിച്ചുനോക്കുകയാണെന്ന്. "അപ്പോൾ ഇതാണ് സംഗതി അല്ലെ? ഉം നിങ്ങൾ അപ്പോൾ എന്നെ ഒരു സംഘടനാവിദഗ്ധനായാണ് എണ്ണുന്നത്! അല്ലെ? ഹൗ, നിങ്ങൾക്ക് തെറ്റി," തന്റെ വിരിഞ്ഞപുറം കാട്ടി, താൻ ബോച്ചൗവിനെ ഇവരിൽനിന്നു മറയ്ക്കുകയാണെന്ന ബോധം അയാളിൽ ഉദിച്ചു. തികഞ്ഞ നിസ്സംഗതയോടെ ക്രാമർ പറഞ്ഞു, "ഹെർഹോപ്റ്റ ഷ്വാർഫ്യൂഹറർ താങ്കൾ തന്നെയാണല്ലോ, ഈ സംഘടനകൾ ആരംഭിച്ചത്."

അന്തമില്ലാതെ അമ്പരന്ന ക്ലൂട്ടിക്കിന് "എന്ത്........ " എന്നൊരു ശബ്ദം പുറപ്പെടുവിക്കാനേ സാധിച്ചുള്ളൂ. റീനിബോത്ത് ഒരടി കൂടെ മുന്നോട്ടുവെച്ചുകൊണ്ട് ചോദിച്ചു.

"എന്താണ് നിങ്ങൾ പറയുന്നത്?"

തന്റെ ധീരമായ തിരിച്ചടിയുടെ ഗുണമിപ്പോൾ ക്രാമർക്ക് തികച്ചും മനസിലായി. അത് കൂടുതൽ സജീവമാക്കാനയാൾ തീരുമാനിച്ചു. "ഇതിൽ യാതൊരു രഹസ്യവുമില്ലല്ലോ, ക്യാമ്പ്, തടവുകാരുടെ സ്വയംഭരണത്തിൽ കീഴിലാണ്. ക്യാമ്പ് നേതാവിന്റെ എല്ലാ കൽപ്പനകളും ഞങ്ങൾ അക്ഷരംപ്രതി നിറവേറ്റുന്നുമുണ്ട്."

പരിഹാസത്തോടെ ചിരിച്ചുകൊണ്ടു നിൽക്കുന്ന റീനിബോത്തിനെ അപേക്ഷാഭാവത്തിൽ ക്ലൂട്ടിക് നോക്കി. അയാൾക്ക് അതിലെ തമാശ രസിച്ചമട്ടിലാണ്. ഈ ഭാവഭേദം ക്ലൂട്ടിക്കിനെ കൂടുതൽ രോഷാന്ധനാക്കി. ക്രാമറിനെ ശകാരിക്കാനൊരുമ്പെട്ടു അയാൾ.

"അതു ശരി, നിങ്ങൾ എല്ലാ സ്ഥാനത്തും സ്വന്തം ആൾക്കാരെതന്നെ നിയമിച്ചു, അല്ലേ?"

"മര്യാദക്കാരും വിവേകശാലികളുമായ തടവുകാരെ ഭരണഭാരം ഏൽപ്പിക്കണമെന്നായിരുന്നു ക്യാമ്പ് നേതാവിന്റെ കൽപ്പന."

"കമ്യൂണിസ്റ്റുകാരെ തന്നെ വേണമെന്നായിരുന്നുവോ?"

യാതൊരു പരിഭവവുമില്ലാതെ ക്രാമർ പറഞ്ഞു. "ഓരോ തടവുകാരനേയും നേതാവിന്റെ മുമ്പിൽ ഹാജരാക്കി അദ്ദേഹത്തെകൊണ്ട് അംഗീകരിപ്പിച്ചതാണല്ലോ."

ക്ലൂട്ടിക്കിനു ഒരു വിധത്തിലും ക്രാമറുടെ അടുത്തെത്താൻ സാധ്യമായില്ല. അയാൾ ദേഷ്യത്തോടെ മുറിയിൽ അങ്ങോട്ടും ഇങ്ങോട്ടും ഓടിച്ചാടി നടന്നുകൊണ്ട് ആക്രോശിച്ചു.

"എല്ലാം കൊള്ളക്കാരും തെമ്മാടികളും കള്ളന്മാരും തന്നെ; എല്ലാം, എല്ലാം......."

ക്രാമർ നിശ്ചലനായി നിന്നു. ക്ലൂട്ടിക്കിന്റെ രോഷാഗ്നി സ്വയം കെട്ടടങ്ങാൻ നിശ്ശബ്ദനായി കാത്തുനിൽക്കുകയായിരുന്നു അയാൾ. ക്ലൂട്ടിക് വീണ്ടും അയാളെ സമീപിച്ച് കൈകൊണ്ട് ആംഗ്യങ്ങൾ കാണിച്ചുകൊണ്ടു ഗർജിച്ചു തുടങ്ങി. "ഞങ്ങൾക്ക് എല്ലാം അറിയാം. ഞങ്ങൾ കഴുതകളാണെന്നൊന്നും ധരിക്കേണ്ട!"

റീനിബോത്ത് ക്രാമറുടേയും തുള്ളിവിറയ്ക്കുന്ന ക്ലൂട്ടിക്കിന്റെയും ഇടയിൽ ചെന്നുനിന്നു. "പിരിച്ചുവിട്ടിരിക്കുന്നു" അയാൾ അനുനാസികാസ്വരത്തിൽ ജ്വലിച്ചു.

ക്രാമറുടെ പിന്നിലായി അടഞ്ഞ വാതിലിന്റെ നേർക്കു വാണം പോലെ ചീറി പാഞ്ഞു. ക്ലൂട്ടിക് അലറി. "ആ നായ ..... ഞാൻ ...... അവനെ......."

മേശമേൽ ചാരിനിന്ന് റീനിബോത്ത് കടുത്ത പുച്ഛത്തോടെ മൊഴിഞ്ഞു. "ഞാനപ്പോഴും പറഞ്ഞതാണല്ലോ, നിങ്ങൾക്ക് അയാളിൽ നിന്ന് ഒരു ചുക്കും കിട്ടാൻ പോകുന്നില്ലെന്ന്." ക്ലൂട്ടിക് ആ മുറിയിൽ അങ്ങനെ അമർത്തി ചവുട്ടി നടന്നു.

"എനിക്കറിയില്ലേ? അവൻ ഈ മെഡിക്കൽ സ്ക്വാഡ് എന്ന സാധനത്തിലേക്ക് ഏതു തരക്കാരെയെല്ലാം പെറുക്കിക്കൊണ്ടുവരുമെന്ന്." മുഷ്ടി ചുരുട്ടി വായുവിൽ വീശിയെറിഞ്ഞുകൊണ്ട് അയാൾ പറഞ്ഞു. "എനിക്ക് അവന്റെ ചെകിടത്ത് ഒന്നു കൊടുക്കാനാണ് തോന്നിയത്. ആ നായയെ വെടിവയ്ക്കണം."

റീനിബോത്ത് മേശയിൽനിന്ന് വേർപെട്ടുനിന്നു. "പക്ഷെ ഹെർ ക്യാമ്പ് ഫ്യൂഹറർ നിങ്ങൾ ഏതുകാര്യവും തെറ്റായ വഴിയിലൂടെയാണ് ചെയ്യുക. അയാളുടെ നേർക്ക് എന്തിനാണ് നിങ്ങൾ ഇങ്ങനെ കുരച്ചു ചാടിയത്? അയാൾക്ക് നേരത്തെതന്നെ കള്ളി തിരിഞ്ഞു കഴിഞ്ഞിരുന്നു."

ക്ലൂട്ടിക് അരിശം ചൊടിച്ച് വീണ്ടും നടത്തം തുടർന്നു. "ആ നായ

മനസിലാക്കിക്കോട്ടെ! നാം അവന്റെ പിന്നിൽ എത്തിക്കഴിഞ്ഞിരിക്കുന്നു. എന്നവൻ അറിഞ്ഞോട്ടെ."

"തെറ്റ്."

ഒരു ഞെട്ടലോടെ തിരിഞ്ഞുനിന്ന് ക്ലൂട്ടിക് റീനിബോത്തിനെ തുറിച്ചുനോക്കി. അയാളുടെ കോപം മുഴുവനും ഇപ്പോൾ ആ ചെറുപ്പക്കാരന്റെ നേർക്കായി.

"ഈ ചപ്പുചവറുകളോട് എങ്ങനെ പെരുമാറണമെന്ന് എന്നെ ഉപദേശിക്കാൻ ഉദ്ദേശിക്കുകയാണോ നിങ്ങൾ?"

പരിഹാസം നിറഞ്ഞ ഈ സ്വരം റീനിബോത്തിൽ യാതൊരു മാറ്റവും ഉണ്ടാക്കിയില്ല. അയാൾ വേറെ ഒരു സിഗരറ്റുകൂടി കൊളുത്തി മോന്തായത്തിലേക്ക് പുക വിട്ടുകൊണ്ടിരുന്നു.

"ബോൾഷേവിക്കുകാർക്ക് ഒരു രഹസ്യസംഘടനയുണ്ട്. സമ്മതിച്ചു. ക്രാമറാണ് അതിന്റെ തലവൻ, അതും സമ്മതിച്ചു....." അയാൾ ഞെളിഞ്ഞ് ക്ലൂട്ടിക്കിന്റെ സമീപത്തേക്ക് നടന്നു.

"ഹോപ്റ്റഷ്ചാർഫ്യൂഹറർ, ഇതൊന്നു ശ്രദ്ധിച്ചുകേൾക്കൂ. നമ്മുടെ രണ്ടുപേരുടേയും അറിവിനായി മാത്രം. ഹെർ ക്യാമ്പ് ഫ്യൂഹറർ, നമ്മുടെ ഹെർ നയതന്ത്രജ്ഞന്റെ കൽപ്പനകൾ നമ്മുടെ രണ്ടുപേരുടേയും രുചിക്ക് ഒത്തതല്ല. എന്താ ശരിയല്ലേ? അയാൾ എലികളെ പുറത്തേക്ക് വിട്ടാൽ, നമുക്ക് ചുമ്മാ കൂടടയ്ക്കുകയേ ഗതിയുള്ളൂ നമുക്കാവശ്യം തലയാണ്."

'ഒരൊറ്റ കാച്ചിന് നമുക്ക് അത് അടർത്തിയെടുക്കണം.'

തലകൊണ്ട് ക്യാമ്പിനെ ചൂണ്ടിക്കാണിച്ചുകൊണ്ടയാൾ തുടർന്നു. "അവിടെ ഉള്ളവരെല്ലാം ബോൾഷെവിക്കുകാരല്ല. നമുക്ക് അവരുടെ ഇടയിലേക്ക് ഒരു നായാട്ടുനായയെ വിടണം. സൗഹൃദമുഖമുള്ള ഒരു നിരുപദ്രവിയെ. പക്ഷെ അതിനു നല്ല വിവേചനക്ഷമമായ മൂക്കുണ്ടായിരിക്കണം. എല്ലാം മണത്തറിഞ്ഞു കൊണ്ടുവരണമയാൾ. ആളെ പിടിക്കണം."

ഉപജാപകന്റേതായ, കൗശലം നിറഞ്ഞ ഒരു ചിരി റീനിബോത്ത് ക്ലൂട്ടിക്കിനു സമ്മാനിച്ചു. ഈ ആശയം അവിടെ ഒരു കൊച്ചുപ്രകാശം പരത്തി.

"പെട്ടെന്ന് എവിടെനിന്നു കിട്ടും അങ്ങനെ ഒരുവനെ?" ആത്മവിശ്വാസത്തോടെ റീനിബോത്ത് പറഞ്ഞു.

"അതൊക്കെ എനിക്കു വിട്ടുതന്നേക്കൂ; ഞാൻ ശരിപ്പെടുത്തിക്കോളാം."

റീനിബോത്ത് തന്നേക്കാൾ സമർഥനാണെന്ന് ക്ലൂട്ടിക്കിനു സമ്മതിക്കേണ്ടിവന്നു. അയാൾ ചിരിച്ചു.

"താൻ ഒരു നായിന്റെ മോൻ തന്നെയാണല്ലോ......"

ചിരിച്ചുകൊണ്ട് റീനിബോത്ത് അതൊരു അഭിനന്ദനമായി അംഗീകരിച്ചു. "എങ്ങനെയായാലും നമ്മളും നയതന്ത്രജ്ഞൻ തന്നെയാണേ....."

# V

ജങ്കോവ്സ്കിയെ പാർപ്പിച്ചിരുന്ന കൊച്ചു ക്യാമ്പിലെ പന്തിയിൽ കോലാഹലം അതിന്റെ പാരമ്യതയിൽ എത്തി. ഒരു ഭീമാകാരമായ അണ്ഡാവിൽനിന്ന് കയിൽകൊണ്ട് സൂപ്പ് പകർന്നുകൊടുത്ത പരിചാരകന്റെ ചുറ്റും കട്ടകൂടി നിൽക്കുകയായിരുന്നു തടവുകാർ. ഓരോ സമയത്തു പല ഭാഷകളിലും അവർ അട്ടഹസിക്കുകയും കൂക്കിവിളിക്കുകയും വർത്തമാനം പറയുകയും ചെയ്തിരുന്നു. പഴയ അന്തേവാസികൾ വിശന്നു പൊരിഞ്ഞ തടവുകാരെ പാത്രത്തിന്റെ അടുക്കൽ നിന്നു തള്ളിമാറ്റി. ഒരുവൻ മറ്റൊരുവനെ തിക്കിത്തിരക്കുമ്പോൾ ബ്ലോക്ക് സീനിയർ എല്ലാവരുടെ നേർക്കും ചീറിയടുക്കുന്നുണ്ടായിരുന്നു. അത്യാർത്തി പിടിച്ച ഈ പരിഷക്കിടയിൽ ക്രമവും സമാധാനവും സ്ഥാപിക്കാൻ അയാൾ ആവർത്തിച്ചാവർത്തിച്ച് ശ്രമിച്ചു.

“അങ്ങോട്ട് മാറി നിൽക്കിൻ! കഴുതകളെ കുറച്ചങ്ങോട്ട് മാറി നിൽക്കുവിൻ! നായിന്റെ മക്കളെ! ഒരു വരിയായി നിൽക്കുവിൻ!”

ആർക്കും അയാൾ പറഞ്ഞതു മനസിലായില്ല. ആരുമതു ഗൗനിച്ചതുമില്ല. പിന്നോക്കം തള്ളിമാറ്റപ്പെട്ടവരെല്ലാം വീണ്ടും അണ്ഡാവിന്റെ അടുക്കൽ അടിഞ്ഞുകൂടി. പുതിയതായി വന്നവർ പാത്രം കൈയിലുള്ളവരെ കാത്തുനിന്നു. അയാൾ കിട്ടിയ സാധനം സ്പൂൺകൊണ്ട് കോരിക്കുടിക്കുകയോ സ്പൂൺ കിട്ടിയില്ലെങ്കിൽ ചുമ്മാ മോന്തുകയോ ആയിരിക്കും ചെയ്യുന്നത്. അത് അവരുടെ വായിൽനിന്ന് പുറത്തേക്ക് ഒഴുകി കുപ്പായമെല്ലാം ചീത്തയാക്കി, അവസാനത്തെ തുള്ളി വലിച്ചെടുക്കുന്നതിനു മുമ്പുതന്നെ നിരവധി കൈകൾ ആ പാത്രത്തിന്മേൽ പിടികൂടി അതിനെ അങ്ങോട്ടും ഇങ്ങോട്ടും വലിച്ചു തുടങ്ങിയിരുന്നു. പെട്ടെന്ന് ഒരു വലിയ ശബ്ദത്തോടെ പാത്രം നിലത്തുവീണു. എല്ലാവരും അതിനുവേണ്ടി കുമ്പിട്ടുവെങ്കിലും അതു കയ്യിൽ കിട്ടിയ ഭാഗ്യവാൻ അതും കൊണ്ട്, കൂടിനിന്നവരുടെ ഇടയിൽകൂടി തിക്കി തിരക്കി അണ്ഡാവിന്റെ സമീപത്തേക്ക് നടന്നു. അവസാനത്തെ തുള്ളി കഴിക്കുന്നതും കാത്തിരിക്കുകയാണ് മറ്റുള്ളവർ, എന്നിട്ടുവേണം ആ പാത്രം അവർക്കു തട്ടിയെടു ക്കാൻ.

ആവലാതിയില്ലായിരുന്ന ഒരൊറ്റ വ്യക്തി ആ പരിചാരകനായിരുന്നു. മേലോട്ടുനോക്കാതെ, യാതൊരു പരിഭ്രമവുമില്ലാതെ അയാൾ കയിൽകൊണ്ട് സൂപ്പ് കോരിയൊഴിച്ചുകൊണ്ടിരുന്നു. കോലാഹലം വല്ലാതെ മൂക്കുമ്പോൾ അയാൾ തോളുകൊണ്ട് ആളുകളെ തട്ടിനീക്കി നിൽക്കാൻ ഇടം ഉണ്ടാക്കും.

പിപ്പിഗ്ഗ് അങ്ങോട്ടു കടന്നുചെന്നു, ബ്ലോക്ക് സീനിയർ—കൂർത്ത തലയുള്ള ആ കൊച്ചു മനുഷ്യൻ—നിസ്സഹായഭാവത്തിൽ കൈമലർത്തി. ബോധമുള്ള ഒരുത്തനെയെങ്കിലും കണ്ടുപിടിക്കാൻ സാധിച്ചതിൽ അയാൾ സന്തോഷിച്ചു. കർക്കശമായ സ്വരത്തിൽ അയാൾ പറഞ്ഞു.

“ഇതുതന്നെ കഥ. എല്ലാ ദിവസവും എന്നും ഒരുപോലെ തന്നെ. ആവശ്യത്തിനുമാത്രം പാത്രം ഉണ്ടെങ്കിൽ മതിയായിരുന്നു. ഇവറ്റകളെ മര്യാദ പഠിപ്പിക്കുവാൻ യാതൊരു വഴിയുമില്ല.”

“എല്ലാവരേയും അകത്തിട്ടുപൂട്ടൂ. പാത്രത്തിന്റെ കണക്കനുസരിച്ച് ആളുകളെ പുറത്തേക്കു വിട്ടാൽ മതി.” പിപ്പിഗ്ഗ് നിർദേശിച്ചു.

“എന്നാൽ അവർ അവിടെ കിടന്നു സിംഹങ്ങളെപ്പോലെ അലറും.”

വേറെ യാതൊരു നിർദേശവുമുണ്ടായിരുന്നില്ല പിപ്പിഗ്ഗിനു സമർപ്പിക്കുവാൻ. നീണ്ട തല നീട്ടി അയാൾ ആ കൂട്ടത്തിൽ അവിടവിടെ നോക്കിക്കൊണ്ടിരുന്നു.

“പുതിയതായി വന്നവരുടെ കൂട്ടത്തിൽ ഒരു ജങ്കോവ്സ്കിയുണ്ടോ?”

“ഉണ്ടായിരിക്കണം.”

ആ ഒച്ചയുടെയും ബഹളത്തിന്റെയും മീതെ കേൾക്കത്തക്കവിധത്തിൽ ബ്ലോക്ക് സീനിയർ അലറി. “ജങ്കോവ്സ്കി” പക്ഷെ പുറത്തേക്കു കേട്ടത് ഒരു കൊച്ചുശബ്ദം മാത്രം.

പിപ്പിഗ്ഗ് സ്വയം ആ പോളണ്ടുകാരനെ തിരയാൻ തുടങ്ങി. താടിയുടെ താഴെ കൈവച്ച് ഈ ദൃശ്യവും നോക്കി ഒരു മൂലയിൽ ഒഴിഞ്ഞുനിൽക്കുകയായിരുന്നു ജങ്കോവ്സ്കി, പിപ്പിഗ്ഗിനെ കണ്ടപ്പോൾ അയാളുടെ മുഖത്ത് ഒരു പരിചയഭാവം ഉദിച്ചു. അയാൾ ആ ജർമൻകാരന്റെ അടുത്തേക്ക് ഓടി.

“നിങ്ങളോ, നിങ്ങളോ, എവിടെ കുട്ടി?”

വിരൽ ചുണ്ടിലമർത്തി പിപ്പിഗ്ഗ് ശബ്ദിക്കരുതെന്ന് താക്കീതു നൽകി.

“എന്റെ കൂടെ വരൂ.” അയാൾ ജങ്കോവ്സ്കിയോട് ആംഗ്യം കാട്ടി.

യാത്രക്കാരുടെ പട്ടിക തയ്യാറാക്കിയിരുന്ന പ്രോളിന്റെ അടുത്തിരിക്കുകയായിരുന്നു ക്രാമർ.

ചെറിയ ക്യാമ്പിൽനിന്ന് ആയിരം തടവുകാരെ പുറത്തേക്ക് അയക്കേണ്ടതുണ്ട്. ബുച്ചവാൾഡിൽ കുറച്ചുകൂടി സൗകര്യം വേണം. ഓരോരോ ബ്ലോക്കിൽനിന്ന് സമാസമം എണ്ണമെടുത്ത് പ്രോൾ ആകെയുള്ള യാത്രക്കാരുടെ എണ്ണം ശരിക്കും തിട്ടപ്പെടുത്തിയിരുന്നു. ബ്ലോക്ക് സീനിയർമാർക്കും വേണമല്ലോ ഒട്ടു ശ്വാസം കഴിക്കാൻ സൗകര്യം. ഈ ഒഴിക്കൽമൂലം ജനപ്പെരുപ്പം വല്ലാതെ വർദ്ധിച്ചിരുന്ന പന്തികളിൽ കുറച്ചുകൂടി നിന്നു തിരിയാനുള്ള സ്ഥലം കിട്ടും.

ഓരോ വിഭാഗത്തിന്റെയും ഉള്ളടക്കം നിർണയിക്കാനുള്ള അധികാരം ബ്ലോക്ക് സീനിയർമാർക്കായിരുന്നു. ബ്ലോക്കു ക്ലാർക്കുമാരുടെയും പരിചാരകരുടെയും സഹായത്തോടെ അവരതു നിർവഹിച്ചു. സാധാരണ ഏറ്റവും ദുർബലരായവരെയാണ് യാത്രക്കുവേണ്ടി തെരഞ്ഞെടുക്കാറ്. ആത്മരക്ഷയുടെ ദയയറ്റ നിയമങ്ങൾ അതിന്റെ സുഖകരമല്ലാത്ത കർത്തവ്യങ്ങൾ നിറവേറ്റുകയായിരുന്നു.

രണ്ടു ക്യാമ്പ് സീനിയർമാരുടേയും ഇടയിൽ അസംതൃപ്തമായ ഒരു നിശബ്ദത പരന്നിരുന്നു. പ്രോൾ കൊടുത്ത യാത്രക്കാരുടെ പട്ടിക തലയും കുനിച്ചിരുന്നു പഠിക്കുകയായിരുന്നു ക്രാമർ. അയാൾ ഇരിക്കുന്ന മേശയുടെതൊട്ടടുത്തു തന്നെ പ്രോൾ നിന്നിരുന്നു. പുരികക്കൊടികൾക്കിടയിലൂടെ ക്രാമർ പ്രോളിനെ നോക്കി. വീർപ്പിച്ചമുഖം അയാളുടെ നെറ്റിയിൽ കുറെ വരകൾ സൃഷ്ടിച്ചിരുന്നു. ആരും ഒന്നുംതന്നെ മിണ്ടിയില്ല. എന്നാലും രണ്ടുപേരുടെ മനസിലും ഏതാണ്ട് ഒരേ തരത്തിലുള്ള ചിന്ത

കളായിരുന്നു. പ്രോളിന്റെ ചുണ്ടുകൾക്കിടയിൽ ഒളിച്ചിരുന്ന പരിഭ്രാന്ത മായ ഒരു ചിരി വിറയലോടെ പതുക്കെ പുറത്തേക്കു തലനീട്ടി.

"ഇനിയുമുണ്ട് ഒരായിരം. അവരെ എങ്ങോട്ടയക്കണമെന്ന് ദൈവ ത്തിനു മാത്രമറിയാം."

ക്രാമർ കീഴ്ചുണ്ട് കടിച്ചമർത്തി മേശപ്പുറത്തു ചുരുട്ടിവെച്ച കൈകളി ലേക്ക് തന്നെ നോക്കിയിരുന്നു. "ചിലപ്പോൾ എനിക്ക് തോന്നുന്നു" അയാൾ മൃദുസ്വരത്തിൽ പറഞ്ഞു. "നാം ഒരു നശിച്ച ക്രൂരവർഗമായി അധഃപതിച്ചിരിക്കുന്നു എന്ന് എനിക്ക് ചിലപ്പോൾ തോന്നുന്നു."

പ്രോളിന് മനസിലായെങ്കിലും അയാൾ വെറുതെ ചോദിച്ചു.

"നമ്മളോ, എന്താണ് ഇതിന്റെ അർഥം?"

"അതെ നാം തന്നെ." യാതൊരു കരുണയുമില്ലാതെ അത് പറഞ്ഞ് അയാൾ എഴുന്നേറ്റു. ജനവാതിൽക്കൽ ചെന്ന് ട്രൗസറിന്റെ പോക്കറ്റിൽ കൈ തിരുകി തടവുകാരെ നിർത്താറുള്ള വിസ്തൃതമായ മൈതാന ത്തിലേക്കു നോക്കിക്കൊണ്ടുനിന്നു. മീതെയായി നീണ്ടു നിമ്നമായ പടി പ്പുരയും അതിന്റെ ഗോപുരവും കാണാം. അതിന്റെ മോന്തായത്തിൽ ഭീമാ കാരങ്ങളായ ഒരു ഡസൻ പ്രസരണി ദീപങ്ങൾ സ്ഥാപിച്ചിരുന്നു. ക്യാമ്പു കാർ സായാഹ്നത്തിലും പ്രഭാതങ്ങളിലും അവിടെ സമ്മേളിക്കുമ്പോൾ മൈതാനത്തിലെ ഇരുളിലേക്ക് അടിക്കുന്ന അതിന്റെ കരുണയറ്റ ദീപ്തി അന്തേവാസികളുടെ പരിക്ഷീണമായ മുഖങ്ങളിൽ കുത്തിക്കീറാനെന്ന പോലെ വന്ന് അടിക്കാറുണ്ട്. പ്രാകാരത്തിന്റെ ചുറ്റുമുള്ള ഗാലറികളിൽ, മാർച്ചുമാസത്തിലെ മഞ്ഞണിഞ്ഞ ഈ പ്രഭാതത്തിൽ പാറാവുകാർ കാലു കൾക്ക് വ്യായാമം നൽകുകയായിരുന്നു. ക്യാമ്പിലേക്കുള്ള കവാടത്തിന്റെ വളഞ്ഞ കൈ മതിലിന്മേൽ ഒരു യന്ത്രത്തോക്കിന്റെ നീണ്ട മൂക്ക് കാണാം.

കവാത്ത് മൈതാനത്തിലൂടെ തടവുകാർ ഒറ്റയ്ക്കും ജോഡിയായും കൂട്ടമായും ഗേറ്റുകടന്നു അകത്തേക്കും പുറത്തേക്കും നടന്നിരുന്നു. തൊപ്പികൾ കയ്യിൽ എടുത്തു തികഞ്ഞ ഉഷാറോടെ അവർ ഓഫീസിന്റെ ജനവാതിൽക്കൽ ഹാജരായി. ഗേറ്റിന്റെ ചാർജ് വഹിച്ചിരുന്ന ഫ്യൂഹറർ അവരെയെല്ലാം പരിശോധിച്ചു. വീണ്ടും അയാൾക്ക് കോപം കയറിയ മട്ടിലാണ്. തടവുകാരുടെ നേർക്ക് ചീറുകയും അവരുടെ പുറത്തു ചവിട്ടു കയും കഴുത്തിൽ അമർത്തുകയും ചെയ്തു അയാൾ.

യാതൊരു വികാരവുമില്ലാതെ ക്രാമർ അതെല്ലാം നോക്കിക്കൊണ്ട് നിന്നു. തന്നെ പറഞ്ഞേൽപ്പിച്ചിരിക്കുന്ന കാര്യത്തെപ്പറ്റി, തന്റെ മനസിനെ ഏറ്റവുമധികം അലട്ടുന്ന ആ കർത്തവ്യത്തെ കുറിച്ചോർക്കുകയായി രുന്നു അയാൾ. ആ കുട്ടിയെ എന്തുചെയ്യണം? അപകടമോ! ഒരു കൊച്ചു പൈതലിനെക്കൊണ്ടോ! അസാധ്യം! തീർച്ചയായും ഹോഫലും ആ കുട്ടിയും തമ്മിൽ എന്തോ ബന്ധമുണ്ട്. അതൊന്നറിയാൻ സാധിച്ചിരുന്നു വെങ്കിൽ! ഒരുപക്ഷെ ആ കുട്ടി......ബോച്ചൗവിന്റെ ഒരു നശിച്ച രഹസ്യം.. .....യാതൊരു വിവരവും നൽകാതെ മനുഷ്യനെ അങ്ങനെ കൂരിരുട്ടിൽ ഉഴലാൻ വിട്ടിരിക്കുകയാണ്!

‘‘എന്നോടൊന്നും ചോദിക്കേണ്ട. ഞാൻ പറഞ്ഞതുപോലെ ചെയ്തോളൂ.’’

ക്രാമർ മുഖം വീർപ്പിച്ചു. ജനവാതിലിന്റെ അഴികളിൽ കൈവെച്ചു കൊണ്ട് നിൽക്കുകയായിരുന്നു അയാൾ. അയാൾ പെട്ടെന്ന് മുഷ്ടി ചുരുട്ടി ആ മരത്തിനെ ലക്ഷ്യമാക്കി ആഞ്ഞുവീശി.

‘‘നിങ്ങൾക്ക് എന്തുപറ്റി?’’ പിന്നിൽനിന്ന് പ്രോളിന്റെ ചോദ്യം ഉയർന്നു.

ക്രാമർ ഞെട്ടിത്തെറിച്ചു.

“ഏയ്, ഒന്നുമില്ല.” ക്രാമർ മറുപടി പറഞ്ഞു.

പ്രോളിന് അയാളെ സമാശ്വസിപ്പിക്കണമെന്നുണ്ടായിരുന്നു.

‘‘അവസാനത്തെ യാത്രാസംഘമായിരിക്കുമിത്......ഒരുപക്ഷെ ഇവരെ തന്നെ വഴിക്കുവെച്ച് അമേരിക്കക്കാർ തടഞ്ഞുനിർത്താനും മതി ......”ക്രാമർ നിശ്ശബ്ദനായി തലയാട്ടി, പട്ടിക പ്രോളിനുതന്നെ തിരിച്ചു കൊടുത്തു.

“ഞാൻ എന്താണെന്നോ പറയാൻ വന്നത്. ഇന്നലെ കൊണ്ടുവന്ന ആ കൂട്ടരുണ്ടല്ലോ, ആ പോളണ്ടുകാർ. ങേ! അവരേയും കൂടി ഈ സംഘ ത്തിൽ ഉൾപ്പെടുത്തണം.”

കലവറയിൽ, ആ ഗുമസ്തന്മാരുടെ ഓഫീസിൽ കമാന്റോവിലെ തടവുകാരെല്ലാം ജങ്കോവ്സ്കിയുടെ ചുറ്റുമായി ചടഞ്ഞുകൂടിയിരിക്കുക യായിരുന്നു. പിപ്പിഗ്ഗ് ഒരു കഷണം റൊട്ടി അയാളുടെ പോക്കറ്റിലേക്ക് ഇട്ടു. ആരും അറിയാതെ കൊച്ചു കൊച്ചു കഷ്ണമാക്കി പൊട്ടിച്ച് ഒരു കളവു ചെയ്യുന്ന അറപ്പോടെ ജങ്കോവ്സ്കി ആ റൊട്ടി സ്വന്തം വായിലേക്ക് ഇട്ടു. തന്റെ വിശപ്പിനെകുറിച്ച് അയാൾക്ക് നാണം തോന്നി. “ചങ്ങാതി, കടിച്ചു തന്നെ തിന്നോളു” പിപ്പിഗ്ഗ് അയാളെ പ്രോത്സാഹിപ്പിച്ചു. “ഇന്നു നമുക്ക് ഇറച്ചി കുറുമയും മുള്ളങ്കി കറിയുമുണ്ട്.” അതും പറഞ്ഞയാൾ ഒരു കപ്പ് എർസാറ്റ്സ് കാപ്പി കൂടെ അയാളുടെ സമീപത്തേക്ക് നീക്കിവെച്ചു കൊടുത്തു. പോളണ്ടുകാരനുവേണ്ടി ക്രോപ്പിൻസ്കി ദ്വിഭാഷിയായി. രണ്ടു പോളണ്ടുകാരും വർത്തമാനം പറഞ്ഞു കഴിഞ്ഞപ്പോൾ ക്രോപ്പിൻസ്കി അത് തർജ്ജുമ ചെയ്തു.

“അയാൾ പറയ്യാ, കുഞ്ഞിന്റെ തന്ത അയാളല്ലെന്ന്, ഓസ്ച്വിറ്റ്സിൽവെച്ച് അച്ഛനും അമ്മയും മരിച്ചു. അവരെ ഗ്യാസ് ഉപയോഗിച്ച് കരിച്ചു. ക്യാമ്പിൽ വരുമ്പോൾ കൊച്ചനു പ്രായം മൂന്നുമാസം. വാർഷാവ ഗെറ്റോവിൽനിന്ന് അച്ഛനുമമ്മയുമൊത്തവൻ ഓസ്ച്വിറ്റ്സിൽ വന്നതാണ്. ഇയാൾ പറയ്യാ, എസ് എസ് എല്ലാ കുട്ടികളെയും കൊന്നിരുന്നുവത്രെ! ഈ കുഞ്ഞിനെ മാത്രം ഒളിപ്പിച്ചു സൂക്ഷിച്ചു.”

വിവർത്തനം തടഞ്ഞുകൊണ്ട് ജങ്കോവ്സ്കി ആവേശത്തോടെ പറഞ്ഞുകൊടുത്ത അവിശ്വസനീയമായ കഥ ക്രോപ്പിൻസ്കി വീണ്ടും തർജ്ജുമ തുടങ്ങി.

“മനുഷ്യൻ എന്താണെന്ന് കുട്ടിക്ക് അറിയില്ലാ എന്നാണിയാൾ പറയുന്നത്. എസ് എസ് എന്താണെന്നും തടവുകാരൻ എന്താണെന്നും

മാത്രമെ അവനറിയൂ. എസ് എസ് അടുത്തെത്തുമ്പോൾ കുട്ടിക്ക് നല്ല പോലെ അറിയാം. അത് എവിടെയെങ്കിലും കയറി ഒളിച്ചു ശ്വാസംപോലും വിടാതെ അനങ്ങാതെ കിടക്കും."

ക്രോപ്പിൻസ്കി മൗനമവലംബിച്ചു. മറ്റുള്ളവരും യാതൊന്നും മിണ്ടാതെ തലകുനിച്ചിരുന്നു. ഒരക്ഷരവും ഉരിയാടാതെ ഹോഫൽ തന്റെ കൈ ആ പോളണ്ടുകാരന്റെ കയ്യിന്മേൽ വെച്ചു. രണ്ടാമൻ പതുക്കെ ഒന്നു ചിരിച്ചു. അതെ, അയാൾക്ക് എല്ലാം മനസിലായിരിക്കുന്നു.

"മേരിയൻ"ഹോഫൽ ക്രോപ്പിൻസ്കിയെ വിളിച്ചു. "കുട്ടിയുടെ പേരെന്താണെന്ന് ഒന്നറിയൂ."

കിട്ടിയ ഉത്തരം ക്രോപ്പിൻസ്കി വിവർത്തനം ചെയ്തു.

"കൊച്ചുകുട്ടിയുടെ പേർ സ്റ്റീഫൻ സിലിക്ക്. അവന്റെ അച്ഛൻ വാർഷാവയിലെ ഒരു വക്കീലായിരുന്നു."

ഹോഫലിന്റെ നയനങ്ങൾ തികഞ്ഞ, ആത്മാർഥമായ, സഹതാപ ത്തോടെ, അമ്പതുകഴിഞ്ഞ ആ ചടച്ച മനുഷ്യനിൽ പറ്റിപ്പിടിച്ചുനിന്നു.

സൗഹൃദത്തോടെ തന്റെ ചുറ്റുമിരിക്കുന്ന ആ തടവുകാരെ ജങ്കോവ് സ്കി ആത്മവിശ്വാസത്തോടെ നോക്കി. ഇത്രയെല്ലാം അപകടങ്ങൾ തരണംചെയ്ത ആ കുട്ടി ഇതാ ഒരു രക്ഷാസ്ഥാനത്ത് എത്തിയിരിക്കുന്നു എന്ന വിശ്വാസമായിരുന്നു ആ വിനയാന്വിതമായ ചിരിയിൽ നിറഞ്ഞു നിന്നത്. ഹോഫലിന്റെ ഹൃദയം പിടഞ്ഞു. തന്നെ എന്തിനാണ് വിളിച്ചു വരുത്തിയതെന്ന് ആ പോളണ്ടുകാരന് നിശ്ചയമുണ്ടായിരുന്നില്ല. ഇത്ര നല്ല കൂട്ടുകാരെ കണ്ടതിൽ അയാൾ സന്തുഷ്ടനായിരുന്നു എന്നതിൽ സംശയമില്ല. നിങ്ങളുടെ കുട്ടിയെ കൊണ്ടു പൊയ്ക്കൊള്ളൂ. അവനെ ഇവിടെ നിർത്താൻ ഒക്കുകയില്ല എന്ന് എങ്ങനെ അയാളോട് തുറന്നു പറയും. അതായിരുന്നു ഹോഫലിന്റെ ആലോചന. ആ ശാന്തശീലനായ കൊച്ചുമനുഷ്യൻ യാതൊരു പിറുപിറുപ്പും കൂടാതെ ജീവന്റെ ആ കൊച്ചുസ്ഫുരണത്തെ, എസ് എസ് ബൂട്ടുകൾ ചവിട്ടിയരക്കാതെ സൂക്ഷിച്ചു സൂക്ഷിച്ചു യാത്ര തുടർന്നുകൊള്ളും. ആ ജർമൻകാരൻ ഒരു പ്രത്യേക തരത്തിലാണ് തന്നെ നോക്കുന്നതെന്ന് ജങ്കോവ്സ്കിക്ക് തോന്നി. അയാൾ മെല്ലെ ഹോഫലിനെ നോക്കി ഒരു പുഞ്ചിരിയിട്ടു. പക്ഷെ ഹോഫൽ കൂടുതൽ കൂടുതൽ തന്റെ ചിന്താവലയത്തിലേക്ക് തന്നെ ഒതുങ്ങി. ഓസ്ച്വിറ്റ്സിൽ നിന്നു തട്ടിപ്പറിച്ചെടുത്ത ആ കൊച്ചു ജീവചൈതന്യത്തെ, പരമനിസ്സഹായനായ ആ മനുഷ്യൻ ഇതാ അപ രിചിതമായ, ഒരപകടമേഖലയിലേക്ക് കൊണ്ടുവന്നിരിക്കുന്നു. എന്തൊരു പ്രമാദം! എവിടെയെങ്കിലും വെച്ചു മരണം ഒരു വളിച്ച ഇളിയോടെ ആ പെട്ടി അയാളുടെ കയ്യിൽനിന്ന് തട്ടിപ്പറിച്ചെടുക്കും.

"ഓ, ഓ, ഇതാ നോക്ക്, എന്താണ് എനിക്കൊരാൾ കൊണ്ടുവന്നു തന്നിരിക്കുന്നത് എന്ന് നോക്കൂ." ഹോഫലിന്റെ ചേതനയാകെ ഇതിനെ തിരായി പ്രതിഷേധമുയർത്തി. ഈ ഭ്രാന്തിന് ഒരവസാനമുണ്ടാവുകയാ ണെങ്കിൽ അത് ഇപ്പോൾ ഇവിടെവെച്ചു തന്നെ വേണം. "ഇവിടെ മാത്രമേ, ആ കുട്ടിയെ രക്ഷിക്കാനൊരവസരം കിട്ടൂ. ഇവിടെ മാത്രം.....ഈ

ഭൂമുഖത്ത് ഇനിയൊരിടത്തും ഒരിക്കലും അതിനൊരു സന്ദർഭം ലഭിക്കുകയില്ല." ഹോഫൽ ചുറ്റും നോക്കി. അവിടെ തികഞ്ഞ നിശ്ശബ്ദത തളം കെട്ടിനിന്നു. പരസ്പരം അവർ മൂകമായി നോക്കിക്കൊണ്ടു നിന്നു. രണ്ടു കടമകളിൽ ഏതിനെ സ്വീകരിക്കണമെന്ന ധർമസങ്കടം ഹോഫലിന്റെ ഹൃദയത്തെ മഥിക്കുകയായിരുന്നു. താൻ എത്രമാത്രം ഏകനാണെന്ന വസ്തുത വേദനയോടെ അയാൾ ഓർത്തു. പിപ്പിഗ്ഗിന്റെ നിശ്ശബ്ദമായ നോട്ടം അയാളിൽ തന്നെയാണ്. തികച്ചും സമ്മതമെന്ന് പിപ്പിഗ്ഗിനോട് ആംഗ്യം കാണിക്കാൻ അയാൾ ഉദ്യമിച്ചു. ദീർഘമായി ഒന്നു നിശ്വസിക്കാനേ അയാൾക്ക് കഴിഞ്ഞുള്ളൂ. മനസിൽ തട്ടി, വിങ്ങി, പൊങ്ങിയ ഒരു നെടുവീർപ്പ്, അയാൾ എഴുന്നേറ്റു നിന്നു.

"നിങ്ങൾ ഇവിടെ തന്നെ ഇരിക്കണം." അയാൾ തടവുകാരോട് പറഞ്ഞു. "നോക്കണേ, സ്വീലിങ്ങ് പെട്ടെന്നെങ്ങാനും കടന്നുവന്നേക്കും ......"

ജങ്കോവ്സ്കി, പിപ്പിഗ്ഗ്, ക്രോപ്പിൻസ്കി എന്നിവരോടൊന്നിച്ച് അയാൾ ആ മൂലയിലേക്ക് നീങ്ങി. ജങ്കോവ്സ്കിയെ കണ്ടപ്പോൾ കുട്ടി എടുക്കാൻ സമ്മതിച്ചു. ഇണങ്ങിയ ഒരു പട്ടിക്കുഞ്ഞിനെപ്പോലെ അവൻ അയാളുടെ മാറിൽ പറ്റിച്ചേർന്നു കിടന്നു.

അതിനെ നെഞ്ചോടമർത്തി, ജങ്കോവ്സ്കി ശബ്ദമില്ലാതെ കണ്ണീരില്ലാതെ വിമ്മിക്കരഞ്ഞു. അവരുടെ ഇടയിൽ സന്തപ്തമായ ഒരു നിശ്ശബ്ദത പരന്നു. പിപ്പിഗ്ഗിന് അത് സഹിക്കാനായില്ല.

"കൊള്ളാം, ഇതിനെ ഒരു ശ്മശാനയാത്രപോലെയാക്കല്ലേ." വ്യഥ കുടിച്ചിറക്കാൻവയ്യായിരുന്നുവെങ്കിലും പിപ്പിഗ്ഗ് കടുത്ത സ്വരത്തിൽ പറഞ്ഞു. ജർമൻകാരന് താൻ പറയുന്നത് മനസിലാക്കാൻ പറ്റുകയില്ല എന്ന വസ്തുത പാടെ മറന്ന ജങ്കോവ്സ്കി ഹോഫലിനോട് എന്തോ പറഞ്ഞു. ക്രോപ്പിൻസ്കി സഹായത്തിനെത്തി.

"കൊച്ചുകുട്ടി ഇവിടെ തന്നെ താമസിച്ചോട്ടെ എന്നാണിയാൾ ചോദിക്കുന്നത്."

നാളെ കാലത്ത് പുറപ്പെടുന്ന സംഘത്തിൽ അയാളും ഉൾപ്പെട്ടിട്ടുണ്ടെന്നും, കുട്ടിയെ അയാൾ കൂടെ കൊണ്ടുപോകുകയാണെന്നും തുറന്നു പറയാൻ പറ്റിയ സന്ദർഭമായിരുന്നു അത്. പക്ഷെ ഒരൊറ്റ അക്ഷരം ഉച്ചരിക്കാനുള്ള ശക്തി അയാൾക്കുണ്ടായില്ല. പിപ്പിഗ്ഗ് ഉത്തരം പറഞ്ഞപ്പോൾ ഹോഫലിന് അൽപ്പം ആശ്വാസം തോന്നി. ജങ്കോവ്സ്കിയുടെ പുറത്തു തട്ടിക്കൊണ്ട് പിപ്പിഗ്ഗ് സ്നേഹത്തോടെ പറഞ്ഞു. "അതെ കുട്ടി ഇവിടെ താമസിക്കാൻ പോകുകയാണ്, തീർച്ചയായുമതേ." വെല്ലുവിളിക്കുന്ന ഭാവത്തിൽ പിപ്പിഗ്ഗ് ഹോഫലിനെ നോക്കി. രണ്ടാമൻ മിണ്ടാതെ നിന്നു. പിപ്പിഗ്ഗിനോട് മറുത്തു പറയാനുള്ള കരുത്ത് അയാൾക്കുണ്ടായിരുന്നില്ല. പെട്ടെന്ന് അയാൾ ഭയാക്രാന്തനായി. തന്റെ ഈ മൗന സമ്മതം കൊണ്ട്, താൻ ബോച്ചൗവുമായുള്ള കരാർ ലംഘനത്തിന്റെ ആദ്യത്തെ പടി നിർവഹിച്ചു കഴിഞ്ഞിരിന്നു. നാളെ കുട്ടിയെ തിരിച്ചേൽപ്പിക്കാനുള്ള സമയം കിട്ടുമെന്ന് അയാൾ സ്വയം സമാശ്വസിച്ചു. പക്ഷെ തന്റെ കർത്തവ്യബോധം അലിഞ്ഞലിഞ്ഞു പോകുന്നതായി അയാൾക്ക് തോന്നി.

ഹോഫലിന്റെ മൗനം തന്റെ സ്വന്തം അഭീഷ്ടപ്രകാരം വ്യാഖ്യാനിച്ച പിപ്പിഗ്ഗ് ഒരു പുഞ്ചിരിയോടെ ജങ്കോവ്സ്കിയോടു പറഞ്ഞു. "സാരമില്ല ചങ്ങാതി, അതിനെ കുറിച്ചൊന്നും തല പുണ്ണാക്കേണ്ട. കുട്ടികളെ വളർത്തേണ്ട കാര്യത്തിൽ അതിവിദഗ്ധരല്ലേ ഞങ്ങൾ!" ഇതു കേട്ടപ്പോൾ ഹോഫൽ ശുണ്ഠിയെടുത്തുകൊണ്ട് പറഞ്ഞു.

"ഹേയ് വിഡ്ഢിത്തം, പുലമ്പാതെ."

പക്ഷെ പ്രതിഷേധം തീരെ ബലഹീനമായിരുന്നതിനാൽ പിപ്പിഗ്ഗിന് വിശ്വാസം വന്നില്ല. അയാൾ വെറുതെ ചിരിച്ചതേയുള്ളൂ.

ജങ്കോവ്സ്കി കുട്ടിയെ താഴെവെച്ചു. അകമഴിഞ്ഞ നന്ദിയോടെ, ആനന്ദോൻമത്തനായി അയാൾ ഹോഫലിന്റെ കൈപിടിച്ചു കുലുക്കി. തൽക്കാലം സംഗതികൾ അതേ രീതിയിൽ വിടേണ്ടിവന്നു ഹോഫലിന്!

പ്രോൾ ചെറിയ ക്യാമ്പിലേക്കു പോയി കഴിഞ്ഞപ്പോൾ, ക്രാമർ ക്ലാർക്കുമാരുടെ മുറിയിലെ ഒരു ഗുമസ്തനെ വിട്ടു ബോച്ചൗവിനെ വിളിപ്പിച്ചു.

ഹോഫലുമായി കാര്യങ്ങളെല്ലാം സംസാരിച്ചുവോ? എന്നായിരുന്നു ബോച്ചൗവിന്റെ ആദ്യത്തെ ചോദ്യം.

"അതൊക്കെ ഞാൻ ചെയ്തോളാം." ക്രാമർ ദേഷ്യത്തോടെ പറഞ്ഞു. "ശ്രദ്ധിച്ചുകേൾക്കൂ, വേറെ ഒരു സംഗതിയുണ്ടായിട്ടുണ്ട്."

അൽപ്പം ചില വാക്കുകളിൽ ക്ലൂട്ടിക്കും റീനിബോത്തുമായുണ്ടായ സംസാരവും, കമാന്ററുടെ കൽപ്പനയും ക്രാമർ വിവരിച്ചുകൊടുത്തു.

"അവർക്ക് എന്തോ പിടികിട്ടിയിട്ടുണ്ട് എന്നു തീർച്ച; പക്ഷെ വ്യക്തമായി യാതൊരു അറിവുമില്ല. അതിന്റെ സംവിധായകനായി എന്നെ സംശയിക്കുന്നിടത്തോളം കാലം നിങ്ങൾക്കെല്ലാം രക്ഷയുണ്ട്." ക്രാമർ തന്റെ പ്രസ്താവന അവസാനിപ്പിച്ചു. ബോച്ചൗ എല്ലാം ശ്രദ്ധിച്ചുകേൾക്കുകയായിരുന്നു.

"ശരി, അപ്പോൾ അവർ നമ്മെ തപ്പിത്തെരയുകയാണ്....." അയാൾ മനസിലുള്ളതു വെട്ടിത്തുറന്നു പറഞ്ഞു. "ശരി കൊള്ളാം. പക്ഷെ നമുക്ക് പ്രമാദമൊന്നും പറ്റാത്തിടത്തോളം കാലം അവർക്ക് യാതൊന്നും കണ്ടുപിടിക്കാനാകുകയില്ല. പക്ഷെ കുറ്റമെല്ലാം നിങ്ങൾ തന്നെ ഏൽക്കുക എന്ന ആശയത്തോട് എനിക്ക് യോജിക്കാൻ സാധ്യമല്ല."

"അതു സാരമില്ല; എന്റെ വീതിയേറിയ പുറത്തിന്റെ മറവിൽ എനിക്ക് ഏറെപ്പേരെ രക്ഷിക്കാനാകും."

ബോച്ചൗ ക്രാമറെ തുറിച്ചുനോക്കി. ആ വാക്കുകളിലെ വക്രോക്തി അയാൾക്ക് തികച്ചും മനസിലായിരുന്നു. അൽപ്പമൊരു വൈമനസ്യത്തോടെ അയാൾ പറഞ്ഞു. 'അതെ, അതെ, വാൾട്ടർ, എനിക്കറിയാം. എനിക്കു നിങ്ങളെ വിശ്വാസമാണ്. അതുമതിയോ?'

പെട്ടെന്ന് ക്രാമർ ബോച്ചൗവിന്റെ മുമ്പിൽനിന്നു നീങ്ങി മേശക്കരികെ ഇരുന്നു. "പോരാ."

ബോച്ചൗ ചെവി കൂർപ്പിച്ചു. "ഉം എന്താണ് ഇതിന്റെ അർഥം?"

ക്രാമർ തുറന്നടിച്ചു. "എന്തിനുവേണ്ടി ആ കൊച്ചുകുഞ്ഞിനെ നാളത്തെ യാത്രാസംഘത്തിൽ ഉൾപ്പെടുത്തണം? അതിനു ഏറ്റവും സുരക്ഷി

തമായ സ്ഥലം ഇതാണ്. നിങ്ങൾക്ക് മനസിലാകുന്നില്ലേ? ഒരു കൊച്ചു കുഞ്ഞ് എന്തു ദ്രോഹം ചെയ്യും?"

ബോച്ചൗ കൈ ചുരുട്ടി കൈവെള്ളയിൽ ഇടിച്ചുകൊണ്ടു പറഞ്ഞു. "വാൾട്ടർ, ദയവുചെയ്തു സംഗതികൾ തീരെ ദുർവഹമാക്കി തീർക്കല്ലെ? ആ കുട്ടിയെപ്പറ്റി ഒരു കുറ്റവും പറയാനില്ല."

"അതാണ് അതിലേറെ കഷ്ടം." ക്രാമർ എഴുന്നേറ്റു അങ്ങുമിങ്ങും നടക്കാൻ തുടങ്ങി. തന്റെ സംഭ്രമം അടക്കാൻ അയാൾ ശ്രമിക്കുകയായിരുന്നു എന്നു വ്യക്തമാണ്. അയാൾ വെറുതെ ശൂന്യതയിലേക്ക് തറച്ചു നോക്കിക്കൊണ്ടുനിന്നു.

"അച്ചടക്കത്തിനും മറ്റും ഇതു വിരുദ്ധമായിരിക്കുമല്ലെ?" പൊള്ളയായ ശബ്ദത്തിൽ ക്രാമർ പറഞ്ഞു."വേറെ യാതൊന്നും ചെയ്യാനാവുകയില്ലേ?"

ബോച്ചൗ ഒരക്ഷരംപോലും മിണ്ടിയില്ല. രക്ഷപ്പെടാൻ യാതൊരു വഴിയും കാണാതെ അയാൾ കൈമലർത്തി. ക്രാമർ സാവധാനം അയാളുടെ സമീപത്തേക്കു നീങ്ങി.

"ഹോഫലാണത് ചെയ്യേണ്ടത്, അല്ലേ?"

ബോച്ചൗ അയാളെ തടുത്തു. "ഈ വക ചോദ്യങ്ങൾകൊണ്ട് നിങ്ങൾ സ്വയം അപകടം ക്ഷണിച്ചുവരുത്തുകയാണ്."

"അപ്പോൾ ഇതാണ് എന്നിലുള്ള വിശ്വാസം അല്ലേ?"

"വാൾട്ടർ"

"ഹോ, ഹോ, ഹോ, ഉം പറഞ്ഞോളൂ. പമ്പരവിഡ്ഢിത്തം! ഭീമാബദ്ധം! നിങ്ങളുടെ ഈ നശിച്ച രഹസ്യങ്ങൾ! നിങ്ങൾക്ക് ഒരു ഒളിവു കമ്പമാണുള്ളത്."

"വാൾട്ടർ! ഈശ്വരനെ വിചാരിച്ച്; സ്വന്തം രക്ഷയുടെ പേരിൽ, അത്യാവശ്യത്തിൽ കൂടുതലൊന്നും അറിയാൻ ശ്രമിക്കരുതെ. നിങ്ങൾക്കു മനസിലാകുന്നില്ലേ? നിങ്ങളുടെ സ്വന്തം രക്ഷയാണ് ഇവിടെ പ്രശ്നം."

"കുട്ടിയുടെ രക്ഷയാണ് ഇവിടെ പ്രസക്തം." ക്രാമർ ഒന്നിളക്കി നോക്കി. "നമുക്ക് കുട്ടിയെ വേറെ എന്തെങ്കിലും ചെയ്യരുതോ? ഞാൻ അതിനെ അതീവരഹസ്യമായി സൂക്ഷിച്ചുകൊള്ളാം. എങ്ങനെയെന്നോ? ഹും വിശ്വസിച്ചോളൂ, അവൻ എന്റെ അടുക്കൽ പരമഭദ്രമായി താമസിച്ചോളും."

ഒരു നിമിഷനേരത്തേക്ക് ബോച്ചൗ വെട്ടിൽവീണു എന്നുതോന്നി. പക്ഷെ പെട്ടെന്നയാൾ പൂർവൽശക്തിയോടെ ആ നിർദേശം നിരാകരിച്ചു. "അങ്ങനെയൊരു പ്രശ്നമേയില്ല. ആ കുട്ടി ഉടനടി ആ ക്യാമ്പ് വിടണം. ഞാൻ അൽപ്പം കടന്നകയ്യാണ് നിങ്ങളോടാവശ്യപ്പെടുന്നത് എന്നു സമ്മതിക്കുന്നു. പക്ഷെ പരിതഃസ്ഥിതികൾ കൂടുതൽ കഠോരമാണ്. അതെ, ഹോഫലാണ് അതു ചെയ്യേണ്ടത്. ഞാനത് എന്തിന് നിങ്ങളിൽ നിന്ന് ഒളിച്ചു വയ്ക്കുന്നു. നിങ്ങൾക്ക് എല്ലാം അറിയാമല്ലൊ. ഞാൻ കുറെക്കൂടെ വിശദവിവരങ്ങൾ തരാം. എനിക്കു യാതൊരുവിധ ഒളിവു കമ്പങ്ങളുമില്ലെന്ന് നിങ്ങൾ മനസിലാക്കണം. ഹോഫൽ വളരെ

സൂക്ഷ്മതയാവശ്യമുള്ള ഒരു ജോലിയിലാണിപ്പോൾ. വാൾട്ടർ! ശ്രദ്ധിച്ചു കേൾക്കൂ. വളരെ വളരെ സചേതനക്ഷമമായ ഒരു ജോലി. ഇപ്പോൾ ശൃംഖല എവിടെയെങ്കിലും പൊട്ടുകയാണെങ്കിൽ സർവതും തുലഞ്ഞതു തന്നെ. ഒരു നിമിഷനേരത്തേക്ക് ബോച്ചൗ മിണ്ടാതിരുന്നു. അയാൾ വെറുതെ തുറിച്ചുനോക്കിക്കൊണ്ടിരിക്കുകയാണ്. ക്രാമറുടെ അഭിലാഷം അസാധ്യമാണെന്ന് ഒന്നുകൂടി ഊന്നിക്കാണിക്കാനായി ബോച്ചൗ അയാളുടെ മനോരാജ്യത്തിന്മേൽ തന്നെ പിടികൂടി.

"നിങ്ങൾ കുട്ടിയെ ഹോഫലിൽനിന്നകറ്റി, വല്ലയിടത്തും ഒളിച്ചു താമസിപ്പിച്ചു എന്നുതന്നെ വെച്ചോളൂ. നിങ്ങൾ അതിനെ നോക്കുകയും ചെയ്യും. ശരി അത്രയും നന്ന്. പക്ഷെ എന്തെങ്കിലും ഒരു സംഭവവികാസമുണ്ടായി കുട്ടിയെ കണ്ടുപിടിച്ചു എന്നിരിക്കട്ടെ......" ഹോഫലിന്റെ കയ്യിൽ നിന്നാണ് അവനെ കിട്ടിയതെന്ന പരമാർഥം ഒളിച്ചുവയ്ക്കാൻ സാധ്യമാണോ?

ക്രാമർ കൈപൊക്കി. പക്ഷെ ബോച്ചൗ ആ ഇടപെടൽ അനുവദിച്ചില്ല. "വാൾട്ടർ, കാര്യങ്ങൾ സാമാന്യം ശരിപ്പെട്ടുവരുമ്പോഴായിരിക്കും എന്തെങ്കിലും ഒരു നിസാര സംഗതി അതിനെ തെറിപ്പിക്കുക. മനസിലാകുന്നുണ്ടോ? ഈ കുട്ടി അത്തരത്തിലുള്ള ഒരു പരമനിസാര സംഗതിയായിത്തീരും. ഒരു ചത്ത പൂച്ചക്കുഞ്ഞിനെപ്പോലെ നമുക്കിതിനെ കുഴിച്ചിട്ടു കളയാൻ ഒക്കുമോ? ആരെങ്കിലും കുട്ടിയുടെ അടുക്കൽ വേണം. അവനെ പിടിച്ചു ബങ്കറിൽ (തടവുകാരെ ശിക്ഷാർഥം ഇട്ടടയ്ക്കുന്ന മുറി) ഇട്ടുവെങ്കിൽ....അവൻ നിങ്ങളുടെ കള്ളിവെളിച്ചത്താക്കിയാൽ......പിന്നെ....'

ക്രാമർക്കു നിയന്ത്രിക്കാനായില്ല അയാൾ പൊട്ടിച്ചിരിച്ചു.

"ഞാൻ എന്തെങ്കിലും....പക്ഷെ അതിനുമുമ്പു തന്നെ അവർ എന്നെ തല്ലിക്കൊന്നു കളയും......"

"വാൾട്ടർ, എനിക്കു നിങ്ങളെ വിശ്വാസമാണ്." ആത്മാർഥതയോടെ ബോച്ചൗ പറഞ്ഞു. "ഞാൻ നിങ്ങളെ തികച്ചും വിശ്വസിക്കുന്നു. നിങ്ങൾ മരിച്ചാൽ എന്തു സംഭവിക്കും......"

"ശരി. എന്തു സംഭവിക്കും" ക്രാമർ വിജയഗർവോടെ ആരാഞ്ഞു.

"കുട്ടി അപ്പോഴുമുണ്ടാകും ഇവിടെ."

അപ്പോൾ ജയിച്ചഭാവത്തിൽ ക്രാമർ പറഞ്ഞു.

"അതെ, അങ്ങനെ തന്നെ. ഇപ്പോൾ മനസിലായോ?"

ബോച്ചൗ വേദനയോടെ ചിരിച്ചു.

"ഇവിടെവെച്ചാണ് ഏഴായിരം സോവിയറ്റ് യുദ്ധത്തടവുകാരെ കഴുത്തിനു പിന്നിൽ വെടിവെച്ചു ചുട്ടുകളഞ്ഞത്. ഡോക്ടറുടെ മേലങ്കിയും ധരിച്ച് അവരുടെ അടുത്തുനിന്നിരുന്ന ആ എസ് എസുകാരനാണ് തങ്ങളുടെ ഘാതകനെന്ന് അതിലൊരാൾ പോലും സംശയിച്ചിരുന്നില്ല."

"അതും ഈ കുട്ടിയുമായുള്ള ബന്ധം?" ക്രാമർ രോഷത്തോടെ പിറുപിറുത്തു.

ബദ്ധപ്പാടോടെ വ്യക്തമായി ബോച്ചൗ തുടർന്നു.

"നിങ്ങളിൽനിന്ന് അവർക്ക് യാതൊന്നും കിട്ടിയില്ല. നിങ്ങൾ മരിച്ചു കഴിഞ്ഞു. നിങ്ങൾക്കവരുടെ സമ്പ്രദായങ്ങൾ നല്ലപോലെ അറിയാമല്ലൊ? അവരാ കുട്ടിയെ "വീമാറി"ലേക്ക് പിടിച്ചുകൊണ്ടുപോകുകയില്ലെന്ന് ആർക്കറിയാം? അവനവിടെ, അവരുടെ പങ്കാളിയായ ഏതെങ്കിലും നാസി ആയയുടെ മടിയിൽ ഇരിക്കും. സാധുകുട്ടി! നീ വരുന്നത് ബുച്ചൻവാൾഡ് ക്യാമ്പിൽനിന്നാണ്, അല്ലെ? അവിടെ ആ നശിച്ച എസ് എസു കാരിൽ നിന്ന് മോനെ ഒളിച്ചുവെച്ചിരുന്ന ആ നല്ല അമ്മാവന്റെ പേര് മോന റിയാമോ?"

ക്രാമർ ശ്രദ്ധയോടെ കേട്ടുകൊണ്ടിരുന്നു.

"ആ നല്ല ആയ കുട്ടിയോടങ്ങനെ മയത്തിൽ ആവർത്തിച്ചാ വർത്തിച്ചു ചോദിക്കും ജർമൻഭാഷയിൽ, പോളിഷ് ഭാഷയിൽ, റഷ്യനിൽ അങ്ങനെ കുട്ടിക്കു മനസിലാകുന്ന ഭാഷ ഏതാണെങ്കിൽ അതിൽ. അപ്പോൾ എന്റെ വാൾട്ടർ! ഒരുത്തന്റെ വിരിഞ്ഞ പുറവും ഉണ്ടാവില്ല ഹോഫലിനെ മറച്ചു പിടിക്കാൻ...... അയാളെ രക്ഷിക്കാൻ ......." ബോച്ചൗ ധാരാളം പറഞ്ഞുകഴിഞ്ഞിരുന്നു. അയാൾ പോക്കറ്റിൽ കൈ തിരുകി. രണ്ടുപേരും നിശ്ശബ്ദമായിരുന്നു. ഒടുവിൽ വളരെ പ്രയാസപ്പെട്ട് തീരുമാനമെടുത്ത ക്രാമർ പറഞ്ഞു.

"ഞാൻ പോകാം......ഞാൻ പോയി ഹോഫലിനെ കാണാം....."

സ്വന്തം ആത്മാവുമായി മല്ലുപിടിക്കുകയായിരുന്നു ക്രാമർ. ബോച്ചൗ സ്നേഹിതന് ആത്മാർഥതയിൽ കുതിർന്ന ഒരു പുഞ്ചിരി സമ്മാനിച്ചു.

"യാത്രാസംഘത്തിന്റെ കൂടെ പോകുന്നു എന്നതുകൊണ്ട് കുട്ടിക്ക്.....എന്തെങ്കിലും?........"

"ആ പോളണ്ടുകാരൻ അവനെ ഇത്രയും ദൂരം കൊണ്ടുവന്നുവല്ലോ. ഇനിയും അയാൾക്ക് അവനെ സുരക്ഷിതമായി കൊണ്ടുപോകാൻ സാധിച്ചേക്കും. നാം സാധാരണയായി ഭയപ്പെടുന്ന സന്ദർഭങ്ങൾ ഇത്തവണ ഗുണത്തിനായിരിക്കുമെന്ന് നമുക്ക് ആശിക്കുക. ഇത്രയേ നമുക്കിപ്പോൾ ചെയ്യാനാകൂ."

യാതൊന്നും മിണ്ടാതെ ക്രാമർ തലയാട്ടി. ബോച്ചൗവിനെ സംബ ന്ധിച്ചിടത്തോളം സംഗതികൾ അവസാനിച്ചു എന്നതായിരുന്നു അതിന്റെ അർഥം. മറ്റൊരു സംഗതിയെ സ്പർശിച്ചുകൊണ്ടയാൾ പറഞ്ഞു. "പിന്നെ ആ മെഡിക്കൽ സ്ക്വാഡിന്റെ കാര്യം; നമുക്ക് അതിനെപ്പറ്റി വേഗം തന്നെ എന്തെങ്കിലും ആലോചിച്ചു തീരുമാനിക്കണം." അയാളുടെ ആദ്യത്തെ ആലോചന സ്ക്വാഡിനെ പ്രാരംഭ നിരീക്ഷണത്തിനുള്ള ഒരു പ്രത്യേക ദളമായി സംയോജിപ്പിച്ചു നിർത്താനായിരുന്നു. അത്യന്തം പ്രലോഭനീയ മായിരുന്നു ആ ആശയം. പക്ഷെ അയാൾക്കു സംശയമുണ്ടായിരുന്നു. എങ്ങനെയായാലും ക്ലൂട്ടിക്ക് സൂക്ഷിക്കാതിരിക്കുകയില്ല. ബോച്ചൗ തന്റെ ചപ്രത്തലമുടി തലോടി.

"അവരുടെ ഉദ്ദേശ്യമെന്താണെന്ന് അറിയാൻ സാധിച്ചെങ്കിൽ!"

"കാര്യമെല്ലാം ശരിയാണ്. കമാൻററുടേതല്ലെ കൽപ്പന."

"പക്ഷെ ഷവാൾ കൽപ്പിക്കുന്നതും, ക്ലൂട്ടിക് മനസിലാക്കുന്നതും എപ്പോഴും ഒന്നായിക്കൊള്ളണമെന്നില്ല."

"അതുകൊണ്ടാണ് ഞാൻ പറയുന്നത്" ക്രാമർ പെട്ടെന്ന് ഇടയിൽ കയറി പറഞ്ഞു. "മെഡിക്കൽ സ്ക്വാഡിന്റെ കാര്യം എനിക്കു വിട്ടു തന്നേയ്ക്കൂ. മുഴുവനും എന്നെ ഏൽപ്പിച്ചോളൂ."

ബോച്ചൗ ക്രാമറെ ഒന്നുഴിഞ്ഞുനോക്കി. "നിങ്ങൾ എന്തു ചെയ്യാൻ പോകുന്നു."

ക്രാമർ കുസൃതിച്ചിരി ചിരിച്ചു.

"നിങ്ങൾ ചെയ്യാൻ പോകുന്നതുതന്നെ."

"ഞാനോ." ബോച്ചൗ അന്ധാളിച്ചു.

"ഒളിവിൽ നിന്നൊന്നു പുറത്തേക്കുവരൂ, എന്റെ മനുഷ്യാ." ക്രാമർ ശകാരിച്ചു. "എനിക്കു ധാരാളം മതിയായിരിക്കുന്നു. മെഡിക്കൽ സ്ക്വാഡിനെപ്പറ്റി എന്തൊക്കെയോ തന്റെ മനസിൽ ഉണ്ട് എന്താ ശരിയല്ലേ?"

ക്രാമർ തന്റെ ചെന്നിയിൽ ഒന്നു പതുക്കെ തട്ടി "ഒരുപക്ഷെ ഇവിടെ നടക്കുന്നതുപോലെ തന്നെയായിരിക്കണം."

ഈ പ്രവൃത്തിയിൽ ബോച്ചൗ വീണു. അയാൾ മെല്ലെ രണ്ടു കൈകൊണ്ടും താടി തടവി.

ക്രാമർ അയാളെ തളച്ചു നിർത്തി. "ഇപ്പോൾ മനസിലായോ? ഞാനും നിങ്ങളും വിചാരിക്കുന്നതു തന്നെയായിരിക്കും സഖാക്കളുടെ മനസിലും. ഞാനിന്ന് അതിനെപ്പറ്റി അറിയാം. ഞാൻ കണ്ണിറുക്കി കാണിക്കുന്നതു വരെ അവർ യാതൊന്നും ചെയ്യില്ലെന്നാണോ നിങ്ങളുടെ വിചാരം? അവർ ഇവിടങ്ങളിൽ നടക്കുമ്പോൾ തീർച്ചയായും കണ്ണുകൾ തുറന്നുതന്നെ വെക്കും; അതിന് ഒളിവിലെ നേതൃത്വം ഉണ്ടെങ്കിലും ശരി, ഇല്ലെങ്കിലും ശരി. ബോച്ചൗവിനെ വിശ്വസിപ്പിക്കാനെന്ന മട്ടിൽ അയാൾ ധൃതിയിൽ പറഞ്ഞു. "അവർക്ക് ആ നേതൃത്വത്തെപ്പറ്റി വലിയ നിശ്ചയമൊന്നും ഉണ്ടായിരിക്കുകയില്ല. അതു തീർച്ചയാണ്. പക്ഷെ അവർ അവിടെനിന്നു മനസിലാക്കുന്നതെല്ലാം എന്റെ ചെവിയിൽ വന്നു പെടാതിരിക്കുകയില്ല. വളവുതിരിവില്ലാത്ത മാർഗത്തിലൂടെ സർവതും എനിക്കു കണ്ടുപിടിക്കാമെന്നിരിക്കെ, വിവരങ്ങൾ ലഭിക്കുന്നതിനു സങ്കീർണമായ ഉപാധികൾ വല്ലതും കണ്ടുപിടിക്കേണ്ട ആവശ്യമുണ്ടോ?'

ബോച്ചൗ പെട്ടെന്നൊന്നും സമ്മതിച്ചില്ല. ക്രാമർ അയാൾക്കു ചിന്തിക്കാനുള്ള സമയംകൊടുത്തു. നിർദേശം വളരെ നീതിയുക്തമായിരുന്നുവെങ്കിലും ഐ എൽ കെയുടെ സമ്മതമില്ലാതെ ബോച്ചൗവിന് അത് അംഗീകരിക്കാൻ സാധ്യമായിരുന്നില്ല. അതിന്റെ അർഥം ഇതുവരെ നിശ്ചേഷ്ടനായി പ്രവർത്തിച്ച ക്യാമ്പ് സീനിയർ സജീവ പ്രവർത്തകനായി മാറും എന്നാണ്. ബോച്ചൗ അതിനെപ്പറ്റി ആലോചിക്കുകയാണെന്നു ക്രാമർക്കു മനസിലായി.

"എല്ലാവരുംകൂടി അതിനെപ്പറ്റി ഒന്ന് ആലോചിച്ചുനോക്കൂ, പക്ഷെ സംഗതികൾ വേഗംവേണം," ക്രാമർ പറഞ്ഞു.

പെട്ടെന്നു ഐ എൽ കെയുമായി എങ്ങനെ ഒരു കൂടിയാലോചനയ്ക്കു സാധ്യമാകും എന്നായിരുന്നു ബോച്ചൗവിന്റെ വിചാരം. ബോഗോർസ്കിയെയും ഡച്ചുകാരനായ വാൻഡാലനെയും കിട്ടാൻ പ്രയാസമില്ല. പക്ഷെ പ്രിബുലയെയും കോഡിസാക്കിനെയും എങ്ങനെ കണ്ടുമുട്ടും. അവർ ക്യാമ്പിൽ ഉണ്ട് എന്നതു ശരിതന്നെ. കവാത്ത് മൈതാനത്ത്, തോക്കുകൾ സ്ഥാപിച്ചിരിക്കുന്നതിന്റെ സമീപമുള്ള നേത്രരോഗ ചികിത്സാവിഭാഗത്തിലാണ് അവർക്കു ജോലി. ഇവിടേക്കുള്ള പ്രവേശനം കർശനമായി നിയന്ത്രിച്ചിരുന്നു. ഫ്രഞ്ചുകാരനായ റയോമാന്ററിനേയും കാണാൻ പറ്റില്ല, ക്യാമ്പിനു വെളിയിൽ, ഓഫീസർമാരുടെ കാസിനോവിലെ അടുക്കള കമാന്ററിലാണ് അയാളുടെ ലാവണം. കാണാൻ സാധിക്കാത്തവരെ 'ലയിൻ ചെക്ക്' (വൈദ്യുത കമ്പികളുടെ പരിശോധന) മുഖാന്തിരമേ വിവരമറിയിക്കാൻ പറ്റുകയുള്ളൂ. പക്ഷെ അടിയന്തരാവശ്യങ്ങൾക്കു മാത്രം ഉപയോഗിക്കുന്ന ഈ പ്രത്യേക ഉപാധി സ്വീകരിക്കാൻ ബോച്ചൗവിന് വലിയ സമ്മതമില്ലായിരുന്നു. പക്ഷെ സംഗതികളുടെ അടിയന്തര സ്വഭാവവും, കാര്യങ്ങൾ വേഗത്തിൽ നടത്തേണ്ടതിന്റെ ആവശ്യവും മനസിലാക്കിയ ബോച്ചൗ ക്രാമറെ ചോദ്യരൂപത്തിൽ നോക്കി.

"ഒരു ലയിൻ ചെക്ക് തരപ്പെടുത്താമോ?"

"തീർച്ചയായും സാധിക്കും" ക്രാമർ തലയാട്ടി.

എന്താണതിന്റെ അർഥമെന്ന് അയാൾക്ക് അറിയാമായിരുന്നു. ഇത്തരത്തിൽ ഒരു പണി ഇതിനുമുമ്പും അയാൾ ചെയ്തു കൊടുത്തിരുന്നു.

"ശരി, എന്നാലിതാ നമ്പറുകൾ ശ്രദ്ധിച്ചോളൂ; മൂന്നു, നാല്, അഞ്ച്, അവസാനം എട്ട്."

ക്രാമർ വീണ്ടും തലയാട്ടി. "ഐ എൽ കെ" അയാൾ മെല്ലെ മൊഴിഞ്ഞു.

ക്യാമ്പിലെ വൈദ്യുതപ്പണിക്കാരുടെ ഷോപ്പിൽ ഒരു തടവുകാരൻ ലോഹത്തകിടിൽ അരംകൊണ്ടു രാവി എന്തോ ആലോചിച്ചുകൊണ്ടു നിന്നു.

ക്രാമർ അകത്തു കടന്നു.

"സ്കൂപ്പ് ഉണ്ടോ ഉള്ളിൽ."

തടവുകാരൻ ഷോപ്പിന്റെ പിന്നിലായി മരംകൊണ്ടു വേർതിരിച്ച ഒരു സ്ഥലം, തന്റെ അരംകൊണ്ടു ചൂണ്ടിക്കാണിച്ചുകൊടുത്തു. ക്രാമറുടെ അൽപ്പം സംഭ്രമം കലർന്ന നോട്ടം കണ്ടപ്പോൾ അയാൾ ആശ്വസിപ്പിച്ചു.

"വേറെ ആരുമില്ല, അവിടെ."

മേശക്കരികിൽ ഒരു അലാറം ഉപകരണത്തിന്മേൽ തട്ടി മുട്ടികൊണ്ടിരിക്കുകയായിരുന്നു സ്കൂപ്പ്. ക്രാമർ കടന്നു ചെന്നപ്പോൾ അയാൾ തലയുയർത്തി നോക്കി.

"ഹെൻറിച്ച്, ലൈൻ ഒന്ന് ചെക്ക് ചെയ്യേണ്ടിയിരിക്കുന്നു."

സ്കൂപ്പിനു കാര്യം മനസിലായി.

"ശരി, ഇപ്പോൾതന്നെയാകാമല്ലോ?"

ക്രാമർ ഒരടികൂടെ മുന്നോട്ടുവെച്ചു പതുക്കെ പറഞ്ഞു. "ഇതാ നമ്പറുകൾ; മൂന്ന്, നാല്, അഞ്ച്, അവസാനം എട്ട്."

സ്കൂപ്പ് എഴുന്നേറ്റുനിന്നു. ഈ അക്കങ്ങളുടെ അർഥമെന്താണെന്നൊന്നും അയാൾ അന്വേഷിച്ചില്ല. ആരോ, ആർക്കോ അയക്കുന്ന ഒരടിയന്തര സന്ദേശം. പണിതീരുന്ന സാധനങ്ങൾ അങ്ങനെ തന്നെ മേശയുടെ ഒരു ഭാഗത്തേക്ക് തള്ളി മാറ്റി അയാൾ ഉപകരണ സഞ്ചിയെടുത്തു.

"വാൾട്ടർ, ഞാനിതാ പുറത്തേക്ക് പോകുന്നു."

"പക്ഷെ കാര്യം ശരിപ്പെടുത്തണം. മനസിലായോ." സ്കൂപ്പിന്റെ മുഖം അത്ഭുതം കൊണ്ടുവിടർന്നു.

"ഞാൻ ഏൽക്കുന്ന കാര്യം എപ്പോഴും ശരിപ്പെടും."

സ്കൂപ്പിന്റെ സമീപത്ത് നിന്നു ക്രാമർ പോയത് ഹോഫലിന്റെ അടുത്തേക്കായിരുന്നു. സ്വീലിങ്ങ് അവിടെ ഉണ്ടായിരുന്നു. ആ നീണ്ട കൗണ്ടറിനരികെ ക്യാമ്പ് സീനിയറെയും ഹോഫലിനെയും ഒരുമിച്ചു കണ്ടപ്പോൾ അയാൾ മുറിവിട്ടു അവരുടെ അടുത്തേക്കുചെന്നു.

"എന്താണിവിടെ?"

"ഹോഫൽ സാധനങ്ങളെല്ലാം തയ്യാറാക്കിക്കോട്ടെ; നാളെ ഒരു സംഘം തടവുകാർ ക്യാമ്പ് വിട്ടുപോകുന്നുണ്ട്." ക്രാമർ സ്ഥൈര്യത്തോടെ പറഞ്ഞു.

"എവിടേക്ക്" എന്തോ പ്രതീക്ഷിക്കുന്ന മട്ടിൽ സ്വീലിങ്ങ് നാക്കു നീട്ടി കീഴ്ചുണ്ടിൽ തൊടുവിച്ചുകൊണ്ടു നിന്നു.

"എനിക്കറിയാൻ വയ്യല്ലോ?"

സ്വീലിങ്ങ് പല്ലുമുഴുവനും പുറത്തുകാട്ടി.

"അതൊന്നും പറയല്ലേ! ഞങ്ങളെക്കാൾ നിശ്ചയം നിങ്ങൾക്കാണ്."

"അതെങ്ങനെയാണാവോ" ക്രാമർ പൊട്ടൻ കളിച്ചുകൊണ്ടു ചോദിച്ചു.

"നിങ്ങൾ എന്തു പരിപാടിയാണ് ആസൂത്രണം ചെയ്തിട്ടുള്ളതെന്ന് ഒന്ന് അറിഞ്ഞാൽ....." അയാൾ ഞെളിഞ്ഞു ഞെളിഞ്ഞു അകത്തേക്കുതന്നെ പോയി.

അയാൾ പോയ വഴിയെ നോക്കിക്കൊണ്ടു ക്രാമർ ചീറി.

"ക്ലോക്കിൽ നോക്കി സമയം പറയാൻ പറ്റുന്ന ജാതിയാണ്."

കടിച്ചമർത്തിയ പല്ലുകൾക്കിടയിലൂടെ അയാൾ മുരണ്ടു. "ഞാൻ ബോച്ചൗവിന്റെ അടുക്കൽ നിന്നാണ് വരുന്നത്. തന്നോടു കുറച്ചു സംസാരിക്കാനുണ്ട്. നമുക്കു പുറത്തേക്കുപോകാം."

കൈത്തണ്ടയിൽ നിറയെ വസ്ത്രങ്ങൾ വെച്ച സഞ്ചികളുമായി പിപ്പിഗ്ഗ് കലവറമുറിയിൽനിന്നു കൗണ്ടറിലേക്കുവന്നു. അയാൾ ക്രാമറുടെ അവസാനത്തെ വാക്കുകൾ കേട്ടിരുന്നു. അൽപ്പമൊരു അവിശ്വാസത്തോടെ അയാൾ അവർ രണ്ടുപേരും നടന്നു മറഞ്ഞ വഴിയേ നോക്കിനിന്നു. ആദ്യത്തെ നിലയിലേക്കു പോകാനായുള്ള ഇടത്തോട്ടു വലത്തോട്ടും

വെച്ചിരുന്ന കോവണികളുടെ അടിയിൽ അവർ നിന്നു. ക്രാമർ അതിന്റെ ക്രാതിയിലേക്കു ചാഞ്ഞു.

"ആൻഡ്രീ, എല്ലാം ചുരുക്കി രസത്തിൽ പറയുകയാണെങ്കിൽ, കഥയെല്ലാം എനിക്കു മനസിലായി. നാളെ കുറെ തടവുകാർ സ്ഥലം വിടുന്നുണ്ട്. അവരുടെ കൂടെ ജങ്കോവ്സ്കി കുട്ടിയേയും കൊണ്ടുപോകുന്നു. സംഗതി മനസിലായോ?"

ശിക്ഷിക്കപ്പെട്ട ഒരാളെപ്പോലിരുന്നു ഹോഫൽ. അയാൾ തല കുമ്പിട്ടുനിന്നു.

"ആ കുട്ടിയുടെ കാര്യത്തിൽ നമുക്കു വേറെയൊന്നും ചെയ്യാനാവില്ലേ?" അയാൾ മൃദുസ്വരത്തിൽ ചോദിച്ചു.

ഇതേ വാക്കുകളിൽ, ഇതേ ചോദ്യം തന്നെയാണ് ക്രാമർ ബോച്ചൗവിനോടും ചോദിച്ചത്. ഒരുപക്ഷെ ഈ ആശയം പ്രകടമാക്കാൻ ലോകത്തിൽ വേറെ വാക്കുകൾ ഇല്ലെന്നു തോന്നുന്നു. ബോച്ചൗവിന്റെ വാക്കുകളിലൂടെയാണ് ഇപ്പോൾ ക്രാമറും മറുപടി പറയുന്നത്.

"അങ്ങനെയൊരു ചോദ്യമേ ഉത്ഭവിക്കുന്നില്ല. ഇല്ല, തീർച്ചയായും അങ്ങനെയൊരു പ്രശ്നമില്ല."

കുറെയേറെ നേരം മൗനവലംബിച്ചതിനു ശേഷമാണ് ഹോഫൽ അടുത്ത ചോദ്യം ചോദിച്ചത്.

"എങ്ങോട്ടാണവർ പോകുന്നത്."

ക്രാമർക്കു നിസീമമായ മനോവ്യഥ തോന്നി. അയാൾ ക്രാതിയുടെ ഇരുമ്പുകമ്പിയിന്മേൽ പതുക്കെ തട്ടിക്കൊണ്ട് നിശ്ശബ്ദനായി നിന്നു. ഹോഫൽ അയാളുടെ നേർക്കു തിരിഞ്ഞു.

"വാൾട്ടർ........"

ക്രാമർക്ക് ക്ഷമയറ്റു.

"നമുക്കിങ്ങനെ അധികനേരം നിൽക്കാനുള്ള സൗകര്യമില്ല. നിങ്ങളുടെ നിലപാട്, എന്നെക്കാളും കൂടുതൽ നിശ്ചയം നിങ്ങൾക്ക് തന്നെയാണല്ലോ. വെറുതെ കയറിയ വഞ്ചി ഉലയ്ക്കാതെ. നാളത്തെ യാത്രാസംഘത്തെ ചൊല്ലി ഒരുപാടു പണിയുണ്ടെനിക്ക് ചെയ്തുതീർക്കാൻ. കുട്ടിയുടെ കാര്യം നോക്കാനൊന്നും ഇടയില്ല......അതുകൊണ്ട്........"

ഹോഫലിനെ ആ നിലയിൽ തന്നെ വിട്ടു ക്രാമർ പടിയിറങ്ങിപ്പോയി. ആരോ തള്ളിയതുപോലെ പെട്ടെന്ന് ഹോഫൽ വെട്ടിത്തിരിഞ്ഞ് സ്വന്തം ബാരക്കിലേക്ക് നടന്നു.

"എന്തായിരുന്നു ക്രാമർക്ക് തന്നെക്കൊണ്ട് ആവശ്യം" പിപ്പിഗ്ഗ് ആരാഞ്ഞു.

ഹോഫൽ മറുപടിയൊന്നും പറഞ്ഞില്ല. അയാളുടെ മുഖത്തു ഗൗരവം തമ്പടിച്ചിരുന്നു. പിപ്പിഗ്ഗിനെ കടന്ന് അയാൾ ഗുമസ്തന്മാരുടെ മുറിയിലേക്ക് നടന്നു.

ബാരക്കുകളുടെ ഇടയിലൂടെ തണുത്ത വെള്ളം മുറ്റിനിൽക്കുന്ന കാറ്റ് ചീറിയടിക്കുന്നുണ്ടായിരുന്നു. ക്രാമർ കൈ കോട്ടിന്റെ പോക്കറ്റിലേക്ക് തിരുകി. ഇടതുഭാഗത്തായി ചുടുകാട് കാണാവുന്ന ആ റോഡ്

അയാൾ മുറിച്ചുകടന്നു. നിശ്ശബ്ദതയിൽ മുങ്ങി നിൽക്കുന്ന ഉയർന്ന ചിമ്മിനിയോടുകൂടിയ അത് ഒരു ഭീകരകാഴ്ചതന്നെയായിരുന്നു. കാർബോളിക് ആസിഡിൽ കുതിർത്തെടുത്ത, ഊതനിറമുള്ള നിരപ്പലകകൾ അതിനെ ജിജ്ഞാസുക്കളുടെ നോട്ടത്തിൽനിന്ന് മറച്ചുപിടിച്ചിരുന്നു. ഈ മരപ്പലകകൾപ്പുറത്ത് എന്തെല്ലാമാണ് നടക്കുന്നത്. അവിടേക്ക് പ്രവേശനം തീരെ നിഷേധിച്ചിരുന്നു. എന്നാലും ക്രാമർക്ക് അതെല്ലാമറിയാമായിരുന്നു.

ക്യാമ്പ് സീനിയർ എന്ന നിലയ്ക്ക് അയാൾ പലപ്പോഴും ആ മരമതിലിനപ്പുറത്തേക്ക് പോയിട്ടുണ്ട്. നൂറുകണക്കിന് ശവങ്ങളുമായി വണ്ടികൾ വന്നാൽ ആ പറമ്പിൽ എമ്പാടും അവ ചിതറിക്കിടക്കും. ആ ചുടുകാട്ടിൽ പണിയെടുത്ത പോളണ്ടുകാർ ശവങ്ങളെ ഓരോന്നായി വലിച്ചെടുത്തു വസ്ത്രങ്ങളെല്ലാം അഴിച്ചെടുക്കും. ചുട്ടുകളയാൻ നിർവാഹമില്ലാത്ത വിലപിടിച്ച തുണികളായിരിക്കും അവ. ശവങ്ങളുടെ വസ്ത്രാക്ഷേപം അത്ര എളുപ്പമായ പണിയൊന്നുമല്ല. മരണവെപ്രാളത്തിൽ മരവിച്ചുപോയ അവയവങ്ങൾ സ്വമേധയാ വസ്ത്രങ്ങൾ വിട്ടുകൊടുത്തിരുന്നില്ല. പക്ഷെ ശവവാഹകർക്ക് ഇതെല്ലാം നല്ല പരിചയമായിരുന്നു. രണ്ടുപേരാണ് സാധാരണ ഈ പണിയിൽ ഇടപെടാറ്. ആദ്യം കോട്ടിന്റെയും ജാക്കറ്റിന്റെയും ബട്ടണെല്ലാം അഴിച്ചെടുത്ത് അതിനെ ഇരിക്കുന്ന നിലയിൽ വയ്ക്കുന്നു. ഒരാൾ ശവശരീരം അമർത്തിപ്പിടിച്ചുകൊണ്ടിരിക്കുമ്പോൾ അടുത്തയാൾ തലയ്ക്കു മുകളിലൂടെ കോട്ടും ജാക്കറ്റും വലിച്ച് ഊരിയെടുക്കലാണ് പതിവ്. ബീഭത്സവും പൈശാചികവുമായ കാഴ്ച. മൃതദേഹത്തിൽ ഒടിഞ്ഞു മടങ്ങി കിടക്കുന്ന തലയും, വിടർത്തിപ്പിടിച്ചിരിക്കുന്ന കൈകളും കണ്ടാൽ തോന്നുക, മദ്യമത്തനായ ഒരുത്തനെ കിടത്തിയുറക്കാൻവേണ്ടി വസ്ത്രം മാറ്റിക്കുകയാണെന്നാണ്. മരവിച്ച ദൃഢതയാർന്ന കൈവിരലുകൾ ഇരുമ്പുകൊളുത്തുകൾപോലെ കുപ്പായകയ്യിന്മേൽ അള്ളിപ്പിടിച്ചിരുന്നു. പക്ഷെ ചിരപരിചിതമായ, കരുത്തേറിയ ഒരു കടച്ചിൽകൊണ്ട് അവർ ആ വഴങ്ങാത്ത അവയവങ്ങളിൽനിന്ന് വസ്ത്രങ്ങൾ അഴിച്ചെടുക്കും. ചില നഗ്നശരീരങ്ങളിൽ സാധാരണ സ്ത്രീകൾ ഉപയോഗിക്കാറുള്ള ലോലലോലമായ അടിച്ചട്ടകൾ കാണാറുണ്ട്. നല്ല സുന്ദരമായ ചുകപ്പുനിറം മുതൽ കടലിന്റെ നീലിമ കോലുന്ന വർണം വരെ അവയിൽ ഉൾപ്പെടുന്നു. നിസ്സഹായമായ വിധത്തിൽ നഗ്നരാക്കപ്പെട്ട ആ ശരീരങ്ങൾ ദയനീയമായ വിധത്തിൽ നീട്ടപ്പെട്ട കൈകളോടും ഒരു വശത്തേക്കു ചരിഞ്ഞുവീണ, മുണ്ഡനംചെയ്ത ശിരസോടുംകൂടി ആ ചളിയിൽ അങ്ങനെ കിടക്കും. ഇരുളടഞ്ഞ ഗഹ്വരംപോലുള്ള മലർക്കെ തുറന്ന വായ കണ്ടാൽ തോന്നുക വസ്ത്രാക്ഷേപത്തിനുശേഷമുള്ള തങ്ങളുടെ പ്രച്ഛന്നവേഷംകണ്ടു ചിരിച്ചുചിരിച്ചവർ മരിച്ചതാണെന്ന്.

ചെറിയ കൊരുടുകൾ കൊണ്ട് ശവവാഹകർ ഷൂസിന്റെ കെട്ടുകൾ എല്ലാം അഴിച്ചു (സാധാരണയായി കെട്ടിട്ട ചരടുകളോ കമ്പിക്കഷ്ണങ്ങളോ ആയിരുന്നു ഷൂലേസിന്റെ സ്ഥാനത്ത്) നഗ്നമായ പാദങ്ങളിൽനിന്ന് അവ വലിച്ചെടുക്കും, ചില മൃതശരീരങ്ങളുടെ കാലുകളിൽ സ്ത്രീകൾ ഉപയോഗിക്കുന്ന നിരവധി മൃദുലമായ സ്റ്റോക്കിങ്ങുകൾ

കാണാറുണ്ട്, അവയും എടുത്തു മാറ്റപ്പെടേണ്ടവ തന്നെ, വേറെ ഒരു ശവവാഹകൻ യാതൊരു അടുക്കും ചിട്ടയുമില്ലാതെ കുന്നുകൂടിക്കിടക്കുന്ന ശവങ്ങളുടെ ഇടയിലൂടെ ഒരു ചവണയുമായി നടക്കുന്നുണ്ടായിരിക്കും. വായിൽ വല്ല സ്വർണ്ണപല്ലുകളും ഉണ്ടോ എന്നാണവന്റെ നോട്ടം. ചവണ കൊണ്ട് അവൻ കൃത്രിമദന്തങ്ങളും വലിച്ചുപറിച്ചെടുക്കും. ഉപയോഗിക്കാൻ പറ്റാത്തവയാണെന്നു കണ്ടാൽ അതേ ചവണ കൊണ്ടുതന്നെ അയാൾ അവയെ വായിൽ തിരുകിവെക്കും. ഒന്നോ രണ്ടോ പേർകൂടി, ശവങ്ങളുടെ കിടപ്പനുസരിച്ചു കിട്ടിയ മട്ടിൽ കൈകളിലോ കാലുകളിലോ പിടികൂടി അവയെ ആ ശവക്കൂനയിലേക്കു വലിച്ചെറിയും. ചിരപരിചിതമായ ആ ചുഴറ്റിയുള്ളേറിൽ ജഡങ്ങൾ ഒരു നേരിയ ശബ്ദത്തോടെ കൂനകളിൽ തന്നെ ചെന്നു പതിച്ചോളും.

ക്രാമർ നിന്നുപോയി.

ക്യാമ്പിനകത്തു മുഴുവനും മാംസം വേകുന്ന മണം, മൂക്കിലെ ഞരമ്പുകളെല്ലാം തുളച്ചുകളയുന്ന മട്ടിൽ രൂക്ഷരൂക്ഷമാണതിന്റെ നാറ്റം. ഉയർന്ന ചിമ്മിനിയിൽനിന്നും തീജ്വാലകൾ അന്തരീക്ഷത്തിലേക്കു ചീറിപ്പായുന്നുണ്ടായിരിക്കും. കനത്ത ഊതനിറം പൂണ്ട പുകപടലങ്ങൾ ക്യാമ്പിലാകെ പരന്നു നീങ്ങും.

1944 ആഗസ്റ്റിലെ ഒരു രാത്രി ക്രാമറുടെ സ്മരണയിലേക്ക് ഓടിയെത്തി. ക്യാമ്പിലെ അമേരിക്കൻ ആക്രമണത്തിനു കുറച്ചുദിവസം മുമ്പായിരുന്നു അത്. കിടക്കാനുപയോഗിച്ചിരുന്ന ബാരക്കിന്റെ ജനവാതിലിലൂടെ, ചിമ്മിനിയിൽ നിന്ന് തീജ്വാലകൾ പടരുന്നത് അയാൾ കണ്ടിരുന്നു. ഈ അർധരാത്രി ആരെയായിരിക്കും അവർ ദഹിപ്പിക്കുന്നത്. പിറ്റെ ദിവസം ക്യാമ്പിൽ രഹസ്യമായ ഒരു പിറുപിറുപ്പ് ഉയർന്നു. ചുടുകാട്ടിൽ വെച്ചു 'താൽമാനെ' വെടിവെച്ചുകൊന്ന് അവർ ചുട്ടെരിച്ചു കളഞ്ഞിരിക്കുന്നു. കിംവദന്തിയോ? സത്യമോ? ആർക്കും തീർച്ച പറയാനറിയാമായിരുന്നില്ല. അല്ല! ഒരാൾക്ക് അറിയാമായിരുന്നു അതിന്റെ സത്യം.

1944 ആഗസ്റ്റ് 18-ന് റിപ്പോർട്ട് ഫ്യൂഹറർ മുഖേന ശ്മശാനത്തിലെ ജോലിക്കാർക്ക് ഒരു കൽപ്പന കിട്ടി. രാത്രിയിലെ ഉപയോഗത്തിനായി ഒരു ചൂള തീയെരിച്ചു തയ്യാറാക്കി വയ്ക്കണം. അന്നുരാത്രി അവിടത്തെ കമാന്റോവിലെ തടവുകാരെയെല്ലാം ശ്മശാനത്തിലെ ശയ്യാഗാരത്തിലിട്ടു പൂട്ടുകയാണ് ചെയ്തത്. എസ് എസിനു സാക്ഷികളെയൊന്നുമാവശ്യമില്ല, ഒരു പോളിഷ് പരിചാരകൻ എങ്ങനെയോ രക്ഷപ്പെട്ട്, ശ്മശാനപറമ്പിൽ കൂട്ടിയിട്ടിരുന്ന കൽക്കരി കൂമ്പാരത്തിന്റെ പിന്നിൽ ഒളിച്ചുനിന്നു. ചുടുകാട്ടിലെ മരപ്പലക ഭിത്തി തുറക്കുന്നതയാൾ കണ്ടു. സ്കാർഫ്യൂഹറർമാരുടെ ഒരു വ്യൂഹംതന്നെ അങ്ങോട്ടു കടന്നു; കൂടെ ഒരു പൗരനും, പൊക്കത്തിൽ വിരിഞ്ഞ സ്കന്ദങ്ങളോടുകൂടിയ ഒരാൾ. കോട്ടുധരിച്ചിരുന്നില്ല, കറുത്ത പാന്റാണ് അയാൾ ഇട്ടിരുന്നത്. അനാവൃതമായിരുന്നു കഷണ്ടി കയറിത്തുടങ്ങിയ ആ തല.

ശവം ചുടാൻ ഉപയോഗിക്കുന്ന മുറിയുടെ സമീപത്തേക്ക് അയാളെ ആനയിച്ചതിനെ തുടർന്ന് വെടിയുടെ ശബ്ദംമുഴങ്ങി. വധിക്കപ്പെട്ട ആ

മനുഷ്യനേയുംകൊണ്ട് അവർ ചൂളയിലേക്ക് നീങ്ങി. നീണ്ട മണിക്കൂറുകൾക്കുശേഷം—ആ മൃതശരീരം എരിഞ്ഞു ചാമ്പലാകാൻ കുറെയേറെ നേരം എടുത്തിരുന്നു—അവർ ശ്മശാനത്തിൽനിന്നു മടങ്ങിപ്പോകുമ്പോൾ ഒരു സ്കാർഫ്യൂഹറർ പറയുന്നുണ്ടായിരുന്നു. "നിങ്ങൾക്ക് അറിയാമോ, നാം ആരെയാണ് ഇപ്പോൾ ചൂളയിലേക്ക് തള്ളിയതെന്ന്? ങാ! അയാളാണ് കമ്യൂണിസ്റ്റ് നേതാവ് താൽമാൻ."

കുറെ ദിവസങ്ങൾ കഴിഞ്ഞ് ഒരു നാൾ സ്കൂപ്പ് ഉദ്വേഗത്തോടെ ക്രാമറുടെ സമീപത്തേക്ക് ഓടിയെത്തി. ഏണസ്റ്റ് താൽമാന്റെ വധകാര്യം, റിപ്പോർട്ട് ഫ്യൂഹററുടെ പുസ്തകത്തിൽ രേഖപ്പെടുത്തിയിട്ടുള്ളത് അയാൾ കണ്ടിരുന്നു.

ക്രാമർ ആ ചിമ്മിനിയിലേക്കു തുറിച്ചുനോക്കി. അന്നു രാത്രി ഇരുണ്ട വ്യോമമണ്ഡലത്തിലേക്ക്, ചിമ്മിനിയിൽ നിന്ന് തീ നാളങ്ങൾ ഉയരുന്നത് അയാൾ കണ്ടു. അന്ന് രാത്രി അയാൾക്ക് ഉറങ്ങാൻ സാധ്യമായിരുന്നില്ല. ഇന്നിതാ ആ തീജ്വാലകൾ അയാളുടെ ആത്മാവിലാകെ കത്തിപ്പടരുന്നു, ജ്വലിക്കുന്നു. തന്റെ കൊടിയുടെ നിറം ചോരചുകപ്പായതിന്റെ അർഥം അയാൾക്കിപ്പോൾ മനസിലായി.

മരക്കോവണിവഴി ഗുമസ്തന്മാരുടെ മുറിയിലേക്കു പോകാൻ ആരംഭിക്കുമ്പോൾ, ക്യാമ്പിലെ ഉച്ചഭാഷിണികളിലൂടേയും സ്കൂപ്പിന്റെ സ്വരം മുഴങ്ങുന്നത് അയാൾ കേട്ടു.

"ജാഗ്രത.......വൈദ്യുത കമ്പികൾ പരിശോധിക്കുന്നു."

ഒരു നിമിഷം ക്രാമർ അവിടെനിന്നു. അയാളുടെ മുഖത്ത് ഒരു പുഞ്ചിരി പരന്നു.

ക്രാമറുമായുള്ള സംഭാഷണം കഴിഞ്ഞ്, നേരെ സ്കൂപ്പ് പോയതു പടിക്കലേക്കാണ്; റിപ്പോർട്ട് ഫ്യൂഹററുടെ ഓഫീസിലേക്ക്. പണിയായുധങ്ങൾ അടങ്ങിയ സഞ്ചി അയാളുടെ തോളിൽ തൂങ്ങിക്കിടന്നു. വിശ്വാസം തോന്നിക്കുന്ന വിധത്തിലുള്ള തന്റെ മട്ടും ഭാവവും, പൊടുന്നനെ യുക്തികൾ കണ്ടുപിടിക്കാനുള്ള തന്റെ പാടവവും ഉണ്ടാക്കുന്ന സ്ഥലം എന്താണെന്നയാൾക്ക് നല്ലപോലെ അറിയാമായിരുന്നു. അവയിൽനിന്നയാൾ തികച്ചും മുതലെടുക്കാറുമുണ്ട്.

റീനിബോത്തിന്റെ മുമ്പിൽ അയാൾ അറ്റൻഷൻ ആയി നിന്നു. എന്താണാവശ്യമെന്ന അയാളുടെ ഗർജനത്തിനു മറുപടിയായി സ്വത സിദ്ധമായ നിഷ്കളങ്കതയോടെ സ്കൂപ്പ് പറഞ്ഞു. "ഹെർ റിപ്പോർട്ട് ഫ്യൂഹറർ എനിക്കു വീണ്ടും ഈ വൈദ്യുത കമ്പികളെല്ലാം ഒന്നു പരിശോധിക്കേണ്ടിയിരിക്കുന്നു. ക്യാമ്പിലെ ചില ഉച്ചഭാഷിണികൾ ശബ്ദിക്കുന്നില്ല."

ധൃതിയിൽ പണിചെയ്തിരുന്ന റീനിബോത്ത് ഉദാസീനതയോടെ ചോദിച്ചു. "വീണ്ടും അതെല്ലാം തിരുപ്പിടിച്ചു ചീത്തയാക്കിക്കളഞ്ഞു, അല്ലേ?"

മുഖത്ത് ശിശുസഹജമായ നിഷ്കളങ്കതയോടെ സ്കൂപ്പ് പ്രതിവചിച്ചു. "ഞാനവ തിരുപ്പിടിച്ചിട്ടേ ഇല്ലല്ലോ? കമ്പികൾ എളുപ്പം പൊട്ടിപ്പോകുന്നവിധത്തിൽ കട്ടി കൂടിയവയാണ്. യുദ്ധകാലസാമഗ്രികളല്ലേ, അവ."

"എന്റെ അടുക്കൽനിന്നു പ്രസംഗിക്കല്ലേ! അതെല്ലാം ഉച്ചഭാഷിണിയിൽ മതി. നരകം! ദയവുചെയ്ത് ഒന്നു പോകാമോ."

അതായിരുന്നു ഉച്ചഭാഷിണി യന്ത്രത്തിൽ പണിയെടുക്കാൻ സ്കൂപ്പിന് കിട്ടിയ അനുമതി പത്രം. അയാൾ യന്ത്രത്തിന്റെ അടുത്തെത്തി വിദ്യുൽപ്രവാഹം തുറന്നു, അത് ഇരമ്പി, പരിശോധനാർഥം അതിൽ ഒന്നു ഊതി നോക്കിയശേഷം, തൊണ്ട തെളിയിച്ച് വിളിച്ചു പറഞ്ഞു.

"ജാഗ്രത......ലയിൻ ടെസ്റ്റ് ചെയ്യുന്നു........ഞാൻ എണ്ണിനോക്കുകയാണ്. മൂന്ന്, മൂന്ന്, നാല്, നാല്, അഞ്ച്, അഞ്ച്.......എട്ട് ഒന്നുകൂടി; മൂന്ന്, മൂന്ന്, നാല്, നാല്, അഞ്ച്, അഞ്ച്.......എട്ട്, എട്ട്."

ഈ പ്രഖ്യാപനം സർവ ബ്ലോക്കുകളിലും കേൾക്കാമായിരുന്നു. എല്ലാ പണിശാലകളിലും ആ ശബ്ദം മുഴങ്ങി. നേത്രചികിത്സാലയത്തിൽ പണിയെടുത്തിരുന്ന പ്രിബുലയും കോഡിസാക്കും ഒരുനിമിഷനേരത്തേക്ക് പ്രവൃത്തി നിർത്തി തലപൊന്തിച്ചു. കാസനോവിലെ ഫ്രഞ്ചുകാരനായ പാചകൻ ഹെൻറിയോമാന്റ് ശ്രദ്ധയോടെ ആ പ്രഖ്യാപനം കേട്ടു. മൂന്ന്, നാല്, അഞ്ച് എന്നീ അക്കങ്ങൾ ഐ എൽ കെയിലെ വ്യക്തികൾക്കുള്ള അടയാള വാക്കുകളായിരുന്നു. ചുരുക്കത്തിൽ ആ പ്രഖ്യാപനത്തിന്റെ പൊരുൾ അന്നുരാത്രി എട്ടുമണിക്ക് സാധാരണ സ്ഥലത്ത് അവർ സമ്മേളിക്കണമെന്നായിരുന്നു. പാത്രത്തിലുള്ള എന്തോ ഒന്ന് കാര്യമായി ഇളക്കിക്കൊണ്ട് റിയോമെന്റ് സ്റ്റോവിന്റെ അടുക്കൽനിന്നു. പ്രിബുലയും കോഡിസാക്കും ഒരു പ്രത്യേകാർഥത്തിൽ പരസ്പരം നോക്കി. പ്രാധാന്യമുള്ള എന്തോ ഒന്ന് സംഭവിച്ചിരിക്കണം.

"പരിശോധന അവസാനിച്ചു; പരിശോധന അവസാനിച്ചു" സ്കൂപ്പ് വിദ്യുൽപ്രവാഹം നിർത്തി.

ഒരു ചെവികൊണ്ട് വളരെ അലസമായ മട്ടിലേ റീനിബോത്ത് അത് ശ്രദ്ധിച്ചിരുന്നുള്ളൂ. അയാൾ കളിയാക്കി. "അപ്പോൾ നിനക്ക് മൂന്നുവരെ എണ്ണാനറിയാമല്ലോ. നന്നായി നന്നായി, ദൈവത്തിന് നന്ദി!"

"ഹെർ റിപ്പോർട്ട് ഫ്യൂഹറർ സാർ! അതൊക്കെ ഒരുവിധത്തിൽ എനിക്കിപ്പോഴും ഒപ്പിക്കാമേ........." സ്കൂപ്പ് തന്റെ ഉണ്ടക്കണ്ണുകൾകൊണ്ട് സുഭഗനായ ആ യുവാവിനെ പ്രസന്നതയോടെ ഒന്നവലോകനം ചെയ്തു. അയാളാകട്ടെ "ഉം, തന്നെ ഇവിടെ നിന്ന് ഒന്നു കൊണ്ടുപോയാട്ടെ" എന്നർഥത്തിൽ വിരസതയോടെ കൈവീശി. തികഞ്ഞ സംതൃപ്തിയോടെ സ്കൂപ്പ് തന്റെ പണിശാലയിലേക്ക് തന്നെ മടങ്ങി.

# VI

**ഒ**രൊറ്റയാളും കാണാതെ ഐ എൽ കെയുടെ കൂടിയാലോചനായോഗം തുടർന്നു. സമയത്തിനൽപ്പം മുമ്പുതന്നെ ബോച്ചൗ യോഗസ്ഥലത്തെത്തി. നല്ല ഇരുട്ടും തണുപ്പുമുണ്ടായിരുന്നു. ബ്ലോക്കുകളുടെ ഇടനാഴികളിൽ വളരെ കുറച്ചു തടവുകാരേ ഉണ്ടായിരുന്നുള്ളൂ. ആകാശാക്രമണം പ്രമാണിച്ച് തമസ്കരിച്ച പ്രവേശനദ്വാരങ്ങൾക്കു മുമ്പിൽ

കുറെപ്പേർ സിഗററ്റിന്റെ ജ്വാല കൈകൊണ്ട് മറച്ചുപിടിച്ചു പുകവലിച്ചു കൊണ്ട് നിന്നിരുന്നു. കവാത്ത് മൈതാനവും ആതുരശാലയും ബന്ധിക്കുന്ന ആ നീണ്ട റോഡിൽ മാത്രമെ പറയത്തക്ക ജനക്കൂട്ടം ഉണ്ടായിരുന്നുള്ളൂ. ചിലർ ആസ്പത്രിയിലേക്കും, മറ്റുചിലർ ആസ്പത്രിയിൽ നിന്ന് താന്താങ്ങളുടെ ബ്ലോക്കുകളിലേക്കും ധൃതിയിൽ പോകുകയായിരുന്നു.

ആസ്പത്രിയിലെ ഇരുളടഞ്ഞ പറമ്പിലെ ഒരു ബാരക്കിലേക്ക് ബോച്ചൗ കടന്നുചെന്നു. വൈക്കോൽ ചാക്കുകളും രോഗികൾക്കാവശ്യമായ ഉപകരണങ്ങളും സൂക്ഷിച്ചിരുന്ന കലവറയായിരുന്നു അത്. തീരെ ബലഹീനമായ ബൾബിൽനിന്നു പ്രസരിക്കുന്ന മങ്ങിയ വെളിച്ചത്തിൽ ആസ്പത്രിയിലെ രണ്ടു പരിചാരകർ വൈക്കോൽ ചാക്കുകൾ തുന്നിക്കൊണ്ട് ഇരിക്കുകയായിരുന്നു. ബോച്ചൗ കടന്നുചെന്നപ്പോൾ അവർ പണി നിർത്തി, അവിടെ കിടന്ന വലിയ ഒരു വൈക്കോൽ കെട്ട് വലിച്ചിട്ട് ആ സ്ഥലം മറയ്ക്കുകയും ചെയ്തു.

ആ ബാരക്കിന്റെ താഴെയുള്ള അടിത്തറയ്ക്ക് കഷ്ടിച്ച് നാലടിയോളം ഉയരം വരും. നീളം കൂടിയ ഭാഗത്തുള്ള ഇഷ്ടികയുടെ കൊച്ചു ചുമരുകൾ ബാരക്കിനെയും കുറുകെയുള്ള ഭാഗത്ത് വെച്ചിരുന്ന തുലാങ്ങളുടെ നിര തറയെയും താങ്ങിനിന്നു. ഖനിയിലെ തുരങ്കം പോലിരുന്നു അത്. മണ്ണിൽ നിറയെ ചുണ്ണാമ്പുകല്ലുകളുടെ കട്ടകൾ ചിതറി കിടന്നിരുന്നു. ബോച്ചൗ അതിന്മേൽ കാൽ തടഞ്ഞു പിന്നോക്കം ഒന്നു തെന്നി.

ഒരു മെഴുകുതിരിയുടെ ചുറ്റുമിരുന്നു സംസാരിച്ചുകൊണ്ടിരുന്ന ഐ എൽ കെ സഖാക്കൾ ബോച്ചൗ കടന്നുചെന്നപ്പോൾ വർത്തമാനം നിർത്തി. അയാളുടെ നേർക്കു തിരിഞ്ഞു. അയാളും അവരുടെ കൂടെയിരുന്നു, ജോസഫ് പ്രിബുല തുടങ്ങിവെച്ചിരുന്ന വാദപ്രതിവാദം ശ്രദ്ധിച്ചു. അമേരിക്കക്കാർ തങ്ങളുടെ സമരമുൻനിര (ബ്രഡ്ജ്ഹെഡ്) റെമാജനിൽ നിന്നു വികസിപ്പിച്ച് കൂടുതൽ കൂടുതൽ മുന്നേറിവരുകയാണെന്നുള്ളതിന്റെ സ്പഷ്ടമായ ഒരു സൂചനയായിരുന്നു മെയിൻസിൽ നിന്നുള്ള പിന്മാറ്റ കഥകൾ.

“വളരെ നല്ല വാർത്ത.” ആനന്ദമത്തനായ പ്രിബുല മുഷ്ടി ചുരുട്ടി കൈവെള്ളയിൽ ഇടിച്ചുകൊണ്ടു പറഞ്ഞു.

“ഇനി നമുക്ക് വേഗം തന്നെ ഇവരോട് ഒരു കൈ നോക്കാം?”

പക്ഷെ പ്രിബുലയുടെ ഈ ആത്മവിശ്വാസം മറ്റുള്ളവരിൽ അൽപ്പമൊരു നീരസമാണ് ഉണ്ടാക്കിയത്. കോഡിസ്ക് വൈരാഗ്യത്തോടെ എന്തോ മുറുമുറുത്തു. വാൻഡാലൻ പ്രിബുലയുടെ പുറത്തു തട്ടി തന്റെ നീട്ടിവലിച്ച ജർമൻ ഭാഷയിൽ പറഞ്ഞു: “നീയൊരു മിടുമിടുക്കനാണ്. പക്ഷെ ക്ഷമ കുറെ കമ്മിയാണെന്നേയുള്ളൂ.” അവരിൽവെച്ച് ഏറ്റവും പ്രായം കുറഞ്ഞവനായ പ്രിബുലയായിരുന്നു ഏറ്റവും കൂടുതൽ അക്ഷമകാണിക്കാറ്. കാര്യങ്ങൾ അയാൾ ഉദ്ദേശിക്കുന്ന വേഗത്തിൽ നീങ്ങിയിരുന്നില്ല.

ഒരധ്യാപകൻ താക്കീതു നൽകുന്നതുപോലെ ചൂണ്ടുവിരൽ നീട്ടിക്കൊണ്ടയാൾ പറഞ്ഞു. “അതെ. തീരെ ക്ഷമകെട്ടവനായിപ്പോയി.” ബോ

ഗോസ്കി ആ യുവപോളണ്ടുകാരന്റെ മുട്ടിന്മേൽ തന്റെ കൈത്തലം ചേർത്ത്, ഓസ്വിച്ചിലെ ജനങ്ങളെപ്പറ്റി കേട്ടത് പ്രസ്താവിക്കാനാരംഭിച്ചു.

വേഗംതന്നെ ബോഗോർസ്കി സംശയത്തോടെ തലകുലുക്കി. അയാൾ തല മുന്നോട്ടാഞ്ഞു. മെഴുകുതിരിയുടെ വെളിച്ചം അയാളുടെ അവയവങ്ങളിൽ പ്രതിബിംബിച്ചു; നെറ്റിയിൽ നീണ്ട ചാലുകൾ തെളിഞ്ഞു. തിരിച്ച മൂവായിരം പേരിൽ എണ്ണൂറു യാത്രക്കാർ മാത്രമേ ബുച്ചൻ വാൾഡിൽ എത്തിയുള്ളൂ; അയാൾ അർഥവത്തായി പറഞ്ഞു. "ഒഴിച്ചു പോരുക എന്നാൽ അർഥം മരണമെന്നാണ്." അതും പറഞ്ഞ് അയാൾ തന്റെ റിപ്പോർട്ട് അവസാനിപ്പിച്ചു. അയാളുടെ വലിയ നിഴൽ ഒരു പിശാചിനെപ്പോലെ ആ തട്ടിന്മേൽ അങ്ങനെ അലഞ്ഞു തിരിഞ്ഞു.

എന്തിനാണ് ബോഗോർസ്കി ഇതിനെപ്പറ്റി പറഞ്ഞത് എന്നവർക്ക് മനസിലായി. കയ്യിലിട്ട് അമ്മാനമാടിക്കൊണ്ടിരുന്ന വലിയ ചുണ്ണാമ്പുകട്ട റയോമാന്റ് വലിച്ചെറിഞ്ഞു. പ്രിബുല മാത്രമേ ബോഗോർസ്കി പറഞ്ഞത് മനസിലാക്കാൻ കൂട്ടാക്കാതിരുന്നുള്ളൂ. "ഫാസിസ്റ്റുകാർ ഈ ക്യാമ്പിൽ നിന്ന് നമ്മെ അടിച്ചോടിക്കുന്നതുവരെ കാത്തിരിക്കേണ്ട ആവശ്യമില്ലെന്ന് ഞാൻ പറയുന്നു. നമുക്ക് വേലിചാടി അമേരിക്കക്കാരുടെ സമീപത്തേക്ക് ഓടിപ്പോകാം."

ബോച്ചൗ അലോഹ്യത്തോടെ ചീറി. മറ്റുള്ളവരും ശബ്ദമുയർത്താൻ തുടങ്ങിയപ്പോൾ ബോഗോർസ്കി തലയാട്ടിക്കൊണ്ടു പറഞ്ഞു. "നല്ല തല്ല; ഒട്ടും നല്ലതല്ല ഇത്. അമേരിക്കക്കാർ വളരെ വളരെ ദൂരെയാണ്. ഇനിയും കുറെയേറെ ദൂരത്തിൽ. നമുക്ക് കാത്തിരിക്കുകയേ നിവൃത്തിയുള്ളൂ; അല്ല, ദയവായി എന്താണ് അതിന്റെ ശരിയായ വാക്ക്," അയാൾ സഹായാർഥം മറ്റുള്ളവരുടെ നേർക്ക് നോക്കി.

"നീട്ടിവയ്ക്കണം" ബോച്ചൗ നിർദേശം കൊടുത്തു. "ഖരോഷാം; അതുതന്നെ നീട്ടിവെക്കണം; നീട്ടിവെക്കണം." ഒരു പുഞ്ചിരിയോടെ ബോഗോർസ്കി നന്ദിപറഞ്ഞു. അയാൾ തന്റെ ചിന്തകൾ കൂടുതൽ രൂപഭദ്രമാക്കി, അവയ്ക്കൊരു അടക്കവും ചിട്ടയും നൽകി. സമരമുഖത്തെ നീക്കങ്ങളെ കുറിച്ച് അന്നന്നുള്ള അറിവുകൾ സമ്പാദിക്കണം. അതേ സമയത്ത് ക്യാമ്പിലെ ഫാസിസ്റ്റുകളുടെ ചലനങ്ങളെ സൂക്ഷിക്കണം. അമേരിക്കക്കാരുമായി ഒരു സമരം നടത്താനൊന്നും അവർ മിനക്കെടുകയില്ല. അവർ എല്ലാം ഇട്ടെറിഞ്ഞ് ഓടിക്കോളും. അതായിരിക്കും നമ്മുടെ അനർഘനിമിഷം."

പ്രിബുല കൈകുത്തി മുന്നോട്ടാഞ്ഞു തർക്കിച്ചു തുടങ്ങി. "ഓടുകയോ, അവർ വെടിവെക്കുകയാണെങ്കിലോ."

ബോഗോർസ്കി ചിരിച്ചു. "ശരി, അപ്പോൾ നമുക്കും തിരിച്ചു വെടിവെക്കാം."

പ്രിബുല എഴുന്നേറ്റിരുന്നു "നമ്മുടെ കൈവശമുള്ള ആ കുഞ്ഞുകുഞ്ഞ് തോക്കിൻ കഷണങ്ങൾ കൊണ്ടോ?"

ബോഗോർസ്കിക്ക് ഉത്തരം പറയാൻ ഇടകിട്ടുന്നതിനുമുമ്പെ റിയോ

മെന്റ് ഇടപെട്ടു. സമാധാനദ്യോതകമായ ഒരു കൈവീശലോടെ അയാൾ ആ ദുശ്ശാഠ്യക്കാരനായ പോളീഷ് യുവാവിനെ സമാശ്വസിപ്പിക്കാൻ ശ്രമിച്ചു. "അപ്പോൾ നമുക്ക് വളരെ കുറച്ചു തോക്കുകളേ ഉള്ളുവെന്ന് നീ തന്നെ സമ്മതിക്കുന്നുണ്ടല്ലോ. ഈ നിസാരമായ ആയുധങ്ങൾ കൊണ്ടു നാം എങ്ങനെ ഒരാക്രമണം നടത്തും. അതൊരു.....അതൊരു ......." ശരിയായ ജർമൻ വാക്കു കിട്ടാതെ അയാൾ പരുങ്ങി. "ങ! അതൊരു വെറും വിഡ്ഢിത്തമാകുകയില്ലേ?"

എല്ലാവരും ഇപ്പോൾ പ്രിബുലയുടെ നേരെ തിരിഞ്ഞു വർത്തമാനം പറയുകയാണ്. മന്ത്രിക്കൽ ഉറച്ചുറച്ചുള്ള സംസാരമായി. മൂപ്പെത്താത്ത, ധൃതഗതിയിലുള്ള ഈ വക പ്രവർത്തനം ക്യാമ്പ് ആകെ നശിപ്പിക്കുവാനേ ഉതകുകയുള്ളൂ എന്നയാളെ ബോധ്യപ്പെടുത്താൻ ഉദ്യമിക്കുകയായിരുന്നു അവർ. വിശ്വാസം വരാത്ത പ്രിബുല, ഈ പദപ്രയോഗങ്ങളെല്ലാം സഹിച്ചു. അസന്തുഷ്ടിയുടെ ഒരു കൊച്ചുരേഖ ആ നെറ്റിത്തടത്തിൽ തെളിഞ്ഞു. ഡാൻവാലൻ അയാളുടെ ചുമലിൽ തട്ടി സാന്ത്വനം നൽകി. അമ്പതിനായിരം മനുഷ്യരുടെ ജീവൻകൊണ്ട് ഇങ്ങനെ തുച്ഛമായി ഒരു ചൂതാട്ടം നടത്താൻ സാധ്യമല്ലെന്നയാൾക്ക് ബോധ്യപ്പെടുത്തി കൊടുക്കണം.

ആവേശഭരിതരായ ആൾക്കാരെ ശാന്തരാക്കേണ്ട ചുമതല ബോച്ചൗവിന്റെ ചുമലിൽ വീണു. അയാൾ വിളിച്ചു പറഞ്ഞു. "ഇതൊന്നു നിർത്താമോ, ശാന്തരായിരിക്കേണ്ട സമയമാണിത്........"

മുട്ടുകൾ മടക്കി, കൈകൾ അതിന്മേൽ പരത്തിവെച്ചുകൊണ്ട് ബോച്ചൗ തുടർന്നു. "വേറെയും ഉണ്ട് ഒരു സംഗതി. ശ്രദ്ധിച്ചു കേൾക്കണം. എന്താണ് ചെയ്യേണ്ടത് എന്നെനിക്കു നിശ്ചയമില്ല." മെഡിക്കൽ സ്ക്വാഡിനെപ്പറ്റിയുള്ള തന്റെ സംശയങ്ങൾ തുറന്നു പറയുന്നത് സഖാക്കൾ തികഞ്ഞ ശ്രദ്ധയോടെ കേട്ടുകൊണ്ടിരുന്നു.

ബോഗോർസ്കി തലയാട്ടി, "ശരി" അയാൾ പറഞ്ഞു "അവർ നമ്മെ, സൂക്ഷിക്കുന്നുണ്ട്. കുറെ നാളായിരിക്കുന്നു നമ്മെ ശ്രദ്ധിക്കാൻ തുടങ്ങിയിട്ട്. പക്ഷെ ഇതേവരെ ഒന്നും കണ്ടുപിടിക്കാൻ സാധിച്ചിട്ടില്ലെന്നു മാത്രം. എന്തെങ്കിലും കെണിപ്രയോഗം കൊണ്ടോ അല്ലാതെയോ ആയിരിക്കും അവർ നമ്മെ കണ്ടുപിടിക്കാൻ ശ്രമിക്കുക. മനസിലായോ! നാം ഇക്കാര്യത്തിൽ ഒട്ടും ഭയപ്പെടരുതെന്നാണ് എനിക്കു പറയാനുള്ളത്. നാം അതീവ സൂക്ഷ്മതയോടെ ഇരിക്കണം. നമ്മുടെ പതിനാറു സഖാക്കളുണ്ടല്ലോ; അവർ വളരെ സാമർഥ്യത്തോടു തന്നെ പെരുമാറണം; അങ്ങേ അറ്റത്തെ സാമർഥ്യത്തോടുകൂടി തന്നെ; മനസിലാകുന്നുണ്ടോ."

"ഈ മെഡിക്കൽ സ്ക്വാഡ് എന്നു പറയുന്നതു തന്നെ ഒരു കെണിയാണോ, അല്ലയോ, എന്നതൊന്നും ഒരു പ്രശ്നമല്ല." തന്റെ കഷ്ടിപിഷ്ടിയായ ജർമൻ ഭാഷയിൽ ഇതെല്ലാം അയാൾ തന്റെ സഖാക്കൾക്കു വിവരിച്ചുകൊടുത്തു. "ക്യാമ്പിനു ചുറ്റും നടന്നു കാര്യങ്ങൾ നോക്കി മനസിലാക്കാനുള്ള സന്ദർഭം ഉപയോഗിക്കുക എന്നതാണ് പ്രാധാന്യം സ്ക്വാഡിന് എല്ലാ ദിക്കിലും പ്രവേശനമുണ്ടായിരിക്കും. എസ് എസ്

ബാരക്കുകളിലും, അവരുടെ വണ്ടിത്താവളങ്ങളിലും, അവരുടെ സൈന്യ വിപുലീകരണ വിഭാഗങ്ങളിലും എല്ലാം എല്ലാം........"

ബോച്ചൗ ഇടയിൽ കയറി പറഞ്ഞു.

"ഒരുപക്ഷെ അവർ ഈ സ്ക്വാഡിനെ ആകർഷിച്ചു കൊണ്ടുപോയി, അവരിൽ ഒരുവനേയോ, അഥവാ പതിനാറു പേരേയോ ഒരുമിച്ചു തടങ്ങലിൽ ആക്കിയാലോ. ബങ്കറിൽ കൊണ്ടുപോയി ആർക്കു വേണ്ടിയാണ് ഈ സൂക്ഷ്മനിരീക്ഷണം നടത്തുന്നത് എന്നേറ്റു പറയുന്ന തുവരെ അവരെ ഉപദ്രവിച്ചാലോ? ഒരൊറ്റ ആളെ പിടിച്ചൊന്നു മയപ്പെടു ത്തിയാൽ പോരെ, സംഘടനയുടെ എല്ലാ ഉള്ളുകള്ളികളും പരസ്യ മാകാൻ?"

ബോഗോർസ്കിക്കു വിശ്വാസം വന്നില്ല. "ഇല്ല; ഇല്ല; ഇല്ല; ഏയ് സംഘടനയെന്നൊരു സാധനമില്ല തന്നെ. മനസിലായോ."

മെഡിക്കൽ സ്ക്വാഡിലെ ഒരു സഖാവും താനും മാത്രമായിട്ടു മതി സമ്പർക്കം എന്നയാൾ നിർദേശിച്ചു. ബോച്ചൗ അപ്പോഴും മർക്കടമുഷ്ടി വിട്ടില്ല.

"ആരെങ്കിലും നിങ്ങളെ ഒറ്റു കൊടുത്താലോ?"

ബോഗോർസ്കി പുഞ്ചിരിയിട്ടു. "ഞാൻ മാത്രമല്ലെ മരിക്കുകയുള്ളൂ. എന്നാൽ തന്നെയെന്ത്? സംഘടനയ്ക്കു യാതൊരു നാശവും പറ്റുക യില്ലല്ലോ."

എല്ലാവരും ഇതിനെതിരായിരുന്നു. "എപ്പോഴുമുണ്ടായിരുന്നില്ലേ അപകടം? സാർവലൗകിക പ്രതിരോധന സംഘടനകൾ തട്ടിപ്പടുക്കുക യും, ആയുധങ്ങൾ കൈവശം വെക്കാൻ ഒരുങ്ങിയതും തന്നെ അപകടകര മല്ലേ? നാം മൗനമായി മരണം വരിക്കുമെന്നു ശപഥം ചെയ്തിട്ടുള്ളതാണ്. എനിക്കാ ശപഥം നിറവേറ്റണം."

"പക്ഷെ അതായിരുന്നില്ല ശപഥത്തിന്റെ ഉദ്ദേശ്യം." ബോച്ചൗ തർക്കിച്ചു. "നമുക്ക്, പുറത്ത് വല്ല സഹായികളുമുണ്ടോ?"

"ഉവ്വ്" ബോച്ചൗ മറുപടി പറഞ്ഞു. ക്രാമറുടെ നിർദേശങ്ങൾ അയാൾ സഖാക്കളുടെ മുമ്പാകെ സമർപ്പിച്ചു. ആലോചിക്കുന്തോറും അതാണ് നല്ലതെന്ന വിശ്വാസം അയാൾക്കും ഉണ്ടായി. എന്നാൽ പുതിയ സമ്പർ ക്കസാധ്യതകളൊന്നും കണ്ടുപിടിക്കേണ്ട ആവശ്യമില്ല. ബോ ച്ചൗവും ക്യാമ്പ് സീനിയറുമായി നിരന്തരമായ ബന്ധം നിലവിലുണ്ടു താനും.

ബോഗോർസ്കിപോലും തന്റെ പരിപാടി ഉപേക്ഷിച്ചു. അയാൾ രണ്ടു കൈകളും ഉയർത്തി ഭംഗിയായൊന്നു ചിരിച്ചു. "നിങ്ങൾ പറയു ന്നതുപോലെ സംസാരിച്ചു തീർക്കാൻ ഞാൻ സമ്മതിക്കുന്നു."

ഒരരമണിക്കൂർപോലും വേണ്ടി വന്നില്ല ഈ ചർച്ചാസമ്മേളനത്തിന്. ഓരോരുത്തരായി സമ്മേളനസ്ഥലം വിട്ടു താന്താങ്ങളുടെ ബാരക്കുക ളിലേക്കു മടങ്ങിപ്പോയി.

മെഡിക്കൽ സ്ക്വാഡ് രൂപീകരിക്കാനുള്ള ഉദ്ദേശ്യത്തോടെ ക്രാമർ ആസ്പത്രിയിലേക്കു പോകാനൊരുങ്ങുമ്പോഴാണ് ബോച്ചൗ കടന്നു

ചെന്നത്. ആതുരാലയത്തിലെ ജോലിക്കാരിൽ നിന്നാണ് സ്കാഡിലേക്കുള്ളവരെ തെരഞ്ഞെടുക്കാൻ ഉദ്ദേശിച്ചത്. അൽപ്പം വാക്കുകൾ കൈമാറേണ്ട ആവശ്യമേ അവർക്കുണ്ടായിരുന്നുള്ളൂ. ക്രാമറുടെ നിർദേശങ്ങൾ സഖാക്കൾ സർവാത്മനാ അനുകൂലിക്കുന്നു എന്ന കാര്യം ബോച്ചൗ പറഞ്ഞുകൊടുത്തു. മെഡിക്കൽ സ്കാഡിലേക്ക് ഏതൊക്കെ ജോലിക്കാരെയാണ് എടുക്കേണ്ടത് എന്നവർ ചർച്ചചെയ്തു. എല്ലാവരും വിശ്വാസയോഗ്യരാണെന്നു തെളിയിച്ചവരായിരിക്കണം. സംസാരം കഴിഞ്ഞ് ക്രാമർ ആസ്പത്രിയിലേക്കു നടന്നു. ക്ലിനിക്കിന്റെ വാതലിനു പുറത്തുള്ള നീണ്ട വരാന്തയിൽ രോഗഗ്രസ്തരായ നിരവധി തടവുകാർ കൂട്ടംകൂടി നിന്നിരുന്നു.

ആ ജനക്കൂട്ടത്തിനിടയിലൂടെ തിക്കി തിരക്കി വഴിയുണ്ടാക്കി ക്രാമർ ചികിത്സാലയത്തിലേക്കു കടന്നു. പത്തു പേരടങ്ങുന്ന ഓരോ വിഭാഗമായാണ് രോഗികളെ അകത്തേക്കു വിടാറ്. ഇത്തിയോളിന്റെ പുളിച്ച വാസനയും വ്രണങ്ങളുടെ ദുർഗന്ധവും മനുഷ്യരുടെ ദേഹത്തിൽ നിന്നൊഴുകുന്ന വിയർപ്പിന്റെ നാറ്റവും കൂടി അവിടത്തെ വായു ശ്വസിക്കാൻ കൂടി വയ്യാത്തവിധം ദുഷിപ്പിച്ചു. കീറിപ്പറിഞ്ഞ ലിനൻ മേലങ്കികൾ ധരിച്ചിരുന്ന തടവുകാരായ ശുശ്രൂഷകരാണ് രോഗികളെ ചികിത്സിച്ചിരുന്നത്. നിശ്ശബ്ദമായി, ഏതാണ്ട് യാന്ത്രികമായ മട്ടിലാണ് അവർ തങ്ങളുടെ ജോലികൾ നിർവഹിക്കുന്നത്. കീറിപ്പറിഞ്ഞ കടലാസുകൾ കൊണ്ടുള്ള വെച്ചുകെട്ടുകളെല്ലാം വലിച്ചെടുത്ത്, ഉണങ്ങിപ്പിടിച്ച ഇത്തിയോൾ കുഴമ്പിന്റെ നടുക്ക് വായും പിളർന്നിരിക്കുന്ന ചീഞ്ഞളിഞ്ഞ വൃണങ്ങളെല്ലാം കഴുകി വെടിപ്പാക്കി, ഒരു മര അലകുകൊണ്ട് പുതിയ ഇത്തിയോൾ പുരട്ടി കൈ ചുറുക്കോടെ കടലാസുകൊണ്ട് പൂപ്പാത്രങ്ങൾ പൊതി യുന്നതുപോലെയുള്ള ഈ പ്രവൃത്തികൾക്കിടയിൽ ഒരൊറ്റ വാക്കു പോലുമവർ മിണ്ടിയിരുന്നില്ല.

വൈകുന്നേരത്തേ ഹാജർ വിളികഴിഞ്ഞു നിശാനിയമം പ്രഖ്യാപിക്കുന്ന വിസിലിനിടയ്ക്കുള്ള ആ അൽപ്പസമയം തികച്ചും പ്രയോജനപ്പെടുത്തേണ്ടിയിരുന്നു. പതുക്കെ രോഗിയുടെ പിന്നിൽ പിടിച്ച് തള്ളി പരിചാരകൻ അയാളെ മാറ്റി നിർത്തി “കഴിഞ്ഞു: എവിടെ അടുത്ത ആൾ.”

അടുത്ത ആൾ അപ്പോഴെക്കും തന്റെ ട്രൗസർ അഴിച്ചുമാറ്റി എല്ലുന്തിയ തുടയിൽ തുറിച്ചു നിൽക്കുന്ന കറുകറുത്ത തഴുതണം (എക്സിമ) കാണിച്ചു കൊടുത്തു; അക്ഷരശൂന്യമായ അപേക്ഷയോടെ അയാളെ അവർ മാറ്റി നിർത്തി. അഴിച്ച ട്രൗസറും പൊക്കി പിടിച്ച് അയാൾ ശസ്ത്രക്രിയക്കുവേണ്ടി കാത്തുനിൽക്കുന്നവരുടെ നീണ്ട നിരയിലേക്കു ഞൊണ്ടി ഞൊണ്ടി നീങ്ങി.

ഒരു കമ്യൂണിസ്റ്റും ആദ്യകാലത്ത് ഒരു നല്ല നടനുമായിരുന്ന എനിക്ക് കോഹൻ ആയിരുന്നു സർജൻ. ശസ്ത്രക്രിയക്കുള്ള മേശമേൽ—കനത്ത ഒരു മരപ്പലകയും കടുത്ത മെഴുക്കു തുണികൊണ്ടുള്ള ഒരു തലയിണയുമായിരുന്നു അതിന്റെ ഉള്ളടക്കം—തന്നെയും കാത്തുകിടക്കുന്ന രോഗിയെ ഒന്നു നോക്കാൻപോലും അയാൾക്ക് ഇടകിട്ടിയില്ല. കോഹൻ പഴുപ്പും വീക്കവും മാത്രമേ കണ്ടിരുന്നുള്ളൂ. ശസ്ത്രക്രിയക്കു സഹായിക്കുന്നവൻ രോഗിയുടെ മുഖത്ത് ഈതർ സഞ്ചി വെക്കുമ്പോൾ തന്നെ അയാൾ പഴുപ്പ്

കീറാനുള്ള പ്ലാൻ ശരിപ്പെടുത്തി കഴിയും. ആയുധം മാംസത്തിലേക്ക് ആണ്ടിറങ്ങലും രണ്ടു വിരലുകളുടെ സഹായത്തോടെ ദുഷ്ട് എല്ലാം ഞെക്കി പുറത്തേക്കെടുക്കലും ഞൊടിയിടകൊണ്ടു കഴിച്ച് അയാൾ മുറിവ് വൃത്തിയാക്കും, ഇത്തിയോളും ബാൻഡേജുമായി പരിചാരകൻ തയ്യാറായി നിൽക്കുന്നുണ്ടായിരിക്കും. ഉടനടി തന്നെ വെച്ചുകെട്ടലും കഴിയും.

രണ്ടാമത്തെ സഹായി ശസ്ത്രക്രിയക്കു വിധേയനായ രോഗിയെ എഴുന്നേൽപ്പിച്ച് ഇരുത്തി. രണ്ടു ചെകിടത്തും മാറിമാറി ഓരോന്നു കൊടുത്ത് അയാളുടെ സ്വബോധം വീണ്ടെടുക്കും. (പൊന്നു ചങ്ങാതി; തെറ്റിദ്ധരിക്കല്ലേ.....സ്വാഭാവികമായി ബോധം തെളിയുന്നതുവരെ കാത്തിരിക്കാൻ ഞങ്ങൾക്കു സമയമില്ല.)

അപ്പോഴും മയക്കം മുഴുവനും വിട്ടുമാറിയിട്ടില്ലാത്ത ആ സാധു, മേശയിൽനിന്ന് ഇറങ്ങി ചുമരിനരികിൽ ഇട്ടിരിക്കുന്ന ബഞ്ചിലേക്ക് ആടിയാടി നടന്നുപോകും—എന്താണ് തന്റെ ചുറ്റും നടക്കുന്നതെന്നു അയാൾക്ക് ഒരു പിടിയുമുണ്ടായിരിക്കയില്ല. ഇവിടെ അയാൾ ചുമ്മാ ഇരുന്ന്. ചികിത്സ കഴിഞ്ഞ മറ്റു രോഗികളെപ്പോലെ പതുക്കെ പതുക്കെ മയക്കു മരുന്നിൽനിന്നു വിമോചനം നേടാം. അവരെപ്പറ്റി ആരും തന്നെ ശ്രദ്ധിക്കാറില്ല. ഇടയ്ക്കിടെ പരിചാരകർ ആ ബഞ്ചിൽപോയി ആളുകളെ തിരഞ്ഞു പിടിച്ചു ചോദിക്കാറുണ്ട്.

“അല്ല, ചങ്ങാതീ, ഇപ്പോഴും ഇവിടെ ചുരുണ്ടുകൂടി ഇരിക്കുകയാണോ. ഒക്കെ ശരിയായി. വീട്ടിലേക്കു പോയ്ക്കോളൂ. വേഗമാകട്ടെ, സ്ഥലമൊഴിക്കൂ.....”

മനസിൽ തട്ടാത്തവിധത്തിൽ ഇതൊക്കെയൊന്നു നോക്കിക്കാണാൻ ശ്രമിക്കുകയായിരുന്നു ക്രാമർ. തികഞ്ഞ അനുസരണയോടെ രോഗി മേശപ്പുറത്തു കിടക്കുന്നു. ചിരപരിചിതരെപ്പോലെ മയക്കുമരുന്ന് അവർ വലിച്ചു കേറ്റുന്നു. കത്തിയോ മയക്കമോ....ഏതാണ് ആദ്യം അയാളുടെ ദേഹത്തിൽ ഏശുക എന്നതായിരുന്നു പ്രശ്നം, പത്തൊമ്പത് ..... ഇരുപത് .... ഇരുപത്തൊന്ന് ആരോ ഞരങ്ങി. കത്തിക്കായിരുന്നു കൂടുതൽ വേഗത.

ക്രാമർ വന്ന ഉടനെ കോഹൻ ഒന്നു തലയാട്ടി കണ്ടുവെന്നു നടിച്ചതല്ലാതെ വേറെ മര്യാദക്കൊന്നും മിനക്കെട്ടില്ല. ക്യാമ്പു സീനിയർ വന്നിരിക്കുന്നതു തന്നോട് സംസാരിക്കാനാണെന്ന് അയാൾക്കു മനസിലായിരുന്നു. മൂന്ന് ശസ്ത്രക്രിയകൾ കൂടെ കഴിഞ്ഞപ്പോൾ കോഹൻ അന്നത്തെ പണി അവസാനിപ്പിച്ചു. ക്രാമറോടൊപ്പം അയാൾ ശുശ്രൂഷകരുടെ മുറിക്കകത്തു പോയി കൈകഴുകി വന്നു. അയാളുടെ പ്രവൃത്തി മനസിൽ തട്ടിയ ക്രാമർ പറഞ്ഞു.

“നിങ്ങൾ പണിയെടുക്കുന്ന രീതി.....”

നനഞ്ഞ കൈ തുവർത്തി കോഹൻ ക്രാമറുടെ സമീപത്ത് ബഞ്ചിൽ ഇരുന്നു. പുഞ്ചിരിയോടെ പറഞ്ഞു.

“അതെ, ഞാനതു ചെയ്യുന്ന മട്ട്......”

കുറെ കൊല്ലങ്ങൾക്കു മുമ്പ് എന്തോ ഉദരരോഗം പിടിപെട്ട് അയാൾ ആതുരശാലയെ അഭയം പ്രാപിച്ചു. അവിടത്തെ ശുശ്രൂഷകർ അയാളെ ചികിത്സിച്ചു ഭേദമാക്കിയതോടെ അയാളും അവിടത്തെ ഒരു പ്രവർത്തകനായി, കാലം കഴിഞ്ഞതോടെ അയാൾ ഒരു ഡോക്ടറായി വികാസം പ്രാപിച്ചു വന്നു. ഒടുവിൽ സാഹചര്യത്തിന്റെ സമ്മർദമനുസരിച്ച് അയാൾ ശസ്ത്രക്രിയകൾ നടത്താനും പരിചയിച്ചു. അയാൾ ഇപ്പോൾ ഒരു ഡോക്ടറെപ്പോലെ തന്നെ ശസ്ത്രക്രിയകൾ നടത്തി തുടങ്ങി. "അതെ ഞാനതു ചെയ്യുന്ന മട്ട്....." ആ പറയുന്ന രീതിയിൽ അൽപ്പമൊരു അഹന്ത നിഴലിച്ചിരുന്നു.

ശസ്ത്രക്രിയാമുറിയിൽ ഗൗരവവും മനഃസ്ഥൈര്യവും പ്രകടിപ്പിച്ചിരുന്ന അതേ തോതിൽ തന്നെ ക്ലേശഭൂയിഷ്ഠമായ തന്റെ പണിത്തിരക്കുകൾ അവസാനിപ്പിച്ചു പുറത്തേക്കു വരുമ്പോൾ, അയാൾ ലാഘവത്വവും അനവധാനതയും കാണിച്ചു. നാൽപ്പതുകഴിഞ്ഞ ആ ചടച്ച മനുഷ്യൻ അറ്റമില്ലാത്ത തന്റെ തിയേറ്റർ കഥകൾ പറഞ്ഞ് മണിക്കൂറുകളോളം തന്റെ സഖാക്കളെ രസിപ്പിക്കാറുണ്ട്. വാർഡിൽ സ്വന്തം ചങ്കൂറ്റത്തിന്റെ ശക്തികൊണ്ടുമാത്രം, അണയാറായ അനവധി ജീവൽ സ്ഫുലിംഗങ്ങളെ ഊതിയുണർത്തി ആരോഗ്യത്തിന്റെ വഴിത്താരയിലേക്കയാൾ നയിക്കാറുണ്ടായിരുന്നു. "കൊള്ളാം മോനെ ഹാ, എത്ര ഭേദമായിരിക്കുന്നു. ശരിപ്പെട്ടു വരുന്നുണ്ടല്ലോ." ഒരു കിടക്കയുടെ അടുത്തു ചെന്നയാൾ ആശ്വസിപ്പിക്കും. "ഞാൻ എപ്പോഴും പറയാറുള്ളതല്ലെ തീരെ ചീത്തയെക്കാൾ ഭേദമാണ്, അൽപ്പം ചീത്തയായ അവസ്ഥ, എന്ന്" അയാൾ ഉശിരും ആവേശവും പകർന്നു കൊടുക്കും.

ഇപ്പോൾ അയാൾ ചിന്താമഗ്നനായി നിശ്ശബ്ദനായി, ക്രാമറുടെ സമീപം ഇരിക്കുകയായിരുന്നു.

തന്റെ സന്ദർശനത്തിന്റെ ഉദ്ദേശ്യം ക്രാമർ വിവരിച്ചുകൊടുത്തപ്പോൾ "ശരി" എന്നു പറഞ്ഞയാൾ തലയാട്ടി. "ഒരു ബ്ലിറ്റ്സ് ക്രീകിൽ തുടങ്ങിയ അത് തടവുകാരുടെ മെഡിക്കൽ സ്ക്വാഡിൽ അവസാനിക്കുന്നു. ആദ്യം വിജയത്തിന്റെ ഉത്സാഹത്തിമർപ്പ്; അതു കഴിഞ്ഞപ്പോൾ ആകാശാക്രമണ മുന്നറിയിപ്പ്."

അയാൾ തോർത്ത് അയയിൽ തൂക്കി. "ഇത് ആകെക്കൂടി നോക്കിക്കണ്ട നിങ്ങൾ ഒരു ചളിത്തലയനാണ്. ആദ്യം തമസ്കരിക്കുന്നത് നിങ്ങളുടെ തലച്ചോറാണ് എന്നു തോന്നുന്നു; പിന്നെയാണ് ജനവാതിലുകൾ."

അയാൾ കർക്കശമായി ചിരിച്ചു. പെട്ടെന്നയാൾ ക്രാമറുടെ നേരെ തിരിഞ്ഞു. ചാരനിറംപൂണ്ട ആ കണ്ണുകൾ രൂക്ഷങ്ങളായി.

"യാതൊരു നോട്ടക്കാരുമില്ലാതെ കാവൽ രേഖകൾക്കപ്പുറത്ത്....... എന്താണത്......."

"അതിനെപ്പറ്റി തന്നെയാണ് എനിക്ക് നിങ്ങളോട് സംസാരിക്കാനുള്ളത്."

രസത്തോടെ കോഹൻ ക്രാമറുടെ സമീപമിരുന്നു. നിശാനിയമം പ്രഖ്യാപിക്കാനുള്ള വിസിൽനാദം കൊടുക്കാനായി ക്രാമർ എഴുന്നേറ്റു

പോകുന്നതുവരെ ആ ചർച്ചകൾ നീണ്ടുനിന്നു. ആ സമയംകൊണ്ട് സ്കാഡിലേക്കുള്ള പതിനാറുപേരെയും അവർ തെരഞ്ഞെടുത്തു കഴിഞ്ഞു.

"ഇപ്പോഴൊന്നും പുറത്തു പറയണ്ട." ക്രാമർ ഉപദേശിച്ചു. "ഞാൻ തന്നെ നേരിട്ട് അവരോട് സംസാരിച്ചുകൊള്ളാം."

പിറ്റേദിവസം കാലത്ത് യാത്രക്കാരുടെ പട്ടിക പിപ്പിഗ്ഗ് ഗുമസ്തന്മാരുടെ മുറിയിൽനിന്ന് കൊണ്ടുവന്ന് ശോകാകുലമായ മുഖത്തോടെ ഹോഫലിനു കൊടുത്തു. യാതൊരക്ഷരവും മിണ്ടാതെ ഹോഫൽ അത് വാങ്ങി. ആ കുട്ടി വന്നുചേർന്നതിൽപിന്നെ അവർക്കിടയിൽ എന്തോ ഒരു അസന്തുഷ്ടി പടർന്നു പിടിച്ചു. ആദ്യത്തേതിൽനിന്നു വിഭിന്നമായിരുന്നു ഇപ്പോഴത്തെ ബന്ധം.

സാധാരണഗതിയിൽ വളരെയേറെ സൗഹൃദം കാണിക്കാറുള്ള ഹോഫൽ ഈയിടെ കുറച്ചു ഗൗരവത്തിലാണ്; പ്രത്യേകിച്ചു കുട്ടിയെ കുറിച്ചുള്ള കാര്യങ്ങളിൽ. കുട്ടിയെ അവിടെ തന്നെ നിർത്താൻ ഹോഫലിനെ പ്രേരിപ്പിക്കാനുള്ള പിപ്പിഗ്ഗിന്റെ ശ്രമങ്ങളെല്ലാം പാഴിലായിരുന്നു, അഭിപ്രായ ഭിന്നതയുണ്ടാകുമ്പോൾ കാരണങ്ങൾ കുത്തിക്കുത്തി ചോദിക്കുന്ന പതിവ് അവർക്കിടയിൽ ഉണ്ടായിരുന്നില്ല. ഒരാൾ മറ്റെ ആളുടെ വിധിക്ക് വഴങ്ങിക്കൊടുക്കുകയായിരുന്നു സാധാരണ. ആ കുട്ടിയുടെ കാര്യത്തിൽ തന്റെ സ്നേഹിതന്റെ മനോഭാവം മനസിലാക്കാനേ പിപ്പിഗ്ഗിനു സാധ്യമായില്ല. അതിലൊരു സങ്കീർണതയും അയാൾ കണ്ടതുമില്ല.

സമരമുഖങ്ങൾ ക്യാമ്പിനടുത്തേക്കു നീങ്ങിനീങ്ങി വരികയാണ്. എങ്ങനെയായാലും ഈ അവസ്ഥ കുറെയേറെക്കാലത്തേക്ക് നീണ്ടുനിൽക്കാനൊന്നും പോകുന്നില്ല. ഒന്നുകിൽ വേഗം തങ്ങൾ സ്വതന്ത്രരാകും. അല്ലെങ്കിൽ വേഗം തന്നെ മരിക്കും. ഇല്ല, ഇല്ലാതെ മൂന്നാമതൊരു പോം വഴി ഇല്ലതന്നെ.

തുലാസിന്റെ സൂചി അങ്ങോട്ടോ ഇങ്ങോട്ടോ ചായുന്ന ആ നിർണായക നിമിഷം വരെ കുട്ടിയെ ഇവിടെ നിർത്തുന്ന കാര്യം തീരെ നിസാരമല്ലേ? അവരുടെ കൂടെത്തന്നെ ആ കുട്ടിക്കും പോകാമല്ലോ – സ്വാതന്ത്ര്യത്തിലേക്കോ, മൃത്യുവക്ത്രത്തിലേക്കോ!

ഇത്ര ലഘുവായ ഒരു തീരുമാനത്തിന്റെ വെളിച്ചത്തിൽ എന്തിന് തന്റെ സ്നേഹിതൻ ആ കുട്ടിയെ അയക്കേണ്ട കാര്യത്തിൽ ഇത്രയേറെ ദുർവാശിയും മർക്കട മുഷ്ടിയും കാണിക്കുന്നു. അതാണ് പിപ്പിഗ്ഗിനു മനസിലാവാത്തത്. ഒരുപക്ഷെ അയാൾ ഭയപ്പെടുന്നുണ്ടായിരിക്കുമോ?

ഹോഫൽ പട്ടിക കൗണ്ടറിലേക്ക് എറിഞ്ഞു.

"സാമാനങ്ങൾ എല്ലാം തയ്യാറാക്കിക്കോളൂ. ഉച്ചക്ക് അതെല്ലാം ഏൽപ്പിച്ചുകൊടുക്കുമ്പോൾ പോളണ്ടുകാരനെ കണ്ടുപിടിച്ചു പെട്ടിയും അയാളുടെ കയ്യിൽ കൊടുത്തേക്കൂ." പിപ്പിഗ്ഗ് കൈകൾ ട്രൗസറിന്റെ പോക്കറ്റിലേക്കു തിരുകി കണ്ണിറുക്കി "ഒഴിഞ്ഞപെട്ടി, അല്ലേ?" ഒരാക്രമണം പോലെയായിരുന്നു ആ ചോദ്യം. ഹോഫൽ ആ കൊച്ചു മനുഷ്യന്റെ മുഖത്തേക്കു രൂക്ഷമായി നോക്കി.

"അല്ല." എന്നു പറഞ്ഞയാൾ പോകാനാരംഭിച്ചു.

പിപ്പിഗ്ഗ് അയാളുടെ കയ്യിൽകയറി പിടിച്ചുകൊണ്ടു ചോദിച്ചു. "കുട്ടി ഇവിടെ തന്നെ താമസിക്കും, അല്ലെ?"

ഹോഫൽ വെട്ടിത്തിരിഞ്ഞുകൊണ്ടു പറഞ്ഞു.

"അങ്ങനെ നിങ്ങൾ തീരുമാനിക്കേണ്ട."

"നിങ്ങളും തീർച്ചപ്പെടുത്തേണ്ട." പിപ്പിഗ്ഗ് തിരിച്ചടിച്ചു.

പുച്ഛത്തോടെ ഹോഫൽ പറഞ്ഞു.

'വിഡ്ഢിത്തം പുലമ്പാതിരിക്കൂ."

വീണ്ടും പിപ്പിഗ്ഗ് അയാളുടെ കയ്യിന്മേൽ പിടിച്ചുകൊണ്ട് അപേക്ഷിച്ചു.

"ആൻഡ്രീ, ആ കുട്ടിയെ ഇവിടെ നിർത്തിയേക്കൂ. അതിനെപ്പറ്റി നിങ്ങൾ ഒട്ടും ആവലാതിപ്പെടേണ്ട. സർവ ചുമതലകളും ഞാൻ വഹിച്ചോളാം." ഹോഫൽ വിരസമായി ചിരിച്ചു.

"ചുമതലയോ? അവർ ഇതെങ്ങാനുമറിഞ്ഞാൽ ആരുടെ കഴുത്തിലായിരിക്കും കയറിപ്പിടിക്കുക?! നിങ്ങളുടെയോ? എന്റെയോ? തീർച്ചയായും 'കാപോ'വായ എന്റെ തന്നെ. ഇതൊന്നും നടപ്പില്ല. കുട്ടി പോളണ്ടുകാരന്റെ കൂടെ പോകണം. അത്ര തന്നെ." പിപ്പിഗ്ഗിനെ അങ്ങനെ തന്നെ അവിടെവിട്ട് അയാൾ ഗുമസ്തന്മാരുടെ മുറിയിലേക്ക് കടന്നു.

സങ്കടത്തോടെ പിപ്പിഗ്ഗ്, ഹോഫൽ പോയ്മറഞ്ഞ വഴിയിൽ തന്നെ നോക്കി നിന്നു, ഇപ്പോൾ അയാൾക്ക് എല്ലാം മനസിലായി. ഹോഫൽ ഭയപ്പെട്ടിരിക്കുകയാണ്. അതെ, അയാൾ പേടിച്ച് ഒന്നും ചെയ്യാതിരിക്കാനാണ് ഭാവമെങ്കിൽ കുട്ടിയെ രക്ഷിക്കേണ്ട ഭാരം താൻ തനിയെ ഏറ്റുകൊള്ളാം. ഉടനടി, ഇപ്പോൾതന്നെ അവനെ ഈ സ്ഥലത്തുനിന്നു മാറ്റണം. വേറെ എവിടെയെങ്കിലും അവനെ ഒളിച്ചു സൂക്ഷിച്ചാൽ ഹോഫലിന് ഒരു ചുക്കും ചെയ്യാനാവില്ല. ഹൃദയഭാരത്തോടെ പിപ്പിഗ് ചിന്തിക്കുകയായിരുന്നു.

എവിടെപ്പോകും കുട്ടി? ഉടനടി അയാൾക്ക് പോംവഴിയൊന്നും കണ്ടുകിട്ടിയില്ല. പക്ഷെ തന്റെ തീരുമാനം ഉപേക്ഷിക്കാനും അയാൾ ഒരുക്കമായിരുന്നില്ല.

ക്രോപ്പിൻസ്കിയുമായി ഇതേപ്പറ്റി ഒന്നു ചർച്ചചെയ്താലോ? രണ്ടുപേരും കൂടെ ആലോചിച്ചാൽ എന്തെങ്കിലും ഒന്നു കണ്ടുപിടിക്കാനാവില്ലേ?

തന്റെ പഴയ ചങ്ങാതി പിപ്പിഗ്ഗിനോട് ഇത്ര കടുപ്പത്തിൽ പെരുമാറുക ഹോഫലിന് അത്ര എളുപ്പമൊന്നുമായിരുന്നില്ല. സ്നേഹിതൻ തന്നെപ്പറ്റി എന്തു വിചാരിക്കുമെന്നും അയാൾക്കറിയാമായിരുന്നു.

ഒരൊറ്റ വാക്ക് പറഞ്ഞാൽ പിപ്പിഗ്ഗിനു എല്ലാം മനസിലാകുമായിരുന്നു. പക്ഷെ; പക്ഷെ, ആ വാക്ക് പുറത്തു മിണ്ടാൻ വയ്യല്ലോ.

കുറച്ചു കഴിഞ്ഞപ്പോൾ ക്രാമർ വന്നു. അയാൾ ഹോഫലിനേയുംകൊണ്ട് മുറിയുടെ ഒരു മൂലയിലേക്കു നീങ്ങി.

"ഇന്ന് ഉച്ചക്ക് അവർ പോകും." ഹോഫൽ തലയാട്ടി. "പട്ടിക എനിക്കു കിട്ടിക്കഴിഞ്ഞിരിക്കുന്നു."

"പിന്നെ, എന്താണ് കുഴപ്പം."

ക്രാമറുടെ മുഖത്തു നിന്ന് കണ്ണുകൾ പിൻവലിച്ച് ഹോഫൽ ജനവാതിലിലൂടെ പുറത്തേക്ക് നോക്കി.

"എന്തു കുഴപ്പം." ചുമൽ കുലുക്കിക്കൊണ്ടയാൾ പറഞ്ഞു. "ആ കുട്ടിയും അവരുടെ കൂടെ പോകുന്നുണ്ട്."

ആ സ്വരത്തിൽ തുടുത്തു നിൽക്കുന്ന വേദന ക്രാമർക്ക് നല്ലപോലെ മനസിലാക്കാമായിരുന്നു. എന്തെങ്കിലും ആശ്വാസ വാക്കുകൾ പറഞ്ഞാൽ കൊള്ളാമെന്നുമുണ്ടായിരുന്നു പക്ഷെ......

"ആൻഡ്രി; ഞാനൊരു ചെകുത്താനല്ല. പക്ഷെ നമുക്ക് സംഗതികളുടെ ഗൗരവം മനസിലാക്കാതെ വയ്യല്ലോ."

'എന്ത്! ഞാനതു മനസിലാക്കിയിട്ടില്ലേ? ഏതാണ്ട് ഒരു ശത്രുതയോടെയാണ് ഹോഫൽ ക്രാമറുടെ നേരെ ചീറിയത്. അതൊരു തർക്കവിഷയമാക്കാൻ ക്രാമർക്ക് ആഗ്രഹമുണ്ടായിരുന്നില്ല. തനിക്കുതന്നെ ദുർവഹമായി തീർന്ന സ്വന്തം കർക്കശത്വം പുലർത്തിക്കൊണ്ടു പോകാതിരിക്കാനും നിവൃത്തിയില്ല. അതുകൊണ്ടു മെല്ലെ തലയാട്ടി ആശ്വസിപ്പിക്കാനെന്നമട്ടിൽ ഹോഫലിന്റെ നേരെ കൈകൾ നീട്ടിക്കൊണ്ട് അയാൾ പറഞ്ഞു. "ഞാനിനി ഇതിനെപ്പറ്റി ഒന്നും വിഷമിക്കാൻ പോകുന്നില്ല. മനസിലായോ. എല്ലാം അവസാനിച്ചിരിക്കുന്നു." അയാൾ മടങ്ങിപ്പോയി.

സങ്കടത്തോടെ ഹോഫൽ അയാൾ പോയ വഴിയേ നോക്കിനിന്നു. അയാളെ സംബന്ധിച്ചിടത്തോളം എല്ലാം കഴിഞ്ഞിരിക്കുന്നു. ക്ഷീണത്തോടെ അയാൾ ആ മൂലയിലേക്കു നടന്നു. ക്രോപ്പിൻസ്കി എവിടെ നിന്നോ കൊണ്ടു കൊടുത്തിരുന്ന കാർഡിലെ ഭംഗിയുള്ള പടങ്ങൾ നോക്കിക്കൊണ്ടു മൂലയിലിട്ടിരുന്ന കിടക്കയിൽ ഇരിക്കുകയായിരുന്നു ആ കുട്ടി.

കുട്ടിയുടെ സമീപം ചമ്രം പടഞ്ഞിരുന്ന ക്രോപ്പിൻസ്കി നന്ദിയോടെ ഹോഫലിനെ നോക്കി. തൊപ്പി മുഖത്തുനിന്ന് അൽപ്പം പുറകോട്ടു നീക്കി അയാൾ വിയർത്ത നെറ്റി തടവി. കുട്ടിക്ക് അയാളെ പരിചയമായിരുന്നു. അത് ഹോഫലിന്റെ മുഖത്തു നോക്കി ചിരിച്ചു. പക്ഷെ പതിവില്ലാത്ത മട്ടിൽ ഗൗരവക്കാരനായിരുന്നു ഹോഫൽ. അയാൾ കുട്ടിയെ ശ്രദ്ധിക്കാതെ വിറയ്ക്കുന്ന സ്വരത്തിൽ—അയാൾക്കു തന്നെ തീരെ അപരിചിതമായിരുന്നു ആ സ്വരം—ക്രോപ്പിൻസ്കിയോടു പറഞ്ഞു. "നിങ്ങൾ കുട്ടിയെ പോളണ്ടുകാരൻ ജൂതനു തന്നെ തിരിച്ചേൽപ്പിക്കണം."

ക്രോപ്പിൻസ്കിക്ക് ഒന്നും മനസിലായമട്ടില്ല. അതു കണ്ടു ഹോഫൽ കടുത്ത സ്വരത്തിൽ പറഞ്ഞു.

"നാളത്തെ യാത്രക്കാരോടൊന്നിച്ച് അയാളും പോകുന്നുണ്ട്."

ക്രോപ്പിൻസ്കി പതുക്കെ എഴുന്നേറ്റു. "യാത്രാസംഘമോ?" അയാൾ ചോദിച്ചു.

ഇരിക്കപ്പൊറുതി കിട്ടാത്ത തരത്തിലുള്ള ധൃതിയായിരുന്നു ഹോഫലിന്. എങ്ങനെയെങ്കിലും ഇതൊന്നു വേഗം അവസാനിച്ചാൽ മതിയായിരുന്നു. അയാൾ ക്രോപ്പിൻസ്കിയെ നോക്കി ചീറി.

“ഉം, അതെ, എന്താണ് അതിലിത്ര പുതുമ?”

“അതിൽ. ഒരു പുതുമയുമില്ല. പക്ഷെ ഈ ഹോഫൽ എന്തിനിങ്ങനെ എന്റെ നേരെ കുരച്ചു ചാടുന്നു.” ക്രോപ്പിൻസ്കി ചുമ്മാ തലയാട്ടിയതേയുള്ളൂ.

“എങ്ങോട്ടാണ് യാത്ര” ഒരു പരുപരുത്ത സ്വരത്തിൽ അയാൾ ചോദിച്ചു.

ഹോഫലിന്റെ വദനം കൂടുതൽ കറുത്തു. രൂക്ഷമായി അയാൾ പറഞ്ഞു.

“എനിക്കൊന്നും അറിഞ്ഞുകൂടാ, ഞാൻ പറയുന്നതുപോലെ ചെയ്തോളൂ.”

പെട്ടെന്നു ഭയസംഭ്രാന്തിയോടെ ക്രോപ്പിൻസ്കിയുടെ കണ്ണുകൾ തള്ളി. എന്തോ ഒരു തർക്കുത്തരവും അയാളുടെ ചുണ്ടിലോളം എത്തിയതാണ് പക്ഷെ അയാൾ മരവിച്ചു. ഒന്നുമൊന്നും പറയാതെ ഒരു പൊള്ളച്ചിരിയോടെ ഹോഫലിന്റെ ഗാംഭീര്യം കലർന്ന മുഖത്തേക്കു തുറിച്ചു നോക്കിക്കൊണ്ടു നിന്നതേയുള്ളൂ. തന്റെ ഗൗരവവും കാർക്കശ്യവും അലിഞ്ഞു പോകുമോ എന്നു ഹോഫലിനു ഭയമായി. അതുകൊണ്ട് അയാൾ അധികാരഭാവത്തിൽ പറഞ്ഞു.

“സ്വീലിങ്ങ് കടന്നു വരുന്നതിനു മുമ്പുതന്നെ ആ കുട്ടിയെ ഇവിടെ നിന്നു കൊണ്ടുപൊയ്ക്കോളൂ......പിന്നെ പിന്നെ.” ക്രോപ്പിൻസ്കി പതുക്കെ കുനിഞ്ഞു കുട്ടിയുടെ കുഞ്ഞിക്കൈകളിൽ നിന്ന് ആ ഭംഗിയുള്ള ചിത്രങ്ങൾ വാങ്ങി, കാർഡുകൾ ശ്രദ്ധയോടെ അടുക്കി വെച്ച് കുട്ടിയെ എടുത്തു പൊന്തിച്ചു.

അയാൾ പോവാൻ പുറപ്പെട്ടപ്പോൾ ഹോഫൽ അവന്റെ മൃദുലമായ തലമുടി പതുക്കെ തലോടി.

ക്രോപ്പിൻസ്കിയുടെ മുഖത്ത് ആശാനാളം വിരിഞ്ഞു. അയാൾ പ്രോത്സാഹിപ്പിക്കാനെന്ന മട്ടിൽ ഹോഫലിനെ നോക്കി യാചിക്കുന്ന സ്വരത്തിൽ പറഞ്ഞു.

“നോക്കൂ, ഈ കുഞ്ഞുമോനെ ഒന്നു നല്ലപോലെ നോക്കിക്കാണൂ.” അയാൾ അരുമയോടെ പറഞ്ഞു, “എന്തു ഭംഗിയുള്ള കണ്ണുകൾ, കുഞ്ഞുമുഖം, കുഞ്ഞുചെവികൾ, കുഞ്ഞുകുഞ്ഞ് മൂക്ക്—അയ്യോ എല്ലാം എത്ര എത്ര കുഞ്ഞായിരിക്കുന്നു.”

ഹോഫലിന്റെ നെഞ്ചിനകത്തൊരു നീറ്റൽ. ദേഹമാകെ ചൂടു പരക്കുന്നതുപോലെ തോന്നി. കുഞ്ഞിന്റെ മുഖത്ത് എന്തോ ഒരു തിരസ്കരണി പ്രയോഗം നടക്കുന്നതുപോലെ അയാൾ കൈ താഴേക്കിട്ടു കൊണ്ടു പറഞ്ഞു. “അതെ. തീർച്ചയായും അതെ. ഒരു കൊച്ചു പോളണ്ടുകാരൻ യഹൂദ കുട്ടി.....”

ക്രോപ്പിൻസ്കിക്കു ജീവൻ വെച്ചു. അയാൾ തലകുലുക്കിക്കൊണ്ടു പറഞ്ഞു.

"പോളണ്ടുകാരൻ എന്നൊക്കെ പറയുന്നതിന് എന്തർഥമാണുള്ളത്. കുഞ്ഞുങ്ങൾ ലോകത്തിൽ എല്ലായിടത്തുമുണ്ട്; എല്ലായിടത്തും. നാം കുട്ടികളെ സ്നേഹിക്കണം; അവരെ ലാളിക്കണം...."

ദണ്ഡം സഹിക്കാതെ ഹോഫൽ പ്രാകാൻതുടങ്ങി. "നാശം പിടിക്കാൻ എനിക്കിതിൽ ഒന്നും ചെയ്യാനാവില്ല. ക്രാമർ പറഞ്ഞു......അതെ കുട്ടി പോയേത്തീരൂ എന്നയാൾ പറഞ്ഞു."

പ്രകാശിക്കുന്ന കണ്ണുകളോടെ ക്രോപ്പിൻസ്കി ഇടയിൽകയറി പറഞ്ഞു.

"ക്രാമർ പറയുന്നതൊന്നും കേൾക്കണ്ട. അയാൾ ഒരു ക്രൂരനാണ്. ചെമ്പടയേ നോക്കിയാട്ടെ; അതു ദിവസംതോറും അടുത്തേക്കടുത്തേക്കു വരുകയാണ്. അതുപോലെതന്നെ അമേരിക്കക്കാരും അടുത്തടുത്തു വരുന്നു. കുറച്ചുകാലം കൂടി, ഏതാനും ആഴ്ചകൾകൂടി കഴിഞ്ഞാൽ മതി, ഫാസിസ്റ്റുകാർ വാലും പൊക്കി ഓടിക്കോളും......നാം സ്വതന്ത്രരാകും ...... കൂട്ടത്തിൽ കൊച്ചുമോനും സ്വതന്ത്രനാകും......"

ഹോഫൽ ചുണ്ടുകൾ കടിച്ചമർത്തി. അവ വിളർത്തു. ചിന്തകൾ വഴുതിപ്പോയതുപോലെ അയാൾ ശൂന്യതയിലേക്കു തന്നെ തറച്ചു നോക്കിക്കൊണ്ടുനിന്നു. ഒടുവിൽ അയാൾക്കു ബോധം തെളിഞ്ഞു. പോകാനായി അയാൾ കൈകൊണ്ട് ആംഗ്യം കാട്ടി; വ്യാകുലമായ ചിന്തകളും, ആ ആംഗ്യമനുസരിച്ച് അകന്നു പോകും എന്ന മട്ടിൽ.

"ഞാൻ അതിനെ പറ്റിയതെല്ലാം ചിന്തിച്ചിരിക്കുന്നു." അമ്പെ മാറിയ അയാൾ പ്രതിവചിച്ചു. "ഏതായാലും ഇപ്പോൾ കുട്ടിയെ അങ്ങോട്ടു കൊണ്ടുപോകാൻ സാധിക്കുകയില്ല. ആ പോളണ്ടുകാരൻ അവനെയും വെച്ചു എന്തുചെയ്യും. യാത്രാസംഘത്തിന്റെ കാര്യമെല്ലാം ആകെ കുഴഞ്ഞുമറിഞ്ഞാണ്, ഏതായാലും ഉച്ചവരെ കാത്തിരിക്കുക തന്നെ." ക്രോപ്പിൻസ്കി ആശ്വാസത്തോടെ നെടുവീർപ്പുവിട്ടു.

ക്രാമർ ആസ്പത്രിയിൽ എത്തിയപ്പോൾ, മെഡിക്കൽ സ്ക്വാഡിലേക്കു തെരഞ്ഞെടുക്കപ്പെട്ട പതിനാറുപേരും അയാളെ കാത്ത് അവിടെ നിന്നു. എന്തിനാണ് തങ്ങളെ വിളിച്ചത് എന്ന് അപ്പോഴും അവർക്കു മനസിലായില്ല. ക്രാമർക്ക് അതെല്ലാം പറഞ്ഞു കൊടുക്കേണ്ടിയിരുന്നു. പറയത്തക്ക മുഖവുരയൊന്നും കൂടാതെ അയാൾ ആരംഭിച്ചു. "സഖാക്കളെ, ഇന്നു മുതൽ നിങ്ങൾ ഒരു മെഡിക്കൽ സ്ക്വാഡ് ആണ്."

പ്രതീക്ഷയോടെ പരിചാരകർ അവരുടെ ചുറ്റുംകൂടി. എല്ലാവരും പരിചയക്കാരായിരുന്നു. ഏറെക്കാലമായി ക്യാമ്പിലെ അംഗങ്ങളായിരുന്ന അവർ വിശ്വസ്തരും ധീരരുമായ ചെറുപ്പക്കാരായിരുന്നു. "എന്താണിത്? മെഡിക്കൽസ്ക്വാഡോ?"

അവരുടെ സേവനത്തിന്റെ ഉദ്ദേശ്യവും വ്യാപ്തിയും അൽപ്പം ചില വാക്കുകളിൽ ക്രാമർ വിവരിച്ചു കേൾപ്പിച്ചു. ക്യാമ്പിൽ ഒരാക്രമണമുണ്ടാവുകയാണെങ്കിൽ, എസ് എസുകാരുടെ വൈദ്യശുശ്രൂഷക്ക് അവരെ പ്രയോജനപ്പെടുത്തും.

"അപ്പോൾ അവരുടെ വിഴുപ്പുതുണി മാറ്റണമെന്നാണോ പറയുന്നത്."

"ഹൗ ഹൗ" ഒരുവൻ പരിഹാസത്തോടെ ചോദിച്ചു. മറ്റുള്ളവർ ചിരിച്ചു. അതിനുശേഷം, അവർക്ക് ഉരുക്കുതൊപ്പി, ഗ്യാസ്മാസ്ക്, പ്രഥമ ശുശ്രൂഷക്കാവശ്യമായ ഉപകരണങ്ങൾ എന്നിവ നൽകുമെന്നും, കാവൽ മേഖലയുടെ അപ്പുറത്തേക്കു സൂക്ഷിപ്പുകാരുടെ യാതൊരുവിധ അലട്ടും കൂടാതെ അവർക്കു പോകാൻ സാധിക്കുമെന്നും മറ്റും ക്രാമർ വിവരിക്കുന്നത് അതീവ ശ്രദ്ധയോടെ അവർ കേട്ടുകൊണ്ടിരുന്നു.

"പരിശുദ്ധമായ ക്രിസ്മസ്" എല്ലാവരും പെട്ടെന്നു സംസാരിക്കാനാരംഭിച്ചു. "ഇതൊരു പുതുമയാണല്ലൊ?" ക്രാമർ ചുണ്ടുകൾ കൂട്ടികടിച്ചു തലയാട്ടി.

"അവസാനം അടുത്തുതുടങ്ങി." വേറെ ഒരാളുടെ വക. എല്ലാത്തിനും ക്രാമർ തലയാട്ടി.

"ഞാൻ അധികമൊന്നും പറഞ്ഞുതരേണ്ട ആവശ്യമില്ലല്ലോ. എല്ലാവർക്കും എല്ലാം അറിയരുതൊ?" ഓരോരുത്തരേയും പ്രത്യേകം പ്രത്യേകം അവലോകനം ചെയ്തുകൊണ്ടയാൾ തുടർന്നു.

"ഞങ്ങളാണ് നിങ്ങളെ തെരഞ്ഞെടുത്തത്. വൻ തോക്കുകളൊന്നുമല്ല. അവരെ സംബന്ധിച്ചിടത്തോളം നിങ്ങൾ വെറും മെഡിക്കൽ സ്ക്വാഡ് മാത്രം മനസിലായോ?"

അയാൾ നിർത്തി. ഇതിലെന്തോ പ്രത്യേകമായ അർഥമുണ്ടെന്ന് അവർക്ക് പതിനാറുപേർക്കും മനസിലായി. വീണ്ടും ക്രാമർ കുറെക്കൂടെ മൃദുലസ്വരത്തിൽ, ബദ്ധപ്പാടോടെ സംസാരിച്ചപ്പോൾ അവർക്ക് സംഗതികളെല്ലാം തന്നെ വ്യക്തമായി.

"കണ്ണുകൾ തുറന്നുപിടിച്ച് ശ്രദ്ധാപൂർവം സർവകാര്യങ്ങളും പരിതഃസ്ഥിതികളും മനസിലാക്കണം. നിങ്ങൾക്ക് എല്ലാ ദിക്കിലും പ്രവേശനമുണ്ടാകും. കാണുന്നതെല്ലാം എറിക് മോഹനെ അറിയിക്കണം. അയാൾക്കാണ് ഈ കമാന്റോവിന്റെ ചാർജ്. ബാക്കി കാര്യങ്ങളെല്ലാം ഞാൻ അയാളുമായി സംസാരിച്ചിട്ടുണ്ട്."

കോഹൻ സമ്മതഭാവത്തിൽ തലകുലുക്കി. "ശ്രദ്ധിച്ചുകേൾക്കൂ" ക്രാമർ ഓരോരുത്തരേയും മാറി മാറി നോക്കി. "അത്യന്തം ദൃഢമായ അച്ചടക്കം സുദൃഢമായ രഹസ്യബോധം നിങ്ങളുടെ പേരിൽ പഴിചാരാൻ വൻതോക്കുകൾക്ക് ഒരിക്കലും ഒരവസരം നൽകരുത്. മനസിലായോ?" അവർക്ക് ക്രാമറെ അറിയാമായിരുന്നു; യാതൊരു ചോദ്യവും അവർ ചോദിച്ചില്ല. തങ്ങളുടെ കർത്തവ്യമെന്താണെന്ന് വളരെ വ്യക്തമായി അവർക്ക് മനസിലായിരുന്നു.

ക്രാമർ അവരേയും കൂട്ടി ഗേറ്റിലേക്ക് നടന്നു. ഗർവ് കലർന്ന ഒരു ചിരിയോടെ റീനിബോത്ത് അവരെ സ്വീകരിച്ചു. മുറിയിൽനിന്നു പുറത്തേക്കു വന്നു, വളരെ സാവകാശത്തിൽ തന്റെ പന്നിത്തോലുകൊണ്ടുള്ള കയ്യുറമേൽ തിരുപിടിച്ചുകൊണ്ട് അയാൾ അവരുടെ മുമ്പിൽ ചെന്നു

നിന്നു. മുഖത്തെ മാംസപേശികൾപോലും ഇളക്കമില്ലാതെ അയാളുടെ മുമ്പിൽ പ്രതിമകളെപ്പോലെ നീണ്ടുനിവർന്നു നിൽക്കുന്ന ആ പതിനാറു പേരുടേയും മുമ്പിലൂടെ അയാൾ അനായാസ സൗഭഗത്തോടെ ഒന്നു ലാത്തി.

ആ മുഖത്തെ പുഞ്ചിരി ഒന്നുകൂടി വിദ്രോഹപരമായി.

"അപ്പോൾ നിങ്ങൾ തെരഞ്ഞെടുത്തത് ഏറ്റവും നല്ലവരെ തന്നെയാണല്ലോ?" ക്രാമറോടായിരുന്നു ആ ചോദ്യം.

"അതേ, സാർ റിപ്പോർട്ട് ഫ്യൂഹറർ, ഏറ്റവും നല്ലവരെതന്നെ." യാതൊരു ആശങ്കയും കൂടാതെ ക്രാമർ മറുപടിയോതി. ചോദ്യത്തെപ്പോലെ തന്നെ ദ്വയാർഥത്തിലായിരുന്നു ഉത്തരവും.

"ഒളിച്ചുപോകുകയാണെങ്കിൽ എന്തായിരിക്കും. ക്യാമ്പിന്റെ ഗതിയെന്ന് നിങ്ങൾ സ്വന്തം സഖാക്കളെ മനസിലാക്കിക്കൊടുത്തിരിക്കുമല്ലോ."

"ശരി, സാർ, റിപ്പോർട്ട് ഫ്യൂഹറർ, ഞാനവർക്ക് ആവശ്യമായ നിർദേശങ്ങൾ മുഴുവനും നൽകിയിട്ടുണ്ട്."

"മഹനീയം! അപാരം!" ധിക്കാരം നിറഞ്ഞ അവ്യക്തതയോടെ റീനിബോത്ത് കുരച്ചു. "ആരാണ് ഇതിന്റെ നേതാവ്."

"ഞാനാണ്" കോഹൻ മുന്നോട്ട് നീങ്ങി നിന്നുകൊണ്ട് പറഞ്ഞു.

"ഹാ, ഹാ, ഹാ" തന്റെ ഭംഗിയുള്ള കോട്ടിന്റെ ബട്ടൺ നിരയിൽ തള്ളവിരലുകൾകൊണ്ട് താളം തട്ടികൊണ്ടയാൾ ചിരിച്ചു.

കോഹൻ തന്നെ! എന്തു കുഴപ്പമുണ്ടാകുമ്പോഴും അയാൾ മുന്നിൽ ഉണ്ടാകാറുണ്ടല്ലോ. കോഹനുവേണ്ടി ക്രാമർ വിശദീകരണം നൽകി.

"കോഹനാണ് ആസ്പത്രി പരിചാരകരിൽ പ്രധാനി."

"ഹാ, ഹാ, ഹാ, അപ്പോൾ അങ്ങനെയാണ് സംഗതികളുടെ കിടപ്പ് അല്ലെ?"

തലയൊന്നാട്ടി, അയാൾ തനിക്കിനി ക്രാമറെ ആവശ്യമില്ലെന്നറിയിച്ചു. ആ വ്യൂഹം അങ്ങനെ മാർച്ച് ചെയ്ത് അകന്നുപോയി.

# VII

**ഒ**രു ശ്രോതാവ്—സ്വീലിങ്ങ്—ഒളിച്ചുനിന്ന് തങ്ങളെ നിരീക്ഷിക്കുന്നുണ്ടെന്ന് ആ മൂലയിൽ ഉണ്ടായിരുന്ന രണ്ടുപേരും മനസിലാക്കിയില്ല.

തീരെ അപ്രതീക്ഷിതമായാണ് അയാൾ ആ കെട്ടിടത്തിനകത്തേക്ക് കടന്നത്. ആ വരാന്തയിൽ വസ്ത്രങ്ങൾ വെച്ചിരുന്ന സഞ്ചികൾക്കരികെ മൂലയിലേക്കുതന്നെ ശ്രദ്ധാപൂർവം നോക്കിക്കൊണ്ടു നിന്ന പിപ്പിഗ്ഗ് അയാൾ കടന്നു ചെന്നത് അറിഞ്ഞല്ല. വന്ന ഉടനെതന്നെ പിപ്പിഗ്ഗിന്റെ പെരുമാറ്റത്തിൽ നിന്നയാൾ മനസിലാക്കി, ആ മൂലയിൽ എന്തോ നടക്കുന്നുണ്ടെന്ന്.

യാതൊന്നും സംശയിക്കാതെ നിന്ന പിപ്പിഗ്ഗിന്റെ പുറകിലേക്ക് പതുക്കെ നീങ്ങി അയാൾ തന്റെ കുഴഞ്ഞ സ്വരത്തിൽ ചോദിച്ചു.

"താൻ എന്താണിവിടെ തുറിച്ചു നോക്കിക്കൊണ്ടു നിൽക്കുന്നത്."

പിപ്പിഗ്ഗ് വെട്ടിത്തിരിഞ്ഞു നോക്കിയത് സ്വീലിങ്ങിന്റെ തുറന്ന വായിലേക്കായിരുന്നു. ഷ്വാർഫ്യൂഹറർ പതുക്കെയൊന്നു ചിരിച്ച് സൂത്രത്തിൽ ചോദിച്ചു.

“പെട്ടെന്നു നിങ്ങളെല്ലാം ശാന്തരായല്ലോ ഹെർ ഹോപ്റ്റഷ്വാർ ഫ്യൂഹറർ.”

“വായടയ്ക്ക്” സ്വീലിങ്ങ് അപകടകരമായ വിധത്തിൽ ചീറി. അയാൾ ബൂട്സിന്റെ അറ്റംമാത്രം നിലത്ത് ഊന്നി, പിൻഭാഗത്തേക്കു നടന്നു ചാക്കുകൾ അട്ടിയിട്ടതിന്റെ പിന്നിലെത്തി. ശ്രദ്ധിച്ചുനിന്നു. മുക്കിൽനിന്ന് പുറത്തേക്കു കടന്ന് പ്രവേശനദ്വാരം ചാക്കുകെട്ടുകൾ കൊണ്ടു മറയ്ക്കുമ്പോൾ ഹോഫലോ ക്രോപ്പിൻസ്കിയോ ഈ അപകടം അറിഞ്ഞില്ല. പുറത്തേക്കു പോകാനായി തിരിഞ്ഞപ്പോഴാണ് ഷ്വാർഫ്യൂഹററെ മുഖത്തോടുമുഖം കണ്ടത്. ഹോഫലിന്റെ രക്തയോട്ടം തന്നെ നിലച്ചു. ഹൃദയം തണുത്ത് മഞ്ഞിൻകട്ടപോലെയായി. പക്ഷെ ഉത്തരക്ഷണത്തിൽ അയാൾ തന്റേടം വീണ്ടെടുത്തു. ശാന്തനായി ചാക്കുകെട്ടുകൾ ചൂണ്ടിക്കാണിച്ചുകൊണ്ട് അയാൾ ക്രോപ്പിൻസ്കിയോടു പറഞ്ഞു.

“പിന്നെ ഈ സാധനങ്ങൾ ഇവിടെ തന്നെ കൂട്ടിയിടണം.”

സ്വീലിങ്ങും യാതൊന്നും അറിഞ്ഞില്ലെന്നു നടിച്ചു.

“ഹോ, ചാക്കുകളെല്ലാം വീണ്ടും അട്ടിയിടുകയാണോ?”

“അതെ, സാർ, ഹെർ ഹോപ്റ്റഷ്വാർഫ്യൂഹറർ. പൂച്ചികൾ വരാതിരിക്കാനൊരു മുൻകരുതലാണ്.”

പ്രവേശനദ്വാരത്തിൽ ഒരു ചാക്കുകെട്ടുകൂടെ ഇടാനുള്ള മനസാന്നിധ്യം ഉണ്ടായിരുന്നു ക്രോപ്പിൻസ്കിക്ക്. സ്വീലിങ്ങ് പെട്ടെന്ന് അങ്ങോട്ടു ചെന്നു മുട്ടുകൊണ്ടു ക്രോപ്പിൻസ്കിയുടെ കാലിൽ അമർത്തി ആ കെട്ടു തട്ടി താഴെയിട്ടു. സ്വീലിങ്ങ് ആ മൂലയിലേക്കു പോകുന്നതു കണ്ടപ്പോൾ ഉമ്മറത്തുനിന്ന പിപ്പിഗ്ഗ് ഭയന്നു വിറച്ചു. അപകടകരമായ ആ സാഹചര്യം മനസിലാക്കിയ ഹോഫലും ക്രോപ്പിൻസ്കിയും മൗനമായി പരസ്പരം നോക്കി.

സ്വീലിങ്ങ് ആ മൂലയിൽ എത്തിയപ്പോൾ കുട്ടി എസ് എസുകാരന്റെ അടുക്കൽ നിന്നു പാഞ്ഞകന്ന് ഒരു അറ്റത്തെത്തി ചുരുണ്ടുകൂടി കിടന്നു. ഹോഫൽ അപ്പോഴെക്കും അങ്ങോട്ടു കടന്നുചെന്നു.

ഒരു വിഡ്ഢിച്ചിരിയാൽ സ്വീലിങ്ങിന്റെ വായകോടിയപ്പോൾ ജരകൾ അയാളുടെ താടിയിൽ ഒരു കിരീടം സൃഷ്ടിച്ചു. “ഇവിടെ കുറെയേറെ പൂച്ചികൾ ഉണ്ടല്ലോ” അയാൾ സൂത്രത്തിൽ പറഞ്ഞു.

അപകടകരമായ ഈ സൗഹൃദം ഹോഫലിനെ സംബന്ധിച്ചിടത്തോളം ഒരു താക്കീതായിരുന്നു, ഏതായാലും കാളയുടെ കൊമ്പിന്മേൽ തന്നെ കയറിപിടിക്കാമെന്നയാൾ തീരുമാനിച്ചു. ധൈര്യവും കലവറയില്ലാത്ത പെരുമാറ്റവും കൊണ്ടേ ഇവിടെ എന്തെങ്കിലും ഒരു ഗുണമുണ്ടാകുകയുള്ളൂ.

“ഹോപ്റ്റഷ്വാർഫ്യൂഹറർ.......” ഹോഫൽ ആരംഭിച്ചു.

"ശരി."

"ഞാൻ പറയട്ടെ......"

"ശരി; പക്ഷെ എനിക്കെല്ലാം മനസിലായി കഴിഞ്ഞിരിക്കുന്നു."

ബൂട്സിന്റെ അറ്റം കൊണ്ട് കുട്ടിയെ ചൂണ്ടിക്കാണിച്ചുകൊണ്ട് സ്വീലിങ്ങ് പറഞ്ഞു.

"അതാ, ആ പൂച്ചിയെയും എടുത്തോളൂ." ക്രോപ്പിൻസ്കി അവർ രണ്ടുപേരെയും പിൻതുടർന്നു. സ്കാർഫ്യൂഹറിന്റെ ഓഫീസിൽ എത്തി. ഹോഫൽ കുട്ടിയെ താഴെ നിർത്തിയപ്പോൾ ഭയചകിതനായ അവൻ മുറിയുടെ മൂലയിൽപ്പോയി ഒളിച്ചു. ക്രോപ്പിൻസ്കിയെ തൂത്തെറിയാനെന്ന മട്ടിൽ സ്വീലിങ്ങ് ഒരു ആംഗ്യം കാണിച്ചപ്പോൾ അയാൾക്കു മുറിവിട്ടു പോകേണ്ടിവന്നു.

ഹോഫലും സ്വീലിങ്ങും തനിച്ചായി, രണ്ടാമൻ തന്റെ കസേരയിൽ ഇരിക്കാനാഞ്ഞപ്പോൾ, പുറത്തുനിന്ന് ഹിംസ്രജന്തുക്കളുടെ ഗർജനം പോലെ സൈറന്റെ ശബ്ദം മുഴങ്ങി. സ്വീലിങ്ങ് ജനവാതിലിലൂടെ പുറത്തേക്കുനോക്കി, സംഭാഷണവിഷയം മാറ്റാൻ കിട്ടിയ ഈ സന്ദർഭം ഹോഫൽ ഉപയോഗിച്ചു.

"ഹോപ്റ്റ്ശ്ചാർഫ്യൂഹറർ, ഇതാ ആകാശാക്രമണ മുന്നറിയിപ്പ്. താങ്കൾ രക്ഷാസങ്കേതത്തിലേക്ക് പോകുന്നില്ലേ?"

പുഞ്ചിരിയിടാൻ ശ്രമിച്ചതാണെന്നു തോന്നുന്നു. സ്വീലിങ്ങിന്റെ ചുണ്ടുകൾ ഒന്നുകോടി. സൈറന്റെ ഓലിയിടൽ അവസാനിച്ചപ്പോഴെ അയാൾ മറുപടി പറഞ്ഞുള്ളൂ. "ഇല്ല, ഇത്തവണ ഞാൻ നിങ്ങളോടൊപ്പം ഇവിടെ നിൽക്കാൻ പോകുകയാണ്."

അയാൾ ഒരു സിഗററ്റ് കൊളുത്തി വലിച്ച് മുന്നിലേക്കു തന്നെ നോക്കിനിന്നു. അയാൾ എന്തോ ആലോചിക്കുകയാണെന്നു തോന്നുന്നു.

എന്തിനും തയ്യാറായ ഹോഫൽ സ്വീലിങ്ങിന്റെ ഈ അസാധാരണമായ ഭാവം സംശയത്തോടെ നോക്കിക്കൊണ്ടുനിന്നു. ഒടുവിൽ സ്വീലിങ്ങ് ഹോഫലിന്റെ നേരെ കണ്ണുകൾ ഉയർത്തി. വഴി കണ്ടുപിടിച്ചമട്ടുണ്ടായിരുന്നു അയാൾക്ക്.

"ഇന്നലെ അവർ എർഫർട്ടിൽ എത്തി."

സ്വീലിങ്ങ് പൊടുന്നനെ പറഞ്ഞു. ഹോഫൽ ശ്വാസമടക്കി, എന്തായിരിക്കുമോ ഇയാളുടെ ആവശ്യം. തൂങ്ങിക്കിടക്കുന്ന കീഴ്ചുണ്ടിലേക്ക് നാക്കുനീട്ടി സ്വീലിങ്ങ് തന്റെ മുന്നിൽ നിൽക്കുന്ന തടവുകാരനെ നോക്കി. അയാളാകട്ടെ വികാരത്തിന്റെ യാതൊരു ലാഞ്ഛനയും പുറത്തേക്കു കാട്ടിയില്ല.

കുറച്ചുനേരം കഴിഞ്ഞപ്പോൾ അയാൾ പറഞ്ഞു.

"ഞാൻ എപ്പോഴും നിങ്ങളോട് മര്യാദയായേ പെരുമാറുള്ളൂ......" കണ്ണുകൾ ഇറുക്കി, അതിന്റെ ഇടുങ്ങിയ ദ്വാരത്തിലൂടെ ഹോഫലിനെ നോക്കി. അയാൾ മറുപടിയും പ്രതീക്ഷിച്ചു നിന്നു. സ്വീലിങ്ങ് എന്തിനാണ് ഒരുങ്ങുന്നത് എന്നു മനസിലാകാത്ത മട്ടിൽ ഹോഫൽ മൗനമായിരുന്നു.

സ്വീലിങ്ങ് എഴുന്നേറ്റു കുട്ടി ഓടിയൊളിച്ച ഭാഗത്തേക്കു മെല്ലെ നീങ്ങി. കുറെ നേരം ശൂന്യമായ ദൃഷ്ടികളോടെ അയാൾ ആ ജീവനുള്ള കുഞ്ഞിനെ നോക്കിക്കൊണ്ടു നിന്നു. പിന്നെ ശ്രദ്ധിച്ച് ബൂട്സിന്റെ അറ്റം കൊണ്ട് അവനെ ഒന്നു തട്ടി. കുട്ടി ബൂട്സിന്റെ ആഘാതത്തിൽ നിന്ന കന്നു മാറി. ഹോഫലിന്റെ ഞരമ്പുമുറുക്കം കുറെക്കൂടി രൂക്ഷമായി.

പിപ്പിഗ്ഗും ക്രോപ്പിൻസ്കിയും പുറത്ത് ആ നീണ്ട കൗണ്ടറിനരികെ നിൽക്കുകയായിരുന്നു. യാത്രക്കാർക്കുള്ള സാധനങ്ങൾ ധൃതിയിൽ കെട്ടി ശരിപ്പെടുത്തുകയായിരുന്നുവെങ്കിലും അവരുടെ ശ്രദ്ധ മുഴുവൻ അകത്തു നടക്കുന്ന സംഗതികളിലായിരുന്നു. നാടകീയമായ എന്തോ ചിലത് അവിടെ നടക്കുന്നുണ്ട് എന്നായിരുന്നു അവരുടെ പ്രതീക്ഷ. പക്ഷെ സ്വീലിങ്ങിന്റെ ഓഫീസ് മുറിയിലെ പരമമായ ശാന്തത അവരെ അത്ഭുതപ്പെടുത്തി. സ്വീലിങ്ങ് ഹോഫലിനെ സമീപിക്കുന്നതും സൗഹൃദത്തോടെ എന്തോ പറയുന്നതും അവർ കണ്ടു. എന്താണ് അവിടെ നടക്കുന്നത്?

വികസിച്ച ചിരിയോടെ സ്വീലിങ്ങ് ഹോഫലിന്റെ സമീപത്തേക്കു നടന്നു.

"എനിക്കു വേണമെന്നുണ്ടെങ്കിൽ, ഞാൻ ആഗ്രഹിക്കുന്നുവെങ്കിൽ, ഇന്നുരാത്രി നിങ്ങൾ ബങ്കറിനകത്തായിരിക്കും." അയാൾ പറഞ്ഞു. ഹോഫലിന്റെ പ്രതികരണം പ്രതീക്ഷിച്ച് അയാൾ സൗമനസ്യത്തോടെ കണ്ണുമിഴിച്ചു.

കൗണ്ടറിന്റെ സമീപത്തു നിൽക്കുന്ന രണ്ടുപേർക്കും സ്വീലിങ്ങ് ഇളിച്ചുകൊണ്ടു തൊണ്ട തടവുന്നതു കാണാമായിരുന്നു.

"എന്തൊരു വിഷമം" പിപ്പിഗ്ഗ് ഭയത്തോടെ ക്രോപ്പിൻസ്കിയോടു പിറു പിറുത്തു. ഹോഫലിന്റെ മുഖത്ത് യാതൊന്നും വ്യക്തമായിരുന്നില്ല. നിശ്ചലനായി അയാൾ സ്വീലിങ്ങിന്റെ മുമ്പിൽ നിന്നു. പക്ഷെ മനസിൽ എന്തെല്ലാമോ അളക്കലും ചൊരിയലും നടന്നിരുന്നു. ഇയാൾ എന്നോട് എന്തോ ആവശ്യപ്പെടുന്നുണ്ട്!

പെട്ടെന്ന് എന്തോ ചിന്തിച്ചുകൊണ്ട് സ്വീലിങ്ങ് തലയുയർത്തി. വിമാനവ്യൂഹത്തിന്റെ അലർച്ച ഇപ്പോൾ തലക്കുമുകളിൽ തന്നെയായിരിക്കുന്നു. ഭീഷണിപ്പെടുത്തുന്ന ആ ശബ്ദം കുറെയേറെ നേരം ശ്രദ്ധിച്ചുകൊണ്ടു നിന്നശേഷം അയാൾ തന്റെ കണ്ണുകളെ ഹോഫലിന്റെ നേർക്കുയർത്തി. രണ്ടുപേരും നിശ്ശബ്ദരായി കണ്ണിൽ കണ്ണിൽ നോക്കി നിന്നു. രണ്ടുപേരും സ്വന്തം ചിന്തകളിൽ തന്നെ ലയിച്ചിരുന്നു. സ്വീലിങ്ങിന്റെ മുഖത്ത് ചിന്തകൾ പ്രതിഫലിപ്പിക്കുന്ന തരത്തിലുള്ള ഭാവമൊന്നും കാണാനുണ്ടായിരുന്നില്ല. തുറിച്ച ആ കണ്ണുകൾ മാത്രമേ, മനസിൽ എന്തോ ഒന്നു നടക്കുന്നുണ്ട് എന്നതിനു സാക്ഷ്യം വഹിച്ചിരുന്നുള്ളൂ.

"പക്ഷെ ഞാൻ അതൊന്നും ആഗ്രഹിക്കുന്നില്ല." കുറെ നേരത്തേ മൗനത്തിനു ശേഷമയാൾ പറഞ്ഞു.

"എന്താണയാൾക്കു വേണ്ടതെന്ന് ഒന്ന് അറിയാൻ സാധിച്ചിരുന്നുവെങ്കിൽ" പിപ്പിഗ്ഗ് വീണ്ടും സംഭ്രാന്തിയോടെ മന്ത്രിച്ചു.

“ഒരുപക്ഷെ അയാളെ ബങ്കറിൽ ഇട്ടടയ്ക്കുമായിരിക്കും.” ക്രോപ്പിൻസ്കി മറുപടിയായി പിറുപിറുത്തു.

പെട്ടെന്നു തണുത്തുറഞ്ഞിരുന്ന രക്തം ഹോഫലിന്റെ തലയിലേക്ക് അടിച്ചു കയറി. സ്വീലിങ്ങിന്റെ പെരുമാറ്റത്തിന്റെ രഹസ്യം പെട്ടെന്നയാൾക്കു പിടികിട്ടി. സ്വീലിങ്ങിനും മനസിലായി തന്റെ ആശയം ഹോഫൽ മനസിലാക്കി കഴിഞ്ഞുവെന്ന്. തന്റെ ധൈര്യത്തിൽ ഭയം തോന്നിത്തുടങ്ങിയ സ്വീലിങ്ങ് തന്റെ ഡസ്കിന്റെ പിന്നിലേക്കു നീങ്ങി. പുറത്തേക്കു പോകുന്നവരുടെ പെട്ടികളിൽ അയാൾ പരിഭ്രാന്തിയോടെ താളം പിടിച്ചു. അന്വേഷണദ്യോതകങ്ങളായ നോട്ടങ്ങൾ അയാളെ അസ്വസ്ഥനാക്കി. പക്ഷെ ഇനിയും അതൊന്നും തിരിച്ചെടുക്കാൻ പറ്റില്ലല്ലോ. അയാൾ വഴങ്ങിക്കൊടുത്തു കഴിഞ്ഞിരിക്കുന്നു.

“കുട്ടി ഇവിടെയാണെങ്കിൽ കുറെക്കൂടി സുരക്ഷിതമായിരിക്കും, അല്ലേ?” കുറെക്കൂടി വിശ്വാസത്തോടെ അയാൾ ചോദിച്ചു.

സംഗതികൾ കുറെക്കൂടെ തെളിഞ്ഞിരിക്കുന്നു. യാതൊരു അടുക്കും ചിട്ടയുമില്ലാത്ത വിധത്തിലായിരുന്നു ഹോഫലിന്റെ പ്രതികരണങ്ങൾ. ഇതുവരെ തന്റെ മനസിൽ കുമിഞ്ഞുകൂടിയ വിഷമമെല്ലാം ഇതാ പെട്ടെന്നു മാഞ്ഞുപോയിരിക്കുന്നു, കുട്ടിയെ അപകടമൊന്നും കൂടാതെ ഒളിച്ചു പാർപ്പിക്കാൻ കിട്ടിയ സന്ദർഭത്തിൽ മാത്രമായിരുന്നു അയാളുടെ ശ്രദ്ധ മുഴുവനും. അയാൾ ധൃതിയിൽ സ്വീലിങ്ങിനെ സമീപിച്ചപ്പോൾ ആ നാസി പേടിച്ചരണ്ടു, കൈവിരൽ ഹോഫലിന്റെ നേരെ ചൂണ്ടിക്കൊണ്ട് അയാൾ ചീറി.

“അവർ നിങ്ങളെ പിടിക്കുകയാണെങ്കിൽ നിങ്ങൾ മാത്രമായിരിക്കും അതിനുത്തരവാദി. ഞാനാവില്ല കേട്ടോ, മനസിലായോ?”

സൂക്ഷ്മതയെല്ലാം കാറ്റിലെറിഞ്ഞുകൊണ്ട് ഹോഫൽ പറഞ്ഞു, “വളരെ നല്ലവണ്ണം മനസിലായി എന്നു തന്നെ പറയട്ടെ.” താൻ കൂടുതൽ നിലവിട്ടു പെരുമാറിയോ എന്നു ഭയം തോന്നിയ സ്വീലിങ്ങ് തന്റെ സമ്പ്രദായം മാറ്റി. സ്വതസിദ്ധമായ ആ അധികാരഭാവം അയാൾ പുറത്തെടുത്തു. ഭീകരമായ മട്ടിൽ തലകുലുക്കിക്കൊണ്ട് ആംഗ്യം കാണിച്ചുകൊണ്ടയാൾ അലറി.

“അതാ, അതിനെ എടുത്തുകൊണ്ടു പോ.” കുട്ടിയേയുമെടുത്ത് ഹോഫൽ മുറിവിട്ടു പോകാനാഞ്ഞപ്പോൾ സ്വീലിങ്ങ് അയാളെ തിരികെ വിളിച്ചു. “ഹോഫൽ......”

പിന്നെ യാതൊരക്ഷരവും പറയാതെ അവർ അന്യോന്യം അളന്നു നോക്കിക്കൊണ്ടുനിന്നു. സ്വീലിങ്ങ് കണ്ണിറുക്കിക്കൊണ്ടു ചോദിച്ചു.

“നിങ്ങൾക്ക് ജീവനോടെ ഇവിടെനിന്ന് കടന്നാൽ കൊള്ളാമെന്നുണ്ട്? ഇല്ലേ.”

പരസ്പരം ഒളിക്കുന്ന ഒരു നീണ്ട നിശ്ശബ്ദത. അതിനുശേഷം ഹോഫൽ പറഞ്ഞു.

“താങ്കളെപ്പോലെ തന്നെ, ഹെർഹോപ്റ്റ്ഷ്ചാർ ഫ്യൂഹറർ!”

അയാൾ ധൃതിയിൽ മുറിയിൽനിന്നുപോയി.

കൗണ്ടറിലേക്ക് തിരിച്ചുവന്ന ഹോഫലിന്റെ പരിഭ്രാന്തി പിപ്പിഗ്ഗിനു നല്ലപോലെ മനസിലായിരുന്നു. പക്ഷെ ചോദ്യങ്ങൾ ചോദിക്കാനുള്ള തന്റേടമയാൾ കാണിച്ചു. ശാന്തത അവലംബിക്കാൻ കിണഞ്ഞു ശ്രമിക്കുകയായിരുന്നു ഹോഫൽ.

"അവനെ ആ മൂലയിലേക്ക് തന്നെ കൊണ്ടുപൊയ്ക്കോളൂ." ക്രോപ്പിൻസ്കിയുടെ കയ്യിൽ കുട്ടിയെ കൊടുത്ത് ഹോഫൽ നിർദേശിച്ചു. പക്ഷെ ക്രോപ്പിൻസ്കിക്ക് ചിലതു ചോദിച്ചാൽ കൊള്ളാമെന്നുണ്ടായിരുന്നു, "പക്ഷെ! ഒന്നു മതിയാക്കിയാട്ടെ, വേഗം." എന്ന് പിപ്പിഗ്ഗ് അയാളെ നോക്കി ചീറി.

കുട്ടിയെ നെഞ്ചോട് ചേർത്ത് അമർത്തിപ്പിടിച്ച് അയാൾ പിന്നിലേക്ക് മാറി.

പ്രതീക്ഷിച്ച ദുരന്തം ഉണ്ടായില്ല. എന്നു മാത്രമല്ല, തികച്ചും പുത്തനായ, താൽക്കാലികമെങ്കിലും ആകസ്മികമായ ഒരു പരിതഃസ്ഥിതി ഇതാ ഉണ്ടാവുകയും ചെയ്തിരിക്കുന്നു. ഹോഫലിനു യാതൊരു വിശദീകരണവും നൽകാൻ പറ്റിയില്ല. പിപ്പിഗ്ഗിന് അതിന്റെ ആവശ്യവും തോന്നിയില്ല. ഹോഫലിന്റെ മുഖത്തേക്ക് ഊന്നിയ ആ കണ്ണുകളിൽ നിഴലിച്ചുകണ്ടത്, സ്വീലിങ്ങിന്റെ മുറിയിൽവെച്ചുണ്ടായതെല്ലാം എനിക്കറിയാമെന്ന ഭാവമായിരുന്നു. ഒരൊറ്റ വാക്കുപോലും അവർ അന്യോന്യം പറഞ്ഞില്ല. ആരോ ഉന്തിമാറ്റിയപോലെ വളരെ പ്രയാസപ്പെട്ടു ഹോഫൽ ഗുമസ്തന്മാരുടെ മുറിയിലേക്ക് നടന്നു. അയാളെ ചുമ്മാ വിടുന്ന മട്ടിൽ പിപ്പിഗ്ഗ് നിന്നിടത്തു തന്നെ നിന്നു.

വിദ്വേഷവും വെറുപ്പും നിറഞ്ഞ കണ്ണുകൾകൊണ്ടു സ്വീലിങ്ങ് ജനവാതിലിനടിയിലൂടെ ഇതൊക്കെ നോക്കിക്കൊണ്ടിരിക്കുകയായിരുന്നു. പുറത്ത് നിൽക്കുന്നവർക്ക് ഇതാ അയാളുടെ മേൽ ഒരു പിടികിട്ടിയിരിക്കുന്നു. അവരുടെ നേരെ ചാടിചെന്നു അട്ടഹസിക്കാനുള്ള ഒരു മോഹം അയാളെ ശ്വാസം മുട്ടിക്കുന്നുണ്ടായിരുന്നു. തന്റെ സ്വന്തം അരക്ഷിതാവസ്ഥ പരിചിതമായ അധികാരത്തിന്റെ മത്തിൽ മൂടിവെക്കാനുള്ള ഒരഭിവാഞ്ഛ; പെട്ടെന്നയാൾ ഭയാക്രാന്തനായി വെട്ടിത്തിരിഞ്ഞു. വിദൂരതയിൽ ബോംബുകൾ ഓരോന്നായി നിലത്ത് വീണു പൊട്ടിച്ചിതറുന്ന ശബ്ദം അയാൾക്കു വ്യക്തമായി കേൾക്കാമായിരുന്നു. ഭയത്തോടെ വായ് തുറന്ന് അയാൾ ശൂന്യതയിലേക്ക് നോക്കി ശ്രദ്ധിച്ചുകൊണ്ടു നിന്നു. ക്ഷൗരം ചെയ്തിട്ടില്ലെന്നമട്ടിൽ അയാൾ അസ്വസ്ഥതയോടെ തന്റെ കവിൾത്തടം ചൊറിഞ്ഞു.

അസാധാരണമായ തങ്ങളുടെ വേഷവിധാനങ്ങളുമണിഞ്ഞു, കമാന്ററർക്കു കാണാൻ വേണ്ടി അയാളുടെ ഓഫീസിന്റെ പുറത്ത് കാത്തുനിന്ന ആ പതിനാറുപേരും വ്യോമാക്രമണ മുന്നറിയിപ്പു കേട്ട് അന്തുതപ്പെട്ടു.

ക്യാമ്പിൽ തടവുകാർ തങ്ങളുടെ ബ്ലോക്കുകളിലേക്കു ഓടി. റോഡ് ജനനിബിഡമായിരുന്നു. ലേബർ കമാന്ററർ ഇരട്ടിച്ച വേഗതയിൽ ഓടിവന്നു റിപ്പോർട്ട് കൊടുത്തു ക്യാമ്പിലേക്കു കടന്നു. എസ് എസുകാർ ധൃതിയിൽ അവരുടെ രക്ഷാസങ്കേതങ്ങളിലേക്കു പിൻവാങ്ങി.

അപകടമുന്നറിയിപ്പു കാരണം ആഫീസർമാർ കമാന്റർറുടെ മുറിയിൽ തന്നെ കൂടിയിരിക്കുകയായിരുന്നു. മെഡിക്കൽ സ്ക്വാഡിന്റെ ആഗമനമറിയിക്കാനായി റീനിബോത്ത് അങ്ങോട്ട് കടന്നപ്പോൾ കമാന്ററർ തിരിഞ്ഞ് അയാളുടെ നേരെ നോക്കി.

"ഉം, എന്താണ്, ഓ മനസിലായി." അസ്വസ്ഥതയോടെ അയാൾ കൈകൊണ്ട് എന്തോ ആംഗ്യം കാണിച്ചു.

"പ്രസംഗിച്ചു നിൽക്കാനുള്ള സമയമല്ല ഇത്. ആ പതിനാറുപേരും ഉടനെ തന്നെ അവരുടെ ജോലി ആരംഭിക്കട്ടെ."

വിമാനങ്ങളുടെ അലർച്ച നാലുഭാഗത്തു നിന്നും മുഴങ്ങി കേൾക്കാമായിരുന്നു. അടുത്ത് എവിടെയൊക്കെയോ ബോംബുകൾ വീണു പൊട്ടിത്തെറിക്കുന്നുണ്ട്.

റീനിബോത്ത് ഓഫീസിൽനിന്നു പുറത്ത് കടന്നു കമാന്ററുടെ കൽപ്പന മെഡിക്കൽ സ്ക്വാഡിനെ അറിയിച്ചു.

"ഉം പുറപ്പെട്ടോളൂ........" സ്വതസിദ്ധമായ പുച്ഛസ്വരത്തിൽ അയാൾ പറഞ്ഞു. കോഹൻ കൽപ്പിച്ചു; "മെഡിക്കൽ സ്ക്വാഡ്.. .....ജാഗ്രത!"

ആ വിഭാഗം നിശ്ചലമായിനിന്നു.

"മുഖം ഇടത്തോട്ട്......മുമ്പോട്ട് മാർച്ച്.....ഇരട്ടി വേഗതയിൽ......"

അവർ ധൃതിയിൽ നടന്നുമറയുന്നത് നോക്കി നിന്നതിനുശേഷം റീനിബോത്ത് ഒരു ദീർഘനിശ്വാസംവിട്ട് ധൃതിയിൽ തന്റെ രക്ഷാസങ്കേതത്തിലേക്കു നടന്നു.

ആ പതിനാറുപേരും മൈതാനത്തിലൂടെ ധൃതി പിടിച്ച് നടക്കുമ്പോൾ അടുത്തോ അകലെയോ ആരുമാരുമുണ്ടായിരുന്നില്ല. പരിചയമില്ലാത്ത വിധത്തിലുള്ള തൊപ്പി ധരിച്ചിരുന്ന അവർ അന്യോന്യം നോക്കി അർഥവത്തായി പുഞ്ചിരിച്ചു.

ഇംഗ്ലീഷിലെ 'വി' എന്ന അക്ഷരത്തിന്റെ രൂപസാദൃശ്യമുള്ള വ്യൂഹങ്ങൾ ഒന്നിനുപുറകെ ഒന്നായി ക്യാമ്പിന്റെ മുകളിലൂടെ പറന്നകലുന്നുണ്ടായിരുന്നു. ഇടിവെട്ടുന്ന ശബ്ദത്തിൽ എവിടെയോ ബോംബുകൾ പൊട്ടിച്ചീറുന്നുണ്ട്.

"ഗോഥയിലാണോ?; അതോ എർഫർട്ടിലോ?"

കാവൽ മേഖലയുടെ സീമയിലെത്തിയപ്പോൾ കോഹൻ തന്റെ ദളത്തെ കാവൽ ഫ്യൂഹററർക്കു പരിചയപ്പെടുത്തിക്കൊടുത്തു. ആൾക്കാർക്ക് ഓരോരോ ജോലി വീതിച്ചു കൊടുക്കുമ്പോൾ അയാൾ അതീവസന്തുഷ്ടനായി കാണപ്പെട്ടു. "നാലുപേർ എസ് എസ് ബാരക്കുകളിലേക്കു പോകണം. നാലുപേർ സൈന്യ വിപുലീകരണ കേന്ദ്രത്തിലേക്ക്! നാലുപേർ പട്ടാളവാഹന സങ്കേതത്തിലേക്കു പോകട്ടെ. ബാക്കിയുള്ളവർ എന്റെ കൂടെ ഫ്യൂഹററൻമാരുടെ വസതിയിലേക്കു വരണം. എല്ലാം ശാന്തമായി എന്നറിയിപ്പുകിട്ടി. പത്തു നിമിഷത്തിനകം എല്ലാവരും തിരികെ ഇവിടെ തന്നെ എത്തിച്ചേരണം. മനസിലായോ?"

"ജഹോവ!" അവർ ഏകസ്വരത്തിൽ വിളിച്ചു പറഞ്ഞു.

താന്താങ്ങൾക്ക് നിർദേശിച്ച സ്ഥലങ്ങളിലേക്കവർ മാർച്ചു ചെയ്തു. കാവൽക്കാരൻ ഫ്യൂഹറർ അങ്ങനെ സ്തബ്ധനായി നിന്നു. അയാൾക്ക് ഒന്നുമൊന്നും പറയാനുണ്ടായിരുന്നില്ല.

മേശയ്ക്കരികെ ഇരുന്ന ഹോഫൽ തന്റെ മുമ്പിൽ നിവർന്നു കിടക്കുന്ന, ആ യാത്രാസംഘക്കാരുടെ പട്ടികയിലേക്ക് തന്നെ തുറിച്ചു നോക്കി. ഭാഗ്യവശാൽ പുറത്ത് നടന്ന സംഭവങ്ങളൊന്നും തന്നെ ഗുമസ്തന്മാരുടെ മുറിയിലെ തടവുകാർ അറിഞ്ഞിരുന്നില്ല. അതുകൊണ്ടു ജിജ്ഞാസ നിറഞ്ഞ ചോദ്യങ്ങളിൽനിന്നു ഹോഫൽ രക്ഷപ്പെട്ടു. സ്വീലിങ്ങിന്റെ വഞ്ചന നിറഞ്ഞ നിർദേശത്തേക്കാൾ ഹോഫലിന് അസ്വസ്ഥജനകമായി തോന്നിയത്, കുട്ടിയെ വളർത്താൻ ലഭിച്ച അപ്രതീക്ഷിതമായ ആ സന്ദർഭമായിരുന്നു. ആകർഷണീയമായ വിധത്തിൽ ലഘുവും എളുപ്പവുമായിരുന്നു അത്. പക്ഷെ ഹോഫലിന്റെ മനസിൽ ഒരു വടംവലി തന്നെ നടക്കുകയായിരുന്നു. കുട്ടിയെ ക്യാമ്പിൽനിന്ന് പറഞ്ഞയക്കാമെന്ന് അയാൾ ക്രാമറോടു വാക്കു പറഞ്ഞതാണ്. ക്രാമർ അത് വിശ്വസിക്കുകയും ചെയ്തിരുന്നു. ഇനി അതിനു ഭംഗം വരുത്തിയാൽ? കുട്ടിയെ പരമരഹസ്യമായി അവിടെ പാർപ്പിച്ചാൽ? അയാൾക്കിനി സ്വീലിങ്ങിനെ ഭയപ്പെടേണ്ട ആവശ്യമില്ല. ആ പട്ടികയിലേക്കയാൾ തുറിച്ചു നോക്കി. ആ ഓരോ അക്കവും ഓരോ മനുഷ്യരാണ്. അതിലൊരാളെ കാണാനില്ല, അതെ ആ കുട്ടിയെ. അതിന് അക്കമില്ലല്ലോ! അങ്ങനെ ഒരു വസ്തു നിലവിലില്ല. അവനെ പെട്ടിയിലാക്കിയാൽ മതി......അന്ന് ഉച്ചതിരിഞ്ഞ് ആ പടിവാതിലിലൂടെ കടന്നുപോകുന്ന ആയിരങ്ങളിലൊരുവൻ അതിനേയും കൂടെ കൊണ്ടുപോയ്ക്കോളും. ഹോഫൽ കണ്ണുകൾ ബലമായി പൂട്ടി. ശരിക്കും കർത്തവ്യം നിറവേറ്റിയിരുന്നുവെങ്കിൽ! മനസ്സാക്ഷിയുടെ ഏറ്റവും നല്ല മാപ്പുസാക്ഷിയായിരിക്കുകയില്ലേ അത്.

വീണ്ടും കുത്തിനോവിക്കുന്ന കുറ്റബോധം. വിദൂരതയിൽ നിന്നിതാ നിശ്ചലമായി നിർന്നിമേഷമായി രണ്ടു കണ്ണുകൾ തന്നെ ഉറ്റുനോക്കുന്നു എന്ന ഭീതിദമായ ഒരു തോന്നൽ അയാൾക്കുണ്ടായി. ആ കണ്ണുകൾ ആ കുട്ടിയുടേതാണോ? തന്റെ സ്വന്തം പത്നിയുടേതാണോ അവ! ഹോ നീണ്ട നീണ്ട ഈ കാരാഗൃഹവാസക്കാലത്ത് ഒരിക്കലും ഇത്രമേൽ ഏകാന്തതാബോധം അയാൾക്കുണ്ടായിട്ടില്ല.

ആകർഷണീയമായ ആ സമ്മാനത്തിന്റെ മുന്നിൽ നിന്നയാൾ ഓടിയൊളിച്ചു. പിപ്പിഗ്ഗിന്റെ നിശ്ശബ്ദമായ കണ്ണുകളുടെ മുന്നിൽനിന്നയാൾ പാഞ്ഞകന്നു. പക്ഷെ......പക്ഷെ.......സ്വന്തം ആത്മാവിൽനിന്നകന്നു നിൽക്കാൻ സാധ്യമാണോ? സ്വന്തമായ ഒരു തീരുമാനമെടുക്കാൻ താൻ അശക്തനാണെന്ന് അയാൾക്കറിയാമായിരുന്നു എന്നാലും.....

ഹോഫൽ പിപ്പിഗ്ഗിന്റെ അടുത്തേക്കു നടന്നു. അയാൾക്കു വേണ്ടി കാത്തു നിൽക്കുകയാണോ എന്നു തോന്നുമാറ് അപ്പോഴും അയാൾ ആ നീണ്ട കൗണ്ടറിനരികെ നിന്നു. അന്തരീക്ഷത്തിൽ അപ്പോഴും ഇട

തടവില്ലാതെ ഹൂങ്കാരവം തുടരുന്നുണ്ട്. ആകാശത്തിലേക്കു കണ്ണുംനട്ട് അപ്പോഴും സ്വീലിങ്ങ് ജനവാതിൽക്കൽ നിൽക്കുകയായിരുന്നു. സ്വീലിങ്ങിനു തന്നെ കാണാൻ പറ്റുകയില്ലെന്ന് ഒറ്റ നോട്ടത്തിൽ തന്നെ ഹോഫൽ മനസിലാക്കി. ധൃതിയിൽ അയാൾ പിപ്പിഗ്ഗിനോടു മന്ത്രിച്ചു. "വരൂ, എന്റെ കൂടെ."

അവർ ആ മൂലയിലേക്കു നടന്നു. കുട്ടിയുടെ അടുത്തായി ഇരുന്ന ക്രോപ്പൻസ്കിയും അവരുടെ കൂടെ ചേർന്നു. പ്രതീക്ഷകൾ തിങ്ങി വിങ്ങുകയായിരുന്നു അയാളുടെ മനസിൽ. മൂന്നുപേരും അടുത്തടുത്തു ചേർന്നുനിന്നു. ഹോഫൽ അർഥവത്തായി മുന്നോട്ടു തലനീട്ടി കാണിച്ചുകൊണ്ടു പറഞ്ഞു. "അയാൾ ഒരു കാര്യം ആവശ്യപ്പെട്ടിരിക്കുന്നു. കുട്ടിക്ക് ഇവിടെ തന്നെ താമസിക്കാനൊക്കും."

"ആഹാ" പിപ്പിഗ്ഗ് വിരസമായി പറഞ്ഞു. "സ്ഥിതിഗതികൾ മാറുകയാണെങ്കിൽ തക്ക പ്രതിഫലം വേണം അല്ലെ. അത്ര മിണ്ടാപ്രാണിയൊന്നുമല്ല അയാൾ. എന്നിട്ട്, നിങ്ങൾ എന്തു പറഞ്ഞു."

ഒന്നും തീരുമാനിച്ചിട്ടില്ല എന്ന മട്ടിൽ ഹോഫൽ ചുമലുകൾ കുലുക്കി. പിപ്പിഗ്ഗിനു വിഷമം തോന്നി. "നിങ്ങൾ എന്തിനു പേടിക്കുന്നു. അവൻ നിങ്ങളുടെ പിടിയിൽ പെട്ടിരിക്കുന്നു. അവന് ഇനി നിങ്ങളെ ചതിക്കാനൊന്നും പറ്റുകയില്ല."

തീർച്ചയില്ലാത്തതുപോലെ ഹോഫൽ ദുർബലമായ ഒരു പ്രതിഷേധമുയർത്തി. "നാം കുട്ടിയെ ഇവിടെ നിർത്തുകയാണെങ്കിൽ, അയാളുടെ നിർദേശം സ്വീകരിച്ചു എന്നയാൾ കണക്കാക്കുകയില്ലേ?"

പിപ്പിഗ്ഗ് പറഞ്ഞു. "അവൻ കണക്കാക്കിക്കോട്ടെയെന്ന്. നമുക്കെന്താ." പെട്ടെന്നയാൾ കാര്യം വ്യക്തമാക്കി. "കുട്ടി ഇവിടെതന്നെ താമസിക്കട്ടെ."

അവശേഷിച്ച ശക്തി സംഭരിച്ചു ഹോഫൽ ഒന്നുകൂടെ പ്രതിഷേധിക്കാൻ ഒതുങ്ങിയപ്പോഴാണ് ക്രോപ്പിൻസ്കി അയാളുടെ ചുമലിൽ തട്ടിയത്. "നിങ്ങൾ ഒരു നല്ല സ്നേഹിതനല്ലേ?" ട്രൗസറിന്റെ പോക്കറ്റിൽ കൈ തിരുകി ഒരൊറ്റ വാക്കുപോലും പറയാതെ ഹോഫൽ വെറുതെ നിന്നു. തന്റെ, ഒന്നും തീരുമാനിക്കാനാവാത്ത മനഃസ്ഥിതിയെക്കുറിച്ചയാൾ വ്യസനിക്കുകയായിരുന്നു.

വ്യോമാക്രമണ മുന്നറിയിപ്പു നൽകിക്കൊണ്ട് സൈറൺ അപ്പോഴും ഓലിയിടുകയായിരുന്നു. ബ്ലോക്കിൽ തടവുകാർ സ്റ്റോവിന്റെ അടുക്കൽ തിങ്ങിക്കൂടി നിന്നു. അതിൽ വിറകു കുറവായിരുന്നതിനാൽ നേരിയ ഒരു ചൂടുമാത്രമേ അവർക്കു കിട്ടിയിരുന്നുള്ളൂ. ഇത്തിരിയുള്ള സ്ഥലത്ത് തിങ്ങി വിങ്ങി നിന്ന മനുഷ്യരിൽനിന്ന് ഉദ്ഗമിക്കുന്ന ചൂടിനായിരുന്നു കൂടുതൽ ശക്തി. ചുറ്റുമുള്ള കോലാഹലങ്ങൾ ബാധിക്കാത്ത മട്ടിൽ കുറെപേർ മേശപ്പുറത്ത് കൈകൾ പരത്തിവെച്ച് അതിൽ തലചായ്ച്ച് സുഖമായി ഉറങ്ങുകയായിരുന്നു. നിർജീവമായിരുന്നു ക്യാമ്പ്. വിസ്തൃതമായ കവാത്തു മൈതാനം ജനശൂന്യമായിരുന്നു. ഗേറ്റിലും യാതൊരനക്കവു

മുണ്ടായിരുന്നില്ല. ക്യാമ്പിനു ചുറ്റുമുള്ള കാവൽ മേടകളിൽമാത്രം കാവൽ പടയാളികൾ ആകാശത്തേക്കു നോക്കിക്കൊണ്ട് നിന്നു.

എസ് എസ് ബാരക്കുകൾ നിൽക്കുന്ന പറമ്പിൽ ചുറ്റിനടക്കുകയായിരുന്നു മെഡിക്കൽ സ്ക്വാഡിലെ നാലുപേർ. ബാരക്കുകൾക്കിടയിലൂടെ ഉദാസീനമായ മട്ടിലാണ് നടന്നിരുന്നതെങ്കിലും അവർ കണ്ണുകൾ തുറന്നു തന്നെ പിടിച്ചിരുന്നു. ആ ബാരക്കുകളിൽ എത്രയാളുകളുണ്ടാകും? അതായിരുന്നു അവരുടെ നോട്ടം.

മറ്റൊരു സംഘം ക്യാമ്പിന്റെ വടക്കുഭാഗത്തുള്ള കാട്ടിലാണ് റോന്തു ചുറ്റിയിരുന്നത്. അവിടെനിന്നു നോക്കിയാൽ മരങ്ങളുടെ തടസമില്ലാതെ ടൂറിൻജിയവരെ കാണാം. കാവൽക്കാർ അവരെ ശ്രദ്ധിക്കുന്നുണ്ടായിരുന്നു. അതുകൊണ്ടു വേലിയരികിൽ അവർ അങ്ങനെ ചുറ്റിപ്പറ്റി നടന്നു.

അവർക്കുമുണ്ടായിരുന്നു ഒരു ലക്ഷ്യം. ക്യാമ്പിനെ സംബന്ധിച്ചിടത്തോളം ആ കാടും അതിർത്തി കാവൽഗോപുരങ്ങളായിരുന്നു. ആ മതിൽക്കെട്ടിനുള്ളിൽ—ഒരു വിപ്ലവം, പെട്ടിപ്പുറപ്പെടുകയാണെങ്കിൽ എവിടെയായിരിക്കും ഏറ്റവും നല്ല സ്ഥലം. തലയിൽ കമഴ്ത്തിയിരുന്ന സോവിയറ്റ് ഹെൽമെറ്റുകൾ അന്വേഷണപരമായ ആ നോട്ടങ്ങളെ എസ് എസ് കാവൽക്കാരിൽനിന്ന് മറച്ചുപിടിച്ചിരുന്നു. ചിലപ്പോൾ നാലുപേരും ഇതുവരെ ചുറ്റി നടന്നതിന്റെ മടുപ്പുതീർക്കാനെന്നമട്ടിൽ വെറുതെ മൈതാനത്തിലേക്ക് നോക്കിക്കൊണ്ട് അനങ്ങാതെ നിൽക്കും. പക്ഷെ നിരുപദ്രവമെന്നു തോന്നുന്ന ആ നോട്ടങ്ങൾകൊണ്ട് വാസ്തവത്തിൽ അവർ കണക്കുകൂട്ടലും അളവുകൾ എടുക്കലുമാണ് സാധിച്ചിരുന്നത്. കാവൽക്കാർ കേൾക്കാതെ ആ നാലുപേരും തങ്ങളുടെ നിരീക്ഷണഫലം അന്യോന്യം പറഞ്ഞറിയിക്കുമായിരുന്നു.

ഉച്ചതിരിഞ്ഞതിനുശേഷമാണ് അപകടമൊഴിഞ്ഞു എന്ന സൂചന ഒരു നീണ്ട ഓലിയിടലിലൂടെ സൈറൻ പ്രഖ്യാപിച്ചത്. ക്യാമ്പിൽ ജീവചൈതന്യം പരന്നു.തടവുകാർ ബ്ലോക്കുകളിൽനിന്നു കൂട്ടംകൂട്ടമായി പുറത്തേക്കു ഒഴുകി.

ഉച്ചഭക്ഷണസമയം തെറ്റിയിരുന്നു, എങ്കിലും പാത്രങ്ങൾ അടുക്കളയിൽ കലപില ശബ്ദമുയർത്തി. സ്വതേ അറുവഷളായിരുന്ന സൂപ്പ് തണുത്താറിയപ്പോൾ ദുസ്സഹമായി. ഗേറ്റിലും പണിത്തിരക്കുകൾ ആരംഭിച്ചുകഴിഞ്ഞിരുന്നു. റീനിബോത്ത് ഓഫീസ് മുറിയിൽനിന്ന് പുറത്തു കടന്നു "യാത്രക്കാർ ഗേറ്റിലേക്ക് വരണം" എന്നു ഉച്ചഭാഷിണിയിലൂടെ ആജ്ഞാപിച്ചു. കൽപ്പന കേട്ടമാത്രയിൽ തന്നെ ചെറിയക്യാമ്പിൽ കോലാഹലം അലതല്ലാൻ തുടങ്ങി. ആർത്തിരമ്പുന്ന ഒരു എറുമ്പുകൂട് എന്നപോലെ തടവുകാർ പന്തിയുടെ അടുക്കൽവന്നു കൂട്ടംകൂടിനിന്നു. മഞ്ഞ് കുറെശ്ശേ ഉരുകാൻ തുടങ്ങിയ സമയമായതിനാൽ അവിടെ കറങ്ങിത്തിരിഞ്ഞു നിന്നവരെല്ലാം ചളിയിലും ചുണ്ണാമ്പിലും കുളിച്ചിരുന്നു. ഈ ബഹളം നിർത്താൻ ബ്ലോക്ക് സീനിയർമാർക്കും പരിചാരകർക്കും കുറെയേറെ ആയാസപ്പെടേണ്ടി വന്നു. ഉന്തും തള്ളും ആർപ്പും

അട്ടഹാസവും ബഹളവുമെല്ലാം കഴിഞ്ഞ് ഒടുവിൽ ഒരുവിധം അവരെ മാർച്ചു ചെയ്യിക്കാൻ പറ്റിയ അണിയായി ഒരുക്കിനിർത്തി.

കലവറമുറിയിൽ അവരുടെ അൽപ്പസ്വൽപ്പ സമ്പാദ്യങ്ങളെല്ലാം തിരിച്ചേൽപ്പിക്കപ്പെട്ടു. മൂന്നു ഗൂഢാലോചനക്കാരെപ്പോലെ ഹോഫലും ക്രോപ്പിൻസ്കിയും പിപ്പിഗ്ഗും അവിടെ നിന്നു. ഓരോ ഞരമ്പിലും പരിഭ്രാന്തിയുടെ പിരിമുറുക്കം അനുഭവപ്പെട്ട് ഹോഫലിന് കുട്ടിയോട് യാത്ര പറയാനായി ജങ്കോവ്സ്കിയെ അങ്ങോട്ടു കൂട്ടിക്കൊണ്ടു വരാനുള്ള പിപ്പിഗ്ഗിന്റെ നിർദേശമയാൾ നിരാകരിച്ചു. അയാൾ ജങ്കോവ്സ്കിയെ കാണാൻ ഇഷ്ടപ്പെട്ടില്ല. ചുരുക്കത്തിൽ ഒന്നുംതന്നെ പറയാനോ കേൾപ്പിക്കാനോ അയാൾ ഇഷ്ടപ്പെട്ടിരുന്നില്ല.

“ദൈവമേ! ആൻഡ്രി, ആ സാധുവിനെ ചുമ്മാ അങ്ങനെ അയക്കാൻ പറ്റുമോ?”

“അതൊക്കെ പറഞ്ഞ് എന്നെ ഒന്ന് അലട്ടാതിരിക്കാമോ?” ഹോഫലിന് ഓരോ ഞരമ്പും ചൊറിയുന്നതുപോലെ തോന്നി. അവരെ അവിടെ വിട്ട് സൂത്രത്തിൽ അയാൾ ഗുമസ്തന്മാരുടെ മുറിയിലേക്ക് രക്ഷപ്പെട്ടു.

എന്തു ചെയ്യണമെന്നറിയാതെയായി പിപ്പിഗ്ഗിന്. അവസാനം അയാൾ ക്രോപ്പിൻസ്കിയോട് പറഞ്ഞു. മേരിയാൻ, “ആ ചെറിയ ക്യാമ്പിൽ പോയി ജങ്കോവ്സ്കിയോട് ഈ വിവരം പറയൂ. ഓടിക്കോളൂ.”

ജങ്കോവ്സ്കിക്കു ഭയങ്കരമായ പരിഭ്രമം തോന്നി. യാത്രക്കാർ പുറപ്പെടാറായി. കുട്ടിയെ ഇതേവരെ ആരും കൊണ്ടുകൊടുത്തിട്ടില്ല. ഇടക്കിടെയെല്ലാം നിരയിൽ നിന്നു തെറ്റി, കലവറ മുറിയിലേക്കു പോകാനുള്ള അനുവാദത്തിനായി അയാൾ ആ വട്ടത്തലയൻ ബ്ലോക്ക് സീനിയറോട് പോളിഷ് ഭാഷയിൽ ഇരന്നുനോക്കി. ഒരു വിധത്തിൽ അണിയുണ്ടാക്കി സന്തുഷ്ടനായി നിന്ന ബ്ലോക്ക് സീനിയർ ജങ്കോവ്സ്കി പറയുന്നതു യാതൊന്നും ശ്രദ്ധിക്കാതെ അക്ഷമയോടെ അയാളെ വീണ്ടും നിരയിലേക്കു തന്നെ തള്ളിമാറ്റി. കൈപ്പിടിയിൽ അമർന്ന ഒരു പറവയെപ്പോലെ പിടയുകയായിരുന്നു ജങ്കോവ്സ്കി.

ആ നിലയിലാണ് ക്രോപ്പിൻസ്കി അയാളെ കണ്ടത്. അദമ്യമായ ആകാംക്ഷയോടെ ജങ്കോവ്സ്കി ഓടിച്ചെന്ന് അയാളെ കെട്ടിപ്പിടിച്ചു. പരിഭ്രാന്തമായ ആ മുഖത്ത് നിന്നു കണ്ണുനീർ ഇറ്റിറ്റു വീണിരുന്നു. കുട്ടിയെ കൂടാതെ ക്യാമ്പ് വിട്ടുപോകാൻ അയാൾ ഒരുക്കമായിരുന്നില്ല. ആ നിർഭാഗ്യവാനെ ആശ്വസിപ്പിക്കാൻ വാക്കുകൾ കിട്ടാതെ ക്രോപ്പിൻസ്കി കുഴങ്ങി.

“സഹോദരാ കരയരുതെ” അയാൾ വീണ്ടും വീണ്ടും പറഞ്ഞു. “നിങ്ങളെക്കാൾ കൂടുതൽ വാത്സല്യത്തോടെ ഞങ്ങൾ സ്റ്റീഫനെ നോക്കിക്കോളാം. എന്നെ വിശ്വസിക്കൂ.”

ജങ്കോവ്സ്കി ശക്തിപൂർവം തലയാട്ടി. ദുരന്തത്തിന്റെ പ്രതീകം പോലെ അയാൾ അവിടെനിന്നു. തണുപ്പിൽനിന്നു രക്ഷപ്രാപിക്കാനായി ചെവികളിലേക്കു വലിച്ചിട്ടിരുന്ന ആ ചാരനിറത്തിലുള്ള വരയൻ തൊപ്പി നിലതെറ്റി താഴോട്ടുവീണ് അയാളുടെ നെറ്റിയുടെ പകുതിഭാഗവും

മറച്ചിരുന്നു. ധരിച്ചിരുന്ന കീറിപ്പറിഞ്ഞ വസ്ത്രം അയാളേക്കാളും വലുതായിരുന്നു. യാതൊരു ആകൃതിയുമില്ലാത്ത മരച്ചെരുപ്പുകളിലായിരുന്നു ആ നഗ്നപാദങ്ങൾ വിശ്രമിച്ചിരുന്നത്. തന്റെ ജാക്കറ്റിന്റെ നീണ്ട കൈകൾ കൊണ്ട് അയാൾ അന്ധമായ കണ്ണുകളിലെ വെള്ളം തുത്തുകളഞ്ഞു. "അവനെ എനിക്കു തരൂ; ദയവായി അവനെ എനിക്കു വിട്ടുതരൂ" എന്നു യാചിക്കാനുള്ള ശക്തിയേ അയാളിൽ അവശേഷിച്ചിരുന്നുള്ളൂ. അയാൾക്കു ക്രോപ്പിൻസ്കിയുടെ മുമ്പിൽ മുട്ടു കുത്തണമെന്നുണ്ടായിരുന്നു. പക്ഷെ ക്രോപ്പിൻസ്കി ബലമായി കൈ മുട്ടുകളിൽ പിടിച്ചു അയാളെ നേരെ നിർത്തി. അയാൾക്കു ബോധം വരുത്താനെന്നമട്ടിൽ അയാളെ പിടിച്ചു ഒന്നു കുലുക്കി.

"സഹോദര, കരയരുതെ; ദയവുചെയ്തു കരയരുതെ" ക്രോപ്പിൻസ്കി അപേക്ഷിച്ചു. "ഹൗ നിങ്ങൾ എന്തിന്, ഇത്രയധികം വ്യസനിക്കുന്നു. നിങ്ങൾ അവന്റെ അച്ഛനൊന്നുമല്ലല്ലോ."

ജങ്കോവ്സ്കി പ്രതിഷേധിച്ചു. "പക്ഷെ അച്ഛനെക്കാൾ കൂടുതലാണ് എന്റെ ബന്ധം." വികാരാവേശംകൊണ്ട് വേദനിക്കുന്ന ആ മനുഷ്യാത്മാവിനെ ആ മാറോട് ചേർത്തമർത്തി ഉമ്മവെച്ചുകൊണ്ടു ക്രോപ്പിൻസ്കി പറഞ്ഞു "സഹോദരാ, പോയാട്ടെ. പരിശുദ്ധമാതാവ് നിങ്ങളെ എക്കാലവും കാത്തു രക്ഷിക്കട്ടെ."

ജങ്കോവ്സ്കി പോകാൻ കൂട്ടാക്കാതെ ക്രോപ്പിൻസ്കിയെ മുറുകെ കെട്ടിപ്പിടിച്ചുകൊണ്ട് അവിടെ നിന്നു. യാതന ദുർവഹമായി തോന്നിയ ക്രോപ്പിൻസ്കി അശരണനായ ആ മനുഷ്യനെ വീണ്ടും വീണ്ടും ആലിംഗനംചെയ്തു. ഒരു വിധത്തിൽ അയാളുടെ കൈ തട്ടിമാറ്റി അവിടെനിന്ന് ഓടിയകന്നു.

"സഹോദരാ, സഹോദരാ," ജങ്കോവ്സ്കി ഉറക്കെ ഉറക്കെ വിളിച്ചു. പക്ഷേ പലായനം ചെയ്യുന്ന ക്രോപ്പിൻസ്കി യാതൊന്നും കേൾക്കാൻ ഒരുക്കമായിരുന്നില്ല. അയാൾ കൈ താഴെയിട്ട് എന്തോ പിറുപിറുത്തു. വീണ്ടും പോളണ്ടുകാരൻ അണിയിൽനിന്നു തെറ്റിനിൽക്കുന്നതു കണ്ട് പരിഭ്രാന്തനായ ബ്ലോക്ക് സീനിയർ അയാളെ നോക്കി പാരുഷ്യത്തോടെ അലറി, "നശിച്ചു പോകാൻ! താൻ എന്താണ് എപ്പോഴുമവിടെ തൂങ്ങിപ്പിടിച്ചു നിൽക്കുന്നത്. നരകം! ഒന്നു വേഗം തന്റെ സ്ഥലത്തേക്കു നീങ്ങി നിൽക്കൂ."

അനുസരണയോടെ ജങ്കോവ്സ്കി സ്വസ്ഥാനത്ത് ചെന്നുനിന്നു. ഹൃദയവേദനകൊണ്ട് താന്തനായ അയാൾ ആ നീണ്ടജാഥയോടൊപ്പം വേച്ചുവേച്ചു കുന്നു കയറി മൈതാനത്തിൽ എത്തി. വീണ്ടും ഒച്ചയും ബഹളവും അട്ടഹാസവും ആരംഭിച്ചു.

റീനിബോത്ത് തടവുകാരെ എണ്ണിനോക്കി. വീണ്ടും ഒന്നു കൂടെ അവരെ ഒരുക്കി നിർത്തി പടിവാതിൽ തുറന്നു. ചാരനിറത്തിലുള്ള ആ വ്യൂഹം ആയിരം കാലട്ടകളെപ്പോലെ പരിക്ഷീണരായി ക്യാമ്പിന്റെ പുറത്തേക്ക് മെല്ലെ വാർന്നൊഴുകി.

യാത്രക്കാരെ പുറത്താക്കാനുള്ള വ്യഗ്രതയിൽ ഇതേവരെ ക്രാമർ ആ കുട്ടിയുടെ കാര്യം ശ്രദ്ധിച്ചില്ല. ആ ദുർദ്ദശപിടിച്ച ജാഥ ഇഴഞ്ഞ് ഇഴഞ്ഞ് അയാളുടെ മുമ്പിലൂടെ കടന്നുപോകുമ്പോൾ കൂട്ടത്തിൽ പുറത്ത് ഒരു ചാക്കുകെട്ട് വഹിച്ചിരുന്ന ഒരു തടവുകാരനെ കണ്ടു. പെട്ടെന്നയാൾ കുട്ടിയെപ്പറ്റി ഓർത്തു. ഹോ, അയാളായിരിക്കുമോ?

പക്ഷെ അതു പോളണ്ടുകാരനായ സക്കറിയാസ് ജങ്കോവ്സ്കി എന്ന യഹൂദനായിരുന്നില്ല. ആ സാധു അടുത്ത താവളത്തെ ലക്ഷ്യമാക്കി ഒഴിഞ്ഞ കൈകളോടെ ആടിയാടി നീങ്ങുന്നുണ്ടായിരുന്നു.

അങ്ങനെ കാര്യങ്ങൾ നടന്നു. തന്റെ പ്രവൃത്തിയുടെ അപരി ഹാര്യത അപ്പോഴാണ് ഹോഫലിന് തികച്ചും മനസിലായത്. അയാൾ പരിക്ഷീണനായി ഗുമസ്തന്മാരുടെ മുറിയിൽ ഇരുന്നു. പോയിക്കഴിഞ്ഞ തടവുകാരുടെ സാമാനപ്പെട്ടികൾ സ്വീലിങ്ങിനെ കാണിക്കാനായി തയ്യാ റാക്കാനാരംഭിച്ചു.

അതേസമയം പിപ്പിഗ്ഗ് കുറച്ചുകൂടെ ലാഘവത്തോടെ ശ്വസിക്കാ നാരംഭിച്ചു. കുട്ടി സുരക്ഷിതനായിരിക്കുന്നു. ഇനി എന്തു വേണം? ഒരാളെ വെട്ടിക്കാൻ സാധിച്ചതിൽ അയാൾക്ക് രസം തോന്നി. പക്ഷെ ആരാണ് ആ ഒരാൾ? എസ് എസ് ആണോ? ആ സാധു പോളണ്ടുകാരൻ ജൂതനാണോ? നേരെമറിച്ച് വിധിയെത്തന്നെയാണോ? വളരെ സങ്കീർണ മായിരിക്കുന്നു. അയാൾ അതിനെപ്പറ്റി ആലോചിച്ചു തല പുണ്ണാക്കിയില്ല. തന്റെ കൊച്ചു പൂച്ചക്കുഞ്ഞിനെ എരുത്തിലിൽ അടക്കാൻ കഴിഞ്ഞു. ഇനിയെന്തു വേണം. അതുതന്നെ അയാൾക്ക് അവാച്യമായ നിർവൃതി യരുളി.

ക്രോപ്പിൻസ്കിയോ? അയാൾ ആ മുക്കിൽ പോയിരുന്നു കുട്ടിയെ എടുത്ത് മടിയിൽവെച്ചു താരാട്ടു പാടുകയായിരുന്നു. സ്വന്തം നാട്ടിലെ ഭാഷയിലെ നാടോടി ഗാനങ്ങൾ.

സാധനങ്ങളുടെ പട്ടിക ഹോഫൽ സ്വീലിങ്ങിനെ ഏൽപ്പിച്ചു.

"അപ്പോൾ ഇവിടെയുള്ള ആ പൂച്ചി ഈ സംഘത്തോടൊപ്പം പോകേണ്ടതായിരുന്നില്ലേ" സ്വീലിങ്ങ് ചോദിച്ചു. അയാൾ ചുണ്ടു താഴ്ത്തി നാക്കുനീട്ടി.

ഹോഫൽ ഒരുനിമിഷനേരം ശങ്കിച്ചുനിന്നു. എന്നിട്ട് പെട്ടെന്ന് ഒരു തീരുമാനമെടുത്തപോലെ അയാൾ പറഞ്ഞു.

"അതേ, സാർ, ഹെർ ഹെപ്റ്റശ്ചാർ ഫ്യൂഹറർ" വൈരാഗ്യത്തോടെ സ്വീലിങ്ങ് മുഖം വക്രിപ്പിച്ചു.

"ശരി സാർ, ശരി സാർ," അയാൾ പരിഹസിച്ചു. "നമുക്ക് ഇനി അ ന്യോന്യം നാട്യങ്ങളൊന്നും വേണ്ട. അൽപ്പം ചില ആഴ്ചകൾകൂടി കഴി ഞ്ഞാൽ അമേരിക്കക്കാർ ഇവിടെയെത്തും. അപ്പോൾ നിങ്ങളുടെ പൂച്ചിയെ പൊക്കിക്കാണിച്ചുകൊണ്ട് നിങ്ങളവരോടു പറയണം. ഇവന്റെ ജീവന് ഞങ്ങൾ കടപ്പെട്ടിരിക്കുന്നത് ഹെർ ഹെപ്റ്റശ്ചാർ ഫ്യൂഹററോടാണ്."

ഹോഫൽ തുപ്പൽ വിഴുങ്ങി ആയാസത്തോടെ മറുപടി പറഞ്ഞു.

ശരി സാർ, ഹെർഹെപ്റ്റശ്ചാർ ഫ്യൂഹറർ സ്വീലിങ്ങ് തന്റെ സൗമനസ്യം വിസ്മരിച്ചു കൊണ്ട് പറഞ്ഞു. "താനും ശരി തന്റെ സാറും ശരി. സദാ സമയത്തും ഇതു തന്നെ.......ഏതായാലും ഇതൊക്കെ എന്റെ സന്മനോഭാവം കൊണ്ടുമാത്രമാണ്. എന്തെങ്കിലും പുറത്തു വന്നാൽ സർവരും ബങ്കറിനകത്ത്. ഓർത്തോളൂ. എനിക്കൊരു ചുക്കും വരാൻ പോകുന്നില്ല. മനസിലായോ.'

"ശരി, സാർ."

സ്വീലിങ്ങ് കസേരയിലേക്ക് ചാരി. "എന്നാൽ നിങ്ങളുടെ ആൾക്കാരോടു വായ മൂടിക്കോളാൻ പറഞ്ഞേൽപ്പിക്കൂ.'

"ശരി, സാർ, ഹെർ ഹെപ്റ്റശ്ചാർ ഫ്യൂഹറർ."

# രണ്ട്

## I

**ടേ**ണിപ്പ് സിറപ്പ് ചേർത്ത ഒരു കപ്പ് എർസാട്സ് കോഫി പിപ്പിഗ്ഗ് കുട്ടിക്കു കൊടുത്തു. ഒരു വായ കുടിച്ചതിനുശേഷം അവൻ കപ്പ് തട്ടിമാറ്റി.

പിപ്പിഗ്ഗ് പരിഭ്രമത്തോടെ ആവലാതിപ്പെട്ടു. "എനിക്കും തീരെ ഇഷ്ട മില്ല ഇത്."

"ഈ കൊച്ചു കുഞ്ഞിനു നാം എന്തുകൊടുക്കും." നിസ്സഹായനായി ചുമൽ കുലുക്കിക്കൊണ്ടു ക്രോപ്പിൻസ്കി ചോദിച്ചു. "നോക്കൂ, എന്തു മാത്രം ശോഷിച്ചതാണീ കൈകൾ. ഹൗ എത്ര ചടച്ച കാലുകൾ."

പിപ്പിഗ്ഗ് കുട്ടിയെ തൊട്ടു തലോടിക്കൊണ്ടു പറഞ്ഞു. "കയ്യിലും കാലിലും ഒട്ടും മാംസമില്ല."

"കൊച്ചുകുഞ്ഞിനു വേണ്ടത് റൊട്ടി, പഞ്ചസാര, ശരിയായ പാൽ മുതലായവയാണ്."

പിപ്പിഗ്ഗ് പൊട്ടിച്ചിരിച്ചു. "പാലോ, പക്ഷെ എന്റെ മേരിയാൻ, എനിക്കു വെളുത്തു കൊഴുത്ത മൃദുവായ നെഞ്ചില്ലല്ലോ."

ക്രോപ്പിൻസ്കി സങ്കടത്തോടെ തലയാട്ടി. പിപ്പിഗ്ഗ് തന്റെ പറ്റെ വെട്ടിയ തലയിലൂടെ കൈ ഓടിച്ചു കൊണ്ടു വിലപിച്ചു. "അതെയതെ കുട്ടിക്കു പാൽ തന്നെ വേണം."

"എവിടെനിന്നു കിട്ടും."

പക്ഷെ പിപ്പിഗ്ഗിന് എന്തോ ഒരു പരിപാടിയുണ്ടെന്നു തോന്നുന്നു. ഒരിക്കൽ മനസുറപ്പിച്ചാൽ മറ്റൊന്നും അയാൾ സംശയിക്കാറില്ല. "ആരാണ് ഇവിടെ പിപ്പിഗ്ഗ്." അയാൾ കുട്ടിയുടെ അരികിൽ മുട്ടു മട ക്കിയിരുന്ന് അതിന്റെ കുഞ്ഞിക്കൈകൾ തലോടി. "കൊച്ചുമോനേ, ഞാൻ പറയുന്നതു കേട്ടോ. നാളെ പിപ്പിഗ്ഗ് അമ്മാവൻ ആ വലിയ മൈതാ നത്തിലേക്കു പോകുന്നുണ്ടല്ലോ. അവിടെ ഒരുപാട് പശുക്കൾ അങ്ങനെ മൂ മൂ മൂ എന്നു പറഞ്ഞുകൊണ്ടു നടക്കുന്നുണ്ട്." കുട്ടി ചിരിച്ചു. സന്തുഷ്ട നായ പിപ്പിഗ്ഗ് ആ കൊച്ചു മുഖം തന്റെ കൈക്കുള്ളിലാക്കി. "എന്റെ

കൊച്ചോമനേ നീയും പഠിക്കും ഞങ്ങളോടൊപ്പം ചിരിക്കാൻ." അത്ഭുത പ്പെട്ടിരിക്കുന്ന ക്രോപ്പിൻസ്കിയുടെ തോളിൽ തോണ്ടിക്കൊണ്ടയാൾ പറ ഞ്ഞു. "നാളെ മുതൽ ഇവനു മുലകൊടുക്കണം. മനസിലായോ?"

പരിതഃസ്ഥിതിയിൽ വന്ന മാറ്റങ്ങളെപ്പറ്റി ഹോഫൽ അധികമൊന്നും സംസാരിച്ചില്ല. "ആ കുട്ടി ഈ കെട്ടിടത്തിൽ തന്നെ താമസിക്കും. അതി നുള്ള ഇടപാടുകൾ എല്ലാം ചെയ്തിട്ടുണ്ട്." അയാൾ അർഥവത്തായി സ്വീലിങ്ങിന്റെ മുറിയുടെ നേരെ തലയാട്ടി കാണിച്ചു. കമാന്റോവിലെ തടവുകാർക്ക് സംഗതികൾ പെട്ടെന്നു മനസിലായി.

"നമ്മുടെ കെട്ടിടത്തിൽ... ങാ, ക്യാമ്പിൽ ആരോടും ഈ വർത്ത മാനം പറഞ്ഞേക്കരുതെ." സംഗതികൾ എല്ലാം പറഞ്ഞു കഴിഞ്ഞു എന്ന മട്ടിൽ അയാൾ വാചകം പൂർത്തിയാക്കി, അവർക്ക് അത്രമാത്രമേ ആവശ്യമുണ്ടായിരുന്നുള്ളുതാനും.

പണിസമയം കഴിഞ്ഞിട്ടും ഹോഫൽ മേശക്കരികെ തനിച്ചിരുന്നു പിപ്പിഗ്ഗ് അവിടെ ഉണ്ടായിരുന്നില്ല. സഹവാസികളിൽ പലരും കിടക്കയി ലേക്കു പോയിക്കഴിഞ്ഞു. ഹോഫലിന്റെ മേശയുടെ പിന്നിലായി ഒരു കൂട്ടം തടവുകാർ ഉൽക്കണ്ഠയോടെ എന്തോ പിറുപിറുത്തു കൊണ്ടിരുന്നു.

ഹോഫലിന്റെ മനസിൽ വിവിധ തരത്തിലുള്ള ചിന്തകൾ കിടന്നു കലമ്പുകയായിരുന്നു. ഹൃദയത്തിൽ താങ്ങാനാവാത്ത വേദനയും ഭാര വും. അയാൾ കൈകൾകൊണ്ട് തലതാങ്ങി കണ്ണുകളടച്ചു. ബോച്ചൗ വിനോട് ഉത്തരം പറയേണ്ടിവരുമെന്നു നേരത്തെ തന്നെ അയാൾക്കറിയാ മായിരുന്നു. അത് പറയാതിരിക്കാനുള്ള ഭീരുത്വമയാൾക്ക് ഉണ്ടാകുമോ? കുട്ടിയെ അവിടെ ഒളിപ്പിച്ചു താമസിപ്പിച്ചു. അവരോടു യാതൊന്നും പറയാതിരുന്നാലോ? ക്രോമറോടോ ബോച്ചൗവിനോടോ......ഹോഫൽ ആലോചിച്ചു. പിന്നിലെ പിറുപിറുക്കൽ ചെവിയിൽ വന്ന് അലയ്ക്കുക യാണ്.

അമേരിക്കക്കാർ ഓപ്പൻഹാമിനടുത്ത് ഒരു പുതിയ സമരമുഖം തുറ ന്നിരിക്കുന്നു. ടാങ്കുകൾ കിഴക്കൻ മേഖലകളിലേക്ക് നീങ്ങുകയാണ്. 'ഹാനൗഹി'ന്റെയും 'അസ്ച്ചാവൻബർഗ്ഗി'ന്റെയും അടുക്കൽ 'മെയിനിൽ' ബോണിന്റെ കിഴക്കു ഭാഗത്ത് പുതിയ സമരമുഖങ്ങൾ. 'ക്ലോബ്ലെൻ സിലെ' പ്രതിരോധം കിഴക്കൻ ഭാഗങ്ങളിലേക്കു പിൻവാങ്ങിയിരിക്കുന്നു. 'ബാൻജിനിൽ' കനത്ത തെരുവുയുദ്ധം. ഹോഫൽ ശ്രദ്ധിച്ചു. അപ്പോൾ അവർ അത്രയ്ക്ക് എത്തിക്കഴിഞ്ഞിരിക്കുന്നു. വളരെ വേഗത്തിൽ.

കുട്ടിയെ ഒളിച്ചു താമസിപ്പിക്കുകതന്നെ. അയാളുടെ അകക്കാമ്പിൽ ഒരു മന്ത്രിക്കൽ. അയാൾ കണ്ണുകൾ തുറന്നു.

വാസ്തവത്തിൽ ശാന്തതയോടെ ബോധപൂർവമാണോ അയാൾ പെരുമാറിയത്? അയാൾ ഹൃദയത്തിന്റെ നിർദേശം സ്വീകരിച്ചു; ഓർത്തിരി ക്കാതെ അതിന്റെ ശക്തിക്കടിമപ്പെട്ടു. തലച്ചോറിനേക്കാൾ ശക്തി കൂടിയതാണോ ഹൃദയം?

തോന്നലുകൾ... ആലോചനകൾ... ആലോചനകൾ... മനോരാജ്യ ങ്ങൾ...

ചുക്കാനില്ലാത്ത കപ്പൽപോലെ അയാളുടെ ചിന്തകൾ അലഞ്ഞു തിരിഞ്ഞു; ആയിരമായിരം യുക്തികളിൽ അവ അഭയം തേടി. പാഞ്ഞൊഴുകുന്ന അരുവിക്കരയിലൂടെ പോകുമ്പോൾ ഒരു കൊച്ചുകുട്ടി അതിൽ മുങ്ങിമരിക്കാൻ പോകുന്നത് കാണുകയാണെങ്കിൽ എന്തായിരിക്കുമയാൾ ചെയ്യുക? തീർച്ചയായും സ്വന്തം ജീവനെ തൃണവൽക്കരിച്ച് അയാൾ അതിലേക്ക് എടുത്തുചാടുമായിരുന്നു. അതെ, അതിനെക്കാൾ സ്വാഭാവികമായി എന്താണുള്ളത്?

ഹോഫൽ ശക്തിയോടെ നിശ്വസിച്ചു. ക്രാമർ? ബോച്ചൗ? തന്റെ പ്രവൃത്തിയെപ്പറ്റി ഇവരിൽ ആരോടുപറയും.

മൂന്നാം നമ്പർ ബ്ലോക്കിലെ കമാന്ററിൽ ആഫീസർമാരുടെ കാസിനോവിലെ സേവനക്കാർ, തുന്നക്കാർ, ചെരുപ്പുകുത്തികൾ, സന്ദേശവാഹകർ, എസ് എസുകാരുടെ ദ്വാരപാലകർ മുതലായവർ ഉണ്ടായിരുന്നു.

"ഗുഡ് ഈവിനിങ്ങ് കാൾ." എസ് എസുകാരന്റെ അടുക്കളയിലെ ഒരു ജോലിക്കാരനായ 'വുണ്ടർലിച്ചി'ന്റെ അടുക്കൽ പോയിരുന്നു കണ്ണുകൾ ഇറുക്കിക്കൊണ്ട് പിപ്പിഗ്ഗ് അഭിവാദ്യം ചെയ്തു. ആ കൊച്ചുമനുഷ്യന്റെ മനസിൽ എന്തോ ഉണ്ടെന്ന് വുണ്ടർലിച്ചിന് ഉടനെ മനസിലായി.

"എന്തുവേണം."

"പാൽ."

"പാലോ; എന്തിന്,"

"കുടിക്കാൻ തന്നെ ചങ്ങാതി"

"തനിക്കോ"

"ഉം, ഞാൻ കുടിക്കുന്നത് ബിയർ........അതെ അതു കിട്ടുകയാണെങ്കിൽ" അയാൾ വുണ്ടർലിച്ചിനെ അടുത്തേക്ക് അണച്ചുകൊണ്ട് മന്ത്രിച്ചു.

"ഞങ്ങൾക്ക് ഒരു കുട്ടിയുണ്ട്."

"ഒരു........എന്തുണ്ടെന്ന്."

"ശ് ശ് ശ്......."പിപ്പിഗ്ഗ് ശ്രദ്ധയോടെ നാലുഭാഗത്തേക്കും കണ്ണോടിച്ചു. ആ രഹസ്യം വുണ്ടർലിച്ചിന്റെ ചെവിയിൽ മന്ത്രിച്ചു. അയാളുടെ തോളിൽ കൈവെച്ചുകൊണ്ട് അപേക്ഷിച്ചു.

"അതുകൊണ്ടാണ് കാൾ......അവനു കുറച്ചു പാൽവേണം. നന്നേ ശോഷിച്ച് എല്ലും തൊലിയും മാത്രമേയുള്ളൂ അവന്. ആ കൊച്ചു കുരുന്നു നമ്മുടെ കയ്യിൽ കിടന്നു ചാകും. ഒരൊറ്റ പൈന്റ് മതി......."

വുണ്ടർലിച്ച് ആലോചിച്ചു. "പക്ഷെ പാൽ താൻ എങ്ങനെ പടിക്കലൂടെ കൊണ്ടുപോകും."

ഹാ സമ്മതം കിട്ടി. പിപ്പിഗ്ഗിന്റെ മുഖം പ്രസന്നമായി.

"അതൊക്കെ നമ്മുടെ തലവേദന."

"അവർ തന്നെയെങ്ങാനും പിടികൂടിയാൽ......."

പിപ്പിഗ്ഗിനു ദേഷ്യം വന്നു. "ആരാണ് ഇവിടെ പിപ്പിഗ്ഗ്. താനോ, ഞാനോ......."

വുണ്ടർലിച്ച് ചിരിച്ചു. അവർ ആ സംഗതിയെ കുറിച്ച് കൂടുതൽ സംസാരിച്ചു. അത് അത്ര എളുപ്പമായിരുന്നില്ല. പിപ്പിഗ്ഗ് പാൽ എങ്ങനെ

കൈവശമാക്കും. എന്തെങ്കിലും ഒരു ജോലിക്ക് വഴികാണണം. കുറെ പഴയ തുണികൾ എസ് എസുകാരുടെ തയ്യൽക്കാരന്റെ കടയിലേക്ക് കൊണ്ടുവരാം. അതിനു പ്രയാസമില്ല. അങ്ങനെയായാൽ പാൽ തയ്യൽക്കടയിൽ കൊണ്ടുവെച്ചാൽ മതി.

വുണ്ടർലിച്ച് ബ്ലോക്കിലാകെ നോക്കി. ഒരു സന്ദേശവാഹകനെ ആംഗ്യംകാട്ടി വിളിച്ചു.

സന്ദേശവാഹകൻ കൈകൊടുത്ത് പിപ്പിഗ്ഗിനെ അഭിവാദ്യം ചെയ്തു.

"ഗുഡ് ഈവിനിങ്ങ് റൂഡി."

"ഗുഡ് ഈവിനിങ്ങ് ആൽഫ്രഡ്."

ആ ജോലി അയാൾക്കു വളരെ എളുപ്പമായിരുന്നു. എന്തെന്നാൽ എസ് എസ് സാമ്രാജ്യത്തിലെ "ഇല്ലത്തെ പൂച്ച" യായിരുന്നു അയാൾ.

അയാൾ യാതൊരു ചോദ്യവും ചോദിക്കാതെ "ശരി" എന്നു പറഞ്ഞു. അസാധാരണമായതെന്തും വെറും സാധാരണമട്ടിലേ അവിടെ വീക്ഷിക്കാറുള്ളൂ.

"ഇനിയും ഓട്ടോവിനെ കാണണം." വുണ്ടർലിച്ച് പറഞ്ഞു. അയാളും പിപ്പിഗ്ഗും കൂടെ ബ്ലോക്കിന്റെ മറ്റൊരു ഭാഗത്തേക്കു കടന്നു.

എസ് എസുകാരുടെ തയ്യൽക്കടയിലെ കപോവായ 'ഓട്ടോലാഞ്ച്' പണ്ടുകാലത്ത് ഒരു തയ്യൽക്കാരനായിരുന്നു. കുറച്ചുപ്രായമായിരുന്നു അയാൾക്ക്. എന്തോ ഗൂഢാലോചനയുടെ പേരിൽ ക്യാമ്പിൽ എത്തിയതാണ്. അവർ ചെല്ലുമ്പോൾ അയാൾ ഉച്ചഭാഷിണിയുടെ അടുക്കൽനിന്നു വാർത്തകൾ കേൾക്കുകയായിരുന്നു. വുണ്ടർലിച്ച് അയാളെ ഒരു ഭാഗത്തേക്കു നീക്കി നിർത്തിക്കൊണ്ടു പറഞ്ഞു.

"നാളെ കാലത്ത് ഞാനൊരു കുപ്പിപ്പാൽ കൊടുത്തയക്കാം. പിപ്പിഗ്ഗ് വന്ന് അതുകൊണ്ടു പോയ്ക്കോളും."

തയ്യൽക്കാരൻ തലയാട്ടി മേൽച്ചുണ്ട് ഒന്നു തടവി. പണ്ട് മീശ വെച്ചിരുന്ന കാലത്തെ ഒരു കൈത്തഴക്കമായിരുന്നു അത്.

"ശ്രദ്ധിച്ചു കേൾക്കൂ" പിപ്പിഗ്ഗ് തയ്യൽക്കാരനെ ഉപദേശിച്ചു. "നാളെ ഞാൻ കുറെ പഴയകോട്ടുകൾ കൊണ്ടുവരും. നിങ്ങൾ ആവശ്യപ്പെട്ടിരുന്നതാണേ. അത് ഓർമ്മ വെക്കണം."

ലാഞ്ച് തലയാട്ടി "ശരി, ശരി, കൊണ്ടുവന്നോളൂ....."

ഒരു പൈന്റ് പാലിനുവേണ്ടിയുള്ള വളഞ്ഞ വളഞ്ഞ വഴിയായിരുന്നു അത്. അതിൽ ഇടപെടുന്നവരുടെ പൂർണസമ്മതമുണ്ടായിരുന്നുവെങ്കിലും അത്യധികം അപകടകരമായിരുന്നു അത്. ക്യാമ്പ് ഗേറ്റിനരികെ വെച്ചെങ്ങാൻ പിപ്പിഗ്ഗ് പിടിക്കപ്പെട്ടാൽ അതു തന്നെയായിരിക്കും അന്ത്യം. നേരെ പോകുന്നത് ബങ്കറിലേക്കായിരിക്കും. ഭാഗ്യമുണ്ടെങ്കിൽ ഇരുപത്തിയഞ്ചു അടികൊണ്ടു കാര്യമവസാനിക്കും. അല്ലെങ്കിൽ നേരെ പോണത് ചുടുകാട്ടിലേക്കായിരിക്കും. അങ്ങനെയാണ് സംഗതികളുടെ സ്വഭാവം. പക്ഷെ പിപ്പിഗ്ഗിന് ഒട്ടും പേടി തോന്നിയില്ല. അയാൾ ചെയ്തിരുന്ന എല്ലാ പ്രവൃത്തികൾക്കും നേതൃത്വം കൊടുത്തത് ഈ ശുഭാപ്തി വിശ്വാസമായി

രുന്നു. ദൈവം ഒരിക്കലും ഒരു വിശ്വാസിയെ ഉപേക്ഷിക്കുകയില്ല. ബ്ലോക്കിന്റെ അടുക്കൽവെച്ചു വുണ്ടർലിച്ചിനോടു യാത്ര പറയുമ്പോൾ അയാൾ താക്കിതു നൽകി.

"മനുഷ്യാ പിടികൊടുത്തേക്കരുതേ....." പിപ്പിഗ്ഗ് ദേഷ്യത്തോടെ മടങ്ങാൻ ഭാവിച്ചതാണ്. വുണ്ടർലിച്ച് അയാളുടെ നേരെ ചിരിച്ചുകൊണ്ടു കൈവീശി. "എനിക്കറിയാം, താനാണല്ലോ പിപ്പിഗ്ഗ്." സംതൃപ്തിയോടെ അയാൾ മടങ്ങിപ്പോന്നു. ബ്ലോക്കിലേക്കു മടങ്ങുമ്പോൾ വുണ്ടർലിച്ച് എസ് എസ് ആസ്പത്രിയിലെ ഒരു വൈദ്യനെ കണ്ടുമുട്ടി.

"ഫ്രാൻസ്, നാളെകാലത്ത് എനിക്കൽപ്പം മുന്തിരിസത്ത് കൊടുത്തയക്കാമോ?"

"ഡെക്സ്ട് റോസോ, ഞങ്ങൾക്കുതന്നെ ആവശ്യത്തിനു തികയാത്ത മട്ടിലാണ്....."

"പക്ഷെ കുറച്ചെനിക്കു വേണമല്ലോ. ഒരു സ്നേഹിതന്റെ ആവശ്യത്തിനാണ്."

വൈദ്യൻ നെടുവീർപ്പിട്ടു. "ഒരൊറ്റ പെട്ടി. അത്രതന്നെ. നാളെ ഞാനതു ദൂതന്റെ കയ്യിൽ കൊടുത്തയക്കാം."

വുണ്ടർലിച്ച് ഫ്രാൻസിന്റെ ചുമലിൽ സ്നേഹപൂർവം തട്ടി.

## II

**ക്രാ**മർ, പിറ്റെ ദിവസത്തെ ഹാജർ വിളിക്കുള്ള പട്ടിക നോക്കിക്കൊണ്ടിരിക്കുമ്പോഴാണ് ഹോഫൽ അങ്ങോട്ട് കടന്നു ചെന്നത്. ഒരു സ്റ്റൂളിൽ ഇരുന്ന് അയാൾ ഒരു സിഗററ്റുകൊളുത്തി. ക്രാമർ അയാളെ ധൃതിയിൽ ഒന്നു നോക്കി.

"എല്ലാം ശരിപ്പെട്ടോ."

ഹോഫൽ ഒന്നും പറയാതെ തന്റെ സിഗററ്റ്വലി തുടർന്നു.

"കൂട്ടത്തിൽ ഒരുവന്റെ പുറത്ത് ഒരുചാക്ക് കെട്ടുണ്ടായിരുന്നു. ഞാൻ ഊഹിച്ചത് അയാളായിരിക്കും......" എഴുതുന്നതിനിടയിൽ ക്രാമർ പറഞ്ഞു.

ഹോഫൽ ഒന്നു തലയാട്ടിയാൽ ക്രാമർ തൃപ്തിപ്പെടുമായിരുന്നു. പക്ഷെ അയാൾ അനങ്ങിയില്ല. വെറുതെ നിലത്തേക്കു തന്നെ നോക്കികൊണ്ടിരിക്കുകയായിരുന്നു ഹോഫൽ. ക്രാമർക്കു സംശയമായി.

"എന്താണ് സംഗതി."

ഹോഫൽ സിഗററ്റ് കുറ്റി ഷൂസിന്റെ മടമ്പുകൊണ്ട് അരച്ചുകളഞ്ഞു. "എനിക്കൊരു കാര്യം പറയാനുണ്ട്." ക്രാമർ പെൻസിൽ താഴെവെച്ചു.

"കുട്ടിയെ പറഞ്ഞയച്ചില്ല എന്നു പറയാനാണോ ഭാവം."

നേരെ മുഖത്തേക്കു തന്നെ നോക്കിക്കൊണ്ട് ഹോഫൽ പറഞ്ഞു. "അതെ."

പെട്ടെന്ന് അവിടം നിശ്ശബ്ദമായി.

"ഈശ്വരാ......" ക്രാമർ ചാടിയെഴുന്നേറ്റു, വാതിൽക്കലേക്ക് ഓടി, അതു തുറന്നു നോക്കി, തങ്ങൾ തനിച്ചാണ് എന്ന് ബോധ്യം വരുത്താനുള്ള ഈ പണി അയാൾ പതിവായി ചെയ്യാറുള്ളതാണ്. അയാൾ വാതിൽ അടച്ച് അതിന്മേൽ ചാരി നിന്നു. ഗുമസ്തന്മാരുടെ മുറി വിജനമായിരുന്നു. ട്രൗസറിന്റെ പോക്കറ്റിൽ കൈതിരുകി, ചുണ്ടുകൾ കടിച്ചമർത്തി അയാൾ നേരേ മുമ്പിലേക്കു തന്നെ നോക്കിക്കൊണ്ടുനിന്നു. ഒരു പൊട്ടിത്തെറി പ്രതീക്ഷിച്ചു കാത്തിരിക്കുകയായിരുന്നു ഹോഫൽ. സർവശക്തിയുമെടുത്ത് അതു ചെറുക്കാനും അയാൾ തീരുമാനിച്ചിരുന്നു. പക്ഷെ അസാധാരണമായ മട്ടിൽ മൗനം ഭജിക്കുകയാണ് ക്രാമർ ചെയ്തത്. കുറെയേറെ നേരമെടുത്തു സംസാരം പുനരാരംഭിക്കാൻ.

"നിങ്ങൾ കൽപ്പന ധിക്കരിച്ചു."

"ശരിയോ, തെറ്റോ?"

ഹോഫൽ മറുപടി പറയുന്നതു കേൾക്കാൻ കാത്ത് നിൽക്കുകയായിരുന്നു ക്രാമർ. പക്ഷെ അയാൾ ഒന്നും മിണ്ടിയില്ല.

"അപ്പോൾ......" ക്രാമർ ഒടുവിൽ ചോദിച്ചു.

ഹോഫൽ ഒന്നു നിശ്വസിച്ചു.

"ഒരു സംഭവമുണ്ടായി." ആദ്യം ശങ്കിച്ചുനിന്നു, സന്ദേഹം വിടാതെ തന്നെ അയാളും സ്വീലിങ്ങുമായുള്ള സംഭവവികാസങ്ങൾ ഹോഫൽ വർണിച്ചു. അതൊരു വിശദീകരണവും മാപ്പപേക്ഷയും കൂടി കലർന്നതായിരുന്നു.

എല്ലാം തുറന്നു പറയുന്നതു ക്രാമർ കേട്ടുനിന്നു. അയാളുടെ കവിളുകളിലെ എല്ലുകൾ മാത്രമേ അനങ്ങിയുള്ളൂ. ഹോഫൽ സംഭാഷണം നിർത്തി കുറെനേരം കഴിഞ്ഞിട്ടും ക്രാമർ മൗനം വെടിഞ്ഞില്ല. അയാളുടെ മുഖത്ത് ഗൗരവം പരന്നു; ഒടുവിൽ അസ്വാഭാവികമായ ഒരു പരുക്കൻ ശബ്ദത്തിൽ അയാൾ മുരണ്ടു.

"എന്നോട് പറഞ്ഞതെല്ലാം നിങ്ങൾ സ്വയം വിശ്വസിക്കുന്നുണ്ടോ?"

ഹോഫലിന് തന്റെ ആത്മവിശ്വാസം തിരിച്ചു കിട്ടിയിരുന്നു, അയാൾ ഉശിരോടെ പറഞ്ഞു.

"ഞാൻ കഥ പറയുകയല്ലായിരുന്നു."

വാതിലിൽനിന്ന് പ്രയാസപ്പെട്ട് അകന്നുമാറി ക്രാമർ മുറിയിൽ അങ്ങോട്ടും ഇങ്ങോട്ടും നടക്കുന്നതിനിടയിൽ സ്വഗതമെന്നോണം പറഞ്ഞു.

"അതെ, തീർച്ചയായും താൻ എന്നോട് നുണ പറയുകയില്ല. എന്നാലും." ഒരുനിമിഷം ഹോഫലിന്റെ മുന്നിൽനിന്നു കൊണ്ടയാൾ പറഞ്ഞു. "ഒരുപക്ഷെ നിങ്ങൾ സ്വയം നുണ പറഞ്ഞു വിശ്വസിക്കാൻ ശ്രമിക്കുകയായിരിക്കും."

പ്രതിഷേധിക്കുന്ന മട്ടിൽ ഹോഫൽ ഒന്നു നീങ്ങി. പെട്ടെന്ന് ക്രാമർ പൊട്ടിത്തെറിച്ചു. "അതെ, നിങ്ങൾ ആ തെമ്മാടിയുടെ കൂട്ടുകൂടി. സ്വീലിങ്ങ് ഒരു മുരത്തകള്ളനാണ്. നാം അവനെ രക്ഷിക്കണമെന്നായിരിക്കും ആ തന്തക്ക് പിറക്കാത്തവന്റെ മോഹം."

എങ്ങനെയെങ്കിലും തന്റെ നിലപാടിന് സാധുതയുണ്ടാക്കണമെന്നഭിലാഷിച്ചിരുന്ന ഹോഫൽ വീര്യത്തോടെ പറഞ്ഞു.

“അങ്ങനെയാണെങ്കിൽ അയാൾ ഇപ്പോൾ നമ്മുടെ ചൊൽപ്പടിക്കു നിന്നു തരുമല്ലൊ.”

“നമ്മുടെ ഇഷ്ടംപോലെ നിൽക്കുമെന്നോ; ഹോ എന്റെ ആൻഡ്രി; താൻ എത്രകാലമായി ഈ ക്യാമ്പിൽവന്നിട്ട്. വെറും ആറുമാസം, അത്രേയല്ലേയുള്ളൂ.” അയാൾ വിരലൊന്നു ഞൊടിച്ചു. “അയാൾ സ്വയരക്ഷക്ക് സ്വന്തം ആൾക്കാരുടെ സഹായവും തേടും. അങ്ങോട്ടും ഇങ്ങോട്ടും കാറ്റിന്റെ ഗതിക്കനുസരിച്ച് അവൻ തെന്നിമാറും. അമേരിക്കക്കാരെ നാലഞ്ചുനാഴിക അപ്പുറത്തേക്ക് ഓടിക്കാനവർക്കു കഴിഞ്ഞാൽ സ്വീലിങ്ങിന്റെ പാമരത്തിനാവശ്യമായ കാറ്റായി. അപ്പോൾ അവൻ തന്റെ കുറ്റിത്തലയിൽ കയറിപ്പിടിക്കും; കൂടെ ആ കൊച്ചുകുഞ്ഞും തൂങ്ങും. ആൻഡ്രി താൻ കാര്യങ്ങളെല്ലാം കുഴപ്പത്തിലാക്കിയല്ലോ......”

ഹോഫൽ കൈ ഉയർത്തി ചെവി അടച്ചു പിടിക്കാനായിരുന്നു അയാളുടെ ഉദ്ദേശ്യമെന്ന് തോന്നുന്നു.

“കാര്യങ്ങൾ എനിക്ക് താങ്ങാനാകാത്തമട്ടിലാക്കരുതെ.....”

“പക്ഷെ ഞങ്ങൾക്ക് ദുർവഹമായ ഒരു പതനത്തിലേക്കാണല്ലൊ താൻ സംഗതികൾകൊണ്ട് ചാടിച്ചിരിക്കുന്നത്.”

വേദനയോടെ ഹോഫൽ ഞരങ്ങി. “എനിക്കു കുട്ടിയെ അയക്കാൻ സാധ്യമായില്ല.”

“കുട്ടിയെ രക്ഷിതാവിന് തിരിച്ചേൽപ്പിക്കാനായിരുന്നുവല്ലോ കൽപ്പന. താൻ അത് അനുസരിച്ചില്ല. അച്ചടക്കലംഘനമാണ് അത്.”

“ഞാൻ ഇവിടെനിന്ന് ജീവനോടെ രക്ഷപ്പെടുകയാണെങ്കിൽ പാർട്ടിയോട് ഉത്തരം പറഞ്ഞുകൊള്ളാം, എന്റെ വാക്കു വിശ്വസിക്കൂ.” ഹോഫൽ അയാളെ ബോധ്യപ്പെടുത്തി.

ക്രാമർ അയാളുടെ കണ്ണുകളിലേക്ക് രൂക്ഷമായി നോക്കി “പാർട്ടി ഇവിടെ തന്നെ ഉണ്ടല്ലോ.”

ഒരു തട്ടുത്തരം ഹോഫലിന്റെ ചുണ്ടിൽ ഉദിച്ചതാണ്. പക്ഷെ അത് അവിടെ തന്നെ ലയിച്ചു.

ക്രാമറുടെ നോട്ടം ദുസ്സഹമായപ്പോൾ ഹോഫൽ ദൃഷ്ടികൾ താഴ്ത്തി. അയാൾ പശ്ചാത്തപിക്കാൻ തുടങ്ങിയിരുന്നു. ക്രാമർ പറയുന്നതാണ് ശരിയെന്ന് വിശ്വസിക്കാതിരിക്കാൻ സാധ്യമല്ല. കുട്ടിയെ അതിന്റെ വിധിക്ക് നിരുപാധികം വിടുക എന്ന കാര്യമോർത്തപ്പോൾ ഹോഫലിന്റെ ചേതനയാകെ പ്രതിഷേധിച്ചു. സുശക്തമായ ഏതോ ഒരജ്ഞാതഹസ്തം തന്റെ ഹൃദയത്തെ താക്കോൽകൊണ്ട് ദൃഢമായി പൂട്ടിയിരിക്കുന്നു. കുട്ടിയോടും പാർട്ടിയോടും താൻ തെറ്റു ചെയ്തിരിക്കുന്നു എന്നൊരു തോന്നൽ. അയാളുടെ തലതാണു.

“എനിക്കു മറിച്ചു ചെയ്യാൻ സാധിച്ചില്ല......തീരെ സാധിച്ചില്ല.” മെല്ലെ അയാൾ മൊഴിഞ്ഞു. അതൊരു യാചനയായിരുന്നു; ഒരു യാതനയും.

വേദന കടിച്ചിറക്കുന്ന ആ മനുഷ്യനോട് ആ മുഹൂർത്തത്തിൽ ക്രാമർക്ക് അത്യധികമായ സ്നേഹം തോന്നി. പക്ഷെ അയാൾ സ്വയം നിയ ന്ത്രിച്ചു. “വല്ലപ്പോഴും വല്ലിടത്തുംവെച്ച് അതു പറഞ്ഞു തീർത്താൽ പോര. ഇപ്പോൾ ഇവിടെവെച്ചു തന്നെ വേണം.” അയാൾ നിർദയം പറഞ്ഞു.

രണ്ടുപേരും മിണ്ടാതിരുന്നു. ക്രാമറുടെ പുരികങ്ങൾക്കിടയിൽ ആഴ മേറിയ ഒരു ചാൽ പ്രത്യക്ഷപ്പെട്ടു. അസ്വസ്ഥതയോടെ ഒരു പോംവഴി കാണാനെന്ന മട്ടിൽ അയാൾ വീണ്ടും നടത്തം തുടർന്നു.

“എന്റെ കയ്യിൽനിന്നു വേറെ ആരും തന്നെ കുട്ടിയെ തട്ടിയെടുക്കു കയില്ല.” അയാൾ അവസാനമായിപ്പറഞ്ഞു. ഹോഫലിന്റെ നേരെ തിരി ഞ്ഞ് അയാൾ ചോദിച്ചു. “അല്ലെങ്കിൽ ഒരു സാമാനപ്പൊതിപോലെ അതിനെ ആരുടെയെങ്കിലും കയ്യിൽ പിടിച്ചേൽപ്പിക്കാമെന്ന് നിങ്ങൾ വിശ്വസിക്കുന്നുണ്ടോ.”

അയാൾക്കു വല്ലാതെ ദേഷ്യം വന്നിരുന്നു. ആ ക്രോധാവേശത്തോടെ അയാൾ അങ്ങോട്ടും ഇങ്ങോട്ടും നടക്കാൻ തുടങ്ങി.

“നിങ്ങൾ കുട്ടിയെ പോളണ്ടുകാരനു തിരിച്ചേൽപ്പിച്ചിരുന്നുവെങ്കിൽ അവൻ ക്യാമ്പ് വിട്ടുപോയേനേ. എല്ലാം ഭംഗിയായി അവസാനിക്കുകയും ചെയ്യുമായിരുന്നു. ഇനി എന്തു ചെയ്യും? എന്താണിനി ചെയ്യാനാവുക?”

അയാൾ മേശക്കരികെ പോയി മുട്ടിന്മേൽ കൈചുറ്റി ഇരുന്നു. പരിക്ഷീണനായ ഹോഫൽ ആ സ്റ്റൂളിൽ വീണു. സ്വതന്ത്രമായി ഉയർന്നു യർന്നു പോകുന്ന ആ മനസിൽ ഇനിയൊന്നുമില്ല ബാക്കി....

പ്രതീക്ഷിച്ച ആ ഏറ്റുമുട്ടൽ നടന്നില്ല. പ്രവൃത്തിയും ആദർശ മഹത്വവും ഔന്നത്യവുമെല്ലാം ആവിയായിപ്പോയിരിക്കുന്നു. ബാക്കിയു ള്ളത് അതിന്റെ നഗ്നമായ, രസശൂന്യമായ അവശിഷ്ടം മാത്രം. അച്ചടക്ക ലംഘനം.......ഹോഫൽ മുന്നിലെ ശൂന്യതയിലേക്കു തുറിച്ചു നോക്കി.

ക്രാമർ മുട്ടിന്മേൽനിന്നു കൈ എടുത്ത് കുറെക്കൂടെ മയത്തിൽ പറഞ്ഞു.

“ആൻഡ്രീ, നമുക്ക് വൈരികളാകാൻ വയ്യ. ആൻഡ്രീ ശത്രുക്കളാ കുക സാധ്യമല്ല. ആ കാട്ടുകള്ളന് അത്രയൊന്നും വിലയില്ല.”

അയാൾ മേശപ്പുറത്തുനിന്ന് ഊർന്നിറങ്ങി. പൊടുന്നനെ എടുത്ത ഒരു തീരുമാനത്തിനനുസൃതമായി അയാൾ പറഞ്ഞു. “ഇക്കാര്യം ബോ ച്ചൗവിനെ അറിയിക്കണം. പറഞ്ഞേ പറ്റൂ നിർബന്ധമായും പറയണം.”

ഹോഫൽ ശക്തിയായി പ്രതിഷേധിച്ചു. “വാൾട്ടർ, ഇതു നാം മാത്രം അറിഞ്ഞാൽ മതി. കുട്ടി പോളണ്ടുകാരന്റെ കൂടെപ്പോയി എന്നു തന്നെ ബോച്ചൗ ധരിച്ചോട്ടെ.”

ഹോഫലിന്റെ യാചന കേട്ടു ക്രാമർ അൽപ്പമൊന്ന് ഇളകി.

“അപ്പോൾ കുട്ടി ഈ ക്യാമ്പിൽ തന്നെ കഴിയണം അല്ലേ?” അയാൾ മുരണ്ടു. “ഇനി ഇതു നമ്മുടെ മാത്രം പ്രശ്നമല്ല. നിങ്ങളുടെ ചെയ്തികൾ എന്തെല്ലാമാണെന്ന് എനിക്കു നിശ്ചയമില്ല. അവയെപ്പറ്റി എന്നോടു പറയു മെന്നു ഞാൻ പ്രതീക്ഷിക്കുന്നുമില്ല. പക്ഷെ ഈ കുട്ടിയുടെ പേരിൽ

നിങ്ങൾ വരുത്തിവെച്ചിട്ടുള്ള വിനയുടെ ആഴം നിങ്ങൾ മനസിലാക്കിയേ തീരൂ.''

''ആദ്യമായി അവനെ കണ്ടപ്പോൾ ഞാൻ എന്തു ചെയ്യണമായിരുന്നു?''

''വിഡ്ഢിത്തം. അതല്ല ഇപ്പോഴത്തെ പ്രശ്നം. കുട്ടിയെ ക്യാമ്പിൽ നിന്നു പറഞ്ഞയക്കാൻ നിങ്ങൾക്കു കൽപ്പന കിട്ടിയിരുന്നു.''

''ഉവ്വ് തീർച്ചയായും ഉവ്വ് പക്ഷെ........'' ഹോഫലിന്റെ നിസ്സഹായമായ രോദനം അന്തരീക്ഷത്തെ പിളർന്നു. ക്രാമർ ഒന്ന് ചീറി. ആ നോട്ടം ഒന്നു നേർത്തു. ഒരൊറ്റക്ഷരംപോലും പറയാതെ ചിന്താക്ലാന്തരായി കുറെയേറെ നേരം അവർ അന്യോന്യം നോക്കിക്കൊണ്ടുനിന്നു. അത് സഹിക്കാൻ പറ്റിയില്ല ക്രാമർക്ക്. ഒരു പോംവഴി കണ്ടുപിടിക്കാനെന്നമട്ടിൽ അയാൾ അങ്ങോട്ടും ഇങ്ങോട്ടും നടക്കാനാരംഭിച്ചു.

ഹോഫൽ കെഞ്ചുന്നത് പകുതി മാത്രമെ ക്രാമർ കേട്ടുള്ളൂ.

''വാൾട്ടർ, ഇനി അധികകാലമൊന്നും കാക്കേണ്ടിവരില്ല. വലിയ താമസത്തിനൊന്നും വഴിയില്ല. ഏതുദിവസവും അമേരിക്കക്കാർ ഇവിടെ എത്തിയേക്കും. ആ കുറഞ്ഞദിവസങ്ങൾ എങ്ങനെയെങ്കിലും കഴിച്ചു കൂട്ടാം. ഞാൻ ബോച്ചൗവിനോട് പറഞ്ഞ് എന്തിന് അയാളെക്കൂടെ വ്യസനിപ്പിക്കണം. ഇനിയൊരിക്കലും കുട്ടിയെ ക്യാമ്പിൽനിന്നുപുറത്തേക്കു കൊണ്ടുപോകാൻ സാധിക്കുകയില്ല. നിങ്ങൾ പറയുന്നത് അങ്ങനെയാണല്ലേ, ഇവിടെ താമസിക്കട്ടെ അവൻ. വേറെ ഒരാളും ഇതിനെപ്പറ്റി അറിയാൻ പോകുന്നില്ല, ഞാനും നിങ്ങളുംമാത്രം. ഒരൊറ്റ ജീവി അറിയില്ല.''

''സ്വീലിങ്ങ്?''

''അയാളെ നാം നിർവീര്യനാക്കിയല്ലോ,'' കടുത്ത പുച്ഛത്തോടെ ക്രാമർ പൊട്ടിച്ചിരിച്ചു. ബോച്ചൗവിനെ അറിയിച്ചാലും, ഇല്ലെങ്കിലും ഇത്തരുണത്തിൽ എന്തെങ്കിലും പ്രവർത്തിക്കുകയാണ് അത്യാവശ്യം. കുട്ടി ക്യാമ്പുവിടാൻ പാടില്ല. ബോച്ചൗ മുഖേന ഏൽപ്പിച്ച ഒരു കൃത്യം അയാൾ ശരിക്കും നിറവേറ്റിയിട്ടില്ല. അയാൾക്ക് ഹോഫലിനെ ഒന്നു സൂക്ഷിക്കേണ്ട കടമകൂടി ഉണ്ടായിരുന്നു. അതു ചെയ്യാതെ എല്ലാം ഹോഫലിന്റെ തന്നിഷ്ടത്തിനുവിട്ടുകൊടുത്തു. ഇപ്പോഴോ....തുലയാൻ. തന്നോടും ബാക്കി സർവത്തിനോടും അയാൾക്കു ദേഷ്യം തോന്നി. ആരോ തല്ലിയോടിക്കുന്നതുപോലെ അയാൾ അങ്ങോട്ടുമിങ്ങോട്ടും നടന്നു. എന്തെങ്കിലും ഹോഫലിനോട് സമ്മതിച്ചു പറയുന്നത് ആശയവിരുദ്ധമാകയാൽ അയാൾ ഹോഫലിന്റെ നേരെ കുരച്ചുചാടി. ''ബോച്ചൗവിനോട് യാതൊന്നും പറയാതിരുന്നാൽ.......പിന്നെ എന്താണ് ഗതി; എന്തുഗതി.......''

ഹാ, അതൊരു സമ്മതമായിരുന്നു. ഹോഫൽ സന്തോഷത്തോടെ കൈ ഉയർത്തി, ക്രാമറുടെ തോളത്തു വെക്കാനായിരുന്നു അയാളുടെ ഉദ്ദേശ്യം. പക്ഷെ ക്രാമർ അകന്നുനിന്നു വീണ്ടും ചീറി. ''കുട്ടി കലവറ മുറിയിൽനിന്ന് പുറത്തു പോകണം, തന്നെ വിട്ടുമാറി നിൽക്കണം.''

"എവിടേക്ക്?" ഹോഫൽ ചോദിച്ചു.

"അതെ, എവിടേക്ക്! കണ്ടോ തന്റെ പ്രവൃത്തിയുടെ ഫലം? എവിടെ താമസിപ്പിക്കും ആ പിഞ്ചുപൈതലിനെ. തന്റെ അടുക്കൽനിന്ന്, ആ നശിച്ച സ്വീലിങ്ങിന്റെ അടുത്ത് നിന്ന് അവനെ മാറ്റണം; എസ് എസുകാർ അടുക്കാത്ത ഏതെങ്കിലും ഒരു ദിക്കിലേക്ക്."

അങ്ങനെയുള്ള ഒരൊറ്റ സ്ഥലമേയുള്ളൂ. ചെറിയ ക്യാമ്പിലെ ഒരു ബാരക്ക്—സാംക്രമികരോഗികളെ കിടത്തുന്ന ഒരു ബാരക്ക്. ടൈഫോയിഡോ മഞ്ഞപ്പനിയോ പിടിപ്പെട്ടേക്കുമെന്ന് ഭയന്നു സർവ എസ് എസുകാരും അത് വിട്ടൊഴിഞ്ഞു നിന്നു.

ക്രാമർ ഹോഫലിന്റെ നേരെ മുന്നിൽ ചെന്നുനിന്നു. അയാൾക്കൊരു കടുത്ത നോട്ടം സമ്മാനിച്ചു.

"61-ാം നമ്പർ ബ്ലോക്ക്" അയാൾ ചുരുക്കി പറഞ്ഞു

ഹോഫൽ ഞെട്ടി,

"സാംക്രമിക രോഗികളുടെ ബാരക്കോ, അങ്ങനെയൊരു പ്രശ്നമേ ഉദിക്കുന്നില്ല."

"കുട്ടി 61-ാം നമ്പറിലേക്കുതന്നെ പോകും."

തന്റെ തീരുമാനത്തിന്റെ മര്യാദ സ്വയം മനസിലാക്കാനെന്നപോലെ അയാൾ ആത്മഗതംചെയ്തു. 'മാസങ്ങളോളമായി അവിടെ പണിയെടുക്കുന്ന പോളിഷ് പരിചാരകർക്ക് ഇതേവരെ യാതൊന്നും ബാധിച്ചിട്ടില്ലല്ലോ. അവർ ചെയ്യുന്നതെന്താണെന്ന് അവർക്കു നല്ലപോലെ അറിയാം. പരിശുദ്ധമായ പശുവിനെപ്പോലെ അവർ അവനെ നോക്കിക്കോളും. അവരിൽ ഒരാളല്ലേ; പോളണ്ടുകാരൻ. അങ്ങനെയല്ലെങ്കിൽ, ഞാൻ അവനെ എന്റെ കീറക്കടലാസുകളുടെ കൂടയിൽ സൂക്ഷിക്കണമെന്നാണോ ഹേ, നിങ്ങൾ പറയാൻ പോകുന്നത്.

ഹോഫൽ യാതൊന്നും പറഞ്ഞില്ല. അയാൾ ചുണ്ടു കടിച്ചു. വീണ്ടും ഇടിവെട്ടുന്നപോലെ ക്രാമർ തുടർന്നു.

"വേറെ യാതൊന്നുമില്ല ചെയ്യാൻ! അവസാനിച്ചു. എന്നെ ഇതിലേക്കു വലിച്ചിഴച്ചുകൊണ്ടു വന്നതു മതിയായി. ഇതു തമാശയൊന്നുമല്ല. കുട്ടി 61-ാം നമ്പറിലേക്കുതന്നെ പോകണം."

ഹോഫൽ മുന്നിലേക്കു തുറിച്ചുനോക്കി. എന്നാലും ആ യാത്രാസംഘത്തോടൊപ്പം പോകുന്നതിൽ എത്രയെത്ര ഭേദമാണ് ഇത്.

അയാൾ തല ഉയർത്തി. "അപ്പോൾ ബോച്ചൗ."

ക്രാമർക്കു വീണ്ടും കോപക്കലികൊണ്ടു.

"ഞാൻ വിചാരിച്ചത് ഇതു നാം രണ്ടുപേർമാത്രം അറിഞ്ഞാൽ മതിയെന്നാണ്. നിങ്ങൾ തന്നെയല്ലേ അങ്ങനെ പറഞ്ഞത്."

ഹോഫൽ ഒന്നുംമിണ്ടാതെ തലയാട്ടി. സന്തോഷിക്കാൻ പോലും വയ്യാത്തമട്ടിൽ ദുർബലമായി തീർന്നിരുന്നു അയാളുടെ മനസ്സ്.

ക്യാമ്പിൽ നിന്നകന്ന്, എസ് എസുകാർക്കുവേണ്ടി തടവുകാർ പണിചെയ്ത ഭംഗിയുള്ള വീടുകളുള്ള ഒരു കോളനിയിലായിരുന്നു സ്വീലി

ങ്ങിന്റെ താമസം. രണ്ടു കൊല്ലമായി അയാളുടെ വിവാഹം കഴിഞ്ഞിട്ട്. ഇരുപത്തഞ്ചുവയസു പ്രായമുള്ള അയാളുടെ ഭാര്യ 'ഹോർ ട്ടെൻസി'ന്റെ പേരിൽ ആ കോളനിയിലെ സർവ ഷ്വാർഫ്യൂഹറർമാർക്കും അയാളോടു അസൂയ തോന്നിയിരിക്കുന്നു. തുള്ളിത്തുളുമ്പുന്ന ആരോഗ്യവും മാദക മായ മുറ്റിയ മാറും ഉള്ള ഒരു സ്ത്രീയായിരുന്നു അവർ. പല കാരണങ്ങ ളാലും അതൊരു വിജയകരമായ ദാമ്പത്യമായിരുന്നില്ല. ആ ഉശിരൻ യൂണിഫോറം ഒരിക്കൽ ഹോർട്ടെൻസിന്റെ മനസിനെ ഹഠാൽ ആകർ ഷിച്ചിരുന്നു. പക്ഷെ ചുറുചുറുക്കുള്ള ആ സ്കന്ദാലങ്കാരങ്ങളുടെ അടി യിലുള്ള വ്യക്തി തിരുമണ്ടനായ മനസുറപ്പില്ലാത്ത ഒരഴകൊമ്പനാ ണെന്നു മനസിലാക്കാൻ അൽപ്പകാലത്തെ ദാമ്പത്യബന്ധം മതിയാ യിരുന്നു. ഹോർട്ടെൻസ് രഹസ്യമായി പലപ്പോഴും സ്വന്തം ഭർത്താവി നെയും കർക്കശനായ ആ ഹെപ്റ്റസ്റ്റം ഫ്യൂഹറർ ക്ലൂട്ടിക്കിനെയും തമ്മിൽ താരതമ്യപ്പെടുത്തി നോക്കാറുണ്ട്. സൗന്ദര്യമില്ലെങ്കിലേന്താ അയാൾ പുരുഷത്വം തികഞ്ഞവനാണ്. ഈ താരതമ്യ പഠനത്തിന്റെ ഫലമായി അവൾക്കു തന്റെ ഭർത്താവിനോടുള്ള വികാരം വെറുപ്പും പുച്ഛവും മാത്ര മായി. സന്തോഷത്തിന്റെ കണികപുരളാത്ത വെറും വിരസമായ കുടുംബ ജീവിതം. അന്യോന്യം ഒന്നും തന്നെ അവർക്കു പറയാനുണ്ടായിരുന്നില്ല. അതുമാത്രമായിരുന്നില്ല ഹോർട്ടെൻസിന്റെ നൈരാശ്യം. അവൾ പ്രസവിച്ചിട്ടില്ല. ഡോക്ടർമാർക്ക് ഒരു സഹായവും ചെയ്യാനായില്ല. ആന്തരികമായ എന്തോ ഒരു വക്രതമൂലം ഗർഭധാരണം അസാധ്യമായി. അതു മറക്കാൻ അവർക്ക് സാധിച്ചിരുന്നില്ല. പക്ഷെ ആ കുറ്റവും അവൾ ചാരിയത് ഭർത്താവിന്റെ തോളിലായിരുന്നു. അയാളുടെ വിരിവില്ലാത്ത മാറും മൃദുലമായ ദേഹവും പാൽക്കട്ടിപോലുള്ള തോലും, അവളുടെ ഉജ്ജ്വലമായ സൗന്ദര്യധോരണിയുമായി തുലനം ചെയ്യുമ്പോൾ വെറും വട്ടപൂജ്യമായിരുന്നു. ചരുക്കത്തിൽ ഹോർട്ടെൻസിന്റെ വൈകാരിക ജീവിതം തീർത്തും ശുഷ്കമായി. 'ഹോ, എന്നെ ഒന്നു വെറുതെ വിടാമോ' എന്ന ഭർത്സനവുമായി പലപ്പോഴും അവൾ ഭർത്താവിനെ തന്റെ കിടക്ക യിൽനിന്ന് തള്ളി മാറ്റാറാണ് പതിവ്.

ചിലപ്പോൾ അവൾക്ക് അയാളുടെ പേരിൽ അനുകമ്പ തോന്നാറി ല്ലെന്നില്ല. മനസില്ലാ മനസോടെയാണെങ്കിലും അയാളെ ശയിക്കാനവൾ സമ്മതിക്കുന്ന ദിവസങ്ങളിൽ ലാളിക്കപ്പെട്ട ഒരു പട്ടിയെപ്പോലെ അയാൾ സ്വന്തം കിടക്കയിലേക്ക് ഇഴഞ്ഞുപോയ്ക്കോളും.

വീട്ടുകാര്യങ്ങളിൽ തികഞ്ഞ സ്വാതന്ത്ര്യമെടുത്തിരുന്നു ഹോർട്ടെൻ സ്. യാതൊരു കാര്യങ്ങളിലും അയാൾ ഇടപെടുന്നത് അവൾക്ക് ഇഷ്ട മായിരുന്നില്ല; അവൾ അത് അനുവദിക്കാറുമില്ല. ഒരു കാര്യത്തിലും അവൾ അയാളുടെ അഭിപ്രായം ചോദിക്കുകയോ അനുവാദം വാങ്ങിക്കു കയോ ചെയ്യാറില്ല.

അന്നുവൈകുന്നേരം പ്രധാനമുറിയിലെ പാത്രത്തട്ടുകളുടെ അരി കിൽ ഇരുന്നു, അവൾ പളുങ്കുപാത്രങ്ങൾ പൊതിഞ്ഞു, ശ്രദ്ധയോടെ ഒരു പെട്ടിയിൽ അടുക്കി വെക്കുകയായിരുന്നു.

സ്വീലിങ്ങ് വീട്ടിലെത്തി ഒരു കാലിലെ ബൂട്സ് അഴിച്ചു നഗ്നമായ കാൽ ചാരുകസേരയിൽ കയറ്റിവെച്ച്, കട്ടിയുള്ള ചാരനിറം പൂണ്ട കാലുറകൊണ്ട് ചൂടും ഈർപ്പവും ഉള്ള തള്ളവിരലിന്റെ ഇടഭാഗം തുടയ്ക്കുകയായിരുന്നു അയാൾ. അതിനൊരു പുളിച്ച നാറ്റമുണ്ടായിരുന്നു. പിന്നീടയാൾ വിഷമത്തോടെ വ്രണം ബാധിച്ച തന്റെ കാൽമടമ്പു പരിശോധിച്ചു.

ഹോർട്ടെൻസ് അയാളെ ശ്രദ്ധിച്ചതേയില്ല. അവൾ ധൃതിയിൽ പാത്രങ്ങൾ അടുക്കി വെക്കുകയായിരുന്നു. സ്വീലിങ്ങ് കാലുറ മാറ്റി ബൂട്സുകൾ അഴിച്ച് അവ പുറത്തെടുത്തുകൊണ്ടുവെച്ചു ചെരുപ്പുകൾ ധരിച്ചു. യൂണിഫോറം ജാക്കറ്റിന്റെ ബട്ടൺ അഴിച്ചുകൊണ്ട് അയാൾ വീണ്ടും പ്രധാനമുറിയിലെത്തി ചാരുകസേരയിലേക്ക് ചാഞ്ഞു.

കീഴ്ചുണ്ട് അകത്തേക്ക് വലിച്ചു കുറെയേറെ നേരം അയാൾ ഹോർട്ടെൻസിനെ തന്നെ നോക്കിക്കൊണ്ടു നിന്നു. ദുരഭിലാഷങ്ങളോടെ ഒരിക്കൽ ഒരു ഷ്വാർഫ്യൂഹറർ പറഞ്ഞ വാക്കുകൾ അയാൾ ഇപ്പോൾ ഓർത്തു. "തന്റെ പെണ്ണിന്റെ കാലുകൾ......ഹാ, ഹാ, ഹാ കുട്ടി...... എന്തൊരു ഭാഗ്യവാൻ......"

ഹോർട്ടെൻസിന്റെ തുടുത്തു ഉരുണ്ട കാൽവണ്ണയും മുകളിലേക്ക് തെറുത്തുവെച്ചിരിക്കുന്ന കാൽവണ്ണയും പാവാടയുടെ ഉള്ളിലൂടെ കാണാമായിരുന്ന മാംസളമായ തുടയും നോക്കിക്കൊണ്ടിരുന്നു അയാൾ. അത് ശരി. അയാൾക്ക് അതെല്ലാം വളരെ വളരെ ഇഷ്ടമായിരുന്നു.

"നീ എന്താണവിടെ പണിയുന്നത്."

ഹോർട്ടെൻസ് അശ്രദ്ധമായി പറഞ്ഞു

"അത് നിങ്ങൾക്കൊരിക്കലും പറയാനൊക്കുകയില്ല."

ഈ ഉത്തരത്തിന് എന്തെങ്കിലും ഒരർഥമുണ്ടെന്ന് അയാൾക്ക് തോന്നിയില്ല, എന്തെങ്കിലും അർഥമുണ്ടോ എന്ന് അയാൾ ആലോചിച്ചുവെങ്കിലും യാതൊരു പിടിയും കിട്ടിയില്ല. അതുകൊണ്ടയാൾ ചോദിച്ചു.

"എന്താണ് നീ പറയുന്നത്."

ഹോർട്ടെൻസ് തന്റെ വേലയിൽനിന്ന് തലപൊക്കി ക്രോധത്തോടെ പറഞ്ഞു.

"പിന്നെ നിങ്ങൾ വിചാരിച്ചുവോ, ഞാൻ എന്റെ മനോഹരമായ ഈ പാത്രങ്ങളെല്ലാം ഇവിടെ ഇട്ടെറിഞ്ഞുപോകുമെന്ന്."

ഇപ്പോൾ സ്വീലിങ്ങിനു മനസിലായി.

അയാൾ കൈകൊണ്ടു ഒരർഥവുമില്ലാത്ത ഒരാംഗ്യം കാണിച്ചു.

"സംഗതികൾ അത്രക്കൊന്നും വഷളായിട്ടില്ല."

പുച്ഛത്തോടെ ഒന്നുചിരിച്ച് ഹോർട്ടെൻസ് വീണ്ടും തന്റെ പണിയിൽ മുഴുകി. സ്വീലിങ്ങ് കാലുകൾ സുഖമായി നീട്ടി. പിന്നിലേക്ക് ചാരി വയറ്റത്തു കയ്യുംകെട്ടി കിടന്നു. അൽപ്പനേരം കഴിഞ്ഞ് അയാൾ പറഞ്ഞു.

"ഞാൻ ആവശ്യമായ എല്ലാ മുൻകരുതലും എടുത്തിട്ടുണ്ട്."

ഹോർട്ടെൻസ് പെട്ടെന്നു മറുപടിയൊന്നും പറഞ്ഞില്ല. അവൾക്കതിൽ ഒരു പ്രാധാന്യവും തോന്നിയില്ല. കുറച്ചു കഴിഞ്ഞപ്പോൾ സ്വീലിങ്ങിന്റെ നേർക്കു തലതിരിച്ചവൾ അന്വേഷിച്ചു.

"എന്തു ജാതി മുൻകരുതൽ?"
സ്വീലിങ്ങ് ചിരിച്ചു.
"കൊള്ളാം, പറയൂ എന്നോട്" അവർ നിർബന്ധിച്ചു.
"എന്റെ കെട്ടിടത്തിലെ ഒരാൾക്ക് ഒരു കൊച്ചു യഹൂദ പയ്യനെ കിട്ടിയിട്ടുണ്ട്, അതെ, എന്റെ കപോവിനു തന്നെ!"
സ്വീലിങ്ങ് വീണ്ടും ചിരിച്ചു. ഭർത്താവിനെ നേർക്കു നേർകാണാനായി ഹോർട്ടെൻസ് തന്റെ മാംസളമായ നിതംബം അമർത്തി ഒന്നു തിരിഞ്ഞിരുന്നു.
"പിന്നീട്.......പിന്നെ."
"ഞാനവനെ കണ്ടുപിടിച്ചു."
"നിങ്ങൾ ആ കുട്ടിയെ അയാളിൽനിന്ന് അകറ്റിയോ?"
"നീ വിചാരിച്ചോ, ഞാനൊരു മഠയനാണെന്ന്."
"ശരി, പിന്നെ നിങ്ങൾ എന്തു ചെയ്തു?" ഹോർട്ടെൻസ് ശക്തിയോടെ അന്വേഷിച്ചു.
സ്വീലിങ്ങ് പുച്ഛരസത്തിൽ മുഖമൊന്നു കോട്ടി, കണ്ണ് ഇറുക്കി ആത്മവിശ്വാസത്തോടെ ഹോർട്ടെൻസിന്റെ അടുക്കലേക്കു ചാഞ്ഞു കൊണ്ടു പറഞ്ഞു.
"നീ ചൈനപ്പാത്രങ്ങൾ ഒളിച്ചുവെക്കുന്നു; ഞാനൊരു ജൂത ചെക്കനേയും." അയാൾ ശബ്ദമില്ലാതെ ഊറിച്ചിരിച്ചു.
ഹോർട്ടെൻസ് പെട്ടെന്ന് എഴുന്നേറ്റു.
"ഉം, എല്ലാം എന്നോട് തുറന്നു പറയൂ."
സ്വീലിങ്ങ് ചാരുകസേരയിലേക്ക് ചാരിക്കിടന്നുകൊണ്ടു പറഞ്ഞു.
"എന്താണ് ഇതിൽ ഇത്രയൊക്കെ പറയാനുള്ളത്. ഞാനവനെ കണ്ടുപിടിച്ചു. ബാക്കിയൊക്കെ വളരെ എളുപ്പമായിരുന്നു. ഞാനവനെ ബങ്കറിലേക്ക് അയച്ചിരുന്നുവെങ്കിൽ ആ കഴുത ഇപ്പോൾ മരവിച്ചു കഴിഞ്ഞേനെ."
പ്രവൃദ്ധമായ സന്ദേഹത്തോടെ ഹോർട്ടെൻസ് ശ്രദ്ധിച്ചു കേട്ടു.
"ശരി.......പിന്നെ........നിങ്ങൾ എന്തുകൊണ്ടു......."
സ്വീലിങ്ങ് അർഥവത്തായി തന്റെ നെറ്റി ചൂണ്ടിക്കാണിച്ചു.
"നീ എന്റെ ജൂതനെ തല്ലുകയില്ല; ഞാൻ നിന്റെ ജൂതനേയും തല്ലുന്നില്ല. സുരക്ഷിതത്വം സുരക്ഷിതത്വം തന്നെ."
ഹോർട്ടെൻസ് അപ്പോഴും തന്നെ ഉൽക്കണ്ഠയോടെ തുറിച്ചു നോക്കുകയായിരുന്നു എന്ന് മനസിലായപ്പോൾ അയാൾക്ക് അത്ഭുതം തോന്നി. അയാൾ അതിശയപ്പെട്ടു.
"ഉം, എന്തുപറ്റി, എന്താണ് സംഗതി, നീ എന്താണ് എന്നെ തുറിച്ചു നോക്കുന്നത്."
"പിന്നെ, ആ കുട്ടി." ശ്വാസംമുട്ടുന്നതരത്തിൽ അവൾ വീണ്ടും ചോദിച്ചു.
സ്വീലിങ്ങ് തന്റെ ചുമലൊന്നു കുലുക്കി കേവലമായി പറഞ്ഞു.

"അവൻ ഇപ്പോഴും അവിടെ തന്നെയുണ്ട്. ആ മനുഷ്യൻ അവനെ നോക്കിക്കോളും. അതിനെപ്പറ്റി സംശയമൊന്നും വേണ്ട."

ഒന്നും മിണ്ടാനാകാതെ ഹോർട്ടെൻസ് ഒരു കസേരയിൽ ഇരുന്നു.

"അപ്പോൾ നിങ്ങൾ അവറ്റയെ ആശ്രയിച്ചാണോ ഇരിക്കുന്നത്. അമേരിക്കക്കാർ വന്നാലും ഈ ക്യാമ്പിൽതന്നെ ചടഞ്ഞുകൂടാമെന്നാണോ മോഹം. സൂക്ഷ്മമായി പറഞ്ഞുതരൂ."

സ്വീലിങ്ങ് മടുപ്പോടെ കൈവീശി. ''ഇങ്ങനെ വിഡ്ഢിത്തം പുലമ്പാതെ! ക്യാമ്പിൽ ഇരിക്കുകയോ? സമയം വരുമ്പോൾ ആരിലും മുമ്പേ ക്യാമ്പുവിടാൻ സാധിക്കുമെന്ന് നിനക്കറിയാമോ. ആ ജൂതചെക്കനെ നല്ല ഒരുപകരണമാക്കാം. എന്താ നിനക്ക് അങ്ങനെ തോന്നുന്നില്ലേ? അപ്പോൾ അവർക്കു തോന്നും ഞാൻ ഒരു നല്ല മനുഷ്യനാണെന്ന്."

ഹോർട്ടെൻസ് നൈരാശ്യത്തോടെ കൈകൾ കൊട്ടി.

"ഗോട്ടോൾസ്! എന്റെ ദൈവമേ! നിങ്ങൾ എന്താണീ ചെയ്തുവെച്ചിരിക്കുന്നത്."

"നിനക്ക് എന്തുവേണം. കാര്യങ്ങളെല്ലാം ശരിയായിട്ടാണ് ഇരിക്കുന്നത്."

"നിങ്ങൾ എന്താണ് ആലോചിക്കുന്നത്" ഹോർട്ടെൻസ് കയർത്തു ചോദിച്ചു. "കാര്യങ്ങൾ അവരുടെ ഗതിക്കു നീങ്ങുകയാണെങ്കിൽ നിങ്ങൾ മര്യാദക്കാരനാണോ അല്ലയോ എന്നൊന്നും അവറ്റകൾ നോക്കുകയില്ല. ആദ്യത്തെ അമേരിക്കക്കാരൻ ഇവിടെ എത്തുന്നതിനു മുമ്പുതന്നെ അവർ നിങ്ങളെ തുലച്ചുകളയും."

വീണ്ടും അവൾ കൈകൊട്ടി. "ഉം, ആറുകൊല്ലമായി ഇയാൾ എസ് എസിൽ ചേർന്നിട്ട്."

സ്വീലിങ്ങിന് ഒന്നു പൊട്ടിത്തെറിക്കാനാണ് തോന്നിയത്. തന്റെ എസ് എസ് അംഗത്വം പറഞ്ഞ് കളിയാക്കാനയാൾ ഒരിക്കലും ഹോർട്ടെൻസിനെ അനുവദിക്കാറില്ല. ഇക്കാര്യത്തിൽമാത്രം യാതൊരു നിരൂപണവും അയാൾക്കു സഹിക്കാൻ സാധിച്ചിരുന്നില്ല. പക്ഷെ യാതൊരു ബഹുമാനവും കൂടാതെ അവൾ പറഞ്ഞു.

"ഇനി നിങ്ങൾ എന്തുചെയ്യാൻ വിചാരിക്കുന്നു. ഉം, എന്തുചെയ്യാം സംഗതികൾ അവർക്കു ഗുണകരമായി ത്തീരുകയാണെങ്കിൽ എന്തായിരിക്കും നിങ്ങളുടെ പരിപാടി?"

അവളുടെ ആക്രമണ രീതികൊണ്ടു സംഭീതനായ സ്വീലിങ്ങ് മേലോട്ടുനീങ്ങി. എന്തുംവരട്ടെ എന്നമട്ടിൽ കൈ കെട്ടിനിൽക്കുകയാണ് ഹോർട്ടെൻസ്. യാതൊന്നും ആലോചിക്കാൻ ശക്തിയില്ലാത്തമട്ടിൽ സ്വീലിങ്ങ് കണ്ണുമിഴിച്ചു. പെട്ടെന്നു കോപം കയറിയ ഹോർട്ടെൻസ് ചീറി. "എനിക്കു പണിയെടുക്കാൻ നല്ല വശമാണ്. ഒരു അടുക്കളക്കാരിയുടെ പണിയെങ്കിലും എനിക്കു കിട്ടും. പക്ഷെ നിങ്ങൾ എന്തുചെയ്യും. ഒരു ചുക്കും നിങ്ങൾക്കറിയില്ലല്ലോ. ഈ എസ് എസ് ഇല്ലാതായാൽ പിന്നെ എന്തുണ്ട് നിങ്ങൾക്കൊരു ഗതി?"

അശ്രദ്ധമായി ഒന്ന് ആംഗ്യം കാട്ടുകമാത്രമായിരുന്നു സ്വീലിങ്ങിന്റെ മറുപടി. പക്ഷെ അതുകൊണ്ടൊന്നും തൃപ്തിയടയുന്നവളായിരുന്നില്ല ഹോർട്ടെൻസ്. "ഞാൻ നിങ്ങളെ പുലർത്തണമെന്നാണോ മോഹം?"

"വഷളത്തരം വിളമ്പാതെ." ഹോർട്ടെൻസിന്റെ പുച്ഛം സ്വീലിങ്ങിനു മനസിലായി. "എന്തൊക്കെയാണ് ഉണ്ടാകാൻ പോകുന്നതെന്നു ഒന്നു ക്ഷമിച്ചിരുന്നു കാണൂ. ഞാൻ നിന്നോടു പറഞ്ഞില്ലേ, ആവശ്യമായ സർവ നടപടികളും മുൻകരുതലുകളും ഞാൻ എടുത്തിട്ടുണ്ടെന്ന്.'

"ആ യഹൂദ ചെക്കൻ അല്ലെ?" ഹോർട്ടെൻസ് ആർത്തുല്ലസിച്ചു. "ഹ, ഹ, ഹ എനിക്കു വളരെ ഇഷ്ടപ്പെട്ടു മുൻകരുതൽ. കമ്യൂക്കളുമായി കൈകോർത്ത് പിടിച്ചു......."

"നിനക്ക് അതിനെപ്പറ്റി ഒന്നും അറിഞ്ഞുകൂടാ......."

സ്വീലിങ്ങ് ദേഷ്യത്തോടെ ചാടിയെഴുന്നേറ്റു ചവിട്ടി മെതിച്ചു അവിടെ നടക്കാൻ തുടങ്ങി. ഹോർട്ടെൻസ് അയാളുടെ പിന്നാലെ ചെന്ന് കുപ്പായ ക്കയ്യിന്മേൽ പിടിച്ചു വലിച്ചു തിരിച്ചു തന്റെ നേരെ നിർത്തി. അയാളുടെ ഗർവ് കലർന്ന ശകാരം കേട്ട് അവൾക്ക് യാതൊരു കൂസലും തോന്നിയില്ല.

"അങ്ങനെ വല്ലതും ഉണ്ടാകുകയാണെങ്കിൽ എന്തുചെയ്യും?"

സ്വീലിങ്ങ് ചകിതനായി ഹോർട്ടെൻസിനെ നോക്കി.

അയാളുടെ കുപ്പായകയ്യിന്മേൽ പിടിച്ചു വലിച്ചുകൊണ്ടവൾ ശഠിച്ചു.

"അങ്ങനെയെന്തെങ്കിലും സംഭവിക്കുകയാണെങ്കിൽ....."

സ്വീലിങ്ങ് വെറുപ്പോടെ അവളുടെ കൈ തട്ടിമാറ്റി. പക്ഷെ അതു കൊണ്ടൊന്നും അവൾ കുലുങ്ങിയില്ല. അവളെ കടന്നുപോകാനയാൾ ഭാവിച്ചപ്പോൾ അവൾ വഴിയിൽ കടന്ന് അയാളെ തടഞ്ഞു നിർത്തി.

"നിങ്ങൾ! നിങ്ങൾക്കു തനി ഭ്രാന്തായിപ്പോയോ? ഈ അവസാന സമയത്ത്. ഇങ്ങനെ ഒരു കാര്യം ചെയ്തുവല്ലോ? ഇനിയും മനസി ലായില്ലെ, എന്തു വിനയാണ് നിങ്ങൾ വലിച്ചുവെച്ചിരിക്കുന്നതെന്ന്? അങ്ങ നെ സംഗതികൾ തിരയുകയാണെങ്കിൽ നിങ്ങളുടെ സ്വന്തം ആളുകൾ തന്നെ അവസാന നിമിഷത്തിൽ നിങ്ങളെ വെടിവെച്ചു കൊന്നുകളയും."

ഏതാണ്ട് സംശയം തോന്നിയ സ്വീലിങ്ങ് കുരച്ചു.

"ഞാനിനി എന്തുവേണം?"

''എന്റെ നേരെ നോക്കി ചീറാതെ." ഹോർട്ടെൻസ് അലറി, "കഴി യുന്നതും വേഗത്തിൽ കഴുത്തിൽ തൂങ്ങിക്കിടക്കുന്ന ആ ചെക്കനെ പിടിച്ചു വലിച്ചു എറിയൂ."

ഹോർട്ടെൻസിന്റെ ഭയം അപ്പോൾ സ്വീലിങ്ങിനെയും ബാധിച്ചു. പെട്ടെന്നയാൾ അപകടം മനസിലാക്കി.

"ഞാനിനി എന്തുചെയ്യണം? നിന്നോടാണ് ചോദിക്കുന്നത്?"

"എനിക്കെങ്ങനെ അറിയാം? ഞാനല്ലല്ലോ, നിങ്ങളല്ലെ ഹോപ്റ്റ്ശ്ചാർ ഫ്യൂഹറർ." അവൾ ആക്രോശിച്ചു.

വളരെ ഉച്ചത്തിൽ അവൾ കൂവി. അതുകൊണ്ടു പെട്ടെന്നവൾ ശാന്ത തയാർജിച്ചു. അതോടെ സംഭാഷണം നിലച്ചു.

ഹോർട്ടെൻസ് തന്റെ കൂടയുടെ സമീപത്തേക്കു പിൻവാങ്ങി. മുട്ടു കുത്തി നിന്നു തന്റെ കെട്ടിവെക്കൽ പുനരാരംഭിച്ചു. വളരെ ദേഷ്യത്തോടെ അവൾ ഒരു പാത്രം നടുവെ വലിച്ചുകീറി. അന്നു വൈകുന്നേരം മുഴുവനും അവർ പരസ്പരം മിണ്ടിയതേയില്ല.

ഒരു പോംവഴി കണ്ടുകിട്ടാൻ തലപുകഞ്ഞ് ആലോചിക്കുകയായിരുന്നു സ്വീലിങ്ങ്. ഉറങ്ങാൻ കിടന്നിട്ടും അയാൾ ചിന്തിക്കുകയായിരുന്നു. പെട്ടെന്നയാൾ എഴുന്നേറ്റിരുന്നു ഭാര്യയെ തോണ്ടിവിളിച്ചു.

"ഹോർട്ടെൻസ്."

അവൾ ഭയന്നു ചാടിയെഴുന്നേറ്റു. പെട്ടെന്ന് ഉറക്കപ്പിച്ചിൽ താൻ എവിടെയാണ് എന്നൊന്നും അവൾക്കു മനസിലായില്ല. പെട്ടെന്നു സ്വീലിങ്ങിന്റെ വിജയാട്ടഹാസം കാതിലെത്തി.

"എനിക്കു കിട്ടിപ്പോയി."

"എന്ത്."

സ്വീലിങ്ങ് സ്വിച്ച് അമർത്തി വിളക്കിട്ടു. "ഉം, വേഗം വരൂ, നമുക്കു പോകാം."

തണുപ്പുകൊണ്ട് വിറച്ചു ഹോർട്ടെൻസ് ചുണ്ടു കൂർമ്പിച്ചു.

"നിങ്ങൾക്ക് എന്തു വേണം?"

സ്വീലിങ്ങ് വാതിക്കൽ എത്തിക്കഴിഞ്ഞിരുന്നു. അവൾ അധികാരസ്വരത്തിൽ വിളിച്ചു. "വരൂ."

ഇത് ഇപ്പോൾ ഹോപ്റ്റ്ഷ്വാർഫ്യൂറരാണ്. അവൾക്ക് അയാളെ ഭയമായിരുന്നു. അതുകൊണ്ട് അവൾ സുഖകരമായ ശയ്യവിട്ടെഴുന്നേറ്റു, തന്റെ നേരിയ നിശാവസ്ത്രത്തിന്റെ മേൽ സ്നാനവസ്ത്രംകൂടെ വലിച്ചിട്ടു സ്വീലിങ്ങിനെ പിൻതുടർന്ന് പ്രധാന മുറിയിലേക്കു നടന്നു. അവിടെ അയാൾ അലമാരയുടെ വലിപ്പിൽ തപ്പിത്തിരയുകയായിരുന്നു.

"എനിക്ക് എഴുതാനൊരു കഷ്ണം കടലാസു വേണം."

ഹോർട്ടെൻസ് അയാളെ തള്ളിമാറ്റി. വലിപ്പിൽ കുന്നുകൂടിക്കിടന്ന ചപ്പുചവറുകളുടെ ഇടയിൽ തിരയാനാരംഭിച്ചു.

"ഇതാ സാധനം." പണ്ട് ഒരു നാസി പ്രോവൻസ്കാഫ്റ്റ് (വനിതാ സംഘടന) അയച്ച ഒരു ക്ഷണക്കത്ത് അവൾ എടുത്തു നീട്ടി. കോപത്തോടെ സ്വീലിങ്ങ് അതു വലിപ്പിലേക്കുതന്നെ വലിച്ചെറിഞ്ഞു. "നിന്നെ എന്തിന് കൊള്ളാം," എന്നു പറഞ്ഞ് അയാൾ വീണ്ടും അന്വേഷണം തുടർന്നു. കസേരയിൽ എന്തോ ഒരു കെട്ടു കിടന്നിരുന്നു. അയാൾ അതിൽ നിന്നു ഒരു കഷണം ചീന്തിയെടുത്തു.

"ഇതാണ് പറ്റിയ സാധനം." അയാൾ ആ കടലാസ് ചീന്തു മേശപ്പുറത്തുവെച്ചു ഹോർട്ടെൻസിനോട് കൽപ്പിച്ചു. "വേഗം ഒരു പെൻസിൽ എടുത്ത് ഇവിടെ ഇരിക്കൂ. നീയിത് എഴുതണം." ആവേശലഹരിയിൽ അയാൾ താടി മാന്തുകയായിരുന്നു.

"എങ്ങനെയെഴുതണം?"

"നിങ്ങൾ എന്താണ് ആവശ്യപ്പെടുന്നത് എന്നുതന്നെ എനിക്കറിയില്ല." പെൻസിലുമായി മേശക്കരികെ ഇരിപ്പുറപ്പിച്ചിരുന്ന ഹോർട്ടെൻസ്

തിരിച്ചടിച്ചു. "എഴുതൂ," സ്വീലിങ്ങ് കൽപ്പിച്ചു. പക്ഷെ ഹോർട്ടെൻസ് പെൻസിൽ വെച്ചപ്പോൾ സ്വീലിങ്ങ് അവളുടെ കൈതട്ടിക്കൊണ്ടു പറഞ്ഞു. "ഹായ്, ഇങ്ങനെയല്ലെന്നേ......വലിയ അക്ഷരത്തിൽ എഴുതൂ, ഒരു തടവുകാരൻ എഴുതിയതാണെന്നേ തോന്നാവൂ." ദേഷ്യത്തോടെ ഹോർട്ടെൻസ് പെൻസിൽ വലിച്ചെറിഞ്ഞുകൊണ്ട് മുരണ്ടു.

"എനിക്ക് പറയാതിരിക്കാൻ സാധിക്കുന്നില്ല."

സ്വീലിങ്ങ് ചീറി.

"നിർത്തൂ. എന്നിട്ട് എഴുതൂ."

അയാൾ താടി ഒന്നുകൂടെ മാന്തി, എഴുതാനുള്ള വാചകങ്ങൾ ഉരുവിട്ടു

"കലവറമുറിയിലെ കാപോവായ ഹോഫലും ആ പോളണ്ടുകാരനായ ക്രോപ്പിൻസ്കിയും കൂടെ അവിടെ ഒരു യഹൂദപയ്യനെ ഒളിച്ചു താമസിപ്പിച്ചിട്ടുണ്ട്. ഹോപ്റ്റശ്ചാർ ഫ്യൂഹറർ സ്വീലിങ്ങ് അതെപ്പറ്റി അറിഞ്ഞിട്ടില്ല."

വലിയ വെണ്ടക്ക അക്ഷരങ്ങളിൽ ഹോർട്ടെൻസ് അത് പകർത്തി. സ്വീലിങ്ങ് അൽപ്പനേരം ആലോചിച്ചുനിന്നു. "ഹയ് ഇതുപോരെ, തീരെ നന്നായിട്ടില്ല." അയാൾ കെട്ടിൽനിന്ന് വേറെയൊരു കടലാസ് കഷണം കൂടെ ചീന്തി ഹോർട്ടെൻസിന്റെ അടുത്തേക്ക് നീട്ടി.

"കലവറമുറിയിലെ ഹോഫലും പോളണ്ടുകാരൻ ക്രോപ്പിൻസ്കിയുംകൂടി ഹോപ്റ്റശ്ചാർ ഫ്യൂരർ സ്വീലിങ്ങിനെ നീചമായ വിധത്തിൽ കളിപ്പിക്കാൻ ഒരുങ്ങിയിരിക്കുകയാണ്. വസ്ത്രങ്ങൾ വെച്ചിരിക്കുന്ന മുറിയുടെ വലത്തെ മൂലയിൽ അവർ ഒരു യഹൂദചെക്കനെ ഒളിപ്പിച്ചു താമസിപ്പിച്ചിട്ടുണ്ട്."

സ്വീലിങ്ങ് ഹോർട്ടെൻസിന്റെ പിന്നിൽ ചെന്നുനിന്ന് അവളുടെ ചുമലിലൂടെ, എഴുതിയത് വായിച്ചുനോക്കി.

"ശരി, ഇനി, ഇതിനടിയിൽ, കലവറമുറിയിലെ ഒരു തടവുകാരൻ എന്നുകൂടി എഴുതൂ,"

എഴുതിക്കൊണ്ടിരിക്കുമ്പോൾ ഹോർട്ടെൻസ് ചോദിച്ചു.

"നിങ്ങൾ ഈ കുറിപ്പ് എന്തു ചെയ്യാൻ പോകുകയാണ്."

സ്വീലിങ്ങ് സന്തോഷത്തോടെ രണ്ടു കൈയും കൂട്ടിത്തിരുമ്മി.

"ഞാനിതു പതുക്കെ, റീനിബോത്തിന്റെ സൂപ്പിൽകൊണ്ടു പോയിടും."

"നിങ്ങളൊരു കുറുക്കനെപ്പോലെ കൗശലക്കാരനാണല്ലോ?" തികഞ്ഞ പുച്ഛത്തോടെയായിരുന്നു ഹോർട്ടെൻസ് അതു പറഞ്ഞത്.

പക്ഷെ ഒരഭിനന്ദനമായാണ് സ്വീലിങ്ങ് അതു സ്വീകരിച്ചത്. നേരിയ വസ്ത്രത്തിലൂടെ തെളിഞ്ഞുകൊണ്ടിരുന്ന ഹോർട്ടെൻസിന്റെ നിറഞ്ഞ മാറ് അയാളുടെ വികാരങ്ങളെ ഇക്കിളിപ്പെടുത്തി.

പിറ്റെ ദിവസം പ്രഭാതത്തിലെ ഹാജർവിളി കഴിഞ്ഞ ഉടനെതന്നെ പിപ്പിഗ്ഗ് ആതുരശാലയിലേക്ക് ഓടി. ക്ലീനിക്കിൽ വെച്ചയാൾ കോഹനെ കണ്ടു.

"കേൾക്കൂ; എനിക്കൊരു ചൂടുവെള്ളസഞ്ചി വേണം."

വേഗത്തിൽ ഓടിയതുമൂലം അപ്പോഴും കിതച്ചുകൊണ്ടിരുന്ന പിപ്പി ഗ്ഗിനെ വിസ്മയത്തോടെ നോക്കി, നിഷേധാർഥത്തിൽ തലയാട്ടിക്കൊണ്ടു കോഹൻ അന്വേഷിച്ചു.

"ഉം, എന്താണാവശ്യം; ഞങ്ങളുടെ കൈയിൽ വളരെ കുറച്ചേ ഉള്ളൂ ആ വക സാമഗ്രികൾ."

"വേഗം തിരിച്ചു തരാം."

പിപ്പിഗ്ഗ് ഇരന്നു. തന്റെ അനുനയസാമർഥ്യം മുഴുവനും ചെലവാ ക്കേണ്ടിവന്നു സംശയാലുവായ കോഹനിൽനിന്നു ആ അനർഘവസ്തു കൈവശമാക്കാൻ. പിപ്പിഗ്ഗ് വീണ്ടും ആ പുരയിലേക്ക് തന്നെ ഓടി, ക്രോപ്പിൻസ്കിയെക്കൊണ്ട് അതു അരയിൽ ഭദ്രമായി കെട്ടിയുറപ്പിച്ചു. നേരത്തെതന്നെ ക്രോപ്പിൻസ്കി എടുത്തു തയ്യാറാക്കിവെച്ച പഴയ കോട്ടു കളുമെടുത്തു കവാത്ത് മൈതാനിയിലൂടെ അയാൾ പടിക്കലെത്തി. അവിടെചെന്ന് അയാൾ പുറത്തേക്ക് പോകാനുള്ള അനുവാദമാവശ്യ പ്പെട്ടു, ജനവാതിലിന്റെ പിന്നിൽ ഇരുന്ന എസ് എസുക്കാരൻ ശാന്തനായി ഒരു ശീട്ട് എഴുതിക്കൊടുത്തു ക്യാമ്പിലേക്കുള്ള പ്രവേശത്തിന്റെ ഉത്തര വാദിത്വം വഹിക്കുന്ന എസ് എസുകാരൻ ജനവാതിലിന്റെ മുന്നിൽ ഇരി ക്കുന്നുണ്ടായിരുന്നു. അയാൾ പിപ്പിഗ്ഗിനെ ഒന്നുഴിഞ്ഞുനോക്കിക്കൊണ്ടു ചോദിച്ചു.

"താൻ എന്തെല്ലാമാണ് കടത്തിക്കൊണ്ടു പോകുന്നത്?"

ചോദ്യങ്ങൾക്ക് എന്തിന് അപകടങ്ങൾക്കുപോലും സന്നദ്ധനാ യിരുന്ന പിപ്പിഗ്ഗ് ഉഷാറോടെ ഇടത്തോട്ടു മുഖംതിരിച്ചു. സൈനികപരമായ അച്ചടക്കത്തിൽ അതീവ കമ്പക്കാരനായിരുന്ന ഇയാളുടെ അടുക്കൽ ഏറ്റവും നല്ല പാസ്സ് അതാണെന്നു പിപ്പിഗ്ഗിന് അറിയാമായിരുന്നു.

"എസ് എസ് തയ്യൽക്കടയിലേക്ക്. ഇതു കുറെ പഴയ രോമവസ്ത്ര ങ്ങളാണ്." രോമവസ്ത്രങ്ങൾ എന്ന വാക്ക് അയാൾ പ്രത്യേകിച്ചും ഊന്നി പറഞ്ഞു.

അതു ബ്ലോക്ക് ഫ്യൂഹററുടെ ചെവികൾക്കു പ്രത്യേകിച്ചും ഇമ്പമു ള്ളതായിരുന്നു. യുദ്ധം തുടങ്ങിയിട്ടുകൊല്ലം അഞ്ചു കഴിഞ്ഞിരിക്കുന്നു.

തികഞ്ഞ സംതൃപ്തിയോടെ പിപ്പിഗ്ഗ് ഫ്യൂഹറർ വസ്ത്രങ്ങൾ പരിശോധിക്കുന്നത് നോക്കിക്കൊണ്ടിരുന്നു. അയാൾ പറഞ്ഞതെല്ലാം അക്ഷരംപ്രതി സത്യമായിരുന്നു. തുണികളുടെ മെച്ചവും കൂടെയായ പ്പോൾ അയാളെ കുറ്റംപറയാൻ യാതൊരു കാരണവുമുണ്ടായിരുന്നില്ല. പതുക്കെ തലയാട്ടി അയാൾ പോകാനനുമതി നൽകി.

'ഉം കടന്നുപോയാട്ടെ ജയിൽപുള്ളി' ആവശ്യമില്ലെങ്കിലും പിപ്പിഗ്ഗ് മടമ്പുകൾ ക്ലക്ക് എന്ന് കൂട്ടിയടിച്ചു സല്യൂട്ട് ചെയ്തു. പടികടന്ന് പുറ

ത്തെത്തിയപ്പോൾ അയാൾക്ക് തോന്നി താൻ കടന്നുപോന്നത് സൂചിപ്പഴുതിലൂടെയാണെന്ന്.

തയ്യൽക്കടയിൽവെച്ച് പിപ്പിഗ്ഗ് റോട്ടൺ ഫ്യൂഹററെ കണ്ടുമുട്ടി.

"എന്തു സാധനമാണ് താൻ പൊക്കിക്കൊണ്ടു വന്നിരിക്കുന്നത്?"

പിപ്പിഗ്ഗ് മറുപടി പറയുന്നതിനു മുമ്പുതന്നെ എസ് എസുകാരന്റെ പിന്നിൽനിന്നു ലാഞ്ച് വിളിച്ചു പറഞ്ഞു.

"റോട്ടൺ ഫ്യൂഹറർ, രണ്ടാമതും ഒന്നു തുന്നി പരീക്ഷിക്കാമെന്നു കരുതി വരുത്തിയിട്ടുള്ള വസ്ത്രങ്ങളാണ്. കലവറ മുറിയിൽനിന്നു കൊണ്ടു വരാൻ പറഞ്ഞതനുസരിച്ചു കൊണ്ടുവന്നതാണ്. കുഴപ്പമൊന്നുമില്ല." റോട്ടൺ ഫ്യൂഹറർ പിപ്പിഗ്ഗിനെ കടന്നുപോകാനനുവദിച്ചു.

അതീവശ്രദ്ധയോടെ തങ്ങളുടെ തയ്യൽ യന്ത്രങ്ങളിൽ വേലചെയ്തു കൊണ്ടിരുന്ന തടവുകാരുടെ നീണ്ട നിരയിലൂടെ കോട്ടുകെട്ടും കൊണ്ട് പിപ്പിഗ്ഗ് നടന്നു. ഒടുവിൽ അതയാൾ ലോഞ്ചിന്റെ മുന്നിലുള്ള വെട്ടുമേശമേൽ ഒരു ശബ്ദത്തോടെ ഇട്ടു. ലോഞ്ച് വളരെ പ്രയത്നപ്പെട്ട് അതെല്ലാം പരിശോധിച്ചു. ഒരെണ്ണം പൊക്കിയെടുത്ത് അത് തിരിച്ചും മറിച്ചും നോക്കി. മേശപ്പുറത്ത് വിരുത്തിയിട്ട് അതിന്റെ അടിത്തുണിയും ശീലയുടെ മേന്മയുമെല്ലാം കൂലങ്കഷമായി പരിശോധിച്ചു. അതീവശ്രദ്ധയോടെ പണിയെടുക്കുന്നതിനിടയിൽ അയാളുടെ കണ്ണുകൾ മാത്രം ഒരു പ്രത്യേക മാർഗത്തിലൂടെ സഞ്ചരിച്ചു. സൂക്ഷ്മതയോടെ പിപ്പിഗ്ഗിന്റെ നോട്ടം അതിനെ അനുധാവനം ചെയ്തു.

ഹ, ഹ, ഹ, മേശക്കടിയിൽ പഴംതുണികൾ ഇട്ടുവെക്കുന്ന പെട്ടി!

പിപ്പിഗ്ഗ് കുമ്പിട്ടു. ലോഞ്ച് പൊക്കിപ്പിടിച്ച തുണിയുടെ മറപറ്റി അയാൾ അപ്രത്യക്ഷനായത് ആരുമാരും കണ്ടില്ല. മേശക്കടിയിലേക്ക് കുനിഞ്ഞ അയാളെ, മറയ്ക്കുവാൻ മേശമേൽ ആണിയടിച്ച് ഉറപ്പിച്ച് താഴോട്ടു ഇട്ടിരുന്ന യവനിക പ്രയോജനപ്പെട്ടു. അനായാസലാഘവത്തോടെ അയാൾ ജാക്കറ്റിന്റെയും ഷർട്ടിന്റെയും ബട്ടൺ അഴിച്ചു ചൂടുവെള്ള സഞ്ചിയുടെ അടപ്പുമാറ്റി, പഴയ തുണികളുടെ ഇടയിൽ കിടന്ന കുപ്പിയിലെ പാൽ സഞ്ചിയിൽ ഒഴിച്ചു. കുപ്പി തിരികെ പഴയ സ്ഥാനത്തുതന്നെ തിരുകി വെക്കുന്നതിനിടയിൽ മുകളിൽനിന്ന് ഒരു പൊതി വന്നു വീണു. ഹാ, മുന്തിരിസ്സത്ത്. പിപ്പിഗ്ഗ് ലോഞ്ചിനെ നോക്കി. ലോഞ്ച് കണ്ണുകൾ ഇറുക്കി. അവർക്ക് അന്യോന്യം മനസിലായി.

പൊതി കൈയിലെടുത്തു വസ്ത്രമെല്ലാം പിടിച്ചു വലിച്ചു നേരെയിട്ട് അയാൾ എഴുന്നേറ്റുനിന്നു. കുറച്ചുനേരം ചുമ്മാ വർത്തമാനം പറഞ്ഞു കഴിഞ്ഞശേഷം അയാൾ യാത്ര പറഞ്ഞു. മുന്നിൽ നിന്ന റോട്ടൺ ഫ്യൂഹറർ അയാളെ പോകാനനുവദിച്ചു.

മഞ്ഞുപോലെ തണുത്ത പാൽക്കുപ്പി, ഒട്ടിച്ചേർന്നു കിടക്കുന്ന വയറിനും ആ കുളിർമ അനുഭവപ്പെട്ടു, മുന്തിരിസ്സത്തിന്റെ പൊതി അയാൾ തൊപ്പിക്കുള്ളിലാക്കി. എസ് എസുകാരനെ കണ്ടു തൊപ്പിയെടുക്കേണ്ടി വന്നാലും പൊതി കൈയിൽ തന്നെയിരിക്കുമല്ലോ.

ക്യാമ്പിന്റെ പടിയെ ലാക്കാക്കി നടന്നുവരുമ്പോൾ, ഒരു കൂട്ടം തടവുകാർ ജനവാതിലിനരികെ നിൽക്കുന്നതു കണ്ടു. അവരുടെ വസ്ത്രമെല്ലാം പരിശോധിക്കുകയാണെന്നയാൾക്കു മനസിലായി. ആ തന്തയില്ലാത്തവൻ ആ സാധുക്കളെയിട്ടു ചാടിക്കുകയായിരുന്നു.

പിപ്പിഗ്ഗിനു പിന്നോക്കംതന്നെ മടങ്ങാനോ, അവിടെ തന്നെ തങ്ങി നിൽക്കാനോ സാധ്യമായിരുന്നില്ല. ഗേറ്റിന്റെ വളരെ അടുത്തയാൾ എത്തിക്കഴിഞ്ഞിരിക്കുന്നു. മനുഷ്യാ ധൈര്യമവലംബിക്കൂ! ആരാണ് ഇവിടെ പിപ്പിഗ്ഗ്! ഞാനോ! നിങ്ങളോ? ഞാനല്ലേ! പിപ്പിഗ്ഗ്. യാതൊരു ഭയഭാവവും കൂടാതെ പിപ്പിഗ്ഗ് സൂചിക്കുഴയുടെ സമീപമെത്തി. തടവുകാരുടെ ഇടയിലൂടെ തിക്കിതിരക്കി മുന്നോട്ടു നീങ്ങി, പൊതി വെച്ചിരിക്കുന്ന തൊപ്പി ഉഷാറോടെ പൊക്കി, മടമ്പുകൾ ക്ലിക്ക് എന്ന ശബ്ദത്തോടെ കൂട്ടിയിടിച്ച് സല്യൂട്ട് നൽകി. ഉറക്കെ പറഞ്ഞു. “ഇത് 2398-ാം നമ്പർ തടവുകാരൻ. എസ് എസ് തയ്യൽകടയിൽനിന്ന് മടങ്ങുകയാണ്.”

മറ്റുള്ളവരെ ഇട്ടുചാടിച്ചു കൊണ്ടിരുന്ന ബ്ലോക്ക് ഫ്യൂഹറർ തിരിഞ്ഞു നോക്കിയപ്പോൾ അയാൾ പാസ് എടുത്തുകാണിച്ച് ഭംഗിയിൽ ഒന്നു സല്യൂട്ട് ചെയ്തു. ഹൗ. സൂചിദ്വാരത്തിലൂടെ കടന്നുപോന്നു. നിമിഷങ്ങൾ അടർന്നടർന്നു വീഴുന്നു. ഞരമ്പുകൾ പൊട്ടാറായ മട്ടിൽ വലിഞ്ഞുമുറുകി നിൽക്കുകയാണ്. ‘ഹേയ് കലവറമുറിയിലെ തടവുകാരാ.....തിരികെ ഗേറ്റിലേക്ക് വരൂ.’ അങ്ങനെയെങ്ങാനുള്ള ഒരു കൽപ്പന പിന്നിൽനിന്നു കേൾക്കുമോ.......?

ഗേറ്റിൽനിന്ന് തന്നെ അകറ്റുന്ന കാൽവയ്പുകളുടെ എണ്ണം കൂടുന്തോറും ഞരമ്പിന്റെ പിരിമുറുക്കം കുറയുന്നുണ്ട്. വയറ്റത്ത് പാലിന്റെ തണുപ്പ് ഇപ്പോൾ അനുഭൂതമാകുന്നില്ല. ഇല്ല, ആരുടെ ഒച്ചയും കേൾക്കാനില്ല. പിപ്പിഗ്ഗിന്റെ പിന്നിൽ അനന്തമായ സംരക്ഷണക്ഷമമായ ശൂന്യത അങ്ങനെ പരന്നു കിടക്കുന്നു. കവാത്ത് മൈതാനത്തിന്റെ പകുതി കടന്നുകഴിഞ്ഞപ്പോൾ പിപ്പിഗ്ഗ് പതുക്കെ ഓടാൻ തുടങ്ങി. പിരിമുറുക്കം തീരെ അയഞ്ഞു; അതിന്റെ സ്ഥാനത്തിതാ മഹത്തായ വിജയലഹരി അലതല്ലുന്നു.

പിപ്പിഗ്ഗ് ഓടി.

“മോനെ, കൊച്ചുമോനെ, ഇതാ നല്ലൊരു വാർത്ത. പാൽ കിട്ടി മോനേ, നമുക്ക് പാൽ കിട്ടിപ്പോയി; പാൽ. പാൽ.”

ക്രോപ്പിൻസ്കിയുടെ കണ്ണുകളിൽ ഹർഷാശ്രുക്കൾ നിറഞ്ഞു രണ്ടുപേരുംകൂടി ആ കുട്ടിയുടെ മുന്നിൽ ചമ്രം പടിഞ്ഞിരുന്നു അവൻ പാൽ ആസ്വദിക്കുന്നത് ഒരാരാധനഭാവത്തോടെ നോക്കിയിരിക്കവേ ക്രോപ്പിൻസ്കി സ്നേഹത്തോടെ പിപ്പിഗ്ഗിന്റെ കൈത്തണ്ട തലോടി. കുട്ടി രണ്ടുകൈകൊണ്ടും ആ വലിയ അലുമിനിയ കോപ്പ പൊക്കിപ്പിടിച്ചു വിശന്നു വലഞ്ഞ ഒരു കരടിക്കുട്ടിയെപ്പോലെ നുണച്ചു ചുണ്ടുകൾ നക്കിക്കൊണ്ടിരുന്നു.

“നല്ല സഹോദരൻ, ധീരനായ സഹോദരൻ!” എന്നെല്ലാം ക്രോപ്പിൻസ്കി പിറുപിറുക്കുന്നുണ്ടായിരുന്നു.

പിപ്പിഗ്ഗ് പറഞ്ഞു. "എന്റെ കുട്ടി, ഉടുതുണിയിൽ മലം പോയ കഥ നീ അറിഞ്ഞിരുന്നുവെങ്കിൽ!"

അയാൾ ചിരിച്ചു. ചെയ്ത കൃത്യം അയാൾക്കു തന്നെ വിശ്വസിക്കാൻ വയ്യ. പെട്ടെന്നു ഹോഫൽ അവരുടെ പിന്നിലെത്തി. സന്തോഷത്തോടെ രണ്ടുപേരും അയാളെ നോക്കി.

"നിങ്ങൾക്ക് എവിടെനിന്നു കിട്ടി ഈ പാൽ?" പിപ്പിഗ്ഗ് ഹോഫലിന്റെ മുഖത്തുനോക്കി നല്ലപോലെ ഒന്നുചിരിച്ചു. പിന്നെ കുട്ടിയുടെ നിറഞ്ഞ വയറ്റിൽ ചൂണ്ടാണിവിരൽ ഓടിച്ചുകൊണ്ടു പറഞ്ഞു. "മൈതാനത്തിലെ പശു, പശു, സുഖം തന്നെയല്ലെ. ഞങ്ങൾക്കു കുറച്ചു പാൽ തരൂ. എന്നിട്ടോ മൂ ഊ ഊ ഊ എന്നു പറഞ്ഞ് ഇവിടെനിന്നു പോയ്ക്കോളൂ....."

കുട്ടി പൊട്ടിച്ചിരിച്ചു.

പിപ്പിഗ്ഗ് പിന്നോക്കം ഉരുണ്ട് കൈകൾ കൂട്ടിത്തിരുമ്മി.

"അവൻ ചിരിച്ചു. നിങ്ങൾ അതു കേട്ടുവോ. അവൻ ചിരിച്ചു."

ഹോഫൽ ഗൗരവം വിടാതെനിന്നു. അയാൾ നന്നെ ക്ഷീണിച്ചിരുന്നു. തലേരാത്രി അയാൾ ഉറങ്ങിയിട്ടേയില്ല. 61-ാം നമ്പറിലെ ബ്ലോക്ക് സീനിയറും പോളണ്ടുകാരനുമായ സിഡ്കോവ്സ്കിയെ കണ്ട് കാര്യങ്ങളെല്ലാം തീരുമാനിച്ചു കഴിഞ്ഞു എന്ന് കാലത്തെ ഹാജർവിളിക്ക് മുമ്പുതന്നെ ക്രാമർ അയാളെ അറിയിച്ചു.

ഹോഫൽ കുട്ടിയുടെ മുമ്പിൽ, അവൻ പാൽ കുടിക്കുന്നതും നോക്കിക്കൊണ്ടുനിന്നു. കുട്ടി.......ആ വർത്തമാനം ഇവരെ രണ്ടുപേരേയും പറഞ്ഞ് മനസിലാക്കിക്കൊടുക്കേണ്ട ജോലി അയാളുടേതാണ്.

"ഒന്നു കേൾക്കൂ" ഹോഫൽ ആരംഭിച്ചു.

ക്രാമറുടെ പ്രാതകാല സന്ദർശനത്തെപ്പറ്റി അറിഞ്ഞിരുന്ന പിപ്പിഗ്ഗിനു പെട്ടെന്നു മനസിലായി ക്യാമ്പ് സീനിയർ ഹോഫലിലൂടെ സംസാരിക്കുകയാണെന്ന്. ഒരുപക്ഷെ കുട്ടിയെ അവിടെനിന്നു മാറ്റാൻ തക്ക കാരണങ്ങൾ ഉണ്ടായിരിക്കാം.......എന്നാലും ഈ പകർച്ചവ്യാധിക്കാരുടെ സ്ഥലത്തേക്കു വേണോ?

ഹോഫൽ അവരെ ശാന്തരാക്കി. പട്ടാപ്പകൽ കുട്ടിയെ ചെറിയ ക്യാമ്പിലേക്കു നീക്കാൻ സാധ്യമല്ല. രാത്രിയിലേ തരമാകൂ സാധാരണ വൈകുന്നേരത്തെ ഹാജർ വിളികഴിഞ്ഞാൽ സ്വീലിങ്ങ് സ്ഥലം വിട്ടു പോകും. അതാണ് പറ്റിയ സമയം. ട്രൗസർ പോക്കറ്റിൽ കൈ തിരുകി നിന്നു പിപ്പിഗ്ഗ് പിറുപിറുത്തു. "എന്തൊരു നല്ല കുറിഞ്ഞി പൂച്ചക്കുഞ്ഞ്."

ഒരു തടവുകാരൻ പ്രവേശിച്ച് അവർക്കു താക്കീതു നൽകി. സ്വീലിങ്ങ് വന്നിരിക്കുന്നു. അവർ വേഗം പിരിഞ്ഞുപോകണം.

സ്വീലിങ്ങിന് ഇതുവരെ ആ കുറിപ്പ് മുറിയിൽ വെക്കാനുള്ള സന്ദർഭം കിട്ടിയില്ല. അയാൾ നേരെ സ്വന്തം ഓഫീസ് മുറിയിലേക്കു കയറി. വന്ന ഉടനെ തന്നെ റിപ്പോർട്ട് മുറിയിൽ നോക്കി. തന്റെ മേശക്കരികെ ഇരുന്നിരുന്ന റീനിബോത്ത് സ്വീലിങ്ങ് കടന്നുവരുന്നതും സംഭ്രമത്തോടെ തന്നെ അഭിവാദ്യംചെയ്തു പെട്ടെന്നു പിൻവാങ്ങുന്നതും കണ്ടു

അത്ഭുതപ്പെട്ടു, കലവറ മുറിയിലെ ആ തിരുമഠയൻ ഹീനിക്ക് എന്തു വേണമാവോ?

കാലത്ത് പല പ്രാവശ്യം അവിടെപോയി നോക്കിയിരുന്നുവെങ്കിലും ഒരിക്കൽപോലും ഭാഗ്യദേവത അയാളെ കടാക്ഷിച്ചില്ല. ആ ഗേറ്റിന്നരികെ ഒന്നല്ലെങ്കിൽ ഒന്ന് എപ്പോഴുമുണ്ടാകും.

അന്ന് ഉച്ചതിരിഞ്ഞു സമയം മുഴുവനും സ്വീലിങ്ങ് തന്റെ ഓഫീസ് മുറിയിൽ ചിന്താക്ലാന്തനായി ഇരുന്നു. സാധാരണ വൈകുന്നേരത്തെ ഹാജർവിളി കഴിഞ്ഞ ഉടനെതന്നെ റീനിബോത്ത് തന്റെ മോട്ടോർ സൈക്കിളിൽ ചാടിക്കയറി, കാമിനിയെക്കാണാൻ വീമാറിലേക്കു പോകാറാണ് പതിവ്. അതുകൊണ്ട് റോൾ കോൾകഴിഞ്ഞ് റീനിബോത്ത് പോകുന്നതു വരെ കാത്തിരുന്നിട്ടുവേണം ഈ കുറിപ്പ് അവിടെ കൊണ്ടിടാൻ. വാസ്തവത്തിൽ ഇതവിടെക്കൊണ്ട് ഇടേണ്ട ആവശ്യമുണ്ടോ?

ഹോർട്ടെൻസ് അയാളിൽ അടിച്ചു കയറ്റിയ ഭീതിയുടെ തളർച്ച ഇപ്പോഴും അംഗങ്ങളിൽനിന്നു വിട്ടുമാറിയിട്ടില്ല. എസ് എസിൽ ഉള്ളിടത്തോളം കാലം ഭാവിയെക്കുറിച്ചു യാതൊരു ഉൽക്കണ്ഠക്കും അവകാശമില്ല. ഈ മരണസംഘടനയിലെ അംഗത്വവും, ക്യാമ്പിലെ എസ് എസ് പ്രവർത്തവും ഇത:പര്യന്തം അയാൾ അനുഭവിച്ചുപോന്ന ജീവിത യാതനകൾക്ക് ഒരു വിരാമമിട്ടു. ഇന്നലെ ഹോർട്ടെൻസുമായുണ്ടായ ചർച്ചകൾ കഴിഞ്ഞപ്പോഴാണ് ക്യാമ്പിന്റെ അവസാനം ആസന്നമായി എന്ന ബോധം അയാൾക്കുണ്ടായത്. അതിനെ ഇനി തനിക്കു സൗകര്യപ്രദമായ ഒരു വിദൂരതയിലേക്കു തള്ളിമാറ്റാനും സാധ്യമല്ല. തന്റെ മരണസാധ്യതയെ കുറിച്ചൊന്നും അയാൾക്കു പേടിതോന്നിയില്ല. അതിനുള്ള ബുദ്ധിയോ തന്റേടമോ അയാൾക്കുണ്ടായിരുന്നില്ലതാനും. വസ്ത്രസംഭരണമുറിയിലെ തടവുകാർ ധൃതിയിൽ പണിയെടുക്കുന്നതു വിദ്വേഷം നിറഞ്ഞ മടുപ്പോടെ അയാൾ ജനവാതിലിലൂടെ നോക്കി. ചിന്തകൾ അയാളുടെ മനസിൽക്കിടന്നു പുകഞ്ഞുനീറുകയാണ്. തനിക്കിനി എന്തു പറ്റും? "ഞാനിനി നിങ്ങൾക്കു ചെലവിനു തരണമോ. നിങ്ങൾക്കു യാതൊന്നും അറിഞ്ഞുകൂടാ." ഹോർട്ടെൻസിന്റെ ആ വാക്കുകൾ അയാളുടെ ചേതനയെ വീണ്ടും വീണ്ടും കുത്തിനോവിച്ചു. അനിശ്ചിതമായ ഭാവിയിൽ തനിക്ക് അഭിമുഖീകരിക്കേണ്ടിവരുന്ന ഗതിവിഗതികളെക്കുറിച്ചുള്ള ദീനമായ ചിന്തകൾ അയാളെ അമ്പരപ്പിച്ചു. കഷ്ടം യുദ്ധം ഇത്ര വിപരീതമായ നിലയിൽ അവസാനിക്കുമെന്ന് ആരു കണ്ടു?

ഇതുവരെ സ്വീലിങ്ങിനൊരു മാർഗമുണ്ടായിരുന്നു. പെട്ടെന്ന് അതങ്ങവസാനിച്ചാൽ? ഹെർഫ്യൂഹറിന്റെ കണക്കുകൂട്ടൽ അമ്പെ തെറ്റിയിരിക്കുന്നു. വൃത്തികേട്? സ്വീലിങ്ങ് ആ സമയത്ത് ഫ്യൂഹററെക്കുറിച്ചോർത്തതു, ഏതോ ഒരപരിചിതനെപ്പറ്റിയോർക്കുന്നതുപോലെയായിരുന്നു. കൈ എത്താത്ത വിദൂരതയിൽ എവിടെയോ, ബോംബ് ഷെൽട്ടറിൽ സുരക്ഷിതനായി, സുഖസൗകര്യങ്ങളോടെ, വെറുതെ ഇരിക്കുന്ന ഒരപരിചിതൻ!

താൻ ഒറ്റപ്പെട്ടിരിക്കുകയാണെന്ന് സ്വീലിങ്ങിനു തോന്നി. ക്യാമ്പിലെ

കമാന്റർ അയാളെ ശ്രദ്ധിക്കാറേയില്ല. മറ്റുള്ളവരോ. ക്ലൂട്ടിക്. റീനിബോത്ത്, എന്തെങ്കിലും ഒന്ന് അയാളുടെ കയ്യിൽനിന്ന് തട്ടിയെടുക്കാമെന്ന് വരുമ്പോൾ മാത്രം അവർ സ്നേഹഭാവം നടിക്കും! വല്ല ജൂതന്മാരിൽ നിന്നും അടിച്ചെടുക്കുന്ന സ്വർണ്ണവാച്ചോ വൈരമോതിരമോ, സ്വർണ്ണപ്പെന്നോ; അങ്ങനെയെന്തെങ്കിലും. അപ്പോൾ സഖാവായി, ഹോപ്ററഷ്വാർ ഫ്യൂഹററായി സ്നേഹത്തോടെ തന്റെ പുറത്തവർ തട്ടുകയും ചെയ്യും!

സഖാവ്! എന്തു സഖാവ്? എന്തെങ്കിലും ഒരു സഹായത്തിനവരെ സമീപിച്ചാൽ ആ മാന്യസഖാക്കൾ അയാളുടെ അപേക്ഷയെ തികഞ്ഞ പുച്ഛത്തോടെ നിരാകരിക്കുന്ന രംഗമയാൾ വിഭാവനം ചെയ്തു നോക്കി. അത് മുൻകൂട്ടി കണ്ടിട്ടെന്നപോലെ അയാൾ ഒന്ന് ഇളിച്ചു. പൊതുവെ അവ്യക്തമായി തോന്നിയിരുന്ന ഭീതി, ഇപ്പോൾ. ക്ലൂട്ടിക്കിനെയും റീനിബോത്തിനെയും പറ്റിയുള്ള ഭയമായി ഒതുങ്ങി. ആ യഹൂദ ചെക്കനെ പ്പറ്റിയുള്ള വാർത്തയെങ്ങാനും അറിഞ്ഞാൽ യാതൊരു അനുഭാവവും കൂടാതെ അവർ ചുമ്മാ അയാളെ ബലികൊടുക്കും.

ഹോഫൽ ആ നീണ്ട കൗണ്ടറിനരികെ തടവുകാരോടു സംസാരിച്ചുകൊണ്ട് നിൽക്കുകയായിരുന്നു. സ്വീലിങ്ങ് ജനവാതിലിലൂടെ ദ്രോഹബുദ്ധിയോടെ അയാളെ തന്നെ നോക്കിക്കൊണ്ടുനിന്നു. സ്വീലിങ്ങിന്റെ ക്രോധം ആ യഹൂദ ചെക്കന്റെ പേരിൽ തന്നെ ഈ കുഴപ്പത്തിലേക്കെല്ലാം വലിച്ചിഴച്ച ആ തന്തയില്ലാത്തവനോടുള്ള വെറുപ്പായി മാറി. "ഹും, ഇവനോടാണ് എനിക്ക് നന്ദി പറയാനുള്ളത്. എടാ തെമ്മാടി ഞാൻ നിന്നെ പൊടിച്ചു കളയും! നോക്കിക്കോ."

നിരന്തരമായി തുറന്നിരിക്കുന്ന അയാളുടെ വായ കണ്ടു സഹിക്കാൻ വയ്യാതാകുമ്പോൾ ഹോർട്ടെൻസ് പറയാറുണ്ട്. "ഹോയ്, കടയൊന്ന് അടച്ചുവെക്കാമോ; നിങ്ങൾ തുപ്പലൊലിപ്പിക്കുകയാണ്," ഇപ്പോൾ അവൾ അതു പറഞ്ഞു എന്ന മട്ടിൽ സ്വീലിങ്ങ് ഞെട്ടിത്തെറിച്ചു. അയാൾ തന്റെ ആലോചനകളെല്ലാം നിർത്തി. കുറ്റബോധത്തോടെ അയാൾ തന്റെ വായ അടച്ചുപിടിച്ചു. അയാൾ ഞെളിഞ്ഞു വാതിലിന്നടുത്തേക്ക് നടന്നു. അത് തുറന്നുപിടിച്ചുകൊണ്ട് ഗർജിച്ചു. "ഹോഫൽ."

ഹോഫൽ തലയുയർത്തി നോക്കി; സ്വീലിങ്ങിനെ പിൻതുടർന്ന് ആ മുറിക്കകത്തേക്കു കടന്നു. കണ്ടുമുട്ടുമ്പോഴെല്ലാം അവർ മനഃപൂർവം അവഗണിക്കുന്ന ഒരു സംഗതിയുണ്ട്—ആ കുട്ടിയുടെ കാര്യം. അപകടകരമായ ഒരു വിജ്ഞാനശകലം പോലെ അത് അന്തരീക്ഷത്തിൽ അങ്ങനെ തൂങ്ങി കിടക്കയേയുള്ളൂ. എന്താണ് സ്വീലിങ്ങിനു പറയാനുള്ളത് എന്ന ആശങ്കയോടെ ഹോഫൽ കാത്തുനിന്നു. അയാൾ നേരെ ഹോപ്റ്റഷ്വാർ ഫ്യൂഹററുടെ കണ്ണുകളിലേക്കു തന്നെ നോക്കി. സ്വീലിങ്ങ് ഡസ്കിന്റെ പിന്നിൽ നീണ്ട കാലുകൾ നീട്ടിവെച്ച് അങ്ങനെ ഇരുന്നു.

"ഇന്നിനി പുതിയ യാത്രാസംഘം ഒന്നുംവരാനില്ല. വൈകുന്നേരത്തെ ഹാജർവിളി കഴിഞ്ഞാൽ എല്ലാവരും താന്താങ്ങളുടെ ബ്ലോക്കുകളിലേക്കു മടങ്ങിപോയ്ക്കോളണം."

"എന്താണിതിന്റെ അർഥം?"

"ഹൗ. നേരത്തെ മടങ്ങാമെന്ന കാര്യംപോലും നിങ്ങൾക്ക് ഇഷ്ടമല്ലെ?" അയാൾ സൗമനസ്യം പ്രകടിപ്പിക്കാൻ ശ്രമിക്കുകയായിരുന്നു.

"ഞങ്ങൾക്ക് ഇനിയും ഒരുപാടു പണിയുണ്ട്" സ്വീലിങ്ങ് ആ ആശയം അപ്പാടെ തള്ളിക്കളഞ്ഞു. "ഇനിയെല്ലാം നാളെ ഇന്നത്തെ പണിയെല്ലാം തീർന്നു അഥവാ വേഗം തീർത്തു കഴിഞ്ഞിരിക്കുന്നു......."

"അതെങ്ങനെ? ഹെർഹോപ്റ്റഷ്ചാർ" നിഷ്കളങ്കത നടിച്ചുകൊണ്ട് ഹോഫൽ ആരാഞ്ഞു.

"അത്രയൊന്നും നാട്യം കാണിക്കില്ലെ?" അയാൾ കുറച്ചടുപ്പം കാണിച്ചുകൊണ്ടു പറഞ്ഞു. "എനിക്കും നിനക്കും അറിയാമല്ലോ, കാര്യങ്ങളുടെ കിടപ്പെല്ലാം......"

അവർ കണ്ണുകൊണ്ടു അന്യോന്യം ഉഴിഞ്ഞുനിന്നു.

"ശരി, അവരെ ഹാജർ വിളിക്കു തയ്യാറാക്കി നിർത്തൂ. ഇന്നു ഞാൻ തന്നെ താക്കോൽ കൊണ്ടുപോയ്ക്കോളാം."

പുറത്തേക്കു പോകുമ്പോൾ സ്വീലിങ്ങിന്റെ നോട്ടം തന്റെ പുറത്തു ആഞ്ഞുതറയ്ക്കുന്നുണ്ടെന്നു ഹോഫലിനു തോന്നി. അമ്പരപ്പോടെ തന്നെ നോക്കിക്കൊണ്ടു നിന്നിരുന്ന പിപ്പിഗ്ഗിനു ഹോഫൽ കണ്ണുകൾകൊണ്ടൊരു താക്കീതു നൽകി. എന്തോ കുഴപ്പമുണ്ട് എന്നതു വ്യക്തമാക്കി. ഒരൊറ്റ അക്ഷരം അവർ മിണ്ടിയില്ല. ആ കണ്ണുകൾ സംസാരിച്ചു. "ശ്രദ്ധിച്ചോളൂ: സൂക്ഷിക്കണം."

"ഹാജരെടുക്കാനായി വരിവരിയായി നിൽക്കുവിൻ." ഹോഫൽ ആ കെട്ടിടത്തിൽ ഉടനീളം നടന്നു.

ഇത്രനേരത്തെ തന്നെ ഹാജർ വിളിക്കുകയോ, എന്ന് അത്ഭുതപ്പെട്ടു കൊണ്ട് ആ കമാന്റോവിലെ തടവുകാർ നീണ്ട കൗണ്ടറിനരികെ കൂട്ടംകൂടിനിന്നു. കെട്ടിടത്തിന്റെ ജനവാതിലുകൾ മുഴുവനും അടച്ചു കഴിഞ്ഞോ എന്നു നോക്കിക്കൊണ്ടു നടക്കുന്നതിനിടയിൽ ഹോഫൽ ഗാഢമായി ചിന്തിക്കുകയായിരുന്നു. സ്വീലിങ്ങ് തന്നെ ഗേറ്റിലേക്കു താക്കോൽ കൊണ്ടുപോകുകയാണെങ്കിൽ അവരെല്ലാവരും പുറത്ത് ആയിരിക്കും. പുറത്തു നിന്നു മാത്രമെ ആ കെട്ടിടത്തിലേക്കു കടക്കാൻ ഒക്കുകയുള്ളു.

അപ്പോൾ ആദ്യത്തെ പരിപാടി ഒന്നു മാറ്റേണ്ടിയിരിക്കുന്നു. രഹസ്യമായ എന്തോ അപകടം പതിയിരിക്കുന്നുണ്ട്. ഹോഫലിന്റെ മനസിൽ നിന്ന് ആ ചിന്ത മായുന്നില്ല.

പതിവിലും അധികം നേരം സ്വീലിങ്ങ് അവിടെ ഇരിക്കുന്നതിന്റെ കാരണം എന്തായിരിക്കും? എന്താണയാൾ ചെയ്യാൻ പോകുന്നത്. നേരത്തെയുള്ള ഈ ഹാജർ വിളിയുടെ കാരണം എന്തായിരിക്കുമെന്നു സംശയിച്ചുകൊണ്ട് ആ മൂലയിൽ നിന്നു പുറത്തേക്കു വന്ന ക്രോപ്പിൻസ്കി ചോദിച്ചു "എന്താണ് സംഗതി?"

ഹോഫൽ അയാളെ സമാശ്വസിപ്പിച്ചു. ഉമ്മറത്തേക്കയച്ചു. അയാൾ തനിച്ചായെന്നു കണ്ടപ്പോൾ കെട്ടിടത്തിന്റെ മുൻഭാഗത്തുള്ള ഒന്നു രണ്ടു

ജനവാതിലുകൾ തുറന്നിട്ടു, ശ്രദ്ധയോടെ പുറത്തേക്കുനോക്കി. ജനവാതിലിന്റെ ഏതാണ്ട് പത്തടി താഴെയായി, ആദ്യത്തെ നിലയിലുള്ള വസ്ത്രധാരണ മുറിയും കുളിമുറിയുമായി കൂട്ടിയോജിപ്പിക്കുന്ന കെട്ടിടത്തിന്റെ മോന്തായമാണ്. ഹോഫലിനു വല്ലാത്ത സംതൃപ്തി തോന്നി. ജനവാതിൽ വലിച്ചടച്ചു; എങ്കിലും, പുറമെനിന്ന് ആരെങ്കിലും തള്ളിയാൽ തുറന്നു പോരണമെന്ന ഉദ്ദേശ്യത്തോടെ അതിന്റെ കുറ്റി തൊടുവിച്ചു വെച്ചതേയുള്ളൂ. അതും കഴിഞ്ഞയാൾ ഉമ്മറത്തേക്കു പോയി.

## III

**ഇ**രുട്ടുപരന്നു. ഹാജർ വിളികഴിഞ്ഞിട്ടു നേരം വളരെയായി. എന്നിട്ടും സ്വീലിങ്ങ് കലവറമുറിയിൽ തന്നെയിരുന്നു. അടുക്കളയുടെയും കുളിമുറിയുടെയും ഇടയിലുള്ള മൂലയിൽ ഇരുളിന്റെ മറപിടിച്ച് അവർ മൂന്നുപേരും നിന്നു; ഹോഫലും പിപ്പിഗ്ഗും ക്രോപ്പിൻസ്കിയും. ആ വലിയ ഇഷ്ടിക കെട്ടിടത്തിന്റെ രണ്ടാമത്തെ നിലയിലുള്ള ഒരു ജനവാതലിനെ തന്നെ നോക്കിക്കൊണ്ടു നിൽക്കുകയായിരുന്നു അവർ.

കുത്തി തുളയ്ക്കുന്ന ചാറ്റൽ മഴയേറ്റു കിടുകിടെ വിറച്ച അവർ തങ്ങളുടെ നേരിയ ട്രൗസറുകളുടെ പോക്കറ്റിൽ കൈകൾ തിരുകി, ആ ജനവാതിൽക്കലേക്കുതന്നെ നിർന്നിമേഷരായി നോക്കിക്കൊണ്ടുനിന്നു. ക്യാമ്പ് മുഴുവനും നിതാന്ത നിശ്ചലതയിൽ മുങ്ങിനിന്നു. ഒരൊറ്റ തടവുകാരനെപ്പോലും അവിടെയെങ്ങും കാണാനുണ്ടായിരുന്നില്ല. ഗുമസ്തന്മാരുടെ മുറിയിൽനിന്ന് ധൃതഗതിയിൽ നടന്നുപോകുന്ന ഏതോ ബ്ലോക്ക് സീനിയർ ചരൽ കല്ലുകൾ ചവിട്ടിമെതിക്കുന്നതിന്റെ ശബ്ദം അവർ കേട്ടു. ഒന്നു ഞെട്ടിയുണർന്നു. പ്രശാന്തത വീണ്ടും മയങ്ങിവീഴുന്ന തോടെ മരവിച്ച മൂകത എമ്പാടും പരക്കുന്നു. ചുമരുകളിൽ മങ്ങിമങ്ങിയെരിഞ്ഞ വിളറിയ വെളിച്ചം കവാത്തു മൈതാനിയിലെ ആസ്ഫ്ളാറ്റ് വിരിച്ച, നനഞ്ഞ തറയിൽ നേരിയ പ്രഭ വിതറി, ക്യാമ്പിന്റെ ചുറ്റും ഇരുളടഞ്ഞ കാനനമായിരുന്നു.

ക്രോപ്പിൻസ്കി എന്തോ പിറുപിറുത്തത് അവർക്ക് മനസിലായില്ല. അതിനാൽ അവർ ഒരു മറുപടിയും പറഞ്ഞില്ല.

സ്വീലിങ്ങ് വിളക്ക് ഡസ്കിന്റെ അടിയിലേക്കു നീക്കി. വെളിയടയില്ലാത്ത ജാലകങ്ങളിലൂടെ വെളിച്ചം പരക്കാതിരിക്കാനൊരു മുൻകരുതൽപോലെ അയാൾ ആ വിളക്കിന്റെ മുമ്പിൽ ഒരു തുണി തൂക്കിയിട്ടു. റീനിബോത്ത് ക്യാമ്പ് വിട്ടു എന്ന് അയാൾക്കു തീർച്ചയായി. പടിക്കലെ കാവൽക്കാർ മാറിവന്നു. ആ കുറിപ്പ്, കൈ എത്തത്തക്ക വിധത്തിൽ അയാൾ യൂണിഫോറത്തിന്റെ മേലേയുള്ള പോക്കറ്റിൽ തിരുകി, വിളക്കണച്ച് അത് ഡസ്കിലേക്കുതന്നെ എടുത്തുവെച്ചു. വസ്ത്രധാരണ മുറിയുടെ ജനവാതിലുകളുടെ അരുപിടിച്ച് ഇരുളിലൂടെ തപ്പിത്തടഞ്ഞ് അയാൾ പിന്നിലുള്ള മൂലയിൽ എത്തി ചാക്കുകെട്ടുകൾ മാറ്റി. ടോർച്ചിന്റെ വെളിച്ചം ആ കൂരിരുളിനെ കുത്തിക്കീറി. കണ്ണഞ്ചിക്കുന്ന

ആ പ്രഭാപൂരത്തിലേക്കു വിടർന്ന നയനങ്ങൾകൊണ്ടു ഒന്നു നോക്കിയ ആ പൈതൽ പെട്ടെന്നു പുതപ്പിനടിയിലേക്കു നൂണ്ടുകയറി.

പുറത്ത് ക്രോപ്പിൻസ്കി ഹോഫലിനെ നോക്കിക്കൊണ്ടു പറഞ്ഞു. "ഇതാ, അയാൾ അവിടെ."

ഒരു നേരിയ പ്രകാശധാര പുറത്തേക്കൊഴുകുന്ന ഒടുവിലത്തെ ആ ജനവാതിൽക്കലേക്കു തന്നെ നോക്കി നിൽക്കുകയായിരുന്നു ആ മൂന്നുപേരും. പെട്ടെന്നു പിപ്പിഗ്ഗ് കലവറയെ ലക്ഷ്യമാക്കി ഓടി, പൂട്ടാത്ത വാതലിലൂടെ അകത്തേക്കു കടക്കുമ്പോഴെക്കും ഹോഫൽ അയാളെ കടന്നു പിടിച്ചു പുറകോട്ടു വലിച്ചുകൊണ്ടു ചീറി.

"എന്താ, തനിക്കു ഭ്രാന്തായോ?"

പിപ്പിഗ്ഗ് കിതച്ചു "ഞാനവനെ ഇപ്പോൾ തല്ലിക്കൊല്ലും."

ക്രോപ്പിൻസ്കിയും അവിടെ എത്തി. മുകളിൽ ഏതോ ഒരു വാതിൽ ഒന്നു കരഞ്ഞു. ഒരു തീരുമാനമെടുക്കണം, കുറച്ചു സമയമേയുള്ളൂ. മൂന്നുപേരും ധൃതിപിടിച്ചു പിറുപിറുത്തു തുടങ്ങി.

ഹോഫൽ കെട്ടിടത്തിനകത്ത് കയറി മറഞ്ഞു. മറ്റു രണ്ടുപേരും തള്ളിനിൽക്കുന്ന കോവണിയുടെ അടിയിലുള്ള ഇരുണ്ട ഗുഹയിലേക്ക് എലികളെപ്പോലെ നൂണ്ടുകയറി, വിദ്യുൽ ലതയുടെ വേഗതയിൽ ഹോഫൽ വാതിൽ അടച്ചു കഴിഞ്ഞു. അവരുടെ മുകളിലായി ഷൂസിന്റെ ഇരുമ്പു ലാടം തറച്ച മടമ്പുകൾ കൽപ്പടവുകളിൽ ആഞ്ഞു പതിക്കുന്നതിന്റെ ഒച്ച കേൾക്കാമായിരുന്നു. പ്രകാശം മറച്ച ടോർച്ചിൽനിന്ന് ഉദ്ഗമിക്കുന്ന മായികമായ ഒരു പ്രഭ കോവണിപ്പടിയിന്മേൽ പരക്കുന്നുണ്ടായിരുന്നു. വരാന്തയിൽ കൂരിരുട്ടുതന്നെ. എവിടെ ഒളിക്കണം എന്നു തീർച്ചയാക്കാൻ നിമിഷാർധമേയുണ്ടായിരുന്നുള്ളു. ഹോഫലിനു പറ്റിയ സ്ഥലം തെരഞ്ഞെടുക്കാനുള്ള സമയമൊന്നുമില്ല. പ്രവേശനദ്വാരത്തിനു സമീപമായി ഏതാണ്ട് ആറര അടി വീതിയുള്ള ചുമരിന്റെ മൂലമാത്രമേ അവിടെയുള്ളു. നിൽക്കണോ? ചമ്രംപടിഞ്ഞിരിക്കണോ? പെട്ടെന്നയാൾ ആ വെറും ചുമരിൽ അമർന്നു ചാരി നിലത്തിരുന്നു; തല മുട്ടിനിടയിലേക്കു തിരുകി. അതിന്റെ മീതെ കൈകൾ കൂട്ടിക്കെട്ടി. അയാൾ കണ്ണുകൾപോലും ഇറുക്കിയടച്ചു; കൂടുതൽ അദൃശ്യനാകുമെന്ന മട്ടിൽ!

കോവണിയുടെ അവസാനത്തെ തട്ടുംകഴിഞ്ഞ് വാതിൽക്കലേക്കു നടക്കുകയായിരുന്നു സ്വീലിങ്ങ്. അടുത്ത നിമിഷം കൊണ്ടുവരുന്നത് എന്തായിരിക്കും, ഭാഗ്യമോ അതോ.....

ടോർച്ചിന്റെ വെളിച്ചം പാർശ്വങ്ങളിലേക്ക് ഒന്നു വീശിയാൽമതി ഹോഫൽ കണ്ടുപിടിക്കപ്പെടും. പക്ഷെ സ്വീലിങ്ങ് വാതിലിന്റെ കൈപ്പിടിയെയായിരുന്നു ഉന്നംവെച്ചത്.

ശ്വാസം, ശ്വാസകോശത്തിൽതന്നെ അമർത്തിപ്പിടിച്ചു നിമിഷങ്ങൾ പറന്നകലുന്നതു കാത്തുനിന്നു ഹോഫൽ, പക്ഷെ സംഭവരഹിതങ്ങളായിരുന്നു അവ. വാതിൽ തുറക്കുന്നതും, അതടയുന്നതും തികഞ്ഞ സംതൃപ്തിയോടെ അയാൾ കേട്ടു. താക്കോൽ താഴിൽ കിടന്നു രണ്ടുപ്രാവശ്യം

ശബ്ദിച്ചു. ചരൽ കല്ലുകൾ ചവട്ടിമെതിച്ചുകൊണ്ടു കാലടികൾ അകന്ന കന്നുപോയി.

ഹോഫൽ തലപൊക്കി. തന്റെ ചിന്തകൾ വളരെ ദ്രുതഗതിയിലാണ് പറന്നിരുന്നത് എന്നയാൾക്കുതോന്നി. പക്ഷെ തന്റെ മനോരാജ്യങ്ങളെ വിശകലനം ചെയ്യാനുള്ള സമയമല്ല ഇത്. അയാൾ എഴുന്നേറ്റു.

കല്ലുകൊണ്ടുള്ള കോവണിയുടെ അടിയിൽനിന്ന പിപ്പിഗ്ഗും ക്രോപ്പിൻസ്കിയും ചുമരിനോടു ചേർന്നു അമർന്നുനിന്നു. ശ്വാസംപോലും വിടാതെയാണവർ നിന്നത്. അവരുടെ വളരെ അടുത്തുകൂടിയാണ് സ്വീലിങ്ങ് കടന്നുപോയത്. അയാളുടെ തോൽകൊണ്ടുള്ള കോട്ട് മിന്നിത്തിളങ്ങിയിരുന്നു. പൊക്കിവെച്ചിരുന്ന കോളർ തൊപ്പിമേൽ ഉരസിയിരുന്നു. ഒരിക്കലും നേരെ നിവർന്നു നിൽക്കാത്ത മുട്ടുകൾ ഉള്ള ആ നീണ്ട കാലുകളും വലിച്ച്, ഞെളിഞ്ഞുഞെളിഞ്ഞു റോഡിലൂടെ നടന്നു. അയാൾ ഒരു പിശാചിനെപ്പോലെ ഇരുട്ടിലും മഴയിലും മറഞ്ഞ് അപ്രത്യക്ഷനായി.

ഇതുവരെ എല്ലാം വിചാരിച്ചപോലെതന്നെ നടന്നിരിക്കുന്നു, അതെ വിചാരിച്ച സമയത്തിനുതന്നെ.

പിപ്പിഗ്ഗും ക്രോപ്പിൻസ്കിയും കലവറ കെട്ടിടത്തിന്റെ പൂമുഖത്തിന്റെ ഓരത്തിലൂടെ പമ്മിപ്പമ്മി നടന്നു നിലവറയുടെ ജാലകങ്ങൾ ഭൂമിക്കു സമാന്തരമായാണ് സ്ഥാപിച്ചിരുന്നത്. പതുക്കെ രണ്ടുമൂന്നു പ്രാവശ്യം തട്ടിയപ്പോൾ കതക് തുറന്നു. അവർ ഒരുവിധത്തിൽ കുത്തിത്തിരുകി അതിനകത്തേക്കു കടന്നു.

അതേസമയത്ത് ഹോഫൽ രണ്ടാമത്തെ നിലയിൽ എത്തി. എല്ലാ പരിപാടിയും അയാൾ കണിശമായി ആലോചിച്ചുറപ്പിച്ചിരുന്നു. അടുത്ത കെട്ടിടത്തിന്റെ മോന്തായത്തിൽ കയറി അവിടെനിന്ന് ഞൊടിയിടയിൽ കലവറ കെട്ടിടത്തിൽ എത്താമായിരുന്നുവെങ്കിലും കുട്ടിയെ ആ മാർഗത്തിലൂടെ കൊണ്ടുവരുക സാധ്യമായിരുന്നില്ല. ഇപ്പോൾ തന്നെ സമയം കുറെ മിനക്കെട്ടിരിക്കുന്നു. കണ്ടുപിടിക്കാനുള്ള സാധ്യതകളും അതിൽ കൂടുതലാണ്. ഹോഫൽ പടിക്കെട്ടിന്റെ ജനവാതിൽ തുറന്നു കുറെനേരം ഇരുട്ടിലേക്കുതന്നെ ശ്രദ്ധിച്ചുനിന്നു. ഒരു നിമിഷനേരത്തേക്ക് ആശങ്കക്ക് അധീനപ്പെട്ടെങ്കിലും തന്റെ മനസിൽ തികച്ചും ഉണർന്നിരിക്കുകയാണെന്നയാൾക്കു ബോധ്യമായിരുന്നു. അതു നന്നായിതാനും. ഇനിയും ചെയ്യാനുള്ളതെല്ലാം തെളിഞ്ഞ ബുദ്ധിയോടെ അയാൾ ആസൂത്രണം ചെയ്തു. കുറച്ചുനേരം കൂടെ ശ്രദ്ധിച്ചുനിൽക്കുകതന്നെ. രണ്ടുമൂന്നു നിമിഷങ്ങൾ കഴിഞ്ഞപ്പോൾ അയാൾക്കു തീരുമാനമായി പരിസരപ്രദേശങ്ങളിൽ ഒരിടത്തും യാതൊരു വിധത്തിലുള്ള ഒച്ചയും അനക്കവും ഇല്ലെന്ന്. തടവുകാർ ആരുമില്ല. എസ് എസുകാരുടെ യാതൊരു അടയാളവുമില്ല. ഒരുപക്ഷെ ഈ സമയത്ത് അവർ ക്യാമ്പ് വിട്ടുപോകുകയായിരിക്കും. പിന്നിലെ ആ ചുകന്ന വെളിച്ചം കൊണ്ടുമാത്രം തിരിച്ചറിയാവുന്ന മതിൽക്കെട്ട്. അതിന്റെ പിന്നിൽ ഒരു കാവൽഗോപുരമുണ്ട്. പക്ഷെ അതിനെക്കുറിച്ചൊന്നും ഹോഫലിന് ആവലാതി തോന്നിയില്ല.

അതിന്റേയും കലവറ കെട്ടിടത്തിന്റേയും ഇടയ്ക്കുള്ള കുളിമുറി കാരണം നല്ല മറവ് കിട്ടുന്നുണ്ട്. അടുത്ത കാവൽ ഗോപുരം ഏതാണ്ട് ഇരുപത്തിയഞ്ച് വാര അകലെയാണ്. അതാണ് കൂടുതൽ അപകടകരം. ഇതിനെക്കുറിച്ചു ഹോഫൽ പേർത്തും പേർത്തും ചിന്തിച്ചിരിക്കുന്നു. ഇരുട്ടും മഴയുമുള്ള ഈ രാത്രിയിൽ കാവൽക്കാരന്റെ ശ്രദ്ധ കുറെയേറെനേരം ഒരേ കേന്ദ്രത്തിൽതന്നെ സ്ഥിരമായിരുന്നാലേ അയാൾക്ക് എന്തെങ്കിലും കണ്ടുപിടിക്കാനാകൂ. ഹോഫൽ മോന്തായത്തിൽനിന്നു മുകളിലെ ജനവാതിൽക്കലേക്ക് കയറി ചാടുന്ന അതേ മുഹൂർത്തത്തിൽതന്നെ അയാൾ അവിടേക്കു നോക്കിനിൽക്കുന്നുണ്ടാകുമെന്ന് അനുമാനിക്കേണ്ട ആവശ്യമൊന്നുമില്ല. ഒരു മനുഷ്യനു നിർഭാഗ്യമുണ്ടാകും. അങ്ങനെയാകുമ്പോൾ ആ പ്രസരണദീപമങ്ങനെ വീശിവീശി പരന്നടിക്കും......അപ്പോൾ .....അപ്പോൾ....എല്ലാം ശരിപ്പെടും.

പക്ഷെ ഇതിലും നിസാരമായ എത്രയെത്ര കാര്യങ്ങൾക്കു വേണ്ടി മനുഷ്യർ ജീവിതം സംത്യജിച്ചിട്ടുണ്ട്. എല്ലാ കളികൾക്കും ആവശ്യമാണ് കുറെയൊക്കെ ചുണ. ആൻഡ്രീ. തയ്യാറെടുത്തോളൂ—തയ്യാറെടുത്തോളൂ ആൻഡ്രീ.....നിശ്ശബ്ദമായി ഹോഫൽ ആ കൂട്ടിയിണക്കുന്ന കെട്ടിടത്തിന്റെ മോന്തായത്തിൽ എത്തി കമഴ്ന്നുകിടന്നു ശ്രദ്ധിച്ചു. ഹേയ്, യാതൊരു ശബ്ദവുമില്ല.

സൂക്ഷിച്ചു, സൂക്ഷിച്ച് അയാൾ കലവറ കെട്ടിടത്തിന്റെ സ്രാമ്പിയുടെ മതിലിനോടുചേർന്നു കുനിഞ്ഞു കുനിഞ്ഞു നീങ്ങിത്തുടങ്ങി. ഒരൊറ്റ ചാട്ടത്തിന് അയാൾക്കു മുകളിലുള്ള ആ കോട്ടത്തലപ്പിലെത്തണം.

ഓട്ടക്കാരൻ, ആരംഭത്തിൽ ഓടാൻ തയ്യാറെടുക്കുന്നതുപോലെ ഹോഫൽ ആയംപിടിച്ചുനിന്നു. ഒരൊറ്റ ബിന്ദുവിൽ ചേതനയാകെ കേന്ദ്രീകരിച്ചു. തികഞ്ഞ മനസ്സാന്നിധ്യത്തോടെ സർവശക്തികളുമെടുത്തു ഹോഫൽ ഒരൊറ്റച്ചാട്ടം. എന്തോ കൈയിൽ തടഞ്ഞു; അതിന്മേൽതന്നെ മുറുക്കെ മുറുക്കെ പിടിച്ചയാൾ തൂങ്ങിക്കിടന്നു. വിചാരിച്ചതിലും പ്രയത്നവും സമയവും ഇതിനാവശ്യമാണ്. ഒരു നിമിഷാർധ സമയത്തിൽ അയാൾക്കു തോന്നി താൻ പ്രകാശപൂർണമായ പകൽവെളിച്ചത്തിൽ, സർവരും കാൺകെ നിൽക്കുകയാണെന്ന്. പെട്ടെന്നു കുത്തിത്തുളക്കുന്ന, ഊഷ്മളമായ ഒരു ഭയം അയാളുടെ ദേഹമാകെ വ്യാപിച്ചു. ആ ഭയം പെട്ടെന്ന് ഒരു ആയാസശക്തിയായി അയാളുടെ മാംസപേശികളിൽ തുടിച്ചുനിന്നു. ജനൽപ്പടിയിൽ നെറ്റിയമർത്തിവെച്ചിരുന്നു. അയാൾക്കു തോന്നി താൻ അവലംബിച്ചു നിൽക്കുന്ന ആ ഭിത്തി തന്നെ തള്ളിമാറ്റുകയാണെന്ന്. താനിപ്പോൾ നിലം പൊത്തുമെന്ന്. ആകസ്മികമായി, എന്തുണ്ട് ഇതിലും ലഘുവായി എന്നമട്ടിൽ അയാൾ കൈ പൊന്തിച്ചു ജാലകത്തിന്റെ വാതിൽതുറന്നു. താൻ ജനവാതിലിന്റെ പടിയിലാണ് കയറിപ്പിടിച്ചിരിക്കുന്നത് എന്ന മനസിലാക്കുന്നതിനു മുമ്പുതന്നെ ഇതെല്ലാം സംഭവിച്ചു. ഒരൊറ്റ കുതികൊണ്ടു ഹോഫൽ അകത്തെത്തി. പെട്ടെന്ന് ജനവാതിൽ കൊട്ടിയടച്ച് അയാൾ അമർന്നു നിലത്തിരുന്നു, വിശ്രമത്തിന്റെ കുളിർമ ആസ്വദിച്ചുകൊണ്ട്.

അൽപ്പനേരത്തെ ഒരു വീര്യക്ഷയം. അതു കഴിഞ്ഞപ്പോൾ പ്രവർദ്ധമായ ഓജസ്സോടെ ഹോഫൽ എഴുന്നേറ്റു. ചാക്കട്ടികൾ അയാൾ മറിച്ചിട്ടു. കുട്ടിയെ കണ്ടുപിടിക്കാൻ അയാൾ കൈകൊണ്ടുതപ്പി.

"കൊച്ചുമോനേ, ഇത് ഞാനാണെടാ മിണ്ടാതിരി. മിടുക്കനല്ലേ മിണ്ടാതിരിക്ക്."

കുട്ടിയെ എടുക്കാൻ താനും കലവറയിൽതന്നെ തങ്ങിക്കളയാമെന്നായിരുന്നു ക്രോപ്പിൻസ്കിയുടെ പ്ലാൻ. പക്ഷെ ഹോഫൽ അതിനെതിരായിരുന്നു. അഥവാ ആ സ്വീലിങ്ങ് കണ്ടുപിടിക്കുകയാണെങ്കിൽ ആ പോളണ്ടുകാരനെക്കാളും ഭേദമായി തനിക്കു ചെറുത്തു നിൽക്കാൻ സാധിക്കും.

കുട്ടിയെ എടുത്ത് ഗുമസ്തന്മാരുടെ മുറിയുടെ മുകൾത്തട്ടുവരെ വേഗം നടക്കണം. അവർ നിലവറയിൽ കാത്തിരിക്കുകയാണ്. തടങ്കൽപ്പാളയത്തിലെ അസാധാരണമായ ജീവിതചര്യകളുമായി പരിചയപ്പെട്ട ആ കുട്ടിക്കു ക്രോപ്പിൻസ്കി ആവശ്യമായ നിർദേശങ്ങൾ നൽകിയിരുന്നു. അതിനാൽ അവൻ അഭിനന്ദനാർഹമായ വിധത്തിൽ തന്നെ പെരുമാറി. അവനെ നിലത്തിരുത്തി, അയാൾ വസ്ത്രധാരണ മുറിയിൽ പോയി, വസ്ത്രസഞ്ചികൾ തൂക്കിയിടാൻ ഉപയോഗിക്കാറുള്ള നിരവധി കോവണികളിൽ ഒരെണ്ണം പൊക്കിയെടുത്തു കൊണ്ടുവന്നു. വസ്ത്രങ്ങൾ വെക്കാറുള്ള സഞ്ചികളിൽ ഒന്ന് ആരോ മറന്നിട്ടത് അവിടെ കിടന്നിരുന്നു. അതിന്മേൽ നീണ്ട കയറുമുണ്ടായിരുന്നു. ഹോഫൽ ചാക്കു വിടർത്തി കുട്ടിയെ അതിനകത്താക്കി അതിന്റെ മുകൾഭാഗം കൂട്ടിക്കെട്ടി കയറും അതിൽ തന്നെ ഉറപ്പിച്ചു. പിന്നീട് മേശപ്പുറത്ത് കോവണിയുറപ്പിച്ചു. അതിന്മേൽ കയറി ചിമ്മിനിയുടെ അരികിലായി മോന്തായത്തിലേക്ക് കടക്കാൻ ഉദ്ദേശിച്ച് ഉണ്ടാക്കിയ ഒരു കൊച്ചുകഴയുണ്ട്. യാതൊരു ശബ്ദവും ഉണ്ടാക്കാതെ അയാൾ ആ കഴ തുറന്നു. ചരിഞ്ഞ പുരപ്പുറത്തേക്ക് കയറും കൊണ്ട് ഇഴഞ്ഞു കയറുന്നതിനുമുമ്പ് ഒന്നുംകൂടി അയാൾ ഇരുട്ടിൽ ചെവിയോർത്തുനിന്നു. കഴക്കരികെ പതുങ്ങിനിന്ന് അയാൾ ആ ചാക്കു കെട്ട് മേലോട്ടു പൊന്തിച്ചു. മോന്തായത്തിൽ കമിഴ്ന്നു കിടന്നു ചിമ്മിനിയുടെ അടുത്തേക്ക് ഏന്തിവലിഞ്ഞുനിന്ന് ഒരിക്കൽക്കൂടി അയാൾ പരിസരമാകെ ഒരു സൂക്ഷ്മനിരീക്ഷണത്തിന് വിധേയമാക്കി. പിന്നീട് രണ്ടും കൽപ്പിച്ച് അയാൾ ആ ചാക്കുകെട്ട് ചിമ്മിനി പഴുതിലൂടെ താഴോട്ട് ഇറക്കി.

കരിവീഴാനുദ്ദേശിച്ച ആ ദ്വാരം തുറന്നുപിടിച്ചു നിലവറയിൽ നമ്മുടെ രണ്ടു സ്നേഹിതരും കാത്തിരിക്കുകയായിരുന്നു. ക്ഷമയറ്റ പിപ്പിഗ്ഗ് ആ നേരിയ ദ്വാരത്തിലൂടെ തല അകത്തേക്ക് കടത്തിനോക്കി. പക്ഷെ അയാൾക്ക് യാതൊന്നും കാണാൻ സാധിച്ചില്ല. കണ്ണിൽ കുത്തിയാൽ അറിയാത്ത തരത്തിലുള്ള കൊടും കൂരിരുൾ ആയിരുന്നു ചിമ്മിനിയുടെ ഉള്ളിൽ. അയാളുടെ മുഖത്തേക്ക് കുറെ അഴുക്ക് അടർന്നു വീണു. തല പിൻവലിച്ച് പ്രാകിക്കൊണ്ട് അയാൾ അതെല്ലാം തുടച്ചു കളഞ്ഞു.

കയറ് ചിമ്മിനിയുടെ പരുപരുത്തവശത്ത് കൂട്ടിയരഞ്ഞു. അവസാനം വരെ അതങ്ങനെ ഉരഞ്ഞുരഞ്ഞു—ചാക്ക് എങ്ങാനും കീറുകയാണെങ്കിൽ! ഒരു നിമിഷനേരത്തേക്ക് ഹോഫൽ ഇതികർത്തവ്യഥാമൂഢനായി തരിച്ചുനിന്നു. കണ്ടുപിടിക്കുമോ എന്ന ഭയമെല്ലാം കാറ്റിൽ എറിഞ്ഞ് അയാൾ അങ്ങനെ നീണ്ടുനിവർന്നുനിന്നു. കൂടുതൽ ഉറപ്പിനു വേണ്ടി അയാൾ കയർ കയ്യിന്മേൽ ചുറ്റി, പക്ഷെ കയർ ഉടുപ്പിൽനിന്നു തെന്നി മാറി നഗ്നമായ കൈത്തണ്ടയിൽ ഉരഞ്ഞു. നിലവിളിക്കാതിരിക്കാൻവേണ്ടി അയാൾ നെറ്റി ചിമ്മിനിയിൽ അമർത്തിവെച്ചു. അവസാനം നിലവറയിൽനിന്നു പറഞ്ഞേൽപ്പിച്ചിരുന്ന അടയാളം അയാൾക്കു കിട്ടി. അതായത് കയറ് പിടിച്ചു കുലുക്കുമ്പോഴുണ്ടാകുന്ന നേരിയ ചലനം. അയാൾ പരിക്ഷീണനായി ആ തറയിലേക്ക് വീണു. വേദനിക്കുന്ന കൈതണ്ട കക്ഷത്തിലമർത്തി അയാൾ തല മുന്നോട്ടു ചായ്ച്ചു. വേദനയ്ക്ക് ശമനം കിട്ടുന്നതുവരെ കുറെയേറെ നേരം അയാൾ അങ്ങനെ കിടന്നു.

നിലവറയിലെ രണ്ടുപേരുംകൂടി കരിവീഴാനുള്ള ആ ദ്വാരത്തിലൂടെ ചാക്കുകെട്ടു വലിച്ചെടുക്കാൻ ശ്രമിക്കുകയായിരുന്നു. കുഞ്ഞ് ഞെരങ്ങി!

"ദൈവമേ! മേരിയാൻ, ശ്രദ്ധിച്ചു എടുക്കണേ."

ക്രോപ്പിൻസ്കി ശ്രമം നിർത്തി കുട്ടിയോട് എന്തോ മന്ത്രിച്ചു. അവൻ മിണ്ടാതെ കുറച്ചുകൂടി നീങ്ങി. ചാക്കിന്റെ അഴിഞ്ഞുകിടക്കുന്ന തല പിടിച്ചു വലിച്ചുകൊണ്ടു ക്രോപ്പിൻസ്കി ഒന്നുകൂടി ശ്രമിച്ചു. ഒടുവിൽ ആ കൊച്ചു ഓട്ടയിലൂടെ ഒരു വിധത്തിൽ ആ ജീവനുള്ള കുട്ടിയെ ഞെക്കി ഞെരുക്കി പുറത്തേക്കു വലിച്ചെടുത്തു.

"ഇതിനകത്തില്ലേ?"

"ഉവ്വന്നേ?"

ധടുതിയിൽ ക്രോപ്പിൻസ്കി കെട്ടഴിച്ചു.

"ദൈവമേ! നിനക്ക് നന്ദി." പിപ്പിഗ്ഗ് മുരണ്ടു. "അതൊരു പ്രയാസം പിടിച്ച കരുവിട്ട് കുട്ടിയെ എടുക്കുന്ന (ഫോർസെപ്സ്) പ്രസവമായിരുന്നേ!"

കുട്ടി ആകെ ഒന്നു വിറച്ചു. അതിന്റെ കുഞ്ഞാത്മാവിനുപോലും ഭീകരമായ ആഘാതമേറ്റിരുന്നു. ക്രോപ്പിൻസ്കി അതിനെ ലാളിച്ചു, ആശ്വസിപ്പിച്ചു. നിസ്സഹായനായി തേങ്ങിക്കരഞ്ഞു കൊണ്ട് ആ കൊച്ചോമന ക്രോപ്പിൻസ്കിയുടെ ദേഹത്തിൽ പറ്റിപ്പിടിച്ചു. ഒടുവിൽ കുട്ടി ഒരുവിധം സമാധാനപ്പെട്ടു. വീണ്ടും ക്യാമ്പിലൂടെയുള്ള അപകടംപിടിച്ച യാത്രക്ക് അവർ സന്നദ്ധരായി. കുട്ടിയെ ചാക്കിൽ തന്നെയാക്കി അവർ കരിദ്വാരം അടച്ചു ഭദ്രമാക്കി.

ഹോഫൽ കയർ വലിച്ചെടുത്തു കഴിഞ്ഞിരുന്നു. അവർ ഇനിയെന്തു വേണമെന്നതിനെ കുറിച്ചാലോചിച്ചു. ക്രോപ്പിൻസ്കി മുമ്പേ നടന്നു പ്രാരംഭനിരീക്ഷണം നടത്തുക. ഏതാണ്ട് മുപ്പതുവാര ദൂരത്തോളം അപകടകരമായ യാതൊന്നും കണ്ടില്ലെങ്കിൽ തിരിച്ചുവന്നു പിപ്പിഗ്ഗിനെ കൂട്ടിക്കൊണ്ടുപോകണം. അവർ നിലവറയുടെ കൊച്ചു വാതായനം വഴി പുറത്തേക്കു കടന്നു. ഭാഗ്യത്തിനു മഴ അപ്പോഴെക്കും തകർത്തുപെയ്യാൻ

തുടങ്ങി. അവരുടെ കണ്ണുകൾ ആ ഇരുളിനെ കീറിമുറിച്ചു നോക്കി. പേടിക്കത്തക്കയാതൊന്നുമില്ല.

"പോകൂ, മേരിയാൻ."

ക്രോപ്പിൻസ്കി മുന്നോട്ടു നടന്നു. പിപ്പിഗ്ഗ് ആ ഇരുളടഞ്ഞ മൂലയിൽ കാത്തുനിന്നു. ക്രോപ്പിൻസ്കി ബാരക്കുകളുടെ ആദ്യത്തെ നിരയിലൂടെ നടന്നു നോക്കി. ചിലതിന്റേയെല്ലാം വാതിലുകൾ തുറന്നു കിടന്നിരുന്നു. തടവുകാർ അവിടവിടെ നിന്നു സിഗററ്റ് കുറ്റികൾ പുകയ്ക്കുന്നുണ്ടായിരുന്നു. ക്രോപ്പിൻസ്കി അവിടെനിന്നു ചെവിയോർത്തു. അയാളുടെ സൂക്ഷ്മതയേറിയ ശ്രവണേന്ദ്രിയങ്ങൾ അങ്ങകലെയുള്ള നിശ്ചലതയിൽ തന്നെ കേന്ദ്രീകരിച്ചുനിന്നു. ഒരു സ്റ്റാർഫ്യൂഹററുടെയും തടവുകാരന്റേയും കാലൊച്ചകൾ അയാൾക്കു വ്യക്തമായി തിരിച്ചറിയാൻ സാധിച്ചിരുന്നു. ഒന്ന് ഘനമേറിയ ബൂട്സ് ധരിച്ച, കനത്തു ദൃഢമായതും, മറ്റേത് മരച്ചെരുപ്പിന്റേതായ അസുഖകരവും ധൃതിപിടിച്ച മട്ടിലുള്ളതും പരുപരുത്തതുമായിരുന്നു. ക്രോപ്പിൻസ്കി ചെവിയോർത്തു: പരിസരപ്രദേശത്ത് യാതൊരു അനക്കവുമുണ്ടായിരുന്നില്ല. അയാൾ ധൃതിയിൽ തിരിച്ച് ഓടി പിപ്പിഗ്ഗിനേയുംകൂട്ടി മുന്നോട്ടുനീങ്ങി.

ഇതിനുമുമ്പു ക്രോപ്പിൻസ്കി നിന്ന സ്ഥലംവരെ രണ്ടുപേരും എത്തി. അവിടെ ആ ബാരക്കിന്റെ ഇരുണ്ട മൂലയിൽ പിപ്പിഗ്ഗ് ഒളിച്ചുനിന്നപ്പോൾ ക്രോപ്പിൻസ്കി വീണ്ടും മുമ്പോട്ടു നടന്നു. അങ്ങനെ അയാൾ ബാരക്കുകൾക്കിടയിൽ തലങ്ങും വിലങ്ങുമായി കിടന്ന ഇടവഴികൾ താണ്ടി പിപ്പിഗ്ഗിനെ മുന്നോട്ടു നയിച്ചു. ഒടുവിൽ അവർ ക്യാമ്പിന്റെ അടുത്തെത്തി.

യാത്രയുടെ അവസാനഭാഗം ഏറ്റവും അനിശ്ചിതമായിരുന്നു. ഇതുവരെയുള്ള യാത്ര ബാരക്കുകളുടെ സുരക്ഷിതമായ ഇടവഴികളിലൂടെയായിരുന്നു. അവിടെനിന്ന് ഇറങ്ങി ആതുരാലയത്തിലേക്കുള്ള വീതിയേറിയ റോഡിലൂടെ കുറെ ദൂരം നടന്നിട്ടുവേണം ഒരു ഭാഗത്തേക്കു തിരിയാൻ. ഇതിലൂടെ തടവുകാർ ആതുരാലയത്തിലേക്കു പോകുന്നുണ്ടായിരുന്നു. പക്ഷേ മഴയുണ്ടായിരുന്നതിനാൽ അവരുടെ എണ്ണവും പതിവിൽ കുറവായിരുന്നു. ബാരക്കിന്റെ മറവിൽനിന്ന് അവർ രണ്ടുപേരും വഴി സസൂക്ഷ്മം നിരീക്ഷിച്ചു. പുറത്ത് വളരെ കുറച്ചു തടവുകാരേ ഉണ്ടായിരുന്നുള്ളൂ. അതിന്റെ അർഥം നിശാനിയമം പ്രഖ്യാപിക്കാനുള്ള സമയം അടുത്തു എന്നായിരുന്നു. മഴയിൽനിന്നു രക്ഷപ്പെടാൻ അവർ തങ്ങളുടെ വരയൻ കോട്ടുകളും ചാക്കിൻതുണ്ടുകളും വലിച്ചു തലയിൽ ഇട്ടിരുന്നു.

"മേരിയാൻ, നമുക്കു പോകാമോ എന്നു നോക്ക്."

"നമുക്കു കുറച്ചു ഭാഗ്യമുണ്ടെന്നു തോന്നുന്നു.........." പോളണ്ടുകാരൻ ആശ്വസിപ്പിച്ചു.

"വരൂ, നമുക്ക് ആ മൂന്നുപേരുടെ ഒപ്പം നടക്കാം." പിപ്പിഗ്ഗ് റോഡിലേക്കു ഇറങ്ങിക്കഴിഞ്ഞു. ക്രോപ്പിൻസ്കി അയാളെ പിൻതുടർന്നു. ഇരുവരും ആതുരശാലയിലേക്കു പോകുകയായിരുന്ന ആ മൂന്നുപേരുടേയും പിന്നിലായിനടന്നു. മഴയുടെ ശക്തി തടുക്കാനെന്നപോലെ രണ്ടുപേർ

കെട്ടിപ്പിടിച്ചാണ് നടന്നത്. ഏതാനും അടികൾ നടന്നപ്പോഴേക്കും ക്രോപ്പിൻസ്കി പിപ്പിഗ്ഗിന്റെ കൈയിന്മേൽ തോണ്ടിക്കൊണ്ടു നിലവിളിച്ചു. “ഇതാ, എസ്സ് എസ്സ്......”

യഥാർഥത്തിൽ അകലെനിന്നു രണ്ടു സ്കാർഫ്യൂഹറർമാർ നടന്നടുക്കുന്നുണ്ടായിരുന്നു. പിപ്പിഗ്ഗിന്റെ ഭയം ക്രോപ്പിൻസ്കിയുടേതിനെക്കാൾ ഒട്ടും താഴെയായിരുന്നില്ല. പക്ഷെ ക്യാമ്പു ജീവിതത്തിൽനിന്ന് അയാൾ ആർജിച്ച മനസ്ഥൈര്യം അയാളെക്കൊണ്ട് പ്രവർത്തിപ്പിച്ചു. സ്കാർഫ്യൂഹറർമാർ അടുത്ത് എത്തുന്നതിനുമുമ്പു തന്നെ അയാൾ ആ ചാക്കുകെട്ട് കുറെക്കൂടെ തോളിലേക്ക് വലിച്ചു. അതിന്റെ തൂങ്ങിക്കിടക്കുന്ന അറ്റംപൊക്കി തലയിലേക്കിട്ടു. കുട്ടിയുടെ കുഞ്ഞിമെയ്യ് തന്റേതിനോട് ഉരുമ്മുന്നതും, അവൻ ചാക്കിനുള്ളിലൂടെ തന്റെ കഴുത്തിൽ കെട്ടിപ്പിടിക്കാനായി കൈകൾ നീട്ടുന്നതും അയാൾക്ക് അനുഭവപ്പെട്ടു. മറ്റുള്ളവരെപ്പോലെ തന്നെ കെട്ടും മാറാപ്പുകളും ഭേസി, ആ മൂന്നുപേരുടെ മറപറ്റി അയാൾ സ്കാർഫ്യൂഹറർമാരെ കടന്നുപോയി. പക്ഷെ എസ് എസുകാർ ഇതൊന്നും ശ്രദ്ധിച്ചില്ല. മഴപെയ്തു കുതിർന്നവഴിത്താരയിലൂടെ മുഖവും കയറ്റിപ്പിടിച്ച് അവർ കടന്നുപോയി.

അവസാനം അവർ കൊച്ചുക്യാമ്പിലേക്കുള്ള വഴിത്തിരിവിൽ എത്തി. അതിന്റെ മുള്ളുവേലിക്കകത്ത് എത്തിക്കിട്ടിയാൽ പിന്നെ രക്ഷയായി, അവിടേക്ക് ഒരൊറ്റ എസ്. എസുകാരൻ കടക്കുകയില്ല. ഒരൊറ്റ ജനാലപോലുമില്ലാത്ത ഒരു നീണ്ട പന്തിയായിരുന്നു ഈ 61-ാം നമ്പർ ബാരക്ക്. ദുർബലമായ ചില ബൾബുകൾ വിതറിയിരുന്ന മങ്ങിയ വെളിച്ചമുള്ള അതിനകത്ത് കയറിയപ്പോൾ കൊല്ലുന്ന തരത്തിലുള്ള ഒരു നാറ്റം അവരുടെ മൂക്കിലേക്ക് അടിച്ചുകയറി. ബാരക്കുകളുടെ തറയിൽ മുഴുവനും വൈക്കോൽ ചാക്കുകൾ വിതറിയിട്ടിരുന്നു. സിഡ്കോവ്സ്കിക്കും കൂട്ടർക്കും സ്ഥലത്തിന്റെ കാര്യത്തിൽ അങ്ങേഅറ്റത്തെ മിതശീലം പാലിക്കേണ്ടതുണ്ടായിരുന്നു. ഉള്ള സ്ഥലത്തെല്ലാം രോഗികളെ കിടത്തി, മരിക്കാറായവരെല്ലാം വൈക്കോൽ ചാക്കുകളിലാണ് കിടന്നത്. ചുമരിൽ മൂന്നുവരിയായി തറച്ചിരുന്ന ബങ്കുകളിൽനിന്ന് ശവങ്ങളെ വലിച്ചിറക്കുന്നതിലേക്ക് എളുപ്പം നിലത്തുനിന്നു മാറ്റുന്നതല്ലേ. ബങ്കുകളിൽ സാരമില്ലാത്ത രോഗികൾ സ്ഥലം പിടിച്ചിരുന്നു. അവർക്കായിരുന്നു വൈക്കോൽ മെത്തകളുടെ ആവശ്യം കൂടുതൽ എന്നതിന് സംശയമില്ല. എന്തെന്നാൽ ആസന്നമായി കിടക്കുന്നവർക്ക് ഏറെക്കാലമൊന്നും യാതന സഹിക്കേണ്ടല്ലോ. പക്ഷെ ഗുരുതരക്കാരാണ് മൃദുശയ്യകളിൽ കിടന്നിരുന്നത്. നീതിയുക്തമായ ചിന്തകൾക്ക് ഇവിടെ യാതൊരു പ്രസക്തിയുമില്ല. ന്യായബോധമറ്റ മാനുഷിക വികാരമാണ് ഇവിടെ തീരുമാനമെടുത്തിരിക്കുന്നത്. തണുപ്പുമാറ്റാൻ നേരിയ വരയൻ കോട്ടോ കീറിയ പുതപ്പോ മാത്രമാണുണ്ടായിരുന്നത്. സാരമില്ലാത്ത രോഗികൾ ചുമ്മാ മരപ്പലകകളിൽ കിടന്നു.

രോഗികൾ നിശ്ചലരായി അങ്ങനെ മരവിച്ചുകിടന്നു. അവരിൽ നിസ്സാരമായ രോഗംബാധിച്ചിരുന്നവരും, മരണം മുദ്രകുത്തിയ അത്യാസ

ന്നക്കാരും ഉണ്ടായിരുന്നു. ചില ഞരക്കങ്ങളും നിശ്വാസങ്ങളും മാത്രമാണ് അവരിൽ ജീവൻ നില നിൽക്കുന്നുണ്ട് എന്നതിന് സാക്ഷ്യം വഹിച്ചത്.

വൈക്കോൽ ചാക്കുകൾക്കിടയിലുള്ള ഇടുങ്ങിയ വഴിയിലൂടെ പിപ്പിഗ്ഗും ക്രോപ്പിൻസ്കിയും മുന്നോട്ടുനീങ്ങി. ഒരു ഇടഭിത്തിയുടെ പിന്നിൽനിന്ന് കടന്നുവന്ന ഒരു പോളിഷ് പരിചാരകൻ അവരുടെ മുഖത്തേക്ക് ഒന്നുനോക്കി. അവരുടനെ ആ ഭിത്തിയുടെ ഇടയിൽ അപ്രത്യക്ഷരായി. സിഡ്കോവ്സ്കി അവരെത്തന്നെ കാത്തിരിക്കുകയായിരുന്നു. ചാക്കുകെട്ടഴിച്ച് കുട്ടിയെ പുറത്തേക്ക് എടുക്കാൻ അയാൾ പിപ്പിഗ്ഗിനെ സഹായിച്ചു. പിതൃവാത്സല്യത്തോടെ അവനെ പൊക്കിയെടുത്ത് കട്ടിലിൽ ഇരുത്തി, എല്ലാവരും ആ കൊച്ചുകുഞ്ഞിന്റെ ചുറ്റും കൂടിനിന്ന് ആനന്ദത്തോടെ അവന്റെ മുഖത്തുനോക്കി ചിരിച്ചു. തന്റെ സാഹസിക യാത്രയുടെ ആഘാതത്തിൽനിന്നു വിമുക്തി നേടിയിട്ടില്ലാത്ത ആ കുട്ടി ഭയത്തോടെ ആ അപരിചിതരെ പകച്ചുനോക്കി. അവനു കരയണമെന്നുണ്ടായിരുന്നു. നിസ്സഹായനായി അവൻ ക്രോപ്പിൻസ്കിയുടെ നേരെ ആ പിഞ്ചുകൈ നീട്ടി. പിപ്പിഗ്ഗ് ധൃതികൂട്ടി, അവർക്ക് യാത്രപറയേണ്ട നേരമായിരുന്നു. അവർ രണ്ടുപേരും തങ്ങളുടെ ബാരക്കിലേക്ക് മടങ്ങുമ്പോൾ ക്രോപ്പിൻസ്കി ആവലാതിപ്പെട്ടു.

''എനിക്ക് സ്കാർഫ്യൂഹററർമാരെ മറക്കാൻ സാധിക്കുന്നില്ല. ചാക്കിൽ എന്താണെന്ന് അവരെങ്ങാനും ചോദിച്ചാൽ......ഹൗ......ഹൗ.....'' എന്തോ ഭാഗ്യംകൊണ്ട് ഒഴിഞ്ഞുപോന്ന ആ അപകടത്തെക്കുറിച്ചുള്ള ഭയം അയാളെ വിട്ടുമാറിയിരുന്നില്ല. പക്ഷെ പിപ്പിഗ്ഗ് ആശ്വാസസൂചകമായി പുറത്തുതട്ടിക്കൊണ്ടു പറഞ്ഞു.

"മേരിയാൻ വിഷമിക്കാതിരിക്കൂ. ദൈവം ഒരിക്കലും ഒരു യുക്തിവാദിയെ ഉപേക്ഷിക്കുകയില്ല."

# IV

**ക്രാ**മർ പറഞ്ഞേൽപ്പിച്ച ഒരു പണി ചെയ്യുകയായിരുന്നു സ്കൂപ്പ്. ഗാരേജ് മാനേജരായ ബ്രോവറുടെ ഒരു റേഡിയോ നന്നാക്കാനായി പട്ടാള ഗാരേജിലേക്ക് സ്കൂപ്പിനെ വിളിപ്പിച്ചിരുന്നു. അപ്പോഴാണ് ക്രാമർ അക്കാര്യം പറഞ്ഞേൽപ്പിച്ചത്.

"കിട്ടിയ അവസരം കളയല്ലേ! വാർത്തകൾ ഒന്നു ശ്രദ്ധിച്ചേക്കണേ!" ക്രാമർ അയാളോട് പറഞ്ഞിരുന്നു. വൈദേശിക പ്രക്ഷേപണമാണ് അയാൾ ഉദ്ദേശിച്ചത്. റെമാജിനുശേഷം സമരരംഗത്തുനിന്നു കിട്ടിയ വാർത്തകൾ സാമാന്യം അവ്യക്തമായിരുന്നു. "ക്യാമ്പ് ഇലക്ട്രീഷൻ അകത്തുവരാൻ അനുമതിക്കപേക്ഷിക്കുന്നു.'' എന്ന സാധാരണ പ്രഖ്യാപനത്തോടെ സ്കൂപ്പ് അകത്തു കടന്നപ്പോൾ അവിടെ ബ്രോവർ തനിച്ചായിരുന്നില്ല. ഗാരേജ് ഭരണകാര്യത്തിൽ ബ്രോവറെ സഹായിച്ചിരുന്ന "മിസീഗർ" എന്ന ഫ്യൂഹററും അവിടെ ഉണ്ടായിരുന്നു.

“ഇവിടെ വാടാ.” ഏതാണ്ട് സൗമനസ്യത്തോടെ ബ്രോവർ ഗർജിച്ചു. “ഇതാ ഈ കുന്തം അഞ്ചുനിമിഷത്തിനകം നന്നാക്കി വെച്ചോളൂ. അല്ലെങ്കിൽ നിന്റെ വിരലുകളെല്ലാം വെവ്വേറെ തല്ലി ഞാൻ പിരിച്ചുകളയും. മനസിലായോ?”

അവർ കുടിച്ചു പിമ്പിരികൊണ്ടിരിക്കുകയാണെന്ന് ഒരൊറ്റ നോട്ടത്തിൽ സ്കൂപ്പിന് മനസിലായി. മുഖത്തു നിറയെ മുഖക്കുരുകൾ ഉള്ള ചടച്ചു മെലിഞ്ഞ റോട്ടോൺ ഫ്യൂഹറർ തൊപ്പി ചരിച്ചുവെച്ചു കേടുവന്ന റേഡിയോവിൽനിന്ന് എന്തെങ്കിലും ഒരു ശബ്ദം പുറപ്പെടുവിക്കാൻ നിഷ്ഫലമായി ശ്രമിച്ചുകൊണ്ട് അവിടെ ഇരിക്കുകയായിരുന്നു. ഉച്ചസ്ഥായിയിലുള്ള ഞെരുങ്ങിയമർന്ന ശബ്ദത്തിൽ അയാൾ സ്കൂപ്പിനെ നോക്കി മുരണ്ടു. “ട്യൂബിൽ എവിടെയോ ആണ് കുഴപ്പം, വേഗം നന്നാക്കിക്കോ. അല്ലെങ്കിൽ നായിന്റെ മോനേ, നിന്റെ കഴുത്ത് ഞാൻ ഞെരിച്ചുകളയും.”

അവരുടെ ഭീഷണികൊണ്ടൊന്നും സ്കൂപ്പിന് യാതൊരു കുലുക്കവും ഉണ്ടായില്ല. അയാൾ തന്റെ ഉപകരണ സഞ്ചി താഴെവെച്ചു യാതൊരു ചാഞ്ചല്യവുമില്ലാതെ പറഞ്ഞു. “ആ സാധനം അവിടെയിരിക്കട്ടെ. അമ്പെ തകർത്തു കഴിഞ്ഞാൽ ആരുണ്ട് അത് നന്നാക്കിയെടുക്കാൻ? ചുമ്മാ സദാസമയത്തും അതിന്മേൽ തിരുപ്പിടിച്ചു ഇരുന്നിട്ടു തന്നെയാണ് അതിങ്ങിനെ കേടുവന്നത്.”

“തിരുപ്പിടിക്കുകയൊ.” മിസീഗർ ചിലമ്പിച്ച സ്വരത്തിൽ നീരസത്തോടെ പറഞ്ഞു; “അതിന്റെ ഡയലിൽ ഒന്നു തിരിച്ചു.” കർക്കശമായ ഈ പെരുമാറ്റം സ്കൂപ്പിനെപ്പോലെയുള്ള ഒരു വിദഗ്ധപണിക്കാരന്റെ പ്രതിഷേധത്തെ ഉയർത്തി.

“നിങ്ങൾ റേഡിയോവിൽ അങ്ങനെയൊന്നും ചെയ്യാൻ പാടില്ല.” സ്കൂപ്പ് മിസീഗറെ ഉപദേശിച്ചു. സ്കൂപ്പിന്റെ വൈദഗ്ധ്യത്തിൽ എസ് എസുകാർക്ക് തികഞ്ഞ മതിപ്പായിരുന്നതിനാൽ ഇടയ്ക്കെല്ലാം സ്കൂപ്പ് തർക്കുത്തരം പറയാൻ ധൈര്യപ്പെടാറുണ്ട്. അവർ രണ്ടുപേരും ചിരിച്ചു. ഇതു വരെ മേശക്കരികെ വെറുതെ ഇരുന്ന ബ്രോവർ ഉറയ്ക്കാത്ത കാൽ വെപ്പോടെ ആടിയാടി റേഡിയോവിനെ സമീപിച്ചു. അയാൾ സ്കൂപ്പിന്റെ മുഖത്ത് നോക്കി ഇളിച്ചു.

പെട്ടെന്നു അയാളുടെ മുഖം ഒന്നു വക്രിച്ചു വിസ്മയത്തോടെ അയാൾ സ്കൂപ്പിനെ ചൂണ്ടിക്കാണിച്ചു. മിസീഗറെ ആംഗ്യം കാണിച്ച് അടുത്തേക്കു വിളിച്ചു.

“ഇവന്റെ കഴുതമുഖത്തേക്ക് ഒന്നു നോക്കിയാട്ടെ.” രണ്ടുപേരും ഇലക്ട്രീഷന്റെ മുഖത്തേക്കു തുറിച്ചുനോക്കി. വട്ടക്കണ്ണുകളോടെ സ്കൂപ്പും അവരുടെ മുഖത്തേക്ക് ഇമവെട്ടാതെ നോക്കി. പെട്ടെന്നു ബ്രോവർ നിലവിളിച്ചു.

“ഈ തെമ്മാടിക്കു നമ്മുടെ റീഷ്ഹീനി (ഹിറ്റ്ലർക്കു എസ് എസുകാർ കൊടുത്തിരിക്കുന്ന പരിഹാസപ്പേര്)യുടെ ഛായയുണ്ടല്ലൊ.”

ഭീകരമായ ഒരു കണ്ടുപിടുത്തം. മിസീഗറും അതു ശരിവെച്ചു. എന്താണെന്ന് വിവേചിക്കാൻ വയ്യാത്ത ഒരു ഭയം സ്കൂപ്പിനെ ബാധിച്ചു. ഇവറ്റ

അപകടകാരികളാണ്. ഹിറ്റ്ലറുമായുള്ള സാദൃശ്യം പുലർത്താൻ ധൈര്യം കാണിച്ചു എന്നതിന്റെ പേരിൽ അടുത്ത നിമിഷത്തിൽതന്നെ ബ്രോവറുടെ സുശക്തമായ മുഷ്ടി തന്റെ മുഖത്തു പതിച്ചേക്കാനും മതി.

നിമിഷനേരമേ ആ ഭയം നിന്നുള്ളൂ. വന്ന വേഗത്തിൽ തന്നെ അതു തിരോഭവിച്ചു. ആ സമയത്ത് ബ്രോവറും മിസീഗറും കൂടെ പൊട്ടിച്ചിരിക്കാൻ തുടങ്ങി. സ്കൂപ്പിന്റെ തോളിൽ സൗഹൃദത്തോടെ തട്ടിക്കൊണ്ടു ബ്രോവർ ഉറക്കെ ഉറക്കെ ചിരിച്ചു. മിസീഗറുടെ ചിലമ്പിച്ച ശബ്ദം അതിന്റെ പ്രതിധ്വനിയെന്നപോലെ ഉയർന്നു.

അപകടഘട്ടം കഴിഞ്ഞു. സ്കൂപ്പ് രസം നടിക്കാനുള്ള തന്റേടം കാട്ടി. തങ്ങളുടെ വിസ്മയകരമായ കണ്ടുപിടുത്തത്തിന്റെ ലഹരിപിടിച്ച ആനന്ദം രണ്ടുപേരും അപ്പോഴും അവസാനിപ്പിച്ചില്ല.

ബ്രോവർ, മിസീഗറിന്റെ തലയിൽ ഉണ്ടായിരുന്ന എസ് എസ് തൊപ്പി അടർത്തിയെടുത്ത് ഒന്നു ചിരിച്ച് അത് സ്കൂപ്പിന്റെ തലയിൽ സ്ഥാപിച്ചു. തടവുകാരന്റെ കയ്യിലുണ്ടായിരുന്ന തൊപ്പി തട്ടിയെടുത്ത് അയാളതു മിസീഗറിന്റെ കൂർത്ത തലയിലും നിക്ഷേപിച്ചു.

ഇപ്പോൾ രസം മുഴുവനുമായി. തങ്ങളുടെ ഹീനീയുടെ വിജയകരമായ ഒരു ഹാസ്യചിത്രം ഇതാ മുന്നിൽനിൽക്കുന്നു ചിരിച്ചു പൊട്ടിത്തെറിക്കാറായ മട്ടിൽ മിസീഗറിന്റെ അവലക്ഷണം പിടിച്ച മുഖം മുന്നിലും.

കാൽമണിക്കൂറിനകം ഇംഗ്ലീഷുകാർ അവരുടെ സൈനികവാർത്തകൾ പ്രക്ഷേപണം ചെയ്യും. സ്കൂപ്പിന് അത് കേൾക്കണം. താൻ എന്ന മനുഷ്യന് അനുഭവിക്കേണ്ടിവന്ന വേദനയെല്ലാം സ്കൂപ്പ് ധീരതയോടെ കടിച്ചിറക്കി. രണ്ടു കൊള്ളക്കാർക്കും ചിരിച്ചുമതിയാകുന്നതുവരെ, തമാശ മടുക്കുന്നതുവരെ, ക്ഷമയോടെ കാത്തുനിൽക്കാൻതന്നെ അയാൾ തീരുമാനിച്ചു. പിന്നീട് അയാൾ എസ് എസ് തൊപ്പി തലയിൽ നിന്നുമാറ്റി മേശപ്പുറത്ത് വെച്ചു. സ്കൂപ്പിന്റെ പ്രവൃത്തിയിൽ പ്രകടമായ ഭാവം അതീവ വ്യക്തമായിരുന്നതിനാൽ അത് ബ്രോവറുടെ ശ്രദ്ധയിൽപ്പെടാതിരുന്നില്ല. അനുമോദിക്കുന്ന മട്ടിൽ നെറ്റി ചുളിച്ചുകൊണ്ട് അയാൾ മിസീഗറോടു പറഞ്ഞു.

“എന്തറിയാം തനിക്ക്? ഒരു സ്നേഹിതനെ അപമാനിക്കാനുമറിയാം അല്ലേ?”

മറുപടി സ്കൂപ്പിന്റെ നാക്കിലോളം വന്നതാണ്. പക്ഷെ അയാൾ മൗനമവലംബിച്ചു.

അപമാനത്തെ സ്വീകരിക്കുന്ന മട്ടിൽ എന്തെങ്കിലും മറുപടി പറയുകയാണെങ്കിൽ അതോടെ രസച്ചരട് മുറിയും. ഈ മൃഗങ്ങളുടെ കാര്യത്തിൽ ഒന്നും പ്രവചിക്കാൻവയ്യ എന്ന് അനുഭവത്തിൽനിന്ന് അയാൾക്ക് അറിയാമായിരുന്നു. കൂട്ടിലിട്ട വന്യജീവികളെപ്പോലെയായിരുന്നു അവർ. വീണ്ടുവിചാരമില്ലാതെ ആ കനത്തഹസ്തം ദേഹത്തിൽ ആഞ്ഞുവീഴും. അതുകൊണ്ട് ആ ദുർഘടസന്ധിയിൽനിന്ന് സാമർത്ഥ്യപൂർവം ഒഴിഞ്ഞുമാറി, അയാൾ റേഡിയോവിനെ സമീപിച്ചു, അതിന്മേൽ തിരുപ്പിടിക്കാൻ തുടങ്ങി.

പക്ഷാഭേദമില്ലാത്ത തന്റെ പ്രവൃത്തിയിൽ മുഴുകിയിരുന്ന അയാൾ എല്ലാത്തിൽനിന്നും അതീതനായി വർത്തിച്ചു. രണ്ടുപേരുടേയും പൊട്ടിച്ചിരി താഴ്ന്നു താഴ്ന്നു വരുകയാണെന്നറിഞ്ഞപ്പോൾ അയാൾക്ക് തൃപ്തി തോന്നി. മിസീഗർ തടവുകാരന്റെ തൊപ്പി അയാളുടെ ദേഹത്തിലേക്കു തന്നെ വലിച്ചെറിഞ്ഞു. സ്വന്തം തൊപ്പി എടുത്തണിഞ്ഞു മിസീഗർ പുറത്തേക്കിറങ്ങി. സ്കൂപ്പ് സ്വാതന്ത്ര്യത്തോടെ നിശ്വസിച്ചു. ഒരെണ്ണത്തിന്റെ ഉപദ്രവം കുറഞ്ഞല്ലോ. റേഡിയോവിന്റെ കേട് ഒരൊറ്റ നിമിഷം കൊണ്ടയാൾ കണ്ടുപിടിച്ചു. പെട്ടെന്നു നേരെയാക്കാവുന്ന ഒരു പ്രവാഹ ച്യുതി മാത്രമേ ഉണ്ടായിരുന്നുള്ളൂ. പക്ഷെ പെട്ടെന്നത് നേരെയാക്കാനൊന്നും അയാൾ ഒരുങ്ങിയില്ല. ബ്രോവറും കൂടി ഒഴിഞ്ഞു കിട്ടണം, അതായിരുന്നു അയാളുടെ ആഗ്രഹം. ബ്രോവർ റേഡിയോ പെട്ടിയിലേക്ക് തലയും താഴ്ത്തി എന്താണ് തകരാറ് എന്ന് ആരായുകയായിരുന്നു. ഇങ്ങനെ അനാവശ്യമായി ഇടയ്ക്കും തലയ്ക്കും ഇടപെടുന്ന എസ് എസുകാരെ ഒഴിവാക്കാൻ സ്കൂപ്പിന് ഒരു തന്ത്രമറിയാമായിരുന്നു. മിക്കവാറും അത് വിജയംവരിക്കാറുമുണ്ട്. സാങ്കേതിക വിജ്ഞാനത്തിൽ എത്രത്തോളം പാപ്പരാണോ, അത്രത്തോളം അറിവ് നടിക്കുക അവരുടെ പതിവായിരുന്നു. ഒരുതടവുകാരന്റെ മുമ്പിൽ തങ്ങളുടെ മേനി കുറയ്ക്കുക നന്നല്ലല്ലോ. സ്കൂപ്പ് ഇതിൽനിന്ന് തികച്ചും മുതലെടുക്കാറാണ് പതിവ്. ബ്രോവറുടെ അന്വേഷണത്തിന് മറുപടിയായി, സ്കൂപ്പ് റേഡിയോവിന്റെ ചരിത്രത്തെക്കുറിച്ച് പൊടിപ്പും തൊങ്ങലുംവെച്ച് ഒരു നീണ്ട വിവരണം തന്നെ അടിച്ചുവിട്ടു. തന്റെ പ്രസംഗത്തെ സാങ്കേതിക സംജ്ഞകൾ കൊണ്ടയാൾ അലങ്കരിച്ചു. ആ അണ്ടർസ്കാർ ഫ്യൂഹററുടെ ചെവിക്കു ചുറ്റുമയാൾ വൈദ്യുതി അലകൾ ചുറ്റിയിട്ടു. തലച്ചോറിനകത്ത് മുഴുവൻ വിദ്യുച്ഛക്തി ശേഖരണ ഉപകരണങ്ങളും ചുരുളുകളും കുഴലുകളും വാരിവിതറി, സ്പന്ദിക്കുന്ന പ്രവാഹം കാന്തശക്തി ഇൻഡക്ഷൻ, ഉന്നതവും നിമ്നവുമായ പൗനപുന്യം എന്നീ വാക്കുകൾകൊണ്ടയാളെ വീർപ്പുമുട്ടിച്ചു. ഒടുവിൽ ബ്രോവറുടെ തലച്ചോർ ഒരുകൂട്ടം വെട്ടുപൂച്ചികളെപ്പോലെ ആർത്തിരമ്പാൻതുടങ്ങി.

അയാൾ ക്ഷമയറ്റു മുരണ്ടു.

"ഈ റേഡിയോവിന് എന്താണ് കുഴപ്പം?"

തികഞ്ഞ നിഷ്കളങ്കതയോടെ അയാൾ പറഞ്ഞു.

"അതാണല്ലോ നമുക്ക് കണ്ടുപിടിക്കേണ്ടത്."

ബ്രോവർക്ക് ധാരാളം മതിയായി. അയാൾ തൊപ്പിയെടുത്ത് കമഴ്ത്തി ഗർജിച്ചു.

"കാൽ മണിക്കൂറിനകത്ത് ഇത് ശരിപ്പെടുത്തിയിട്ടില്ലെങ്കിൽ ഞാൻ തന്നെ ചതച്ച് ചമ്മന്തിയാക്കും, നോക്കിക്കോ കാട്ടുകള്ളാ." കോപത്തോടെ അയാൾ വാതിൽ പിന്നിൽ ആഞ്ഞടച്ചു.

സ്കൂപ്പിലെ കുസൃതിക്കാരൻ മയത്തിൽ ഒന്നു ചിരിച്ചു. അയാൾ പെട്ടെന്ന് പ്രവാഹം നേരെയാക്കി റേഡിയോ തിരിച്ചു. വിദൂരതയിൽനിന്ന്

അവ്യക്തമായി ഇംഗ്ലീഷ് ഉച്ചാരണത്തോടുകൂടിയ ജർമൻ ഭാഷയിലെ പ്രക്ഷേപണം ഒഴുകിയെത്തി.

സീജിൽനിന്ന് കോബലെൻസിന്റെ വടക്കുവശം റൈൻനദിയുടെ വളവിലേക്കു യുദ്ധം പടർന്നു. അമേരിക്കക്കാരുടെ ടാങ്ക് വ്യൂഹം ഓപ്പൻഹാമിലെ സമരകേന്ദ്രത്തിൽനിന്ന് കിഴക്കോട്ടു കടന്നിരിക്കുന്നു. അവരുടെ സമരകേന്ദ്രം ഹനാന്റെയും അഷാഫൽ ബെർഗിന്റെയും അടുത്ത് മെയിൻവരെ എത്തിയിരിക്കുന്നു. ഓഡൻവാൾഡിന്റെയും വടക്കൻ സ്പറിന്റെയും റൈൻ നദിയുടെയും ഇടയ്ക്ക് പൊരിഞ്ഞ യുദ്ധം നടക്കുകയാണ്.......

സ്കൂപ്പ് ഉച്ചഭാഷിണിയിലേക്ക് വലിഞ്ഞുകയറിയമട്ടിൽ ഒട്ടിപ്പിടിച്ചിരിക്കുകയാണ്. ഒന്നും മറക്കാതിരിക്കാനായി അയാൾ കേൾക്കുന്ന ഓരോ വാക്കും തലച്ചോറിൽ അടിച്ചുറപ്പിക്കുകയായിരുന്നു.

ബ്രോവർ മടങ്ങി വന്നപ്പോഴും സ്കൂപ്പ് ഉച്ചഭാഷിണിയിൽ തന്നെ ശ്രദ്ധ കേന്ദ്രീകരിച്ചിരിക്കുകയാണ്. പൊടുന്നനെ അയാൾ ശബ്ദം അവ്യക്തമാക്കി, ഒച്ച കൂട്ടി. റേഡിയോ ആർത്തിരമ്പാൻ തുടങ്ങി. ആവേശത്തോടെ ബ്രോവർ റേഡിയോവിന്റെ സമീപത്തേക്കു ചാടി.

“ഈശോ, എടാ, തെമ്മാടി, താൻ ഇത് എങ്ങനെ പറ്റിച്ചു. ഹൗ ഞാൻ എത്രനേരം പാടുപെട്ടു. എന്തു ചെയ്തിട്ടും അതു മിണ്ടുകയില്ല. നിങ്ങൾ വാസ്തവത്തിൽ......” ഒരു തടവുകാരനെ സംബന്ധിച്ചിടത്തോളം ഈ പ്രശംസ ആവശ്യത്തിൽ അധികമല്ലേ. അതുകൊണ്ട് ഒരു പരുപരുത്ത സ്വരത്തിൽ ബ്രോവർ തന്റെ അഭിനന്ദനം ഇങ്ങനെ അവസാനിപ്പിച്ചു.

“ഹ, ഹ, ഹ, ഈ നശിച്ച സെറ്റ്. ഏതായാലും ശബ്ദിക്കാൻ തുടങ്ങിയല്ലോ.......”

സ്കൂപ്പ് തന്റെ ഉപകരണങ്ങളെല്ലാം സഞ്ചിയിൽ തന്നെയാക്കി.

അധികം താമസമുണ്ടായില്ല. അയാൾ ക്രാമറുടെ മുറിയിൽ എത്തി. ചുമരിൽ ആണിയടിച്ചുറപ്പിച്ചിരുന്ന ഭൂപടത്തിന്റെ മുമ്പിൽ അയാൾ ക്രാമറോടൊത്ത് നിലയുറപ്പിച്ചു. അൽപ്പദിവസങ്ങൾക്കുള്ളിൽ റെമാജിനിൽനിന്ന് ഓപ്പൻഹാംവരെ തള്ളിക്കയറി കഴിഞ്ഞിരിക്കുന്നു. അവിടെനിന്ന് അവർ മുന്നേറുന്നത് ഫ്രാങ്ക് ഫോർട്ടിനെ ലക്ഷ്യംവെച്ചാണ്. കോബൽസിനു വലത്തുവശത്തുള്ള മുന്നേറ്റം പ്രത്യക്ഷത്തിൽ കാസ്സലിനെ ലാക്കാക്കിയാണ്. അവർ മുന്നേറുന്നതു ടൂറിൻജയയിലേക്കാണ്.

നിശ്ശബ്ദരായി ആ രണ്ടുപേരും അന്യോന്യം നോക്കിനിന്നു. രണ്ടുപേരുടെ മനസിലും ഒരേ വിചാരം തന്നെയായിരുന്നു. ക്രാമർ ഒരു റൂൾവടികൊണ്ടു റെമാജിനിൽനിന്ന് ഫ്രാൻങ്ക് ഹോർട്ടിലേക്കുള്ള ദൂരം അളന്നു. അവിടെനിന്നു വീമാറിലേക്കുള്ള അകലവും. ഇതേവരെയുണ്ടായിട്ടുള്ള പുരോഗതി മൂന്നിൽ രണ്ടുഭാഗം കഷ്ടിവരും എന്നെ.......

ക്രാമർ ദീർഘമായി നിശ്വസിച്ചു, റൂൾവടി മേശപ്പുറത്ത് വെച്ചു ഘനഗംഭീരമായ സ്വരത്തിൽ പറഞ്ഞു. “ഒരു പക്ഷത്തിനകം ഒന്നുകിൽ നാം സ്വതന്ത്രരാകും; അല്ലെങ്കിൽ മരിക്കും.”

സ്കൂപ്പ് ചിരിച്ചു.

“ദൈവമേ, മരിക്കുകയോ, വാൾട്ടർ, അവിടെയുള്ള ആ പരിഷകൾക്കു ഇനി നമ്മെ ഒന്നും തന്നെ ചെയ്യാനാവുകയില്ല. അവരുടെ വയറ്റിൽ തീയെരിഞ്ഞു തുടങ്ങിയിരിക്കുന്നു.”

ക്രാമർ താക്കീതുചെയ്തു.

“ഉം, നമുക്ക് കാത്തിരുന്നു കാണാം........”

പെട്ടെന്നയാൾ സ്കൂപ്പിന്റെ കൈ പിടിച്ചു, ജനവാതിലിലൂടെ ഗേറ്റിന്റെ ഭാഗത്തേക്കു ചൂണ്ടിക്കാണിച്ചു. ക്ലൂട്ടിക്കും റീനിബോത്തും ധൃതിയിൽ കവാത്തു മൈതാനിയിലേക്കു കടക്കുന്നത് അവർ കണ്ടു. വഴിയിൽ കണ്ട തടവുകാർ തൊപ്പിയെടുത്തു ഓച്ഛാനിച്ചു. അവർ പോയവഴിയേ തന്നെ നോക്കിനിന്നു. ഏതു ഭാഗത്തേക്കാണ് അവരുടെ നീക്കം എന്നു ശ്രദ്ധിച്ചുകൊണ്ട് അവർ കണ്ണീൽനിന്നു മറയുന്നതുവരെ സ്കൂപ്പ് ഓടുകതന്നെ ചെയ്തു.

ക്രാമർക്ക് വല്ലാത്ത ഭയമായി. തനിക്കുവേണ്ടിയാണ് അവർ ക്യാമ്പിലേക്ക് വരുന്നതെന്ന് തോന്നി, ഏതുനിമിഷത്തിലും ഈ വാതിൽ തള്ളി തുറക്കും. ഏത് നിമിഷവും ക്ലൂട്ടിക്കിന്റെ തുളക്കുന്ന ശബ്ദം മുഴങ്ങും.

“വാടോ, ഇവിടെ, വരാനല്ലേ പറഞ്ഞത്, ഇപ്പോൾതന്നെ.”

ക്രാമർ കൈവെള്ളകൊണ്ട് നെറ്റിത്തടം അമർത്തിപ്പിടിച്ചു. എല്ലാമെല്ലാം കണ്ടുപിടിക്കപ്പെട്ടിരിക്കുന്നു. സർവതും പരസ്യമായി കഴിഞ്ഞു. തുടിച്ചുനിന്ന ഉൽക്കണ്ഠ ഭയങ്കരമായ ഉൾക്കിടിലത്തിന് വഴി മാറിക്കൊടുത്തു.

അവസാനം വാതിൽ തള്ളിത്തുറന്നപ്പോൾ ക്രാമർ സംഭ്രാന്തിയോടെ ഞെട്ടിത്തിരിഞ്ഞു. പക്ഷെ അത് സ്കൂപ്പ് ആയിരുന്നു. “അവർ കലവറ കെട്ടിടത്തിലേക്കാണ് പോയത്.”

ഒരു നിമിഷാർദ്ധ നേരത്തേക്ക് ക്രാമർക്ക് അനുഗ്രഹീതമായ ഒരാശ്വാസം അനുഭൂതമായി, പക്ഷെ ആദ്യത്തെക്കാളും ഭയങ്കരമായ ഭീതി അയാളെ ബാധിച്ചു. ജീവൻ വിട്ടകന്നപോലെ മരവിച്ച നിലയിൽ അയാൾ സ്കൂപ്പിനെ തുറിച്ചുനോക്കി നിന്നു.

കാലത്ത് വാതിലിന്റെ പിന്നിൽനിന്നാണ് റീനിബോത്തിന് ആ എഴുത്തു കിട്ടിയത്: ഒന്നും ശരിക്ക് മനസിലാകാതെ അയാളതു തിരിച്ചും മറിച്ചും മറിച്ചും തിരിച്ചും നിരവധി പ്രാവശ്യം വായിച്ചുനോക്കി.

കലവറയിലെ ഹോഫലും പോളണ്ടുകാരൻ ക്രോപ്പിൻസ്കിയും കൂടെ സ്വീലിങ്ങിനെ കളിപ്പിക്കാൻ ഒരുങ്ങുകയാണ്. വസ്ത്രധാരണ മുറിയിലെ പിന്നിൽ വലതുഭാഗത്ത് അവർ ഒരു യഹൂദപയ്യനെ രഹസ്യമായി താമസിപ്പിച്ചിരിക്കുന്നു.

നിരവധി പ്രാവശ്യം റീനിബോത്ത് അത് വായിച്ചു നോക്കി.

“കലവറമുറിയിലെ ഒരു തടവുകാരൻ” എഴുത്തിനടിയിലെ ഒപ്പ് അങ്ങനെയായിരുന്നു. പെട്ടെന്ന് തലേദിവസം കാലത്തുണ്ടായ സ്വീലിങ്ങിന്റെ പെരുമാറ്റത്തെ കുറിച്ചയാൾ ഓർത്തു. കടലാസ് അയാൾ ക്ലൂട്ടിക്കിനെ വിളിച്ചു കാണിച്ചു. അയാളും വാലും തലയും തിരിയാത്തമട്ടിൽ നിരവ

ധിപ്രാവശ്യം വായിച്ചുനോക്കി. തന്റെ ചുകന്നു തുടുത്ത കണ്ണുകൾ കോട്ടി കനത്ത കണ്ണട ചില്ലുകൾക്കിടയിലൂടെ പ്രകാശം പരന്നു.

റീനിബോത്ത് ഡസ്കിന്റെ പിന്നിൽ പോയി ഇരുന്നു.

"ഈ ഒപ്പിനെപ്പറ്റി എന്താണഭിപ്രായം."

സംഭ്രമത്തോടെ ക്ലൂട്ടിക് പറഞ്ഞു.

"ആരോ ചാരവൃത്തി നടത്തിയിരുന്നു."

"തടവുകാരനായിരിക്കുമോ?"

"പിന്നല്ലാതെ."

റീനിബോത്ത് താൻപോരിമയോടെ ഒന്നു ചിരിച്ചു.

"സ്വീലിങ്ങ്" തൊണ്ടയിൽ കഫം തടഞ്ഞപോലുള്ള സ്വരത്തിൽ അതും പറഞ്ഞ് അയാൾ എഴുന്നേറ്റു! ക്ലൂട്ടിക്കിന്റെ കയ്യിൽനിന്ന് ആ കുറിപ്പ് തട്ടിപ്പറിച്ചു. കുറെക്കൂടി കനത്ത ശബ്ദത്തിൽ അയാൾ മുരണ്ടു."സ്വീലിങ്ങ്, സ്വീലിങ്ങ് അല്ലാതെ വേറെയാരുമല്ല ഈ കത്തെഴുതിയത്."

വിഡ്ഢിത്തവും വിസ്മയവും നിറഞ്ഞ ക്ലൂട്ടിക്കിന്റെ മുഖഭാവം റീനിബോത്തിനെ വെകിളി പിടിപ്പിച്ചു. ഒരു കാട്ടുകടന്നലിനെപ്പോലെ അയാൾ ക്യാമ്പ് ഫ്യൂഹററുടെ നേരെ ചീറി.

"തനിക്കു മനസിലാകുന്നില്ലേ? ഹൗ പകൽ വെളിച്ചം പോലെ വ്യക്തമാണല്ലോ. ആ മണ്ടശ്ശിരോമണി "ഹീനി" കമ്യൂക്കളായി കൂട്ടുകൂടാൻ ശ്രമിച്ചതായിരുന്നു. ഇപ്പോഴവന് ഉടുതുണിയിൽ......പോകുകയാണ്."

ആ യുവാവിന്റെ തീക്ഷ്ണമായ ചിന്താഗതി മനസിലാക്കാൻ ക്ലൂട്ടിക് ഒരു ശ്രമം നടത്തുകയായിരുന്നു. ഇടതുകൈ പിന്നിൽ കെട്ടി, വലതു കയ്യിന്റെ തള്ളവിരൽ കോട്ടിന്റെ നിരയിൽ തള്ളി. ക്ലൂട്ടിക്കിന്റെ മുന്നിലൂടെ ആർഭാടപൂർവം അങ്ങോട്ടും ഇങ്ങോട്ടും നടക്കുകയായിരുന്നു റീനിബോത്ത്. അയാളുടെ സ്വരത്തിൽ കടുത്ത പുച്ഛരസം തുടിച്ചു നിന്നിരുന്നു.

"ഹെർ ഹെപ്റ്റസ്റ്റർഫ്യൂഹ്റർ, ഫ്യൂഹറർ, അത്യന്തം ബഹുമാനപ്പെട്ട നമ്മുടെ ഒ കെ ഡബ്ലിയുവിന്റെ (നാസിസേനയുടെ ഹൈക്കമാന്റ്) റിപ്പോർട്ടും ബ്രിട്ടീഷ് പ്രക്ഷേപണനിലയത്തിലെ വാർത്തയും കൂടെ ഒന്നു ഒത്തുനോക്കാനുള്ള സന്മനസ്സ് താങ്കൾക്ക് ഉണ്ടാകുമോ?"

അയാൾ ക്ലൂട്ടിക്കിന്റെ മുമ്പിൽ ചെന്നുനിന്നു കടുത്ത സ്വരത്തിൽ ചോദിച്ചു.

"എന്റെ പ്രിയപ്പെട്ട മനുഷ്യാ, നിങ്ങൾ അതിനൊന്നു മിനക്കെടുമെങ്കിൽ തീർച്ചയായും നിങ്ങൾക്കു മനസിലാകും അമേരിക്കക്കാർ ഓപ്പൻഹാമിൽനിന്നു മുന്നോട്ടു നീങ്ങുകയാണെന്ന്. അവർ ആസ്ഷാഫൻബർഗിൽ എത്തിക്കഴിഞ്ഞു. സമരമുന്നണിയെപറ്റി കുറെ വിവരങ്ങൾ പറഞ്ഞുതരട്ടെ?"

അനുരഞ്ജിപ്പിക്കുന്ന വിധത്തിൽ മുഖമൊന്നു വക്രിപ്പിച്ചു, അയാൾ ഭൂപടത്തിലേക്കു ചൂണ്ടിക്കാണിച്ചു.

"ആക്രമണലക്ഷ്യം: ടൂറിൻജിയ; ശരിയാണോ? ഇനി ഇതിനെപറ്റി എന്തുപറയുന്നു. മാന്യരേ, അഭ്യൂഹങ്ങളെല്ലാം നിർത്തിവെയ്ക്കുക എന്നാണല്ലോ നമ്മുടെ നയതന്ത്രജ്ഞന്റെ അരുളപ്പാട്. രണ്ടും രണ്ടുംകൂടി കൂട്ടി നോക്കിയാണ് ഞാൻ പറയുന്നത്."

അയാൾ അങ്ങോട്ടും ഇങ്ങോട്ടും കുറെ നടന്നു. ഒടുവിൽ നിശ്ശബ്ദനായി നിന്ന ക്ലൂട്ടിക്കിന്റെ മുമ്പിൽചെന്നു നിന്ന് അയാളെ വെല്ലുവിളിച്ചു.

"ശരി, ഹെർ ക്യാമ്പ് ഫ്യൂഹറർ, ദയവായി രണ്ടും രണ്ടും കൂടി ഒന്നു കൂട്ടി നോക്കാമോ?'' ക്ലൂട്ടിക്കിനു കാര്യത്തിന്റെ കിടപ്പ് ഏതാണ്ട് മനസിലായി തുടങ്ങിയിരുന്നു.

"സ്വീലിങ്ങ് കമ്യൂക്കളുമായി ചങ്ങാത്തംപിടിച്ചു അല്ലേ. കാര്യങ്ങൾ അവതാളത്തിലാകുന്നപക്ഷം......ഇതാണോ നിങ്ങൾ ഉദ്ദേശിക്കുന്നത്?"

''പെട്ടെന്നു പിടികിട്ടിയല്ലോ,'' റീനിബോത്ത് പരിഹസിച്ചു. "നിങ്ങളുടെയൊക്കെ ഇഷ്ടംപോലെ വളരെ വേഗമാണവർ മുന്നേറുന്നത്. വാസ്തവത്തിൽ വളരെ വളരെ വേഗത്തിൽ. ഒരൊറ്റ ആഴ്ചകൊണ്ട് റെമാജിനിൽ നിന്നവർ ഫ്രാങ്ക് ഫോർട്ടിലേക്ക് എത്തി. അവർ എപ്പോൾ ഇവിടെ എത്തുമെന്നു നിങ്ങൾക്കുതന്നെ കണക്കാക്കാം. എന്റെ കണ്ടുപിടുത്തമൊന്നു കേട്ടോളൂ. അവർ ആ യഹൂദ ചെക്കനെ പൊക്കിക്കാണിച്ചു. നമ്മുടെ സ്വീലിങ്ങിനെ മയപ്പെടുത്തി. ഹെർ ഹെപ്റ്റശ്ചാർ ഫ്യൂഹറർ, നിങ്ങൾ ഒന്നു കണ്ണടച്ചേക്കൂ! സമയം വരുമ്പോൾ ഞങ്ങളും കണ്ണടച്ചോളാം. എന്താ ശരിയല്ലേ."

റീനിബോത്ത് ക്ലൂട്ടിക്കിന്റെ മറുപടിക്കുവേണ്ടി കാത്തുനിൽക്കാതെ തുടർന്നു. "ഇതെല്ലാം ആ ഹോഫലിന്റെ പണിയാണ്. അവൻ ആ രഹസ്യസംഘടനയിലെ അംഗമാണ്, അല്ല, അവരാണ് ഈ സർക്കസിന്റെ പിന്നിലുള്ളത്. നിയമവിരുദ്ധമായ സംഘടന, മനസിലാകുന്നുണ്ടോ? നമുക്ക് ഹോഫലിനെ പിടിക്കണം. ആ പോളണ്ടുകാരനേയും. വൂസിസ്സ്— എന്നല്ലേ അവന്റെ പേർ?"

ഇപ്പോൾ ക്ലൂട്ടിക്കിനു എല്ലാം മനസിലായി. കോപത്തോടെ എളിയിൽ കൈകുത്തിക്കൊണ്ടയാൾ മുരണ്ടു.

"നാം ഈ സ്വീലിങ്ങിനെ എന്തുചെയ്യും?"

"ഒന്നുമില്ല" റീനിബോത്ത് മറുപടിപറഞ്ഞു. "ആ ഹോഫലിനേയും വൂസിസ്സിനെയും പിടികിട്ടിയാൽ ചരടിന്റെ തുമ്പ് നമ്മുടെ കയ്യിലായി. ഇത് വല്ലവിധത്തിലും ഒതുക്കിത്തീർക്കുന്നത് ആ തിരുമറയൻ ഹീനിക്ക് സന്തോഷമാകുകയേയുള്ളൂ."

വ്യക്തമായ അഭിനന്ദനഭാവത്തിൽ ക്ലൂട്ടിക് റീനിബോത്തിനെ നോക്കി.

"ഈശ്വരാ! എന്തൊരു കള്ളനായയാണ് താൻ" സ്വസാമർത്ഥ്യത്തെപ്പറ്റിയുള്ള കലവറയില്ലാത്ത ഈ അഭിനന്ദനം ആ ഡംഭുകാരൻ യുവാവിന്റെ അഹന്തക്ക് മകുടം ചാർത്തി; അയാൾ തള്ളവിരൽ ബട്ടൺനിരയിൽ അമർത്തി, കൈകൊണ്ട് താളം പിടിച്ചു "നമ്മുടെ നയതന്ത്രജ്ഞന്റെ അനുമതികൂടാതെ തന്നെ നമുക്ക് കാര്യങ്ങൾ നടത്താം; തുറന്നു പറയുകയാണെങ്കിൽ അയാൾക്കെതിരായി നമുക്ക് പ്രവർത്തിക്കണം.

ഹെർഹോപ്പ്റ്റശ്ചാർ ഫ്യൂഹറർ, നമുക്ക് വളരെ ശ്രദ്ധിച്ച്, വളരെ വളരെ, സൂക്ഷ്മതയോടെ മുന്നേറണം. സംഗതികൾ നമ്മെ സംബന്ധിച്ചിട ത്തോളം വഷളാവുകയേയുള്ളു എന്ന് ആദ്യം തന്നെ പറഞ്ഞുവല്ലോ. ഞാൻ അത് വീണ്ടുംപറയുന്നു. കാര്യങ്ങൾ നമുക്ക് എതിരായാണ് അവ സാനിക്കുക. നാം തട്ടുകയാണെങ്കിൽ അത് ശരിയായവരെയായിരിക്കണം. പറയുന്നത് മനസിലായോ? ഒരൊറ്റ അടിക്കുള്ള സന്ദർഭമേ നമുക്ക് കിട്ടൂ. അടി ശരിക്കും മർമസ്ഥാനത്തു തന്നെ ഏൽക്കണം."

കുറച്ചുകൂടി ക്ലൂട്ടിക്കിന്റെ അടുത്തേക്ക് നീങ്ങിനിന്ന് റീനിബോത്ത് ബദ്ധപ്പാടോടെ പറഞ്ഞു.

"ഇപ്പോൾ യാതൊരു അബദ്ധവും ചെയ്യരുത്. സംഘടനയെപ്പറ്റി ഒര ക്ഷരംപോലും മിണ്ടാൻ വയ്യ? അങ്ങനെ ഒരു സാധനംതന്നെ നിലവിലില്ല. മനസിലായോ? നാം ചുമ്മാ ആ യഹൂദപ്പയ്യനെ തിരയുകയാണേ! സംഗ തികളുടെ കിടപ്പ് തിരിഞ്ഞോ?"

ക്ലൂട്ടിക് തലയാട്ടി. റീനിബോത്തിന്റെ സാമർഥ്യത്തിലയാൾക്ക് വിശ്വാസമുണ്ടായിരുന്നു. റീനിബോത്തിനാകട്ടെ ഒരൊറ്റ നിമിഷം വെറുതെ കളയാനിഷ്ടമില്ലായിരുന്നു. തൊപ്പി നെറ്റിയിലേക്കു വലിച്ചി ട്ടുകൊണ്ടയാൾ പറഞ്ഞു.

"ശരി, നമുക്കു പോകാം."

കലവറമുറിയുടെ വാതിൽ തള്ളിത്തുറന്ന് അവർ അകത്തേക്കു കടന്നു.

വസ്ത്രം സൂക്ഷിക്കുന്ന മുറിയിൽ ഉണ്ടായിരുന്ന തടവുകാർ ഞെട്ടി. ആരോ ഒരാൾ വിളിച്ചുപറഞ്ഞു.

"അറ്റൻഷൻ."

എല്ലാവരും നിന്ന നിലയിൽ അവിടവിടെ അറ്റൻഷനായി. ഗുമസ്ത ന്മാരുടെ മുറിയിൽനിന്നു പൊന്തിയ ആ 'അറ്റൻഷൻ' എന്ന ശബ്ദം ഏകാഗ്രതയോടെ ശ്രദ്ധിച്ചിരുന്ന ഹോഫൽ ക്യാമ്പ് ഫ്യൂഹററുടെയും റീനിബോത്തിന്റെയും സ്വരംകേട്ടപ്പോൾ ഞെട്ടിത്തെറിച്ചു. അയാൾ ധൃതിയിൽ വസ്ത്രധാരണ മുറിയിലേക്കു കടന്നുചെന്നു സാധാരണ ഗതിയിൽ ചെയ്യാറുള്ളതുപോലെ "കലവറമുറിയിലെ തടവുകാർ ജോലിയിൽ ഏർപ്പെട്ടിരിക്കുന്നു" എന്ന് റിപ്പോർട്ടു ചെയ്തു. അപ്പോഴും ബട്ടൺ നിരയിൽ തള്ളവിരൽ വെച്ചുകൊണ്ടു നിന്ന റീനിബോത്ത് അലറി.

"അണിയായി നിർത്തൂ."

കുറെക്കൂടെ ഉച്ചത്തിൽ ഹോഫൽ ആ കൽപ്പന കെട്ടിടമാകെ അറി യിച്ചു. രണ്ടുപേരുടെയും പെട്ടെന്നുള്ള ആഗമനംകൊണ്ട് എന്തോ കുഴപ്പം ഉണ്ടെന്നു മനസിലാക്കിയ തടവുകാർ ഓരോരോ ഭാഗങ്ങളിൽനിന്ന് ഓടിവന്നു സാധാരണ ഹാജർ വിളി സമയത്ത് ചെയ്യാറുള്ളപോലെ ധൃതി യിൽ രണ്ടുവരിയായി നിരന്നു നിന്നു ക്ലൂട്ടിക് സ്വീലിങ്ങിനെ അന്വേഷിച്ചു.

"ഹെർഹോപ്പ്റ്റശ്ചാർ ഫ്യൂഹറർ സ്വീലിങ്ങ് ഇന്ന് കാലത്ത് ഇവിടെ വന്നിട്ടില്ല."

ഹോഫൽ റിപ്പോർട്ടു കൊടുത്തു.

അശുഭ സൂചകമായ ഒരു നിശ്ശബ്ദത പരന്നു. യാതൊരക്ഷരവും മിണ്ടാതെനിൽക്കുന്ന ക്ലൂട്ടിക്കിനെയും റീനിബോത്തിനെയും തുറിച്ചു നോക്കിക്കൊണ്ടു നിശ്ചലരായി നിൽക്കുകയായിരുന്നു തടവുകാർ. സംഭവ ബഹുലമായ ഏതാനും നിമിഷങ്ങൾ കാട്ടുപറവകളെപ്പോലെ ചിറകിട്ട ടിച്ചുകൊണ്ടു തടവുകാരുടെ തലയ്ക്കുമുകളിലൂടെ പറന്നകന്നു നിശ്ച ലത ഘനീഭവിച്ചു രൂപംകൊണ്ട പോലെ തോന്നി.

ക്ലൂട്ടിക് റീനിബോത്തിനോട് എന്തോ ആംഗ്യം കാണിച്ചു. അയാൾ വസ്ത്രധാരണ മുറിയുടെ പിന്നിൽ വലതുവശത്തേക്കുപോയി. കാലുകൾ ആട്ടിക്കൊണ്ടു ക്ലൂട്ടിക് ആ കൗണ്ടറിൽ തന്നെയിരുന്നു. പിന്നിലത്തെ നിര യിൽ ക്രോപ്പിൻസ്കിയും പിപ്പിഗ്ഗും അടുത്തടുത്താണ് നിന്നത്. ആരും കാണാതെ പിപ്പിഗ്ഗ് ക്രോപ്പിൻസ്കിയെ മുട്ടുകൊണ്ടു ഒന്നു തോണ്ടി. റോസ് നിന്നത് ആദ്യത്തെ വരിയിലാണ്. ബാക്കിയുള്ളവരുടെ, വിശ കലനംചെയ്യാൻ സാധ്യമല്ലാത്ത വിധത്തിലുള്ള മുഖഭാവങ്ങളിൽനിന്നു വ്യത്യസ്തമായി, തികച്ചും ഭയാക്രാന്തമായിരുന്നു റോസിന്റെ വദനം. ആദ്യത്തെ വരിയിലെ അറ്റത്തുള്ള തന്റെ സാധാരണ സ്ഥാനത്ത് നിലയുറപ്പിച്ചിരുന്ന ഹോഫലിന്റെ മനസിൽ ചിന്തകളങ്ങനെ പരക്കം പായുകയായിരുന്നു.

ഹൃദയം തുടിക്കുന്നത് തൊണ്ടയിൽ കിടന്നാണോ? ജീവിതത്തെ ക്കാൾ വികസ്വരമായി തോന്നി ഊഷ്മളമായ ആ തുടിപ്പ്. ഈ ഉദ്യോഗ സ്ഥന്മാരുടെ ആഗമനത്തിനു കാരണമായി അയാൾ കണക്കാക്കിയത്, കുട്ടിയുടെ തിരോധാനമല്ല, 7.65 മില്ലിമീറ്റർ വാൾത്തരുടെ അപഹരണ മാണ്. തികച്ചും അസാധാരണമായ ഒരു നിഗമനം! അയാൾക്കല്ലാതെ മറ്റൊരാൾക്കും അറിയില്ല അതിന്റെ അതീവരഹസ്യമായ ഒളിവുസ്ഥലം!

പെട്ടെന്നയാൾ കുട്ടിക്കാലത്ത് താൻ കളിക്കാറുള്ള ഒളിച്ചുകളിയെ ക്കുറിച്ചോർത്തു. അയാൾക്ക് ആവേശം കയറി. തന്റെ ചുണ മങ്ങുക യാണ്.....മങ്ങുകയാണ്.......മങ്ങുകയാണ്. മനസിൽ ആയുധം ഒളിച്ചു വെച്ചിരിക്കുന്ന സ്ഥലത്തെ കുറിച്ചയാൾ ഓർത്തു. അതുകണ്ടുപിടിക്കാ നുള്ള സാധ്യതകളെക്കുറിച്ചു പേർത്തും പേർത്തും ആലോചിച്ചു, പണ്ടു പണ്ട് എത്രയെത്ര ശ്രമിച്ചിട്ടും, ഒളിച്ചുവെച്ചിരിക്കുന്ന സാധനങ്ങൾ കണ്ടുപിടിക്കാനവർക്ക് സാധിക്കാതെ വരുമ്പോൾ, ഹാ, എത്രമാത്രം അയാൾ ആർത്തുല്ലസിക്കാറുണ്ട്.....ചിന്തകൾ കാടുകയറുന്നു.......

തണുത്തു തണുത്തു താഴുകയാണ് ആവേശം. അയാൾ ശാന്ത നായി. പെരുമ്പറപോലുള്ള ഹൃദയമിടുപ്പ് കുറഞ്ഞു കുറഞ്ഞു വരുന്നു. പരിഭ്രാന്തി അകന്നു തുടങ്ങി. കാൽമുട്ടുകളിന്മേൽ താളം പിടിച്ചു കൊണ്ടിരിക്കുന്ന ക്ലൂട്ടിക്കിനെ കൺകോണുകൊണ്ട് ഒന്നു നോക്കാനുള്ള തന്റേടം കൂടി അയാൾക്കു കൈവന്നു.

നിശ്ചലരായി നിരന്നുനിൽക്കുന്ന തടവുകാരുടെ അണികളിലൂടെ, ഓരോരുത്തരേയും മാറി മാറി അമർന്നു നോക്കിക്കൊണ്ടു സഞ്ചരിക്കുക

യായിരുന്നു ക്ലൂട്ടിക്കിന്റെ പകനിറഞ്ഞ കണ്ണുകൾ; തടവുകാരുടേതു യാതൊരു ലക്ഷ്യവും ഇല്ലാതെ ചുമ്മാ ശൂന്യതയിലേക്കും. ഏതു നിമിഷവും പൊട്ടിച്ചീറാവുന്ന തരത്തിലുള്ള, ദുർബലരാക്കുന്ന രീതിയിലുള്ള ഒരു പിരിമുറുക്കം മുറിയിൽ വിങ്ങിത്തുടിച്ചുനിന്നിരുന്നു. റീനിബോത്ത് മടങ്ങിവരാൻ കുറെയേറെ നേരമെടുത്തു. അയാളുടെ മുഖത്ത് ഒരു പരിഹാസച്ചിരി പരന്നിരുന്നു. പുരികമൊന്നുയർത്തി 'അവിടെ ഒരു ചുക്കുമില്ല' എന്നയാൾ വിരസതയോടെ അറിയിച്ചു. ക്ലൂട്ടിക് കൗണ്ടറിൽ നിന്നു ചാടിയിറങ്ങി. പിരിമുറുക്കം പെട്ടെന്നയഞ്ഞു. കൊടുങ്കാറ്റിന്റെ കഴ തുറന്നമട്ടിലാണ് ക്ലൂട്ടിക്കിന്റെ രോഷം ആളിപ്പടർന്നത്.

"ഹോഫൽ, ഉം മാറി നിൽക്കെട. മുമ്പിലേക്ക്."

ഹോഫൽ നിരയിൽ നിന്നകന്ന് മുന്നോട്ട് നീങ്ങി ക്ലൂട്ടിക്കിന്റെ സമീപത്തുനിന്ന് രണ്ടടി മാറി നിലയുറപ്പിച്ചു. തടവുകാരുടെ തലയ്ക്ക് മുകളിലൂടെ ക്ലൂട്ടിക് കണ്ണുകൾ പായിച്ചു.

"എവിടെ ആ പോളണ്ടുകാരൻ തെമ്മാടി, എടാ. ക്രോപ്പിൻസ്കി, വാ ഇവിടെ."

ക്രോപ്പിൻസ്കി മെല്ലെ സ്വസ്ഥാനത്തുനിന്ന് ഇളകി തടവുകാരുടെ നിരകടന്ന് ഹോഫലിന്റെ സമീപത്ത് ചെന്നുനിന്നു. റീനിബോത്ത് മടമ്പുകൾ നിലത്തൂന്നി ഒന്നായംകൊണ്ട് നിൽക്കുകയായിരുന്നു. റോസ് കല്ലായി മാറിയപോലെ നിന്നിരുന്നു. ഇപ്പോൾ കുഴഞ്ഞുവീഴുമെന്ന് ഭീഷണിപ്പെടുത്തുന്ന മട്ടിൽതന്നെ അയാൾ, തന്റെ സർവശക്തികളും സംഭരിച്ചു വീഴാതെനിന്നു. മറ്റു തടവുകാരുടെ മുഖങ്ങൾ സാധാരണപ്പോലെ ദൃഢവും ഗൗരവയുക്തവും നിർവികാരവുമായിരുന്നു. പിപ്പിഗ്ഗിന്റെ നയനങ്ങൾ ക്ലൂട്ടിക്കിന്റെ മുഖത്തുനിന്ന് റീനിബോത്തിന്റെ മുഖത്തേക്ക് മാറി. ദേഷ്യംകൊണ്ട് ശ്വാസംമുട്ടുകയായിരുന്നു ക്ലൂട്ടിക്കിന്. നീണ്ട കഴുത്തിൽ തല മരവിച്ചപോലെ നിശ്ചലമായി നിന്നിരുന്നു. സ്വയം നിയന്ത്രിച്ചാൽ കൊള്ളാമെന്നുണ്ടായിരുന്നു. കടുത്ത സ്വരത്തിൽ അയാൾ ചീറ്റി. "എവിടെ ആ കുട്ടി."

ക്രോപ്പിൻസ്കി സംഭീതനായി തുപ്പൽ വിഴുങ്ങി. ആരും ഉത്തരമൊന്നും പറഞ്ഞില്ല. അതോടെ ക്ലൂട്ടിക്കിന്റെ ആത്മനിയന്ത്രണം അമ്പേ തകർന്നു. അയാൾ ഗർജിച്ചു.

"ആ ജൂതചെറുക്കൻ എവിടെയാണെന്നാണ് ഞാൻ ചോദിക്കുന്നത്!"

അതേസമയത്ത് അയാൾ ഹോഫലിന്റെ നേരെ തിരിഞ്ഞ് അലറി.

"പറയ് ഉത്തരം!!"

അയാളുടെ ചുണ്ടിൽനിന്ന് തുപ്പൽ തെറിച്ചു.

"ഇവിടെ ഒരു കുട്ടിയുമില്ലല്ലോ."

അപേക്ഷാഭാവത്തിൽ ക്ലൂട്ടിക് റീനിബോത്തിനെ നോക്കി. ദേഷ്യം അടക്കാൻ വയ്യാത്തതുകൊണ്ട് വാക്കുകൾ അയാളുടെ തൊണ്ടയിൽ തന്നെ ഒട്ടിനിൽക്കുകയായിരുന്നു. റീനിബോത്ത് തീരെ ഉദാസീനതയോടെ ക്രോപ്പിൻസ്കിയുടെ സമീപത്തേക്ക് നടന്ന്, അയാളുടെ ജാക്കറ്റിൽ പിടിച്ച് തന്നോട് അടുപ്പിച്ചു നിർത്തി. വളരെ സൗമനസ്യത്തോടെ തിരക്കി.

"പോളണ്ടുകാരാ. ആ കുട്ടി എവിടെയാണെന്നു ഞങ്ങളോടു പറഞ്ഞേക്കൂ."

"എനിക്കറിയില്ല......"

റീനിബോത്ത് ഒന്നു തിരിഞ്ഞു. ഒരു കായികാഭ്യാസിയുടെ പാടവത്തോടെ അയാൾ ക്രോപ്പിൻസ്കിയുടെ താടിയെല്ലിൽ ഒരു തട്ടുകൊടുത്തു. ശക്തമായ ആ അടിയേറ്റ പോളണ്ടുകാരൻ വേച്ചുവേച്ചു പുറകോട്ടുപോയി അണിയായി നിന്ന തടവുകാരുടെ നിരയിലേക്ക് വീണു. അവർ അയാളെ താങ്ങിപ്പിടിച്ചു. വായയുടെ കോണിലൂടെ ഒരു നേരിയ രക്തരേഖ ഒഴുകി വരുന്നുണ്ടായിരുന്നു. റീനിബോത്ത് അയാളെ പിടിച്ചെഴുന്നേൽപ്പിച്ച് അതേസ്ഥാനം നോക്കി കൊടുത്തു രണ്ടാമതും ഒരടി. അതോടെ ക്രോപ്പിൻസ്കി തളർന്നുവീണു.

റീനിബോത്ത് കൈതുടച്ചു തള്ളവിരൽ ബട്ടൺനിരയിൽ തള്ളി.

ഈ രണ്ട് അടികൾകൊണ്ട് അയാൾ ക്ലൂട്ടിക്കിന് അടയാളം കൊടുത്തു കഴിഞ്ഞിരുന്നു. അയാൾ എഴുന്നേറ്റു, യാതൊരു നിയന്ത്രണവും കൂടാതെ, രണ്ടു കൈകൊണ്ടും ഹോഫലിന്റെ മുഖത്ത് തലങ്ങും വിലങ്ങും പ്രഹരിച്ചുകൊണ്ട് ആക്രോശിച്ചു.

"എവിടെയാടാ നീ ആ യഹൂദചെക്കനെ ഒളിച്ചുവെച്ചിരിക്കുന്നത്? ഉം തുപ്പട, നായെ പുറത്ത്."

രക്ഷപ്പെടാനെന്നോണം ഹോഫൽ കൈകൾ തലയിൽ പൊത്തി. ക്ലൂട്ടിക് കുടവയറ്റിൽതന്നെ ആഞ്ഞൊരു ചവിട്ടുകൊടുത്തു. അതിന്റെ ആഘാതം താങ്ങാനാവാതെ നിലവിളിച്ചുകൊണ്ട് ഹോഫൽ കുഴഞ്ഞു വീണു.

പിടഞ്ഞു പിടഞ്ഞാണ് പിപ്പിഗ്ഗിന്റെ ശ്വാസം പുറത്തേക്കു വന്നിരുന്നത്. അയാൾ കൈകൾ ചുരുട്ടി. അയാളുടെ ചിന്തകൾ ബോധശൂന്യമായമട്ടിൽ അലഞ്ഞുതിരിയുകയായിരുന്നു.

"ഉം ഉം, ആയിക്കോ, അവരിതാ ഓപ്പൻഹാമിൽ എത്തിക്കഴിഞ്ഞു. നിനക്കൊന്നും ഇനി അധികം സമയമില്ല. അതിനിടക്ക് ആകാവുന്നതെല്ലാം ചെയ്തോ, ചെയ്തോ!!"

ക്ലൂട്ടിക്കിന്റെ കീഴ്ചുണ്ട് കിടന്നു വിറച്ചു. താറുമാറായ യൂണിഫോറമയാൾ വലിച്ചുനേരെയിട്ടു. അനന്തമെന്നു തോന്നിയ, നാതിദീർഘമായ ആ അരനിമിഷത്തിനുശേഷം റീനിബോത്ത് വാച്ചിലേക്കുനോക്കി. ബാഹ്യമായി അയാൾ ശാന്തനായിരുന്നുവെങ്കിലും ഉള്ളിന്റെ ഉള്ളിൽ അയാൾ ഓരോരോ കൗശലങ്ങൾ ആസൂത്രണം ചെയ്യുകയായിരുന്നു, ആ വിദൂഷകരെ ഒന്നു ഞെട്ടിച്ചാൽ അവർ മയപ്പെട്ടു വെട്ടിൽ വീണേക്കും. മുപ്പതു സെക്കന്റുകൾകൂടി കൊഴിഞ്ഞുവീഴുന്നു. ദയയോടെ റീനിബോത്ത് പറഞ്ഞു. "അതു കഴിഞ്ഞാൽ നമുക്ക് ഇവരെ കൊണ്ടു പോകാം .......മാൻഡ്രിില്ലിന്റെ അടുത്തേക്ക്......."

ആ വാക്കുകൾ ഒന്നു തറപ്പിച്ചു പറഞ്ഞ് അയാൾ നിർത്തി. വിദ്വേഷം വമിക്കുന്ന ഒരു പരിഹാസച്ചിരിയിൽ ആ ചുണ്ടുകൾ ഒന്നുകോടി.

"അവർക്ക് അവിടെവെച്ച് എന്തു സംഭവിച്ചാലും അതിന് ഉത്തര വാദികൾ നിങ്ങളായിരിക്കും." അയാൾ സാമർത്ഥ്യത്തോടെ തടവുകാരിൽ നിന്നു മുഖം തിരിച്ചുപിടിച്ചു. ഒരു മത്സരത്തിന്റെ ആരംഭം കുറിക്കാൻ തയ്യാറെടുത്ത് ഇരിക്കുന്നവനെപ്പോലെ അയാൾ തന്റെ വാച്ചിലേക്കു തന്നെ കണ്ണുംനട്ട് ഇരുന്നു.

ക്ലൂട്ടിക്കിന്റെ കണ്ണുകൾ ഭ്രാന്തുപിടിച്ചപോലെ അവരിൽ ഓരോരുത്തരിലും മാറിമാറി പതിഞ്ഞുകൊണ്ടിരുന്നു. ഒരു പാത്രത്തിലേക്ക് ഉരുക്കിയൊഴിച്ചപോലെ നിന്ന തടവുകാർ. പിപ്പിഗ്ഗിന്റെ ഉള്ള് വിറച്ചു. എല്ലാം വിളിച്ചു പറഞ്ഞാലെന്ത്? ഒരടി മുന്നോട്ട് നീങ്ങിനിന്ന് ഉറക്കെ ഉറക്കെ വിളിച്ചുപറയണം. "ഞാനാണ് അതു ചെയ്തത്....ഞാൻ.....മാത്രം."

നിമിഷങ്ങൾ അടർന്നുവീണു. റീനിബോത്ത് വാച്ചുനോക്കൽ നിർത്തി. പിപ്പിഗ്ഗിനു തോന്നി ആരോ തന്നെ പിന്നിൽ നിന്നു പിടിച്ചു തള്ളുന്നുണ്ടെന്ന്. ഒരടി മുന്നോട്ടുവെക്കുകതന്നെ! പക്ഷെ അയാൾ തറച്ചുനിന്നു—ആണിയടിച്ചു ഉറപ്പിച്ചപോലെ. റീനിബോത്ത് ബൂട്സിന്റെ തുമ്പുകൊണ്ടു ക്രോപ്പിൻസ്കിയുടെ പള്ളയിൽ കുത്തിക്കൊണ്ടു പറഞ്ഞു: "ഉം, എഴുന്നേൽക്ക്." ഇതാ, ഇപ്പോൾ, ഇപ്പോൾതന്നെ—ആ 'ഒരിതു' പിപ്പിഗ്ഗിനെ പിടിച്ചു വലിക്കുകയാണ്. അനായാസമായി കനമില്ലാതെ ഒരു സ്വപ്നത്തിലെന്നോണം താൻ മുന്നോട്ടു നീങ്ങി എന്നയാൾക്കു തോന്നി. ക്രോപ്പിൻസ്കി കഷ്ടപ്പെട്ട് എഴുന്നേറ്റു. റീനിബോത്തിൽനിന്ന് നടുംപുറത്ത് കിട്ടിയ ചവിട്ടേറ്റ് അയാൾ വാതിൽക്കലേക്ക് വേച്ചുവേച്ചു നീങ്ങി. ഭീരുത്വമോ ഭയമോ ആയിരുന്നില്ല പിപ്പിഗ്ഗിനെ തടഞ്ഞു നിർത്തിയത്. നിശ്ചലമായ മിഴികളോടെ വാതിൽക്കലേക്ക് നടക്കുന്ന ഹോഫലിനെ നോക്കി അയാൾ തരിച്ചങ്ങനെ നിന്നുപോയി.

തനിച്ചായിട്ടും കുറെയേറെനേരം ആ തടവുകാർ മൂകരായി അനങ്ങാതെ നിന്നു. അവർക്ക് കിട്ടിയ ആഘാതം അവരെ അമ്പേ തകർത്തു കഴിഞ്ഞിരുന്നു. ഭീരുത്വം അവതാരംകൊണ്ടപോലെ, തകർന്ന ഞരമ്പുകളോടെ നിന്ന റോസ് മുഷ്ടിചുരുട്ടി വായുവിൽ ഉലച്ചുകൊണ്ട് അട്ടഹസിച്ചു. "ഞാൻ ഇതിലൊന്നും പങ്കുകാരനല്ലേ......."

അവസാനം ആ സിരകളിൽ ജീവചൈതന്യം പകർന്നു. പിപ്പിഗ്ഗ് സ്തംഭനാവസ്ഥയിൽനിന്ന് ഉണർന്നു. ജനങ്ങൾ അണി മുറിഞ്ഞുപോകുന്നതിനിടയിലൂടെ റോസിന്റെ അടുക്കലേക്ക് ഓടിച്ചെന്ന് ആ വൃദ്ധനെ പിടിച്ചു കുലുക്കി, മുഷ്ടി ചുരുട്ടിക്കൊണ്ട് അയാൾ ഭീഷണിപ്പെടുത്തി.

"ഇതാ തന്റെ വായ അടച്ചു വെച്ചോളൂ....മനസിലായോ?"

# V

**എ**ല്ലാ തിക്കും തിരക്കും ഒന്നു കഴിഞ്ഞുകിട്ടാൻവേണ്ടി കാക്കുകയായിരുന്നു സ്വീലിങ്. എല്ലാം അവസാനിച്ചപ്പോഴേ അയാൾ അകത്തോട്ടു കടന്നുള്ളൂ. വൈരസ്യത്തോടെ അയാൾ തടവുകാരെ ഒന്നു നോക്കി. ഗുമസ്തന്മാരുടെ മുറിയിൽ മേശക്കരികെ യാതൊന്നും ചെയ്യാതെ ഇരിക്കുകയായിരുന്നു അവർ. ചിലർ വസ്ത്രധാരണമുറിയിലെ നീണ്ട കൗണ്ടറി

നരികെ നിന്നു. യാതൊരു പ്രവൃത്തിയും അവർ ചെയ്തിരുന്നില്ല എന്ന് വ്യക്തമാണ്. അയാളെ കണ്ടപ്പോൾ അവർ ജോലിയിൽ മുഴുകിയിരിക്കുകയാണെന്ന് നടിച്ചു.

തടവുകാരുടെ ഈ അലോഹ്യം പാടെ അവഗണിച്ച് സ്വന്തം മുറിയിൽ കടന്നുകൂടാനായിരുന്നു സ്വീലിങ്ങിന്റെ പരിപാടി. പെട്ടെന്ന് ഒരു അസ്വാസ്ഥ്യം അയാളെ പിടികൂടി. ആ കുറിപ്പിന്റെ സൂത്രധാരൻ താനാണ് എന്നവർ ധരിക്കുമോ? ഒരു അനിശ്ചിതാവസ്ഥയിൽ അയാൾ തെല്ലിട അവിടെനിന്നു. മുഖത്ത് ഒരു വളിച്ച ചിരി പരന്നു. ആ വൃത്തികെട്ട മുഖം ഒന്നു കോടി.

"എന്താണ് എല്ലാവരും എന്തോ അബദ്ധം പറ്റിപ്പോയ മട്ടിൽ നിൽക്കുന്നത് ഹോഫൽ എവിടെ?"

കൗണ്ടറിൽ നിന്ന പിപ്പിഗ്ഗ് സ്വീലിങ്ങിന്റെ മുഖത്തേക്കു നോക്കിയില്ല. അയാൾ ഒരു തുണിസഞ്ചിയുടെ ചരട് വലിച്ചുകളഞ്ഞു.

"ബങ്കറിൽ" കയ്പേറിയതായിരുന്നു ആ മറുപടി. സ്വീലിങ്ങിന് അതിന്റെ വ്യംഗ്യം തികച്ചും മനസിലാവുകയും ചെയ്തു.

"എന്തിന്? അയാൾ എന്തെങ്കിലും തെറ്റുചെയ്തുവോ?" സ്വീലിങ്ങിന്റെ നാക്ക് കീഴ്ചുണ്ടിൽ വിശ്രമിച്ചു. പിപ്പിഗ്ഗ് യാതൊന്നും മിണ്ടിയില്ല. മറ്റുള്ളവരിൽ കണ്ട കടുത്ത നിശ്ശബ്ദത മൂലം സ്വീലിങ്ങിന് വീണ്ടും എന്തെങ്കിലും ചോദിക്കാനുള്ള ധൈര്യമുണ്ടായില്ല. അന്തേവാസികളുടെ അവിശ്വാസം കലർന്ന നോട്ടങ്ങളാൽ അനുധാവനം ചെയ്യപ്പെട്ട് അയാൾ മൗനിയായി സ്വന്തം അറയിലേക്കുപോയി. പിപ്പിഗ്ഗ് അമർത്തിപ്പിടിച്ച് അയാളെ പ്രാകി. തന്റെ ചാരനിറത്തിലുള്ള തോലിന്റെ കോട്ട് ഉദാസീനമായ മട്ടിൽ കസേര കയ്യിന്മേലേക്കു വലിച്ചെറിഞ്ഞു സ്വീലിങ്ങ് ചിന്തയിലാണ്ടു. അസ്വസ്ഥത അയാളെ വിട്ടകലുന്നില്ല. തടവുകാർ തന്നെ അവിശ്വസിക്കുന്നുണ്ട് എന്നയാളുടെ അന്തഃകരണം പിറുപിറുത്തു. അയാൾ ഒന്നും മിണ്ടാതെ ശൂന്യതയിലേക്കു തുറിച്ചുനോക്കി. ഏതായാലും ഒന്നും അറിഞ്ഞില്ലെന്നു നടിച്ച് ഇവരുടെ സൗഹൃദം കളഞ്ഞു കുളിക്കാതെ നോക്കുകയാണ് നല്ല വഴി.

അയാൾ പിപ്പിഗ്ഗിനെ വിളിച്ചു.

"എന്തുണ്ടായി എന്നു പറയൂ."

പിപ്പിഗ്ഗ് പെട്ടെന്നു മറുപടിയൊന്നും പറഞ്ഞില്ല.

തന്റെ ഏറ്റവും പ്രിയപ്പെട്ട സുഹൃത്തുക്കളുടെ വിധി തുലാസിന്റെ തട്ടിൽ തൂങ്ങുന്ന ഈ സന്ദർഭത്തിൽ, തന്നെയും നിരീക്ഷിച്ചുകൊണ്ടു മുമ്പിൽ ഇരിക്കുന്ന ഈ മനുഷ്യന്റെ ഹൃദയം ഇളക്കാമെന്ന മായികമായ ആശയോടെ, തന്റെ മനസിൽ മുറ്റിനിൽക്കുന്ന മാനുഷിക വികാരങ്ങളെ തുറന്നടിക്കാനുള്ള നിയന്ത്രണാതീതമായ ഒരു ഉദ്വേഗം പിപ്പിഗ്ഗിനെ പിടികൂടിയിരുന്നു. പിപ്പിഗ്ഗിനെപോലുള്ള ഒരാൾ ഒരു എസ് എസുകാരനു നൽകുന്ന ഏറ്റവും ഉന്നതവും മാന്യവുമായ പെരുമാറ്റമായിരിക്കും ഇത്. തടങ്കൽ പാളയത്തിലെ അന്തേവാസിയുടേതായ നീലയും ചാരവും കലർന്ന ഈ വസ്ത്രത്തിന്റെ അഴികൾക്കു പിന്നിൽ ചവിട്ടിയരച്ചു കഴിഞ്ഞി

രുന്ന തന്റെ മാനുഷിക വികാരങ്ങളെ ഒന്ന് ഏറ്റു പറഞ്ഞാലോ. ഒരു മനുഷ്യനോടു മനുഷ്യനെന്ന നിലയിൽ സംസാരിക്കാനുള്ള മനുഷ്യസഹജമായ അഭിവാഞ്ഛ അയാളുടെ മനസിനെ ഞെക്കിപ്പിഴിയുകയായിരുന്നു. ഒരു നിമിഷനേരത്തേക്ക് അനശ്വരമായ, സർവവ്യാപിയായ ആ ശബ്ദത്തിനെ പിപ്പിഗ്ഗ് യഥാർഥത്തിൽ വിശ്വസിച്ചു. തലച്ചോറിൽ കിടന്നു പുളയുന്ന ചിന്തകൾക്ക് വാഗ്രൂപം നൽകാൻ അയാൾ തുടങ്ങിയതായിരുന്നു. പെട്ടെന്നു സ്വീലിങ്ങിന്റെ മുഖത്ത് പ്രകടമായി കണ്ട ശൂന്യമായ ആ വഴുവഴുപ്പൻ മട്ട് മനസിലായപ്പോൾ അയാൾ സ്വയം നിയന്ത്രിച്ചു.

തന്നിലുള്ള മനുഷ്യനെന്ന സത്വത്തെ തളച്ചിട്ടിരിക്കുന്ന ഒരഴിക്കൂടാണ് ഈ വരയൻ വസ്ത്രം; ഇത് തന്റെ മനുഷ്യത്വത്തെ ചവിട്ടിമെതിച്ചിട്ടിരിക്കുന്നപോലെ തന്നെ, എസ് എസുകാരന്റെ ഈ ചാര നിറത്തിലുള്ള യൂണിഫോറവും ഒരു മൂടുപടമാണ്; ഒരു കവചമാണ്; ഒരാൾക്കും പൊളിക്കാനാകാത്ത ഒരു കവചം. അതിന്റെ പിന്നിൽ ഒന്നുകൂടിയിരിക്കുന്നുണ്ട്. ഒരു കാട്ടുമാക്കാനെപ്പോലെ അപകടകാരിയും ഭീരുവും കൗശലക്കാരനുമായ ഒരു സാധനം.

ഒരു ദുർബല നിമിഷത്തിൽ തന്റെ നേരെ നീട്ടിയ മനുഷ്യത്വത്തിൽനിന്ന് മുതലെടുക്കാനും, തന്റെ സ്വന്തം സുഖസൗകര്യത്തിനുവേണ്ടി അതിനെ ചവിട്ടിയരയ്ക്കാനും മാത്രം നിഷ്ഠൂരനായ ഒരുവനാണ് തന്റെ മുമ്പിൽ ഇരിക്കുന്നത്.

ഹൃദയത്തിന്റെ പ്രചോദനത്തിനു വഴങ്ങിക്കൊടുത്തതിൽ—അത് ഒരു നിമിഷത്തേക്കു മാത്രമായിരുന്നുവെങ്കിലും പിപ്പിഗ്ഗിനു ലജ്ജതോന്നി.

“ശരി, എന്താണ് സംഗതിയെന്ന് എന്നോടു പറയൂ.”

പിപ്പിഗ്ഗിന്റെ ഹൃദയം മരവിച്ചു.

“എന്തുണ്ടാകാനാണ്?! ആ കുട്ടിയുടെ കാര്യത്തെചൊല്ലി ഹോഫലിനെയും ക്രോപ്പിൻസ്കിയെയും ബങ്കറിൽ പിടിച്ചിട്ടിരിക്കുകയാണ്. അത്രതന്നെ.”

സ്വീലിങ്ങ് കണ്ണുമിഴിച്ചു.

“ആരോ ഒറ്റു കൊടുത്തിരിക്കും.”

പിപ്പിഗ്ഗ് ചടുന്നനെ മറുപടി പറഞ്ഞു. “അതെ, ഹെർ ഹെപ്റ്റശ്ചാർ ഫ്യൂഹറർ ആരോ ഒറ്റു കൊടുത്തിരിക്കുന്നു.”

സ്വന്തം ഹൃദയത്തിൽ അത് പ്രതിധ്വനിച്ചു എന്നു മനസിലായപ്പോൾ സ്വീലിങ്ങ് പറഞ്ഞു.

“അപ്പോൾ നിങ്ങളുടെ കൂട്ടത്തിൽ തന്തയില്ലാത്ത ആരോ ഉണ്ടെന്ന കാര്യം ഇപ്പോൾ തെളിഞ്ഞുവല്ലോ.”

“അതെ സാർ, ഹെർഹെപ്റ്റശ്ചാർഫ്യൂഹറർ, നമ്മുടെ ഇടയിൽ തന്നെയുണ്ട്. തന്തയ്ക്കു പിറക്കാത്ത ഒരുവൻ.” ഹാ, എന്തൊരു ശക്തിയിലാണ് അയാൾ ആ വാക്കുകൾ പറഞ്ഞത്!

“അപ്പോൾ.....നിങ്ങൾ.....ഹൂ......നിങ്ങൾ......അതിനെ ഇവിടെനിന്നു മാറ്റിയോ?”

“ഇല്ല, സർ ഹെപ്റ്റഷ്ചാർ ഫ്യൂഹറർ.”

“അപ്പോൾ കുട്ടിയെവിടെ?”

“എനിക്കറിയില്ല.”

സ്വീലിങ്ങിന്റെ അത്ഭുതം വ്യക്തമായിരുന്നു.

“അത് എങ്ങനെ? ഇന്നലെ വൈകുന്നേരം കൂടി അവൻ ഇവിടെ ഉണ്ടായിരുന്നുവല്ലോ.”

“എനിക്കറിയില്ല.”

സ്വീലിങ്ങ് ചാടിയെഴുന്നേറ്റു.

“ഞാൻ എന്റെ കണ്ണുകൾകൊണ്ടു കണ്ടതാണ്.”

ഇതാ, അയാൾ എല്ലാം പറഞ്ഞിരിക്കുന്നു. ഇതുവരെ ശക്തിയായ ഒരു സംശയംമാത്രമായിരുന്ന സംഗതി ഇതാ സൂക്ഷ്മമായിരിക്കുന്നു. അപ്പോൾ കുഴപ്പം ഉണ്ടാക്കിയവൻ സ്വീലിങ്ങാണ്; അതെ അവൻ തന്നെ!

വികാര ശൂന്യമായ പിപ്പിഗ്ഗിന്റെ മുഖത്തേക്ക് സ്വീലിങ്ങ് തുറിച്ചു നോക്കി. പെട്ടെന്നയാൾ ആക്രോശിച്ചു.

“കമാന്റോവിനെ മുഴുവൻ നിരത്തി നിർത്തൂ. ആ തന്തയില്ലാത്തവനെ നമുക്ക് ഉടനെ തന്നെ കണ്ടുപിടിക്കണം.”

പക്ഷെ പെട്ടെന്നയാൾ മനസു മാറ്റി. വാതിലിന്റെ സാക്ഷയിൽ കൈ വെച്ചു കഴിഞ്ഞിരുന്ന പിപ്പിഗ്ഗിന്റെ സമീപത്തേക്ക് ഓടിയെത്തി സൗമനസ്യത്തോടെ പറഞ്ഞു.

“വേണ്ട പിപ്പിഗ്ഗ് ഇപ്പോഴിതു ചെയ്യേണ്ട. ഉടനെ എന്തെങ്കിലും പറയാതിരിക്കുന്നതാണ് നല്ലത്. ഞാൻ ഒരു മാന്യനായതുകൊണ്ട് അതിന്റെ ഭാരവും എന്റെ കഴുത്തിൽ തന്നെയാവും. നമുക്കിതിന് അനാവശ്യമായ പരസ്യമൊന്നും കൊടുക്കേണ്ട. ആരാണ് ആ തന്തയില്ലാത്തവൻ എന്നു കണ്ടുപിടിച്ചു വിവരം എന്നെ അറിയിക്കൂ. നമുക്കവനെ ശരിപ്പെടുത്താം.”

പിപ്പിഗ്ഗിന്റെ സമ്മതവും പ്രതീക്ഷിച്ചുകൊണ്ടു നിന്ന സ്വീലിങ്ങിന്റെ നാക്ക് പതിവുപോലെ കീഴ്ചുണ്ടിൽ അമർന്നു. പക്ഷെ പിപ്പിഗ്ഗ് യാതൊന്നും മിണ്ടാതെ നിയമമനുസരിച്ചുള്ള ഒരു സല്യൂട്ട് കൊടുത്തു മുറിയിൽ നിന്നുപോയി. ജനവാതിലിലൂടെ പിപ്പിഗ്ഗ് പോയ് മറഞ്ഞ വഴിയേ തന്നെ നോക്കിക്കൊണ്ടിരുന്നു സ്വീലിങ്ങ്. അയാളുടെ വായ മലർക്കെ തുറന്നിരുന്നു.

തന്റെ മുറിയിൽ തന്നെ നിന്ന ക്രാമർക്ക്, അറസ്റ്റു ചെയ്യപ്പെട്ട ആ രണ്ടുപേരും കവാത്ത് മൈതാനത്തിലൂടെ കടന്നു പോകുന്നതു കാണാമായിരുന്നു. റീനിബോത്തും ക്ലൂട്ടിക്കും അവരുടെ പിന്നിൽ തന്നെ ഉണ്ടായിരുന്നു. ക്രോപ്പിൻസ്കി ആടിയാടിയാണ് നടന്നിരുന്നത്. ഹോഫൽ തലകുനിച്ചു പിടിച്ചിരുന്നു.

ഗുമസ്തന്മാരുടെ മുറിയുടെ വാതായനങ്ങളിലൂടെ മറ്റു തടവുകാരും അവരെ തന്നെ നോക്കി നിന്നു. അവരുടെ കണ്ണുകൾ അത്ഭുതം കൊണ്ടു വിടർന്നു.

പ്രോൾ ക്രാമറുടെ സമീപത്തേക്ക് ഓടിയെത്തി. അപ്പോഴേക്കും ആ നാലുപേരും ഗേറ്റ് കടന്നു കഴിഞ്ഞിരുന്നു. നല്ലപോലെ സൂക്ഷിച്ചു നോക്കി

യാലേ ദൂരേ നടക്കുന്ന സംഗതികൾ മനസിലാവുകയുള്ളൂ. എന്തായാലും ജനവാതിൽക്കൽ നിർന്നിമേഷരായി നിന്ന ആ രണ്ടുപേരും മനസിലാക്കി. അറസ്റ്റുചെയ്തവരെ പടിപ്പുരയുടെ വലത്തെ കയ്യാലയിലേക്കാണ് കൊണ്ടുപോയിരിക്കുന്നതെന്ന്. അതെ 'ബങ്കർ' അവരെ വിഴുങ്ങിക്കഴിഞ്ഞിരുന്നു.

പ്രോൾ ഒന്നും മിണ്ടാതെ ക്രാമറെനോക്കി അയാളുടെ കണ്ണുകളിൽ ഈ ചോദ്യം ജ്വലിച്ചുനിന്നു. 'എന്താണിതു സംഗതി?' ക്രാമറുടെ മുഖം കറുത്തു.

ധൃതഗതിയിൽത്തന്നെ സംഭവങ്ങൾ എല്ലായിടത്തും പരന്നു. ഹോഫലിന്റെ അറസ്റ്റ് അൽപ്പം കുഴപ്പമുണ്ടാക്കാനാണ് വഴി! എന്താണിതിന്റെയെല്ലാം കാരണം! അസുഖകരമായ ഈ വാർത്ത തടവുകാർ മുഖേന ബ്ലോക്കുകളിൽ പരന്നു. ഒരു സന്ദേശവാഹകൻ ഈ കഥ നേത്ര ചികിത്സാ ബാരക്കിലും എത്തിച്ചു.

"അവർ ഹോഫലിനെയും പോളണ്ടുകാരനെയും ബങ്കറിൽ അടച്ചുകഴിഞ്ഞു. റീനിബോത്തും ക്ലൂട്ടിക്കും കൂടിയാണ് അവരെ പിടിച്ചത്. എന്തോ കുഴപ്പമുണ്ട്."

പ്രിബുലയും കോഡിസ്കും വിഷമത്തോടെ അന്യോന്യംനോക്കി. സൈനികോപദേഷ്ടാവ് ബങ്കറിൽ! എന്താണ് ഇതിന്റെ സാരം? വാർത്ത വളരെ വേഗത്തിൽ ആസ്പത്രിയിൽ എത്തി. ഇതു കേട്ടപ്പോൾ വാൻഡാലൻ വളരെ ശാന്തതയോടെ പെരുമാറി. അയാൾ കുളിമുറിയിൽ അഴുക്കുവസ്ത്രങ്ങൾ തിരുമ്മുകയായിരുന്നു. ചിന്താക്ലാന്തനായി അയാൾ തന്റെ രോമാവൃതമായ പുരികക്കൊടികൾ കോട്ടി പിടിച്ചു. ഇതൊരു അപകടം പിടിച്ച സംഗതിയാണല്ലോ. വേലയെല്ലാം ഇട്ടെറിഞ്ഞ് നേരെ ബോച്ചൗവിന്റെ അടുക്കലേക്ക് ഓടാനാണ് അയാൾക്കു തോന്നിയത്. പക്ഷെ സ്വയം നിയന്ത്രിക്കാനുള്ള തന്റേടവും അയാൾക്കുണ്ടായിരുന്നു. ഒളിവിലുള്ളവർ ഒളിവിൽ തന്നെ കഴിയണം എന്നതാണ് വ്യവസ്ഥ. വാസ്തവത്തിൽ ഇത് അത്ര അപകടകരമാണെങ്കിൽ ആവശ്യമായ നിർദേശങ്ങൾ വഴിയെ ലഭിക്കാതിരിക്കുകയില്ല.

കലവറമുറിയുടെ പരിസരങ്ങളിൽ തൂങ്ങിത്തിരിഞ്ഞു നിന്ന സ്കൂപ്പിനോട് അതിനടുത്ത കുളിമുറിയിലെ ജോലിക്കാരായിരുന്നവർ വിവരമന്വേഷിച്ചു. അവരാണ് സംഗതികൾ ബോഗോർസ്കിയെ അറിയിച്ചത്. പുറമേയ്ക്ക് ഉദാസീനത നടിച്ച് അയാൾ തന്റെ അമ്പരപ്പ് മറച്ചുപിടിച്ചു. അടുക്കളയിൽനിന്ന് കിട്ടിയ വാർത്ത മുറിയിലെ പരിചാരകർ ആവർത്തിക്കുന്നതുകേട്ടാണ് ബോച്ചൗ സംഗതികൾ മനസിലാക്കിയത്. അയാൾക്കു നിൽക്കക്കള്ളിയില്ലാതായി. വല്ലവിധത്തിലും ഗുമസ്തന്മാരുടെ മുറിയിലേക്കു പോകാനൊരു കാരണമാരായുകയായിരുന്നു അയാളുടെ മനസ്സ്. ഭാഗ്യത്തിന് അയാൾക്കു ക്രാമറെ തനിച്ചുകാണാൻ സാധിച്ചു. ക്രാമർ വാസ്തവത്തിൽ ബോച്ചൗവുമായുള്ള ഒരു കൂടിക്കാഴ്ചയെ ഭയന്നുകഴിയുകയായിരുന്നു. ബോച്ചൗവിന്റെ നിർദേശങ്ങൾ നടപ്പാക്കാൻ,

താൻ എന്തുകൊണ്ടു വിഷണ്ണനായിരുന്ന ഹോഫലിനെ തന്നെ ഭാരമേൽപ്പിച്ചു. അതിന്റെ കാരണം അയാൾക്കു വ്യക്തമായിരുന്നു. സാധാരണ നിലയിൽ നിർദേശങ്ങൾ കൊടുത്തു, കണ്ണുകൾ രണ്ടും മുറുകെ അടച്ചിരുന്നുകൊള്ളാൻ അയാളുടെ മനസ്സാക്ഷിയെ ഉപദേശിച്ചത് മനുഷ്യത്വത്തിന്റെ അതീവ രഹസ്യമായ പ്രതിരോധശക്തിതന്നെയായിരുന്നു. കൽപ്പനകൊടുത്തു കഴിഞ്ഞല്ലോ. ഇനി യാതൊന്നും അതിനെക്കുറിച്ചോർക്കേണ്ട; ചെയ്യേണ്ട, കാണേണ്ട, ഒന്നും വേണ്ട.

യാത്രക്കാർ പോയി കഴിയുന്നതുവരെ ആ കുട്ടിയുടെ കാര്യത്തിൽ മേലന്വേഷണം നടത്താതിരുന്നതിന്റെ പേരിൽ തന്റെ മേൽ പഴിചാരുന്ന ക്രാമറോടു തർക്കിച്ചു നിൽക്കാനുള്ള തന്റേടം അയാൾക്കു കൊടുത്തതും ഇതേ മാനുഷികമൂല്യമായിരുന്നു. "ഞാൻ എന്റെ കടമ നിർവഹിച്ചു.' ആവശ്യത്തിൽ കൂടുതൽ ഉറക്കെ അയാൾ സ്വന്തം നില വിശദമാക്കി. ബോച്ചൗ യാതൊരു മറുപടിയും പറഞ്ഞില്ല. യാഥാർഥ്യത്തെ – അതിന്റെ രൂപം എന്തുതന്നെയായിരുന്നാലും—അഭിമുഖീകരിക്കാൻ അയാൾ പഠിച്ച വിവേചനാപരമായ മാർഗം അയാളെ ഉപദേശിച്ചു–ചെയ്ത തെറ്റിനെക്കുറിച്ച് വഴക്കു പിടിക്കുന്നതു തീരെ അനാവശ്യമാണ്. ഹോഫലിന്റെ അറസ്റ്റുകൊണ്ട് ഉളവായിരിക്കുന്നത് അപകടകരമായ ഒരു പ്രതിസന്ധി തന്നെയാണ്. രഹസ്യസംഘടനയെ കണ്ടുപിടിക്കാനുള്ള ക്ലൂട്ടിക് പ്രഭൃതികളുടെ ശ്രമവും, ഈ അറസ്റ്റും തമ്മിൽ അഭേദ്യമായ ബന്ധമുണ്ടെന്നും ഒരിക്കലും തെറ്റാറില്ലാത്ത ജന്മവാസന ബോച്ചൗവിനു മുന്നറിയിപ്പു കൊടുത്തു. ഹോഫൽ സംഘടനയിലെ ഒരംഗമാണ് എന്ന് അവർ രണ്ടുപേരും സംശയിച്ചിരുന്നു എന്ന് തീർച്ചയാണ്. കുട്ടിയെ ചൊല്ലി അവർ ഇത്ര വലിയ ബഹളത്തിനൊന്നും ഒരുങ്ങുകയില്ല. ചുണ്ടുകൾ കടിച്ചുപിടിച്ചു ബോച്ചൗ ചിന്തിച്ചു. പക്ഷെ അയാളുടെ മനസിൽ യാതൊന്നും തെളിഞ്ഞുയർന്നില്ല.

"ഇനിയെന്തുവേണം?"

നിസ്സഹായനായി ക്രാമർ ചുമലുകൾ കുലുക്കി.

"ഇനിയൊരിക്കലും കുട്ടിയെ ക്യാമ്പിന്റെ പുറത്ത് കാണുകയില്ല. സമയത്തിനുതന്നെ അതിനെ ഒരു സുരക്ഷിതസ്ഥാനത്ത് എത്തിക്കാൻ സാധിച്ചത് നന്നായി. ഇതിന്റെ അടിയിലുള്ളത് സ്വീലിങ്ങിന്റെ കൈകളാണ്."

പകുതിച്ചെവികൊണ്ടുമാത്രമേ ബോച്ചൗ ഇതെല്ലാം കേട്ടുള്ളൂ. അയാൾ ആലോചനയിൽ ലയിച്ചിരിക്കുകയായിരുന്നു. ബങ്കറിൽവെച്ചു ഹോഫലിനും ക്രോപ്പിൻസ്കിക്കും എന്തു സംഭവിക്കുന്നു എന്നറിയാൻ ക്യാമ്പ് സീനിയർ എന്ന നിലയ്ക്കു ക്രാമർക്ക് മാത്രമേ സാധ്യമാകൂ.

"വാൾട്ടർ കേൾക്കൂ," ഒടുവിൽ അയാൾ പറഞ്ഞു. "താൻ സഹായിച്ചേ പറ്റൂ. ഇനിയും നിങ്ങളെ പകുതി അജ്ഞതയിൽ നിർത്തിയിട്ടു കാര്യമില്ല. എനിക്കു പറയാൻ സാധിക്കുന്നതിലും അധികം എങ്ങനെയായാലും നിങ്ങൾക്കറിയാം."

"എന്നുവെച്ചാൽ....എനിക്കറിയേണ്ട ആവശ്യമില്ലാത്തതൊന്നും തന്നെ എനിക്കറിയില്ല, സംഗതികൾ കുറെയൊക്കെ എനിക്ക് നിശ്ചയമുണ്ട്. എന്നാലും......"

"ആരെങ്കിലും നമ്മുടെ വർത്തമാനം കേൾക്കുന്നുണ്ടോ" ക്രാമർ പിറുപിറുത്തു. ബോച്ചൗ സ്വരം താഴ്ത്തി.

"നമ്മുടെ കൈവശം ആയുധങ്ങൾ ഉണ്ടെന്നു നിങ്ങൾക്കറിയാമല്ലോ. എവിടെയാണ് ഞങ്ങളതു സൂക്ഷിച്ചിരിക്കുന്നത് എന്നതല്ല പ്രശ്നം. പ്രതിരോധ ഗ്രൂപ്പിന്റെ സൈനികോപദേഷ്ടാവാണ് ഹോഫൽ. നമ്മുടെ വിശ്വസ്തനായ ഒരു സഖാവ്! നിങ്ങൾക്കു മനസിലാകുന്നുണ്ടോ?"

ക്രാമർ മുഖം വീർപ്പിച്ചുകൊണ്ടു തലയാട്ടി. "ബങ്കറിൽ, ഇപ്പോൾ അവരുടെ ഗതി എന്തായിരിക്കുമെന്ന് ആർക്കും അറിഞ്ഞുകൂടാ." ബോച്ചൗ തുടർന്നു. "ഒരു കാര്യം തീർച്ചയാണ്. അവർ അയാളെ കണ്ട മാനം അലട്ടും. ഹോഫൽ എന്തെങ്കിലും ദൗർബല്യം കാണിച്ചാൽ സംഘടനയാകെ പൊട്ടിത്തെറിക്കും. ആയുധങ്ങളുടെ രഹസ്യസങ്കേതം അയാൾക്കറിയാം പ്രതിരോധ സംഘടനയിലെ സഖാക്കളുടെപേരുകളും അയാൾക്കറിയാം. ഒളിവിലുള്ളവരുടെ നേതൃത്വം വഹിക്കുന്ന നമ്മെയും അയാൾക്കറിയാം....."

ബോച്ചൗ നിർത്തി. ക്രാമർ അപ്പോഴും മൗനം വിട്ടില്ല. അയാൾ മെല്ലെ പോക്കറ്റിൽ കൈ തിരുകി വിദൂരതയിലേക്കു തുറിച്ചുനോക്കികൊണ്ടുനിന്നു. ഒരു ജനതതിയുടെ ജീവൻ—ഒരുപക്ഷേ ഈ ക്യാമ്പിന്റെ നിലനിൽപ്പുതന്നെ ഇപ്പോൾ ഒരു വ്യക്തിയുടെ ഉറപ്പിന്മേലാണ്. അതിന്റെ തീവ്രത ക്രാമറെ അമ്പരപ്പിച്ചു.

"തക്കസമയത്തിനു തന്നെ ഞാൻ നിങ്ങളോടു സംസാരിച്ചിരുന്നുവെങ്കിൽ എത്ര നന്നായിരുന്നു" കുറച്ചുനേരം കഴിഞ്ഞപ്പോൾ ബോച്ചൗ പറഞ്ഞു. "എന്നാൽ സ്വീലിങ്ങിനു വിവരം കിട്ടുന്നതിനു മുമ്പു തന്നെ നമുക്കു കുട്ടിയെ ഹോഫലിന്റെ അടുത്തുനിന്നു മാറ്റാമായിരുന്നു."

യാതൊന്നും മിണ്ടാതെ ക്രാമർ തലയാട്ടി.

"കേൾക്കു വാൾട്ടർ! ഹോഫൽ വല്ലതും പറയുന്നുണ്ടോ പറയാതിരിക്കുന്നുണ്ടോ എന്നൊക്കെ അറിഞ്ഞേ തീരൂ. നമുക്കും ബങ്കറിൽപോയി കിടക്കാൻ പറ്റില്ല. എന്താണതിനു മാർഗം എന്നു കണ്ടുപിടിക്കേണ്ട കാര്യം ഞാൻ നിങ്ങൾക്കുതന്നെ വിട്ടുതരുന്നു. എനിക്കു നിങ്ങളെ ഉപദേശിക്കാനുള്ള മിടുക്കില്ല എന്നാലും ഒരു സംഗതി പറയാം. ഇക്കാര്യത്തിനു നമ്മുടെ സ്കൂപ്പിനെ പ്രയോജനപ്പെടുത്താം."

ഈ സാധ്യതയെപ്പറ്റി ക്രാമർതന്നെ ആലോചിച്ചു കഴിഞ്ഞിരുന്നു.

"നിങ്ങൾക്കു വിവരം കിട്ടിയാൽ ഉടനടി എന്നെ അറിയിക്കണം. എന്തൊക്കെയാണ് സംഗതികൾ എന്നു മനസിലായല്ലോ. വളരെ സൂക്ഷിക്കണം, വാൾട്ടർ, വളരെയേറെ ശ്രദ്ധിക്കേണ്ടിയിരിക്കുന്നു. നിങ്ങളുമായി ഇടപെടുന്നവരോട് അത്യാവശ്യമായതുമാത്രം പറഞ്ഞാൽമതി. അല്ലെങ്കിൽ തികഞ്ഞ മൗനം മതി."

"നിങ്ങൾ എന്നെ അക്ഷരമാല പഠിപ്പിക്കുകയൊന്നും വേണ്ട." ക്രാമർക്കു ദേഷ്യം പിടിച്ചിരുന്നു.

അപകട ഘട്ടങ്ങൾ വരുമ്പോൾ നിലതെറ്റുന്ന സ്വഭാവമായിരുന്നില്ല ബോച്ചൗവിന്റെത്. എന്നാൽ ആ ധീരതയിൽ ഒട്ടും തന്നെ സാഹസികത്വം കലർന്നിരുന്നുമില്ല. എല്ലാ കാര്യവും നല്ലപോലെ ആലോചിച്ച്, പരിഗണിച്ച്, ഓരോ ഘടകവും തൂക്കിയെടുത്ത് പ്രവർത്തിക്കുന്ന മട്ടായിരുന്നു അയാളുടേത്. എന്തെങ്കിലും ഒരു സംഗതി ശരിയാണെന്നു തോന്നിയാൽ ശാന്തമായി, സ്ഥിരോത്സാഹത്തോടെ അയാളതു ചെയ്തുതീർക്കും. ചിലപ്പോൾ സ്വന്തം സഖാക്കൾപോലും അതിനെക്കുറിച്ചറിയാറില്ല. അമേരിക്കൻ ബോംബാക്രമണത്തെ തുടർന്നുണ്ടായ പരിഭ്രാന്തിക്കിടയിൽ 1944 ആഗസ്റ്റിൽ കളവായി കടത്തിക്കൊണ്ടു വന്ന ആറ് ചെറുതോക്കുകൾ അങ്ങനെയാണ് അയാൾ ഒളിച്ചുവെച്ചത്.

വിലമതിക്കാനാവാത്ത ആ സാധനങ്ങൾ എത്രയും പെട്ടെന്ന്, എന്നാൽ ആവശ്യത്തിന് ഉടനടി കിട്ടത്തക്കവിധത്തിലും, സാധനങ്ങൾക്കു കേടു തട്ടാത്തവിധത്തിലും സുരക്ഷിതമാക്കി വെക്കാൻ അയാളെയാണ് നിയോഗിച്ചത്. പിറ്റെ ദിവസം തന്നെ, തന്നെ ഏൽപ്പിച്ചിരുന്ന പണി നടത്തി കഴിഞ്ഞു എന്നയാൾ സഖാക്കളെ അറിയിച്ചു. എവിടെയാണ് ഒളിച്ചു വെച്ചിരിക്കുന്നത് എന്ന ചോദ്യത്തിന് 'ആതുരശാല'യിൽ എന്നൊരു മറുപടി മാത്രമാണയാൾ കൊടുത്തത്. ആ രഹസ്യ സങ്കേതത്തെക്കുറിച്ചു കൂടുതൽ പറഞ്ഞുകൊടുക്കാൻ എത്ര സമ്മർദ്ദം ചെലുത്തിയിട്ടും അയാൾ കൂട്ടാക്കിയില്ല.

"ഞാൻ അതു നിങ്ങളോട് പറഞ്ഞിരുന്നുവെങ്കിൽ ഒരിക്കലും നിങ്ങൾ അതിനു സമ്മതിക്കുകയില്ലായിരുന്നു."

സഖാക്കൾക്കു വിഷമംതോന്നി. എന്നിട്ടും ബോച്ചൗ മൗനം ഭഞ്ജിച്ചില്ല. എല്ലാ അധിക്ഷേപങ്ങൾക്കും സന്ദേഹങ്ങൾക്കും അതീതനായിരുന്നുകൊണ്ടയാൾ പറഞ്ഞു. "നോക്കിക്കോളൂ.....അവ കണ്ടുപിടിക്കുന്നവനു ഞാൻ എന്റെ ഒരാഴ്ചത്തെ റൊട്ടി സമ്മാനം തരാം."

ആതുരശാലയിൽതന്നെ പണിയെടുത്തിരുന്ന വാൻഡാലൻ തുണിയിലും തുരുമ്പിലും തപ്പിനോക്കി. കോഡിസിക്കും പ്രിബുലയും പകൽ സമയത്ത് ആതുരശാല സന്ദർശിക്കാൻ കിട്ടിയ അവസരമുപയോഗിച്ച് എല്ലാ മുക്കിലും മൂലയിലും കൂലങ്കഷമായി അന്വേഷണം നടത്തി അവർക്ക് അതൊരു വിഷമം പിടിച്ച പണിയായിരുന്നു. ബോച്ചൗവിനു നല്ല രസം തോന്നി അതുകണ്ടപ്പോൾ. ബോഗോർസ്കി മാത്രം ഇതിലൊന്നും ഇടപെട്ടില്ല. "ഹെർബർട്ട് എല്ലാം നേരെയാക്കിക്കോളും. തീർച്ച" അതായിരുന്നു അയാളുടെ നിലപാട്.

ആഗസ്റ്റുമാസം അവസാനം ഒരു ഞായറാഴ്ച ബോച്ചൗ, കോഡിസിക് പ്രിബുല എന്നിവർ ആസ്പത്രിയിലേക്കു നടക്കുകയായിരുന്നു. വാൻഡാലനും അവരുടെ കൂട്ടത്തിൽ കൂടി. ആസ്പത്രിയിലെ പ്രധാനപ്പെട്ട ആ നീണ്ട ബാരക്കിനെതിരെ ഇട്ടിരുന്ന ഒരു ബഞ്ചിൽ അവർ ഇരു

ന്നു. ബോച്ചൗവിന് ആ സ്ഥലം അവർക്കു പറഞ്ഞു കൊടുക്കാമെന്നു ണ്ടായിരുന്നു. അവർ നാലുപേരും അങ്ങനെ സമ്മേളിച്ചപ്പോൾ പ്രിബുല നിർബന്ധിച്ചു.

“അത് എവിടെയാണെന്നു പറയൂ.”

അവർ ഉദ്ദേശിച്ചത് ആ തോക്കുകളായിരുന്നു. ബോച്ചൗവിന്റെ വായുടെ കോണിൽ ഒരു കുസൃതിച്ചിരി പരന്നു. “നിങ്ങൾ അതിന്റെ നേരെ യാണ് ഇരിക്കുന്നത്.”

കോഡിസിക്കും പ്രിബുലക്കും നേരെ മുമ്പിലുള്ള വെളിംപ്രദേശ ത്തേക്കു നോക്കി. പ്രധാന ബാരക്കുകളുടെ മുമ്പിലെല്ലാം അവരുടെ കള്ളനോട്ടങ്ങൾ പരതിനടന്നു. ബോച്ചൗ യാതൊന്നും മിണ്ടാതെ ജനൽ പ്പടിയിൽ ഇരുന്ന പച്ച ചായം തേച്ച ചെടിച്ചട്ടികളെ തല കൊണ്ടു ചൂണ്ടിക്കാണിച്ചു. അതായിരുന്നു അയാൾ അവർക്കു നൽകിയ സഹായം. ആ ചെടിച്ചട്ടികളിൽ ചുകന്ന സൂര്യകാന്തി പൂക്കൾ വിടർന്നു നിന്നിരുന്നു. ആ സംഗതി മനസിലാക്കിയത് വാൻഡാലനായിരുന്നു.

“അവിടെയോ?” അയാൾ അത്ഭുതത്തോടെ മന്ത്രിച്ചു. ബോച്ചൗ വിന്റെ കണ്ണുകൾ അത് സ്ഥിരീകരിച്ചു. ഒന്നും മിണ്ടാനാകാതെ അവർ ആ ചെടിച്ച ടികളെ തുറിച്ചുനോക്കിക്കൊണ്ടിരുന്നു. ബോച്ചൗവിന് അവരുടെ വിസ്മ യം കണ്ടപ്പോൾ ബഹുരസം തോന്നി.

“ഇതാണു സ്ഥലമെന്നു ഞാൻ നേരത്തെ പറഞ്ഞിരുന്നുവെങ്കിൽ നിങ്ങൾ സമ്മതിക്കുമായിരുന്നോ?” അയാൾ ചോദിച്ചു.

ആരും ഉത്തരമൊന്നും പറഞ്ഞില്ല. “ഇല്ല” അതായിരുന്നു ആ മൗനം പ്രഖ്യാപിച്ചത്.

“ഇതൊരു വമ്പൻ ധീരത തന്നെയാണേ....” വാൻഡാലൻ ഒടുവിൽ സമ്മതിച്ചു.

“പക്ഷെ പറ്റിയ സ്ഥലം ഇതു തന്നെയാണ്. അന്വേഷണം നടത്തു ന്നവർ സ്വാഭാവികമായും നോക്കുക മുക്കും മൂലയും മറ്റുമാണ്. മൂക്കിനു നേരെ കാണുന്നതവർ സ്വതേ അവഗണിക്കുകയേ ഉള്ളൂ എന്നു മാത്രമല്ല.....”

ബോച്ചൗ പെട്ടെന്നു നിർത്തി. ഒരു എസ് എസ് ഭടൻ ആതുരശാല റോഡിൽനിന്ന് പ്രധാന ബാരക്കിലേക്കു തിരിയുന്നുണ്ടായിരുന്നു. ഉദാസീ നമായി അയാൾ ആ ചട്ടികളെ കടന്നു പോയി. പക്ഷെ പ്രവേശന ദ്വാരത്തി നടുത്തുള്ള അവസാനത്തെ ചട്ടിയെ സമീപിച്ചപ്പോൾ പെട്ടെന്നയാൾ അവിടെ നിന്നു. ആ ചട്ടിയിലെ എന്തോ ഒന്ന് അയാളിൽ കൗതുകമുള വാക്കി. ഭയത്തോടെ പ്രിബുല, ബഞ്ചിന്മേൽ വിശ്രമിച്ചിരുന്ന ബോച്ചൗ വിന്റെ കൈ കടന്നുപിടിച്ചു. എസ് എസുകാരൻ കുഴഞ്ഞ് ചിതറിക്കിടന്ന ഒരു ചെടിത്തലപ്പ് എടുത്ത് മണ്ണിൽ കുഴിച്ചുവെക്കുന്നത് അവർ കണ്ടു. എസ് എസുകാരന്റെ പ്രവൃത്തികൾ സൂക്ഷിച്ചുനോക്കി കൊണ്ടിരിക്കു മ്പോൾ തങ്ങളുടെ ഞരമ്പുകൾ എല്ലാം വലിഞ്ഞ് മുറുകുകയാണെന്ന് അവർക്കു തോന്നി, ബോച്ചൗ ആത്മവിശ്വാസത്തോടെ ചിരിച്ചു. ആ

പുഞ്ചിരിമായാതെ തന്നെ അയാൾ പകുതിയാക്കി വെച്ചിരുന്ന വാചകം മുഴുമിച്ചു. എന്തെന്നാൽ എസ് എസുകാരൻ ബാരക്കിനകത്തേക്കു പോയി കഴിഞ്ഞിരുന്നു.

"........, പിന്നെ ആ രസികരായ മൃഗങ്ങൾ മനുഷ്യരെ മാത്രമേ ചവിട്ടി മെതിക്കുകയുള്ളൂ. പൂക്കളെയവർ വെറുതെ വിട്ടേക്കും......"

അവർ ആരും ഒന്നും മിണ്ടിയില്ല. പക്ഷെ ആ സംഭവം അവരുടെ ആത്മവിശ്വാസം വർധിപ്പിച്ചു. ബോച്ചൗ ശാന്തനായി പറഞ്ഞു.

"ഏൽപ്പിച്ച ജോലി നിർവഹിച്ചു കഴിഞ്ഞു. അവ സുരക്ഷിതമാണ്. ഏത് സമയത്ത് വേണമെങ്കിലും എളുപ്പത്തിൽ എടുക്കുകയും ചെയ്യാം. കേടു തട്ടാത്ത വിധത്തിലാണ് വെച്ചിരിക്കുന്നതും."

കോഹൻ അവയെ മെഴുകു കടലാസുകൊണ്ടു പൊതിഞ്ഞിരുന്നു.

അവർ പിരിഞ്ഞു പോയപ്പോൾ കണ്ണിറുക്കിക്കൊണ്ടു ബോച്ചൗ അന്വേഷിച്ചു. "അപ്പോൾ, എനിക്ക് എന്റെ റൊട്ടിറേഷൻ സൂക്ഷിക്കാമല്ലോ."

തല കുലുക്കിക്കൊണ്ടു വാൻഡാലൻ ആസ്പത്രിയിലേക്കു മടങ്ങി. പ്രിബുല അനുമോദിക്കുന്ന മട്ടിൽ ബോച്ചൗവിന്റെ പുറത്ത് തട്ടി. ബോച്ചൗ വീണ്ടും ചിരിച്ചു.

മഴക്കാലം കഴിഞ്ഞു. സൂര്യകാന്തിച്ചെടികൾ കരിഞ്ഞുണങ്ങി. പക്ഷെ ജനൽപ്പടികളിൽ ആ പൂച്ചട്ടികൾ അപ്പോഴും ഇരുന്നു. പക്ഷെ ആരുമാരും അതു ശ്രദ്ധിക്കാറില്ല. മണ്ണ് ഉണങ്ങി പിടിച്ചിരിക്കുന്നത് കാണാൻ കൊള്ളാത്ത മട്ടിലായിരുന്നു.

പക്ഷെ അന്നത്തെപോലുള്ള ആത്മവിശ്വാസം ഇന്ന് ബോച്ചൗവിനില്ല. ഉൽക്കണ്ഠ അയാളെ ബോഗോർസ്കിയുടെ അടുക്കലേക്ക് ഓടിച്ചു. ഓരോ മണിക്കൂറും വിലപ്പെട്ടതാണ്. ഏതു മണിക്കൂറിലും അനന്തമായ ദുരിതങ്ങൾ അടർന്നു വീണേക്കാം. സമയത്തിന്റെ സമ്മർദം മൂലം സൂക്ഷ്മതയുടെ നിയമത്തെ അവഗണിക്കാൻ തന്നെ ബോച്ചൗ നിർബന്ധിതനായി. ബോഗോർസ്കിയുമായി അടുത്ത പരിപാടിയെപറ്റി ചർച്ച ചെയ്യാൻ പറ്റിയ ഒരു സന്ദർഭം കിട്ടാനുംമതി. ഭാഗ്യത്തിനു ബോച്ചൗവിന് ഒരുവഴി തുറന്നുകിട്ടുകയും ചെയ്തു.

കുളിമുറിയുടെ ചാർജ് വഹിക്കുന്ന സ്കാർഫ്യൂഹറർ അയാളുടെ മുറിയിൽ വെറുതെ ഇരിക്കുകയായിരുന്നു. ഷവർറൂമിൽ ആരുംതന്നെ ഉണ്ടായിരുന്നില്ല. അപ്പോൾ തന്നെ അവിടെ എത്തിച്ചേർന്ന ഒരു പുതു സംഘം തടവുകാർ കുളിമുറികളുടെ മുമ്പിൽ അഴിച്ചിട്ടിരുന്ന വിഴുപ്പു ഭാണ്ഡങ്ങൾ അണുനാശിനികൾ വെച്ചിരുന്ന മുറിയിലേക്കു ചുമക്കുകയായിരുന്നു കുളിമുറി കമാന്റോവിലെ ചില തടവുകാർ. ബോഗോർസ്കിയുമുണ്ടായിരുന്നു അക്കൂട്ടത്തിൽ. ബോച്ചൗവും അവരുടെ കൂട്ടത്തിൽകൂടി ഒരു കെട്ടും താങ്ങി അണുനാശിനികൾ വെച്ചിരുന്ന ബാരക്കിലേക്കുനടന്നു. ബോച്ചൗവിന്റെ ഈ പെരുമാറ്റത്തിന്റെ പൊരുൾ ഉടനടി ബോഗോർസ്കിക്കു മനസിലായി. താൻ അയാളെ പിൻതുടരുകയാണെന്നറിയാതെ ബോഗോർസ്കി ബോച്ചൗവിന്റെ പിന്നാലെ നടന്നു. തടവുകാരെ ഭയപ്പെ

ടേണ്ട ആവശ്യം അവർക്കുണ്ടായിരുന്നില്ല. അണുനാശകമുറിയിൽ അവർക്കു വേറെ യാതൊരു അലട്ടും ഉണ്ടായിരുന്നുമില്ല. അവിടെ കൂട്ടിയിരുന്ന ഒരു വലിയ വിഴുപ്പുഭാണ്ഡകുന്നിന്റെ പുറകിൽ അവർ നിന്നു. അവിടെ നിന്നാൽ പ്രവേശനദ്വാരം വ്യക്തമായി കാണാമായിരുന്നു.

"ബങ്കറിൽവെച്ച് അവർ ഹോഫലിനെ മയക്കിയെടുത്താൽ.....? അയാൾക്കു ചെറുത്തുനിൽക്കാൻ സാധിക്കാതെ വന്നാൽ.......?"

മൗനമായി അവർ അന്യോന്യം തുറിച്ചുനോക്കി. ബോഗോർസ്കി വെറുതെ കൈ പൊന്തിച്ചു. അയാൾക്കു നൽകാൻ വേറെ യാതൊരു മറുപടിയുമുണ്ടായിരുന്നില്ല. ഭീകരമായ ആ അപകടത്തെപറ്റി സംസാരിക്കാൻ പോലും അവർക്കു ഭയമായിരുന്നു. ഒരു മലപോലെ, കനത്ത്, കറുത്ത്, ഭീതിദമായി, അത് മുമ്പിൽ നിറഞ്ഞുനിൽക്കുകയാണ്. അവർക്ക് തങ്ങളുടെ നിസ്സഹായാവസ്ഥയുടെ ആഴവും പരപ്പും നല്ലപോലെ മനസിലായിരുന്നു. ഒരൊറ്റ പേര് എങ്കിലും ഹോഫലിന്റെ വായിൽ നിന്നു പുറത്ത് വന്നാൽ പിന്നെ എന്തായിരിക്കും അവരുടെ സ്ഥിതി! എന്തുണ്ട് അവർക്ക് ചെയ്യാൻ!

ചങ്ങല അങ്ങനെ കെട്ടഴിഞ്ഞു നിവരും. അത് അവരെ വൈതരണിയിലേക്കു തള്ളിയിടും. വളരെ ഗോപ്യമായാണ് സംഘടനയെ വളർത്തിയെടുത്തത്. പക്ഷെ അതിലെ ഘടകങ്ങൾ ഏതായാലും മനുഷ്യരല്ലെ? ഭയത്തിന്റെ ലേശംപോലും ഏശാത്ത, കാരിരുമ്പിനൊത്ത ഹൃദയമുള്ള ഉറച്ച മനുഷ്യർ. പക്ഷെ ബങ്കറിന്റെ ഏകാന്തതയിൽ നടമാടുന്ന നിയമങ്ങൾ വ്യത്യസ്തമായതാണ്. അവിടെ ഒരുവൻ ഒറ്റക്കാണ്. കായികവും മാനസികവുമായ പീഡനങ്ങളുടെ മുമ്പിൽ കരിങ്കല്ലുപോലെ ഉറച്ചു നിൽക്കുമോ? ഹോ! ആർക്കറിയാം. നിരന്തരമായ ദ്രോഹങ്ങളുടെയും, തീവ്രയാതനകൾ അനുഭവിച്ചുള്ള മരണത്തിന്റെയും മുമ്പിൽ, ധീരതയെക്കാളും മനഃസ്ഥൈര്യത്തേക്കാളും, ഒരുപടി കയറിനിൽക്കുക മനുഷ്യന്റെ നഗ്നമായ ആത്മത്രാണവ്യഗ്രതയല്ലേ. അതോ മർദിച്ചവശമാക്കപ്പെട്ട, മനുഷ്യത്വത്തിന്റെ ചവിട്ടിയരയ്ക്കപ്പെട്ട ഒരു കട്ട മാത്രമായിത്തീരു മോ അവർ! കൂട്ടുകാരെ വഞ്ചിക്കുന്നതിലും ഭേദം മരണം വരിക്കുകയാണെന്ന് അവരെല്ലാവരും പ്രതിജ്ഞയെടുത്തിട്ടുള്ളതാണ്. പക്ഷെ പ്രതിജ്ഞയുടെയും അതിന്റെ പരിപാലനത്തിന്റെയുമിടയ്ക്ക് പ്രകൃതിയുടെ എത്രയെത്ര പരിക്ഷീണമായ സ്റ്റേഷനുകളാണുള്ളത്.

ഇതാ ഈ മുഹൂർത്തത്തിൽ തല്ലുകൊണ്ട് അവശനായി ഹോഫൽ ഒരുപക്ഷെ ഭാര്യയെയും കുട്ടിയെയും ഓർത്തുകൊണ്ട് ബങ്കറിൽ ചുരുണ്ടുകൂടി കിടക്കുകയായിരിക്കാം. അയാളുടെ ആത്മാവ് ബലഹീനമായി വിറയ്ക്കുകയായിരിക്കാം. അധികം പ്രധാനപ്പെട്ടതല്ലെന്ന് അയാൾക്കു തോന്നിയ ഒരൊറ്റ പേർ പുറത്തു വിട്ടാൽ മതി. ഭീകരമായ ആ ശൃംഖലയുടെ കെട്ടുകൾ അഴിയും.....

എന്തുതന്നെ വന്നാലും അവസാനംവരെ ചെറുത്തുനിന്നുകൊള്ളാമെന്ന് പ്രതിരോധ സംഘടനയിലെ ആയിരം അംഗങ്ങളിൽ ഏതു വ്യക്തിക്ക് ഉറപ്പായി പറയാൻ കഴിയും.

'ഇതുമതി, എല്ലാം ആകെ തകർന്നു വീഴാൻ.....' ബോച്ചൗ പതുക്കെ മന്ത്രിച്ചു.

ബോഗോർസ്കി ഇതുവരെ തന്റെ കണ്ണുകൾ ആ ശൂന്യതയിൽ നട്ടു നിൽക്കുകയായിരുന്നു. അയാൾ നോട്ടം പിൻവലിച്ചു. അസ്വസ്ഥ ജനകങ്ങളായ ചിന്തകളെ ദൂരെയെറിഞ്ഞു, നൈമിഷികങ്ങളായ ദൗർബല്യത്തെ അതിജീവിച്ചു കഴിഞ്ഞു എന്ന മട്ടിൽ അയാൾ ക്ഷീണിതമായ ഒരു ചിരി ചിരിച്ചു.

"എന്താണുണ്ടാകുക?" അയാൾ പതുക്കെ പറഞ്ഞു. "ഇപ്പോൾ ഒന്നും തന്നെ നമുക്കു പറയാൻ വയ്യ."

ബോച്ചൗവിന്റെ മുഖം കറുത്തു.

"നമുക്കു ഹോഫലിനെ വിശ്വസിക്കാം." ബോഗോർസ്കി പറഞ്ഞു.

"വിശ്വാസം! വിശ്വാസം! നിങ്ങൾക്കു ബോധ്യമുണ്ടോ അയാൾ ചെറുത്തുനിൽക്കുമെന്ന്?"

ബോഗോർസ്കിയുടെ പുരികക്കൊടികൾ ഉയർന്നു.

"നിങ്ങൾക്കു സ്വന്തം കാര്യം തീർച്ചയാണോ? എന്റെ കാര്യത്തിൽ തീർച്ചയുണ്ടോ? മറ്റുള്ളവരുടെ കാര്യത്തിൽ കണിശം വല്ലതും പറയാനാകുമോ?"

വിഷമത്തോടെ ഈ ചോദ്യം തന്നെ ബോച്ചൗ അവഗണിച്ചു.

"തീർച്ചയായും ആർക്കും യാതൊന്നും തീർച്ച പറയാൻ നിവൃത്തിയില്ല. അതുകൊണ്ടുതന്നെയാണ് ഹോഫൽ ആ കുട്ടിയുടെ കാര്യത്തിൽ ഇടപെടാൻ പാടില്ലായിരുന്നു എന്നു ഞാൻ ആവർത്തിച്ചു പറയുന്നത്. ആദ്യം മുതൽക്കുതന്നെ അത് ചെയ്യാൻ പാടില്ലായിരുന്നു. എന്നിട്ട് എന്തായി ഇതിന്റെയെല്ലാം അവസാനം. അയാൾ ആദ്യം അവനെ കലവറ കെട്ടിടത്തിൽ ഒളിപ്പിച്ചുവെച്ചു; പിന്നെ കൽപ്പനയും അച്ചടക്കവും ലംഘിച്ചു. ഇതാ ഇപ്പോൾ ബങ്കറിനകത്തുംപെട്ടു പിന്നെ......"

"ആ കുട്ടിയുടെ കാര്യത്തിൽ നിങ്ങളും തെറ്റു ചെയ്തിട്ടില്ലേ?"

"ആര്? ഞാനോ? എനിക്കെന്താണ് അതിൽ ചെയ്യാനുണ്ടായിരുന്നത്?" ബോച്ചൗ അത്ഭുതപ്പെട്ടു.

"ഇതെന്റെ ജോലിയല്ല, ഹോഫലിന്റേതാണെന്നു പറയാൻ പോകുകയാണോ?"

"അതുകൊണ്ടെന്ത്?" സ്വയം രക്ഷിക്കാനൊരു ശ്രമം നടത്തി ബോച്ചൗ. "ആ കുട്ടിയെ ക്യാമ്പിൽനിന്നു മാറ്റണമെന്നു ഞാൻ ഹോഫലിനു നിർദേശം കൊടുത്തിരുന്നുവല്ലോ?"

"എന്നാരു പറയുന്നു. നിങ്ങളുടെ ഹൃദയം അതു പറഞ്ഞിരിക്കും."

ബോച്ചൗ നടുക്കത്തോടെ കൈകൾ പൊന്തിച്ചു.

"ലിയോനഡ്, ദൈവത്തെ വിചാരിച്ച് നിങ്ങൾ എന്തൊക്കെയാണ് ഈ പറഞ്ഞുണ്ടാക്കുന്നത്. ഹോഫലിന്റെ ഹൃദയം അയാളെ വഴിതെറ്റിച്ചതുകൊണ്ടു മതിവന്നില്ലേ.......നിങ്ങൾ ആവശ്യപ്പെടുന്നത് ഞാനും....."

"ഇതുകൊണ്ടൊന്നും യാതൊരു കാര്യവുമില്ല; അതെ ഒരു ഗുണവുമില്ല" ബോഗോർസ്കിയുടെ നെറ്റിത്തടത്തിൽ അസന്തുഷ്ടിയുടെ വക്ര

രേഖകൾ തെളിഞ്ഞു. "നിങ്ങൾ തലകൊണ്ടു തെറ്റുചെയ്തു; ഹോഫൽ ഹൃദയംകൊണ്ടും. രണ്ടുപേരും ഒരുപോലെ തന്നെ. ഹെർബർട്ടിന്റെ തല ച്ചോറും, ആൻഡ്രിയുടെ മനസും ഹൗ ഒന്നുകൊണ്ടുമില്ല ഒരു ഗുണവും."

ബോച്ചൗ യാതൊരു മറുപടിയും പറഞ്ഞില്ല. അങ്ങനെ വികാര ങ്ങൾക്കടിമപ്പെടുന്നമട്ടായിരുന്നില്ല അയാളുടെ സ്വഭാവം. കയ്യിലുണ്ടാ യിരുന്ന കുറെ തുണികൾ അയാൾ ആ കൂമ്പാരത്തിലേക്കു വലിച്ചെറി ഞ്ഞു; അയാൾ മനഃക്ഷോഭത്തോടെ ബോഗോർസ്കിയുടെ ശകാരം കേട്ടുകൊണ്ടുനിന്നു.

"വെറുതെ ഒരു കൽപ്പന കൊടുത്തു. അത്രതന്നെ ഹോഫലിനു സ്വന്തം ഹൃദയ ദൗർബല്യത്തിനു വഴങ്ങി കൊടുക്കാനുള്ള അവസരവും നൽകി അയാളെ വെറുതെ വിട്ടു. അതാണുണ്ടായത്. അയാൾക്ക് എന്തെങ്കിലും സഹായം ചെയ്തുകൊടുക്കുന്നതിനു പകരം, അയാളെ തള്ളി ബങ്കറിലേക്ക് അയച്ചു." "നിങ്ങൾ കുട്ടിയെ പോളണ്ടുകാരനെ ഏൽപ്പിക്കണം." ഇതു മാത്രമേ താൻ കൽപ്പിച്ചിരുന്നുള്ളൂ.

ബോച്ചൗ കോപത്തോടെ ആ വിഴുപ്പുകെട്ടിൽ ആഞ്ഞടിച്ചു. "എനി ക്ക് എന്തുചെയ്യാൻ കഴിയുമായിരുന്നു എന്നാണ് പറയുന്നത്."

ബോഗോർസ്കി തല ചുമലിലേക്കു താഴ്ത്തിക്കൊണ്ടു മൊഴിഞ്ഞു. "ആവോ, എനിക്കറിയില്ല."

"അങ്ങനെ വരട്ടെ" ബോച്ചൗ വിജയഭേരിമുഴക്കി. ബോഗോർസ്കി കൂസാതെനിന്നു. വിളക്കിന്റെ സമീപം നിഴലെന്നപോലെ ശരിയുടെ താഴെ തെറ്റും നിലനിൽക്കുന്നു. അപ്പോൾ ബോച്ചൗ തെറ്റുചെയ്തപോലെ തന്നെ ശരിയും ചെയ്യുമായിരുന്നു. ഖരാഷോ! (റഷ്യൻഭാഷയിൽ നല്ലത്!)

"കുട്ടി ക്യാമ്പിൽനിന്നു പുറത്തുപോകണം. അതായിരുന്നു ആവശ്യം അതാണ് ഹോഫലിനോട് ആവശ്യപ്പെട്ടിരുന്നതും." ബോച്ചൗ ഉറപ്പിച്ചു പറഞ്ഞു. "ശരി ബോഗോർസ്കി സമ്മതിച്ചു. പക്ഷെ എന്തുകൊണ്ട് ഹോഫൽ അതു ചെയ്തില്ല."

രോഷാധിക്യത്താൽ ബോച്ചൗ പൊട്ടിത്തെറിച്ചു.

"എന്തെന്നാൽ അയാൾ......" വാഗ്രൂപമെടുത്തു വന്നിരുന്ന ആ മറു പടി പെട്ടെന്നു, ബോഗോർസ്കിയുടെ തീക്ഷ്ണമായ നോട്ടത്തോട് ഏറ്റു മുട്ടി തകർന്നുപോയി. ബോച്ചൗ നിശ്ശബ്ദനായി ബോഗോർസ്കിയെ നോക്കിനിന്നു. തന്റെ സ്നേഹിതന്റെ മുഖത്ത് നിഴലിച്ചുകണ്ട ചിന്തകൾ അയാൾ ഇങ്ങനെ വായിച്ചു.... "തലമാത്രം.....ഹൃദയംമാത്രം....."

കുട്ടിയെ ക്യാമ്പിൽനിന്ന് എടുത്തുകൊണ്ടു പോയത് ഒരുപക്ഷെ അയാൾ കണ്ണുകൾകൊണ്ട് കണ്ടിരിക്കും. അവസാനനിമിഷത്തിനുമുമ്പ് എപ്പോഴെങ്കിലും ഒരു മേലന്വേഷണം നടത്താനയാൾ മിനക്കെടുമോ? എന്തുകൊണ്ട് ആ പണി ഹോഫലിനെ തനിച്ചേൽപ്പിച്ചു. ക്രാമറിന്റെ മന സിൽ ഉണ്ടായപോലെ തന്നെ ഈ പ്രശാന്തചിത്തനായ ബോച്ചൗവിന്റെ ഉള്ളിലും മനുഷ്യത്വത്തെ രക്ഷിക്കാനുള്ള വെമ്പൽ തിരനീക്കിയിരിക്ക ണം. ക്രാമറാകട്ടെ, തന്നെ ഏൽപ്പിച്ച പണി അതീവ ശ്രദ്ധയോടെ

നിർവഹിച്ച ശേഷം രണ്ടു കണ്ണുകളും മുറുക്കെ അടച്ചുകളഞ്ഞു. എല്ലാവരാലും ഉപേക്ഷിക്കപ്പെട്ട് ഒറ്റയ്ക്കായ ഹോഫലിന് ഈ പണി തനിയെ നിർവഹിക്കേണ്ടിവന്നു. കുറ്റം ആരുടേതാണ്? പ്രത്യേകിച്ചും ഒരാളെയും ഇതിൽ കുറ്റംപറയാനില്ല. പക്ഷെ എല്ലാവരും തെറ്റുകാരാണുതാനും. ബോച്ചൗ സ്നേഹിതന്റെ കണ്ണുകളിലേക്കു നോക്കി.

മനുഷ്യന്റെ നയനങ്ങൾ! നിലയില്ലാത്ത ആഴിയുടെ അന്തരാളത്തിലെന്നപോലെ ഈ കണ്ണുകളുടെ ദീപ്തിയിൽ ജ്ഞാതവും അജ്ഞാതവുമായ രഹസ്യങ്ങളെല്ലാം അടിഞ്ഞമർന്നു കിടക്കുന്നു; ഹൃദയത്തിന്റെ തെറ്റുകളും അപരാധങ്ങളും കുറ്റങ്ങളും നോട്ടപ്പിഴകളും തിരിച്ചറിയാനുള്ള കെൽപ്പും, സഹജമായ ജ്ഞാനവും സ്നേഹവും എല്ലാം എല്ലാം...... ബോച്ചൗവിന്റെ മനസിൽ തീവ്രമായ വികാരങ്ങൾ നുരയിട്ടുപൊന്തി വന്നു. അയാൾ വിചാരിച്ചു 'ബോച്ചൗ, നീയൊരു മനുഷ്യജീവിയാണ് ..... മനുഷ്യജീവിയാണെന്നു തെളിയിക്കുക...."

തന്നെപ്പറ്റിത്തന്നെയാണോ ഈ ചിന്തകൾ? അതോ ഹോഫലിനെക്കുറിച്ചോ? അതോ ഈ വിചാരം വിശ്വവ്യാപകമാണോ? മനുഷ്യനെന്നു പേർ വഹിക്കുന്ന എല്ലാത്തിനേയും ഇതു ബാധിക്കുന്നുണ്ടോ?

നിങ്ങളൊരു മനുഷ്യനാണ്. അതു തെളിയിക്കൂ!

വിവേകചിന്തകൾക്കപ്പുറത്ത് അനന്തമായ ഒരു ഗഹ്വരമുണ്ട്. അവിടെ വാക്കുകൾക്കും വിചിന്തനങ്ങൾക്കും പ്രതിധ്വനിയുണ്ടാകുന്നില്ല. അവിടെ നിന്നു യാതൊരു മറുപടിയും കിട്ടുകയില്ല. ഇതായിരുന്നു ബോച്ചൗവിന്റെ വിചാരം. ഹോഫൽ എത്തിനോക്കിയത് ആ ഗഹ്വരത്തിലേക്കായിരുന്നു. ചോദ്യമോ ഉത്തരമോ ഓർക്കാതെ മനുഷ്യസഹജമായതെന്തോ, അതാണ് അയാൾ ചെയ്തത്. ഒരു മനുഷ്യൻ, അതെ ആ പേർ സർവഥാ അർഹിക്കുന്ന ഒരു മനുഷ്യൻ തന്റെ പ്രവൃത്തികളുടെ പരമമായ കടമ എന്താണെന്നു മനസിലാക്കണം. ബോച്ചൗവിന്റെ ഹൃദയം പ്രക്ഷുബ്ധമായി വല്ല വിധത്തിലും അൽപ്പം ശാന്തത കിട്ടിയാൽ മതിയെന്നായി അയാൾക്ക്.

"അപ്പോൾ നാം ഇനി എന്തുചെയ്യണം." തന്റെ ലജ്ജ ഒളിച്ചുപിടിച്ചുകൊണ്ടയാൾ വിഷയത്തിലേക്ക് പ്രവേശിച്ചു.

ബോഗോർസ്കി വീണ്ടും ചുമൽ കുലുക്കി അവർ എന്തുചെയ്യണം? സൈനികാഭ്യാസങ്ങളെല്ലാം ഉടനടി നിർത്തുക. സംഘടനാ മീറ്റിങ്ങുകൾ വേണ്ടെന്നുവെക്കണം. ആയുധാഭ്യാസങ്ങളൊന്നും ഇനി വേണ്ട. സംഘടനയുടെ വിവിധ പ്രവർത്തനങ്ങളെല്ലാം അതീവ ഗോപ്യമായി സൂക്ഷിക്കണം. അത്രമാത്രമേ ഇപ്പോൾ ചെയ്യാനുള്ളു. കാത്തിരിക്കുക ..... കാത്തിരുന്നു കാണുക തന്നെ.

## VI

**ര**ണ്ടുപേരുടേയും ബങ്കറിലെ തടങ്കൽ ജീവിതത്തിൽ വിശേഷ സംഭവങ്ങൾ ഒന്നും ഇതേവരെ ഉണ്ടായിട്ടില്ല. സാധാരണ പതിവുള്ള വിദ്രോഹപരമായ പെരുമാറ്റങ്ങൾ ഒന്നും തന്നെ നടന്നിട്ടില്ല. ബങ്കറിലെ

സ്കാർഫ്യൂഹററായ മൻഡ്രാക് തന്റെ പ്രാതൽ വിഴുങ്ങിക്കൊണ്ടിരിക്കുമ്പോഴാണ്—അയാളുടെ ഓഫീസിൽ വറുത്ത ഉരുളൻകിഴങ്ങിന്റെ സുഖകരമായ വാസന പരന്നിരുന്നു—അയാളെ വരാന്തയിലേക്കു വിളിച്ചത്. പോകുമ്പോഴും അയാൾ വായിൽ എന്തോ ഇട്ട് ചവച്ചിരുന്നു. ക്ലൂട്ടിക്കിന്റെ ഒരാംഗ്യം അനുസരിച്ച് അയാൾ ഹോഫലിനെയും ക്രോപ്പിൻസ്കിയേയും ഒരറയിൽ ഇട്ടു പൂട്ടി. ക്യാമ്പ് ഫ്യൂഹറർ കാണിച്ച മറ്റൊരാംഗ്യത്തിന്റെ അർഥം അയാൾ റീനിബോത്തിന്റെ ഓഫീസു മുറിയിലേക്കു ചെല്ലണമെന്നായിരുന്നു. യാതൊരു ബദ്ധപ്പാടും കാണിക്കാതെയാണ് മാൻഡ്രാക്ക് അത് ചെയ്തത്. അവരെ രണ്ടുപേരെയും നേരത്തെ പോകാൻ വിട്ട് അയാൾ സ്വന്തം മുറിയിൽ ചെന്ന് സാവകാശത്തിൽ തന്റെ യൂണിഫോം ജാക്കറ്റ് എടുത്തണിഞ്ഞു. പിന്നീട് വളരെ സാവധാനത്തിൽ റിപ്പോർട്ട് ഫ്യൂഹററുടെ മുറിയിൽചെന്ന് ബട്ടനെല്ലാം ശരിപ്പെടുത്തി. റീനിബോത്തും ക്ലൂട്ടിക്കും ഇരിക്കുകയായിരുന്നുവെങ്കിലും മാൻഡ്രാക്ക് നിന്നതേയുള്ളൂ. ക്ലൂട്ടിക് പരിഭ്രമത്തോടെ സിഗററ്റ് വലിച്ചു തള്ളുകയായിരുന്നു; റീനിബോത്താകട്ടെ സ്വതഃസിദ്ധമായ ഉദാസീനതയോടെ ബട്ടൻ നിരയിൽ തള്ളവിരൽ തിരുകി. കസേരയിൽ ചാരി കിടക്കുകയും. മാൻഡ്രാക് അപ്പോഴും പ്രാതലിന്റെ അവശിഷ്ടങ്ങൾ ചവച്ചരച്ചുകൊണ്ടിരുന്നു.

“കേൾക്കു സഖാവേ!” ക്ലൂട്ടിക് ആരംഭിച്ചു. “അവർ രണ്ടുപേരും ഒരു പ്രത്യേക കേസാണ്. ഞങ്ങൾ രണ്ടുപേരും കൂടിയാണ് അതു ശരിപ്പെടുത്താൻ പോകുന്നത്.”

“അവർ എല്ലാം തുറന്നു പറയുന്നതുവരെ ചോദ്യം ചോദിക്കുക തന്നെ” പരിഹാസമട്ടിൽ വായുടെ കോണുകൾ വക്രിപ്പിച്ചുകൊണ്ടു റീനിബോത്ത് ഇടയിൽ കയറി പറഞ്ഞു. ക്ലൂട്ടിക് ശകാരിക്കുന്ന മട്ടിൽ കൈ ഉയർത്തിക്കൊണ്ടു പറഞ്ഞു. “ഇതാ പടച്ചവനെ വിചാരിച്ചു രണ്ടിനേയും തുലച്ചേക്കരുതേ. ഞങ്ങൾക്ക് അവരെ ആവശ്യമുണ്ട്.”

അയാൾ പരിതഃസ്ഥിതിയുടെ തിക്കും പൊക്കുമെല്ലാം മാൻഡ്രാകിനു വിവരിച്ചു കൊടുത്തു. നിയമവിരുദ്ധമായ സംഘടനയെപ്പറ്റി വിവരങ്ങൾ ശേഖരിക്കാൻ ഏറ്റവും പറ്റിയ മനുഷ്യനാണ് തങ്ങളുടെ കയ്യിൽ അകപ്പെട്ടിരിക്കുന്ന ഹോഫൽ എന്നുകൂടി അയാൾ പറഞ്ഞു കൊടുത്തു. മാൻഡ്രാക് ഒരക്ഷരം മിണ്ടാതെ അതെല്ലാം കേട്ടു. അയാളുടെ മുഖത്ത് യാതൊരു വികാരവും പ്രകടമായിരുന്നില്ല. ചാരനിറംപൂണ്ട ആ മുഖത്ത് മുഴുവൻ പുള്ളിക്കുത്തുകളായിരുന്നു. കനത്ത കണ്ണുകളിലെ ശൂന്യമായ നോട്ടവും യാതൊന്നും വെളിവാക്കിയിരുന്നില്ല. ക്യാമ്പ് ഫ്യൂഹററുടെ മുമ്പിൽ നിൽക്കുമ്പോൾ തികച്ചും കീഴടങ്ങിയ മട്ടിലായിരുന്നു അയാൾ ഒടുവിൽ ക്ലൂട്ടിക് എഴുന്നേറ്റു. “എന്തൊക്കെയാണ് സംഗതികൾ എന്ന് നിങ്ങൾക്ക് ഇപ്പോൾ നല്ലപോലെ മനസിലായിരിക്കുമല്ലോ.”

കൈ ട്രൗസറിന്റെ പോക്കറ്റിൽ തിരുകി മാൻഡ്രാക് നനുത്ത സ്വരത്തിൽ ചോദിച്ചു.

“ഇവരെ ഞാൻ എന്തു ചെയ്യണം?”

റീനിബോത്ത് വിരലുകൾകൊണ്ടു താളംപിടിച്ചു പുച്ഛരസത്തിൽ പറഞ്ഞു. "അവരെ ഓമനിക്കണം. മാൻഡ്രാക്, അവരെ ഓമനിക്കണം." മാൻഡ്രാക് കണ്ണിന്റെ അറ്റംകൊണ്ടു റീനിബോത്തിനെ ഒന്നു നോക്കി. ഒരു ഇളിഞ്ഞ മട്ടിലുള്ള ചിരി അയാളുടെ ചുണ്ടിൽ വിരിഞ്ഞു. മാൻഡ്രി എന്നു വിളിക്കുന്നതായിരുന്നു അയാൾക്ക് ഇഷ്ടം. ആ നാമത്തിന് ഒരു വനാന്തരത്തിന്റെ ബീഭത്സതയും ഭീകരതയും ഉണ്ടായിരുന്നുവെങ്കിലും മാൻഡ്രാക്കിന് ആ പേരിനോടു വല്ലാത്ത കമ്പമായിരുന്നു. അയാൾ വളരെ കുറച്ചേ പറഞ്ഞുള്ളൂ; വളരെ കുറച്ചേ ചോദിച്ചുള്ളൂ. എന്നാലും ക്ലൂട്ടിക്കിനു പരിഭ്രമമായി. അയാൾ പറഞ്ഞു. "വേണ്ട മാൻഡ്രിൽ, കുറച്ചു നേരത്തേക്ക് അവരെ സമാധാനത്തോടെ വിട്ടേക്കൂ. നമുക്കു അതിനെ പറ്റി പിന്നീട് സംസാരിക്കാം." മാൻഡ്രാക് സാവധാനത്തിൽ ക്യാമ്പ് ഫ്യൂഹററുടെ നേരെ തിരിഞ്ഞു മൗനമായി തലയാട്ടി. അയാൾ മുറിവിട്ടു. വാതിലിന്റെ സാക്ഷ തുറക്കാനായി പോക്കറ്റിൽനിന്നു കൈ എടുക്കുന്നതുതന്നെ തീരെ അസൗകര്യമായി അയാൾക്കു തോന്നിയിരുന്നു. പുറത്തു കടന്ന് വാതിൽ അയാൾ കാൽകൊണ്ടാണ് തട്ടിയടച്ചത്. നേരെ അയാൾ നടന്നത് ബങ്കറി ലേക്കായിരുന്നു. ഏതാണ്ട് ആറടിയോളം വീതി വരുന്ന ആ നീണ്ട വരാന്ത എപ്പോഴും അർധാന്ധകാരത്തിൽ മുങ്ങിക്കിടക്കും. തട്ടിന്മേലുള്ള ദുർബല മായ ഒരു ബൾബിൽ നിന്നുണ്ടാകുന്ന നേരിയ പ്രകാശം സന്ധ്യയുടെ ഇരുളിനു മാറ്റം കൂട്ടിയതേയുള്ളൂ. കനത്ത ഇരുമ്പു വാതിൽകൊണ്ടു സുരക്ഷിതമായിരുന്നു ആ വഴി. അങ്ങേ അറ്റത്തായി ഇരുമ്പു വല പാകിയ ഒരു ചെറിയ വാതായനമുണ്ട്. വലിയ ഇരുമ്പു പലകവെച്ചു പിടിപ്പിച്ചിട്ടുള്ള ആ മരവാതലിനു പിന്നിലുള്ള തടവു മുറിയിൽ യാതൊരു അനക്കവു മുണ്ടായിരുന്നില്ല മരവിച്ച്, ആണിയടിച്ച് ഉറപ്പിച്ചു വെച്ചിരുന്ന പോലെ അവർ രണ്ടു ഭാഗത്തായി നിലയുറപ്പിച്ചിരുന്നു; ശ്മശാനത്തിലെ കല്ലറ കളെപ്പോലെ ആ വരാന്തയിലൂടെ കടന്നുപോകുന്ന ജീവനുള്ള ഒരേ ഒരു വ്യക്തി ബങ്കറിലെ ദ്വാരപാലകൻ ഫോർസ്റ്റെ മാത്രമായിരുന്നു. മാൻഡ്രിൽ 5-ാം നമ്പർ തടവുമുറിയെ സമീപിച്ച് അകത്തേക്കു നോക്കാനുള്ള ദ്വാരത്തിന്റെ കൊളുത്തു തള്ളിമാറ്റി. കുറെ നേരം അയാൾ അതിലൂടെ നോക്കിക്കൊണ്ടുനിന്നു അറയിൽ മേശയോ, കസേരയോ, വൈക്കോൽ മെത്തയോ പുതപ്പോ മറ്റുപകരണങ്ങളോ ഉണ്ടായിരുന്നില്ല. ദീർഘ ചതുര മായ ഒരറയായിരുന്നു അത്, ആറര അടി നീളവും പത്തര അടിയോളം പൊക്കവും കഷ്ടിച്ചു അഞ്ചടി വീതിയും വരുന്ന പെട്ടിപോലുള്ള ഒരു അറ. തട്ടിൽ ഇരുമ്പു വലയുടെ അകത്താക്കി തറച്ചുവെച്ചിരുന്ന ഒരു ബൾബാണ് ആ അറയിലെ ഒരേ ഒരു ജംഗമ വസ്തു. മുറിയുടെ പിൻ ചുവരിൽ കനത്ത ഇരുമ്പു കമ്പികൾ തറച്ചിട്ടുള്ള ഒരു ജനാല ഉണ്ട്. മാൻഡ്രിൽ അറതുറന്നു. സാധാരണ സൈനിക മട്ടിൽ ഹോഫലും ക്രോപ്പിൻസ്കിയും അറ്റൻഷനായി നിന്നു. ഒരൊറ്റ അക്ഷരം മിണ്ടാതെ അയാൾ ക്രോപ്പിൻസ്കിയുടെ ജാക്കറ്റിന്റെ മുൻഭാഗം കടന്നുപിടിച്ചു മുഖം വാതിൽക്കൽ ചെന്നു പതിക്കത്തക്ക വിധത്തിൽ ആഞ്ഞൊരു തള്ളു കൊടുത്തു. അങ്ങനെ തന്നെ ഹോഫലിനേയും പിടിച്ചു തള്ളി, ക്രോപ്പിൻ

സ്കിയുടെ മുന്നിലായി അൽപ്പം ഒരു ഭാഗത്തേക്ക് ചരിച്ചു നിർത്തി. പിന്നീട് അയാൾ തടവുകാരുടെ നിൽപ്പും സ്ഥാനവും ഒന്നു പരീക്ഷിച്ചു. "നേരെ നില്ലെടാ" എന്ന് അക്രോശിച്ചുകൊണ്ടു മുട്ടിന്മേൽ ഓരോ ചവിട്ടും വെച്ചു കൊടുത്തു. "അനങ്ങിപ്പോകുന്നവൻ ആരായാലും അവനെ ഞാൻ തട്ടി തുലയ്ക്കും. ഓർത്തോളൂ." അയാൾ മുറിയിൽ നിന്നു പുറത്തേക്കു കടന്നു ഫോർസ്റ്റെയെ ആംഗ്യംകാട്ടി വിളിച്ചു.

"ഭക്ഷണമൊന്നും കൊടുക്കേണ്ട,"

കടുത്ത അറ്റൻഷനായിനിന്നുകൊണ്ട് ഫോർസ്റ്റെ ആ കൽപ്പന സ്വീകരിച്ചു ഭയചകിതരായ മൃഗങ്ങളെപ്പോലെ അനങ്ങാതെ ഹോഫലും ക്രോപ്പിൻസ്കിയും ശ്രദ്ധിച്ചുനിന്നു. ഏതുനിമിഷത്തിലും അടർന്നു വീഴാവുന്ന ദുരന്തത്തെയും പ്രതീക്ഷിച്ചു, വാതിൽക്കലേക്ക് തന്നെ കണ്ണുംനട്ട് അവർ നിശ്ചലരായി നിന്നു. അവരുടെ ചിന്താശക്തി തളർന്നിരുന്നു. ശ്രവണേന്ദ്രിയങ്ങൾ മാത്രമെ ഉഷാറോടെ പ്രവർത്തിച്ചിരുന്നുള്ളു. പടിക്കൽ നിന്നും അരിച്ചെത്തിയ ക്യാമ്പിലെ ശബ്ദങ്ങൾ അവർ ശ്രദ്ധിച്ചിരുന്നു. പുറത്ത് എല്ലാം പഴയപടി തന്നെ നടക്കുന്നുണ്ടായിരുന്നു. എത്ര അസാധാരണമായിരിക്കുന്നു.....

ഡ്യൂട്ടിയിലായിരുന്ന ബ്ലോക്ക് ഫ്യൂഹറർ പടിക്കൽ കിടന്നു കുരക്കുന്നുണ്ട്. ധൃതഗതിയിൽ ഭയത്തോടെ ചരിക്കുമ്പോൾ മെതിയടികൾ നിലത്തുകിടന്നു ഉരഞ്ഞുണ്ടാകുന്ന ശബ്ദംകേൾക്കാം. ആരോ ഉച്ചഭാഷിണി യന്ത്രം തിരിച്ചു. വിദ്യുൽപ്രവാഹത്തിന്റെ മുരളിച്ച വ്യക്തമായി. വർക്ക് മെക്കോഡിലെ കാപോവിനെ വിളിക്കുന്ന ശബ്ദം ലൗഡ് സ്പീക്കറിൽ മുഴങ്ങിക്കേട്ടു, കുറച്ചുകഴിഞ്ഞപ്പോൾ ഓബർസ്റ്റർ ഫ്യൂഹററെ കമാന്ററുടെ അടുക്കലേക്കു വിളിക്കുന്ന മറ്റൊരു ശബ്ദം കേട്ടു. ജനക്കൂട്ടത്തിന്റെ ചെരുപ്പുകൾ ആഞ്ഞുപതിക്കുന്നതിന്റെ ശബ്ദം കുതിരക്കുളമ്പടികൾ പോലെ പടിക്കൽനിന്നും ഉയർന്നു. ബ്ലോക്ക് ഫ്യൂഹറർ പ്രാകുകയും കുരയ്ക്കുകയും ഗർജിക്കുകയുമെല്ലാം ഏകകാലത്തിൽ തന്നെ ചെയ്തിരുന്നു. ഹോഫൽ ചെവിയോർത്തു നിൽക്കേ, ഘനീഭവിച്ചപോലിരുന്ന മരവിപ്പും അൽപ്പം ഒന്നയഞ്ഞു, മനസ്സ് കുറേശ്ശയായി പ്രവർത്തിക്കാൻ തുടങ്ങി. ഇതപര്യന്തം ഗൗനിക്കാതിരുന്ന, ക്യാമ്പിലെ തിരക്കുപിടിച്ച തരത്തിലുള്ള വിവിധ നാദരംഗങ്ങളെ ഇപ്പോൾ ഹോഫൽ ശ്രദ്ധിക്കാൻ തുടങ്ങിയിരിക്കുന്നു. ഒരു മോട്ടോർവാഹനത്തിന്റെ കലപില ശബ്ദം പോലെ ആ കോലാഹലം അയാളുടെ ചെവിയിലേക്ക് അടിച്ചുകയറി. ഭ്രാന്തുപിടിച്ചപോലുള്ള ചിന്തകൾ എമ്പാടും ആർത്തിരമ്പുകയായിരുന്നു. നിങ്ങൾ ഒരു തടങ്കൽപ്പാളയത്തിലാണ്, വാസ്തവത്തിൽ എന്താണിത്? പെട്ടെന്നയാൾക്ക് മനസിലായി താൻ ഇതേവരെ യഥാർഥലോകത്തെ; ബാഹ്യലോകത്തിലെ ജീവിതത്തെ വിസ്മരിച്ചിരിക്കുകയായിരുന്നു; ആ മുള്ളുവേലിക്കപ്പുറത്തുള്ള ഒന്നും അയാൾക്ക് ചിന്തിക്കാനോ അനുഭവിക്കാനോ സാധ്യമാകുന്നില്ല. ബ്ലോക്ക് ഫ്യൂഹറർമാരുടെ ആക്രോശങ്ങൾ, അനന്തമായ അലർച്ചകൾ, കാലടികളുടെ ശബ്ദം, കിലുക്കം, ഇതൊക്കെയാണ് യഥാർഥത്തിലുള്ള അനുഭവങ്ങൾ ശ്രദ്ധ കേന്ദ്രീകരിച്ചു

നോക്കുമ്പോൾ ഈ വക ചിരപരിചിത ശബ്ദങ്ങൾ പോലും പൈശാചികവും മായികവുമായി തോന്നുന്നു. പെട്ടെന്നയാൾക്ക് എല്ലാം മനസിലായി. ഇതൊന്നും യാഥാർഥ്യമല്ല വെറും ഛായ; മായ, വളരെ വളരെ വിദൂരതയിൽനിന്ന് പൈശാചികമായ ഈ യാഥാർഥ്യമണ്ഡലത്തിലേക്ക് പ്രവേശിച്ചപ്പോൾ ഹോഫലിന് അമേയമായ ഒരു തരളത അനുഭവപ്പെട്ടു. ഞാൻ നിങ്ങളെ ഗാഢഗാഢം ചുംബിക്കുന്നു. പക്ഷെ അത് വെറുംമിഥ്യാസാങ്കൽപ്പികമായ നിഴൽ, അതിതാ ആടി ഉലഞ്ഞു മാഞ്ഞകലുന്നു. തണുപ്പിക്കുന്ന ഒരു ഞെട്ടൽ ഹോഫലിന്റെ ശരീരമാകെ വ്യാപിച്ചു. ഭക്ഷണം കൊണ്ടുവയ്ക്കാനായി ഉപയോഗിക്കാറുള്ള വാതിലിന്റെ തൂക്കുപലകയിലേക്കയാൾ തുറിച്ചുനോക്കി. ക്രോപ്പിൻസ്കി തന്റെ പിന്നിൽ നിൽക്കുന്നുണ്ട് എന്ന കഥ തന്നെ അയാൾ മറന്നു.

പെട്ടെന്ന്, ഹോഫൽ നഗ്നമായ യാഥാർഥ്യം മുന്നിൽ കണ്ടു. ആദ്യം വിദൂരതയിൽ. പിന്നീടിതാ അടുത്തടുത്തുവരുന്നു. നിയന്ത്രിക്കാനാകാത്ത വിധത്തിൽ റാങ്കുകളിൽ അണിയണിയായി പീരങ്കി ഗോപുരങ്ങളുമായി അതിതാ വന്നടുക്കുന്നു. ഇതാണ് സത്യം. ഇതുമാത്രമാണ് സത്യം. വേറെയൊന്നുമില്ല.

പെട്ടെന്നയാൾ ക്രോപ്പിൻസ്കിയെ കുറിച്ചോർത്തു.

“മേരിയാൻ......” അയാൾ മന്ത്രിച്ചു. സംസാരസ്വാതന്ത്ര്യം നിഷേധിക്കപ്പെട്ടിരുന്നു.

“ടാക്ക്” (ശരി എന്നർഥമുള്ള പോളീഷ് വാക്ക്) അയാൾ പിറുപിറുത്തു.

“അമേരിക്കക്കാർ അടുത്തടുത്തു വരുകയാണ്.....അധികം സമയമൊന്നും വേണ്ടിവരില്ല........”

കുറെനേരം കഴിഞ്ഞതിൽപ്പിന്നെയാണ് ക്രോപ്പിൻസ്കി ഉത്തരം പറഞ്ഞത്.

“ഞാൻ എപ്പോഴും പറയാറുള്ളതല്ലേ......” അവർ പിന്നീടൊന്നും പറയുകയുണ്ടായില്ല. അനങ്ങാതെ നിന്നു. പക്ഷെ ഉള്ളിൽ അവർക്കൊരു സ്ഥൈര്യം കിട്ടിയിരുന്നു. ജീവിച്ചിരിക്കുന്നു എന്ന വിചാരം, വികാരം. ഊഷ്മളമായ ജീവരക്തത്തെ അവരുടെ സിരകളിലേക്കു ചാമ്പിവിട്ടിരുന്നു.

ക്ലൂട്ടിക്കിന് വാസ്തവത്തിൽ വലിയ സംഭ്രമം തോന്നിയിരുന്നു. റീനിബോത്തിനോടൊരുമിച്ച് കാസിനോവിൽ ഇരിക്കുകയായിരുന്നു അയാൾ. ഒരു കുപ്പി വീഞ്ഞുമായി ഒരു മുക്കിലേക്ക് നീങ്ങിയിരുന്നു തലകൾ അടുപ്പിച്ചുവെച്ച് അവർ തമ്മിൽ രഹസ്യമായി എന്തോ മന്ത്രിക്കുകയായിരുന്നു. നായാട്ടിന്റെ ജ്വരം കയറിയിട്ടെന്നപോലെ അയാളുടെ കണ്ണുകൾ വെട്ടിത്തിളങ്ങി. “ആ കൽത്തുറുങ്കിനകത്തുനിന്ന് കിട്ടാവുന്നതൊക്കെ കൈക്കലാക്കണം.” കണ്ണുകൾ ചെറുതാക്കി റീനിബോത്ത് ഒരു നിർദേശം കൊടുത്തു.

“ആദ്യം തല്ലിതൂറിക്കണം, പിന്നീട് ഒന്നു പതംവരാൻ അവിടെ ത്തന്നെ ഇട്ടേക്കണം. രാത്രിമതി ചോദ്യം. മറുപടി പറയുന്നതുവരെ ചോദ്യം ചോദിക്കുകതന്നെ.”

ക്ലൂട്ടിക് ഗ്ലാസുകൾ ഓരോന്നായി ഒഴിച്ചുകൊണ്ടിരുന്നു. പരിഭ്രമ ത്തോടെ അയാൾ കസേരയിൽ ഇരുന്നു പുളഞ്ഞു.

“നമുക്കൊന്നും കിട്ടിയില്ലെങ്കിലോ?”

റീനിബോത്ത് ആശ്വസിപ്പിച്ചു. “എന്നാൽ അവൻ ആണോ പെണ്ണോ എന്നു തിരിച്ചറിയാത്തവിധത്തിൽ തല്ലിച്ചതച്ചു വിടുകതന്നെ. താൻ ഒന്നു പേടിക്കാതിരിക്കൂ. ആ കുട്ടികൾ നല്ല വാനമ്പാടികളെപ്പോലെ പാട്ടുപാടിക്കോളും.” റീനിബോത്ത് ഒരു വിഷയാസക്തനെപ്പോലെ ഓരോ ഇറക്കായി കുടിച്ചുകൊണ്ട്, മദ്യം അമിതമായി അകത്തേക്ക് കടത്തി വിടുന്ന ക്ലൂട്ടിക്കിനെ ശകാരിച്ചു.

“എടോ, ഇങ്ങനെ മൂക്കുമുട്ടെ അടിക്കല്ലേ....”

ക്ലൂട്ടിക് വീര്യത്തോടെ നാവുകൊണ്ടു ചുണ്ടൊന്നു നനച്ചു വിഷമ ത്തോടെ പറഞ്ഞു. “നാം അങ്ങനെ വീശിയെറിഞ്ഞാൽ, അടിവന്നു വീഴാനും വേണ്ടെ ഒരു സ്ഥലം.”

റീനിബോത്ത് തികഞ്ഞ തന്റേടത്തോടെ കസേരമേൽ ചാരിക്കിടന്നു കൊണ്ടു ശാന്തമായ സ്വരത്തിൽ പറഞ്ഞു.

“എനിക്കത് അറിയാം; റോബോർട്ട്, എനിക്കതു നല്ലപോലെ അറിയാം.”

ക്ലൂട്ടിക്കിന്റെ പരിഭ്രാന്തി കൂടിയതേയുള്ളൂ.

“ദൈവമെ! ഹെർമാൻ! തനിക്ക് എങ്ങനെ സാധിക്കുന്നു. ഇങ്ങനെ പ്രശാന്തതയോടെ പെരുമാറാൻ.”

ആത്മനിന്ദത്തോടെ റീനിബോത്ത് ചുണ്ടുകൾ കടിച്ച് കസേരയിൽ നിന്ന് പതുക്കെ പൊന്തി മേശയുടെ മുകളിലൂടെ ഏന്തിവലിഞ്ഞ് തന്റെ ചെവിയിൽ മന്ത്രിച്ച ഓരോ വാക്കും ക്ലൂട്ടിക് ഹൃദിസ്ഥമാക്കി.

നമുക്ക് എന്തുചെയ്യാനാകുമെന്ന് അവരെ ഒന്നു മനസിലാക്കണം. തനിക്ക് മനശ്ശാസ്ത്രമറിയാമോ? എന്നാൽ എന്റെ ക്യാമ്പ് ഫ്യൂഹറർ! നിങ്ങൾ മനസിലാക്കിക്കോളൂ. ക്യാമ്പിനെ സംബന്ധിച്ചിടത്തോളം ഹോഫലും വൂസിസും ചത്തുകഴിഞ്ഞു കേട്ടോ! അവരുടെ ഒരേ ഒരു സമ്പർക്കം നമ്മളായിട്ടുമാത്രം. നിങ്ങളും ഞാനും മാൻഡ്രാലും. ദൈവം കൂടി അവരെ മറന്നുപോയി എന്നവർക്ക് ഉള്ളിൽ തട്ടി തോന്നണം.

അയാൾ ക്ലൂട്ടിക്കിന്റെ തോളത്തുതട്ടി. അയാൾ റീനിബോത്തിന്റെ കൗശലം നിറഞ്ഞ മുഖത്തേക്ക് കണ്ണുംനട്ടു ഇരുന്നുപോയി. താൻ പറഞ്ഞതെല്ലാം ക്ലൂട്ടിക്കിന്റെ തലച്ചോറിനകത്തേക്ക് കയറി എന്ന് തീർച്ചയാകുന്നതുവരെ ക്ഷമിച്ചിരുന്നതിനുശേഷം റീനിബോത്ത് വീണ്ടും പ്രഭാഷണമാരംഭിച്ചു. “അവരെ എത്രത്തോളം ഒറ്റപ്പെടുത്താൻ ഒക്കുമോ, അത്രത്തോളം എളുപ്പത്തിൽ നമുക്കവരിൽനിന്നു സംഗതികൾ പിഴിഞ്ഞെടുക്കാം. വേണ്ടിടത്തോളം അവരെയിട്ടു തട്ടാൻ മാൻഡ്രാലിന്

അനുവാദം കൊടുത്തിട്ടുണ്ട്. നമ്മുടെ കയ്യിൽക്കിടന്ന് അവർ തുലയരുതെന്ന് മാത്രമേയുള്ളൂ."

ക്ലൂട്ടിക് സമ്മതഭാവത്തിൽ തലയാട്ടി.

"ഹോഫലിന്റെ വായിൽനിന്ന് നാം ഓരോ പേരും തല്ലിത്തെറിപ്പിക്കും. അതാണ് പണി" അയാൾ ഇംഗ്ലീഷിൽ പറഞ്ഞു.

"ഇംഗ്ലീഷ് പഠിച്ചോളു; എന്നിട്ട് സംഭവഗതികൾ എന്താണെന്നു സസൂക്ഷ്മം നോക്കിയിരുന്നോളൂ. മനസിലാകുന്നുണ്ടോ, ഹെർക്യാമ്പ് ഫ്യൂഹറർ."

"തോക്കൊക്കെ ശരിയാക്കിക്കോളൂ."

"നാം ഇപ്പോൾ എങ്ങോട്ടാണ്."

"അവരെ തല്ലി തൂറിക്കാൻതന്നെ." റീനിബോത്ത് സൗമനസ്യത്തോടെ പറഞ്ഞു.

"ഇത്രവേഗമോ" മദ്യലഹരി പടർന്ന കണ്ണുകൾകൊണ്ട് ക്ലൂട്ടിക് റീനിബോത്തിനെ ആശ്രയിക്കുന്നമട്ടിൽ നോക്കി. റീനിബോത്ത് നീട്ടിപ്പാടി: "കാറ്റുള്ളപ്പോൾ തൂറ്റണം."

മാൻഡ്രാക് അറയുടെ വാതിൽ തുറന്നു. ഒരൊറ്റ അക്ഷരം മിണ്ടാതെ ഹോഫലിനെ വരാന്തയിലേക്കു വലിച്ചിട്ടു. ക്രോപ്പിൻസ്കി പിന്നാലെ ചെന്നു. അയാൾ അറയുടെ വാതിൽ അടച്ചു പൂട്ടി. ശ്രദ്ധിക്കാതിരുന്ന ആ ഒരൊറ്റ നിമിഷാർധം കൊണ്ട് ഹോഫൽ ക്രോപ്പിൻസ്കിയുമായി ഒരു നോട്ടം കൈമാറി. ആ നോട്ടത്തിൽ എന്തെന്നില്ലാത്ത ഭയം നിഴലിച്ചിരുന്നു; ഒപ്പം സ്ഥിരനിശ്ചയവും. പുറത്ത് ചവിട്ടി മാൻഡ്രാക് അവരെ ബങ്കറിൽനിന്ന് പുറത്തേക്ക് ഓടിച്ചു. ആ വീതികുറഞ്ഞ മാർഗത്തിൽ ചുമരിനോട് ഒട്ടിപ്പിടിച്ച് അറ്റൻഷനായി നിന്ന ഫോർസ്റ്റെയും കടന്നവർ പോയി. പടിവാതലിന്റെ അടുത്തുള്ള, ബ്ലോക്ക് ഫ്യൂഹററുടെ വിശാലമായ മുറിയിൽ റാക് തയ്യാറാക്കിവെച്ചിരുന്നു. അപ്പോൾ ഡ്യൂട്ടി ഇല്ലാതിരുന്ന ഒരു കൂട്ടം ബ്ലോക്ക് ഫ്യൂഹറർമാർ കാഴ്ചകാണാനായി അവിടവിടെ ചുറ്റിപ്പറ്റി നടന്നിരുന്നു. റാക്കിന്റെ പിന്നിൽ അതിനോട് അടുപ്പിച്ച് ഇട്ടിരുന്ന കസേരമേൽ ക്ലൂട്ടിക് തന്റെ വലതുകാൽ ആട്ടികൊണ്ടിരുന്നിരുന്നു. മാൻഡ്രാക് ആ രണ്ടു പേരേയും മുറിയിലേക്ക് തള്ളിയാക്കിയപ്പോൾ റീനിബോത്ത് പതുക്കെ എഴുന്നേറ്റു ക്രോപ്പിൻസ്കിയെ സമീപിച്ച് അയാളുടെ ജാക്കറ്റിന്റെ മുൻഭാഗം കടന്നുപിടിച്ചുകൊണ്ടു ചോദിച്ചു.

"എവിടെ ആ യഹൂദചെക്കൻ." ക്രോപ്പിൻസ്കി മറുപടിയൊന്നും പറയാതെയായപ്പോൾ അയാൾ കയർത്തു പറഞ്ഞു. "പോളണ്ടുകാരാ നല്ലപോലെ ആലോചിച്ചു പെരുമാറിക്കോ...."

ക്രോപ്പിൻസ്കിയുടെ കണ്ണുകളിൽനിന്നു പൊന്നീച്ച പറന്നു. എന്തെങ്കിലും ഒരു പോംവഴി കാണാൻ അയാൾ കിണഞ്ഞുശ്രമിച്ചു. "എനിക്കറിയില്ല ജർമൻ ഭാഷ" നിസ്സഹായതയും നിഷ്കളങ്കതയും തുളുമ്പിനിൽക്കുന്ന ആ വാക്കുകൾ റീനിബോത്ത് പുച്ഛിച്ചു.

“ജർമൻ ഭാഷ അറിയില്ല, അല്ലേ: ശരി ഞങ്ങളതിൽ കുറെ പാഠങ്ങൾ പറഞ്ഞുതരാം കേട്ടോ.”

മനഃപൂർവമാണ് റീനിബോത്ത് ആദ്യം ക്രോപ്പിൻസ്കിയെ പിടികൂടിയത്. ഹോഫൽ ഇതെല്ലാം നോക്കിനിന്നു കാണണം. ബ്ലോക്ക് ഫ്യൂഹറർമാരിൽ മൂന്നുപേർ ചേർന്നു ക്രോപ്പിൻസ്കിയെ റാക്കിലേക്ക് പിടിച്ചുതള്ളി. ക്രോപ്പിൻസ്കിയുടെ കാലുകൾ ഒരു വലിപ്പിലാണ് വെച്ചിരുന്നത്. അവർ ആ വലിപ്പ് ആഞ്ഞ് അടച്ചപ്പോൾ കാലുകൾ അതിനകത്ത് ഇരുന്നു ഞെരിഞ്ഞു.

ബ്ലോക്ക് ഫ്യൂഹറർമാർ തന്നെ അയാളുടെ ട്രൗസർ വലിച്ചു താഴ്ത്തി. പിന്നീട് ചരിഞ്ഞ തോണിയുടെ ആകൃതിയിലുള്ള ആ റാക്കിന്മേൽ അയാളെ ചായ്ച്ചു കിടത്തി. കൈത്തഴക്കത്തോടെ രണ്ടു ബ്ലോക്ക് ഫ്യൂഹറർമാർ അയാളുടെ കൈകൾ പിടിച്ചു മുന്നോട്ടു ചാച്ചു കൈമുട്ടുകളിൽ ബലം പ്രയോഗിച്ച് അയാളുടെ ചുമലുകൾ റാക്കിന്റെ പലകയോടു ചേർത്തുവെച്ചു. മൂന്നാമൻ ക്രോപ്പിൻസ്കിയുടെ തല റാക്കിൻമേൽ അമർത്തിവെച്ചു. അപ്പോഴേക്കും ക്രോപ്പിൻസ്കിയുടെ ദേഹം ഏതാണ്ട് പലകമേൽ ആണിയടിച്ചു ഉറപ്പിച്ചപോലെയായിരുന്നു. ആ സമയം കൊണ്ടു റീനിബോത്തും മാൻഡ്രാക്കും തയ്യാറെടുത്തു കഴിഞ്ഞിരുന്നു. റീനിബോത്ത് തന്റെ പന്നിത്തോലുകൊണ്ടുള്ള കയ്യുറ ഊരി, ഏതാണ്ട് ഒരു വിരലിന്റെ വണ്ണവും അസാമാന്യ നീളവുമുള്ള ചൂരൽ ഒന്നു വളച്ചു പരിശോധിച്ചു. അങ്ങനെ മർദന നടപടികൾ സമാരംഭിച്ചു.

കുറ്റിയടിച്ചു നാട്ടിയപോലെ തറച്ചുനിന്നുപോയി ഹോഫൽ, ശ്വാസം മുട്ടിക്കുന്ന തരത്തിലുള്ള ഒരു രോദനം അയാളുടെ തൊണ്ടയിൽ കിടന്നു മുട്ടിത്തിരിഞ്ഞു. ഹൃദയം ദ്രുതതരമായി ഇടിച്ചു. പൈശാചികമായ ഒരു വസ്തുനിഷ്ഠയോടെ അയാൾ ഇതെല്ലാം നോക്കിക്കൊണ്ടു നിന്നു. റീനിബോത്ത് കാലുകൾ അകറ്റിനിന്നു. ലക്ഷ്യംപിടിച്ച് അയാൾ ചൂരൽ നഗ്നമായ ആസനത്തിന്മേൽ തന്നെ ആഞ്ഞുകൊള്ളിച്ചു. അനായാസ ലാഘവത്തോടെ, ദേഹത്തിന്റെ മേൽഭാഗം സൗഷ്ഠവത്തോടെ വളച്ചു ഭംഗിയേറിയ ചലനത്തോടെ അയാൾ കയ്യൊന്ന് ആഞ്ഞുവീശി. സീൽക്കാരത്തോടെ വായുവിൽ ഒന്ന് പുളഞ്ഞ് ചൂരൽ താഴോട്ടു പതിച്ചു ക്രാക്ക്! ബ്ലോക്ക് ഫ്യൂഹറർമാർ അമർത്തി പിടിച്ചിരുന്ന ക്രോപ്പിൻസ്കിയുടെ ശരീരം ഒന്നു പുളഞ്ഞു. പതുക്കെ പൊങ്ങി. റീനിബോത്ത് അവസാനിപ്പിച്ചപ്പോൾ മാൻഡ്രാക്ക് ചൂരൽ എടുത്തു. റീനിബോത്തിനെപ്പോലെ സുഗമമായ ചലനഭംഗിയോടെയായിരുന്നില്ലെങ്കിലും, ശക്തിയിൽ തുല്യമായിരുന്ന ആ ആഘാതം ആഞ്ഞുപതിച്ചത് അരക്കെട്ടിലായിരുന്നു.

അരക്കെട്ട് ഒന്ന് ഉയർന്നു. ശ്വാസംമുട്ടിയപോലുള്ള ഒരു ശബ്ദം അയാളുടെ തൊണ്ടയിൽനിന്ന് ഉയർന്നു. ബ്ലോക്ക് ഫ്യൂഹറർമാർ അയാളുടെ ദേഹത്തിൽ ആഞ്ഞുനിന്നു പിടഞ്ഞുയരുന്ന ചുമലുകൾ അമർത്തിവെച്ചു. വീണ്ടും റീനിബോത്ത് ചൂരലെടുത്ത് ലക്ഷ്യംനോക്കി. ആദ്യത്തെ ആഘാതമേറ്റുണ്ടായ നേരിയ ചുകപ്പുരേഖയായിരുന്നു അയാളുടെ ഇത്തവ

ണത്തെ ലക്ഷ്യം. ചൂരൽ ചുഴറ്റിയപ്പോൾ താഴത്തെ താടിയെല്ല് മുന്നോട്ടുന്തി. കണ്ണുകൾ ഇറുക്കി. അതിനിടയിലൂടെ ആ ചുകന്ന രേഖയെതന്നെ ലക്ഷ്യംവെച്ച് അയാൾ ചൂരൽ താഴ്ത്തി.

ക്രോപ്പിൻസ്കിയിൽനിന്ന് ഒരു കളകള സ്വരം ഉയർന്നു. സാധാരണ ചെയ്യാറുള്ള ഒരു പ്രവൃത്തിചെയ്യുന്ന ഉദാസീനതയോടെ മാൻഡ്രാക്ക് അയാളുടെ മുട്ടുകളെ ലാക്കാക്കി ഒരു തൊഴികൊടുത്തു. പ്രഹരത്തിന്റെ അവിരാമമായ ഒരു പ്രവാഹമായിരുന്നു പിന്നെ. ഒരു കായികാഭ്യാസിയുടെ കണിശത്തോടെ ഉന്നംതെറ്റാതെ ഒരേ ദിക്കിൽതന്നെയായിരുന്നു റീനിബോത്തിന്റെ തുടരെത്തുടരെയുള്ള അടികൾ ചെന്നു വീണത്. തടഞ്ഞുവെച്ചിരുന്ന രക്തമെല്ലാം ഇരമ്പിച്ചാടി തുടയിലൂടെ ഒഴുകി. ഞരക്കം ശ്വാസക്കുഴലിൽ തങ്ങിനിന്നു. ഇതുതന്നെയാണ് റീനിബോത്ത് പ്രതീക്ഷിച്ചു നിന്ന മുഹൂർത്തം. അയാളുടെ വിഷയാസക്തമായ ചിരി ഒന്നുകൂടി കടുത്തു. കണ്ണുകൾ ചെറുതായി ഒരു നേരിയ രേഖപോലെയായി പിന്നീടുണ്ടായ അടികൾ യാതൊരു നീക്കുംപോക്കും കൂടാതെ ആ പൊട്ടിപ്പൊളിഞ്ഞ ഇറച്ചിയിൽ തന്നെ ആഞ്ഞാഞ്ഞു വീണു. ക്രോപ്പിൻസ്കി ചുരുണ്ടുകൂടി. റീനിബോത്തും മാൻഡ്രാക്കും തല്ലുനിർത്തി, ബ്ലോക്ക് ഫ്യൂഹറർമാർ നിശ്ചേതനമായ ആ ശരീരത്തിൽനിന്ന് കൈ എടുത്തപ്പോൾ, വേറെ ഒരുത്തൻ അവിടെ ഒരുക്കിവെച്ചിരുന്ന ജലപാത്രത്തിൽനിന്നും ഒരു കൈ വെള്ളമെടുത്തു. ആ ബോധമറ്റ മനുഷ്യന്റെ മേൽ തളിച്ചു. റീനിബോത്ത് ഹോഫലിനെ ഒന്നളന്നു നോക്കി. അയാൾ ഒരു മരക്കുറ്റിയെപ്പോലെ മരവിച്ചു നിൽക്കുകയായിരുന്നു ഈ സമയം മുഴുവനും. അയാളുടെ മുഖത്തുണ്ടായിരുന്ന ഭയം കല്ലുപോലെ ഉരുണ്ടുകൂടിയിരുന്നു. റീനിബോത്തിന്റെ നയനങ്ങൾ തന്നെ ലക്ഷ്യമാക്കിയിരിക്കുകയാണെന്നയാൾക്ക് മനസിലായി. അവരുടെ കണ്ണുകൾ കൂട്ടിമുട്ടി. തന്റെ നോട്ടം ഹോഫലിൽ ഉണ്ടാക്കിയ പ്രതികരണം കണ്ട റീനിബോത്ത് സംതൃപ്തനായി. നേർത്ത നൂലുപോലുള്ള ഒരു മന്ദഹാസം അയാളുടെ ചുണ്ടുകൾക്കിടയിൽ വിരിഞ്ഞു ഹോഫലിൽനിന്നു കണ്ണുകൾ അകറ്റി റീനിബോത്ത് ഒരു പരസ്പര ധാരണ പകർന്നു കൊടുക്കുന്നതുപോലെ ക്ലൂട്ടിക്കിനെ നോക്കി. ആ സമയംകൊണ്ട് മാൻഡ്രാക് ഒരു സിഗററ്റിനു തീ പറ്റിച്ചു.

ക്രോപ്പിൻസ്കി ഒന്നനങ്ങി എഴുന്നേൽക്കാനൊരു ശ്രമം നടത്തി ബ്ലോക്ക് ഫ്യൂഹറർമാർ വീണ്ടും അയാളെ ആ ചവിട്ടുപടിയിൽ ചേർത്തമർത്തിപ്പിടിച്ചു. മാൻഡ്രാക്ക് സിഗററ്റ് ദൂരെയെറിഞ്ഞു. വീണ്ടും പ്രഹരം ആവർത്തിക്കപ്പെട്ടു. വെള്ളം എറിഞ്ഞതിനാൽ സ്വബോധം വീണ്ടു കിട്ടിയ ക്രോപ്പിൻസ്കി ഉറക്കെ ഉറക്കെ നിലവിളിക്കാൻ തുടങ്ങി. അയാളുടെ പിടഞ്ഞുയരുന്ന ദേഹം അമർത്തി പിടിക്കാൻ ബ്ലോക്ക് ഫ്യൂഹറർമാർക്ക് വളരെയേറെ പാടുപെടേണ്ടിവന്നു. കിരാതമായ ശക്തിയോടെ അടികൾ ആഞ്ഞാഞ്ഞുവീണു. കുറെ കഴിഞ്ഞപ്പോൾ അവർക്കു രണ്ടുപേർക്കും തോന്നി ഇതിനി തൽക്കാലം ഒന്നു നിർത്താമെന്ന്. ബ്ലോക്ക് ഫ്യൂഹറർമാർ മർദിച്ചുവശമാക്കിയ ക്രോപ്പിൻസ്കിയെ റാക്കിന്മേൽനിന്ന് വലിച്ചെടുത്ത്

നിലത്തേക്കു തള്ളി. അയാൾ പഴയ ചാക്കുപോലെ നിലത്തേക്കു കുഴഞ്ഞുവീണു.

"എണീക്ക്" ക്ലൂട്ടിക് അലറി.

കൽപ്പന നിറവേറ്റാൻ ക്രോപ്പിൻസ്കി യാന്ത്രികമായി ശ്രമിച്ചു. വിറയാർന്ന കയ്യും കാലും ഉപയോഗിച്ച് ഒരു വിധത്തിൽ കുത്തി പൊക്കിയെണീറ്റു. അപ്പോഴും അയാൾ വിറയ്ക്കുന്നുണ്ടായിരുന്നു.

"കള്ളതെമ്മാടി, നിന്റെ പാന്റ് വലിച്ചു കേറ്റ്." വീണ്ടും ക്ലൂട്ടിക് ഗർജിച്ചു. "അതോ നിനക്ക് നിന്റെ സൗന്ദര്യം ഞങ്ങളെ കാണിക്കണമെന്നുണ്ടോ."

ലോഹംകൊണ്ടുണ്ടാക്കിയ ഒരു പ്രതിമപോലെ അയാൾ എല്ലാം അനുസരിച്ചു. രക്തക്കറ പുരണ്ട ചൂരൽകൊണ്ട് ഹോഫലിന്റെ നെഞ്ചത്ത് കുത്തി. റീനിബോത്ത് റാക്ക് ചൂണ്ടിക്കാണിച്ചു കൊടുത്തു. ദയവായി ഈ ഇരിപ്പിടം സ്വീകരിച്ചാലും എന്നു പറയുന്ന മട്ടിലുള്ള ഒരു ക്ഷണമുണ്ടായിരുന്നു ആ ആംഗ്യത്തിൽ. തളരാത്ത കാലടിവെച്ചു ഹോഫൽ മുന്നോട്ട് നീങ്ങി. ബ്ലോക്ക് ഫ്യൂഹറർമാർ അയാളെ പിടിച്ചു ക്രമപ്രകാരം റാക്കിന്മേൽ കിടത്തി.

അറസ്റ്റു ചെയ്തിട്ട് മണിക്കൂറുകൾ ഏറെയായി. ഇതേവരെ യാതൊരു വിവരവും കിട്ടിയിട്ടില്ല. ക്യാമ്പും ബങ്കറും തമ്മിൽ യാതൊരു വിധ ബന്ധവും ഇല്ലാത്തതുകൊണ്ട് അവിടത്തെ സംഭവഗതികളെ കുറിച്ചൊരു വാക്കുപോലും ക്യാമ്പിൽ എത്താറില്ല. കാലത്ത് ശവവാഹകരെ പടിക്ക ലേക്കു വിളിക്കുന്നതു കേൾക്കുമ്പോൾ മാത്രമാണ് അവർക്കു മനസിലാകുക. മാൻഡ്രാക് ആരെയോ തുലച്ചു കളഞ്ഞിരിക്കുന്നു എന്ന വസ്തുത.

പക്ഷെ ഹോഫലിനെയും ക്രോപ്പിൻസ്കിയെയും അവർ അത്ര വേഗം ശരിപ്പെടുത്തുകയില്ല. അതാണ് ബോച്ചൗവിനെ ഏറ്റവും അധികം അലട്ടിയതും. ബ്ലോക്കിൽ അയാൾ ഒറ്റക്കായിരുന്നു. റുങ്കി ഗുമസ്തന്മാരുടെ മുറിയിലേക്കുപോയിരുന്നു. മുറിയിലെ പരിചാരകർ ആഹാര പാത്രങ്ങളു മേന്തി അടുക്കളയിലേക്ക് പോയി തുടങ്ങി. തന്റെ ബ്ലോക്ക് ഫ്യൂഹറർക്കു വേണ്ടി അർഥശൂന്യമായ മുദ്ര്യാവാക്യങ്ങൾ എഴുതിയുണ്ടാക്കിക്കൊണ്ടിരുന്ന ബോച്ചൗവിന്റെ ഹൃദയത്തിൽ വേദന നുരയിട്ടു പൊന്തുകയായിരുന്നു. പേന നിലത്തുവെച്ച് അയാൾ തല കൈകളിൽ താങ്ങിയിരുന്നു. സംഘടനയെ വിവരങ്ങൾ അറിയിക്കണം. സായാഹ്നമാകുമ്പോഴേ എല്ലാ വരും ക്യാമ്പിൽ തിരിച്ചെത്തുകയുള്ളൂ. അതിനുമുമ്പ് എന്തെങ്കിലും സംഭവിക്കുമോ ആവോ! ബോച്ചൗ തലപുണ്ണാക്കി ആലോചിച്ചു. ഒരു പക്ഷെ ഈ ഭയമെല്ലാം അടിസ്ഥാനരഹിതമായേക്കാം. എന്തെങ്കിലും ഏറ്റു പറയുന്നതിനേക്കാൾ ഭേദം മരണമാണെന്നു ഹോഫൽ വിചാരിക്കുമായിരിക്കും. അയാൾ ഇപ്പോഴും ജീവിച്ചിരിക്കുന്നുണ്ട്. ഹോഫലിൽ ജീവൻ തങ്ങിനിൽക്കുന്നിടത്തോളം കാലം അപകടസാധ്യതയും നിലനിൽക്കും. ബോച്ചൗ മുമ്പിൽ കിടക്കുന്ന മേശ

യിലേക്ക് തുറിച്ചുനോക്കി. ഹോഫലിന്റെ മരണമാണോ താൻ ആഗ്രഹിക്കുന്നത്?

ബോച്ചൗ ഞെട്ടി വിറച്ച് അതിക്രൂരമായ ഈ ചിന്തയെ തന്റെ ഹൃദയത്തിന്റെ അന്തരാളത്തിലേക്കു തന്നെ ആട്ടിയകറ്റി.

അയാളുടെ മനസിൽ അപ്പോഴുമുണ്ടായിരുന്നു ചിന്തകൾ കുറെ. അവ വികസിച്ചു മനസിലാകെ അലച്ചലഞ്ഞു. രഹസ്യമായി സൂക്ഷിച്ചിരുന്ന ആയുധങ്ങളെ കുറിച്ചയാൾ ഓർത്തു. കുറെ രഹസ്യസ്ഥലങ്ങളെല്ലാം ഹോഫലിന് അറിയാം. പൂച്ചെടിച്ചട്ടികളിലെ തോക്കുകളെ കുറിച്ചയാൾക്കു നിശ്ചയമില്ല.

കലവറ മുറിയിലെ ആയിരക്കണക്കിനുള്ള വസ്ത്രചാക്കുകൾക്കിടയിൽ ഹോഫൽ തന്നെ കുറെ തോക്കുകൾ ഒളിച്ചുവെച്ചിട്ടുണ്ടല്ലോ. ക്യാമ്പിന്റെ മുന്നിൽ ഉണ്ടായിരുന്ന ആയുധശേഖരം അമേരിക്കക്കാർ ബോംബിട്ടു നശിപ്പിക്കുന്നതിനുമുമ്പു പോളണ്ടുകാരും സോവിയറ്റുകാരുമായ സഖാക്കൾ കളവായി ക്യാമ്പിലേക്ക് കൊണ്ടുവന്നതായിരുന്നു ആ ആയുധങ്ങൾ.

നല്ല നിശ്ചയമില്ലാത്തവർക്ക് അതൊന്നും കണ്ടുപിടിക്കാൻ അത്ര എളുപ്പമായിരുന്നില്ല. കൃത്രിമമായ അക്കങ്ങളാണ് സഞ്ചികളിൽ ഇട്ടിരുന്നത്. പക്ഷെ വിവരമുള്ളവൻ ഒന്നു തൊട്ടാൽമതി കള്ളിവെളിച്ചത്താവും. അതിനെകുറിച്ചറിയാവുന്ന ഒറ്റയാൾ ഹോഫലാണ് ആരെങ്കിലും ചതിച്ചാൽ മാത്രമേ അവയുടെ രഹസ്യം.....

ബോച്ചൌ ആ ഇരുളിൽ തന്നെ മറയ്ക്കാനെന്നമട്ടിൽ കണ്ണുകൾ ഇറുക്കിയടച്ചു. ഒന്നിനെ പറ്റിയും ചിന്തിക്കണമെന്നുണ്ടായിരുന്നില്ല അയാൾക്ക്. ആ ക്രൂരമായ ആഗ്രഹം താഴ്ന്നുപോയിരുന്ന ആ അനന്തതയിൽ നിന്ന് നുരയിട്ടു പൊന്തിവന്നിരുന്ന ആ അലകൾ അങ്ങനെ വികസിച്ചു വികസിച്ചു വരുന്നു.

വഞ്ചനകൊണ്ടു മാത്രമേ.....

സഹിക്കാൻ വയ്യല്ലോ.......

ഏതെങ്കിലും ഒരു തടവുകാരൻ അബദ്ധത്തിൽ ആ ചാക്കിലെ ങ്ങാനും യാതൊന്നും നിനയ്ക്കാതെ കൈവെച്ചാൽ.....

ബോച്ചൗ ഞരങ്ങി. ആ രഹസ്യ സംഘടനയ്ക്കു നേരിട്ട തളർച്ച അയാളുടെ ഓരോ ഞരമ്പിനെയും തളർത്തി. അയാളുടെ സന്ധികളിൽ ആഘാതമേൽപ്പിച്ചു. ആ വേദന വയറ്റിൽ ഒരു വലിയ കട്ടിപോലെ കിടന്നു. ഇനി എന്തുചെയ്യും. സംഭവിച്ചേക്കാവുന്ന ഒരു വഞ്ചനയിൽനിന്നു സംഘടനയെ രക്ഷിക്കണോ? അങ്ങനെയുള്ള ഒരു രക്ഷ സാധ്യമാണോ? തന്റെ കൈയ്ക്ക് അതിനുള്ള കരുത്തുണ്ടോ? അപകട സാധ്യതയുള്ള ആ തോക്കുകൾ സുരക്ഷിതമായ സ്ഥാനത്തേക്കു മാറ്റണമോ. എങ്ങനെ സാധിക്കുമത്? എങ്ങനെ? എങ്ങനെയതു സാധ്യമാകും.

ഈ ഒളിവിൽനിന്നു പുറത്തു ചാടാൻ സാധ്യമല്ലല്ലൊ? കലവറ മുറിയിലേക്ക് ഓടിച്ചെന്നു ആരെയെങ്കിലും ഒരാളെ വിളിച്ചു ഹേയ്,

കേൾക്കൂ, എനിക്കു നിങ്ങളോട് ഒരു കാര്യം പറയാനുണ്ട്. സ്വകാര്യമാണ്. വേറെ ഒരുത്തനും അറിയാൻ പാടില്ല. വായ മൂടണം മനസിലായോ. എന്നിങ്ങനെ പറയാൻ അയാൾക്കുതരമില്ല.

ബോച്ചൗ മുഷ്ടികൾകൊണ്ടു കണ്ണുകൾ അമർത്തിപ്പിടിച്ചു. എന്നിട്ടും ചിന്തകൾ എലികളെപ്പോലെ അയാളെ കരണ്ടു തിന്നുകയായിരുന്നു. പെട്ടെന്നയാൾക്കു ഹോഫലിനോടു വെറുപ്പുതോന്നി. ഈ ആയിരമായിരം അപകടങ്ങൾക്ക് ഉത്തരവാദി അയാളല്ലേ? രഹസ്യങ്ങൾ ഓരോന്നായി അടിയറവെക്കാൻ നിർബന്ധിക്കുന്ന പരിതഃസ്ഥിതികൾ അയാളുടെ വിവേകക്കുറവിന്റെ ഫലങ്ങളല്ലേ? വികാരത്തിന് അടിമയാകുന്നത് അപകടമാണെന്ന ബോധത്തോടെ ബോച്ചൗ ഹോഫലിനോടു തോന്നിയ വെറുപ്പ് അമർത്തി. അതോടെ അയാളുടെ ചേതന ഉണർന്നു പ്രവർത്തിക്കാൻ തുടങ്ങി. പെട്ടെന്നയാൾക്കു മനസിലായി തനിക്കു സമീപിക്കാനുള്ള ഒരേ ഒരാൾ ക്രാമർ മാത്രമാണെന്ന്. അയാളെ സമീപിച്ച് ആയുധങ്ങൾ ഒളിച്ചുവെച്ചിരിക്കുന്നത് എവിടെയാണെന്നു പറഞ്ഞുകൊടുക്കണം. ക്രാമർക്കു മാത്രമേ ഈ അവസരത്തിൽ തോക്കുകളുടെ സംരക്ഷണഭാരം ഏറ്റെടുക്കാൻ സാധ്യമാകൂ. ആയുധങ്ങളെ രഹസ്യമാക്കി വെക്കാൻ പറ്റിയ ഒരാളെ സ്വന്തം കമാന്റോവിൽനിന്ന് അയാൾതന്നെ തപ്പിയെടുക്കട്ടെ. നാശം! ഇങ്ങനെയാണ് രഹസ്യങ്ങൾ ഓരോന്നായി വലയുടെ കണ്ണികൾക്കിടയിലൂടെ ചോർന്നു ചോർന്നു പോകുന്നത്.

കണ്ണിൽനിന്ന് കയ്യെടുത്ത് ബോച്ചൗ കുറെക്കൂടെ വെളിവോടെ ചിന്തിക്കാൻ ശ്രമിച്ചു. ആലോചിച്ചിരുന്നിട്ട് കാര്യമെന്ത്? വേറെ യാതൊരു പോംവഴിയുമില്ല.

കരുത്തുറ്റ മുഷ്ടിയിൽ തലതാങ്ങി സ്വന്തം മുറിയിൽ ഇരിക്കുകയായിരുന്നു ക്രാമർ. ഹോഫലിന്റെ മൃദുലമനസ്കതയെയും തീരെ നിഷ്കളങ്കമാണെങ്കിലും സാപരാധം ക്യാമ്പിലേക്കു കടന്നുവന്ന ആ കൊച്ചു കുട്ടിയെയും അയാൾ ശപിച്ചു. ഉൽക്കണ്ഠ അയാളുടെ തലച്ചോറിലും തന്റെ കൂർത്തു മൂർത്ത പല്ലുകൾ ഏൽപ്പിച്ചിരുന്നു. പ്രകൃതിയുടെ പടയാളികളെപ്പോലെ നാലുഭാഗത്തുനിന്നു തന്റെ നേരെ ആർത്തടുക്കുന്ന അപകടങ്ങളോട് ബോച്ചൗവിനു തോന്നിയ അതേ ബലഹീനത തന്നെയായിരുന്നു അയാൾക്കും തോന്നിയത്. പക്ഷെ ഇങ്ങനെ വെറുതെ തലച്ചോറു പുണ്ണാക്കിക്കൊണ്ടിരിക്കാൻ സാധ്യമല്ല. എന്തെങ്കിലും ഒന്നു ചെയ്തേ തീരൂ.

പെട്ടെന്നു ക്രാമർക്ക് ഒരു ബുദ്ധിതോന്നി. ക്യാമ്പ് സീനിയർ എന്ന നിലക്ക് ഉപയോഗിക്കാൻ അനുവദിച്ചിരുന്ന ടോർച്ചിന്റെ ബാറ്ററി മാറ്റി, ടോർച്ചും പോക്കറ്റിൽ തിരുകി അയാൾ മുറിയിൽനിന്നു പുറത്തുകടന്നു.

അയാൾ സ്കൂപ്പിന്റെ അടുക്കലേക്കു നടന്നു. ടോർച്ച് കയ്യിൽ വെക്കാൻ തോന്നിയത് എത്ര നന്നായി. ബ്ലോക്ക് ഫ്യൂഹറർ ബാരക്കിൽ ഉണ്ടായിരുന്നു. ഇപ്പോൾ അങ്ങോട്ടു ചെന്നതിനു കാരണം പറയാമല്ലോ. അയാൾ സ്കൂപ്പിനെകൊണ്ടു ബാറ്ററി മാറ്റിയിടീച്ചു. നേരിയ ഒരു പിറുപിറുക്കൽ അർഥവത്തായ ഒരു നോട്ടം, ഇതൊക്കെ ധാരാളം മതിയായിരുന്നു അവർക്ക് ആശയവിനിമയം സാധിക്കാൻ.

അധികം താമസിയാതെ സ്കൂപ്പ് ക്രാമറുടെ അടുത്തെത്തി.

"അവർക്ക് ഹോഫലിനെകൊണ്ട് എന്താണ് ആവശ്യം എന്ന് കണ്ടുപിടിക്കണം. എനിക്കത് അറിഞ്ഞേ തീരൂ."

സ്കൂപ്പ് വിഷമത്തോടെ കഴുത്ത് ചൊറിഞ്ഞു. "ഞാൻ അതെങ്ങനെ സാധിപ്പിക്കും."

"എങ്ങനെ, എന്നതൊന്നും ഒരു പ്രശ്നമല്ല, നിങ്ങൾ ഇതിനു മുമ്പു പലതും ചെയ്തിട്ടുണ്ടല്ലോ. ബങ്കറിൽപോയി ലൈറ്റുകളുടെ വിദ്യുൽ പ്രവാഹം എങ്ങനെയൊക്കെയാണെന്ന് ഒന്നു പരിശോധിക്കൂ." സ്കൂപ്പ് ദീർഘമായി നിശ്വസിച്ചു. "അതിന് ആദ്യമായി അവയ്ക്കെന്തെങ്കിലും കേടുപറ്റണമല്ലോ."

പെട്ടെന്ന് അയാളുടെ മുഖത്ത് സ്വതസിദ്ധമായ ആ നിഷ്കളങ്കഭാവം പരന്നു, വായും കണ്ണും ഒന്നു വക്രിച്ചു. എന്തോ ഒരു ഭൂതോദയം ഉണ്ടായി എന്നു വ്യക്തം. 'ഫോർസ്റ്റെ' അത്രമാത്രമേ അയാൾ പറഞ്ഞുള്ളൂ. ക്രാമർ സംശയത്തോടെ തലയാട്ടി. "ഞാനും അത് ഓർക്കാതിരുന്നില്ല. പക്ഷെ ആരാണീ ഫോർസ്റ്റെ. അയാൾ നമ്മുടെ ഭാഗത്താണോ? അതോ മാൻഡ്രില്ലിന്റെ കയ്യിലെ വെറും പിണിയാൾ മാത്രമായിരിക്കുമോ?"

സ്കൂപ്പ് കണ്ണുമിഴിച്ചു ജനവാതിലിലൂടെ അങ്ങകലെ ഗേറ്റിൽ കാണുന്ന ഘടികാരത്തിലേക്ക് നോക്കി അയാൾ പറഞ്ഞു. "ഞാനത് ഒന്ന് പരീക്ഷിച്ചുനോക്കട്ടെ."

"ഹെൻറിച്ച്, ശ്രദ്ധിച്ചോളണേ....." ക്രാമർ വിളിച്ചു പറഞ്ഞു. അപ്പോഴേക്കും സ്കൂപ്പ് സ്ഥലംവിട്ടിരുന്നു. ബങ്കറിലെ ദ്വാരപാലകനു ക്യാമ്പുമായി യാതൊരുവിധ ബന്ധവുമില്ലായിരുന്നു, ഇപ്പോൾ അയാളുടെ അര മണിക്കൂർ ഇളവു സമയമാണ്, സാധാരണ വെറുതെ അയാൾ ക്യാമ്പ് ഗേറ്റിന്റെ അടുത്ത് ഉലാത്താറാണ് പതിവ്. സ്കൂപ്പിനു ഫോർസ്റ്റെയെപ്പറ്റി വളരെ അധികമൊന്നും അറിയാൻ വയ്യായിരുന്നു. താൻ ജോലിക്കു പോകുമ്പോൾ അവിടെ നടക്കുന്നത് കാണാറുണ്ടെന്നു മാത്രം. അയാളുടെ മനസിലിരിപ്പ് എന്താണെന്നറിയാനുള്ള ജിജ്ഞാസയോടെ അതിലേ കടന്നുപോകുമ്പോൾ ഇടയ്ക്കിടെയെല്ലാം വിശ്വാസത്തോടെ അയാളെ നോക്കി സ്കൂപ്പ് കണ്ണിറുക്കാറുണ്ട്. ഈ സൗമനസ്യ പ്രകടനത്തിനു ഫോർസ്റ്റെയിൽ നിന്നു വലിയ സ്വാഗതമൊന്നും ലഭിക്കാറില്ല. എങ്കിലും അയാൾ യാതൊരു വൈമുഖ്യവും കാണിക്കാറില്ല. അതൊരു നല്ല ലക്ഷണമായി സ്കൂപ്പ് എണ്ണി. തന്റെ ഉപകരണ സഞ്ചിയും തോളിൽ തൂക്കി ഗേറ്റിലേക്കു നടക്കുന്ന സ്കൂപ്പിനു നല്ല ആത്മവിശ്വാസം തോന്നിയിരുന്നു.

അയാൾക്ക് അവിടെ കടന്നു റിപ്പോർട്ട് ചെയ്യണമായിരുന്നില്ല. ശാശ്വതമായ ഒരു പാസ്സ് അയാൾക്കു കിട്ടിയിരുന്നു. അയാൾ മുമ്പിൽ കണ്ട കെട്ടിടത്തിന്റെ പുറത്ത് ധൃതിയിൽ പണിയെടുത്തു തുടങ്ങി. റിപ്പോർട്ട് ഫ്യൂഹറുടെ മുറിയിൽനിന്നു കെട്ടിടംചുറ്റി ക്യാമ്പിലേക്കു പോയിരുന്ന ഉച്ചഭാഷിണിയുടെ കേബിൾ അയാൾ പരിശോധിച്ചു. ഈ സമയത്ത്

ഗേറ്റിൽ യാതൊരു അനക്കവും ഉണ്ടായിരുന്നില്ല. ഡ്യൂട്ടിയിലായിരുന്ന ബ്ലോക്ക് ഫ്യൂഹറർക്ക് ആകെ മടുത്തു. ഗേറ്റിന്റെ ജനവാതിൽക്കലൂടെ മിഴിച്ചുനോക്കിനിന്നു സമയം കൊല്ലുകയായിരുന്നു. ചിലപ്പോൾ അയാൾ സ്കൂപ്പ് സ്വിച്ച് പ്ലഗ്ഗിന്മേൽ പണിയെടുക്കുന്നിടത്തേക്ക് ചെല്ലും.

"എന്താണിത്. എന്തെങ്കിലും തകരാറുണ്ടായോ?" അയാൾ ചോദിച്ചു.

"ഇപ്പോൾ കുഴപ്പമൊന്നുമില്ല." അയാൾ കൗശലത്തോടെ പറഞ്ഞു. "പക്ഷെ നമ്മുടെ റിപ്പോർട്ട് ഫ്യൂഹറർ ഉച്ചഭാഷിണി പ്രവർത്തിപ്പിക്കാനാരംഭിക്കുമ്പോൾ കുഴപ്പം തുടങ്ങും അതോടെ നരകത്തിന്റെ വാതിൽ തുറക്കുകയും ചെയ്യും." സ്കൂപ്പ് സ്വിച്ച് ഒന്നു തട്ടിനോക്കി, "ഇതാ ഇതൊക്കെ സമരകാല സാമഗ്രികളാണ്. എപ്പോഴുമുണ്ടാകും എന്തെങ്കിലും അറ്റകുറ്റങ്ങൾ. ഇതാ നോക്ക്, ഈ തകിടുകൾ കണ്ടുവോ. ഇടയ്ക്കിടെയെല്ലാം ഇവ കത്തിച്ചാമ്പലാകും." സ്കൂപ്പിന്റെ വിവരണത്തിൽ യാതൊരു രസവും തോന്നാതിരുന്ന ബ്ലോക്ക് ഫ്യൂഹറർ അസഹ്യതയോടെ മുഖം ചുളുക്കി. "ഒന്നു മിണ്ടാതിരിക്ക്" അയാൾ അലസമായി കൽപ്പിച്ചു. ഒന്നു കഴിയുമ്പോൾ ഒന്ന്, അങ്ങനെ സ്കൂപ്പ് തന്റെ പണി തുടങ്ങി. ഏതു നിമിഷത്തിലും ദ്വാരപാലകൻ കടന്നുവരാതിരിക്കുകയില്ല. വിചാരിച്ച പോലെ തന്നെ ഇരുമ്പഴി തറച്ച ബങ്കറിന്റെ വാതിൽ ഒരു ശബ്ദത്തോടെ തുറന്നു. ഫോർസ്റ്റെ പുറത്തേക്കു വന്നു തന്റെ ഇടവേളയെപ്പറ്റി റിപ്പോർട്ട് ചെയ്തു. സ്കൂപ്പിന്റെ ഞരമ്പു വലിച്ചിൽ അധികമായി. വളരെ മിനക്കെട്ട് സ്വിച്ച് ഒന്നുകൂടി പിടിച്ചുവലിച്ചുനോക്കിയശേഷം അയാൾ കേബിൾ വലിച്ചിരുന്ന വഴിയെയെല്ലാം സഞ്ചരിച്ചു. ഹോർസ്റ്റെയോട് "നിങ്ങളുടെ വിദ്യുൽപ്രവാഹത്തിനു കുഴപ്പമൊന്നുമില്ലല്ലോ." എന്ന് ചോദിച്ചത് ബ്ലോക്ക് ഫ്യൂഹറർക്ക് കൂടി കേൾക്കാവുന്ന വിധത്തിലായിരുന്നു.

തീരെ അപ്രതീക്ഷിതമായി ഒരു ശബ്ദം കേട്ടപ്പോൾ ദ്വാരപാലകൻ അത്ഭുതത്തോടെ സ്കൂപ്പിനെ നോക്കി, മറുപടിയെന്നോണം തലയാട്ടി. ബ്ലോക്ക് ഫ്യൂഹറർ കാണാതെ സ്കൂപ്പ് ഒന്നു കണ്ണുവെട്ടിച്ചു. തനിക്കതു മനസിലായി എന്നു പുറമേയ്ക്കു നടിക്കാതെ ഫോർസ്റ്റെ ആ രഹസ്യമായ അടയാളം അംഗീകരിച്ചു. സ്കൂപ്പ് വിദ്യുൽ പ്രവാഹത്തിന്റെ രണ്ടാം നിരയെ സമീപിച്ചു. കേബിൾ പോയ വഴിയെയെല്ലാം നടന്നു പ്രവേശന ദ്വാരം ഒന്നു ചുറ്റി അയാൾ കെട്ടിടത്തിന്റെ പുറകിലെത്തി. ആ അടയാളം ഫോർസ്റ്റെയെ ജിജ്ഞാസുവാക്കിയിട്ടുണ്ടെങ്കിൽ തീർച്ചയായും അയാൾ കൂടിക്കാഴ്ചക്ക് ഒരു സന്ദർഭം ഉണ്ടാക്കും. അതായിരുന്നു സ്കൂപ്പിന്റെ കണക്കുകൂട്ടൽ. കാവൽക്കാരൻ തന്നെ സമീപിക്കുകയാണെന്നു കണ്ടപ്പോൾ അയാൾക്കു രസംതോന്നി. അയാൾ സ്കൂപ്പിനെ നോക്കി. കേബിളിൽ വളരെയേറെ കാര്യക്ഷമതയോടെ പ്രവർത്തിച്ചുകൊണ്ടിരുന്നിരുന്ന സ്കൂപ്പിന്റെ പല്ലുകൾക്കിടയിലൂടെ കുറെ വാക്കുകൾ വഴുതിവീണു. "കഷ്ടമായി എനിക്കു നിങ്ങളുടെ ബങ്കറിലെ വൈദ്യുതീകരണമായിരുന്നു പരിശോധിക്കേണ്ടത്. അവർക്കു ഹോഫലിനെക്കൊണ്ട് എന്താണ് ആവശ്യം?"

ഫോർസ്റ്റെ ഗേറ്റിന്റെ പ്രവേശന കവാടത്തിലൂടെ ബ്ലോക്ക് ഫ്യൂഹറർ ക്കുകാണാൻ പറ്റിയ വിധത്തിൽ നടന്നു. സ്കൂപ്പിന്റെ ഞരമ്പുകൾ പൊട്ടിത്തെറിക്കുമെന്നമട്ടിൽ വലിഞ്ഞു മുറുകി. ആ മാരകമായ വാക്കുകൾ പുറത്തേക്കു വീണുകഴിഞ്ഞിരിക്കുന്നു. എന്തായിരിക്കും കാവൽക്കാരന്റെ പ്രതികരണം? അയാൾ യാതൊന്നും പുറത്ത് കാട്ടുന്നില്ല. അതീവശാന്ത നായി അയാൾ നടത്തം തുടരുകയാണ്. പക്ഷെ ഒരിക്കൽകൂടി തന്റെ സമീപത്തുകൂടി കടന്നുപോയ അയാളുടെ മുഖത്ത് സ്കൂപ്പ് കണ്ടത് വ്യത്യസ്തമായ ഒരു ഭാവമായിരുന്നു. അവയവങ്ങളിൽ ഗൗരവവും നിശ്ചല തയും കലർന്നിരുന്നു. അയാൾ പതുക്കെ ദൃഷ്ടികൾ താഴ്ത്തി, അതൊരു സമ്മതപ്രകടനമായിരുന്നു. സ്കൂപ്പിന് ആവശ്യമായിരുന്നത് കിട്ടി ഉപകര ണസഞ്ചി തോളിൽ തൂക്കി 'ഉച്ചഭാഷിണിയുടെ കേബിളിനു കേടൊന്നു മില്ല' അയാൾ വിശദീകരിച്ചു.

ക്രാമറുടെ സമീപംചെന്ന് അയാൾ പറഞ്ഞു. "പ്ലാൻ ശരിപ്പെടു മെന്നാണ് തോന്നുന്നത്."

സംഘടനയുടെ അകത്ത് അമ്പത് പേരാണുണ്ടായിരുന്നത്. ഓരോ ദേശക്കാരുടേയും ബ്ലോക്കുകളെ അത് ഉൾക്കൊണ്ടിരുന്നു. ഓരോ ബ്ലോക്കിലുമുണ്ടായിരുന്നു ഒന്നോ അതിലധികമോ ഗ്രൂപ്പുകൾ. ബാഹ്യ മായി അവയെ തിരിച്ചറിയാൻ യാതൊരു വഴിയുമുണ്ടായിരുന്നില്ല. അവർക്ക് അന്യോന്യം അറിയാമായിരുന്നു എന്നു മാത്രം. ഐ എൽ കെക്കു സ്വന്തമായ വാർത്താവിതരണ സമ്പ്രദായമുണ്ടായിരുന്നു. ഓരോ രോ കാര്യങ്ങൾക്കും ഉപദേഷ്ടാക്കളായി വർത്തിച്ചിരുന്ന 'ലെയ്സൺകാർ' വാർത്തകളും നടപ്പിൽ വരുത്തേണ്ട കാര്യങ്ങളും ഓരോ ഗ്രൂപ്പിന്റെയും തലവൻമാർക്കു വിവരിച്ചു കൊടുക്കുമായിരുന്നു. അവർ അതു സാധാരണ അംഗങ്ങളെ അറിയിക്കും.

ബോച്ചൗവിനു വ്യക്തിപരമായി ഒരൊറ്റ ലെയ്സൺ സഖാവേ ഉണ്ടായിരുന്നുള്ളൂ. ഉത്ഭവസ്ഥാനമേതെന്നറിയിക്കാതെ അയാൾ വിവര മെല്ലാം മറ്റു ഉപദേഷ്ടാക്കളെ അറിയിക്കും. ആ പ്രത്യേക വ്യക്തിയു മായി സമ്പർക്കം പുലർത്താൻ ബോച്ചൗവിനു വൈകുന്നേരത്തെ ഹാജർ വിളി സമയംവരെ കാത്തിരിക്കേണ്ടിയിരുന്നു. മർമഭേദകമായി തോന്നി അയാൾക്ക് ആ കാത്തിരിക്കൽ. പിളർന്നുപായുന്ന തീജ്വാലപോലെ നിർദേ ശങ്ങൾ ബ്ലോക്കിൽ എമ്പാടും പരന്നു. അൽപ്പ നേരത്തിനകം പ്രതി രോധസംഘത്തിലെ ഓരോ അംഗത്തിനും വ്യക്തമായി എല്ലാം മനസി ലായി. അപകടകരമായ പരിതസ്ഥിതിയും; സമ്മേളനങ്ങളും ആയുധാ ഭ്യാസങ്ങളും നിർത്തിവെക്കേണ്ടതിന്റെ ആവശ്യകതയും, അപകടം നിലനിൽക്കുന്നിടത്തോളംകാലം തങ്ങളുടെ ഉപകരണം തികച്ചും നിർജീവമായിരിക്കണം. തങ്ങളിൽ ആരെയെങ്കിലും അറസ്റ്റു ചെയ്തു കൊണ്ടുപോകുകയാണെങ്കിൽ രഹസ്യം രഹസ്യമായിത്തന്നെ കുഴിമാടം വരെ കൊണ്ടുനടക്കണം.

അങ്ങേ ഗേറ്റിന്റെ സമീപമുള്ള ബങ്കറിൽ നിന്നുത്ഭവിച്ച ആ തളർ വാതം ഇപ്പോൾ എല്ലാ ദിക്കിലേക്കും വ്യാപിച്ചിരിക്കുന്നു.

അന്ന് രാത്രി ബങ്കറിലെ ദ്വാരപാലകൻ ഉറങ്ങിയതേയില്ല. ഈ സമയത്ത് മാൻഡ്രാക് കാസിനോവിൽ മയങ്ങിയിരിക്കുകയായിരിക്കും. മടങ്ങി വന്നാൽ ഏതെങ്കിലും അറയിൽനിന്നൊരു തടവുകാരനെ സ്വന്തം മുറിയിലേക്ക് കൂട്ടിക്കൊണ്ടുപോയി അവിടെവെച്ചയാൾ ചോദ്യം ചെയ്യാനാരംഭിക്കും.

അർധരാത്രിയുടെ നിതാന്ത നിശ്ശബ്ദതയിൽ ബങ്കറിൽ നിന്ന് അലച്ചെത്തുന്ന രോദനത്തിന്റെ സമ്പ്രദായത്തിൽനിന്ന് ചോദ്യം ചോദിക്കലിന്റെ തീക്ഷ്ണതയും മൂർച്ചയും ഫോർസെക്കു മനസിലാക്കാൻ സാധിച്ചിരുന്നു. ചിലപ്പോൾ നിണത്തിൽ കുളിച്ച ശരീരം, തിരികെ മുറിയിലേക്ക് വലിച്ചിഴച്ചുകൊണ്ടുപോകാനായി അയാളെ വിളിച്ചേക്കും. ചില ദിവസം ശവവാഹകർ എത്തുന്നതിനുമുമ്പ് മാൻഡ്രാക്കിന്റെ കട്ടിലിന്റെ അടിയിൽനിന്ന് ജഡം കുളിമുറിയിലേക്ക് വലിച്ചു പോകേണ്ട ജോലിയും അയാൾക്ക് കിട്ടാറുണ്ട്. ബങ്കറിൽ മാരകമായ നിശ്ശബ്ദത തളംകെട്ടി നിന്നിരുന്നു. കൈകൾ മടക്കി അതിൽ തലതാങ്ങി കിടക്കുകയായിരുന്നു ഫോർസ്റ്റെ. ഇപ്പോൾ മണിയെത്രയായിക്കാണും? നിർത്താതെ പെയ്യുന്ന മഴ ക്യാമ്പിൽ ആഞ്ഞുപതിക്കുന്നുണ്ടായിരുന്നു. അതിനിടക്ക് ഫോർസ്റ്റെ ഒന്ന് മയങ്ങിയിരിക്കണം. പെട്ടെന്നയാൾ ഞെട്ടിയുണർന്നു. ഇടനാഴിയിൽ ജീവന്റെ ലക്ഷണങ്ങൾ കാണുന്നുണ്ട്.

കനത്ത പാദപതനശബ്ദം കേട്ട് ഫോർസ്റ്റെ ജാഗ്രതയോടെ ചെവി കൂർമ്പിച്ചു പിടിച്ചു. തന്റെ അറയ്ക്കരികിലൂടെ അമർത്തി ചവിട്ടി കടന്നു പോകുന്ന മാൻഡ്രാക്കിന്റെ ശബ്ദമയാൾ തിരിച്ചറിഞ്ഞു. ഒരു കല്ലറയുടെ വാതിൽ തുറക്കുന്ന ശബ്ദം. മാൻഡ്രാക്കിന്റെ ഒപ്പം വന്ന ക്ലൂട്ടിക്കും റീനിബോച്ചും അവരുടെ നനഞ്ഞ കെട്ടുകൾ അഴിച്ചുമാറ്റി. റീനിബോത്ത് കട്ടിലിൽ ഇരിക്കുകയായിരുന്നു, ബൂട്ടണിയാത്ത യൂണിഫോറം ജാക്കറ്റ് അണിഞ്ഞിരുന്ന ക്ലൂട്ടിക് അസ്വസ്ഥനായി അവിടവിടെ നടക്കുകയായിരുന്നു. മാൻഡ്രാക്കിന്റെ മേശപ്പുറത്ത് ഉൾഭാഗം പ്രകാശമാനമാക്കിയിരുന്ന ഒരു തലയോട് വരുന്നു. അതിനടുത്തായി കനത്ത ഈയക്കട്ട പിടിപ്പിച്ച് നീണ്ട തോൽവാറിനകത്താക്കി തുന്നിയുറപ്പിച്ച രണ്ടു ചാട്ടകളും ഉണ്ടായിരുന്നു. വെറും അലങ്കാരത്തിനുവേണ്ടി സൂക്ഷിച്ചതായിരുന്നില്ല അവ.

പിന്നിൽനിന്നുള്ള മാൻഡ്രാല്ലിന്റെ തള്ളേറ്റു ഹോഫലും ക്രോപ്പിൻസ്കിയും വിറച്ചു വേച്ചു അകത്തു കടന്നു. മേനിയാകെ കിടിലം കൊള്ളുന്നുണ്ടായിരുന്നു. അപ്പോഴും ഈറനായിരുന്നു അയാളുടെ വസ്ത്രങ്ങൾ. തല ചുമലിലേക്ക് ചായ്ച്ചു അൽപ്പമൊന്ന് കുനിഞ്ഞാണ് ക്രോപ്പിൻസ്കി നിന്നത്. അയാൾക്ക് അസഹ്യമായ കുളിർ തോന്നിയിരുന്നു. ഹോഫലും തണുപ്പുകൊണ്ടു കിടുകിടെ വിറയ്ക്കുകയായിരുന്നു. അയാളുടെ താടിയെല്ലുകൾ കൂട്ടിയിടിച്ചിരുന്നു. തന്റെ ദൗർബല്യത്തോട് അടരാൻ മോഹിച്ച് അയാൾ പല്ലുകൾ കൂട്ടിക്കടിച്ചുപിടിച്ചു. പക്ഷെ പല്ലുകൾ കൂടുതൽ ശക്തിയോടെ കൂട്ടിതല്ലി. ഒരഭിജ്ഞന്റെ ക്രാന്തദൃഷ്ടിയോടെ റീനിബോത്ത് അവരെ അവലോകനം ചെയ്തു. തങ്ങളുടെ ആഘാതങ്ങൾ അതിന്റെ

ഫലം കാണിക്കാൻ തുടങ്ങിയിരിക്കുന്നു. അയാൾ മെല്ലെ എഴുന്നേറ്റു അവരുടെ മുമ്പിൽചെന്ന് കാലുകൾ കവച്ചുവെച്ചുനിന്നു.

“നിങ്ങൾ രണ്ടുപേരും ചെവിതുറന്നു പിടിച്ചു കേൾക്കണം. ഇന്നുച്ചക്കു ഞങ്ങൾ അൽപ്പം തമാശ കാണിച്ചതേയുള്ളൂ. ഇനി കളി കുറച്ചു ഗൗരവപ്പെടാൻ പോകുകയാണ്.” അയാൾ ഉപദേശിച്ചു. ആദ്യത്തെപ്പോലെ തന്നെ ഇത്തവണയും അയാൾ ആദ്യം പിടികൂടിയത് ക്രോപ്പിൻസ്കിയെ ആയിരുന്നു.

“നല്ല കുട്ടി, നിനക്കു ഞങ്ങളുടെ ജർമൻ നല്ലപോലെ മനസിലാകുമെന്ന് എനിക്കറിയാം.” റീനിബോത്ത് ചാട്ട മേശപ്പുറത്തു നിന്നെടുത്തു. ക്രോപ്പിൻസ്കിയുടെ മൂക്കിന്റെ നേരെ പിടിച്ചു അത് അങ്ങോട്ടും ഇങ്ങോട്ടും ഉലച്ചു.

“ആ ജൂതച്ചെക്കനെ എവിടെ കൊണ്ടു ചെന്നാക്കി.” ക്രോപ്പിൻസ്കി വിഷാദം തുളുമ്പുന്ന മുഖത്തോടെ റീനിബോത്തിനെ നോക്കി. ആ ദീനത കലർന്ന മുഖത്ത് ഒരു അപേക്ഷാഭാവം തുടിച്ചു നിന്നു. റീനിബോത്ത് ഒരിക്കൽകൂടി ചാട്ട വീശി.

“ഉത്തരം പറഞ്ഞോളൂ ഞാൻ മൂന്ന് എന്ന് എണ്ണുന്നതുവരെ സമയം തരാം.”

ക്രോപ്പിൻസ്കി ചുണ്ടുകൾ കൂട്ടിപ്പിടിച്ചു. കരയാൻ ആരംഭിക്കുന്ന ഭാവമായിരുന്നു ആ മുഖത്ത് അപ്പോൾ. ‘ഒന്ന്.....രണ്ട്......മൂ, മൂന്ന്.’ ക്രോപ്പിൻസ്കി ശക്തിയോടെ തലയാട്ടി. റീനിബോത്ത് ചാട്ടവീശി അയാളുടെ മുഖത്ത് ഇടത്തും വലത്തും ആഞ്ഞ് അടിച്ചു. അടികൾ അങ്ങനെ ഉതിർന്ന് ഉതിർന്ന് വീഴുമ്പോൾ ക്രോപ്പിൻസ്കി ഉച്ചത്തിൽ കരയുന്നുണ്ടായിരുന്നു. കണ്ണുകാണാതെ വേച്ചുവേച്ച് അയാൾ പിന്നോക്കം മറിഞ്ഞു. ചെന്നു വീണത് ക്ലൂട്ടിക്കിന്റെ ദേഹത്തിൽ. ഒരൊറ്റ ചവിട്ടു കൊടുത്ത് അയാൾ ആ പരവശനെ മുന്നോട്ടുതന്നെ ഓടിച്ചു. മഴപോലെ പൊഴിയുന്ന അടികളേറ്റ് കുറെനേരം അങ്ങോട്ടും ഇങ്ങോട്ടും ഉഴറി, ആ സാധു ദയനീയമായ നിലവിളിയോടെ ബോധമറ്റു താഴെ വീണു. നിലത്തു വീണു ഉരുളുന്ന അയാളെ കൊന്നുകളയാനെന്ന മട്ടിൽ റീനിബോത്ത് അപ്പോഴും ആഞ്ഞടിച്ചിരുന്നു. ഇതെല്ലാം നടന്നത് ഹോഫലിന്റെ പിന്നിലായിരുന്നു. കഴുത്തുനീട്ടി പിന്നിൽ നടക്കുന്നതിലെല്ലാം ശ്രദ്ധ പതിപ്പിച്ചും, ഇടയ്ക്ക് ഒന്നും കാണാത്തമട്ടിൽ മാൻഡ്രാക്കിന്റെ ചാരനിറം പൂണ്ട മുഖത്തേക്കും നോക്കിക്കൊണ്ടു നിൽക്കുകയായിരുന്നു ഹോഫൽ. മാൻഡ്രിൽ എന്തോ ആലോചിച്ചുകൊണ്ടിരിക്കുകയായിരുന്നു എന്നു തോന്നുന്നു. തുപ്പൽ ഇറക്കുന്നതിനോടൊപ്പം മേലോട്ടും താഴോട്ടും ചലിച്ചിരുന്ന ഹോഫലിന്റെ തൊണ്ടയിലെ മുഴയിലേക്കായിരുന്നു അയാളുടെ നോട്ടം. പെട്ടെന്നയാൾ തന്റെ വികൃതമായ കൈകൾ ഹോഫലിന്റെ കഴുത്തിൽവെച്ചു, തള്ളവിരൽകൊണ്ട് അയാളുടെ ശ്വാസ നാളമമർത്തി. ഹോഫലിന്റെ കാഴ്ച മങ്ങി, ശ്വാസം നിലച്ചു. ഛർദ്ദിക്കണമെന്നുതോന്നി. ഇപ്പോൾ ബോധംകെടുമെന്ന മട്ടിലായപ്പോൾ ഹോഫലിനു ശ്വാസം വീണ്ടുംകിട്ടി. എന്തെന്നാൽ മാൻഡ്രിൽ തന്റെ പിടി ഒന്നയച്ചിരുന്നു.

ഹോഫൽ ആയാസപ്പെട്ട് ഒന്നു നിശ്വസിച്ചു. പിന്നിൽ മരണത്തിന്റെ മണിനാദംപോലെ, ക്ലൂട്ടിക്കിന്റെ കോപാക്രാന്തമായ അട്ടഹാസങ്ങളും ക്രോപ്പിൻസ്കിയുടെ വേദനാനിർഭരമായ ആക്രന്ദനങ്ങളും ഉയർന്നു കേൾക്കാമായിരുന്നു. പോളണ്ടുകാരന്റെ സ്വബോധം നശിക്കുന്നതുവരെ റീനിബോത്ത് മർദനം തുടർന്നു. പിന്നീട് അയാൾ ചാട്ടവാർ മാൻഡ്രിലിന് എറിഞ്ഞുകൊടുത്തു. അയാൾ അതു സാമർഥ്യത്തോടെ കയറി പിടിച്ചെടുത്തു. ആ യുവാവിന്റെ മുഖത്ത് ഇപ്പോൾ പഴയ മൃദുലഭാവ മൊന്നും കാണാനില്ല. ഭീകരമായ വിധത്തിൽ ആ മുഖം വക്രിച്ചിരുന്നു. റീനിബോത്ത് ഹോഫലിന്റെ നെഞ്ചത്ത് അള്ളിപ്പിടിച്ചു, ഇതുവരെയുള്ള അധ്വാനംകൊണ്ട് അവശനായ മട്ടിൽ കിതച്ചുകൊണ്ടു പറഞ്ഞു. “എടാ, ഇനി ഊഴം നിന്റേതാണ്.” പെട്ടെന്നു പിന്നിൽനിന്നു ക്ലൂട്ടിക് ആക്രമ ണമാരംഭിച്ചു. അയാൾ ഹോഫലിന്റെ കൈകൾ പിടിച്ചു പിന്നോക്കം വലിച്ചപ്പോൾ അയാൾ വേദനകൊണ്ടു പുളഞ്ഞു. ഹോഫലിന്റെ പുറത്ത് മുട്ടുകൾ ചേർത്തമർത്തി; അയാൾ കൈകൾ ആകാവുന്നിടത്തോളം മേലോട്ടുപൊക്കി വലിച്ച് ഉയർത്തി. ഭ്രാന്തുപിടിപ്പിക്കുന്ന തരത്തിലുള്ള വേദനകൊണ്ട് അലറി നിലവിളിച്ചു. ഹോഫൽ മുട്ടുകുത്തിവീണു. അപ്പോൾ മാൻഡ്രിൽ അടി തുടങ്ങി. ഈയക്കട്ട പിടിപ്പിച്ചിരുന്ന ആ ചാട്ട വാറിന്റെ അറ്റം യാതൊരു ദയയും കൂടാതെ ഹോഫലിന്റെ പിൻതലയെ ലക്ഷ്യമാക്കി ആഞ്ഞാഞ്ഞു പതിച്ചു. ഹോഫൽ മുഖമടച്ചു കമഴ്ന്നു വീണു. തല്ലേറ്റ് അയാളുടെ ബോധം മറഞ്ഞിരുന്നു.

“തൽക്കാലത്തേക്ക് മതിയാക്കാം.” റീനിബോത്ത് മാൻഡ്രില്ലിനെ തടഞ്ഞുകൊണ്ടു പറഞ്ഞു. “ഇനി അരമണിക്കൂർ കഴിഞ്ഞു നമുക്ക് വീണ്ടും തുടങ്ങാം.”

മാൻഡ്രിൽ ആ ചതഞ്ഞ് അരഞ്ഞ മനുഷ്യനെ വീണ്ടും കല്ലറയി ലേക്ക് തന്നെ വലിച്ചുകൊണ്ടുപോയി, അവിടെ ഇട്ടിട്ട് ഓരോ കൈ വെള്ളമെടുത്ത് അവരുടെ മേൽ തളിച്ചു. പിന്നീട് അയാൾ മുറി അടച്ചു ഭദ്രമാക്കി.

തണുത്ത വെള്ളം വീണപ്പോൾ ക്രോപ്പിൻസ്കി ഒന്നു അനങ്ങി. അയാൾ എഴുന്നേൽക്കാൻ ശ്രമിച്ചു. പക്ഷെ കൈകൾ കുഴഞ്ഞുവീണു. അയാൾ മുഖമടച്ചു കമഴ്ന്നുവീണപാടിൽതന്നെ കിടന്നുപോയി. ജീവ ചൈതന്യദായകമായ രക്തം അയാളുടെ തലച്ചോറിലൂടെ പതഞ്ഞൊ ഴുകി. വളരെ സാവധാനത്തിലേ അയാൾക്ക് ബോധം തെളിഞ്ഞുള്ളൂ. വായിൽ ഒരു ഉപ്പുരസം. ക്രോപ്പിൻസ്കി കണ്ണുകൾ തുറന്നു. അപരിചി തമായ ആ അന്ധകാരത്തിൽ ഒരു തളർന്ന നിശ്ചലത തങ്ങിനിൽക്കു ന്നുണ്ട്. പുറത്തു കുത്തിത്തുളയ്ക്കുന്ന തരത്തിലുള്ള വേദന. ഓരോ ശ്വാസവും കത്തികൊണ്ടുള്ള കീറൽപോലെ വേദനിക്കുന്നു. കുറെയേറെ നേരം അയാൾ അങ്ങനെ കിടന്നു. അസഹനീയമായ വേദന ശരീര ത്തെയിട്ട് ഉലയ്ക്കുമ്പോൾ അയാളുടെ ചേതന ഒരു സ്വപ്നലോകത്തേ ക്കുയർന്നു, മത്തുപിടിച്ച ആത്മാവ് കുളിരേകുന്ന ജലപ്പരപ്പിലെന്നപോലെ

അതിലൂടെ ഊളിയിട്ടു. എന്തൊരു കൊച്ചുകൊച്ചു കൈകൾ; കുഞ്ഞു മൂക്ക്; എല്ലാം എന്തുമാത്രം കുഞ്ഞായിരിക്കുന്നു......' അയാൾ താൻ പറയുന്നത് ശ്രദ്ധിച്ചു. ചിരിക്കുകയാണ് താൻ എന്നയാൾക്കു തോന്നി. പെട്ടെന്ന് ആ നനുനനുത്ത കിനാവ് പൊട്ടിവിടർന്നു. ക്രോപ്പിൻസ്കി പേടിച്ചരണ്ടു. അയാൾ കൈകൊണ്ട് ചുറ്റുപാടും തപ്പിനോക്കി. അനുഭവപ്പെട്ടത് ഈർപ്പവും ശീതവും മാത്രം. കൈകൾ മനുഷ്യശരീരംപോലുള്ള ഒരു വസ്തുവിൽ തട്ടി. അതോടെ ക്രോപ്പിൻസ്കി തികച്ചും ഉണർന്നു. ചുറ്റും അന്ധകാരമായിരുന്നെങ്കിലും താൻ വീണ്ടും തടവുമുറിയിൽ ആണെന്നും, തന്റെ കൈ തട്ടിയ ആ ദേഹം ഹോഫലിന്റേ താണെന്നും പെട്ടെന്നയാൾക്കു മനസിലായി. തകർന്ന ദേഹത്തിന്റെ മേലുള്ള സ്വാധീനം വീണ്ടെടുക്കാൻ അയാൾക്ക് കുറെ അധികം സമയം വേണ്ടിവന്നു. വളരെ പണിപ്പെട്ട് അയാൾ മുട്ടുകുത്തിനിന്നു. സംസാരിച്ചാൽകൊള്ളാമെന്നുണ്ട്. പക്ഷെ ചുണ്ടുകൾ അസാമാന്യമായ വിധത്തിൽ വിങ്ങിതുടിച്ചിരിക്കുന്നു, ഞരക്കം പോലുള്ള ഒരു സ്വരത്തിൽ അയാൾ ഹോഫലിനെ വിളിച്ചു.

"ആൻഡ്രീ........"

ഹോഫൽ അനങ്ങിയില്ല. ക്രോപ്പിൻസ്കി ചുമൽ കുലുക്കിയപ്പോൾ ഹോഫൽ ദയനീയമായ ഒരു സ്വരം പുറപ്പെടുവിച്ചു.

"ആൻഡ്രീ......" ക്രോപ്പിൻസ്കി വീണ്ടും മറുപടിക്കു കാത്തുനിന്നു. മുഖത്തെ നാഡീ ഞരമ്പുകളെല്ലാം ഭയങ്കരമായി ഇടറുന്നുണ്ട് എന്നയാൾക്കു തോന്നി. തീരെ പ്രതീക്ഷിക്കാത്ത വിധത്തിൽ ഹോഫൽ കരയാൻ തുടങ്ങി. നേരിയ, ശുഷ്കമായ കരച്ചിൽ. ക്രോപ്പിൻസ്കി ഹോഫലിന്റെ മുഖവും ശരീരവും തൊട്ട് ഉഴിഞ്ഞു. എങ്ങനെ അയാളെ ആശ്വസിപ്പിക്കണമെന്ന് ആ സാധുവിന് നിശ്ചയമില്ലായിരുന്നു.

"ആൻഡ്രീ......"

ഹോഫൽ കരച്ചിൽ നിർത്തി. ഒരു നിമിഷനേരം മരവിച്ചു നിശ്ചലമായി കിടന്നശേഷം അയാൾ എഴുന്നേറ്റിരുന്നു. വളരെയധികം ശാരീരികമായ അധ്വാനം വേണ്ടിവന്നു അതിന്. ക്ഷീണിച്ച മട്ടിൽ കൈകൾ നിലത്തമർത്തി അയാൾ ഇരുന്നു. അത്യധികം ശാന്തനായപോലെ അയാളുടെ തലതാഴ്ന്നു കിടന്നു. അയാളുടെ ദേഹത്തിൽനിന്ന് വെള്ളം ഒലിച്ചിരുന്നു. അയാൾ തലയുടെ പിൻഭാഗം തടവിനോക്കി തലമുടി കുതിർന്നു അവിടവിടെ പറ്റിപ്പിടിച്ചു ഇരുന്നു. ചാട്ടവാർ വന്നു വീണ സ്ഥലങ്ങൾ പതുക്കെ തലോടാനേ അയാൾക്കു പറ്റിയുള്ളൂ. തൊടുമ്പോഴുണ്ടാകുന്ന വേദന അസഹ്യമായിരുന്നു. പിന്നിൽ നിന്നു കവിളിലൂടെ ഒലിച്ചിറങ്ങുന്നത്.....വെള്ളമായിരുന്നില്ല. കൈപ്പത്തിയുടെ പിൻഭാഗം കൊണ്ടു വായ തുടച്ച് അയാൾ ഞരങ്ങി.

"മേരിയാൻ....."

"ആൻഡ്രീ......."

"അവർ നിങ്ങളെ എന്തുചെയ്തു?"

കടുത്ത തേങ്ങലോടെ ക്രോപ്പിൻസ്കി മറുപടി പറഞ്ഞു. ഹോഫലിനെ ആശ്വസിപ്പിക്കാൻ അയാൾ ശ്രമിച്ചു.

“എനിക്ക്........എനിക്ക്........വേഗം.......വേഗം......എല്ലാം ഭേദമാകും.” അവർ മിണ്ടാതിരുന്നു. ശ്വാസോഛ്വാസത്തിന്റെ നേരിയ ശബ്ദം മാത്രമെ കേട്ടിരുന്നുള്ളൂ. കുറച്ചുമുമ്പു തങ്ങൾക്കനുഭവിക്കേണ്ടിവന്ന ദുരന്തങ്ങളെ ക്കുറിച്ച് ഓർക്കുകയായിരുന്നു അവർ.

പെട്ടെന്ന് തട്ടിലെ വൈദ്യുത ബൾബ് കത്തി. വാതിൽ തള്ളിത്തുറന്നു. ക്ലൂട്ടിക്കിന്റെ ചെവി തുളയ്ക്കുന്ന ശബ്ദം ഒരു പുതപ്പുപോലെ അവരെ വലയംചെയ്തു സംരക്ഷിച്ചിരുന്ന ആ നിശ്ചലതയെ കുത്തിക്കീറി. ഇനിയും വരാൻപോകുന്ന യാതനകളെ കുറിച്ചോർത്തപ്പോൾ അവരുടെ ചേതന ഞെട്ടിത്തെറിച്ചു. വളരെ പ്രയാസപ്പെട്ട് അവർ എഴുന്നേറ്റുനിന്നു. അത്യാർത്തി പൂണ്ട ക്ലൂട്ടിക് അവരുടെനേരെ ചീറിക്കൊണ്ട് അടുത്തു.

“ആരൊക്കെയാണ് നിങ്ങളുടെ രഹസ്യ സംഘടനയിലെ അംഗങ്ങൾ?” മരവിപ്പുണ്ടാക്കുന്ന ഒരു ഭീതി ഹോഫലിന്റെ ശരീരത്തിലൂടെ പാഞ്ഞു. “നീ പറയുമോ” അയാൾ ഹോഫലിന്റെ ജാക്കറ്റിന്റെ മുൻഭാഗത്ത് പിടിച്ച് അയാളെ ചുമരിലേക്ക് ആഞ്ഞുതള്ളി. ഹോഫലിന്റെ മുട്ടു മടങ്ങി. ആ സമയം നോക്കി മാൻഡ്രാക് അയാളുടെ ദേഹത്തേക്കു ചാടി വീണു. കൈകൾ പിന്നിലേക്ക് ആഞ്ഞുവലിച്ച് ഒരു കയറുകൊണ്ടു കെട്ടി, അതിന്മേൽ പിടിച്ചു ഹോഫലിനെ പൊക്കി. ക്ലൂട്ടിക് വീണ്ടും അലറിയപ്പോൾ അയാളുടെ നിശ്വാസം ഹോഫലിന്റെ മുഖത്തുതട്ടി.

“ആരൊക്കെയാണ് മറ്റു അംഗങ്ങൾ പറയൂ മനുഷ്യാ, പറഞ്ഞോളൂ. അല്ലെങ്കിൽ ഞാൻ നിന്നെ കൊന്നുകളയും.”

രണ്ടുകൈകൊണ്ടും മാറിമാറി അയാളുടെ മുഖത്ത് പ്രഹരിക്കുമ്പോഴും ക്ലൂട്ടിക് ഗർജിക്കുന്നുണ്ടായിരുന്നു. “അവരുടെ പേര് പറയൂ—ഉം. ആരൊക്കെയാണവർ.” റീനിബോത്ത് കുറെനേരം ക്ലൂട്ടിക്കിന്റെ ഈ വേതാളകേളി അനുവദിച്ചു കൊടുത്തു, പിന്നീട് അയാൾ ആ പേ പിടിച്ച ക്യാമ്പ് ഫ്യൂഹററെ പിടിച്ച് ഒരു ഭാഗത്തേക്ക് മാറ്റി നിർത്തി തികഞ്ഞ പ്രശാന്തതയോടെ ഹോഫലിനെ ഉപദേശിച്ചു.

“ഹോഫൽ പറഞ്ഞോളൂ—അതാണ് നല്ലത്. നിന്നെ ഞങ്ങൾ ഇവിടെ കെട്ടിത്തൂക്കും, ഒടുവിൽ നീ അമ്മയെ വിളിക്കും.....”

അവർ എന്താണ് തന്നിൽനിന്ന് ആവശ്യപ്പെടുന്നത് എന്ന് ഇപ്പോൾ ഹോഫലിനു വ്യക്തമായി. താൻ മിണ്ടാതിരുന്നാൽ പ്രതീക്ഷിക്കാവുന്നതെന്താണെന്നും അയാൾക്കു നല്ല നിശ്ചയമുണ്ടായിരുന്നു. അയാൾ സർവശക്തികളും സംഭരിച്ചു. എന്നിട്ട് ആന്തരികമായ സമ്മർദത്തിന്റെ ശക്തിയേറ്റ് അയാൾ ആകെ പിടഞ്ഞുപോയി. ഹോഫലിന്റെ ഉള്ളിൽ നടക്കുന്ന ഈ വടംവലികളെ റീനിബോത്ത് അയാളുടെ മുഖത്തുനോക്കി മനസിലാക്കിക്കൊണ്ടിരുന്നു. അപകടനില ആസന്നമായെന്ന് കണ്ടപ്പോൾ അയാൾ മാൻഡ്രില്ലിനു ഒരു സംജ്ഞ നൽകി.

“അയാളെ കെട്ടിത്തൂക്ക്.”

ആ കൽപ്പന ഒരു വെടിയുണ്ടപോലെ ഹോഫലിന്റെ മനസിൽ തറച്ചു കൊണ്ടു. അയാൾ നീട്ടിയൊന്നു നിലവിളിച്ചു ആ ഭയങ്കരമായ മർദന പരിപാടിയെക്കുറിച്ചോർത്തപ്പോൾ ഉണ്ടായ ഭീതികൊണ്ട് തന്റെ ശരീരം തോലും കൂടിയില്ലാത്തമട്ടിൽ പരിപൂർണമായും നഗ്നമാണെന്ന് അയാൾക്ക് തോന്നി. ഉറക്കെ ഉറക്കെ നിലവിളിച്ചുകൊണ്ട്, ഹോഫൽ തന്നെ വലിച്ചു കൊണ്ടുപോകുന്ന മാൻഡ്രില്ലിന്റെ ദേഹത്തോടു ഉരസി. മാൻഡ്രിൽ അയാളെ ജനവാതിൽക്കലേക്ക് വലിച്ചുകൊണ്ടുപോയി. കയർ ജനൽകമ്പികളുടെ മുകളിലേക്ക് എറിഞ്ഞു. ആഞ്ഞുവലിക്കാൻ തയ്യാറെടുത്തു നിൽക്കുമ്പോൾ റീനിബോത്ത് അയാളെ വിലക്കി. ഹോഫലിന്റെ ഭ്രാന്ത് എടുത്തപോലുള്ള മുറവിളികൾ അമർന്നു പോകത്തക്ക വിധത്തിൽ അയാൾ മുക്രയിട്ടു.

“ഇതാ രണ്ടുപേർ പറഞ്ഞേക്കു.....അല്ല ഒരെണ്ണം പറയൂ..... ഒരൊറ്റ എണ്ണം. ഉം വേഗമാകട്ടെ, ശരി, വരൂ, ഒരൊറ്റ പേർ പറയൂ.....”

ഒരു നിമിഷം റീനിബോത്ത് കാത്തുനിന്നു ഭയം ഇപ്പോൾ സ്ഥൈര്യത്തിന്റെ അണക്കെട്ട് പൊട്ടിക്കും.....അയാൾ അതിൽ മുങ്ങും.....മുങ്ങും.’

“വേഗമാകട്ടെ, ഉം, പറഞ്ഞോളൂ.” ഹോഫൽ അതൊന്നും ശ്രദ്ധിച്ചതേയില്ല. അയാൾ ഉറക്കെ ഉറക്കെ നിലവിളി തുടർന്നു. തല പിന്നോക്കം ആഞ്ഞ് അങ്ങോട്ടും ഇങ്ങോട്ടും ഉരുട്ടി. ഒരൊറ്റ വലികൊണ്ട് മാൻഡ്രിൽ കയർമുറുക്കി.

ഹോഫലിന്റെ കൈകൾ വലിച്ച് മുകളിലേക്ക് പൊക്കി. അയാളുടെ തോളെല്ലുകൾ പട, പട എന്നു പൊട്ടി. അയാൾ നിലംതൊടാതെനിന്ന് ആടുകയായിരുന്നു. ഉച്ചത്തിലായിരുന്ന മുറവിളി നേർത്തു നേർത്ത് ഒരു നേരിയ ചൂളംവിളിപോലെയായി. പിൻകഴുത്തിലെ മാംസപേശികൾ പൊട്ടിത്തെറിക്കുന്നപോലെ വലിഞ്ഞു. ഇരുമ്പിന്റെ കനംകൊണ്ട് കഴുത്ത് കരിങ്കല്ലുപോലെ ഉറച്ചു. കയർ ജനലിന്റെ ഇരുമ്പഴികളിൽ കെട്ടിയുറപ്പിച്ചശേഷം മാൻഡ്രിൽ ക്രോപ്പിൻസ്കിയുടെ ശരീരത്തിലേക്ക് ചാടിവീണു. ഭയാക്രാന്തനായി അയാൾ ഒരു മുക്കിൽ ചാരിനിൽക്കുകയായിരുന്നു.

“എനിക്കൊന്നും അറിയില്ല” അയാൾ വിലപിച്ചു. അയാളുടെ കൈകളും കൂട്ടിക്കെട്ടി ജനൽക്കലേക്കു വലിച്ചിഴച്ചുകൊണ്ടുപോയി. ഹോഫലിന്റെ സമീപം തന്നെ കെട്ടി തൂക്കിയിട്ടു. രണ്ടുപേരും വന്യമൃഗങ്ങളെപ്പോലെ അലറുന്നുണ്ടായിരുന്നു ഈ വക നടപടിക്രമങ്ങളെപറ്റി റീനിബോത്തിനു നല്ല നിശ്ചയമായിരുന്നു.

രണ്ടുനിമിഷത്തിൽ കൂടുതൽ ആ നിലവിളി നിലനിൽക്കാറില്ല. അപ്പോഴേക്കും മനുഷ്യന്റെ ശക്തി ക്ഷയിച്ചു, ഉറച്ച കരച്ചിൽ പൈതങ്ങളുടെ ചിണുങ്ങൽപോലെയായിത്തീരും. തൂങ്ങിക്കിടന്നാടുന്ന ആ ഹതഭാഗ്യരുടെ മുന്നിൽ ഒക്കത്തു കൈകുത്തി ഞെളിഞ്ഞു നിൽക്കുകയായിരുന്നു ക്ലൂട്ടിക്. അയാളുടെ കൺപോളകൾ വിറച്ചു. അലറി വിളിക്കുന്ന അവരോട് ചോദ്യം ചോദിച്ചിട്ട് എന്തു പ്രയോജനം? അവർ അതൊന്നും

കേൾക്കുന്നില്ല. കാത്ത് നിൽക്കുക തന്നെ വേണം. മാൻഡ്രിൽ ഒരു സിഗററ്റിനു തീ കൊളുത്തി.

ഒരു പരീക്ഷണമെന്ന മട്ടിലാണ് അവർ ഇതെല്ലാം ചെയ്തത്. ആദ്യം തല നെഞ്ചത്തേക്ക് താഴ്ത്തിയത് ഹോഫലാണ്. തൊണ്ടയിൽ നിന്നു നേരിയ ഒരു കുറുങ്ങൽ മാത്രമേ പുറപ്പെട്ടിരുന്നുള്ളൂ. ഇതാണ് പറ്റിയ സമയം.

"ഹോഫൽ ശ്രദ്ധിച്ചുകേൾക്കൂ. ഞങ്ങൾ ഇപ്പോൾതന്നെ അഴിച്ചുവിടാം. പക്ഷെ അറിയാവുന്നതെല്ലാം തുറന്നുപറയാൻ പറ്റിയില്ലെങ്കിൽ ഇവിടെ കിടന്നു ജീവൻ പോകും. അതുവരെ ഞങ്ങൾ ഇവിടെ തൂക്കിയിട്ട് ആട്ടും."

റീനിബോത്ത് ക്രോപ്പിൻസ്കിയോടടുത്തു. "എടാ പോളണ്ടുകാരാ. ഇതുതന്നെയാണ് നിന്റേയും ഗതി."

തന്റെ ഭീഷണിക്ക് ഒരു ഉറപ്പു നൽകാമെന്നമട്ടിൽ അയാൾ അവരുടെ അരയിൽപിടിച്ചു മണിയുടെ ചരട് ആട്ടുന്നതുപോലെ അങ്ങോട്ടും ഇങ്ങോട്ടും ആട്ടി. ഓരോ വലിക്കും തൂങ്ങി കിടന്നാടുന്നവരുടെ ഘനം നൂറിരട്ടി വർധിക്കുന്നതുകൊണ്ട് ആ സാധുക്കൾ ചെവി പൊട്ടി പിളറുമാറ് അലറിവിളിച്ചു. അവരുടെ മുഖത്തിന്റെ നിറംമാറി. റീനിബോത്ത് പൈശാചികമായ തന്റെ കേളി അപ്പോഴും തുടരുകയായിരുന്നു. അയാൾ സ്നേഹപൂർവം അരുളി. "ഞങ്ങൾ മനുഷ്യത്വമറ്റവർ അല്ലെന്നു കാണിക്കാനായി നിങ്ങളെ ഇപ്പോൾ അഴിച്ചുവിടാം. പക്ഷെ നന്ദിപൂർവം പെരുമാറാൻ ഞാൻ നിങ്ങളെ ഉപദേശിക്കുകയാണ്." അയാളിൽനിന്നു കിട്ടിയ ഒരു അടയാളമനുസരിച്ച് മാൻഡ്രിൽ കയറിന്റെ കെട്ടഴിച്ചു. അവർ രണ്ടു പേരും നിലത്തു വീണു.

റീനിബോത്ത് ക്ലൂട്ടിക്കിനോട് എന്തോ ആംഗ്യഭാഷയിൽ ചോദിച്ചു. സമ്മതമെന്നമട്ടിൽ അയാൾ തലയാട്ടി. മാൻഡ്രിൽ, പകുതി ഇരിക്കുന്ന മട്ടിൽ ആ ശരീരങ്ങളെ ചുമരിനോടു ചേർത്തുവെച്ചു. ഹോഫലിന്റെ തൂങ്ങിക്കിടന്ന തല റീനിബോത്ത് ബൂട്ട്സിന്റെ അറ്റംകൊണ്ടു തട്ടി പൊന്തിച്ചു.

"ക്രാമറെപ്പറ്റി എന്തു പറയുന്നു?" ഹോഫൽ കണ്ണു തുറന്നതേയില്ല. ഒരു നിമിഷനേരത്തിനുശേഷം അയാൾ ബൂട്സ് മാറ്റിയപ്പോൾ ഹോഫലിന്റെ തല പഴയപോലെ നെഞ്ചത്ത് ചെന്നുവീണു.

"നല്ലത്! നമുക്ക് മറ്റേ മാർഗം നോക്കാം."

"ശരി നിങ്ങൾക്ക് നിങ്ങളെപ്പറ്റി എന്താണ് പറയാനുള്ളത്."

അൽപ്പനേരം കാത്തുനിൽക്കേണ്ടിവന്നത് തന്നെ ക്ലൂട്ടിക്കിനെ വെകിളി പിടിപ്പിച്ചിരുന്നു. അയാൾ കോപാക്രാന്തനായി ഉറക്കെയുറക്കെ അട്ടഹസിച്ചുകൊണ്ട് ഒരു ഫുട്ബോൾ കളിക്കാരനെപ്പോലെ അവരെ രണ്ടുപേരേയും അങ്ങോട്ടും ഇങ്ങോട്ടും ഇട്ടുതട്ടി.

"തെമ്മാടികളെ! സംസാരിക്കുമോ നിങ്ങൾ?"

ക്ലൂട്ടിക്കിനെക്കാൾ സമർഥനും ആത്മനിയന്ത്രണശക്തിയുള്ളവനുമായ റീനിബോത്ത് താൻ വിചാരിച്ച മാർഗത്തിലൂടെ മുന്നേറിയാൽ

മതി എന്നാംഗ്യംകാട്ടി മർദനമുറയ്ക്കൊരു വിരാമമിട്ടു. അയാൾ നിലത്തു കിടന്നവരുടെനേരെ കുനിഞ്ഞുകൊണ്ടു പറഞ്ഞു.

“കേൾക്കൂ, ഇപ്പോൾ ഞങ്ങൾ നിങ്ങളെ തനിച്ചുവിടുന്നു. താമസിയാതെ ഞങ്ങൾ മടങ്ങിയെത്തും.”

“അൽപ്പമൊന്ന് ആശ്വസിച്ചതിനുശേഷം ഇതിനെപ്പറ്റി കാര്യമായി ഒന്ന് ആലോചിച്ചുനോക്കൂ. ഒന്നുകിൽ ഞങ്ങൾക്കാവശ്യമുള്ളതെല്ലാം വിട്ടുപറഞ്ഞു നിങ്ങൾക്ക് ജീവിക്കാം. അല്ലെങ്കിൽ കഴുത്തിലെ കെട്ടിൽത്തന്നെ തൂങ്ങിക്കിടക്കും. കുട്ടിക്ക് അവന്റെ സ്നേഹമുള്ള അമ്മാവന്മാർ നഷ്ടപ്പെടുകയും ചെയ്യും.”

റീനിബോത്ത് നിവർന്നുനിന്നു പുച്ഛരസത്തിൽ പറഞ്ഞു. “മാന്യരെ വരൂ! ആ യോഗികൾക്ക് ധ്യാനിക്കാൻ കുറച്ചു ശാന്തത വേണം.”

താക്കോൽ പൂട്ടിൽ കിടന്ന് ഒന്നു തിരിഞ്ഞു. വിളക്കു കെട്ടു.

രാത്രിക്കു കാരുണ്യം തോന്നി. ചികിത്സിച്ചു ഭേദപ്പെടുത്തുന്ന കൈകളെപ്പോലെ പരിപാലനക്ഷമമായ മണിക്കൂറുകൾ ഒച്ചയന്യെ കൊഴിഞ്ഞുവീണു. ഫോർസ്റ്റെക്ക് ഇനിയൊന്നും ചെയ്യാനില്ല. ഇന്നത്തേക്കുള്ളതെല്ലാം കഴിഞ്ഞു.

അയാൾ ഉറങ്ങി. തന്റെ അറയിൽനിന്നു വളരെ ദൂരെയല്ലാത്ത ഒരു മുറിയിൽ ഒരു നേരിയ പിറുപിറുക്കൽ നടക്കുന്നുണ്ടായിരുന്നു. മുറിയിലെ വായുവിൽപ്പോലും ചലനമുണ്ടാക്കാത്ത മട്ടിൽ അത്ര മൃദുസ്വരത്തിലായിരുന്നു സംസാരം.

“എന്തിനാണ് അവർ പേരുകൾ അന്വേഷിക്കുന്നത്.”

ഹോഫൽ ക്രോപ്പിൻസ്കിയുടെ ചോദ്യത്തിനു മറുപടിയൊന്നും പറഞ്ഞില്ല. അന്യോന്യം പറ്റിച്ചേർന്ന്, പരസ്പരം ആശ്വാസവും ആശ്രയവും പകർന്നുകൊണ്ട് അവർ ചുമരിനോടു പറ്റിപ്പിടിച്ചുനിന്നു. നനഞ്ഞ വസ്ത്രം ധരിച്ചിരുന്ന അവർക്കു നിലത്തെ സിമന്റിന്റെ തണുപ്പും കൂടി തട്ടി മരവിക്കാതിരിക്കാൻ അതൊരു പോംവഴിയെ ഉണ്ടായിരുന്നുള്ളൂ.

“എന്നോടു പറയാൻ ഇഷ്ടമില്ലേ” ക്രോപ്പിൻസ്കി വീണ്ടും തുടങ്ങി. അപ്പോഴും ഹോഫൽ ഒന്നും പറഞ്ഞില്ല. തലകുനിച്ചിരുന്ന ഹോഫലിന്റെ മുഖഭാവം ഇരുട്ടിൽ ക്രോപ്പിൻസ്കിക്ക് കാണാൻ സാധിച്ചില്ല. ആ ചോദ്യം അയാളുടെ ആത്മാവിനകത്തേക്കു കടന്നു. അയാളുടെ കുറ്റബോധം തലയുയർത്തി. ഹൃദയത്തിന്റെ വേദന; തല്ലിച്ചതച്ചവശമാക്കിയ ശരീരത്തിന്റെ ക്ലേശങ്ങളുമായി സംയോജിച്ചു. അലിയുന്ന പാറപോലെ ഹോഫൽ തകർന്നു. ഇതാ, താൻ സാധു ക്രോപ്പിൻസ്കിയെക്കൂടെ ദുരിതത്തിലേക്കു വലിച്ചുകൊണ്ട് വന്നിരിക്കുന്നു. നിരപരാധിയായ ഈ മനുഷ്യൻ ഈ ഘോരയാതനകൾ മുഴുവൻ അനുഭവിക്കുന്നതും, തന്നോടൊപ്പം സുനിശ്ചിതമായ മൃത്യുവിലേക്ക് അടിവെച്ചടുക്കുന്നതും തന്റെ കുറ്റംകാരണമല്ലേ? ഈ കല്ലറയിൽനിന്നു വിമോചനം അസാധ്യമാണ്.

കുട്ടിയുടെ കാര്യത്തിലാണ് തങ്ങൾ ഇവിടെ എത്തിയിട്ടുള്ളത് എന്നു വിശ്വസിക്കുന്ന സംശയലേശമില്ലാത്ത ഈ മനുഷ്യൻ ചോദിക്കുകയാണ്,

എന്തിനവർ പേരുകൾ അന്വേഷിക്കുന്നു എന്ന്. അവരും അവനുമായി എന്തുബന്ധമാണുള്ളത്. ചുമരിലെ സിമന്റിന്റെ തണുപ്പ് നനഞ്ഞ ജാക്കറ്റിനിടയിലൂടെ ദേഹമാസകലം പരന്നു. മർദനമേറ്റ് ഒടിഞ്ഞ കൈകൾ ജീവനറ്റപോലെ തൂങ്ങിക്കിടന്നു. ക്രോപ്പിൻസ്കി ചോദ്യം അവസാനിപ്പിച്ച് സ്വന്തം ചിന്തകളിൽ ലയിച്ച് സ്വസ്ഥനായിരുന്നു. തണുപ്പ് ദേഹത്തിൽ തുളച്ചു കയറുകയാണ്. പെട്ടിപോലുള്ള ആ അറയിലെ അന്ധകാരം പുറത്തെ സജീവമായ പ്രകൃതിയിൽനിന്ന് അടർത്തിയെടുത്ത ക്ഷയോന്മുഖമായ രാത്രിയുടെ കട്ടപോലിരുന്നു. ഇപ്പോൾ അവരുടെ കൈവശം സ്വന്തം ഹൃദയങ്ങളല്ലാതെ യാതൊന്നുമില്ല. അവയാകട്ടെ ചുറുചുറുക്കുള്ള ഘടികാരംപോലെ ക്രമം തെറ്റാതെ മിടിച്ചുകൊണ്ടിരിക്കുന്നുമുണ്ട്.

കുറ്റബോധത്തിന്റെ സീമകൾക്കപ്പുറത്തേക്ക് പുരോഗമിച്ചിരുന്നില്ല ഹോഫലിന്റെ ചിന്തകൾ. പൊട്ടിപ്പിളർന്ന ജീവാത്മാവിന്റെ ചരൽക്കല്ലുകളിൽ അവ അലഞ്ഞുതിരിയുകയാണ്. വഴിത്താരകളില്ലാത്ത ആ വ്യഗ്രതയുടെ ചുടുകാട്ടിലൂടെ ഒരു മാർഗം കണ്ടുപിടിക്കാനവ തപ്പിത്തിരിയുകയാണ്. അയാളുടെ ഞരമ്പുകൾ ചുട്ടുപഴുത്ത കമ്പികൾ പോലെയായിരിക്കുന്നു. ഇപ്പോഴും കയറിന്മേൽ തൂങ്ങിക്കിടന്നാടുകയാണെന്ന മട്ടിൽ അയാളുടെ അകക്കാമ്പ് അപ്പോഴും മുറവിളി കൂട്ടുകയായിരുന്നു. തന്നെ ആക്രമിക്കാനടുക്കുന്ന ഭയത്തെ ആട്ടിയോടിക്കാനെന്നപോലെ അയാൾ പിറുപിറുത്തു. "അവർ വീണ്ടും തിരിച്ചുവരും! കേൾക്കൂ! വീണ്ടും അവർ വരും. ഇനിയും നമ്മെ അവർ തൂക്കിയിട്ട് ആട്ടും.......കേൾക്കൂ: എനിക്കത് ഇനിയും സഹിക്കാനാവുകയില്ല......എനിക്ക്........" ഹോഫൽ തന്റെ കണ്ഠനാളം അമർത്തിപ്പിടിച്ചു, വാക്കുകൾ അണകെട്ടിനിർത്തി. തന്റെ സമീപത്തുനിന്നു വല്ല ശബ്ദവും കേൾക്കുന്നുണ്ടോ എന്നയാൾ ശ്രദ്ധിച്ചു. പക്ഷെ അവിടെ യാതൊരു അനക്കവും ഉണ്ടായിരുന്നില്ല. ക്രോപ്പിൻസ്കി പിന്നീട് യാതൊന്നും പറഞ്ഞില്ല. ആ നിരാശ ഹോഫലിനെ സംബന്ധിച്ചിടത്തോളം കടുത്ത യാതനയായിരുന്നു. തന്റെ അടുക്കൽ നിൽക്കുന്ന ഈ മനുഷ്യൻ തന്നെപ്പോലെ തന്നെ ഭയാക്രാന്തനാണ്. ദുരന്തത്തിന്റെ വൻചുഴിയിൽപ്പെട്ട് ഉഴലുന്ന ഹോഫലിനെ, സഹായിക്കാൻ, ആശ്വസിപ്പിക്കാൻ പറ്റിയ വാക്കുകൾ ഒന്നുംതന്നെ അയാൾ പറയുന്നില്ല.

ആകെ തകർന്നമട്ടിൽ അയാൾ ആക്രോശിച്ചു. "ഞാൻ ഭീരുവായിപ്പോയി." തന്റെ അവശേഷിച്ച ധൈര്യംകൂടെ ഇപ്പോൾ ചോർന്നു പോകുന്നു.

ക്രോപ്പിൻസ്കി ശക്തിപൂർവം തലയാട്ടുന്നത് അയാൾക്കു കാണാൻ പറ്റുമായിരുന്നില്ല. പക്ഷെ അടുത്തുനിന്ന് കേട്ട ആ മൃദുസ്വരം ആർത്തിയോടെ അയാൾ വലിച്ചെടുത്തു. "നിനക്ക് ഭയമാണ്; എനിക്കുമുണ്ട് ഭയം." ഒരു സഹോദരനെപ്പോലെ ക്രോപ്പിൻസ്കി ആശ്വസിപ്പിക്കുകയായിരുന്നു. "നാം സാധുക്കൾ, നമ്മുടെ കൊച്ചുകുഞ്ഞിനെപ്പോലെതന്നെ." ആ സരളസ്വഭാവിക്ക് ഇതിലും ശക്തിയായ വാക്കുകൾ പറയാനറിയാമായിരുന്നില്ല. ഹോഫലിന്റെ ശ്വാസത്തിന് ചൂടുകൂടി. ഒച്ചയുണ്ടാക്കാതെ അയാൾ പറഞ്ഞു.

"കുട്ടിയല്ല ഇതിനൊക്കെ കാരണം. ഇതിന്റെ അടിയിൽ വേറെ ചില സംഗതികൾ ഉണ്ട്." അയാൾ ഞരങ്ങി. "അവർ ഇനിവരുമ്പോൾ എനിക്ക് വയ്യ ഇങ്ങനെ തൂങ്ങിക്കിടന്ന് ആടാൻ. ഹാ, എന്റെ ഈശ്വരാ! മേരിയാൻ നിങ്ങൾക്ക് ഒന്ന് ആലോചിക്കാൻ സാധിക്കുകയില്ല......"

എന്തെങ്കിലും സഹായം ചെയ്യാനുള്ള ഉൽക്കണ്ഠയോടെ ക്രോപ്പിൻസ്കി പറഞ്ഞു. "പിന്നെ എന്താണ് അത് എന്ന് എന്നോട് പറയൂ."

അതെല്ലാം തുറന്നുപറയാൻ ഹോഫൽ നിർബന്ധിതനായി, ക്രോപ്പിൻസ്കിയോട് ചെയ്തിട്ടുള്ള ദ്രോഹം ലഘൂകരിക്കാനെന്നപോലെ അതീവരഹസ്യമായ ഒരുകാര്യം പുറത്താക്കേണ്ടി വന്നതിൽ അയാൾക്ക് അതിയായ മനക്ലേശവും തോന്നി. എന്നാലും തന്റെ അടുത്തു നിൽക്കുന്ന ഈ മനുഷ്യൻ മരണത്തിലും തന്റെ സുഹൃത്താണ്. തന്നെപ്പോലെ ഈ രഹസ്യം അയാളും മറ്റേ ലോകത്തിലേക്ക് കൊണ്ടുപൊയ്ക്കോളും. ഹോഫൽ വളരെ വളരെ ആശങ്കയോടെ ആത്മരഹസ്യത്തിന്റെ ഓരോരോ പാളികളായി കെട്ടഴിക്കാനാരംഭിച്ചു.

"നമ്മുടെ പ്രതിരോധോപകരണത്തിലെ സഖാക്കളുടെ പേരാണ് അവർക്ക് അറിയേണ്ടത്. നമുക്ക് അതീവ രഹസ്യമായ ഒരു സംഘടന യുണ്ട്. നിങ്ങൾക്ക് അത് അറിയാമോ? ആർക്കും അതിനെപ്പറ്റി അറിഞ്ഞുകൂടാ." അതിന്റെ സൈനികോപദേഷ്ടാവ് എന്ന നിലയിലുള്ള തന്റെ കർത്തവ്യങ്ങൾ അയാൾ വിവരിച്ചു.

"നിങ്ങൾക്കറിയാമോ? സായാഹ്ന വേളകളിൽ ആശുപത്രിബാരക്കിന്റെ കീഴെ ഭൂമിക്കടിയിലുള്ള നിലവറയിലാണ് ഞങ്ങൾ സമ്മേളിക്കാറ്. മനസിലായോ? എങ്ങനെയാണ് തോക്കു നിറയ്ക്കേണ്ടത്, എങ്ങനെയാണ് ഉന്നംപിടിക്കേണ്ടത്. എന്നെല്ലാം ഞാൻ അവർക്ക് പറഞ്ഞുകൊടുക്കും."

സോവിയറ്റ് സഖാക്കൾ കളവായി ക്യാമ്പിലേക്ക് ആയുധം കടത്തിക്കൊണ്ടുവരാറുള്ള രീതിയും അയാൾ വർണിച്ചുകേൾപ്പിച്ചു. ആ സംഘടനയിൽ പോളണ്ടുകാരായ സഖാക്കളും ഉണ്ടോ എന്നു ക്രോപ്പിൻസ്കിയുടെ ചോദ്യത്തിന് മറുപടിയായി ഹോഫൽ ജോസഫ് ലവന്റോവസ്കിയുടെ വീരോജ്വലമായ ധീര പ്രവൃത്തികളുടെ ഒരു വിവരണംതന്നെ നൽകി. "ക്യാമ്പിൽ ബോംബേറ് ഉണ്ടാകുന്നതിനു മുമ്പായിരുന്നു അത്. ആ സമയത്ത് അവിടെ 'ഗസ്റ്റ് ലോഫ്" പണികൾ നടന്നിരുന്നു. ചെറിയ തോക്കുകൾ അന്ന് അവിടെ നിർമിച്ചിരുന്നു. ഒന്നരണ്ടെണ്ണം ക്യാമ്പിലേക്കു കൊണ്ടുവന്നാൽ കൊള്ളാ മെന്നുണ്ടായിരുന്നു ഞങ്ങൾക്ക്. ലവന്റോവസ്കിയാണ് അത് ചെയ്തത്. പത്തൊമ്പതാം ബ്ലോക്കിലെ ആ വളഞ്ഞ കഴുത്തുള്ള ബ്ലോക്ക് ഫ്യൂഹററില്ലേ, അയാൾക്ക് ഗേറ്റിന്റെ ഡ്യൂട്ടി കിട്ടുന്നദിവസംവരെ ഞങ്ങൾക്ക് കാക്കേണ്ടിവന്നു. അന്നേദിവസം സുഖമില്ലെന്നു നടിച്ചു ലവന്റോവസ്കി യന്ത്രത്തിലേക്കു മറിഞ്ഞുവീണു. മനഃപൂർവം കൈ അയാൾ യന്ത്രത്തിന്റെ വശത്തേക്കു നീക്കിവെച്ചു. കൈത്തണ്ട ആകെ കീറിപ്പറിഞ്ഞു. ഭയങ്കരമായി രക്തം പ്രവഹിക്കാൻ തുടങ്ങി. ഞങ്ങൾ അയാളെ ഒരു മഞ്ചലിൽ കിടത്തി ലവന്റോവസ്കിയുടെ ശരീരത്തിനടിയിൽ തോക്കുകൾവെച്ചു....

രക്തമങ്ങനെ വാർന്നൊഴുകുകയായിരുന്നു. ഗേറ്റിലെത്തിയപ്പോൾ ലവന്റോവസ്കി തികച്ചും ശാന്തതയവലംബിച്ചു. അയാൾ അനങ്ങിയതേയില്ല. കഴുത്ത് വളഞ്ഞ ബ്ലോക്കു ഫ്യൂഹറുടെ മുട്ടു വിറച്ചുതുടങ്ങി. ഞങ്ങൾ വളരെ വേഗത്തിൽ ലവന്റോവസ്കിയെ പടിക്കലൂടെ കടത്തിക്കൊണ്ടുപോന്നു. പിന്നീട് തോക്കും കുഴലും പാത്തിയുമൊക്കെ ഞങ്ങൾ ശരിയാക്കി. അതാണ് സാധാരണ ഡ്രില്ലിന് ഉപയോഗിക്കുന്ന തോക്ക്. ഇതു കാണിച്ചാണ് തോക്കുനിറയ്ക്കുന്നതും, കാഞ്ചിവലിക്കുന്നതും, അത് അഴിക്കുന്നതുമെല്ലാം ഞാൻ സഖാക്കൾക്കു വിവരിച്ചുകൊടുക്കാറ്."

ഹോഫൽ നിർത്തി. ഉള്ളിലെ ഭയം ദൂരീകരിക്കാൻമാത്രം അയാൾ പറഞ്ഞുകഴിഞ്ഞിരുന്നു.

രഹസ്യം അറിയാവുന്ന ഒരാൾ തന്റെ അടുത്തുണ്ട് എന്ന അറിവ് അയാൾക്ക് ആനന്ദകരമായിരുന്നു. എന്തെന്നില്ലാത്ത ഒരു അടുപ്പം, ഒന്നാണെന്ന ഒരാശ്വാസം അയാൾക്കുതോന്നി. ശ്വാസംകൂടിവിടാതെ ക്രോപ്പിൻസ്കി കഥ കേട്ടുകൊണ്ടിരുന്നു. അയാൾ വികാരതരളിതനായി ഡോബറീസ് (പോളീഷ് വാക്ക്—ദൈവം) എന്നു മന്ത്രിച്ചു. അയാൾ ആവർത്തിച്ചു. 'ഡോബറീസ്.'

കുറെ വർത്തമാനം പറഞ്ഞുകഴിഞ്ഞപ്പോൾ ഹോഫലിന് ഒരു ശക്തി കിട്ടിയപോലെയായി. അടിസ്ഥാനപരമായി താൻ ഒരു ഭീരുവല്ലെന്നും, എന്തിനെയും ചെറുത്തുനിൽക്കാനുള്ള ശക്തി തനിക്ക് ഉണ്ടെന്നും അയാൾക്കു ബോധ്യംവന്നു. ഞരമ്പുകളുടെ വിക്രിയ ആയിരുന്നു അയാളുടെ ഭയം. അവർ വീണ്ടും വന്നു തന്നെ കെട്ടിതൂക്കിയിടും എന്ന കാര്യം ഓർക്കുമ്പോൾ ഒക്കെ അയാൾ ഞെട്ടിത്തെറിച്ചു പോയിരുന്നു. അയാളുടെ മാംസപേശികൾ വിറച്ചു, അനന്തമായ ഭീതിയുടെ ആഴിയിലേക്കയാൾ താഴ്ന്നുപോകും. ശക്തിയുടെയും സ്ഥൈര്യത്തിന്റെയും നടുക്കുള്ള പാലം തകർന്നുപോകുന്നതോർക്കുമ്പോൾ അയാൾ ആലിലപോലെ വിറച്ചു. അതുകൊണ്ടാണ് ക്രോപ്പിൻസ്കിയിൽ ഒരു ചവിട്ടുപലക കണ്ടെത്താൻ അയാൾ വെമ്പിയത്. കുറച്ചു കഴിഞ്ഞപ്പോൾ അയാൾ ക്രോപ്പിൻസ്കിയോടു പറഞ്ഞു. "അതുകൊണ്ടാണ് അവർ ആ പേരുകൾ പറയാൻ നിർബന്ധിക്കുന്നത്. മനസിലായോ?" ഈ ചോദ്യം തന്നെ ഒരു ആശ്രയത്തിനുള്ള അപേക്ഷയായിരുന്നു.

"പക്ഷെ നിങ്ങൾ പറയുകയില്ലല്ലോ."

"പറയുകയോ......എനിക്കു പറയാൻ ആഗ്രഹമില്ല. പക്ഷെ അവർ എന്നെ വീണ്ടും കെട്ടിത്തൂക്കിയിടുകയാണെങ്കിൽ! ഹൗ എനിക്കതു സഹിക്കാൻ സാധിക്കുകയില്ല."

ക്രോപ്പിൻസ്കിക്കു മനസിലായി. അയാൾക്ക് എന്തെങ്കിലും സഹായം ചെയ്താൽ കൊള്ളാമെന്നുണ്ടായിരുന്നു. പക്ഷെ സ്വന്തം സൗഹൃദവും സൗമനസ്യവുമല്ലാതെ എന്തുണ്ട് അയാളുടെ കയ്യിൽ.

"എന്നേയും കെട്ടിത്തൂക്കും. നിങ്ങളെപ്പോലെതന്നെ എനിക്കും എല്ലാം അറിയാം. നാം സാധുക്കൾ, ഒരുത്തരുമില്ല നമ്മെ സഹായിക്കാൻ

പക്ഷെ നാം ഒരൊറ്റ അക്ഷരം പറയില്ല. അതാണ് സംഗതി. അങ്ങനെല്ലേ ആൻഡ്രീ, നാം ഒരൊറ്റ പേർ പറയുകയില്ല. നമ്മൾ ചുമ്മാ നിലവിളിക്കും. അവർ പേരുകൾ പറയാൻ നിർബന്ധിക്കുമ്പോഴെല്ലാം നാം വെറുതെ ഉറക്കെ ഉറക്കെ നിലവിളിക്കും. അതുതന്നെ കാര്യം. പിന്നെ നമ്മളല്ലെ അങ്ങനെ വിട്ടുപറയാൻ പോകുന്നവർ.....ഉം......"

അകംനിറഞ്ഞ നന്ദിയോടെയാണ് ക്രോപ്പിൻസ്കിയുടെ ശുദ്ധതയേറിയ വാക്കുകൾക്ക് ഹോഫൽ മറുപടി നൽകിയത്.

"അതെ ചങ്ങാതി, അതെ, നിങ്ങൾ പറയുന്നതാണ് ശരി, നാം ചുമ്മാ നിലവിളിക്കും. നിലവിളിക്കുകതന്നെ ചെയ്യും. അപ്പോൾ നമുക്ക് ഒന്നും പറയാനാവുകയില്ലല്ലോ."

അവർ പരസ്പരം ആശ്രയമേകി ബലഹീനതയെ ശക്തിയാക്കി മാറ്റി. അടുത്തുതന്നെ തങ്ങളുടെ ദേഹത്തേക്ക് അഴിച്ചുവിടാൻ പോകുന്ന ആ ദുരന്തത്തിന്റെ വെള്ളപ്പാച്ചിലിൽ അമ്പേ നിലതെറ്റാതിരിക്കാനായി അവർ പാലത്തിന്റെ തൂണുകൾ സൗഹൃദവും സൗമനസ്യവും ഉപയോഗിച്ച് ഒന്നുകൂടി ഉറപ്പിച്ചു.

# മൂന്ന്

## I

**വേ**ദനാ നിർഭരമായ ഒരു അനിശ്ചിതാവസ്ഥയിലാണ് ക്രാമർ കാലത്തെ ഏതാനും മണിക്കൂറുകൾ തള്ളിവിട്ടത്. ബോച്ചൗ ഒരു പ്രാവശ്യം അയാളെ കാണാൻചെന്നു. പക്ഷെ അയാൾക്ക് യാതൊന്നും റിപ്പോർട്ടു ചെയ്യാനുണ്ടായിരുന്നില്ല. സ്കൂപ്പിന്റെ ബങ്കറിനുള്ളിലേക്ക് കടക്കാനുള്ള ശ്രമം വിജയപ്രദമാകുമോ എന്ന് അയാൾക്കറിവില്ലായിരുന്നു. ഇടയ്ക്കിടെ ഗേറ്റിലേക്ക് അയാൾ വിളിക്കപ്പെടാറുണ്ട്. 'ക്യാമ്പ് സീനിയർ ഉടൻ വരണം ഗേറ്റിലേക്ക്. അടിയന്തിരം' ക്രാമർ കോട്ടു വലിച്ചിട്ട് തൊപ്പി തട്ടി നേരെയാക്കി.

"നാശം! ആ തന്തയില്ലാത്തവന് ഇപ്പോൾ എന്താണവോ ആവശ്യം."

മൃദുവായ ഹിമകണങ്ങളിൽ തട്ടി തെന്നിപ്പോകുന്നതുപോലെ ക്രാമർ കവാത്തു മൈതാനിയുടെ ഗേറ്റിലേക്ക് ഓടി. എത്രനേരത്തേക്കുണ്ടാകും ചെറുത്തുനിൽപ്പ്. ഹോഫൽ എല്ലാം പറഞ്ഞുകഴിഞ്ഞിരിക്കുമോ? സ്വന്തം കാര്യത്തിൽ ക്രാമർക്ക് ഒട്ടും ഭയം തോന്നാറില്ല. വരുന്നതു വരട്ടെ എന്നാണ് അയാളുടെ ഭാവം. സാഹചര്യം എത്രമാത്രം അപകടപൂർണമായാലും അതിന്റെ മുമ്പിൽ അയാൾ ഒരിക്കലും ദുർബലനാകാറില്ല. ഒരിക്കലും നാഡീസ്പന്ദനം നിലതെറ്റാറില്ല. എല്ലാം തന്നിൽതന്നെ അന്തർലീനമാക്കിവെക്കാനുള്ള അനുഗൃഹീതമായ കഴിവുമൂലം എല്ലായ്പ്പോഴും അയാളുടെ തലച്ചോറ് ശാന്തതയോടെ വർത്തിച്ചുപോന്നു. ആന്തരികമായ വികാരവിഭ്രമങ്ങൾ എന്തുതന്നെയായാലും, തന്നെയും തന്റെ ശത്രുക്കളെയും കീഴടക്കുമാറ് പ്രശാന്തതയോടെ അയാൾ ഉറച്ചുനിന്നു.

വീണ്ടും ഇത്തരമൊരു മനഃസ്ഥിതിയോടെയാണ് അയാൾ റീനിബോത്തിന്റെ മുറിയിൽ എത്തിയത്. ആ യുവാവ് കാലുകൾ ആട്ടിക്കൊണ്ട് മേശപ്പുറത്തു കയറിയിരിക്കുകയായിരുന്നു. ക്രാമർക്ക് ഒരു സിഗററ്റ് നീട്ടിക്കാണിക്കാനുള്ള ഉപചാരംവരെ അയാൾ പ്രകടിപ്പിച്ചു.

"ഞാൻ പുക വലിക്കാറില്ല."

"ശരി, നമ്മുടെ ക്യാമ്പ് സീനിയർ പുകവലിക്കുകയില്ല. യാതൊരു ചീത്തശീലവുമില്ലാത്ത വിശേഷപ്പെട്ട ഒരാൾ." ആ പുച്ഛം ഏറ്റു എന്നോ ഏറ്റില്ല എന്നോ കാണിക്കുന്ന യാതൊരു പ്രതിഫലനവും ക്രാമറുടെ മുഖത്തു കണ്ടില്ല. സിഗററ്റ് കൊളുത്തുമ്പോൾ റീനിബോത്ത്, തീരുമാനിച്ചു. ഇനി ലക്ഷ്യത്തിലേക്കു തന്നെ എയ്യുകയാണ് നല്ലതെന്ന്.

"നിങ്ങൾ ഹോഫലിനെപ്പറ്റി അറിഞ്ഞുകാണുമല്ലോ?"

"ശരി, സാർ, റിപ്പോർട്ട് ഫ്യൂഹറർ; ഒരു കുട്ടിയെ ഒളിച്ചുവെച്ചതിന്റെ പേരിൽ കലവറമുറിയിലെ രണ്ടുപേരെ അറസ്റ്റ് ചെയ്തു എന്നറിഞ്ഞു."

"നല്ലപോലെ വിവരം കിട്ടിയിട്ടുണ്ടല്ലോ."

"ക്യാമ്പ് സീനിയർ എന്ന നിലയ്ക്ക് അത് ആവശ്യമാണല്ലോ."

"എന്നാൽ ഇന്നലെരാത്രി ബങ്കറിൽ എന്താണ് സംഭവിച്ചത് എന്നും നിങ്ങൾ അറിഞ്ഞിരിക്കും."

"ഇല്ല."

"നിങ്ങൾ അറിഞ്ഞില്ലേ?"

"ഇല്ല."

"ഹോഫൽ മരിച്ചുപോയി."

ഒരു കൈത്തോക്കിന്റെ കുഴലിൽക്കൂടിയാണ് താൻ നോക്കുന്നത് എന്നമട്ടിൽ റീനിബോത്ത് കണ്ണുകൾ ഇറുക്കിപ്പിടിച്ചു നോക്കി. അയാൾക്ക് ഒന്നും മനസിലാക്കാൻ സാധിച്ചില്ല. ക്രാമറിന്റെ കണ്ണുകളിലോ മറ്റേതെങ്കിലും അവയവങ്ങളിലോ യാതൊരു പ്രതികരണവും തെളിഞ്ഞു കാണാനയാൾക്ക് സാധിച്ചില്ല. ആ മനുഷ്യന്റെ തലയ്ക്കകത്ത് എന്താണ് നടക്കുന്നത് എന്നയാൾക്കു കണ്ടുപിടിക്കാനും ആയില്ല. ഒരു കാര്യം അവിടെ പ്രത്യക്ഷമായിരുന്നു. അതെ നീ പറയുന്നതു ശുദ്ധ നുണയാണ് എന്ന കാര്യം.

ക്രാമറുടെ ഈ സമാധാനം കണ്ടപ്പോൾ റീനിബോത്തിന്റെ നില തെറ്റി. അയാൾ ഉദാസീനമായി, പുറംതിരിഞ്ഞ് ഇരുന്നുകൊണ്ട് പറഞ്ഞു.

"വൈകുന്നേരം ഹാജർവിളിക്ക് രണ്ടുപേരുകൾ വെട്ടിക്കളഞ്ഞേക്കൂ. ഹോഫലിന്റെയും ആ പോളണ്ടുകാരൻ വൂസിസ്സിന്റേയും."

"ക്രോപ്പിൻസ്കി."

റീനിബോത്തിന്റെ ആത്മവിശ്വാസം ഒന്നുകൂടി കുഴഞ്ഞു. അയാൾ രോഷത്തോടെ പിറുപിറുത്തു.

"അതെ. അതുതന്നെ. ക്രോപ്പിൻസ്കി."

സ്വന്തം ചങ്കൂറ്റത്തെക്കുറിച്ചുള്ള വിശ്വാസം നശിച്ചുതുടങ്ങിയപ്പോൾ റീനിബോത്തിന് തെറ്റുകൾ പറ്റാൻ തുടങ്ങി.

"സമയത്തിനുതന്നെ അവർ സ്ഥലംവിട്ടു അല്ലേ?" ചുണ്ടുകൾ കോട്ടിക്കൊണ്ട് അയാൾ അന്വേഷിച്ചു. എത്ര വിഷമയമായ കാര്യമായാലും ശരി, സുഗമമായി, ലളിതമായി പറയാൻ അയാൾക്ക് അന്യാദൃശമായ മിടുക്കുണ്ടായിരുന്നു.

"നിങ്ങൾക്ക് സന്തോഷമായി ഇല്ലേ? അങ്ങനെയല്ലേ." അയാളുടെ കള്ളനോട്ടം ക്രാമറുടെ മുഖത്തു പതിഞ്ഞു.

"ഒരു കൊച്ചു കുഴപ്പമുണ്ടായി അവരുടെ ബഹുമാനിതമായ നിയന്ത്രണത്തിനുമുമ്പ് സർവതും അവർ തുറന്നു പറഞ്ഞു." വീണ്ടും പാളിയുള്ള ആ കള്ളനോട്ടം. ക്രാമർ പുരികം പൊന്തിച്ചു.

"ഹോ, നിങ്ങൾക്ക് കുട്ടിയെ കണ്ടുപിടിക്കാൻ സാധിച്ചുവോ?"

ഈ ചോദ്യം കുറുക്കനെ വെളിയിൽ ചാടിച്ചു. റീനിബോത്ത് ഒരു തെറ്റുകൂടി ചെയ്തു.

"കുട്ടിയോ? ങ! എനിക്ക് ആ കുട്ടിയോട് വളരെയേറെ കടപ്പാട് തോന്നുന്നുണ്ട്. അവനാണല്ലോ ഇതിനെല്ലാം കളമൊരുക്കിയത്."

ഇതാ കള്ളത്തിന്റെ വൻകുമിള പൊട്ടിച്ചിതറി കഴിഞ്ഞു.

ഏറ്റു പറയാൻ ആർക്കെങ്കിലും സാധിക്കുമെങ്കിൽ അതു ഹോഫലിനു മാത്രമാണ്. ക്രോപ്പിൻസ്കിക്ക് യാതൊന്നുമറിയില്ല. ഹോഫൽ ജീവിച്ചിരിക്കുന്നു. അയാൾ യാതൊന്നും സമ്മതിച്ചിട്ടുമില്ല.

അവർ വെറുതെ ഭയപ്പെടുത്താൻ അതുമിതുമൊക്കെ പറയുകയാണ്.

താൻ കുറെ അധികം പറഞ്ഞുപോയോ എന്ന ഭയമായി റീനിബോത്തിന്. അവസാനം ഒരു ശ്രമംകൂടി നടത്തിക്കളയാമെന്ന് ഉദ്ദേശിച്ച് അയാൾ പതുക്കെ എഴുന്നേറ്റു ക്രാമറെ സമീപിച്ചു. കണ്ണുകൾ ചെറുതാക്കി അയാളെ ഉഴിഞ്ഞുനോക്കിക്കൊണ്ടു പറഞ്ഞു.

"ശരി. അവരുടെ പേരുകൾ വെട്ടിക്കളഞ്ഞേക്കൂ."

ക്രാമർ തന്റെ നേരെ വന്നു പതിക്കുന്ന തീക്ഷ്ണമായ ആ നോട്ടം ഗൗരവത്തോടെ ചെറുത്തുനിന്നു. അയാളുടെ കൺപോളകൾപോലും അനങ്ങിയില്ല. തികഞ്ഞ ആത്മനിയന്ത്രണത്തോടെ അവർ അന്യോന്യം നോക്കിനിന്നു.

റീനിബോത്തിന്റെ നോട്ടം രൂക്ഷവും ഭയാവഹവുമായി. തന്റെ ഉള്ളിൽ എന്തോ ഒന്ന് ക്രാമറുടെ നേരെ പൊട്ടിച്ചീറുന്നുണ്ട് എന്ന് ആ യുവാവിന് മനസിലായി. പക്ഷെ ഉള്ളിൽ നടക്കുന്ന വിപ്ലവത്തിന്റെ ഒരു നേരിയ അലപോലും പുറത്തേക്ക് പ്രകാശിപ്പിക്കാതിരിക്കാൻ ആ കൗശലക്കാരനു സാധിച്ചു. അയാൾ കർക്കശമായി കൈവീശി ക്രാമറെ പറഞ്ഞയച്ചു.

ക്രാമർ പോയിക്കഴിഞ്ഞപ്പോൾ റീനിബോത്ത് സിഗററ്റ് വലിച്ചെറിഞ്ഞു, പോക്കറ്റിൽ കൈ തിരുകി തന്റെ കസേരയിലേക്ക് വീണു. മുമ്പിലുള്ള ശൂന്യതയിലേക്ക് തുറിച്ചുനോക്കി മനശ്ശാസ്ത്രപരമായ തന്റെ സമീപനത്തിലേക്കിതാ ഒരു കുരങ്ങനെ താൻ വലിച്ചെറിഞ്ഞിരിക്കുന്നു.

അവർ വാസ്തവത്തിൽ ഹോഫലിനെ കൊന്നിരിക്കുമോ? മരിച്ചു എന്ന നിലയിൽ ജീവനുള്ള ഒരു മനുഷ്യനെ പട്ടികയിൽ നിന്ന് വെട്ടിക്കുറയ്ക്കുകയോ? ഇതിനു മുമ്പ് ഇങ്ങനെയൊന്നും ചെയ്തിട്ടില്ല. ദുഃഖിതനായാണ് ക്രാമർ തന്റെ മുറിയിലേക്ക് മടങ്ങിയത്.

റീനിബോത്ത് തന്നോട് പറഞ്ഞത് നേരായിരിക്കുമോ? ഈ നുണ യുടെ ചങ്ങലയുടെ ആരംഭം എവിടെയാണ്. കുട്ടിയുമായി ഇതിനു യാതൊരു ബന്ധവുമില്ല!

ഹോഫലിനെ ബങ്കറിൽ അടച്ചതിനുശേഷം അപകടസമ്പൂർണമായ, പൈശാചികമായ എത്രയെത്ര നീണ്ടമണിക്കൂറുകൾ കഴിഞ്ഞിരിക്കുന്നു. മേലിലും കൊഴിഞ്ഞുവീഴുന്ന മണിക്കൂറുകൾ ഓരോന്നും അകവും പുറവും തുളയ്ക്കുന്ന മട്ടിൽ ഗുണ്ടുകളെപ്പോലെ പൊട്ടിച്ചീറിയേക്കാം. ചാട്ടവാറുകൾ ഉലയുന്നതോടൊപ്പം ബ്ലോക്ക് ഫ്യൂഹറർമാരെല്ലാം വന്നെ ത്തും. ക്യാമ്പിലുള്ള കമാന്റോവിലും സംഘടനയിലെ സഖാക്കൾ താമ സിക്കുന്ന ബ്ലോക്കുകളിലുമെല്ലാം അവർ പറന്നെത്തും. നിമിഷനേരത്തി നിടയിൽ എല്ലാവരേയും തപ്പിയെടുക്കും.

ബങ്കറായിരിക്കും അവരുടെ അവസാനത്തെ വിശ്രമസങ്കേതം.

റീനിബോത്തിന്റെ അടുക്കലേക്ക് ഓടിപ്പോകുമ്പോൾ താൻ ഹിമ കണങ്ങളിലൂടെയാണ് നടക്കുന്നത് എന്ന് ക്രാമർക്ക് തോന്നിയിരുന്നു. എന്നാൽ മടങ്ങുമ്പോൾ വൈതരണിയുടെ മുകളിലുള്ള ഒറ്റയടിപ്പാതയി ലൂടെയാണ് തന്റെ യാത്ര എന്നയാൾക്ക് തോന്നിപ്പോയി. അയാൾ ഗുമസ്തന്മാരുടെ മുറിയുടെ മുമ്പിലൂടെ കടന്നുവരുമ്പോഴാണ് ഗേറ്റിന്റെ അടുത്തുള്ള പ്രധാന ഉച്ചഭാഷിണിയിലൂടെ ഒരാഹ്വാനം കേട്ടത്. "ക്യാമ്പ് ഇലക്ട്രീഷൻ ഗേറ്റിലേക്കു വരണം." ക്രാമർ ഒന്നുനിന്നു വീണ്ടും ഇതാ കൽപ്പന ആവർത്തിക്കുന്നു. "ക്യാമ്പ് ഇലക്ട്രീഷൻ ഗേറ്റിലേക്ക്! വേഗം വേഗം എത്തണം." ക്രാമർ തിരിഞ്ഞ് ഇലക്ട്രീഷന്മാരുടെ ബാരക്കിലേക്ക് ഓടി. തന്റെ ഉപകരണങ്ങളടങ്ങുന്ന സഞ്ചിയും തോളിലിട്ട് സ്കൂപ്പ് അയാളുടെ നേരെ നടന്നടുക്കുന്നുണ്ടായിരുന്നു.

"കേൾക്കൂ വാൾട്ടർ! നമ്മുടെ പ്ലാൻ ഫലിച്ചു." അവർ കുറച്ചുനേരം സംസാരിച്ചു.

"ഹോഫൽ മരിച്ചു എന്നാണവർ പറയുന്നത്."

സ്കൂപ്പിന്റെ കണ്ണുകൾ വട്ടച്ചു.

"അയ്യോ! ദൈവമേ! വാൾട്ടർ!"

"ഹെൻറിച്ച്, ഓടിക്കോളൂ, ഒരുപക്ഷെ നിങ്ങൾക്കു യാഥാർഥ്യം കണ്ടു പിടിക്കാനായേക്കും."

സ്കൂപ്പ് വേഗത്തിൽ നടന്നുപോകുന്നതു ക്രാമർ നോക്കിക്കൊണ്ടു നിന്നു.

ഹോർസ്റ്റെ വാക്കു പാലിച്ചു. യാതൊരു കാരണവും കൂടാതെ ബങ്ക റിലെ വിദ്യുൽപ്രവാഹം നിലച്ചു. ഫ്യൂസുകൾ കത്തി ചാമ്പലായി. സ്കൂപ്പ് മാൻഡ്രില്ലിന്റെ മുറിയിലുള്ള സ്റ്റോവ് പരിശോധിക്കുമ്പോൾ ഫോർസ്റ്റെ വേണ്ട സഹായംനൽകി. സംശയത്തോടെ മാൻഡ്രിൽ അവരെ നോക്കി ക്കൊണ്ടുനിന്നു. തന്റെ സാമ്രാജ്യത്തിൽ മറ്റ് തടവുകാർ പ്രവേശിക്കുന്നത് അയാൾക്ക് ഇഷ്ടമായിരുന്നില്ല. ഫോർസ്റ്റെയും സ്കൂപ്പും തമ്മിൽ നിശ്ശബ്ദമായ ഒരു പരസ്പരധാരണയിൽ എത്തിയിരുന്നു. അവർ

യാതൊരു പരിചയഭാവവും നടിച്ചില്ല. എന്താണ് ചെയ്യേണ്ടത് എന്നു വളരെ ചുരുക്കി കാര്യമാത്ര പ്രസക്തമായ രീതിയിൽ സ്കൂപ്പ് ദ്വാര പാലകനോട് പറഞ്ഞുകൊടുത്തു. സ്കൂപ്പ് സ്റ്റോവിന്റെ ആണികൾ അഴിക്കുമ്പോൾ ഫോർസ്റ്റെ അത് അമർത്തിപ്പിടിച്ചുകൊണ്ടുനിന്നു. വളരെ ശ്രദ്ധയോടെ സ്കൂപ്പ് സ്റ്റോവിന്റെ ഭാഗമെല്ലാം പരിശോധിച്ചു. അയാൾക്ക് യാതൊരു തകരാറും കണ്ടുപിടിക്കാനായില്ല.

"സ്റ്റോവിൽ തകരാറൊന്നുമില്ല." വാചാലതയുടെ ലക്ഷണത്തോടെ അയാൾ പറഞ്ഞു. "ഈ വകയിലാണ് സാധാരണ ഷോർട്ട് സർക്യൂട്ട് ഉണ്ടാക്കുക."

മാൻഡ്രിൽ കടുത്ത സ്വരത്തിൽ പറഞ്ഞു: "വായിട്ടലയ്ക്കു ന്നത് നിർത്തി കാര്യം വല്ലതും നോക്കിയാട്ടെ."

"ശരി, സാർ, ഹെപ്റ്റംസ്കാർ ഫ്യൂഹറർ" സ്കൂപ്പ് അനുസരണയോടെ മറുപടി പറഞ്ഞു. അയാൾ തന്റെ സംഭ്രമം ഫോർസ്റ്റിലേക്കു മാറ്റി. ഒരു സ്വിച്ച് കാര്യമായി പരിശോധിക്കുന്നതിനിടയിൽ അയാൾ അഭിപ്രായപ്പെട്ടു. "സമ്പർക്കം തീരെ നിലച്ചിരിക്കുന്നു."

ഒരു തടവുകാരന്റെ ആന്തരികമായ ജന്മവാസന ഉപയോഗിച്ച് ആ ദ്വാരപാലകൻ ആ അടയാളത്തിന്റെ കാതൽ ക്ഷണത്തിൽ മനസിലാക്കി. പെട്ടെന്ന് മാൻഡ്രാക്കിന്റെ സാന്നിധ്യത്തിലും തങ്ങളുടെ ആശയങ്ങൾ കൈമാറാൻ ആവശ്യമായ ഒരു ഉപാധി തടങ്കൽ പാളയത്തിലെ ആ രണ്ടു അന്തേവാസികൾ കണ്ടുപിടിച്ചു കഴിഞ്ഞിരുന്നു.

"ഹോപ്റ്റംസ്കാർ ഫ്യൂഹറർ തന്നെയാണ് ഉപകരണങ്ങൾ മുഴുവനും കർശനമായി പരിശോധിച്ചത്. പക്ഷെ ഒന്നും കണ്ടുപിടിക്കാൻ സാധിച്ചിട്ടില്ല." ഫോർസ്റ്റെ പറഞ്ഞു.

"നമുക്ക് മുകളിലെ കമ്പികൾ ഒന്നു നോക്കാം. ഒരുപക്ഷെ അവിടെ ആയിരിക്കും ഷോർട്ട് സർക്യൂട്ട്." എന്ന് വളരെ നിഷ്കളങ്കമായി പറഞ്ഞുകൊണ്ട് സ്കൂപ്പ് ഫോർസ്റ്റെയുടെ സംഭാഷണത്തിന്റെ വ്യംഗ്യാർഥം മറച്ചുവെച്ചു.

അവർ അന്വേഷിക്കുന്നത് സംഘടനയെപ്പറ്റിയുള്ള വിവരങ്ങളാണ്. ഹോഫൽ ഇതേവരെ മരിച്ചിട്ടില്ല. ഇങ്ങനെയൊക്കെയാണ് സ്കൂപ്പ്! ഫോർസ്റ്റെയുടെ വാക്കുകളെ വ്യവഹരിച്ചത്. അതൊരു വിലപ്പെട്ട അറിവുതന്നെയായിരുന്നു. അറസ്റ്റ് ചെയ്യപ്പെട്ടവരെപ്പറ്റി നിത്യവും തനിക്കറിവുതരാൻ എങ്ങനെയാണ് ഇയാളെ പറഞ്ഞേൽപ്പിക്കേണ്ടത്. കുറെയേറെ ദിവസം സംശയത്തിനിടം കൊടുക്കാതെ ഈ അറ്റകുറ്റപ്പണികൾകൊണ്ട് നടക്കാൻ സാധ്യമല്ലല്ലോ.

"എന്തിനാണ് കമ്പി വലിച്ചുനോക്കുന്നത്." പരുപരുത്ത സ്വരത്തിൽ മാൻഡ്രിൽ അന്വേഷിച്ചു.

സ്കൂപ്പ് അയാളെ സമാധാനപ്പെടുത്തി. "ഹേയ് അതൊരു എളുപ്പപ്പണിയാണ്. വേഗം കഴിയും. കമ്പി വല്ലിടത്തും പൊട്ടിക്കാണും."

അയാൾ ഫോർസ്റ്റെയെ കൊണ്ട് ഒരു കോണികൊണ്ടു വരത്തി.

ചുമരിന്റെ മേൽഭാഗത്തു പിടിപ്പിച്ചിരുന്ന കമ്പികൾ പരിശോധിക്കാനാരംഭിച്ചു. ഫോർസ്റ്റെ കോവണി പിടിച്ചുകൊടുത്തു. ഓഫീസിൽനിന്ന് അടിവെച്ച് അടിവെച്ച് അവർ ബങ്കറിന്റെ പ്രകാശമില്ലാത്ത വരാന്തയിൽ എത്തി. തന്റെ മുറിയുടെ വാതിൽക്കൽ നിലയുറപ്പിച്ച്, മാൻഡ്രിൽ അവരെതന്നെ നോക്കിക്കൊണ്ടു നിന്നു. സ്കൂപ്പ് യാതൊന്നും മിണ്ടാതെ തന്റെ പണി തുടരുകയായിരുന്നു. ഈ സാമദ്രോഹിയായ മൃഗത്തെ സൂക്ഷിക്കണം; അതേ സമയത്ത് അപകടമൊന്നും കൂടാതെ ഫോർസ്റ്റെയോടു സംസാരിക്കാൻ ഒരു വഴിയുണ്ടാക്കുകയും വേണം. അതിന്നയാൾ തലപുകഞ്ഞ് ആലോചിച്ചു. അവരുടെ ഇടയ്ക്ക് വിങ്ങിക്കെട്ടി നിന്ന നിശ്ശബ്ദത തന്നെ, എന്തെങ്കിലും തരത്തിലുള്ള മൗനഭഞ്ജനത്തിനുവേണ്ടി വെമ്പുകയായിരുന്നു. പക്ഷെ അതിനൊക്കെ ഈ മാൻഡ്രിൽ ഒന്നു നീങ്ങി കിട്ടണം. അവർ ഓരോരോ ഇഞ്ചായി വരാന്തയിലൂടെ നീങ്ങി നീങ്ങിപ്പോയി അവരുടെയും മാൻഡ്രില്ലിന്റേയും ഇടയിലുള്ള ദൂരം വർധിച്ചുവന്നു. അയാൾ തങ്ങളുടെ പിന്നാലെ വരുന്നുണ്ടോ?

അയാളെ ബോധ്യപ്പെടുത്താനെന്നമട്ടിൽ അവർ ധൃതിയിൽ പണിചെയ്തു തുടങ്ങി. കേൾക്കത്തക്കവിധത്തിൽ പുറത്തുവന്നിരുന്ന വാക്കുകൾ മാൻഡ്രിൽകൂടി കേൾക്കാൻ ഉദ്ദേശിക്കപ്പെട്ടവയായിരുന്നു. "ഇതാ, ഇതാ, ആ കോണി ഇത്തിരിക്കൂടെ നേരെ പിടിക്കൂ. കുറച്ചങ്ങോട്ട്. ങ്ങ! അങ്ങനെ തന്നെ അമർത്തിപ്പിടിച്ചോളണേ....." അതിനിടക്ക് മന്ത്രിക്കാനും താഴ്ന്നസ്വരത്തിൽ ശ്വാസം പിടിച്ചു വർത്തമാനം പറയാനും അവർ അവസരം കണ്ടു.

"ഞാൻ നിങ്ങളുടെ ഒഴിവുസമയത്ത് നിങ്ങളെ കാക്കും."

ഫോർസ്റ്റെയുടെ മറുപടിക്കു കാക്കാതെ സ്കൂപ്പ് മുകളിലേക്കു കയറി; അവിടത്തെ കമ്പികൾ പരിശോധിച്ചു.

അവർ രണ്ടുപേരും മാൻഡ്രിലിനെ സസൂക്ഷ്മം വീക്ഷിക്കുന്നുണ്ടായിരുന്നു. ഫോർസ്റ്റെ രസത്തോടെ ഇലക്ട്രീഷന്റെ വേലകൾ നോക്കി. സ്കൂപ്പ് താഴെയിറങ്ങി കോണി കുറച്ചുകൂടി അകലത്തിലേക്ക് നീക്കിക്കൊണ്ടുപോയി. "ഇനിയും നമുക്ക് അവസാനത്തെ ഭാഗംകൂടെ ഒന്നു നോക്കിക്കളയാം....."

ഫോർസ്റ്റെ പറഞ്ഞു. "ഹോഫൽ വിട്ടുപറയുകയാണെങ്കിൽ ഞാൻ കുനിഞ്ഞു ഷൂസിന്റെ ചരടുകെട്ടാം."

കൂടുതൽ വിവരം അറിയാമെന്ന് ഉറപ്പായിരിക്കുന്നു. അയാൾ മുകളിലേക്ക് കയറി. കുറച്ചുകഴിഞ്ഞപ്പോൾ ഫോർസ്റ്റെയോട് പറഞ്ഞു.

"എല്ലാം ശരിയായിരിക്കുന്നു." അവരുടെ കണ്ണുകൾ ഒന്നിടഞ്ഞു. പരസ്പരം പറയാൻ ഒന്നും ഉണ്ടായിരുന്നില്ല. രണ്ടുപേരും കൂടി കോണി ചുമന്നു മുൻഭാഗത്തേക്കു തന്നെ ചെന്നു.

"ശരി എന്തായി" മാൻഡ്രിൽ മുരണ്ടു.

സ്കൂപ്പ് സങ്കടപൂർവം ചുമൽകുലുക്കി.

"മുകളിലെ കമ്പികളിൽ കുഴപ്പമൊന്നും കാണാനില്ല. ഇനി പുറത്തു പോയി കണക്ഷൻ പെട്ടിയിൽ ഒന്ന് നോക്കാമെന്നു വിചാരിക്കുകയാണ്."

മുകളിലത്തെ കമ്പികൾ ബങ്കറിന്റെ മോന്തായത്തുനിന്ന് താഴെ ബോക്സുവരെ നീണ്ടുകിടന്നു. ഭൂമിയിൽനിന്ന് അൽപ്പം പൊന്തിയായിരുന്നു അതിന്റെ നില. അവിടെ കമ്പിവിട്ടുകിടന്നിരുന്നു, സ്കൂപ്പ് ഒന്നു ചിരിച്ചു. ഫോർസ്റ്റെ വിവേകവും മുൻകരുതലും ഉള്ളവൻതന്നെ.

നിസ്സാരമായ ആ കുഴപ്പം സ്കൂപ്പ് ധൃതഗതിയിൽ നേരെയാക്കി, ബങ്കറിലേക്ക് മടങ്ങി പുതിയ ഫ്യൂസുകൾ ആണിയടിച്ച് ഉറപ്പിച്ചു. ബങ്കറിൽ വെളിച്ചം പരന്നു.

മുരടനാണെങ്കിലും മാൻഡ്രിൽ സംതൃപ്തനായി.

"എന്തായിരുന്നു കുഴപ്പം!"

"കാര്യമായി ഒന്നുമില്ലായിരുന്നു, ഹെർ ഹെപ്റ്റസ്കാർഫ്യൂഹറർ! നിലത്തെ കണക്ഷൻ പെട്ടിയിൽ അൽപ്പമൊരു ഷോർട്ട് സർക്യൂട്ട് ഉണ്ടായിരുന്നു."

"എന്താണ് അത് ആദ്യം നോക്കാതിരുന്നത്?"

നിഷ്കളങ്കത അഭിനയിച്ചുകൊണ്ട് സ്കൂപ്പ് പറഞ്ഞു.

"ആദ്യംതന്നെ എവിടെയാണ് തകരാറ് എന്നു കണ്ടുപിടിക്കാനാകുമോ!"

മാൻഡ്രില്ലിന് വിദഗ്ധനായ ഈ പണിക്കാരനോട് ഒരു മറുപടിയും പറയാൻ തോന്നിയില്ല. കൈകൊണ്ട് അധികാരപൂർവം ഒരാംഗ്യംകാട്ടി അയാൾ സ്കൂപ്പിനെ പോകാൻ അനുവദിച്ചു. സ്കൂപ്പ് തന്റെ സഞ്ചി തോളിൽ തൂക്കി, ഇലക്ട്രീഷൻ ക്യാമ്പ് വിട്ടുപോകുന്നതൊന്ന് തിരിഞ്ഞു നോക്കിയതുംകൂടിയില്ല ഫോർസ്റ്റെ.

സ്കൂപ്പ് റിപ്പോർട്ട് ചെയ്തത് ക്രാമർ ശ്രദ്ധിക്കുന്നുണ്ടെന്ന് ഭാവിച്ചു. മേശപ്പുറത്ത് കൈകൾ പരത്തിവെച്ച് അതിൽ തലതാങ്ങി തന്റെ സാധാരണമട്ടിൽ ഇരിക്കുകയായിരുന്നു ക്രാമർ. പക്ഷെ ക്രാമറുടെ ശ്രദ്ധ എപ്പോഴേ അവസാനിച്ചിരുന്നു. തങ്ങൾ മാൻഡ്രില്ലിന്റെ ശ്രദ്ധയെ വ്യതിചലിപ്പിക്കുവാൻ നടത്തിയ വേലത്തരങ്ങളെപ്പറ്റി വലിച്ചുനീട്ടി സംസാരിക്കുകയായിരുന്നു സ്കൂപ്പ്. അപ്പോൾ ഹോഫൽ ചെറുത്തുനിന്നിരിക്കുന്നു.

ഹോഫലിന്റെ അറസ്റ്റിനുശേഷം തന്റെ മനസ്സ് എത്ര വ്യാകുലമായിരുന്നു എന്നിപ്പോഴേ അയാൾക്ക് ബോധ്യമായുള്ളൂ. ഈ മനുഷ്യന്റെ നേർക്ക് പരുപരുത്ത ഒരു തരം സ്നേഹം എപ്പോഴും ക്രാമർക്ക് തോന്നിയിരുന്നു, അയാൾ ഹോഫലിനെ ശപിച്ചിരുന്നു. പക്ഷെ ഇതാ വീണ്ടുമയാൾ ഹോഫലിനെ സ്നേഹിക്കാൻ തുടങ്ങിയിരിക്കുന്നു.

"അപ്പോൾ ഹോഫലാണ് ഇതിന്റെയെല്ലാം നേതാവ് അല്ലേ?"

സ്കൂപ്പിന്റെ ചോദ്യം ക്രാമറെ ഞെട്ടിച്ചു.

പക്ഷെ ആ ചോദ്യം തനിക്കുതന്നെ ഭയഹേതുകമാണെന്ന മട്ടിൽ സ്കൂപ്പ് പെട്ടെന്നു പറഞ്ഞു.

“വേണ്ട. മറുപടി പറയണമെന്നില്ല.”

ക്രാമർ കണ്ണുകൾ ഉയർത്തി ഒന്നും മിണ്ടാതെ സ്കൂപ്പിനെ നോക്കി. അയാൾക്ക് ഉത്തരംകിട്ടി. പിന്നെ യാതൊന്നും അയാൾ ചോദിച്ചില്ല. സ്വന്തം ചിന്തകളിൽ ലയിച്ച് അവർ അന്യോന്യം നോക്കിക്കൊണ്ടിരുന്നു. ക്രാമറിൽ അവശേഷിച്ചിരുന്ന ദുശ്ശാഠ്യത്തിന്റെ അവസാന കണികകൂടി അലിഞ്ഞ്, അതിന്റെ സ്ഥാനത്ത് ഹോഫലിനോടുള്ള സഹോദരസ്നേഹം ആർത്തിരമ്പി. ആ കുട്ടിയുടെ കാര്യത്തിൽ കാണിച്ച അബദ്ധത്തിന് ഇങ്ങനെയൊരു പരിണാമമാണ് ഉണ്ടായത്.

അയാൾ ആലോചനയോടെ മുമ്പിലേക്കു തന്നെ നോക്കി കൊണ്ടിരുന്നു.

“നമുക്ക് ഒരു കൈ നോക്കണം. അവരെ എങ്ങനെയെങ്കിലും ബങ്കറിൽ നിന്നു വിമോചിപ്പിക്കണം.” സ്കൂപ്പ് അഭിപ്രായപ്പെട്ടു.

വിശ്വാസം വരാത്തമട്ടിൽ ക്രാമർ ചിരിച്ചു. “പക്ഷെ എങ്ങനെ സാധിക്കുമത്?”

“സ്വീലിങ്ങിനെ പിടിച്ചിട്ടു തന്നെ.” മറുപടി പറഞ്ഞത് വളരെ എളുപ്പത്തിലായിരുന്നു എങ്കിലും അത് ഒരു നിമിഷത്തെ ആലോചനയുടെ ഫലമായിരുന്നില്ല.

ക്രാമർ അതു നിസ്സാരമാക്കി. “അവരെ ഇതിനകത്തു പിടിച്ചിട്ടതു തന്നെ ആ തന്തയില്ലാത്തവന്റെ വേലയാണ്. അത് എനിക്കറിയാം.” സ്കൂപ്പ് തലയാട്ടി. “പിപ്പിഗ്ഗ് പറഞ്ഞിരുന്നു. അതുകൊണ്ടു തന്നെയാണ് ആ വഴിക്കു പരിശ്രമിക്കണമെന്നു ഞാൻ പറയുന്നത്. ആ പ്രത്യേക കമ്പനിയുടെ കാര്യത്തിൽ അങ്ങനെയാണല്ലോ ഉണ്ടായത്.” ക്രാമർക്ക് വിശ്വാസം വന്നില്ല. “അതു കാര്യം വേറെ. ക്രിമിനൽ പുള്ളികളുടെ വ്യാപകമായ ഒരു വഞ്ചനയുടെ ഫലമായി കുറെക്കാലം മുമ്പ് കുറെ രാഷ്ട്രീയ തടവുകാരെ ‘കഠിനാധ്വാനം’ ചെയ്യാനുദ്ദേശിച്ചിരുന്ന കമ്പനിയിൽ ഉൾപ്പെടുത്തുകയുണ്ടായി. പക്ഷെ ക്യാമ്പിലെ അവരുടെ മറ്റു സഖാക്കളുടെ ഉറച്ച നിലപാടുമൂലം താമസിയാതെ അവരെയെല്ലാം വിടേണ്ടതായി വന്നു.” ക്രാമറുടെ ഈ വൈമുഖ്യം കൊണ്ടുമാത്രം തന്റെ പരിപാടി വേണ്ടെന്നുവെക്കാൻ തയ്യാറായിരുന്നില്ല സ്കൂപ്പ്. അയാൾ ഉൽക്കണ്ഠയോടെ കസേരയുടെ അറ്റത്തേക്കു നീങ്ങി.

“സ്വീലിങ്ങിന് കതകിന്റെ രണ്ടു ഭാഗം തുറന്നിടാനും, ആരുടെ അപ്രിയവും സമ്പാദിക്കാതെ നോക്കണമെന്നുമാണ് മോഹം. നമുക്കത് ഉപയോഗിക്കണം. പിപ്പിഗ്ഗ് അയാളോട് സംസാരിക്കട്ടെ! ഞാൻ അങ്ങനെ പിപ്പിഗ്ഗിനോട് പറയട്ടെ.”

ഒരു നിമിഷനേരത്തേക്ക് ക്രാമർക്ക് അതിൽ പ്രതിഷേധിക്കാനാണ് തോന്നിയത്. ഭീഷണിക്കു വിധേയരായ തന്റെ സഖാക്കളെ രക്ഷപ്പെടുത്താൻ ഒരു എസ് എസുകാരനെ കരുവാക്കുന്നതിൽ അയാൾക്ക് വിരോധമൊന്നുമുണ്ടായിരുന്നില്ല. ആ പ്രത്യേക കമ്പനിയുടെ കാര്യത്തിലും അങ്ങനെയൊക്കെയാണല്ലോ ഉണ്ടായത്. രാഷ്ട്രീയക്കാരും ക്രിമിനൽ

പുള്ളികളും തമ്മിൽ അധികാരത്തെ ചൊല്ലിയുണ്ടായ വഴക്കാണ് രാഷ്ട്രീയക്കാരെ അപകടത്തിൽ ചാടിച്ചത്. പക്ഷെ ഇത്തവണ ഹോഫലിനേയും ക്രോപ്പിൻസ്കിയെയും നശിപ്പിക്കാൻ ഉദ്യമിക്കുന്നത് ഒരു എസ് എസുകാരനാണ്.

എല്ലാവരേയും വിട്ട് ആ കൊള്ളരുതാത്തവനെ ആശ്രയിക്കുക — അതൊരു വൃത്തികെട്ട ആശയമാണ്. എന്നാലും ക്രാമർ അതിനെപ്പറ്റി ആലോചിച്ചു.

ക്ലൂട്ടിക്കും കമാന്ററും തമ്മിൽ തീരാത്ത പകയാണ്. ക്യാമ്പിലെ തെമ്മാടികളുടെ ഭാഗത്താണ് ക്ലൂട്ടിക്; കമാന്റർ രാഷ്ട്രീയക്കാരുടെ സഹായിയും. അവർക്ക് സ്വീലിങ്ങിനെ വളച്ചൊടിച്ച് അയാളെകൊണ്ടു കമാന്ററുടെ അടുക്കൽ പറയിപ്പിക്കാൻ സാധിച്ചാൽ......പിപ്പിഗ്ഗിന് അത്രത്തോളം സാധിക്കുമെന്ന് ക്രാമർക്ക് ഉറപ്പുണ്ട്. ഒരു വെമ്പലോടെ സ്കൂപ്പിന്റെ കണ്ണുകൾ ക്രാമറുടെ മുഖത്ത് തന്നെ തറച്ചുനിൽക്കുകയാണ്. വേണോ വേണ്ടയോ എന്നു തീർത്തുപറയാൻ ശക്തനാകാതെ എന്തോ പിറുപിറുത്തുകൊണ്ട് ക്രാമർ മേശയുടെ അറ്റത്തൂടെ കൈ ഓടിച്ചു.

"വളരെ വളരെ ശ്രദ്ധിച്ചുവേണം ഇതിലൊക്കെ തലയിടാൻ." ക്രാമർ അവസാനം പറഞ്ഞു.

സ്കൂപ്പുമായുണ്ടായ ചർച്ചകൾക്കുശേഷം, സ്വീലിങ്ങ് മുഖേന സംസാരിച്ചാൽ തന്റെ സഖാക്കളെ വിട്ടുകിട്ടിയേക്കും എന്ന് പിപ്പിഗ്ഗിനു തോന്നി. സ്വീലിങ്ങുമായി സംസാരിക്കാൻ ഒരവസരത്തിനുവേണ്ടി കാത്തിരിക്കുകയായിരുന്നു അയാൾ. വേഗംതന്നെ ആ സന്ദർഭം വന്നു ചേർന്നു.

"തനിക്ക് ആ വഞ്ചകനെപ്പറ്റി എന്തെങ്കിലും അറിവ് കിട്ടിയോ" പട്ടികയുമായി തന്റെ മുറിയിലേക്ക് കയറിവന്ന പിപ്പിഗ്ഗിനോട് സ്വീലിങ്ങ് ചോദിച്ചു.

"ഇല്ല, ഹെർഹോപ്റ്റശ്ചാർഫ്യൂഹറർ; കിട്ടുമെന്നു തോന്നുന്നുമില്ല."

"എന്തുകൊണ്ടില്ല." തന്റെ നാക്ക് കീഴ്ചുണ്ടിലേക്കു നീട്ടിക്കൊണ്ടു അയാൾ അന്വേഷിച്ചു. പേലവഹൃദയനായ ഹോഫലിൽനിന്നു തികച്ചും വ്യത്യസ്തനായ ഒരു സൃഷ്ടിയായിരുന്നു ഈ പിപ്പിഗ്ഗ്. അയാൾ നേരെ ലക്ഷ്യംതന്നെനോക്കി. ഞാണിന്മേൽ കളിക്കാരൻ വളരെ ശ്രദ്ധിച്ചു എന്നാലും തികഞ്ഞ കണിശത്തോടെ ഓരോ അടിയും അമർത്തിവെയ്ക്കുന്നതുപോലെ പിപ്പിഗ്ഗും അവ്യക്തതയുടെ തലനാരിഴയിൽ തന്റെ ഓരോ വാക്കും കോർത്തുതുടങ്ങി.

"അക്രമി വളരെ വളരെ കൗശലത്തോടെയാണു കാര്യങ്ങൾ നടത്തിയത്." അയാൾ സൂത്രത്തിൽ ആരംഭിച്ചു. "പക്ഷെ എന്തിനാണ് അയാൾ അങ്ങനെ ചെയ്തത് എന്നു ഞങ്ങൾക്കു മനസിലായി."

"കളിപ്പിക്കരുത്. എന്താണ് സംഗതിയെന്നുവെച്ചാൽ പറഞ്ഞുതുലയ്ക്ക്,...."

"ആ മനുഷ്യന്റെ ഭാവം ഒരു ചതുരനാണെന്നാണ്. ഇതു ചെയ്താൽ താൻ ക്യാമ്പുഫ്യൂഹററുടെ നല്ലബുക്കിൽ പെടുമെന്നയാൾ കരുതി."

“എന്തിന്” സ്വീലിങ്ങ് അൽപ്പം ക്ഷീണിതനായമട്ടിൽ ചോദിച്ചു.

പിപ്പിഗ്ഗ് ഒരു നിമിഷം സന്ദേഹിച്ചുനിന്നു. ബദ്ധപ്പാടോടെ അയാൾ ചിന്തിച്ചു. എളുപ്പത്തിൽ ഒരു തീരുമാനത്തിൽ എത്തുകയുംചെയ്തു. താനിപ്പോൾ ഞാണിന്മേൽ കയറി കഴിഞ്ഞിരിക്കുന്നു. എത്രയും വേഗം മറുഭാഗത്ത് എത്തണം, എത്തിയേ തീരൂ.

“ഹോപ്റ്റശ്ചാർഫ്യൂഹറർ എന്തിനാണ് ഇതെല്ലാം അന്വേഷിക്കുന്നത്. ആ ഭൂപടത്തിൽനോക്കി പുതിയ സമരമുഖങ്ങൾ എവിടെയാണെന്നു ഒന്നുനോക്കണം.”

മനസറിയാതെ സ്വീലിങ്ങിന്റെ ദൃഷ്ടികൾ ഭൂപടം തൂക്കിയിട്ട ചുമരിലേക്കു തിരിഞ്ഞു. പിപ്പിഗ്ഗ് ആ ചലനം ഉൽക്കണ്ഠയോടെ നോക്കിക്കൊണ്ടുനിന്നു. സ്വീലിങ്ങ് വീണ്ടും തിരിയുമ്പോൾ പിപ്പിഗ്ഗിന്റെ ചുണ്ടിൽ അർഥവത്തായ ഒരു പുഞ്ചിരി പരന്നിരുന്നു. സ്വീലിങ്ങിന് ഒരു തീർച്ചയും മൂർച്ചയുമില്ലാതായി. ഇതുതന്നെ ഉദ്ദേശിച്ചായിരിക്കുമോ? അയാളും ഏതാണ്ട് ഞാണിന്മേൽ തന്നെയാണ് നടന്നത്.

ഏതായാലും ഈ ഒളിച്ചുകളിയിൽ പങ്കുചേരാൻ തന്നെ അയാൾ തീരുമാനിച്ചു.

“അപ്പോൾ, നിങ്ങളുടെ അനുമാനം ആ നീചൻ കാലം ചീത്തയാകുമ്പോൾ ഉപയോഗിക്കാനൊരു മുൻകരുതൽ എടുത്തു എന്നാണോ?”

“അതു തന്നെ” പിപ്പിഗ്ഗ് വൈരസ്യത്തോടെ പറഞ്ഞു. സംഭാഷണം ആരംഭിച്ചുകഴിഞ്ഞു. ഇനി നേരെ മുമ്പോട്ടു കുതിക്കുകയേ നിർവാഹമുള്ളൂ പിപ്പിഗ്ഗിന്.

“അതെ ചീത്ത കാലത്തേക്കൊരു മുൻകരുതൽ” അയാൾ സ്വീലിങ്ങിന്റെ ഭാഷ തന്നെ ഉപയോഗിച്ചു.

“പക്ഷെ മഴ ഏതുഭാഗത്തുനിന്നാണ് വരാൻ പോകുന്നതെന്ന് ആർക്കും അറിയില്ല.”

സ്വീലിങ്ങ് കസേരയിലേക്ക് ചാരി, നിസ്സാരഭാവത്തിൽ പക്ഷെ പൊള്ളയായ സ്വരത്തിൽ പറഞ്ഞു. “സംഗതികൾ എത്രത്തോളം വഷളാകും.”

പിപ്പിഗ്ഗിന്റെ പിരിമുറുക്കം ഒന്നു തകർന്നു. ഈ മനുഷ്യനുതന്നെ മനസിലായി കഴിഞ്ഞിരിക്കുന്നു. അയാൾ ഒരുപടികൂടി മുന്നോട്ടുനീങ്ങാൻ തീരുമാനിച്ചു.

“ഹെർ ഹെപ്റ്റശ്ചാർ ഫ്യൂരർ; അതൊക്കെ താങ്കളെ തന്നെയാണ് ആശ്രയിച്ചിരിക്കുന്നത്.” സ്വീലിങ്ങിന്റെ ജിഹ്വ വീണ്ടും താഴത്തെ ചുണ്ടിലേക്ക് നീണ്ടു. അയാളുടെ ഞരമ്പുകളുടെ സമ്മർദം ഒട്ടും കുറവായിരുന്നില്ല.

അയാൾ മിണ്ടാതിരിക്കുന്നതു കണ്ട പിപ്പിഗ്ഗ് തുടർന്നു.

“ഞങ്ങൾ വളരെ സന്തോഷത്തോടെ പറയും. ഹോപ്റ്റശ്ചാർഫ്യൂഹറർ വളരെ നല്ല മനുഷ്യനാണ്. അദ്ദേഹമാണ് ഹോഫലിനേയും ക്രോപ്പിൻസ്കിയേയും ബങ്കറിൽനിന്ന് വിമോചിപ്പിച്ചത്.”

സ്വീലിങ്ങിന്റെ ഉള്ളിലൂടെ ഊഷ്മളമായ ഒരു പ്രവാഹം പാഞ്ഞൊളിച്ചു. ഇതൊരു തുറന്ന വാഗ്ദാനമാണ്. അയാളുടെ പ്രതികരണങ്ങൾ അതിവേഗത്തിൽ അഴഞ്ഞുവീണു. തന്റെയും തടവുകാരുടെ ഇടയിലുള്ള വിടവ് തനിക്ക് അഭയം നൽകും. ഒരു ദിവസം സംഗതികൾ അപകടകരമായി കലാശിക്കും. എന്നാൽ അവർ അയാളുടെ കഴുത്തിൽ കയറിപ്പിടിക്കും. ഹോഫലിന്റെയും ക്രോപ്പിൻസ്കിയുടെയും കാര്യത്തിൽ മനസ്സാക്ഷിയുടെ കുത്തും ഉണ്ട്.

എസ് എസിന്റെ കാര്യത്തിലും ഉണ്ട് പിടികിട്ടാത്ത ഒരു ചോദ്യം. ഉണ്ടോ ഇല്ലേ! തടവുകാരെ സംബന്ധിച്ചിടത്തോളം ഒന്നുകിൽ മരണം, അല്ലെങ്കിൽ സ്വാതന്ത്ര്യം. എസ് എസുകാർക്കോ ഒന്നുകിൽ അവസാനത്തെ ആൾവരെ യുദ്ധംചെയ്യുക. അല്ലെങ്കിൽ അജ്ഞാതമായ ഒരു ഭാവിയിലേക്ക് ഓടിയകലുക. അവസാനംവരെ സമരം ചെയ്യാനുള്ള ആവേശമോ അഭീഷ്ടമോ സ്വീലിങ്ങിന് ഇല്ല. ഈ അച്ചാരം ആകർഷണീയമാണ്.

“ഞാനിതിൽ എന്തു ചെയ്യണം?” അയാൾ തീർച്ചയായും മൂർച്ചയില്ലാത്തമട്ടിൽ ചോദിച്ചു.

വിജയം! പിപ്പിഗ്ഗ് ഇതാ കയറിന്റെ അങ്ങേഅറ്റത്തേക്ക് എത്തിയിരിക്കുന്നു. കാലിന്നടിയിൽ ഉറച്ച മണ്ണാണ്.

“കമാന്ററുടെ അടുക്കൽ ഇതിനെപ്പറ്റി സംസാരിക്കാൻ വലിയ പ്രയാസമൊന്നുമുണ്ടാവില്ല. അദ്ദേഹത്തിന് രാഷ്ട്രീയ തടവുകാരെ വലിയ മതിപ്പാണെന്ന് താങ്കൾക്കറിയാമല്ലോ?”

സ്വീലിങ്ങ് പെട്ടെന്നെഴുന്നേറ്റു ധൃതിയിൽ ജനവാതിലിന്റെ അടുക്കലേക്ക് നടന്നു. അയാളുടെ ഉള്ളിൽ എന്തോ ഒന്ന് കിടന്ന് കലങ്ങി മറിയുകയായിരുന്നു. പിപ്പിഗ്ഗിനെ ആട്ടിപ്പുറത്താക്കണമോ? അതോ എല്ലാം ശരിയാക്കാമെന്ന് സമാധാനിപ്പിക്കണോ? അവ്യക്തമായി തൊട്ടുതൊട്ടില്ലെന്ന മട്ടിൽ അത് രണ്ടും പറഞ്ഞൊപ്പിച്ച് അയാൾ പിപ്പിഗ്ഗിന്റെ നേരെ തിരിഞ്ഞുകൊണ്ട് പറഞ്ഞു, “നരകം! ഇവിടെനിന്ന് ഒന്ന് ഒഴിഞ്ഞുപോകാമോ?”

പിപ്പിഗ്ഗ് തിരിഞ്ഞപ്പോൾ സ്വീലിങ്ങ് ചീറി, “തന്റെയൊക്കെ വായ ഉണ്ടല്ലോ, വായ; അതൊന്ന് അടച്ചുവെച്ചോളൂ. മനസിലാകുന്നുണ്ടോ?”

പിപ്പിഗ്ഗിനു തികച്ചും മനസിലായി. അയാൾ ഉത്തരം പറഞ്ഞു.

“പക്ഷെ ഹെർഹെപ്റ്റഷ്ചാർ ഫ്യൂഹറർ! ഈ വക കാര്യങ്ങൾ ആരുംതന്നെ കൊട്ടിഘോഷിച്ചുകൊണ്ട് നടക്കാറില്ല!”

സ്വീലിങ്ങിന് അളവറ്റ അമർഷം തോന്നി. അയാൾ മേശയ്ക്കരികെ ഇരുന്ന ഭൂപടത്തിലേക്കുനോക്കി. കുറച്ചുദിവസങ്ങൾക്കു മുമ്പ് മാത്രമാണ് അയാൾ ആ മൊട്ടുസൂചി ‘മെയിൻ സി’ ലേക്ക് മാറ്റിത്തറച്ചത്. ഇപ്പോൾ ഇതാ സമരകേന്ദ്രം. (സ്പിയർ ഹെഡ്) ഫ്രാൻക് ഫോർട്ട് ആയിരിക്കുന്നു.

മുകളിൽ പടിഞ്ഞാറൻ രണാങ്കണത്തിന്റെ വടക്കൻ മേഖലകളിലെ ‘സൂയിസ് ബർഗി’ലായിരുന്നു പിൻ. താമസിയാതെ അവർ ‘കാസ്സിലി’നെ ഉന്നംവെക്കും. അതു കഴിഞ്ഞാൽ മുന്നേറുന്നത് വെസ്റ്റ്ഫാലിയയിലേക്കായിരിക്കും, പിന്നെ ഹെസ്സി, പിന്നെ ടൂറിൻജിയ.....

തന്നെ സ്വയം പിപ്പിഗ്ഗിനു വിറ്റിരിക്കുന്നു എന്ന പൊള്ള വിചാരത്തിൽ നിന്നുദിച്ച രോഷം ഇപ്പോൾ കടുത്ത ഭയമായി ഘനീഭവിച്ചിരിക്കുന്നു.

ഹോഫലും ക്രോപ്പിൻസ്കിയും തന്റെ മനസ്സാക്ഷിയെ അലട്ടുന്നുണ്ട്. ആ തന്തയില്ലാത്തവൻ എത്ര വ്യക്തമായി കാര്യങ്ങൾ മനസിലാക്കിയിരിക്കുന്നു.

ഉച്ചയായപ്പോൾ ബോച്ചൗ ക്രാമറെ സമീപിച്ചു.

"വിശേഷം വല്ലതുമുണ്ടോ?"

"ഒന്നുമില്ലല്ലോ."

ബോച്ചൗ ചുണ്ടുകൾ അമർത്തിപ്പിടിച്ചു. അയാളുടെ ഉൽക്കണ്ഠ മുഖത്തുനിന്നു വായിക്കാമായിരുന്നു.

"എന്തെങ്കിലും ഉണ്ടായോ" ക്രാമർ ചോദിച്ചു. ബോച്ചൗ മറുപടി പറഞ്ഞില്ല. അയാൾ തൊപ്പി നെറ്റിയിൽനിന്നു തള്ളിമാറ്റി. കസേരയിൽ ഇരിക്കാൻ പോകുകയാണെന്ന മട്ടിൽ അയാൾ ഒന്നുനീങ്ങി. പക്ഷെ അയാൾ അവിടെ നിന്നതേയുള്ളൂ. ആ രഹസ്യായുധങ്ങൾ ക്രാമർ മുഖേന ഒരു രക്ഷാസ്ഥാനത്ത് എത്തിക്കുക എന്ന പ്രമേയം ഇപ്പോൾ ബോച്ചൗവിന് വിഷമകരമായി തോന്നി. ഒന്നാമതായി ആ രഹസ്യം തന്റെ സ്വന്തം അന്തേവാസികളുടെ വലയത്തിൽനിന്ന് പുറത്തുപോകും.

ക്രാമർക്കു ബോച്ചൗവിന്റെ വിഷമം മനസിലായി.

ബോച്ചൗ ഞരങ്ങി. "ഹൗ വാൾട്ടർ എന്തൊരു ജീവിതം. വാസ്തവത്തിൽ എനിക്ക് അവിടെയുള്ള ആ മനുഷ്യനെ ശപിക്കാൻ തോന്നുന്നു." അയാൾ ഉദ്ദേശിച്ചത് ഹോഫലിനെയായിരുന്നു.

"ഒന്നും സാരമാക്കല്ലെ" ഒരേസമയത്തു ക്രാമർ അയാളെ സമാശ്വാസിപ്പിക്കുകയും ശകാരിക്കുകയും ചെയ്തു; "അയാൾ നമ്മുടെ സഖാവാണ്. അയാൾ കുഴപ്പമുണ്ടാക്കി എന്നതു ശരിതന്നെ. പക്ഷെ അതിന് അയാളെ ശപിച്ചതുകൊണ്ട് എന്തു പ്രയോജനം മനുഷ്യാ! ധൈര്യമവലംബിക്കൂ."

ക്രാമറുടെ പരുപരുത്ത ഈ സൗമനസ്യം ബോച്ചൗവിന് അൽപ്പം സമാധാനമേകി.

"അതെ, അതെ, നിങ്ങൾ പറയുന്നതു ശരിയാണ്. വളരെ ശരിയാണ്." പിന്നെ വളരെ ധൃതിയിൽ നേരെയാക്കേണ്ട വേറെ ഒരു കാര്യവും കൂടെയുണ്ട്. രഹസ്യായുധങ്ങളുടെ സംഭരണത്തിന് ഉദ്ദേശിച്ചിരുന്ന വേറെ ഒരു സ്ഥലം കലവറമുറിയാണെന്നു പറഞ്ഞപ്പോൾ ക്രാമർക്ക് ഒട്ടുംതന്നെ അത്ഭുതം തോന്നിയില്ല. അയാളുടെ അഭിപ്രായത്തിൽ അതൊക്കെ വിശ്വസിച്ച് ഏൽപ്പിക്കാൻ പറ്റിയ ഒരൊറ്റ ആളേയുള്ളൂ, പിപ്പിഗ്ഗ്.

"പരിഭ്രമിക്കാതിരിക്കൂ, അയാൾ അതു ഭദ്രമായി സൂക്ഷിച്ചോളും." ക്രാമർ ബോച്ചൗവിനെ ആശ്വസിപ്പിച്ചു. അയാൾ ചാക്കുകളുടെ നമ്പറും അവ സൂക്ഷിച്ചിരിക്കുന്ന സ്ഥലവും പറഞ്ഞുകൊടുത്തു.

"ഇതിൽ എല്ലാത്തിലും പ്രയാസം യാതൊന്നും ചെയ്യാനാകാതെ വെറുതെ നോക്കിയിരിക്കാനാണ്." ക്രാമർ കീഴ്ചുണ്ട് നീട്ടി.

“ആരു പറയുന്നു ഒന്നും ചെയ്യാനാവുകയില്ലെന്ന് ഉദാഹരണമായി നമുക്ക് അവരെ രണ്ടുപേരെയും ബങ്കറിൽനിന്നുകൊണ്ടുവരാൻ ശ്രമിക്കണം.”

ഒരു തമാശ കേട്ടാലെന്നപോലെ ബോച്ചൗ ചിരിച്ചു.

“ഞാൻ ശ്രമം ആരംഭിച്ചു കഴിഞ്ഞിരിക്കുന്നു.”

ബോച്ചൗവിന്റെ പുഞ്ചിരിവാടി. “എന്താ നിങ്ങൾക്കു ഭ്രാന്തായോ?”

“ഏയ് ഒട്ടും ഇല്ല.” ക്രാമർ വൈരസ്യത്തോടെ പറഞ്ഞു. “നിങ്ങളുടെ സമ്മതം കിട്ടുമെന്നാണ് ഞാൻ വിചാരിച്ചത്.” പിന്നെ സ്കൂപ്പുമായുള്ള ചർച്ചകളെപ്പറ്റി അയാൾ വിവരിച്ചുകൊടുത്തു.

“അയാൾ ഈ സമയംകൊണ്ടു പിപ്പിഗ്ഗിനെ പോക്കറ്റിലാക്കി കാണും. അതു തീർച്ചയാണ്. പിന്നെ നമ്മുടെ പിപ്പിഗ്ഗ് ഉണ്ടല്ലോ. അയാൾ ഒരു മിടുമിടുക്കനാണ്. നമുക്കയാളെ തീർത്തും വിശ്വസിക്കാം. അയാൾ സ്വീലിങ്ങിന്റെ ദുർബലമായ വശം കണ്ടുപിടിച്ച് അവിടെ പിടികൂടി പിഴിഞ്ഞോളും. നമുക്ക് ഒന്നു ശ്രമിക്കുകയെങ്കിലും ചെയ്തുകൂടെ.”

“ഇനിയെന്ത്?” പല്ലുകൾ ഞെരിച്ചുകൊണ്ട് ബോച്ചൗ ചോദിച്ചു. അയാൾ രണ്ടു കൈകളുംകൊണ്ടു മുഖമമർത്തിപ്പിടിച്ചു. ക്രാമർ അയാളെ നോക്കി തലയാട്ടി. പരിഭ്രമം അയാളെയിട്ട് ഉലയ്ക്കുകയാണ്. അതൊരു കളപോലെ അയാളിൽ ഉടനീളം വ്യാപിച്ചിരിക്കുന്നു.

“ഞാൻ എപ്പോഴും പറയാറുണ്ട്. ബോച്ചൗ ഒരു കാതലുള്ള തടിയാണ് അയാളെ അലട്ടാൻ യാതൊന്നിനും സാധിക്കുകയില്ല എന്ന്. ഇതാ ഇപ്പോൾ കാതലുള്ള മരത്തിന്റെ സ്ഥിതിയൊന്നു നോക്കൂ.”

ബോച്ചൗവിൽനിന്നു യാതൊരു പ്രതികരണവുമുണ്ടായില്ല. മുഖം കൈകളിൽ മറച്ചുപിടിക്കുക തന്നെയാണ് ഭേദം എന്നയാൾക്കു തോന്നി. കുറെയേറെ നേരം കഴിഞ്ഞപ്പോൾ അയാൾ മുഖത്തുനിന്ന് കൈമാറ്റി. അയാളുടെ മുഖത്ത് ഒരു ക്ഷീണിച്ച പുഞ്ചിരി പരന്നിരുന്നു.

“വാൾട്ടർ പറഞ്ഞത് ശരിയാണ്. ഇപ്പോൾ ധൈര്യം വിടേണ്ട സമയമല്ല.” പോകാനായി അയാൾ എഴുന്നേറ്റു, പെട്ടെന്നു നിന്നു. “പിന്നെ സ്വീലിങ്ങുമായുള്ള ആ ഏർപ്പാട് നല്ലതാണ്. നാം കഴിവുള്ളതു മുഴുവനും നോക്കണം. ഒരൊറ്റ കല്ല് തിരിച്ചിടാതിരിക്കരുത്....” ബോച്ചൗ മുറിവിട്ടു.

തികഞ്ഞ സഹതാപത്തോടെ അയാൾ പോയവഴിയേ ക്രാമർ നോക്കിനിന്നു. ബോച്ചൗവിന്റെ ചുമലുകൾ എങ്ങനെ കുഴിഞ്ഞു താണിരിക്കുന്നു.

അന്നേദിവസം ഉച്ചയ്ക്ക് ഒരു തടവുകാരൻ ഒരു ഒടിഞ്ഞ കസേര നേരെയാക്കുന്നത് മാൻഡ്രിൽ കണ്ടിരുന്നു. ഉദാസീനമായി അയാൾ അതു നോക്കിക്കൊണ്ടിരിക്കുമ്പോൾ മരങ്ങൾ തമ്മിൽ ദൃഢമായി കൂട്ടിച്ചേർക്കുന്നതിന് അയാൾ ഒരു കൊടിൽ ഉപയോഗിക്കുന്നത് അയാൾ ശ്രദ്ധിച്ചു.

അന്ന് വൈകുന്നേരം കാസിനോവിൽ ഇരുന്നു മദ്യമാസ്വദിക്കുമ്പോൾ മാൻഡ്രിൽ വീണ്ടും ആ കൊടിലിനെപ്പറ്റിയോർത്തു. പെട്ടെന്ന് അയാളുടെ വികാരം ഉണർന്നു. ഒരു ഭാഗത്തേക്കു നീക്കിയിട്ട കസേരയും ഉപകരണങ്ങളും അയാൾ പരിശോധിച്ചു.

ഒടുവിൽ ആ കൊടിൽ ഊരിയെടുക്കാനയാൾ ശ്രമിച്ചു. വളരെ

ശക്തിയെടുത്തിട്ടേ അത് അഴിച്ചുമാറ്റുവാൻ അയാൾക്കു സാധിച്ചുള്ളൂ. ആ സമയത്ത് കാസിനോവിൽ അധികമാരും ഉണ്ടായിരുന്നില്ല. മേശയ്ക്കരികെ ഉണ്ടായിരുന്ന ചില ബ്ലോക്ക് ഫ്യൂഹറർമാർ മാൻഡ്രില്ലിന്റെ അസാധാരണമായ ചെയ്തികൾ ശ്രദ്ധിച്ചിരുന്നു. പരിചാരകപ്പണിയിൽ ഏർപ്പെട്ടിരുന്ന കുറെ തടവുകാർ ഇതു വളരെ സംശയത്തോടെയാണ് നോക്കിക്കണ്ടത്. ആ കൊടിലും കയ്യിൽ പിടിച്ചുകൊണ്ടിരുന്ന അയാളുടെ തലച്ചോർ ധൃതഗതിയിൽ പ്രവൃത്തിയെടുക്കുകയായിരുന്നു. അയാൾ ആ കൊടിൽകൊണ്ടു തന്റെ മേശയ്ക്കരികെ എത്തിയപ്പോഴും മറ്റ് ബ്ലോക്ക് ഫ്യൂഹറർമാർ ആ ക്രൂരജന്തുവിനോട് സംസാരിക്കാൻ മിനക്കെട്ടില്ല.

തന്റെ നേരെ നാലുഭാഗത്തുനിന്നു വന്നുവീഴുന്ന കള്ളനോട്ടങ്ങൾ മനസിലായപ്പോൾ നിറമില്ലാത്ത ആ ചുണ്ടുകളുടെ കോണിൽ ഒരു വളർത്ത ചിരി പ്രത്യക്ഷമായി. കാസിനോവിൽ നിന്ന് അയാൾ മടങ്ങുമ്പോൾ നേരം കുറെയായിരുന്നു.

അയാൾക്ക് പുറമെ കാണത്തക്ക വിധത്തിൽ യാതൊരു മാറ്റവും ഉണ്ടാകാറില്ല.

എത്ര ചാരായം അകത്തുചെന്നിട്ടുണ്ടോ അത്രയും നിവർന്നാണ് അയാൾ നടക്കുക. തലച്ചോറ് വട്ടം കറങ്ങുകയാണെങ്കിലും പ്രവർത്തനശക്തിക്കു കോട്ടം പറ്റുകയില്ല. എന്തോ ഒരാന്തരികശക്തി അയാളെ നിയന്ത്രിച്ചിരുന്നു.

രാത്രി അയാൾ 5-ാം നമ്പർ സെല്ലിൽ കടന്നു ചെന്നു. വെളിച്ചം പരക്കുകയും മാൻഡ്രിൽ അകത്തേക്കു കടക്കുകയും ചെയ്തപ്പോൾ നിലത്തു പറ്റിപ്പിടിച്ചു കിടന്ന ഹോഫലും ക്രോപ്പിൻസ്കിയും ഞെട്ടിപ്പിടഞ്ഞ് എഴുന്നേറ്റുനിന്നു.

“നിങ്ങൾ അതിനെപ്പറ്റി ആലോചിച്ചുവോ.” എന്നയാൾ ഹോഫലിനോടു ചോദിക്കുമ്പോൾ ആ മുഖത്തു യാതൊരു ഭാവവ്യത്യാസമോ വികാരമോ ഉണ്ടായിരുന്നില്ല. ഹോഫൽ തുപ്പലിറക്കി. അയാൾ ഒന്നും മിണ്ടിയില്ല. ഭയചകിതമായ ഒരു പാവയെപ്പോലെ അയാളുടെ ഉള്ളിൽ ഭയം ചിറകെട്ടി കിടക്കുകയായിരുന്നു. വ്യക്തമായ നിഴൽ പരത്താൻ പോലും ശക്തിയില്ലാത്ത ആ മങ്ങിയ ബൾബിന്റെ പ്രകാശത്തിൽ ആ മുറി ആടിയുലയുകയാണെന്നയാൾക്കു തോന്നി. ഒരു നിമിഷനേരത്തെ മൗനം മാൻഡ്രിൽ സഹിച്ചു, എങ്കിലും ഒന്ന് ഉണ്ടാകുമെന്ന പ്രതീക്ഷയോടെ പിന്നീട് അയാൾ ഹോഫലിന്റെ സമീപം നിന്ന ക്രോപ്പിൻസ്കിയെപ്പിടിച്ചു മുറിയുടെ മൂലയിലേക്ക് ഒരു തള്ളുകൊടുത്തു. അയാൾ ഹോഫലിനോടു ചോദിച്ചു.

“നീ വായതുറന്നു വല്ലതും പറയാൻ കണ്ടിട്ടുണ്ടോ?”

ഹോഫലിന്റെ തൊണ്ട വരണ്ടു. അയാൾ വീണ്ടും തുപ്പലിറക്കി. അയാൾ ശ്വാസംവിടുക പോലും ചെയ്തില്ല.

ആ മൂലയുടെ ഒരു ഭാഗമായി മാറാൻ ആഗ്രഹിക്കുന്നതുപോലെ അയാൾ അതിനോട് ചേർന്നമർന്നുനിന്നു. മാൻഡ്രില്ലിനു യാതൊരു ധൃതിയുമുണ്ടായിരുന്നില്ല.

"ശരി, എന്തുപറയുന്നു. നിങ്ങൾ സംസാരിക്കാൻ ഉദ്ദേശിക്കുന്നുണ്ടോ?"

നീണ്ട നിലവിളി അലച്ചലച്ച് പ്രതിധ്വനി ഉയർത്തിക്കൊണ്ടിരിക്കുന്ന ഒരു ഒഴിഞ്ഞ ശവക്കല്ലറപോലിരുന്നു ഹോഫലിന്റെ നെഞ്ച്. ക്രോപ്പിൻസ്കി നിൽക്കുന്ന മൂലയിലേക്കുതന്നെ ഓടിപ്പോയാൽ കൊള്ളാമെന്നുണ്ടായിരുന്നു അയാൾക്ക്. പക്ഷെ കാലിൽ ആരോ ചങ്ങല ഇട്ടിട്ടുണ്ട് എന്നൊരു തോന്നൽ!

"അപ്പോൾ നീ പറയില്ല അല്ലേ?"

മാൻഡ്രിൽ ഹോഫലിന്റെ അടുക്കൽചെന്ന് ആ മരപ്പണിക്കാരൻ ഉറപ്പിച്ചു വെച്ചിരുന്ന രീതിയിൽ കൊടിൽ ഹോഫലിന്റെ ചെന്നിയിൽ പിടിപ്പിച്ചു.

ഹോഫൽ ഭയാക്രാന്തനായി. അയാളുടെ കണ്ണുകൾ തുറിച്ചു. കൊടിലിന്റെ അനക്കാവുന്ന ഭാഗം കുറെക്കൂടെ അടുപ്പിച്ചു. അയാൾ ഒരു ലിവർ കൊണ്ട് അത് മുറുക്കാൻ തുടങ്ങി.

ഒരു നേരിയ, ചൂളംവിളിപോലുള്ള നിലവിളി ക്രോപ്പിൻസ്കിയിൽ നിന്നുപൊങ്ങി.

പതഞ്ഞൊഴുകുന്ന രക്തം ഹോഫലിന്റെ ചെന്നിയിൽ കിടന്നു തുടിച്ചുമറിഞ്ഞു. കണ്ഠനാളം ആരോ ഞെക്കിയമർത്തുന്നതുപോലുള്ള ഒരു ശബ്ദം അയാളുടെ വായതുറന്നു പുറത്തേക്ക് ഒഴുകി.

മാൻഡ്രിൽ പോക്കറ്റിൽ കൈതിരുകി, ഷൂസിന്റെ അറ്റംകൊണ്ടു പ്രോത്സാഹജനകമായി ഹോഫലിന്റെ വയറ്റിൽ തട്ടിക്കൊണ്ടു പറഞ്ഞു.

"എനിക്ക് ഒരു പേർ അറിയാം; നിങ്ങളുടെ. ആരാണ് രണ്ടാമൻ? പറയുമോ നിങ്ങൾ?"

ഹോഫലിന്റെ തലച്ചോറിനകത്ത് നരകാഗ്നി ആളിപ്പടരുകയാണ്. അയാൾ മുഷ്ടിചുരുട്ടി. ഭയം അയാളുടെ തൊണ്ടയിൽ അമർത്തിപ്പിടിച്ചു ഞെക്കിഞെരുക്കുന്നു.

മാൻഡ്രിൽ നാക്കിന്റെ തുമ്പുകൊണ്ട് ചുണ്ടുകൾ നനച്ചു. പതുക്കെ ഒരു കൈ പോക്കറ്റിൽ നിന്നെടുത്ത് ലിവർ ഒന്നുകൂടി മുറുക്കി ഹോഫൽ ഒന്നലറി. രണ്ടു കരിങ്കൽകട്ടകളുടെ നടുക്കാണ് അയാൾ, രക്ഷപ്രാപിക്കാൻ അസാധ്യമായവിധത്തിൽ ഭീകരമായി, തന്നെ കശക്കിയമർത്തിക്കൊല്ലുന്ന രണ്ടു കരിങ്കൽ കട്ടകളുടെ നടുക്ക്.

ക്രോപ്പിൻസ്കി മുട്ടുകുത്തി. വർണനാതീതമായ നിസ്സഹായതയും വേദനയും കൊണ്ടയാൾ പതുക്കെ ചിണുങ്ങിയിരുന്നു. അയാൾ ഇഴഞ്ഞു മാൻഡ്രില്ലിന്റെ അടുത്ത് എത്തി.

"എടാ, നായിന്റെ മോനെ! കിടക്കവിടെ! അനങ്ങിപ്പോകരുത്." എന്ന് ഗർജിച്ചുകൊണ്ട് ആ ക്രൂരൻ അയാളെ മൂലയിലേക്കുതന്നെ ഓടിച്ചു.

ആ വ്യതിയാനത്തിനിടയിൽകിട്ടിയ അൽപ്പം വിനാഴികൾ ഉപയോഗിച്ച് ഹോഫൽ തന്നെ ഞെരുക്കിയമർത്തുന്ന ആ സാധനം തട്ടിമാറ്റി. അതു കലപില ശബ്ദത്തോടെ നിലത്തേക്കു വീണു. രക്തം

അയാളുടെ തലച്ചോറിൽ കിടന്നു പുളഞ്ഞലറുകയായിരുന്നു. പെട്ടെന്ന് കണ്ണുകൾക്കുമുമ്പിൽ ഇരുട്ട് പരന്നു. അയാൾ കൈകൊണ്ട് ചെന്നിയിൽ അമർത്തിപ്പിടിച്ചു വേച്ചുവേച്ചു നീങ്ങി. പൈശാചികമായ ക്രോധാവേശത്തോടെ മാൻഡ്രിൽ ആടിയുലയുന്ന ആ മനുഷ്യന്റെമേൽ ചാടിവീണ് അയാളെ ഇടിച്ചുതാഴെയിട്ടു. പെട്ടെന്നുണ്ടായ ഈ ആക്രമണംകൊണ്ട് ഹോഫലിന്റെ ബോധം തെളിഞ്ഞു.

മഴപോലെ തന്റെ മേൽ വന്നുവീഴുന്ന അടികളിൽനിന്ന് രക്ഷപ്രാപിക്കാനായി അയാൾ അങ്ങോട്ടും ഇങ്ങോട്ടും ഉരുണ്ടു. അവിടെ ഒരു ചെറിയ ബഹളം നടന്നു. ക്ഷീണിതനായ ഹോഫൽ താമസിയാതെ മാൻഡ്രില്ലിന്റെ ശക്തിക്കടിമപ്പെട്ടു. അയാൾ ഹോഫലിന്റെമേൽ മുട്ടുകൾ ഊന്നിനിന്നു, കൈകൾ അമർത്തിപ്പിടിച്ചു, വീണ്ടും ആ കൊടിൽ ചെന്നിയിൽ ഘടിപ്പിച്ചു.

ഹോഫൽ അലറിക്കൊണ്ട് തല അങ്ങോട്ടുംഉരുട്ടി. പക്ഷെ ആ കൊടിൽ നല്ലപോലെ ഉറച്ചിരുന്നു. മാൻഡ്രിൽ ആ തുറന്ന വായ കൈകൊണ്ട് അമർത്തിപ്പിടിച്ച് ലിവർ ഒന്നുകൂടെ തിരിച്ചു.

ഹോഫലിന്റെ കണ്ണുകൾ തള്ളി.

"ആരാണ് രണ്ടാമൻ?"

നരകവേദനയനുഭവിക്കുന്ന ഹോഫൽ കടുനിലത്ത് കാലും കയ്യും ഇട്ടടിച്ചു. പേരുകൾ! പേരുകൾ?

അത് അയാളുടെ കാറുന്ന തൊണ്ടയിൽ പുറത്തേക്കുവരാൻ തയ്യാറായി പറ്റിപ്പിടിച്ചിരിക്കുകയാണ്.

"ആരാണ് രണ്ടാമൻ! പറയുമോ നീ?"

മാൻഡ്രിൽ വായിൽനിന്നു കൈ എടുത്തപ്പോൾ അടിച്ചമർത്തപ്പെട്ട ഒരു സ്വരം വാണംകണക്കെ പുറത്തേക്ക് ചാടി 'ഗ്രാർ ർ ർ ർ.....'

"ആരാണ് രണ്ടാമൻ?"

"ഗ്രാർ ർ ർ ർ ർ"

അതെ അതൊക്കെ പേരുകൾ ആയിരുന്നു. ഓരോ പേരും ഹോഫൽ അലറി. ഗ്രാർ ർ ർ ഗർ ർ ർ. പെട്ടെന്നു ക്രോപ്പിൻസ്കിയും തുടങ്ങി ഉറക്കെയുറക്കെ നിലവിളിക്കാൻ. കൈ തലയിൽവെച്ച് അയാൾ മുറവിളി കൂട്ടി.

മുറിയുടെ അന്തരീക്ഷം കൂടെ അലമുറ കൊള്ളുകയായിരുന്നു. നാലു ചുമരുകൾക്ക് ആ ആർത്തനാദം തടഞ്ഞു വെക്കാനായില്ല. അറയ്ക്കുള്ളിൽ ഉന്മാദാവസ്ഥ അഴിഞ്ഞാട്ടം നടത്തുകയായിരുന്നു.

ഹോഫലിന്റെ ചതഞ്ഞ ദേഹത്തിന്റെ മുകളിൽ കാലുകൾ കവച്ചുവെച്ചുകൊണ്ടു മാൻഡ്രിൽ എഴുന്നേറ്റുനിന്നു. ഇയാളെ കൊല്ലാനുള്ള സമയമിനിയും ആയിട്ടില്ല. മാൻഡ്രിൽ കൊടിൽ അഴിച്ചെടുത്തു.

ഭ്രാന്തുപിടിച്ചപോലുള്ള മുറവിളികൾ നേർത്തു നേർത്തു പൊള്ളയായ തേങ്ങലായി. ഹോഫൽ നീണ്ടുനിവർന്നു കിടന്നു.

മാൻഡ്രിൽ പോയി, മുറിയിലെ വിളക്കുകെട്ടപ്പോൾ ക്രോപ്പിൻസ്കി പതുക്കെ ഹോഫലിന്റെ അടുക്കലേക്ക് നീങ്ങി, വിറയാർന്ന കൈകൾ

കൊണ്ടു അയാളുടെ ദേഹമാസകലം തടവി. നിരാശയോടെ എന്തോ പിറുപിറുക്കാൻ തുടങ്ങി.

ജീവിതം എങ്ങനെയാണ് മരണത്തെ തടഞ്ഞു നിർത്തുക എന്ന് ഹോഫലിനു മനസിലായി. ചാട്ടവാറുകൊണ്ട് അടിയേറ്റപോലെ രക്തം അയാളുടെ ശരീരമാകെ പരന്നു. വേദനകൊണ്ട് തലച്ചോറു ഒഴുകിയൊഴുകി പോകുകയാണോ എന്നയാൾക്കു തോന്നി. അയാളുടെ ചിന്തകൾ പോലും അഗ്നിരേഖപോലെ ജ്വലിക്കുകയാണ്. ഹോഫൽ കിതച്ചു.

"മേരിയാൻ......ആ പേരുകൾ.....മേരിയാൻ."

ക്രോപ്പിൻസ്കി ഹോഫലിന്റെ പിടയുന്ന നെഞ്ചിൽത്തടവി.

"സഹോദരൻ നിലവിളിക്കുകയായിരുന്നു. എപ്പോഴും എപ്പോഴും നിലവിളിക്കുക മാത്രമായിരുന്നു."

ഹോഫൽ വായ തുറന്നു. അയാൾക്ക് മിണ്ടാൻ കൂടെ വയ്യായിരുന്നു. മർദനമേറ്റ അയാളുടെ വേദന ശൂന്യതയുടെ വക്കത്തോളമെത്തി. പക്ഷെ അത് ആ അനുഗൃഹീതമായ പാതാളത്തിലേക്ക് വഴുതി വീണില്ല.

"ഈശ്വരാ....." അയാൾ ചിണുങ്ങി. "എന്റെ ഈശ്വരാ....."

"ഹൗ, അധികമൊന്നും എനിക്കിതു സഹിക്കാൻ വയ്യേ...."

## II

**പി**റ്റെദിവസം ഒഴിവുസമയത്ത് ഫോർസ്റ്റെ ക്യാമ്പിലേക്കുള്ള റോഡിൽവെച്ച് ഇലക്ട്രീഷനെ കണ്ടു. അവർ പരസ്പരം നോക്കി. അയാൾ തന്റെ ഷൂസിന്റെ ചരടു കെട്ടുമോ?

ഫോർസ്റ്റെ താൻ എന്തെങ്കിലും വിധത്തിൽ ഇലക്ട്രീഷനെ ശ്രദ്ധിക്കുന്നതായി നടിച്ചില്ല. അയാൾ തലയ്ക്കു മുകളിൽ ബലമായി കൈ പൊക്കി; എന്തോ കായികാഭ്യാസം ചെയ്യുന്ന മട്ടിൽ. പിന്നീട് സ്കൂപ്പ് ഗേറ്റിന്റെ ജനൽക്കരികിലൂടെ കടന്നുപോയപ്പോൾ ഫോർസ്റ്റെ കൈ തന്റെ ഹൃദയത്തിൽവെച്ചു. സ്കൂപ്പ് ക്യാമ്പിൽ പോയി റിപ്പോർട്ടു ചെയ്തു. അയാൾക്ക് എല്ലാം മനസിലായിരുന്നു.

തടവുകാരെ വല്ലാതെ ഉപദ്രവിച്ചിരുന്നു. പക്ഷെ ഹൃദയത്തിൽ കൈ വെച്ചതിന്റെ അർഥം അവർ ധീരതയോടെ ചെറുത്തുനിന്നു എന്നായിരുന്നു.

സംഗതികൾ നടന്നിട്ടു ദിവസം രണ്ടേ ആയിരുന്നുള്ളൂ. പക്ഷെ മനഃക്ലേശംകൊണ്ട് ആണ്ടുകൾ തന്നെ കഴിഞ്ഞു പോയെന്ന് അവർക്കു തോന്നി. സംഘടന ആകെ തളർന്നു, തകർന്നു, പ്രതിരോധന സംഘത്തിലെ അംഗങ്ങളെ, അറസ്റ്റിന്റെ വാർത്ത മരവിപ്പിച്ചു കളഞ്ഞു. അതിലെ സഖാക്കൾ അന്യോന്യമുള്ള സംഭാഷണങ്ങൾപോലും വേണ്ടെന്നുവെച്ചു. ക്യാമ്പിൽവെച്ചു കണ്ടുമുട്ടുമ്പോഴെല്ലാം അഭിവാദനമായി അവർ കള്ള നോട്ടങ്ങൾ കൈ മാറുകയേയുള്ളൂ. അന്യോന്യം അറിയില്ലെന്നായിരുന്നു അവരുടെ ഭാവം. അന്തരീക്ഷത്തിൽ അപകടം തുടിച്ചു നിൽക്കുകയാണ്.

ഒന്നാമത്തെയോ രണ്ടാമത്തെയോ ദിവസങ്ങളിൽ ഒന്നും നടന്നില്ല. എന്നുവെച്ച്, സമാധാനിക്കാനുള്ള വഴിയൊന്നുമില്ല. അപകടം വഞ്ചിക്കാനായി ഒളിച്ചിരിക്കുകയാണെന്ന വിചാരം എല്ലാവർക്കുമുണ്ടായിരുന്നു. ആശ്വസിക്കാറായി എന്നു കരുതുന്ന മുഹൂർത്തത്തിൽ അത് അവരുടെ മേൽ ചാടിവീഴും.

ഐ എൽ കെ തികച്ചും ഒറ്റപ്പെട്ടിരിക്കുകയാണ്. ആ രണ്ടു ദിവസത്തിനകത്ത് ബോച്ചൗ കണ്ട ഏക വ്യക്തി ബോഗോർസ്കിയായിരുന്നു. ഹോഫലിന്റെ പെരുമാറ്റത്തെപ്പറ്റി ക്രാമർ പകർന്നുകൊടുത്ത അറിവ് ബോച്ചൗവിന് അൽപ്പമൊരു ആശ്വാസം കൊടുത്തു. ഐ എൽ കെ യുടെ ഒരു സമ്മേളനം വിളിച്ചുകൂട്ടുന്നതിൽ അപാകതയോ അപകടമോ ഇല്ലെന്നയാൾക്കു തോന്നി. ബോഗോർസ്കിയും സമ്മതിച്ചു. അന്നു വൈകുന്നേരം ആതുരശാലയുടെ അടിയിലുള്ള അസ്ഥിവാരക്കുഴിയിൽ വെച്ചവർ കണ്ടുമുട്ടി. അവർ അധികമൊന്നും സംസാരിക്കാതെ നിശ്ശബ്ദമായി ബോച്ചൗവിന്റെ റിപ്പോർട്ട് കേട്ടു. സംഗതികളുടെ ആരംഭം അയാൾ വ്യക്തമായി വിവരിച്ചു. സംഘടനയുടെ രഹസ്യങ്ങൾ ചോർത്തിയെടുക്കാൻ റീനിബോത്തിനും ക്ലൂട്ടിക്കിനും കിട്ടിയ സൗകര്യപ്രദമായ, സ്വാഗതാർഹമായ ഒരു കഥ മാത്രമാണ് കുട്ടിയുടേത്. ഹോഫലിനും ക്രോപ്പിൻസ്കിക്കും ഏൽക്കേണ്ടിവന്ന ഭീകരമർദനങ്ങളെക്കുറിച്ചും അയാൾ പ്രതിപാദിച്ചു. അതൊരു ജീവന്മരണ പ്രശ്നമാണെന്നവർക്ക് അറിയാമായിരുന്നു. ഒരൊറ്റ കാര്യമെ അവർക്ക് അജ്ഞാതമായിരുന്നുള്ളു. നാളെയോ മറ്റെന്നാളോ എന്നാണ് അത് സംഭവിക്കുക.......

ഭാവി ചാർജ് ഡൈനാമിറ്റ് ഉൾക്കൊണ്ടിരിക്കുകയാണ്.

സാധാരണയായി ചർച്ചകൾ വളരെ സജീവങ്ങളാകാറുണ്ട്. പക്ഷെ ഇന്നവർ മുനിഞ്ഞുകത്തുന്ന ആ മെഴുകുതിരിയുടെ ചുറ്റും അസ്വസ്ഥരായി, മൗനമവലംബിച്ചിരുന്നു. അറസ്റ്റിനെ തുടർന്നുള്ള ഈ ശാന്തത വഞ്ചനാത്മകമാണ്. അവർ അത് അവിശ്വസിച്ചതുമില്ല. ബോച്ചൗ അനുഭവിച്ചിരുന്ന വേദന ഇപ്പോൾ നിശ്ശബ്ദരായി കൂട്ടം കൂടിയിരുന്നവരെല്ലാം അനുഭവിക്കുന്നുണ്ട്.

എത്ര ശ്രദ്ധാപൂർവമാണ് വിപ്ലവപരിപാടികൾ ആസൂത്രണം ചെയ്തിരിക്കുന്നത്. എത്രയെത്ര ആയുധങ്ങളാണ്. എത്രയെത്ര വെടികോപ്പുകളാണ് ഈ അൽപ്പ കാലത്തിനിടയിൽ സംഭരിച്ചത്; എത്ര അപകടങ്ങൾ അതിൽ പതിയിരുന്നു; എത്രയെത്ര രഹസ്യമായാണ് അതെല്ലാം നിർവഹിച്ചിത്. സാഹസികോദ്യമങ്ങൾ ചിലപ്പോൾ എല്ലാം നേരിയ നൂലിന്മേൽ കിടന്നാടിയിരുന്ന കാലമുണ്ടായിരുന്നു. എല്ലാ കാര്യങ്ങളും വളരെ ആലോചിച്ചിട്ടേ പ്രവർത്തിക്കാറുള്ളൂ. ആതുരശാലയിലെ രക്ഷാസങ്കേതങ്ങളിൽ ആയിരമായിരം ബാൻഡേജു കെട്ടുകൾ സജ്ജീകരിച്ചിട്ടുണ്ട്. മരുന്നുകൾ തയ്യാർ ചെയ്തുവെച്ചിട്ടുണ്ട്. ശസ്ത്രക്രിയോപകരണങ്ങൾ രഹസ്യമായി എടുത്തുമാറ്റിവെച്ചിരിക്കുന്നു. എന്തിന്! എളാങ്കകളും, സുരക്ഷിതമാക്കിയ വൈദ്യുതി കമ്പികളും (ഇൻസുലേറ്റഡ് വയർ) മതിൽ കേറി ചാടാനുള്ള ഉപകരണങ്ങളും എല്ലാം എല്ലാം കരുതിവെച്ചിരിക്കുന്നു.

സ്വാതന്ത്ര്യം കരഗതമാകുന്ന ആ സമയത്തിനാവശ്യമായ പദ്ധതികളും നയതന്ത്രജ്ഞതയോടെ അവർ ആസൂത്രണം ചെയ്തിരിക്കുന്നു.

വിവിധ ദേശക്കാരായ യോദ്ധാക്കളെ സമരസന്നദ്ധരാക്കി അവരവർക്കു ചെയ്യേണ്ട ജോലികൾകൂടെ തീരുമാനിച്ചുകഴിഞ്ഞിരുന്നു. പലേ ലക്ഷ്യങ്ങളിലേക്കുമുള്ള സൈനിക വിദ്യാഭ്യാസമാണ് യുദ്ധത്തിനു മുന്നോടിയായിരിക്കുക. പോളീഷ്സംഘത്തിന് ഉത്തരപ്രദേശങ്ങളിലേക്കാണ് മുന്നേറേണ്ടത്. എസ് എസ് ബാരക്കുകളുടെ ആക്രമണമായിരുന്നു സോവിയറ്റ് വീരന്മാരുടെ ലക്ഷ്യം. ഫ്രഞ്ച്, ചെക്ക്, ഡച്ച്, ജർമൻ എന്നീ വിഭാഗങ്ങളിൽ പെടുന്നവർക്കു ചെയ്യേണ്ടിയിരുന്നതു കമാന്ററുടെ ആസ്ഥാനകേന്ദ്രം ആക്രമിക്കലായിരുന്നു. ഈ എല്ലാ ആക്രമണങ്ങളുടെയും ലക്ഷ്യം പടിഞ്ഞാറൻ ഭാഗങ്ങളിലേക്കായിരിക്കണം. എന്നാലേ മുന്നേറി വരുന്ന അമേരിക്കക്കാരുമായി വാർത്താവിനിമയത്തിനു സൗകര്യമുണ്ടാകുകയുള്ളൂ. വിപ്ലവപദ്ധതികൾ ഉറപ്പിക്കാൻ അവരുമായി സമ്പർക്കം പുലർത്തേണ്ടത് അത്യാവശ്യമായിരുന്നു.

ഈ വിഭാഗങ്ങളുടെ കീഴിൽ പ്രത്യേകം ജോലികൾക്കായി പ്രത്യേകം പടയാളികളേയും സജ്ജീകരിച്ചിട്ടുണ്ടായിരുന്നു. അദൃശ്യമായ, അസ്പർശമായ എന്നാൽ സർവവ്യാപിയായ ഈ സംഘടനയുടെ നീതിവ്യാപകമായ പ്രവർത്തനങ്ങൾ ഗൂഢാലോചനയുടെയും കലാപരമായ അധ്വാനത്തിന്റെയും പരിണതഫലങ്ങളായിരുന്നു. സമയം വരുമ്പോൾ ഒരു കൊടുങ്കാറ്റുപോലെ അത് ചീറിയടിക്കും. പക്ഷെ.

പക്ഷെ ആ മുഹൂർത്തം വന്നില്ല.......അമേരിക്കക്കാർ ഇപ്പോഴും ദൂരെയാണ്.......ഇതാ അതിൽ സജീവമായി പ്രവർത്തിച്ചിരുന്ന ഒരു മനുഷ്യൻ ഏകാന്തമായ കാരാഗാരത്തിൽ അകപ്പെട്ടു ദുരിതങ്ങളനുഭവിക്കുന്നു.......അയാളുടെ ഒരൊറ്റ വാക്കുമതി.

മുൻകരുതലുകൾ വിസ്മരിച്ചോ, ജീവനിലുള്ള കൊതികൊണ്ടോ മറ്റോ ഒരൊറ്റ വാക്കയാൾ ഉച്ചരിച്ചാൽമതി ക്യാമ്പിന്റെ താഴെയുള്ള ഭൂമി പിളർന്നു രഹസ്യങ്ങൾ നിരത്തുകളിലേക്ക് ഒഴുകുകയായി...... ആയുധങ്ങൾ. സംശയാതീതരായ അമ്പതിനായിരത്തിൽപ്പരം വരുന്ന തടവുകാർ ഇതേവരെ ആലോചിക്കാതിരുന്ന കാര്യങ്ങളുടെ ഗൗരവം മനസിലാക്കി വരുമ്പോഴേക്കും, സർവസംഹാരകമായ നരകതാണ്ഡവം ക്യാമ്പിലാകെ അഴിഞ്ഞാട്ടം നടത്തുകയായിരിക്കും.

സഖാക്കൾ മുന്നിലുള്ള ആ മെഴുകുതിരിയുടെ ആടിയുലയുന്ന ജ്വാലകളിലേക്കുതന്നെ നോക്കിക്കൊണ്ടിരുന്നു. കലവറ യാതൊന്നുമില്ലാതെ, വളരെ ശാന്തമായാണ് ബോച്ചൗ തന്റെ റിപ്പോർട്ട് സമർപ്പിച്ചത്. ഇതുവരെ ഹോഫലും ക്രോപ്പിൻസ്കിയും ധൈര്യപൂർവം ചെറുത്തു നിൽക്കുന്നുണ്ട് എന്നയാൾ കൂട്ടുകാരെ അറിയിച്ചു. അവർ അതിനെപ്പറ്റി ആലോചിച്ചുകൊണ്ടിരിക്കെ മനസുകളെല്ലാം ഒരേയൊരു ചിന്തയിൽ ഒന്നിച്ചു ലയിച്ചമർന്നു. വാക്കുകളുടെ ആവശ്യം ഉണ്ടായിരുന്നില്ല. പക്ഷെ നിശ്ശബ്ദത അവരുടെ മുഖത്ത് ഭീതിയുടെ നിഴൽ വിരിച്ചു. ബോച്ചൗവിനു

വിഷമമായി. അയാൾ പറഞ്ഞു. "സഖാക്കളെ, ഇതു പറ്റുകയില്ല. തലയും താഴ്ത്തി ഇവിടെ ഇങ്ങനെ കൂടിയിരിക്കുന്നതുകൊണ്ട് എന്തു പ്രയോജനമാണ് ഉള്ളത്. നശിക്കാൻ! എന്താണ് നമുക്കു ചെയ്യാൻ കഴിയുക എന്ന് ആലോചിക്കണം."

"അതെയെങ്കിൽ അതെ." കോഡിസിക് കിതച്ചുകൊണ്ടു പറഞ്ഞു. "നമുക്ക് ആയുധങ്ങൾ കുഴിച്ചുമൂടാൻ ഒക്കുമോ?" കുറച്ചു കഴിഞ്ഞ് ഒരു ഇളിഭ്യച്ചിരിയോടെ അയാൾ പറഞ്ഞു. "ഹോ, ആയുധങ്ങൾ കുഴിച്ചിട്ടിരിക്കുകയാണല്ലോ." അയാളുടെ കണ്ണുകൾ പരിഭ്രമത്തോടെ കറങ്ങുന്നുണ്ടായിരുന്നു.

"വിഡ്ഢിത്തം." ബോച്ചൗ കയർത്തു. "ആയുധങ്ങൾ കിടക്കുന്ന പാട്ടിൽതന്നെ കിടക്കും." ഒരു വലിയ ചുണ്ണാമ്പുകട്ടയെടുത്ത് അയാൾ ലക്ഷ്യമില്ലാതെ ദൂരത്തേക്കെറിഞ്ഞു. തന്റെ വികാരങ്ങൾ നിയന്ത്രിക്കാനുള്ള ശ്രമത്തിൽ അയാളുടെ അസ്വസ്ഥമായ നയനങ്ങൾ കല്ലുകൾ ചിതറി കിടന്നിരുന്ന ആ തറയിലാകെ പരതിനടക്കുന്നുണ്ടായിരുന്നു. വഴക്കുകൾ ഉണ്ടാക്കാനുള്ള സമയമല്ല ഇത്. അയാൾ കോഡിസ്ക്കിനോട് മിണ്ടാതിരിക്കാൻ ആംഗ്യം കാട്ടി. കോഡിസ്ക് തന്റെ കടുത്ത ചിന്തകളിൽ ലയിച്ച് മിണ്ടാതിരുന്നു.

"കഴിഞ്ഞ തവണതന്നെ ഞാൻ നിങ്ങളോടു പറഞ്ഞുവല്ലോ. അവർ നമ്മെ തിരയുന്നുണ്ടെന്ന്." അയാൾ പിറുപിറുത്തു. "നാം പുച്ഛിച്ചു ചിരിച്ചു. അന്ന് ഹോഫൽ ബങ്കറിനകത്തായിരുന്നില്ല. ഇപ്പോൾ നില കുറച്ചുകൂടി ഗൗരവകരമായിരിക്കുന്നു. അയാൾ നേരെചൊവ്വെ ചെറുത്തുനിന്നില്ലെങ്കിൽ......"

ബോച്ചൗ ഓരോരുത്തരുടെ മുഖത്തേക്കും തുളച്ചുകയറുന്ന മട്ടിൽ നോക്കി.

അവർ ചുണ്ടുകൾ കടിച്ചമർത്തി ഇരിക്കുകയാണ്. അവരുടെ ചിന്ത എന്താണെന്ന് ബോച്ചൗ തുറന്നു പറഞ്ഞു.

"അവർ നമ്മെ പിടിക്കുകയാണെങ്കിൽ അതിന്റെ അർഥം മരണം എന്നു തന്നെയാണ്."

മെഴുകുതിരി പതുക്കെ ഒന്നു ചീറ്റി.

"കുറെ പേരെ നമുക്ക് രക്ഷിക്കാം. പുറത്തുപോകുന്ന യാത്രാസംഘത്തോടൊപ്പം കുറെപ്പേരെ വേറെ ഏതെങ്കിലും ക്യാമ്പുകളിലേക്ക് അയയ്ക്കാം. അവിടെ അവർ ഒളിവിൽ കഴിയട്ടെ."

കുറെ നേരത്തേക്ക് മറുപടിയൊന്നുമുണ്ടായില്ല. ഒടുവിൽ വാൻഡാലൻ ചോദിച്ചു. "ഹെർബർട്ട് നിങ്ങൾ സംസാരിക്കുന്നത് ഗൗരവത്തിൽ തന്നെയാണോ?"

"തീർച്ചയായും അതെ. ഹോഫലിനു നമ്മുടെ പേരുകൾ അറിയാം. അയാൾ ഏതെങ്കിലും ഒന്ന് പുറത്തുപറയുകയാണെങ്കിൽ....."

വാൻഡാലൻ സമ്മതിച്ച മട്ടിൽ തലയാട്ടി. "അപ്പോൾ ആ മനുഷ്യൻ മരിക്കണം."

"അയാൾ എല്ലാ പേരും പറഞ്ഞുവെങ്കിലോ......"

"അപ്പോൾ നമുക്ക് എല്ലാവർക്കും മരിക്കാം." വാൻഡാലൻ നിസാരമട്ടിൽ പറഞ്ഞു. പ്രിബുല അസ്വസ്ഥനായി. ബോച്ചൗ തലയാട്ടി. "ആർക്കാണ് അടുത്ത യാത്രാസംഘത്തോടൊപ്പം പോകേണ്ടത്."

പ്രിബുല മുഷ്ടിചുരുട്ടി മുട്ടിന്മേൽ ഇടിച്ചു. "നിങ്ങൾ ഞങ്ങളെ ഭീരുക്കളാക്കുകയാണോ?" പതുക്കെ പറയാനുദ്ദേശിച്ച ആ മറുപടി ഒരലർച്ചയായാണ് പുറത്തു വന്നത്.

കുറെ നേരം കഴിഞ്ഞ് സുവ്യക്തമായ ശാന്തതയോടെ ബോച്ചൗ പറഞ്ഞു. "സഖാക്കളെ നിങ്ങളോട് ചോദിക്കേണ്ടത് എന്റെ കടമയാണ്." സംസാരിക്കുമ്പോൾ അയാൾ കണ്ണുകൾ താഴോട്ടാക്കി. "ഇങ്ങനെയൊക്കെ സംഭവിച്ചതിൽ കുറെ കുറ്റം എനിക്കുമുണ്ട്." ഈ ശബ്ദം അവർക്ക് അപരിചിതമായിരുന്നു. അവർ അത്ഭുതത്തോടെ അയാളെ പകച്ചു നോക്കി. അയാൾ ചുണ്ടുകൾ കൂട്ടിക്കടിച്ചു.

"ഞാൻ ഹോഫലിനെ തനിയെ വിട്ടു." അയാൾ മൃദുലസ്വരത്തിൽ തുടർന്നു. "അയാളുടെയും കുട്ടിയുടെയും കാര്യത്തിൽ ഞാൻ കുറെക്കൂടി ശ്രദ്ധ ചെലുത്തേണ്ടതായിരുന്നു. ഞാനതു ചെയ്തില്ല." അതൊരു കുറ്റസമ്മതമായിരുന്നു. ബോഗോർസ്കിക്കു മാത്രമേ അതിന്റെ അർഥം മനസിലായുള്ളൂ. പക്ഷെ അയാൾ യാതൊന്നും പറഞ്ഞില്ല.

റിയോമെന്റ് കണ്ഠം തെളിയിച്ചു ദയാവായ്പോടെ പറഞ്ഞു. "സഖാവു ഹെർബർട്ട്, തെറ്റ് ഒരു കുറ്റമല്ല."

ബോച്ചൗ ആ ഫ്രഞ്ചുകാരനെ നോക്കി. "തെറ്റിൽ നിന്നാണ് കുറ്റങ്ങൾ പെരുകുന്നത്." അയാൾ ഗൗരവത്തിൽ പറഞ്ഞു.

കോഡിസ്ക് അന്തംവിട്ട് അലറി. "ഹോഫലും കുട്ടിയും നശിച്ചു പോട്ടെ!"

പ്രിബുല ഒരു വെടിയുണ്ടപോലെ നിവർന്നിരുന്നു.

"ഹോഫലും പോളണ്ടിൽനിന്നു വന്ന ആ സഖാവും ഒന്നിച്ചാണ് ബങ്കറിൽ." അയാൾ ശബ്ദമുയർത്താതെ അട്ടഹസിച്ചു. "എന്നിട്ടും നിങ്ങൾ പറയുന്നുവല്ലോ നശിക്കട്ടെയെന്ന്. ജർമൻകാരനും പോളണ്ടുകാരനും കൂടെ ഒരു കൊച്ചു പോളണ്ടുകാരനെ സംരക്ഷിച്ചു. നിങ്ങൾ നാശം എന്നു പറയുന്നു. നിങ്ങൾക്കു തന്നെയാണ് നാശം."

അയാളുടെ ചുണ്ടുകൾ വിളർത്തു, വിറച്ചു. കണ്ണുകളിൽ ദേഷ്യം കയറി. വാൻഡാലൻ പ്രിബുലയുടെ കൈപിടിച്ചു. ആ ചെറുപ്പക്കാരൻ പോളണ്ടുകാരൻ പെട്ടെന്നുണ്ടായ ദേഷ്യത്തോടെ തന്റെ ഡച്ചുകാരൻ സഖാവിന്റെ കൈ തട്ടിത്തെറിപ്പിച്ചു. പെട്ടെന്ന് അസാധാരണമായ ഒരു സംഗതിയുണ്ടായി. ബോഗോർസ്കി ശാന്തമായി ചിരിക്കാനാരംഭിച്ചു. അയാളുടെ ചുമലുകൾ കിടന്നു കുലുങ്ങി. അവിടെ നടന്ന കോലാഹലത്തിനു നാടകീയമായ വിധത്തിൽ കടകവിരുദ്ധമായിരുന്നു ആ ചിരി. എല്ലാവരും ഉൽക്കണ്ഠയോടെ ആ റഷ്യക്കാരനെ നോക്കി. അയാൾ കൈമലർത്തി മേലോട്ടു പൊക്കിക്കൊണ്ടു പറഞ്ഞു. "ഹൗ, നാം എത്ര

ആനന്ദശീലരാണ്!" (ജോളി). ശരിക്കും അയാൾ ഉദ്ദേശിച്ചിരുന്നത് തമാശക്കാർ (ഫണ്ണി) എന്നാണ്. പക്ഷെ ശരിയായ ജർമൻ വാക്കു കിട്ടാത്തതുകൊണ്ട് അയാൾ ആനന്ദശീലരെന്നു പറഞ്ഞു എന്നു മാത്രം.

അയാളുടെ മുഖഭാവം മാറി. കണ്ണുകൾ തള്ളി. മുഖം വലിഞ്ഞമർന്നു. അയാൾ മുഷ്ടി ചുരുട്ടി ഇടിച്ചുകൊണ്ടു പറഞ്ഞു. "പക്ഷെ നമുക്ക് ആനന്ദശീലരാകാൻ പറ്റില്ല. നാം കമ്യൂണിസ്റ്റുകാരാണ്." അയാൾ റഷ്യൻ ഭാഷയിൽ എന്തോ ശാപവചനമുച്ചരിച്ചു. സ്വന്തം ഭാഷയിൽ സഖാക്കളെ ശകാരിച്ചു.

റഷ്യൻ ഭാഷയിലുള്ള പ്രഭാഷണത്തിൽ അത്ഭുതം തോന്നിയപ്പോൾ അയാളതു നടുക്കുവെച്ചു നിർത്തി. തന്റെ കഷ്ടിപിഷ്ടിയായ ജർമൻ ഭാഷയിൽ സംസാരിക്കാനാരംഭിച്ചു. "തെറ്റുകൾ! ശകാരങ്ങൾ! കുട്ടിയുടെ നേരെയും സഖാക്കളുടെ നേരേയും. ഇങ്ങനെയാണോ അപകട സന്ധികളിൽ കമ്യൂണിസ്റ്റുകാർ പെരുമാറേണ്ടത്. പരിതഃസ്ഥിതികൾ നമ്മെയാണോ ഭരിക്കുക? അതോ പരിതഃസ്ഥിതികളെ നിയന്ത്രിക്കേണ്ടത് കമ്യൂണിസ്റ്റുകാരന്റെ ചുമതലയാണോ?" കുറച്ചുനേരമയാൾ മിണ്ടാതിരുന്നു. അയാളുടെ കോപം ആറിത്തണുത്തു. "ഓ ശരി, നല്ലത്. ദൈവമേ? ക്യാമ്പിൽ എവിടെയോ ഒരു കൊച്ചുകുഞ്ഞിനെ ഒളിച്ചുവെച്ചിട്ടുണ്ട്. അതിന്റെ പേരിൽ എല്ലാവരും പരിഭ്രാന്തരായിരിക്കുന്നു."

"വാസ്തവത്തിൽ എവിടെയാണവൻ."

പ്രിബുലയ്ക്കാണ് അത് അറിയേണ്ടത്.

ബോഗോർസ്കി ആശ്വസിപ്പിക്കാനെന്നമട്ടിൽ കൈകൾ ഉയർത്തി. "അവൻ ചെറിയ ക്യാമ്പിലെ 61-ാം ബ്ലോക്കിലുണ്ട്. പരിഭ്രമിക്കാനൊന്നുമില്ല. അവർ അവനെ സ്നേഹപൂർവം നോക്കുന്നുണ്ട്." അയാൾ പെട്ടെന്നു പറഞ്ഞു. ഓരോരുത്തരേയും അയാൾ ഉഴിഞ്ഞുനോക്കി. "അവനുവേണ്ടി നമ്മുടെ സഖാക്കൾ ബങ്കറിൽ പോയ സ്ഥിതിക്ക് അവനിപ്പോൾ നമ്മുടെയൊക്കെ കുട്ടിയാണ്. ഇനി ആ കുട്ടിയെ സംരക്ഷിക്കേണ്ടത് ഐ എൽ കെയുടെ കടമയല്ലേ?" പെട്ടെന്നു ബോഗോർസ്കി ഒന്നു പുഞ്ചിരിയിട്ടു. "കുട്ടിക്കു കാര്യമായ എന്തെങ്കിലും ഭക്ഷണം കൊടുക്കുക എന്നതാണ് മുഖ്യമായ ആവശ്യം." അയാൾ റിയോമെന്റിനെ നോക്കി കണ്ണിറുക്കി. ഫ്രഞ്ചുപരിചാരകനു സംഗതി മനസിലായി. അയാൾ മന്ദഹസിച്ചു തലയാട്ടി. ബോഗോർസ്കിയും ചിരിച്ചു.

"ദൈവമേ! നമ്മുടെ കുട്ടി ആണോ പെണ്ണോ?"

ചോദ്യത്തിനുത്തരമായി ബോച്ചൗ പരുപരുത്ത സ്വരത്തിൽ പറഞ്ഞു.

"ആവോ! എനിക്കു നിശ്ചയമില്ല."

ബോഗോർസ്കി എടുപ്പിൽ കൈകുത്തിനിന്നു. തമാശയോടെ പറഞ്ഞു. "നമ്മുടെ കയ്യിൽ ഒരു കുട്ടിയുണ്ട്. അത് ആണോ പെണ്ണോ എന്നു ആർക്കും അറിയാനുംവയ്യ." എല്ലാവരും ഒന്നിച്ചു ചിരിച്ചു. കുനിഞ്ഞിരുന്ന തലകളെല്ലാം നിവർന്നു. ബോഗോർസ്കിക്കു മനസിനൊരു ലാഘവം തോന്നി. സഖാക്കൾക്കെല്ലാം ഒരു നവജീവൻ കൈവന്ന

പോലെയായി. അവരെല്ലാവരും സംസാരിക്കാനാരംഭിച്ചു. ഹോഫലിനെയും ക്രോപ്പിൻസ്കിയെയും രക്ഷിക്കാൻ വല്ലവഴിയുമുണ്ടോ?

ബലംപ്രയോഗിച്ചു വിടുവിക്കുക എന്ന ആശയംതൊട്ട് സായുധ വിപ്ലവംവരെയുള്ള മാർഗങ്ങൾ അവിടെ നിർദേശിക്കപ്പെട്ടു. പക്ഷെ അതെല്ലാം തന്നെ നിരാകരിക്കേണ്ടതായാണു വന്നത്. മാൻഡ്രില്ലിന്റെ പിടിയിൽനിന്ന് അവരെ വിമോചിപ്പിക്കാൻ സാധ്യമല്ലെന്നാണ് ചർച്ചകൾ കൊണ്ടു തെളിഞ്ഞത്. തനിക്ക് അനുഭവപ്പെട്ട നൈരാശ്യത്തിൽനിന്ന് രക്ഷപ്പെടാനുള്ള ഒരു ഉപാധിയായിട്ടാണ് ബോഗോർസ്കി അതിനെ പൊക്കിപ്പിടിച്ചതെന്നു ബോച്ചൗവിനു മനസിലായി. സഖാക്കളെ അവരുടെ സാഹസികങ്ങളായ ഉദ്യമങ്ങളിൽനിന്നു വിലക്കി നിർത്താൻ സാധിച്ചപ്പോൾ അയാളുടെ മൗഢ്യം അപ്രത്യക്ഷമായി. രക്ഷപ്പെടാൻ ഒരേയൊരു മാർഗമേയുള്ളൂ. അതും വളരെ വിജയകരമായിരിക്കുമെന്ന് ഉറപ്പുപറയാൻ സാധിക്കുകയില്ല. താനും ക്രാമറും കൂടിയെടുത്ത ആ തീരുമാനം – സ്വീലിങ്ങിനെ ഉപയോഗിച്ച് അവരെ വിടുവിക്കാമെന്ന മോഹം ബോഗോർസ്കി അവർക്ക് വിവരിച്ചുകൊടുത്തു. നിരാശയിൽനിന്ന് ഉടലെടുത്തതായിരുന്നു ആ തീരുമാനം. വേറെ എന്തു വഴിയാണുള്ളത്. ഐ എൽ കെ യിലെ സഖാക്കൾ അത് അംഗീകരിച്ചു. എന്നാലും ഒരു ആവലാതി അവരെ കാർന്നുതിന്നുന്നുണ്ടായിരുന്നു. ഹോഫൽ ധൈര്യപൂർവം ചെറുത്തു നിന്നില്ലെങ്കിൽ, എന്തുണ്ടാകും......

നിഷ്ഫലമായ ആ ചോദ്യത്തിന്റെ ആവശ്യമെന്ത്? ബോഗോർസ്കി അതുപേക്ഷിച്ചു. എന്തുചെയ്യാൻ! ഒന്നുമില്ല ചെയ്യാൻ! ഇല്ല യാതൊന്നും തന്നെ ചെയ്യാനില്ല. അയാൾ ആവർത്തിച്ചു. യാത്രാസംഘത്തോടൊപ്പം പോകാൻ ആരെങ്കിലും തയ്യാറാണോ എന്ന ബോച്ചൗവിന്റെ ചോദ്യം ഉദാസീനതയോടെ കേട്ടുകൊണ്ടിരുന്ന സഖാക്കളെല്ലാം ഇപ്പോൾ സംസാരിക്കാൻ തുടങ്ങിയിരിക്കുന്നു. ആർക്കും ക്യാമ്പ് വിട്ടുപോകാൻ ഇഷ്ടമില്ല. അവർക്ക് അവിടെതന്നെ താമസിക്കണം. "ദൈവമേ." ബോഗോർസ്കി തലയാട്ടി.

ബോഗോർസ്കിയുടെ നിർദേശം ഗൗരവപൂർണമാണെന്നയാൾ വിശ്വസിച്ചിരുന്നില്ല. കുറ്റംചെയ്തു എന്ന തോന്നലിന്റെ ഒരു ബഹിർസ്ഫുരണം മാത്രമായിരുന്നു അത്. പക്ഷെ ഇപ്പോൾ അവർ നൈരാശ്യത്തെ കീഴിപ്പെടുത്തിയിരിക്കുന്നു. ഇന്നത്തെ മീറ്റിങ്ങുകൊണ്ട് ഇതല്ലാതെ വേറെ ഗുണങ്ങളൊന്നും ഉണ്ടായിട്ടില്ല. പക്ഷെ ഇതുതന്നെ വലിയ ഒരു നേട്ടമല്ലേ. ആദ്യമായി തുരത്തേണ്ടത് ഭയത്തെയാണ്. എല്ലാ ശത്രുക്കളിലുംവെച്ച് ഭീകരൻ അവനാണ്.

"എനിക്കുമുണ്ട് സഖാക്കളെ! ഭയം. പക്ഷെ കൂട്ടത്തിൽ നമുക്ക് ആത്മവിശ്വാസവും വേണം." ബോഗോർസ്കി തുടർന്നു. ഇതേവരെ ഹോഫൽ സർവ മർദനങ്ങളും ചെറുത്തുനിന്നില്ലേ? എന്നാൽ നാം നമ്മെത്തന്നെ സംശയിക്കേണ്ടതല്ലേ? ഹോഫലിന്റെയും ആ പോളണ്ടുകാരൻ സഹോദരന്റെയും കാര്യത്തിലല്ല അപകടസാധ്യത. അപകട

കാരികൾ ഫാസിസ്റ്റുകളാണ്. ചുകപ്പുപട ഫാസിസ്റ്റുകാരെ കസ്റ്ററിൻ ഡാൻസിഗ് തൊട്ട് ബ്രിസ്ലൌവരെ തള്ളിയക്കറ്റി കഴിഞ്ഞിരിക്കുന്നു. പുറത്തെ അനന്തമായ ശൂന്യതയിൽനിന്ന് എന്തോ ആവാഹിച്ചെടുക്കുന്ന മട്ടിൽ ബോഗോർസ്കി കൈകൾ ആഞ്ഞുവീശി മുഷ്ടികൾ കൂട്ടിയുരസി. “സഖാക്കളെ! ഇതൊക്കെയാണ് സ്ഥിതി.” പ്രസംഗം നിർത്തി സ്വയം നിയന്ത്രിച്ചു കൊണ്ടയാൾ തുടർന്നു, “അന്ത്യം അടുത്തു വരുംതോറും ഫാസിസ്റ്റുകാർ കൂടുതൽ അക്രമികളാകും; ഹിറ്റ്ലറും ക്ലൂട്ടിക്കും സ്വീലിങ്ങും എല്ലാം അവർക്ക് നമ്മെ നശിപ്പിക്കണം. അത് നമുക്കറിയാം. അതുകൊണ്ട് അവർക്ക് എതിരായി നാം ശക്തി സംഭരിച്ചുവെക്കണം. നാം ശക്തരായി നിൽക്കുന്നിടത്തോളം കാലം അതെ ഹോഫലിനെയും ക്രോപ്പിൻസ്കിയേയും പോലെ ധീരരായി നിൽക്കുന്നിടത്തോളം കാലം,” സ്വന്തം ആവേശംകൊണ്ട് ഉജ് വലഭാവം പൂണ്ട ബോഗോർസ്കി തുടർന്നു. “അവർ അതീവ ധീരതയോടെ ചെറുത്തു നിൽക്കുകതന്നെ ചെയ്യും. അങ്ങനെ ഉറച്ചുനിൽക്കാൻ കഴിയുന്നേടത്തോളം കാലം ഫാസിസ്റ്റു കാർക്ക് നമ്മുടെ രഹസ്യശക്തി മനസിലാവുകയില്ല, പക്ഷെ ഒരു ദിവസം അവർക്ക് എല്ലാം മനസിലാകും. അവർ അന്വേഷണം തുടരട്ടെ! ഒരു ചുക്കും അവർക്ക് കണ്ടുപിടിക്കാനാവുകയില്ല. ആയുധങ്ങളോ, മനുഷ്യ രോ ഒന്നുംതന്നെ. രണ്ടു പാറക്കഷ്ണങ്ങൾപോലെ ശക്തിയുറ്റതായിരുന്നു ആ മുട്ടിന്മേൽ പറ്റിപ്പിടിച്ചു കിടന്ന മുഷ്ടികൾ.”

കുറച്ചുകൂടെ ശാന്തത കൈവന്നപ്പോൾ അയാൾ തുടർന്നു: “ഫാസി സ്റ്റുകൾ നമ്മുടെ തല മൊട്ടയടിച്ചു. നമ്മുടെ മുഖവും പേരും അവർ മാറ്റി. ഇന്ന് നാം വെറും അക്കങ്ങളാണ്. നമ്മുടെ വസ്ത്രം അവർ പിടിച്ചു പറിച്ചെടുത്ത് ഈ വരയൻ തുണിക്കഷ്ണങ്ങൾ.....പകരം തന്നിരിക്കുന്നു”

അയാൾ തന്റെ വരയൻ ജാക്കറ്റ് പിടിച്ചു വലിച്ചു. “അവർക്കുവേണ്ടി വിശ്രമരഹിതമായി പണിയെടുക്കുന്ന തേനീച്ചകളാണ് നാം. ബസ് ബസ് ബസ് എന്നു ഒച്ചയുണ്ടാക്കി പറന്നുചെന്ന് നാം അവർക്കു വീടുകൾ ഉണ്ടാക്കി, തോട്ടങ്ങളുണ്ടാക്കി. എല്ലാ തേനീച്ചകൾക്കുമുണ്ട് ഈ വരയൻ കുപ്പായം. ഞാൻ നിന്നെപ്പോലിരിക്കുന്നു. നീ എന്നെപ്പോലെയും. അയാൾ തന്റെ ചുരുട്ടിയ മുഷ്ടികൾ തുറന്നടച്ചു. “ദൈവമേ!” പതുക്കെ അയാൾ പറഞ്ഞു. “പക്ഷെ പക്ഷെ തേനീച്ചകൾക്ക് കുത്താനുമറിയാം. ബസ് ബസ് ബസ്.... ക്ലൂട്ടിക് ഈ തേനീച്ചക്കൂട്ടിലേക്ക് ഒന്നു കൈനീട്ടി നോക്കട്ടെ! ഒന്നു മറ്റൊന്നിനെപ്പോലെ തന്നെയിരിക്കും.”

“നമ്മുടെ മുഖമവർ മാറ്റി. ഹാ അവരീ വരയൻ കുപ്പായം തന്നത് എത്ര നന്നായി. എത്രയെത്ര നന്നായി, മനസിലായോ സഖാക്കളെ.” ബോഗോർസ്കി ജാക്കറ്റ് ഒന്നു തലോടി. പിന്നോക്കം ചാഞ്ഞ് കണ്ണുകൾ ഇറുക്കിയടച്ചു.

ബോച്ചൗ ഈ ധൈര്യത്തിന്റെ മുമ്പിൽ ലജ്ജിച്ചു തല താഴ്ത്തി. അയാളുടെ കടുത്ത സ്വഭാവത്തിനു പരിതഃസ്ഥിതിയോടൊത്ത് ഇണ ങ്ങാനും മൃദുത്വം കൊള്ളാനും പ്രയാസമായിരുന്നു. ബോഗോർസ്കി

യുടെ തുറന്ന പ്രഭാഷണം അതിനുദ്ദേശിച്ച രഹസ്യമായ, മായികവേല പൂർത്തിയാക്കിയിരിക്കുന്നു. സഖാക്കളുടെ മുഖഭാവം മാറി. ആടിയുലയുന്ന മെഴുകുതിരിവെളിച്ചത്തിൽ അവ പ്രകാശയുക്തങ്ങളായി തോന്നി. ഇത്തവണ തീരുമാനങ്ങൾ യാതൊന്നുമുണ്ടായില്ല. ഒന്നിന്റേയും ആവശ്യവും ഉണ്ടായിരുന്നില്ല. എല്ലാവരിലും അന്തർലീനമായിരുന്നു അത്. അവർ പിരിയാറായപ്പോഴാണ് പ്രിബുല ഒരു നിവേദനംകൊണ്ടുവന്നത്. ഏതെങ്കിലും ഒരു സഖാവ് കുട്ടിയുടെ സംരക്ഷണത്തിന്റെ കാര്യത്തിൽ വ്യക്തിപരമായ ഉത്തരവാദിത്വം ഏറ്റെടുക്കണം.

"അതിന്റെ ആവശ്യമില്ല." ബോച്ചൗ പറഞ്ഞു. "ഞാനതു നോക്കിക്കൊള്ളാം. പിന്നെ അവന്റെ ഭക്ഷണത്തിനു പറ്റിയ വല്ലതുമുണ്ടെങ്കിൽ അത് ക്രാമറുടെ അടുക്കലേക്ക് എത്തിക്കൂ." അയാൾ തിരിഞ്ഞു റിയോമെന്റിനെ നോക്കി.

"ഓയ് ഓ" ഫ്രഞ്ചുകാരൻ തലയാട്ടി. ഇടയ്ക്കിടെ ഓരോരുത്തരായി അവർ നിലവിറ വിട്ടു. ക്യാമ്പ് സീനിയറുടെ വിസിൽനാദം കേൾക്കുന്നതുവരെ അവിടവിടെ നടന്നു തടവുകാരുടെ കൂട്ടത്തിൽ ലയിച്ചു.

ഹോർട്ടെൻസ് എല്ലാം ഒതുക്കിവെച്ചു കഴിഞ്ഞിരുന്നു. എങ്ങനെയവ കൊണ്ടുപോകണമെന്ന് ഒഴിച്ചുള്ള സംഗതികളെല്ലാം വ്യക്തമായിരുന്നു, സ്വീലിങ്ങിന് കാറില്ല, പക്ഷെ ക്ലൂട്ടിക്കിന് ഒന്നുണ്ടല്ലോ. തന്റേടിയായ ആ ഹോപ്റ്റംസ്കാർ ഫ്യൂഹററുടെ മനസിലിരിപ്പ് എന്താണെന്ന് അറിഞ്ഞുവെ യ്ക്കാനുള്ള ഒരു മോഹം ഹോർട്ടെൻസിനെ അലട്ടാൻ തുടങ്ങിയിട്ട് കുറെക്കാലമായി. തീർച്ചയായും അയാൾ ഈ സാമാനങ്ങൾ കൊണ്ടുപോകും. തന്റെ അഴകൊഴമ്പൻ ഭർത്താവിനെപ്പോലെയല്ല അയാൾ. തികച്ചും വ്യത്യസ്തനായ ഒരു വ്യക്തി. ചിലപ്പോൾ യുദ്ധമേഖലകളിൽ വെച്ചുണ്ടാകാറുള്ള വിരുന്നുകളിൽ വെച്ച് ക്ലൂട്ടിക് അവളോടു നൃത്തം ചെയ്യാനാവശ്യപ്പെട്ടിട്ടുണ്ട്. തന്റെ മാദകത്വത്തിൽ ലയിച്ചിരുന്ന ആ ഹോപ്റ്റം സ്കാർ ഫ്യൂഹററുടെ മനോഭാവങ്ങളെ അവളുടെ സ്ത്രീത്വം അറിഞ്ഞാദരിക്കുകയും, നൃത്തം ചെയ്യുമ്പോഴുള്ള അയാളുടെ അനഭികാമ്യങ്ങളായ ആഗ്രഹങ്ങളെ അവൾ സ്വാഗതംചെയ്യുകയും ചെയ്തിട്ടുണ്ട്. അതല്ലാതെ അവർ തമ്മിൽ ബന്ധമൊന്നുമുണ്ടായിട്ടില്ല. അയാൾ കുറെ കൊല്ലങ്ങൾക്കു മുമ്പുതന്നെ വിവാഹമോചനം നേടിയിരുന്നു.

മറ്റുള്ളവരിൽനിന്നു വ്യത്യസ്തനായ അയാൾ ഒരു സ്ത്രീജിതനായിരുന്നില്ല. ആ സ്വഭാവംകൊണ്ടുതന്നെ അയാൾ ഹോർട്ടെൻസിന്റെ ദൃഷ്ടിയിൽ കൂടുതൽ അഭികാമ്യനായി. സ്വതേ കഫപ്രകൃതിയുള്ള അവൾ വിരസയും വികാരവിഹീനയുമായിരുന്നു. നിരാശാജനകമായിരുന്ന വൈവാഹികജീവിതം ഈ സ്വഭാവത്തിന് അതിന്റേതായ ചീത്ത സംഭാവനകൾ ധാരാളം നൽകിയിട്ടുമുണ്ട്.

അന്നേ ദിവസം വൈകുന്നേരം സ്വീലിങ്ങ് ഇതേവരെ വീട്ടിൽ മടങ്ങിയെത്തിയിട്ടില്ല. ഹോർട്ടെൻസ് കിടപ്പുമുറിയിൽ നിലക്കണ്ണാടിയിൽ, അലസമായി സ്വന്തം രൂപംനോക്കിക്കൊണ്ട് നിൽക്കുകയായിരുന്നു.

ക്ലൂട്ടിക്കിനെ പോയി കാണാനുള്ള ആഗ്രഹത്തോട് അടരാടുകയായിരുന്നു അവൾ. അത് അത്ര എളുപ്പമായിരുന്നില്ല. അയാളുടെയും അവളുടെ ഭർത്താവിന്റെയും പദവികൾക്കു വളരെയേറെ അന്തരമുണ്ടായിരുന്നു. ഹും! പദവികളുടെ വ്യത്യാസമോ? പുച്ഛസ്വരത്തിൽ ഹോർട്ടെൻസ് ചുണ്ടുകൾ കോട്ടി. അടുത്ത ഭാവിയിൽ തന്നെ ഈ വ്യത്യാസങ്ങളെല്ലാം അസ്തമിക്കും. അധികം താമസിയാതെ സ്വീലിങ്ങ് പഴയപോലെയാകും — അതായത് യാതൊരു തൊഴിലും ഇല്ലാത്ത ഒരുവൻ ക്ലൂട്ടിക്കോ!

ഹോർട്ടെൻസ് ചുമലുകൾ കുലുക്കി. പണ്ടു ക്ലൂട്ടിക്കിന് ഒരു പിന്നൽ ഷോപ്പ് ഉണ്ടായിരുന്നതായി ഹോർട്ടെൻസിനറിയാം. ഒന്നുമില്ലെങ്കിലും അയാൾ ഒരു പുരുഷനാണ്. തന്റെ സാധനങ്ങളോടുള്ള മമത മറ്റുള്ള അഭ്യൂഹങ്ങളെയെല്ലാം കടത്തിവെട്ടി. അവർ ക്ലൂട്ടിക്കിനെ സമീപിക്കാൻ തന്നെ തീരുമാനിച്ചു. പിന്നീടവൾ വിവേചനാപൂർവം തന്റെ ദേഹമാകെ ഒന്നു നിരീക്ഷിച്ചു.

ആ ബ്ലൗസ് അവൾക്കത്ര പിടിച്ചില്ല. അവൾ അത് ഊരിക്കളഞ്ഞ് ഇറുക്കമുള്ള ഒരു രോമത്തിന്റെ കഞ്ചുകം എടുത്തിട്ടു. അതിനുള്ളിൽ അവളുടെ തുടുത്ത വക്ഷസ്സുകൾ എടുത്തു പിടിച്ചുനിന്നു. അവൾ തിരിഞ്ഞും മറിഞ്ഞും കണ്ണാടിയിൽ തന്റെ മേനിയഴക് പരിശോധിച്ചു. ഹൗ! കുറച്ചു സാമാനങ്ങൾ കടത്താൻ എന്തെല്ലാം ചെയ്യേണ്ടി വരുന്നു. തന്റെ മനോഹരമായ മരസാമാനങ്ങൾകൂടി കൊണ്ടുപോകാൻ സാധിക്കാത്തത് എത്ര ലജ്ജാകരമായി......

ക്ലൂട്ടിക് വീട്ടിൽതന്നെ ഉണ്ടായിരുന്നു. കമാന്ററുടെ ആസ്ഥാന കേന്ദ്രത്തിലെ വളപ്പിൽ അയാൾക്ക് ഒറ്റക്കൊരു വീടു കിട്ടിയിരുന്നു. വിസ്മയഭരിതനായ അയാൾ ഹോർട്ടെൻസിനെ അകത്തേക്കു വിളിച്ചു. അയാൾ ഇട്ടുകൊടുത്ത കസേരമേൽ അവൾ ഇരുന്നു. തന്റെ മേൽകോട്ടു മാറ്റാൻ മറന്നുപോയിരുന്നു അവൾ.

“എന്റെ കുറെ സാമാനങ്ങൾ മാറ്റേണ്ട കാര്യം ആലോചിക്കാനാണ് ഞാൻ വന്നത്. ഗോട്ടു ഹോൾഡിനു കാറില്ലല്ലോ.” ക്ലൂട്ടിക് വിശ്വസിക്കാനാകാത്ത മട്ടിൽ അവളെ തുറിച്ചുനോക്കി. ഹോർട്ടെൻസ് കാൽമുട്ടിന്മേൽ കൈ ചുറ്റി അപേക്ഷാഭാവത്തിൽ അയാളെ നോക്കി. “കുറച്ചു പെട്ടികളേ ഉള്ളൂ. അത് നിങ്ങളുടെ കാറിൽകൊണ്ടു പോകാമോ?”

“പക്ഷെ എങ്ങോട്ട്?” ക്ലൂട്ടിക് വെട്ടിത്തുറന്നു ചോദിച്ചു. ഹോർട്ടെൻസ് നിസ്സഹായയായി ചുമൽ കുലുക്കി. ഇപ്പോൾ ക്ലൂട്ടിക്കിനു കാര്യം മനസിലായി. അയാൾ ആഹ്ളാദിച്ചു. കൈ രണ്ടും പോക്കറ്റിൽ തിരുകി. അയാൾ ഹോർട്ടെൻസിന്റെ മുമ്പിൽ അങ്ങോട്ടും ഇങ്ങോട്ടും നടന്നു.

“എന്തെങ്കിലും കുഴപ്പം ഉണ്ടാവുകയാണെങ്കിൽ അല്ലെ?” ഹോർട്ടെൻസ് തലയാട്ടി.

കാലുകൾ കവച്ചുവെച്ചു അയാൾ ഹോർട്ടെൻസിന്റെ മുമ്പിൽനിന്നു.

“ഒരു സൈനിക മുന്നേറ്റം അല്ലേ” അയാൾ ഉശിരോടെ പറഞ്ഞു. ‘സൈനിക മുന്നേറ്റം എന്നാൽ സ്ഥലം മാറുക എന്നല്ലല്ലോ അർത്ഥം.”

ഹോർട്ടെൻസ് ദീർഘനിശ്വാസം വിട്ടു. സൈനിക പ്രവർത്തനങ്ങളെപ്പറ്റി അവൾക്കു യാതൊന്നും നിശ്ചയമുണ്ടായിരുന്നില്ല.

"നിങ്ങൾക്കുമാത്രമേ എന്നെ സഹായിക്കാനാകൂ. ഞാൻ എന്തു ചെയ്യണം. ഗോട്ടുഹോൾഡിനു കാറില്ല."

അവൾ കോട്ടിന്റെ ബട്ടൺ അഴിച്ച് അതു പുറകോട്ടുനീക്കി. ക്ലൂട്ടിക്കിന്റെ കണ്ണുകൾ അവളുടെ വക്ഷോജങ്ങളിൽ പറ്റിപ്പിടിച്ചുനിന്നു. അയാൾ വേഗം വേഗം തുപ്പലിറക്കി. അയാളുടെ ചങ്കിലെ മുഴ അങ്ങോട്ടും ഇങ്ങോട്ടും നീങ്ങി. ഹോപ്റ്റംസ്കാർഫ്യൂഹററുടെ മുഖഭാവം അവൾക്കു മനസിലായി. വിജയത്തിന്റെയും ആശയുടെയും നടുക്കുനിന്ന് അവൾ പുഞ്ചിരിയിട്ടു. പക്ഷെ അവൾക്കു തെറ്റുപറ്റിയിരുന്നു. ക്ലൂട്ടിക്കിന്റെ മുഖത്ത് കണ്ട വികാരവൈവശ്യം ഹോർട്ടെൻസ് പ്രതീക്ഷിച്ചത്ര ശക്തമായിരുന്നില്ല. ഹോർട്ടെൻസിനെ നോക്കിനിൽക്കെ, ക്ലൂട്ടിക്കിന്റെ മനസിൽ ഉദിച്ചത് കോപമായിരുന്നു. ഇത്രമാത്രം അഭികാമ്യയായ ഒരു സ്ത്രീ ആ സ്വീലിങ്ങിനെപ്പോലുള്ള ഒരു പൊണ്ണന്റെ ഭാര്യയായല്ലോ. അവൾ ഒരു ഹോപ്റ്റംസ്കാർഫ്യൂഹറർക്കു പറ്റിയ ജീവിതസഖിയാകുമായിരുന്നു!

ക്ലൂട്ടിക് ഒരു കസേരവലിച്ചിട്ട് അവളുടെ എതിരെ ഇരിപ്പുറപ്പിച്ചു.

"വാസ്തവത്തിൽ നിങ്ങൾ സംതൃപ്തയാണോ?" വളരെ അപ്രതീക്ഷിതമായാണ് ആ ചോദ്യം പൊട്ടിപ്പുറപ്പെട്ടത്.

"അല്ല ഹോപ്റ്റംസ്കാർഫ്യൂഹറർ, ഒരിക്കലുമല്ല. ഒരുവിധത്തിലും എനിക്കൊരു ആനന്ദവുമില്ല."

ക്ലൂട്ടിക് ഒരു കൈ അവളുടെ മുട്ടിന്മേൽ വെച്ചുകൊണ്ടു പറഞ്ഞു. "ശരി ഞാൻ നിങ്ങളുടെ സാമാനങ്ങൾ കൊണ്ടു പോകാം."

"ഓ, ഹോപ്റ്റംസ്കാർഫ്യൂഹറർ" തന്റെ മുട്ടിന്റെ ഇടയിലേക്കു വഴുതി വീണിരുന്ന അയാളുടെ കൈ അവിടെ തന്നെ അമർത്തിപ്പിടിച്ചുകൊണ്ട് ആനന്ദത്താൽ ബലഹീനമായി തീർന്നപോലെ അവൾ മൊഴിഞ്ഞു. ക്ലൂട്ടിക്കിന്റെ പെട്ടെന്നുണ്ടായ ആവേശത്തിനു വഴങ്ങിക്കൊടുക്കാൻ തോന്നി അവൾക്ക്. പക്ഷെ അയാൾ കൈകൾ പിൻവലിച്ച് കസേരയിലേക്കു ചാരി ഹോർട്ടെൻസിനെ തുറിച്ചുനോക്കി. അയാളുടെ രൂക്ഷമായ നോട്ടം തന്റെ ശരീരത്തിലേക്കു തുളച്ചുകയറുന്നതായും വളരെക്കാല മായി താൻ മറന്നിരുന്ന ഏതോ ഒരു വൈകാരികാനുഭൂതി തന്നെ തഴുകുന്നതായും അവൾക്കു തോന്നി.

"നിങ്ങളുടെ ഭർത്താവ് ആ യഹൂദചെക്കന്റെ കാര്യത്തിൽ എന്താണ് ചെയ്തതെന്നറിയാമോ?"

യാതൊരു പ്രസക്തിയുമില്ലാതെ ക്ലൂട്ടിക് ചോദിച്ചു. ഹോർട്ടെൻസ് ഒന്നു പുളഞ്ഞു. അവൾ വായ തുറന്നു എന്തെങ്കിലും പറയാൻ സാധിക്കുന്നതിനുമുമ്പ് ക്ലൂട്ടിക് ഭീഷണിപ്പെടുത്തുന്ന സ്വരത്തിൽ ചീറി. "ആ എഴുത്ത് എഴുതിയതും അയാൾ തന്നെയാണ്."

പരിതഃസ്ഥിതിയിൽ പെട്ടെന്നുവന്ന മാറ്റം അവളെ പാടെ അമ്പരപ്പിച്ചു. ആ അമ്പരപ്പിൽനിന്ന് സ്വീലിങ്ങിന്റെ അപരാധം ക്ലൂട്ടിക് വ്യക്തമായി

മനസിലാക്കുകയും ചെയ്തു. ആ കണ്ടുപിടുത്തത്തിന്റെ വൈപുല്യം അയാളെ അത്ഭുതപ്പെടുത്തി.

ഹോർട്ടെൻസിന്റെ സംഭ്രമം തികഞ്ഞ ഭീതിയായി മാറി.

"പക്ഷെ എനിക്കതിൽ യാതൊരു പങ്കും ഇല്ല."

"തീർച്ചയായും ഇല്ല" ആ സ്ത്രീയെ തന്റെ ദയാവായ്പിനാൽ മൂടുന്ന മട്ടിൽ അയാൾ പറഞ്ഞു. അയാൾക്ക് അവളോട് ഒരു സൗഹൃദബന്ധം തോന്നി.

"ചതിയുടെ അർഥം മരണമെന്നാണ്."

ഉറക്കെ നിലവിളിച്ചുകൊണ്ട് ഹോർട്ടെൻസ് ചാടിയെഴുന്നേറ്റു.

"എന്റെ ദൈവമേ! ഹോ എന്റെ ഈശ്വരാ! ഹെർഹെപ്റ്റംസ്കാർ ഫ്യൂഹറർ." അവളുടെ മുഖത്ത് നഗ്നമായ ഭയം ഭീകരതാണ്ഡവം നടത്തു കയായിരുന്നു.

ക്ലൂട്ടിക്കും എഴുന്നേറ്റു. രണ്ടുപേരും അന്യോന്യം നോക്കിക്കൊണ്ടു നിന്നു. അവളുടെ ദേഹത്തിന്റെ ചൂട് തന്റെമേൽ പതിക്കുന്നുണ്ടെന്ന് അയാൾക്കുതോന്നി. അയാൾ അവളെ കൈപിടിച്ചു തന്നിലേക്കടുപ്പിച്ചു. ഭയങ്കരമായ ഭയം അവളുടെ ലൈംഗികാസക്തിയെ അമ്പെ തളർത്തിയ പ്പോഴാണ് ക്ലൂട്ടിക്കിന്റെ വികാരാവേശം ഉണർന്നത്.

"ഇങ്ങനെയൊരു സ്ത്രീ." അൽപ്പമൊരു ഉൾഭ്രാന്തിയോടെ അയാൾ തുടർന്നു. "ഇങ്ങനെയൊരു സ്ത്രീ......."

പക്ഷെ ഹോർട്ടെൻസിന് ഇപ്പോൾ ഇതൊന്നും കേൾക്കാനുള്ള ചെവിയുണ്ടായിരുന്നില്ല. അവൾ ആകെ വിറച്ചുകൊണ്ടു ചോദിച്ചു.

"നിങ്ങൾ അദ്ദേഹത്തെ കൊന്നുകളയുമോ?"

ക്ലൂട്ടിക് ഹോർട്ടെൻസിനെ വിട്ടു, ചുണ്ടുകൾ കോട്ടി ഒരു വക്രച്ചിരി ചിരിച്ചു. ആ സ്ത്രീയുടെ ഭയം അയാൾക്ക് നന്നെ പിടിച്ചു. അയാൾ മറുപടിയൊന്നും പറഞ്ഞില്ല. നമ്മളിതു വല്ലവിധത്തിലും അവസാനിപ്പി ച്ചാൽ ആ മറയക്കഴുതയ്ക്ക് സന്തോഷമാവുകയേയുള്ളു എന്ന റീനിബോ ത്തിന്റെ വാക്കുകൾ അയാൾ ഓർമിച്ചു. അത് അയാളുടെ മനസിൽ പുതിയ ഒരാശയത്തിനു വിത്തുപാകി. റീനിബോത്തിന്റെ ധീരമായ കണ ക്കുകൂട്ടലിന്റെ വഴിക്കു തന്നെയായിരുന്നു അത്.

"അയാളെ കൊല്ലുകയോ! അതു തീരെ നിസാരമല്ലെ? അയാൾ ഉണ്ടാക്കിയ കുഴമറി അയാൾതന്നെ തുടച്ചു മാറ്റണം."

ഹോർട്ടെൻസിന്റെ ഭയം നേരിയ ഒരാശയായി വികസിച്ചു.

"പക്ഷെ, അതെങ്ങനെ" എന്നു ചോദിക്കാനുള്ള ധൈര്യം അവൾക്കു ണ്ടായി.

ക്ലൂട്ടിക് പെട്ടെന്നു മറുപടി പറഞ്ഞു. "അയാൾക്കു കമ്യൂക്കകളുമായി വല്ല ഇടപാടുമുണ്ടെങ്കിൽ തീർച്ചയായും അയാൾക്ക് അവരെപ്പറ്റി നല്ല വിവരമുണ്ടായിരിക്കുമല്ലോ. സാധാരണക്കാരെയല്ല. അവരെ ഞങ്ങൾക്കും അറിയാം. ഞങ്ങൾക്കാവശ്യം നിയമവിരുദ്ധമായ സംഘടനയിലെ ആളുക ളെയാണ്, അതായത് നേതാക്കന്മാരെ."

ക്യാമ്പിലെ സംഭവവികാസങ്ങളെ കുറിച്ചു യാതൊരു പിടിയുമുണ്ടായിരുന്നില്ല ഹോർട്ടെൻസിന്, തന്റെ ഭർത്താവിന്റെ ഉദ്യോഗസ്ഥലമെന്നതിൽ കവിഞ്ഞു അവൾക്കതിനെപറ്റി യാതൊരു അറിവുമുണ്ടായിരുന്നില്ല. വീണ്ടും അവൾ ഭയകമ്പിതയായി, "എന്റെ ദൈവമേ! ഹെർഹെപ്റ്റം സ്കാർഫ്യൂഹറർ!" അവളുടെ കണ്ണുകൾ ചഞ്ചലങ്ങളായി.

ക്ലൂട്ടിക് ഒരടികൂടി മുന്നോട്ടു നീങ്ങി. അയാൾക്ക് അവളേക്കാൾ തലപ്പൊക്കം ഉണ്ടായിരുന്നതുകൊണ്ടു സംസാരിക്കാൻ മേൽപ്പോട്ടു നോക്കേണ്ടി വന്നിരുന്നു. അവളുടെ ഭയചകിതമായ കണ്ണുകളിലേക്ക് ഉറ്റുനോക്കിയപ്പോൾ വികാരത്തിന്റെ ഒരല അയാളുടെ മനസിൽ ഉയർന്നു. തൊണ്ടയിൽ എന്തോ ഒന്നു തടഞ്ഞപോലെ അയാൾക്കു തോന്നി.

"നിന്റെ ഭർത്താവിനോട് ഒന്നു ചോദിച്ചുനോക്കൂ." പരുപരുത്ത സ്വരത്തിൽ അയാൾ പറഞ്ഞു. തന്റെ സ്വരത്തിലെ വിറമറയ്ക്കാൻ അയാൾക്കു പാടുപെടേണ്ടിവന്നു. അയാൾ തന്റെ മനഃസ്ഥൈര്യം മുഴുവനും അതിനുവേണ്ടി വിനിയോഗിച്ചു. ഹോർട്ടെൻസ് ഭയന്ന് അനുസരണയോടെ തലയാട്ടി. അവൾ കോട്ട് എടുത്തിട്ടു ബട്ടൺ ഇട്ടു പോകാനാഞ്ഞു. പെട്ടെന്നു ക്ലൂട്ടിക് അവളുടെ കയ്യിന്മേൽ കടന്നുപിടിച്ചു. എന്തെങ്കിലും പ്രധാന കാര്യം അയാൾക്കു പറയാനുണ്ടാകുമെന്നു കരുതി അവൾ അയാളുടെ കണ്ണുകളിലേക്ക് ഉറ്റുനോക്കി. പക്ഷെ അവിടെ നഗ്നമായ കാമാവേശം വേതാളനൃത്തം നടത്തുകയായിരുന്നു.

"അവൻ പോയി തുലയട്ടെ!" ക്ലൂട്ടിക് കിതച്ചു. "ഞാൻ നിങ്ങളുടെ സാമാനം കൊണ്ടുപോയ്ക്കോളാം." ഹോർട്ടെൻസിന് എങ്ങനെയെങ്കിലും തടിതപ്പിയാൽ മതിയെന്നായിരുന്നു. ഇതുവരെ അവൾ ആശിച്ചിരുന്ന അയാളുടെ കാമവൈവശ്യം ഇപ്പോൾ അവൾക്ക് അരോചകമായി തോന്നി.

ഹോർട്ടെൻസ് പോയി കഴിഞ്ഞപ്പോൾ ക്ലൂട്ടിക് കസേരയിൽ ചെന്നു വീണു ദീർഘമായി നിശ്വസിച്ചു. ആ വൈവശ്യം ഇപ്പോഴും അയാളുടെ തൊണ്ടയിൽ കിടന്നു തുടിക്കുകയായിരുന്നു.

ഹോർട്ടെൻസ് ക്ലൂട്ടിക്കിന്റെ വീട്ടിലായിരുന്ന സമയത്തു സ്വീലിങ്ങ് റീനിബോത്തിന്റെ മുറിയിലായിരുന്നു. അയാൾക്ക് നേരെ കമാന്ററുടെ മുമ്പിൽ പോകാനുള്ള ധൈര്യമുണ്ടായിരുന്നില്ല. ഇന്ന് റീനിബോത്തിന് ആകപ്പാടെ ഉല്ലാസം പിടിച്ച സമയമായിരുന്നുതാനും.

"കൊള്ളാം ചങ്ങാതി!" അയാൾ റീനിബോത്തിനെ അഭിവാദ്യം ചെയ്തു. "നിങ്ങൾ കാപോവിന്റെ കാര്യത്തിൽ അൽപ്പം ഭാഗ്യക്കേടായല്ലോ." അയാൾ അതു പറയുമ്പോൾ അർഥവത്തായി ചിരിക്കുന്നുണ്ടായിരുന്നു. സ്വീലിങ്ങ് അതൊരു ലക്ഷണമാണെന്ന് കരുതി, ഹോഫലിനുവേണ്ടി ഒരു നല്ലവാക്ക് പറയാൻ ആത്മാർഥതയോടെ ശ്രമിച്ചു. റീനിബോത്ത് സങ്കടത്തോടെ ചുമൽ കുലുക്കി.

"അതൊരു ഭീമാബദ്ധമാകും. നിർഭാഗ്യവശാൽ ഇത് ഹോഫലിന്റെ മാത്രം കാര്യമല്ല, അത് നിങ്ങളേയും ബാധിക്കുന്നതാണ്."

സ്വീലിങ്ങ് ചെവി കൂർമ്പിച്ചു. "എനിക്കതിൽ എന്തുകാര്യം." അയാൾ തൊണ്ടയിൽ തടഞ്ഞുനിന്നിരുന്ന ഒരു വലിയ കട്ട വിഴുങ്ങി.

നിശ്ശബ്ദമായ സംതൃപ്തിയോടെ റീനിബോത്ത് അത് ശ്രദ്ധിച്ചു.

"ഇത് തന്നെയാണ് ഞാൻ എന്നോടും ചോദിക്കുന്നത്." അയാൾ ഇതും പറഞ്ഞ് കപടനാട്യത്തോടെ പോക്കറ്റിൽനിന്നു സ്വീലിങ്ങിന്റെ കുറിപ്പു വലിച്ചെടുത്തു—"എനിക്കിപ്പോഴും ഇതൊന്നും വിശ്വസിക്കാൻ സാധിക്കുന്നില്ല."

സ്വീലിങ്ങിന്റെ മനസ്സ് തിളച്ചുമറിയുകയായിരുന്നു. അയാൾക്ക് കടലാസ് കഷണം ഇന്നതാണെന്ന് മനസിലായി, റീനിബോത്ത് സഹതാപസൂചകമായി നെടുവീർപ്പുവിട്ടു. സ്വീലിങ്ങിനെ പിടിച്ച് റാക്കിന്മേൽ കിടത്തുന്ന കാര്യമോർത്തപ്പോൾ അയാൾക്ക് അമിതമായ ആനന്ദം തോന്നി.

"ഞങ്ങൾ ഹോഫലിനെയും ആ പോളണ്ടുകാരൻ വൂസിസ്സിനെയും അൽപ്പമൊന്നു തൊട്ടുതലോടി. ങ! എന്നിട്ടോ.......അവസാനിപ്പിക്കാത്ത ആ വാചകത്തിന് പ്രത്യേകമായ ഒരർഥവ്യാപ്തി നൽകാനെന്നമട്ടിൽ അയാൾ കണ്ണുകൾ ഇറുക്കി.

''ആ രണ്ടുപേരും സർവകുറ്റങ്ങളും ചാരുന്നത് നിങ്ങളുടെ മേലാണ്......."

സ്വീലിങ്ങ് പതുക്കെ ഒന്നുചാടി. പക്ഷെ തന്റെ ദൗർബല്യം അറിയിക്കരുതെന്ന ഉദ്ദേശത്തോടെ അയാൾ ആ ചലനം കൈകൾ ആഞ്ഞുവീശി അമർത്തി.

"അത്, വെറും പ്രതികാരം മാത്രമാണ്."

റീനിബോത്ത് കസേരയിലേക്ക് ചാരി, കൈകൾ മേശപ്പുറത്ത് നീട്ടിവെച്ചു.

ആ കുറിപ്പ് കാണത്തക്കവിധത്തിൽ അത് കൈക്കുള്ളിൽ വെച്ചുകൊണ്ട് അയാൾ അൽപ്പനേരം മിണ്ടാതിരുന്നു. തന്റെ നില സാധൂകരിക്കാൻ സ്വീലിങ്ങ് ഒരു ശ്രമം നടത്തി.

"ഞാനാണ്........എന്ന് നിങ്ങൾ വിചാരിക്കുകയില്ലല്ലോ........"

"ഞാൻ യാതൊന്നും വിചാരിക്കുന്നില്ല."

സ്വീലിങ്ങിന്റെ സംസാരം തടഞ്ഞുകൊണ്ടയാൾ പറഞ്ഞു:

"ഈ സംഗതി വിചാരിക്കുന്നപോലെ എളുപ്പമല്ല. ഇതിൽ ഒന്നോ രണ്ടോ കൊച്ചു മാലാഖമാർ ഉൾപ്പെട്ടിട്ടുണ്ട്. ഉദാഹരണമായി ഈ കുറിപ്പ്......."

റീനിബോത്ത് ഉദാസീനതഭാവത്തിൽ ആ കുറിപ്പ് സ്വീലിങ്ങിന് എറിഞ്ഞുകൊടുത്തു. അതു വായിക്കുമ്പോൾ മുഖത്തു വിസ്മയം വരുത്താൻ അയാൾ, ആ പാവം, പാടുപെട്ടു. പക്ഷെ റീനിബോത്തിന് എല്ലാം മനസിലായി. തന്റെ സംശയം ശരിയാണെന്ന് അയാൾക്കിപ്പോൾ ബോധ്യപ്പെട്ടു.

"അത് എഴുതിയത് നിങ്ങളുടെ കമാന്റോവിലെ ആരുമല്ല; അത് തീർച്ചയാണ്."

സ്വീലിങ്ങിന്റെ അസ്വസ്ഥത വർധിച്ചു.

"നിങ്ങൾക്ക് അത് എങ്ങനെയറിയാം." അയാൾ ധൈര്യമായി ചോദിച്ചു.

ഗൂഢാലോചനക്കാരന്റേതായ ഒരു നിഗൂഢമന്ദസ്മിതത്തോടെ റീനിബോത്ത് ആ കുറിപ്പ് എടുത്തു വിസ്തരിച്ചു മടക്കി. സ്വീലിങ്ങിനെ മനഃപൂർവം അലട്ടണമെന്ന വിചാരത്തോടെ അതു സ്വന്തം പോക്കറ്റിൽ ത്തിരുകി. ഉരുളയ്ക്ക് ഉപ്പേരിയെന്നമട്ടിൽ മറുപടി പറയാനുള്ള പാടവ മൊന്നും സ്വീലിങ്ങിന് ഇല്ലായിരുന്നു. അതുകൊണ്ട് ആ മൗനം ഒരേസമയത്ത് ചോദ്യവും കുറ്റസമ്മതവുമായി.

റീനിബോത്തിന് ആവശ്യമായതെല്ലാം മനസിലായി കഴിഞ്ഞു. തന്റെ വിജയലഹരി ആസ്വദിച്ചുകൊണ്ട് അയാൾ കസേരയിലേക്കു അമർന്നു ചാരി. തള്ളവിരൽ ബട്ടൺ നിരയിൽ തള്ളി കൈകൾ കൊണ്ടു നെഞ്ചത്ത് താളംപിടിച്ചു.

"അതുകൊണ്ട് എന്റെ പൊന്നു ചങ്ങാതീ......"

സ്വീലിങ്ങ് വിളർത്തു ചാരനിറമായി. മുങ്ങിമരിക്കാൻ പോകുന്ന മനുഷ്യൻ തല വെള്ളത്തിനു മുകളിൽ പൊന്തിച്ചു പിടിക്കാൻ ആയാസപ്പെടുന്ന മട്ടിൽ ചില വെപ്രാളമെല്ലാം കാണിച്ചു.

"ഞാനാണ് എന്ന്......ആർക്കു തെളിയിക്കാൻ സാധിക്കും."

അവരുടെ നോട്ടങ്ങൾ കെട്ടുപിണഞ്ഞു തീരെ അപ്രതീക്ഷിതമായ മട്ടിൽ റീനിബോത്തിന്റെ മുഖത്ത് ഒരു ഗൗരവഭാവം തെളിഞ്ഞു.

"അതെ നിങ്ങൾക്ക് ഇതിൽ ഒന്നും ചെയ്യാനുണ്ടായിരുന്നില്ല എന്നു ഞാൻ വിശ്വസിക്കുന്നു." അതൊരു കൗശലമായിരുന്നു. സ്വീലിങ്ങ് അത് അങ്ങനെ തന്നെ മനസിലാക്കിക്കോട്ടെ എന്നായിരുന്നു അയാളുടെ ഭാവവും.

"തത്സമയത്ത് ഈ വിവരങ്ങൾ അറിയാവുന്നവർ ഞാനും ക്ലൂട്ടിക്കും മാത്രമാണ്." അയാൾ ഭീഷണിപ്പെടുത്തുമാറ് മന്ദഹസിച്ചുകൊണ്ടു തന്റെ വിരലുകൾ ഉയർത്തി. "ഈ സമയത്ത് നിയമവിരുദ്ധമായ സംഘടനയുടെ വിശദവിവരങ്ങൾ അറിയാൻ മാത്രമാണ് ഹോപ്റ്റഷ്ചാർഫ്യൂഹറർ സ്വീലിങ്ങ് ആ യഹൂദചെക്കന്റെ കാര്യങ്ങളിൽ ഇടപെട്ടത് എന്നുകൂടി ആർക്കെങ്കിലും പറയാൻ കാണും. രഹസ്യമായ നിർദേശങ്ങൾ അനുസരിച്ചാണ് ഹോപ്റ്റഷ്ചാർ ഫ്യൂഹറർ ഇങ്ങനെ ചെയ്തത് എന്നുവരെ ആളുകൾ സംസാരിച്ചേക്കും."

റീനിബോത്ത് ചൂണ്ടിക്കാട്ടി. വിരൽകൊണ്ടു താടി തടവി. "അതെ ഒരാൾക്കു പറയാൻ......."

ഇപ്പോൾ സ്വീലിങ്ങിനു സംസാരിക്കാമെന്നായി.

"പക്ഷെ ഞാൻ ആരേയും അറിയുകയില്ലല്ലോ."

റീനിബോത്ത് ചൂണ്ടുവിരൽ അയാളുടെ നേരെ ചൂണ്ടി.

"നോക്കൂ, ഈ കാര്യത്തിലാണ് എനിക്ക് ഇനിയും തീർച്ചയില്ലാത്തത്. ഞാൻ പറയുന്നത് സത്യമാണ്. എന്റെ ചങ്ങാതി.....ഞാൻ പറയുന്നത്........."

സ്വീലിങ്ങിനു പ്രതിഷേധിക്കണമെന്നുണ്ടായിരുന്നു. പക്ഷെ റീനിബോത്ത് അയാളെ നാലുഭാഗത്തുനിന്നും ആക്രമിക്കുകയാണ്.

“സ്വീലിങ്ങ്, വിഡ്ഢിത്തം കാണിക്കാതിരിക്കൂ. തന്റെ തലയ്ക്കു തന്നെയാണ് കേട്. ഇതാ പന്ത്രണ്ട് അടിക്കാൻ അഞ്ചു നിമിഷമുണ്ട്. എനിക്കൊന്നും വേണ്ട......”

സ്വീലിങ്ങ് തികച്ചും നിസ്സഹായനായി.

“പക്ഷെ ഞാൻ എങ്ങനെ.......”

റീനിബോത്ത് എഴുന്നേറ്റു. സൗമനസ്യ പ്രകടനമെല്ലാം വേണ്ടെന്ന് വെച്ചു, അയാൾ അപകടകരമായി ചീറി.

“എങ്ങനെ ചെയ്യാൻ പോകുന്നു എന്നതെല്ലാം നിങ്ങളുടെ കാര്യം.” നിങ്ങൾ കമ്യൂക്കളുമായി ഇതേവരെ സമ്പർക്കം പുലർത്തുകയായിരുന്നു. എത്രത്തോളം നിങ്ങൾ അതിൽ മുഴുകിയിരുന്നു എന്നെല്ലാം നിങ്ങളുടെ കാര്യം. കൊലക്കയറിൽനിന്ന് നിങ്ങൾ സ്വന്തം തല എങ്ങനെ രക്ഷിക്കാൻ ഉദ്ദേശിക്കുന്നു എന്നതും നിങ്ങളുടെ കാര്യം. എല്ലാം നിങ്ങളുടെ കാര്യം. നിങ്ങൾക്കു മനസിലായോ? ഇതിന്റെ അടിയിൽ ആരാണ് എന്നാണ് ഞങ്ങൾക്ക് അറിയേണ്ടത്. നിങ്ങൾക്ക് ആരെയൊക്കെയറിയാം.”

“എനിക്കു ഹോഫലിനെയും ക്രോപ്പിൻസ്കിയെയും അറിയാം.”

“പിന്നെ.”

“പിപ്പിഗ്ഗിനേയും അറിയാം.”

“പിപ്പിഗ്ഗ്, ശരി, നന്നായി പിന്നെ!”

ഒന്നും ചെയ്യാനാകാതെ സ്വീലിങ്ങ് ചുമൽ കുലുക്കി.

“പിന്നെ ക്രാമർ.”

“ഹോ, ഹോ, അപ്പോൾ ക്രാമറെയും അറിയാല്ലോ.” റീനിബോത്ത് പരിഹസിച്ചു. “ഭാഗ്യവശാൽ ഇവരെയൊക്കെ ഞങ്ങൾക്കും അറിയാം. ഞങ്ങൾക്കാവശ്യം മറ്റുള്ളവരെയാണ്.”

“മറ്റ് ആരെ.”

റീനിബോത്ത് മുഷ്ടിചുരുട്ടി മേശപ്പുറത്ത് ഇടിച്ചു. പക്ഷെ പെട്ടെന്നയാൾ ആത്മനിയന്ത്രണം വീണ്ടെടുത്ത് അയാൾ എഴുന്നേറ്റു യൂണിഫോറം വലിച്ചു നേരെയിട്ടു പ്രകോപനപരമായി പറഞ്ഞു.

“നിങ്ങൾക്ക് ഇനി അധികം നേരമൊന്നുമില്ല. നല്ലപോലെ ആലോചിച്ചുകൊള്ളൂ, എന്റെ പൊന്നു ചങ്ങാതി.”

അമ്പെ തകർന്നാണ് സ്വീലിങ്ങ് വീട്ടിൽ എത്തിയത്.

“കഴുത്തിന് എന്തുപറ്റുമെന്നു മനസിലായോ?”

അങ്ങനെയാണ് ഹോർട്ടെൻസ് അയാളെ അഭിവാദനം ചെയ്തത്.

സ്വീലിങ്ങ് ക്ഷീണിച്ചു കസേരയിൽവീണു. കഴുത്തിലെ ബട്ടണുകൾ അഴിച്ചു. “നിയമവിരുദ്ധമായ സംഘടനയിലെ അംഗങ്ങളുടെ പേരുകൾ ഞാൻ അവർക്കു പറഞ്ഞുകൊടുക്കണമത്രെ!”

“എന്നാൽ അതങ്ങോട്ടു ചെയ്തേക്കരുതേ!” ഹൊർട്ടെൻസ് അയാളുടെ നേരെ ചാടി.

"പക്ഷെ എനിക്കതൊന്നും അറിയില്ലല്ലോ."

ഹാർട്ടെൻസ് നെഞ്ചിൽ കൈകെട്ടി.

"ആ നശിച്ച യഹൂദചെക്കന്റെ പേരിൽ നിങ്ങൾക്ക് കിട്ടുന്ന സമ്മാനമാണത്. നിങ്ങൾ അപ്പോൾതന്നെ അതിനെ ചതച്ചു കൊല്ലേണ്ടതായിരുന്നു."

സ്വീലിങ്ങ് നൈരാശ്യത്തോടെ കസേരമേൽ ഇരുന്ന് ഒന്നു പുളഞ്ഞു. "പക്ഷെ ഞാൻ ആരുടെ പേരുകൾ നൽകും?"

ഹോർട്ടെൻസ് അലറി. "എനിക്ക് എങ്ങനെ അറിയും; നിങ്ങളല്ലേ, ഞാനല്ലല്ലോ ഹോപ്റ്റംസ്കാർ ഫ്യൂഹറർ, നിങ്ങൾക്കല്ലെ ക്യാമ്പിലെ തെമ്മാടികളെ അറിയൂ. എനിക്കാരെയെങ്കിലും പരിചയമുണ്ടോ?"

"ഞാൻ നൽകുന്ന പേരുകൾ തെറ്റായാലോ?"

ഹോർട്ടെൻസ് പുച്ഛസ്വരത്തിൽ ചിരിച്ചു.

"നമുക്ക് എന്തു നഷ്ടം! നിങ്ങൾക്ക് സ്വന്തം തല രക്ഷിക്കേണ്ടിയിരിക്കുന്നു."

സ്വീലിങ്ങ് കഴുത്ത് ഉഴിഞ്ഞു.

നിദ്രാരഹിതമായ അന്നത്തെ രാത്രി മുഴുവൻ അന്തമില്ലാത്ത ചിന്തകളിൽ കിടന്നയാൾ അലഞ്ഞു. ഭാര്യ അടുത്തുതന്നെ ഉണ്ടായിരുന്നു. അസ്വസ്ഥയായ അവളും അങ്ങോട്ടും ഇങ്ങോട്ടും തിരിഞ്ഞും മറിഞ്ഞും രാത്രി കഴിച്ചുകൂട്ടി.

## III

**ര**ണ്ടാംദിവസം കലവറമുറിയിലേക്ക് ഒരു പുതിയ ആൾ കടന്നുവന്നു. അറസ്റ്റ് ചെയ്ത രണ്ടുപേർക്ക് പകരമായി നിയമിച്ചതായിരുന്നുവത്രെ അയാളെ. അപരിചിതന്റെ ആഗമനം പിപ്പിഗ്ഗിന് മാത്രമല്ല മറ്റുള്ളവർക്കും സംശയാത്മകമായി തോന്നി. പണിയെടുക്കാനുള്ള കമാന്റോവിലേക്ക് ആൾക്കാരെ നൽകുന്നത് വർക്ക് കമാന്റോവിലെയും ഗുമസ്തന്മാരുടെ മുറിയിലേയും ഉത്തരവാദിത്വമുള്ള പ്രവർത്തകരായിരുന്നു. ഉത്തരവാദിത്വവും വിശ്വസ്തതയും പരിശോധിച്ചറിയാതെ ക്യാമ്പിലെ പ്രധാനപ്പെട്ട യാതൊരു വകുപ്പിലേക്കും; ആതുരശാലയിലേക്കോ ഗുമസ്തന്മാരുടെ മുറിയിലേക്കോ പുതിയതായി ആരേയും നിയമിക്കാറില്ല. തടവുകാരുടെ സ്വയംഭരണ സമ്പ്രദായത്തിലെ ഒരു പ്രത്യേകതയായിരുന്നു ഇത്. അങ്ങനെയുള്ള കമാന്റോവിലേക്ക് പുതിയതായി ആളെ ആവശ്യമുണ്ടെങ്കിൽ അത് അവതരിപ്പിക്കുക എസ്സ് ലേബർ സർവീസ് ഫ്യൂഹററുടെ കീഴിലുള്ള തടവുകാരുടെ നേതാക്കളായിരിക്കും. ഇത്തരമൊരു അവതരണത്തിന്റെ ആദ്യപടിയായ കൂടിയാലോചനകളിൽ എസ് എസ് ക്യാമ്പ് ഭരണകൂടം ഇടപെടാറുമില്ല. ക്യാമ്പിൽ എല്ലാം ശരിപ്പെട്ടോ എന്നേ അവർ ശ്രദ്ധിക്കാറുള്ളൂ. സങ്കീർണമായ ഈ ക്യാമ്പ് ഭരണം നിയന്ത്രിച്ചുകൊണ്ടുപോകാനുള്ള കഴിവോ ആവശ്യമോ സമ്മതമോ അവർക്കുണ്ടായിരുന്നുമില്ല. എസ് എസുകാരുടെ ഈ

ഉദാസീനഭാവം തടവുകാർ തികച്ചും ഉപയോഗിക്കുകയും ചെയ്തിരുന്നു. വിശ്വസിക്കാവുന്ന കുറെ നല്ല ഉദ്യോഗസ്ഥന്മാരെ വാർത്തെടുക്കാൻ അവർക്കു സാധിച്ചിട്ടുണ്ട്. മുന്നറിയിപ്പു കൂടാതെയുള്ള ഈ പുതിയ വ്യക്തിയുടെ ആഗമനം കലവറയിലെ കമാന്റോവിനെ തികച്ചും സംശയാലുക്കളായി. പുതിയ ആളെ അയച്ചത് ലേബർ സർവീസ് ഫ്യൂഹറർ ആണെന്നായിരുന്നു സ്വീലിങ്ങ് പറഞ്ഞത്. അതേസമയത്ത് ഓഫീസിൽ തന്റെ മുമ്പിൽനിന്ന പിപ്പിഗ്ഗിനെ നോക്കി സ്വീലിങ്ങ് രഹസ്യമായി കണ്ണിറുക്കി.

"പിന്നെ, പിന്നെ......ഞാൻ അൽപ്പമൊന്നു ശ്രമിച്ചിട്ടുണ്ട്. ഒരുപക്ഷെ നമുക്ക് ഹോഫലിനെയും ക്രോപ്പിൻസ്കിയെയും വീണ്ടും കിട്ടുമായിരിക്കും."

പിപ്പിഗ്ഗിനു കളവു മനസിലായി. അയാൾ ഒരക്ഷരം മിണ്ടിയില്ല.

"എന്താണ് ഈ പുതിയ മനുഷ്യനു ചെയ്യാനുള്ളത്." അയാൾ ചോദിച്ചു.

"എന്ത്, എന്ത്!" പുതിയ ആളുടെ വരവ് തനിക്കു പിടിച്ചില്ലെന്നമട്ടിൽ സ്വീലിങ്ങ് മറുപടിയോതി. ഒരു രാഷ്ട്രീയത്തടവുകാരന്റെ അടയാളമാണ് അയാൾ ധരിച്ചിരുന്നത്. കമാന്റോവിലെ ആർക്കുംതന്നെ അയാളെ പരിചയമുണ്ടായിരുന്നില്ല," എവിടെനിന്നു വരുന്നു ഇയാൾ?"

പിപ്പിഗ്ഗിനു യാതൊരു സമാധാനവുമുണ്ടായിരുന്നില്ല. എന്തോ ഒരു കാരണമുണ്ടാക്കി അയാൾ സ്ഥലം വിട്ടു. വളരെ ആവേശത്തോടെയാണ് അയാൾ ക്രാമറെ സമീപിച്ചത്.

"ഞങ്ങൾക്ക് ഒരു പുതിയ മനുഷ്യനെ കിട്ടിയിട്ടുണ്ട്. എന്തോ തകരാറുണ്ടെന്നാണ് തോന്നുന്നത്."

ക്രാമർ പ്രോളിനെ ഗുമസ്തന്മാരുടെ മുറിയിലേക്ക് അയച്ചു. "വ്യൂറാച്ചി"ന്റെ—അതായിരുന്നു ആ പുതിയ മനുഷ്യന്റെ പേർ. ഫയൽ കാർഡ് കൊണ്ടുവരുവിച്ചു. അതിൽ യാതൊരു വിവരവുമുണ്ടായിരുന്നില്ല. വ്യൂറാച്ച്മാക്സ്മില്ലൻ ആദ്യം വീമാറിലായിരുന്നു. രണ്ടുകൊല്ലം മുമ്പാണ് അറസ്റ്റ് ചെയ്തത്. കാരണം അതിൽ കാണിച്ചിട്ടില്ലായിരുന്നു.

കുറെ മാസങ്ങൾക്കുമുമ്പ് 'സാഷൻ ഹൗസൻ,' തടങ്കൽപ്പാളയത്തിൽ നിന്ന് ബുച്ചൻ വാൾഡിലേക്ക് തനിയെയാണ് കൊണ്ടുവന്നിരുന്നത്.

"അങ്ങനെയാണ് കാർഡിൽ കുറിച്ചിരുന്നത്..........ഒറ്റയ്ക്ക്!?"

കുറെമാസങ്ങൾക്കുമുമ്പു സാഷൻ ഹൗസിലെ കുറെ രാഷ്ട്രീയ തടവുകാരെ വഞ്ചനയിൽ പിടിച്ചു വെടിവെച്ചു കൊല്ലുകയുണ്ടായിട്ടുണ്ട്. സാഷൻ ഹൗസിൽനിന്ന് ബുച്ചൻവാൾഡിൽ എത്തിയ തടവുകാരാണ് ഈ വാർത്ത വെളിയിൽ വിട്ടത്. പിപ്പിഗ്ഗും പ്രോളും ക്രാമറും തമ്മിൽ തമ്മിൽ നോക്കി.

"ഈശോയെ.......വാൾട്ടർ" പിപ്പിഗ്ഗിന്റെ കണ്ണുകൾ തറച്ചുനിന്നു.

ക്രാമർ നെറ്റിതുടച്ചു. "നശിച്ചുപോകാൻ........."

മാക്സ്മില്ലൻവ്യൂറാച്ച്.....ഒറ്റയ്ക്കാണു വന്നത്. ലേബർ സർവീസ് ഫ്യൂഹറർതന്നെ നേരിട്ടു നിയമിച്ചതാണ്.

തീർച്ചയായും അവനൊരു ചാരനായിരിക്കണം.

"ഈശോയെ.......വാൾട്ടർ......"

ഒരൊറ്റയക്ഷരം മിണ്ടാതെ ആ കാർഡ് ക്രാമർ പ്രോളിനെ ഏൽപ്പിച്ചു. അയാൾ അതു ഗുമസ്തന്മാരുടെ മുറിയിലേക്കുതന്നെ കൊണ്ടുപോയി. പിപ്പിഗ്ഗിനു വിഷമമായി. "നാം കുട്ടിയെ എവിടെയാണ് ഒളിച്ചുവെച്ചിരിക്കുന്നത് എന്നു കണ്ടുപിടിക്കാൻ വന്നതായിരിക്കുമോ ഈ പുതിയ സത്വം?"

ഡസ്കിന്മേൽ കൈകൾ പരത്തിവെച്ച് ക്രാമർ ഒരേ ഇരുപ്പ് ഇരുന്നു. അയാൾ പിപ്പിഗ്ഗിന്റെ വിഷാദവിവശമായ മുഖത്തേക്കുനോക്കി.

ആ കൊച്ചു മനുഷ്യന്റെ ആലോചനകൾക്കപ്പുറത്തേക്ക് കടന്നിരുന്നു ക്രാമറുടെ ചിന്തകൾ.

കമാന്റോവിൽ ഒരു ചാരന്റെ സാന്നിധ്യവും തുരപ്പൻ പണികളും. ഇതിലും ഭയങ്കരമായി, അപകടകരമായി എന്തുണ്ടാകാനാണ്?

ക്രാമറുടെ ആദ്യത്തെ ആലോചന തോക്കുകളെപറ്റിയായിരുന്നു. ആ ചാരനെയും ആയുധങ്ങളെയുംകൂട്ടി ഘടിപ്പിച്ചാലോചിച്ചപ്പോൾ അപകടത്തിന്റെ ഒരു മുൻസൂചന അയാളുടെ ഉള്ളിൽ അങ്കുരിച്ചു. അതു മറയ്ക്കാനയാൾക്ക് സാധ്യമാകുന്നില്ല. എന്തായിരിക്കും ഈ ചാരനു കിട്ടിയിട്ടുള്ള നിയോഗം? ആ ചാക്കുകളുടെ നില തീരെ സുരക്ഷിതമല്ല എന്നയാൾക്കുതോന്നി. തോക്കുകൾ ചാക്കിൽനിന്നു മാറ്റിയേ പറ്റൂ. വിവരം മുൻകൂട്ടി ബോച്ചൗവിനോട് പറയണമോ?

സ്വന്തമായി ഒരു തീരുമാനമെടുത്താൽ മതി എന്നയാൾ തീർച്ചയാക്കി. ക്രാമർ എഴുന്നേറ്റുനിന്നു. അപ്പോഴാണ് അയാൾക്ക് ബോധ്യം വന്നത്. പിപ്പിഗ്ഗ് അപ്പോഴും തന്നോട് സംസാരിച്ചുകൊണ്ട് മുമ്പിൽ നിൽക്കുന്നുണ്ടെന്ന്. അക്ഷമയോടെ കൈവീശി ആംഗ്യം കാട്ടി ക്രാമർ പിപ്പിഗ്ഗിന്റെ വാക്ധോരണി തടഞ്ഞു.

"ഇതൊന്ന് ശ്രദ്ധിക്കൂ.''

പിപ്പിഗ്ഗ് മിണ്ടാതെനിന്നു.

ക്രാമർ പുറത്തെ ശബ്ദങ്ങൾ ശ്രദ്ധിച്ചുകൊണ്ട് ഒരു നിമിഷംനിന്നു. അതുകഴിഞ്ഞ് അയാൾ ആ കൊച്ചുമനുഷ്യന്റെ സമീപത്തേക്ക് നീങ്ങി അയാളുടെ നെഞ്ചത്ത് ചൂണ്ടുവിരൽകൊണ്ട് തട്ടിക്കൊണ്ടു പറഞ്ഞു.

"ഞാൻ പറയുന്നത് ഒന്നു കേൾക്കൂ. ഒരക്ഷരം പുറത്തുപോകാതെ സൂക്ഷിക്കണം കേട്ടോ?"

പിപ്പിഗ്ഗ് സമ്മതഭാവത്തിൽ തലയാട്ടി.

തന്റെ വികാരങ്ങളെ രൂപഭദ്രതയോടെ കോർത്തിണക്കി താഴത്തെ ചുണ്ടൊന്ന് നീട്ടിപ്പിടിച്ചു ക്രാമർ പറയാനാരംഭിച്ചു. "വസ്ത്രങ്ങൾ വെച്ചിട്ടുള്ള സഞ്ചികൾ, മനസിലായോ?" അവയുടെ നമ്പർ അയാൾ പറഞ്ഞു കൊടുത്തു. "ഏഴാംനിരയിലെ മുകളിലത്തെ വരിയിൽ ആദ്യത്തെ ജന

വാതിലിന്റെ നേർക്കാണ് അവ കെട്ടിത്തൂക്കിയിരിക്കുന്നത്." ക്രാമറുടെ സംസാരം അപ്പോഴും തീരെ അവ്യക്തമായാണ് പിപ്പിഗ്ഗിനു തോന്നിയത്. എന്നാലും ക്യാമ്പ്സീനിയർ വിശദീകരിക്കുന്നതും കാത്ത് അയാൾ മിണ്ടാതെ നിന്നു. ക്രാമർ ഒരു നിമിഷനേരത്തേക്കു ചുണ്ടുകൾ കടിച്ചമർത്തി ധ്യാനിക്കുന്ന മട്ടിൽനിന്നു. പെട്ടെന്നു കടുത്ത ദൃഷ്ടികൊണ്ടു പിപ്പിഗ്ഗിനെ ഒന്നുഴിഞ്ഞു നോക്കിക്കൊണ്ടയാൾ തുറന്നടിച്ചു. "അതിൽ മൂന്നു തോക്കുകൾ ഉണ്ട്. ഓരോ ചാക്കിലും ഓരോന്ന്."

പിപ്പിഗ്ഗിന്റെ ശ്വാസം പെട്ടെന്നുനിന്നു. പക്ഷെ ഈ വികാരഭേദമൊന്നും അയാൾ പുറത്തേക്കു കാണിച്ചില്ല. വളരെ നന്നായി.

"അവ അപ്രത്യക്ഷമാകണം. മനസിലായോ?"

പിപ്പിഗ്ഗ് മിണ്ടാതെ തുപ്പലിറക്കി. അയാളുടെ ചങ്കിലെ മുഴ മുഴച്ചുനിന്നു.

"ഹാ, എന്ത്, എന്ത്, അതുതന്നെ. ചങ്ങാതി, എന്റെ പൊന്നു ചങ്ങാതീ...."

കുട്ടിയെ അവിടെ താമസിപ്പിച്ചിരിക്കുന്നതിൽ ഹോഫൽ കാണിച്ച വൈമനസ്യത്തിന്റെ പൊരുൾ അയാൾക്കിപ്പോഴാണ് മനസിലായത്. തന്റെ സുഹൃത്തിനെ ഭീരുവെന്നു പഴിച്ചതിൽ അയാൾക്കു കടുത്ത ലജ്ജ തോന്നി. എന്തിനാണ് ആ ചാക്കുകൾ ഇങ്ങനെ അവിടെ കൂട്ടിയിട്ടിരിക്കുന്നത് എന്നതിന്റെ രഹസ്യവും അയാൾക്ക് ഇപ്പോൾ മനസിലായി.

ക്രാമർ ധൃതികൂട്ടി.

"നിങ്ങൾ അവയ്ക്ക് കുറച്ചുകൂടി സുരക്ഷിതമായ ഒരു സ്ഥലം കണ്ടുപിടിക്കണം. കെട്ടിടത്തിൽ എല്ലായിടത്തും നോക്കൂ. കണ്ടുപിടിക്കുന്ന ക്ഷണംതന്നെ എന്നെ വിവരമറിയിക്കണം. അമാന്തിക്കരുത്."

വികാരാധിക്യംകൊണ്ട് പിപ്പിഗ്ഗിന് സംസാരിക്കാൻ വയ്യാതായി. അയാൾ വെറുതെ തലയാട്ടി. ക്രാമറിന്റെ കൈ പിടിച്ച് ശക്തിയായി അമർത്തി. അത് ഒരു വാഗ്ദാനമായിരുന്നു.

പിപ്പിഗ്ഗ് തിരിച്ചു കലവറയിലേക്ക് നടന്നു.

താങ്ങാനാകാത്ത വിധത്തിൽ തന്റെ ഹൃദയം വലുതായതായി അയാൾക്ക് തോന്നി. ക്യാമ്പിനേയും അതിലെ അന്തേവാസികളേയും തികച്ചും വ്യത്യസ്തമായ ദൃഷ്ടികളോടെയാണയാൾ നോക്കിയിരുന്നത്. അർധചന്ദ്രാകൃതിയിൽ ആസൂത്രണം ചെയ്ത ആ പൊക്കംകുറഞ്ഞ കെട്ടിടം ഇപ്പോൾ ഭയപ്പെട്ടു ഭൂമിയിലേക്ക് കവിഞ്ഞുനിൽക്കുകയല്ല. മരപ്പണികൾ ചെയ്ത വ്രാന്തയുടെ മുകളിൽ ആ കെട്ടിടം തലയുയർത്തി നിൽക്കുകയാണ്. അതിനകത്താണ് തോക്കുകൾ ഒളിച്ചുവെച്ചിരിക്കുന്നത്. ഹാ, അവിശ്വസനീയമായ ആ യാഥാർഥ്യം ശരിക്കും പിപ്പിഗ്ഗിന്റെ മനസിൽ ആഞ്ഞുപതിച്ചു. അമേയമായ, അദൃശ്യമായ, വ്യാപകമായ ഒരു നിർവൃതിയുടെ അലകൾ അയാളുടെ ചേതനയിലാകെ പരന്നു. ഇതഃപര്യന്തം അറിഞ്ഞിട്ടില്ലാത്ത ഒരു ചൈതന്യം അയാൾക്കനുഭവപ്പെട്ടു.

ആയുധങ്ങൾ! ആയുധങ്ങൾ!

ഒരു ബ്ലോക്ക് ഫ്യൂഹറർ അയാളെ കടന്നുപോയി. അയാളെ കണ്ടപ്പോൾ പിപ്പിഗ്ഗിനു തൊപ്പിയെടുക്കേണ്ടിവന്നു. സാധാരണപോലെ കണ്ണുകൾ തിരിച്ച് അയാൾ തൊപ്പിയുയർത്തി. തൊപ്പിയുയർത്തുമ്പോൾ ഒരു എസ് എസുകാരനെ കാണാൻ പാടില്ല എന്നായിരുന്നു ചട്ടം. യൂണിഫോറം ധരിച്ച അയാൾ ഈ തടവുകാരൻ പുഴുവെ കണ്ടതായിപ്പോലും നടിച്ചില്ല. അയാളെ സംബന്ധിച്ചിടത്തോളം ഇവറ്റയ്ക്കൊന്നും ഒരു നിലനിൽപ്പുതന്നെയില്ല, തികഞ്ഞ ആനന്ദത്തോടെ പിപ്പിഗ്ഗ് തലയിൽനിന്ന് തൊപ്പി വലിച്ചകറ്റി. അതൊരു വെല്ലുവിളിയായിരുന്നു. നിശ്ശബ്ദമായ വെല്ലുവിളി. ആരാണ് ഇവിടെ, പിപ്പിഗ്ഗ്! നീയോ ഞാനോ! വളഞ്ഞ കാലുകളോടു കൂടിയ ഡ്രെഡ്സ്ഡനിലെ ആ അച്ചുനിരത്തലുകാരന് ഇതിനുമുമ്പ് ഒരിക്കലും ഇത്രയേറെ ആത്മസംതൃപ്തി അനുഭവപ്പെട്ടിരുന്നില്ല, ഞാൻ പിപ്പിഗ്ഗ് ആണ്. വിശ്വസിച്ചോളു. മനുഷ്യാ, ഞാനാണ് ഇവിടത്തെ പിപ്പിഗ്ഗ്!

ബ്ലോക്ക് ഫ്യൂഹറർ അയാളെ കടന്നകന്നു. പിപ്പിഗ്ഗ് വീണ്ടും തൊപ്പി ധരിച്ചു. ഹോയ് ഹോയ് മനുഷ്യാ, വാതുവെക്കുന്നോ? ഞാനാണിവിടെ പിപ്പിങ്ങ്! അയാളുടെ ഹൃദയം തുള്ളിക്കളിക്കുകയായിരുന്നു. പെട്ടെന്ന് ഭയങ്കരമായ ഒരാധി അയാളുടെ മനസിൽ ചെന്തീകോരിയിട്ടു. ആ പുതിയ മനുഷ്യൻ ആ ചാക്കുകെട്ടുകളുടെ ഇടയിലൂടെ നടക്കുന്നത് അയാൾ ഭാവനയിൽ കണ്ടു.

പിപ്പിഗ്ഗ് ഓടി. കിതച്ചുകിതച്ചാണ് അയാൾ ഗുമസ്തന്മാരുടെ മുറിയിലേക്ക് കയറിയത്, കൂട്ടുകാർ ഉൽക്കണ്ഠയോടെ അയാളെ എതിരേറ്റു.

“നിങ്ങൾ എവിടെയായിരുന്നു ഇത്രനേരം? ഇതാ അരമണിക്കൂറായി സ്വീലിങ്ങും ആ പുതിയ മനുഷ്യനുംകൂടി അതിനകത്ത് കൂടിയിട്ട്. എന്തായിരിക്കുമോ ആവോ അവരുടെ പരിപാടികൾ!”

“അടുത്ത സംഗതി നമ്മെ എല്ലാവരേയും പിടിച്ചു ബങ്കറിൽ ഇടുകയായിരിക്കും. നിങ്ങൾക്ക് ഏടാകൂടങ്ങളിൽ തലതിരുകാതെ വയ്യ അല്ലേ?” റോസ് ആവർത്തിച്ചു.

പിപ്പിഗ്ഗ് അയളുടെ നേരെ തിരിഞ്ഞുനിന്നു ചീറി. “ഈ സംഗതികളുടെ മുഴുവൻ ഉത്തരവാദിത്വവും എനിക്കായിരിക്കും. എനിക്കുമാത്രം മനസിലായോ, ബാക്കിയുള്ളവരെയെല്ലാം അങ്ങ് വെറുതെ വിട്ടേക്കൂ.”

റോസ് മുരണ്ടു. “നിങ്ങൾ കാരണം ഞങ്ങൾ എല്ലാവരും അഴിക്കകത്ത് അവസാനിക്കും.”

പിപ്പിഗ്ഗിന്റെ രോഷം ആളിക്കത്തി.

“ഹാ, ഹാ, പറഞ്ഞോളൂ, നിങ്ങൾക്ക് ഈ തടങ്കൽ പാളയത്തിൽ കഴിയാൻ ഇഷ്ടമില്ലെങ്കിൽ ചുമ്മാ പറഞ്ഞേക്കൂ. എന്തുകൊണ്ടു നിങ്ങൾ സ്വന്തം ഗൃഹത്തിലെ സുഖസമൃദ്ധമായ, അഗ്നികുണ്ഡത്തിന്റെ അടുക്കലേക്കു മടങ്ങിപ്പോകുന്നില്ല. ഞാൻ സമ്മതിക്കാം.” മറ്റു തടവുകാർ ഇടപെട്ടു നുരയിട്ടുവന്ന ആ കൊച്ചു കലഹം അടിച്ചമർത്തി.

പിപ്പിഗ്ഗ് ദേഷ്യത്തോടെ ആഫീസ് വിട്ടു. അയാൾ സ്വീലിങ്ങിന്റെ മുറിയിലേക്ക് ഒന്നു കണ്ണോടിച്ചു. ആ പുതിയ മനുഷ്യൻ മേശക്കരികെ

ജാഗ്രതയായി നിന്നിരുന്നു. വസ്ത്രങ്ങൾ സൂക്ഷിച്ചിരുന്ന മുറിയിൽ ആരും ഉണ്ടായിരുന്നില്ല.

ആരുമാരും കാണാതെ പിപ്പിഗ്ഗ് വസ്ത്രങ്ങൾ തൂക്കിയിട്ടിരുന്ന നിരയിലൂടെ നടന്നു. അത്, ഇവിടെ നടുക്ക് ആയിരിക്കണം. സഞ്ചികൾ രണ്ടു നിരയായാണ് തൂക്കിയിട്ടിരിക്കുന്നത്. കോവണിവെച്ചാലെ മുകളിലത്തെ നിരയിലേക്ക് എത്തുകയുള്ളൂ. എട്ടാമത്തെ വരിയിൽ ആദ്യത്തെ ജനവാതിലിന്റെ നേർക്ക്......അങ്ങനെയാണോ ക്രാമർ വിസ്തരിച്ചു തന്നിട്ടുള്ളത്. ങ! അവിടെയാണോ? സഞ്ചികളിൽ അക്കങ്ങൾ വ്യക്തമായി എഴുതിയിട്ടുള്ളത് പിപ്പിഗ്ഗ് കണ്ടുപിടിച്ചു. അയാൾ കോവണിയിൽ കയറി സഞ്ചികൾ തൊട്ടുനോക്കി. ഹൗ, ഒന്നുമല്ലല്ലോ! സഞ്ചികളിൽ സാധാരണ കാണാറുള്ള സൂട്ട്, കോട്ട്, അടിച്ചട്ട, ഷൂസ്, സോക്സ്, മുതലായവ മാത്രമേ ഇതിലുമുള്ളൂ, പിപ്പിഗ്ഗ് മൂന്നുസഞ്ചികളും തട്ടിത്തടവിനോക്കി ഏയ്, ഒന്നുമില്ല.

പെട്ടെന്നയാൾക്കുതോന്നി എല്ലാ സഞ്ചികളിലും ഉയർന്ന ഷൂസുകൾ ഉണ്ടല്ലോ എന്ന്. അയാൾ ഒന്ന് എടുത്തു പൊക്കി നോക്കി. ജോഡികളിൽ ഒന്നിനു മറ്റേതിനേക്കാൾ ഘനമുണ്ട്. പിപ്പിഗ്ഗ് കോവണി മാറ്റിവെച്ചു, ദീർഘനിശ്വാസംവിട്ടു, ആ വസ്ത്രധാരണമുറിയിൽ വിഴുപ്പിന്റെ ആവിയും, കൂറഗുളികകളുടെ നാറ്റവും നിറഞ്ഞുനിന്നു.

സ്വീലിങ്ങിന്റെ പ്രേരണകൊണ്ടാണ് ലേബർസർവീസ് ഫ്യൂഹറർ വ്യൂറാച്ചിനെ ഈ കമാന്റോവിലേക്കു വിട്ടിരിക്കുന്നത്. എന്തെങ്കിലും ഒരു പോംവഴി കണ്ടുപിടിക്കാനായി തലപുകഞ്ഞ് ആലോചിക്കുകയായിരുന്നു അയാൾ. അയാൾ വലിയ ധർമ്മസങ്കടത്തിലാണ് ചെന്നുചാടിയിരിക്കുന്നത്. എസ് എസുകാരും, തടവുകാരും ഒരുപോലെ തന്നെ സംശയിക്കുന്ന ഒരു സാഹചര്യത്തിലേക്കാണ് സംഗതികൾ നീങ്ങിയിരിക്കുന്നത്. എങ്ങനെയായാലും റീനിബോത്തിന്റെ സമക്ഷത്തിൽ അയാൾക്കു നല്ലപിള്ളചമയാതിരിക്കാൻ നിവൃത്തിയില്ല. നൂറു തടവുകാരെ തൂക്കിക്കൊന്നാലും അയാൾക്ക് ഒരു ചുക്കുമുണ്ടാകാൻ പോകുന്നില്ല. പക്ഷെ ചുമ്മാ പേരുകൾ പെറുക്കിയെടുക്കാൻ ഒക്കുമോ? റീനിബോത്ത് അയാളിൽ ആരോപിക്കുന്നത് വഞ്ചനയായിരിക്കും. അയാൾ ഒരു ചതിയനാണെന്ന് വിശ്വസിക്കുകയും ചെയ്യും. മനഃപൂർവമല്ലെങ്കിലും ഹോർട്ടെൻസ് അയാൾക്കു സഹായകമായ ഒരു മാർഗനിർദേശം നൽകിയിരിക്കുന്നു.

അവൾ കോപത്തോടെയല്ല സ്വീലിങ്ങിന്റെ നേരെ കുരച്ചുചാടിയത്. "നിങ്ങൾ ഇപ്പോൾ ചെകുത്താന്റെയും കടലിന്റെയും നടുക്കാണ്. എന്തൊരു മനുഷ്യൻ! ഒരു എസ് എസുകാരനാണെന്നാണ് വെയ്പ്. എന്തെങ്കിലും ചെയ്തു ഈ നൂലാമാലയിൽനിന്ന് തലയൂരിയെടുക്കൂ. ക്യാമ്പിൽ നിങ്ങൾക്ക് ശരിയായ പേരുകൾ പറഞ്ഞുതരാൻ പറ്റിയവർ എത്ര വേണമെങ്കിൽ ഉണ്ടാകുമല്ലോ." അതു കേട്ടപ്പോഴാണ് സ്വീലിങ്ങ് വ്യൂറാച്ചിനെ കുറിച്ചോർത്തത്. അയാൾ വന്ന കാലത്തു മേലുദ്യോഗസ്ഥൻ അയാളെ പ്പറ്റി പറഞ്ഞിരുന്നതാണ്.

അയാളുടെ കൊള്ളയിൽനിന്നു മറ്റു തടവുകാർക്ക് രക്ഷകിട്ടട്ടെ എന്ന വിചാരത്തോടെയാണ് സാഷൻ ഹൗസിൽനിന്ന് അയാളെ ബുച്ചൻവാൾ ഡിലേക്കു വിട്ടത്.

ലേബർ സർവീസ് ഫ്യൂഹറർ ഒന്നു ചിരിച്ചുകൊണ്ടു ചോദിച്ചു. "ഉം, എന്താണ് വ്യൂറാച്ച് തന്നെ വേണമെന്ന്?"

"എനിക്ക് പറ്റിയ കുഴപ്പം നിങ്ങൾ അറിഞ്ഞില്ലേ" സ്വീലിങ്ങ് ചോദിച്ചു.

ബാക്കിയെല്ലാം വെറും ചടങ്ങുമാത്രമായിരുന്നു. ഇപ്പോഴിതാ വ്യൂറാച്ച് സ്വീലിങ്ങിന്റെ മുമ്പിൽ നിൽക്കുന്നു.

അയാൾ ആ തടവുകാരനെ ഉറ്റുനോക്കി. വലിയ തല; ചതുരാകൃതി; പരന്ന മുഖത്ത് ഒരു ചെറിയ മൂക്ക് ഒരു ബട്ടൺപോലെ പറ്റിയിരിക്കുന്നു. ശരിയായ ക്രിമിനൽ പുള്ളിയുടെ കെട്ടും മട്ടും

"നിങ്ങൾ പട്ടാളക്കാരനായിരുന്നോ?"

"അതെ ഹെർഹെപ്റ്റശ്ചാർ ഫ്യൂഹറർ."

"പിന്നെ നിങ്ങൾ എന്തു കുഴപ്പമാണ് ഒപ്പിച്ചത്." സ്വീലിങ്ങിന്റെ നാക്ക് കീഴ്ചുണ്ടിൽ വിശ്രമിച്ചു. "അത്" ഓർമിക്കുന്നതുതന്നെ വ്യൂറാച്ചിനു മഹാ വെറുപ്പായിരുന്നു. മറുപടി പറയുമ്പോൾ ആ 'അത്' ഒളിച്ചുവെ യ്ക്കാനയാൾ ശ്രമിക്കുകയും ചെയ്തു.

"ഹോ, ഒരിക്കൽ ഒരു കൊച്ച് അബദ്ധംപറ്റി."

"കൂടെയുള്ള പട്ടാളക്കാരന്റെ കയ്യിൽനിന്നു മോഷ്ടിച്ചു അല്ലെ!"

യജമാനനെ വിശ്വസിക്കാത്ത ഒരു നായ അയാളെ നോക്കുന്നതു പോലെയാണ് വ്യൂറാച്ച് സ്വീലിങ്ങിനെ നോക്കിയത്. സ്വീലിങ്ങ് ഒരു പാക്കറ്റ് സിഗററ്റ് വ്യൂറാച്ചിന്റെ നേരെ നീട്ടി. അയാൾ അൽപ്പം ശങ്കിച്ചുനിന്നു. പക്ഷെ സ്വീലിങ്ങ് പ്രോത്സാഹിപ്പിച്ചു.

"ഉം, എടുത്തോളു."

പെട്ടെന്ന് വ്യൂറാച്ച് അത് തട്ടിയെടുത്ത് പോക്കറ്റിൽ തിരുകി.

"നിങ്ങൾ സാഷൻ ഹൗസിൽവെച്ചു നല്ല പണിയൊക്കെ ചെയ്തി രുന്നു, അല്ലേ" സ്വീലിങ്ങ് സംഭാഷണം തുടർന്നു. ആ നല്ല പണി അവസാ നിപ്പിച്ചാൽ തന്നെ വിടുമെന്നാണ് വ്യൂറാച്ച് ആശിച്ചത്. പക്ഷെ അയാൾക്ക് അനുഭവം നിരാശയായിരുന്നു. അതൊട്ടും മറച്ചുവയ്ക്കാതെ അയാൾ ചുമൽ കുലുക്കി.

"പക്ഷെ എനിക്കതുകൊണ്ട് എന്തു ലാഭമുണ്ടായി." വിരസതയോടെ അയാൾ മുരണ്ടു.

"നിങ്ങളെ സ്വതന്ത്രനാക്കുന്ന കാര്യം ഞാൻ ഏറ്റിരിക്കുന്നു."

ഓരോരോ സൂചനകൾ സ്വീലിങ്ങ് പെറുക്കിയിട്ടു തുടങ്ങി. "നമ്മുടെ കമാന്ററുണ്ടല്ലോ; അയാൾ ഒരു മര്യാദക്കാരനാണ്. നിങ്ങളെപ്പോലെയുള്ള ഒരാൾ എന്താണ് അർഹിക്കുന്നത് എന്ന് അയാൾക്കറിയാം....."

രസത്തോടെ വ്യൂറാച്ച് ചോദിച്ചു. "അപ്പോൾ നിങ്ങൾ ഉദ്ദേശിക്കുന്നത് ഞാൻ...."

"നിങ്ങളെ ഞാൻ എന്റെ കമാന്റോവിലേക്ക് എടുത്തത് വെറുതെ യൊന്നുമല്ല......"

അയാൾ വ്യൂറാച്ചിന്റെ ആശാസ്ഫുലിംഗത്തെ ഒന്നു വീശി കൊടുത്തു. “പക്ഷെ കാണത്തക്കവിധത്തിൽ എന്തെങ്കിലും നടക്കണം. മനസിലായോ നിങ്ങൾക്ക്?”

വ്യൂറാച്ച് തലയാട്ടി. അയാൾക്കു മനസിലായിരുന്നു.

“എനിക്ക് എന്തുപറ്റിയെന്നു നിങ്ങൾ മനസിലാക്കിക്കാണുമല്ലോ.” ഇല്ലേ? സ്വീലിങ്ങ് തന്റെ നീണ്ട കഴുത്ത് ഒന്നുകൂടി നീട്ടി ജനവാതിലിലൂടെ നോക്കി. പുറത്തുനിന്ന് ആരും തന്നെ ശ്രദ്ധിക്കുന്നില്ലെന്നു തീർച്ച വരുത്തിയതിനുശേഷം അയാൾ തുടർന്നു. “ഇവിടേയും ഉണ്ട് ചില ചീത്ത വാസനകളെല്ലാം. സാഷൻ ഹൗസിൽ ഉണ്ടായിരുന്ന തരത്തിലുള്ള ചില നിയമവിരുദ്ധസംഘടനകൾ ഇവിടെയുമുണ്ട്. മനസിലായോ? നമുക്ക് അവരെ പിടികൂടണം. അതാണ് നിങ്ങളുടെ രഹസ്യമായ ജോലി. കമാന്ററുടെ സ്വന്തം കൽപ്പനയാണിത്. മനസിലായോ? നിങ്ങൾക്ക് ഈ വക കാര്യങ്ങളിൽ കുറച്ചു പരിചയവും കാണും ഇല്ലേ?”

സ്വീലിങ്ങ് പല്ലു പുറത്തുകാണിച്ചു. വ്യൂറാച്ച് ഇതിനെപ്പറ്റി തന്നെയാണ് ആലോചിച്ചു കൊണ്ടുനിന്നത്. സ്വീലിങ്ങ് തന്റെ തുരപ്പൻ പണി തുടർന്നു. “നമുക്ക് ഇതിന്റെ നായകനെ പിടികിട്ടുകയാണെങ്കിൽ! എനിക്കു നമ്മുടെ കമാന്ററോടു പറയാമല്ലോ.....നോക്കൂ, സാർ, നമ്മുടെ തടവുകാരൻ വ്യൂറാച്ച് ആണ്.....പക്ഷെ ആദ്യമായി എനിക്ക് പ്രത്യക്ഷമായ എന്തെങ്കിലും കാര്യം ചെയ്തുകിട്ടണം.”

വ്യൂറാച്ച് തന്റെ ചുണ്ടുകൾ ഒന്നു നൊട്ടി നുണച്ചു. “ഞാൻ ആദ്യം ഇവിടെ വന്നപ്പോൾ അണുനാശകവിഭാഗത്തിലാണ് ജോലി ചെയ്തിരുന്നത്. തീർച്ചയായും ഇത്തരത്തിൽപ്പെട്ട ഒരുപാട് പേരെ എനിക്കറിയാം.”

“അതാ, മനസിലായോ” സ്വീലിങ്ങ് ഉൽക്കണ്ഠയോടെ ഇടയിൽ കയറി പറഞ്ഞു.

വ്യൂറാച്ച് ഒന്നു ചൂളി. “പക്ഷെ ഇവർ ശരിയായിട്ടുള്ളവർ തന്നെയാണോ എന്ന് എങ്ങനെ അറിയാനൊക്കും.”

“ഹാ! അതൊക്കെ നിങ്ങൾ തന്നെ കണ്ടുപിടിക്കണം എന്റെ കമാന്ററോവിലുണ്ട് അത്തരക്കാർ. ശരി എന്തു പറയുന്നു നിങ്ങൾ.”

“എനിക്കൽപ്പം ആലോചിക്കണം. കുറച്ചു സമയം തരണം.” “ആലോചിച്ചോളൂ, മനുഷ്യാ, ആലോചിച്ചോളൂ.” സ്വീലിങ്ങ് എഴുന്നേറ്റു.

“ഞാനിപ്പോൾ നിങ്ങളെ പിപ്പിഗ്ഗുമായി പരിചയപ്പെടുത്താം. അയാളും അക്കൂട്ടത്തിൽപ്പെട്ടവനാണെന്നു ഞാൻ വാതുവയ്ക്കാം. പിന്നെ നാം രണ്ടുപേരും ഇന്നുമുതൽ കേവലം അന്യർമാത്രം മനസിലായോ.” വ്യൂറാച്ചിന് ഇതെല്ലാം പരിചയമായിരുന്നു. നിയന്ത്രിച്ച ഒരു തേട്ടൽ അയാളുടെ വായിൽ തടഞ്ഞു. സ്വീലിങ്ങ് പിപ്പിഗ്ഗിനെ അകത്തേക്കു വിളിച്ചു. വ്യൂറാച്ചിനെ തള്ളവിരൽകൊണ്ടു ചൂണ്ടിക്കാണിച്ചുകൊണ്ടയാൾ പറഞ്ഞു.

“ഇതാ ഞാനാണ് ഇയാളെ കൊണ്ടുവന്നത്. ഇയാളെ ഗുമസ്തന്മാരുടെ മുറിയിലേക്കു വിളിച്ചുകൊണ്ടുപോയി എങ്ങനെയുണ്ട് എന്ന്

പരീക്ഷിച്ചുനോക്കൂ. പറ്റുന്ന രീതിയല്ലെങ്കിൽ പുറത്തുപോകട്ടെ നമുക്ക് കൊള്ളരുതാത്തവരെയൊന്നും ആവശ്യമില്ല."

പുതിയ ആളെയുംകൂട്ടി പിപ്പിഗ്ഗ് ഗുമസ്തന്മാരുടെ മുറിയിലേക്ക് കയറിയപ്പോൾ റോസ് ഒഴികെ ആരുംതന്നെ തല പൊന്തിച്ചുനോക്കിയില്ല. വ്യൂറാച്ചിനു വല്ലാത്ത നിരാശതോന്നി. ഹോ! ഇവിടത്തെ പെരുമാറ്റം അൽപ്പം സൂക്ഷിച്ചുതന്നെ വേണ്ടിവരുന്ന മട്ടാണല്ലോ.

തോക്കുകൾ എങ്ങോട്ടു മാറ്റണം. പിപ്പിഗ്ഗിന്റെ തലച്ചോറിനെ മഥിക്കുകയായിരുന്നു ആ വിചാരം.

വല്ലാത്ത പണിത്തിരക്കുണ്ട് എന്നമട്ടിൽ ഉച്ചതിരിഞ്ഞ സമയം മുഴുവനും അയാൾ രഹസ്യമായ ഒരു സങ്കേതം തിരിഞ്ഞുനടക്കുകയായിരുന്നു.

ആ കെട്ടിടം മുഴുവനും, മോന്തായം തൊട്ട് നിലയറവരെ അയാൾ തപ്പിതടഞ്ഞു. ഹൗ ഈ സാധനം എവിടെ വയ്ക്കും. ഒരിടത്തും മതിയാകുന്നില്ലല്ലോ സുരക്ഷിതത്വം. ഒരൊറ്റ സ്ഥലംപോലും കാണുന്നില്ല നശിക്കാൻ!

തന്റെ മേശക്കരികെ ചുളിഞ്ഞുകൂടിയിരിക്കുന്ന സ്വീലിങ്ങിനെ അയാൾ ജനലിലൂടെ ഒരു നോക്കു കണ്ടു.

"മേശ! ഇയാൾക്ക് എന്തിനാണാവോ മേശ!" പിപ്പിഗ്ഗ് പുച്ഛത്തോടെ ഓർത്തു." ഈ ചളിത്തലയൻ ഹാജർ പട്ടികയുടെ അടിയിൽ തന്റെ പേര് കോറിയിടുന്നതല്ലാതെ ഇവൻ തന്റെ ജീവിതത്തിൽ എന്തെങ്കിലും എഴുതിയിട്ടുണ്ടോ? എന്നാലുമുണ്ട് ജനറൽ മാനേജരെപ്പോലെ അവനും ഒരു മേശ!"

പെട്ടെന്ന് ആ കൊച്ച് അച്ചു നിരത്തൽക്കാരന്റെ തലച്ചോറിൽ ഒരു പുതിയ ആശയം ഉദിച്ചു. അയാൾക്കുപറ്റിയ സ്ഥലം കണ്ടുകിട്ടിയിരിക്കുന്നു.

വൈകുന്നേരത്തെ ഹാജർവിളി കഴിഞ്ഞ ഉടനെ സ്വീലിങ്ങ് സ്ഥലം വിടും. വൈകുന്നേരത്തെ നിശാനിയമം കുറിക്കുന്ന ചൂളംവിളി മുഴങ്ങുന്നതുവരെ കമാന്റോവിലെ ആൾക്കാർ പണിചെയ്യും.

ഹോഫൽ ചെയ്തിരുന്നതായ, കെട്ടിടം പൂട്ടുന്ന പണി ഇപ്പോൾ പിപ്പിഗ്ഗ് ആണ് ചെയ്യുന്നത്. അയാൾ താക്കോൽ ഗേറ്റ് കാവൽക്കാരന്റെ കയ്യിൽകൊടുത്തു രാവിലത്തെ ഹാജർ വിളിക്കു മുമ്പായി അതു തിരിച്ചു വാങ്ങിക്കൊണ്ടുവരും. പിപ്പിഗ്ഗിന്റെ ആസൂത്രണത്തിന്റെ പ്രധാനഭാഗം ഈ ജോലിയെ ആസ്പദമാക്കിയായിരുന്നു.

അന്ന് കുട്ടിയെകൊണ്ടുപോയ ദിവസത്തെപ്പോലെ സ്വീലിങ്ങിൽ നിന്ന് ഉപദ്രവമൊന്നും ഉണ്ടാവുകയില്ലെങ്കിൽ എല്ലാം വിചാരിച്ചപോലെ നടക്കും..

ഇത്തവണയും ജയിക്കുമെന്നാണ് ലക്ഷണം. സ്വീലിങ്ങ് പോയി കഴിഞ്ഞു. ചൂളം വിളിക്ക് അരമണിക്കൂർ മുമ്പുതന്നെ കമാന്റോവിലെ ജോലിക്കാരെല്ലാം വേല വിട്ടുപോയി. പിപ്പിഗ്ഗ് വാതിൽപൂട്ടി അഥവാ അങ്ങനെ

ഭാവിച്ചു. താഴ് രണ്ടു പ്രാവശ്യം ശബ്ദിച്ചു. പക്ഷെ വാസ്തവത്തിൽ അയാൾ പൂട്ടു പൂട്ടിയിരുന്നില്ല. പതിവുപോലെ താക്കോൽ കാവൽക്കാരനെ ഏൽപ്പിക്കുകയും ചെയ്തു.

ഇരുട്ടായി. ബ്ലോക്ക് സീനിയറുമായി ഒരു പരസ്പര ധാരണയിൽ എത്താൻ പിപ്പിഗ്ഗിനു വലിയ വിഷമമൊന്നുമുണ്ടായിരുന്നില്ല.

“മാക്സ്, ഞാനിന്നു രാത്രി ബ്ലോക്കിലേക്ക് വരുന്നില്ല. ഞാൻ കലവറ കെട്ടിടത്തിൽ കിടന്നോളാം.”

ബ്ലോക്ക് സീനിയർ സൗമനസ്യത്തോടെ “എടാ കള്ളാ! എന്തൊക്കെയാണ് കൗശലങ്ങൾ” എന്നു മുരണ്ട് എന്നതു വാസ്തവംതന്നെ പക്ഷെ.

ഏതാണ്ട് ഒരു വശത്തേക്കു മാറിയാണ് കലവറ കെട്ടിടം സ്ഥിതി ചെയ്തിരുന്നത്. അടുക്കള, അലക്കുമുറി, അണുനാശിനി സംഭരിച്ചിരുന്ന കെട്ടിടം എന്നിവയടങ്ങുന്ന ഒരു കെട്ടിടത്തിന്റെ ഭാഗമായിരുന്നു ഇതും. ക്യാമ്പ് വിട്ടുപോകുന്ന എസ്.എസു കാരുടെയോ മറ്റു തടവുകാരുടെയോ ദൃഷ്ടിയിൽപ്പെടാതിരിക്കാൻ വളരെ ശ്രദ്ധിച്ചാണ് പിപ്പിഗ് റോഡുകടന്നു പോയത്. കെട്ടിടങ്ങളുടെ കറുത്ത നിഴലിൽ അയാൾക്ക് സാമാന്യം മറവ് കിട്ടി. വളരെ പതുക്കെ വാതിൽ തുറന്ന് അയാൾ അകത്തു കടന്നു.

ഇരുളിലാണ്ട വസ്ത്രധാരണ മുറിയിൽ, അന്ന് കുട്ടിയെ ഒളിച്ചുവെച്ചിരുന്ന അതേ കെട്ടുകളുടെ പിന്നിൽ അയാൾ മറഞ്ഞുനിന്നു. പ്രശാന്തവും സുന്ദരവുമായ നിശീഥിനി. പൂർണചന്ദ്രൻ അംബരമധ്യത്തിൽ ഉദിച്ചുയർന്നു നിന്നിരുന്നു. ക്യാമ്പുസീനിയറുടെ ചെകിടടിപ്പിക്കുന്ന ചൂളം വിളി അയാൾ വ്യക്തമായികേട്ടു. അടുത്തും അകലെയുമായി നിരവധി സ്ഥലങ്ങളിൽനിന്നും അത് അലച്ചലച്ചെത്തി. നിശ്ശബ്ദതയുടെ കറുത്ത കമ്പിളി കൊണ്ടു മൂടിപ്പുതച്ചു ക്യാമ്പ് പ്രശാന്തമായി ഒതുങ്ങി കൂടി.

ഒരു മണിക്കൂർ.......രണ്ടുമണിക്കൂർ.........പിപ്പിഗ്ഗ് കാത്തുനിന്നു. വാച്ച് ഉണ്ടായിരുന്നില്ല. സ്വന്തം മനസുകൊണ്ടാണ് അയാൾ സമയം കണക്കാക്കിയത്. പാതിരാത്രിയായെന്നു തോന്നിയപ്പോൾ, ചുറ്റും പരന്ന നിശ്ശബ്ദത മതിയായ സുരക്ഷിതത്വം നൽകുമെന്ന് ഉറപ്പായപ്പോൾ അയാൾ ഒളിവിൽ നിന്ന് പുറത്തുകടന്നു. ഗുമസ്തന്മാരുടെ മുറിയിൽനിന്ന് അയാൾ ചുറ്റികയും ഉളിയും ചവണയുമെല്ലാം കരുതിയിരുന്നു. ആവക ആയുധങ്ങൾക്കവിടെ പ്രയാസമുണ്ടായിരുന്നില്ല. അയാൾ സ്വീലിങ്ങിന്റെ മുറിയിലേക്കുകടന്നു. ഇതിനെക്കുറിച്ച് അയാൾ വളരെ നേരത്തെതന്നെ ഗാഢമായി ആലോചിച്ച് വ്യക്തമായ പരിപാടികൾ മനസിൽ കുറിച്ചു. ആദ്യമായി ആ കനമുള്ള മേശ പതുക്കെ പൊക്കി അയാൾ ഒരു ഭാഗത്തിട്ടു. കരുതിയിരുന്നതുപോലെതന്നെ ഓരോ പടിയായി അയാൾ മുന്നേറി. മേശമാറ്റി പരവതാനി പകുതിയിലധികം തെറുത്തു മടക്കി. ആദ്യം ഉണ്ടായിരുന്നതുപോലെ ഓരോ സാധനവും അൽപ്പംപോലും വ്യത്യാസം വരുത്താതെ തിരിച്ചിടണമെന്നയാൾക്ക് അറിയാമായിരുന്നു. തന്റെ മേശ മാറ്റിയതിന്റെ യാതൊരു ലക്ഷണവും സ്വീലിങ്ങിനു കിട്ടരുത്.

അതുകഴിഞ്ഞ് അയാൾ ഏറ്റവും ആയാസകരമായ പണിക്ക് ഒരുങ്ങി. ആ പരവതാനി മാറ്റിയ സ്ഥലത്ത് ഒരു വാര നീളത്തിൽ നിലത്തു വിരിച്ച പലകകൾ ഊരിയെടുക്കണം. രാത്രിയുടെ മങ്ങിയവെളിച്ചത്തിൽ ആണികളുടെ തലഭാഗം കണ്ടുപിടിക്കാൻ അയാളുടെ കണ്ണുകൾ അത്യധികം പ്രയാസപ്പെട്ടു. അവ മരത്തിൽ വല്ലാതെ ആണ്ട് ഇറങ്ങിയിട്ടുണ്ട്. അത്രക്ക് ആലോചിച്ചിരുന്നില്ല ഹും ദുർബലനാവുകയോ? ആരാണ് ഇവിടെ പിപ്പിഗ്ഗ്!.

ആ മേശയുടെ വീതിക്കു സമമായ സ്ഥലത്തെ പലകയെല്ലാം അയാൾ തപ്പിനോക്കി. ഒരിടത്ത് ആണിയുടെ ഒരു തല അൽപ്പം പൊന്തി കണ്ടു. പിടിക്കാൻമാത്രം ഉണ്ടായിരുന്നില്ല. പിപ്പിഗ്ഗ് ഉളി പ്രയോഗിച്ചു നോക്കി. അത് ആണിത്തലയിൽനിന്നു വഴുക്കി വഴുക്കിപ്പോയി.

“സാരമില്ല, റൂഡി, സാരമില്ല, ഇതാ മരത്തിനു കോട്ടമൊന്നും വരുത്തരുതേ! നല്ലപോലെ, ആലോചിച്ചു പ്രവർത്തിക്കൂ.”

അങ്ങേയറ്റത്തെ ശ്രദ്ധ ഉപയോഗിച്ചു. ഉളികൊണ്ടയാൾ പതുക്കെ ആണിത്തലയൊന്നു തൊട്ടു. എവിടെയെങ്കിലും ഒന്നു കയറിപ്പിടിക്കണമല്ലോ. ഇത്രമാത്രം മരത്തിനുള്ളിലേക്ക് ആണ്ടിറങ്ങിയ ആണി ലോകത്തിൽ ഒരിടത്തും ഉണ്ടാവുകയില്ല. മില്ലിമീറ്ററിന്റെ നേരിയ ഒരംശം മാത്രംവരുന്ന ആണി ഉപകരണത്തിന്റെ സൂക്ഷ്മത, മാംസപേശിയുടെ ദാർഢ്യം, ഞരമ്പിന്റെ മുറുക്കം. ഇതെല്ലാം ഒത്തുചേരണം. ഉളി എവിടെയോ ഒന്നു പിടിച്ചു. പതുക്കെ പതുക്കെ തിക്കിത്തിക്കി ആണിയുടെ തല അൽപ്പമൊന്നു പൊക്കാൻ അയാൾ കിണഞ്ഞുശ്രമിച്ചു. എണ്ണമറ്റ പ്രയത്നങ്ങൾക്കുശേഷം അയാൾക്കുതോന്നി വിജയം ആസന്നമായെന്ന്. വളരെ ശ്രദ്ധിച്ചു പണിയെടുത്തശേഷം ചവണകൊണ്ടു പിടിക്കത്തക്ക വിധത്തിൽ ആണിയുടെ ഒരു തല വളച്ചെടുക്കാൻ അയാൾക്കു സാധിച്ചു. നഗ്നമായ ശക്തി പ്രകടിപ്പിക്കാതെ വളരെ സാവകാശത്തിലേ ആയുധം പ്രയോഗിക്കാൻ സാധിച്ചിരുന്നുള്ളൂ. മരത്തിന്മേൽ പാടുവീഴാതിരിക്കാനുള്ള ഉദ്ദേശ്യത്തോടെ അയാൾ ആണിയുടെ അറ്റം ചവണകൊണ്ടു തിരിച്ചു തിരിച്ചാണ് വലിച്ചത്. അവസാനം ചവണത്തലകൊണ്ട് ആണിയുടെ തലപ്പിന്മേൽ അമർത്തി പിടിക്കാമെന്നായപ്പോൾ അയാൾ തൊപ്പി ചവണയുടെയും മരത്തിന്റെയും ഇടയിൽവെച്ചു മെല്ലെ മെല്ലെ, മില്ലീമീറ്റർ, മില്ലീമീറ്റർ, കണക്കിന് അത് മരത്തിന്മേൽനിന്നും വലിച്ചെടുത്തു.

ഒടുവിൽ!

ഇനിയുമുണ്ട് ആണികൾ അഞ്ചെണ്ണംകൂടി അഴിഞ്ഞു പോരാൻ. ആദ്യത്തതിനെ അപേക്ഷിച്ചു നോക്കുമ്പോൾ ഇത് വെറും കുട്ടിക്കളി മാത്രമായിരുന്നു. അഴിച്ച പലക ഒരു ലിവർപോലെ ഉപയോഗപ്പെടുത്തി. ഉളികൊണ്ടു ശ്രദ്ധയോടെ, തൊപ്പി ഒരു രക്ഷയായി ഉപയോഗിച്ചു. അയാൾ അവസാനത്തെ പലകയും ആണിയിൽനിന്ന് അകറ്റി പൊക്കിയെടുത്തു.

കഴിഞ്ഞ കാലങ്ങളിൽ വീടു പണിയാനുള്ള കമാന്റോവിൽ പ്രവർത്തിച്ചിരുന്ന പിപ്പിഗ്ഗിനറിയാമായിരുന്നു പലകയുടെ താഴെ ഒരൊറ്റ

ലോഹക്കട്ട (സ്ലാഗ്) മാത്രമേ കാണുകയുള്ളൂവെന്ന്. ഇനിയുള്ള പണി വളരെ എളുപ്പമാണ്. പിപ്പിങ്ങ് ലോഹം പലകയുടെ താഴെ തള്ളി. കലവറയിലേക്ക് ഓടി. കോവണിയെടുത്തു സഞ്ചികൾ താഴെയിറക്കി. ഈ അവസരത്തിൽ അയാൾ തികച്ചും ശാന്തനായിരുന്നു. പക്ഷെ ബൂട്സിന്റെ ഉള്ളിലേക്കു കൈകൾ കടത്തിയപ്പോൾ എന്തെന്നില്ലാത്ത ഒരു പരിഭ്രമം അയാളെ ഗ്രസിച്ചു. സാരമില്ല, അവയെല്ലാം നിസ്സാരമാക്കി! തുണിയിൽ പൊതിഞ്ഞ, അസാധാരണവും മായികവുമായ ഒന്നിൽ കൈ തട്ടിയപ്പോൾ കൈ ആകെ വിറച്ചു. പിപ്പിങ്ങ് അതിന്മേൽ കയറി പിടിച്ചു. ആയുധങ്ങളുടെ രൂപം ഒന്നു തടവിനോക്കിയപ്പോൾ അയാളുടെ നട്ടെല്ലില്ലൂടെ ഒരു കുളിർ പാഞ്ഞു. അയാൾ തോക്കുകൾ വലിച്ചെടുത്തു.

അഭിമാന വിജൃംഭിതനായി, രാജകീയമട്ടിൽ ഗൗരവത്തോടെ വിറയാർന്ന കൈകൾകൊണ്ട് അയാൾ അവയെ പൊക്കി. അൽപ്പനേരമേ അയാൾ ആ നിർവൃതി ആസ്വദിച്ചുകൊണ്ട് നിന്നുള്ളൂ. മറ്റുള്ള തോക്കുകൾ കൂടെ വലിച്ചെടുത്തു, സഞ്ചികൾ കെട്ടി, അവയുടെ സ്ഥാനത്തു തന്നെ തൂക്കി, കോവണിമാറ്റി, തന്റെ നിധികളുമായി അയാൾ സ്വീലിങ്ങിന്റെ മുറിയിലേക്കു ഓടി.

കെട്ടിയിരുന്ന തുണികൾ അഴിക്കാനൊന്നും അയാൾ മിനക്കെട്ടില്ല. അവ പുറത്തു വയ്ക്കുന്നത് ഏതോ ദൈവദ്രോഹമാണെന്ന മട്ടിൽ അയാൾ അതിവേഗത്തിൽ അവയെ ആ രഹസ്യസങ്കേതത്തിലേക്ക് ആഴ്ത്തി വെച്ചു. നിരപ്പലകവയ്ക്കാൻ ആഞ്ഞു. പെട്ടെന്ന് അയാൾ ഞെട്ടിത്തരിച്ചു.

പുറത്ത് അതാ ഒരു കിർ കിർ ശബ്ദം! വാതിൽ മെല്ലെ തുറക്കുന്നതും അടയ്ക്കുന്നതും പിപ്പിഗ്ഗ് വ്യക്തമായികേട്ടു. അടുത്ത നിമിഷത്തിൽ വീണ്ടും തികഞ്ഞ നിശ്ശബ്ദതതന്നെ.

കാലടികൾ ശ്രദ്ധിച്ച് എടുത്തുവയ്ക്കുന്നതിന്റെ ശബ്ദം. കൈകളിൽ പലകയുമായി പിപ്പിഗ്ഗ് ആ ദ്വാരത്തിന്നരികെ മുട്ടുമടക്കി ഇരുന്നു. അയാളുടെ ചേതനയാകെ മരവിച്ചിരുന്നു. ആസന്നമായ ദുരന്തത്തിനെതിരായി എന്തുചെയ്യാൻ ഒക്കും? ഒരു തുള്ളി തണുത്ത വിയർപ്പ് മാറിലേക്ക് ഒഴുകിവീണു. ഇക്കിളിപ്പെടുത്തുന്ന വിറയൽ. കാലടികൾ അടുത്തടുത്തു വരുന്നു. പൈശാചികമായ കണിശത്തോടെ അവയിതാ മുറിയുടെ പകുതി തുറന്ന വാതിൽക്കലായി നിലയുറപ്പിക്കുന്നു. പിപ്പിഗ്ഗിന്റെ ശ്വാസം നേർത്തുനേർത്തുവന്നു. വാതിൽ തുറന്നു രണ്ടു രൂപങ്ങൾ മുറിയുടെ ഇരുളിലേക്കു കടന്നുവന്നപ്പോൾ ശ്വാസം തീരെ നിലച്ചുപോയി. അവർ ക്യാമ്പിലെ കാവൽസേനയിലെ 'മുള്ളറും' 'ബ്രൻഡലു'മായിരുന്നു. റോന്തുചുറ്റലിനിടയിൽ സന്ദർഭവശാൽ അവർ ആ വാതിൽ ഒന്നു തള്ളിനോക്കിയതായിരുന്നു.

"എന്തു ചെയ്യുന്നു നിങ്ങൾ ഇവിടെ." തികഞ്ഞ ഗൗരവത്തോടെ ബ്രൻഡൽ ചോദിച്ചു.

പിപ്പിഗ്ഗ് വായ തുറന്നു. പക്ഷെ ആകെ മരവിച്ചിരുന്നതിനാൽ ഒരു ശബ്ദവും പുറത്തു വന്നില്ല. ബ്രൻഡലും മുള്ളറും കുറച്ചുകൂടി അടു

ത്തേക്കു നടന്നു. ആ ദ്വാരത്തിലേക്ക്, കുനിഞ്ഞുനോക്കി. സാധനങ്ങൾ കഷ്ടിച്ചു മനസിലാക്കിയ ബ്രൻഡൽ അതെടുക്കാൻ കൈനീട്ടി.

പിപ്പിഗ്ഗ് സ്തംഭനാവസ്ഥയിൽനിന്നുണർന്നു. അയാൾ ബ്രൻഡലിന്റെ നെഞ്ചത്ത് പിടിച്ച് ശക്തിയിൽ തള്ളി. "എടുക്കൂ കൈ." പക്ഷെ അപ്പോഴേക്കും മുള്ളറും കൈനീട്ടി കഴിഞ്ഞു. അത്ഭുതം, കയ്യിൽ കണ്ടെതെന്താണ്? തോക്കുകൾ!

"എവിടെനിന്നു കിട്ടി ഇവ?"

പിപ്പിഗ്ഗ് എഴുന്നേറ്റു.

"അത് നിങ്ങൾ അന്വേഷിക്കേണ്ട കാര്യമൊന്നുമല്ല."

ശക്തനായ ബ്രൻഡൽ ആ കൊച്ചുമനുഷ്യനെ പിടിച്ച് അമർത്തി കഴിഞ്ഞിരുന്നു.

"പറയൂ. ഇതെവിടുന്നു കിട്ടി." നിർണായകമായ നിമിഷം. മുള്ളർ അവരുടെ ഇടയിൽ കയറി അവരെ അകറ്റി നിർത്തി.

"റൂഡി ഞങ്ങളോട് പറയരുതോ! ഞങ്ങളുടെ തലയ്ക്ക് ഉന്നം വയ്ക്കാൻ മാത്രം തന്തയില്ലായ്മ എനിക്കില്ലെങ്കിൽ എല്ലാം ഞങ്ങളോട് തുറന്നുപറഞ്ഞോളൂ."

"തന്തയില്ലായ്മയോ! എന്താ തലയ്ക്ക് ഭ്രാന്തയോ." പിപ്പിഗ്ഗ് അയാളുടെ നേരെ തിരിഞ്ഞു. "സംഗതികൾ നേരിട്ടു കണ്ടുവല്ലോ. ഞങ്ങളുടെ തൊലിയിൽ ഒരു പേൻ വന്നു കയറിയിട്ടുണ്ട്. ഈ സാധനങ്ങൾ ഹോഫലിന്റേതാണ്. സാധനങ്ങൾ കണ്ടുവല്ലോ. ഇനി ഇതിനെപ്പറ്റി പറഞ്ഞുകൊണ്ടു നടക്കാതെ ഇതൊന്ന് ഒളിച്ചുവയ്ക്കാൻ എന്നെ സഹായിക്കൂ."

ക്യാമ്പു കാവൽക്കാർ അന്യോന്യം നോക്കി. ഹോഫൽ അവരുടെ സൈനികോപദേഷ്ടാവാണ്. ഇപ്പോൾ കാര്യങ്ങളെല്ലാം വ്യക്തമായി. ആദ്യത്തെ അവിശ്വാസം പെട്ടെന്നുണ്ടായ അന്ധാളിപ്പിൽ നിന്നുടലെടുത്തതായിരുന്നു. അവർക്ക് പിപ്പിഗ്ഗിനെക്കുറിച്ച് തെല്ലും ആശങ്കയുണ്ടായിരുന്നില്ല. വിശ്വസിക്കാവുന്ന ഒരു സുഹൃത്ത് എന്ന നിലയിൽ കൊല്ലങ്ങളായി അവർക്ക് പിപ്പിഗ്ഗിനെ അറിയാം. അവിചാരിതമായ സാഹചര്യങ്ങളാണെങ്കിൽപ്പോലും യാഥാർഥ്യവും കൃത്രിമവും തമ്മിൽ വിവേചിച്ചറിയാനുള്ള ഒരു അന്തഃശക്തി തടങ്കൽ ജീവിതം അവർക്ക് നൽകിയിട്ടുണ്ട്. അതനുസരിച്ച് പ്രവർത്തിക്കാനുള്ള തന്റേടവും. യാതൊരു സന്ദേഹവും കൂടാതെ അവർ തോക്കുകൾ ഒളിച്ചുവയ്ക്കാൻ പിപ്പിഗ്ഗിനെ സഹായിച്ചു. ഈ രഹസ്യസങ്കേതം ബ്രൻഡലിനെ അത്ഭുതപ്പെടുത്തി.

"ഈശോയേ...." അയാൾ വിസ്മയപ്പെട്ടു. "ഒരു ദിക്കും പോരാഞ്ഞിട്ട് കണ്ട സ്ഥലമേ! എടോ ഇത് സ്വീലിങ്ങിന്റെ മേശയ്ക്കടിയിൽ തന്നെ ഒളിച്ചുവയ്ക്കാനുള്ള ആശയം തനിക്കെവിടുന്നു കിട്ടി."

"ഒരു സ്കാർഫ്യൂഹറ്റിന്റെ പിന്നിലാണ് ഏറ്റവും മെച്ചപ്പെട്ട ഒളിവുസ്ഥലം. എല്ലാം കൊഴിഞ്ഞുവീഴുന്നതുവരെ അവർ കുലുക്കിനോക്കും. പക്ഷെ ഇവിടെ നോക്കാൻ അവർ ഒരിക്കലും മിനക്കെടുകയില്ല. മനസിലായോ?"

അതിലെ യുക്തി ബ്രൻഡലിനു നന്നെ പിടിച്ചു.

“റൂഡി താനൊരു കൊച്ചുമിടുക്കനാണല്ലോ.”

മിണ്ടാതിരിക്കാൻ ഭവ്യതയോടെ പിപ്പിഗ്ഗ് പറഞ്ഞെങ്കിലും അതിലെ മുഖസ്തുതി അയാൾക്ക് പിടിച്ചു.

തോക്കുകളുടേയും മരപ്പലകയുടെയും ഇടയിൽ ഉള്ള സ്ഥലം അയാൾ ലോഹംവെച്ചു നിറച്ചു. പലക വെച്ചടുക്കുന്നതിനുമുമ്പ് ചുമരിൽ നിന്ന് എത്രാമത്തെയാണ് അത് എന്ന് ബ്രൻഡൽ എണ്ണിനോക്കി. പതിനൊന്നാമത്തെ പലകയുടെ അടിയിലായിരുന്നു തോക്കുകൾ. യാതൊരു ശബ്ദവും കൂടാതെ അവർ പലകകൾ തല്ലിയുറപ്പിച്ചു.

ആണിയുടെ മീതെ തൊപ്പി വെച്ചാണ് അവർ കൊട്ടുവടികൊണ്ടു മേടുമ്പോഴത്തെ ശബ്ദം അമർത്തിയത്. പരവതാനി തിരികെ വിരിക്കുന്നതിനുമുമ്പ് അവർ എല്ലാവരുംകൂടി അവിടെയുള്ള ചളിയെല്ലാം തൂത്തുവാരി കളഞ്ഞു. മേശ യഥാസ്ഥാനത്തുവച്ചു. അതിന്റെ പാടിൽ നിന്നു സ്ഥലം മനസിലാക്കാമായിരുന്നു. ആ മുറിയിലെ നേരിയ വെളിച്ചം കൊണ്ട് എല്ലാം പഴയ സ്ഥിതിയിൽ തന്നെയായിട്ടുണ്ടോ എന്നു പരിശോധിക്കാൻ അവർക്കു സാധിച്ചു. ഇപ്പോഴാണ് തന്റെ രഹസ്യം ചോർന്നതിൽ പിപ്പിഗ്ഗിനു വിഷമം തോന്നിയത്. “ചങ്ങാതികളെ” അയാൾ അപേക്ഷിച്ചു “ആരോടും പറയരുതെ!”

വാസ്തവത്തിൽ ഈ ക്യാമ്പ് പെട്രോളിന്റെ ആവശ്യം എന്താണെന്നു പിപ്പിഗ്ഗിനോടു പറയാൻ സാധിച്ചിരുന്നുവെങ്കിൽ.

പക്ഷെ ..........

അവർ അയാളുടെ ചുമലിൽതട്ടി ആശ്വസിപ്പിച്ചു. “ഒന്നു പരിഭ്രമിക്കാതിരിക്ക്, എന്റെ കൊച്ചു ചങ്ങാതീ! ഞങ്ങൾക്കറിയാം ഇതൊക്കെ എന്താണെന്ന്?”

വന്നപോലെ തന്നെ അവർ കടന്നുപോയി.

പിപ്പിഗ്ഗ് സമാനങ്ങളെല്ലാം അവയുടെ സ്ഥാനത്ത് കൊണ്ടുവെച്ച്, നേരം പ്രഭാതമാകുന്നതും കാത്ത് അവിടെ ഒളിച്ചിരുന്നു. അയാൾക്ക് ഉറങ്ങാൻ കഴിഞ്ഞില്ല. അയാൾ തന്നെ അവിടെ വിരിച്ചിട്ടിരുന്ന പഴയ കോട്ടിന്മേൽ കയറി മുട്ടിന്മേൽ കൈ ചുറ്റിക്കെട്ടി വെറുതെ ഇരുന്നു.

ക്യാമ്പിലുള്ള ആയുധങ്ങൾ ഈ മൂന്നുതോക്കുകൾ മാത്രമല്ല എന്നു തീർച്ച. അച്ചടക്കത്തെകുറിച്ചുള്ള ബോധം ജിജ്ഞാസയെ കീഴടക്കിയെങ്കിലും ഈ രഹസ്യത്തെപ്പറ്റി കുറെക്കൂടി അറിഞ്ഞാൽ കൊള്ളാമെന്ന മോഹം അയാൾക്കുണ്ടായി. ഒരു നേതൃത്വം ഉണ്ട്: തീർച്ച! അയാൾക്ക് അത് അറിയാമായിരുന്നു. പിന്നെ എന്തെല്ലാമുണ്ടായിരിക്കും? പിപ്പിഗ്ഗ് മുട്ടിന്മേൽ താടിയമർത്തി. ‘റൂഡി, അടിച്ചമർത്തപ്പെട്ട പട്ടികളുടെ ഇടയിൽ അടിച്ചമർത്തപ്പെട്ട ഒരു പട്ടിയായി കുറെക്കാലമായില്ലേ നീ ഈ പാതാളത്തിൽ കിടന്നു തൂങ്ങിത്തിരിയാൻ തുടങ്ങിയിട്ട്; എങ്ങനെയെങ്കിലും ഒരു ദിവസം ഈ അന്തമില്ലായ്മ അവസാനിക്കുമെന്ന അവ്യക്തമായ ഒരാശയവും നിന്റെ ചളിത്തലയിൽ ഉദിച്ചിരുന്നില്ലേ? അത് എങ്ങനെയായിരിക്കു

മെന്നു വിഭാവനം ചെയ്യാൻ വല്ലപ്പോഴും നീ ശ്രമിച്ചിട്ടുണ്ടോ. ഹോ മരക്കഴുത!'

വിധി അയാളെ ആ അന്ത്യത്തിലേക്ക് അടിച്ചോടിക്കുകയാണ്. നിരുപദ്രവികളായ ഒരു കൂട്ടം പട്ടികളെന്നു താൻ ധരിച്ചിരുന്ന അവർ വിഘാതങ്ങൾ ചാടികടന്ന് അവ്യക്തമായ ആ "എങ്ങനെയെങ്കിലും" എന്നതിനെ "ഒന്നുകിൽ-അല്ലെങ്കിൽ" എന്ന നിലയിലേക്ക് എത്തിച്ചിരിക്കുന്നത് വെറുതെ നോക്കിക്കൊണ്ടിരിക്കുന്ന നീ ഇന്നും അടിച്ചമർത്തപ്പെട്ട പട്ടി തന്നെയല്ലേ!

ഈ ബോധ്യം കുറെ കടുത്തതാണെന്നയാൾക്കു തോന്നി. എന്തുകൊണ്ട് ഹോഫൽ ഉൾപ്പെട്ട സംഘടനയിൽ അയാളും അംഗമായില്ല. തനിക്കു പൊക്കമില്ല; കാലുകൾ വളഞ്ഞതാണ്, പക്ഷെ അതുകൊണ്ടു താൻ അത്രക്കു കൊള്ളരുതാത്തവനാണെന്നാണോ അവരുടെ വിചാരം.

"അവരിൽ ആരെയെല്ലാം പരിചയമുണ്ട്. ഒരൊറ്റ മനുഷ്യനെ അറിയില്ല?"

"ക്രാമർ അതിലുണ്ടോ?"

"തീർച്ചയായും!"

നാളെ! പിപ്പിഗ്ഗ് തീരുമാനിച്ചു. നാളെ ഞാൻ തീർച്ചയായും അയാളോട് സംസാരിക്കും. വെറും പട്ടിയായി കഴിയാൻ എനിക്കു വയ്യ!

എഴുന്നേൽക്കാനുള്ള ചൂളംവിളികേട്ട് പിപ്പിങ്ങ് എഴുന്നേറ്റു പോകുമ്പോൾ രാത്രിപോലെ തന്നെ കറുത്തിരുന്നു പ്രഭാതവും. ബ്ലോക്കുകളുടെ ഇടയിലുള്ള ഇടവഴികളിൽ ജീവചൈതന്യം സ്ഫുരിച്ചു തുടങ്ങിയിരുന്നു. പരിചാരകർ നാലുഭാഗത്തുനിന്നും അടുക്കളയിലേക്ക് കുതിക്കുന്നുണ്ട്. വലിയ വലിയ പാത്രങ്ങളിൽ എർക്സാസ്റ്റ് കാപ്പിയുമായി അവർ തങ്ങളുടെ മുറികളിൽ എത്തും.

ബ്ലോക്കിൽ ആരും തന്നെ പിപ്പിഗ്ഗിന്റെ അസാന്നിധ്യം ശ്രദ്ധിച്ചിരുന്നില്ല. പിപ്പിഗ്ഗ് കടന്നുചെന്നപ്പോൾ വിശാലമായ കിടപ്പുമുറിയിലെ കിടക്കകൾ കൊട്ടിവിരിക്കുകയായിരുന്നു അവർ. കഴിഞ്ഞ രാത്രിയിൽ എവിടെയായിരുന്നു എന്ന് അടുത്ത കട്ടിലിലെ കിടപ്പുകാരൻ മാത്രം അന്വേഷിച്ചു.

"ഒരു പെണ്ണിന്റെ കൂടെ." വിരസമായി പിപ്പിഗ്ഗ് മറുപടിയോതി. കൂടുതൽ ചോദിക്കേണ്ട എന്ന ധ്വനിയായിരുന്നു ആ മറുപടിയിൽ.

അതേസമയത്ത് ആരുമാരുമറിയാതെ ഈ വിവരമെല്ലാം ബോച്ചൗവിന്റെ ചെവിയിൽ എത്തിക്കഴിഞ്ഞു. ഉണരാനുള്ള ചൂളംവിളി കഴിഞ്ഞ ഉടനെതന്നെ തലേദിവസം രാത്രിയിൽ കലവറമുറിയിൽവെച്ചു നടന്ന കാര്യമെല്ലാം ബോച്ചൗവിന്റെ ദൂതന് അറിവ് കിട്ടി. ക്യാമ്പ് പെട്രോളിന്റെ കപോവാണ് അത് പറഞ്ഞു കൊടുത്തത്. ബ്ലോക്കിന്റെ മുമ്പിൽവെച്ച് ആ ഇരുട്ടിൽ ബോച്ചൗവും ദൂതനും തമ്മിൽ ധൃതിപിടിച്ച ഒരു സംഭാഷണം നടന്നു. ക്രാമർ സ്വന്തംനിലയിൽ പ്രവർത്തിച്ചതിൽ ആദ്യമൊക്കെ ബോച്ചൗവിന് അമർഷം തോന്നി. കലവറമുറിയിൽ സംശയിക്കത്തക്ക

ഒരാൾ കടന്നുകൂടിയിട്ടുണ്ട് എന്ന വസ്തുത അറിഞ്ഞപ്പോൾ ആയുധങ്ങൾ ഒളിക്കേണ്ട കാര്യം അടിയന്തരമാണെന്ന് അയാൾക്കു ബോധ്യമായി. കൊച്ചു പിപ്പിഗ്ഗ് സ്തുത്യർഹമായ ചുറുചുറുക്കോടെ അത് ചെയ്തു എന്നു സമ്മതിക്കാതെയും തരമില്ല. ദൂതൻ പിപ്പിഗ്ഗിന്റെ പ്രസ്താവന അക്ഷരംപ്രതി ബോച്ചൗവിനെ അറിയിച്ചു.

ഹോപ്റ്റശ്ചാർഫ്യൂഹറുടെ പിന്നിലാണ് ഏറ്റവും സുരക്ഷിതമായ സ്ഥാനം. ബോച്ചൗവിനു ചിരിവന്നു.

## IV

**അ**ഞ്ചാംനമ്പർ മുറിയിലെ തടവുകാരെകൊണ്ടുള്ള ആവശ്യം ഇന്നതാണെന്ന് ഫോർസ്റ്റെയ്ക്കു മനസിലായി. രാത്രിയിലെ ചോദ്യോത്തരങ്ങളിൽനിന്നും റീനിബോത്തും ക്ലൂട്ടിക്കും മാൻഡ്രിലും തമ്മിലുള്ള സംഭാഷണങ്ങളിൽനിന്നും അനവധി കാര്യങ്ങൾ അയാൾ മനസിലാക്കി. ബങ്കറിലെ ഏകാന്തവാസം മൂലം ക്യാമ്പിൽ എന്തെല്ലാമാണ് നടക്കുന്നത് എന്നയാൾക്ക് അറിയാൻ വയ്യായിരുന്നു.

എന്നിരുന്നാലും ഒരു രഹസ്യസംഘടന നിലവിലുണ്ട്. ആ സംഘടനയുടെ രഹസ്യങ്ങൾ കണ്ടുപിടിക്കാനുള്ള ഒരു ചാനലാണ് ഇന്ന് ഈ അഞ്ചാം നമ്പർ അറ. ഇതൊക്കെ ഫോർസ്റ്റെക്കു മനസിലായി.

വിയന്നയിലെ ഒരു ഉയർന്ന ഉദ്യോഗസ്ഥനായിരുന്നു ഫോർസ്റ്റെയുടെ പിതാവ്. ഹാൻസ് ആൽബർട്ട് ഫോർസ്റ്റെയും ഗവൺമെന്റ് ലാവണത്തിൽ പ്രവേശിച്ചതായിരുന്നു. ആസ്ത്രിയ കീഴടങ്ങിയപ്പോൾ പിതാവിനോടൊപ്പം അയാളേയും അറസ്റ്റ് ചെയ്തു. കൊല്ലങ്ങളായി ഒരു തടങ്കലിൽനിന്നു മറ്റൊന്നിലേക്കു വലിച്ചിഴക്കപ്പെടുകയായിരുന്നു. ഇപ്പോൾ ബുച്ചൻവാൾഡിലെത്തി. ഫോർസ്റ്റെയെ നിയമിച്ചത് ബങ്കറിലേക്കായിരുന്നു. അയാൾ അവിടെ കഴിച്ചുകൂട്ടി. മാൻഡ്രിൽ അയാളെ ദ്വാരപാലകനാക്കി. മുൻഗാമികളിൽനിന്ന് ഒരു കാര്യത്തിൽ അയാൾ വ്യത്യസ്തനായിരുന്നു. തടവുകാരെ പീഡിപ്പിക്കുന്നതിൽ അയാൾ പങ്കുചേരാറില്ല. മാൻഡ്രില്ലിന് ഒരു കാര്യത്തിനും വിഷമിക്കേണ്ടിവരാറില്ല. എല്ലാം അതാതിന്റെ ഇടങ്ങളിൽ തയ്യാറായി ഉണ്ടായിരിക്കും. മാൻഡ്രില്ലും ഫോർസ്റ്റെയുമായി യാതൊരു അടുപ്പവും ഉണ്ടായിരുന്നില്ല.

നിശ്ശബ്ദനായി, തികഞ്ഞ അനുസരണയോടെ ഫോർസ്റ്റെ തന്റെ കടമകൾ നിർവഹിച്ചുപോന്നു. ഒരു നിഴൽപോലെ അയാൾ ആ ബങ്കറിൽ കഴിച്ചുകൂട്ടി. മാൻഡ്രില്ലിന് ഒരിക്കലും അയാളെ വിളിക്കേണ്ടി വരാറില്ല. ആവശ്യമുള്ള സമയത്തെല്ലാം അയാൾ അവിടെ സന്നിഹിതനായിരിക്കും. അങ്ങനെ കാലംചെല്ലുന്തോറും മാൻഡ്രിൽ തന്റെ ഛായയുമായി പരിചയിച്ചുവന്നു.

ഹോഫലിനെയും ക്രോപ്പിൻസ്കിയെയും അവിടേക്കു പിടിച്ചുകൊണ്ടുവരികയും ഇലക്ട്രീഷ്യനുമായി പരിചയപ്പെടുകയും ചെയ്തതിൽ പിന്നെ ആ നിർഭാഗ്യവാന്മാരെ എങ്ങനെയെങ്കിലും സഹായിക്കണമെന്നു

കലശലായ ഒരു മോഹം അയാളിൽ അങ്കുരിച്ചു. പക്ഷെ അയാൾക്ക് എന്തുചെയ്യാനാകും.!

ഹോഫലിനെയും ക്രോപ്പിൻസ്കിയെയും വേഗം കൊന്നുകളയാൻ അവർ ഉദ്ദേശിച്ചിരുന്നില്ല എന്നയാൾക്ക് അറിയാമായിരുന്നു. ആ കൊടിൽ ഉപയോഗിച്ചുള്ള മർദനത്തിനുശേഷം ഹോഫൽ കടുത്ത പനിയായി ആ നനഞ്ഞ സിമന്റുതറയിൽ തന്നെ കിടക്കുകയായിരുന്നു. ക്രോപ്പിൻസ്കി മാത്രമല്ല ഹോർസ്റ്റെയും കൂടെ ഭയപ്പെട്ടുവിറയ്ക്കുകയായിരുന്നു. ഇതുവരെ ധൈര്യപൂർവം ഒളിച്ചുവെച്ച രഹസ്യങ്ങളെല്ലാം പിച്ചും പേയും പറയുന്ന കൂട്ടത്തിൽ വിളിച്ചുപറയുകയാണെങ്കിലോ? വല്ലാത്ത പണിത്തിരക്ക് അഭിനയിച്ചുകൊണ്ടു ഫോർസ്റ്റെ 5-ാംനമ്പറിൽ അസ്വസ്ഥനായി നടക്കുകയായിരുന്നു. എന്തെന്നാൽ മുറിയിൽ റീനിബോത്തും മാൻഡ്രിലും ക്ലൂട്ടിക്കുമുണ്ടായിരുന്നു. ക്രോപ്പിൻസ്കിയെ ഒരറ്റത്തേക്കു പിടിച്ചുതള്ളി അവർ തികഞ്ഞ പ്രതീക്ഷയോടെ ഹോഫലിന്റെ നേരെ കുനിഞ്ഞുനിൽക്കുകയായിരുന്നു. ഹോഫലിന്റെ മനസ്സ് ബോധമില്ലാതെ ഉഴറുകയായിരുന്നു.

കൊടിൽ അമർത്തിയതിന്റെ പാട് ചെന്നിയിൽ കടുംനീലനിറത്തിൽ വടുകെട്ടി കിടന്നു. തണുപ്പു കൊണ്ടെന്നപോലെ അയാളുടെ താടി വിറയ്ക്കുകയും പല്ലുകൾ കൂട്ടിയിടിക്കുകയും ചെയ്തിരുന്നു.

യാതൊരു താൽപ്പര്യവുമില്ലാത്ത മട്ടിൽ മാൻഡ്രിൽ ഒരറ്റത്തുനിന്നു സിഗരറ്റ് വലിച്ചു. പിച്ചും പേയും പറയുന്ന മനുഷ്യന്റെ നേരെ നല്ല വണ്ണം ചാഞ്ഞുനിൽക്കുകയായിരുന്നു ക്ലൂട്ടിക്. കോടുന്ന വായിൽനിന്നു മുറിഞ്ഞ വാക്കുകളും ചതഞ്ഞവാചകങ്ങളും തെറിച്ചുവീഴുന്നുണ്ടായിരുന്നു. ചിലപ്പോൾ അവ്യക്തമായ പിറുപിറുപ്പായും ചിലപ്പോൾ പ്രലപനങ്ങളായും ഇടയ്ക്കിടെ കത്തിയെപ്പോലെ മൂർഛയുള്ള നിലവിളിയായും അത് പുറത്തേക്കു ഒഴുകി.

“നി...ങ്ങ...ൾ...പ...റ....യു....ന്ന... ത്....ശ....രി....യാ....ണ്....വാ.....ൾ.....ട്ട.....ർ.....ശ....രി.....യാ.....ണ്.....നി.....ങ്ങ...ൾ...”

ഹോഫൽ ഞരങ്ങി; കണ്ണുതുറന്നു ചുറ്റുമുള്ള ശൂന്യതയിലേക്ക് തുറിച്ചുനോക്കി. താൻ എവിടെയാണെന്ന് അയാൾക്ക് പിടിയില്ലായിരുന്നു. ഒരു കോച്ചിവലിക്കലോടെ അയാളുടെ കൈകൾ അകത്തോട്ടുവലിഞ്ഞു, മുഷ്ടികൾ നെഞ്ചിൽ പതിച്ചു പെട്ടെന്ന് അയാൾ അലറി. ‘പാ....ർ....ട്ടി..... ഇവിടെയുണ്ട്..... ഇവിടെ..... ഇവിടെ.....ഞാൻ..... അയാളുടെ ദേഹം കറുത്തു: പെട്ടെന്നു കൂർത്തു മൂർച്ചയേറിയ നിലവിളികൾ പുറത്തേക്കു ചാടി......ഗർ ഗ്രാ...ഹർ....ഞാൻ പറയാം. ഗർ...ഹർ പേരുകൾ ....ഹ ഹ ഹ ഗർ ഗർ തുടിച്ചുയർന്നു ചങ്കിൽതട്ടി ആ വാക്കുകൾ വിറച്ചുവിറച്ചു വഴുതിവീണു കൊണ്ടിരുന്നു. ആവേശഭരിതനായി ക്ലൂട്ടിക് തുപ്പി. ‘അയാൾക്കു പേരുകൾ പറയണം’. ബോധശൂന്യനായ ആ മനുഷ്യനിൽനിന്നു പേരുകൾ ചോർത്തിയെടുക്കാനെന്നമട്ടിൽ ബൂട്ട്സ്കൊണ്ട് അയാൾ ആ അചേതനമായ ശരീരത്തിൽ ചവിട്ടി ഹോഫൽ തല

അങ്ങോട്ടും ഇങ്ങോട്ടും ഉരുട്ടി. അയാൾ വിറച്ചു. കൈകൾ കുഴഞ്ഞുവീണു. ജരതപ്തമായ ദേഹമാസകലം ഉലയുന്ന മട്ടിൽ അയാൾ തേങ്ങി ..... ഇതാ .... ഇവിടെ .... ഇതാ .... നിങ്ങൾ ......പറയുന്നത് ശരി.... വാൾട്ടർ......അത്..... ഇവിടെ......ഇവിടെ ......കുട്ടി.......രക്ഷിക്കണം...... കുട്ടി....ഇവിടെ......മർദനത്തിന്റെ വർണനാതീതമായ വേദനയുടെ ഉരുക്കുമുഷ്ടിയിൽ പെട്ടുഴലുന്ന ഹോഫൽ ആ കടുംനിലത്തു കയ്യും കാലും ഇട്ടടിച്ചു. അയാളുടെ ദേഹം വിറച്ചു. ഉറക്കെയുറക്കെയുള്ള നിലവിളി കൊച്ചുകുട്ടിയുടെ ചിണുങ്ങൽ പോലെയായി. ഉണങ്ങിവരണ്ട ചുണ്ടുകളിന്മേൽ ഉമിനീർ കുമിളകൾ പൊന്തിവന്നു.

പതിവുപോലെ ബട്ടൺനിരയിൽ തള്ളവിരൽ തള്ളി വിരലുകൾ കൊണ്ടു താളം പിടിക്കുകയായിരുന്നു റീനിബോത്ത്. ക്ലൂട്ടിക് എഴുന്നേറ്റു നിന്നു. റീനിബോത്തിനെ ചോദ്യരൂപത്തിൽ നോക്കി. ജരതപ്തമായിരുന്ന ആ പിറുപിറുക്കലിന് അർഥമുള്ള ഒരു വ്യക്തരൂപം കൊടുക്കാൻ പ്രയത്നിക്കുകയായിരുന്നു അയാൾ, കുട്ടിയെ സംരക്ഷിക്കണമെന്ന് വാൾട്ടർ പാർട്ടിയെ ഏൽപ്പിച്ചിരിക്കുന്നു. റീനിബോത്ത് കണ്ണിറുക്കി. 'ഹോപ്റ്റംസ് കാർഫ്യൂഹറർ, മനസിലായോ, കുട്ടിയെ കിട്ടിയാൽ പാർട്ടി കയ്യിലകപ്പെട്ട പോലെയായി, റീനിബോത്ത് പെട്ടെന്ന് ആ മൂലയിലേക്ക് നീങ്ങി ബൂട്ട്സിട്ട കാലുകൊണ്ടു ക്രോപ്പിൻസ്കിയെ ചവിട്ടിയെഴുന്നേൽപ്പിച്ചു. അയാൾ ആ പോളണ്ടുകാരന്റെ ജാക്കറ്റിന്റെ മുൻഭാഗം കടന്നുപിടിച്ചു. യാതൊരു ദയയുമില്ലാതെ അയാളുടെ തല പിടിച്ചു ചുമരിന്മേൽ മുട്ടിച്ചുകൊണ്ട് അലറി.

"എടാ നശിച്ച പോളിഷ് കരിം കഴുക! എവിടേടാ, ആ കുട്ടി. പറയടാ പട്ടി! പറഞ്ഞോ പറഞ്ഞില്ലെങ്കിൽ അവനേക്കാളും മുമ്പിൽ നീ ചത്തു തുലയും എവിടെ കുട്ടി" ഞരമ്പുകൾ വലിഞ്ഞമർന്നതു കാരണം റീനിബോത്ത് ക്ലൂട്ടിക്കിന്റെ സമീപത്തേക്കു ഓടി.

"നമുക്കു കുട്ടിയെ കണ്ടുപിടിക്കണം."

ഭ്രാന്തുപിടിച്ചപോലെ അയാൾ ബോധമറ്റു കിടക്കുന്ന ഹോഫലിനെ തുറിച്ചുനോക്കി.

"ഇവൻ നമ്മുടെ കൈകൊണ്ടു മരിക്കരുത്. ഇവനെ ഇനിയും ആവശ്യം വരും." അയാൾ ക്ലൂട്ടിക്കിനോടു പറഞ്ഞു. രണ്ടുപേരും ഒരുമിച്ചാണ് സ്ഥലംവിട്ടത്. മാൻഡ്രിൽ അവരെ വരാന്തയിലേക്ക് അനുഗമിച്ചു. അയാൾ തിരിച്ചുചെന്നപ്പോൾ ഹോഫൽ കിടന്നിരുന്നതു ഒരു പഴയ വൈയ്ക്കോൽ ചാക്കിന്മേലായിരുന്നു. കീറിപ്പറിഞ്ഞ രണ്ടു പുതപ്പുകൾകൊണ്ട് അയാളെ മൂടിയിട്ടിട്ടുണ്ട്. ഫോർസ്റ്റെ രോഗിയുടെ സമീപം മുട്ടുമടക്കി ഇരുന്നു.

അത്ഭുതംകൊണ്ട് മാൻഡ്രില്ലിനു ശ്വാസംമുട്ടി. സഹായിക്കണമെന്ന ദൃഢവും ധീരവുമായ തീരുമാനത്തെ തുടർന്ന് ഫോർസ്റ്റെ ചെയ്യാൻ കഴിവുള്ളതെല്ലാം ചെയ്തുകഴിഞ്ഞിരുന്നു.

മാൻഡ്രിൽ ലഹളകൂട്ടി. മരിക്കാറായ ഈ മനുഷ്യനെ ഇപ്പോൾ ഈ വൈക്കോൽ ചാക്കിൽ നിന്നു ദൂരെ എറിഞ്ഞേക്കുമോ? അതോ .........

"എന്താണീ മഹത്തായ ആശയം."

പിന്നിൽനിന്ന് ആ ചിലമ്പിച്ച സ്വരം ഫോർസ്റ്റെ കേട്ടു. അനിശ്ചിതയിലേക്കുള്ള ആ കണ്ണുപൂട്ടിയുണ്ടായ ചാട്ടം അവതാളത്തിലായിട്ടില്ല. വളരെ ഉദാസീനതയോടെ എഴുന്നേറ്റു മുറിവിട്ടുപോകുന്ന ഫോർസ്റ്റെ നിസാരഭാവത്തിൽ പറഞ്ഞു.

"അവൻ ചാകാതെ കിടക്കട്ടെ. നമുക്ക് ഇനിയുമുണ്ടല്ലോ അവനെ കൊണ്ട് ആവശ്യം."

അയാൾ വേഗം തന്നെ ഒരു നനഞ്ഞ തുണി - നേരത്തെ ഫോർസ്റ്റെ കരുതിയിരുന്നതായിരുന്നു അത്. തുണിയുമായി വന്ന് അത് ഹോഫലിന്റെ തപിക്കുന്ന നെറ്റിയിൽ ഇട്ടു. ഇതു തീരെ അസാധാരണമായ നടപടിയായിരുന്നു. ബങ്കറിലിട്ട് ആരെയും ശ്രദ്ധിക്കുകയോ ശുശ്രൂഷിക്കുകയോ ചെയ്യാറില്ല; മരണത്തിനു വിധിക്കപ്പെട്ട ഒരുവനെ പ്രത്യേകിച്ചും നിസാരമായ ചില പ്രയോഗങ്ങളെകൊണ്ടു ചാകാറായ ഒരു മനുഷ്യനെ ഉപയോഗപ്രദമാക്കുമാറ് തിരികെ കൊണ്ടുവരുവാൻ സാധിക്കുന്ന ഈ പരിപാടിയിൽ വിസ്മയം തോന്നിയ മാൻഡ്രിൽ തന്റെ ദ്വാരപാലകനെ നിർന്നിമേഷം നോക്കിക്കൊണ്ടുനിന്നു.

അയാൾ നേരിയ ഒരു ശബ്ദം പുറപ്പെടുവിച്ചു; സമ്മതമാകാം. അല്ലെങ്കിൽ വെറുപ്പു പ്രകടിപ്പിച്ചതാകാം.

"അത്യാവശ്യത്തിനുമാത്രം മതി."

"അതെ, ഇതു സാനിട്ടോറിയമൊന്നുമല്ലല്ലോ" ഫോർസ്റ്റെ മറുപടി നൽകി.

"കുട്ടിയെ കണ്ടുപിടിക്കണം, കുട്ടിയെ കണ്ടുപിടിക്കണം." ക്യാമ്പ് ആകെ ഒന്നു പരിശോധിക്കാനായി ക്ലൂട്ടിക്കിന്റെ പ്ലാൻ. തന്റെ വിഖ്യാതമായ പുഞ്ചിരിയോടെ റീനിബോത്ത് ചോദിച്ചു;

"ദൈവത്തെയോർത്ത്, എന്റെ മനുഷ്യാ നിങ്ങൾക്ക് എങ്ങനെ സാധിക്കുന്നു ഈ വിഡ്ഢിത്തങ്ങളെല്ലാം ആലോചിച്ചുണ്ടാക്കാൻ. അൻപതിനായിരം ആൾക്കാരുള്ള ഈ ക്യാമ്പ് ഒരു കൊച്ചു നഗരമാണ്. ഒരു നഗരത്തിൽ എല്ലായിടത്തും ഒരേ സമയത്ത് എത്താൻ നിങ്ങളെ കൊണ്ടാകുമോ? ആ തന്തയില്ലാത്തവർ ഓരോരുത്തരായി കുട്ടിയെ പൊക്കാക്ക പോലെ കൈമാറും. നാം ചുമ്മാ ആടുകളെപ്പോലെ കറങ്ങിത്തിരിഞ്ഞു നടക്കും. സ്വയം ഒരു പമ്പരവിഡ്ഢിയായി ചിത്രീകരിച്ച് ഈ ശ്രമം അവസാനിപ്പിക്കണമെന്നാണോ നിങ്ങളുടെ മോഹം."

അയാൾ കസേരയിലേക്ക് ചാഞ്ഞ് തള്ളവിരൽ ബട്ടൺ നിരയിൽത്തിരുകി. നാശം! നരകം! അയാൾ കടിച്ചമർത്തിയ ദന്തനിരകളിലൂടെ ചീറ്റി. പെട്ടെന്നു സംഭ്രാന്തനായി അയാൾ ചാടിയെഴുന്നേറ്റു. തൊപ്പി മേശപ്പുറത്തേക്കു വലിച്ചെറിഞ്ഞുകൊണ്ടയാൾ ആക്രോശിച്ചു.

"നമുക്ക് എന്തു പറ്റാൻ പോകുന്നു."

"ഹൈ! നിങ്ങൾ സ്പെയിനിലേക്ക് പോകുന്നുവെന്നല്ലേ പറഞ്ഞത്. ഞാൻ അങ്ങനെയാണ് വിചാരിച്ചത്." ക്ലൂട്ടിക് പതുക്കെ ഒന്നുനോക്കി.

"ഹ, ഹ, ഹ, ഹ സ്പെയിൻ" കോപംവന്നപോലെ റീനിബോത്ത് ഒരാംഗ്യം കാട്ടി. ക്ലൂട്ടിക് സിഗരറ്റ് ആഞ്ഞുവലിച്ചു.

"നിങ്ങൾ ധൈര്യം കൈവെടിയുകയാണ്."

"ധൈര്യം കൈവെടിയുകയോ?" റീനിബോത്ത് വിഷത്തിൽ മുക്കിയെടുത്തപോലുള്ള ഒരു ചിരി ചിരിച്ചു. പെട്ടെന്നു ക്ലൂട്ടിക്കിനെ അവിടെ തന്നെ വിട്ട് അയാൾ ക്യാമ്പിലേക്ക് നടന്നു.

രണ്ടുദിവസം മുമ്പുണ്ടായ സൈനിക പ്രക്ഷോഭണത്തിൽ നിന്ന്, ബ്രിട്ടീഷുകാരും അമേരിക്കക്കാരും ആറുദിവസം നീണ്ടു നിന്ന തീവ്ര ശ്രമത്തിനുശേഷം തങ്ങളുടെ സമരമുഖം, 'ബോച്ചോൾട്ട്' 'ബോർക്കൻ' 'ഡാർസ്റ്റിൻ' എന്നിവിടങ്ങളിലേക്കു വികസിപ്പിക്കുന്നതിൽ വിജയം വരിച്ചുവെന്നും, അവരിപ്പോൾ "ഹാംബോണിലേക്ക്" തുളച്ചു കയറുകയാണെന്നുമുള്ള വിവരം ലഭിച്ചിരുന്നു. ഇന്നിതാ പുതിയ വാർത്ത "കടുത്ത സമരത്തിനു ശേഷം കസ്ട്രീൻകോട്ട ശത്രുക്കളുടെ കൈവശമായി രിക്കുന്നു."

ഇതു ബോൾഷേവിക്കുമാർ!

പടിഞ്ഞാറൻ സമരരംഗങ്ങളിൽ ഒരൊറ്റ രാത്രികൊണ്ടു തീരെ പുത്തനായ പേരുകൾ ഉണ്ടായിരിക്കുന്നു. വടക്കുഭാഗത്തെ പാഠർബോണിന്റെ സമീപം പൊരിഞ്ഞ യുദ്ധം നടക്കുകയാണ്. തെക്കുഭാഗത്ത് 'ലാഫൻവാലി'യിൽ നിന്ന് 'ബോഡ്' ട്രിയസ്സ് 'ഹെർഫീൽഡ്', 'ഫോൾഡ്' എന്നിവകളിലേക്കാണ് നീക്കം.

അമേരിക്കക്കാരുടെ വക!

"ട്രേയിസ് കാസ്സലിലേക്കുള്ള വഴിയാണിത്: ഫുൾഡ്. അവിടെനിന്ന് നേരെ ഇസിനാച്ചി"ലേക്ക് കയറാം. റീനിബോത്തിന്റെ നയനങ്ങൾ വെറിപിടിച്ച ഈച്ചകളെപ്പോലെ ഭൂപടത്തിന്റെ മുകളിലങ്ങനെ ഉഴറിനടന്നു.

ക്ലൂട്ടിക്കിന്റെ നേരെ തിരിയുമ്പോൾ അയാളുടെ മുഖം അലിയുകയാണെന്ന് തോന്നി. "അതെ, അതെ, എന്റെ ചങ്ങാതി നമ്മുടെ നയതന്ത്ര വിശാരദൻ ഒരു സ്വീകരണത്തിനു തയ്യാറെടുത്തു തുടങ്ങിയെന്നു തോന്നുന്നു. മാന്യരെ വേഗം വരൂ. ദയവുചെയ്ത് ഒന്നുവേഗം വരൂ, യഹൂതരെ! ബോൾഷെവിക്കുകാരേ! വേഗം, വേഗം. ഞങ്ങളുടെ കയ്യിലുള്ളതെല്ലാം നിങ്ങൾക്കുള്ളതാണ്."

അയാൾ താടിനീട്ടി മുഖംകൊണ്ട് വികൃതമായ ഒരു ഗോഷ്ഠികാട്ടി. "നാശം! അഴുക്ക്. പെട്ടെന്നയാൾക്ക് ഒരു പുതിയ ആശയം കിട്ടി. ഈ ബങ്കറിൽ കിട്ടിയവരല്ല ശരിയായിട്ടുള്ളവർ!"

ക്ലൂട്ടിക് സിഗരറ്റ് വായിൽവയ്ക്കാൻ മറന്നു.

"എന്ത്? തെറ്റിയോ; ഞാൻ പറയുന്നതാ......"റീനിബോത്ത് കോപത്തോടെ ക്ലൂട്ടിക്കിന്റെ നേരെ ചീറി.

"ആ നായ്ക്കൾ ഒരൊറ്റ അക്ഷരം മിണ്ടുന്നില്ലല്ലോ. നമുക്ക് കമാൻഡോവിലെ സർവരേയും ഞെക്കിപ്പിഴിയേണ്ടിവരും. ഉടുതുണിയിൽ മൂത്രമൊഴിക്കുന്ന ഒരുത്തൻ തീർച്ചയായും അക്കൂട്ടത്തിലുണ്ടാകും. അവനാണ് നമുക്ക് കിട്ടേണ്ട പുള്ളി!'"

''നിങ്ങൾ കലവറമുറിയിലേക്കു തിരിച്ചുപോവുകയാണോ'' വിസ്മയത്തോടെ ക്ലൂട്ടിക് ചോദിച്ചു. റീനിബോത്ത് അക്ഷമയോടെ കൈകൊണ്ട് ആംഗ്യം കാട്ടി.

"നമുക്ക് ഇതൊക്കെ തനിച്ച് ചെയ്യാൻ പറ്റില്ല. സമയമില്ല ഗസ്റ്റപ്പോ." ഒരു കത്തിയേറുകാരൻ തന്റെ കത്തി ചുഴറ്റിയെറിയുന്ന പോലെയാണ് റീനിബോത്ത് ആ വാക്ക് വലിച്ചെറിഞ്ഞത്. അത് ക്ലൂട്ടിക്കിന്റെ മേൽ വേദന തോന്നുന്ന മട്ടിൽ ചെന്നു തറയ്ക്കുകയും ചെയ്തു.

"അത് കുറെ കൂടുതലായില്ലേ? നമ്മുടെ സ്വന്തം ഉത്തരവാദിത്വത്തിൽ ചെയ്യുകയല്ലേ നല്ലത്. ഗസ്റ്റപ്പോ! കമാന്റർ ഇതെങ്ങാനും കേട്ടാൽ....."

റീനിബോത്ത് ക്ലൂട്ടിക്കിന്റെ മുന്നിൽപോയി തറച്ചുനിന്നു. കരിക്കുന്ന മട്ടിൽ ഒരു വെല്ലുവിളിപോലെ പ്രഖ്യാപിച്ചു."ഉം, നിങ്ങളെപ്പോലു ള്ളവനാണ് കമാൻഡറാവാൻ ആഗ്രഹിക്കുന്നത്...... ഭാഗ്യമുണ്ടെങ്കിൽ നമ്മ ളെല്ലാം നാളെ പൗരന്മാരെപ്പോലെ ഓടിനടക്കുകയായിരിക്കും. പക്ഷെ ഈ യൂണിഫോം ധരിച്ചിരിക്കുന്നിടത്തോളം കാലം.........."

ക്ലൂട്ടിക്കിന് ആ യുവാവിന്റെ മുമ്പിൽ നിൽക്കുമ്പോൾ താൻ തീരെ നിസാരനാണെന്ന് തോന്നി. ഹോപ്റ്റംസ്കാർഫ്യൂഹററുടെ യൂണി ഫോറത്തിനകത്തെ ആ പഴയ പിന്നൽസ്ഥാപന ഉടമസ്ഥൻ കിടുകിടെ വിറച്ചു.

"ഉം, ശരി. എന്നാൽ അങ്ങനെയാവട്ടെ! ഗസ്റ്റപ്പൊ എങ്കിൽ ഗസ്റ്റപ്പൊ തന്നെ."

ക്യാമ്പ് ഫ്യൂഹറർമാർ തങ്ങളെ അനവരതം നിരീക്ഷിക്കുന്നു ണ്ടെന്നും ഏതുനിമിഷവും പുത്തൻ അപകടങ്ങൾ തങ്ങളെ വന്നു ഗ്രസി ക്കുമെന്നും കമാന്റോവിലെ തടവുകാർക്ക് തീർച്ചയുണ്ടായിരുന്നുവെങ്കിലും ക്ലൂട്ടിക്കും റീനിബോത്തും പെട്ടന്നങ്ങോട്ടു കടന്നുചെന്നപ്പോൾ അവർ ഇടിവെട്ടുകൊണ്ടതുപോലെ തരിച്ചു നിന്നുപോയി. ആ രണ്ടു ഉദ്യോഗസ്ഥന്മാരുടെയും ആഗമനം സ്വീലിങ്ങനെപ്പോലും അമ്പരപ്പിച്ചു. ഭയങ്കരമായ ഭീതിയോടെയാണ് അയാൾ അവർ വരുന്നതും നോക്കി നിന്നത്. അവർ കൂട്ടത്തിൽ അയാളേയും അന്വേഷിക്കുകയില്ലേ? പിന്നി ലത്തെ വരിയിൽ നിന്ന വ്യൂറാച്ച് അവിടെ നടക്കുന്നതെല്ലാം തികഞ്ഞ ശാന്തതയോടെയാണ് നോക്കിക്കണ്ടത്. വേണ്ടിവന്നാൽ ഒരു സ്ഥാനാന ന്തരവാദം (ആലിബ) ഉന്നയിക്കാനും വിഷമമില്ല. ആദ്യത്തെ വരിയിലാണ് റോസ് നിന്നത്. അയാളാകെ വിറളിവെളുത്തിരുന്നു. കാലുകൾ വിറച്ചുതുള്ളുന്നത് അമർത്താൻ അയാൾക്ക് കുറെയേറെ പാടുപെടേ ണ്ടിവന്നു. ഹോഫലിന്റെ സ്ഥാനത്ത് നിന്നത് പിപ്പിഗ്ഗ് ആണ്. അയാൾ ഒരടി മുന്നോട്ടുനീങ്ങിനിന്നു പ്രഖ്യാപിച്ചു. "കലവറമുറിയിലെ കമാന്റോ റിപ്പോർട്ടു ചെയ്യുന്നു."

"പുതിയ കാപോ" പ്രത്യേകിച്ച് ഇന്ന ആളോട് എന്നില്ലാതെ റീനി ബോത്ത് അഭിപ്രായപ്പെട്ടു. അയാൾ ആ അണികളാകെ ഒന്നു പരിശോ ധിച്ചു. ക്ലൂട്ടിക്കും അയാളെ പിൻതുടർന്നു.

പിപ്പിഗ്ഗിന്റെ തലച്ചോറിൽ സംശയങ്ങൾ ഓരോന്നായി ഉടലെടുക്കു കയായിരുന്നു. ദ്രോഹകരമായ ഈ സന്ദർശനത്തിന്റെ ഉദ്ദേശ്യം എന്താ യിരിക്കാം? ഹോഫൽ, എന്തെങ്കിലും ......പൊടുന്നനെ പിപ്പിഗ്ഗ് ഈ

സംശയംതന്നെ മനസിന്റെ അന്തരാളത്തിലേക്ക് അമർത്തി. വ്യൂറാച്ച് .....സ്വീലിങ്ങ്.....? ഈ സംഭവത്തിന്റെ ഒരു വിശദീകരണം സ്വിലിങ്ങിന്റെ മുഖത്തു നിന്നു വായിക്കാനെന്നമട്ടിൽ പിപ്പിഗ്ഗിന്റെ കണ്ണുകൾ അയാളുടെ മുഖത്തുപതിച്ചു. തടവുകാരെപ്പോലെതന്നെ സ്തംഭിച്ചു നിൽക്കുകയാണ് സ്വീലിങ്ങും.

അണികൾക്കിടയിലൂടെ നടക്കുമ്പോൾ, വിളിക്കേണ്ട തടവുകാരെ അയാൾ മനസിൽ കുറിക്കുന്നുണ്ടായിരുന്നു. ആ മുഖങ്ങളിൽ പ്രകടമായി കണ്ട അമിതമായ ഭീതിയിൽനിന്ന്, തന്റെ ബൂട്ട്സിന്റെ ശബ്ദം കൊണ്ടു മാത്രം ഭഞ്ജിക്കപ്പെടുന്ന മാരകമായ ആ നിശ്ചലതയിൽനിന്ന്; സ്വന്തം മൗനത്തിൽനിന്ന് എല്ലാം കരുത്താർജിക്കുകയായിരുന്നു റീനിബോത്ത്. അയാളുടെ വായ് ഒന്നു കോടി. നമ്മെ കാണുമ്പോൾ ഉടുതുണിയിൽ മലം വിസർജിക്കുന്നവരാണ് ഇവർ. പക്ഷെ നമ്മുടെ സ്വന്തം കഴുതകൾ തന്നെ ഞെട്ടി വിറയ്ക്കുകയാണെന്ന് ഇവരെങ്ങാനും അറിഞ്ഞാൽ .....ഇതിനെക്കുറിച്ചാലോചിച്ചപ്പോൾ റീനിബോത്തിനു തന്നോടു തന്നെ പുച്ഛംതോന്നി. ആ സമയത്ത് തടവുകാരൻ പിപ്പിഗ്ഗിന്റെ വിചാരം ഇങ്ങനെ നീണ്ടുപോയി.

“എടാ, നിന്റെ മുമ്പിൽ ഞങ്ങൾ ഇങ്ങനെ വിറങ്ങലിച്ചു നിൽക്കുന്നതു കാണുമ്പോൾ നിന്റെയൊക്കെ വിചാരം ഞങ്ങൾ ഭയപ്പെട്ടു വിറയ്ക്കുക യാണെന്നാണ് അല്ലേ? ഉം, ഉം, അങ്ങനെയൊന്നുമല്ലെടാ കാര്യം. എട ജളപ്രഭു! അധികം കാലമൊന്നും നീ ഈ ബട്ടൺ നിരയിൽ തള്ളവിര ലും തിരുകി താളംതട്ടിക്കൊണ്ടു നിൽക്കുകയില്ല......”

7-ാംവരി, ആദ്യത്തെ ജനവാതിലിന്റെ നേരെയുള്ള 7-ാം വരി, 7-ാംവരി. കാലടികൾ......കാലടികൾ......കാലടികൾ.....

റീനിബോത്ത് റോസിന്റെ മുമ്പിൽനിന്നു. റോസിന്റെ കണ്ണുക ളിൽനിന്നു പൊന്നീച്ച പാറി. ഇവനായിരിക്കുമോ പറ്റിയ പുള്ളി?

റോസിന്റെ ജാക്കറ്റിന്റെ മുൻഭാഗം കടന്നുപിടിച്ച് അയാൾ ആ സാധുവിനെ അണിയിൽ നിന്നു മാറ്റിനിർത്തി.

“നിങ്ങളൊരു മര്യാദക്കാരൻ കിഴവനാണല്ലോ. എന്തിനീ ദുർഘട ങ്ങളിലെല്ലാം ചെന്നുചാടി?”

“ഹെർ റിപ്പോർട്ട് ഫ്യൂഹറർ....ർ...ർ ഞാൻ ഒന്നും..... എനിക്കൊന്നും അറിയില്ല......”

റീനിബോത്തിനു തോന്നി, താൻ ആ കുതറിപ്പിടയുന്ന മനുഷ്യനെ അന്തരീക്ഷത്തിൽ ഉയർത്തിപ്പിടിച്ചിരിക്കുകയാണോ എന്ന്. ഒരു ഭൂതോദയം......ഇവനായിരിക്കുമോ ശരിയായ പുള്ളി!

“നിങ്ങൾ വല്ലതും ചെയ്തോ, വല്ലതും അറിഞ്ഞോ എന്നെല്ലാം പിന്നെ തീരുമാനിക്കാം.” റീനിബോത്ത് റോസിനെ പിടിച്ച് ഒരു ഭാഗത്തേ ക്കുതള്ളി. ഒറ്റപ്പെട്ട ആ മനുഷ്യൻ ഭയംകൊണ്ടു തുള്ളി വിറയ്ക്കുക യായിരുന്നു “ഹെർ റിപ്പോർട്ട് ഫ്യൂഹറർ വാസ്തവത്തിൽ ഞാനൊന്നും....”

അവനിനി ഒരു വാക്കുകൂടി പറഞ്ഞാൽ ഞാൻ അവന്റെ കഴുത്തിൽ

പിടിക്കും- പിപ്പിഗ്ഗ് വിചാരിച്ചു. അപ്രതീക്ഷിതമായി റോസിനെ നോക്കിക്കൊണ്ടു റീനിബോത്ത് അലറി. “എട കള്ള! മിണ്ടാതിരിക്ക് അവിടെ!” അതൊരു പൊട്ടിത്തെറിയായിരുന്നു. റീനിബോത്ത് വിരൽകൊണ്ട് അടുത്ത മനുഷ്യനെ ചൂണ്ടി, റോസിന്റെ അടുത്തേക്കു നീങ്ങിനിൽക്കാൻ ആംഗ്യം കാട്ടി, ആ മനുഷ്യൻ പിപ്പിഗ്ഗ് ആയിരുന്നു. അയാൾ അണിയിൽ നിന്നു മാറി റോസിന്റെ സമീപം പോയിനിന്നു. ആരും നോക്കാതെ കിട്ടിയ ആ ഒരൊറ്റ നിമിഷത്തിനിടയ്ക്ക് അയാൾ റോസിന്റെ പുറത്ത് ഒരു കുത്തു കൊടുത്തു. വിളറിയെടുത്ത ഞരമ്പുകളുടെ ഒരു ബഹിർ സ്ഫുരണവുമായിരുന്നു ആ കുത്ത്. വിരലുകളിൽ അപ്പോൾ തുടിച്ചു നിന്നത് അടക്കാനാവാത്ത ദേഷ്യവും.

തീരെ പ്രതീക്ഷിക്കാതെ ക്രാമർ 61-ാം നമ്പറിലേക്കു കടന്നുചെന്നു. കട്ടിലിന്റെ പിന്നിൽ നിലത്തിരുന്നു കളിക്കുന്ന കുട്ടി ക്രാമറുടെ കണ്ണിൽപ്പെടാതിരിക്കാനായി അവന്റെ ദേഹത്തിൽ ഒരു പുതപ്പു വലിച്ചിടാൻ സിഡ്കോവ്സ്കി ഉദ്യമിച്ചു. ക്രാമർ കൈവീശി.

“സാരമില്ല; എനിക്കെല്ലാം അറിയാം.”

റിയോമെന്റ് ഒരു കുപ്പിപ്പാലും കുറെ ബിസ്കറ്റും ഒരു ദൂതൻ വശം കൊടുത്തയച്ചിരുന്നു. അത് ക്രാമർ പോക്കറ്റിൽനിന്നെടുത്തു. അവ നേരിട്ടു കൊടുത്താൽ കൊള്ളാമെന്നുണ്ടായിരുന്നു, പക്ഷെ ലജ്ജ അയാളെ തടഞ്ഞു.

അയാൾ അത് സിഡ്കോവ്സ്കിയുടെ നേർക്കുനീട്ടി. “ഇതാ.....”ആ പോളണ്ടുകാരൻ വിലയേറിയ ആ വസ്തു നന്ദിപൂർവം കൈക്കുമ്പിൾ നീട്ടി ഏറ്റുവാങ്ങി.

അയാളുടെ മുഖത്തെ പൗരുഷം തുടിക്കുന്ന ജരകളിൽ ആനന്ദം അലയടിച്ചു. അയാൾ ആ നിധി കട്ടിലിന്നരികെ ഒളിച്ചുവെച്ചു. ക്രാമർ കുട്ടിയുടെ അടുക്കലേക്കു നീങ്ങി. വെൽവെറ്റുപോലുള്ള കണ്ണുകൾ ഉയർത്തി അവൻ ആ ഉയർന്ന ഗൗരവക്കാരനെ ഒന്നുനോക്കി.

മനുഷ്യനേക്കാൾ യുഗാന്തരങ്ങളുടെ രഹസ്യങ്ങൾ അറിയാവുന്ന ഒരു അരുമയേറിയ മൃഗത്തിന്റേതുപോലുണ്ടായിരുന്നു ആ കണ്ണുകൾ.

പക്ഷെ ആ കുട്ടിയുടെ മുഖത്തു കണ്ടഭാവം, ക്രാമറെ അമ്പരപ്പിച്ചു.

അയാൾ ആ മുറിയാകെ ഒന്നു കണ്ണോടിച്ചു. മുൻഭാഗം ഡോക്ടറുടെ ആഫീസായാണ് ഉപയോഗിച്ചിരുന്നത്. അവിടെ ഒരു മേശയും കുറെ കസേരകളും കിടന്നിരുന്നു. ഷെൽഫിൽ കുപ്പികൾ, മരുന്നുഭരണികൾ, കത്തികൾ, ബാൻഡേജുകൾ, കത്രികകൾ....അങ്ങനെ മനുഷ്യന്റെ മുറിവുകൾക്കു ചികിത്സിക്കാൻ അത്യാവശ്യത്തിനു മാത്രം മതിയാകുന്ന സാധനങ്ങളും ഉപകരണങ്ങളും സൂക്ഷിച്ചിരുന്നു.

“എന്തെങ്കിലും അപകടമുണ്ടാവുകയാണെങ്കിൽ കുട്ടിയെ എവിടെ സൂക്ഷിക്കും?”

ബോധ്യപ്പെടുത്താനെന്നമട്ടിൽ ചിരച്ചുകൊണ്ട് സിഡ്കോവ്സ്കി തലയാട്ടി.

"ആരും വരില്ല. ഡോക്ടറോ എസ് എസുകാരോ ആരും തിരിഞ്ഞു നോക്കുകയില്ല; അഥവാ വന്നാൽ തന്നെ കുട്ടി വേഗം കട്ടിലിനടിയിലേക്ക് പാഞ്ഞോളും."

സിഡ്കോവ്സ്കി ചിരിച്ചു. കോപത്തോടെ ക്രാമർ അയാളെ ശകാരിച്ചു.

"ആരും വരില്ലത്രെ! അത് തന്റെ സങ്കൽപ്പം മാത്രമാണ്. അപകടമൊന്നുമില്ലെന്ന്! അവരിതാ കലവറ കമാന്റോവിലെ പകുതിപ്പേരെ ബങ്കറിലേക്ക് കൊണ്ടുപോയി കഴിഞ്ഞു. അവർ കുട്ടിയെ തിരയുകയാണ്. അതിൽ ഏതെങ്കിലും ഒരുവനെ പേടിപ്പെടുത്തി, ഈ സ്ഥലത്തിന്റെ രഹസ്യം അവർ ചോർത്തിയെടുത്താൽ ഓരോ മുക്കിലും മൂലയിലും അവർ ഇഴഞ്ഞു നോക്കും. അപ്പോൾ എന്താണുണ്ടാകുക? സാരമില്ലത്രെ! കൊള്ളാം."

സിഡ്കോവ്സ്കി പരിഭ്രാന്തനായി. അയാൾ കുട്ടിയെ എടുത്ത് അവനെ രക്ഷിക്കാനെന്നമട്ടിൽ നെഞ്ചോടു ചേർത്തമർത്തി ഭയത്തോടെ മുറിയിലാകെ നോക്കി.

"എവിടെയാക്കും?"

""അതെ! എവിടെ." ക്രാമർ ഗർജിച്ചു. "എന്തെന്തു വാഗ്ദാനങ്ങൾ! ആദ്യം ആലോചിക്കേണ്ടത് ഇതിനെപ്പറ്റിയായിരുന്നു. കുട്ടി മരപ്പാവയൊന്നുമല്ല നശിക്കാൻ...... "

ക്രാമറുടെ ഇടിവെട്ടുംപോലുള്ള ശബ്ദം പകുതി ചെവികൊണ്ടാണയാൾ കേട്ടത്. പറ്റിയ ഒരു സ്ഥലം തിരയുകയായിരുന്നു അയാളുടെ കണ്ണുകൾ. സുഖക്കേടുകാരുടെ ഇടയിൽ കുട്ടിയെ ഒളിപ്പിക്കുക എന്ന ആശയം ആദ്യം തന്നെ നിരാകരിച്ചിട്ടുള്ളതാണ്. ഇതുമാത്രമാണ് ഒരു മുറിയുള്ളത്. അതിൽ സുരക്ഷിതമായ ഒരു മൂല എവിടെ? ഉഴറുന്ന കണ്ണുകൾകൊണ്ട് അയാൾ മുക്കും മൂലയും നോക്കി. എന്തിന്! ബാരക്കിന്റെ മരത്തൂണുപോലും അയാൾ ഒഴിച്ചില്ല.

"വന്നാട്ടെ! എന്താണ് പറയാനുള്ളത്" ക്രാമർ അയാളെ വല്ലാതെ നിർബന്ധിക്കുകയായിരുന്നു. സിഡ്കോവ്സ്കി ചുമൽ കുലുക്കി. പെട്ടെന്ന് അയാളുടെ മനസിൽ ഒരു ഭൂതോദയം ഉണ്ടായി. കുട്ടിയെ കിടക്കയിൽ കിടത്തി അയാൾ മുറിയുടെ മുൻഭാഗത്തേക്ക് ഓടി. അവിടെ മുക്കിൽ വൃത്താകൃതിയിലുള്ള ഒരു വലിയ തകരപ്പാത്രം ഇരുന്നിരുന്നു.

ധൃതിയിൽ ആലോചിച്ചുകൊണ്ട് സിഡ്കോവ്സ്കി അതു പരിശോധിച്ചു. അപ്പോഴേക്കും അവിടെ എത്തിയ ക്രാമറോട് അയാൾ പറഞ്ഞു.

"ഇതാ ഇതിനകത്ത്!"

അയാൾ അതിന്റെ മൂടി പൊന്തിച്ചു.

"നിങ്ങൾക്ക് ഭ്രാന്തായോ" ഭയംകൊണ്ട് വിറച്ചുപോയ ക്രാമർ അട്ടഹസിച്ചു. പാത്രത്തിന്റെ പകുതിയിലധികം നിറഞ്ഞുകിടന്ന രക്തം കട്ടപിടിച്ചു വൃത്തികേടായ ആ ബാൻഡേജു തുണികളെ അയാൾ തുറിച്ചു നോക്കി.

പക്ഷെ സിഡ്കോവ്സ്കി അപ്പോഴേക്കും തന്റെ തരിപ്പിൽനിന്നും വിമോചനം നേടിക്കഴിഞ്ഞിരുന്നു.

അയാൾ ചിരിച്ചു. നോക്കി മനസിലാക്കിക്കൊള്ളാൻ ക്രാമറോട് കൈ കൊണ്ട് ആംഗ്യം കാണിച്ചശേഷം അയാൾ രോഗികളുടെ മുറിയിൽനിന്ന് രണ്ടു സിൽബന്ധികളെ വിളിച്ചു.

സിഡ്കോവ്സ്കിയുടെ പോളിഷ് ഭാഷയിലെ വാക്പ്രവാഹം ക്രാമർ ശ്രദ്ധിച്ചുകേട്ടു. തന്റെ നാട്ടുകാർക്ക് നിർദേശങ്ങൾ കൊടുക്കുന്നതിനിട യിൽ അയാൾ കൈകൊണ്ടു നിർലോഭം ആംഗ്യം കാണിച്ചിരുന്നു. അവർ വിവിധ ഭാഗങ്ങളിലേക്ക് ഓടിമറഞ്ഞു. യാതൊരു കൂസലും കൂടാതെ ഒരാൾ ആ പേടിപ്പെടുത്തുന്ന ബൻഡേജുകൾ വാരിയെടുത്തു. അപ്പോഴേ ക്കും ഒരാൾ ഉരയ്ക്കാനുള്ള ബ്രഷും പഴന്തുണിയുമായി എത്തി. ഒരു ബേസിനോ (ഹൂറെ) അണുനാശകദ്രാവകം മുക്കിയൊഴിച്ച അവർ ആ പാത്രം തേച്ചു വൃത്തിയാക്കി. അതേസമയത്ത് സിഡ്കോവ്സ്കി അതിന്റെ തകരംകൊണ്ടുള്ള മൂടിയുടെ അറ്റമെല്ലാം ചുറ്റികകൊണ്ട് ഒന്നു മേടിയൊ തുക്കി, വൃത്തം കുറഞ്ഞ അടപ്പ് ഇപ്പോൾ പാത്രത്തിന്റെ ഏതാണ്ടു പകുതിഭാഗം വരെ കീഴോട്ടു തള്ളിയമർത്തിവെയ്ക്കാം. അതവിടെ ഉറച്ചി രുന്നോളും. എന്തെങ്കിലും അപകടമുണ്ടായാൽ ഒളിക്കാനുള്ള സ്ഥലം.

എസ്എസുകാർ അവിടെയാകെ മണത്തുനടക്കുകയേയുള്ളൂ. വൃത്തികെട്ട സാധനങ്ങൾ കുന്നുകൂടി കിടക്കുന്ന ആ തകരത്തിന്റെ ഏഴ് അയൽവക്കത്തുപോലും അവർ തിരിഞ്ഞുനോക്കുകയില്ലെന്ന് തീർച്ച യാണ്. ക്രാമർക്കും അതു ബോധ്യമായി. എന്നാലും തന്റെ ആൾക്കാരിൽ ആരെങ്കിലും എപ്പോഴും അവിടെ കാവൽനിൽക്കുമെന്നും എസ് എസുകാ രനെ കണ്ടാലുടനെതന്നെ കുട്ടിയെ ....ഡിസ്കോവ്സ്കി ക്യാമ്പ് സീനി യർക്ക് ഉറപ്പുനൽകി.

തന്റെ കണ്ടുപിടിത്തത്തിൽ ആവേശംപൂണ്ട സിഡ്കോവിസ്കി ഉല്ലാസത്തോടെ പറഞ്ഞു. "തുണികൾ പുറത്ത്....കുട്ടി അകത്ത്....അടപ്പ് ഉറപ്പിച്ച് അതിന്റെ മീതെ തുണികൾ എല്ലാം വാരിയിടും. ദൈവമെ.... സമ്മതം കിട്ടാനെന്നമട്ടിൽ സിഡ്കോവ്സ്കി ക്രാമറുടെ മുഖത്തേക്കു നോക്കി; തികഞ്ഞ പ്രതീക്ഷയോടെ...."

ക്രാമർ കീഴടങ്ങിയമട്ടിൽ കണ്ണുകൾ താഴ്ത്തി. ഇതിലും ഭേദമായി വേറെ ഒന്നും കാണാനില്ല. ബാക്കി ഭാഗ്യംപോലെയിരിക്കും. അവർ ആ പാത്രത്തിന്റെ സമീപംപോയി അത് ഒഴിച്ചുകാണണമെന്ന് ആവശ്യപ്പെ ട്ടാൽ.....ക്രാമർ തന്റെ ചുറ്റും നിൽക്കുന്ന ആ മൂന്നു പോളണ്ടുകാരേയും നോക്കി. എന്നാൽ കുട്ടിയും മരിക്കും, കൂടെ ഈ മൂന്നു നല്ല മനുഷ്യരും. മരിക്കേണ്ടിവന്നാൽ എത്ര നിശ്ശബ്ദമായാണ് തങ്ങൾ അതിനെ ആലിംഗനംചെയ്യുക എന്നിവർ തെളിയിച്ചുകഴിഞ്ഞിരിക്കുന്നു. എട്ടു ജോഡി കണ്ണുകൾ അയാളുടെ നേരെ തിരിഞ്ഞിരിക്കുകയാണ്. ജനിച്ചു വളർന്ന മണ്ണിൽനിന്നു പറിച്ചെറിയപ്പെട്ട മൂന്നു സാധു പോളണ്ടുകാർ. തനിക്കവരുടെ പേരുകൾ അറിയില്ല; ചുരുക്കത്തിൽ അവരെപ്പറ്റി യാതൊ

ന്നുമറിയില്ല. തടവുകാരുടെ നീലനിറവും ചാരനിറവും പൂണ്ട വരയൻ ഉടുപ്പുകൾ അവരുടെമേൽ അയഞ്ഞുതൂങ്ങി കിടന്നു. കഷ്ടപ്പാടുകൾ കൊണ്ട് അവരുടെ മുഖത്ത് എല്ലുകൾ എഴുന്നുനിന്നിരുന്നുവെങ്കിലും, മണ്ണിൽ പൂപ്പൽപിടിച്ചപോലെ അവരുടെ മുഖത്തെ ചാലുകളിൽ രോമങ്ങൾ വളർന്നുനിന്നുവെങ്കിലും, നാശമില്ലാത്ത സാധനങ്ങളെപ്പോലെ കണ്ണുകൾ പ്രകാശം വിതറിക്കൊണ്ടു നിന്നു.

അവരുടെ നയനങ്ങളുടെ ദീപ്തിയെ കെടുത്താൻ മരണത്തിനോ യാതനയ്ക്കോ സാധ്യമായിരുന്നില്ല. അവമതിയുടെ പാഴ്കുണ്ടിൽകിടന്നു വെട്ടിത്തിളങ്ങുന്ന ദീപശിഖകളായിരുന്നു അവ. ചാരനിറത്തിലുള്ള യൂണിഫോറമണിഞ്ഞ ആ മൃഗങ്ങളിലൊരുത്തന്റെ തോക്കിൽനിന്നു ചീറിവരുന്ന വെടിയുണ്ടയ്ക്കുമാത്രമേ കഴിയൂ ആ ദീപ്തി കെടുത്താൻ. എന്നാലും ആ നിർമാർജനം ഒരു ദീപതാരകയുടെ ശാന്തമായ തിരോധാനംപോലെയായിരിക്കും. അനന്തമായ സൗന്ദര്യത്തെ മൂടുന്ന നേരിയ ഒരു യവനിക മാത്രമായിരിക്കും മരണത്തിന്റെ അന്ധകാരം.

ക്രാമറുടെ ചിന്തകൾ ഉഴറിയിരുന്നത് ഇങ്ങനെയൊന്നുമല്ല എന്നതു വാസ്തവംതന്നെ. പക്ഷെ മനസിന്റെ അടിയിലെ ചിന്തകൾ ഈദൃശങ്ങളായിരുന്നു.

സിഡ്കോവ്സ്കി സൗഹൃദത്തോടെ തലയാട്ടി. മനുഷ്യത്വമുള്ള ഒരു ഹൃദയത്തിൽനിന്ന് ഉദ്ഗമിച്ച് ഈ അഭിവാദനം അനശ്വരമായ ഒരു പാലത്തിന്റെ കമാനംപോലെ വികസിച്ചു കിടന്നു.

ക്രാമർ കുട്ടിയുടെ അടുത്തേക്കു നീങ്ങി. യാതൊന്നും പറയാതെ അയാൾ കുട്ടിയുടെ തലയിൽ തലോടി. അയാൾ പതുക്കെ വിചാരിച്ചു. സാധുമോൻ, ഒരു മെബഗ്. താൻ കുട്ടിയായിരുന്ന കാലത്ത് മുകളിൽ ദ്വാരമുള്ള ഒരു കാർഡ്ബോർഡ് പെട്ടിയിൽ ഒരു മെബഗിനെ വളർത്തിയിരുന്നത് അയാൾ ഇപ്പോൾ ഓർത്തു.

അയാളുടെ ഹൃദയത്തിൽ ഇപ്പോഴും ഉണ്ട് ഒരു വലിയ ഭാരം. കുട്ടിക്കുവേണ്ടി തനിക്കു ചെയ്യാൻകഴിയുന്നതെല്ലാം അയാൾ ചെയ്തിരിക്കുന്നു. പക്ഷെ ഇനിയുമില്ലെ ധാരാളം. നിഷ്കളങ്കമായ കറപുരളാത്ത ആ കുഞ്ഞിക്കൈകളാണ് എല്ലാം തൂങ്ങിക്കിടക്കുന്ന ചരടുകൾ വഹിച്ചിരിക്കുന്നത്. ക്രാമർ ചിന്താഭാരത്തോടെ അവനെ നോക്കി. ഇവനെ പ്രതിയാണ് ഹോഫലും ക്രോപ്പിൻസ്കിയും ബങ്കറിൽ കിടക്കുന്നത്. ഇവന്റെ പേരിലാണ് കലവറ മുറിയിലെ പത്തുപേരെ പിടിച്ചുകൊണ്ടുപോയിരിക്കുന്നത്. ഇവൻ കാരണം, അറിയപ്പെടാത്ത അംഗീകരിക്കപ്പെടാത്ത, നിശ്ചയദാർഢ്യമേറിയ ആയിരമായിരം പടയാളികൾ നിരന്തരമായ അപകടശങ്കയുടെ നിഴലിൽ ക്ലേശിച്ചു കഴിയുകയാണ്. ഇതാ സാധുക്കളായ മൂന്നു പോളണ്ടുകാർ തങ്ങളുടെ നഗ്നമായ കൈകൊണ്ട് കുട്ടിയെ സംരക്ഷിക്കാൻ സന്നദ്ധരായി നിൽക്കുന്നു.

എന്തെല്ലാം കെണികളും നൂലാമാലകളും. എന്തെല്ലാം ഭ്രാന്തുപിടിച്ച വൈതരണികൾ. വന്യജീവികളുടെ ഏതേത് നരകക്കുഴികളിലൂടെയൊ

ക്കെയാണ് മനുഷ്യർക്കു തട്ടിമുട്ടി മുന്നേറേണ്ടി വരുന്നത്. എത്ര എത്ര നൈരാശ്യങ്ങളുടെ പടുകുഴികൾ, എത്ര എത്ര അപകടങ്ങൾ അവർക്കു ചാടിക്കടക്കേണ്ടിവരുന്നു. പക്ഷെ ഇത് അത്തരത്തിലൊന്നുമല്ല. തികച്ചും വ്യത്യസ്തമാണിത്. എല്ലാം തട്ടിതാഴെയിട്ടു മൂടുന്ന ഒരു ഹിമവാതമല്ല; എന്നും കൂടിക്കൂടി വരുന്ന, കുട്ടിയെ ചുറ്റിപ്പറ്റി നിൽക്കുന്നവരുടെ എണ്ണം സ്വയം പിന്നിച്ചേർന്നു സംരക്ഷണക്ഷമമായി വികസിച്ചു വികസിച്ചു വരുന്ന ഒരു വലയാണിത്. ക്രോപ്പിൻസ്കിയുടെയും ഹോഫലിന്റെയും മനോദാർഢ്യത്തിൽനിന്ന്, ഈ സാധുക്കളുടെ അകമഴിഞ്ഞ സന്നദ്ധ ബോധത്തിൽനിന്ന് ഉടലെടുത്തവയാണ് ആ ഇഴകൾ. വലിക്കുന്നതിന്റെ ശക്തിക്കനുസരിച്ച് അതു കീറാനുള്ള പ്രയാസവും കൂടിക്കൂടി വരുന്നു.

അതെ, അങ്ങനെയാണ് സംഗതികൾ. ആഞ്ഞടിക്കുന്ന കാറ്റ് എന്തോ പുതിയ സാധനമാണെന്ന മട്ടിൽ ക്രാമർ അത് ആവോളം ഉൾക്കൊണ്ടു. അയാൾ സിഡ്കോവ്സ്കിക്കു ഹസ്തദാനം ചെയ്തു.

“കൊള്ളാം ചങ്ങാതി.” തികഞ്ഞ ആത്മാർഥതയോടെ അയാൾ മുരണ്ടു. “ശ്രദ്ധിച്ചിരുന്നോളൂ.”

സിഡ്കോവ്സ്കിക്കു തെറ്റിദ്ധാരണകൾ യാതൊന്നും ഉണ്ടായിരുന്നില്ല.

പുതിയതായി വന്ന അച്ചടക്കമറിയാത്ത ജനതതി കുളി കഴിഞ്ഞ ശേഷം മുള്ളുവേലികൾ ഉള്ള ഗേറ്റിലൂടെ തിക്കിത്തിരക്കി ബഹളമുണ്ടാക്കി ചെറിയ ക്യാമ്പിന്റെ ഉള്ളിലേക്ക് പ്രവേശിച്ചു.

മിക്കവർക്കും വസ്ത്രധാരണമുറിയിൽവെച്ച് ഉടുപ്പുകൾ മാറ്റാനുള്ള സൗകര്യം കിട്ടിയില്ല. ഒന്നുകിൽ നഗ്നരായി, അല്ലെങ്കിൽ കാലുറ മാത്രം ഇട്ട്. ബാക്കിയെല്ലാം കൈത്തണ്ടയിൽ തൂക്കിയിട്ട്, അങ്ങനെയാണ് അവർ വന്നിരുന്നത്. മിക്കവരും വൃത്തികെട്ട മരച്ചെരുപ്പുകൾ കയ്യിൽവെച്ച് നഗ്നപാദങ്ങൾകൊണ്ട് കൂർത്ത ചരൽക്കല്ലുകൾ ചവിട്ടിമെതിച്ചാണ് നടന്നത്. അവരെ നയിച്ചത് ക്യാമ്പ് പെട്രോൾ ആയിരുന്നു. ഇപ്പോൾ തന്നെ അസഹ്യമായ മട്ടിൽ തിക്കും തിരക്കും പിടിച്ച തങ്ങളുടെ പന്തികളിൽ ഈ ജനക്കൂട്ടത്തെകൂടി എങ്ങനെ ഒതുക്കേണ്ടൂ എന്ന് യാതൊരു പിടിയുമില്ലാതെ പരിഭ്രമവും ഭയവും ബാധിച്ച ബ്ലോക്ക് സീനിയർമാർ അവരെ എതിരേറ്റു. നീണ്ട ആഴ്ചകളിലെ യാത്രകൊണ്ടും തങ്ങളുടെ പുതിയ പരിതഃസ്ഥിതികൾ ഉളവാക്കിയ പ്രതികരണംകൊണ്ടും ക്ഷീണിതരായ അവർ തങ്ങളറിയാതെതന്നെ പൊതുവായ കോലാഹലത്തിനു കളമൊരുക്കി. ആ വഴിയും ഈ വഴിയും തിക്കിത്തള്ളി അവർ പുതിയ പുതിയ സംഘങ്ങളായി തിരിഞ്ഞു.

കഴിയുന്നിടത്തോളം ആളുകളെ തങ്ങളുടെ ചുമതലയിൽ നിന്ന് ഒഴിവാക്കാൻ ഓരോ ബ്ലോക്ക് സീനിയറും കിണഞ്ഞു ശ്രമിച്ചു. അതുകൊണ്ട് അവിടെ വല്ലാത്ത ബഹളമായിരുന്നു. സിഡ്കോവ്സ്കിയുടെ അടുക്കൽനിന്നു മടങ്ങിയെത്തിയ ക്രാമർക്ക് ഒരു പ്രതിഷേധവും വകവെയ്ക്കാൻ സാധിച്ചിരുന്നില്ല. അയാൾ നേരെ ‘കാളയുടെ കൊമ്പിൽ തന്നെ

കയറി പിടിച്ചു.' ഓരോ ബ്ലോക്കിലും ഉള്ള അംഗസംഖ്യയെ വിലയിരുത്താതെ അയാൾ ആകെയുള്ളവരെ സമമായി ഭാഗിച്ചു. തൽക്കാലം അവരെ വഴിയിൽനിന്നു മാറ്റുക. കഴിയുന്നതും തിക്കും തിരക്കും കുറയ്ക്കാവുന്ന മട്ടിൽ ബ്ലോക്ക് സീനിയർമാർ തന്നെ എന്തെങ്കിലും വഴി ആലോചിച്ച് ഉണ്ടാക്കിക്കൊള്ളട്ടെ.

ഒരു പീച്ചാംകുഴലിൽനിന്ന് വെള്ളം ചാടുന്നതുപോലെ ആൾക്കാർ അവിടെ ഒഴുകി. പരന്നു; യാതൊരു അന്തവും അറവുമില്ലാത്തമട്ടിൽ. ദേഷ്യത്തോടെ പിറുപിറുത്തുകൊണ്ട് ബ്ലോക്ക് സീനിയർമാർ തടവുകാരേയുംകൊണ്ട് ബ്ലോക്കുകളിലേക്ക് പിൻവാങ്ങി. അവിടെയും ഉണ്ടായി തിക്കും തിരക്കും ബഹളവും, വട്ടം തിരിഞ്ഞ് തിക്കും തിരക്കും കൂട്ടുന്ന ജനതിയുടെ കോലാഹലം. പന്തിയിൽ ഒരു തേനീച്ച കൂട്ടിൽനിന്നെന്ന പോലെയുള്ള ഇരമ്പവും മൂളലും കേൾക്കാമായിരുന്നു. ആളുകളെ വീതിക്കുകയായിരുന്നു അവിടെ.

അനുഭവംകൊണ്ട് ബുദ്ധിമാന്മാരായിരുന്ന പഴയ അന്തേവാസികൾ മൂന്നുനിര പലകകൾ ഉള്ള തങ്ങളുടെ ബങ്കുകളിലേക്ക് ഓടിപ്പോയി. പശ വെച്ചു തേച്ചപോലെ അവിടെ ഒട്ടിയിരുന്നു. പുതിയതായിവന്ന സ്വാഗതാർഹമല്ലാത്ത അതിഥികളോടുള്ള പ്രതിഷേധം പ്രകടിപ്പിച്ചു ചുറ്റുംനിന്നു കേൾക്കുന്ന നിരവധി നിരവധി ശബ്ദകോലാഹലങ്ങൾ അവർ കേട്ടില്ലെന്നു നടിച്ചു. പരിഭ്രാന്തരായ ആൾക്കാരുടെ വിറളിയെടുത്ത മുറവിളികൾ ഒന്നും ശ്രദ്ധിക്കാതെ മുറിയിലെ പരിചാരകർ പഴയ ആൾക്കാരെ കുറെയൊക്കെ അടുപ്പിച്ച് അടുപ്പിച്ച് ഇരുത്തി, അതിനിടയിലെല്ലാം പുതിയവരെ കുത്തിത്തിരുകി. ഇത്രയൊക്കെയായിട്ടും വളരെകുറച്ചുപേർക്കു മാത്രമെ നടുനിവർത്താനുള്ള സ്ഥലം കിട്ടിയുള്ളൂ. നിറഞ്ഞുതുളുമ്പി പുറത്തേയ്ക്ക് ഒഴുകുന്ന കന്നുകാലിയറപോലുള്ള അതിലേക്ക് അവരെയെല്ലാം ഒരു വിധത്തിൽ ഉന്തിയും തള്ളിയും കയറ്റി. മുറിയിലെ ഈച്ചകൾ പരിഭ്രാന്തരായി തട്ടിലേക്കു പറന്നുയർന്നു.

അറസ്റ്റു ചെയ്തവരെ ക്ലൂട്ടിക് തന്നെ നേരിട്ടു വീമാറിലെ ഗസ്റ്റപ്പോവിനെ ഏൽപ്പിച്ചു. അതേ സമയത്ത് ക്യാമ്പു ഫ്യൂഹററുടെ തിരിച്ചു വരവും പ്രതീക്ഷിച്ച് അക്ഷമയോടെ ഇരിക്കുകയായിരുന്നു റീനിബോത്ത്. അയാൾ എത്തിയപ്പോൾ അയാളേയുംകൂട്ടി റീനിബോത്ത് സ്വന്തം മുറിയിലേക്ക് കടന്നു. സ്വീലിങ്ങ് കൊണ്ടുകൊടുത്തിരുന്ന ഒരു പട്ടിക അയാളുടെ കയ്യിൽ കൊടുത്തു. ക്ലൂട്ടിക് അത്യാർത്തിയോടെ ആ പേരുകളെല്ലാം വെട്ടിവിഴുങ്ങി. സംതൃപ്തിയോടെ മുരണ്ടു.

"ഹാ അവസാനം ഇതാ പറയത്തക്ക ഒരു സംഗതി നേടിയിരിക്കുന്നു. ഈ പേരുകൾ എല്ലാം ശരിയായിരിക്കുമോ?"

ഈ സംശയം ഒരു ഇടപെടലാണെന്നമട്ടിൽ റീനിബോത്തു നിരാകരിച്ചു.

"ഇതിലെ ഏതെങ്കിലും പേരുകൾ രഹസ്യസംഘടനയിലെ അംഗങ്ങളുടേതാകാം. പിന്നെ അത് അന്വേഷിക്കാനുള്ള സമയമൊന്നും നമുക്ക് ഇല്ല."

അയാൾ പരിഭ്രമത്തോടെ അങ്ങോട്ടും ഇങ്ങോട്ടും നോക്കി.

"ഏറ്റവും പുതിയ റിപ്പോർട്ടുകൾ കേട്ടുവോ? അവർ കാസിലിലേക്കുള്ള വഴിയിലായിരിക്കുന്നു. കാസിലിൽ നിന്ന് ഈ 'ഈസിനാച്ചിലേക്ക് ഒരു കല്ലേറിയാനുള്ള ദൂരമേയുള്ളൂ. എന്താണ് ഇതിന്റെ അർഥം എന്നറിയാമോ." റീനിബോത്ത് പരുപരുത്ത ഒരു ചിരിചിരിച്ചു.

"എനിക്കു തരാനുള്ള അൽപ്പംകൊണ്ടു തൃപ്തിപ്പെടുക എന്നാണ്."

ക്ലൂട്ടിക്കിനു റീനിബോത്തിന്റെ സ്വരത്തിൽ തുടിച്ചുനിൽക്കുന്ന പരിഹാസം മനസിലായി. ഇയാൾ കൂടി ധൈര്യം കൈവെടിയുകയാണെങ്കിൽ.......

ക്ലൂട്ടിക് ഒരു പ്രാവശ്യംകൂടി പട്ടികയിലൂടെ കണ്ണോടിച്ചു.

ഏറ്റവും ആദ്യത്തെ പേർ ക്രാമറുടേതായിരുന്നു. പിന്നെ ക്യാമ്പിൽ പരക്കെ അറിയപ്പെട്ടിരുന്ന കുറെ ദീർഘകാല തടവുകാരുടേയും. ക്ലൂട്ടിക് ചുണ്ടുകൾ കൂട്ടിപ്പിടിച്ചു ആലോചിച്ചു. വിചാരിച്ചപോലെയുള്ള പരിപാടികൾ വിജയിക്കുകയാണെങ്കിൽ ഇവരിൽ പകുതിപ്പേരെ ഉപയോഗിച്ചു തന്നെ സംഘടനയുടെ നേതൃത്വത്തെപ്പറ്റി അറിയാൻ കഴിയും. അൽപ്പദിവസങ്ങൾക്കുള്ളിൽ സമരമുന്നണിയിലെ സംഭവവികാസങ്ങൾ ക്യാമ്പിന്റെ ഭാഗധേയം തീരുമാനിക്കും. തെളിവെടുക്കാനും പരിശോധനക്കുമൊന്നും വാസ്തവത്തിൽ സമയമില്ല. അവർക്ക് എടുത്തുചാടുക തന്നെ വേണം.

ക്ലൂട്ടിക് ശ്രദ്ധാപൂർവം ആ വിലയേറിയ പട്ടിക മടക്കിവെച്ചു. കടിച്ചമർത്തിയ ചുണ്ടുകൾ വക്രമായ ഒരു ചിരികൊണ്ട് ഒന്നുവിടർന്ന്, 'ഇനി നമ്മുടെ നയജ്ഞന്റെ കണ്ണിൽ അൽപ്പം പൊടിയിട്ടു പിടിക്കണല്ലോ. അയാൾ അത് അംഗീകരിക്കുന്നില്ലെങ്കിൽ തീർച്ചയായും അവസാന നിമിഷത്തിൽ അയാളെ ഞാൻ കോടതിയിൽ വിസ്തരിപ്പിക്കും! തെന്നിത്തെന്നി ക്ലൂട്ടിക് ഒരു കസേരയിൽ കയറിയിരുന്നു. 'വാസ്തവത്തിൽ നാം നല്ല ഒരു വലയാണ് പരത്തിയിരിക്കുന്നത്. നിങ്ങൾ എന്തുപറയുന്നു. നമ്മുടെ വീമാറിലെ മിടുക്കൻ ചങ്ങാതികൾ കുട്ടിയുടെ പേരിൽ ആ തന്തയില്ലാത്തവന്മാരെയെല്ലാം പിടിച്ചു ശരിപ്പെടുത്തിക്കൊള്ളും. അവർ ആ കുട്ടിയെ കണ്ടുപിടിക്കും. അതിനെപ്പറ്റി പരിഭ്രമിക്കാനൊന്നുമില്ല. അതു പിന്നിൽനിന്നുള്ള ആക്രമണം.' അയാൾ പട്ടിക കിടന്ന പോക്കറ്റിനെ വാത്സല്യപൂർവം ഒന്നു തടവി. "ഇതാ ഇത് നേരിട്ടുള്ള എതിർപ്പ്. ഇവരെയൊക്കെ എന്തുചെയ്യണം?"

റീനിബോത്ത് അസ്വസ്ഥമായ നടത്തം അവസാനിപ്പിച്ചു ദേഷ്യത്തോടെ ക്ലൂട്ടിക്കിന്റെ നേരെ ചീറി. "മനുഷ്യാ, അവന്മാരെയൊക്കെ ചുമ്മാ കൊന്നുകളയണം. അല്ലാതെന്ത്? അതോ നിങ്ങൾക്കതിൽനിന്നു ചെമ്മരിയാടുകളേയും കോലാടുകളേയും വേർതിരിച്ചെടുക്കണമോ? അവരെ പിടിച്ചു നേരെ ആ കൽത്തറയിൽ കൊണ്ടുപോയി എല്ലാത്തിനേയും വെടിവെച്ചു ചുട്ടുകളയണം. അത്രതന്നെ!"

ക്ലൂട്ടിക് അസ്വസ്ഥതയോടെ എന്തോ ഗോഷ്ഠി കാണിച്ചു. അയാളുടെ

ചങ്കിലെ മുഴ യൂണിഫോറം ജാക്കറ്റിന്റെ കോളറിന്റെ മീതെ പൊന്തി നിന്നു. റീനിബോത്തും അതുകണ്ടു "ഹോ ഹോ നയജ്ഞനെ പേടി തോന്നുന്നുണ്ട് അല്ലേ! എന്റെ പൊന്നുചങ്ങാതി. പിടിച്ചുവലിച്ചു പൊക്കാനാവാത്തമട്ടിൽ താൻ വേരുറച്ചു പോയിരിക്കുന്നു. വലവീശാൻ ഞാൻ തന്നെ സഹായിച്ചു. ഇനി അതുകൂട്ടി വലിച്ചെടുക്കേണ്ട പണി തന്റേതാണ്. ഏതായാലും താനല്ലേ ക്യാമ്പ് ഫ്യൂഹറർ!"

കഠിനമായി ആലോചിക്കുകയായിരുന്നുവെങ്കിലും ക്ലൂട്ടിക് ആ യുവാവിനെ നോക്കിയത് ശൂന്യമായ ദൃഷ്ടികൾ കൊണ്ടാണ്. ഒടുവിൽ അയാൾ തലയാട്ടി. "നിങ്ങൾ പറയുന്നതു ശരിയാണ്. എന്റെ ജോലിയാണ്. ഞാൻ തന്നെ ചെയ്തോളാം." അയാൾ എഴുന്നേറ്റു. "പിന്നെപ്പിന്നെ ഹോഫലിനെപ്പറ്റി എന്തു പറയുന്നു. നമുക്കിനി അയാളെ ആവശ്യമുണ്ടോ. മറ്റുള്ളവരെ കൊണ്ടുതന്നെ നമുക്ക് കാര്യംകാണരുതോ. അയാളെയും ആ പോളണ്ടുകാരനെയും തൽക്കാലത്തേക്ക് വെറുതെ വിട്ടേക്കൂ." റീനി ബോത്ത് ഉപദേശിച്ചു. "അവർ ഓടിപ്പോകാനൊന്നും വഴിയില്ലല്ലോ. മാൻഡ്രിൽ അവരുമായി കളിച്ചോട്ടെ. ഒരുപക്ഷെ വല്ലതും ചോർത്തിയെടുക്കാൻ അയാൾക്കു സാധിച്ചേക്കും. അവസാനദിവസം അയാൾതന്നെ അവരെ ശരിപ്പെടുത്തിക്കോളും. ഏതായാലും അവർ ചത്തുതുലഞ്ഞതായി റിപ്പോർട്ടു ചെയ്തുകഴിഞ്ഞിരിക്കുന്നു."

ഫോർസ്റ്റെയുടെ ധീരമായ ഇടപെടൽമൂലം ആ മർദിതന്റെ ജ്വരത്തിനു സാരമായ കുറവുണ്ടായി. മാൻഡ്രിൽ എപ്പോഴും ആ മുറി പൂട്ടിയിരുന്നുവെങ്കിലും ഫോർസ്റ്റെ തന്റെ ധീരമായ, ശാന്തമായ ദൃഢനിശ്ചയത്തോടെ അവിടേയ്ക്കു കടന്നുചെല്ലാനുള്ള മാർഗങ്ങൾ ഉണ്ടാക്കിയിരുന്നു. നനഞ്ഞതുണി മാത്രമല്ല, പോഷകാഹാരങ്ങൾകൂടി ആവശ്യമാണ്. മരണോന്മുഖനായ ഒരു മനുഷ്യന് ആരോഗ്യം കൈവരുത്താൻ. പിറുപിറുക്കുന്ന മാൻഡ്രില്ലിനെ അത് ബോധ്യപ്പെടുത്തിക്കൊണ്ടു ഫോർസ്റ്റെ ഹോഫലിനു ചൂടുള്ള ഭക്ഷണവും ഒരുവിധത്തിൽ എത്തിച്ചുകൊടുത്തു. ഒരു നിഴൽപോലെ മുറിയിലേക്ക് കടന്ന ആ ദ്വാരപാലകൻ, മാൻഡ്രിൽ വാതിൽക്കൽ നോക്കി നിൽക്കെതന്നെ, ജ്വരതപ്തമായ നെറ്റിമേൽ വെള്ളത്തുണികൊണ്ടു തലോടി, ചൂടുള്ള പാനീയം അയാളുടെ ചുണ്ടോടടുപ്പിച്ചു പിടിച്ചുകൊടുത്തു.

തന്റെ സഹോദരനിൽ ഉണ്ടായിക്കൊണ്ടിരിക്കുന്ന മായികമായ മാറ്റംകണ്ട് ആനന്ദഭരിതനായ ക്രോപ്പിൻസ്കി ആ മൂലയിൽതന്നെ ചുരുണ്ടുകൂടിയിരുന്നു. ആ വിവശൻ, തനിക്കും വീണ്ടും ഉപയോഗപ്പെടുത്താവുന്ന മട്ടിലാകട്ടെ എന്നു കരുതി മാൻഡ്രിൽ അവരെ വെറുതെ വിട്ടിരിക്കുകയാണ്. പക്ഷെ ഹോഫലിന്റെ കണ്ണുകൾക്കു തെളിച്ചം വന്നു തുടങ്ങിയെന്നു മനസിലായപ്പോൾ മാൻഡ്രിൽ കൂടുതൽ ശുശ്രൂഷകളെല്ലാം നിരോധിച്ചു.

വീണ്ടും ഫോർസ്റ്റെ മുറിയുടെ പുറത്തായി. പക്ഷെ മരിക്കാറായ ഒരു മനുഷ്യനെ മൃത്യുവിന്റെ ചവിട്ടുപടിയിൽനിന്ന് അകറ്റിക്കൊണ്ടു

വരിക എന്ന മഹായജ്ഞത്തിൽ അയാൾ വിജയം വരിച്ചിരിക്കുന്നു. എന്തുകൊണ്ടോ എന്തോ മാൻഡ്രിൽ ആ വൈക്കോൽചാക്ക് അവിടെ തന്നെ ഇട്ടു.

മാൻഡ്രിൽ വാതിൽ പൂട്ടിയിട്ടും ക്രോപ്പിൻസ്കി ആ മൂലയിൽതന്നെ അനങ്ങാതെയിരുന്നു. നീണ്ടുനിവർന്നു വിറങ്ങലിച്ചുകിടന്ന ഹോഫലിനെ സമീപിക്കാൻ അയാൾക്കു ധൈര്യമുണ്ടായിരുന്നില്ല. അയാളുടെ ശ്വാസം നിശ്ശബ്ദമായാണ് പുറത്തേക്കു വന്നിരുന്നത്. വായ തുറന്നു പിടിച്ചിരുന്നു. ഹോഫൽ പതുക്കെ തുപ്പലിറക്കിക്കൊണ്ട് പിറുപിറുത്തു:

"മേരിയാൻ........"

"ടാക്"........ (യെസ്)

"എത്രകാലമായി......."

ഹോഫലിന്റെ വിരലുകൾ വിറയാർന്ന് ആ വൈക്കോൽ ചാക്കിന്റെ വക്കിലൂടെ ഇഴഞ്ഞു. "എത്ര കാലമായി നാം ഇവിടെ ആയിട്ട്..... മേരിയാൻ...."

ആ മൂക്കിൽനിന്നു ശബ്ദമൊന്നും കേട്ടില്ല. അൽപ്പനേരം കഴിഞ്ഞപ്പോൾ അയാൾ പറഞ്ഞു. "അഞ്ചുദിവസം കഴിഞ്ഞിരിക്കുന്നു സഹോദരാ." ഏകാന്തമായ ആ അറയിലെ നിശ്ചലതയിൽ ആ മറുപടി ദീർഘനേരം തങ്ങിനിന്നു. ശാന്തമായി കത്തുന്ന ഒരു മെഴുകുതിരിയുടെ നിശ്ചലമായ ദീപനാളംപോലെ ഹോഫലിന്റെ കണ്ണുകൾ തട്ടിൽതന്നെ തറച്ചുനിന്നു.

"അഞ്ചുദിവസം"

ഹോഫൽ കണ്ണുമിഴിച്ചു. അയാളുടെ നോട്ടം കാറ്റു തട്ടി മെല്ലെ മെല്ലെ ആടുന്ന തീനാളം പോലെ ഉലഞ്ഞു.

"മേരിയാൻ....... കേൾക്കൂ"

"ടാക്."

"ഞാ......ൻ.....മേരിയാൻ.....കേൾക്കുന്നുണ്ടോ..........."

"ടാക്."

"ഞാൻ എന്തെങ്കിലും പറഞ്ഞോ."

ഹോഫൽ വീണ്ടും എന്തോ വിഴുങ്ങി.

"ഇല്ല സഹോദരാ, നിങ്ങൾ എപ്പോഴും നിലവിളിക്കുകയായിരുന്നു."

"അതു ശരിയാണോ....."

"ടാക്."

ഹോഫൽ കണ്ണുകൾ അടച്ചു.

"നിങ്ങൾ! നിങ്ങൾ എന്തുചെയ്തു....?"

"ഞാനും അതുതന്നെ ചെയ്തു."

''നിലവിളിച്ചോ....."

"ടാക്"

പിന്നീടവർ യാതൊന്നും പറഞ്ഞില്ല.

പുറത്ത്, ഒരു തടവുകാരൻ ദൂതൻ കവാത്തു മൈതാനത്തിലൂടെ

ഓടിക്കിതച്ചു ക്യാമ്പിലെത്തി. അയാൾ ക്രാമറെ തിരയുകയായിരുന്നു. എവിടെയും കാണാതായപ്പോൾ അയാൾ ആളുകളോടു ചോദിച്ചു "എവിടെ അദ്ദേഹം."

ഉടഞ്ഞചില്ലുകൾ ചിതറിക്കിടക്കുന്ന ചളിനിറഞ്ഞ നടപ്പാതകളിലൂടെ തട്ടി തടഞ്ഞ് ചെറിയ ക്യാമ്പിൽ എത്തിയപ്പോൾ അവസാനം അയാൾക്കു ക്രാമറിനെ പിടികിട്ടി.

"വാൾട്ടർ."

എന്തോ ചീത്ത വാർത്തയുണ്ടായിരിക്കുമെന്നു ക്രാമർക്കു തോന്നി. അയാൾ ദൂതനെ ഒരു വശത്തേക്കു മാറ്റിനിർത്തിക്കൊണ്ടു ചോദിച്ചു.

"ഉം എന്താണ് സംഗതി" ആ യുവാവ് കിതക്കുന്നുണ്ടായിരുന്നു.

"ഒരു കമ്പി വന്നിരിക്കുന്നു. ആളെയൊഴിക്കാനാണ് കൽപ്പന. ഞാനതു കേട്ടു" അയാളുടെ കണ്ണുകളിൽ ഭയം തിളച്ചുമറിയുന്നുണ്ടായിരുന്നു.

ക്രാമർ ഒന്നു ചൂളി. "ശരിയാണോ അത്." പെട്ടെന്നുണ്ടായ ഭയം ഒരു നിമിഷനേരത്തേക്കു ക്രാമറുടെ ചേതനയാകെ സ്തംഭിപ്പിച്ചു. ശൂന്യ മായ മനസോടെ അയാൾ ആ യുവാവിന്റെ ഭയം നിറഞ്ഞ കണ്ണുകളി ലേക്കു തുറിച്ചുനോക്കി.

കുട്ടിയുടെ ആവിർഭാവത്തോടെ കടന്നുവരാൻ തുടങ്ങിയ ചെറിയ ചെറിയ അപകടങ്ങളിതാ ഏറ്റവും വലിയ ഒരപകടമായി വികസിച്ചു. അവസാനം അടുത്തു.

"ഇനിയെന്ത്" ദൂതൻ ചോദിച്ചു.

ക്രാമറുടെ മുഖം സംഭ്രമത്തോടെ ഒന്നു ചുളുങ്ങി. "ഉം കാത്തിരുന്നു കാണുകതന്നെ." വേറൊരു മറുപടിയും പറയാനില്ലാത്തതുകൊണ്ടാണ് അയാൾ ഇങ്ങനെ പറഞ്ഞത്. തനിക്കു യാതൊന്നും അറിയാൻ പാടില്ല എന്നയാൾ വ്യക്തമാക്കി. കാത്തിരുന്നു കാണുക: അവർക്കു ചെയ്യാവുന്ന ഒരേയൊരു കാര്യം അതാണ്. തന്റെ വിസിൽ വലിച്ചെടുത്ത് നീട്ടിയൂതി, 'ആളൊഴിക്കൽ' 'ആളൊഴിക്കൽ' എന്ന് വിളിച്ചുപറഞ്ഞുകൊണ്ട് ക്യാമ്പിലാകെ ഓടിനടന്ന് ഒരു വിപ്ലവത്തിന്റെ ചെന്തീപ്പാളി പരത്താനുള്ള ഒരു ഭ്രാന്ത് അയാളെ ഗ്രസിച്ചു.

തന്റെ വെപ്രാളം ഒന്നമർന്നു കിട്ടാൻവേണ്ടി അയാൾ ചോദിച്ചു. "നിങ്ങൾക്കു വിശദമായ വല്ല വിവരവും കിട്ടിയിട്ടുണ്ടോ?"

"വേഗം നിങ്ങളെ അറിയിക്കണമെന്ന മോഹത്തോടെ ഞാൻ ഓടുക യായിരുന്നു. അവർ ഇതിനെപ്പറ്റി ആലോചിക്കുകയാണ്." ക്രാമർ ചീറി. അയാൾ കൈകൾ പാന്റിന്റെ പോക്കറ്റിൽ തിരുകി. അവർ വിചാരിച്ചത് ഇതാ സത്യമാകാൻ പോകുന്നു. പെട്ടെന്ന് അത് കേട്ടപ്പോഴുണ്ടായ അമ്പരപ്പുകൊണ്ടാണ് അത് അയഥാർഥമാണെന്നു തോന്നിയതും ക്രാമറു ടെ പ്രശാന്തത തകിടംമറിഞ്ഞതും. കഷ്ടിച്ച് ഒരാഴ്ചമുമ്പാണ് അയാൾ സ്കൂപ്പിനോടു പറഞ്ഞത്. "ഇനി രണ്ടാഴ്ചമാത്രം ഒന്നുകിൽ മരണം- അല്ലെങ്കിൽ സ്വാതന്ത്ര്യം."

അന്ന് അതൊരു പൊള്ളവചനമായിരുന്നു. ഇന്നിതാ അത്

യഥാർഥമായി തന്നെ അഭിമുഖീകരിച്ചുനിൽക്കുന്നു. ഒരു തണുത്ത ഭയം അയാളിലൂടെ പാഞ്ഞു. ഹോഫലിന് എന്തു പറ്റും? ക്രോപ്പിൻസ്കിക്കോ? കലവറമുറിയിലെ പത്തുപേർക്കോ......പിപ്പിഗ്ഗ്! കുട്ടി. ബാക്കിയുള്ള വർക്കൊക്കെ എന്തു പിണയും?

തന്റെ സ്വന്തം സൗകര്യത്തിനായി വീമാറിലെ ഗസ്റ്റപ്പോ കെട്ടിച്ചമ ച്ചുണ്ടാക്കിയ ഒരു മുറിയിലാണ് അറസ്റ്റു ചെയ്തവരെ അടച്ചിരുന്നത്.

ഗസ്റ്റപ്പോവിലെ റോച്ചസിഗെ, ക്ലൂട്ടിക്കിനെ മുമ്പിലത്തെ കെട്ടിട ത്തിന്റെ മുകളിലുള്ള തന്റെ സ്വന്തം മുറിയിലേക്കു കൂട്ടിക്കൊണ്ടുപോയി. ആ മുറി തീരെ ശൂന്യമായിരുന്നു. കുറെ കസേരകൾ, ഒരു മേശ, ജനൽവാ തിൽക്കൽ ഒരു ടൈപ്പ്റൈറ്റർ, വൃത്തികെട്ട ഒരു ചായ്പും-ഇതൊക്കെ യായിരുന്നു അടുക്കും ചിട്ടയുമില്ലാത്ത അതിലെ ഉപകരണങ്ങൾ. ജനൽപ്പടിയിൽ എന്നോ മറന്നുപോയ ഒരു വൃത്തികെട്ട ചെടിച്ചട്ടിയും ഉണ്ടായിരുന്നു. ചുമരിന്മേൽ പതിച്ചിരുന്ന പഴയ കടലാസ് ചതുരങ്ങളിൽ ആദ്യകാലത്തെ ചില ചിത്രങ്ങൾ തെളിഞ്ഞു കാണാമായിരുന്നു.

ക്ലൂട്ടിക് ടൈപ്പ്റൈറ്ററിന്റെ അരികിൽ ഉള്ള ഒരു കസേരയിൽ ഇരുന്നു. വായിൽ ഒരു സിഗരറ്റുമായി ഗേ, തന്റെ വിരിഞ്ഞ ചുമലും എടുത്തു പിടിച്ച തലയുമായി മുറിയുടെ നടുക്ക് നിന്നു. കരുത്തുറ്റ ദേഹത്തിൽ പഴയ സൂട്ട് ശ്രദ്ധിക്കാത്തമട്ടിൽ അയഞ്ഞു തൂങ്ങിക്കിടന്നു. പഴയ പാന്റിന്റെ പോക്കറ്റിൽ ആയിരുന്നു അയാളുടെ കൈകൾ. കെട്ടുന്ന സ്ഥലത്തെ നൂലുകൾ അടർന്നിരുന്ന ആ പഴയ ടൈ, സ്ഥാനത്തുനിന്ന് നീങ്ങി ജാക്കറ്റി ന്മേൽ പാറിക്കളിച്ചു. പരുപരുത്ത ശബ്ദത്തിൽ അയാൾ ക്യാമ്പ് ഫ്യൂഹറ റെ നോക്കി അമറി. "ദിവസം മുഴുവനും ആ കുന്നിൻപുറത്ത് നിങ്ങൾ എന്തെടുക്കുകയാണ്-മടിയന്മാർ. ഇപ്പോൾ ഒരു കൊച്ചു കുഞ്ഞിനെ തപ്പിയെടുക്കണമെങ്കിൽ ഞങ്ങൾ വേണം. ഇതൊരു ശിശുവിഹാര സ്ഥലമൊന്നുമല്ല."

ഗേ പല്ലുകൾ കാട്ടി. അതിന്റെ നടുക്കയാൾ ഒരു സിഗരറ്റ് കടിച്ചുപിടി ച്ചിരുന്നു. "എനിക്കു നിങ്ങളുടെ പരാതി ഉണ്ടായിരുന്നുവെങ്കിൽ....."

ക്ലൂട്ടിക് സംഭവങ്ങൾ ഗേയ്ക്കു വിവരിച്ചുകൊടുക്കാൻ ശ്രമിച്ചു. സമരമുന്നണിയിലെ അപകടകരമായ സംഭവവികാസങ്ങൾ കാരണം ക്യാ മ്പിലെ രഹസ്യ കമ്യൂണിസ്റ്റുസംഘടനയെ പുറത്തുകൊണ്ടു വരാൻ ഒട്ടും കാലവിളംബം വരുത്താൻ വയ്യ.

കയ്യുകൾ അപ്പോഴും പോക്കറ്റിനകത്ത് തിരുകിക്കൊണ്ട് ഗേ അക്ഷമ യോടെ കൈവെട്ടിച്ചു. "പാതിരാത്രിക്ക് അഞ്ചുനിമിഷം മുമ്പ് നിങ്ങൾ അവി ടവിടെയെല്ലാം തപ്പിത്തിരിയുകയാണ്."

ക്ലൂട്ടിക് നിലപാട് വ്യക്തമാക്കി. "കുറെക്കാലമായി ഞങ്ങൾ അന്വേ ഷണം ആരംഭിച്ചിട്ട്."

"ഹീനികൾ"......ഗേ, പുച്ഛരസത്തിൽ കാർപ്പിച്ചുതുപ്പി. "നിങ്ങൾ കഴുതകളെ ചൂടാക്കി; നാടിന്റെ കൊഴുപ്പുകൊണ്ട് മേനി നന്നാക്കി കഴിയുകയായിരുന്നു. നായ....."

ക്ലൂട്ടിക്കിനു പ്രതിഷേധിക്കണമെന്നുണ്ടായിരുന്നു. പക്ഷെ ഗേ, വീണ്ടും ചീറി: "ഒന്നു മിണ്ടാതിരിക്കൂ; നിങ്ങളും മറ്റുള്ളവരെപ്പോലെ തന്നെ" അയാൾ നാക്കുകൊണ്ട് സിഗരറ്റ് ഒന്നു ചുഴറ്റി. "ഇതൊരു നല്ല കളിയായിരുന്നു, അല്ലെ ഹുറൈ, തൊപ്പിയെടുക്കൂ, തൊപ്പിയെടുക്കൂ, അറ്റൻഷൻ.... ആ കാപട്യവിദഗ്ധർ നിങ്ങളുടെ മുന്നിൽവന്നു സാഷ്ടാംഗം നമസ്കരിച്ചപ്പോൾ നിങ്ങൾ വിചാരിച്ചു." "ഹൗ നമ്മെ ആർക്കും തൊടാൻ സാധിക്കില്ല. കഴുതകൾ! അവർക്കു നിങ്ങളുടെ മുമ്പിൽവന്നു നമസ്കരിക്കാൻ ഇത്ര സന്തോഷമെന്ത് എന്ന് ഓർക്കാനുള്ള തലച്ചോറുപോലും നിങ്ങൾക്ക് ഉണ്ടായിരുന്നില്ല. അത്രക്കു ചളിത്തലയന്മാരായിരുന്നു നിങ്ങൾ. അങ്ങനെ അവർക്ക് അവരുടെ ഉറുമ്പുകൂനകളിൽ യാതൊരു അലട്ടും കൂടാതെ ജീവിച്ചിരിക്കാൻ സാധിച്ചു. ശരി നിങ്ങൾ അതിനെപ്പറ്റി എന്തു പറയുന്നു."

തല്ലുകൊണ്ട ഒരു സ്കൂൾകുട്ടിയെപ്പോലെ ക്ലൂട്ടിക് കൂഞ്ഞിക്കൂടി മിണ്ടാതിരുന്നു.

''ഇത്രയും കാലം നിങ്ങൾ വിഡ്ഢികളായി ഇരിക്കുകയായി എന്നാണെങ്കിൽ എനിക്കൊന്നും പറയാനില്ല." ഗെസ്റ്റപ്പോ തുടർന്നു. "പക്ഷെ നിങ്ങൾ മൂക്കുമുട്ടെ കുടിച്ചു, വ്യഭിചരിച്ചു, അഹങ്കരിച്ചു, ആർഭാടത്തിന്റെ അഹന്തയിൽ എല്ലാം മറന്നു. ഇപ്പോൾ, കെട്ടും ഭാണ്ഡവും കെട്ടാറായപ്പോഴിതാ പെട്ടെന്നു കമ്യൂക്കളെ കണ്ടുപിടിച്ചിരിക്കുന്നു......"

അയാൾ പെട്ടെന്നു നിർത്തി കത്തിക്കരിഞ്ഞ സിഗരറ്റ് കുറ്റിയെ അമർഷത്തോടെ നോക്കിക്കൊണ്ടുനിന്നു.

ഈദൃശ ശകാരം തികച്ചും അനീതിപരമാണെന്നു കരുതിയ ക്ലൂട്ടിക് തന്റെ നില വ്യക്തമാക്കാൻ ഒരു ശ്രമം നടത്തി. "എന്റെ ആത്മാഭിമാനത്തിന്റെ പേരിൽ ഞാൻ പറയുന്നു. എന്നെ കൊണ്ടാവുന്നതെല്ലാം ഞാൻ നോക്കിയിരുന്നു."

ഗേ സിഗരറ്റ് കുറ്റിയിൽ തീപിടിപ്പിച്ചു. പുകയുയർന്നു കണ്ണിൽ കയറിയപ്പോൾ അയാൾ കണ്ണുകൾ ഇറുക്കി. അയാൾക്കു മുഷിപ്പ് തോന്നിയപ്പോൾ, ക്ലൂട്ടിക്കിന്റെ പ്രതിഷേധങ്ങൾ ഒരു ചെവിയിൽകൂടി കയറി മറ്റേ ചെവിയിൽകൂടി പുറത്തേക്കു പൊയ്ക്കൊള്ളട്ടെ എന്ന മട്ടിൽ വെറുതെനിന്നു.

"നിങ്ങൾ കൊണ്ടുവന്ന ആ തെമ്മാടിയുടെ കഥ പറയണം."

ഗസ്റ്റപ്പോ കാര്യം കേൾക്കാൻ സന്നദ്ധനാണെന്നു കണ്ടപ്പോൾ ക്ലൂട്ടിക് ആശ്വാസത്തോടെ സംഭവങ്ങളുടെ ഒരു വിശദവിവരം നൽകി. തലകുനിച്ചു വലിയ രസമൊന്നും കാട്ടാതെ മുറിയിൽ നടക്കുകയായിരുന്നു ഗേ. പക്ഷെ അയാൾ കാര്യങ്ങൾ ശ്രദ്ധിച്ചുകേട്ടു. വേണ്ടവിധത്തിൽ കണക്കുകൂട്ടുകയായിരുന്നു.

ആ കുട്ടിക്ക് കമ്യൂക്കളുമായി ബന്ധമുണ്ട് എന്നത് തീർച്ചയാണ്. പിപ്പിഗ്ഗിന്റെയും റോസിന്റെയും കാര്യത്തിൽ ക്ലൂട്ടിക്കിന്റെ നിഗമനവും ഏതാണ്ടു ശരിതന്നെ.

രണ്ടുപേരുടേയും വിവരണം കേട്ടതിൽനിന്ന് ഒരുത്തൻ ഒരു ധീരനും മറ്റവൻ തികഞ്ഞ ഭീരുവുമാണെന്നു തോന്നുന്നു. ഒരു നായാട്ടിന്റെ രസം ഗേയിൽ ആളിപ്പടരാൻ തുടങ്ങി. ക്ലൂട്ടിക്കിനെ സംസാരിക്കാൻ വിട്ടുകൊണ്ട് അയാൾ തന്ത്രങ്ങൾ ആലോചിക്കാൻ തുടങ്ങി.

റോസും പിപ്പിഗും.

അതിൽ ആർക്കാണ് ജിമ്മി വയ്ക്കേണ്ടത്!

ക്ലൂട്ടിക് ഗസ്റ്റപ്പോവിനെ ഒന്നു തോണ്ടി. "നമുക്കിനി സമയം അധികമൊന്നുമില്ല. സമരമുന്നണി അടുത്തടുത്തു വരുകയാണ്!" ഭയം മൂലം അയാൾ എഴുന്നേറ്റു ഗേയുടെ വഴിത്താരയിൽതന്നെ ചെന്നുനിന്നു. തന്റെ ചിന്തകൾ ശിഥിലമായപ്പോൾ ഗസ്റ്റപ്പോ ക്യാമ്പ് ഫ്യൂരറുടെ മുഖത്തേക്കുനോക്കി. കാര്യത്തിന്റെ ബദ്ധപ്പാട് ആ മുഖത്തേക്ക് വ്യക്തമായിക്കാണാമായിരുന്നു. സമയമില്ലായ്മയുടെ പേരിൽ വേവലാതി കൊള്ളാൻ ഗേ തയ്യാറായിരുന്നില്ല. ജീവിതമോ മരണമോ രണ്ടിലൊന്നു തെരഞ്ഞെടുക്കാൻ അനുവദിക്കപ്പെട്ട ഒരാൾ അവസാനം ജീവിതംതന്നെ അംഗീകരിക്കുമെന്ന് അയാൾ അനുഭവംകൊണ്ടു പഠിച്ചിട്ടുണ്ട്. ആ സമയത്ത് അയാൾ ദൗർബല്യത്തിനുവഴങ്ങി, അതുവരെ അമർത്തിപ്പിടിച്ചിരുന്നതെല്ലാം പുറത്തേക്കുവിടും. ക്ലൂട്ടിക് കൊണ്ടുവന്നിരിക്കുന്ന ആ പത്തു തെമ്മാടികളും തീർച്ചയായും കുറെക്കാലമായി ക്യാമ്പിൽ ഉണ്ടായിരുന്നവരായിരിക്കണം. അവർക്കുമറിയാം അവസാനം സമീപിക്കാറായെന്ന്. തന്റെ ചിന്തകൾ കുറെക്കൂടി വ്യക്തമായി കാണാമെന്ന പോലെ അയാൾ കണ്ണുകൾ ചെറുതാക്കി.

ഏറ്റവും വലിയ അപകടത്തിൽനിന്ന് വഴുതി മാറാൻ ഒരു സന്ദർഭം ലഭിച്ചാൽ ആരുണ്ടാകും ജീവൻ കൈവെടിയാൻ തയ്യാറായി?

ഗെസ്റ്റപ്പോ നാക്കുകൊണ്ടു സിഗരറ്റ് ഒന്നു ചുഴറ്റി ക്ലൂട്ടിക്കിന്റെ അവസാനിക്കാത്ത വിശദീകരണങ്ങൾക്ക് ഒരു വിരാമമിട്ടു. "നല്ലത്! നല്ലത്! എനിക്കു സംഗതി പിടികിട്ടി."

കുറച്ചുസമയം കഴിഞ്ഞു ക്ലൂട്ടിക് പോയപ്പോൾ ഗേ, തടവുമുറിയിലേക്കു ചെന്നു. ആൾത്തിരക്ക് ധാരാളമുണ്ടായിരുന്നുവെങ്കിലും അയാൾ ഒരു മുറി ഒഴിച്ചിട്ടു. ജയിലർക്ക് അയാൾ ബുച്ചൻവാൾഡിൽ നിന്നു വന്നവരുടെ പട്ടിക നൽകി. അവരുടെ വ്യക്തിപരമായ കാര്യങ്ങൾ കുറിച്ചെടുക്കാൻ നിർദേശവും നൽകി. വിവിധ അറകളിലായി അവരെ വിഭജിച്ച് ഇടാനായിരുന്നു അയാളുടെ ഉപദേശം.

"അവരെ അങ്ങനെ കൂട്ടിക്കലർത്തി ഇടണം. റോസിനെയും പിപ്പിഗ്ഗിനെയും ഇപ്പോൾ ഒഴിച്ച് എടുത്ത മുറിയിൽ ആക്കണം. പ്രത്യക്ഷ രീതിയിൽ വേണ്ട. വെറും യാദൃച്ഛികമായാണ് അവർ രണ്ടുപേരും ഒരു മുറിയിൽ വന്നുപെട്ടത് എന്നേ തോന്നാവൂ. മനഃപൂർവമാണ് അവരെ രണ്ടുപേരെയും ഒരുമിച്ച് ഒരു മുറിയിൽ ഇട്ടതെന്ന് അവർക്ക് ഒരിക്കലും തോന്നരുത്. മനസിലായോ?"

അങ്ങനെ റോസും പിപ്പിഗ്ഗും ഒരുമിച്ചു 16-ൽ ചെന്നു പെട്ടു. ചോദ്യം

ചോദിക്കാനുള്ള ഒരു തന്ത്രമാണ് ഇതെന്നും മുൻകൂട്ടി നിശ്ചയിച്ച പ്രകാരമാണ് ഇതു ചെയ്തതെന്നും അവർ ഒട്ടും സംശയിച്ചില്ല.

റോസ് ആകെ തകർന്നിരുന്നു. ദേഹത്തിന്റെ മുകൾഭാഗം തളർന്ന തിനാൽ അയാൾ ആ അറയിൽ ഉണ്ടായിരുന്ന ഒരേയൊരു പീഠത്തിൽ കയറിയിരുന്നു.

കൂട്ടിത്തിരുമ്മിക്കൊണ്ടിരുന്ന കൈകൾ മുട്ടിനടിയിലേക്ക് തിരുകി അയാൾ വെറുതെ ശൂന്യതയിലേക്കു തുറിച്ചുനോക്കി. ചോക്കിന്റെ നിറ മായിരുന്നു അയാളുടെ മുഖത്തിന്. ആവേശം വയറ്റിൽ ഈയക്കട്ടി പോലെ അമർന്നു കിടന്നു.

പിപ്പിഗ്ഗ് മുറിയിലാകെ ഒന്നു കണ്ണോടിച്ചു. പ്രോത്സാഹിപ്പിക്കാ നെന്നമട്ടിൽ റോസിന്റെ ചുമലിൽ കൈവെച്ചു.

“മനുഷ്യാ, ഒന്നു ധൈര്യമായിരിക്കൂ”

ദീർഘമായി നിശ്വസിച്ചു. വിറയാർന്ന ചുണ്ടുകൾക്കിടയിലൂടെ റോസ് ചീറി.

“എടാ നായെ.”

പിപ്പിഗ്ഗ് അത്ഭുതത്തോടെ റോസിനെ നോക്കി. ഉള്ളിലെ ആധി കൊണ്ട് അയാളുടെ ദേഹമാകെ ആടുയുലയാൻ തുടങ്ങിയിരിക്കുന്നു.

“എടാ നായെ, എല്ലാം അവസാനിക്കാറായ ഈ സമയത്ത് എനിക്കു ഇവിടെവെച്ചു വല്ല അപകടവും പിണയുകയാണെങ്കിൽ അതിനെല്ലാം കുറ്റം പറയേണ്ടതു തന്നെ മാത്രമായിരിക്കും.”

പിപ്പിഗ്ഗിന് ആ മനുഷ്യന്റെ വിഷമം മനസിലാക്കാൻ സാധിച്ചു.

“പക്ഷേ അഗസ്റ്റ്....................”

പെട്ടെന്ന് അപ്രതീക്ഷിതമായി റോസ് ചാടിയെഴുന്നേറ്റു പിപ്പിഗ്ഗിന്റെ കഴുത്തിൽ കയറിപ്പിടിച്ചു. ആ പിടിയിൽ നിന്ന് പിപ്പിഗ്ഗ് തെന്നിമാറി. പക്ഷെ റോസ് ഒഴിയാൻ തയ്യാറായിരുന്നില്ല. അയാൾ വീണ്ടും ചാടി ശത്രുവിനെ പിടികൂടി. ഉന്തും തള്ളും പിടിയും വലിയും കോലാഹലമായി. പിപ്പിഗ് ഒടുവിൽ ഭ്രാന്തെടുത്ത ആ കിഴവനെ കീഴടക്കി.

പീഠം ഒരു ശബ്ദത്തോടെ നിലംപതിച്ചു. മുറി തുറന്നു ജയിലർ അക ത്തേക്കു കടന്നു.

“എന്താ, എന്താ എന്തൊക്കെയാണ് ഇവിടെ.......”

അയാൾ നിശ്ശബ്ദത ഭേദിച്ചു. “നിങ്ങൾ പരസ്പരം കൊല്ലാൻ ശ്രമി ക്കുന്നതെന്തിന്? ഇവിടെ എത്തിയതുതന്നെ ധാരാളമായി. ഒന്ന് സമാ ധാനപ്പെടിൻ! രണ്ടുപേർക്കുംകൂടി ഒരു മുറി കിട്ടിയതിൽ സന്തോഷിക്കു വിൻ. ചില മുറികളിൽ പതിനഞ്ചുപേർവരെയുണ്ട്.”

ആർക്കാണ് ഏറ്റവും അധികം പരിഭ്രമം എന്ന് പരിചയസമ്പന്നനായ ആ ജയിലർക്ക് പെട്ടെന്ന് മനസിലായി. അയാൾ റോസിനെ പിടിച്ചു പീഠത്തിൽ ഇരുത്തി.

“ഇതാ ഇതൊന്നും സാരമില്ലന്നേ......”

പിന്നീട് അയാൾ ജാക്കറ്റിന്റെ ബട്ടൺ ഇടുന്ന പിപ്പിഗ്ഗിനെ നോക്കി

(അടിപിടിയിൽ കീറിപ്പോയിരുന്നു അത്) "ഇതുകൊണ്ട് ഇവിടത്തെ ജീവിതം കൂടുതൽ ക്ലേശകരമാക്കാനേ ഉപകരിക്കൂ!"

ആ വാക്കുകളിലെ മനുഷ്യത്വപരമായ സഹതാപം മനസിലാക്കിയ പിപ്പിഗ്ഗ് നന്ദിയോടെ ആ കിഴവനെ നോക്കി തലയാട്ടി. അവരെ തനിയെ വിട്ട് അയാൾ മുറിപൂട്ടി.

ജയിലർ പിടിച്ചിരുത്തിയ നിലയിൽ തന്നെയിരിക്കുകയായിരുന്നു റോസ്. നിസ്സഹായനായി കടുത്ത പരിഭ്രമത്തോടെ അയാൾ തന്നെ ചിണുങ്ങി. "എനിക്കിതിലൊന്നും ചെയ്യാനില്ല. അതെന്റെ കാര്യവുമല്ല. ഞാൻ എന്റെ പണി ചെയ്തു അത്രതന്നെ. എനിക്ക് വീട്ടിൽ പോണം. ഈ അവസാന നിമിഷത്തിൽ മരിക്കാൻ എനിക്ക് തീരെ ഇഷ്ടമില്ല." പിപ്പിഗ്ഗിന് സഹതാപം തോന്നി.

"ശരിയാണ് അഗസ്റ്റ്, നിങ്ങൾക്ക് കുട്ടിയുടെ കാര്യത്തിൽ ഒന്നും ചെയ്യാനില്ല." കൈകൾ വിറപ്പിച്ചുകൊണ്ട് റോസ് ഉറക്കെ പറഞ്ഞു. "എനിക്ക് കുട്ടിയെപ്പറ്റി ഒന്നുമറിയില്ല. ഒന്നും അറിയില്ല."

"കൊള്ളാം അത്രയും നന്ന്" റോസിന്റെ ഭീരുത്വംകൊണ്ടു ദേഷ്യം തോന്നിയ പിപ്പിഗ്ഗ് വിരസമായി പറഞ്ഞു. അയാൾ ചുവരിൽചാരി ആ മനുഷ്യന്റെ കുനിഞ്ഞ പുറവും താഴ്ത്തിയ തലയും നോക്കിനിന്നു. വെട്ടിയ തലമുടിയുടെ വൃത്തമൊത്ത വട്ടത്തിനകത്ത് മുണ്ഡനം ചെയ്തപോലെ അയാളുടെ കഷണ്ടി പൊന്തിനിന്നു.

തങ്ങൾക്ക് വരാനിരിക്കുന്ന അപകടകാലത്തിനു പറ്റിയതരത്തിലുള്ള ഒരു സ്നേഹിതനെ ഈ റോസിൽ തനിക്ക് ലഭിക്കുകയില്ലെന്ന് പിപ്പിഗ്ഗിന് ഉറപ്പായി. തനിക്ക് എത്രകുറച്ചു മാത്രമെ ഈ മനുഷ്യനെകുറിച്ച് അറിയുള്ളൂ എന്ന് പിപ്പിഗ്ഗ് അത്ഭുതപ്പെട്ടു. അയാൾ ആദ്യം പാർട്ടിയുടെ വരിപ്പിരിവുകാരനായിരുന്നുവെന്നേ പിപ്പിഗിന് അറിയാമായിരുന്നുള്ളൂ. അൽപ്പ ശമ്പളക്കാരനായ ഒരു വെള്ളക്കോളറുകാരന്റെ തീക്ഷ്ണതയോടെയാണ് അയാൾ കമാന്റോവിലെ എഴുത്തുപണികൾ നടത്താറ്- തടവുകാരന്റെ വരയൻ തുണിക്കുപകരം ഒരു ദരിദ്രവാസി ഉദ്യോഗസ്ഥന്റെ വൃത്തികെട്ട സൂട്ടും അയാൾക്ക് പറ്റുമായിരുന്നു. ശ്രദ്ധയാകർഷിക്കത്തക്ക എന്തെങ്കിലും കാര്യം ചെയ്യാനുള്ള അനവരതമായ പേടിമൂലം ഇയാൾ മറ്റുള്ളവരുടെ നിർദോഷമായ പരിഹാസങ്ങൾക്ക് ശരവ്യമായിത്തീരാറുണ്ട്. തങ്ങളിൽ ഒരാളായി അയാളേയും കമാന്റോവിൽ അംഗീകരിച്ചിരുന്നു എന്നത് വാസ്തവം തന്നെ. പക്ഷെ ആരും അയാളെ വിശ്വസിച്ചിരുന്നില്ല. എന്നിരുന്നാലും മറ്റുള്ളവരുടെ കൂട്ടത്തിൽ അയാൾ ഒരൊറ്റപ്പെട്ട ജീവിതമാണ് നയിച്ചിരുന്നത്. ആ വൃത്തികെട്ട പുറത്തേക്ക് തുറിച്ചുനോക്കിക്കൊണ്ടു നിന്നപ്പോൾ പിപ്പിഗ്ഗിന് എല്ലാം മനസിലാവുകയായിരുന്നു. തന്റെ അടുക്കൽ ചടഞ്ഞു കൂടിയിരിക്കുന്നത് ഒരു വൻചതി തന്നെയാണ്.

പക്ഷെ ഈ കണ്ടുപിടിത്തത്തോടുകൂടി പിപ്പിഗ്ഗ് അയാളിൽ നാമ്പെടുത്ത ഒരു സംശയവും പിഴുതെറിഞ്ഞു. ഹേയ് അടിസ്ഥാനപരമായി റോസ് അത്ര ചീത്തയൊന്നുമല്ല. അയാൾക്കു കുറച്ചു ഭയമുണ്ട്. അതെ ഭയം മാത്രമാണ് കുഴപ്പം.

പിപ്പിഗ്ഗ് ചുമർവിട്ടു റോസിന്റെ അടുത്തേക്കു ചെന്നു.

"അഗസ്റ്റ്, നിങ്ങൾ ചീത്ത മനുഷ്യനൊന്നുമല്ല; തീർച്ചയായുമല്ല."

റോസ് ഒന്നും പറഞ്ഞില്ല. അയാൾ ആലോചിച്ചുകൊണ്ടിരിക്കുകയായിരുന്നു. പിപ്പിഗ്ഗ് ഒരു നിമിഷം സന്ദേഹിച്ചു നിന്നു. പിന്നീട് അയാൾ ആ പീഠത്തിന്നരികെ വെറുംനിലത്ത് ഇരുന്നു.

"കേൾക്കൂ അഗസ്റ്റ്, കുട്ടിയുടെ കാര്യത്തിൽ ഭയപ്പെടാതിരിക്കൂ. നിങ്ങൾക്ക് അവനെപ്പറ്റി യാതൊന്നും അറിയില്ല."

റോസ് കുരച്ചു. "പക്ഷെ എനിക്കറിയാം."

പിപ്പിഗ്ഗ് കടുത്ത സ്വരത്തിൽ പറഞ്ഞു.

"ഇല്ല, നിങ്ങൾക്കറിയില്ല. യാതൊന്നും അറിയില്ല. അങ്ങനെ നിങ്ങൾക്കു യാതൊന്നും അറിയാതിരിക്കുമ്പോൾ യാതൊന്നും പറയാനും സാധിക്കുകയില്ല." അയാൾ ദുർവാശിയോടെ ഒന്നും മിണ്ടാതെ ഇരുന്നു. പിപ്പിഗ്ഗ് അയാളുടെ മുട്ടിന്മേൽ തോണ്ടി.

"നിങ്ങൾ കേട്ടുവോ? എനിക്കും യാതൊന്നും അറിയില്ല. ആർക്കും മറ്റുള്ളവരെപ്പറ്റി ഒന്നുംതന്നെ അറിയില്ല. അങ്ങനെ നമുക്ക് ആർക്കും ഒന്നുംതന്നെ അറിയില്ല. എങ്കിൽ ശരി അഗസ്റ്റ്." എന്നിട്ടും റോസ് ഒന്നും മിണ്ടിയില്ല. വികാരാവേശത്തോടെ പിപ്പിഗ്ഗ് ആ മിണ്ടാഭൂതത്തിനെ ഒന്നു കുത്തിനോക്കി.

"അഗസ്റ്റ് നിങ്ങൾ ഞങ്ങളെ വിട്ടു ഒറ്റയ്ക്കാകാൻ പോകുകയാണോ? നിങ്ങൾ ഞങ്ങളുടെ സ്നേഹിതനാണ്. കുട്ടിയെപ്പറ്റി യാതൊന്നും ഇപ്പോൾ ഓർക്കേണ്ട. ഞങ്ങളെ എല്ലാവരേയും പറ്റി ഓർത്തുനോക്കൂ. സ്വീലിങ്ങ് ആയിരിക്കും നമ്മെ ഇവിടെ പിടിച്ചുകൊണ്ട് വന്നിട്ടുള്ളത്. അല്ലെങ്കിൽ ആ നീചനായ ചാരൻ വ്യൂറാച്ച് ആയിരിക്കും. കേൾക്കൂ, അഗസ്റ്റ് നിങ്ങൾ ഒരു ഒറ്റുകാരനല്ലല്ലോ."

റോസ് വേദനയോടെ വായ് തുറന്നു. അയാളുടെ അടച്ച വായ നിമിഷംകൊണ്ട് പെട്ടെന്നു തുറന്നു പോയതാണ്. അയാളുടെ ചങ്കിലെ മുഴ കിടന്നു വിറച്ചു.

"എനിക്ക് ഈ അവസാന നിമിഷത്തിൽ മരിക്കാൻ മോഹമില്ല..... എനിക്കു മരിക്കാൻ ഇഷ്ടമില്ല."

പിപ്പിഗ്ഗ് എഴുന്നേറ്റുനിന്നു പ്രാകി. "നശിച്ചുപോകാൻ" അയാൾ റേസിന്റെ ചുമലിൽപിടിച്ചു ശക്തിയായി കുലുക്കി.

"അഗസ്റ്റ്, മനുഷ്യാ ജീവിച്ചിരിക്കുകയോ!" ഒരു നിമിഷം ഒന്നാലോചിച്ചു നോക്കൂ. അവസാനത്തിന് അഞ്ചുമിനിട്ടുള്ളപ്പോൾ അവർ നമ്മെ തുടച്ചു നീക്കുമെന്നു നിങ്ങൾ കരുതുന്നുണ്ടോ? അവർ അത്ര വിഡ്ഢികളല്ല. അങ്ങനെ ഒരു സംഗതി അവർ കിനാവു കാണുകകൂടിയില്ല. ഇതാണ് നമ്മുടെ ഏറ്റവും വലിയ സന്ദർഭം. നാം ഒത്തൊരുമിച്ചു നിൽക്കണം. അത്ര തന്നെ."

റോസ് പരിഹസിച്ചു. "ഒത്തൊരുമിച്ചു നിൽക്കുകയോ? അവർ നമ്മുടെ ശരീരത്തിലെ ഓരോ എല്ലും തല്ലിയൊടിക്കും."

പിപ്പിഗ്ഗ് അയാളെ വിട്ടു. പോക്കറ്റിൽ കൈ തിരുകി, ഉറച്ച കാൽവയ്പ്പോടെ അയാൾ ആ മുറിയിൽ അങ്ങോട്ടും ഇങ്ങോട്ടും നടന്നു.

"താടിക്കിട്ടു രണ്ടു കിട്ടുമെന്നുതന്നെ തീരുമാനിക്കണം."

മുറിയുടെ പൂട്ട് തുറന്നു. വാതിൽ മലർക്കെ തുറന്നുപിടിച്ചുകൊണ്ട് ജയിലർ പ്രഖ്യാപിച്ചു.

"പിപ്പിഗ്ഗിനെ ചോദ്യം ചോദിക്കാൻ വിളിക്കുന്നുണ്ട്."

പിപ്പിഗ്ഗ് വിഷമത്തോടെ വെട്ടിത്തിരിഞ്ഞ് ആ കിഴവൻ ഉദ്യോഗസ്ഥനെ നോക്കി. തന്റെ ഒട്ടും സുഖകരമല്ലാത്ത കടമ നിർവഹിച്ചുകൊണ്ട് അയാൾ വാതിൽക്കൽതന്നെ നിൽക്കുകയായിരുന്നു. പിപ്പിഗ്ഗ് അലസമായി ചുമൽകുലുക്കിക്കൊണ്ടു നടന്നു. വാതിൽക്കൽ എത്തിയപ്പോൾ അയാൾ തിരിഞ്ഞ് റോസിനെ നോക്കിക്കൊണ്ടു ചിരിച്ചു.

"കൊള്ളാം അഗസ്റ്റ്, ആരാണ് ഇവിടെ പിപ്പിഗ്ഗ്! നിങ്ങളോ ഞാനോ ഓ, ഞാൻ തന്നെയാണ് പിപ്പിഗ്ഗ്."

പിപ്പിഗ്ഗിന്റെ പിന്നിൽ അടഞ്ഞ വാതിൽക്കലേക്കു ഭയസംഭ്രമങ്ങളോടെ നോക്കിക്കൊണ്ട് റോസ് തരിച്ചിരുന്നു.

അതേസമയത്ത് ബോച്ചൗ ബോഗോർസ്കിയുടെ കൂടെയായിരുന്നു.

ഒടുവിൽ വന്നവരേയും കൂട്ടി സ്കാർഫ്യൂഹറർ കുളിമുറിവിട്ടു പോയിരുന്നു. കമാന്റോവിലെ ആൾക്കാർ കുളിമുറി വൃത്തിയാക്കിക്കൊണ്ടു നിന്നു.

"അതിന്റെ ആരംഭമായി ലിവോനിഡ്."

ബോച്ചൗ പീഠത്തിന്മേൽ ചെന്നുവീണു.

"എനിക്കു വിശദവിവരങ്ങൾ ഒന്നും അറിയില്ല." ക്രാമർ ഇപ്പോൾ പറഞ്ഞു. "അവർ ആളുകളെ ഒഴിവാക്കാൻ തീരുമാനിച്ചിരിക്കുകയാണെന്ന്." ഇതൊന്നും ബോഗോർസ്കിയിൽ വലിയ പ്രതികരണം ഉളവാക്കിയില്ല. അതോ അയാൾ തന്റെ വികാരങ്ങൾ ബോച്ചൗവിൽ നിന്ന് ഒളിച്ചുവയ്ക്കാൻ ശ്രമിക്കുകയാണോ? ബോച്ചൗ എഴുന്നേറ്റു തന്റെ മുമ്പിലുള്ള നിലത്തേക്കു നോക്കി. വീണ്ടും കണ്ണുകൾ ബോഗോർസ്കിയുടെ നേർക്ക് ഉയർത്തി.

"കൊള്ളാം, ഇനിയെന്ത്?" പരിഭ്രമംകൊണ്ടു ചോദിച്ച ഒരു ചോദ്യമല്ല ഇത്. അതിൽ പതിനായിരം പേരുടെ വിധി അന്തർഭവിച്ചു കിടന്നിരുന്നു. മാസങ്ങളോളമായി തുടരെത്തുടരെ ചർച്ച ചെയ്തുകൊണ്ട് വന്ന പരിപാടിയെ അത് ഉൾക്കൊണ്ടിരുന്നു. ആ മുഹൂർത്തം ഇതാ സമാഗതമായി. ആളൊഴിക്കൽ സമ്മതിച്ചുകൊടുത്ത്. അമ്പതിനായിരം ആളുകളെ യാതൊരു കൂസലുമില്ലാതെ മരണത്തിന്റെ വായിലേക്ക് തള്ളിവിടണമോ .......അതോ അവരെ.......

അയാൾ മേശവലിപ്പിൽ നിന്നു ജർമനിയുടെ ഒരു ഭൂപടം വലിച്ചെടുത്തു മേശപ്പുറത്തു നിവൃത്തിയിട്ടു; സമീപത്തേക്കു വരാൻ ബോച്ചൗവിനോട് ആംഗ്യം കാട്ടി.

അയാളുടെ വിരൽ 'ഓഡോറിലൂടെ നീങ്ങി കസ്രന്റെ അടുത്ത്

അവസാനിച്ചു. "ഇതാ, ചെമ്പട" അയാൾ വിരലുകൾ ഒരു പുള്ളിയിൽ അമർത്തി. ഇതാ 'ബെർളിനി'ൽ നിന്ന് ആ പുള്ളിക്കുത്തിലേക്ക് വളരെ കുറച്ചു വഴിയേയുള്ളൂ എന്നയാൾ വിശദീകരിച്ചു. കിഴക്കൻ സമരമുഖവും പടിഞ്ഞാറൻ സമരമുഖവും തമ്മിൽ ബോഗോർസ്കി ഒരു താരതമ്യ പഠനം നടത്തി.

പടിഞ്ഞാറൻ ഭാഗത്ത് അത് 'പാഠർ ബോണി'ൽ നിന്നു 'വിൽഡഞ്ജൻ', 'ട്രീയിസ', 'ഹെർസ് ഫീൽഡ്' ഫൗൾഡ എന്നീ ഭാഗങ്ങളിലേക്കാണ് നീങ്ങുന്നത്. ലക്ഷ്യം ടുറിൻജിയ തന്നെയെന്നതിനു യാതൊരു സംശയവുമില്ല. കാസൽ, ഈസനാച്ച്, എർഫർട്ട്, എന്നിവയാണ് മാർഗം. വീണ്ടും ബോഗോർസ്കിയുടെ വിരൽ ഒരു പുള്ളി ചൂണ്ടിക്കാട്ടി. വീമാർ..... അയാൾ തുടർന്നു..... ബുച്ചൻവാൾഡ്.....കിഴക്കുഭാഗത്തു നിന്ന് ബർലിനിലേക്ക് എത്താവുന്നതിനേക്കാൾ ദൂരമുണ്ട്. പശ്ചിമപ്രദേശങ്ങളിൽനിന്നു വരാൻ. ബർലിനിൽ ആരാണോ മുമ്പ് എത്തുന്നത് അവരാണ് ഹിറ്റ്ലറെയും ജർമനിയെയും കീഴടക്കി വിജയം വരിക്കുക. പക്ഷെ അമേരിക്കക്കാരും ബ്രിട്ടീഷുകാരും അങ്ങനെ വിജയസാധ്യത സോവിയറ്റ് യൂണിയനു വിട്ടുകൊടുക്കുമോ ഏയ്, ഒരിക്കലുമില്ല. പരന്ന കൈകൾ കൊണ്ടു ഭൂപടത്തിൽ കാണുന്ന സമരമുഖങ്ങളെയെല്ലാം അയാൾ കിഴക്കുനിന്നും പടിഞ്ഞാറുനിന്നും ബർലിൻ കേന്ദ്രത്തിലേക്ക് ഉഴിഞ്ഞു കാണിച്ചു.

അതുകൊണ്ട് അമേരിക്കക്കാർ വളരെവേഗം മുന്നേറണം. ബർലിനിലെത്താൻ അവർക്കു ബഹുദൂരം യാത്രചെയ്യണം. സമയം കുറച്ചെ ഉള്ളൂ.

മനസിലായപോലെ ബോച്ചൗ തലയാട്ടി.വഴങ്ങാത്ത ജർമൻഭാഷയിൽ ചെമ്പടയെക്കാൾ ആദ്യം ബർലിനിൽ എത്താൻ അമേരിക്കക്കാർ സർവശ്രമവും നടത്തും എന്നയാൾ വിവരിച്ചുകൊടുത്തു. പെട്ടെന്നവർ ടൂറിൻജിയയിൽ കടക്കും. ആർക്കാണ് വേഗതകൂടുക? അമേരിക്കക്കാർക്കോ, അതോ എല്ലാം ഇട്ടെറിഞ്ഞ് ഓടുന്ന ഫാസിസ്റ്റുകാർക്കോ?

"പക്ഷെ നാം നടുക്കാണ്" വേദനയോടെ ഒന്നു പുഞ്ചിരിയിട്ട് ദീർഘശ്വാസത്തോടെ ബോച്ചൗ പറഞ്ഞു. "എല്ലാം വളരെ വേഗത്തിലാണ് സംഭവിക്കുന്നത്., ഇന്നു വൈകുന്നേരമെങ്കിലും-അതിലും വൈകിക്കാൻ വയ്യ നമുക്ക് ഐ എൽ കെയുടെ ഒരു യോഗം ചേരണം. ഇപ്പോൾ ചെയ്യാനുള്ളത് നാം രണ്ടുപേരുംകൂടി ആലോചിച്ചാൽ പോരേ?"

ബോച്ചൗ വീണ്ടും ആ പീഠത്തിലിരുന്നു. തന്റെ വികാരവിചാരങ്ങൾ ബോഗോർസ്കിക്കു വിവരിച്ചുകൊടുക്കാൻ ശ്രമിക്കുകയായിരുന്നു അയാൾ. 'നിഷ്കളങ്കനായ ഒരു കൊച്ചുകുഞ്ഞ് ക്യാമ്പിൽ എത്തി. അതെ, അതെ, എനിക്കറിയാം ലിയോനിഡ്, എനിക്കറിയം. പക്ഷെ ഞാൻ ഉദ്ദേശിക്കുന്നത് അതല്ല. ആദ്യം ഹോഫലും ക്രോപ്പിൻസ്കിയും ബങ്കറിൽ അകപ്പെട്ടു. അതിന്റെ പേരിൽ നമുക്ക് സംഘടനയാകെ തളർത്തിയിടേണ്ടിവന്നു. അതുകാരണം ഇപ്പോൾ അവർ കലവറമുറിയിലെ പത്തുപേരെക്കൂടി പിടിച്ചുകൊണ്ടുപോയിരിക്കുന്നു. അതെ, ആ ഒരൊറ്റ കാരണത്തി

ന്മേൽ! ഒരാളെ നൈരാശ്യത്തിന്റെ പടുകുഴിയിലേക്കു തള്ളാൻ ഇത്രയൊക്കെ പോരെ?

യാതൊന്നും പറയാതെ ബോഗോർസ്കി കേട്ടുകൊണ്ടിരുന്നു. ബോച്ചൗ ഹൃദയം തുറന്നു സംസാരിക്കട്ടെ. അയാൾ ആ കൂമ്പാരത്തിന്റെ മുകളിൽ മറ്റൊരു ആലോചനകൂടി കയറ്റിവെച്ചു.

'ലിയോനിഡ്! ആ കുട്ടി! സർവതും ആ കുട്ടിയെ ആശ്രയിച്ചാണ് ഇരിക്കുന്നത്. അവർക്ക് അവനെ കണ്ടുപിടിക്കാൻ സാധിക്കാത്തിടത്തോളംകാലം ഹോഫൽ ശക്തനായിനിൽക്കും. ക്രോപ്പിൻസ്കിയും മറ്റു പത്തുപേരും ചെറുത്തുനിൽക്കും. പക്ഷെ അവർ കുട്ടിയെ കണ്ടുപിടിച്ചാൽ......

മനുഷ്യാ അപ്പോൾ എന്തുണ്ടാകുമെന്നു നിങ്ങൾക്കറിയാമോ? അതൊരു പഴയ സത്യമാണ്. ഹോഫലിന്റെ ശക്തി കുട്ടിയുമായി ബന്ധപ്പെട്ടു കിടക്കുകയാണ്. അവർക്ക് അവനെ അയാളുടെ മുമ്പിൽ എത്തിക്കുകയേവേണ്ടൂ! നോക്ക് ഞങ്ങൾക്കവനെ പിടികിട്ടി! ഉം ഇനിയെല്ലാം തുറന്നുപറഞ്ഞേക്കൂ. ഞാൻ പറയുന്നതു വിശ്വസിക്കൂ. ഹോഫൽ അമ്പെ തകരും. പിന്നെ എന്തും സംഭവിക്കും? ഹാ! പിന്നെ എന്തെല്ലാമാണുണ്ടാകുക?

ബോച്ചൗ ചെന്നിയിൽ അമർത്തിപ്പിടിച്ചു.

"ആവശ്യത്തിൽ കൂടുതൽ ആൾക്കാർക്ക് കുട്ടിയെപ്പറ്റി അറിയാം. അവിടെയാണ് അപകടം! അതിനി മാറ്റിമറിക്കാനും സാധ്യമല്ല." അയാൾ ക്ഷീണിതനായി പറഞ്ഞു. "നാം ഇപ്പോൾ നടുക്കടലിലാണ്. എങ്ങനെയെങ്കിലും നീന്തി അക്കരപറ്റിയേ ഒക്കൂ." ബോച്ചൗ തന്റെ കോട്ടിന്റെ ബട്ടൺ ഇട്ടു. അയാൾ വീണ്ടും കാര്യമാത്ര പ്രസക്തമായി വർത്തമാനം പറയാൻ തുടങ്ങി. "ഇന്നു വൈകുന്നേരം ഞാൻ ഐ എൽ കെയുടെ സമ്മേളനം വിളിച്ചുകൂട്ടുന്നുണ്ട് എന്ന് നിങ്ങളെ അറിയിക്കാനാണ് വന്നത്."

അയാൾ പോകാനായി എഴുന്നേറ്റു. ഒരുനിമിഷം ചിന്തിച്ചുനിന്നതിനു ശേഷം കീഴടങ്ങുന്ന മട്ടിലയാൾ പറഞ്ഞു. "അതെ ഇതും അപകടകരമാണ്. പക്ഷെ ഇനി അതിനെയോർത്ത് വ്യസനിക്കാനൊന്നും നിവൃത്തിയില്ല." അവർ നിശ്ശബ്ദമായി കൈകൊടുത്തു.

അയാൾ പോയതിനുശേഷവും ഒരു പോംവഴി കണ്ടുപിടിക്കാൻ വേണ്ടി ബോഗോർസ്കി കുറെയേറെനേരം ആലോചിച്ചുകൊണ്ടുനിന്നു. കുറെ അധികംപേർക്ക് ആ കുട്ടിയെപ്പറ്റി അറിയാം. വാസ്തവത്തിൽ അത് അത്യാപൽക്കരമാണ്. കുട്ടിയുമായി ബന്ധപ്പെട്ടവരുടെ ശൃംഖല അങ്ങ് സിഡ്കോവ്സ്കിവരെ നീണ്ടിട്ടുണ്ട്. ആ ചങ്ങല തകർക്കണം. സഖാക്കളെ ഈ കെട്ടുപാടിൽ നിന്ന് അകറ്റണം. അതെ ചങ്ങല പൊട്ടിക്കുകതന്നെ വേണം. പക്ഷെ എങ്ങനെ? ബോഗോർസ്കി ചിന്തിച്ചു. അതെ എങ്ങനെ അതു തകർക്കും.

പിപ്പിഗ്ഗ് പോയിട്ട് ഒരു മണിക്കൂറിലേറെയായി. റോസ് അപ്പോഴും ആ പീഠത്തിന്മേൽ ഇരിക്കുകയാണ്. തന്റെ ഊഴം വരാൻ ഇനി എത്രനേരം

പിടിക്കും. പെട്ടെന്ന് സംഭ്രാന്തി അയാളെ പിടികൂടി. അയാൾക്ക് തോന്നി താൻ ആ ഗസ്റ്റപ്പോവിനെ അഭിമുഖീകരിച്ചാണ് ഇരിക്കുന്നതെന്ന്.

"ഹെർ കമ്മിസ്സാർ..... ഞാൻ തികച്ചും നിരപരാധിയാണേ..... ഞാൻ എന്റെ ജോലി നോക്കി നടന്നു. അത്രമാത്രം." ആലോചിക്കാൻ സുഖമുണ്ട്. തന്റെ മുമ്പിൽ ഉള്ള കമ്മിസ്സാർ, നിങ്ങൾ എത്ര കൊല്ലമായി ഈ ക്യാമ്പിൽ എത്തിയിട്ട്' എന്നു ചോദിച്ചുകൊള്ളട്ടെ!

"ഹെർ കമ്മിസ്സാർ എട്ട് കൊല്ലമായി."

"എട്ടു കൊല്ലമോ! നിങ്ങൾ അത് എങ്ങനെ സഹിച്ചു മനുഷ്യാ?"

റോസിന് ആ ചോദ്യം വളരെ ഇഷ്ടമായി.

"അതൊരു വല്ലാത്ത കഷ്ടകാലം തന്നെയായിരുന്നു. ഹെർകമ്മിസാർ. നിങ്ങൾക്കറിയാമോ എന്നെ ഇവിടെ കൊണ്ടുവന്ന കാലത്ത് ഈ ക്യാമ്പ് ഇന്നു കാണുന്ന തരത്തിലൊന്നുമായിരുന്നില്ല. അന്ന് പൊലീസ് തടങ്കലിൽവെച്ച് ബുച്ചൻവാൾഡ് എന്ന പേർ ആദ്യം കേട്ടപ്പോൾ എനിക്കൊരു രസംതോന്നി. ബുച്ചൻവൾഡ്.....എന്തോ പോലിരിക്കുന്നു. എന്താണെന്ന് അറിയാൻ വയ്യ. പക്ഷെ ഞാൻ ആലോചിച്ചു. നിങ്ങൾ പോകുന്നത് ഒരു നല്ല വൃത്തിയുള്ള ക്യാമ്പിലേക്കായിരിക്കും. അവിടെ പാർട്ടിയിലെ ആൾക്കാർ നിങ്ങളെ വീണ്ടും പഠിപ്പിക്കും. കുറെ മാസങ്ങൾ കഴിഞ്ഞാൽ നിങ്ങൾക്ക് വീട്ടിൽ പോകാം..... എന്നൊക്കെ."

പെട്ടെന്ന് പിറുപിറുപ്പ് അവസാനിച്ചു. അയാൾ തന്റെ മുന്നിലേക്ക് നോക്കി. എട്ടുകൊല്ലത്തിനുമുമ്പ് അയാൾ വീമാർ സ്റ്റേഷനിലേക്ക് വന്ന ആ വരവ് അയാളുടെ മനോമുകുരത്തിൽ തെളിഞ്ഞു. ആ വണ്ടിയിൽ നിന്ന് ഇറങ്ങിയ അയാളെയും കൂട്ടുകാരേയും എസ് എസ് അംഗരക്ഷക പടയാളികൾ സ്വീകരിച്ചു. സ്മരണയുടെ ഉപരിതലത്തിലേക്ക് വ്യക്തമായി ഓർമകൾ പൊന്തിവന്നു തുടങ്ങി. കുറച്ചു ദൂരെ ഈ ദൃശ്യം നോക്കിക്കൊണ്ടുനിന്നിരുന്ന കുറെപ്പേരെ റോസ് ഇപ്പോൾ ഓർമിച്ചു. നിശ്ശബ്ദരും വിരോധികളുമായ കുറെ മനുഷ്യർ. അതുപോലെ തന്നെ ശത്രുത്വവും നിശ്ശബ്ദതയും എസ് എസുകാരും പ്രകടിപ്പിച്ചിരുന്നു. അസാധാരണമായ വിധത്തിൽ പച്ചയും ചാരവും കലർന്ന യൂണിഫോറവും ഉരുക്കു തൊപ്പിയും തോക്കുകളും അവർ ധരിച്ചിരുന്നു: കറുത്ത ഒരു ബോർഡിൽ മരണത്തിന്റെ തലയും. നന്നെ ചെറുപ്പമായിരുന്നു അവർ എല്ലാവരും. അവരുടെ പ്രായം പതിനെട്ടു വയസിൽ ഒട്ടുംകൂടിയിരുന്നില്ല. ബീഭത്സവും അപകടപൂർണവുമായിരുന്നു അവരുടെ രൂപം.

ഉരുണ്ട മോന്തായത്തിൽ ക്യാൻവാസ് വച്ചു പിടിപ്പിച്ചു മൂടിയ വാഗൺപോലുള്ള ട്രക്കിലേക്കവർ കയറി. ട്രക്കിന്റെ മുമ്പിലും പിന്നിലും ഇട്ടിരുന്ന ബഞ്ചുകളിൽ മുട്ടിനിടയിൽ ഒതുക്കിവെച്ച തോക്കുകളുമായി എസ് എസുകാർ ഇരുന്നു. ട്രക്കിന്റെ പിൻപലക പിടിച്ചുപൊക്കി അംഗരക്ഷകസേനയുടെ മേധാവി അതിന്റെ മുകളിലൂടെ ചാടിക്കയറി ട്രക്കിൽ എത്തി. ഭീഷണി അലയടിക്കുന്ന ഒരു സ്വരത്തിൽ അയാൾ അട്ടഹസിച്ചു. "ഒരൊറ്റ എണ്ണം ഒരക്ഷരം മിണ്ടപ്പോകരുത്. ആരെങ്കിലും

വായ തുറന്നാൽ അത് ഞങ്ങൾ തല്ലിക്കൂട്ടിക്കും. രക്ഷപ്പെടാനാരെങ്കിലും ശ്രമിക്കുകയാണെങ്കിൽ ഉടനടി ചുട്ടുകളയും, ഉം വണ്ടി വിട്ടോളൂ.”

അവർ ഒരു കുന്നിൻ മുകളിലെത്തി. അതുവരെ നിശ്ശബ്ദരായിരുന്ന അംഗരക്ഷകർ ഒരു കൂട്ടം നായാട്ടു നായ്ക്കളുടെ മട്ടിലായി. ട്രക്കിന്റെ പിൻപലക ഒരു ശബ്ദത്തോടെ താണു. എസ് എസുകാർ അവരുടെ ഇരിപ്പിടങ്ങളിൽനിന്നു ചാടിയിറങ്ങി, ആർത്തും അട്ടഹസിച്ചും തോക്കിന്റെ പാത്തികൊണ്ട് ഇടിച്ചും തള്ളിയും തടവുകാരെ ട്രക്കിൽനിന്നു പച്ച നിറത്തിലുള്ള ബാരക്കുകളിലേക്ക് തെളിച്ചു. അതിന്റെ മുന്നിലായി ഒരു യന്ത്രംവെച്ചിരുന്നു.

നിരവധി വാതിലുകളോടുകൂടിയ ആ നീണ്ട വെളിച്ചം കുറഞ്ഞ വരാന്തകളെ കുറിച്ചോർക്കുകയായിരുന്നു റോസ്. അവിടെയും ഇവിടെയും ഓടി നടന്നിരുന്ന എസ് എസുകാരുടെ കനത്ത ഷൂസുകൾ പൊള്ളയായ സ്ഥലത്ത് തട്ടുമ്പോഴുണ്ടാകുന്ന മുഴക്കം അവിടെയെല്ലാം നിറഞ്ഞിരുന്നു. തലയ്ക്കു പിന്നിൽ കൈകെട്ടി മുഖം ചുമരിലേക്ക് തിരിച്ച് ഒരു വരിയായി നിന്ന തടവുകാർ. അവരുടെ പിന്നിൽ അധികാരികൾ തനി സൈനിക രീതിയിൽ അട്ടഹസിക്കുകയും പ്രാകുകയും ചെയ്തിരുന്നു. ഹൗ! ഇതെന്തൊരു വേഷം! ചുമലുകൾ നല്ല വണ്ണം പിന്നോക്കം ചാച്ചു പിടിക്കെട പന്നി! അതിനെ തുടർന്ന് തീരെ അപ്രതീക്ഷിതമായ വിധത്തിൽ പുറത്ത് ഒരു ചവിട്ടും തലയുടെ പിന്നിൽ ഒരു തള്ളും. അതോടെ മുഖം ചുമരിൽ ആഞ്ഞടിക്കും.

ഭാവനാരൂപങ്ങൾ ഒന്നു മങ്ങി. ശൂന്യമായ മനസോടെ റോസ് ആ പീഠത്തിൽ ഇരുന്നു. ക്രമേണ ആദ്യത്തെ ദിവസം പോലെ തന്നെ തികച്ചും വ്യക്തമായ ചിത്രങ്ങൾ മനസിന്റെ യവനികയിൽ തെളിഞ്ഞുവന്നു.

രാഷ്ട്രീയ വകുപ്പിൽ നിന്നു തടവുകാരെ ക്യാമ്പിലേക്കു മാറ്റിയപ്പോഴേക്കും വൈകുന്നേരമായി. ചളിയിൽ കുതിർന്നു കിടക്കുന്ന വഴിയിലൂടെ മറ്റു തടവുകാരുടെ കൂട്ടത്തിൽ അജ്ഞാതമായ ഒരു സ്ഥലത്തേക്കു താനും നടക്കുകയാണെന്നു റോസിനു മനസിലായി. ഒരു സ്കാർഫ്യൂഹറർ അവരുടെ പിന്നിൽ നടന്നിരുന്നു. കുന്നിന്റെ നിറുകയിൽ പണിതിരുന്ന കാവൽമേടകൾ ദൃഷ്ടിയിൽ തെളിഞ്ഞു. അവയ്ക്കു കഴുകുമരത്തിന്റെ ഛായയുണ്ടായിരുന്നു. അറുത്തെടുത്ത തടികൾ കൊണ്ടുണ്ടാക്കിയ മുള്ളുകമ്പികൾ ചുറ്റിയ ഒരു വേലിയുണ്ടായിരുന്നു ക്യാമ്പിനു ചുറ്റും.

ഇരുമ്പുതൊപ്പി ധരിച്ച ഒരു കാവൽക്കാരൻ കാവൽപ്പുരയിൽനിന്ന് ഇറങ്ങിവന്നു. പാദംവരെ എത്തുന്ന ഒരു കോട്ടാണ് അയാൾ ധരിച്ചിരുന്നത്. വേലിപോലെതന്നെ തട്ടിക്കൂട്ടിയ തുറക്കാവുന്ന ഒരു പടി അതിന്റെ തുരുമ്പുപിടിച്ച വിജാഗിരിയിൽകിടന്ന് ഇഷ്ടമില്ലാത്തവിധത്തിൽ ഞരങ്ങി. വിസ്തൃതമായ ഒരു മൈതാനം അവരുടെ മുമ്പിൽ നിവർന്നുകിടന്നു. ആ ഇരുട്ടിലെങ്ങും ഒരൊറ്റ മനുഷ്യനെ കാണാനുണ്ടായിരുന്നില്ല. അവിടെയും ഇവിടെയും ചില മരങ്ങൾ പൊങ്ങിക്കാണാം. അവയുടെ കൊമ്പുകൾ ഉയർത്തിയ കൈകൾപോലെ ജലാവൃതമായ വിസ്മൃതിയിലേക്കു

തലയുയർത്തിനിന്നിരുന്നു. യാതൊരു അടുക്കുംചിട്ടയുമില്ലാത്തവിധത്തിൽ അവിടവിടെയായി കുറെ വൈദ്യുതതൂണുകളും നിന്നു. വിളക്കുകളിൽനിന്ന് ഉദ്ഗമിക്കുന്ന ചുവന്ന പ്രകാശം മഴയേറ്റു തിളങ്ങുന്ന നിലത്തു ചില വൃത്തങ്ങൾ വരച്ചു. കറുത്ത മരക്കുറ്റികൾ അവിടവിടെ ചിതറിക്കിടക്കുന്നുണ്ട്. പൈശാചികമായ ആ ഭൂപ്രദേശം മരണംപോലെ മരവിച്ചുകിടന്നു.

''ജയിൽപക്ഷികളെ! കാലു പൊക്കിവയ്ക്കണം.''

ട്രൗസറുകൾ വലിച്ചുപൊക്കി, മുട്ടുകൾ പങ്കായംപോലെ ഉപയോഗിച്ച് അവർ കണങ്കാൽവരെയുള്ള ചളിയിൽകൂടെ ചാടിച്ചാടി നടന്നു. മറഞ്ഞുകിടക്കുന്ന പാറക്കഷ്ണങ്ങളിൽ തട്ടിത്തടഞ്ഞും, കുഴികളിൽതെന്നി വീണും ആയംപിടിക്കാനായി കൈ തലയ്ക്കു മുകളിൽ വിരിച്ചുപിടിച്ചും അവർ മുന്നേറി.

“നടക്കുവിൻ! നാശം! ഉം വേഗം വേഗം നരകത്തിൽ പോയി തുലയിൻ!''

ഹെർകമ്മിസ്സാർ! അതായിരുന്നു അക്കാലം. ആദ്യകാലത്ത് ഞങ്ങളെ എങ്ങനെ പാർപ്പിച്ചിരുന്നു എന്നാണ് നിങ്ങളുടെ വിചാരം. കുളിക്കുക, മേൽകഴുകുക, എന്നീ ഇടപാടേ ഉണ്ടായിരുന്നില്ല. കുറച്ചുണ്ടായിരുന്ന വെള്ളം അടുക്കളാവശ്യത്തിനു തന്നെ കഷ്ടിയായിരുന്നു. വസ്ത്രങ്ങൾ ഒരിക്കലും ഉണങ്ങാറില്ല. രാത്രി അഴിച്ചുവെയ്ക്കുന്ന സമയത്ത് അവ ഈറനായിരിക്കും - അങ്ങനെ ഈറനായതുതന്നെ കാലത്തു ഞങ്ങൾ എടുത്തണിയും. അങ്ങനെയാണ് ഞങ്ങൾ ചൂടുള്ള കിടക്കയിൽനിന്ന് ഉണർന്നെഴുന്നേറ്റിരുന്നത്. പിന്നെ മലമൂത്രവിസർജന സൗകര്യങ്ങൾ! ബാരക്കിന്റെ പിന്നിലായി നാറുന്ന കക്കൂസുകൾ ഉണ്ടായിരുന്നു! ഹോ! കക്കൂസുകളൊന്നുമല്ല; മീതെ പലകകൾ ഇട്ടിരുന്ന കുഴികൾ. വൃത്തിയാക്കാൻ കടലാസുപോലും അന്നവിടെ ഉണ്ടായിരുന്നില്ല. പക്ഷെ ഞങ്ങൾ അതിനെപ്പറ്റിയൊന്നും അധികം ശ്രദ്ധിക്കാറുമില്ല. ഇനി തിന്നാൻ വല്ലതുമുണ്ടോ. ഹെർകമ്മിസ്സാർ ഞാൻ വിസ്തരിച്ചു പറഞ്ഞുതരാതെ നിങ്ങൾക്കൊന്നുംതന്നെ മനസിലാവില്ല. നിങ്ങൾക്ക് അതൊന്നും ആലോചിക്കാൻ കൂടി സാധിക്കുകയില്ല.

വിവരിക്കുന്നതിനുപകരം റോസ് വെറുതെ ആലോചിച്ചുകൊണ്ടിരിക്കുകയായിരുന്നു. കാലത്തിന്റെ ചിത്രങ്ങളിലേക്കയാൾ മുതലക്കൂപ്പുകുത്തി. കാലത്തു 4 മണിക്ക് ക്യാമ്പ് സീനിയറുടെ വിസിലിന്റെ ചെകിടടപ്പിക്കുന്ന ശബ്ദം. പരിചാരകൻ അട്ടഹസിക്കും.

“എണീക്കിൻ! എല്ലാവരും.”

പുറത്ത് അപ്പോഴും ഇരുട്ടായിരിക്കും. ആർക്ക് വിളക്കിന്റെ വിരസമായി മങ്ങിയ പ്രകാശത്തിൽ ചളി ഒരു നാടകംപോലെ പ്രകാശിച്ചു കിടന്നിരുന്നു. ബാരക്കിന്റെ ഇടവഴിയിൽനിന്ന് അങ്ങ് കുന്നിൻപുറംവരെ ചളി കുറുകുറെയുള്ള മാവുപോലെ പരന്നുകിടന്നിരുന്നു. അന്തരീക്ഷത്തിൽ അപ്പോഴും മൂടൽമഞ്ഞ് നിറഞ്ഞുകിടക്കുകയായിരിക്കും. ഇട്ടിരിക്കുന്ന

കുപ്പായം മഞ്ഞുപോലെതന്നെ തണുത്തുമരവിച്ചിരുന്നു. കാലിലെ നനഞ്ഞ ബൂട്സുകൾ എല്ലുകൾപോലെ കടുത്തിരുന്നു.

രാത്രിയും ഉറക്കവും കഴിഞ്ഞ് പുറത്ത് ഒരു പുത്തൻദിവസം ഉരുത്തിരിയുകയാണ്. പുറത്തെ തണുപ്പിലേക്കും മഞ്ഞിലേക്കും പോകുന്നതിനുമുമ്പ് ഊൺമുറിയിൽവെച്ച് അവർക്ക് ഓരോ കോപ്പ ഇളം ചൂടുള്ള എർസാറ്റ്സ് കാപ്പികിട്ടും. ഒരു ദിവസത്തേക്കുള്ള ഭക്ഷണം!

ഓർമയുടെ ഓളങ്ങളുടെ ശക്തിക്കടിപ്പെട്ട് അയാൾ ഒന്നു ഞരങ്ങി. അതെ, ഹെർകമ്മിസ്സാർ, പകലത്തെ വിഹിതമായ ഒരു തുണ്ടു റൊട്ടി ഞങ്ങൾക്കു കയ്യിൽ കിട്ടുക വൈകുന്നേരമാണ്. അത് ഞങ്ങൾ സൂപ്പിന്റെ ഒപ്പം കഴിക്കും.

പുറത്ത് അപ്പോഴെക്കും ബ്ലോക്ക് സീനിയറുടെ വിസിൽ മുഴങ്ങി കഴിഞ്ഞിരിക്കും പുറത്തേക്ക്, പുറത്തെ ചളിയിലേക്കും വൃത്തികേടിലേക്കും.

മുഖം വലത്തോട്ട് മാർച്ച്.........

നിർത്ത്! ഇടത്ത്, വലത്ത്, ഇടത്ത്, വലത്ത്.

മലയുടെ മുകളിൽ എത്തുമ്പോഴേക്കും ഞങ്ങളാകെ നനഞ്ഞു കുതിർന്നിരിക്കും. പ്രസാരിണി വെളിച്ചം മുഖത്തടിക്കുമ്പോൾ ഞങ്ങളുടെ കണ്ണുകൾ കുത്തി കഴയ്ക്കും. പിന്നെ ഒരു കൂട്ടം ബ്ലോക്ക് ഫ്യൂഹറർമാർ ഞങ്ങളുടെ ഇടയിലേക്ക് ഇറങ്ങും - ഞങ്ങളെ എണ്ണിനോക്കാൻ. അവരുടെ കാൽകീഴിൽ കിടന്നു ചളിയങ്ങനെ തെറിച്ചു പൊന്തും...... പക്ഷെ അവർക്ക് നല്ല ബൂട്സുകൾ ഉണ്ടായിരുന്നു. അവസാനിക്കാത്തതായിരുന്നു ആ ഹാജർവിളി. എപ്പോഴും എന്തെങ്കിലും തകരാറുണ്ടാവും. ആരെയെങ്കിലും കാണാതാകും. നാശം വൃത്തികേട്!

"പരിചാരകരെ ഓടിക്കോളൂ കാട്ടിലേക്ക്. ജയിൽപക്ഷികളെ കണ്ടുപിടിക്കൂ."

ഉച്ചഭാഷിണി അലറും. ക്യാമ്പ് സീനിയർ മുമ്പിലും മുറിയിലെ പരിചാരകർ പിന്നിലുമായി ഓട്ടം ആരംഭിക്കുന്നു.

അല്ല, അല്ല ക്രാമറായിരുന്നില്ല ക്യാമ്പ് സീനിയർ. അന്ന് ആരും ക്രാമറെ കുറിച്ചോർത്തിരുന്നില്ല. അന്നത്തെ ക്യാമ്പ് സീനിയർ-ഒരു പച്ചക്കാരൻ-അതായത് ക്രിമിനൽ പുള്ളിയായിരുന്നു. അവൻ-ആ നായ - കുറെക്കാലം മുമ്പു ചത്തു തുലഞ്ഞു. ആ കാണാതായവനെ കണ്ടുകിട്ടുന്നതുവരെ ഞങ്ങൾക്ക് അങ്ങനെ കാത്തുനിൽക്കേണ്ടി വന്നിരുന്നു. വെറുതെ മുന്നിലേക്കു തുറിച്ചുനോക്കിക്കൊണ്ടങ്ങനെ നിൽക്കും. ചിലപ്പോൾ അങ്ങനെതന്നെ നിന്ന് ഉറങ്ങിപ്പോകും. ഹോ! ആ ചങ്ങാതി എങ്ങോട്ടുപോയിരിക്കും? കക്കൂസിൽ ചെന്നു വീണു മൂത്രത്തിൽ മുങ്ങിമരിച്ചിരിക്കുമോ? കൊള്ളാം നന്നായി. ആനന്ദകരമായ നിരവധി ആവർത്തനങ്ങൾ ഇനിയുണ്ടാകട്ടെ.

വലിയ വലിയ മുളകൾ ഇട്ട് അയാളെ അവിടെനിന്ന് പൊക്കിക്കൊണ്ടു വരാൻ ഒരുപാടു സമയമെടുക്കും.

ഒരുപക്ഷെ അവൻ വല്ല റൊട്ടി കഷ്ണവും കട്ടെടുത്തിട്ടുണ്ടാകുമോ എന്തോ? നിങ്ങൾ ഇതൊക്കെ അറിയേണ്ടതാണ്. ഇനി ഈ കൂരിരുട്ടിൽ കാട്ടിൽ എവിടെയെങ്കിലും പോയി അയാളെ കണ്ടുപിടിക്കണം.

മണിക്കൂർ ഒന്ന്......രണ്ട്......

മഴ ഞങ്ങളെ ആകെ നനച്ചു കുതിർത്തിയെടുത്തു. തല കഴിയുന്നതും ചുമലിലേക്ക് ഞങ്ങൾ ചാച്ചു പിടിച്ചു. ഞങ്ങളെ അപ്പോൾ കണ്ടാൽ പേക്കോലങ്ങളെപ്പോലെയായിരിക്കും.

ക്രമേണ പ്രകാശം പരന്നു. ഞങ്ങൾ തുറിച്ചുനോക്കി. നിരന്നു നിന്ന് ഉറങ്ങി. ഞങ്ങളുടെ ആമാശയം അസഹ്യമായ വിശപ്പുകൊണ്ടു മൂളുകയും മുരളുകയും ചെയ്തു.

പെട്ടെന്ന് ഒരാൾ ആടിയുലഞ്ഞു തുടങ്ങും. മുട്ടുകുത്തിവീഴുമ്പോഴേക്കും അടുത്തുള്ളവർ കയറിപ്പിടിക്കും. അവരുടെ ഇടയിൽ ഒരു പഴയ കീറാച്ചാക്കുപോലെ അയാൾ തൂങ്ങിക്കിടക്കും. ഇനിയൊരുത്തൻ ചുമ്മാ തകർന്നങ്ങോട്ടു വീഴും. തീരെ ചളിയിൽ കിടക്കുകയല്ല എന്നു കാണിക്കാനായി ജാക്കറ്റ് ഉരിഞ്ഞു തലയ്ക്കു വെച്ച് അയാളെ ബ്ലോക്കിന്റെ അരികിലേക്കു മാറ്റി കിടത്തും.

ഹോ! പ്രസാരിണീ ദീപം കെടുത്തിയിട്ടു നേരം കുറെയായല്ലോ.

ചിലപ്പോൾ ഒരു ബ്ലോക്ക് ഫ്യൂഹറർ മുകളിൽനിന്ന് ഇറങ്ങിവരും. അണികൾ ശരിയാണോ എന്നു പരിശോധിക്കാൻ ജാഗ്രത: ജാഗ്രത! ബ്ലോക്കിൽനിന്നു ബ്ലോക്കിലേക്ക് ആ പിറുപിറുപ്പ് അങ്ങനെ അലയടിക്കും. പെട്ടെന്നവരെല്ലാം ഞെട്ടിത്തെറിച്ച് നേരെ നിൽക്കും അറ്റൻഷൻ...... വരിതെറ്റാതെ ഞങ്ങൾ നിൽക്കും. അയാൾ പോയിക്കഴിഞ്ഞാൽ സന്ധികൾ എല്ലാം വീണ്ടും അയഞ്ഞു തുടങ്ങും.

അവസാനം പിന്നിൽ എവിടെയോ വിസിലിന്റെ നാദം മുഴങ്ങി കേൾക്കാം. ബ്ലോക്കുകളിൽ ജീവൻ വ്യാപിക്കുന്നു. ഹാ! അവർ അവനെ കണ്ടുപിടിച്ചിരിക്കുന്നു. മരവിച്ച എല്ലുകൾ ഒന്ന് അനങ്ങി. കാലുകൾ ശ്രദ്ധാപൂർവം പൊക്കിയെടുക്കുമവർ.

ഒരുവന്റെ ഷൂസ് ചെളിയിലെങ്ങോ പൂണ്ടുപോയിരിക്കുന്നു. ഒരു കാലിൽ ആയംകൊണ്ടുനിന്നു. അയാൾ ആ വൃത്തികെട്ട ചെളിക്കുണ്ടിൽ എവിടെയോ പോയി ഉറച്ചിരുന്ന ഷൂസ് ഒരു വിധത്തിൽ പുറത്ത് എടുത്തു. അയാൾ അതു കൈകൊണ്ടുപൊക്കി. ചളി അതിന്മേൽനിന്ന് ഉരുണ്ടുരുണ്ടു താഴെ വീണു.

തികഞ്ഞ വേഗതയിൽ കാട്ടിൽ നിന്നവർ കടന്നുവരികയാണ്. മുമ്പിൽ ബ്ലോക്ക് സീനിയറുമുണ്ട്. ഈശ്വരനു നന്ദി. ഒടുവിൽ അവർ അയാളെ കണ്ടുപിടിച്ചിരിക്കുന്നു. കാലിന്മേൽ പിടിച്ചു വലിച്ചുകൊണ്ടാണ് അയാളെ കൊണ്ടുവരുന്നത്. കല്ലിലും കുറ്റിയിലും വഴിയിൽ കാണുന്ന സർവസാധനങ്ങളിലും അവന്റെ തല തട്ടി മുട്ടിത്തെറിക്കുന്നുണ്ട്; ഒരു പന്തുപോലെ. അവനു ജീവനുണ്ടോ; അതോ ഇല്ലേ! തിരിച്ചു കിട്ടിയ മുയലിൻകുഞ്ഞിനെപ്പോലെ അവരിതാ അയാളെ റിപ്പോർട്ട് ഫ്യൂഹറുടെ കാൽക്കൽക്കൊണ്ട് അർപ്പിക്കുന്നു.

ഹാജർ ഒത്തു.

ലേബർ കമാന്റോ അണിനിരക്കുവിൻ! ശരി. അവസാനിച്ചു. നിന്നതിന് അതിനുള്ള ഗുണം കിട്ടും. ദിവസത്തിന്റെ കുറെ സമയം കൊന്നു കഴിഞ്ഞുവല്ലോ. പിന്നെ അവർ ക്യാമ്പിന്റെ പുറത്തേക്കു മാർച്ചു ചെയ്തു പോയി.

റോസ് ഒന്നമർന്നിരുന്നു. അന്ന് എങ്ങനെയൊക്കെയായിരുന്നു എന്ന് വിരാമമില്ലാതെ അയാൾ വിവരിച്ചുതരുമായിരുന്നു. വീമാർ പമ്പിങ്ങ് സ്റ്റേഷൻ ലേബർ കമാന്റോവിലാണ് പണിയെടുത്തിരുന്നത്. സർവശക്തനായ ദൈവമേ! അവിടെ നടന്നിരുന്ന സംഗതികൾ!. റോസ് നാക്കുകൊണ്ട് ക്ലക് എന്നൊരു ശബ്ദമുണ്ടാക്കി. കുന്നിന്റെ ചരുവിലായി ഒരു കുഴി താഴ്ത്തിയിരുന്നു. പതിമൂന്നടി താഴ്ചയും പതിമൂന്നടി വീതിയും ഉള്ള ഒരു കുഴി.

ആ കുഴിയിൽ ഉടനീളത്തിൽ കളിമണ്ണുകൊണ്ട് ഒരു മനുഷ്യനോളം വണ്ണമുള്ള ഒരു പാത്തിയിട്ടിരുന്നതിലൂടെയാണ് ജലം പ്രവഹച്ചിരുന്നത്.

ആ കുഴി നിറയ്ക്കണം അതായിരുന്നു ഞങ്ങളുടെ ജോലി. കേൾക്കുമ്പോൾ തീരെ സാരമില്ലെന്നു തോന്നും. പക്ഷെ അതൊക്കെ അനുഭവിച്ചറിയേണ്ടതായിരുന്നു. കുഴിയിൽനിന്ന് പുറത്തെടുത്ത മണ്ണ് പാറപോലെ കടുത്തു കഴിഞ്ഞിരുന്നു. ഒരു മമ്മട്ടി കൊണ്ടുവേണം അതു കുത്തിയിളക്കിയെടുക്കാൻ. സർവശക്തനായ ഈശ്വരാ..... അതിന്റെ പിടി, കൈവെള്ളയിൽ അമർന്നുകൊള്ളുമ്പോഴുള്ള ഒരു പ്രാണവേദന. ആദ്യമൊക്കെ കൈനിറയെ പോളൻ പൊന്തി. അതൊക്കെപ്പൊട്ടി തനി മാംസമായി. പണിനിർത്താൻ വയ്യ. മമ്മട്ടി - കൈക്കോട്ട്. ... മമ്മട്ടി .... കൈക്കോട്ട്. പുറത്തെ മാംസപേശികളുടെ സ്ഥിതിയോ? അരിവാളോ? ഇല്ല എന്റെ ചങ്ങാതിമാരെ!

എന്ത് മുറിവെച്ചു കെട്ടുകയോ? ഉം, അതൊന്നും ഇവിടെ നടപ്പില്ല. ബുച്ചൻവാൾഡിൽ ഒന്നുകിൽ ആരോഗ്യമുള്ള മനുഷ്യൻ അല്ലെങ്കിൽ പിണം. അതിന്റെ നടുക്ക് ഒന്നുമില്ല. ഇവിടെ ജഡമാകാൻ വലിയ താമസമൊന്നും വേണ്ടിവരാറില്ല. ഒരു സ്കാർഫ്യൂഹറർ നിഴലെന്നപോലെ നിങ്ങളെ പിൻതുടരുമ്പോൾ ജീവൻ പണയംവെച്ചും നിങ്ങൾ കിളയ്ക്കുക തന്നെ ചെയ്യും. ആറുവാര നീങ്ങിയാൽ അവിടെ കാവൽ പടയാളുകളുടെ ഒരു ശൃംഖലയുണ്ട്. തണുപ്പും സഹിച്ച് മടുപ്പും പിടിച്ചു നിൽക്കുന്ന കുറെ ചെറുപ്പക്കാർ. നിങ്ങളുടെ മുഖത്തുകൂടി മഴവെള്ളവും വിയർപ്പും അനുസ്യൂതം പ്രവഹിക്കുകയായിരിക്കും. നിങ്ങൾക്ക് യാതൊന്നും കാണാൻ കഴിയുകയില്ല. അതിലും ഭയങ്കരം പ്രകൃതിയുടെ വിളികളാണ്. അവിടെ തന്നെവെച്ചു ട്രൗസർ അഴിച്ചുമാറ്റാൻ മാത്രം ധൃതിയിൽ നിൽക്കുകയായിരിക്കും. നിങ്ങൾ ഇല്ല, അവിടെവെച്ച് അതൊന്നും ചെയ്യാൻവയ്യെന്നു വിലക്കുകിട്ടിയിട്ടുണ്ട്. കാവൽക്കാരന്റെ അടുത്തുപോയി റിപ്പോർട്ടു ചെയ്തു നിങ്ങൾക്ക് കാട്ടിലേക്കുപോകാം. ഹ, ഹ, ഹ കാട്ടിലേക്കോ...... കാവൽക്കാരുടെ ചങ്ങലയുടെ അപ്പുറത്തേക്കു എന്നു മാത്രമാണ് അർത്ഥം.

പക്ഷെ നിങ്ങൾ അങ്ങനെയെങ്ങാനും ചെയ്യാനൊരുങ്ങിയാൽ, രക്ഷപ്പെടാൻ ശ്രമിച്ചു എന്നതിന്റെ പേരിൽ അവർ നിങ്ങളെ വെടിവെച്ചു വീഴ്ത്തും. ഇനി, ഇതാ, ഒരിത്തിരി ദൂരെ നീങ്ങിനിന്നു മൂത്രമൊഴിച്ചു കൊള്ളൂ. നിങ്ങളുടെ വയർ പൊട്ടാറായല്ലോ. അവസാന നിമിഷത്തിൽ അത് ഇപ്പോൾ നിങ്ങളുടെ പാന്റിൽ ഇറ്റുവീഴുമെന്നാകുമ്പോൾ നിങ്ങൾ ഒരു ചുക്കും പരിഗണിക്കാൻ മിനക്കെടുകയില്ല. നിങ്ങൾ മമ്മട്ടി താഴെയിട്ടു, മൺകൂനയിലൂടെ ഉരഞ്ഞുകയറി. അരിവാളുകൾ ആ സമയത്ത് നിങ്ങളുടെ പുറത്ത് ആഞ്ഞുതറയ്ക്കുന്നുണ്ടായിരിക്കും. അവിടെ നിൽക്കുന്ന പട്ടിക്കുഞ്ഞിന്റെ മുമ്പിൽ മടമ്പുകൾ കൂട്ടിയടിച്ച് സല്യൂട്ട്ചെയ്യാൻ ശ്രമിക്കുന്നു.

"തടവുകാരൻ മൂത്രമൊഴിക്കാൻ അനുവാദം ചോദിക്കുന്നു."

അയാളുടെ അടുക്കലെങ്ങാനുമാണ് നിങ്ങൾ ഇരിക്കാൻ ഭാവിക്കുന്നതെങ്കിൽ "എട നായെ, ഇതൊക്കെ എന്റെ മൂക്കിനടിയിൽതന്നെ കളയണമെന്നാണോ, നിന്റെ പൂതി" എന്നു ചോദിച്ചുകൊണ്ട് ചാടിവീഴും. അല്ല. നിങ്ങൾ ഒരു വാര ദൂരത്തെങ്ങാനും പോകാൻ ഉദ്യമിച്ചുവെങ്കിൽ അയാളുടെ കൈത്തോക്ക് താടിയെല്ലിന്റെ അടുത്തേക്കുനീക്കി ലക്ഷ്യം പിടിക്കും.

ക്ഷീണിച്ച് റോസ് തലകുനിച്ചു. പക്ഷെ ഒരു നിമിഷനേരത്തേക്കു മാത്രമേ ആ നിശ്വാസം നിലനിന്നുള്ളൂ. കാരണം രക്തസഞ്ചാരം വീണ്ടും ആ പഴയ ഓർമകളെ ഉണർത്തിവിട്ടു.

റോസ് ചാടിയെഴുന്നേറ്റ് ആംഗ്യം കാട്ടാനാരംഭിച്ചു. "ഹെയർകമ്മിസ്സാർ എനിക്കിതെല്ലാം നിങ്ങളോട് വിവരിച്ചുതന്നെ പറയണം. ഞാൻ എന്തെല്ലാം അനുഭവിച്ചു എന്നു നിങ്ങൾ മനസിലാക്കണം. നിങ്ങൾ ഈ സമയത്ത് പിപ്പിഗ്ഗിനെ എന്തുചെയ്യുകയാണെന്ന് ആർക്കറിയാം. എനിക്ക് ആ കുട്ടിയുമായി യാതൊരു ബന്ധവുമില്ല. ഇല്ല. യാതൊരു ബന്ധവുമില്ല. ഇല്ല യാതൊരു ബന്ധവുമില്ല. ദയവുചെയ്തു......"

റോസിന്റെ ചിന്തകൾ അവിടെ നിലച്ചു. പുറത്ത് താഴിൽ താക്കോൽ കിടന്നു തിരിയുന്നതിന്റെ ഒച്ച അയാളെ ഞെട്ടിച്ചു. ഒരു വലിയ ഭാണ്ഡവും പേറി ജയിലർ കടന്നുവരുന്നുണ്ടായിരുന്നു. ആ ഭാണ്ഡം..... അതെ പിപ്പിഗ്ഗ് ആയിരുന്നു അത്.

"ഇതൊന്നു പിടിക്ക്" മുറിയുടെ അങ്ങേയറ്റത്തേക്ക് ഓടിയൊളിക്കാനാഗ്രഹിച്ചുകൊണ്ട് മുറിയുടെ നടുവിൽതന്നെ തറച്ചുനിന്ന റോസിനെ നോക്കി ജയിലർ മുരണ്ടു. റോസ് അതനുസരിച്ചു. പിപ്പിഗ്ഗിന്റെ പുറത്തുകൂടെ കയ്യിട്ടു പിടിച്ചു. അപ്പോൾ ജയിലർ ആ മടക്കു കട്ടിൽ താഴെവെച്ചു ഭാണ്ഡക്കെട്ട് അതിൽ ഇറക്കിവെച്ച് ഒരു ഒഴിഞ്ഞ വെള്ളക്കുപ്പിയുമായി സ്ഥലംവിട്ട ജയിലർ മടങ്ങിവന്നത് അതു നിറയെ വെള്ളവുമായാണ്. അയാൾ റോസിന്റെ അടുക്കലേക്ക് ഒരു കഷ്ണം തുണി എറിഞ്ഞുകൊടുത്തുകൊണ്ടു പറഞ്ഞു. "എന്തുചെയ്യാൻ സാധിക്കുമെന്ന് ഒന്നു പരീക്ഷിച്ചുനോക്കൂ." രണ്ടുപേരെയും തനിയെവിട്ട് അയാൾ ആ മുറിപൂട്ടി.

പിപ്പിഗ്ഗ് കണ്ണുകൾ അടച്ചുകിടക്കുകയായിരുന്നു. ഒരു കണ്ണു വല്ലാതെ

നീരുവന്ന് വീർത്തിട്ടുണ്ട്. ഇടത്തെ ചെവിയിൽ നിന്ന് ചോര ഒലിച്ചിറങ്ങിയതിന്റെ ഉണങ്ങിയപാട് കഴുത്തുവരെ നീണ്ടുകിടക്കുന്നുണ്ട്. മൂക്കിലും തുറന്നവായിലും നിണം കട്ടപിടിച്ചു കിടക്കുന്നു. ജാക്കറ്റും ഷർട്ടും മുഴുവനും നുരുനുരെ കീറിക്കളഞ്ഞിട്ടുണ്ട്. നനഞ്ഞ തുണികഷണം വഹിച്ചിരുന്ന റോസിന്റെ കൈവിറച്ചു. ഭയവും ജിജ്ഞാസയും സഹിക്കാനാവാതെ അയാൽ പിപ്പിഗ്ഗിന്റെ നേരെ കുനിഞ്ഞു. പിപ്പിഗ്ഗിന്റെ കൺപീലികൾ ഒന്നു വിറച്ചു. വികൃതമായി ആ മുഖം ഒന്നു കോടി. പുഞ്ചിരിയിടാനുള്ള ഒരു ശ്രമമായിരുന്നു അത്. തീരെ പ്രതീക്ഷിക്കാത്തമട്ടിൽ പിപ്പിഗ്ഗ് വർത്തമാനം പറയാൻ തുടങ്ങി. മൃദുവായി.; എന്നാൽ ഭയാനകമായ വിധത്തിൽ വ്യക്തമായ സ്വരത്തിൽ "മുഖം ഒന്നു തുടയ്ക്കൂ." തുണി നനയ്ക്കുമ്പോൾ റോസിന്റെ കൈവിറച്ചിരുന്നു, എന്നാലും അയാൾ പിപ്പിഗ്ഗിന്റെ മുഖം തുടച്ചു.

വളരെ പ്രയാസപ്പെട്ട് കൈ അനക്കി ശ്രദ്ധയോടെ അയാൾ ദേഹത്തിൽനിന്ന് ഷർട്ട്പൊക്കി. അപ്പോഴാണ് നെഞ്ചത്തെ മാംസത്തിൽ വലിയ വലിയ വട്ടത്തിലുള്ള പാടുകൾ റോസ് കണ്ടത്. റോസിന്റെ ദൃഷ്ടികൾ തന്റെ നെഞ്ചത്ത് പതിഞ്ഞിരിക്കുകയാണെന്ന് കൺപോളകളിലൂടെ പിപ്പിഗ്ഗ് മനസിലാക്കി. സിഗരറ്റ്കൊണ്ടു പൊള്ളിച്ചതായിരുന്നു അവ. കുറച്ചുനേരത്തെ നിശ്ശബ്ദതയ്ക്കുശേഷം പിപ്പിഗ്ഗ് പറഞ്ഞു. "തുണി നല്ലവണ്ണം നനച്ച് അമർത്തിവെയ്ക്കു" തണുപ്പു തട്ടിയപ്പോൾ പിപ്പിഗ്ഗ് ഞരങ്ങി. ദീർഘനിശ്വാസംവിട്ടു ശക്തിയോടെ അയാൾ പറഞ്ഞു. "എന്തെങ്കിലും കുടിക്കാൻ കൊണ്ടുവരൂ...........വേഗം."

റോസ് മുറിയിലാകെ ഒന്നു കണ്ണോടിച്ചു ചുമരലമാരയിൽകണ്ട ഒരു അലുമിനിയം പാത്രമെടുത്ത് അതിൽ ജലം നിറച്ചു, പിപ്പിഗ്ഗിന്റെ തലയുടെ പിന്നിൽ കൈവെച്ച് അയാളെ താങ്ങിയെഴുന്നേൽപ്പിച്ചു. അയാൾ ആ വെള്ളം മുഴുവനും ആർത്തിയോടെ വലിച്ചുകുടിച്ചു. ഏറ്റവും ദുർവഹമായ ഘട്ടം കഴിഞ്ഞപോലെ, ആശ്വാസത്തോടെ ഞരങ്ങിക്കൊണ്ട് അയാൾ തലതാഴ്ത്തിക്കിടന്നു.

മുഖം ഒന്ന് അയഞ്ഞു. അപകടം പറ്റാത്ത കണ്ണ് പകുതി തുറക്കാനേ അയാൾക്കു സാധിച്ചിരുന്നുള്ളൂ. ഏറ്റവും പ്രധാനമായ സംഗതി ഇതാണെന്നമട്ടിൽ അയാൾ കൈവിരൽ അകത്തിട്ട് വായുടെ അകം ഒന്നു പരിശോധിച്ചു. കുറെ പല്ലുകൾ പോയിരിക്കുന്നു. കുറെയെല്ലാം ഇളകിനിൽക്കുന്നുണ്ട്.

പിപ്പിഗ്ഗ് കൈകൊണ്ട് ഒരു വെറിപൂണ്ട ആംഗ്യം കാട്ടി- പരുക്കുകളെല്ലാം തുലഞ്ഞുപോകട്ടെ. അയാൾ നെഞ്ചത്തുനിന്നു തുണിയെടുത്ത് അതു റോസിന്റെ നേരെനീട്ടിക്കൊണ്ടു പറഞ്ഞു. "ഇതൊന്നു നനച്ചു കൊണ്ടുവരൂ." അയാൾക്ക് ശക്തി കിട്ടിത്തുടങ്ങിയതായി തോന്നി. കുറെ കഴിഞ്ഞപ്പോൾ അയാൾ വ്യക്തമായ സ്വരത്തിൽ പറഞ്ഞു. "പരിഭ്രമിക്കാതിരിക്കൂ നിങ്ങളെ ഇങ്ങനെയൊന്നും ചെയ്യില്ല ഇപ്പോൾ മനസിലായി സംഗതിയെന്താണെന്ന് സംസാരിക്കുമ്പോൾ നാക്കുകുഴഞ്ഞിരുന്നു. ഇനി

പല്ലില്ലാത്ത അവസ്ഥയുമായി ഒന്നു പരിചയപ്പെടണം. വെറും യാദൃച്ഛികമായല്ല നാം രണ്ടുപേരും ഒരേ അറയിൽ വന്നുപെട്ടത്. തങ്ങൾ ബഹുമിടുക്കന്മാരെന്നാണ് അവറ്റയുടെ വിചാരം അല്ലെ? അഗസ്റ്റ് കേൾക്കൂ." അയാൾ വേദനയനുഭവിച്ചുകൊണ്ട് എഴുന്നേറ്റു.

റോസിന്റെ സഹായഹസ്തം തട്ടിനീക്കി കിതച്ചുകൊണ്ടയാൾ പറഞ്ഞു. "കേൾക്കൂ അഗസ്റ്റ്, ഇതൊരു പ്രധാനപ്പെട്ട കാര്യമാണ്. ഞാൻ ഒന്നും പറയാതിരുന്നതുകൊണ്ടല്ല അയാൾ എന്നെ ഇങ്ങനെ തല്ലിച്ചതച്ചത്. എന്നിൽനിന്നു യാതൊന്നും കിട്ടുകയില്ലെന്ന് അയാൾക്കു നല്ല നിശ്ചയമുണ്ടായിരുന്നു."

"പിന്നെ എന്തിനാണെന്നോ അയാൾ എന്നെ ഇങ്ങനെ ചതച്ചത്? കേൾക്കൂ......അഗസ്റ്റ് ഇതാണ് പ്രധാനമായ കാര്യം".......വർത്തമാനം പറയാൻ വല്ലാതെ അധ്വാനിക്കേണ്ടി വന്നിരുന്നു അയാൾക്കു ശ്വാസംവിട്ട് വിട്ടാണ് വന്നത്.

"പിപ്പിഗ്ഗ് ഇങ്ങനെ വല്ലാതെ ആവേശംകൊള്ളരുത്." റോസ് യാചിച്ചു.

പിപ്പിഗ്ഗ് വളരെ പ്രയാസപ്പെട്ടു പുഞ്ചിരിയിട്ടു.

"എനിക്കൊരു ആവേശവുമില്ല." തണുപ്പ് അയാൾക്ക് തെല്ലു ആശ്വാസം കൊടുത്തു. അയാൾ കുറച്ചുനേരം മിണ്ടാതിരുന്നു.

"ഇപ്പോൾ സുഖം തോന്നുന്നുണ്ട്." അയാൾ നിശ്വയിച്ചു. കുറെനേരം അയാൾ മലർന്ന് ഒന്നും മിണ്ടാതെ കിടന്നു.

റോസ് ആശങ്കയോടെ ഒരു ചോദ്യം ചോദിച്ചു. "എന്താണ് എന്നെ ഇങ്ങനെയൊന്നും ചെയ്യുകയില്ലെന്നു പറയുന്നത്? അയാൾ അങ്ങനെ വല്ലതും പറഞ്ഞോ?"

പിപ്പിഗ്ഗ് യാതൊരു മറുപടിയും പറഞ്ഞില്ല. എന്തോ ദയനീയമായ ചോദ്യം. പക്ഷെ ഒടുവിൽ അയാൾ പറഞ്ഞു.

"എടാ ചളിത്തലയാ......"

റോസിനു ലജ്ജതോന്നി. അയാൾ കണ്ണുകൾ താഴ്ത്തി മിണ്ടാതിരുന്നു. പിപ്പിഗ്ഗ് തുടർന്നു.

"ഗെസ്റ്റാപ്പോവിനു നിങ്ങളൊരു പേടിക്കൊടലനാണെന്ന് നല്ലപോലെ അറിയാം. അതാണ് നമ്മെ രണ്ടുപേരെയും ഒരുമിച്ച് ഒരു മുറിയിൽ ഇട്ടിരിക്കുന്നത്. നിങ്ങൾ എന്നെ കാണുമ്പോൾ ഭയപ്പെട്ട് ഉടുതുണിയിൽ മൂത്രമൊഴിക്കും എന്നാണ് അവരുടെ കണക്കുകൂട്ടൽ. പിന്നെ......അതു തീർച്ചയാണുതാനും. നാശം! അവർ നിങ്ങളെ മെല്ലെ ഒന്നു തപ്പിത്തടവി നോക്കും. തല്ലുകൊള്ളാതിരിക്കണമെങ്കിൽ നല്ല സാമർത്ഥ്യം കാണിക്കുക തന്നെ വേണം."

"അപ്പോൾ ഞാൻ എന്തുചെയ്യണം" അറപ്പു തോന്നുന്ന മട്ടിൽ റോസിന്റെ മുഖം ഒന്നു കോടി.

"നിങ്ങളുടെ വായ അടച്ചുപിടിക്കണം. അത്രതന്നെ."

റോസ് തുപ്പലിറക്കി.

"നിങ്ങൾക്കു യാതൊന്നും അറിയില്ല അറിയില്ല അതിൽ തന്നെ

പിടിച്ചുനിൽക്കണം. അവർ ഒന്നോ രണ്ടോ വീക്കുവെച്ചുതന്നാലും ഇളകരുത്. നാശം പിടിക്കാൻ! അതൊക്കെ സഹിക്കാനുള്ള കരുത്തു നിങ്ങൾക്കുണ്ട്!"

വേദന ദുസ്സഹമാകുകയായിരുന്നു. ഞരങ്ങിക്കൊണ്ടു പിപ്പിഗ്ഗ് തല അങ്ങോട്ടും ഇങ്ങോട്ടും ഉരുട്ടി. ഈ ദുരന്തത്തിൽ അയാൾ തികച്ചും ഏകനായിരുന്നു.

"എനിക്കു കുറച്ചുകൂടി വെള്ളംവേണം." വിറയാർന്ന കൈകൾ കൊണ്ട് അയാൾ കോപ്പ പിപ്പിഗ്ഗിന്റെ ചുണ്ടുകളോട് അടുപ്പിച്ചപ്പോൾ അയാൾ ഞരങ്ങിക്കൊണ്ടു കൈകുത്തി എഴുന്നേറ്റു. പക്ഷെ വീണ്ടും അയാൾ കുഴഞ്ഞുവീണു.

വേദനനിയന്ത്രിക്കാൻ അയാൾ പെടുന്ന പാട് ആ മുഖത്തു വ്യക്തമായി കാണാമായിരുന്നു. റോസിനെ ലജ്ജ കീഴടക്കി ആത്മഗതമെന്നോണം അയാൾ പറഞ്ഞു.

'ശരി, റൂഡി, എനിക്ക് യാതൊന്നുമറിഞ്ഞുകൂടാ.' പിപ്പിഗ്ഗിനു മനസിലായി.

"മനസിലായോ? അയാൾ എന്തുതന്നെ ചെയ്താലും ഇതു വിടാതെ പിടിച്ചോളൂ. മനസിലായോ? അഗസ്റ്റ്. വെറുതെ വായിട്ടലയ്ക്കരുത്. നിങ്ങൾക്ക് എന്തെല്ലാം അറിയാമെന്ന് ആ മനുഷ്യൻ മനസിലാക്കുകയാണെങ്കിൽ അവർ നിങ്ങളെ കൊത്തിഅരിയും. പക്ഷെ നിങ്ങൾ ഉറച്ചു നിൽക്കുകയാണെങ്കിൽ.......... മനസിലാകുന്നുണ്ടോ? ഇതിനെപ്പറ്റി യാതൊന്നും നിങ്ങൾക്കറിഞ്ഞുകൂടെന്നു ഞാൻ അയാളെ ഏതാണ്ടൊക്കെ മനസിലാക്കിയിട്ടുണ്ട്."

"നിങ്ങൾ എല്ലാ കുറ്റവും ഏറ്റുവോ?"

"പറയൂ നിങ്ങൾക്ക് ധൈര്യമുണ്ടോ?" തനിക്കു പരമസുഖമാണെന്നമട്ടിൽ പിപ്പിഗ്ഗ് പെട്ടെന്നു പറഞ്ഞു, "ആർക്കും യാതൊന്നും അറിഞ്ഞുകൂടാത്ത സ്ഥിതിക്ക് നിങ്ങൾക്ക് എന്തെങ്കിലും അറിയാൻ യാതൊരു സാധ്യതയുമില്ലെന്ന്........ കാരണം ....... നിങ്ങൾ ......... നിങ്ങൾ ......... ഒരു ചളിത്തലയനാണ്."

പിപ്പിഗ്ഗിന്റെ ശക്തിയെല്ലാം വ്യയംചെയ്തു കഴിഞ്ഞിരിക്കുന്നു. മാംസപേശികളിലെ വേദനയെല്ലാം പോയമട്ടിൽ അയാൾ നീണ്ടു നിവർന്നുകിടന്നു. ഉദാസീനതയോടെ റോസ് നേരെ മുമ്പിലേക്കുതന്നെ നോക്കിക്കൊണ്ടിരുന്നു. അപ്പോൾ എല്ലാവർക്കും തന്നെപറ്റിയുള്ള അഭിപ്രായം ഇതാണ്. പിപ്പിഗ്ഗ് അയാളെ കുറ്റപ്പെടുത്തിയിട്ടില്ല. ധീരനും വീരനുമായിരിക്കാൻ ആഹ്വാനം ചെയ്തിട്ടുമില്ല. ചുമ്മാ.......കാരണം താനൊരു ചളിത്തലയനാണ്.

അയാൾ തലതാഴ്ത്തി. സഹിക്കാൻ വയ്യാത്ത നാണം തോന്നി അയാൾക്ക്.

പിപ്പിഗ്ഗ് പോയതിനുശേഷം ഗേ പിന്നേയും കുറെ ബുച്ചൻവാൾഡുകാരെക്കൂടെ വിളിച്ചിരുന്നു. ചോദ്യംചോദിക്കാനുള്ള ഉദ്ദേശ്യമൊന്നും

അയാൾക്ക് അപ്പോൾ ഉണ്ടായിരുന്നില്ല. അവരൊക്കെ എങ്ങനെ യാണെന്നറിയണമെന്നേ അയാൾ അഭിലഷിച്ചിരുന്നുള്ളൂ. നേരെ മുമ്പിൽനിൽക്കുന്ന ഒരുവന്റെ പ്രതികരണമനുസരിച്ചാണ് അയാൾ ചോദ്യങ്ങൾ രൂപപ്പെടുത്തിയിരുന്നത്. പെട്ടെന്ന് അയാൾക്കു മനസിലായി ഇവരെല്ലാവരും തന്നെ നല്ല കടുപ്പക്കാരനാണെന്ന്. ആർക്കും യാതൊന്നും അറിയില്ല!!!

തൽക്കാലം ഇവരെ വെറുതെ വിടുകതന്നെയാണ് നല്ലതെന്ന് ഗേയ്ക്കുതോന്നി. അധികം താമസിയാതെ നിങ്ങളെല്ലാം വാനംപാടികളെപ്പോലെ പാട്ടുപാടിക്കോളും! മക്കളെ!

ഇപ്പോൾ അയാൾ ശ്രദ്ധയെല്ലാം റോസിൽ കേന്ദ്രീകരിച്ചു. ഇത്ര ദയയറ്റ രീതിയിൽ പിപ്പിഗ്ഗിനോടു പെരുമാറിയത് ഇതിനു വേണ്ടിയായിരുന്നുവല്ലോ. നേരം നല്ലപോലെ ഉച്ചതിരിഞ്ഞതിൽ പിന്നെയാണ് അയാൾ റോസിനെ വിളിച്ചത്.

“കൊള്ളാം ചങ്ങാതി! ഇരുന്നാട്ടെ. റോസ് എന്നല്ലെ പേര്”

“അതെ സാർ.”

ഗേ ഒരു സിഗററ്റ് കത്തിച്ച് അതിന്റെ ജ്വലിക്കുന്ന അറ്റം ശരിക്കും കാണാവുന്ന വിധത്തിൽ ചാരമിടുന്നപാത്രത്തിൽ വെച്ചു, ആവലാതി പൂണ്ടപോലെ ഒരു ദീർഘനിശ്വാസം വിട്ടുകൊണ്ടു പറഞ്ഞു.

“എന്തൊരു വൃത്തികെട്ടകുഴപ്പത്തിലാണ് നിങ്ങൾ ചെന്നു ചാടിയിട്ടുള്ളത്. ഈ ക്യാമ്പിൽ വന്നിട്ട് എത്ര കൊല്ലമായി”

“എട്ടുകൊല്ലം.”

താൻ അന്നു വിഭാവനം ചെയ്തതരത്തിലാണല്ലോ സംഗതികൾ നീങ്ങുന്നത് എന്നു മനസ്സിലായപ്പോൾ അയാൾ ഒന്നു ഞെട്ടി.

ഗേ, സഹതാപത്തോടെ തലയാട്ടി.

“എട്ടുകൊല്ലം? ദൈവങ്ങളെ! എട്ടുകൊല്ലം. ഞാനാണെങ്കിൽ ഇതു സഹിക്കുകയില്ലായിരുന്നു.”

റോസ് യാതൊന്നും മിണ്ടിയില്ല. വെറുതെ അയാളെ ദേഷ്യംപിടിപ്പിച്ച് അയാളുടെ കൈകരുത്തു ക്ഷണിച്ചു വരുത്തരുതെന്നു മാത്രമായിരുന്നു അയാളുടെ ഉൽക്കണ്ഠ.

ആവക കാര്യങ്ങളെ കുറിച്ച് തനിക്കു യാതൊരു ചിന്തയുമില്ലെന്നായിരുന്നു ഗേയുടെ ഭാവം. അയാൾ സിഗററ്റ് ആഞ്ഞുവലിച്ചു. റോസ് അതിന്റെ ജ്വലിക്കുന്ന അറ്റത്തേക്കു തുറിച്ചുനോക്കി. ഇതുകൊണ്ടാണ് അയാൾ ആ ദ്വാരങ്ങളെല്ലാം ഉണ്ടാക്കിയിരിക്കുന്നത്. ഗേ കൈകെട്ടി കസേരയിലേക്കു ചാരി സൗമനസ്യത്തോടെ റോസിനെ നോക്കി.

“നിങ്ങൾ ബുച്ചൻവാൾഡുകാർ ഒരു പ്രത്യേക തരക്കാരാണല്ലോ. ഒരു കൊച്ചുകുട്ടിയുടെ പേരിൽ ജീവൻ ഏതാണ്ടുപോകുന്നതുവരെ പിടിച്ചുനിൽക്കും.”

“എന്തെങ്കിലും ഒരു രഹസ്യം സൂക്ഷിക്കണമെന്നുണ്ടെങ്കിൽ അവസാനം വരെ അതു സൂക്ഷിക്കണം. പക്ഷെ തല്ലു മുഴുവൻ വാങ്ങിക്കെട്ടിയതിനുശേഷം വായിട്ടലയ്ക്കുന്ന കൂട്ടത്തിലായാൽ ആരും നിങ്ങളെ ബുദ്ധിമാന്മാരായി പരിഗണിക്കുന്നില്ല എന്നു പരാതിപ്പെടരുത്.”

ഗേ ആത്മധൈര്യത്തോടെ റോസിനെ നോക്കി.

"ആ പിപ്പിഗ്ഗ്; അവനൊരു നല്ല മനുഷ്യനാണ്, തീർച്ച. ഞാൻ വാസ്തവത്തിൽ അയാളെ അഭിനന്ദിക്കുന്നു. പക്ഷെ ആദ്യംതന്നെ അവനു നേരെ ചൊവ്വെ എന്നോടു പറയാമായിരുന്നില്ലേ, ശരിയാണ്, ഹെർ കമ്മിസ്സാർ ഞങ്ങൾക്ക് ഒരു കുട്ടിയെ കിട്ടിയിട്ടുണ്ട്. എന്നാൽ കാര്യമെല്ലാം ഭംഗിയായി അവസാനിക്കുമായിരുന്നില്ലേ? ആദ്യം ഞങ്ങൾക്ക് അയാളെ തല്ലിച്ചതയ്ക്കേണ്ടിവന്നു. അതും കഴിഞ്ഞപ്പോൾ അയാൾ തത്ത പറയുന്നപോലെ എല്ലാം എണ്ണിയെണ്ണി പറയാൻ തുടങ്ങി. അവൻ ബുദ്ധിയുള്ളവനാണെന്നു പറയുവാൻ സാധിക്കുമോ?"

ഗേ, വീണ്ടും പിന്നോക്കം ചാരി യാദൃച്ഛികമെന്നോണം പറഞ്ഞു.

"ദൈവത്തിനു നന്ദി! നിങ്ങളുടെ കൂട്ടുകാരെല്ലാം തുറന്നു പറഞ്ഞു. അപ്പോൾ പിപ്പിഗ്ഗിന് എന്തു ഗുണമാണുണ്ടായത്."

റോസ് ആകെ തകർന്നമട്ടിൽ കൂനിക്കൂടിയിരുന്നു. തന്റെ തന്ത്രങ്ങൾ വിജയിക്കുകയാണെന്നു ഗേയ്ക്കു മനസിലായി. അയാൾ പതുക്കെ എഴുന്നേറ്റു സ്വാഗതമെന്നോണം എന്തോ പറഞ്ഞുകൊണ്ട് ആ മുറിയിലാകെ നടന്നു.

"ക്യാമ്പിലെ സംഭവങ്ങളിലൊന്നും എനിക്കു യാതൊരു താൽപ്പര്യവുമില്ല; ധാരാളം ആവലാതികളുമുണ്ടുതാനും. നിങ്ങളുടെ ക്ലൂട്ടിക് ഒരു സ്വേച്ഛാധികാരിയാണ്. കയ്യും തിരുമ്മി എന്റെ അടുക്കലേക്ക് ഓടിവന്നയാൾ പറയുകയാണ് ഒന്നു സഹായിക്കണേ? അതാ അവിടെ ക്യാമ്പിൽ റജിസ്റ്റർ ചെയ്യാത്ത ഒരു കുട്ടിവന്നു പെട്ടിരിക്കുന്നു. അന്തേവാസികളുടെ കണക്ക് ഒക്കുന്നില്ല."

ഗേ, ചണുങ്ങി! "എനിക്ക് അതുകൊണ്ട് എന്തോ കുഴപ്പമുള്ളതുപോലെ. അൽപ്പദിവസങ്ങൾക്കുള്ളിൽ അമേരിക്കക്കാർ ഇവിടെയെത്തും. ഞങ്ങൾക്കു തടിതപ്പേണ്ടിവരും നിങ്ങൾക്കല്ല ഞങ്ങൾക്ക്. ആ വിഡ്ഢി പിപ്പിഗ്ഗിന്റെ കാര്യമൊന്ന് ഓർത്തുനോക്കൂ. പന്ത്രണ്ടിനഞ്ചുനിമിഷം മാത്രമുള്ളപ്പോൾ ഇത്ര നിസാരമായ ഒരു കാര്യത്തിനുവേണ്ടി അയാൾ വെറുതെ ജീവൻ കളയാൻ ഒരുങ്ങുന്നു. ഞാൻ അവനെ തല്ലിക്കൊല്ലുമായിരുന്നു. എന്തു വിചാരിക്കുന്നു നിങ്ങൾ!"

റോസിന്റെ ഉള്ളിൽ ഒരു ഒമ്പതാം ഉത്സവം നടക്കുകയായിരുന്നു. അയാൾ പറയുന്നതു തട്ടിക്കുടയുന്നതിനെക്കാളെല്ലാം വളരെ കടന്ന കാര്യമാണ്. അയാൾക്ക് ഒരുപാടുകാര്യങ്ങൾ അറിയാമെന്നു തോന്നുന്നു. വാസ്തവത്തിൽ പിപ്പിഗ്ഗ് എല്ലാം തുറന്നു പറഞ്ഞിരിക്കുമോ. തന്നോട് നേരു പറയാതിരുന്നതാണോ?.......

വിചാരങ്ങൾ ഒന്നു നേരയാക്കാൻ സാധിക്കുന്നതിനു മുമ്പുതന്നെ ആ ഉദ്യോഗസ്ഥന്മാർ അയാളുടെ മുമ്പിൽചെന്നുനിന്നു പ്രോത്സാഹജനകമായി ചുമലിൽതട്ടി.

"നിങ്ങളൊക്കെ എന്തു വിചാരിക്കുന്നു.' വളരെ മയത്തിലാണ് അയാൾ ആ ചോദ്യം പുറത്തുവിട്ടത്. ആദ്യം ഇരുന്നപോലെ തലയും കുമ്പിട്ടിരുന്നു റോസ്.

"എനിക്ക് ഈ സംഭവങ്ങളുമായി യാതൊരു ബന്ധവുമില്ല." പതുക്കെ പതുക്കെ ഈ വാക്കുകൾ അയാളുടെ വായിൽ നിന്ന് പൊഴിഞ്ഞുവീണു.

"അതെനിക്കറിയാം. പിപ്പിഗ്ഗ് അങ്ങനെ പറഞ്ഞിരിക്കുന്നു." ഗേ ധൃതിയിൽ അയാളെ സമാശ്വസിപ്പിച്ചു.

"ദൈവത്തിന്റെ പേരിൽ ആ കൊച്ചുകുഞ്ഞിനെ നിങ്ങൾ എങ്ങോട്ടു വലിച്ചുകൊണ്ടുപോയിരിക്കുന്നു." റോസ് ഒന്നും മിണ്ടിയില്ല. ഗേ ജനവാതിൽക്കൽപോയി അതിന്റെ വാതിലിൽ താളംകൊട്ടിക്കൊണ്ടുനിന്നു. നിമിഷാർധംകൊണ്ട് അയാൾ എല്ലാം ചിന്തിച്ച് ഒരു തീരുമാനമെടുത്തു. അയാൾ റോസിന്റെ അടുത്തുചെന്നു പതുക്കെ എന്നാൽ സംശയാതീതമായവിധത്തിലുള്ള കാർക്കശത്വത്തോടുകൂടി അയാളുടെ ജാക്കറ്റിന്റെ മുൻഭാഗം പിടിച്ചു വലിച്ച് തന്നോട് അടുപ്പിച്ചുനിർത്തി. റോസിന്റെ തളർച്ചയിൽനിന്ന് അയാൾക്ക് മനസിലായി താൻ വിചാരിച്ചതെല്ലാം ശരിയാണെന്ന്. അയാൾ വായിൽനിന്ന് സിഗററ്റ് എടുത്ത് മെല്ലെ അതിന്റെ ചാരംതട്ടി കത്തുന്ന അറ്റം യാദൃച്ഛികമെന്നമട്ടിൽ റോസിന്റെ നാസാദ്വാരത്തിനരികെവെച്ചു. അതിന്റെ ചവർപ്പുള്ള ചൂട് അയാളുടെ മൂക്കിലേക്ക് അടിച്ചുകയറി ഒരു രക്ഷിതാവിന്റെ മട്ടിൽ ഗേ പറഞ്ഞു.

"റോസ് മര്യാദയ്ക്കു പെരുമാറുകയായിരിക്കും നല്ലത്."

റോസ് ആ ഉദ്യോഗസ്ഥന്റെ കണ്ണുകളിലേക്കു തുറിച്ചുനോക്കി. അന്തമറ്റ അപകടമാണ് അവിടെനിന്ന് അയാളുടെ നേരെ തുറിച്ചുനോക്കിയിരുന്നത്. ഗേ വെള്ളമിറക്കി. തന്റെ ജാക്കറ്റിലെ കടുത്ത പിടി അയഞ്ഞതായിതോന്നി റോസിന്. ഗേ അയാളുടെ ചുമലിൽത്തട്ടി.

"പിപ്പിഗ്ഗിനെ ചെയ്തമാതിരി നിങ്ങളോട് ചെയ്യാൻ എനിക്കു മനസുവരുന്നില്ല. എനിക്ക് ഈവക സംഗതികൾ സ്വതേതന്നെ ഇഷ്ടമല്ല. പക്ഷെ നിങ്ങൾ എന്നെക്കൊണ്ടു നിർബന്ധപൂർവം ചെയ്യിക്കുകയാണെങ്കിൽ .......റോസ്, ദൈവത്തെയോർത്തു മനസിലാക്കൂ ഞാൻ ചെയ്യുന്നത് എന്റെ കടമമാത്രമാണ്."

എനിക്ക് എന്തെങ്കിലും അറിയാമെന്ന് അയാൾ മനസിലാക്കുകയാണെങ്കിൽ! റോസിന്റെ കണ്ണുകൾ പശവെച്ചു ഒട്ടിച്ചപ്പോലെ ആ ഉദ്യോഗസ്ഥനിൽ പറ്റിനിന്നു.

റോസിന്റെ കണ്ണുകൾ ഒന്നു ചലിച്ചു. സർവശക്തിയും സംഭരിച്ച് അയാൾ പറഞ്ഞു.

"എനിക്കറിയില്ല." അയാൾ വിക്കി. ഗേയുടെ മുഷ്ടികൾ തന്റെ മുഖത്ത് ഇപ്പോൾ ആഞ്ഞുപതിക്കുമെന്ന് റോസ് പ്രതീക്ഷിച്ചു.

ഒന്നു ദീർഘനിശ്വാസംവിട്ടു ഗേ കൈകളുയർത്തി താപത്തോടെ പറഞ്ഞു.

"വളരെ നന്നായി, എനിക്കു നിങ്ങളുടെ കാര്യത്തിൽ വാസ്തവത്തിൽ വലിയ വിഷമമുണ്ട്. ശരി, നിങ്ങൾ മുറിയിൽപ്പോയി പിപ്പിഗ്ഗുമായി സംസാരിച്ചുനോക്കൂ. ഇന്നുരാത്രി വീണ്ടും നിങ്ങളെ വിളിക്കേണ്ടതായി വന്നേക്കും."

ജയിലർ റോസിനെ തിരികെ മുറിയിലേക്കു കൊണ്ടുവന്നപ്പോഴെക്കും നേരം വല്ലാതെ ഇരുട്ടി.

പിപ്പിഗ്ഗിനു പനിയായി ബോധം മറഞ്ഞുകഴിഞ്ഞിരുന്നു. ഒരു നനഞ്ഞ തുണികൊണ്ടു പിപ്പിഗ്ഗിന്റെ നെറ്റിതടവുന്ന ജയിലർ റോസിനെ നോക്കി പിറുപിറുത്തു.

"വെറുതെ കഴുത കളിക്കേണ്ട! ഇയാൾ തന്നെ ഇവിടെ ധാരാളമായി ........"

റോസ് പീഠത്തിൽ കുനിഞ്ഞുകൂടിയിരുന്നു; ലോകത്തിലെ സകലവിധ ആധികളും അയാളുടെകൂടെ ആ തടവറയിലേക്ക് കയറി വന്നതുപോലെ. റോസിന് എന്തെങ്കിലും പറയണമെന്നുണ്ടായിരുന്നു.

"റൂഡി"

പിപ്പിഗ്ഗ് ഒന്നുംമിണ്ടിയില്ല. അയളുടെ ശ്വാസം ചുട്ടുപഴുത്ത് ഒരു കുറുങ്ങലായി പുറത്തേക്കു വന്നിരുന്നു.

"റൂഡി"

റോസ് അയാളുടെ ചുമലിൽ പിടിച്ചു. ബോധമറ്റു കിടക്കുന്ന മനുഷ്യൻ ഒന്നു ഞരങ്ങി. റോസ് അയാളെ വിട്ടു ആ സ്റ്റൂളിൽ കുനിഞ്ഞ് ഇരുന്നു. അയാൾക്കു മനസിലായി താൻ ഒറ്റയ്ക്കേ ഉള്ളൂ എന്ന്.

ആ സിഗററ്റിന്റെ കുത്തിപ്പിളർക്കുന്ന പുക ഇപ്പോഴും അയാളുടെ മൂക്കിൽ തങ്ങിനിൽക്കുന്നുണ്ടായിരുന്നു. ഉദ്യോഗസ്ഥന്റെ അപകടകരമായ പിടുത്തം ഇപ്പോഴും നെഞ്ചത്ത് അനുഭവപ്പെടുന്നു. മുറിയിലെ തണുപ്പ് അയാളുടെ ദേഹത്തിലേക്ക് ആണ്ടിറങ്ങി.

മുകളിൽ തട്ടിലെ കമ്പികൾക്കുള്ളിലെ ബൾബ് ഒരു ചുവന്ന ദീപ്തിയോടെ മിന്നി. 'വേഗം ഇപ്പോൾ രാത്രിയാകും.......

## V

**ക**മാന്റർ ജോലിക്കാരെയെല്ലാം തന്റെ കേന്ദ്ര ആസ്ഥാനത്തിലേക്കു വിളിച്ചതിനാൽ ഹാജർവിളി വളരെ വേഗം കഴിച്ചുകൂട്ടി. ക്ലൂട്ടിക് ഉണ്ടായിരുന്നില്ല. അയാളുടെ സ്ഥാനത്ത് എപ്പോഴും കുടിച്ചുമത്തനായിരിക്കാറുള്ള വിസാങ്ക് ആയിരുന്നു. റീനിബോത്ത് ക്യാമ്പു ഫ്യൂഹററുടെ നേരെ മുമ്പിൽ പോയിനിന്നു റിപ്പോർട്ടു ചെയ്തു.

പിന്നെ 'പിരിച്ചുവിടൽ' അന്ന് അത് വളരെ വേഗം കഴിഞ്ഞു. എന്തോ കുഴപ്പമുണ്ട്. പതിനായിരക്കണക്കിനാളുകൾ അത് അറിഞ്ഞു കഴിഞ്ഞിരിക്കുന്നു. ആളൊഴിക്കലിനെപ്പറ്റിയുള്ള കിംവദന്തി ക്യാമ്പു മുഴുവൻ ഒരു പുകപോലെ വ്യാപിച്ചു.

തിരികെ താമസസ്ഥലത്തേക്കു വന്നപ്പോൾ സാധാരണയിൽ കവിഞ്ഞ എന്തെങ്കിലും ഉള്ളതായി പുറമേക്ക് അനുഭവപ്പെട്ടിരുന്നില്ല. ഓരോ ബ്ലോക്കുകൾ ബ്ലോക്കുകളായി വട്ടംതിരിഞ്ഞ് അവർ അടിവെച്ച് അടിവെച്ച് അകന്നുപോയി. സാധാരണപോലെ ബാരക്കിന്റെ ഇടയിൽ വെച്ചുള്ള തിക്കും തിരക്കും കോലാഹലവും അന്നും ഉണ്ടായി. അവിടെ

വച്ചു മാർച്ചു ചെയ്തിരുന്ന അണികൾ മുറിഞ്ഞു. എന്തെന്നാൽ എല്ലാവർക്കും കഴിയുന്നതും വേഗത്തിൽ ബാരക്കിൽ എത്തിച്ചേരണമെന്നായിരുന്നു ഉൽക്കണ്ഠ.

വിശദവിവരങ്ങളിൽനിന്നുമാത്രമേ, നിലകൾ വ്യത്യാസപ്പെട്ടിട്ടുണ്ട് എന്നതിന്റെ സൂചന ലഭിച്ചുള്ളൂ. കവാത്ത് മൈതാനം വിജനമാകുന്നതുവരെ കാത്തുനിൽക്കാറുള്ള റിപ്പോർട്ടു ഫ്യൂഹററും ക്യാമ്പ് ഫ്യൂഹററും ബ്ലോക്ക് ഫ്യൂഹറർമാരും അന്ന് കാത്തുനിൽക്കാതെ ധൃതഗതിയിൽ ഗേറ്റുകടന്ന് അപ്രത്യക്ഷരായി. പ്രധാന ഗോപുരത്തിന്റെ വരാന്തയിൽ സാവധാനത്തിൽ അങ്ങോട്ടും ഇങ്ങോട്ടും നടക്കാറുള്ള കാവൽക്കാർ അന്ന് യന്ത്രതോക്കിനടുത്താണ് സ്ഥാനമുറപ്പിച്ചിരുന്നത്. ഉയർന്ന ഗോപുരത്തിന്റെ നാലുമൂലയിൽനിന്നും ആഞ്ഞടിക്കുന്ന മാർച്ച് മാസത്തിലെ ശക്തമായ കാറ്റിൽനിന്നു രക്ഷപ്രാപിക്കാനായി ഉയർന്ന കോളറിന്റെ അറ്റത്തേക്കു തലചായ്ച്ച് നിന്ന് അവർ ഓരോരോ ബ്ലോക്കുകളായി പോയ്മറയുന്നതു കാത്തുനിന്നു.

ഹാജർവിളി കഴിഞ്ഞാൽ വളരെ വൈകുന്നതുവരെ ജോലി ചെയ്യേണ്ടിയിരുന്ന തങ്ങളുടെ ജോലിസ്ഥലങ്ങളിലേക്ക് അതായത് വിവിധ എസ് എസ് കേന്ദ്രത്തിലേക്ക്, പോയിരുന്ന കമാന്റീസ് വേഗത്തിൽ തിരിച്ചുവന്നു ക്യാമ്പിലെത്തി റിപ്പോർട്ട്ചെയ്തു. എന്തോ കുഴപ്പമുണ്ട്.

ബ്ലോക്കിൽ സാധാരണയുണ്ടാകാറുള്ള ശബ്ദകോലാഹലങ്ങൾ അന്നും ഉണ്ടായിരുന്നു. തടവുകാർ സൂപ്പുപാത്രങ്ങളുടെ ചുറ്റും തിങ്ങികൂടിനിൽക്കുകയും പരിചാരകർ സാധാരണപോലെ ആ വൃത്തികെട്ട സൂപ്പു മുക്കിയൊഴിച്ചുകൊടുക്കുകയും എല്ലാം പതിവുപോലെതന്നെ നടന്നു. പതിവുപോലെ തടവുകാർ ആ നീണ്ട ബഞ്ചിൽ തോളോട് തോൾചേർന്ന് സ്പൂണുകൊണ്ടു സൗകര്യമായി പെരുമാറാൻപോലും പറ്റാത്ത നിലയിൽ തിങ്ങിവിങ്ങിയിരുന്നു. സൂപ്പ് കഴിഞ്ഞ് അവർ പിറ്റെദിവസത്തെ വിഹിതമായ ഉണക്കറൊട്ടി കാർന്നുതിന്നുകൊണ്ടിരുന്നു. അതു നിത്യവും ചെറുതായി ചെറുതായി വന്നു. പക്ഷെ എന്നാലും ഉണ്ടായിരുന്ന പതിവ് വിട്ട് ഒരു പ്രത്യേകത ഇതുവരെ ഈച്ചകളെപ്പോലെ പാറിപറന്നു നടന്നിരുന്ന സംഭാഷണങ്ങൾക്ക് ഇന്ന് ഒരു വ്യക്തമായ ലക്ഷ്യമുണ്ട്. പതിനായിരക്കണക്കിനു മസ്തിഷ്കങ്ങളിൽ ഇന്ന് അലയടിക്കുന്നത് ഒരേയൊരു ചിന്തയാണ്. പതിനായിരക്കണക്കിനു ചിന്താതന്തുക്കൾ പറ്റിച്ചേർന്നു ഭീമാകൃതിപൂണ്ട ഒരു ജാഥയായി അന്ത്യത്തിലേക്ക് അടിവെച്ചടിവെച്ചുനീങ്ങുകയാണ്. അതാകട്ടെ മേഘങ്ങളുടെ ചുമരുകളിൽനിന്നു ഭീകരമായ വേഗതയോടെ ഓടിയോടി അടുക്കുന്നു.

എല്ലാ ബ്ലോക്കുകളിലും ഒരൊറ്റ സംഭാഷണവിഷയമേ ഉണ്ടായിരുന്നുള്ളൂ. ഈ ആളൊഴിപ്പിക്കൽ! നെടുനാളത്തെ തടങ്കൽജീവിതംകൊണ്ടു ഭാവിയെപറ്റി തീരെ അജ്ഞരായിക്കഴിഞ്ഞിരുന്ന പലരും സമയത്തിന്റെ അവസാനം; അവന്റെ അവസാനംകണ്ടു. പക്ഷെ എന്താണീ അടുത്തടുത്തുവരുന്നത്. മരണമാണോ സ്വാതന്ത്ര്യമാണോ? വ്യക്തമായ ഒരു നിഗ

മനം സാധ്യമല്ലതന്നെ. സംഭവങ്ങൾ ഋജുവായ മാർഗങ്ങളിലൂടെയല്ല നീങ്ങുന്നത്. അവ ആകെ കുരുങ്ങി, കട്ടപിടിച്ച്, കൂട്ടിക്കുഴഞ്ഞു കിടക്കുകയാണ്. മരണമോ? ജീവിതമോ! ആരറിഞ്ഞു?

എല്ലാ ബ്ലോക്കുകളിലും അതിനെപ്പറ്റിയായിരുന്നു സംസാരം. ഒടുവിൽ അവസാനനിമിഷത്തിൽ ക്യാമ്പ് മുഴുവനായും തുടച്ചു നീക്കപ്പെടും. അവർക്കെല്ലാം മനസിലായി. ബോംബുകൾ! വിഷവായു! വിമാനങ്ങൾ! കമാന്റോവിൽനിന്ന് അടുത്ത വിമാനത്താവളത്തിലേയ്ക്കൊരു ഫോൺസന്ദേശം.......! അരമണിക്കൂറിനകം ബുച്ചൻവാൾഡ് നാമാവശേഷമാകും. അതിനുപകരം പുകയുന്ന, പൊട്ടിത്തെറിക്കുന്ന ശൂന്യതമാത്രം.

സ്നേഹിതാ! സങ്കൽപ്പങ്ങളെല്ലാം ഉപേക്ഷിച്ചേക്കൂ. ഈ നീണ്ട പത്തുകൊല്ലങ്ങളായി നിങ്ങൾ തികച്ചും വ്യത്യസ്തമായ ഒന്നാണ് പ്രതീക്ഷിച്ചുകൊണ്ടിരുന്നത്. യാതനയെല്ലാം അവസാനിക്കുന്നതിനു തൊട്ടുമുമ്പ് മരിക്കുമെന്ന് ആരുംതന്നെ സ്വപ്നം കണ്ടിരിക്കുകയില്ല. നശിച്ചുപോകാൻ.......എന്തൊരു അന്ത്യം! അതറിയാൻ സാധിച്ചിരുന്നുവെങ്കിൽ! ഈ നീണ്ട കൊല്ലങ്ങളായി മനസിനെ പൊതിഞ്ഞു വെച്ച ആ തഴമ്പിന് അതിനകത്തു കിടന്നു തുടിച്ചിരുന്ന ആ സാധനത്തിനു ആവശ്യമായ പരിരക്ഷ നൽകാൻ സാധ്യമല്ല എന്നു ചിലർ മനസിലാക്കി. ഇത്രയും കാലംതൊട്ടു പിന്നിൽ ഒരു കാവൽക്കാരനെപോലെ തോക്കും തോളിലേന്തി നിന്നിരുന്ന മരണത്തിനെ തങ്ങൾ ഇതേവരെ പരിചയപ്പെട്ടിട്ടില്ല. പരിചയമുണ്ടെന്നു നടിച്ചിട്ടേയുള്ളൂ. നാം മരണത്തിന് അതീതരാണെന്നു വിശ്വസിക്കുന്നതു തന്നെ തെറ്റാണ്.

ഭീകരമായ ആ ദൃശ്യം വിദ്രോഹകരമായ ഒരു രസത്തോടെ പൊട്ടിത്തെറിക്കുകയാണ്. ഒടുവിൽ ചിരിക്കുന്നവനായിരിക്കും നല്ലപോലെ ചിരിക്കുക.

ആ സാധനം കവചത്തിനെതിരെ നിന്നു തുടിക്കുകയാണ്. ഓ, സ്നേഹിതരെ, ഇത്രയൊന്നും മേന്മ നടിക്കരുതെ. അതെ, അതെ. നീ ഇതുവരെ മൃത്യുവിന്റെ നേരെ നോക്കി വിരൽ ഞൊടിക്കുകയായിരുന്നു. പക്ഷെ നിങ്ങൾ വിരൽ ഞൊടിച്ചുകൊണ്ടിരുന്നതു വേറെ ഒരു മരണത്തിന്റെ നേർക്കാണെന്ന വസ്തുത നിങ്ങളുടെ മഹിമാതിരേകത്തിനിടയിൽ വിസ്മരിച്ചേക്കരുതേ........അത് നിങ്ങളുടെ മരണമായിരുന്നു. നിങ്ങളെപ്പോലെതന്നെ അതും ഈ ക്യാമ്പിലെ ഒരു ഭാഗമാണ്.

ഇതാ ചങ്ങാതി! അവിടെ കിടന്നു പൊട്ടിത്തെറിക്കാൻ പോകുന്ന മൃത്യുദേവതയുടെ നേർക്കു കൈ ഞൊടിക്കാൻ നിങ്ങൾക്കു സാധ്യമല്ല. മരണത്തിലേക്കും വെച്ച് അപമാനകരവും വൃത്തികെട്ടതുമാണ് ഈ മരണം. നിങ്ങൾ അവസാനശ്വാസം വലിച്ചുകൊണ്ടിരിക്കെ നിങ്ങളുടെ മൂക്കിന്റെ ചുവട്ടിൽ ഒരു പൂച്ചെണ്ടും പിടിച്ചുകൊണ്ടുനിൽക്കുന്ന ഒരു ദോഷൈകദൃക്കാണ് ഈ മരണം. ആ പൂക്കൾ എന്താണെന്നോ ....... വീടുകൾ, നിരത്തുകൾ, ആൾക്കാർ, ഗ്രാമം, കാട്, പട്ടണം, കാർ, സൈക്കിൾ ഒരു സ്ത്രീ, ഒരു കിടക്ക, നല്ല ഉപകരണങ്ങളുള്ളതും ജനവാതിൽക്കൽ യവനിക തൂങ്ങുന്നതുമായ മുറി, ചെറിയ കുട്ടികൾ.......

സുന്ദരമായ ഈ പ്രപഞ്ചമാകെ അവൻ നിങ്ങളുടെ മൂക്കിന്റെ ചുവട്ടിൽ കൊണ്ടു പിടിച്ചിരിക്കുകയാണ്. ഒന്നു വാസനിച്ചുനോക്കൂ. സ്നേഹിതാ, സംസാരിക്കല്ലേ......ആർക്കുമില്ല മരിക്കാനിഷ്ടം. ഒരിക്കൽ കൈ ഒന്നു ഞൊടിച്ചാൽ അയാൾ മരിക്കുമായിരുന്നു.......എന്നാലും......

അങ്ങനെയാണ് സംഗതികൾ. ക്യാമ്പിലിരിക്കുമ്പോൾ മരണം നിങ്ങളുടെ ദയിതയാണ്. മുള്ളുവേലിക്കപ്പുറത്ത് അതു നിങ്ങളുടെ വൈരിയും.

ആ കിംവദന്തിയോടൊപ്പം ക്യാമ്പിന്റെ അകത്ത് ഒളിച്ചുകടന്ന് അത് ബാരക്കിൽ മനുഷ്യർ തിങ്ങിയിരിക്കുന്നിടത്ത് ചമ്രം പടഞ്ഞിരിക്കുകയാണ്. ആതുരശാലാ ബാരക്കിന്റെ അടിയിലുള്ള നിലയറയിലും ഞെങ്ങി ഞെരുങ്ങി അകത്തു കടന്ന് കല്ലുകളിൽ തട്ടിത്തടഞ്ഞ്, പിന്നിൽ ആ മെഴുകുതിരി കത്തി നിൽക്കുന്നിടത്ത് അത് ഇരിപ്പുറപ്പിച്ചിട്ടുണ്ട്. ബോഗോർസ്കിയും ബോച്ചൗവും റിയോമെന്റും പ്രിബുലയും കോഡിസ്ക്കും അവരിൽ ഓരോരുത്തരും നിശ്ശബ്ദനായ ആ അതിഥിയുടെ സാന്നിധ്യം മനസിലാക്കിയിട്ടുണ്ട്.

സാഹചര്യങ്ങളെപ്പറ്റിയുള്ള റിപ്പോർട്ട് ബോച്ചൗ നൽകി കഴിഞ്ഞു. കലവറയിലെ പത്തുതടവുകാരെ അറസ്റ്റുചെയ്ത വിവരം ആളൊഴിക്കൽ നടപടിയെ കുറിച്ചുള്ള ഭയം, ടൂറിൻജിയയെ ലാക്കാക്കിയുള്ള സമരനിരയുടെ മുന്നേറ്റം, സംഭവങ്ങളുടെ ത്വരിതമായ വികാസസാധ്യത മുതലായവയെപറ്റി കൂടുതൽ വിവരങ്ങൾ റിയോമെന്റ് നൽകി. അയാൾ കമാന്ററുടെ മുറിയിൽ വെച്ചുനടന്ന ചർച്ചകൾ കേട്ടു. എന്തിനെ ചൊല്ലിയാണ് അവർ വ്യസനിക്കുന്നത് എന്ന കാര്യത്തിൽ സംശയമൊന്നുമില്ല. ആളൊഴിക്കലിനെ ശക്തിയുക്തം തടയണമെന്ന ഒരു തീരുമാനമെടുക്കണമെന്ന് സ്വതേ എടുത്തുചാട്ടക്കാരനായിരുന്ന പ്രിബുലയ്ക്ക് അഭിപ്രായമായിരുന്നു. പ്രതിരോധനിരയെ ജാഗ്രതയായി നിർത്താനും ഉടനടി ആയുധങ്ങൾ വിതരണം ചെയ്യാനും അയാൾ ആവശ്യപ്പെട്ടു.

"നിങ്ങൾക്കു ഭ്രാന്തായോ" ബോഗോർസ്കി പോളീഷ്ഭാഷയിൽ അയാളോടു കയർത്തു.

"ക്യാമ്പിന്റെ പുറത്തുള്ള ബാരക്കുകളിൽ ഏതാണ്ട് മുവായിരത്തോളം എസ് എസുകാർ ഉണ്ട്." മിക്കദിവസവും മെഡിക്കൽ സ്ക്വാഡുമായി കാവൽനടത്തുന്ന കോഹനാണതു വെളിപ്പെടുത്തിയത്. ഇപ്പോൾ സമരരംഗമായിരിക്കുന്ന 'കാസ്സൽ' അടുത്താണ്. പക്ഷെ അത്യാവശ്യത്തിന് ഉപകരിക്കാൻ മാത്രം അടുത്തല്ല. ഇപ്പോഴും അനിശ്ചിതാവസ്ഥയും സ്വയം രക്ഷയും ഉരുണ്ടുമറിയുന്ന കടലിനെപ്പോലെ കരയിലേക്കുകയറി ആക്രമിക്കാൻ വെമ്പിനിൽക്കുമ്പോൾ അകാലികമായ യാതൊരു തീരുമാനവും എടുക്കാൻവയ്യ. കാത്തിരിക്കുക എന്ന ആ പഴയ തന്ത്രം തന്നെ മുറുകെ പിടിക്കുകയേ നിവൃത്തിയുള്ളൂ. അങ്ങനെ ആളൊഴിക്കൽ നടപടികൾ പ്രയോഗത്തിൽ വരുമ്പോൾ കാലതാമസവും വിഘ്നാതവും വരുത്തി കഴിയുന്നിടത്തോളം ആളുകളെ രക്ഷിക്കാൻ നോക്കുക. സമുന്നതമായ ആ മുഹൂർത്തം പൂർത്തിയാവുകയാണ്, വൃത്തം കുറഞ്ഞുകുറ

ഞ്ഞുവരികയാണ്. അപ്പോൾ എന്തുസംഭവിക്കും. ബോച്ചൗ തികഞ്ഞ ഗൗരവത്തോടുകൂടി പറഞ്ഞു. "അപ്പോൾ എന്തു സംഭവിക്കും ജീവിതമോ മരണമോ വേണ്ടതെന്നു സഖാക്കൾ തീരുമാനിക്കണം. നമുക്കു ജീവിക്കണം. വലിയ പ്രസംഗം ചെയ്യാനൊന്നും എനിക്കറിയില്ല. പക്ഷെ ഇതെനിക്കു പറഞ്ഞേതീരൂ."

ഈ തടങ്കൽപാളയത്തിലെ മുള്ളുവേലിക്കകത്ത് അവശേഷിക്കുന്ന ജനതതി, കുറേക്കൂടി നീതിയുക്തമായ ഒരു ലോകത്തിനുവേണ്ടിയുള്ള മുന്നണിയായിരിക്കണം. എന്തൊക്കെയാണ് വരാൻ പോകുന്നത് എന്ന് നമുക്കറിയുകയില്ല. പക്ഷെ ഇനിയുള്ളലോകം എങ്ങനെയാണെങ്കിലും ന്യായവും നീതിയും ഉള്ള ഒന്നായിരിക്കണം, അല്ലെങ്കിൽ മനുഷ്യരാശിയുടെ വകതിരിവിനെപറ്റി എന്നെന്നും നിരാശമാത്രമേ ഉണ്ടാകൂ. നാം ചാണകമല്ല, നാം രക്തസാക്ഷികളാണ്. നാം ബലിമൃഗങ്ങളല്ല. ഏറ്റവും പരമമായ കർത്തവ്യത്തിന്റെ വാഹകരാണ് നാം. ഈ വേവലാതിയിൽ ലജ്ജതോന്നിയപോലെ പെട്ടെന്നയാൾ മൗനമവലംബിച്ച് ഒതുങ്ങി. പക്ഷെ അയാളുടെ നേരെതിരിഞ്ഞിരുന്ന ബോഗോർസ്കിയുടെ ദൃഷ്ടികളിൽ ആത്മാർഥത ഓളംവെട്ടുന്നുണ്ടായിരുന്നു. ഒരു നിഷേധം പ്രതീക്ഷിക്കുന്നതുപോലെ ബോച്ചൗ ബോഗോർസ്കിയെ നോക്കി. പക്ഷെ അയാൾ യാതൊന്നും മിണ്ടിയില്ല. അതുകണ്ട ബോച്ചൗ തുടർന്നു. "ഒരു വിടവ് ഉണ്ടാക്കാനുള്ള ഒരേയൊരു വഴി ഹോഫൽ മുഖാന്തിരമാണ്. എനിക്കറിയാം സഖാക്കളെ! അയാൾ ധീരംധീരം ചെറുത്തുനിൽക്കുകയാണ്. എനിക്കതു നല്ലപോലെ അറിയാം. ആ അറിവ് നമുക്ക് ആത്മവിശ്വാസം നൽകണം. പക്ഷെ വ്യസനത്തിന് ഇടകൊടുക്കാത്തവിധം രക്ഷനോക്കുകയാണ് നല്ലത്. കുട്ടിയെ കണ്ടുപിടിക്കുക മാത്രമേ അവർ ചെയ്യേണ്ടതുള്ളൂ.........അപ്പോൾ ഹോഫലിന്റെ ആത്മശക്തിക്ക് എന്തുപറ്റുമെന്നു നിങ്ങൾക്കറിയാമല്ലോ. ഹോഫലിനു മാത്രമല്ല ഈ അപകടം, ആവശ്യത്തിലധികംപേർക്ക് ഇപ്പോൾതന്നെ കുട്ടിയെപ്പറ്റി അറിയാം."

ഈയൊരൊറ്റ കാരണംകൊണ്ടുതന്നെ കുട്ടിയെ സിഡ്കോവ്സ്കിയുടെ അടുത്തുനിന്നു മാറ്റണം. എവിടേക്കാണ് മാറ്റുന്നതെന്ന് അയാൾപോലുമറിയരുത്. അപ്പോൾ ആ ചങ്ങല മുറിയും. ഞാൻ അതിനെപ്പറ്റിയും ആലോചിച്ചിട്ടുണ്ട്. നമുക്കു കുട്ടിയെ ഈ നിലയറയിലേക്കു കൊണ്ടുവരാം.

വളരെ ഭീകരമായി തോന്നി ഈ പ്രമേയം. എല്ലാവരും അതിനെതിരെ പിറുപിറുത്തു. ബോഗോർസ്കി മാത്രമേ മിണ്ടാതിരുന്നുള്ളൂ. ബോച്ചൗ തന്റെ അഭിപ്രായത്തിൽനിന്ന് ഇളകിയില്ല.

"മിണ്ടാതിരിക്കിൻ സഖാക്കളെ?" ചുരുക്കം വാക്കുകളിൽ താൻ ആലോചിച്ചതെല്ലാം അയാൾ പറഞ്ഞുകൊടുത്തു. കുഴിയുടെ ഒരറ്റത്ത് കുട്ടിക്കുവേണ്ടി മൃദുലമായ ഒരു ശയ്യ ഒരുക്കേണ്ടിയിരിക്കുന്നു. വിശ്വസിക്കാവുന്ന ഒരു സഖാവ് വളരെ സൂക്ഷിച്ചു. ദിവസത്തിൽ പലകുറി കുട്ടിക്കുള്ള ആഹാരം ഇവിടെ കൊണ്ടുകൊടുക്കണം. ഒളിച്ചുജീവിക്കാൻ പരിശീലിച്ചവനാണ് അവൻ.

വാൻഡാലൻ തലകുലുക്കി. "നിങ്ങൾ ചങ്ങല കണ്ടിക്കുന്നതു വേറെ ഒരിടത്ത് ഏച്ചുകൂട്ടാൻ മാത്രമാണ്." ബോച്ചൗവിന്റെ ചെന്നിയിലെ ഞരമ്പുകൾ എടുത്തു പിടിച്ചപോലെ വീർത്തു. അയാൾ പൊട്ടിത്തെറിച്ചു. "ഉം എന്താണ്. നാം അവനെ കൊന്നുകളയണമോ. ഇതിനേക്കാൾ ഭേദമായ വല്ല നിർദേശവും ഉണ്ടെങ്കിൽ നിങ്ങൾക്ക് അതു പറയാമല്ലോ."

വാൻഡാലൻ ചുമൽ കുലുക്കി. മറ്റുള്ളവർക്ക് യാതൊരു പിടിയുമില്ലാതിരുന്നതിനാൽ അവർ മൗനം ഭജിച്ചു. "ഒരുപക്ഷെ ഇതുതന്നെയായിരിക്കും ഏറ്റവും പറ്റിയ സ്ഥലം. ഏതായാലും പ്രശ്നം ഇങ്ങനെ അവസാനിപ്പിക്കുകയാണ് നല്ലതെന്ന് ബോച്ചൗവിനും തോന്നിയിരിക്കണം."

"ഹോഫലിനും ക്രോപ്പിൻസ്കിക്കും പുറമെ—അവർ ഇനി ഇവിടെ ഉണ്ടാകാൻ വഴിയില്ലല്ലോ. സിഡ്കോവ്സ്കിക്കും ക്രാമർക്കും മാത്രമെ ഈ വിവരം അറിയുള്ളൂ. ക്രാമർക്കു കുട്ടിയെപ്പറ്റി എല്ലാം അറിയാം. അതുകൊണ്ട് സിഡ്കോവ്സ്കിയുടെ അടുക്കൽനിന്നു കുട്ടിയെ മാറ്റുന്നതു ക്രാമറായിരിക്കണം."

പക്ഷെ ആരും അതു സമ്മതിക്കാൻ കൂട്ടാക്കിയില്ല. ''എല്ലാം കഴിഞ്ഞുകണ്ട ഒരാൾ.......ക്രാമർ" .......അവർ പ്രതിഷേധിച്ചു.

"സഖാക്കളെ ശാന്തരായിരിക്കൂ." ബോച്ചൗ കോപത്തോടെ ഇടയിൽ കയറി പറഞ്ഞു. "ഞാൻ പറയുന്നത് എന്താണെന്ന് എനിക്കു നല്ലപോലെ അറിയാം. ക്രാമറെക്കൂടാതെ ഈ ചങ്ങല ഇനി വീണ്ടും ഉറപ്പിക്കാൻ സാധ്യമല്ല. ഒരുപക്ഷെ സിഡ്കോവ്സ്കി ഒറ്റുകൊടുത്താൽ ....... ഇല്ലെന്നെനിക്കു തീർച്ചയുണ്ട്......."

"ഇതാണു നല്ലത്" ബോഗോർസ്കി പെട്ടെന്നു പറഞ്ഞു. 'നമുക്ക് ഇവിടെ അവനുവേണ്ടി ഒരു കൊച്ചു കിടക്കതന്നെ തയ്യാറാക്കാം. ക്രാമർ അവനെ ഇവിടേക്കു കൊണ്ടുവരട്ടെ. ഇനി ഇതിനെപ്പറ്റി നീണ്ട ചർച്ചകളുടെ ആവശ്യമൊന്നുമില്ല സഖാക്കളെ—അതിനുള്ള സമയവും നമുക്കില്ല."

"ക്രാമർ കുട്ടിയെ എപ്പോൾ കൊണ്ടുവരും?"

ബോച്ചൗവിന്റെ പരിപാടികളെ തികച്ചും അനുകൂലിച്ചുകൊണ്ട് ബോഗോർസ്കി മറ്റുള്ളവരുടെ പ്രതിഷേധങ്ങളെ തള്ളിക്കളഞ്ഞു.

"ഇന്നേതായാലും നേരം വളരെവൈകി. നാളേക്ക് ഞാൻ എല്ലാം ഏർപ്പാടു ചെയ്യാം."

ഷവാൾ ക്ലൂട്ടിക്കിനെ വിളിച്ചിരുന്നു. അടുത്തു നടക്കാൻ ഇരിക്കുന്ന സ്റ്റാഫ് സമ്മേളനത്തിൽവെച്ചു ക്യാമ്പ് ഫ്യൂഹററുടെ തിക്കും തിരക്കും ഉണ്ടാകാനിടയുണ്ട് എന്നയാൾ ഭയപ്പെട്ടു. ഉടനടി ക്യാമ്പ് ഒഴിക്കണമെന്നു ഹിറ്റ്ലറുടെ കൽപ്പനയടങ്ങുന്ന കമ്പി മേശപ്പുറത്തു തന്നെ കിടന്നു.

ക്യാമ്പിലെ നേതാക്കളുടെ അഭിപ്രായമനുസരിച്ചാണ് ആളൊഴിക്കൽ നടപ്പിൽവരുത്താൻ ഉദ്ദേശിച്ചിരുന്നത്. പരിഭ്രമത്തിന്റെ വിത്തുകൾ പാകാൻ പര്യാപ്തമായ ഒരു കൽപ്പന. എല്ലാവരും സ്വന്തം കാര്യം നോക്കട്ടെ. അങ്ങനെ ഷവാളിനു കൈകഴുകാം. തനിക്കു സാധിക്കാവുന്നിടത്തോളം സൗമനസ്യത്തോടെ കാര്യങ്ങൾ നടപ്പിലാക്കാൻ ശ്രമിക്കുന്നതു

തടയാൻ പറ്റിയ ഒരേയൊരാൾ ഉള്ളത് ആ ഭ്രാന്തൻ ക്ലൂട്ടിക്കാണ്. അതുകൊണ്ടു പ്രധാനമായ കാര്യങ്ങളെല്ലാം നേരത്തെതന്നെ അയാളുമായി ചർച്ചചെയ്ത് ഉറപ്പിക്കേണ്ടിയിരിക്കുന്നു.

ക്ലൂട്ടിക്കും ഒന്നിച്ച് ഒറ്റയ്ക്കിരിക്കാൻ ഷവാളിന് ഒട്ടും ഇഷ്ടമുണ്ടായിരുന്നില്ല. എന്നാലും അയാളുമായി ഒന്നു സംസാരിക്കണമെന്നു കമാന്റർ തീരുമാനിച്ചു. തന്റെ നയതന്ത്രപരമായ നീക്കങ്ങളിൽ അയാൾക്ക് തികഞ്ഞ വിശ്വാസമുണ്ടായിരുന്നു.

കുത്തനെ വിറങ്ങലിച്ചു മാർച്ചുചെയ്തുകൊണ്ട് ക്ലൂട്ടിക് ഷവാളിന്റെ ഓഫീസിലെത്തി.

തമാശകലർന്ന ഒരു ശകാരത്തോടെയാണ് ഷവാൾ അയാളെ എതിരേറ്റത്.

"കൊള്ളാം, എന്റെ കൊച്ചുസ്നേഹിതാ, ഞാൻ അറിയാതെ താൻ എന്തിനൊക്കെയാണ് ഒരുങ്ങിനിൽക്കുന്നത്."

ക്ലൂട്ടിക് ചെവികൂർമ്പിച്ചു. സംസാരത്തിന്റെ ആ രീതി അയാൾക്ക് അഭികാമ്യമായി തോന്നി. അയാൾ തന്റെ ചങ്കിലെ മുഴ കോളറിന്റെമീതെ വരുത്തി.

"ഞാൻ ചെയ്യുന്നതിന്റെ ഉത്തരവാദിത്വമെല്ലാം ഞാൻ തന്നെ ഏറ്റുകൊള്ളാം."

"ഉത്തരവാദിത്വം. നിങ്ങൾ സർവകാര്യങ്ങളും വെള്ളത്തിലാക്കുകയാണ്. നമുക്ക് ഇപ്പോൾ ഉപദ്രവമൊന്നും ഉണ്ടാക്കാൻ പറ്റിയ സമയമല്ല."

ക്ലൂട്ടിക് അരക്കെട്ടിനരികെ മുഷ്ടി ചുരുട്ടിപ്പിടിച്ചു. അപകടകരമായ ഒരാംഗ്യം. തടിതപ്പനായി ഷവാൾ ഡസ്കിന്റെ പിന്നിൽപ്പോയി നിന്നു.

"നിങ്ങൾ എന്തിനാണ് ആ യഹൂദചെക്കന്റെ പേരിൽ ഇത്രയെല്ലാം ഒച്ചപ്പാടുകൾ ഉണ്ടാക്കുന്നത്."

ക്ലൂട്ടിക്കിന്റെ കണ്ണുകളിൽ വിഷംനിറഞ്ഞു. താടിയെല്ലുകൾ അനങ്ങി. മേശക്കരികിലേക്ക് ഒരടികൂടി അടുത്തുനിന്നയാൾ പറഞ്ഞു.

"സ്റ്റാൻഡാർട്ടൺ ഫ്യൂഹറർ! ഇതൊന്നു കേൾക്കൂ. നാം ഒരിക്കലും സ്നേഹിതന്മാരായിരുന്നില്ല; അവസാനകാലത്ത് അങ്ങനെയാകാനും പോകുന്നില്ല. ഏതായാലും അധികം താമസിയാതെ ഈ പ്രകടനങ്ങളെല്ലാം അവസാനിക്കും. നാം തനിച്ചാണ്. സാക്ഷികൾ ആരുമില്ല. അതുകൊണ്ടു ഞാൻ നിങ്ങളെ ഉപദേശിക്കുകയാണ്. എന്റെ കാര്യങ്ങളിൽ മൂക്ക് കടത്താതെ സൂക്ഷിച്ചുപെരുമാറിക്കൊള്ളൂ."

ഷവാളിന്റെ മുഖം കരുവാളിച്ചു. ഒരു നിമിഷനേരത്തേക്ക് ഈ വെല്ലുവിളി സ്വീകരിച്ചാലെന്താണെന്നുപോലും അയാൾക്കുതോന്നി. പക്ഷെ കൂടുതൽ ആലോചിച്ചപ്പോൾ അതു വേണ്ടെന്നുകരുതി. "നല്ലത്" അയാൾ മറുപടി പറഞ്ഞു. മേശയുടെ പിന്നിൽനിന്നുമാറി ഒരു പ്രസംഗകനെപ്പോലെ അങ്ങോട്ടും ഇങ്ങോട്ടും നടന്നുകൊണ്ടയാൾ തുടർന്നു.

"നാം തനിച്ചാണ്. സാക്ഷികൾ ആരുമില്ല. അതുകൊണ്ടു നമുക്ക് പരസ്പരം കാര്യങ്ങൾ തുറന്നു സംസാരിക്കാം. അമേരിക്കക്കാരുമായി

ഒരു രമ്യതക്കു മോഹിക്കുന്ന ഭീരുവാണ് ഞാൻ എന്ന് ഒരുപക്ഷെ നിങ്ങൾക്കു തോന്നിയിട്ടുണ്ടാകും, എന്റെ ചങ്ങാതി! നിനക്ക് തെറ്റുപറ്റി. ഞാൻ തന്നെപ്പോലെ ഭ്രാന്തനല്ല. ഞാൻ അഭിലഷിക്കുന്നതു രാഷ്ട്രീയ ഭദ്രതയാണ്, അതെ രാഷ്ട്രീയ ഭദ്രത." എന്തോ പ്രതിഷേധിക്കാൻ ഊന്നിയ ക്ലൂട്ടിക്കിന്റെ നേരെ വെട്ടിത്തിരിഞ്ഞയാൾ നിന്നു.

മേശപ്പുറത്തുനിന്നു കമ്പിയെടുത്തു ക്ലാസുമുറിയിൽ ഒരധ്യാപകൻ സോദാഹരണം കാര്യങ്ങൾ വിവരിക്കുന്നതുപോലെ അയാൾ തുടർന്നു. "ഇതാ എസ് എസ് ചീഫ് ഫ്യൂഹററിന്റെ കൽപ്പന. ആളൊഴിച്ചുപോകാനുള്ള കൽപ്പന! ഈ കൽപ്പന ധിക്കരിക്കാനാണോ നിങ്ങളുടെ ഉദ്ദേശ്യം.' അയാൾ ആരാഞ്ഞു.

ക്ലൂട്ടിക് ഉദ്ദേശിച്ച മറുപടി പുറത്തുവിട്ടാൽ അത് തനി പട്ടാളവിപ്ലവമാകും. അതുകൊണ്ടയാൾ അലസമായി മൗനം ഭജിച്ചു.

ഷവാൾ ഈ നിശ്ശബ്ദതയിൽനിന്നും മുതലെടുത്തു. "ക്യാമ്പിലെ നേതാക്കന്മാരുടെ നിർദേശമനുസരിച്ചായിരിക്കും ഈ ആളൊഴിപ്പിക്കലിനുള്ള പരിപാടികൾ തയ്യാറാക്കുക. നിങ്ങൾക്ക് ഇഷ്ടമാണെങ്കിൽ! പക്ഷെ കൽപ്പിക്കാനുള്ള അധികാരം എനിക്കാണ്. അഥവാ അങ്ങനെയല്ലെന്നു വരുമോ?"

ഇതിനൊന്നിനും ക്ലൂട്ടിക്കിൽനിന്ന് ഒരു മറുപടിയും ഉണ്ടായില്ല. ഷവാൾ വീണ്ടും തന്റെ വിജയം ഉറപ്പിച്ചു.

"ഇനി! വ്യക്തിപരമായി! ഹെപ്റ്റംസ്കാർഫ്യൂഹറർ! ആരാണ് ഇപ്പോൾ നമ്മെ രക്ഷിക്കാൻവരുന്നത് ഫ്യൂഹററാണോ! അതോ റിഷ് ഫ്യൂഹററോ? ഷവാൾ ഒന്നു നൊട്ടി നുണച്ചു."

"നമ്മെ അവരിപ്പോൾ കെണിയിൽപ്പെടുത്തിയിരിക്കുകയാണ്. മഹത്തായ പ്രവൃത്തികൾക്കുള്ള കാലമെല്ലാം കഴിഞ്ഞുപോയി; കഴിഞ്ഞുപോയീ കുട്ടി" അയാൾ ശക്തിയെടുത്ത് അതൊന്നുകൂടി ഉറപ്പിച്ചു. "ഇനിയുള്ള കാര്യം സ്വന്തം ജീവനെ, തലയെ, സംബന്ധിച്ചുള്ളതാണ്."

പൊട്ടിത്തെറിക്കാനാണ് ക്ലൂട്ടിക്കിനു തോന്നിയത്. പക്ഷെ വിജയം ഷവാളിന്റെ കൈകളിലാണ്.

"പിന്നിൽ ഒരു ശവകൂമ്പാരവുംവിട്ടു നാം നടന്നുപോകുകയാണെങ്കിൽ മരണംവരെ വിശ്വസ്തരായി പെരുമാറി എന്നൊരു ബഹുമതി നമുക്ക് നേടിയെടുക്കാം. പക്ഷെ അതുകൊണ്ട് എന്തുകാര്യം."

"ഭീരു" ക്ലൂട്ടിക് ചീറി.

ഷവാൾ സൗമനസ്യത്തോടെ പുഞ്ചിരിതൂകി. എനിക്ക് എന്റെ തല കഴുത്തിൽതന്നെ ഉറച്ചിരിക്കണമെന്ന് ആഗ്രഹമുണ്ട്. യുദ്ധത്തിൽ നാം വിജയിക്കുകയാണെങ്കിൽ നേരംപോക്കിനുവേണ്ടി ക്യാമ്പിൽ ഞാനൊരു വെടിവെപ്പു മത്സരം സംഘടിപ്പിക്കുമായിരുന്നു. നിർഭാഗ്യവശാൽ—ഇതും നാം തമ്മിലാണേ—നിർഭാഗ്യവശാൽ സമരത്തിൽ നമുക്കു പറ്റിയിരിക്കുന്നതു തോൽവിയാണ്. അതോടെ സംഗതികൾ ഒന്നു മാറിമറിഞ്ഞിരിക്കുന്നു.

ക്ലൂട്ടിക്കിന്റെ പിടിവാശിയും രോഷവും പുറത്തുചാടി.

“ഞാൻ ഇതൊന്നും അംഗീകരിക്കാൻ പോകുന്നില്ല കേട്ടുവോ സ്റ്റാൻഡാർട്ടൺ ഫ്യൂഹറർ. ഞാൻ ഇതൊന്നും അംഗീകരിക്കാൻ പോകുന്നില്ലെന്ന്. വൃത്തികെട്ട.....ഈ.....ഈ.....”

കുത്തിത്തുളയ്ക്കുന്ന കാഹളത്തിന്റെ ഒരു ധ്വനിയുണ്ടായിരുന്നു ആ ശബ്ദത്തിന്. പക്ഷെ ഇത്തവണ ഷവാളിനു യാതൊരു കുലുക്കവും തോന്നിയില്ല. അയാൾ ചുമലുകൾ പിന്നോക്കം ഒന്നാഞ്ഞ് വയർ മുമ്പോട്ടു തള്ളി നെഞ്ചത്തു കൈകെട്ടി.

“ഹ, ഹ, ഹ തോക്കിന്റെ ഒച്ചകൊണ്ടു വാതിൽ പിന്നിൽ നിന്നു കൊട്ടിയടയ്ക്കണമെന്നാണോ വിചാരം എന്റെ കുട്ടി! ഉച്ചഭാഷിണിയിൽ ക്കൂടിയാകുമ്പോൾ ഇതിനെല്ലാം കുറച്ചു നാടകീയത കാണും. നാം ഇപ്പോൾ പ്രചാരണവകുപ്പിന്റെ മന്ത്രി കാര്യാലയത്തിലല്ല. നാമിപ്പോൾ എറ്റൻബർഗിലാണ്. തിരുവ് ഒന്നു തിരിഞ്ഞാൽ സമരമുന്നണിയായി. നാം വെടിവെക്കുകയാണെങ്കിൽ നമ്മുടെ പിന്നിൽ വെടിയേറ്റതുതന്നെ.”

“നാം ഒപ്പം വെടിവെക്കും.” ക്ലൂട്ടിക് ചീറി.

അപ്പോഴും ഷവാളിൽനിന്നു യാതൊരു പ്രതികരണവും ഉണ്ടായില്ല.

“ഞാൻ ഒന്നു ചോദിച്ചോട്ടെ ഈ വെടിവയ്ക്കും വെടിവയ്ക്കും എന്നു പറയുന്നത് ആരെയാണ്? അമേരിക്കക്കാരെയോ? ഹൗ വെറുതെ വിഡ്ഢിവേഷം കെട്ടല്ലേ.”

ക്ലൂട്ടിക് വിറങ്ങലിച്ച കനത്ത അടികൾ പെറുക്കിവെച്ചു കോൺഫറൻസ് മേശയുടെ പിന്നിൽപോയി, നല്ല കനത്തിൽ തോൽകൊണ്ടു പൊതിഞ്ഞ കസേരയിൽ നിസ്സഹായമായ രോഷം രൂപംപൂണ്ടപോലെ ചെന്നുവീണു. ഷവാൾ തന്റെ പ്രതിയോഗിയെ നല്ലപോലെ നോക്കിക്കണ്ടു. “യഥാർഥത്തിൽ നിങ്ങൾക്ക് എന്താണാവശ്യം?” കുറെനേരം കഴിഞ്ഞപ്പോൾ ഷവാൾ ചോദിച്ചു.

“നിങ്ങൾക്കു നിങ്ങളെ അറിയാമെന്ന് എനിക്കു തോന്നുന്നില്ല. ഈ ക്യാമ്പ് ആകെ ധൂളിയാക്കി കളയണമെന്നാണ് നിങ്ങളുടെ ആഗ്രഹം. പിന്നെ കമ്യൂണിസ്റ്റുകാരുടെ രഹസ്യസംഘടന കണ്ടുപിടിക്കണം. ഇതാ ഇപ്പോൾ ഒരു യഹൂദപയ്യനെ തപ്പിത്തിരിഞ്ഞുനടന്നു കുറെ ആളുകളെ പിടിച്ചു ബങ്കറിൽ ഇട്ടടച്ചിരിക്കുന്നു. നിങ്ങളുടെ ഞരമ്പുകൾ ആകെ തകരാറിലായിരിക്കുന്നു. അതാണ് സംഗതി. അതുമാത്രം.” ക്ലൂട്ടിക് ചാടിയെഴുന്നേറ്റ് ഷവാളിനെ നോക്കിയലറി “എനിക്ക് എന്താണ് വേണ്ടതെന്നു നല്ലതുപോലെ അറിയാം.”

വിറയ്ക്കുന്ന കൈകൾകൊണ്ട് പോക്കറ്റിൽനിന്ന് ആ പട്ടിക വലിച്ചെടുത്ത് അയാൾ ഷവാളിന്റെ നേരെനീട്ടി.

“ഇതാ.......”

ഷവാൾ കടലാസ് നോക്കി.

“എന്താണിത്.”

“രഹസ്യസംഘടനയുടെ പ്രധാനപ്പെട്ട നേതാക്കന്മാർ” ക്ലൂട്ടിക് കുത്തുവാക്കു പറഞ്ഞു.

ഷവാൾ പുരികം പൊക്കി.

"ഹോ രസമായിരിക്കുന്നുവല്ലൊ." ആ നിരൂപണം അത്ഭുതത്തിന്റേതാകാം, പരിഹാസവുമാകാം. അയാൾ പട്ടിക ശ്രദ്ധാപൂർവം വായിച്ചുനോക്കി.

"വാസ്തവത്തിൽ വളരെപ്പേരുണ്ടല്ലോ. നിങ്ങൾ ഇത് എങ്ങനെ കണ്ടുപിടിച്ചു."

''യഹൂദപയ്യനെ തപ്പിത്തിരിഞ്ഞു നടന്നിട്ടുതന്നെ'' കടുത്ത പരിഹാസത്തോടെ ക്ലൂട്ടിക് തിരിച്ചടിച്ചു.

ഷവാൾ എന്നിട്ടും നിയന്ത്രണം കൈവിട്ടില്ല.

''ഈ തലകളെയെല്ലാം എന്തുചെയ്യണമെന്നാണ് നിങ്ങളുടെ മോഹം?"

"തട്ടിക്കളയുകതന്നെ സ്റ്റാൻഡാർട്ടൺ ഫ്യൂഹറർ" ഹം, ഹം, ചിന്താമഗ്നനായി അങ്ങോട്ടും ഇങ്ങോട്ടും നടന്ന ഷവാൾ അങ്ങനെ ഒരു ശബ്ദം പുറപ്പെടുവിച്ചുതേയുള്ളൂ. ക്ലൂട്ടിക് കാത്തുനിന്നു. ഒരു തീരുമാനം ഉരുത്തിരിയുകയാണ്. ഒരു നീണ്ട വിരാമം. ഷവാൾ ആലോചിച്ചു സംഗതികളെല്ലാം ഒരുവിധം ശരിപ്പെട്ടപ്പോൾ അയാൾ ക്ലൂട്ടിക്കിന്റെ നേരെ മുമ്പിൽ ചെന്നുനിന്നു. അവർ അന്യോന്യം നോക്കി.

''കേൾക്കൂ. ഹോപ്റ്റംസ്കാർഫ്യൂഹറർ ഇവിടത്തെ നിങ്ങളുടെ ചെയ്തികളോടൊന്നും യോജിക്കാൻ എനിക്കു സാധിക്കുന്നില്ല. അരുത്. ഇടയിൽ കയറിയൊന്നും പറയരുത്. ഞാൻ പറയുന്നതു നിങ്ങൾ ശ്രദ്ധിച്ചു കേൾക്കണം. ചെയ്തതെല്ലാം ചെയ്തുകഴിഞ്ഞു. നിങ്ങളുടെ ചെയ്തികൾക്കു വളരെയേറെ പ്രചാരം കിട്ടിക്കഴിഞ്ഞതുകൊണ്ട്, അതൊന്നു മാറ്റി മറിക്കാൻ സാധ്യമല്ല. ശ്രമിച്ചാൽ നമ്മുടെ ദൗർബല്യം ക്യാമ്പിലെല്ലാവരും മനസിലാക്കും. അതെ അങ്ങനെയല്ലാതെ അതൊന്നും മായ്ക്കാൻ സാധ്യമല്ല."

"ദൗർബല്യമോ" കോപാവേശനായ ക്ലൂട്ടിക് ചീറി. "അതെ" ഷവാൾ ചുരുക്കി പറഞ്ഞു. സാമർഥ്യം കൂടുതൽ തനിക്കുതന്നെയാണെന്ന് അയാൾക്കിപ്പോൾ മനസിലായി. ക്ലൂട്ടിക്കിനെ തനിയെവിട്ട് അയാൾ മേശയ്ക്കു ചുറ്റുമുള്ള നടത്തം തുടർന്നു. എന്തെങ്കിലും പ്രധാനപ്പെട്ട കാര്യം പറയാനുണ്ടെങ്കിൽ അയാൾ പതിവായി ചെയ്യാറുള്ള ഒന്നാണ് ഈ മേശപ്രദക്ഷിണം.

"നമുക്കു വേറെ എന്തെങ്കിലും സംസാരിക്കാം. എസ് എസ് റീഷ് ഫ്യൂഹററുടെ കൽപ്പനയുണ്ട്, അത് ഇവിടെ നടപ്പിലാക്കുകയും ചെയ്യും. ക്യാമ്പിലെ തടവുകാരെയെല്ലാം ഒഴിക്കും. ക്ലൂട്ടിക് നാമിപ്പോൾ തനിച്ചാണ് എനിക്കു നിങ്ങളോട് എല്ലാം തുറന്നു പറയണമെന്നുണ്ട്. എന്താണ് സംഭവിക്കാൻ പോകുന്നതെന്ന് എനിക്കറിയില്ല. ഒരുപക്ഷെ ഒരു ദിവസം എനിക്കു റീഷ് ഫ്യൂഹററോട് ഉത്തരം പറയേണ്ടിവരും. അതുകൊണ്ട് ഞാൻ അദ്ദേഹത്തിന്റെ കൽപ്പന അക്ഷരംപ്രതി അനുസരിക്കും. ഒരുപക്ഷെ എനിക്കും എനിക്കെന്നല്ല നമുക്ക് എല്ലാവർക്കും അമേരിക്കക്കാരോടും ഉത്തരം പറയേണ്ടതായി വന്നേക്കാം."

"എനിക്കു യാതൊരു ഭയവുമില്ല." ഷവാളിന്റെ സംസാരം ഇടയ്ക്കു വെച്ചു തടഞ്ഞുകൊണ്ട് ക്ലൂട്ടിക് പറഞ്ഞു. അയാൾ വികൃതമായി താടി നീട്ടി. "അതെനിക്കറിയാം." അഭിനന്ദനമെന്നോ പരിഹാസമെന്നോ വിളി ക്കേണ്ടത് എന്നറിയാൻ വയ്യാത്ത ഒരു ഭാവം അയാളുടെ മുഖത്ത് ഉദിച്ചു. ഷവാൾ മേശക്കരികെ നിന്നുമാറി നേരെ ക്ലൂട്ടിക്കിന്റെ മുമ്പിൽ ചെന്നു നിന്നു, ഒക്കിൽ കൈകുത്തിക്കൊണ്ടു പറഞ്ഞു.

"ഞാൻ നിങ്ങളുടെ വഴിയിൽ ഒരു വിലങ്ങുതടിയാണ്. നിങ്ങൾ ആഗ്ര ഹിക്കുന്ന തരത്തിൽ കാര്യങ്ങൾ നീങ്ങിയിരുന്നുവെങ്കിൽ ഞാൻ പണ്ടേ തന്നെ ഒരു എക്സ് കമാന്റർ ആകുമായിരുന്നു. പക്ഷെ എന്നോടതു ചെയ്യാൻ അത്ര എളുപ്പമല്ല." ഷവാൾ സ്വന്തം കഴുത്ത് നുള്ളിയെടു ക്കുന്നതുപോലുള്ള ഒരാംഗ്യംകാട്ടി.

ഒരിക്കൽകൂടെ ഉല്ലാസമായ ഒരു കറക്കത്തോടെ ആ ഗോഷ്ഠി ഒന്നാവർത്തിച്ചുകൊണ്ട് അയാൾ പറഞ്ഞു. "നിങ്ങൾക്കതു ചെയ്യാൻ സാധ്യമല്ല."

മഴുവിനെ മഴു എന്നു വിളിക്കുന്നതിനെതിരായി ഇറക്കാൻ ക്ലൂട്ടിക്കിന്റെ അടുക്കൽ യാതൊരു ആയുധവുമുണ്ടായിരുന്നില്ല. ഷവാൾ അതിന്മേൽ തന്നെ അമർത്തിപ്പിടിച്ചു.

"ക്രാന്തദർശിത്വവും ധൈര്യവും ഒന്നിനൊന്നു വിരുദ്ധമായി നീങ്ങുകയില്ലെന്നാണ് എന്റെ വിചാരം. പക്ഷെ ഒന്നിച്ചു പോകുമ്പോൾ ....... മനസിലാകുന്നുണ്ടോ?"

"ഇതിന്റെ അർഥം, നിങ്ങൾ മഹാമനസ്കതയോടെ......"പെട്ടെന്നു താൻ തന്നെ ഉണ്ടാക്കിയ ദ്വാരം ഷവാൾ കൊട്ടിയടച്ചു. അയാൾ ധൃതിയിൽ ക്ലൂട്ടിക്കിന്റെ സമീപത്തേക്ക് ഒരടി നീങ്ങിനിന്നു വിരൽകൊണ്ട് അയാളുടെ നെഞ്ചത്ത് പതുക്കെ ഒന്നു കൊട്ടി, അതുമാത്രം.

"രഹസ്യമായ സംഘടനയെ നിഷ്പക്ഷമായി വിടാൻ ഞാൻ നിങ്ങളോടു കൽപ്പിക്കുന്നു."

ക്ലൂട്ടിക്കിന്റെ ശ്വാസം ഒന്നു നിലച്ചു. അയാൾ കമാന്ററുടെ മുഖ ത്തേക്കു തുറിച്ചുനോക്കി. കനത്ത കണ്ണടച്ചില്ലുകൾക്കുള്ളിലൂടെ സംശയ ത്തിന്റെ രശ്മികൾ പ്രസരിച്ചു. ഇതുകണ്ട ഷവാൾ ക്ലൂട്ടിക്കിന്റെ ചിന്തകൾ ശരിക്കും ഊഹിച്ചെടുത്തു എന്നു തോന്നുന്നു.

"അല്ല, അല്ല. എന്റെ ചങ്ങാതി, അതൊന്നുമല്ല. ഞാൻ നിങ്ങളെ ക്കൊണ്ട് ആയുധം വെപ്പിക്കുകയില്ല. ഇപ്പോഴത്തെ സാഹചര്യങ്ങളെ സൂക്ഷ്മനിരീക്ഷണം ചെയ്തുകൊണ്ടാണ് ആ കൽപ്പന പുറപ്പെട്ടിരിക്കു ന്നത്. നിങ്ങൾക്ക് പ്രയാസമൊന്നും ഉണ്ടാക്കണമെന്നു ഞാൻ ആഗ്രഹി ക്കുന്നില്ല. നിങ്ങൾ എനിക്കു പ്രയാസങ്ങൾ ഉണ്ടാക്കുമെന്നു പ്രതീക്ഷയു മില്ല. അങ്ങനെ നമ്മുടെ രണ്ടുപേരുടെ ആഗ്രഹങ്ങളും സഫലമാകട്ടെ. മനസിലാകുന്നുണ്ടോ?"

ഷവാൾ വീണ്ടും ആ പട്ടിക ശ്രദ്ധാപൂർവം വായിച്ചു കുറെയേറെ നേരം മനസിരുത്തി അതു പഠിച്ചു. ഒടുവിൽ അയാൾ ചോദിച്ചു.

“നിങ്ങൾക്കു കിട്ടിയിരിക്കുന്ന ഈ പേരുകൾ നേതാക്കന്മാരുടെ തന്നെയാണെന്നു നിങ്ങൾക്കു നല്ല ബോധ്യമുണ്ടോ?”

“അതെ എനിക്കു നല്ല തീർച്ചയുണ്ട്.” സ്വന്തം അനിശ്ചിതാവസ്ഥ മറച്ചുകൊണ്ടും ക്ലൂട്ടിക് പറഞ്ഞു. ഷവാൾ മേശക്കരികെപോയി പേനയെടുത്ത് അതിലെ ഒരു പേർ വെട്ടികളഞ്ഞശേഷം പട്ടിക ക്ലൂട്ടിക്കിനെ തിരിച്ചേൽപ്പിച്ചു.

“ഒരു ഒച്ചയും ബഹളവുമുണ്ടാക്കാതെ പരമരഹസ്യമായി ഇവരെ വെടിവെക്കാം.”

ഒരു ഒപ്പിട്ടിരിക്കുമെന്നു വിചാരിച്ചാണ് ക്ലൂട്ടിക് പട്ടിക വാങ്ങിയത്. പക്ഷെ നോക്കിയപ്പോൾ അയാൾ കണ്ടത് ക്രാമറുടെ പേർ വെട്ടിക്കളഞ്ഞിരിക്കുന്നതാണ്.

“ഹെർസ്റ്റാൻഡാർട്ടൻ ഫ്യൂഹറർ” അയാൾ വിളിച്ചു. “എനിക്കയാളെ ആവശ്യമുണ്ട്.” യാതൊരു പ്രതിഷേധവും ചെവിക്കൊള്ളാൻ നിവൃത്തിയില്ല എന്നമട്ടിൽ അയാൾ പറഞ്ഞു. അതേസമയത്ത് തന്നെ തന്റെ ചുമൽ ഒന്നുകുലുക്കിക്കൊണ്ടയാൾ തുടർന്നു. “വളരെ വ്യസനമുണ്ട് ചങ്ങാതി. പക്ഷെ കാര്യങ്ങൾ അങ്ങനെയൊക്കെയാണ്. ഇത്രയുംകാലം കാര്യങ്ങൾ നിസാരമായെടുത്ത് ക്യാമ്പിലെ ഭരണഭാരം മുഴുവനും നാം തടവുകാരെ ഏൽപ്പിച്ചിരിക്കുകയായിരുന്നു. പരിചിതനായ ഒരു ക്യാമ്പ് സീനിയറുടെ സഹായമില്ലാതെ ഈ ആളൊഴിക്കൽപദ്ധതി നടപ്പിലാക്കാൻ സാധ്യമല്ല.”

“പക്ഷെ സ്റ്റാൻഡാർട്ടൺ ഫ്യൂഹറർ ഏറ്റവും പ്രധാനപ്പെട്ട ആൾ ക്രാമറാണ്.”

ഷവാൾ എല്ലാം അറിയുന്നവനെപ്പോലെ പുഞ്ചിരിയിട്ടു. “അയാൾ ഒരു ജനറലിനെപ്പോലെയാണ് അല്ലെ? അതാണ് സംഗതി. പക്ഷെ അതു നമുക്കു നല്ലതാണ്. എങ്ങനെയാണ് ഒരു ജനറലിനെ തരംതാഴ്ത്തുക. അയാളുടെ അധികാരങ്ങൾ അയാളിൽനിന്ന് പിൻവലിച്ചിട്ട് അല്ലേ? മറ്റുള്ളവരെയെല്ലാം അകറ്റിക്കോളൂ. നിങ്ങളുടെ ക്രാമർ വാലാട്ടിക്കൊണ്ട് എന്റെ കയ്യിൽ നിന്നു തീറ്റതിന്നുന്നത് ഞാൻ കാണിച്ചുതരാം. സംഗതി മനസിലായോ?”

സ്വന്തം സാമർഥ്യമോർത്ത് അഭിമാനവിജൃംഭിതനായ കമാന്ററർ ക്ലൂട്ടിക്കിന്റെ പുറത്ത് കൊട്ടി അനുമോദിച്ചു.

“അല്ല; നിങ്ങൾക്ക് അതുകൊണ്ടു വല്ല സന്തോഷമുണ്ടാകുമെങ്കിൽ ശരി, എല്ലാം കഴിയുമ്പോൾ അയാളുടെ കഴുത്തിന്റെ പിന്നിൽ വെടിവെച്ചോളൂ. എനിക്കൊരു ചുക്കുമില്ല. ഇപ്പോൾ എനിക്കയാളെ ആവശ്യമുണ്ട്.”

ക്ലൂട്ടിക്കിന് ഇതുകൊണ്ടു തൃപ്തിപ്പെടേണ്ടിവന്നു.

ഫ്യൂഹറർസ്റ്റാഫ് എല്ലാം സമ്മേളിച്ചപ്പോൾ ഓഫീസിന്റെ ഒരു മൂലയിൽ കുത്തിയിരിക്കുകയായിരുന്നു ക്ലൂട്ടിക്. സൂത്രശാലിയായ ഷവാൾ തന്നെ വെട്ടിച്ചു എന്നൊരു തോന്നൽ അയാളെ പിടികൂടിയിരുന്നു. ഷവാൾ അയാളുടെ നേരെ ഒരു അപ്പക്കഷണം നീട്ടിക്കാട്ടി; അതയാൾ തട്ടിപ്പറിക്കുകയും ചെയ്തു. സംശയത്തോടെ അയാൾ കമാന്ററെ നോക്കി.

എന്തു ഗർവോടെയാണ് ആ തടിയൻ പെരുമാറുന്നത്. ഹിംലറുടെ കമ്പിയും കയ്യിൽപിടിച്ചു ഒരു കോളേജ് ലക്ചററെപ്പോലെ അങ്ങോട്ടും ഇങ്ങോട്ടും നടന്നു പ്രസംഗിക്കുകയായിരുന്നു അയാൾ. കൽപ്പന വളരെ വ്യക്തമാണ്. തീർച്ചയായും അത് നിറവേറ്റപ്പെടുകയും ചെയ്യും. ഇടയ്ക്കിടെ കുത്തിത്തുളയ്ക്കുന്നമട്ടിൽ കണ്ണുകൾ എറിഞ്ഞ് തന്റെ പ്രസ്താവനകൾ മറ്റുള്ളവരുടെ മുഖത്ത് എന്തു പ്രതികരണങ്ങളാണ് ഉണ്ടാക്കുന്നത് എന്നയാൾ മനസിലാക്കുന്നുണ്ടായിരുന്നു. ഷവാളിന്റെ ഡസ്കിന്റെ അരികിൽ ചുമ്മാ ശൂന്യതയിലേക്ക് കണ്ണുംനട്ടുകൊണ്ട് വിസാങ്ക് കൂനിക്കൂടിയിരിക്കുന്നുണ്ട്. സ്കനാപ്പ് (മദ്യം) കൂടാതെയുള്ള ഒരു സമ്മേളനം അയാൾ ഇഷ്ടപ്പെടുന്നില്ല എന്നതു വ്യക്തമാണ്. കമാന്ററുടെ പിശുക്കു മൂലം സ്റ്റാഫിന്റെ സമ്മേളനാവസരങ്ങളിൽ അതൊന്നും പുറത്തേക്ക് എടുക്കാറില്ല.

ഒരു കാൽ മുന്നോട്ടു നീട്ടി കൈകൾ പിണച്ചുകെട്ടി മുറിയുടെ നടുവിൽതന്നെ നിൽക്കുകയായിരുന്നു എസ് എസ് സേനയുടെ കമാന്ററായ സ്റ്റംബാൻഫ്യൂഹറർ കാംലോത്ത്. മേശക്കരികിലായി ലേബർ സർവീസ് ഫ്യൂഹറർ, ഭരണകാര്യം നിർവഹിക്കുന്ന ഫ്യൂഹറർ, കമാന്ററുടെ ഓർഡനെൻസ് ഓഫീസർ എന്നിവർ ഇരിക്കുന്നുണ്ട്. സ്ഥാനത്തിന്റെ വലിപ്പ ചെറുപ്പമനുസരിച്ച് മറ്റുള്ള ഫ്യൂഹറർമാർ ഓഫീസറന്മാരുടെ പിന്നിലായി നിലയുറപ്പിച്ചിരുന്നു.

നിസാരമായ തന്റെ പദവിയെ പുരസ്കരിച്ച് റീനിബോത്ത് തന്റെ വിഭാഗത്തോടൊപ്പം നിൽക്കുകയായിരുന്നു.

ക്ലൂട്ടിക്കിന്റെ കണ്ണുകൾ ഓരോരുത്തരിലുമായി ഉഴന്നു നടന്നു. എല്ലാ മുഖത്തും പ്രകടമായിരുന്നത് അനുസരണാബോധവും കമാന്ററുടെ ആശയത്തോടുള്ള യോജിപ്പും ആയിരുന്നു.

എന്തൊരു ഭീരുക്കൾ! അവർ ഹിറ്റ്ലറുടെ കൽപ്പന സ്വാഗതം ചെയ്യുകയാണ്. എന്നാൽ എല്ലാവർക്കും കൂടെ കുഴപ്പമൊന്നും തട്ടാതെ തടിതപ്പാമല്ലോ. റീനിബോത്തുപോലും ഒരാട്ടിൻകുട്ടിയെപ്പോലെ ശാന്തനായി നിൽക്കുന്നു.

ആരുമാരും ക്ലൂട്ടിക്കിനെ ശ്രദ്ധിച്ചിരുന്നില്ല. എല്ലാവരും ഒരാരാധനാഭാവത്തോടെ കമാന്ററെ തന്നെ നോക്കിക്കൊണ്ടു നിൽക്കുകയാണ്.

ആളൊഴിക്കാനുള്ള സമയമാകുമ്പോൾ സമരമുഖത്തെ സാഹചര്യങ്ങൾക്കനുസരിച്ചാവണം നമ്മുടെ പ്രവൃത്തികൾ. എല്ലാം തികഞ്ഞ ഒരു ജനറലിനെപ്പോലെ അയാൾ ഭൂപടത്തിന്റെ അടുക്കൽപോയി തെക്കൻ ജർമനിയുടെ മീതെ തന്റെ വീതിയേറിയ കയ്പടംവെച്ചു.

“ഈ മാർഗത്തിലൂടെ മാത്രമെ നമുക്കു പോകാൻ സാധിക്കുകയുള്ളൂ.”

വിസാങ്ക് പല്ലുകടിച്ചു. ഷവാൾ നാടകീയമായ വിധത്തിൽ കൈ മലർത്തി.

“വേറെ യാതൊരു വഴിയുമില്ല.”

"ക്ലൂട്ടിക്കിന്റെ മനസ്സ് നീറിപുകയുകയായിരുന്നു. ചാടിയെഴുന്നേറ്റ് ഉറക്കെ ഉറക്കെ ബഹളമുണ്ടാക്കാനാണ് അയാൾക്കു തോന്നിയത്. പക്ഷെ പൊതുവെ എല്ലാവർക്കും ഈ പരിപാടികളോടാണ് മമത എന്ന പരമാർഥം അയാളെ വിലക്കി. ഷവാൾ മുറിയുടെ ഒത്ത നടുക്കു പോയി നിന്ന് ക്ലൂട്ടിക്കിനെ പരിഹസിക്കാനെന്നമട്ടിൽ പറഞ്ഞു. "ഒരു രഹസ്യ സംഘടന ക്യാമ്പിൽ ഉണ്ട് എന്നതു സത്യമാണ്. ഈ പരിതഃസ്ഥിതിയെ അവഗണിക്കാൻ മാത്രം വിഡ്ഢികളുമല്ല നമ്മൾ. പക്ഷെ ഇതൊരു പരിതഃസ്ഥിതി മാത്രമാണ്."

കാംലോത്തിന്റെ ഭാഗത്തേക്കു തിരിഞ്ഞയാൾ ചോദിച്ചു.

"ഹെർസ്റ്റംബാൻ ഫ്യൂഹറർ! ഈ രഹസ്യ സംഘടനകൊണ്ട് നിങ്ങളുടെ സേനക്കു കാര്യമായ അപകടം വല്ലതുമുണ്ടാകുമെന്ന് നിങ്ങൾ വിശ്വസിക്കുന്നുണ്ടോ?"

സ്റ്റംബാൻ ഫ്യൂഹറർ ഇതിനു മറുപടി പറഞ്ഞത് പുച്ഛം നിറഞ്ഞ ഒരു ചിരികൊണ്ടാണ്. ഷവാൾ ആ ആശയത്തെ പിൻതാങ്ങി.

"ഞാൻ നിങ്ങളുടെ അഭിപ്രായത്തോട് തികച്ചും യോജിക്കുന്നു. ഒരു നിറത്തോക്കൊഴിച്ചാൽ ഏതു പ്രതിരോധ സംഘടനയും കൊമ്പുകുത്തും. ആവശ്യമാണെന്നു കണ്ടാൽ അങ്ങനെ നടപടി നടത്താൻ ഞാൻ അമാന്തിക്കുകയില്ല." അർഥസൂചകമായ ഒരു മിനിട്ടുനേരത്തെ മൗനംകൊണ്ടു ആ തീരുമാനം അരക്കിട്ടുറപ്പിച്ചശേഷം അയാൾ കൈകൾ പിന്നിൽകെട്ടി തലയുയർത്തിപ്പിടിച്ച് മേശയുടെ ചുറ്റുമൊന്നു കറങ്ങി. അതും കഴിഞ്ഞയാൾ തുടർന്നു.

"അപ്പോൾ ഇപ്പോഴത്തെ പ്രശ്നം അതല്ല. മാന്യരെ നിങ്ങളുടെ എല്ലാവരുടേയും രക്ഷയ്ക്കുള്ള ഉത്തരവാദിത്വം എനിക്കാണ്. ഇപ്പോൾ മാത്രമല്ല; ഭാവിയിലും." എല്ലാവരുടേയും സമ്മതമാർജിക്കത്തക്ക വിധത്തിൽ പ്രത്യേകമായ ഒരു ശക്തിയോടെയാണ് അയാൾ ഇതു പറഞ്ഞത്. അയാൾക്കു തന്റെ ആൾക്കാരെ നല്ലപോലെ അറിയാമായിരുന്നു.

"അതെ ഭാവിയിലും" അയാൾ ആവർത്തിച്ചു. "മനസിലായോ നിങ്ങൾക്ക്?" ആരും ഒന്നും മിണ്ടാതെ മറ്റുള്ളവരിൽ നിന്നു ഒളിച്ചുകളിച്ചു. ഇതാ ഷവാളിന്റെ ശുഭമുഹൂർത്തം സമാഗതമായി. വ്യക്തമായ വിജയ ഗർവോടെ അയാൾ തുടർന്നു. "ക്യാമ്പിലെ രഹസ്യസംഘടനയുടെ നേതാക്കളെ വേട്ടയാടിപ്പിടിക്കുന്നതിൽ—അവസാനമടുത്തപ്പോഴാണ് അങ്ങനെ ചെയ്തത് എങ്കിലും—വിജയം നേടാൻ കഴിഞ്ഞത്. ഹോപ്റ്റം സ്കാർഫ്യൂഹറർ ക്ലൂട്ടിക്കിന്റെ അസാധാരണമായ സാമർഥ്യം കൊണ്ടു മാത്രമാണ്. നമുക്ക് ആ അധ്വാനത്തിനു നന്ദിപറയുക. വിലമതിക്കാനാവാത്ത സേവനമാണ് അദ്ദേഹം അനുഷ്ഠിച്ചത്. ഗൂഢാലോചനാ സംഘത്തെ വെടിവെച്ചു തുലയ്ക്കാൻ ഞാൻ കൽപ്പന നൽകിക്കഴിഞ്ഞു. ആവശ്യമായ വിവേകത്തോടും ബുദ്ധിയോടുംകൂടി അദ്ദേഹം ആ കൽപ്പന നിറവേറ്റുമെന്ന് നമുക്ക് ബോധ്യമുണ്ട്"

"അതുകഴിഞ്ഞാൽ......പിന്നെയെന്ത്?"

ഇതുവരെ മൗനിയായി കഴിഞ്ഞ കാംലോത്താണ് അതു ചോദിച്ചത്.

അത്യധികമായ അത്ഭുതത്തോടെ ഷവാൾ പുരികമുയർത്തി.

"എസ് എസ് റീഷ് ഫ്യൂഹററുടെ കൽപ്പന നടപ്പിലാക്കും."

ഉദാസീനമായ കാൽവെപ്പോടെ കാംലോത്ത് അയാളുടെ നേരെ തിരിഞ്ഞു.

"ആര്, ഹിറ്റ്ലറോ! തിരുമഠയൻ. അയാൾക്കു കൽപ്പന നൽകിയാൽ മതി. വെടിവെപ്പു നടത്തേണ്ട ദിക്കിൽനിന്ന് വളരെയകലെയാണല്ലോ അയാളുടെ ഇരുപ്പ്. ഞാനാണ് ഈ അലവലാതികളെയെല്ലാം കൈകാര്യം ചെയ്യേണ്ടത്. ആ നശിച്ച വർഗത്തെ മുഴുവനും വെടിവെച്ചു തുലയ്ക്കണം. അതാണ് എന്റെ മുദ്രാവാക്യം.

അസുഖത്തോടെ ഷവാൾ തിരിഞ്ഞു.

"അപ്പോൾ എന്തു പറയുന്നു അമേരിക്കക്കാരെപ്പറ്റി"

കാംലോത്ത് ക്ഷീണിതനായമട്ടിൽ കൈ ട്രൗസറിന്റെ പോക്കറ്റിൽ തിരുകി.

"ഷവാൾ, വിഡ്ഢിത്തം പറയാതിരിക്കൂ. അവർ ഇവിടെ എത്തുന്നതിനു മുമ്പുതന്നെ ക്യാമ്പ് ശുദ്ധശൂന്യമാക്കണം. ഞാൻ ലക്ഷക്കണക്കിനു നാഴികക്കപ്പുറത്തും എത്തിയിരിക്കും." അയാൾ പരുപരുത്ത ഒരു ചിരി ചിരിച്ചു.

ഷവാൾ വിളറിവെളുത്തു. അയാളുടെ പതുപതുത്ത കവിളുകൾ വിറച്ചു. പെട്ടെന്ന് ഉന്മത്തനെന്നമട്ടിൽ അയാൾ ഗർജിച്ചു. "എസ് എസ് റീഷ് ഫ്യൂഹററിന്റെ നാമധേയത്തിൽ ഞാൻ പറയുന്നു; നിങ്ങൾ എന്റെ കൽപ്പന അനുസരിച്ചേപറ്റൂ. ഇവിടത്തെ കമാന്റർ ആരാണ്."

"ആർക്കാണ് സേനയുടെ നേതൃത്വം എനിക്കോ നിങ്ങൾക്കോ?"

ക്ലൂട്ടിക് ചാടിയെഴുന്നേറ്റു. ധൃതിയിൽനടന്ന് അയാൾ സ്റ്റംബാൻ ഫ്യൂഹററുടെ അടുത്തെത്തി ആശ്രയിക്കുന്ന ഭാവത്തിൽ അയാളെ നോക്കി. പരിഭ്രമം അയാളെ മൂകനാക്കിയിരിക്കുന്നു. സംഭീതിയോടെ ഷവാളിനെ നോക്കിനിൽക്കാനേ അയാൾക്കു സാധിച്ചുള്ളൂ. മറ്റുള്ളവരും എഴുന്നേറ്റു. ഒരു പൊട്ടിത്തെറി ആസന്നമായി എന്നവർക്കു തോന്നി. പക്ഷെ ഷവാൾ ആ കെട്ട് അഴിച്ചു.

"എന്താണ് ഇവിടെ? ഗൂഢാലോചനയോ?" കാംലോത്ത് ഇങ്ങനെയൊരു സംഗതി മനസിൽപ്പോലും ഓർത്തിരുന്നില്ല. അയാൾ നിരപരാധിയെപ്പോലെ പറഞ്ഞു.

"ഗൂഢാലോചനയോ! എന്തൊരു ഭീമമായ അബദ്ധം. എനിക്കു വെറുതെ ആൾക്കാരുടെ പുറകിൽ തൂങ്ങി നടക്കാനാവില്ല. വെടിവെയ്ക്കണമെന്നാണ് എന്റെ അഭിപ്രായം." അയാൾ കോൺഫറൻസ് മേശക്കരികെയുള്ള തോൽപൊതിഞ്ഞ കസേരമേൽ ഇരുന്നു സിഗററ്റുകൊളുത്തി.

ഈ ശക്തരായ സഖാക്കളുടെ സംരക്ഷണ വലയത്തിനകത്ത് നിന്നിരുന്ന ക്ലൂട്ടിക്കിന് പെട്ടെന്നു ശക്തി കൈവന്നപോലെയായി.

"വെടിവയ്ക്കണം! അതാണ് എന്റെയും മുദ്രാവാക്യം." അയാൾ അലറി. ഒരു വെല്ലുവിളിയെന്നപോലെ അയാൾ കാംലോത്തിന്റെ അരികിലായി നിലയുറപ്പിച്ചു.

ഈ സംഭവം നിശ്ശബ്ദരായിരുന്ന പലരേയും ഞെട്ടിച്ചു. അതോടെ കോലാഹലത്തിന്റെയും ബഹളത്തിന്റെയും മുടിപിടിച്ചാട്ടമായി അവിടെ. ഓരോരുത്തരും ഭയങ്കരമായി ആംഗ്യം കാട്ടാനും ആർത്തട്ടഹസിക്കാനും തുടങ്ങി. മേലധികാരിയായ ഷവാളിനെ തരിമ്പും കൂട്ടാക്കാതെ. ബ്ലോക്ക് ഫ്യൂഹറർമാരിൽ പരുക്കൻമട്ടുകാരെല്ലാം കാംലോത്തിന്റെ ഭാഗത്ത് ചേർന്നു.

കമാന്ററുടെ ഓർഡനെൻസ് ഓഫീസറായ 'വിറ്റിങ്ങ്' അവരുടെ നേരെ അട്ടഹസിച്ചപ്പോൾ അവർ അതേ സ്വരത്തിൽതന്നെ തിരിച്ചടിച്ചു. തൊപ്പികൾ പിന്നോക്കം തള്ളിമാറ്റി അവർ കൈകൾ കുലുക്കി അട്ടഹസിച്ചു. സാധാരണനിലയിൽ കണിശമായി കൊണ്ടുനടക്കാറുള്ള റാങ്കിലെ ഉച്ചനീചത്വമെല്ലാം അപ്രത്യക്ഷമായി. രക്ഷിക്കാനെന്നപോലെ ഷവാളിന്റെ മുന്നിൽ കയറിനിന്ന 'വിറ്റിങ്ങ്' ലഹളക്കാരുടെ നേർക്കു ചീറി. "ഉടനടി നിശ്ശബ്ദരായിരിക്കാൻ ഹെർ കമാന്ററർ കൽപ്പിക്കുന്നു."

ഉത്തരക്ഷണത്തിൽ ബഹളമെല്ലാം ശമിച്ചു. കമാന്ററുടെ മുമ്പിലായി നിന്ന കുറെ ബ്ലോക്ക് ഫ്യൂഹറർമാർ പെട്ടെന്ന് ഞെട്ടിത്തെറിച്ച് അറ്റൻഷനായി നിന്നു. ഇതിലൊന്നും പങ്കെടുക്കാത്ത ഒരേ ഒരാൾ റീനിബോത്തായിരുന്നു. പരിതഃസ്ഥിതികളിൽ പൊടുന്നനെ വന്ന വ്യത്യാസം അയാളെ കലുഷിതനാക്കിയെങ്കിലും, ചേരിതിരിഞ്ഞു നിൽക്കുന്ന രണ്ടു വിഭാഗക്കാർ തമ്മിൽ ഒരു തീരുമാനം താമസിയാതെ ഉണ്ടാകുമെന്നു തീർച്ചയായതിനാൽ അയാൾക്കു സ്വയം നിയന്ത്രിക്കാൻ സാധ്യമായി. ഇപ്പോൾ വീണ്ടും കമാന്റർക്കു മുൻതൂക്കം കിട്ടിയെന്നു തോന്നുന്നു.

പെട്ടെന്നുണ്ടായ നിശ്ശബ്ദത തികച്ചും ഉപയോഗിച്ച് വിസാങ്ക് മുഷ്ടി ചുരുട്ടി മേശപ്പുറത്ത് ഇടിച്ചു ക്രോധതാമ്രാക്ഷനായി അലറി.

"അച്ചടക്കം! നശിച്ചുപോകാൻ! ഷവാൾ പറയുന്നതാണു ശരി. അദ്ദേഹമാണ് നമ്മുടെ കമാന്റർ, നിങ്ങളല്ല."

അയാൾ പറയുന്നത് ആരും ശ്രദ്ധിച്ചില്ല. റീനിബോത്തു കണ്ണു ചെറുതാക്കി. ഇപ്പോൾ എന്തുണ്ടാകും? കാംലോത്ത് സിഗററ്റ് കുത്തിക്കെടുത്തി എഴുന്നേറ്റുനിന്നു. താൻ അഴിച്ചുവിട്ട ഈ ബഹളം ഉദ്ദേശിച്ച വിധത്തിലല്ലായിരുന്നു. ഒന്നാം റാങ്ക് ഉള്ള ഒരു ഉദ്യോഗസ്ഥനെന്ന നിലയ്ക്കു താനുംകൂടി ഉൾപ്പെട്ട ആചാര്യാധിപത്യത്തിന്റെ പരമാധികാരത്തെ ചോദ്യംചെയ്യുകയാണ് ഇത്. അയാളുടെ ഈ വിയോജിപ്പിനു യാതൊരു രാഷ്ട്രീയ പരിഗണനയുമുണ്ടായിരുന്നില്ല. തന്റെ തൊലി രക്ഷിക്കണം. അതുമാത്രമായിരുന്നു അയാളുടെ ഉന്നം. തടവുകാരുടെ സമൂഹം തന്റെ ഉദ്ദേശസാധ്യത്തിനു വിഘാതമായേക്കും. അമേരിക്കക്കാരുടെ കാര്യത്തിൽ അയാൾക്ക് എന്ത് അഭിരുചിയാണുള്ളത്. ഒരാളുടെ ഏറ്റവും ഉത്തമനായ സുഹൃത്ത് അയാൾ തന്നെയാണ്. അയാൾക്ക് കമാന്ററുടെ നിലപാടു മനസിലാകുന്നില്ല. അയാളുടെ അധികാരശക്തിയെ ദുർബലപ്പെടുത്തണമെന്ന വ്യാമോഹവും അയാൾക്കില്ല. വളരെ എളുപ്പത്തിൽ കാര്യം നടത്താമെന്നിരിക്കെ എന്തിനീ ക്യാമ്പിന്റെ മുഴുവൻ ഭാരവും തോളിലേറ്റിക്കൊണ്ട് ഓടണം. എല്ലാത്തിനേയും ആ മുള്ളുവേലിക്കപ്പു

റത്തിട്ടു ചുട്ടുകരിച്ചു ...... ചുമ്മാ കാറിൽ കയറി.......ഹാ എന്തുണ്ട് ഇതിലപ്പുറം എളുപ്പമായി.

"കൊള്ളാം. എന്താണ് ആളുകളുടെ പ്രതികരണമെന്നു മനസിലാക്കൂ." അയാൾ ഷവാളിനോടു പറഞ്ഞു. "നിങ്ങൾ എന്തിനാണ് വെടിവെപ്പിനു എതിരായി നിൽക്കുന്നത്."

ഷവാൾ രക്ഷനോക്കി മേശയുടെ പിന്നിലേക്ക് പിൻവാങ്ങി.

"ആരു പറയുന്നു, ഞാൻ വെടിവെപ്പിന് എതിരാണെന്ന്? വേറെയാതൊരു പോംവഴിയുമില്ലെങ്കിൽ അരമണിക്കൂർകൊണ്ടു ക്യാമ്പാകെ ചുട്ടുചാരമാക്കി ആകാശത്തേക്കു പറത്തിക്കളയാമല്ലോ."

"എന്നാൽ ആകാശത്തേക്കു തന്നെ പറപ്പിച്ചോളു. നമ്മുടെ പിന്നാലെ മതി പ്രളയം. നമുക്ക് പോകേണ്ടിവരുകയാണെങ്കിൽ ഒരൊറ്റ തെമ്മാടി ബോൾഷേവിക്കിനെപ്പോലും ഇവിടെ ജീവനോടെ വിടാൻവയ്യ!"

ബ്ലോക്ക് ഫ്യൂഹറർമാർ വീണ്ടും തിക്കും തിരക്കും കൂട്ടാനാരംഭിച്ചു.

"മുഴുവൻ പേരേയും വെടിവെച്ചു വീഴ്ത്തണം." അവർ ഒരുമിച്ച് അലറി. വീണ്ടും ഈ അഭിപ്രായവ്യത്യാസ കോലാഹലങ്ങൾ തന്റെ സുചിന്തിതമായ പരിപാടിയെ താറുമാറാക്കിയേക്കുമോ എന്നായി ഷവാളിനു ഭയം. അയാൾ ലഹളക്കാരുടെ മധ്യത്തിലേക്ക് ധീരമായി ഒരു കാൽ എടുത്തുവെച്ചുകൊണ്ട് അലറി.

"ഞാൻ കൽപ്പിക്കുന്നു; നിശ്ശബ്ദത! ഉടനടി."

അതിന് ഉദ്ദേശിച്ച ഫലം ഉണ്ടായി. അവർതന്നെ അനുസരിച്ചു എന്നു കണ്ടപ്പോൾ ഷവാളിനു നന്ദിതോന്നി. പെട്ടെന്നു സംജാതമായ ആ നിശ്ശബ്ദത അയാളുടെ രക്ഷാബോധം പുനഃസ്ഥാപിച്ചു. ഉടനടിതന്നെ അയാൾക്ക് മനസിലായി. അധികാരശക്തി ഭയരഹിതമായ പെരുമാറ്റം കൊണ്ട് ഉറപ്പിക്കുകയാണ് അത്യന്താപേക്ഷിതമായ കടമയെന്ന്. അയാൾ രൗദ്രഭാവത്തിൽ എളിയിൽ കൈകുത്തിനിന്ന് അവരെയെല്ലാം കടുപ്പിച്ചുനോക്കി. ആ സ്തംഭിച്ച നിശ്ചലതയിൽ ശബ്ദമുയർത്തി സംസാരിക്കുക ഒരു രസം തന്നെയായിരുന്നു. അയാൾ പറഞ്ഞതുതന്നെ ആവർത്തിച്ചു.

"ആർ പറയുന്നു ഞാൻ വെടിവെപ്പിന് എതിരാണെന്ന്?" അത് ശരിക്കും ലക്ഷ്യത്തിൽ ആഞ്ഞുതറച്ച ഒരുണ്ടയായിരുന്നു. എന്നിട്ടും ശരിക്കത് ഉദ്ദിഷ്ടസ്ഥലത്ത് പതിച്ചു എന്ന് ഷവാളിന് തോന്നിയില്ല.

കാംലോത്ത് ഉടനടി തിരിച്ചടിച്ചു.

"ഹെർസ്റ്റാൻഡാർട്ടൺ ഫ്യൂരർ!" ഷവാളിനെ ഉത്തേജിപ്പിക്കാൻ ഉദ്ദേശിച്ച ആ ശബ്ദത്തിൽ അസാധാരണമായ പരുപരുപ്പ് ഉണ്ടായിരുന്നു. ഷവാൾ സ്റ്റംബാൻഫ്യൂഹറർ നിന്നിരുന്ന ദിക്കിലേക്ക് വെട്ടിത്തിരിഞ്ഞു നോക്കി. ഒരു നിമിഷനേരത്തേക്ക് അവരുടെ കണ്ണുകൾ അന്യോന്യം ഇടഞ്ഞു, മത്സരിച്ചുനിന്നു.

"ഒരു ഓഫീസർ എന്ന നിലയ്ക്ക് നിങ്ങൾക്കു വാക്കുതരാൻ പറ്റുമോ?"

"ഞാൻ എന്റെ ആത്മാഭിമാനത്തിന്റെ പേരിൽ വാക്കുതരുന്നു." ചാട്ടവാറുപോലെ കാംലോത്ത് വീശിയെറിഞ്ഞ ആ ചോദ്യത്തിനു ചാട്ട

വാറടിപോലെ തന്നെയുള്ള ഒരു മറുപടിയാണ് ഷവാൾ നൽകിയത്. തോക്കുകൊണ്ടുള്ള ഒരു മൽപ്പിടുത്തം പോലിരുന്നു അത്. താൻ ശരിക്കും ലക്ഷ്യത്തിൽതന്നെ കൊള്ളിച്ചു എന്നു മറ്റുള്ളവരുടെ പെരുമാറ്റത്തിൽ നിന്നു ഷവാളിനു മനസിലായി.

ശ്രദ്ധിച്ചോളൂ! സൂക്ഷിച്ചോളൂ! റീനിബോത്ത് വിചാരിക്കുകയായിരുന്നു. ഇതാ, ഇതാ, നയതന്ത്രവിശാരദൻ കുടുക്കിൽ ചാടുന്നു. പക്ഷെ നൈമിഷികമായ വിജയം വരിച്ചത് അയാളാണ്.

“ദയവായി ഇരിക്കണം.”

കാംലോത്തുപോലും ഇരുന്നുപോയി.

പ്രതീക്ഷാനിർഭരമായ ആ പ്രശാന്തത ഷവാളിനെ ആനന്ദിപ്പിച്ചു. അപകടഘട്ടം തരണംചെയ്തു കഴിഞ്ഞിരിക്കുന്നു. ഇപ്പോൾ ഇതാ അയാൾ ഓരോ ഇഞ്ചും തികഞ്ഞ കമാന്റർതന്നെയായിരിക്കുന്നു. കാലുകൾ അകറ്റിവെച്ചു തന്റെ സ്റ്റാൻഡാർട്ടൺ ഫ്യൂരർക്കുവേണ്ടി ഭയങ്കരമായി ആട്ടമാടി തളർന്നമട്ടിൽ കസേരയിൽ ചാരിയിരിക്കുന്ന വിസാങ്കിന്റെ അടുത്തായിരുന്നു അയാൾ നിന്നത്. ഷവാൾ ഡസ്കിന്റെ പിന്നിലേക്കു മാറി. “എസ് എസ് റീഷ്’ ഫ്യൂഹറ്റുടെ കയ്യിൽനിന്നു എനിക്കു കിട്ടിയ കമ്പി ഞാനിപ്പോൾ വായിക്കാം.”

അയാൾ വായിച്ചു.

അമേരിക്കൻ സേനയിലെ ജനറൽപാറ്റന്റെ മൂന്നാംദളത്തിൽനിന്നു ടൂറിൻജിയയെ അഭിമുഖീകരിക്കുന്ന അപകടസന്ധിയെ തികച്ചും മനസിലാക്കിക്കൊണ്ടു നാം കൽപ്പിക്കുന്നു.

എന്റെ അധികാരാതിർത്തിക്കകത്തെ ബുച്ചൻവാൾഡ് ക്യാമ്പിൽ നിന്ന് ആളുകളെ ഒഴിക്കണം. സമയവും മാർഗവും ക്യാമ്പിലെ തലയാളന്മാർ തന്നെ തീരുമാനിക്കട്ടെ. മുഴുവൻ അധികാരവും ക്യാമ്പ് കമാന്ററിൽ നിക്ഷിപ്തമായിരിക്കും. ഫ്യൂരറോടു ഭക്തി കാണിക്കുക. ഹെയിൽ ഹിറ്റ്ലർ! റീഷ് ഫ്യൂരർ ഹിറ്റ്ലർ.

തികഞ്ഞ നിശ്ശബ്ദത.

തന്റെ ശ്രോതാക്കളിൽ താൻ ഉണർത്തിയ പ്രതികരണം ഇപ്പോൾ വ്യക്തമായി. അയാൾ അതിൽനിന്നു മുതലെടുത്തു. ‘ഓരോരോ പടിപടിയായിട്ടായിരിക്കും ക്യാമ്പിൽനിന്ന് ആളൊഴിക്കുക. ഓരോദിവസവും പതിനയ്യായിരം ആളുകൾ വീതം ആദ്യം ജൂതന്മാർ ഗോഫ, ന്യൂറംബർഗ്, മ്യൂണിച്ച് എന്നിവിടങ്ങളിലേക്ക്. സ്റ്റംബാൻ ഫ്യൂഹറർ കാംലോത്തും അനുയായികളും അവരെ നയിക്കും.

“അവരുമായി മ്യൂണിച്ചിൽ എത്തുമ്പോൾ എസ് എസ് സേന എന്തു ചെയ്യണം.” കാംലോത്ത് ചോദിച്ചു. ഷവാളിന്റെ ചുണ്ടിന്റെ കോണിൽ ഒരു പുഞ്ചിരി പരന്നു.

“എത്രപേർ മ്യൂണിച്ചിൽ എത്തുമെന്നതു നിങ്ങളുടെ കാര്യം സ്റ്റംബാൻ ഫ്യൂഹറർ! ക്യാമ്പിൽ ശവങ്ങൾ ഒന്നും ഉണ്ടാകരുതെന്നു മാത്രമാണ് എന്റെ നോട്ടം.”

"ഹാ, എനിക്കെല്ലാം മനസിലായി." കാംലോത്ത് പരിഹസിച്ചു. "ഹോ എനിക്കു മനസിലായി! അമേരിക്കക്കാർ വരുമ്പോൾ നിങ്ങളുടെ മൂക്ക് വൃത്തിയായിരിക്കണം. പെട്ടി ചുമന്നുകൊണ്ടു നിൽക്കുന്നത് ഞാനായിക്കോട്ടെ."

"സ്റ്റംബാൻഫ്യൂഹറർ വാസ്തവത്തിൽ നിങ്ങൾക്കു മനസിലായോ" ഷവാൾ ഉപദേശിച്ചു. "മ്യൂനിച്ചിൽ എത്തുന്നതിനുമുമ്പു കുറെ തടവുകാർ മരിക്കുകയാണെങ്കിൽ നിങ്ങളുടെ തെറ്റായിരിക്കുകയില്ല. തടവുകാരനെ കൊല്ലാനുള്ള ഒരാജ്ഞയും നിങ്ങൾക്ക് എന്നിൽനിന്നു കിട്ടുകയില്ല. ദയവ് വിചാരിച്ചുള്ള കൊല, നരഹത്യയല്ല; മനുഷ്യത്വപരമായ ഒരു പെരുമാറ്റം മാത്രമാണ് അത് എന്നു ഞാൻ ചൂണ്ടിക്കാണിക്കട്ടെ!"

കാംലോത്ത് നെഞ്ചത്ത് കൈകെട്ടിക്കൊണ്ടു പറഞ്ഞു. "അപാരം! ബുദ്ധി അപാരം!"

മയപ്പെടുത്തുന്നമട്ടിൽ ചിരിച്ചുകൊണ്ടു ഷവാൾ പറഞ്ഞു. "സ്റ്റംബാൻഫ്യൂഹറർ വെടിവയ്ക്കാനല്ലേ നിങ്ങൾ ഇഷ്ടപ്പെടുന്നത്? അതിന്റെ പേരിൽ ഞാൻ വാതുവയ്ക്കാം."

കാംലോത്ത് പുച്ഛിച്ചു.

ഈ വാക്സമരംമൂലം അവർ തികഞ്ഞ പരസ്പരധാരണയിൽ എത്തിയിരുന്നു.

"കൂടുതൽ കൽപ്പനകൾ തടഞ്ഞുവെച്ചിരിക്കുന്നു. ഇന്നുമുതൽ കമാന്റിങ് ഉദ്യോഗസ്ഥന്മാരും സേനയും ഒരു മണിക്കൂർ നേരത്തെ മുന്നറിയിപ്പകൊണ്ടു തയ്യാറാകത്തക്കവിധത്തിൽ ഒരുങ്ങിയിരിക്കണം. അവധിയും അനുവാദപത്രങ്ങളും നിഷേധിച്ചിരിക്കുന്നു."

ഷവാൾ കൈകൾകുത്തി ചുമൽ പിന്നോക്കം തള്ളി വയർ മുന്നോട്ടു ഉന്തി ശ്രോതാക്കളെ നോക്കി വളരെ രഹസ്യമട്ടിൽ പറഞ്ഞു.

"മാന്യരേ! നിങ്ങളുടെ സ്വന്തം കാര്യങ്ങളെല്ലാം ശരിപ്പെടുത്തി യേക്കണം. നിങ്ങളും കുടുംബങ്ങളും സദാ പുറപ്പെടാൻ തയ്യാറായമട്ടിൽ വർത്തിക്കണം എന്നുകൂടി ഞാൻ നിർദേശിക്കുന്നു."

# നാല്

## I

**രാ**ത്രിയിലെ ആവശ്യത്തിനായി ഒരു വൈക്കോൽ ചാക്കും പുതപ്പും ജയിലർ റോസിനു കൊണ്ടുകൊടുത്തു. മുറിയിൽ ഉണ്ടായിരുന്ന ഒരേയൊരു ബങ്കിൽ പിപ്പിഗ്ഗ് കിടക്കുകയാണ്. ഓരോ മണിക്കൂർ ചെല്ലുന്തോറും വഷളായി വരുകയായിരുന്നു അയാളുടെ സ്ഥിതി. മർദിതനായ ആ മനുഷ്യനോടു സംസാരിക്കാൻ സാധിക്കുന്നിടത്തോളം കാലം റോസിന് ആശയും ഒരു നിലപാടും ഉണ്ടായിരുന്നു. പക്ഷെ പിപ്പിഗ്ഗിനു മിണ്ടാട്ടമില്ല. ദേഹമെല്ലാം തീക്കനൽപോലെ പൊള്ളുന്നു. ആ മുക്കിലെ വൈക്കോൽ ചാക്കിൽ ചുരുണ്ടുകൂടി കിടന്ന റോസ് ദയനീയമായ ഒരു കാഴ്ചയായിരുന്നു. രാത്രിയിൽ ഉണ്ടായേക്കാവുന്ന ചോദ്യങ്ങളെക്കുറിച്ചയാൾ ഭയന്നു വിറയ്ക്കുകയായിരുന്നു. തന്റെ തകർന്നൊടിഞ്ഞ ജീവാത്മാവിനെപ്പോലെ ഭയം അയാളുടെ അടുത്ത് കുനിഞ്ഞുകുത്തിയിരുന്നു.

കുട്ടിയെ 61-ാം നമ്പറിലേക്കു കൊണ്ടുപോയ വാർത്ത രഹസ്യമാക്കിവയ്ക്കാൻ മാന്റോവിലെ എല്ലാവർക്കും സാധ്യമായിരുന്നില്ല. സംഭാഷണങ്ങൾവഴി കുറെയെല്ലാം റോസിനും അറിയാമായിരുന്നു. ഈ അറിവ് അയാളെ വല്ലാതെ വ്യാകുലപ്പെടുത്തി. സമയത്തിനു താൻ കാതുകൾ അടച്ചുപിടിച്ചിരുന്നുവെങ്കിൽ എന്നയാൾ ഇപ്പോൾ ആശിക്കുകയാണ്. പക്ഷെ സമയം അതിക്രമിച്ചു കഴിഞ്ഞിരിക്കുന്നു. തനിക്കു യാതൊന്നും അറിയാൻ ഇടയില്ലായിരുന്ന ഒരു വിഷയത്തിൽ കുടുങ്ങി. അയാളിതാ കഷ്ടപ്പെടുന്നു.

തെളിഞ്ഞരാത്രി. മുറിയുടെ വെളുത്ത തട്ടിൽ ജനലഴികളുടെ ഛായ നിവർത്തിയ കയ്യിന്റെ വിരലുകൾ പോലെ തെളിഞ്ഞുകാണാം. റോസിന് ഉറങ്ങാൻ തോന്നിയില്ല. അയാളെ കൊണ്ടുപോകാനുള്ള ആൾ ഏതു നിമിഷത്തിലും കടന്നു വന്നേക്കും.

റോസ് ചെവിയോർത്തു. പുറത്തു മാരകമായ നിശ്ചലത. ഇരുളിലാണ്ട മുറിയിൽ ശ്മശാനത്തിലെ മൂകതയും കൊടും തണുപ്പും.

"റൂഡി"

മുറിയുടെ ആ ഭാഗത്തുനിന്നു മറുപടിയൊന്നുമുണ്ടായില്ല.

"റൂഡി."

തന്റെ സ്വന്തം ശബ്ദം അലിഞ്ഞമരുന്നതയാൾ കേട്ടു. പെട്ടെന്നയാൾ എഴുന്നേറ്റു. പതുക്കെ പതുക്കെ അടിവെച്ച് അയാൾ പിപ്പിഗ്ഗ് കിടക്കുന്നിടത്തേക്കു ചെന്നു. മുട്ടുകൾ ഉയർത്തി മുഖത്തോട് അടുപ്പിച്ചു കിടക്കുകയായിരുന്നു അയാൾ. അയാൾ എങ്ങാൻ മരിച്ചാൽ!.

റോസ് വെള്ളമിറക്കി.

"റൂഡി"

ഇതിലധികം സഹിക്കാൻ റോസിനു സാധിച്ചില്ല അയാൾക്ക് ഉറക്കെ നിലവിളിക്കണമെന്നു തോന്നി. പക്ഷെ അതിനും അയാൾക്കു പേടിയായിരുന്നു. വാതിലിന്മേൽ മുഷ്ടി ചുരുട്ടി ഇടിക്കാൻ തോന്നി. പക്ഷെ അതുചെയ്യാനും ഭീരുത്വം സമ്മതിച്ചില്ല. അയാൾ കൈ ചുരുട്ടി വായിൽ വെച്ചു കൂനിക്കുത്തിയിരുന്നു.

തന്റെ വൈക്കോൽ ചാക്കിലേക്ക് ഇഴഞ്ഞുകളയാമെന്ന വെച്ചു തിരിഞ്ഞ അയാൾ പെട്ടെന്നു സ്തംഭിച്ചു നിന്നുപോയി. നിതാന്ത നിശ്ശബ്ദതയിൽ പുറത്തെ പൂട്ടിൽ കിടന്നു താക്കോൽ തിരിയുന്നതിന്റെ അന്തമില്ലാത്ത ശബ്ദം അയാൾ വ്യക്തമായി കേട്ടു. വാതിൽ തുറന്നു. ടോർച്ചിന്റെ വെളിച്ചം മുറിയിൽ പരന്നു. അയാളുടെ മുഖത്ത് അത് ദയയന്യെ പതിച്ചു. രാത്രി ഡ്യൂട്ടിക്കാരനായ ഒരു ചെറുപ്പക്കാരൻ സ്റ്റോം പടയാളി മുറിയിലേക്ക് കടന്നു.

"റോസ് ഉണ്ടോ ഇവിടെ" വിജയിയുടെ ശക്തിയേറിയ മുഷ്ടിയുപയോഗിച്ചു ചുരുണ്ടുകൂടിയ റോസിനെ അയാൾ മുറിയുടെ പുറത്തേക്കു തള്ളി.

ക്യാമ്പിന്റെ വടക്കെ ചരുവിലായി സ്ഥാപിച്ചിരുന്ന എസ് എസുകാരുടെ പന്നിവളർത്തൽ കേന്ദ്രത്തിന്റെ പലക കൊണ്ടുള്ള ഷെഡ്ഡിൽ ഈ സമയത്ത് ഒരു രൂപം നിഴലുപോലെ ചുരുണ്ടുകൂടിയിരിക്കുന്നുണ്ടായിരുന്നു. ഒരിക്കൽ കാട്ടുകുന്നായിരുന്നു അത്. ഇപ്പോൾ അൽപ്പം ചിലമരങ്ങൾ നിൽക്കുന്ന ഒരു വെളിംപ്രദേശമാണ്. പന്നിവളർത്തുകേന്ദ്രത്തിന്റെ മുമ്പിലായി ആതുരാലയവും, അതിന്റെ എതിരായി ആസ്പത്രി റോഡ് കൊണ്ടു വേർതിരിച്ച നിലയിൽ ചെറിയ ക്യാമ്പും കിടന്നു.

ആ ഷെഡ്ഡിന്റെ മറവിൽ ആ രൂപം കുറെയേറെ നേരമായി നിശ്ചലമായിരിക്കുന്നു. അത് എന്തോ ശ്രദ്ധിക്കുകയാണെന്നു തോന്നുന്നു. പന്നിവളർത്തൽ കേന്ദ്രത്തിൽനിന്നു വളരെ അധികം അകലെയല്ലാതെയാണ് ക്യാമ്പിനെ ചുറ്റിയുള്ള; വൈദ്യുതി വിന്യസിച്ചിട്ടുള്ള മുള്ളുകമ്പി വേലികൾ. അവ ഉറപ്പിച്ചിരുന്ന കോൺക്രീറ്റ് തൂണുകളുടെ ഉള്ളിലോട്ടു വളഞ്ഞ അഗ്രഭാഗത്ത് ചുകന്ന വൈദ്യുതബൾബുകൾ എരിയുന്നുണ്ട്. കാവൽ മേടകളിൽ പട്ടാളക്കാരുണ്ട്. ആ നിശ്ചലജീവിയുടെ പരിഗണനയ്ക്കു വിഷയമായിരുന്നത് അവരാണെന്ന് തോന്നുന്നു. എന്തെന്നാൽ അത്

കണ്ണെടുക്കാതെ അങ്ങോട്ടുതന്നെ തുറിച്ചുനോക്കിക്കൊണ്ടിരിക്കുകയാണ്. രാത്രിഞ്ചരനായ ഒരു പക്ഷിയുടെ കണ്ണുകളാണ് അതിനുള്ളതെന്നു തോന്നുന്നു. ഗോപുരത്തിന്റെ ആൾമറയിൽ യന്ത്രത്തോക്കുകൾ കടുത്ത നിറത്തിൽ ഉയർന്നു കാണാനുണ്ട്. ആ രൂപം അനങ്ങിയില്ല. കാവൽ പടയാളികളും അനങ്ങാതെ നിൽക്കുകയായിരുന്നു. ആകെ കോട്ടിനുള്ളിൽ മൂടപ്പെട്ടുനിന്നിരുന്ന അവരുടെ കണ്ണുകൾമാത്രം ക്യാമ്പിലാകെ പരതി നടന്നു. ചിലപ്പോൾ കാലുകൾ മാറുമ്പോൾ അവരുടെ ബൂട്സുകൾ തട്ടി പലകകൾ കിർ കിർ ശബ്ദം പുറപ്പെടുവിച്ചിരുന്നു. അപ്പോൾ ആ രൂപം ദ്ധടുതിയിൽ ശബ്ദമുണ്ടാക്കാതെ ഒന്നുകുനിഞ്ഞു നിഴൽ നീങ്ങുന്നതു പോലെ അടുത്തുകണ്ട മരക്കുറ്റിയുടെ അടുത്തേക്കു നീങ്ങി. അവിടെ നിന്ന് ശ്രദ്ധിച്ചു നാലുഭാഗത്തേക്കും നോക്കി അയാൾ അടുത്ത മരക്കുറ്റി യുടെ അടുക്കലേക്ക് പാഞ്ഞകന്നു. സമയം അനുയോജ്യമാണെങ്കിൽ അൽപ്പം ചില ചാട്ടങ്ങൾകൊണ്ടു ശബ്ദമുണ്ടാക്കാതെ അവിടെ എത്താം. ആ രൂപം ഷൂസ് ഇട്ടിരുന്നില്ല. സോക്സ് മാത്രമേ ധരിച്ചിരുന്നുള്ളൂ. ഒരു തടവുകാരനായ അയാൾ ഒരു ഞാണിന്മേൽ കളിക്കാരന്റെ അനായാസ ലാഘവത്തോടെയാണ് നീങ്ങിയിരുന്നത്. ഒരു മരക്കുറ്റിയുടെ അരികിൽ പറ്റിനിന്ന് അയാൾ അടുത്തചാട്ടത്തിനു പറ്റിയ സമയം നോക്കും. ഏറ്റവും അപകടം പിടിച്ച ഭാഗം ഇനിയും കിടക്കുന്നതേയുള്ളൂ. അതായത് ആതുരാലയത്തിന്റെ റോഡ് മുറിച്ചുപോകുക എന്ന അപകടം പിടിച്ചപണി. ഗോപുരങ്ങളും പരിസരവും ശ്രദ്ധയോടെ അവലോകനം ചെയ്ത് കുറച്ചു നേരം അയാൾ അവിടെനിന്നു.

പിന്നീടയാൾ കുനിഞ്ഞു താഴ്ന്ന് അതിവേഗമുള്ള ഒരു കീരിയെപ്പോലെ നിലത്തേക്കമർന്നു. മരങ്ങളുടെയും കുറ്റികളുടെയും ഇടയിലുള്ള തുറന്ന സ്ഥലത്തുകൂടി ആ പാതയിലൂടെ ഓടിമറഞ്ഞു. നിലംപറ്റെ താഴ്ന്നുകിടന്ന് വളരെ ജാഗ്രതയോടെ നോക്കി മരക്കുറ്റിയിൽനിന്നു മരക്കുറ്റിയിലേക്കു പുളഞ്ഞുമാറി. അയാൾ ഒരുവിധത്തിൽ ചെറിയ ക്യാമ്പിൽ എത്തി. വളരെ ശ്രദ്ധയോടെ ഏറ്റവും താഴേയുള്ള കമ്പി പൊന്തിച്ച് ഒരുവിധത്തിൽ അയാൾ ക്യാമ്പിലേക്കു നുഴഞ്ഞുകയറി. ഇപ്പോൾ അയാൾ കാവൽമേടകളിൽ നിന്നകന്നു കഴിഞ്ഞിരിക്കുന്നു. ബാരക്കിന്റെ പിന്നിലുള്ള കക്കൂസുകളുടെ ഇടയിൽക്കൂടി ഇഴഞ്ഞു, അവിടെ കൂടിക്കിടക്കുന്ന ചപ്പുചവറും ഒഴിഞ്ഞ പാട്ടകളും തട്ടിമാറ്റി. അയാൾക്ക് ഇപ്പോൾ 61-ാം ബ്ലോക്കിലേക്കു കയറാമെന്നായി. ബാരക്കിന്റെ വാതിലിനോടു പറ്റി ചേർന്നുനിന്നയാൾ മില്ലിമീറ്റർ മില്ലിമീറ്റർ കണക്കിനു വാതിലിന്റെ കൊളുത്തുതാഴ്ത്തി. തനിക്കു കഷ്ടിച്ചു അകത്തുകടന്നു പറ്റാനുള്ള വിസ്താരത്തിൽ മാത്രമേ അയാൾ ആ വാതിൽ തുറന്നുള്ളൂ.

പുറത്ത് കാറ്റുണ്ടായിരുന്നില്ല. വാതിൽ അടയ്ക്കേണ്ട ആവശ്യവും ഉണ്ടായിരുന്നില്ല. കണ്ണുകൾക്ക് ഇരുട്ടുമായി പഴകാൻ വേണ്ടിടത്തോളം നേരം അയാൾ അവിടെ അനങ്ങാതെനിന്നു. പിന്നീടയാൾ തയ്യാറെടുത്തു. അവിടെ ഒരു ചെറിയ അരമതിൽ ഉണ്ടായിരുന്നു. തടവുകാരൻ അത് ചാടിക്കടന്നു. വാതിൽ മലർക്കെ തുറന്നുകിടക്കുകയായിരുന്നു. പതുക്കെ

അയാൾ അങ്ങോട്ടുകയറി സിഡ്കോവ്സ്കി കിടക്കയിൽ കിടന്നുറങ്ങുകയാണ്. അയാളുടെ രണ്ടു സഹായികൾ താഴേ നിലത്ത് വൈക്കോൽ ചാക്കുകളിലും. കൂർക്കം വലിക്കുന്നുണ്ടായിരുന്നു സിഡ്കോവ്സ്കി. അയാളുടെ പുറത്ത് പറ്റിപ്പിടിച്ചു കിടന്നുറങ്ങുകയായിരുന്നു ആ കൊച്ചു കുഞ്ഞ്. തടവുകാരൻ കാലിന്റെ മടമ്പുകൾ മാത്രം നിലത്ത് ഊന്നി, വളരെ നിഷ്കർഷിച്ചു പരിചാരകരെ ചവിട്ടാതെ സിഡ്കോവ്സ്കിയുടെ കട്ടിലിന്റെ അടുത്ത് എത്തി പതുക്കെ കുട്ടിയുടെ ശരീരത്തിനടിയിലൂടെ കൈകടത്തി അവനെ മെല്ലെ പൊക്കിയെടുത്തു. കുട്ടി ഉണരാതെ വളരെ വളരെ ശ്രദ്ധിച്ചാണ് അയാൾ അതു ചെയ്തത്. ഒരു പൂച്ചയുടെ ലാഘവത്തോടെ അരമതിൽ ചാടിക്കടന്ന് അയാൾ ബാരക്കിന്റെ പുറത്തേക്കു പാഞ്ഞു. വാതിൽ പതുക്കെ തുറന്നമട്ടിൽതന്നെ കിടന്നു.

പുറത്ത് എത്തിയ അയാൾ അവിടെനിന്ന് ശ്രദ്ധിച്ചു. കുട്ടി കരയാതിരിക്കാൻ അതിനെ ഉണർത്തേണ്ടിയിരിക്കുന്നു. ഉറങ്ങുന്ന പൈതലിനെ അയാൾ പതുക്കെ കുലുക്കി. ഒരു നിലവിളിയോടെയാണ് അവൻ ഉണർന്നത്. പതുക്കെ വായിൽ കൈ അമർത്തി അയാൾ പോളീഷ് ഭാഷയിൽ അവനെ ആശ്വസിപ്പിക്കാൻ ശ്രമിച്ചു. കുട്ടിയെ സ്നേഹവായ്പോടെ തന്റെ ദേഹത്തോടു ചേർത്തമർത്തി. പരിചയപ്പെട്ടിരുന്ന അനിതര സാധാരണമായ പരിതഃസ്ഥിതികൾ മൂലം അപകടം മണത്തറിയാൻ മിടുക്കനായിരുന്ന ആ ബാലൻ മിണ്ടാതെ, അനങ്ങാതെ കിടന്നു. റഷ്യൻ ഉച്ചാരണത്തിലുള്ള പോളീഷ് ഭാഷയിലുള്ള സാന്ത്വനം ആ കുട്ടിക്ക് അൽപ്പം ആശ്വാസം കൊടുത്തു. പറഞ്ഞു കൊടുത്ത മാതിരിതന്നെ അവൻ തന്റെ കുഞ്ഞിക്കൈകൾ ഉയർത്തി തടവുകാരന്റെ കഴുത്തിൽ ചുറ്റിപ്പിടിച്ചു. ദൃഢമായി പതിഞ്ഞിരുന്ന കുഞ്ഞിനെ സ്വദേഹത്തോടമർത്തി അയാൾ കുമ്പിട്ടു പാഞ്ഞകന്നു.

പോയതിനേക്കാളും കൂനിക്കുത്തി അരമണിക്കൂർ കഴിഞ്ഞപ്പോഴെക്കും റോസ് മുറിയിൽ എത്തി. ദയനീയമായ ആ രൂപത്തെ നോക്കി ആ പടയാളി പരിഹസിച്ചു ചിരിച്ചു. വല്ലാത്ത ഒരു അധമ മനോഭാവം പിടിപെട്ട റോസ് പിപ്പിഗ്ഗിനെ ഗൗനിക്കാതെ തന്റെ വൈക്കോൽ ചാക്കിലേക്ക് കുഴഞ്ഞുവീണു. പുതപ്പിന്റെ ഉള്ളിലേക്ക് നൂണ്ടുകയറി.

കട്ടിലിന്റെ സമീപംവെച്ചിരുന്ന ടെലിഫോൺ മണിയടിക്കുന്നതുകേട്ട് ഒരു ഞെട്ടലോടെ ക്ലൂട്ടിക് ഉണർന്നു ഗേ, ആയിരുന്നു മറ്റെ ഭാഗത്ത്. പകുതി ഉറക്കപ്പിച്ചോടെ ക്ലൂട്ടിക് ആ പരുക്കൻ ശബ്ദംകേട്ടു.

"ഹലോ, എന്തെടുക്കുകയാണ്? ചെറിയ ക്യാമ്പിലെ 61-ാം നമ്പർ ബ്ലോക്കിൽനിന്നു നിങ്ങളുടെ യഹൂദച്ചെക്കനെ കണ്ടുപിടിച്ചോളൂ."

വെടിയേറ്റപോലെ ക്ലൂട്ടിക് ഉഴറി. "യേശുവേ! നിങ്ങൾ എങ്ങനെ അതു കണ്ടുപിടിച്ചു?"

"അൽപ്പം ബുദ്ധി ഉപയോഗിച്ചു." അപ്പുറത്തുനിന്ന് ആ ചിലമ്പൽ ഒഴുകിയെത്തി. ഫോൺ ഒരു ക്ലിക് ശബ്ദം പുറപ്പെടുവിച്ചു. ഗേ, അതു താഴെവെച്ചു കഴിഞ്ഞിരുന്നു.

നേരെ മുമ്പിലേക്ക് തുറിച്ചുനോക്കിക്കൊണ്ട് ക്ലൂട്ടിക് കട്ടിലിൽ കുത്തിയിരുന്നു. പൈജാമയുടെ ജാക്കറ്റിനുള്ളിലേക്ക് കൈ തിരുകി അയാൾ കക്ഷംചൊറിഞ്ഞു. ഉടനടി നടപടി എടുത്തേതീരൂ. കഴിയുന്നതുംവേഗത്തിൽ യൂണിഫോറം വലിച്ചിട്ട് അയാൾ ക്യാമ്പിലേക്കു പാഞ്ഞു. ഗേറ്റിലെ കാവൽക്കാരൻ മുഖേന അയാൾ താൻ ക്യാമ്പിലേക്കു കടക്കാൻ പോകുകയാണെന്നു ഗോപുരമാടങ്ങളിലെ കാവൽക്കാർക്ക് അറിവുകൊടുത്തു. ഒരു ബ്ലോക്ക് ഫ്യൂഹററെ വിളിച്ച് അയാൾ ധൃതിയിൽ വേണ്ട നിർദേശങ്ങൾ നൽകി. ബ്ളോക്കിലേക്ക് ഓടി. അയാൾ അരമതിൽ എടുത്തുചാടി ടോർച്ച് മിന്നിച്ചുകൊണ്ട് അട്ടഹസിച്ചു.

"എഴുന്നേൽക്കിൻ! എല്ലാം."

പരിഭ്രാന്തി മുഴുത്തു അമ്പരന്ന പോളണ്ടുകാർ ഉറക്കം ഞെട്ടിയെഴുന്നേറ്റു. അന്തഃകരണ പ്രചോദനം കൊണ്ടെന്നപോലെ സിഡ്കോവ്സികി പുതപ്പെടുത്ത് കട്ടിലിന്റെ വശത്തേക്ക് എറിഞ്ഞു; അതിന്റെ സമീപം എഴുന്നേറ്റുനിന്നു.

ഒരുനിമിഷംകൊണ്ട് ക്ലൂട്ടിക് ആ പ്രവൃത്തി കണ്ടിരുന്നു. അയാൾ പെട്ടെന്നു പുതപ്പു തട്ടിത്താഴെയിട്ടു. പേടിച്ചുവിറച്ചു സിഡ്കോവ്സ്കിയും കൂട്ടുകാരും ആ ഒഴിഞ്ഞുകിടക്കുന്ന കട്ടിലിലേക്ക് തുറിച്ചു നോക്കിക്കൊണ്ടു നിന്നു. പോളണ്ടുകാരുടെ പ്രതികരണം എന്താണെന്നു ക്ലൂട്ടിക്കിനു പിടികിട്ടിയതുമില്ല. പേ പിടിച്ചപോലെ അയാൾ ആ മുറി മുഴുവനും പരിശോധിച്ചു. അയാൾ പരിചാരകരുടെ വൈക്കോൽ ചാക്കുകൾ തട്ടിത്തെറിപ്പിച്ചു. പകർച്ചവ്യാധി ഭയന്നു, അതൊന്നും കൈകൊണ്ടു തൊടാൻ അയാൾ ധൈര്യപ്പെട്ടിരുന്നില്ല. കണ്ണുകളും കാലുകളും ഉപയോഗിച്ചാണ് അയാൾ ഈ തപ്പലുകളെല്ലാം നടത്തിയത്. പക്ഷെ അയാൾക്ക് ഒന്നും കണ്ടുപിടിക്കാൻ സാധിച്ചില്ല. കൺമുമ്പിൽ കണ്ട പോളണ്ടുകാരെയെല്ലാം അയാൾ സുഖക്കേടുകാരുടെ മുമ്പിലേക്ക് ഓടിച്ചു. ടോർച്ചിന്റെ വെളിച്ചം അവിടെയും ഇവിടെയുമെല്ലാം പ്രസരിച്ചു. അതുംകഴിഞ്ഞ് അയാൾ ഉറക്കെ അലറി.

"എല്ലാവരും എഴുന്നേൽക്കണം."

നിസാരമായ രോഗം ബാധിച്ചവർ പഴങ്ങൾ വന്ന പെട്ടികളിലാണ് ഒടിഞ്ഞുഞെരിഞ്ഞ് ഒതുങ്ങിക്കൂടിയിരുന്നത്. കലശലായ രോഗംപിടിപെട്ടവർ തങ്ങളുടെ വൈക്കോൽ ചാക്കുകളിൽ വയ്യാതെ കിടന്നു.

ക്ലൂട്ടിക് തന്റെ ടോർച്ചിന്റെ വെളിച്ചം സിഡ്കോവ്സ്കിയുടെ സംഭീതമായ മുഖത്തേക്കുതന്നെ അടിച്ചു.

"എടാ നായെ! നിനക്ക് ജർമൻഭാഷ അറിയാമോ?"

"കുറേശ്ശെ" സിഡ്കോവ്സ്കി തലയാട്ടി. "എല്ലാവരും എഴുന്നേൽക്കിൻ ഉം, ഉം, എല്ലാവരോടും എഴുന്നേറ്റു നിൽക്കാൻ പറയട്ടെ" ക്ലൂട്ടിക് കൈവീശി.

സിഡ്കോവ്സ്കി കൽപ്പന പോളീഷ് ഭാഷയിൽ വിവർത്തനം ചെയ്തുകൊടുത്തു. രോഗികൾ പഴപ്പെട്ടികളിൽനിന്ന് ചാടിയെണീറ്റു

കുത്തനെ നിന്നു. മറ്റു ദേശക്കാരും കൽപ്പനയുടെ പൊരുൾ മനസിലാക്കി തങ്ങളുടെ സ്ഥലങ്ങളിൽ എഴുന്നേറ്റു നിന്നു. ക്ലൂട്ടിക് ടോർച്ച് ബങ്കറുകളിൽ എല്ലാം അടിച്ചുനോക്കി.

"എന്താണിവനു ദീനം" ഒരു വൈക്കോൽ ചാക്കു ചൂണ്ടിക്കാണിച്ചു കൊണ്ടു ക്യാമ്പ് ഫ്യൂഹറർ കടുത്തസ്വരത്തിൽ ചോദിച്ചു.

"ചത്തതോ, ചാകാറായതോ." സിഡ്കോവ്സ്കി കൈ മലർത്തി.

ക്ലൂട്ടിക് സിഡ്കോവ്സ്കിയെ നോക്കി അലറി. "എടാ വൃത്തി കെട്ടതേ! ആ ഉഛിഷ്ടത്തിനെ അവിടെനിന്ന് മാറ്റിയിട്."

അടുത്തുകിടന്ന ഒരു രോഗിയെ അയാൾ കാൽകൊണ്ട് തട്ടി ചാക്കിൽനിന്നു താഴെയിട്ടു.

കൂടുതൽ അവശരായി കിടന്നിരുന്നവരെ ചാക്കിൽനിന്നു പൊക്കി യെടുക്കുന്നതിൽ മുഴുകിയിരിക്കുകയായിരുന്നു പോളണ്ടുകാർ. ആ ഇടുങ്ങിയ സ്ഥലത്ത്, ചിണുങ്ങിക്കൊണ്ടിരുന്ന രോഗികളെ മീതെക്കു മീതെ ഇടേണ്ടതായിവന്നു അവർക്ക്. യാതൊരു അന്തവുമില്ലാത്തമട്ടിൽ ക്ലൂട്ടിക് ചാക്കുകെട്ടുകളെല്ലാം ചവിട്ടിമെതിച്ചു. അടിയിൽനിന്നു കാലു കൾകൊണ്ടു പൊന്തിച്ചുനോക്കി. പക്ഷെ ഈ പണിയെല്ലാം നിഷ്ഫല മായിരുന്നു.

അട്ടഹസിച്ചുകൊണ്ട് ക്ലൂട്ടിക് സിഡ്കോവ്സ്കിയെയും പരിചാരക രെയും അരമതിലിനപ്പുറത്തേക്കു തുരത്തി അവരുടെ നേരെ ഭ്രാന്തുപിടി ച്ചപോലെ ചീറി.

"എവിടെ വെച്ചിരിക്കുന്നു കുട്ടിയെ! തന്തയില്ലാത്തവരെ! പുറത്തെ ടുക്കൂ, അവനെ." ആ രൗദ്രമൂർത്തിയുടെ ചവിട്ടുകൾ പേടിച്ചു പരിചാ രകരെല്ലാം മുറിയുടെ മൂലയിലേക്ക് പലായനംചെയ്തു. യാതൊരു തുമ്പും തരാതെ ആ കുട്ടി അപ്രത്യക്ഷനായതിനെകുറിച്ച് അമ്പരന്നു നിൽക്കുക യായിരുന്നു സിഡ്കോവ്സ്കി.

"കുട്ടിയില്ല; എവിടെ കുട്ടി."

ക്ലൂട്ടിക്കിനെയോ ബ്ലോക്കു ഫ്യൂഹററെയോ പേടിക്കാതെ അയാൾ പുതപ്പെടുത്തു കുടഞ്ഞു, ചാക്കു തട്ടിത്താഴെയിട്ടു.

'കുട്ടി എവിടെ' എന്നു ആത്മഗതം ചെയ്തുകൊണ്ട് അയാൾ ആ മുറിയിലാകെ പരതിനടന്നു.

ക്ലൂട്ടിക് തിരച്ചിൽ ഉപേക്ഷിച്ചു. അയാൾ സിഡ്കോവ്സ്കിയെ ഒരു ചവിട്ടുകൊടുത്തു. ആകെ പുകഞ്ഞ് അയാൾ ബ്ലോക്കിൽനിന്ന് ഇറങ്ങി പുറത്തേക്ക് ഓടി. ബ്ലോക്ക് ഫ്യൂഹററും അയാളുടെ പിന്നാലെ പാഞ്ഞു.

അന്ധകാരവുമായി പരിചയപ്പെട്ട് അന്യോന്യം തിരിച്ചറിയാറായ പ്പോൾ ആ മൂന്നുപേരും ഒന്നിച്ചാലോചിച്ചു. രോഗികളുടെ മുറിയിൽ പെട്ടെ ന്നവർ ചിട്ടവരുത്തി. നിസാരക്കാരെ ബങ്കറിലും അത്യാസന്നക്കാരെ അവരുടെ വൈക്കോൽ ചാക്കുകളിലും പിടിച്ചു കിടത്തി. പക്ഷെ സ്വന്തം മുറിയിൽ എത്തിയപ്പോഴേക്കും അവർ ആകെ സംഭ്രാന്തരായിരുന്നു. കുട്ടി യെവിടെ? എന്തോ ഒരു ഇന്ദ്രജാലം നടന്നിരിക്കുന്നു. വൈകുന്നേരം

സിഡ്കോവ്സ്കി കുട്ടിയെ കൂടെ കിടത്തിയിരുന്നതാണ്. അവനിപ്പോൾ ആകെ മാഞ്ഞുപോയിരിക്കുന്നു.

കുട്ടി ബാരക്ക് വിട്ടുപോയെന്നു വിശ്വസിക്കാൻ സാധിക്കുകയില്ല. ദൈവികമായ ഒരു മായാജാലം നടന്നിരിക്കുന്നു. പരിഭ്രാന്തി ഉടലെടുത്തതുപോലെ നിന്ന ആ മൂന്നുപേർക്കും യാതൊരു വിശദീകരണവും നൽകാനില്ല. സിഡ്കോവ്സ്കി പതുക്കെ മുട്ടുകുത്തി കൈകൾ കൂപ്പി തലതാഴ്ത്തി കണ്ണുകളടച്ചു.

"നന്മനിറഞ്ഞ മറിയമേ.........." മറ്റു രണ്ടുപേരും അതാവർത്തിച്ചു.

വന്നപോലെതന്നെ അസാമാന്യ വേഗതയോടെ ക്ലൂട്ടിക് തന്റെ വീട്ടിലേക്ക് ഓടി. പെട്ടെന്നയാൾ ഗേയെ ഫോണിൽ വിളിച്ചു, ഗേ തന്റെ മുറിയിലേക്കു പോയിക്കഴിഞ്ഞിരുന്നുവെങ്കിലും അയാൾ ഉറങ്ങിയില്ല; എന്തെന്നാൽ അയാൾ പോകാൻ തയ്യാറെടുക്കുകയായിരുന്നു. മുറിയിലിരുന്ന് അയാൾ കടലാസുകൾ തരംതിരിക്കുകയും കുന്നുകുന്നായി കിടക്കുന്ന ഫയലുകൾ ചുട്ടുകളയുകയുമായിരുന്നു. അവിടെവെച്ചാണ് അയാൾക്കു ക്ലൂട്ടിക്കിന്റെ സന്ദേശം കിട്ടിയത്. ആ കെട്ടിടത്തിലേക്കു ബന്ധം സ്ഥാപിച്ചുകൊടുക്കാനയാൾ ആവശ്യപ്പെട്ടു.

"എന്താണിത്" റിസീവറിലേക്ക് അട്ടഹസിക്കുകയായിരുന്നു ഗേ.

"അവനെയവിടെ കാണാനില്ല." അന്ധമായ രോഷം അയാളിൽ തിളച്ചുമറിയുകയായിരുന്നു.

"കൊള്ളരുതാത്ത കൃമി" അയാൾ ഒരു ശബ്ദത്തോടെ റിസീവർ താഴെവെച്ചു.

പിപ്പിഗ്ഗ് പതുക്കെ ഒന്നനങ്ങി, കാലുകൾ നീട്ടിവെച്ചു. അൽപ്പനേരത്തേക്കു കിട്ടിയ ആ ഉണർവ്വ് വളരെ ഗുണംചെയ്തു. സ്വബോധം തിരിച്ചുകിട്ടിയപ്പോൾ മാത്രമാണ്, താൻ എവിടെയാണെന്നും എന്തെല്ലാമാണ് തനിക്കു പറ്റിയതെന്നും അയാൾ മനസിലാക്കിയത്. പെട്ടെന്നയാൾക്കു ദേഹമാകെ തീക്കൊള്ളികൊണ്ടു കുത്തുന്ന രീതിയിലുള്ള വേദനയനുഭവപ്പെട്ടു. ഉണർന്ന ചേതന വീണ്ടും അബോധാവസ്ഥയിലേക്ക് വഴുതിവീഴുമോ എന്നയാൾ ഭയപ്പെട്ടു. തന്റെ ബോധം തളരാതിരിക്കാൻ അയാൾ സർവശക്തിയുമെടുത്ത് ആയാസപ്പെട്ടു ശ്രമിച്ചു. തന്റെ അവസാനം സമീപിച്ച് എന്നയാൾക്കു മനസിലായി.

ആലോചിക്കാനുള്ള ത്രാണി തനിക്കുണ്ടോ എന്നയാൾ ഒന്നു പരിശ്രമിച്ചുനോക്കി. അപ്പോഴും അയാൾ ചിന്തിച്ചിരുന്നു, അതും വളരെ വ്യക്തമായി. പക്ഷെ ആന്തരികമായി യാതൊരു ബന്ധവുമില്ലാതെ ചിന്തകൾ ചുമ്മാ തൂങ്ങിക്കിടക്കുകയാണ്. അയാളുടെ തൊണ്ണകൾ ഉണങ്ങിയിരുന്നു. അവിടെ കടലാസു പറ്റിപ്പിടിച്ചിരിക്കുന്നതുപോലെ അയാൾക്കുതോന്നി. അതായിരുന്നു അയാളുടെ ദേഹസ്ഥിതിയുടെ ഒരുവശം. പക്ഷെ ശീതളപാനീയങ്ങൾ എന്തെങ്കിലും വേണമെന്നയാൾക്ക് തോന്നിയില്ല. കുറെയേറെ നേരം സ്വന്തം വേദനതന്നെ ശ്രദ്ധിച്ചുകൊണ്ട് അയാൾ അനങ്ങാതെ കിടന്നു.

അയാൾ നിലത്തുകിടന്നപ്പോൾ ആ ഉദ്യോഗസ്ഥൻ അയാളുടെ അകത്തും പുറത്തും മാറിമാറി ചവിട്ടിയിരുന്നു. വൃക്കകൾക്ക് എന്തെങ്കിലും കേടുപാടു പറ്റിയിരിക്കണം. അതാണ് ഇത്ര വലിയ വേദന പക്ഷെ വൃക്കകളുടെ പരിക്കുകൊണ്ട് ഒരാൾ മരിക്കുമോ? പിപ്പിഗ്ഗിന് അത്ഭുതം തോന്നി. പക്ഷെ ആ ആശയം അകന്നകന്നുപോയി. അതിന്റെ സ്ഥാനത്ത് പുതിയ ചിന്തകൾ ഉയിർക്കൊണ്ടു. ഞാൻ ആ തോക്കുകൾ ഒളിച്ചുവെച്ചത് എത്രയെത്ര നന്നായി......ഒരു ദിവസംകൂടി കഴിഞ്ഞിരുന്നുവെങ്കിൽ ....... ഞാൻ .........

പിപ്പിഗ്ഗ് ഞരങ്ങി. പെട്ടെന്നയാൾക്കു റോസിനെ ഓർമവന്നു. അയാളെ ചോദ്യം ചോദിക്കാനായി വിളിച്ചിരിക്കുമോ? വെളിച്ചത്തിന്റെ ഒരു നേരിയ രശ്മി അറയിൽ തങ്ങിനിന്നു. പിപ്പിഗ്ഗിന് അതോർമയുണ്ടായിരുന്നു. അയാൾ ഒരു ശബ്ദംകേട്ടു. പിന്നീട് നീണ്ട നിശ്ചലത. പിപ്പിഗ്ഗ് ഞെട്ടി.

അതിനിടയിൽ എത്രനേരം കഴിഞ്ഞുപോയി ആവോ? ജീവൻപോയ എന്തോ ഒന്നിനെപ്പോലെ ആ അറയിൽ കടുത്ത അന്ധകാരം അയാളുടെ ചുറ്റും നിശ്ചലം വിങ്ങികെട്ടിനിന്നിരുന്നു. റോസ് എവിടെ? ആ സമയം കൊണ്ട് എന്തെങ്കിലും സംഭവിച്ചിരിക്കുമോ? തന്റെ ബോധം വീണ്ടും മറയുകയാണെന്നയാൾക്കു തോന്നി. വെള്ളത്തുള്ളികൾ വീണു കിടക്കുന്ന ഒരു ചില്ലിലൂടെ നോക്കുന്നതുപോലെയുള്ള ഒരു മങ്ങൽ. ഒന്നും ഒന്നും വ്യക്തമാകുന്നില്ല. നഗ്നമായ ഭീതി തന്നെ പിടിച്ചമർത്തുന്നതു പോലെ.

'അഗസ്റ്റ്' ഭയങ്കരമായ ഒരു മുറവിളിയായിരുന്നു ആ ശബ്ദം. പക്ഷെ അതു പിപ്പിഗ്ഗിന്റെ ഉള്ളിലെ കൽക്കുടീരത്തിൽ തന്നെ അമർന്നു. ഉണങ്ങിയ വായിൽനിന്ന് ഞെങ്ങി ഞെരങ്ങിയ ശ്വാസംപോലുള്ള ഒരു കൊച്ചു ശബ്ദമേ പുറപ്പെട്ടുള്ളൂ.

ഉറക്കത്തിന്റെ മയക്കത്തിൽ അങ്ങനെ ഉഴറിനിന്നിരുന്ന റോസ് ഞെട്ടി, അയാൾ വൈക്കോൽചാക്കിൽ ഭയത്തോടെ വിറങ്ങലിച്ചു കുത്തിയിരുന്നു. ആ ശബ്ദം ശരിക്കും കേട്ടതാണോ? അതോ സ്വപ്നം കണ്ടതോ? തീർച്ച പറയാൻവയ്യ.

വീണ്ടും അയാൾ തന്റെ പേരുകേട്ടു. ഓരോ അക്ഷരവും പിച്ചി ചീന്തിയപോലെ ദുർബലമായി പരിശുഷ്കമായി. ഒരൊറ്റ ചാട്ടത്തിന് അയാൾ പിപ്പിഗ്ഗിന്റെ അടുത്തെത്തി. പിപ്പിഗ്ഗിനു തോന്നി. ജീവനുള്ള എന്തോ ഒന്ന് തന്റെ അടുത്തുണ്ടെന്ന്. കണ്ണിന്റെ മുമ്പിൽനിന്ന് ആ മങ്ങൽ തുടച്ചുകളയാൻ ശ്രമിച്ചു. പക്ഷെ സാധിച്ചില്ല. പിപ്പിഗ്ഗ് ഒരൊറ്റ അക്ഷരം മിണ്ടിയില്ല. തന്റെ ദേഹത്തിലൂടെ പാഞ്ഞൊഴുകുന്നതു രക്തം തന്നെയാണല്ലോ? ഹൃദയം നെഞ്ചിൽക്കിടന്നു വിറച്ചുതുള്ളുകയോ? അയാളുടെ ശ്വാസം പതറി.

പെട്ടെന്നു പുറത്തെ വരാന്തയിൽ ധൃതിപിടിച്ച പാദപതനശബ്ദം മുഴങ്ങിക്കേട്ടു. അതു അതിവേഗം അടുത്തടുത്തു വന്നു. വാതലിന്റെ പൂട്ടിൽ താക്കോൽ തിരിയുന്ന സ്വരം. മുറിയിലെ ശക്തി കുറഞ്ഞ ബൾബ് തെളിഞ്ഞു. വാതിൽ തുറന്ന ആ യുവഭടനെ തള്ളിമാറ്റിക്കൊണ്ട് ഗേ അക

ത്തേക്ക് ഓടിക്കയറി. രണ്ടു മുഷ്ടികളും ഉപയോഗിച്ചു റോസിനെ ശക്തിയോടെ ഇടിച്ചു. അയാൾ പതുക്കെ പിന്നോക്കം തിരിഞ്ഞു. അതോടെ അടിതെറ്റി നിലംപറ്റി.

"തന്തയില്ലാത്തവനെ! നശിച്ചുപോകാൻ, നീ എന്നെ പറ്റിക്കാൻ മാത്രം വളർന്നോടാ ങേ! അത്രയ്ക്കായോ?" മരച്ചില്ല പിടിച്ചു കുലുക്കുന്നതു പോലെ അയാൾ റോസിനെ പിടിച്ചു കുലുക്കി. അടുത്ത മുറികളിലെ കലവറയിലെ ബാക്കി എട്ടുപേർ ഭയചകിതരായി വാതിൽക്കൽ പറ്റിപ്പിടിച്ചു നിന്നു.

ദേഷ്യംകൊണ്ടു സ്വയം മറന്നുകഴിഞ്ഞിരുന്നു ഗേ. അലറിയും അടിച്ചും ഇടിച്ചും ചവിട്ടിക്കൂട്ടിയും അയാൾ റോസിനെ ആട്ടിയുലച്ചു. താഴോട്ടു വന്ന ആ കൊടുങ്കാറ്റിനെ കൈകൾകൊണ്ടു തടുത്തു നിർത്താനയാൾ ശ്രമിച്ചു. ദയനീയമായി മോങ്ങിക്കൊണ്ട് അയാൾ തന്റെ തല വലിച്ചു.

"ഹെർ കമ്മിസ്സാർ ഞാൻ അതെല്ലാം പറഞ്ഞുതന്നല്ലോ, ദയ കാണിക്കൂ, സാർ, ദയകാണിക്കൂ. എനിക്കിനി യാതൊന്നുംതന്നെ അറിഞ്ഞുകൂടാ ......."

"പിന്നെ ആർക്കറിയാം." റോസിനെ ഒരുഭാഗത്തേക്കു ചവിട്ടിമാറ്റിക്കൊണ്ടു ഗേ ചീറി.

"ഹെർകമ്മിസ്സാർ, എന്നെ തല്ലല്ലേ. പിപ്പിഗ്ഗിനറിയാം. അയാൾക്ക് എല്ലാം അറിയാം. എനിക്കിതിലൊന്നും യാതൊരു കാര്യവുമില്ല."

ഭ്രാന്തുപിടിച്ചതുപോലെ അയാൾ പിപ്പിഗ്ഗിനെ ബങ്കിൽ നിന്നു വലിച്ചു താഴെയിട്ടു. അയാളുടെ ദേഹം നിശ്ചേഷ്ടമായി കിടന്നിരുന്നു. ഭീരുവായ റോസ് രക്ഷിക്കണേ രക്ഷിക്കണേ എന്ന് ഉറക്കെ അലറി.

ഒരു റബ്ബർകൊണ്ടുള്ള ഗദയുമേന്തി ആ സ്റ്റോം ട്രൂപ്പർ റോസിനെ തല്ലിച്ചതച്ചു.

"നീ വായ തുറക്കുമോ, പറയുമോ നീ. അല്ലെങ്കിൽ ഞാൻ നിന്നെ ചവിട്ടിക്കൊല്ലും." എന്നലറിക്കൊണ്ട് തന്റെ ബൂട്സ് എവിടെയാണ് പതിക്കുന്നത് എന്നൊന്നും ആലോചിക്കാതെ ഒരു ഭ്രാന്തനെപ്പോലെ അയാൾ ആ നിശ്ചലമായ ശരീരത്തെ ചവിട്ടി മെതിച്ചു.

പക്ഷെ ദയാലുവായ മൃത്യു കരുണകാണിച്ചു. ആനന്ദലോലമായിരുന്ന ആ ഹൃദയത്തിൽ വളരെനേരം മുമ്പുതന്നെ മരണദേവത അതിന്റെ കരുണാശീതളമായ കൈ പതിപ്പിച്ചു കഴിഞ്ഞു.

വിവിധകല്ലറകളിലെ തടവുകാർ വാതിൽപൂട്ടുന്ന ശബ്ദംകേട്ടു. ഭീകരമായ കാലടിശബ്ദം അടുത്തുവന്നപ്പോൾ അവർ വാതിൽക്കൽനിന്നു ചാടിയകന്നു. പിന്നീടവർ ആശ്വാസത്തോടെ ദീർഘശ്വാസംവിട്ടു. രാത്രിയുടെ പരമനിശ്ശബ്ദതയിൽ നടന്ന ആ നാരകീയ സംഹാരതാണ്ഡവം ഒന്നു ശമിച്ചപ്പോൾ അവർ ഇരുട്ടിൽ അന്യോന്യം നോക്കി. പക്ഷെ ഒരക്ഷരവും അവർ തമ്മിൽത്തമ്മിൽ പറഞ്ഞില്ല. അവരുടെ ചിന്തകൾ കലമ്പുകയായിരുന്നു.

പുലർച്ചക്കു മുമ്പുതന്നെ ബ്ലോക്ക് സീനിയർമാർ ക്രാമറുടെ മേശക്കു ചുറ്റും ഉൽക്കണ്ഠയോടെ മണത്തുകൊണ്ടുനിന്നു. ഹാജർ വിളിക്കാവശ്യമായ പട്ടികകളുംകൊണ്ടു ചെന്നതായിരുന്നു അവർ.

"ഇന്നലെരാത്രി ചെറിയ ക്യാമ്പിൽ എന്തുണ്ടായി,"
"ക്ലൂട്ടിക് 61-ാം നമ്പറിൽ ചെന്നിരുന്നുവത്രെ!"
"അയാൾ കുട്ടിയെ തപ്പിനടക്കുകയാണെന്ന കാര്യം സത്യമാണോ?"
ക്രാമറോടു സംസാരിക്കണമെന്ന ഏക ഉദ്ദേശ്യത്തോടെ, റുങ്കിക്കു പകരം ഹാജർ പുസ്തകവും കൊണ്ടുചെന്നിരുന്ന ബോച്ചൗവും പൊതുവായ ചോദ്യങ്ങളിൽ പങ്കുചേർന്നു.

ചെറിയ ക്യാമ്പിൽപോയി എന്താണ് നടന്നതെന്ന് ഒന്ന് അന്വേഷിക്കണം?

ആ കൽപ്പനയിൽ ലയിച്ചുകിടന്ന രഹസ്യം മനസിലാക്കിയ ക്രാമർ അതു മറച്ചുവയ്ക്കാനെന്നപോലെ പതുക്കെ ഒന്നു മുരണ്ടു, തനിക്കിതിൽ യാതൊരുതര അഭിരുചിയുമില്ല എന്നു നടിക്കുകയും ചെയ്തു. പക്ഷെ ബോച്ചൗവിനെപ്പോലെ തന്നെ ഉൽക്കണ്ഠയും അനിശ്ചിതത്വവും അയാളേയും അലട്ടുന്നുണ്ടായിരുന്നു. അപ്പോൾ ഇന്നലെ രാത്രിയും അവർ വലവീശിയെറിഞ്ഞിരിക്കുന്നു. ക്രോപ്പിൻ സ്കിയെ, ഹോഫലിനെ, പിപ്പിഗ്ഗിനെ, കലവറ മുറിയിലെ എട്ടുപേരെ, 61-ാം നമ്പറിലെ ആ മൂന്നു പോളണ്ടുകാരെ, നിസ്സാരമാക്കാൻ വയ്യാത്ത വിധത്തിൽ ഐ എൽ കെയെ, എന്തിന്? സംഘടനയെ മുഴുവനും ചുറ്റിയാണ് ആ വല നീളുന്നത്. അതിന്റെ കണ്ണികൾ സംരക്ഷണം നൽകുന്ന എല്ലാവർക്കും അതു കീറിയിട്ടുണ്ടോ എന്ന് കണ്ടുപിടിക്കേണ്ടിയിരിക്കുന്നു.

കാലത്ത് സാധാരണപോലെ തന്നെ ഹാജർവിളി തുടർന്നു. പതിവുപോലെതന്നെ ആ വലിയ ചതുരം അണിനിരന്നു. ലേബർ കമാന്റോ ഒരടി മുന്നോട്ട്..........എന്ന പതിവുപോലുള്ള റീനിബോത്തിന്റെ ആജ്ഞ അവസാനിച്ചപ്പോൾ അത് അണിമുറിഞ്ഞ് ആർത്തിരമ്പിമറിയുന്നു. നിരവധി കൊച്ചുകൊച്ചു വിഭാഗങ്ങളായി. അവ പിന്നെ തൊപ്പിയഴിച്ചു കയ്യിൽപിടിച്ചു, തോക്കുധാരികളായ അംഗരക്ഷകന്മാരാൽ നയിക്കപ്പെട്ട നിലയിൽ ഗേറ്റ് തുറന്നു പുറത്തേക്കും കവാത്ത് മൈതാനംകടന്നു ക്യാമ്പിലെ പണിപ്പുരകളിലേക്കും ഭരണകൂട മന്ദിരങ്ങളിലേക്കും നടന്നുമറഞ്ഞു.

പക്ഷെ ഇന്നലെ തൊട്ട്, പിന്നിലെ കുന്നിൻ മുകളിൽ നിന്ന് ആഞ്ഞടിക്കുന്ന കാറ്റ് പുത്തനായ എന്തോ ആണെന്നമട്ടിൽ ആയിരം ആയിരം ശ്വാസകോശങ്ങൾ അത് ആർത്തിയോടെ വലിച്ചെടുത്തു. വിദൂരതയിൽ എവിടെയോ എന്തോ സംഭവിക്കുന്നുണ്ട്. എവിടെനിന്നോ ടാങ്കുകൾ അവരുടെ നേരെ ഭൂമി കുലുക്കിക്കൊണ്ട് പാഞ്ഞണയുന്നുണ്ട്. അത്യാസന്നമായ ഭൂമികുലുക്കത്തിന്റെ മുന്നറിയിപ്പുപോലെ ആ കുലുക്കം തങ്ങൾക്കനുഭൂതമാകുന്നുണ്ടെന്ന് കുന്നിൻപുറത്തെ ആയിരമായിരം ആളുകൾക്കു തോന്നി. ഇതുവരെ മുഷിഞ്ഞുനാറിയ ഭൂപടങ്ങളിൽനിന്നു വായിച്ചിട്ടുള്ളതോ ബ്ലോക്കിലെ ഉച്ചഭാഷിണിയിലൂടെ കേട്ടിട്ടുള്ളതോ ആയ സമരവാർത്തകളെല്ലാം പെട്ടെന്നു മാറിയെന്നവർക്കു തോന്നി. ആളൊഴിക്കാനുള്ള കിംവദന്തി ഒരു തീപ്പൊരിപോലെ ക്യാമ്പിലാകെ പരന്നതിനുശേഷം

അതൊരു യാഥാർഥ്യമായി മാറിയിരിക്കുന്നു; അവരെല്ലാം ഉൾപ്പെടുന്ന ഒരു പരമാർഥം.

ക്ലൂട്ടിക്കും റീനിബോത്തും ലേബർ സർവീസ്സ് ഫ്യൂഹററും ഒരുകൂട്ടം ബ്ലോക്കു ഫ്യൂഹറർമാരും ഒക്കിൽ കൈകുത്തി, കാലുകൾ കവച്ചുവെച്ച് ആ ഇരുമ്പുതകിടു പതിച്ച ഗേറ്റിൽ നിന്നു. അവരുടെ അരികെക്കൂടി കടന്നുപോകുന്ന ലേബർ കമാന്റോവിനെ നിരീക്ഷിക്കുകയായിരുന്നു അവർ.

തൊപ്പി കയ്യിൽവെച്ച്, കണ്ണുകൾ നേരെയുറപ്പിച്ച്, കൈകൾ വിറങ്ങലിച്ചപോലെ പാർശ്വങ്ങളിൽ പറ്റിച്ചേർത്തുവെച്ചു കമാന്റോവിന്റെ പിന്നിൽ കമാന്റോവായി അവർ അകന്നകന്നുപോയി.

തങ്ങളുടെ വരയൻ ഉടുപ്പുകൾകൊണ്ട് അജ്ഞതയുടെ മൂടുപടമിട്ട്, ജനക്കൂട്ടങ്ങളുടെ തണലിൽ രഹസ്യസംഘടനയിലെ പലപല നേതാക്കന്മാരും നടന്നകലുന്നുണ്ടായിരുന്നു. ഇന്ന് ആ മമ്മട്ടികളുടെ പിടികളിൽ അമർന്നിരിക്കുന്ന ആ കൈകൾ നിരവധി സായാഹ്നങ്ങളിൽ ആ നിലവറയ്ക്കകത്ത് വെച്ച് തോക്കുകളുമായി പരിചയപ്പെട്ടവയാണ്. അവരുടെ സൈനികോപദേഷ്ടാവ് കിടക്കുന്ന കൽത്തുറങ്കിനരികിലൂടെയാണവർ ഇപ്പോൾ നടന്നുമറയുന്നത്. കനത്ത പുരികക്കൊടികൾ ചിന്തകളെ മറച്ചുപിടിക്കുന്ന പരിചകളാണ്. മനസിന്റെ ഉള്ളിലെ ഇന്നത്തെ ചിന്തകൾ നാളെ പ്രവൃത്തികളായി മാറിയേ പറ്റൂ. വളരെ വളരെ അടുത്താണവ. ഒന്നു കൈനീട്ടുകയേ വേണ്ടൂ അവയെ തൊടാൻ. പക്ഷെ ആ കൈകൾ അങ്ങനെ പാർശ്വങ്ങളിൽ പറ്റിച്ചേർന്നു കിടക്കുകയാണ്. അവർ കടന്നുപോകുമ്പോൾ അവരെ അളന്നുനോക്കിയിരുന്ന ആ കണ്ണുകളിലെ ചിന്താപരമ്പരകൾ എന്തെല്ലാമാണെന്ന് അവർക്കിന്ന് അറിയാം. പക്ഷെ ആവക ചിന്തകളും അവരുടെ ചിന്തകളും തമ്മിൽ നരകവും സ്വർഗവും എന്ന വ്യത്യാസമുണ്ട്. അവയ്ക്കൊരു സംഘട്ടനമുണ്ടായാൽ.

കമാന്റോവിലെ ജോലിക്കാർ പണിയെടുക്കാൻ മാർച്ചു ചെയ്യുമ്പോൾ മറ്റെല്ലാദിവസങ്ങളെ പോലെ ഇന്നും ആ ക്യാമ്പ് ഗീതം മുണ്ഡനം ചെയ്ത ശിരസുകളുടെ മീതെ രഹസ്യമായ ഒരു പതാകപോലെ ഉയർന്നുയർന്നു പാറിക്കൊണ്ടിരുന്നു.

അവസാനത്തെ കമാന്റോ കടന്നുപോകുന്നതിനുമുമ്പ് തന്നെ ക്ലൂട്ടിക് റീനിബോത്തുമൊന്നിച്ചു രണ്ടാമന്റെ മുറിയിലേക്കുപോയി. വേറെ ആരേയും അയാൾ അതിനകത്തേക്കു കടത്തിയില്ല. തലേരാത്രിയിൽ പറ്റിയ പരാജയത്തെ കുറിച്ചോർത്തപ്പോഴുണ്ടായ വേദനയോടെ ക്ലൂട്ടിക് ഒരു കസേരയിലേക്കു വീണു.

“ഞാൻ ക്യാമ്പിലേക്കു പോകുമ്പോൾ, ആ തെമ്മാടികൾക്ക് അറിവു കിട്ടിയിരിക്കണം. എനിക്ക് അദൃശ്യനാകാൻ ഒക്കുമോ.” അയാൾ മുഖം വീർപ്പിച്ചുകൊണ്ടു പറഞ്ഞു.

റീനിബോത്ത് റിപ്പോർട്ടുബുക്ക് മേശപ്പുറത്തേക്കു വലിച്ചെറിഞ്ഞു.

“അല്ലെങ്കിൽ ഒരുപക്ഷെ അവർ ചുമ്മാ ഗേയെ കളിപ്പിച്ചതായിരിക്കും. 61-ാം നമ്പറിന്റെ കഥ സത്യമായിരിക്കുകയില്ല!”

അരയ്ക്കുമേലുള്ള ഭാഗം മുന്നോട്ടാക്കി ക്ലൂട്ടിക് കുരച്ചു. “ഗെസ്റ്റപ്പോവിന്റെ അടുക്കലേക്കുപോകാനുള്ള ഉപദേശം തന്നതാരാണ്?”

റീനിബോത്ത് ആത്മരക്ഷയ്ക്കുവേണ്ടി പറഞ്ഞു. “പക്ഷെ അവർ ആ ചെക്കനെ പന്തുപോലെ കൈമാറുമെന്നും നിങ്ങൾ കണ്ണുകെട്ടിയ നായയെപ്പോലെ വട്ടപ്പാലം കളിക്കുമെന്നും ഞാൻ അപ്പോഴെ പറഞ്ഞുവല്ലോ.”

അയാൾ സിഗററ്റ് കത്തിച്ചു.

“ഷവാൾ പറഞ്ഞതുപോലെ ആ ചപ്പുചവറുകളെയെല്ലാം പട്ടികയിൽ നിന്നു നീക്കിയേക്കൂ. എന്നാൽ പ്രത്യക്ഷമായ എന്തെങ്കിലുമുണ്ടെന്നെങ്കിലും സമാധാനിക്കാമല്ലോ.”

“അതെ, എങ്ങനെയാണ് ആ മണ്ടക്കഴുത എന്നെ കെണിയിൽപ്പെടുത്തിയത്. യാതൊരു ഒച്ചപ്പാടും കൂടാതെ ആ അഴുക്കുകളെല്ലാം തൊലച്ചുകളഞ്ഞു. അയാളെ ഞാൻ ഇപ്പോൾ രക്ഷപ്പെടുത്തുകയും വേണമത്രേ!”

“പക്ഷെ അത് അത്ര വിഡ്ഢിത്തമൊന്നുമല്ല” എന്നു പറഞ്ഞു റീനിബോത്ത് ഭൂപടത്തിന്റെ സമീപത്തേക്കു നീങ്ങി. കുറെനേരം ആലോചനയോടെ അതിലേക്കു നോക്കിനിന്നതിന്റെ ശേഷം ‘ട്രിയസ്’ എന്ന സ്ഥലത്ത് തറച്ചിരുന്ന നിറമുള്ള മൊട്ടുസൂചിയെടുത്തു. ‘ഹെർസ് ഹിൽഡ്’ എന്നടയാളപ്പെടുത്തിയ ഒരു ബിന്ദുവിൽ തറച്ചുവെച്ചു. പഴയ ശീലമനുസരിച്ച് അയാൾ തള്ളവിരൽ ബട്ടൺനിരയിലേക്കു തള്ളി വിരലുകൾകൊണ്ട് മാറത്ത് ആലോചനയോടെ താളം പിടിച്ചുതുടങ്ങി.

പിന്നീട് അയാൾ ക്ലൂട്ടിക്കിന്റെ നേരെതിരിഞ്ഞ് അയാളെ നോക്കി. മൊട്ടുസൂചി മാറ്റിത്തറച്ചത് അയാൾ കണ്ടിരുന്നു. റീനിബോത്ത് ഉദാസീനതയോടെ അതിന്റെ അടുത്തേക്കുനീങ്ങി, കാലുകൾ കവച്ചുവെച്ച് ആ ബിന്ദുവിനെ ഒന്നു തലോടി.

“യാദൃച്ഛികമായി പറയട്ടെ, നമ്മുടെ നയതന്ത്രജ്ഞന് ഇതേവരെ തെറ്റുപറ്റിയിട്ടില്ല എന്നാണ് എന്റെ അഭിപ്രായം.”

ക്ലൂട്ടിക് വളരെ ശക്തമായി തല പിന്നോക്കം വലിച്ചതിനാൽ അയാളുടെ തലയുടെ പിൻഭാഗം വേദനിച്ചു. അയാൾ എഴുന്നേറ്റു റീനിബോത്തിനെ സമീപിച്ച് ഡസ്കിന്റെ അടുക്കൽ നീണ്ടുനിവർന്നുനിന്നു.

“എന്നോടു പറയാൻ ഉദ്ദേശിക്കുന്നത്........” അവരുടെ കണ്ണുകൾ അന്യോന്യം തറച്ചുനോക്കിനിന്നു.

“ഹ, ഹഹ.......നയതന്ത്രജ്ഞൻ നമ്പർ രണ്ട്” ക്ലൂട്ടിക് പരിഹസിച്ചു.

റീനിബോത്ത് ഒരു പുച്ഛചിരി ചിരിച്ചു. ക്ലൂട്ടിക് കുരച്ചുചാടി.

“ഞാൻ ഈ യൂണിഫോറം ധരിച്ചിരിക്കുന്നിടത്തോളം കാലം എന്ന് വീമ്പടിച്ചു കൊണ്ടു നെഞ്ചത്ത് തല്ലിയിരുന്നത് ആരാണ് ആവോ......”

റീനിബോത്ത് മറുപടി പറഞ്ഞു. “അതൊക്കെ ശരിതന്നെ ...... പക്ഷെ എത്ര കാലം........”

വിഷം ചീറ്റുന്നതുപോലെ ക്ലൂട്ടിക് താടി നീട്ടി. അയാളുടെ കറുത്ത കണ്ണടച്ചില്ലുകൾക്കിടയിലൂടെ കണ്ണുകൾ കിടന്നുപിടച്ചു.

"അപ്പോൾ ആ ധീരധീരനായ യോദ്ധാവ് എന്നെയും വലിച്ചു താഴ്ത്താൻ പോകുകയാണോ?"

അയാൾ മുഷ്ടിചുരുട്ടി മേശപ്പുറത്ത് ഇടിച്ചു. "ഞാൻ ജീവിച്ചിരിക്കുന്നിടത്തോളം കാലം ഈ തോക്കു കയ്യിൽനിന്നു വിടുകയില്ല."

റീനിബോത്ത് സിഗററിന്റെ ചാരം പാത്രത്തിൽതട്ടി, അനായാസ സുന്ദരമായ ചലനത്തോടെ എഴുന്നേറ്റുനിന്നു.

"ഹെർപ്റ്റംസ്കാർ ഫ്യൂഹറർ! ഞാൻ ചെയ്യുന്നതും അതുതന്നെ." അയാൾ പുരികം ഉയർത്തി. പക്ഷെ വ്യത്യസ്തമായ ചുറ്റുപാടിലും കരാറിലുമായിരിക്കുമെന്നുമാത്രം.

അയാൾ സംസാരിക്കുന്നതിനിടയിൽ ഭൂപടം ചൂണ്ടിക്കാണിച്ചു. "ഹെർസ്ഫീൽഡ്, എർഫർട്ട്, വീമാർ" അയാൾ ക്ലൂട്ടിക്കിന്റെ നേരെ പുച്ഛത്തോടെ ഒന്നുനോക്കി. "ഇന്ന് തീയതി ഏപ്രിൽ രണ്ട് അല്ലേ? ഇനിയെത്ര ദിവസമുണ്ട് നമുക്ക്....ഇത്രയുണ്ടോ." ഒരു മന്ത്രവാദിയെപ്പോലെ അയാൾ കയ്യിന്റെ പത്തുവിരലുകൾനിവർത്തി ക്ലൂട്ടിക്കിന്റെ കണ്ണിന്റെ മുമ്പിൽപിടിച്ചു.

"അതോ, ഇത്രയോ" അയാൾ വലത്തെ കൈ മടക്കി.

"അതോ ഇത്രയോ" ഇടത്തെ കയ്യിന്റെ വിരലുകൾ ഓരോന്നായി അയാൾ മടക്കുകയായിരുന്നു.

"ഇംഗ്ലീഷും പഠിച്ചു തന്റേടം വിടാതെ നിന്നോളൂ. പണ്ടൊരിക്കൽ ഞാൻ പറഞ്ഞത് ഇപ്പോഴും ആവർത്തിക്കുന്നു."

"എടാ വഴുതിപ്പോകുന്ന നായെ" ക്ലൂട്ടിക് ചീറി. റീനിബോത്ത് വീണ്ടും ചിരിച്ചു. അയാൾക്കു യാതൊരു ഭാവഭേദവുമുണ്ടായില്ല. എല്ലാവരും തന്നെ ഉപേക്ഷിച്ചു എന്നമട്ടിൽ അയാൾ ആക്രോശിച്ചു.

"അപ്പോൾ അവശേഷിക്കുന്നതു ഞാനും കാംലോത്തും മാത്രം."

"കാംലോത്ത്" റീനിബോത്ത് തലവെട്ടിച്ചു. "അവനെ കൂട്ടിനു പിടിക്കണ്ട. എത്ര സൗകര്യമായി തടിതപ്പാനൊക്കുമോ, അത്രയും മെച്ചം എന്നാണവന്റെ കണക്കുകൂട്ടൽ."

ക്ലൂട്ടിക് വീണ്ടും കൂവിവിളിച്ചു. "അപ്പോൾ ഞാൻമാത്രം."

അതിന്റെ അർത്ഥം മനഃപൂർവം തെറ്റിദ്ധരിച്ചുകൊണ്ടു റീനിബോത്ത് ചോദിച്ചു.

"നിങ്ങൾ എന്തിനിവിടെ നിൽക്കുന്നു?"

ക്ലൂട്ടിക് പല്ലുകൾ ഞെരിച്ചു. "ആഴ്ചകളായി ഞാൻ ആ രഹസ്യ സംഘടനയെത്തേടി നടക്കുന്നു. ഇപ്പോൾ അവരെ കയ്യിൽ കിട്ടിയപ്പോൾ ഞാൻ വഴുതിമാറണമോ."

അയാൾ പട്ടിക കയ്യിലെടുത്തു. ഉച്ചഭാഷിണിയുടെ സമീപത്തേക്കു നീങ്ങി.

"നിങ്ങൾക്ക് എന്താണാവശ്യം." റീനിബോത്ത് പ്രതിഷേധിച്ചു.

അയാൾ ആ പട്ടിക ഒന്നുവീശി.

"ഞാൻ ഇപ്പോൾതന്നെ അവരെ വിളിച്ചുവരുത്തി കൽക്കുഴിയിൽ കൊണ്ടുപോയി ചുട്ടുകളയും."

"എല്ലാവരും നോക്കിനിൽക്കുമ്പോഴോ? ആ കൽക്കുഴിയിൽ മുന്നൂറ് തടവുകാർ പണിയെടുക്കുന്നുണ്ട്."

"എനിക്കൊരു കൂസലുമില്ല."

പട്ടിക റീനിബോത്ത് അയാളുടെ കയ്യിൽനിന്നു വാങ്ങി.

"എല്ലാവിധ ബുദ്ധിയും വിവേകവും ഉപയോഗിച്ചു കൽപ്പന നടത്തണം....."

ക്ലൂട്ടിക് വീണ്ടും കുരച്ചു.

"അവരെ രഹസ്യമായി മറച്ചുപിടിച്ചു പുറത്തേക്കുകൊണ്ടു പോകണമെ◌ാ."

"അതൊന്നുമല്ല" അലസമായ സൂത്രത്തോടെ റീനിബോത്ത് പറഞ്ഞു. "അതെല്ലാം ഔദ്യോഗികനിലയിൽതന്നെ ചെയ്യണം. പട്ടിക ഗുമസ്തന്മാരുടെ മുറിയിലേക്കു പോകണം. മനസിലായോ ഹെർക്യാമ്പ് ഫ്യൂഹറർ. ഇതിൽ പറഞ്ഞിരിക്കുന്ന സർവരും നാളെ രണ്ടാംനമ്പർ സൈനിൽ ഹാജരാകണം."

റീനിബോത്ത് ഒന്നു കണ്ണിറുക്കി; "മാപ്പു തന്നിരിക്കുന്നു. മനസിലായോ ഹെർക്യാമ്പ് ഫ്യൂഹറർ." അയാൾ ഇംഗ്ലീഷിൽ ചോദിച്ചു. "പണി വീട്ടിലേക്ക്, യന്ത്രം അംഗരക്ഷകർ ഒരു നിരവെടി.......ങ്ങ! ഇതൊക്കെയാണ് ഇതിൽ ചെയ്യാനുള്ളത്." അയാൾ പട്ടിക മടക്കി റിപ്പോർട്ട് ബുക്കിൽവെച്ചു.

"എല്ലാ ബുദ്ധിയും വിവേകവും ഉപയോഗിച്ച് എന്നല്ലേ നമ്മുടെ നയതന്ത്ര വിശാരദൻ പറഞ്ഞിരിക്കുന്നത്."

പണ്ടും നിരവധി പ്രാവശ്യം ചെയ്തിരിക്കുന്നതുപോലെ ക്ലൂട്ടിക്കിനു റീനിബോത്തിന്റെ മേന്മ സമ്മതിച്ചു കൊടുക്കാതിരിക്കാൻ കഴിഞ്ഞില്ല.

വിഷമമായ ഒരു പ്രസ്താവനയോടെയാണ് ക്ലൂട്ടിക് അതു പറഞ്ഞത്.

"നിങ്ങൾ വളരെ അധികം നയതന്ത്രജ്ഞനുമായി അടുത്തിരിക്കുന്നു."

"നേരെ മറിച്ച്" തന്റെ സ്വാഭാവികമായ സൗമ്യതയോടെ റീനിബോത്ത് പറഞ്ഞു. "ഇന്നലത്തെതിൽ പിന്നെ ചില കാര്യങ്ങളിലെല്ലാം ഞാൻ കുറെക്കൂടി ബുദ്ധിമാനായിരിക്കുന്നു."

ടെലിഫോണിൽ മണിയടിച്ചു. ആരോ ക്ലൂട്ടിക്കിനെ വിളിച്ചതാണ്. റീനിബോത്ത് റിസീവർ അയാളുടെ കൈയിൽ കൊടുത്തു.

ഗേയായിരുന്നു അപ്പുറത്ത്. അവർ പറയുന്നത് അടുത്തുനിന്ന റീനിബോത്തിനു കേൾക്കാമായിരുന്നു. എന്തെന്നാൽ അത്ര കുത്തിത്തുളയ്ക്കുന്ന മട്ടിലായിരുന്നു ആ സ്വരം.

"ആ കുട്ടിയുടെ കാര്യത്തിൽ ഇനി ഗേയ്ക്ക് ഒന്നും ചെയ്യാനില്ല. രാത്രി ഒരു കൃമി അയാളുടെ കൈകൊണ്ടു ചത്തുതുലഞ്ഞു. മറ്റെ തെമ്മാടികളുമായി ഇടപെടാൻ അയാൾ ഉദ്ദേശിക്കുന്നില്ല."

ക്ലൂട്ടിക് ഒന്നു പിടഞ്ഞു.

റീനിബോത്ത് അയാളുടെ കയ്യിൽനിന്ന് റിസീവർ വാങ്ങി സ്വയം പരിചയപ്പെടുത്തി.

“തീർച്ചയായും സഖാവ് ഗേ, നമുക്ക് ആ ഉച്ചിഷ്ടമെല്ലാം എടുത്തു മാറ്റിക്കളയാം. ഞാൻ ട്രക്ക് അയക്കാം. പിന്നെ വേർപിരിഞ്ഞ ആ പ്രിയപ്പെട്ട ആത്മാവുണ്ടല്ലോ, ശരി അതിനെ ചുട്ടും കളഞ്ഞേക്കാം.” അയാൾ റിസീവർ താഴെവെച്ചു.

“ഇതാ വീണ്ടും അവരെല്ലാം ഒരുമിച്ചായിരിക്കുന്നു. ഹോഫലും വൂസിസ്സും മാത്രമേ അവശേഷിച്ചിട്ടുള്ളൂ. നിങ്ങൾ അവരെ മറന്നു പോയോ?”

“നമുക്കിനി അവരെക്കൊണ്ട് എന്തു ഗുണം” ക്ലൂട്ടിക് അമറി.

റീനിബോത്ത് വാതിൽ തുറന്ന് വരാന്തയിൽ ചെന്ന് വിളിച്ചു.

“ഹോപ്റ്റശ്ചാർ മാൻഡ്രാക്ക് റിപ്പോർട്ട് ഫ്യൂഹററുടെ അടുത്തേക്കു വരണം.”

പടിക്കലെ കാവൽക്കാരൻ സന്ദേശം അയാളെ അറിയിച്ചു.

മാൻഡ്രിൽ കടന്നുവന്നപ്പോൾ റീനിബോത്ത് സിഗററ്റുപെട്ടി നീട്ടി.

“ഹോഫലിന്റേയും പോളണ്ടുകാരന്റെയും കയ്യിൽനിന്ന് ഇനിയെന്തെങ്കിലും പിഴിഞ്ഞെടുക്കാമെന്നു വിചാരിക്കുന്നുണ്ടോ?”

മാൻഡ്രിൽ സിഗററ്റ് എടുത്തു ചെവിക്കുറ്റിയിൽത്തിരുകി. തനിക്കു യാതൊരു താൽപ്പര്യവും ഇക്കാര്യത്തിൽ ഇല്ല എന്ന് അയാളുടെ മുഖം വ്യക്തമാക്കിയിരുന്നു.

വിരസമായ സ്വരത്തിൽ അയാൾ പറഞ്ഞു.

“ഇനി ചെയ്യാവുന്നത് അവരെ തുലയ്ക്കുക മാത്രമാണ്.”

“ശരി, നല്ലത്. ഞങ്ങൾക്ക് ഇനി അവരെ ആവശ്യമില്ല. ഇഷ്ടമുള്ളതു ചെയ്യാം. അൽപ്പം തമാശ ഉണ്ടാക്കിക്കോളൂ.”

മാൻഡ്രില്ലിന്റെ രക്തമില്ലാത്ത ചുണ്ടിൽ നിന്ദാഭാവം തലയുയർത്തി.

സിഡ്കോവ്സ്കി അപ്പോഴും അസ്വസ്ഥനായിരുന്നു. തന്റെ അടുക്കലേക്ക് വന്ന ക്രാമറോട് അയാൾ സത്യം ചെയ്തുപറഞ്ഞു, കുട്ടി തന്റെ അടുത്താണ് കിടന്നത്. തന്റെ പുറത്തു തൊട്ടാണ് അവൻ കിടന്നത്, എന്നു തനിക്കറിയാമായിരുന്നു. ആ ഇന്ദ്രജാലം ക്രാമർക്കു വിവരിച്ചു കൊടുക്കാനായി അയാൾ പുതപ്പ് കട്ടിലിലേക്കുതന്നെ ഇട്ടുകൊണ്ടു പറഞ്ഞു.

“ക്ലൂട്ടിക് ഇങ്ങനെ പുതപ്പുമാറ്റി. കുട്ടി അപ്പോൾ അവിടെയെങ്ങുമുണ്ടായിരുന്നില്ല.”

ആവേശംകൊണ്ട് അയാളുടെ ചുണ്ടുകൾ വിറച്ചിരുന്നു. കുട്ടി എവിടെപ്പോയി. കണ്ണുകൾ ഒരു മറുപടിക്കുവേണ്ടി യാചിച്ചു.

പരിഭ്രമിച്ച് ഒരു നേരിയ ശബ്ദമെടുത്തു ക്രാമർ.

കുട്ടി വല്ലിടത്തേക്കും മുട്ടുകുത്തി ഇഴഞ്ഞുപോയിരിക്കുമോ? എല്ലായിടത്തും നോക്കിയോ?”

“എല്ലായിടത്തും.”

“ആരെങ്കിലും ഇവിടെ വന്നിരുന്നുവോ? ആവശ്യമില്ലാതെ ഇവിടെ ആരെങ്കിലും തൂങ്ങിത്തിരിഞ്ഞു നിന്നതായി തോന്നുന്നുണ്ടോ?”

ആരുമുണ്ടായിരുന്നില്ലെന്നാണ് സിഡ്കോവ്സ്കി പറഞ്ഞത്.

ഇനിയെന്താണ് ചോദിക്കേണ്ടത് എന്നു നിശ്ചയമില്ലാതായി ക്രാമർക്ക്. അതിന്റെ അസാധാരണമായ തിരോധാനത്തെക്കുറിച്ച് ഒരു വിശദീകരണവും അയാൾക്ക് നൽകാനുണ്ടായിരുന്നില്ല. ഐ എൽ കെ എന്തെങ്കിലും.......അയാൾക്കുതന്നെ സംശയമുണ്ടായിരുന്നു അത്. പക്ഷെ അതിനു വലിയ സാധ്യതയില്ല. അങ്ങനെ വല്ലതും ഉണ്ടായിരുന്നുവെങ്കിൽ ബോച്ചൗവിനു വിവരം കിട്ടുമായിരുന്നു. എന്നാൽ അടിയന്തരമായിപ്പോയി കുട്ടിയെ കണ്ടുപിടിക്കൂ എന്ന് തന്നോട് ആവശ്യപ്പെടുമായിരുന്നില്ല.

തന്റെ അന്വേഷണം പരാജയമടഞ്ഞു എന്ന കഥ ബ്ലോക്കിൽ ചെന്നു പറഞ്ഞപ്പോൾ ബോച്ചൗവിനുണ്ടായ പരിഭ്രമം ക്രാമറുടെതിനെക്കാൾ ഒട്ടും മോശമായിരുന്നില്ല. കുട്ടി മറഞ്ഞിരിക്കുന്നു; ഈ യാഥാർഥ്യവുമായി പൊരുത്തപ്പെടാതിരിക്കാൻ യാതൊരു നിവൃത്തിയുമില്ല. ആരുടെ കയ്യായിരിക്കും ഇതിനിടയിൽ.

കുട്ടിയുടെ തിരോധാനത്തേക്കാൾ ഒട്ടും മോശമല്ലാത്ത വിധത്തിൽ ബോച്ചൗവിനെ കുഴക്കിയ മറ്റൊരു സംഗതി. അതിൽ ഐ എൽ കെയ്ക്കു പങ്കില്ല എന്ന പരമാർഥമാണ്. പക്ഷെ എന്നാലും സംഘത്തിലെ ആരെങ്കിലുമായിരിക്കണം അതു ചെയ്തത്? ആരായിരിക്കാം. അസ്വസ്ഥത കാണിക്കാറുള്ള പ്രിബുലയാണോ? സുഖിയനായ വാൻഡാലൻ? അതോ തന്റേടം തികഞ്ഞ ബോഗോർസ്കിയോ! ആ അടിത്തറയെക്കാൾ നല്ല ഒരു രഹസ്യസ്ഥലം ആരെങ്കിലും കണ്ടുപിടിച്ചിരുന്നുവെങ്കിൽ ഐ എൽ കെക്ക് അറിവു കൊടുക്കേണ്ട ചുമതല അയാൾക്കില്ലേ?

ഇക്കാര്യത്തിൽ തന്നിഷ്ടം കാണിക്കുന്നത് അച്ചടക്കലംഘനമാണ്. ക്ലൂട്ടിക്കിന്റെ പരാജയത്തിൽ പങ്കുചേരാൻ ബോച്ചൗവിനു കഴിഞ്ഞില്ല. കുട്ടി 61-ാം നമ്പറിൽ ഉണ്ടെന്ന് ക്ലൂട്ടിക്കിന് എങ്ങനെ അറിവുകിട്ടി!

“അതൊരിക്കൽ അവിടെയായിരുന്നു” ക്രാമർ മറുപടി പറഞ്ഞു. ജരാവൃതരായ ആ കണ്ണുകൾ മന്ദഹസിച്ചു.

“ഓ, അച്ചടക്കലംഘനത്തെപ്പറ്റി പിറുപിറുക്കയാണോ. അപ്പണി ആരുതന്നെ ചെയ്താലും അതിൽ സന്തോഷിക്കുകയേ വേണ്ടൂ. ക്ലൂട്ടിക് കുട്ടിയെ കണ്ടുപിടിച്ചിരുന്നുവെങ്കിൽ എന്തെല്ലാം കുഴപ്പങ്ങൾ ഉണ്ടാകുമായിരുന്നു. എനിക്കതിനെപ്പറ്റി ആലോചിക്കാൻ സാധ്യമല്ല.”

എന്തായിരുന്നു കൈകൊണ്ട് കാണിച്ച ഗോഷ്ഠിയുടെ അർഥം. എന്തുതന്നെയായാലും ആ സംഭവവികാസം തനിക്കു നന്നെ പിടിച്ചു എന്നമട്ടിൽ അയാൾ ചുമൽ കുലുക്കി.

“കുട്ടി എവിടെപ്പോയി എന്ന് ആർക്കും നിശ്ചയമില്ല. അതു നന്നോ?” കടുത്ത മൗനം ഭജിച്ചുകൊണ്ടിരുന്ന ബോച്ചൗവിനോടയാൾ ചോദിച്ചു. തലയാട്ടി അയാൾ സ്വയം മറുപടി പറഞ്ഞു. “അതു നന്നായി” ബോച്ചൗ ക്രാമറെ നോക്കി. ക്ലൂട്ടിക്കിന്റെ ദയനീയ പരാജയത്തിൽ അയാൾ തികച്ചും സന്തുഷ്ടനായിരിക്കുന്നു.

"പക്ഷെ ഇതു കുട്ടിയുടെ മാത്രം പ്രശ്നമല്ല, നാശം പിടിക്കാൻ! ഇവിടെ ചങ്ങല മുറിഞ്ഞിരിക്കുന്നു. അതാണ് സംഗതി" അയാൾ പല്ലു ഞെരിച്ചു.

ബോഗോർസ്കി അല്ലെങ്കിൽ ആരായിരിക്കും ഇതു പറ്റിച്ചത്. തെളിവുകൾ യാതൊന്നുമില്ലെങ്കിലും അയാളുടെ സംശയങ്ങൾ വീണ്ടും ബോഗോർസ്കിയെ ലക്ഷ്യമാക്കി നീങ്ങി.

അല്ലെങ്കിൽ വേറെ വല്ലവരുമായിരിക്കാനും മതി.

അയാൾ തന്നെയാണ് അത് ചെയ്തതെങ്കിൽ! ഈ വിചാരം വെച്ചു കൊണ്ട് അയാൾ ആലോചനനിർത്തി. ഒരു കണ്ണാടിയിലെന്നപോലെ അയാൾ നോക്കി. ആരോടാണ് പറയേണ്ടത്? ആരുമില്ല . ചങ്ങല സ്വന്തം മനസിലെ കയത്തിലേക്ക് അമർന്നുപോകുകയേയുള്ളൂ. അതിന്റെ നങ്കൂരം നൂലിട്ടാൽ നിലയില്ലാത്ത അന്തരാളത്തിലേക്ക് ആണ്ടുപോകുകയേയുള്ളൂ.

"അച്ചടക്കലംഘനമോ?"

"അതെ അതാണത്, അത് അങ്ങനെതന്നെ ഇരിക്കുകയും ചെയ്യും."

പക്ഷെ ബോച്ചൗവിന്റെ രോഷത്തിനൊരു മാറ്റംവരുന്നു. അജ്ഞാതനായ, നിശ്ശബ്ദനായ, ആ മനുഷ്യന്റെ പ്രവൃത്തി നല്ലതായിരുന്നു; മനുഷ്യൻ കൈ ഉയർത്തിയത് അവരെയെല്ലാം രക്ഷിക്കാനാണ്! അച്ചടക്കം ലംഘിക്കുകയാണെന്നയാൾക്ക് അറിയാമായിരുന്നു. രണ്ടു കടമകളിൽ ഒന്ന് തെരഞ്ഞെടുക്കേണ്ട അവസരം പരമമായി, അടിയന്തരമായി, ഒന്നയാൾ തെരഞ്ഞെടുത്തു.

ബോച്ചൗ ദീർഘമായി നിശ്വസിച്ചു. വാതിലിന്റെ മുമ്പിൽ ആലോചനാമഗ്നനായി പോക്കറ്റിൽ കൈതിരുകി അയാൾ കുറെനേരം നിന്നു. പിന്നീടയാൾ മെല്ലെ ബ്ലോക്കിലേക്ക് തിരിച്ചുപോയി.

മാൻഡ്രിൽ റീനിബോത്തിന്റെ സമീപത്തേക്കു പോകുന്നതു കണ്ടപ്പോൾ ഫോർസ്റ്റേക്കു വിഷമമായി. തന്റെ കൈവശമുള്ള രണ്ടുപേരെ ചൊല്ലിയായിരിക്കുമോ ആ യാത്ര? അയാൾ അവരുടെ മുറിയിലേക്കു പതുക്കെ നീങ്ങി ആ ദ്വാരത്തിലൂടെ എത്തിനോക്കി.

മുറിയിൽ വാതിലിലേക്കു മുഖവുമായി ഹോഫലും ക്രോപ്പിൻസ്കിയും അനങ്ങാതെ നിൽക്കുകയായിരുന്നു. കഷ്ടിച്ച് എണീറ്റുനിൽക്കാനുള്ള ശക്തികിട്ടിയിരുന്നുവെങ്കിലും മർദനത്തിന്റെ ആഘാതം വ്യക്തമായി ഹോഫലിൽ കാണാമായിരുന്നു. ഒന്നു നിവർന്നുനിൽക്കാനായി കായികവും മാനസികവുമായ സർവശക്തികളും അയാൾ ഉപയോഗിച്ചു. അദ്ദേഹത്തിന്റെ ഉലച്ചലിൽനിന്ന് ഹോർസ്റ്റേക്കതു മനസിലായി. അവരുടെ രണ്ടുപേരുടെ കാലുകളിലും നിറമുള്ള പൊടിതൂവി മാൻഡ്രിൽ തന്റെ മർദനമുറയ്ക്കു ശക്തികൂട്ടിയിരുന്നു. അൽപ്പമെങ്കിലും അനങ്ങിയെന്നു മനസിലായാൽ ദയയന്യെ അയാൾ അവരെ തല്ലിച്ചതയ്ക്കും —അതിലും ഭീകരം അവർക്കു കുറെയേറെ ദിവസത്തേക്കു ഭക്ഷണം കൊടുക്കുകയുമില്ല.

ഹോർസ്റ്റെ ദ്വാരമടച്ചു. ആരും ശ്രദ്ധിക്കുന്നില്ലെന്നു മനസിലായാൽ അവർ അന്യോന്യം ചാരി ഒരാശ്രയം നേടിക്കൊള്ളുമെന്ന് അയാൾക്കറി

യാമായിരുന്നു. എന്തെങ്കിലും നാലു നല്ലവാക്കു വിളിച്ചു പറയാൻകൂടി അയാൾക്കു സാധ്യമല്ല. ആ വരാന്തയുടെ മറുവശത്തുള്ള മുറിയിൽ സമയംനോക്കി മണിയടിക്കാനായി കുറെ എസ് എസുകാർ ഉണ്ട്.

റീനിബോത്തിന്റെ മുറിയിൽവെച്ച് അവർ എന്തായിരിക്കും സംസാരിച്ചിരിക്കുക.

മടങ്ങിവന്നതിനുശേഷമുള്ള മാൻഡ്രില്ലിന്റെ പ്രവർത്തനങ്ങളെല്ലാം ഫോർസ്റ്റെ സംശയത്തോടെയാണ് നോക്കിയത്. അയാൾ ഓഫീസ് മുറിയിൽപ്പോയി കുറെനേരം അവിടെ കുത്തിയിരുന്നു. മാൻഡ്രിൽ മടങ്ങിവരുന്നതുവരെ ബങ്കറിന്റെ വരാന്ത വൃത്തിയാക്കിക്കൊണ്ടു നിൽക്കുകയായിരുന്നു ഫോർസ്റ്റെ. അപ്പോൾ മാൻഡ്രില്ലിനെ സൂക്ഷിക്കാൻ കൂടുതൽ സൗകര്യമുണ്ടായിരുന്നു. ഇപ്പോൾ ദ്വാരപാലകൻ ഹോഫലിന്റെ മുറിയുടെ മുൻഭാഗമാണ് തൂക്കുന്നത്. കറുത്തുറ്റ രണ്ടു കയർക്കുടുക്കുകൾ കയ്യിൽ തൂക്കിയിട്ടുകൊണ്ടാണ് മാൻഡ്രിൽ കടന്നുവന്നത്.

ഫോർസ്റ്റെയുടെ ഹൃദയമിടിപ്പ് പെട്ടെന്നു നിന്നു. ഫോർസ്റ്റെ നിലമടിക്കുന്നതിനിടയിൽ ശ്രദ്ധിക്കുകയും ചെയ്തിരുന്നു. നിറമുള്ള പൊടിയുടെ വല്ല പാടും കാണാനുണ്ടോ എന്നു മാൻഡ്രിൽ അവരുടെ ചുറ്റും നടന്നു പരിശോധിച്ചു. അയാൾ ഒന്നും കണ്ടില്ല.

ചന്തക്കയർ തന്റെ ഷൂസിന്മേലിട്ടു തട്ടിക്കൊണ്ടു കുറെനേരം അയാൾ രണ്ടുപേരുടെ ചുറ്റുംനടന്നു. പിന്നീടയാൾ അവരുടെ മുമ്പിൽ പോയിനിന്നു. ക്രോപ്പിൻസ്കിയുടെ ഭയം അയാളുടെ മുഖത്ത് സ്പഷ്ടമായി കാണാമായിരുന്നു. അയാളുടെ കണ്ണുകൾ തുറിച്ചു. വീണ്ടും വീണ്ടും അയാൾ ഉദ്വേഗം കടിച്ചിറക്കി. പക്ഷപാതരഹിതനായ ഒരു നിരീക്ഷകന്റെ താൽപ്പര്യമില്ലാത്ത ഭാവത്തോടെ അയാൾ ആ പോളണ്ടുകാരന്റെ മുഖത്തേക്കു നോക്കി. ഹോഫൽ ആകെ വിളർത്തിരുന്നു. അന്ന് ആ കൊടിൽ ഉറപ്പിച്ച ചെന്നികളെ പിളർക്കുന്നപോലെ രക്തക്കുഴലുകൾ ത്രസിച്ചു. മുട്ടുകൾ വിറച്ചുവിറച്ച് ഇപ്പോൾ വീഴുമെന്ന മട്ടിലായി. അയാളും കണ്ടിരുന്നു ആ കയറുകൾ.

ഞാനിപ്പോൾ മരിക്കും! മസ്തിഷ്കത്തിൽ മഞ്ഞുകൊണ്ട് എഴുതപ്പെട്ടപോലൊരു തോന്നൽ. ആ രാക്ഷസനോടൊപ്പം അറയിലേക്കു കടന്നുവന്ന തണുപ്പേറ്റ് അയാൾ കിടുകിടെ വിറച്ചു. കുറെനേരത്തേക്ക് നിശ്ശബ്ദനായി മാൻഡ്രിൽ ഹോഫലിനെ നോക്കിനിന്നു. ഞാൻ ഈ കുടുക്കു കഴുത്തിൽ ഇടുമ്പോൾ അവർ പ്രതിഷേധിക്കുമോ, മാൻഡ്രിൽ സംശയിച്ചു. അപ്രതീക്ഷിതമായി അയാൾ സംസാരിച്ചുതുടങ്ങി. സംസാരിച്ചതോ, അത്യന്തം വിചിത്രമായ രീതിയിലും.

“ഹിറ്റ്ലറോ, ഉം അവനൊരു കോവർ കഴുതയാണ്. ഈ യുദ്ധമവൻ തകർത്തു തരിപ്പണമാക്കി. അൽപ്പദിവസങ്ങൾക്കകം അമേരിക്കക്കാർ ഇവിടെയെത്തും.”

മുഖത്ത് മന്ദസ്മിതത്തിന്റെ ഒരു കൊച്ചുരേഖപോലും പ്രകടമാക്കാതെ അയാൾ അകമേ കുലുങ്ങിക്കുലുങ്ങി ചിരിച്ചു.

"അമേരിക്കക്കാർ വന്നാൽ ഞങ്ങൾക്ക് എന്തുപറ്റുമെന്നോ. ഹ ഹ ആ പൂതിയങ്ങു മറന്നുകള. ബങ്കറിനകത്തുള്ള സർവത്തിന്റെയും കഴുത്തു ഞാൻ നുള്ളിക്കളയും. നിങ്ങളായിരിക്കും അവസാനത്തെ ഇരകൾ." താൻ കുറെ അധികം പറഞ്ഞുവോ എന്നയാൾക്കു ശങ്കതോന്നി. പെട്ടെന്നയാൾ ഒന്നും മിണ്ടാതെ കുടുക്കുകൾ തലയിൽക്കൂടെ അവരുടെ കഴുത്തിലേക്കിറക്കി കഴുത്തിലെ 'ടൈ' മുറുക്കുന്നതുപോലെ ഒന്നു മുറുക്കി.

അവസാനംവരെ ഇതു കയ്യിലിരിക്കട്ടെ; എല്ലാം ഇട്ടെറിഞ്ഞു പോകുന്നതിന് അഞ്ചുനിമിഷം മുമ്പു ഞാൻ ഇവിടെവരും. എന്നിട്ട് ർ ർ ർ......കൈകൾകൊണ്ട് എന്താണ് ചെയ്യുക എന്നയാൾ ആംഗ്യം കാട്ടി പല്ലു ഞെരിച്ച് ഒരു ശബ്ദം പുറപ്പെടുവിച്ചു. അയാൾ കുറച്ചുനേരം മിണ്ടാതെനിന്ന് കുടുക്കുകൾ കൊണ്ടലംകൃതരായി നിൽക്കുന്ന അവരെ നല്ലപോലെനോക്കി കണ്ടു. പിന്നെയും അയാൾക്ക് എന്തെല്ലാമോ പറയണമെന്നു തോന്നി.

"കഴുതകളെ? ഞാൻ വരുന്നതിനുമുമ്പ് നിങ്ങളെങ്ങാനും കെട്ടിത്തൂങ്ങി ചാവുകയാണെങ്കിൽ എന്റെ അവസാനത്തെ തമാശ നശിപ്പിച്ചതിന് നിങ്ങളെ ഞാൻ ചവിട്ടിത്തേയ്ക്കും."

വേറെ യാതൊന്നും അയാൾ പറഞ്ഞില്ല. കടന്നുവന്നപ്പോഴുണ്ടായ അതേ രൗദ്രഭാവത്തോടെ അയാൾ നടന്നകന്നു. പുറത്തുകടന്ന് ചെവിയിൽനിന്ന് സിഗററ്റ് എടുത്ത് അതു കൊളുത്തി കുറച്ചുനേരം ലക്ഷ്യമില്ലാതെ ആ ദ്വാരപാലകനെ തുറിച്ചുനോക്കിയശേഷം അയാൾ സ്വന്തം ഓഫീസിലേക്കു പിൻവാങ്ങി.

ഫോർസ്റ്റെ തൂത്തെടുത്ത ചപ്പും ചവറുമെല്ലാം അവയിടുന്ന പാത്രത്തിലോട്ടു തട്ടി അതെല്ലാം വരാന്തയിലെ ഒരു മൂലയിൽ വെച്ചിരുന്ന വലിയ പാത്രത്തിൽ കൊണ്ടിട്ടു.

തനിച്ചായിട്ടും, തങ്ങൾക്കുണ്ടായ ആ പൈശാചികാനുഭവം കുറെ നേരത്തേക്ക് അവരുടെ ചിന്തയെ മരവിപ്പിച്ചതിനാൽ അവർ നിശ്ചലരായി നിന്നു. പതുക്കെ ഹോഫലിന്റെ രക്തസഞ്ചാരം പുനരാരംഭിച്ചു. ശാരീരികമായ സർവ ചേതനകളേയും മരവിപ്പിച്ചു മയക്കിയ ആ ബോധക്ഷയത്തിൽനിന്ന് ഭീകരമായ വിചാരസരിത്തിലേക്കാണെങ്കിലും, ഉണർന്നത് നന്നായി. താൻ ശ്വാസം കഴിക്കുന്നുണ്ട് എന്ന് ഹോഫലിനു മനസിലായി. ആ അറയിലെ കെട്ടവായു ശുദ്ധമായ കുളിർകാറ്റാണെന്ന മട്ടിൽ അയാൾ വലിച്ചെടുത്തു.

പിന്നിൽ നിന്ന ക്രോപ്പിൻസ്കി വിളിച്ചു. "സഹോദരാ......."

നിസാരമായ ആ വിളി ഹോഫലിന്റെ ഹൃദയത്തിൽ ആഞ്ഞുപതിച്ചു. അയാൾക്കു മറുപടി പറയാൻ സാധിച്ചില്ല. അയാൾ നിറഞ്ഞ നന്ദിയോടെ കൈ പിന്നിലേക്ക് നീട്ടി. പോളണ്ടുകാരൻ ശാന്തമായി ആത്മാർഥതയോടെ അതു പിടിച്ചു. ജീവിതത്തിന്റെ ഊഷ്മാവ് ഒരാളിൽനിന്ന് മറ്റൊരാളിലേക്കു പകർന്നു. ആ നിശ്ശബ്ദത ആയിരമായിരം വാക്കുകളെക്കാൾ ശക്തമായിരുന്നു.

## II

ഉച്ചക്കൽപ്പം മുമ്പ് റീനിബോത്ത് ഉച്ചഭാഷിണിയിലൂടെ ഗുമസ്ത ന്മാരുടെ മുറിയിലെ കാപോവിനെ വിളിപ്പിച്ചു പട്ടിക അയാളെ ഏൽപ്പിച്ചു.

"ഈ പക്ഷികളെ നാളെ രാവിലെ രണ്ടാം നമ്പർ സൈനിൽ എത്തിക്കണം. അവരുടെ കാലുകളൊക്കെ ഭംഗിയാക്കണം കേട്ടോ. മനുഷ്യരെ വൃത്തികേടാക്കി വീട്ടിലേക്കു വിട്ടു എന്നാരും പഴി പറയരുതല്ലോ."

"വിടുതലോ?"

യുഗങ്ങളായിരിക്കുന്നു അങ്ങനെ രാഷ്ട്രീയതടവുകാരെ വെറുതെ വിട്ടിട്ട്. ഗുമസ്തന്മാരുടെ മുറിയിൽ മടങ്ങിയെത്തിയ കാപോ പട്ടികയൊന്ന് പരിശോധിച്ചു. നാൽപ്പത്തിയാറു പേരുകൾ അതിലുണ്ടായിരുന്നു; ക്യാമ്പിൽ പരക്കെ അറിയപ്പെടുന്ന വിശ്വസ്തരായ ദീർഘകാല തടവുകാർ, ക്യാമ്പിലെ ബ്ലോക്ക് സീനിയർമാരായും കപോവായും മറ്റു ചുമതലപ്പെട്ട ഉദ്യോഗസ്ഥന്മാരായും സേവനമനുഷ്ഠിക്കുന്നവർ, എല്ലാം അതിൽ ഉൾപ്പെട്ടിരുന്നു. തന്റെ സ്വന്തം പേരും ക്യാമ്പ് സീനിയർ പ്രോളിന്റെ പേരുമുണ്ട് കൂട്ടത്തിൽ.

"എന്തോ തകരാറുണ്ട്; തീർച്ച."

കാപോ നേരെ ക്രാമറെ സമീപിച്ചു. പ്രോളുമുണ്ടായിരുന്നു അവിടെ. പട്ടിക വായിച്ച ക്രാമർ ഗൗരവത്തിൽ ഒന്നു ചിരിച്ചു.

"വിട്ടയക്കുകയോ! ആളൊഴിക്കലിന്റെ തൊട്ടുമുമ്പ് ഇങ്ങനെ കൂട്ടം കൂട്ടമായൊരു വിടുതലോ." ഇടിവെട്ടുന്നപോലെ അയാൾ പറഞ്ഞു. "ഏതോ കുരുത്തംകെട്ട ഒറ്റുകാരൻ....."

"എനിക്കൊരു രണ്ടാംനമ്പർ സൈനിലേക്കുള്ള കൽപ്പനകൾ എഴുതേണ്ടിയിരിക്കുന്നു. എന്തുചെയ്യണം ഞാൻ." കാപോ ചോദിച്ചു.

പ്രോളിനു സംശയമായി.

"നമ്മെ തട്ടിക്കളയാനായിരിക്കുമോ അവരുടെ പരിപാടി."

അയാൾ അർഥവത്തായി ക്രാമറെ നോക്കി. തന്റെ മനസിൽ തോന്നിയ സംശയം ഇതുതന്നെയായിരുന്നുവെങ്കിലും പരസ്യമായി സമ്മതിക്കാൻ ക്രാമർ ഒരുക്കമായിരുന്നില്ല.

"കുറച്ചുനേരം കാക്കുക തന്നെ" എങ്ങും തൊടാത്ത മട്ടിൽ ക്രാമർ പറഞ്ഞു. കാപോവിനോടു അയാൾ പറഞ്ഞു.

"ഞാൻ നിർദേശം തരുന്നതുവരെ ഒന്നും ചെയ്യാൻ ശ്രമിക്കേണ്ട ആ പേരുകൾ ഒന്നു വായിക്കൂ. ഞാനൊന്നു കുറിച്ചെടുക്കട്ടെ."

ഭയങ്കരമായ ഉദ്വേഗമുണ്ടായിരുന്നിട്ടും ആ പേരുകൾ കുറിച്ചെടുക്കുമ്പോൾ അയാളുടെ കൈകൾ വിറച്ചിരുന്നില്ല. പെട്ടെന്നയാൾക്കു ബോധ്യപ്പെട്ടു. ഈ നാൽപ്പത്തിയാറു പേരെ വെടിവയ്ക്കാൻ തന്നെയാണ് ഭാവമെന്ന്. ഇതിനിനി കൂടുതൽ തെളിവിന്റെ ആവശ്യമൊന്നുമില്ല. പക്ഷെ എന്തുകൊണ്ടു തന്റെ പേർ ഇതിൽ പെട്ടില്ല. താനാണ് അതിന്റെ തലപ്പത്ത് എന്നല്ലേ വിചാരിച്ചിരിക്കുന്നത്. ഈ നാൽപ്പത്തിയാറുപേരും ഐ എൽ കെയിൽപെട്ടവരാണോ. ബോച്ചൗവിനു നിശ്ചയമുണ്ടായിരി

ക്കണം. ഇപ്പോൾതന്നെ അയാളോടു സംസാരിക്കണം. ക്രാമർ ബോച്ചൗവിനെ തിരക്കി അയാളുടെ ബ്ലോക്കിലേക്കു നടന്നു.

മുഹൂർത്തം പറ്റിയതായിരുന്നു. പരിചാരകർ ഒഴിഞ്ഞ ഭക്ഷണപ്പാത്രങ്ങളുമേന്തി അടുക്കളയിലേക്കു പോയിക്കഴിഞ്ഞിരുന്നു. റൂങ്കിയിൽനിന്ന് എന്തെങ്കിലും മറച്ചുപിടിക്കേണ്ട ആവശ്യമൊന്നുമില്ല.

“എനിക്കു നിങ്ങളുടെ കിടക്കകൾ ഒന്നു പരിശോധിക്കണം. ഹെർബർട്ട് ഉറക്കറയിലേക്കുവരൂ.” ഒരു ഒഴികഴിവ്: ഒരുപക്ഷേ അപ്രതീക്ഷിതമായി ബ്ലോക്ക് ഫ്യൂഹറർ വല്ലവരും വന്നുവെങ്കിൽ ക്രാമറുടെ സാന്നിധ്യത്തിനു പറ്റിയ ഒരു ഒഴികഴിവ് ആകുമല്ലോ. ഉറക്കറയിൽ എത്തിയ ക്രാമർ അധികം താമസിയാതെതന്നെ ബോച്ചൗവുമായി ഒരു പരസ്പരധാരണയിലെത്തി. അയാൾ പട്ടിക ബോച്ചൗവിന്റെ കയ്യിൽ കൊടുത്തുകൊണ്ടു ചോദിച്ചു.

“നിങ്ങളിൽ ആരെങ്കിലും ഇതിൽപ്പെട്ടിട്ടുണ്ടോ?”

ബോച്ചൗ തലയാട്ടി “ഇല്ല; ഒരുത്തരുമില്ല.”

“നന്നായി” ആശ്വാസത്തോടെ ക്രാമർ പറഞ്ഞു. അവർ മുറിയുടെ മറ്റേയറ്റത്തേക്കു നടന്നു. ക്രാമർ കിടക്കകളെല്ലാം പരിശോധിച്ചു.

“ഞാൻ എന്തു ചെയ്യണം അവരെ കൊല്ലാനാണ് ഉദ്ദേശ്യം. അതു തീർച്ച.”

ക്രാമർ പുതപ്പ് ഒന്നമർത്തി. ബോച്ചൗ നെടുവീർപ്പിട്ടു. “അപകടങ്ങളുടെ നീണ്ട ചങ്ങലക്ക് ഇതാ പുതിയതായി ഒരു കണ്ണികൂടി. ആരായിരിക്കും ഈ നാൽപ്പത്തിയാറുപേരെ ഒറ്റുകൊടുത്തിരിക്കുക? ഏതു ഭാഗത്തുനിന്നാണ് ഇതു വന്നത്? ക്ലൂട്ടിക്? റീനിബോത്ത്? സ്വീലിങ്ങ്......?”

കലവറമുറിയിലെ ചാരനായിരിക്കുമോ?

“നാം എന്തുചെയ്യണം പറയൂ.” ക്രാമർ നിർബന്ധിച്ചു. അവർ അനക്കമില്ലാതെ കുറെനേരം അവിടെനിന്നു. “അതേ നാം എന്തുചെയ്യണം.” ബോച്ചൗ വീണ്ടും ദീർഘമായി നിശ്വസിച്ചു. ജീവിതത്തിൽ ഇതിനുമുമ്പ് ഒരിക്കലും എടുക്കേണ്ടിവന്നിട്ടില്ലാത്ത തരത്തിലുള്ള ഒരു തീരുമാനമാണ് ഈ കയ്യിലിരിക്കുന്ന കടലാസ് ആവശ്യപ്പെടുന്നത്. അൽപ്പം മണിക്കൂറിനകത്ത് അവയെല്ലാം ഒരുമിച്ചു കട്ടകൂടിയിരിക്കുന്നു. നാളെ പ്രഭാതമാകുമ്പോഴേക്കും സമയം അതിക്രമിക്കും. ഇപ്പോൾതന്നെ ഐ എൽ കെയിലെ സഖാക്കളുമായി സംസാരിക്കണം. എങ്ങനെയാണ് അവരുമായി സമ്പർക്കം പുലർത്തുക. ഒരൊറ്റ മണിക്കൂറിനകത്ത് ഐ എൽ കെ സമ്മേളിക്കണം. അടിത്തറയിൽ പറ്റില്ല. ഇരുട്ടിന്റെ മറപിടിച്ചുമാത്രമേ അങ്ങോട്ടു കടക്കാനാകൂ.

ബോച്ചൗ നെറ്റി തിരുമ്മി. ചിന്ത ഒരു വേദനയായി തോന്നി അയാൾക്ക്.

“എനിക്കിപ്പോൾതന്നെ സഖാക്കളോടു സംസാരിക്കണം. ഇപ്പോൾതന്നെ.”

“നമുക്ക് വ്യോമാക്രമണമുന്നറിയിപ്പു പ്രയോജനപ്പെടുത്തണം. വേറെ യാതൊരു വഴിയുമില്ല.”

ആഴ്ചകളായി എല്ലാദിവസവും ഉച്ചസമയത്ത് നേരത്തെയോ നേരം വൈകിയോ, അമേരിക്കൻ ബോംബർ വിമാനങ്ങൾ ടൂറിൻജിയ, സാക്സണി, ബ്രാൻഡൻബർഗ് എന്നിവയെ ലക്ഷ്യമാക്കി നീങ്ങാറുണ്ട്. അതുനോക്കി വേണമെങ്കിൽ വാച്ചുതിരിച്ചു വയ്ക്കാം. അത്ര കൃത്യ സമയത്താണ് അത് ക്യാമ്പിന്റെ മുകളിൽ എത്തുക. സൂര്യപ്രകാശത്തിൽ, ആകാശത്തിന്റെ വിദൂരതയിൽ ഒരു കൂട്ടം പക്ഷികളെപ്പോലെ അവ വെട്ടിത്തിളങ്ങും. അവ അപകടകാരികളാണെന്ന് ആ ഇരമ്പൽ മാത്രമെ വിളംബരം ചെയ്തിരുന്നുള്ളൂ. അതുകൊണ്ട് എല്ലാദിവസവും കിട്ടും ഒരിടവേള. സൈറനുകൾ അലറി തുടങ്ങുമ്പോൾ കവാത്തു മൈതാനത്തിലൂടെ ഓടി ക്യാമ്പിലെത്താൻ ലേബർകമാന്റോ പരിശീലിച്ചിരുന്നു. കുറച്ചുനേരം കഴിഞ്ഞാൽ ക്യാമ്പ് അടച്ചിട്ടപോലെ ശാന്തമാകും. ഗോപുരങ്ങളിലെ കാവൽ സേനകൾമാത്രം ആകാശത്തേക്കു നോക്കിക്കൊണ്ടു നിൽക്കുന്നുണ്ടാകും. ചിലപ്പോൾ മണിക്കൂറുകൾ കഴിയേണ്ടിവരും എല്ലാം കഴിഞ്ഞു എന്നതിന്റെ സൂചന കിട്ടാൻ.

അപ്പോൾ ക്യാമ്പ് വീണ്ടും സജീവമാകും. എന്തിനെപ്പറ്റിയോ വേവലാതിപ്പെടുകയായിരുന്നു ബോച്ചൌ. അയാൾ ക്രാമറുടെ നേരെ നോക്കി.

“എന്നെ ഒന്നു സഹായിച്ചേ ഒക്കൂ. സഖാക്കളുടെ പേരുകൾ പറയാൻ വയ്യെന്നാണ് വയ്പ്. പക്ഷെ ഇത്തരുണത്തിൽ ഞാൻ എന്തുചെയ്യും.....”

ബോച്ചൌവിന്റെ കഷ്ടപ്പാടിന്റെ വൈപുല്യം ക്രാമർക്കു ബോധ്യപ്പെട്ടു.

“പരിഭ്രമിക്കാതിരിക്കൂ. ഞാൻ ആ പേരുകൾ ഓർക്കാൻ കൂടി പോകുന്നില്ല. എനിക്കു നിങ്ങളെ മനസിലായി. മറ്റു സഖാക്കൾക്കും അതു മനസിലാകും. ജീവന്മരണ പ്രശ്നമാണ് ഇവിടെ”

ബോച്ചൌ നന്ദിയോടെ ക്രാമറെ നോക്കി തലയാട്ടി.

“കേൾക്കൂ, ഞാൻ ഉടനെതന്നെ ആതുരശാലയിൽ പോയി കാപോവിനോടു പറയാൻ പോകുകയാണ്. അയാൾക്കു സംഗതിയറിയാം. അയാൾ ഒരു മുറി ഒഴിച്ചിടട്ടെ. നമുക്ക് അവിടെ യാതൊരു അലട്ടുമുണ്ടാവില്ല ഏതാണ് മുറിയെന്ന് ഞാൻ പിന്നീട് അറിയിക്കാം. അപ്പോൾ ...... നിങ്ങൾക്ക്......അങ്ങനെയാണ് സംഗതികൾ.....ശരി നിങ്ങൾ എനിക്കു പകരം കുളിമുറിയിലേക്കു പോകണം. എന്നെ അവിടെ കാണാൻ വയ്യ.”

“ശരി ആർക്കാണ് സന്ദേശം കൊടുക്കേണ്ടത്.”

“ബോഗോർസ്കി” വളരെ സമാധാനത്തിലാണ് ബോച്ചൌ ആ പേർ പറഞ്ഞത്.

“അപകട സൂചന മുഴങ്ങുമ്പോൾ അയാൾ പോകേണ്ടത് ബ്ലോക്കിലേക്കല്ല. ആസ്പത്രിയിലേക്കു വരണം.”

“ശരി” ക്രാമർ തലയാട്ടി.

“മുറി ഏതാണെന്നു ഞാൻ നിങ്ങളെ എങ്ങനെയറിയിക്കും.” ബോച്ചൌ ആലോചിച്ചു. ഒരു തീരുമാനമെടുത്തപോലെ അയാൾ പറഞ്ഞു.

“ശരി. പത്തുനിമിഷത്തിനകം എന്റെ ബ്ലോക്കിന്റെ സമീപം ആസ്പത്രിറോഡിൽവെച്ച് നമുക്കു തമ്മിൽ കാണാം.”

ക്രാമർ സമ്മതിച്ചു.

അപകടസമയത്തു ക്യാമ്പിന്റെ പുറത്തായിരിക്കും റിയോമെന്റ്. അതുകൊണ്ട് അയാളെ ചർച്ചയിൽ ഉൾപ്പെടുത്തേണ്ട എന്നു തീരുമാനിച്ചു. വാൻഡാലനെയും കോഡിസിക്കിനെയും അറിയിക്കുക എളുപ്പമാണ്. പ്രിബുലയെ വഴിക്കുവെച്ചു തന്നെ കണ്ടുപിടിക്കണം. ബോച്ചൗ ആസ്പത്രിയിൽനിന്ന് തന്റെ ബ്ലോക്കിലേക്കു മടങ്ങിപ്പോകുമ്പോൾ ക്രാമർ ആ വഴിക്കു വരുന്നുണ്ടായിരുന്നു. ബോച്ചൗ ഒരാംഗ്യം കാട്ടിയപ്പോൾ അവർ നിന്നു.

“ഒ പി 2” ബോച്ചൗ കേവലമായി പറഞ്ഞു.

ക്രാമർ തലയാട്ടി. രണ്ടുപേരും അവരവരുടെ വഴിക്കുപോയി.

“ഒ പി രണ്ട്.” രണ്ടാമത്തെ ശസ്ത്രക്രിയാ മുറിയാണ്. ആസ്പത്രിയുടെ കയ്യാലയുടെ മുകൾത്തട്ടിലാണത്. കുറെക്കാലം മുമ്പ് പണിചെയ്തിരുന്ന അതിനകത്തേക്ക് അപകടസമയത്ത് അങ്ങനെ അധികമാരും കയറിവരാറില്ല.

കൃത്യസമയത്ത്, നിമിഷം തെറ്റാതെ, സൈറൻ മുഴങ്ങി കവാത്തു മൈതാനത്തിലും ബ്ലോക്കുകളുടെ നടുക്കുള്ള ഇടവഴികളിലും പതിവുപോലെ തിക്കും തിരക്കും തുടങ്ങി.

ബോച്ചൗ തന്റെ സ്ഥാനത്ത് കണ്ണടക്കാതെ കോഡിസിക്കിനെയും പ്രിബുലയെയും കാത്തുനിന്നു. രണ്ടുപേരുംകൂടി വളരെ ധൃതിയിൽ അവരുടെ ബ്ലോക്കിലേക്ക് പോകുന്നത് അയാൾ കണ്ടു.

“ഇങ്ങോട്ടുവരൂ.” ബോച്ചൗ മന്ത്രിച്ചു.

“എന്താണ് സംഗതി”

“ഇങ്ങോട്ടുവരൂ” എന്നുപറഞ്ഞുകൊണ്ടു ബോച്ചൗ ഓടി.

ആദ്യം അവർ ശങ്കിച്ചുനിന്നു. പിന്നെ അവർ ധൃതിയിൽ ബോച്ചൗവിനെ അനുഗമിച്ചു. തടവുകാരുടെ കൂട്ടത്തിൽകൂടി ആസ്പത്രിയെ ലാക്കാക്കി പായുകയായിരുന്നു ബോച്ചൗ.

ഇന്നത്തെപോലുള്ള ഒരു പിരിമുറുക്കം ഇതിനുമുമ്പ് ഒരിക്കലും ഐ എൽ കെയിലെ സഖാക്കൾക്ക് അനുഭവിക്കേണ്ടതായി വന്നിട്ടില്ല.

‘ഗ്ലോഗൻ’ കീഴടക്കപ്പെട്ടിരിക്കുന്നു. ട്രൂട്ടോബർഗർവാൾഡിലുള്ള ടാക്യൻബർഗി’ന്റെ രണ്ടുഭാഗത്തും പൊരിഞ്ഞ സമരം നടക്കുകയാണ്. ഹെർഡിനെ ലാക്കാക്കി മുന്നേറുന്ന സഖ്യകക്ഷികൾ വിജയം വരിച്ചിരിക്കുന്നു. വാൾബർഗ് പ്രദേശത്തും വീരയിലും വടക്കൻ ഭാഗങ്ങളിലൂടെ അവർ ഈസനാച്ചിലേക്ക് കടന്നിട്ടുണ്ടെന്നാണ് വിശ്വസിക്കേണ്ടത്.

കോഡിസിക്കും പ്രിബുലയും കൊണ്ടുവന്നിരിക്കുന്ന ഈ റിപ്പോർട്ടുകൾക്കു സ്ഥിരീകരണം ലഭിക്കുകയാണെങ്കിൽ, ഈ നാൽപ്പത്തിയാറു പേരുടെ കൊല, ആളൊഴിപ്പിക്കലിനുള്ള ഒരു മുന്നോടിയാണെന്നു തീരുമാനിക്കാൻ വേറെ തെളിവൊന്നും വേണ്ട. ഏതു മണിക്കൂറിലും അത് ആരംഭിച്ചേക്കും.

പെട്ടെന്നു സൈറൺ രണ്ടാമതൊരു അപകടസൂചന വിളിച്ചറിയിച്ചു. ശസ്ത്രക്രിയാമുറിയിൽ തിങ്ങിക്കൂടിയ സഖാക്കൾ പുറത്ത് കേൾക്കുന്ന ശബ്ദം ശ്രദ്ധിക്കുകയായിരുന്നു. നിശ്ശബ്ദതയിലാണ്ടു കിടക്കുന്ന ക്യാമ്പിന്റെ മീതെക്കൂടെ മോട്ടോർ വാഹനങ്ങളുടെ മുഴങ്ങുന്ന സംഗീതം കീറിമുറിച്ചു കടന്നുപോയി. ഇത്തവണ ഗ്രാമങ്ങളിൽ നടക്കുന്നത് കടുത്ത ആക്രമണമാണ്. അവർ ആരുംതന്നെ സംസാരിച്ചിരുന്നില്ല.

അവരുടെ ഗുപ്തവും വികാരവിഹീനവുമായ മുഖങ്ങളിലേക്ക് നോക്കിക്കൊണ്ടിരുന്നു ബോഗോർസ്കി. കൈകളിൽ തലതാങ്ങി നേരെ തുറിച്ചുനോക്കിക്കൊണ്ടിരിക്കുകയാണ് ബോച്ചൗ. വാൻഡാലൻ ചുമരിന്മേൽ ചാരിയിരിക്കുകയായിരുന്നു. വെളിച്ചത്തിന്റെ നിഴലുകൾപോലെ ചിന്തകൾ അയാളുടെ മുഖത്ത് നൃത്തംവയ്ക്കുന്നുണ്ടായിരുന്നു.

പ്രിബുലയുടെ കണ്ണുകൾ തീക്ഷ്ണവും നിശ്ചലവുമായിരുന്നു. ചുണ്ടുകൾ കടിച്ചമർത്തിയിരുന്നു. ബോഗോർസ്കിയുടെ നോട്ടവുമായി ഇടഞ്ഞപ്പോൾ കോഡിസിക് കണ്ണുകൾ താഴ്ത്തി. എന്താണ് ഈ പൊതുവായ നിശ്ശബ്ദതയുടെ പിന്നിൽ? ബോഗോർസ്കി ബോച്ചൗവിനെ നോക്കി. പക്ഷെ അയാളും മൗനമായിരിക്കുകയായിരുന്നു.

ബോംബർ വിമാനങ്ങളുടെ ഇരമ്പൽ വിദൂരതയിൽ അലിഞ്ഞമർന്നു, നഗരത്തിലെവിടെയോ വീടുകൾക്കിടയിൽ, ബോംബേറുകൊണ്ടു പൊട്ടിക്കീറിയ അന്തരീക്ഷത്തിൽ ചില പൊട്ടലുകളും ചീറ്റലുകളും മുഴങ്ങി കേൾക്കാം. പൊട്ടിത്തെറികളിൽ നിന്നുദ്ഗമിക്കുന്ന ചാരനിറംപൂണ്ട മഞ്ഞ തീജ്വാലകൾ പതുക്കെ ഉദാസീനമായി ആകാശത്തിലേക്കുയരുന്നുണ്ട്. കീറിയതും തകർന്നതുമായ നിരവധി സാധനങ്ങൾ കൽമഴ പോലെ ഭൂമിയിലേക്ക് അടർന്നു വീണിരുന്നു.

ക്യാമ്പിൽനിന്ന് അകന്ന് എവിടെയോ പരിഭ്രാന്തരായ മനുഷ്യരുടെ കൂട്ടനിലവിളികളോടിട കലർന്നു ചീറിപ്പായുന്ന രൗദ്രതയുടെ സംഹാരതാണ്ഡവത്തിന്റെ മുഴക്കം കേൾക്കാം.

പക്ഷെ ഇവിടെ ബാരക്കിന്റെ മുകളിലുള്ള ശസ്ത്രക്രിയാ മുറിയുടെ മൂലയിൽ അമ്പതിനായിരത്തിന്നിടയിലെ 46 നു സംഭവിച്ച വിധിയുടെ പ്രത്യാഘാതത്താൽ പ്രചോദനം കൊണ്ടിട്ടെന്നപോലെ ഒരു ചെറിയ ആൾക്കൂട്ടം ഇരിക്കുന്നുണ്ട്. പണ്ട് മലയിൽവെച്ചു ചെകുത്താൻ യേശുവിനെ പ്രേരിപ്പിച്ചപോലെ ആ 46 പേർ നാളെ കാലത്ത് മരിക്കുകയാണെങ്കിൽ പിന്നെ എന്തുണ്ട്.

ബോഗോർസ്കി ആരുടേയും സംസാരത്തിനുവേണ്ടി കാത്തുനിന്നില്ല. നിശ്ശബ്ദതയുടെ കനത്തപുതപ്പ് അള്ളിക്കീറി സർവരും ചിന്തിച്ചു കൊണ്ടിരുന്ന ആ കാര്യത്തെപ്പറ്റി അയാൾ സംസാരിക്കാനാരംഭിച്ചു.

“നാളെ കാലത്ത് ആ 46 പേരെ കൊല്ലുകയാണെങ്കിൽ ഐ എൽ കെ എന്ന രഹസ്യസംഘടനയെ ചുട്ടെരിച്ചു എന്നായിരിക്കും അവരുടെ ധാരണ.”

അയാൾ തുടർന്നു. "തങ്ങൾ രഹസ്യമായ ആ സംഘടനയെ ചവിട്ടി തേച്ചു എന്നും, ഇപ്പോൾ ആളെ ഒഴിപ്പിക്കാനുള്ള നടപടികൾ ത്വരിത പ്പെടുത്തുന്നതിനു സൗകര്യമായി എന്നുമായിരിക്കും ഫാസിസ്റ്റുകാരുടെ വിചാരം. പക്ഷെ നമ്മുടെ സഖാക്കൾ എപ്പോഴും ഇവിടെ ഉണ്ടാകും. സംഘടനയുടെ നേതൃത്വം പോകുകയുമില്ല. നമുക്ക് ഒരുപാടു മനുഷ്യരെ രക്ഷിക്കാൻ സാധിക്കും. ആ 46 പേർ മരിക്കുന്നതു നമുക്കു വേണ്ടിയാണ്. ബാക്കിയുള്ള അൻപതിനായിരത്തിനുവേണ്ടി. എന്താ ശരിയല്ലെ?'' വാൻഡാലൻ പുരികക്കൊടികൾ ഉയർത്തി. കോഡിസിക് കണ്ണുകൾ താഴ്ത്തി. പ്രിബുല പ്‌രാകി. ഇങ്ങനെ അനങ്ങാതിരിക്കാൻ അയാൾക്കു സാധ്യമല്ലായിരുന്നു, ചാടിയെഴുന്നേൽക്കാൻ വയ്യ. അതിനാൽ അയാൾ ഇരുന്നിടത്തു തന്നെ ഇരുന്ന് അക്ഷമയോടെ പുളയുകയായിരുന്നു.

"സാധ്യമല്ല" ബോച്ചൗ പെട്ടെന്നു പറഞ്ഞു. അയാൾ ബോഗോർ സ്കിയുടെ മുഖത്തേക്കു തുറിച്ചുനോക്കി. ഒരു താക്കോൽപോലെ ആ 'അല്ല' എന്ന വാക്ക് എല്ലാവരുടേയും ഹൃദയങ്ങളിൽ കടന്നു. പ്രിബുല യ്ക്ക് ഒരുപാട് പറയാനുണ്ടായിരുന്നു. പക്ഷെ ജർമൻ ഭാഷയിലെ 'നിൽ' (ഇല്ല) എന്ന വാക്കിന്റെ പോളിഷ് രൂപമായ നൈ, നൈ, എന്നു പറയാനേ അയാൾക്കു സാധ്യമായുള്ളൂ. അയാൾ പ്രതിഷേധിച്ചു. ബോഗോർസ്കി കടുത്ത ക്ഷീണത്തോടെ, ആശ്വാസമായ മട്ടിൽ ചുമരിലേക്ക് തലചായ്ച്ചു കണ്ണുകൾ അടച്ചു.

ബോച്ചൗ വേറെയൊരു കാര്യത്തെപ്പറ്റി സംസാരിക്കാനാരംഭിച്ചു.

"സഖാക്കളെ ആ കുട്ടിയാണ് നമുക്ക് ഈ ദുരന്തങ്ങളെല്ലാം വലിച്ചു വെച്ചത്. ഇപ്പോൾ യാതൊരു സൂചനയും നൽകാതെ അത് തികച്ചും അപ്രത്യക്ഷമായിരിക്കുന്നു."

"ആരാണ് അതിനെ കൊണ്ടുപോയത്. നമ്മിൽ ഒരാളായിരിക്കാനേ തരമുള്ളൂ."

"ജോസഫ് നിങ്ങളാണോ?" അയാൾ പ്രിബുലയോട് ചോദിച്ചു. ആ ചെറുപ്പക്കാരൻ കൈമലർത്തി.

"കുട്ടി എവിടെയെന്നു ഞാൻ ചോദിക്കുകയാണ്."

"ലിയോനിഡ് അതു നിങ്ങളാണോ?" ബോഗോർസ്കി കണ്ണുതുറന്നു വിശ്വസിക്കത്തക്ക സ്വരത്തിൽ പറഞ്ഞു.

"ഞാൻ എടുത്തിട്ടില്ല കുട്ടിയെ."

അതേവിധത്തിലുള്ള ബോധ്യപ്പെടുത്തൽ തന്നെയാണ് വാൻഡാല നിൽനിന്നും കോഡിസിക്കിൽനിന്നും ഉണ്ടായത്. എല്ലാവരും പറഞ്ഞത് സത്യമാണ്. ബോച്ചൗ അതെല്ലാം ശ്രദ്ധിച്ചുകേൾക്കുകയും ചെയ്തു. ഇനി ആകെ സംശയിക്കാനുള്ളത് അവിടെ സന്നിഹിതനാകാത്ത റിയോമെ ന്റിനെ മാത്രമാണ്. പക്ഷെ ആ ഫ്രഞ്ചുകാരൻ അങ്ങനെ ചെയ്യുമെന്ന് ആരുംതന്നെ, ബോച്ചൗ പോലും വിശ്വസിച്ചില്ല. തോറ്റമട്ടിൽ ബോച്ചൗ കൈമലർത്തി.

"ശരി, എന്നാൽ ക്രാമർ കുട്ടിയെ വല്ലയിടത്തേക്കും മാറ്റിയിരിക്കും. കുട്ടി എവിടെയിരുന്നാലും, ആരെടുത്തുമാറ്റിയാലും, അവൻ ഇപ്പോൾ അവിടെയില്ല. തികച്ചും അപ്രത്യക്ഷനായിരിക്കുന്നു എന്നതാണ് വാസ്തവം. എനിക്കൊരു കാര്യം നിങ്ങളോടു പറയണമെന്നുണ്ട്." ബോച്ചൗ നെഞ്ചത്ത് കൈവെച്ചു.

"എന്നിൽ ഒരുപാടു വ്യത്യാസങ്ങൾ വന്നിരിക്കുന്നു. സഖാക്കളെ എന്റെ ഹൃദയം" അത് സ്വന്തം നിർബന്ധംകൊണ്ടുണ്ടായ ഒരേറ്റുപറയൽപോലിരുന്നു. "എന്നെ ഇവിടെ കൊണ്ടു വന്നകാലത്ത് എന്റെ മറ്റു സാധനങ്ങളോടൊപ്പം ഹൃദയവും ഞാൻ കലവറമുറിയിൽ ഏൽപ്പിച്ചിരുന്നു. അതൊരു ഉപയോഗശൂന്യവും അപകടകരവുമായ സാധനമാണെന്ന് എനിക്കുതോന്നി. ഇവിടെ അതുപയോഗിക്കാൻവയ്യ. ഹൃദയം ഒരാളെ ദുർബലനും മൃദുലമനസ്കനുമാക്കിത്തീർക്കും. എനിക്കു ഹോഫലിനു മാപ്പുകൊടുക്കാൻ സാധ്യമായിരുന്നില്ല." ബോച്ചൗ ഒന്നു നിർത്തി, ആലോചിച്ചു. "ഞാൻ ഐ എൽ കെയിലെ ജർമൻ സഖാക്കളുടെ പ്രതിനിധിയാണ്. പോരാത്തതിനു പ്രതിരോധസംഘടനയുടെ സൈനികപരമായ കാര്യങ്ങളുടെ ചുമതലയും എനിക്കാണ്. നിങ്ങളാണല്ലോ എന്നെ ഈ ജോലിക്കു തെരഞ്ഞെടുത്തത്. ശരിയല്ലേ? ഞാനിന്നു തീരെ ദുർബലനായ ഒരു സഖാവാണ്."

ഈ ഏറ്റുപറച്ചിലിൽ മറ്റുള്ളവർക്കുള്ള പ്രതിഷേധങ്ങൾ അയാൾ കൈ ഉയർത്തി തടഞ്ഞു.

"എനിക്കതു നിങ്ങളോടു പറയണം. അത് നിങ്ങൾ അറിയേണ്ടതാണ്. എന്റെ സ്വന്തം മനഃശക്തിയിൽ എനിക്ക് അഹങ്കാരമുണ്ടായിരുന്നു. പക്ഷെ വെറും പൊള്ളത്തരമായിരുന്നു അത്. അതെ നിർലജ്ജമായ കാതലില്ലാത്ത പൊള്ളത്തരം. കുട്ടി ക്യാമ്പിൽ എത്തിയതിനുശേഷം കൂടുതൽ കൂടുതൽ ആളുകൾ സ്വന്തം ഹൃദയങ്ങൾകൊണ്ട് അതിനെ പരിരക്ഷിക്കാൻ തുടങ്ങിയിരുന്നു. ഒരു മതിൽക്കെട്ടുപോലെ അവനെ മറച്ചുപിടിച്ചുനിന്നു. ഹോഫൽ, ക്രോപ്പിൻസ്കി, വാൾട്ടർ, ക്രാമർ, പിപ്പിഗ്ഗും അയാളുടെ കൂട്ടുകാരും, 61-ാം നമ്പറിലെ പോളണ്ടുകാരായ പരിചാരകർ, നിങ്ങൾ മുഴുവനും ഇപ്പോൾ ഇതാ ആ അജ്ഞാതനായ സേവകനും ..... അതെല്ലാം തികഞ്ഞ ആത്മാർഥതയോടെ അവർ ചെയ്തപ്പോൾ ഒരു റീനിബോത്തിനോ ക്ലൂട്ടിക്കിനോ ആ മതിൽ മുറിച്ചുകടക്കാൻ സാധിച്ചില്ല. എനിക്കറിയാം ഞാനൊരു നിസ്സാരനായ സഖാവാണെന്ന്. നമ്മുടെ അധഃപതനം എത്ര ഭീമമാണെന്നും എനിക്കറിയാം. ഹോഫലും ക്രോപ്പിൻസ്കിയും മൃത്യുവിനെക്കാൾ ശക്തരാണെന്നും എനിക്കറിയാം."

ബോച്ചൗവിന്റെ കുറ്റസമ്മതം അവസാനിച്ചു. എല്ലാവരും വികാരവിവശരായി നിശ്ശബ്ദരായിരുന്നു. ബോഗോർസ്കിയുടെ ശിരസ്സ് നെഞ്ചിലേക്കമർന്നു. അയാളെ കണ്ടാൽ ഉറങ്ങുകയാണെന്നേ തോന്നൂ. കടുംതുടികൊട്ടുന്ന ഹൃദയത്തോടെ പ്രിബുല മുട്ടുകുത്തി ബോച്ചൗവിനെ സമീപിച്ചു. അയാളുടെ തോളിൽ ശിരസമർത്തി തേങ്ങിതേങ്ങിക്കരഞ്ഞു. ബോച്ചൗ ആ യുവാവിനെ തന്റെ മാറോടു ചേർത്തമർത്തി.

പുറത്തു മാരകമായ നിശ്ശബ്ദത തളംകെട്ടി നിൽക്കുകയായിരുന്നു.

അപകടസൂചന ക്യാമ്പിലങ്ങനെ കെട്ടിക്കിടന്നു.

ബോച്ചൗ പ്രിബുലയിൽനിന്നു വിട്ടുമാറി, പഴയപോലെ ഗൗരവക്കാരനായി.

"നമുക്ക് ഒരു തീരുമാനമെടുക്കുന്നതിനു മുമ്പു വിശദമായി ആലോചിക്കണം. ഈ നാൽപ്പത്തിയാറു സഖാക്കളെ രക്ഷിക്കാൻ എന്തെങ്കിലും ഒരു വഴിയുണ്ടോ? ലിയോനിഡ്, നിങ്ങളും അതുതന്നെയല്ലേ ആലോചിക്കുന്നത്?"

പെട്ടെന്ന് ഉണർന്നപോലെ ബോഗോർസ്കി തലപൊന്തിച്ചു.

"അതെ, ഞാനും അതുതന്നെയാണ് ആലോചിച്ചുകൊണ്ടിരുന്നത്. ഞാൻ എന്റെ ഹൃദയത്തിന്റെ അടിതട്ടിലേക്ക് ഊളിയിട്ടുപോയി. അവിടെ മനുഷ്യത്വവും ധൈര്യവുമെല്ലാം പൂഴ്ത്തിവെച്ചരിക്കുകയാണല്ലോ. ആ 46 സഖാക്കൾ മരിക്കാൻ പാടില്ല. അവർ ജീവിക്കണം. മരിക്കുകയാണെങ്കിൽ നാം ഒരുമിച്ചേ മരിക്കാൻ പാടുള്ളൂ. അതാണ് ഞാൻ ആലോചിച്ചുകൊണ്ടിരുന്നത്."

വാൻഡാലനും സമ്മതിച്ചു. "ഞാനും ആലോചിച്ചു.....അവർ മരിച്ചാൽ പിന്നെ......" അയാൾ വാചകം മുഴുമിച്ചില്ല. ഒന്നും മിണ്ടാതെ ബോഗോർസ്കിയെ നോക്കി തലയാട്ടി.

ഒരു തീരുമാനമെടുത്തപോലെ അതീവ സൈഥര്യത്തോടെ അയാൾ പറഞ്ഞു. "നാം ഈ നാൽപ്പത്തിയാറുപേരെയും ഐ എൽ കെയുടെ സംരക്ഷണയിലെടുക്കണം. നാം അവരെ ഒളിപ്പിക്കണം. കുറെപ്പേരെ ഈ ആസ്പത്രികെട്ടിടത്തിൽ ഒളിപ്പിക്കാം. ബാക്കിയുള്ളവരേയും എവിടെയെങ്കിലും ഒളിപ്പിക്കണം. ധാരാളം രഹസ്യസങ്കേതങ്ങൾ കണ്ടുപിടിക്കാനാകും."

"പിന്നെ എന്ത്?" കോഡിസിക്കാണ് അതു ചോദിച്ചത്. ഭീരുത്വം കൊണ്ടല്ല വെറും ഉൽക്കണ്ഠകൊണ്ടുമാത്രം.

പക്ഷെ പ്രിബുല അതു തെറ്റിദ്ധരിച്ചു.

"നിങ്ങളുടെ വീര്യവും അസ്തമിക്കുകയാണോ?"

ബോച്ചൗ ആ പോളണ്ടുകാരന്റെ ചുമലിൽ കൈവെച്ചു.

"എന്റെ കൊച്ചുസഖാവേ! സൂക്ഷിക്കുന്നു എന്നുവെച്ച് ഭീരുക്കളാകണമെന്നില്ലല്ലോ. അതെ സഖാവേ, ആ നാൽപ്പത്തിയാറുപേരും ഐ എൽ കെയുടെ സംരക്ഷണയിലാണ്. നാം അവരെ വിട്ടുകൊടുക്കുകയില്ല."

"പത്തുപേരെ ഞാൻ ആസ്പത്രിയിൽ ഒളിപ്പിച്ചോളാം." വാൻഡാലൻ സത്യംചെയ്തു. "നമുക്കവർക്കു പനിമരുന്നു നൽകി മറ്റു രോഗികൾക്കിടയിൽ ആരും കാണാതെ ഒളിപ്പിക്കാം. ആർക്കും തിരിച്ചറിയാൻ സാധിക്കില്ല."

"എന്തുകൊണ്ടവരെ ഈ നിലയിൽ ഒളിപ്പിച്ചുകൂടാ. ഇവിടെ ധാരാളം സ്ഥലമുണ്ടല്ലോ" കോഡിസിക് അഭിപ്രായപ്പെട്ടു.

“വേണ്ട”, ബോഗോർസ്കി പ്രതിഷേധിച്ചു. “കൈക്കോട്ടു കൊണ്ടു ഒരു കിളമണ്ണെടുത്താൽ അതൊരു മൺകൂനയായി. അത് അപ്രത്യക്ഷമാകണമെങ്കിൽ മണ്ണെല്ലാം അവിടവിടെയായി വാരി വിതറണം. വാൻഡാലന്റെ നിർദേശമനുസരിച്ചു, നമ്മുടെ മരണശിക്ഷയ്ക്കു വിധിക്കപ്പെട്ടവരിൽ രണ്ടുപേരെ കൂടുതൽ ആസ്പത്രിയിലാക്കാൻ നിവൃത്തിയില്ല. മറ്റുള്ളവരെ നമുക്ക് ക്യാമ്പിന്റെ അവിടവിടെയായി വീതിക്കണം.”

“പക്ഷെ അവർ ആരെയെങ്കിലും ഒരാളെ കണ്ടുപിടിച്ചാൽ” കോഡിസിക്കാണ് അത് ചോദിച്ചത്.

“അയാളെ അയാളുടെ വിധിക്കു വിട്ടേക്കണം.”

ആ ചോദ്യം ഒരു ഉറച്ച കരിങ്കൽപ്പാറപോലെ അവരുടെ മുമ്പിൽ വിരിഞ്ഞു കിടന്നു.

ബോച്ചൗ തുടർന്നു.

“നാം, അവരെ ആരേയും വിട്ടുകൊടുക്കാൻ പോകുന്നില്ല. ഇതുവരെ അപകടങ്ങളെല്ലാം നാം തരണം ചെയ്തിട്ടുണ്ട്. അത് നന്നായി, വളരെ വളരെ നന്നായി; സാമർഥ്യംകൊണ്ടും കൗശലംകൊണ്ടും ഭാഗ്യംകൊണ്ടും സന്ദർഭാനുസരണം നമുക്ക് അപകടങ്ങളെയെല്ലാം മറികടക്കാൻ സാധിച്ചിട്ടുണ്ട്. അതാണല്ലോ ഈ കൊല്ലങ്ങൾ മുഴുവൻ നാം ചെയ്തുപോന്നിട്ടുള്ളത്. ഒരു മൃഗത്തിന്റെ കൗശലത്തോടെ നാം നമ്മുടെ മനുഷ്യത്വത്തെ പരിരക്ഷിക്കുകയും അതിനെതിരായ ആക്രമണങ്ങളെ ചെറുത്തുനിൽക്കുകയും ചെയ്തിട്ടുണ്ട്. ചില അവസരങ്ങളിൽ മനുഷ്യത്വത്തെ വളരെ ആഴത്തിലേക്കു കുഴിച്ചുമൂടേണ്ടതായും വന്നിട്ടുണ്ട്. അങ്ങനെയായിരുന്നു സംഗതികൾ! അല്ലേ സഖാക്കളെ. നാം ഇപ്പോൾ അവസാനത്തെ കടവിൽ എത്തിയിരിക്കുന്നു. മരണമോ? സ്വാതന്ത്ര്യമോ? വേറെ യാതൊരു പോംവഴിയും ഇല്ല.”

നാം ഇനി തടവുകാർ എന്ന നിലയിൽ ഈ മുറിവിടുകയില്ല. നാം മനുഷ്യരാണ് മനുഷ്യർ. ഇപ്പോൾ തൊട്ട്, ഇനി എന്നന്നേക്കും — അവസാനത്തെ തിരുവു തിരിയുന്നതുവരെ.

തടവുകാരന് അപകടങ്ങളെ തട്ടിമാറ്ററുതേ? ഒരു യഥാർഥമനുഷ്യന് അതിനൊരറ്റ മാർഗമേയുള്ളൂ; അതേ, നേരെ അപകടമധ്യത്തിലേക്കു നയിക്കുന്ന ഒറ്റയടിപ്പാത, സഖാക്കളെ? എന്താണീ പറയുന്നതെന്ന് ഞാൻ നല്ലപോലെ മനസിലാക്കുന്നു. അവർ ആരെയെങ്കിലും കണ്ടുപിടിക്കുകയാണെങ്കിൽ നാമതു ചെറുക്കണം. വേണമെങ്കിൽ ആയുധമുപയോഗിച്ചുതന്നെ. അതായിരിക്കട്ടെ നമ്മുടെ തീരുമാനം. സ്പാർട്ടക്കസിന്റെ കാലംതൊട്ടേ, ചരിത്രം ഒന്നിലധികം പ്രാവശ്യം മനുഷ്യന്റെ മഹത്വത്തിനും അഭിമാനത്തിനും സാക്ഷി നിന്നിട്ടുണ്ട്.

സ്വാതന്ത്ര്യം അല്ലെങ്കിൽ മരണം. നാം വിപ്ലവത്തിനു തയ്യാറാണെന്നു തീരുമാനിക്കുകയല്ലേ?!”

ബോച്ചൗ കൈനീട്ടി.

നിശ്ചലത മങ്ങിമയങ്ങി മരവിച്ചുനിൽക്കേ, അവരുടെ കൈകൾ അന്യോന്യം നീണ്ടുനീണ്ടുചെന്നു. കണ്ണുകൾ തമ്മിലിടഞ്ഞു. ഇന്നത്തെതിൽനിന്നു വ്യത്യസ്തമായ ഒരു നവ്യജീവിതത്തിന്റെ ആദ്യകിരണങ്ങൾ അവരുടെ മുഖത്ത് ചാഞ്ചാടിക്കളിച്ചു.

പ്രതിരോധസംഘത്തിലെ നേതാക്കൾക്ക്, അപകടത്തിന്റെ രണ്ടാം ഘട്ടം എന്നുള്ള മുന്നറിയിപ്പു കൊടുക്കാനായിരുന്നു തീരുമാനം. ബ്ലോക്കുകളിലെല്ലാം കാവൽവേണം. ഈ ഉദ്ദേശ്യത്തോടെ നിയമിക്കപ്പെട്ട ക്യാമ്പ് പെട്രോൾ ആയുധങ്ങളുടെ രഹസ്യസങ്കേതങ്ങളെല്ലാം ശ്രദ്ധിക്കണം. വൈകുന്നേരമാകുമ്പോഴേക്കും 46 പേർക്കുള്ള രഹസ്യസങ്കേതങ്ങൾ കണ്ടുപിടിക്കണം. ഈ മണിക്കൂർതൊട്ടു തളർന്നു കിടന്നിരുന്ന സംഘടന ഉണർന്ന് ജാഗ്രതയായി പ്രവർത്തിക്കണം. തീർച്ചയായും ക്യാമ്പിലെ ആളുകൾക്കു മനസിലാകുന്ന മട്ടിലല്ല. ഏതു നിമിഷവും ചാടിയിറങ്ങാൻ തയ്യാറായിരിക്കണം. സമരം അനിവാര്യമാണെന്നുവന്നാൽ മാത്രമേ അതിനിറങ്ങേണ്ടൂ. നിർബന്ധമായി അടരാടേണ്ട ഒരവസരം വന്നാൽ മാത്രമേ വിപ്ലവത്തിനു പുറപ്പെടേണ്ടൂ എന്നായിരുന്നു തീരുമാനം. കഴിയുന്നിടത്തോളം ആളുകളെ രക്ഷിക്കുക എന്ന ഉദ്ദേശ്യത്തോടെ ആളൊഴിക്കൽ വിവിധ തന്ത്രങ്ങൾ ഉപയോഗിച്ചു നീട്ടിനീട്ടിക്കൊണ്ടുപോകണം.

കിട്ടുന്ന ഓരോ ദിവസവും ഓരോ മണിക്കൂറും വിലപ്പെട്ടതാണ്. എന്തെന്നാൽ സമരമുന്നണി അടുത്തടുത്തണയുകയാണ്.

“എനിക്കൊരു കാര്യംകൂടെ നിങ്ങളോടു പറയാനുണ്ട്. നമുക്കു നമ്മുടെ നിയോഗങ്ങളെല്ലാം ക്രാമറിൽ കേന്ദ്രീകരിക്കാം. അയാളുടെ കയ്യിലായിരിക്കട്ടെ ചരടുകൾ. ഈ ആളൊഴിക്കൽ നടപടികൊണ്ടു ക്യാമ്പിലെ ദൈനംദിന പരിപാടികളിൽ വ്യത്യാസമുണ്ടാകുമെന്നോ അതാകെ തകരാറിലാകുമെന്നോ നമുക്ക് ആശിക്കാം.”

ക്രാമറുമായി അടുത്ത സമ്പർക്കമുള്ള ഐ എൽ കെയിലെ ഏക അംഗം ഞാനാണ്. അതുകൊണ്ട് എനിക്കു കുറെക്കൂടെ സൗകര്യമായ വിധത്തിൽ പ്രവർത്തിക്കാൻ പറ്റും. സഖാക്കൾ ഈ നിർദേശത്തിനു അനുമതിനൽകി.

## III

വല്ലവിധത്തിലും ഈ അപകടസമയം ഒന്നു ഒഴിഞ്ഞുകിട്ടാൻ ഉൽക്കണ്ഠയോടെ കാത്തുനിൽക്കുകയായിരുന്നു ക്രാമർ. രണ്ടു മണിക്കൂർ കഴിഞ്ഞേ സൈറൻ ശബ്ദിച്ചുള്ളൂ. അയാൾ ബോച്ചൗവിനെ കാണാനായി ആസ്പത്രിറോഡിലൂടെ ധൃതിപിടിച്ചു നടന്നു.

“എന്താണ് തീരുമാനം.” അയാളെ സമീപിച്ച ക്രാമർ ചോദിച്ചു.

ആരുടെയും ശ്രദ്ധയാകർഷിക്കാതിരിക്കാനായി സ്വരംതാഴ്ത്തി സംസാരിച്ചുകൊണ്ട് അവർ ആ വഴിയിലൂടെ നടന്നു.

ഇന്നുവൈകുന്നേരം 46 പേരും അപ്രത്യക്ഷരാകണം. ഒരൊറ്റ ആൾപോലും രണ്ടാംനമ്പർ സൈൻ പോസ്റ്റിൽ ഹാജരാകേണ്ട ആവശ്യമില്ല.

ഈ തീരുമാനം ക്രാമർക്ക് അപ്രതീക്ഷിതമായിരുന്നില്ല.

“നാം അവരെ എവിടെ ഒതുക്കും” ക്രാമർ ചോദിച്ചു.

“സുരക്ഷിതമാണെന്ന് തോന്നുന്ന സ്ഥലങ്ങളിലെല്ലാം.” ബോച്ചൗ മറുപടി പറഞ്ഞു. “കുളിമുറിയിലെ കൽക്കരി കലവറയിൽ; അടുക്കളയിലെ ഉരുളൻകിഴങ്ങു സൂക്ഷിക്കുന്ന നിലവറയിൽ; പെട്ടിയിൽ; പാത്രങ്ങളിൽ എല്ലാം. കൽക്കരി മുകളിൽ, ഉരുളൻകിഴങ്ങു മുകളിൽ, അടിയിൽ മനുഷ്യരും. കുറെ പേരെ ബ്ലോക്കിന്റെ അടിത്തറയിൽ ഒളിപ്പിക്കാം. കുറെ പേർ അഴുക്കുചാലിൽ മുട്ടുകുത്തിനിൽക്കട്ടെ. കുറെപ്പേർ ചെറിയ ക്യാമ്പിലെ ലായങ്ങളിൽ പോകട്ടെ. നമുക്ക് അവർക്കൊക്കെ നമ്പർ നൽകാം. അവിടത്തെ താമസക്കാരെപ്പോലെ കീറത്തുണികൾ ധരിക്കേണ്ടിവരുമെന്നുമാത്രം.”

ബോച്ചൗ കൈകൊണ്ട് വിപുലമായ ഒരു വൃത്തമുണ്ടാക്കി. “എല്ലായിടത്തും, മനസിലായോ? വൈകുന്നേരത്തെ ഹാജർവിളി കഴിഞ്ഞ് ഇരുട്ടു പരക്കുമ്പോൾ എല്ലാം ശരിപ്പെടുത്തണം. ആ 46 പേരിലാർക്കെങ്കിലും സ്വന്തമായ ഒളിവുസ്ഥലം കണ്ടുപിടിക്കാനായാൽ അവരതിൽ താമസമാക്കട്ടെ.”

ഒന്നും പറയാതെ ക്രാമർ കാത്തുനിന്നു. അയാൾ മുരണ്ടു. “അതൊന്നും അത്ര എളുപ്പമല്ല.”

“അവരിൽ ആരെയെങ്കിലും പിടിക്കുകയാണെങ്കിൽ” അയാൾ ചോദിച്ചു.

ബോച്ചൗ തടഞ്ഞു. കുറെക്കൂടെ ഒതുക്കത്തോടെയാണ് അയാൾ സംസാരിക്കുന്നത്. മാരകമായ ഈ തീരുമാനം തികഞ്ഞ ആത്മാർഥതയോടെയാണ് ക്രാമർ അംഗീകരിച്ചത്. അയാൾക്ക് ഒട്ടുംതന്നെ അത്ഭുതം തോന്നിയതുമില്ല. പിൻതിരിയാൻ വയ്യാത്തതാണ് പരിതഃസ്ഥിതി. അംഗീകരിക്കുക തന്നെ.

“ഐ എൽ കെയുടെയും ക്യാമ്പിന്റേയുമിടയ്ക്കുള്ള കണ്ണി ഇനി ക്രാമറാണ്.” ബോച്ചൗ ഉപദേശിച്ചു. അയാൾ ഒന്നു തലയാട്ടിയതേയുള്ളൂ. അവർ പിന്നേയും നടന്നു.

പെട്ടെന്നു ബോച്ചൌ ചോദിച്ചു.

“നിങ്ങൾ ആ കുട്ടിയെ വല്ലയിടത്തേക്കും മാറ്റിയിട്ടുണ്ടോ? നിങ്ങളാണതു ചെയ്തതെങ്കിൽ എന്നോടു പറഞ്ഞോളൂ.”

ഈ ചോദ്യം ക്രാമറെ അത്ഭുതപ്പെടുത്തി. കുട്ടിയുടെ തിരോധാനത്തിന്റെ പിന്നിലുള്ളത് ഐ എൽ കെയായിരിക്കുമെന്നായിരുന്നു അയാളുടെ വിചാരം.

“അല്ല” എന്ന മറുപടിയോടെ അയാൾ നടത്തം തുടർന്നു.

“ആദ്യം മുതലെ ഉള്ളുതുറന്നു സത്യസന്ധതയോടെ നിങ്ങളോട് ചോദിക്കേണ്ടതായിരുന്നു.”

ബോച്ചൗവിന് അയാളെ വിശ്വസിക്കേണ്ടിവന്നു.

"എന്തുപറ്റി" ക്രാമർ പ്രതിഷേധിച്ചു. ഇപ്പോൾ മാത്രമാണ് ബോച്ചൗവിന്റെ ചോദ്യത്തിന്റെ ആന്തരാർഥം മനസിൽ കയറിയുള്ളൂ.

"വാസ്തവത്തിൽ കുട്ടിയെവിടെയാണെന്നു നിങ്ങൾക്കറിയില്ലേ?"

ക്ഷീണിതമായ ഒരു ചിരിയോടെ ബോച്ചൗ തലയാട്ടി.

അന്നു വൈകുന്നേരം, ഹാജർവിളിക്ക് കഷ്ടിച്ച് ഒരു മണിക്കൂർമുമ്പു തീരെ അപ്രതീക്ഷിതമായ ഒരു സംഗതിയുണ്ടായി. ക്യാമ്പിൽ വിലങ്ങും തലങ്ങുമുള്ള ഉച്ചഭാഷിണിയിലൂടെ റീനിബോത്തിന്റെ അലസമായ ശബ്ദം അലയടിച്ചു.

"ക്യാമ്പ് സീനിയർ ഇതു ശ്രദ്ധിക്കൂ, എല്ലാ ബ്ലോക്കുസീനിയർമാരേയും കൂട്ടിക്കൊണ്ട് ഉടനെ പടിക്കൽ ഹാജരാകണം. വേഗം. വേഗം." ഈ പ്രഖ്യാപനം ഉണ്ടായസമയത്ത് കുറെ ബ്ലോക്ക് സീനിയർമാരെല്ലാം ക്രാമറുടെ മുറിയിൽ ഉണ്ടായിരുന്നു. ഭീഷണിക്കു വിധേയരായവരെ ഒളിപ്പിക്കേണ്ട കാര്യത്തെപ്പറ്റി ചർച്ചചെയ്യാൻ ക്രാമർ അവരെയെല്ലാം വിളിച്ചു വരുത്തിയതായിരുന്നു. പട്ടികയിൽപെട്ടിരുന്ന റുങ്കി, ബോച്ചൗവിന്റെ മുറിയിൽ മേശയുടെ താഴെയുള്ള പലകകൾ ഇളക്കുകയായിരുന്നു, തനിക്കു താമസിക്കാനുദ്ദേശിച്ച നിലയറയിലേക്ക് ഒരു എളുപ്പവഴിയുണ്ടാക്കാനായി. റീനിബോത്തിന്റെ ശബ്ദം കേട്ടപ്പോൾ അവൻ തലയുയർത്തി. എല്ലായിടത്തും, ബ്ലോക്കുകളിലും ക്യാമ്പിലെ പ്രവർത്തനശാലകളിലും എല്ലാം തടവുകാർ അതു ശ്രദ്ധിച്ചുകേട്ടു. പ്രഖ്യാപനം വീണ്ടും ആവർത്തിക്കപ്പെട്ടു. വിളിക്കപ്പെട്ടവർ ബ്ലോക്കുകളിൽനിന്നു ധൃതിയിൽ ഓടിവന്നു ക്രാമറുടെ ഓഫീസിനു മുമ്പിലുള്ള ഗുമസ്തന്മാരുടെ മുറിയിൽകൂടി. ക്യാമ്പിൽ ആ സമയത്തുണ്ടായിരുന്ന തടവുകാരെല്ലാം അവർക്കു ചുറ്റും കൂടി.

"എന്താണ് തകരാറ്? എന്തിനാണ് ഇപ്പോൾ ബ്ലോക്ക് സീനിയർമാർ പടിക്കൽ ഹാജരാകുന്നത്?"

"ആളൊഴിപ്പിക്കാൻ! ഇത്ര നേരത്തെയോ!"

ഇന്നോ? നാളയോ.

ക്രാമർ മറ്റു ബ്ലോക്ക് സീനിയർമാരെകൂട്ടി പുറത്തുവന്ന് അണിയായി നിരന്നു.

"സഖാക്കളെ" ക്രാമർ മന്ത്രിച്ചു. "എല്ലാം സാധാരണപോലെതന്നെ. ശാന്തത, ചിട്ട, അടക്കം, മനസിലായോ." റീനിബോത്തിന്റെ മുറിയുടെ ജനൽക്കൽ നിന്ന ക്ലൂട്ടിക് ഈ കൊച്ചുപട നടന്നടുക്കുന്നതു കണ്ടു.

"മഠയത്തരം." അയാൾ അലറി.

"നയതന്ത്രം! നയതന്ത്രം!" റീനിബോത്ത് ക്യാമ്പ് ഫ്യൂഹററുടെ മുഖത്ത് നോക്കി പരിഹസിച്ചു. ക്ലൂട്ടിക് ജനൽക്കൽ നിന്നുവെട്ടിത്തിരിഞ്ഞു.

"തെണ്ടിത്തരം" അയാൾ കമാന്ററെ കളിയാക്കി.

കമാന്ററുടെ കൽപ്പനയനുസരിച്ചാണ് ഇപ്പോൾ ബ്ലോക്ക് സീനിയർമാർ റിപ്പോർട്ടു ചെയ്യുന്നത്.

“സാമർത്ഥ്യം” റീനിബോത്ത് തെറ്റുതിരുത്തി. അയാൾ പരിഹാസ മട്ടിൽ മുഖം കോട്ടി.

“ഈ കണ്ണടച്ച് ഇരുട്ടാക്കലിലൊന്നും എനിക്കു വിശ്വസമില്ല” എന്നു ചീറിക്കൊണ്ട് ക്ലൂട്ടിക് മുറിവിട്ടു പോകാനൊരുങ്ങി.

“നിങ്ങൾ ഇവിടെ ഉണ്ടായിരിക്കണമെന്ന് അയാൾക്കും ആഗ്രഹമില്ല, നിങ്ങൾ അയാളുടെ ധാടി നശിപ്പിക്കുകയാണ്” റീനിബോത്ത് വൃത്തികെട്ട ഒരു ചിരി ചിരിച്ചു.

“ഓരോരുത്തർക്കുമുണ്ടാകും ഓരോ സന്ദർഭം. നാളെ കാലത്തെ തമാശ നിങ്ങളുടെതാണല്ലേ.” അയാൾ അർഥവത്തായി ചൂണ്ടുവിരൽ മടക്കി.

കോപാക്രാന്തനായ ക്ലൂട്ടിക് വാതിൽ തന്റെ പിന്നിൽ കൊട്ടിയടച്ചു.

ബ്ലോക്ക് സീനിയർമാർ പടിവാതിൽക്കൽചെന്ന് റിപ്പോർട്ട് ചെയ്തു. ആരുമുണ്ടായിരുന്നില്ല അവിടെ. റീനിബോത്തുപോലും മുറിവിട്ടു പുറത്തേക്കുവന്നില്ല. ഇരുമ്പു പലക പതിച്ച ഗേറ്റിന്റെ എതിരെ ഉള്ള റോഡിലേക്കുതന്നെ നോക്കിക്കൊണ്ടുനിന്നു ക്രാമർ. നീണ്ട കാലടികൾവെച്ചു ക്ലൂട്ടിക് റോഡിലൂടെ നടക്കുന്നതും കമാന്ററുടെ ഹെഡ്ക്വാർട്ടേഴ്സിനപ്പുറം വെച്ച് അപ്രത്യക്ഷനാകുന്നതും അയാൾ കണ്ടു. ഡ്യൂട്ടിയിലുണ്ടായിരുന്ന ഒരു ബ്ലോക്ക് സീനിയർ ജനലിനരികിൽ തൂങ്ങിപ്പിടിച്ചു നിൽക്കുന്നുണ്ട്.

മുകൾഭാഗംമൂടിയ വാഗൻപോലുള്ള ഒരു ട്രക്കു റോഡിലൂടെ പാഞ്ഞുവന്നു പടിവാതിൽക്കൽനിന്നു. ആദ്യം കുറെ എസ് എസുകാരും പിന്നെ കുറെ തടവുകാരും അതിൽനിന്നു ചാടിയിറങ്ങി. ക്രാമറുടെ കണ്ണുകൾ വികസിച്ചു. വലിഞ്ഞുമുറുകിയ ഞരമ്പുകളോടെ ബ്ലോക്കുസീനിയർമാർ നോക്കിനിന്നു. എന്ത്......? ഇത്.......?

ക്രാമറുടെ ഹൃദയം ശക്തിയായി തുടിച്ചു. കലവറ മുറിയിൽനിന്ന് അറസ്റ്റുചെയ്തുകൊണ്ടുപോയ തടവുകാരായിരുന്നു അവർ. ഇതാ ബ്ലോക്കു സീനിയർ അവരെ സ്വീകരിക്കുന്നു. പുതിയതായി വന്നവരെ ഏറ്റെടുക്കാൻ റീനിബോത്തും പ്രത്യക്ഷപ്പെട്ടു. ആ നിമിഷത്തിൽതന്നെ വിസാങ്കിനാലും ഓർഡിനൻസ് ഓഫീസർ വിറ്റങ്ങിനാലും അനുഗതനായി കമാന്ററർ ഷവാൾ ആസ്ഥാനമന്ദിരത്തിൽ നിന്നിറങ്ങി ഗേറ്റിനെ ലക്ഷ്യമാക്കി നീങ്ങുന്നുണ്ടായിരുന്നു. റീനിബോത്തിന് തടവുകാരുമായി ഇടപെടാനുള്ള സമയമൊന്നുമില്ലായിരുന്നു. അയാൾ അവരെ ഗേറ്റിന്റെ ചുമരിന്നരികെ വരിവരിയായി നിർത്തി കമാന്റററെ സ്വീകരിക്കാൻ മുന്നോട്ടുനീങ്ങി.

ഷവാൾ തടവുകാരുടെ മുന്നിലെത്തിയപ്പോൾ പെട്ടെന്നുനിന്നു.

“എന്താണിത്. ഇവിടെ”

റീനിബോത്ത് റിപ്പോർട്ട് ചെയ്തു. ഹോപ്റ്റംസ്കാർഫ്യൂഹറർ, ക്ലൂട്ടിക്കിന്റെ കൽപ്പനയനുസരിച്ചു വീമാറിലെ ഗസ്റ്റേപ്പോവിന്റെ അടുക്കൽ നിന്ന് ഒമ്പതു തടവുകാരേയും ഒരു മൃതദേഹവും തിരികെ കൊണ്ടുവന്നിരിക്കുകയാണ്.

"ഹ ഹ" ഷവാളിനു രസംതോന്നി. അയാൾ തടവുകാരെ നോക്കി. പുതപ്പിൽ പൊതിഞ്ഞ ഒരു കെട്ട് അവർ താഴെയിറക്കി.

ക്രാമറുടെ ഹൃദയം പെട്ടെന്നു നിന്നപോലെയായി. തടവുകാരുടെ കൂട്ടത്തിൽ പിപ്പിഗ്ഗ് ഇല്ല......ഒരു ശവം ഇതാ കിടക്കുന്നു.....

ബ്ലോക്കു സീനിയർമാർക്കുപോലും അർഥം മനസിലാക്കത്തക്ക വിധത്തിൽ വളരെ വ്യക്തവും സ്പഷ്ടവുമായ സ്വരത്തിലാണ് ഷവാൾ തടവുകാരോടു സംസാരിച്ചത്.

"എന്നെ കണ്ടുമുട്ടിയതിലല്ല, നിങ്ങളുടെ ഭാഗ്യത്തിനു നന്ദി പറയുക."

അയാൾ റീനിബോത്തിനോടു പറഞ്ഞു. "ഇവരെ തിരികെ ക്യാമ്പിലേക്ക് അയക്കുക"

റീനിബോത്ത് മടമ്പുകൾ കൂട്ടിയിടിച്ചു. ബ്ലോക്ക് ഫ്യൂഹറർമാർ ഗേറ്റു തുറന്നുകൊടുത്തു. ക്രാമറേയും ബ്ലോക്ക് സീനിയർമാരേയും കടന്ന് തടവുകാർ കവാത്തു മൈതാനിയിലൂടെ ഓടിമറഞ്ഞു. ആ ശവം മാത്രം മതിൽപറ്റി അങ്ങനെ കിടന്നു.

ഈ സംഭവം കണ്ട് അൽപ്പം പരിഭ്രാന്തനായി നിൽക്കുകയായിരുന്നു ക്രാമർ. പക്ഷെ കമാന്റർ പടികടന്നുവരാൻ തുടങ്ങിയപ്പോൾ ക്രാമർക്കു തന്റെ അസുഖകരമായ കടമ നിർവഹിക്കേണ്ടതായിവന്നു.

"ബ്ലോക്ക് സീനിയർമാർ......അറ്റൻഷൻ......തൊപ്പിയെടുക്കുവിൻ" അയാൾ കൽപ്പിച്ചു.

ഷവാൾ കൈവീശി. "വിശ്രമിച്ചോളൂ."

പതിവുപോലെ ബട്ടൺനിരയിൽ തള്ളവിരൽ തിരുകി മാറത്തു താളം പിടിച്ചുകൊണ്ടു റീനിബോത്തും തൊട്ടുപിറകിൽ ഉണ്ട്.

കുറെയടികൾ അങ്ങോട്ടും ഇങ്ങോട്ടും നടന്നതിനുശേഷം ഷവാൾ ഒക്കിൽ കൈകുത്തി ചുമലുകൾ പിന്നോക്കം ചാച്ച് വയർ തള്ളിച്ചു കൊണ്ട് നിന്നു.

"ഞാൻ ആ ആൾക്കാരെയെല്ലാം ക്യാമ്പിലേക്ക് വിട്ടത് നിങ്ങൾ കണ്ടുവോ?" സംസാരിക്കുന്നതിനിടയിൽ അയാൾ ക്രാമറെ നോക്കി.

"ഉവ്വ് സാർ."

"ഇനി അവർക്കു യാതൊരു കുഴപ്പവും വരാൻ പോകുന്നില്ല. എന്നാണതിന്റെ അർഥം. അതു വ്യക്തമായോ?"

വീണ്ടും ക്രാമർക്ക് ഉത്തരം പറയേണ്ടിവന്നു.

വിസാങ്കിന്റെയും വിറ്റിങ്ങിന്റെയും മുമ്പിൽ ഷവാൾ ഒരു വിചിത്രമായ നില ആവിഷ്കരിച്ചു.

"ഇനിമേലാൽ അവർക്ക് യാതൊരു വക അല്ലലും ഉണ്ടാവുകയി ല്ലെന്ന് ഓഫീസർ എന്ന നിലയിൽ ആത്മാഭിമാനത്തോടെ ഞാൻ ഉറപ്പു തരുന്നു. ക്യാമ്പിൽനിന്ന് ആളുകളെ വിടാനും പോകുന്നില്ല. അവസാനം വരെ ഞാൻ ഇവിടെയുണ്ടാകും. സഖ്യകക്ഷികൾ കടന്നു വരുമ്പോൾ ക്രമവും സമാധാനവും പുലർത്തുന്ന ഈ ക്യാമ്പ് അങ്ങനെ തന്നെ ഞാൻ അവർക്കു ഏൽപ്പിച്ചു കൊടുക്കും." അയാൾ അവിടെ കൂടിനിൽക്കുന്ന വരെ കണ്ണുകൾകൊണ്ട് ഒന്ന് ഉഴിഞ്ഞു.

"നിങ്ങൾക്കു ഞാൻ പറയുന്നതു മനസിലായോ?"

"ശരി സാർ" എന്നു ബ്ലോക്ക് സീനിയർമാരുടെ പിറുപിറുപ്പ് ഒരു ചാക്കുപോലെ നിലത്തു അറ്റുവീണു.

ഒരു ലക്ചററെപ്പോലെ ഷവാൾ അങ്ങോട്ടും ഇങ്ങോട്ടും നടന്നു തുടങ്ങി.

"ഞാൻ ഇവിടത്തെ നിയന്ത്രണം ഏറ്റെടുത്തതിനുശേഷം ബുച്ചൻ വാൾഡിലെ സ്ഥിതിഗതികൾ വളരെയേറെ മെച്ചപ്പെട്ടിട്ടുണ്ടെന്നാണ് വൈദേശിക പ്രക്ഷേപണ കേന്ദ്രങ്ങൾ അഭിപ്രായപ്പെടുന്നത്. പൊതുജന ങ്ങൾ ഇതറിയാൻ ഇടവരുന്നതിൽ എനിക്കു ചാരിതാർഥ്യമുണ്ട്. അടുത്ത ചില ദിവസങ്ങളിൽ എന്താണ് ഉണ്ടാകാൻ പോകുന്നത് എന്നിപ്പോൾ പറയാൻ വയ്യ. ഞാൻ പറഞ്ഞത് ബ്ലോക്കിലെ സ്നേഹിതന്മാരോട് പറയാൻ നിങ്ങൾക്ക് ഞാൻ അധികാരം നൽകുന്നു. എന്തുതന്നെ വന്നാലും ആത്മാഭിമാനത്തിന്റെ പേരിൽ ഞാൻ തന്നിട്ടുള്ള വാക്കുകൾ വിശ്വസിച്ച് സമാധാനത്തോടും ശാന്തതയോടും കൂടി പെരുമാറണം. എനിക്ക് എസ് എസ് റീഷ്ഫ്യൂഹററിൽ നിന്നു കൽപ്പന കിട്ടിയിരിക്കുന്നു. തടവുകാരെ ശരിയായ കമാന്റോകളായി തന്നെ അടുത്ത പ്രദേശങ്ങളി ലേക്ക് അയക്കാൻ. തടവുകാർക്ക് ശരിക്കുള്ള സിവിലിയൻ ഭക്ഷണവും ബോംബാക്രമണമുണ്ടായാൽ ആപത്ത് തട്ടാതിരിക്കാനുള്ള രക്ഷാ സങ്കേതങ്ങളും ഉണ്ടായിരിക്കും. ജോലികൾ കഴിഞ്ഞാൽ അവർ ഈ ക്യാമ്പിലേക്ക് തന്നെ മടങ്ങിവരും. തടവുകാർ തങ്ങളുടെ കടമകൾ വേണ്ട വിധത്തിൽ നിർവഹിക്കുമെന്നു ഞാൻ പ്രത്യാശിക്കുന്നു."

ഓരോ ബ്ലോക്ക് സീനിയർമാരേയും പ്രത്യേകം പ്രത്യേകം സ്വകടാ ക്ഷംകൊണ്ടു ബഹുമാനിച്ച് അയാൾ അങ്ങനെ നിൽക്കുകയായിരുന്നു. വർത്തമാനം അവസാനിച്ചു എന്നു തോന്നുന്നു.

"ക്യാമ്പ് സീനിയർ അവർക്കു പിരിഞ്ഞുപോകാനുള്ള കൽപ്പന നൽകൂ."

തന്റെ വിഭാഗത്തിന്റെ നേരെ തിരിഞ്ഞു കൽപ്പന നൽകുമ്പോൾ ക്രാമറുടെ മുഖത്തെ ഒരൊറ്റ മാംസപേശിപോലും ചലിച്ചില്ല.

"തൊപ്പി തലയിൽ! വിഭാഗം—മുന്നോട്ട്—സ്റ്റെപ്പ്......മാർച്ച്."

വിഭാഗത്തിന്റെ ഏറ്റവും പിന്നിലായാണ് അയാൾ മാർച്ച് ചെയ്തത്. ഹൃദയത്തിൽ കനത്ത ഒരിരുമ്പു വളയം വീണിരിക്കുന്നു. പിപ്പിഗ് അവിടെ കിടക്കുകയാണ്.

ഷവാൾ അവർ മാർച്ച് ചെയ്തകലുന്നതുവരെ നോക്കിക്കൊണ്ടു നിന്നു. പിന്നീട് അയാൾ റീനിബോത്തിന്റെ നേരെ തിരിഞ്ഞു ചോദിച്ചു.

"ഉം എന്തു പറയുന്നു?"

റീനിബോത്ത് സലാംചെയ്തു. "നയതന്ത്രപരമായ അവിടത്തെ വിവേകത്തെ ഞാൻ അഭിനന്ദിക്കുന്നു, ഹെർഫ്യൂഹറർ!"

ഷവാൾ താടി കോളറിനകത്താക്കി. കമാന്ററെ പിൻതുടർന്ന വിസാങ് റീനിബോത്തിന്റെ വയറ്റിൽ ഒരു കുത്തുകൊടുത്തു ചോദിച്ചു. 'ഇവൻ ആൾ ഒരു ചൊങ്കനാണല്ലോ' റീനിബോത്ത് മുഖം കോട്ടി.

പുറത്ത് എന്തെല്ലാമാണ് പറയുന്നത് എന്ന് ഹോഫലിനും ക്രോപ്പിൻസ്കിക്കും വ്യക്തമായി കേൾക്കാമായിരുന്നു. കുറച്ചുദിവസമായി മാൻഡ്രിൽ അവരെ ചുമ്മാ നിർത്തിയിരിക്കുകയായിരുന്നു. നേരം വെളിച്ചമായതു തൊട്ട് ഇതാണ് നില. വൈകുന്നേരത്തെ ഹാജർവിളി കഴിഞ്ഞതിൽപ്പിന്നെ മാത്രമെ കിടക്കാൻ അവർക്ക് അനുവാദമുള്ളൂ. അപ്പോൾ മഞ്ഞുപോലെ തണുത്ത കോൺക്രീറ്റ് തറയിൽ അവർ പറ്റിപ്പിടിച്ചുകിടക്കും. പക്ഷെ കഠിനമായ തണുപ്പ് നിദ്രയെ ശരീരത്തിൽനിന്നും ആട്ടിയോടിച്ചുകളഞ്ഞിരുന്നു. വിശപ്പുകൊണ്ടു ക്ഷീണിച്ചു തളർന്ന്, ദുസ്സഹമായ വേദനകൊണ്ട് തകർന്ന അവർ അങ്ങനെ കാലത്ത് അഞ്ചുമണിയാകുന്നതുവരെ അന്തമില്ലാത്ത രാത്രികൾ തള്ളിനീക്കുകയാണ് പതിവ്. അഞ്ചു മണിക്ക് മാൻഡ്രിൽ മുറി തുറക്കും.

അതിനെ തുടർന്നു വരാന്തയിലും ബങ്കറുകളിലും കുളിമുറികളിലും നരകത്തിന്റെ അഴിഞ്ഞാട്ടമായി. മൂന്നുനിമിഷങ്ങൾക്കകം തടവുകാർ തുണിമാറലും കഴുകലും വസ്ത്രം ധരിക്കലും നടത്തണമെന്നാണ് കൽപ്പന. അതിനിടയിൽതന്നെ കഴിയണം. അറയടിക്കലും വിസർജനപാത്രങ്ങൾ ഒഴിച്ചുകഴുകലും. ചെകുത്താൻ തള്ളിയിട്ടപോലെ തടവുകാർ അങ്ങോട്ടും ഇങ്ങോട്ടും ചാടുകയും ബഹളമുണ്ടാക്കുകയുമൊക്കെയായിരിക്കും. നിഴലുകൾപോലെയാണ് അവർ ചലിക്കുക. കാലിലെ ചെരുപ്പിന്റെ ശബ്ദം മാത്രമേ മുഴങ്ങികേൾക്കുകയുള്ളൂ. ഈ പരക്കംപാച്ചിലിന്റെ നടുക്കുതന്നെ മാൻഡ്രിൽ സ്ഥാനം പിടിച്ചുനിന്നു. അറയിലേക്ക് അങ്ങോട്ടും ഇങ്ങോട്ടും കടക്കുന്നവരെയെല്ലാം തോലിന്റെ ചാട്ടവാർകൊണ്ട് ആഞ്ഞടിച്ചു രസിക്കുമായിരുന്നു. ഭ്രാന്തുപിടിച്ചപോലുള്ള വേഗതയിൽ ഷർട്ടുകൾ തലയ്ക്കുമീതെകൂടി ഇറക്കി അവ പാന്റിന്റെ ഉള്ളിൽ തിരുകി, ജാക്കറ്റ് ഇട്ടു എന്നു വരുത്തി മുറി വൃത്തിയാക്കാനുള്ള സമയമവർ എങ്ങനെയെങ്കിലും ഉണ്ടാക്കും. ഈ മന്ത്രവാദികളുടെ നൃത്തകോലാഹലത്തിൽനിന്നു ഹോഫലിനും ക്രോപ്പിൻസ്കിക്കും രക്ഷകിട്ടിയതുതന്നെ ഒരുതരത്തിൽ ഭാഗ്യമാണ്. ദേഹം കഴുകാനോ, വിസർജനപാത്രങ്ങൾ ഒഴിക്കാനോ അവർക്ക് അനുവാദമുണ്ടായിരുന്നില്ല. ജാം വന്ന ഒരു പഴയപാത്രം ഒരു മൂലയിൽ വെച്ചിരുന്നത് കുറെയേറെ നാളായി വൃത്തിയാക്കാത്തതുകൊണ്ട് അതിലെ ഉള്ളടക്കം പുറത്തേക്ക് പ്രവഹിച്ചു മുറിയിലെ വായുവാകെ വിഷമയമാക്കിയിരുന്നു.

ഇപ്പോഴും ആ മനുഷ്യർ നിൽക്കുകയാണ്. പകൽ മുഴുവനും അവർ നിൽക്കുകയായിരുന്നു. അന്നു രണ്ടുപ്രാവശ്യം മാൻഡ്രിൽ ബങ്കറിലെ തടവുകാരെയെല്ലാം പുറത്തെ വരാന്തയിലേക്ക് തല്ലിയോടിച്ചു. അവർ ക്ഷീണിച്ചു കുഴയുന്നതുവരെ അവരെകൊണ്ടു ചാടിക്കുകയും മുട്ടുവളച്ച് അഭ്യാസങ്ങൾ എടുപ്പിക്കുകയും ചെയ്തിരുന്നു. സ്വന്തം യാതനകൾ തന്നെ പൊറുക്കാൻ സാധിക്കുന്നതിലേറെ ഉണ്ടായിരുന്നു ഹോഫലിനും ക്രോപ്പിൻസ്കിക്കും. പുറത്ത് നടക്കുന്ന ഭീകരതകളൊന്നും മനസിൽ ഏശിയിരുന്നില്ല. എന്നാലും പുറത്തു നടക്കുന്നതെല്ലാം അവർ അറിയുന്നു

ണ്ടായിരുന്നു; മാൻഡ്രില്ലിന്റെ അടികളുടെ ഒച്ചയും പരവശരായ തടവുകാരുടെ ചിണുങ്ങലും; സംഗതികൾ മനസിലാക്കാനുള്ള ശക്തി അതിന്റെ അതിരിൽ എത്തിയിരുന്നു. പുറത്തു മാൻഡ്രില്ലിന്റെ അട്ടഹാസം കേൾക്കുമ്പോൾ അവർക്കറിയാം, അയാൾ തങ്ങളെ ആ ദ്വാരത്തിലൂടെ നോക്കുന്നില്ലെന്ന്. അപ്പോൾ അന്യോന്യം ചാഞ്ഞ് ചുമലുകൾ കൂട്ടിച്ചേർത്ത് അൽപ്പമൊന്നു വിശ്രമിക്കും. പക്ഷെ പുറത്ത് എല്ലാം ശാന്തമായാൽ അവർ വേർപെട്ടുനിൽക്കും. ഇപ്പോൾ അവരങ്ങനെ നിൽക്കാൻ തുടങ്ങിയിട്ട് അന്തമില്ലാത്ത അനവധി മണിക്കൂറുകൾ അറ്റുവീണുകഴിഞ്ഞിരുന്നു. അവരുടെ ശക്തി ക്ഷയിച്ചു. പിന്നിൽ ഒരു കത്തി കുത്തിയിറക്കുകയാണോ എന്ന മട്ടിലുള്ള വേദന അവരെ തളർത്തി. ഹോഫൽ കുത്തിപ്പൊക്കിനിന്നു നോക്കി. പക്ഷെ തളർന്ന് താഴെ വീഴുമോ എന്നയാൾ ഭയപ്പെട്ടു. ആലോചിക്കാനുള്ള ശക്തിയെല്ലാം എപ്പോഴെ നശിച്ചിരിക്കുന്നു, തന്റെ ശക്തിയുടെ അവസാനത്തെ കണികയിന്മേൽ കടിച്ചുതൂങ്ങി നിന്നിരുന്ന ക്രോപ്പിൻസ്കി അയാളെ ആശ്വസിപ്പിക്കാൻ ശ്രമിച്ചു.

"ഇതാ, ഇപ്പോൾ ഹാജർവിളിക്കു നേരമാകും. അതുകഴിഞ്ഞാൽ നമുക്ക് ഉറങ്ങാം. നല്ലപോലെ ഉറങ്ങാം....."

ആശ്വാസവചനങ്ങളൊന്നും ഹോഫലിന്റെ ചെവിയിൽ കയറാതായി. അയാൾ കാണെക്കാണെ തകരുകയായിരുന്നു.

"ഞാനിത് അവസാനിപ്പിക്കാൻ പോകുകയാണ്. ഞാൻ തൂങ്ങി മരിക്കും. ഇനി ഇതുകൊണ്ടൊന്നും യാതൊരു പ്രയോജനവുമില്ല."

ക്രോപ്പിൻസ്കി അമ്പരന്നു. അയാൾ യാചിച്ചു. "അരുതെ, സഹോദരാ ...... അരുതെ. കുറച്ചുനേരം ക്ഷമിക്കൂ.....ഇതാ, ഹാജർ വിളിക്കാറായി......."

ഹോഫൽ ഞരങ്ങി. അയാളുടെ തല മുന്നോട്ടുചാഞ്ഞു ഞരമ്പുകളിൽ രക്തം വേദനയോടെ പാഞ്ഞുകളിച്ചു. അയാളുടെ ദേഹം ആടിയുലഞ്ഞു. പെട്ടെന്നു ക്രോപ്പിൻസ്കി മന്ത്രിച്ചു.

"ഇതാ പുറത്ത് എന്താണ് നടക്കുന്നതെന്നു ശ്രദ്ധിക്കൂ. ആരാണ് സംസാരിക്കുന്നത്."

അബോധാവസ്ഥയിൽ നിന്നുണർന്ന് ഹോഫൽ തലപൊന്തിച്ചു. പുറത്ത് കൽപ്പനകൾ കേൾക്കാമായിരുന്നു. ശബ്ദം ക്രാമറുടേതായിരുന്നു. ബങ്കറിൽ വന്നതിനുശേഷം ആദ്യമായാണ് അയാൾ ആ ശബ്ദം കേൾക്കുന്നത്. ക്യാമ്പിലെ തന്റെ സുഹൃത്തുക്കളിൽനിന്ന് അകന്ന്, ഭീകരമായ ഈ ബങ്കറിന്റെ നിസ്സഹായതയിലേക്ക് ചുഴറ്റിയെറിയപ്പെട്ട ഹോഫൽ ചിരപരിചിതമായ ആ വാക്സുധ ആവോളം ആസ്വദിച്ചു. ക്രാമറുടെ ഓരോ വാക്കും കേൾക്കുന്തോറും അയാൾ കൂടുതൽ ചെവി കൂർമ്പിച്ചു. അപ്പോൾ അയാൾക്കു കമാന്ററുടെ പ്രസംഗവും കേൾക്കാൻ സാധിച്ചു.

"മേരിയാൻ......."

"ടാക്."

"ആളൊഴിക്കൽ ഇല്ലത്രെ. അവർ ക്യാമ്പ് വിട്ടുകൊടുക്കാൻ പോകുകയാണ്."

"സത്യമോ."

"കേൾക്കൂ."

ആകെ വലിഞ്ഞുമുറുകി നിൽക്കുകയാണ് ഹോഫൽ.

"അതു ശരിയാണെങ്കിൽ........"

അയാൾ ആവേശത്തോടെ തുടർന്നു. "അതു ശരിയാണെങ്കിൽ........"

ക്രോപ്പിൻസ്കിയുടെ മുഖത്ത് ഒരു പ്രകാശം പരന്നു. "ദൈവ മാതാവേ!" അയാൾ നിശ്വസിച്ചു. ഒരു നേരിയ രേഖപോലെയായിരുന്നു അയാളുടെ ശബ്ദം.

"അങ്ങനെയാണെങ്കിൽ.........ആണെങ്കിൽ.......ഒരുപക്ഷെ ......... നാം........മരിക്കുകയില്ലായിരിക്കും."

ആവേശഭരിതരായ ബ്ലോക്ക് സീനിയർമാർ കുറെയേറെ നേരത്തോളം ഗുമസ്തന്മാരുടെ മുറിയിലിരുന്നു തങ്ങളുടെ ചർച്ചകൾ തുടർന്നു. ആ ഒരൊറ്റ പ്രസംഗംകൊണ്ട് കമാന്റർ ഒരു വിപ്ലവം സൃഷ്ടിച്ചിരിക്കുന്നു. ആ ബോധ്യപ്പെടുത്തൽ എത്രത്തോളം യഥാർഥമാകും എന്നതിനെക്കുറിച്ചുള്ള ചർച്ചകൾ അങ്ങോട്ടും ഇങ്ങോട്ടും പാളി പടർന്നു തികഞ്ഞ കോലാഹലത്തിലേക്കു വഴുതിവീണു ആർക്കുമാർക്കുമുണ്ടായിരുന്നില്ല കമാന്ററുടെ വാക്കുകളിൽ വലിയ വിശ്വാസം. പക്ഷെ ആത്മരക്ഷയ്ക്കുള്ള വെമ്പൽമൂലം, അത്യാസന്നമായ അവസാനം വലിയ അപകടങ്ങളൊന്നുമില്ലാതെ ഒഴിഞ്ഞുപോയേക്കും എന്ന അവ്യക്തവും ദുർബലവുമായ ഒരു ആശാതന്തുവിൽ അവർ ചുമ്മാ തൂങ്ങിക്കിടന്നു. ഒരുപക്ഷെ ക്യാമ്പ് അനക്കാതെ തന്നെ അമേരിക്കക്കാർക്കു വിട്ടുകൊടുക്കുമായിരിക്കും. ചില ബ്ലോക്കു സീനിയർമാർ ഈ പുകയെ പരിഹസിച്ചു ചിരിച്ചു. അവരുടെ കണ്ണിൽ കുറച്ചു പൊടി വിതറുക മാത്രമായിരുന്നു തന്റെ പ്രസംഗം കൊണ്ട് കമാന്റർ ഉദ്ദേശിച്ചത്.

ആ ഉദ്വേഗതപ്തരായ ജനതതിയുടെ നടുക്കുനിന്ന ക്രാമർക്ക് അൽപ്പം ചില വാക്കുകൾ ഉപയോഗിച്ച് ഈ അഭിപ്രായ വ്യത്യാസങ്ങളുടെ വൻചുഴികളെ തകർത്തുകളയാമായിരുന്നു.

കൂട്ടത്തിലെ സംശയാലുക്കളെപ്പോലെ ക്രാമർക്കും കമാന്ററുടെ വർത്തമാനത്തിന്റെ ഉള്ളുകള്ളി മനസിലായിരുന്നു. പക്ഷെ എല്ലാവരും ചിന്തിച്ചത് ഒരേ രീതിയിലായിരുന്നില്ല. സ്വഭാവവും രാഷ്ട്രീയ ചിന്താഗതിയും സംശയത്തിനിട നൽകുന്ന ചിലരുമുണ്ടായിരുന്നു അക്കൂട്ടത്തിൽ. അതുകൊണ്ടാണു പരിതഃസ്ഥിതിക്കനുയോജ്യമായ വാക്കുകളൊന്നും ക്രാമർ പറയാതിരുന്നത്.

സാധാരണ ആ മാതിരി സന്ദർഭങ്ങളിൽ ചെയ്യാറുള്ളതുപോലെ ക്രാമർ നിഷ്പക്ഷത പാലിച്ചു. രണ്ടു ബ്ലോക്ക് ഫ്യൂഹറർമാർ അങ്ങോട്ടു കടന്നുചെന്നു.

"ഉം എന്താണിവിടെ?"

ആകാംക്ഷയുടെ പേരിൽ അവിടെ ചുറ്റിപ്പറ്റി നിന്നിരുന്ന തടവുകാരെല്ലാം സ്ഥലംവിട്ടു. ക്രാമറും മറ്റ് ബ്ലോക്ക് സീനിയർമാരും തൊപ്പിയെടുത്ത് ഉപചാരം ചെയ്തു പറഞ്ഞു.

"ഞങ്ങൾ ഗേറ്റിലായിരുന്നു. കമാന്റർ ഞങ്ങളോടു സംസാരിച്ചു."

ബ്ലോക്ക് സീനിയർമാരിൽ ചിലർ വിളിച്ചുപറഞ്ഞു.

"ക്യാമ്പു വിട്ടുകൊടുക്കുവാൻ പോകുകയാണത്രെ."

ബ്ലോക്ക് ഫ്യൂഹറർമാർ തടവുകാരുമായി ഇത്തരം ചർച്ചകൾക്കൊന്നും മുതിരാറില്ല.

"നിർത്തണം! വേഗം ബ്ലോക്കുകളിലേക്ക് പോയാട്ടെ." കൽപ്പന അനുസരിച്ച് അവരുടനെ സ്ഥലംവിട്ടു.

സ്വീലിങ്ങ് മേശക്കരികെ തീരെ അസ്വസ്ഥനായിരിക്കുകയായിരുന്നു. ആ യഹൂദചെക്കന്റെ ഇടപാടെല്ലാം കുഴപ്പത്തിലായിരിക്കുന്നു. സമർഥനായ റീനിബോത്ത് തന്റെ കരുക്കളെല്ലാം പലകപ്പുറത്തുനിന്ന് തട്ടിയെറിഞ്ഞു. ഹോഫലും ക്രോപ്പിൻസ്കിയും ബങ്കറിൽതന്നെ. ഹോഫലിനു പകരം ഉപയോഗിക്കാമെന്നുദ്ദേശിച്ച പിപ്പിഗ്ഗ് നാമാവശേഷനായി. ആ പത്തുപേരെ വീമാറിലേക്കു പിടിച്ചുകൊണ്ടുപോയതിൽ പിന്നെ, 'തന്നെ ഞങ്ങൾക്കറിയാമെടൊ' എന്നു സ്പഷ്ടമാക്കുന്ന മുഖഭാവത്തോടെയാണ് കമാന്റോവിലെ തടവുകാർ അയാളോടു പെരുമാറിയത്.

സ്വീലിങ്ങിന് ഏറ്റവും അരോചകമായത് വ്യൂറാച്ചിന്റെ കിരാതമായ ആ പരിചയഭാവമാണ്. ആരംഭംതൊട്ടേ കമാന്റോവിനെ ചുറ്റിപ്പറ്റിനടക്കാനാണ് അയാൾ ഇഷ്ടപ്പെട്ടത്. അവിടെയുള്ളവർക്കു വളരെ തീക്ഷ്ണമായ പ്രത്യേകതരം വാസനയായിരുന്നു. ഒരു വൈദേശിക വസ്തുവിന്റെ സാന്നിധ്യം അവർ പെട്ടെന്നു മണത്തറിഞ്ഞു. യാതൊരു വക തുറന്ന പെരുമാറ്റത്തിനും അവസരം കൊടുക്കാതെ അവർ വ്യൂറാച്ചിനെ വളരെയേറെ അകറ്റിനിർത്തി. ആ 46 പേരുടെ പട്ടിക കൊടുത്തതിൽ പിന്നെ വ്യൂറാച്ച് വളരെ പ്രാധാന്യം നടിച്ചാണ് പെരുമാറിയത്. ഒരു മണിക്കൂർ മുമ്പാണ് അയാൾ സ്വീലിങ്ങിന്റെ ഓഫീസിൽ ചെന്നത്.

"ഹോപ്റ്റഷ്ചാർ ഫ്യൂഹറർ! പിന്നെ എന്തെല്ലാം വിശേഷങ്ങൾ. നിങ്ങൾ കമാന്ററോട് സംസാരിച്ചുവോ?"

സ്വീലിങ്ങ് അയാളുടെ നേരെ ചീറ്റി. "എപ്പോഴും ഇങ്ങനെ ഇങ്ങോട്ട് ഓടിവരരുത്. ആളുകൾ കാണും. സമയം വരുമ്പോൾ ഞാൻ നിങ്ങൾക്ക് എന്തെങ്കിലും ചെയ്തുതരുന്നതാണ്."

"പക്ഷെ ഹോപ്റ്റഷ്ചാർ ഫ്യൂഹറർ ഇനി അധികം സമയമൊന്നുമില്ല കാക്കാൻ. എനിക്ക് ക്യാമ്പിൽ കഴിച്ചുകൂട്ടാൻ വയ്യാതായിരിക്കുന്നു. ആ കാര്യമെങ്ങാനും വെളിയിൽ അറിഞ്ഞാൽ അവരെന്നെ തല്ലിക്കൊന്നു കുഴിച്ചിടും."

ആ മനുഷ്യൻ സ്വീലിങ്ങിന്റെ കഴുത്തിൽ ഒരു സർവേക്കല്ലുപോലെ തൂങ്ങിക്കിടക്കുകയായിരുന്നു.

"ഹോപ്റ്റഷ്ചാർ ഫ്യൂഹറർ! നിങ്ങൾ എന്നെ സഹായിച്ചേ ഒക്കൂ.

ഞാൻ നിങ്ങളെ സഹായിച്ചില്ലേ? വിട്ടയയ്ക്കാമെന്നുപറഞ്ഞു എന്നെ കളിപ്പിക്കാൻ നോക്കണ്ട. ഏതു ദിവസവും ഇവിടെ നരകം അഴിഞ്ഞാടും. ഞാൻ നശിക്കണമെന്നാണോ നിങ്ങളുടെ ആഗ്രഹം."

ഈ ഒഴിയാബാധപോലുള്ള മനുഷ്യനെ വല്ലവിധത്തിലും ഒഴിച്ചുവിടാൻവേണ്ടി സ്വീലിങ്ങ് പലേ വാഗ്ദാനങ്ങളുമയാൾക്ക് നൽകിയിരുന്നു. അയാളെ ക്യാമ്പിൽനിന്നുമാറ്റി എസ് എസ് ബാരക്കുകളിലാക്കാമെന്നെല്ലാം അയാൾ പറഞ്ഞു. തികഞ്ഞ വിശ്വാസത്തോടെയല്ല വ്യൂറാച്ച് ഇതെല്ലാം കേട്ടിരുന്നത്. എന്നാലും കടുത്ത നിരാശമൂലം ഇതെല്ലാം അയാൾ വിശ്വസിക്കാൻ ശ്രമിച്ചു. ഇപ്പോൾ കുറെ നേരമായിരിക്കുന്നു സ്വീലിങ്ങ് അനങ്ങാതെ ഡസ്കിന്റെ സമീപം ഇരിക്കാൻ തുടങ്ങിയിട്ട്. വായ തുറന്നു പിടിച്ചിരുന്നു; നാക്ക് കീഴ്ചുണ്ടിലും. തനിക്കുവേണ്ടി തുറന്നിടാൻ ആഗ്രഹിച്ചിരുന്ന ഇടക്കഴ ഇതാ അടഞ്ഞിരിക്കുന്നു. ഇനി ഈ യൂണിഫോറവുമായി ഒട്ടിച്ചേർന്നിരിക്കുകയേ നിർവാഹമുള്ളൂ. താനുണ്ടാക്കിയ മെത്തയിൽ താൻതന്നെ ശയിക്കണം......അതിൽ കിടന്നു മരിക്കണം.

പുറത്ത് എന്തോ ശബ്ദകോലാഹലം. സംസാരിച്ചുകൊണ്ടു നിരവധി ആൾക്കാർ ഓടിയണയുകയാണ്. അയാൾ എഴുന്നേറ്റു പുറത്തേക്കു ചെന്നു. വാതിൽക്കൽ എത്തിയപ്പോൾ അയാൾ 'പന്തംകണ്ട പെരുച്ചാഴിയെപ്പോലെ' തറച്ചു നിന്നുപോയി. വീമാറിലേക്കു കൊണ്ടുപോയ തടവുകാർ ഇതാ വലിയ കൗണ്ടറിൽ നിൽക്കുന്നു. അന്തേവാസികൾ സഹർഷം അവരെ സ്വാഗതം ചെയ്യുകയാണ്. കെട്ടിപ്പിടിക്കലും കൈകൊടുക്കലും ബഹളംതന്നെ. ഏറ്റവും കൂടുതൽ വിസ്മയിച്ചത് വ്യൂറാച്ചാണ്. അയാൾ ഓരോരുത്തരുടേയും കൈപിടിച്ചുകൊണ്ട് പറഞ്ഞു.

"സ്നേഹിതാ, നിങ്ങൾ തിരിച്ചെത്തിയത് എത്രയെത്ര നന്നായി."

മുഖത്ത് ഒരു വിരസഭാവത്തോടെ സ്വീലിങ്ങ് ഞെളിഞ്ഞുചെന്നു.

"നിങ്ങൾ എവിടെനിന്നു പാഞ്ഞെത്തി."

തടവുകാർക്കിടയിൽ പരിഭ്രാന്തി കലർന്ന ഒരു നിശ്ശബ്ദത പരന്നു.

വ്യൂറാച്ച് അവരുടെ വക്താവായി. "ഹോപ്റ്റശ്ചാർ ഫ്യൂഹറർ, ഗെസ്റ്റപ്പോ ഇവരെ വിട്ടയച്ചിരിക്കുന്നു."

ഈ വൃത്തികെട്ട നിശ്ശബ്ദതയുമായി പൊരുത്തപ്പെടാൻ സ്വീലിങ്ങിനു സാധിച്ചില്ല. തീരെ അപ്രതീക്ഷിതമായ പരിതഃസ്ഥിതിയിൽ എത്തിയ അയാൾ അവ്യക്തമായി പറഞ്ഞു.

"ങ! ഇവിടെ എത്തിയല്ലെ? ഹും ക്ഷൗരംചെയ്തു വൃത്തിയാക്കൂ. എന്തു വൃത്തികേടായിരിക്കുന്നു."

തടവുകാർ മിണ്ടിയില്ല. തങ്ങളുടെ ആനന്ദം ഇവരുമായി പങ്കുവയ്ക്കാൻ അവർ ഒരുക്കമായിരുന്നില്ല. അങ്ങനെ തോന്നിയിരുന്നുവെങ്കിൽ അതു തികച്ചും അസ്വാഭാവികമായിരുന്നു. സ്വീലിങ്ങ് മുറിയിലേക്കുതന്നെ പോയി. കുറെയേറെനേരം അയാൾ ആ കോലാഹലം കേട്ടു സഹിച്ചിരുന്നു. അത്ഭുതകരമായ ഈ വിടുതലിന്റെ സാഹചര്യങ്ങൾ അയാൾക്ക്

ഓർക്കാൻകൂടി സാധിക്കുന്നില്ല. അയാൾ ഗുമസ്തന്മാരുടെ മുറിയിലേക്കു കയറി. അയാൾ ചെല്ലുന്നതു കണ്ടപ്പോൾ എല്ലാവരും ശബ്ദമടക്കി അറ്റൻഷനായി നിന്നു. സ്വീലിങ്ങ് റോസിന്റെ മുമ്പിൽ ചെന്നുനിന്നു. ഹോപ്റ്റംസ്കാർ ഫ്യൂഹറ്റുടെ മുഖത്തേക്കു തുറിച്ചു നോക്കിക്കൊണ്ടിരുന്ന അയാളുടെ മുഖത്ത് ഇതുവരെ നടമാടിയിരുന്ന നഗ്നമായ ഭയംതന്നെ ഇപ്പോഴും കാണാമായിരുന്നു. സ്വീലിങ്ങിന്റെ കണ്ണുകൾ നിശ്ശബ്ദരായി നിന്ന തടവുകാരുടെമേൽ പാറിക്കളിച്ചു.

"പക്ഷെ......പിപ്പിഗ്ഗ് എവിടെ?"

അവർ നിലത്തേക്കു നോക്കിനിന്നതല്ലാതെ യാതൊന്നും പറഞ്ഞില്ല. വ്യൂറാച്ചിന്റെ കണ്ണുകൾമാത്രം സംശയാസ്പദമായി ചലിച്ചു. സ്വീലിങ്ങ് റോസിന്റെ ഭാഗത്തേക്കു തിരിഞ്ഞുകൊണ്ടു ചോദിച്ചു.

"ഉം, എവിടെ അയാൾ."

റോസിന്റെ മുഖം ഒന്നുകോടി. അയാൾ തുപ്പലിറക്കി. വായ് തുറക്കാൻ ഭാവിച്ചപ്പോൾ ഉച്ചഭാഷിണിയിലൂടെ റീനിബോത്തിന്റെ ശബ്ദം കേട്ടു.

"രണ്ടു ശവവാഹകർ മഞ്ചലുമായി പടിക്കലേക്ക്."

റോസിന്റെ മുഖഭാവം മാറി. അയാൾ വിതുമ്പി.

"ഹെർഹോപ്റ്റഷാർ ഫ്യൂഹറർ......ഞാൻ......അല്ല......പിപ്പിഗ്ഗ്......."

"രണ്ടു ശവവാഹകർ മഞ്ചലുമായി പടിക്കലേക്കു വരണം."

കൽപ്പന ആവർത്തിക്കപ്പെട്ടു. തടവുകാർ കണ്ണുകൾ ഉയർത്തി സ്വീലിങ്ങിന്റെ മുഖത്തേക്കുനോക്കി. ആരും ഒന്നും പറഞ്ഞില്ല. റോസ് തുപ്പലിറക്കി. സ്വീലിങ്ങിനു സംഗതി മനസിലായി. അയാൾ നാക്കുനീട്ടി.

"എന്തുണ്ടായി" അയാൾ ചോദിച്ചു. ആരും മറുപടി പറഞ്ഞില്ല എന്നു കണ്ടപ്പോൾ അയാൾ ചിണുങ്ങി.

"ഹൗ.......എന്തൊരു കഷ്ടം."

അയാൾ ചുമൽകുലുക്കി മുറിയിലേക്കു മടങ്ങി. തടവുകാർ പ്രയാസപ്പെട്ട് അനങ്ങി. റോസ് ആകെ തകർന്ന മട്ടിൽ സ്വയം നീതീകരിക്കാനൊരു ശ്രമം നടത്തി.

"ഞ...ാ.....നല്ല......ഒരു......കുറ്റവും....."

അവർ അയാളേയും അയാളുടെ ദുർബലമായ മാപ്പിരക്കലിനേയും തീരെ അവഗണിച്ചു.

ക്രാമറും പ്രോളും തങ്ങളുടെ മുറിയുടെ ജനവാതിലിലൂടെ ഗേറ്റിലേക്കു തന്നെ നോക്കിക്കൊണ്ടുനിന്നു. അസ്തമയാരുണൻ ആ പൊക്കം കുറഞ്ഞ കെട്ടിടത്തിന്റെ മേൽക്കൂരയിൽ ചെന്തീ പിടിപ്പിക്കുകയായിരുന്നു. നീണ്ട നിഴലുകൾ നീണ്ടുനീണ്ടു വരുന്നു.

നിറമില്ലാത്ത വസ്ത്രം ധരിച്ചു രണ്ടു ശവവാഹകർ പടിക്കലേക്ക് ഓടി. അവരുടെ ഇടയിൽ കിടന്ന് ഒരു മഞ്ചൽ ഊഞ്ഞാലാടുന്നുണ്ടായിരുന്നു. ഡ്യൂട്ടിയിലുണ്ടായിരുന്ന ബ്ലോക്കു ഫ്യൂഹറർ വാതിൽ തുറന്നു കൊടുത്തു. അവർ അതിലൂടെ കടന്നുപോയി.

ക്രാമറും പ്രോളും മൗനമായി കാത്തുനിന്നു. അധികം താമസിയാതെ ശവവാഹകർ ക്യാമ്പിൽ തിരിച്ചെത്തി. ചാരനിറത്തിലുള്ള പുതപ്പ് മഞ്ചലിന്റെ ഇരുവശങ്ങളിലേക്കും തൂങ്ങിക്കിടന്നിരുന്നു.

ക്രാമറിന്റെ മുഖത്തെ പേശികൾ ഒന്നുപോലും ചലിച്ചില്ല. ശവവാഹകർ ശ്മശാനത്തെ ലക്ഷ്യമാക്കി നീങ്ങിയപ്പോൾ അയാൾ തൊപ്പി കയ്യിലെടുത്തു ഞെരിച്ചു. ആ കണ്ണുകൾ നിശ്ശബ്ദം വിളിച്ചോതി. ഗുഡ്ബൈ; ഗുഡ്ബൈ.

ആളൊഴിഞ്ഞ കവാത്തു മൈതാനിയിലൂടെ ശവവാഹകർ അവരുടെ ഭാരവുമായി പതുക്കെ നീങ്ങി. അവരുടെ നിഴലുകൾ മുന്നിൽ കിടന്നു ചാഞ്ചാടി; ആ മരിച്ച മനുഷ്യന്റെ ആറടി മണ്ണിലേക്കുള്ള വഴിത്താരയെ ചൂണ്ടിക്കാണിക്കുന്നതുപോലെ.

സായാഹ്നത്തിന്റെ അകാലികമായ അന്ധകാരം ക്യാമ്പിലാകെ പരക്കാൻ തുടങ്ങിയ സമയത്ത് അന്ന് ഉച്ചയ്ക്ക് ആസ്പത്രിയിൽവെച്ച് എടുത്തിരുന്ന തീരുമാനം പ്രായോഗികമാക്കപ്പെട്ടു. സംഘടന സുശക്തമായ പ്രവൃത്തിയിലൂടെ അതു നടപ്പിലാക്കി. ദൂതന്മാർ ബ്ലോക്കുകളിലെ പ്രതിരോധ സംഘടനാ നേതാക്കന്മാരെ വിവരമറിയിച്ചു. വളരെ യാദൃച്ഛികമായ മട്ടിലാണ് അവരതുചെയ്തത്. എല്ലാവർക്കും കേൾക്കത്തക്ക വിധത്തിലുള്ള കുറെ വാക്കുകൾ. പക്ഷെ ഐ എൽ കെയുടെ നിർദേശങ്ങൾ അതിനിടയിൽ അവർ കുത്തിത്തിരുകി.

അപകടം രണ്ടാംഘട്ടം. പ്രതിരോധസംഘത്തിലെ അംഗങ്ങൾക്കു ബ്ലോക്ക് വിട്ടുപോകാൻ വയ്യ. എപ്പോഴും എന്തിനും തയ്യാറെടുത്ത് അവർ ഇരിക്കണം. എന്താണ് സംഗതികൾ എന്നവർ അറിഞ്ഞിരിക്കണം.

ചെറിയ ക്യാമ്പിലെ പന്തിയിലെ ബ്ലോക്ക് നേതാക്കന്മാരെ നേരത്തെ തന്നെ വിവരമറിയിച്ചിരുന്നു. സ്വതേതന്നെ ജനനിബിഡമായിരുന്ന അവിടേക്ക് കുറെപ്പേരെക്കൂടി ഉന്തിത്തള്ളിയാക്കി. ആസ്പത്രിയിൽനിന്നു ചെന്നവരായിരുന്നു അവർ. കോഹനും മറ്റു വൈദ്യന്മാരുംകൂടി അവരെ നഖശിഖാന്തം ബാൻഡേജുകൾ കെട്ടി തീരെ തിരിച്ചറിയാൻ വയ്യാത്ത മട്ടിൽ ആക്കി. വൃത്തികെട്ട ഉടുതുണിയും കൂടിയായപ്പോൾ മറ്റുള്ളവരിൽനിന്നു യാതൊരു വ്യത്യാസവും പുതിയവർക്കു തോന്നിയില്ല. 46 ൽ കുറെപ്പേർ സ്വന്തമായ ഒളിവുസ്ഥലം കണ്ടുപിടിച്ചിരുന്നു. പ്രോളും എത്തിയിരുന്നു ചെറിയ ക്യാമ്പിൽ. അയാൾ ചുറ്റുംനോക്കി. അയാളിപ്പോൾ ക്രാമറോടു യാത്രപറയുകയായിരുന്നു.

“പോകൂ ചങ്ങാതി, അധികം സമയമൊന്നും വിഷമിക്കേണ്ടിവരില്ല. ഞങ്ങൾ വേഗം വന്നു കൊണ്ടുപോന്നോളാം.” ക്രാമർ ആശ്വസിപ്പിച്ചു.

ഒരു ജർമൻകാരൻ ബ്ലോക്ക് ക്ലാർക്കും രണ്ടു പോളീഷ് പരിചാരകരും കൊച്ചുക്യാമ്പിലെ പന്തിയിൽ പ്രോളിനെ കാത്തുനിൽക്കുകയായിരുന്നു.

ബാരക്കുകളുടെ ഒരു ഭാഗത്ത്, കുറെ ഉടഞ്ഞ കൽക്കഷ്ണങ്ങൾക്കിടയിൽ, അഴുക്കുചാലിന്റെ ഒരു കഴ പ്രോൾ കണ്ടുപിടിച്ചിരുന്നു. മലംപറ്റി വൃത്തികേടായ ഒരു പഴയ വൈക്കോൽ ചാക്ക് അതിന്റെ അരികിൽ

കിടന്നു. എപ്പോഴോ ലായത്തിൽനിന്ന് വലിച്ച് എറിഞ്ഞുകളഞ്ഞിരിക്കുന്ന അതിനെപ്പറ്റി ആളുകൾ മറന്നുകഴിഞ്ഞു. അതൊരു നല്ല രഹസ്യസങ്കേതമാണെന്നു പ്രോളിനു തോന്നി.

ബ്ലോക്ക് ക്ലാർക്കിന് അവിടെ എന്തെങ്കിലും ചെയ്യാൻ ഇഷ്ടമുണ്ടായിരുന്നില്ല. പക്ഷെ അവിടെതന്നെ ഒളിച്ചിരിക്കണമെന്ന നിർബന്ധമായിരുന്നു പ്രോളിന്. അതുകൊണ്ട് അയാളെ സഹായിക്കാൻ ഇരുട്ടിൽ കാത്തുനിൽക്കുകയായിരുന്നു അവർ. അവർ ആ ദ്വാരത്തിന്റെ അടപ്പു എടുത്തുമാറ്റി തയ്യാറെടുത്തുനിന്നു. പ്രോൾ വന്ന ഉടനെതന്നെ അയാളെ പെട്ടെന്ന് ഒളിപ്പിക്കാൻ അതുകൊണ്ടു സാധിച്ചു. ഏതാണ്ട് അഞ്ചടി താഴ്ചയിലുള്ള ഒരു കുഴിയായിരുന്നു പ്രോൾ കടന്നുചെന്ന കഴ. ക്യാമ്പിൽ നിന്ന് പ്ലാന്റിലേക്കുള്ള പൈപ്പ് അതിലേയാണ് പോയിരുന്നത്. 'എത്ര നല്ല രഹസ്യസ്ഥലം.' പെട്ടെന്ന് പ്രോളിനു തോന്നി. പൈപ്പിന്റെ അറ്റത്ത് കാൽ കവച്ചുനിൽക്കാനേ പ്രോളിനു പറ്റിയുള്ളൂ. മൂടി പുനഃസ്ഥാപിക്കാൻ അയാൾക്ക് തലതാഴ്ത്തി കൊടുക്കേണ്ടിവന്നു. പോളണ്ടുകാർ അതിന്റെ മീതെ കല്ലിൻകട്ടകളും വൈക്കോൽ ചാക്കും വലിച്ചിട്ടു കഴിയുന്നത്ര വേഗത്തിൽ ലായത്തിലേക്കുതന്നെ തിരിച്ചു. പ്രോൾ തനിച്ചായി. അയാൾക്ക് നല്ല രക്ഷാബോധം തോന്നി. അയാൾ അവിടെ കൂടുതൽ സൗകര്യപ്രദമായ സ്ഥലങ്ങൾ തിരയാൻ തുടങ്ങി. കോട്ടിന്റെ ഓരോ പോക്കറ്റിലും ഉണ്ടായിരുന്നു ഓരോ കഷണം റൊട്ടി.

കാലിനടിയിലൂടെ മലിനജലം കളകളാരവം പൊഴിച്ചുകൊണ്ടു ഒഴുകിയിരുന്നു. ആ വൃത്തികെട്ട നാറ്റം ഇല്ലായിരുന്നുവെങ്കിൽ ആ കളകള സ്വരം ഒരു കാട്ടരുവിയുടെ കൊഞ്ചലായി അയാൾക്കു തോന്നുമായിരുന്നു. തമാശയോടെ അയാൾ ഈ പാഴ്കുഴിയുമായി പരിചയപ്പെടാൻ ഉറച്ചു. ഏതായാലും കക്കൂസിൽ പോകാൻ പരമസുഖം. 'അയാൾ സ്വയം പറഞ്ഞു. ഒരു നീണ്ടകാല താമസത്തിന് അയാൾ തയ്യാറെടുത്തു.

മരണം കാത്തുനിന്ന ആ നിർഭാഗ്യവാന്മാരിൽ ചിലർക്കെല്ലാം ക്രാമർ തന്നെ രഹസ്യസങ്കേതങ്ങൾ കണ്ടുപിടിച്ചു. അവരെയൊക്കെ അതിനകത്താക്കാൻ അയാൾ സഹായിക്കുകയുംചെയ്തു. അയാളുടെ നിർദേശപ്രകാരം ബോഗോർസ്കി കുളിമുറി കമാന്റോവുമായി ചർച്ച ചെയ്തു കൽക്കരികൂമ്പാരത്തിനിടയിൽ ഒരു ഒളിവുസ്ഥലം സജ്ജമാക്കിയിരുന്നു. കൽക്കരി തുരന്നൊരു ഗുഹയുണ്ടാക്കി. അതിൽ നേരിയ പലകകൾ കൊണ്ടുള്ള ഒരു കൊച്ചു കൂടുംകൊണ്ടുവെച്ചു. വെള്ളപൈപ്പിന്റെ ഉടനീളം, നല്ലപോലെ മറയ്ക്കപ്പെട്ടിരുന്ന ഒരു വാതായനവും അവർ സംവിധാനം ചെയ്തു. ഭീഷണി പട്ടികയിലെ ഒരാൾ അതിനകത്തേക്കു കയറി. മീതെ കുറെ കൽക്കരികൂടി കൂട്ടിയപ്പോൾ ആ സ്ഥലം കണ്ടുപിടിക്കാൻ യാതൊരു നിർവാഹവുമില്ലാത്ത മട്ടായി. ഉരുളൻകിഴങ്ങ് നിലയറയിലെ പണി വളരെ എളുപ്പമായിരുന്നു. ഒരു വലിയപെട്ടി ഉരുളൻകിഴങ്ങു ശേഖരത്തിനിടയിലേക്ക് തള്ളിവയ്ക്കുകയേ വേണ്ടിയിരുന്നുള്ളൂ. ശുദ്ധവായുവിന് അടുക്കളയിലെ വായു ക്രമീകരണങ്ങൾ മതിയായിരുന്നു.

വൈകുന്നേരം നിശാനിയമം പ്രഖ്യാപിക്കുന്ന വിസിൽ ഊതുമ്പോഴെക്കും എല്ലാ പണികളും അവസാനിപ്പിച്ചു. മരണശിക്ഷക്കു വിധിക്കപ്പെട്ടവരെല്ലാം അപ്രത്യക്ഷരായി കഴിഞ്ഞു. നാഡിയും ഞരമ്പുകളും എല്ലാം തകർന്നമട്ടിൽ ക്രാമർ കമാന്റോഫീസിന്റെ മൂന്നാം നമ്പർ ബ്ലോക്കിലേക്ക് കടന്നുചെന്നു. അവിടെയായിരുന്നു അയാളുടെ ബങ്ക്. അവിടത്തെ തടവുകാർ ഉറങ്ങിയിരുന്നില്ല. മേശയ്ക്കരികെയുള്ള ബഞ്ചിൽ അമ്പെ തകർന്ന് കുത്തിയിരുന്ന ക്രാമറെ മറ്റുള്ളവർ ഉൽക്കണ്ഠയോടെ വളഞ്ഞുനിന്നു.

"എല്ലാം ശരിപ്പെട്ടോ" വുണ്ടർലിച്ച് ചോദിച്ചു. ക്രാമർ ഉത്തരമൊന്നും പറയാതെ ഷൂവിന്റെ ചരടുകൾ അഴിച്ചു. അയാളുടെ മൗനത്തിൽ ഒരു ദുശ്ശാഠ്യം കലർന്നിരുന്നു. തടവുകാർ അയാളെ തെറ്റിദ്ധരിച്ചില്ല. അവർക്കറിയാമായിരുന്നു അയാളുടെ സ്വഭാവം. കഴിഞ്ഞ അനുഭവങ്ങളിൽ നിന്നുൽഭൂതമായ ഞരമ്പുമുറുക്കം മാത്രമായിരുന്നു അതിന്റെ അടിയിൽ. അതിന്റെ ഫലമായിരുന്നു ആ മൗനം.

കുറച്ചുകഴിഞ്ഞപ്പോൾ ക്രാമർ പറഞ്ഞു. "വല്ലവിധത്തിലും നാളത്തെ ദിവസമൊന്നു കഴിഞ്ഞുകിട്ടിയിരുന്നുവെങ്കിൽ", ബാക്കിഭാഗം ഒരു നീണ്ട നിശ്വാസത്തിൽ അലിഞ്ഞമർന്നു. പതുക്കെ ക്രാമർ ഷൂസ് ബഞ്ചിന്റെ അടിയിലേക്ക് മാറ്റിവെച്ചു.

വുണ്ടർലിച്ച് ക്രാമറുടെ മുമ്പിൽതന്നെ നിൽക്കുന്നുണ്ടായിരുന്നു. "വാൾട്ടർ, ശരിയാണോ എന്നെനിക്കറിയില്ല. ആളൊഴിക്കാനുള്ള നടപടികൾ നാളെത്തന്നെ ആരംഭിക്കുമെന്നാണവർ പറയുന്നത്......."

ക്രാമർ ചോദ്യാർഥത്തിൽ വുണ്ടർലിച്ചിനെ നോക്കി. അയാൾ ചുമൽ കുലുക്കി. ക്രാമറുടെ ചുറ്റുമുള്ളവർ ഒരൊറ്റ അക്ഷരം മിണ്ടിയില്ല. അവരുടെ വികാരങ്ങൾ ആ മുഖത്ത് പ്രകടമായിരുന്നു. പക്ഷെ അത് പറഞ്ഞു ഫലിപ്പിക്കാൻ പറ്റിയ വാക്കുകൾ എവിടെ? ആളൊഴിക്കൽ ഭീഷണി മാത്രമല്ല അവരെ മൂകരാക്കിയത്. അവസാനത്തിന്റെ ആരംഭമായി എന്ന അവിശ്വസനീയമായ യാഥാർഥ്യവും അതിനു കാരണമായിരുന്നു. തങ്ങൾ ഇവിടെ വന്നതിനുശേഷം എത്ര എത്ര ആയിരം ഇരവും പകലും അനന്തതയിൽ ലയിച്ചുകഴിഞ്ഞിരിക്കുന്നു. ഒരൊറ്റ രാത്രി മതി ഈ ഒഴുക്കിനെ ശൂന്യതയിലേക്ക് ആഴ്ത്താൻ. അത് വിചാരിക്കാൻപോലും അസാധ്യമായിരുന്നു. വാക്കുകൾ അവിടെ പരാജയപ്പെട്ടു.

സങ്കൽപ്പാതീതമായ അതിനെ പറഞ്ഞറിയിക്കാൻ പറ്റിയ ഒരു വാക്ക് ക്രാമർക്കുപോലും അജ്ഞാതമായിരുന്നു. എഴുന്നേറ്റു തന്റെ ജാക്കറ്റ് അഴിക്കുന്നതിനിടയിൽ അയാൾ ഇത്രയുംകൂടി പറഞ്ഞു.

"എങ്ങനെയെങ്കിലും ആ ഒരു ദിവസം ഉണ്ടാവാതിരിക്കുകയില്ല." വേറെ യാതൊന്നും പറയാനില്ലാത്തമട്ടിൽ ക്രാമർ പ്രസ്താവിച്ചു. "നമുക്ക് ഉറങ്ങാം. നമുക്കിപ്പോൾ ചെയ്യാവുന്ന ഏറ്റവും നല്ല കാര്യം അതാണ്."

അന്നുരാത്രി കുറെയേറെ നേരത്തോളം ഉറക്കം വരാതെ തന്റെ ബങ്കറിൽ കിടന്ന് അങ്ങോട്ടും ഇങ്ങോട്ടും ഉരുളുകയായിരുന്നു ബോച്ചൗ. ഇപ്പോൾ പണിയെല്ലാം കഴിഞ്ഞു. തന്റെ താഴെ ആ അടിത്തറയിൽ

റുങ്കിയുണ്ട്. ബാക്കിയുള്ളവരെയെല്ലാം ക്യാമ്പിൽ അവിടവിടെയുള്ള രഹസ്യസങ്കേതങ്ങളിൽ ഒളിപ്പിച്ചു കഴിഞ്ഞിരിക്കുന്നു. മാറ്റാനും മറയ്ക്കാനുമാകാത്തവിധത്തിൽ അതെല്ലാം നിർവഹിച്ചുകഴിഞ്ഞിരിക്കുന്നു. വിപ്ലവത്തിനുള്ള ആഹ്വാനം പുറത്തുവന്നത് സ്വന്തം നാവിൽ നിന്നാണ്; അതിന്റെ പ്രത്യാഘാതങ്ങൾ ബഹുലങ്ങളായിരിക്കും. അതെ അതും ഇനി തിരിച്ചെടുക്കാനാവില്ല. ബോച്ചൗ കണ്ണുകൾ മുറുകെയടച്ചു. തന്നെ ദ്രോഹിക്കുന്നതു നിർത്തി, ഓടിയണയാൻ അയാൾ നിദ്രാദേവിയോടും കൽപ്പിച്ചുനോക്കി. സ്വന്തം ചിന്തകൾ അയാളൊന്നു കണക്കുകൂട്ടി. തനിക്കു ഭയമുണ്ടോ? വിറയ്ക്കുന്നുണ്ടോ? എന്താണിത്? എല്ലാ സഖാക്കളുടെയും കൈകളും ഒന്നായി, ഒന്നിച്ചു ചേർന്നമർന്നതല്ലേ? തന്റെ ഇഷ്ടം തന്നെയായിരുന്നില്ലേ, എല്ലാവരുടെയും ഇഷ്ടവും. എല്ലാവരുടേയും? അതെ അവർ ആകെ 50,000 പേരുണ്ട്. ഐ എൽ കെയുടെ ഒരുപിടി സഖാക്കൾ മാത്രമല്ല. അവരുടെ ഇടയിൽ ഈ വമ്പിച്ച ചുമതലയുടെ ഭാരം വിതരണം ചെയ്യാൻ ഈ സ്വൽപ്പം കൈകൾക്ക് ശക്തിയുണ്ടാകുമോ? അതോ; ഒരായിരം വിരലുകൾ അയാളുടെ നേരെ ചൂണ്ടിയേക്കുമോ? നിങ്ങൾ ഈ ഭാരമെല്ലാം ഏറ്റെടുക്കണം! നിങ്ങൾ!നിങ്ങൾ മാത്രം! നിങ്ങൾ തനിച്ച്! നിങ്ങളല്ലേ ഇതിന്റെ പ്രണേതാവ്! നിങ്ങളാണ് ഇതിൽ കുറ്റക്കാരൻ! ബോച്ചൗവിന്റെ ചിന്തകൾ കെട്ടുപിണഞ്ഞു. അയാൾ ആശ്വസിച്ചു. എല്ലാവർക്കും അനുപേക്ഷണീയമായി തോന്നിയ ഒരാവശ്യം അയാൾ പ്രഖ്യാപിച്ചു എന്നല്ലേയുള്ളൂ. എന്നിട്ടും നിദ്രയോടിയോടിയകലുകയാണ്. രാത്രി കീഴടങ്ങുന്നില്ല. അയാളുടെ നെഞ്ചത്ത് കയറിനിന്ന് ചവിട്ടിമെതിക്കുന്ന കറുകറുത്ത ആ ഭീകരതയാണ് ആ നിശീഥിനി.

## IV

**പു**ലരിയുടെ അവ്യക്തമായ ആദ്യകിരണങ്ങൾ 1954 ഏപ്രിൽ 14-ാം തിയതിയെ മെല്ലെ തൊട്ടുണർത്തി. അന്നൊരു ബുധനാഴ്ചയായിരുന്നു. മൂന്നാംനമ്പർ ബ്ലോക്കിന്റെ കതക് തുറന്നു ക്രാമർ പുറത്തേക്കുവന്നു, നനഞ്ഞ കടുത്ത, കാറ്റിലേക്ക്. ഇരുളിന്റെ പിടിയിൽനിന്നു കുതറി രക്ഷപ്പെടാൻ ശ്രമിക്കുകയാണ് പ്രാതസന്ധ്യ. കാവൽമാടങ്ങൾ കറുകറുത്തങ്ങനെ നിവർന്നുനിന്നു. മുള്ളുവേലിക്കിടയിലെ ചുവന്ന ബൾബുകൾ എന്തോ തപ്പിത്തിരിയുന്ന കണ്ണുകളെപ്പോലുണ്ട്. അവ ഇടയ്ക്കിടെ ഉദാസീനമായി പ്രകാശം പരത്തുന്നു. കവാത്തു മൈതാനം, വിരസമായി, വിജനമായി പരന്നുകിടക്കുന്നു. അതിന്റെ അപ്പുറത്ത് ധവളിമ ചേർത്തുകൊണ്ടു ഗേറ്റും പടിപ്പുരയും രാത്രിയുടെയും പ്രഭാതത്തിന്റെയും ഇടയിലുള്ള മങ്ങിയ അന്തരീക്ഷത്തിലേക്കു തലയുയർത്തി മരവിച്ചുനിൽക്കുകയാണ്. ആ കാട്ടിൽ അവശേഷിച്ച ഏതാനും മരങ്ങൾ. വിറച്ചുകൊണ്ടു ക്രാമർ കോട്ടിന്റെ കോളർ ഒന്നുകൂടി ഉയർത്തി, പോക്കറ്റിൽനിന്നു വിസിൽ വലിച്ചെടുത്തു.

ആ കൂർത്ത ശബ്ദം നിറഞ്ഞുനിന്ന നിശ്ശബ്ദതയെ ഭേദിച്ചു. ക്രാമർ ക്യാമ്പിൽ ഉടനീളം നടന്നു. ദിവസം നേരത്തെ തുടങ്ങുന്ന അടുക്കള പണിക്കാർ ഈ ശബ്ദം എർകാറ്റ്സ് കോഫി പാത്രങ്ങൾ കൊണ്ടുപോകാനുള്ള അടയാളമായിട്ടാണ് പരിഗണിക്കാറ്. ബ്ലോക്കുകൾ സജീവങ്ങളായി. കിടക്കകളെല്ലാം തട്ടി വിരിച്ചതിനുശേഷം. അർധനഗ്നരായ തടവുകാർ കുളിമുറിയിലെ ജലസംഭരണത്തിനരികെ കൂടിനിന്നു. പരിചാരകർ ആ കോലാഹലത്തിനിടയിലൂടെ വിളിച്ചു പറഞ്ഞുകൊണ്ടു നടന്നു.

"കോഫി കൊണ്ടുപോകുന്നവരെ! പണി തുടങ്ങിക്കോളൂ." ആളുകൾ ബ്ലോക്കുകളിലെ ഇടനാഴിയിലൂടെ ചരിക്കാനാരംഭിച്ചിരിക്കുന്നു. കാപ്പി കൊടുക്കാൻ നിയുക്തരായിരുന്നവർ, നാലുഭാഗത്തുനിന്നും അടുക്കളയെ ലക്ഷ്യമാക്കി നീങ്ങി. കവാടദ്വാരത്തിൽ കൂട്ടംകൂടി സാധാരണപോലെ കാത്തുനിന്നു. അടുക്കള കാപോവും സഹായികളും ഓരോരോ ബ്ലോക്കുകളായി വിളിച്ചു. പാത്രങ്ങൾ കിടന്നു കുലുങ്ങി.

നിരവധി കൊല്ലങ്ങളുടെ ശിക്ഷണത്തിൽനിന്നു പഠിച്ച അച്ചടക്കത്തോടുകൂടിയ ബഹളം, ജീവിതവും ചലനവും ഓരോ ദിവസവും ഒരേ മാതിരി തന്നെയായിരുന്നു. ഇന്നു കാലത്ത് സാധാരണ പതിവുള്ള കോലാഹലത്തിനുപരിയായി പ്രത്യേകിച്ച് ഒരു പിരിമുറുക്കം കൂടെയുണ്ടായിരുന്നു. കുറെയേറെ ബ്ലോക്ക് സീനിയർമാർ തലേദിവസം രാത്രിയിൽ അപ്രത്യക്ഷരായിരിക്കുന്നു. എല്ലാവരും അന്യോന്യം ശബ്ദം താഴ്ത്തി സംസാരിച്ചിരുന്നു. ഏതാണ്ടു പതിവുപോലെ ബ്ലോക്കു ക്ലാർക്കുമാരും മുറിയിലെ പരിചാരകരും കാണാതായവരുടെ കൂടി ജോലികൾ ഏറ്റെടുത്തു. എന്താണ് നടന്നതെന്ന് എല്ലാവർക്കും അറിയാമായിരുന്നു—രഹസ്യമായ ഒരു പരസ്പരധാരണ ഉണ്ടായതുപോലെ അവർ അസാധാരണമായി യാതൊന്നുമുണ്ടായിട്ടില്ലെന്നു നടിച്ചു. ഇടയ്ക്കിടെ യാദൃച്ഛികമെന്നോണം ഓരോ പ്രസ്താവനകൾ ഉയർന്നുകേട്ടു. "ഇന്നത്തെ ദിവസം എങ്ങനെ അവസാനിക്കുമെന്നാണ് എനിക്കു ഭയം." നിരവധി ബ്ലോക്കുകളിലെ പ്രതിരോധസംഘങ്ങൾക്കിടയിൽ—നേതാവ് ഉൾപ്പെടെ ഓരോ ബ്ലോക്കിലും അഞ്ചുവീതം അംഗങ്ങളാണ് ഉണ്ടായിരുന്നത്—ഏകാന്തതാബോധം സാധാരണയിലും കവിഞ്ഞ നിശ്ശബ്ദതയിലാണ് പ്രകടമായിരുന്നത്. അപകടം രണ്ടാംഘട്ടം.

സൈനികാഭ്യാസങ്ങൾ കഴിഞ്ഞാൽ നിയമവിരുദ്ധമായ ആ സംഘടനയുടെ ഏറ്റവും പ്രധാനമായ കടമ, അതിലെ അന്തേവാസികൾക്കിടയിൽ തികഞ്ഞ സഖിത്വവും സഹവർത്തിത്വവും സൗഹൃദവും പുലർത്തുക എന്നതായിരുന്നു. അത് അത്ര എളുപ്പമായിരുന്നില്ലതാനും. മനുഷ്യത്വത്തിന്റെ ആ മൂശയിൽ നല്ലവരല്ലാത്ത പലരും ഉണ്ടായിരുന്നു. ചിലർ തനിഭീരുക്കൾ, മറ്റു ചിലർ വൻ ചതിയന്മാർ, ഇനിയൊരു കൂട്ടർ സ്വാർഥത്തിനുവേണ്ടി എന്തുംചെയ്യാൻ മടിക്കാത്തവരും: ഒന്നും ചെയ്യാൻ ഇഷ്ടപ്പെടാത്ത തരക്കാരുമുണ്ടായിരുന്നു കുറെയേറെ. ഒന്നുകിൽ അവർ തന്നെ ഒഴിഞ്ഞകന്നുപോയി, അല്ലെങ്കിൽ മറ്റുള്ളവർ അവരെ അകറ്റി

നിർത്തി. പക്ഷെ ഒരുകാലത്തെ വിദ്യാഭ്യാസ പ്രവർത്തനങ്ങളുടെ ഫലം കുറെയൊക്കെ ക്യാമ്പിൽ കാണാമായിരുന്നു–ഒത്തൊരുമിച്ച് ഒറ്റക്കെട്ടായി നിൽക്കേണ്ടിയിരിക്കുന്ന ഇന്ന്, അങ്ങനെ പ്രവർത്തിക്കാനുള്ള മനുഷ്യരുടെ സ്വാഭാവികശക്തി അവിടെ കാണാമായിരുന്നു. ഓരോരുത്തർക്കും തോന്നി അവരെല്ലാവരും ഒന്നാണെന്ന്; പ്രത്യേകിച്ചും മരണത്തിനു വിധിക്കപ്പെട്ട് അപ്രത്യക്ഷരായവർ ഒന്നിലധികം ഉണ്ടായിരുന്ന ബ്ലോക്കുകളിൽ. പ്രത്യേകമായ, പ്രശാന്തമായ, ഒരു പരസ്പര ധാരണയും ഇന്നു ക്യാമ്പിലെ അന്തേവാസികളിൽ പ്രകടമായിരുന്നു. എല്ലാവരും ഓരോരുത്തർക്കുവേണ്ടി; ഓരോരുത്തരും എല്ലാവർക്കും വേണ്ടിയും. അന്നത്തെ ദിവസം കൊണ്ടു വരുന്ന തീരുമാനം 46 പേർക്കു മാത്രം ബാധകമാകുന്ന ഒന്നായിരിക്കുകയില്ല എന്നൊരു വിശ്വാസം എല്ലാവരേയും ഗ്രഹിച്ചിരുന്നു. ആസന്നമായ അന്ത്യം അവരെ കൂട്ടിയോജിപ്പിച്ചു. വ്യക്തിപരമായ ധൈര്യം ആശ, മനഃസ്ഥൈര്യം, ഭയം എന്നീ വികാരങ്ങളിൽ ഓരോരുത്തരും വ്യത്യസ്തരായിരുന്നുവെങ്കിലും ഇന്നത്തെ പ്രഭാതം അവരെ ഒറ്റക്കെട്ടായി ഉരുക്കിച്ചേർത്തിരിക്കുന്നു. പുലരിയുടെ പൊൻപ്രഭ പുറത്തുപടരുകയും, ഹാജർവിളിക്കുള്ള സമയമടുത്തപ്പോൾ അണികൾ ഉണ്ടാകുകയും, ദളങ്ങൾ ദളങ്ങളായി അവർ കുന്നിൻമുകളിലേക്ക് കയറുകയും ചെയ്തു. അവരുടെ കാലടിവയ്പിൽ ഇന്നൊരു വ്യത്യാസമുണ്ട്. ആയിരമായിരമാൾക്കാരുടെ പാദപതനം, ഇന്നു ഗൗരവയുക്തമായിരുന്നു, സുനിശ്ചിതമായിരുന്നു. അവരുടെ മുഖങ്ങളിലും അതേ ഗൗരവവും ഉറപ്പും പ്രകടമായിരുന്നു.

കവാത്തു മൈതാനം നിറയെ ആളുകളായി, മനുഷ്യരെ അടുത്തടുത്ത് അടക്കിവെച്ചിരുന്ന ദീർഘചതുരങ്ങൾ രൂപമെടുത്തു നിശ്ശബ്ദമായി, പ്രതീക്ഷാനിർഭരമായി ആയിരമായിരം കണ്ണുകൾ പടിക്കലേക്കുതന്നെ നോക്കിക്കൊണ്ടിരുന്നു. അവിടെ റീനിബോത്ത് ഉച്ചഭാഷിണിയുടെ സ്റ്റാൻഡ് ശരിപ്പെടുത്തുകയായിരുന്നു. ആ പരുക്കൻമട്ടുകാരായ ബ്ലോക്ക് ഫ്യൂഹർമാരോടൊത്തു വെറുക്കപ്പെട്ട ക്യാമ്പ് ഫ്യൂഹറർ അവിടെ നിലയുറപ്പിച്ചിരുന്നു. ക്രാമർ ക്യാമ്പിലെ ഹാജർപട്ടിക റീനിബോത്തിന്റെ കയ്യിൽ കൊടുത്തു.

ബ്ലോക്ക് ഫ്യൂഹറർമാരുടെ സേന വിവിധ ബ്ലോക്ക് ചതുരങ്ങളിലേക്ക് നീങ്ങി; എണ്ണം നോക്കാൻ. ഇനിയെന്തുണ്ടാകും? ക്യാമ്പിലെ 46 പേരെ കാണാനില്ല. ഇതിനുമുമ്പ് ഒരിക്കലും ഇങ്ങനെയൊരു സംഗതിയുണ്ടായിട്ടില്ല. ഇപ്പോൾ ചീറിയടിക്കുമോ നരകകൊടുങ്കാറ്റ്! അവർ സ്വന്തം നിശ്ശബ്ദതയെ ഗൗനിച്ചു, നാലുഭാഗത്തും നടക്കുന്ന കാര്യങ്ങൾ ശ്രദ്ധിച്ചു. പൊട്ടാൻപോകുന്ന ഒരു ഉരുക്കു കേബിളിന്റെ വലിച്ചലായിരുന്നു അവിടെ. എന്താണ് ബ്ലോക്ക് ഫ്യൂഹറർമാരിൽ ആരും അലറാത്തത്? അട്ടഹസിക്കാത്തത്?

അണിയായി നിൽക്കുന്ന ബ്ലോക്കിനും പുറംതിരിഞ്ഞ്, അവരിൽ നിന്ന് അൽപ്പം അകന്ന്, പതിവുള്ള തന്റെ സ്ഥാനത്തു നിൽക്കുകയായിരുന്നു

ക്രാമർ. വിപുലമായ ഒരു ശൂന്യതയാണു തന്റെ പിന്നിൽ. ഈ അതി വിസ്തൃതമായ മൈതാനത്തിൽ താൻ ഒറ്റയ്ക്കാണ്. അയാൾ മാംസ പേശികളുടെയും ഞരമ്പിന്റെയും ശക്തിയൊന്നു പരിശോധിച്ചു. ഹൃദയ ത്തിന്റെ സ്ഥിതിയോ? ശാന്തം! കൈകൾ ഈയംപോലെ കട്ടി പിടിച്ചിരിക്കു ന്നുണ്ടോ? ഉദരപ്രദേശത്തു സമ്മർദം വല്ലുതുമുണ്ടോ? ഏയ് അത്തരത്തിൽ ഒന്നുമില്ല. ശ്വാസകോശം ശരിക്കുതന്നെ പ്രവർത്തിക്കുന്നു. നന്നായി, ഒരിട ത്തുമില്ല കുഴപ്പം. അയാൾ കാത്തുനിന്നു. ഒരു ഇരുപതടിയകലെ ബ്ലോക്ക് ഫ്യൂഹറർമാരുടെ റിപ്പോർട്ട് കാത്തുകൊണ്ട് നിൽക്കുകയാണ് റീനി ബോത്ത്. വിസാങ്കും അവിടെ ഉണ്ട്. ഹാജർപട്ടിക സ്വീകരിക്കാൻ എന്താണ് ക്ലൂട്ടിക് എത്താത്തത്? പിന്നിൽ ക്രാമർക്ക് ബ്ലോക്ക് സീനിയർമാ രുടെ ശബ്ദം കേൾക്കാം.

"ബ്ലോക്ക് പതിനാറ്..... അറ്റൻഷൻ."

"തൊപ്പിയെടുക്കുവിൻ; 16-ാം ബ്ലോക്ക് ഇതാ 353 തടവുകാരെ ഹാജർവിളിക്കു ഹാജരാക്കുന്നു."

"38- ാം ബ്ലോക്ക്.....അറ്റൻഷൻ..... തടവുകാർ 802- ഹാജർവിളിക്കു റിപ്പോർട്ടുചെയ്യുന്നു.....ഒ...രാ....ളെ....കാ...ണാ....നി....ല്ല."

ശബ്ദം ബോച്ചൗവിന്റേതായിരുന്നു. ക്രാമർ ശ്വാസമടക്കിനിന്നു. എന്താണ് തന്റെ പിന്നിൽ നടക്കുന്നത്. ഒന്നു തിരിഞ്ഞുനോക്കാനുള്ള നിയന്ത്രിക്കാൻ വയ്യാത്ത ആഗ്രഹം അയാളെ പിടികൂടി. വെറുതെ കേൾക്കുന്നതുകൊണ്ട് തൃപ്തിപ്പെടാൻ വയ്യ.

റുങ്കിയുടെ തിരോധാനത്തെപ്പറ്റി റിപ്പോർട്ടു ചെയ്യുന്ന ബോച്ചൗ തികച്ചും അക്ഷോഭ്യനായിരുന്നു. ആ കൊച്ചുകൊച്ചു വാചകങ്ങൾ പറ ഞ്ഞുകൊടുത്തത് ബ്ലോക്ക് ഫ്യൂഹററോടായിരുന്നു. താൻ എന്തോ കുറിച്ചു കൊണ്ടിരുന്ന നോട്ടുബുക്കിൽ നിന്നു തലയുയർത്തി, യാതൊരു സംശ യവും അത്ഭുതവും പ്രകടിപ്പിക്കാതെ അയാൾ ചോദിച്ചു.

"ഉം, എവിടെപ്പോയി അയാൾ."

"എനിക്കറിയില്ല." മറുപടി. അതോടെ സംസാരം നിന്നു.

പെട്ടെന്നു ബോച്ചൗവിന് ആശയം പിടികിട്ടി. അവർക്കാവശ്യമായ നിർദേശങ്ങളെല്ലാം കിട്ടിയിരിക്കും.

ബ്ലോക്കു ഫ്യൂഹറർ ആദ്യത്തെ അണികളിലൂടെ നടന്നു, മൊട്ടയടിച്ച തലകൾ നോക്കി, പത്താൾ അടങ്ങുന്ന ഓരോ നിരയും എണ്ണിനോക്കി. സംശയത്തോടെ തടവുകാരുടെ കണ്ണുകൾ അയാളെ പിൻതുടരുന്നു ണ്ടായിരുന്നു. എന്താണ് ഒന്നും സംഭവിക്കാത്തത്. പരമമായ ആ നിശ്ശബ്ദ തയുടെ പിന്നിൽ പുതിയ വല്ല അപകടങ്ങളും പതിയിരിക്കുന്നുണ്ടോ? ആശങ്കയോടെ എല്ലാവരും ആ കുന്നിൻപുറത്തേക്കുതന്നെ നോക്കിക്കൊ ണ്ടുനിന്നു. ഓരോ ബ്ലോക്കു ഫ്യൂഹറർമാരായി അവർ റീനിബോത്തിനു റിപ്പോർട്ട് സമർപ്പിച്ചു. ഒന്നുമുണ്ടായിട്ടില്ല എന്ന മട്ടിൽ അയാൾ അതെല്ലാം കുറിച്ചെടുത്തു.

ക്രാമർക്കു റിപ്പോർട്ട് ഫ്യൂഹററെ ശരിക്കും കാണാമായിരുന്നു. അയാൾ അക്കങ്ങളെല്ലാം എണ്ണിനോക്കി. ആകെത്തുകയുമായി ഒത്തു നോക്കുകയാണ്. വായയുടെ ചുറ്റിലും കാണാറായ പുച്ഛരം നിറഞ്ഞ ആ വക്രരേഖ മുഖത്തിന് ആകെ ഒരു വ്യത്യാസം വരുത്തി. സാധാരണ എണ്ണം കഴിഞ്ഞാൽ നേരെ ഉച്ചഭാഷിണിയുടെ അടുത്തേക്കു പോകാറുള്ള അയാൾ പോയതു വിസാങ്കിന്റെ സമീപത്തേക്കാണ്. എന്താണവർ പറയുന്നതെന്ന് അയാൾക്ക് മനസിലായില്ല. പക്ഷെ അവരുടെ മുഖ ഭാവത്തിൽ നിന്നയാൾക്കു തോന്നി വിഷയം ആ 46 പേർ ആയിരുന്നു എന്ന്. വിസാങ്ക് പരിഭ്രമത്തോടെ ആംഗ്യങ്ങൾ കാണിക്കുകയും സംസാരി ക്കുമ്പോൾ ഞെളിയുകയും ചെയ്തിരുന്നു. അയാൾ റീനിബോത്തിനു നിർദേശങ്ങൾ കൊടുക്കുകയായിരുന്നു. റീനിബോത്ത് ചുമൽ കുലുക്കി. “ശരി അങ്ങനെ.....” എന്നു പറയുന്ന മട്ടിൽ അയാൾ കൈമലർത്തി പിന്നീടയാൾ ഉച്ചഭാഷിണിയിലൂടെ പറഞ്ഞു.

“അറ്റൻഷൻ ..... റെഡി.....തൊപ്പി ധരിക്കുവിൻ,” സാധാരണ രീതിയിലുള്ള വിരസമായ പിരിച്ചുവിടൽ.

സോവിയറ്റ് യുദ്ധതടവുകാരെ പ്രത്യേകമായാണ് എണ്ണിയത്. കമ്പിവേലിക്കകത്തെ സ്വന്തം ബ്ലോക്കിൽ തന്നെയാണ് അവർ നിന്നത്. എന്താണ് അവിടെ പറഞ്ഞത് എന്ന് ഉച്ചഭാഷിണിയിലൂടെ അവർ അറിഞ്ഞിരുന്നു. ഈ 800 പേരിൽ ഭൂരിപക്ഷവും പ്രതിരോധ സംഘ ടനയിലെ അംഗങ്ങളായിരുന്നു, ബോഗോർസ്കിയായിരുന്നു അവരുടെ നേതാവ്, ഗൂഢാലോചനയെ സംബന്ധിച്ച നിയമങ്ങൾ അവരുടെ ഇടയിലുണ്ടായിരുന്നു. ഏറ്റവും വിശ്വസിക്കാവുന്നവരെ മാത്രമേ അവർ സംഘടനയിൽ എടുത്തിരുന്നുള്ളൂ.

തടവുകാർ മേശക്കരികെ ഹാജർവിളി കഴിയുന്നതും കാത്തിരി ക്കുകയായിരുന്നു. ഊൺമുറിയിൽ കോഹനും വാൻഡാലനും മെഡി ക്കൽ സ്ക്വാഡ് അടക്കമുള്ള അവരുടെ സഹായികളും പ്രഖ്യാപനം കേട്ടുകൊണ്ടിരിക്കുകയായിരുന്നു. സാധാരണ ദിവസങ്ങളെപ്പോലെ തന്നെ റീനിബോത്ത് കൽപ്പന കൊടുക്കുന്നതു കേട്ടപ്പോൾ അവർ പര സ്പരം നോക്കി. എന്തായിരിക്കും ഇതിന്റെ അർഥം?

ചെറിയ ക്യാമ്പിൽ-അവിടേയും വേർതിരിച്ചാണ് ഹാജരെടുക്കാറ്. മരണം അവിടെ ഗൗനിക്കപ്പെടാറില്ല. നിത്യവും അവിടെ മരണങ്ങൾ നടക്കാറുണ്ട്. അതിനാൽ ഒളിച്ചുതാമസിക്കുന്നവരെല്ലാം മരിച്ചവരുടെ സ്ഥാനങ്ങളിൽ കയറിക്കൂടി. സമർഥമായ വേഷവിധാനം, ആ ചാരനിറത്തി ലുള്ള വൈതരണിക്കുള്ളിൽ അലിഞ്ഞു ചേരുവാൻ അവരെ സഹാ യിക്കുകയും ചെയ്തു.

ഭീതിദവും അപകടകരവുമായ ഒരു നിമിഷത്തിലൂടെയാണ് അവർക്ക് - ക്യാമ്പിനാകെ - കടന്നുപോകേണ്ടിയിരുന്നത്. ക്രാമറും ബോച്ചൗവും ബോഗോർസ്കിയും വാൻഡാലനും പ്രബുലയും കോഡിസിക്കും റിയോമെന്റും കൊടുങ്കാറ്റിനുവേണ്ടി കാത്തുനിന്നു. നാളെയെകുറിച്ചുള്ള

ഭയവുമായി. ഏതെങ്കിലും ഒരുവനെ കാണാതായാൽ ഹാജർവിളി സമയത്ത് എന്ത് അട്ടഹാസവും ആർപ്പുവിളികളും ഉണ്ടാകാറുള്ളതാണ്. ഇന്നിതാ കാണാതായവർ 46 എണ്ണമാണ്. എന്നിട്ടും വൻ തോക്കുകൾ അതിനെപ്പറ്റി ഒരറ്റ അക്ഷരം പറയുന്നില്ലല്ലോ.

സാധാരണപോലെ റീനിബോത്ത് ക്യാമ്പ് ഫ്യൂഹർക്ക് റിപ്പോർട്ടു കൊടുത്തു. പതിവുപോലെ മൈക്രോഫോണിനെ സമീപിച്ചുകൊണ്ട യാൾ അലറി.

“തൊപ്പി ധരിക്കുവിൻ – ശരി — കഴിഞ്ഞു.....”

റീനിബോത്ത് ഉച്ചഭാഷിണിയുടെ അടുത്തുനിന്നു മാറിയപ്പോൾ വിസാങ്ക് അങ്ങോട്ടുനീങ്ങി. കനത്ത ബവേറിയൻ ഉച്ചാരണത്തോടുകൂടിയ അയാളുടെ കൂക്കിവിളി യന്ത്രത്തിലൂടെ അലച്ചെത്തി.

“ശ്രദ്ധിക്കൂ....എല്ലാവരും.....ഇന്ന് എല്ലാവരും ക്യാമ്പിൽ തന്നെ ഉണ്ടായിരിക്കണം. ലേബർ കമാന്റോവിലെ ആരും തന്നെ പുറത്തേക്കു പോകണ്ട. എല്ലാവരും ബ്ലോക്കിൽ തന്നെ ഉണ്ടാകണം. ആരുമാരും പുറത്തിറങ്ങി അലഞ്ഞുതിരിഞ്ഞുനടക്കരുത്.”

അയാൾ ഒരു കാലിൽനിന്നു മറ്റൊന്നിലേക്ക് മാറി താളം ചവുട്ടിക്കൊണ്ടുനിന്നു. അയാൾക്ക് എന്തെങ്കിലുമൊക്കെ പറഞ്ഞാൽ കൊള്ളാമെന്നുണ്ടായിരുന്നു. പക്ഷെ പ്രസ്താവന ചെയ്യാൻ അയാൾ നാക്കിൽ എല്ലില്ലാത്ത റീനിബോത്തിനെ അനുവദിക്കു കയാണ് ചെയ്തത്. രണ്ടുതലയ്ക്കും മൂർച്ചയുള്ള ഒരു ചിരിയോടെ റീനിബോത്ത് ഉച്ചഭാഷിണിയെ സമീപിച്ചു.

“സെൽനമ്പർ രണ്ടിൽ ഹാജരാകാൻ നിർദേശിക്കപ്പെട്ടവരെല്ലാം അങ്ങോട്ട്! ബാക്കിയെല്ലാവർക്കും പിരിഞ്ഞുപോകാം.”

അയാൾ ഉച്ചഭാഷിണി അടച്ചു. രണ്ടാം നമ്പർ സെല്ലിൽ ഹാജരാകേണ്ടിയിരുന്നത് ആ 46 പേരായിരുന്നു.

തടവുകാർ കൂട്ടംകൂട്ടമായി ബ്ലോക്കിനെ ലക്ഷ്യമാക്കി നീങ്ങുമ്പോൾ ബ്ലോക്ക് ഫ്യൂഹറർമാർ പടികടന്നു അപ്രത്യക്ഷരായി. റീനിബോത്ത് വിസാങ്കിനോടു മന്ത്രിച്ചു.

“ആ തന്തയില്ലാത്ത തെണ്ടികളിൽ ഒരൊറ്റ എണ്ണംപോലും വരാൻ പോകുന്നില്ല. എല്ലാം തടിത്തപ്പിക്കഴിഞ്ഞു.”

“ഇതാണ്, നരകം, നരകം.”

ക്യാമ്പിലേക്കുള്ള നീണ്ടറോഡിന്റെ അറ്റത്തുള്ള ആ ഇടംപടിയിൽ മൂടിയ രണ്ടു ട്രക്കുകൾ വന്നുനിന്നു. തോക്കുകളേന്തിയ ഏതാനും എസ് എസ് ഭടന്മാർ ഒരു ഹോപ്റ്റംസ്കാർ ഫ്യൂഹററുടെ നേതൃത്വത്തിൽ അവിടെ നിന്നു. ഇടംപടിക്കലെ കാവൽക്കാരൻ അങ്ങോട്ടും ഇങ്ങോട്ടും നടന്നു. ഒരു തൽക്കാല ‘ഷെൽട്ടറായി ഉപയോഗിക്കുന്ന ഒരു കൊച്ച് ഇഷ്ടികകെട്ടിടത്തിൽ ക്ലൂട്ടിക് ആരെയോ കാത്തിരുന്നു.

ഓഫീസിൽചെന്ന് റീനിബോത്ത് ടെലിഫോൺ എടുത്തു; പക്ഷെ അതുടനെതന്നെ താഴെ വയ്ക്കുകയും ചെയ്തു. നമുക്ക് കൈകഴുകി

യേക്കാം; അയാൾ തീരുമാനിച്ചു. കമാന്ററുമായി ആലോചിച്ച് എന്തുവേണ മെങ്കിലും ചെയ്യട്ടെ. പരിതഃസ്ഥിതികൾ വളരെയേറെ ദുർബലമാണ്. ഇതിൽനിന്ന് ഒഴിഞ്ഞുനിൽക്കുന്നതാണ് ഭംഗി. ഈ 46 പേരുടെ തിരോ ധാനം ഒരു സമരപ്രഖ്യാപനത്തിനു തുല്യമാണ്. റീനിബോത്തിന് ഇതാ ലോചിക്കാൻ കൂടി വയ്യ! അയാൾ തലകുലുക്കി. സാഹചര്യം കൂടുതൽ കൂടുതൽ സങ്കീർണമാവുകയാണ്.

അന്നു കമാന്ററുടെ ആസ്ഥാന കേന്ദ്രത്തിൽവെച്ചുണ്ടായ ചർച്ച കൾക്കുശേഷം - അത് അയാൾക്ക് കുറച്ചധികം വെളിച്ചം നൽകി. ആ യുവാവ് വളരെ ശ്രദ്ധാപൂർവമാണ് പെരുമാറിയിരുന്നത്. ഒരു രഹസ്യ ശക്തി അവിടെ നിലവിലുണ്ട്. തന്റെ പെരുത്ത ദുർഗർവ് മൂലം അത് അത്ര ഗൗരവമായെടുക്കാൻ അയാൾക്കു സാധിച്ചില്ല.

തടവുകാർ വെറും മനഃസ്ഥൈര്യമില്ലാത്ത സത്വങ്ങളാണെന്ന് ധരിച്ചിരുന്ന ആ യുവാവിന് ഇവരുടെ നേരെ ഒരു യന്ത്രത്തോക്ക് ഒഴിക്കുക അത്രയൊന്നും എളുപ്പമല്ല എന്ന് ഇപ്പോൾ സാമാന്യം ബോധ്യമായി. പോരാത്തതിനു.... റീനിബോത്ത് ഭൂപടത്തിന്റെ അടുത്തേക്കു നീങ്ങി. ഭൂപടത്തിന്റെ മുമ്പിൽ അയാൾനിന്നു. ആ നിറമുള്ള പിന്നുകൾ ഓരോ ദിവസം ചെല്ലുന്തോറും ക്യാമ്പിന്റെ നേരെ കുതിച്ചടുക്കുകയാണ്. അയാൾ വിഷമത്തോടെ ചുണ്ടുകൾ കൂട്ടിക്കടിച്ചു. ആ മേശപ്പുറത്ത് വെള്ളിച്ചട്ടക്കൂട്ടിലിട്ട ഒരു പടം ഇരുന്നിരുന്നു. 'ആഡിലെ ......... എല്ലാം കഴിഞ്ഞു.' പുച്ഛത്തോടെ ചുണ്ടുകളുടെ അറ്റമൊന്നു താഴ്ത്തി ആ യുവാവ് ആ പടത്തിലെ മനുഷ്യനെനോക്കി. ഒരുപിടി തലമുടി നെറ്റിയി ലേക്കു വലിച്ചിട്ടിരുന്നു. ആ ആരാധനാ വിഗ്രഹം പൊടിമീശ താങ്ങി ക്കൊണ്ടുനിന്നിരുന്നു. ആ മൂക്കിനുനേരെ അയാൾ വിരലുകൾകൊണ്ട് ഒന്നു ഞൊടിച്ചു. 'ആഡിലെ.....അയാൾ' തികഞ്ഞ പരിഹാസത്തോടെ ആവർത്തിച്ചു. 46 പേർ അപ്രത്യക്ഷമായ കഥ വിസാങ്ക് കമാന്ററോടു പറഞ്ഞു. ഷവാളിന്റെ കോപം ജ്വലിച്ചു. ഒക്കിൽ കൈകുത്തിനിന്ന് അയാൾ ഞരങ്ങി. 'ആ മനുഷ്യൻ ഈ ക്യാമ്പിലെ ജീവിതം നരകമാക്കുകയാണ്.'

വലിയ രീതിയിലുള്ള ഒരു പരിശോധന നടത്താനൊന്നും ഷവാളിനു സാധ്യമല്ല. ആദ്യത്തെ യാത്രക്കാരെയുംകൊണ്ടുപോകാൻ വീമാർ സ്റ്റേഷനിൽ വണ്ടി തയ്യാറായി നിൽക്കുകയാണ്.

ഈ മഹാമാരിയുടെ പൊട്ടിപ്പുറപ്പാടോടെ ഷവാൾ ഒരു വലിയ ഗൗരവക്കാരനായി മാറി. അയാൾ ചിന്തയിൽ ലയിച്ചു മുറിയിലാകെ നടന്നു. പെട്ടന്നയാൾ വിസാങ്കിന്റെ മുമ്പിൽ ചെന്നുനിന്നു കോൺഫറൻ സ് മേശക്കരികെ വിഷമത്തോടെ തന്റെ മേധാവിയേയും നോക്കിക്കൊ ണ്ടിരിക്കുകയായിരുന്നു അയാൾ.

"ബോൾഷവിക്കുകാർ നമ്മുടെ പിന്നാലെ കടന്നുവന്നേക്കുമോ?" തീരെ അപ്രതീക്ഷിതമായ വിധത്തിൽ ഷവാൾ ചോദിച്ചു.

വിസാങ്ക് കണ്ണു മിഴിച്ചു. കുടിനീരിറക്കി; ഒരു സ്കൂൾ കുട്ടിയെപ്പോലെ.

"ഞാൻ. ....ഞാൻ.....വി....ചാരി......ക്കുന്നു......പിന്നെ........പിന്നെ...എന്താ ണുണ്ടാവുക."

ഷവാൾ മനോവിഷമത്തോടെ കുറെ നടന്നതിനുശേഷം പെട്ടെന്ന് വെട്ടിത്തിരിഞ്ഞ് പരിഭ്രാന്തനായ വിസാങ്കിന്റെ നേരെ വിരൽചൂണ്ടിക്കൊണ്ടു പറഞ്ഞു.

"ഒരു കാര്യം തീർച്ചയാണ്. 1943-ൽ മോസ്കോവിൽ വെച്ചുനടന്ന, സഖ്യകക്ഷികളുടെ വിദേശകാര്യമന്ത്രിമാരുടെ സമ്മേളനത്തിൽവെച്ച് യുദ്ധക്കുറ്റവാളികളെ ശിക്ഷിക്കണമെന്നു തീരുമാനിച്ചിട്ടുള്ളതാണ്" ഷവാൾ അർഥവത്തായി സ്വന്തം മാറിൽകൊട്ടി.

"അതൊരു വലിയ കുഴപ്പമാകുമല്ലോ" വിസാങ്ക് അത്ഭുതത്തോടെ വിളിച്ചുകൂവി.

"എന്റെ ചങ്ങാതി, ക്ലൂട്ടിക് വിചാരിക്കുന്നതുപോലെ അത്ര എളുപ്പമല്ല സംഗതികൾ."

ഷവാൾ വേവലാതിയോടെ ഞരങ്ങി.

"വെടിവെയ്ക്കാൻ ആർക്കും കഴിയും. ഒരുപക്ഷെ ഭാഗ്യംകൊണ്ട് രക്ഷപ്പെട്ടുവെന്നും വന്നേക്കാം. എന്നാൽ താടി വളർത്തി, ബവേറിയൻ കാടുകളിൽ ഏതെങ്കിലും ഒരു മരംവെട്ടുകാരനായി ഞാൻ കഴിഞ്ഞുകൂടും."

"അതു നന്നായി" ആകാംക്ഷയോടെ വിസാങ്ക് പ്രതിവചിച്ചു.

"പക്ഷെ അവർ എന്നെ പിടിച്ചാൽ..... അവർക്ക് എന്നെ പിടികിട്ടിയാൽ..... അവരെ സംബന്ധിച്ചിടത്തോളം ഞാൻ ബുച്ചൻവാൾഡ് തടങ്കൽ പാളയത്തിന്റെ കമാന്റർ തന്നെയായിരിക്കും. അവരിവിടെ വരുമ്പോൾ കാണുന്നത് ശവങ്ങളുടെ കൂമ്പാരമാണെങ്കിൽ.." ഷവാൾ വിറച്ചു.

"വേണ്ട വേണ്ട, എന്റെ ചങ്ങാതി."

ഷവാളിന്റെ ആവലാതിപൂണ്ട വിചാരങ്ങൾക്കു യുക്തിയുക്തമായ ഒരു അവസാനം കണ്ടുപിടിക്കാൻ വിസാങ്ക് ശ്രമിച്ചു. പക്ഷെ അയാൾ തോറ്റു.

"നിങ്ങൾ ഒരു മിടുക്കനാണ്......നാം ഇനി എന്തു ചെയ്യണം."

ഷവാൾ പരിഭ്രാന്തിയോടെ വായുവിൽ കൈവീശി.

"ആ 46 പേരെ വടിവയ്ക്കുന്നതുകൊണ്ട് നാം ക്യാമ്പിലെ പ്രതിരോധ സംഘടനയെ തുലയ്ക്കുമായിരിക്കും. ബാക്കിയുള്ളവർ മാർച്ചു ചെയ്യട്ടെ! വഴിയിൽ ആരെങ്കിലും വീണു മരിക്കുകയാണെങ്കിൽ അത് എന്റെ കുറ്റമായിരിക്കുകയില്ല. ഒരു ഓഫീസർ എന്ന നിലയ്ക്ക് ആലീബി എന്താണെന്ന് എനിക്കു നല്ലതുപോലെയറിയാം എന്തുതന്നെയായാലും ഈ ക്യാമ്പിൽ ഒരൊറ്റ ജഡംപോലും പാടില്ല."

"അതുതന്നെയാണ് ഞാൻ പറയുന്നത്."

തള്ളവിരലും ചൂണ്ടുവിരലും ഉപയോഗിച്ച് ഷവാൾ ആലോചനയോടെ തന്റെ കീഴ്ചുണ്ടിൽ ഒന്നു നുള്ളി.

"ആ ക്ലൂട്ടിക്കിനെ നേരത്തെ തന്നെ വിടണം. ഈ ക്യാമ്പിൽ വേലത്തരങ്ങൾ ഇറക്കാൻ അയാളെ അനുവദിക്കരുത്. നിങ്ങൾ ഉടനെ

ഗേറ്റിൽപോയി ക്യാമ്പ് സീനിയറെയും ക്യാമ്പ് കാവൽപ്പടയെയും വിളിച്ചു വരുത്തി, ആ 46 പേരെ ഉടനടി കണ്ടുപിടിക്കണമെന്ന് കൽപ്പന നൽകണം."

"ക്യാമ്പ് കാവൽപ്പട നമുക്ക് എന്തെങ്കിലും ഗുണം ചെയ്തുതരുമെന്ന് നിങ്ങൾ വിചാരിക്കുന്നുണ്ടോ......ഒരൊറ്റ ആളെപ്പോലും......"ഷവാൾ അലറിക്കൊണ്ട് ആ വാതിലിന്റെ സാക്ഷ വലിച്ചെറിഞ്ഞു.

"എനിക്കൊരു ചുക്കും വരാനില്ല. നിങ്ങൾ എന്റെ കൽപ്പന കേട്ടുവോ? ക്ലൂട്ടിക് ഈ ക്യാമ്പ് കീഴ്മേൽ മറിക്കുന്നത് അനുവദിക്കാൻ എനിക്കു നിർവാഹമില്ല."

"വിസാങ് ഭയത്തോടെ ചാടിയെഴുന്നേറ്റു ..... അരുതെ അ ....രുതെ ഉദ്വേഗപ്പെടരുതേ......"

ക്യാമ്പിൽ തിരിച്ചെത്തിയ ബ്ലോക്ക് സീനിയർമാർ ആ ഇരുളടഞ്ഞ മുറിയിൽ ക്രാമറുടെ ചുറ്റും കൂടിനിന്നു. അവരുടെ മുഖങ്ങളിൽ എന്തോ ഒന്നു തുടിച്ചുമിന്നുന്നുണ്ടായിരുന്നു. കണ്ണുകളിൽ വികാരവിക്ഷുബ്ധത, തിളങ്ങിയിരുന്നു. ഇപ്പോൾ എന്താണ് സംഭവിക്കാൻ പോകുന്നത്? നാം എന്തു ചെയ്യണം? പരിഭ്രാന്തിയും ഉദ്വേഗവും അവിടെ ആർത്തിരമ്പി. ബോച്ചൗ വിളിച്ചു പറഞ്ഞു.

"സ്നേഹിതരെ! നാം പരിഭ്രമിക്കാതിരിക്കണം. ആ 46 പേരെ വധിച്ചുകളയാനാണ് ക്ലൂട്ടിക്കിന്റെ പരിപാടി. ആ വിധത്തിൽ നമ്മുടെ പ്രതിരോധ സംഘടനയെ പിടികൂടാമെന്നാണ് അയാൾ മോഹിക്കുന്നതെങ്കിൽ അയാൾക്കു തെറ്റുപറ്റിയിരിക്കുന്നു." അവിടത്തെ കോലാഹലങ്ങൾക്ക് മുകളിൽ കേൾക്കത്തക്കവിധത്തിൽ ഗർജിക്കുകയായിരുന്നു ബോച്ചൗ.

ഇത്രയധികം കൊല്ലങ്ങൾക്കുശേഷം സ്വന്തം ശബ്ദം കേൾക്കാൻ ഇടവന്നതിൽ അയാൾക്ക് അത്ഭുതം തോന്നി. അയാൾ മന്ത്രിക്കുകയായിരുന്നില്ല, രഹസ്യമായി പിറുപിറുക്കുകയായിരുന്നില്ല; പ്രത്യുത കൽപ്പിക്കുകയായിരുന്നു- ഉറക്കെ ഉറക്കെ കൽപ്പിക്കുകയായിരുന്നു. പൊയ്പോയ ശക്തി തനിക്ക് തിരിച്ചുകിട്ടിയപോലെ അയാൾക്ക് തോന്നി. ജീവിച്ചിരിപ്പുണ്ട് എന്ന യാഥാർഥ്യബോധം ഇതാ ആളിപ്പടരുന്നു. ഇതുവരെ അനുഭവിച്ചിട്ടില്ലാത്ത ഒരു ശക്തി, അതയാളുടെ ഹൃദയത്തിന് നൽകിയിരിക്കുന്നു. തന്റെ കൈ വിരിച്ചുനീട്ടി വിളിക്കാനയാൾക്ക് തോന്നി.

"സുഹൃത്തുക്കളെ! സഖാക്കളെ! സഹോദരന്മാരെ!"

ഈ അടിയന്തരമായ ആവേശം ബേച്ചൗവിൽ നിന്നു തന്റെ നേർക്കു ചാടിയതുപോലെ അയാൾ നിർത്തിയേടത്തു നിന്നു ക്രാമർ ആരംഭിച്ചു.

"ഇക്കാലമത്രയും നാം ഒത്തൊരുമിച്ചു നിന്നു. നമ്മുടെ അച്ചടക്കത്തിന് എന്തു വിലയാണ് ഉള്ളതെന്ന് കണ്ടറിയാൻ പോകുകയാണ്. യാതൊരു അബദ്ധവും നമുക്കു കാണിക്കാൻ വയ്യ. നാം നമ്മുടെ അണികളിൽ പുറത്തുനിന്നുള്ള യാതൊരു പ്രേരണയും അനുവദിക്കരുത്. അതുപോലെതന്നെ പ്രകോപനങ്ങളുടെ കെണിയിൽ പെടുകയുമരുത്. അതു നല്ലപോലെ മനസിൽ ഉറപ്പിച്ചോളൂ. അല്ലെങ്കിൽ ആയിരമായിരം

ജീവൻ കൊണ്ടായിരിക്കും നമുക്ക് ഉത്തരം പറയേണ്ടിവരിക. നമ്മളൊരു വന്യമായ മൃഗക്കൂട്ടമല്ല. അച്ചടക്കബോധമുള്ള സുശിക്ഷിതമായ ഒരു സംഘടനയാണ് ഇത്, അതവർക്കു മനസിലാക്കി കൊടുക്കണം. സഖാക്കളെ! ഞാൻ നിങ്ങളോടും പറയുന്നത് ശ്രദ്ധിച്ചുകേൾക്കണം. ഇന്നുതൊട്ട് നിങ്ങൾക്ക് കിട്ടുന്ന കൽപ്പനകളെല്ലാം ഞങ്ങൾ പറയുന്ന രീതിയിലായിരിക്കണം നിർവഹിക്കേണ്ടത്."

ആ വലിഞ്ഞമർന്ന മുഖങ്ങളിലേക്ക് ക്രാമർ പരിശോധിക്കുന്ന മട്ടിൽനോക്കി. "നാം", ക്രാമർ കൈവെച്ചുകൊണ്ട് ആവർത്തിച്ചു.

"നിങ്ങൾ ഇപ്പോൾ ബ്ലോക്കുകളിലേക്ക് മടങ്ങിപ്പോകുക, യാതൊന്നും നിങ്ങളെ അലട്ടരുത്. വരാൻ പോകുന്നത് കുഴപ്പം പിടിച്ച ദിവസങ്ങളാണ്. നമുക്ക് എല്ലാവരുടേയും ജീവൻ പരിരക്ഷിക്കണം. നമ്മുടെ കൈവശ മുള്ള ആയുധങ്ങൾ കൊണ്ട് നാം അത് സംരക്ഷിക്കും. അതെ, ധൈര്യം -ഉരുക്കുപോലെ ഉറച്ച അച്ചടക്കം."

ക്രാമറുടെ വാക്കുകൾ ബ്ലോക്ക് സീനിയർമാരുടെ മനസിൽ ആശ വളർത്തി.

ബോച്ചൗവിന്റെ ഹൃദയത്തിൽ ക്രാമറോടുള്ള സ്നേഹം വിങ്ങി ത്തുളുമ്പി. ബ്ലോക്ക് സീനിയർമാർ പോയതിനു ശേഷവും അയാൾ അവിടെ നിന്നു.

രണ്ടുപേരും കണ്ണിൽക്കണ്ണിൽ നോക്കി തന്റെ മനസിൽ പതഞ്ഞു പൊങ്ങുന്ന വികാരാവേശത്തെ നിയന്ത്രിക്കാനെന്ന മട്ടിൽ ക്രാമർ സ്വൽപ്പം പരിഭ്രമത്തോടെ പറഞ്ഞു.

"എനിക്കതു പറയേണ്ടിവന്നു."

ബോച്ചൗ മറുപടിയൊന്നും പറഞ്ഞില്ല.

പെട്ടെന്ന് അവർ ഒരാലിംഗനത്തിൽ ഒന്നിച്ചു. അവരുടെ ലജ്ജാശീല ത്തിനുപോലും അടക്കിവയ്ക്കാനാവാത്ത വികാരവായ്പിന്റെ ശക്തിയിൽ അവർ അന്യോന്യം ആലിംഗനം ചെയ്തു. അവർ മൂകരായി നിൽക്കേ, അവരുടെ ഊഷ്മളമായ ഹൃദയത്തുടിപ്പുകൾ സംസാരിച്ചു. ഈ വക പരുപരുത്തവരുടെ ജീവിതത്തിൽ ഇത്തരം നിമിഷങ്ങൾ വിരളമായിരുന്നു. അതുകൊണ്ട് തന്നെ അത്യധികം വിലപ്പെട്ടതും. പിശുക്കുപിടിച്ച് അമർ ത്തിയൊതുക്കി, അറച്ചുസൂക്ഷിച്ചിരുന്ന വികാരം പെട്ടെന്ന് പടർന്നു കയറി. ആകെ പുഷ്പിച്ചു മറ്റുള്ളവയെയെല്ലാം മാച്ചുകളഞ്ഞു. താൻ വികാര തരളിതനാകുമ്പോൾ സാധാരണ ക്രാമർ ചെയ്യാറുള്ളതുപോലെ ചുറുചുറുക്കോടെ അയാൾ പറഞ്ഞു.

"ഹെർബർട്ട്, അതിന്റെ ആരംഭമായി."

"ഇവിടെ സംഗതികളെല്ലാം കുഴഞ്ഞുമറിയാൻ പോകുകയാണ്. അതുകൊണ്ടു നമുക്കു കുറച്ചുകൂടി സ്വാതന്ത്ര്യം കിട്ടുമെന്നു വിചാരിക്കാം. മേലാൽ എവിടെയായിരിക്കും ഐ എൽ കെ യുടെ സമ്മേളനം നടത്തേ ണ്ടത്. നിങ്ങൾക്ക് എന്തെങ്കിലും നിർദേശങ്ങളുണ്ടോ?"

ക്രാമർ അൽപ്പമൊന്നാലോചിച്ചു. "എനിക്കു തോന്നുന്നത് 17-ാം നമ്പറിലെ ക്വാറൻടയിൻ ബ്ളോക്കിലാകാമെന്നാണ്. 61-ാം നമ്പർ

പോലെതന്നെ എസ് എസുകാർക്ക് ഇതും പേടിയാണ്. 17, ഗുമസ്തന്മാരുടെ മുറിയുടെ സമീപമാകകൊണ്ട് നമുക്ക് അന്യോന്യം സമ്പർക്കം പുലർത്താനും എളുപ്പമാണ്. 17-ാം ബ്ളോക്കിന്റെ സീനിയർ ഒരു നല്ല മനുഷ്യനാണ്. അയാൾ എവിടെയെങ്കിലും പറ്റിയ സ്ഥലം കണ്ടുപിടിച്ചു തരും.”

“നന്നായി” ബോച്ചൗ പറഞ്ഞു. “നിങ്ങൾ അയാളുമായി സംസാരിച്ചു നോക്കൂ. ഞാൻ നമ്മുടെ സഖാക്കളോട് പറയാം.” അവർ കൈ കുലുക്കി. സ്ഥിരനിശ്ചയം തുടിച്ചുനിന്നിരുന്നു ആ ഹസ്തദാനത്തിൽ.

ക്ലൂട്ടിക് അപ്പോഴും അവിടെ കാത്തിരിക്കുകയായിരുന്നു. ഹാജർവിളി എപ്പോഴെ കഴിഞ്ഞിരിക്കണം. അയാളുടെ ക്ഷമയറ്റു. അയാൾ ആ ഇടപ്പടിയുടെ അടുത്തുള്ള കെട്ടിടത്തിൽ നിന്നു പുറത്തുകടന്നു. എന്താണ് സംഗതി? എന്താണ് ആ ചെകുത്താന്മാർ വരാത്തത്?

അയാൾ വിവരം ചോദിച്ചറിയാൻ ശ്രമിച്ച ഹോപ്റ്റംസ്കാർഫ്യൂഹറർ ചുമ്മാ ചുമൽ കുലുക്കിയതേയുള്ളൂ.

ബ്ലോക്കുകളിലെ തടവുകാർ ചെവി വട്ടംപിടിച്ചു. ഇതാ ഉച്ചഭാഷിണിയിൽ ഒരു കിരുകിരുപ്പ്. അതൊന്നു പരിശോധിക്കാൻ ആരോ അതിലേക്ക് ഒന്ന് ഊതിനോക്കി. എല്ലാവരും ശ്രദ്ധിച്ചു. റീനിബോത്തിന്റെ അലസമായ ഇഴഞ്ഞ മട്ടിലുള്ള സ്വരം അലച്ചെത്തി.

“ക്യാമ്പ് സീനിയറും ക്യാമ്പ് പെട്രോളും കാപോവും ഉടനടി ഗേറ്റിലേക്ക്.”

സാധാരണ നിലയിൽ ഏറ്റവും സ്വാഭാവികമായ ആവക പ്രഖ്യാപനം ഇന്ന് ക്യാമ്പിൽ ഒരു വൈകാരികവിക്ഷോഭത്തിന്നു തന്നെ ഇടവരുത്തി! ഏറ്റവും നിസാരമായ കാര്യംപോലും ഇപ്പോൾ പ്രക്ഷോഭകരമാണ്. ബ്ലോക്കുകളിൽതന്നെ ഉണ്ടായിരിക്കണമെന്ന ആജ്ഞ അവരെ ശ്വാസം മുട്ടിക്കുകയായിരുന്നു. അവിടെ നടക്കുന്നതിലെല്ലാം ഭീഷണിയും അപകടവും ഉണ്ടെന്നവർ സംശയിച്ചു. മുമ്പിലത്തെ ബ്ലോക്കിലെ വാതായനങ്ങളിലൂടെ ആകാംക്ഷനിറഞ്ഞ മുഖങ്ങൾ കവാത്ത് മൈതാനത്തിലേക്കു തന്നെ നോക്കിക്കൊണ്ടിരിക്കുകയാണ്. വിളിക്കപ്പെട്ട രണ്ടുകൂട്ടരും ഇരട്ടി വേഗതയിൽ കവാത്തുമെതാനത്തിലൂടെ ഓടുകയായിരുന്നു. ഇരുമ്പുഗേറ്റിലൂടെ വിസാങ്ക് അകത്തേക്കു കടന്നു. കവാത്തുമൈതാനം നേരിട്ടു കാണാൻ സാധിക്കാത്ത ബ്ലോക്കുകളിലെ സംഭാഷണം പതുക്കെ അവസാനിച്ചു. അവിടെ ഇട്ടിരുന്ന നീണ്ട മേശയ്ക്കരികെ കൂട്ടം കൂടി ഇരുന്നിരുന്നവർ അടുത്ത പ്രഖ്യാപനം പ്രതീക്ഷിക്കുകയായിരുന്നു. പക്ഷെ ഉച്ചഭാഷിണിക്ക് യാതൊരു അനക്കവുമില്ല എന്തെല്ലാമായിരിക്കും, അവിടെ ഉരുത്തിരിയുന്നത്.

“ഹേയ് കൂട്ടരെ, എവിടെ അവർ?” രണ്ടുപേരോടുമായി വിസാങ്ക് ചോദിച്ചു. “എന്താണ് ആ 46 പേർ റിപ്പോർട്ടു ചെയ്യാത്തത്.”

ഔദ്യോഗികമായ കണിശത്തോടെ ക്രാമർ മറുപടി പറഞ്ഞു. “അവർ റിപ്പോർട്ട് ചെയ്യാത്തതിന്റെ കാരണം എനിക്കറിയാൻവയ്യ.”

"അവർ റിപ്പോർട്ടു ചെയ്യണം." വിസാങ്ക് ഇടിവെട്ടുന്നപോലെ പറഞ്ഞു. "അവർക്ക് യാതൊരു അപകടവും നേരിടുകയില്ല. ബുച്ചൻവാൾഡിൽ ഇനി ആർക്കും ഒരുപദ്രവും സഹിക്കേണ്ടിവരില്ല എവിടെ അവർ? ക്യാമ്പിൽതന്നെ ഇരിക്കുകയാണോ?"

"എന്റെ അഭിപ്രായത്തിൽ അവർ ക്യാമ്പിൽതന്നെ ഉണ്ടായിരിക്കണം."

വിസാങ്ക്, ഒരു കാലിൽനിന്ന് ദേഹത്തിന്റെ ഭാരം മറ്റേ കാലിലേക്കാക്കി.

"ശരി അവരെ അന്വേഷിക്കൂ." അയാൾ കാപോവിനോട് അപേക്ഷിച്ചു. ഇതിലും വലിയ ഒരു വിചിന്തനം അയാളുടെ കഴിവിനപ്പുറമായിരുന്നു.

ഷവാൾ ഫോണിലൂടെ വിളിച്ചതനുസരിച്ച് ക്ലൂട്ടിക് ഇപ്പോൾ കമാന്ററുടെ മുറിയിൽ എത്തിയിരിക്കുമെന്നയാൾക്ക് അറിയാമായിരുന്നു. അയാൾക്ക് അഭിമുഖീകരിക്കേണ്ടത് വസ്തുനിഷ്ഠമായ യാഥാർഥ്യങ്ങളെയാണ്. വിസാങ്ക് കൈകൊണ്ട് അവ്യക്തമായ ഒരാംഗ്യം കാണിച്ചു.

"ഉച്ചയ്ക്കുമുമ്പ്, അവർ ഇവിടെ എത്തണം. മനസിലായോ?"

"ഉവ്വ്, സാർ."

കവാത്തു മൈതാനത്തിലൂടെ മടങ്ങുന്ന ക്രാമർക്കോ കാപോവിനോ ഒരു പരസ്പര ധാരണയുടെ ആവശ്യമൊന്നുമുണ്ടായിരുന്നില്ല.

"നമുക്ക് ഊർജിതമായ ഒരന്വേഷണം തന്നെ നടത്തണം." ക്രാമർ പിറുപിറുത്തു.

"തീർച്ചയായും വാൾട്ടർ" കാപോ മറുപടി പറഞ്ഞു.

"പക്ഷെ നമുക്കാവുമോ, തടവുകാരെയാരെയെങ്കിലും കണ്ടുപിടിക്കാൻ? എന്തു പറയുന്നു താൻ?" അയാൾ ക്രാമറെ നോക്കി കണ്ണിറുക്കി.

വീണ്ടും അവിടെ ഒരേറ്റുമുട്ടൽ നടക്കുന്ന മട്ടാണ്. തടവുകാർ തന്നെ ധിക്കരിക്കാൻ ധൈര്യപ്പെട്ടതുകൊണ്ട് വിഷം ചീറ്റിനിന്ന ക്ലൂട്ടിക് ഷവാളിനെ നോക്കി അമറി.

"ഇതാ, നിങ്ങളുടെ നയതന്ത്രജ്ഞത കാര്യങ്ങൾ ഇത്രത്തോളം കൊണ്ടുവന്നെത്തിച്ചു. ആ തന്തയില്ലാത്തവർ നമ്മുടെ മുമ്പിൽ കയറിനിന്ന് ഇതാ വേതാളനൃത്തം തകർക്കുന്നു."

"ക്യാമ്പ് പെട്രോൾ അന്വേഷണം ആരംഭിച്ചു കഴിഞ്ഞിരിക്കുന്നു." താൻപോരിമയോടെ ഷവാൾ തിരിച്ചടിച്ചു.

"ക്യാമ്പ് പെട്രോൾ, ഹേ മനുഷ്യാ, നിങ്ങളുടെ ബുദ്ധി തീരെ കാടുകയറി കഴിഞ്ഞോ? ഇതിന് ഒരു എസ് എസ് കമ്പനിതന്നെ പുറപ്പെടണം. ഓരോ വൈക്കോൽ ചാക്കും ചോർത്തി തപ്പിത്തിരയണം."

അളമുട്ടിയ മട്ടിൽ ഷവാൾ കൈപൊക്കി.

"ഈ മാതിരി ഗോഷ്ഠികൾ തുടർന്നുകൊണ്ടുപോകാൻ സാധ്യമല്ല. നിങ്ങളുടെ പ്രവൃത്തികൾ ക്യാമ്പിന്റെ ഭരണം ദുർവഹമാക്കാനാണ് സഹായിക്കുന്നത്. സ്ഫടികപാത്രക്കടയിൽ കയറിച്ചെന്ന കാളക്കൂറ്റനെപ്പോലെ നിങ്ങൾ കണ്ണിൽ കണ്ടതെല്ലാം ചവിട്ടിയരച്ചു നശിപ്പിക്കുകയാണ്.

"സ്റ്റാൻഡാർട്ടൺ ഫ്യൂഹറർ" അപമാനിക്കപ്പെട്ട ക്ലൂട്ടിക് അലറി.

ഒപ്പത്തിനൊപ്പം അലറാനാണ് ഷവാളിനു തോന്നിയത്. പക്ഷെ പുറത്തുവന്നത് ഒരു കൊച്ചു ഞരക്കം മാത്രമായിരുന്നു. ഉള്ളിൽ പതഞ്ഞു പൊങ്ങുന്ന രോഷാവേശം അയാൾ കൈകൊണ്ടു തട്ടിയകറ്റി.

"പണ്ടു നാം സ്നേഹിതരായിരുന്ന കാലത്തു ചെയ്യാറുള്ളതു പോലെ ഷവാൾ എന്നോ പേന തള്ളി എന്നോ വിളിച്ചോളൂ. അതിൽ എനിക്കൊരു ചുക്കുമില്ല."

ഡെസ്കിൽനിന്ന് ഒരു കുപ്പി കോഗ്നക്കും രണ്ടു ഗ്ലാസുകളും എടുത്ത് അയാൾ കോൺഫറൻസ് മേശമേൽ വെച്ചു. ധൃതിയിൽ രണ്ടു ഗ്ലാസുകൾ കാലിയാക്കി. അയാൾ അമ്പെ തകർന്നമട്ടിൽ, ആവശ്യത്തി ലധികം മെത്തകൾ വെച്ചുപിടിപ്പിച്ചിരുന്ന ഒരു കസേരയിലേക്കു വീണു.

"നിങ്ങൾ അൽപ്പം മര്യാദയോടെ പെരുമാറിയിരുന്നുവെങ്കിൽ" അയാൾ ഞെരുങ്ങി. "നമുക്ക് ഇവിടെനിന്നും രക്ഷപ്പെടണ്ടേ? ഇനി നമുക്ക് ഉത്തരം പറയേണ്ടത് സ്വന്തം തലകൾ കൊണ്ടാണ്."

അയാളുടെ കണ്ണുകൾക്കു മുമ്പിൽ നിറയെ കുത്തുകളാണ്. കൈകൾ വിറച്ചിരുന്നു. "ഇരിക്കൂ," അയാൾ പറഞ്ഞു. ക്ലൂട്ടിക് കൽപ്പന കേൾക്കാതായപ്പോൾ അയാൾ ദേഷ്യപ്പെട്ട മട്ടിൽ പറഞ്ഞു. "ഇരിക്കാന ല്ലെ പറഞ്ഞത്. ഹേയ് പിന്നൽ വിദഗ്ധാ! ഇരിക്കൂ; ഇരുന്നാട്ടെ."

തിളച്ചിരമ്പുന്ന ദേഷ്യത്തിൽ നിൽക്കുകയായിരുന്ന ക്ലൂട്ടിക്കിനു മനസിലായി ഷവാൾ തകരുകയാണെന്ന്. യൂണിഫോറത്തിന്റെ അക ത്തുള്ള, അയാൾക്കും സാഹചര്യത്തിന്റെ സമ്മർദം നല്ലപോലെ മനസി ലായിരുന്നുവെങ്കിലും അയാൾ അമർത്തിയ പല്ലുകൾക്കിടയിലൂടെ ചീറി. "ഹെർ, സ്റ്റാൻഡാർട്ടൺ ഫ്യൂഹറർ; നിങ്ങൾക്കു ഭയമായിരിക്കുന്നു......"

"ഏയ്, ആ നശിച്ച സ്റ്റാൻഡാർട്ടൺ ഫ്യൂഹറർ എന്ന പദമങ്ങോട്ടു കളഞ്ഞേക്ക്. ഇനി എനിക്ക് അതു സഹിക്കാനാവുകയില്ല." അയാൾ നേരെ മുമ്പിലെ ശൂന്യതയിലേക്ക് തന്നെ നോക്കിക്കൊണ്ടു നിന്നു. പിന്നെ ക്ലൂട്ടിക്കിന്റെ നേരെ തിരിച്ച ആ മുഖത്തെ ഭാവം തീരെ മാറിയിരുന്നു; ദയ നീയമായിരുന്നു അത്.

ഈ ദുരന്തം ക്ലൂട്ടിക്കിനെ അലട്ടാതിരുന്നില്ല. കുറച്ചു ശുദ്ധവായു ആവശ്യമാണെന്നു തോന്നിയപ്പോൾ അയാൾ ചങ്കിലെ മുഴ കോളറിന്റെ മീതെയാക്കി ഒരൊറ്റ അക്ഷരംപോലും പറയാതെ ഒരു ഗ്ലാസ്സെടുത്തു കുടിച്ചു. അതുതന്നെ നോക്കിക്കൊണ്ടിരുന്ന ഷവാൾ ക്ലൂട്ടിക്കിന്റെ കൈവിറയ്ക്കുന്നത് കണ്ടിരുന്നു. ശബ്ദമില്ലാത്ത ചിരികൊണ്ട് അയാളുടെ ദേഹമാകെ കുലുങ്ങി.

"അങ്ങനെയാണ് നമ്മുടെ ഇപ്പോഴത്തെ ഇരുപ്പ് - അതാണ് പ്രകൃതം......"

ദ്രോഹിക്കപ്പെട്ട ക്ലൂട്ടിക് മുഷ്ടി ചുരുട്ടി മേശപ്പുറത്ത് ആഞ്ഞിടിച്ചു.

"നിർത്ത്."

"അതെ നമുക്കു നിർത്തിക്കളയാം." വ്യക്തമായ പുച്ഛത്തോടെ ഷവാൾ മറുപടി പറഞ്ഞു. "ഇന്നുമുതൽ നമുക്കൊരു മേൽവിലാസമില്ല. അല്ലെങ്കിൽ ഹെർഹോപ്റ്റംസ്കാർ ഫ്യൂഹറർ എന്താണ് നിങ്ങളുടെ അഭിപ്രായം. ഈ പദവിയും വഹിച്ച് ഇനിയെത്രകാലം കഴിയാമെന്നാണ് നിങ്ങളുടെ വ്യാമോഹം."

ഷവാൾ എഴുന്നേറ്റുനിന്നു. ചുമലുകൾ പിന്നോക്കം തള്ളി വയർ മുന്നോട്ടു തള്ളിച്ചു, ഒക്കിൽ കൈകുത്തി.

"അടിസ്ഥാനപരമായി, നാം വലിക്കുന്ന കയർ ഒന്നു തന്നെയാണ്. പക്ഷെ രണ്ട് അറ്റങ്ങളിൽ നിന്നായി എന്നുമാത്രം. നിങ്ങൾ ഒരു ഭടനാണ്. വിശ്വസ്തനും സേവനതൽപ്പരനുമായ പടയാളി. പക്ഷെ റോബർട്ട്, ബഹുമാനമർഹിക്കുന്നിടത്ത്, അത് കാണിക്കൂ."

ക്ലൂട്ടിക് ഒന്നും മിണ്ടാതെ ചുണ്ടുകൾ കൂട്ടിക്കടിച്ചു. ഷവാളിന്റെ തനി നിറം അയാൾക്കിപ്പോൾ കാണാൻ കഴിഞ്ഞു, ഭീതിദമായ തനിനിറം. അതേസമയം ക്ലൂട്ടിക്കും സ്വയം പ്രകടിപ്പിക്കുകയായിരുന്നു. പക്ഷെ അതു സമ്മതിക്കാൻ അയാൾ തയ്യാറായിരുന്നില്ല. ആജന്മശത്രുവായ ഷവാളിന്റെ മുമ്പിൽ അത്യാസന്നമായ അധഃപതനത്തിന്റെ നേർക്കു തോന്നുന്ന രോഷം മാത്രമാണ് തന്റെ ഈ സംഹാരാഭിവാഞ്ഛയുടെ അടിയിൽ എന്നയാൾക്കു മനസിലായിരുന്നു. സമയം അതിക്രമിക്കുന്നതിനുമുമ്പ്, ഉള്ള സാമാനങ്ങളും കെട്ടിപ്പെറുക്കി അമേരിക്കക്കാരുടെ കയ്യിൽനിന്നു രക്ഷപ്പെടുക. അതെ, വേറെ ഒന്നും ചെയ്യാനില്ല. അതാണ് പരമാർഥം. പെട്ടെന്നു മാദകമോഹിനിയായി ഹോർട്ടെൻസ് അയാളുടെ മനസിൽ തെളിഞ്ഞുപൊങ്ങി. അവളേയും കൊണ്ടുപോകാൻ അയാൾ തീരുമാനിച്ചു.

ക്ലൂട്ടിക്കിന്റെ ചുമലിൽ തോണ്ടിക്കൊണ്ടു ഷവാൾ ചോദിച്ചു. "ഞാൻ പറഞ്ഞതെല്ലാം നിങ്ങൾ കേട്ടുവോ?"

ക്ലൂട്ടിക് ഒന്നു പിടഞ്ഞു. "അതെയതെ, ഞാൻ എല്ലാം കേൾക്കുകയായിരുന്നു."

"ഒരാഴ്ചക്കകത്ത് ഈ ക്യാമ്പ് വിടണം. അതിൽ കൂടുതൽ സമയമില്ല. ഓരോ യാത്രാസംഘത്തോടൊപ്പം ഓരോ സേനാദളവും സ്ഥലംവിടും. ഇന്ന് ഉച്ചക്ക് തന്നെ ആളൊഴിക്കൽ നടപടികൾ ആരംഭിക്കുവാൻ പോകുകയാണ്."

"അപ്പോൾ ആ നാൽപ്പത്തിയാറുപേർ?"

ക്ലൂട്ടിക്കിന്റെ ദുർവാശി ഷവാളിൽ കോപം അങ്കുരിപ്പിക്കുകയാണ് ഉണ്ടായത്.

"ആ 46 തടവുകാരുടെ പേരിൽ എനിക്കിവിടെ ഒരു ഭ്രാന്താശുപത്രി ('ബെഡ്ലാം') സൃഷ്ടിക്കാൻ സാധ്യമല്ല."

"പക്ഷെ, തലവൻ നിങ്ങളാണല്ലോ."

"തലയും വാലും, എല്ലാവരും തടിതപ്പുകയാണ്. ഹ ഹ ഹ."

"അവർ ചെറുത്തുനിന്നാലോ?"

നൈരാശ്യത്തോടെ ഷവാൾ രണ്ടുകൈകൾകൊണ്ടു തലയമർത്തിപ്പിടിച്ചു.

"നായ്ക്കളെവിട്ട് അവരെ ഓടിക്കും."

ക്ലൂട്ടിക് പുച്ഛരിച്ചു. "പക്ഷെ അതിന്റെ അർഥം ചാകുക എന്നല്ലേ അതു നിങ്ങൾക്കു സമ്മതമല്ലല്ലോ."

ഷവാളിന്റെ ആത്മനിയന്ത്രണം പാടെ തകർന്നു.

"എല്ലാ യാത്രാസംഘത്തിലും മൃതദേഹങ്ങൾ ആണെങ്കിൽ തന്നെ, ക്യാമ്പിൽ ശവങ്ങളൊന്നും കിടക്കുകയില്ലല്ലോ" ക്ലൂട്ടിക്കിനു വാശി കയറി. "ആ നാൽപ്പത്തിയാറുപേരെ വിട്ടുതരുന്നില്ലെങ്കിൽ ഞാൻ രാത്രി കാവൽക്കാരെ വിട്ട് അവരെ തേടിപ്പിടിക്കും."

"ശരി ശരി" ഷവാൾ ഒരു കൊച്ചുശബ്ദത്തിൽ ചിണുങ്ങി. "ഉം ഉം, നോക്കിക്കോളൂ,. അന്വേഷിക്കൂ വേണമെങ്കിൽ കുറെ വേട്ടനായ്ക്കളേയും വിട്ടുതരാം. എനിക്കൊരു ചുക്കുമില്ല. പക്ഷെ ആളൊഴിക്കുന്ന കാര്യത്തിൽ തകരാറുകളൊന്നും കുത്തിപ്പൊക്കിയുണ്ടാക്കാതിരുന്നാൽ മതി."

ആകെ തകർന്ന് അയാൾ കസേരയിലേക്കു വീണു.

ക്യാമ്പ് പെട്രോൾ ഭടന്മാർ ഓരോരോ ബ്ലോക്കുകളായി അന്വേഷണം തുടർന്നു.

"നിങ്ങൾ ആ നാൽപ്പത്തിയാറിൽ ആരെയെങ്കിലും എവിടെയെങ്കിലും ഒളിപ്പിച്ചിട്ടുണ്ടോ?"

"ഇല്ലല്ലോ ഞങ്ങൾ ആരെയും ഒളിപ്പിച്ചിട്ടില്ല."

"ശരി, വരൂ നമുക്ക് മറ്റേ ബ്ലോക്കിൽ നോക്കാം."

ഷവാൾ ആളൊഴിപ്പിക്കലിന്റെ ആദ്യത്തെ നടപടികൾ ആരംഭിച്ചുകഴിഞ്ഞിരുന്നു. സ്റ്റാഫ് മുഴുവനും അയാളുടെ ഓഫീസിൽ സമ്മേളിച്ചിരിക്കുകയാണ്. ഓഫീസർ 'വിറ്റിങ്ങ്', കാംലോത്ത്, ക്ലൂട്ടിക്, വിസാങ്ക് ഇവർക്കുപുറമെ എസ് എസ് സേനയിലെ ചില ഉദ്യോഗസ്ഥന്മാരും അവിടെ ഉണ്ടായിരുന്നു. ഷവാൾ നൽകുന്ന കൽപ്പനകൾ നടപ്പിലാക്കാൻ ഓഫീസർമാർ ധൃതിയിൽ ഓടിപ്പോയി. അധികം താമസിയാതെ ക്യാമ്പിനു ചുറ്റുമുള്ള മൈതാനം, മാർച്ച് ചെയ്യുന്ന എസ് എസ് സേനയുടെ കലമ്പൽകൊണ്ടും ട്രക്കുകളുടെ കലപിലനിനാദം കൊണ്ടും മുഖരിതമായി. ഷവാളിന്റെ കൽപ്പനപ്രകാരം ഏറ്റവും അറ്റത്തുള്ള കാവൽ പടയാളികളുടെ എണ്ണവും ശക്തിയും കൂട്ടിയിരുന്നു. കാവൽമേടകളിലെ ചെറിയ യന്ത്രത്തോക്കുകൾക്കു പകരം ശക്തിയേറിയവ സ്ഥാപിച്ചു. കൈബോംബുകളും ബസൂക്കകളും വിതരണം ചെയ്തു.

ഷവാളിന്റെ ഓഫീസായിരുന്നു കേന്ദ്ര ആസ്ഥാനം. ഇടതടവില്ലാതെ ശബ്ദിച്ചിരുന്നു അവിടത്തെ ടെലിഫോൺ. നിർവഹിക്കപ്പെട്ട ജോലികൾക്കുപകരം പുതിയ ജോലികൾ നൽകപ്പെട്ടു. വരവും പോക്കും ബദ്ധപ്പാടും അധികമായി. എല്ലാ ജോലിയും നിർവഹിക്കേണ്ടത് ഷവാളായിരുന്നതിനാൽ ഈ ബഹളത്തിന്റെ നടുക്കലേക്കാണ് ഒരു കൂട്ടം പെഹർമാർച്ച്. ആപ്പീസർമാരേയും കൊണ്ടുള്ള ട്രക്കുകൾ കുതിച്ചെത്തിയത്. പട്ടണത്തിലെ പട്ടാള കമാന്റിൽ നിന്നുള്ള ഒരു കൽപ്പനയും കൊണ്ടുവന്നവരായിരുന്നു അവർ. എസ് എസ് ആയുധശേഖരണത്തിലുള്ള

വിപുലമായ വെടിക്കോപ്പുകളെല്ലാം ഉടനടി കൊടുത്തയക്കാനായിരുന്നു കൽപ്പന. 'ഹാലി'നും 'ഹോഫി'നും ഇടയിലുള്ള സമരരംഗത്ത് അതെല്ലാം അത്യാവശ്യമായിരുന്നുവത്രെ! പിൻമടങ്ങുന്ന സേന അവിടെയൊരു പുതിയ പ്രതിരോധനിര കെട്ടിപ്പൊക്കിയിരിക്കുന്നു.

"മാന്യരേ, മാന്യരേ" ഷവാൾ മോങ്ങി. "ഞങ്ങൾ ക്യാമ്പുകാലിയാക്കാനുള്ള സംരംഭങ്ങളുടെ നടുക്കാണ് എന്ന് മനസിലാക്കണം."

പക്ഷെ കൽപ്പന നിറവേറ്റേണ്ടി വന്നിരുന്നതുകൊണ്ട് അതയാൾ കാംലോത്തിന് അയച്ചു. അയാൾ മറ്റു ഓഫീസർമാരേയും കൂട്ടി സേനാഗാരേജിലേക്കു പാഞ്ഞു. അയാൾ അവിടെ ബ്രോവറേയും വിസീഗറേയും കണ്ടുപിടിച്ചു.

"വേഗം, വേഗം, ഇരുപതു ട്രക്കുകൾ തയ്യാറാക്കൂ."

എസ് എസ് ബാരക്കിന്റെ പിന്നിലുള്ള സംഭരണശാലയിലേക്ക് ദേഹവും കുലുക്കി നീങ്ങുകയായി ഒരു നിര ട്രക്കുകൾ. കിതച്ചു ശ്വാസം തള്ളി എസ് എസുകാർ വലിയ വലിയ വെടിമരുന്നു പെട്ടികൾ ട്രക്കുകളിലേക്ക് വലിച്ചു കയറ്റി.

കൽപ്പന പ്രവഹിക്കുകയാണ്. പലായനത്തിന്റേതുപോലുള്ള തിക്കും തിരക്കും ബഹളവും കോലാഹലവും.

ഷവാളിനു യാതൊരു സ്വൈര്യവുമുണ്ടായിരുന്നില്ല. പെട്ടെന്നൊരു ഫോൺ സന്ദേശം. പുറത്തെ ഇടപ്പടിയിൽ ഇതാ ഒരുകൂട്ടം തടവുകാർ കാത്തുനിൽക്കുന്നു. ഹാർസ്മലയുടെ അടുത്തുള്ള ശാഖയിൽനിന്ന് ബുച്ചൻവാൾഡിലേക്കു പറഞ്ഞയക്കപ്പെട്ടവരായിരുന്നു അവർ. പരിഭ്രാന്തിയിൽ കിടന്ന് ഉഴന്നിരുന്ന ഷവാൾ തന്റെ വെപ്രാളമെല്ലാം ടെലിഫോണിലൂടെ ഛർദിച്ച് അതു സ്ഥാനത്തുതന്നെ തിരികെവെച്ചു. നവാഗതരെ ചെന്നു സ്വീകരിക്കാൻ അയാൾ റീനിബോത്തിനു ഫോൺ ചെയ്തു. അവരെ അവിടെനിന്നു വിളിച്ചുകൊണ്ടുപോകേണ്ട കൃത്യം ഏൽപ്പിച്ചത് ക്ലൂട്ടിക്കിനെയായിരുന്നു. ക്രാമറെ അയാൾക്ക് ഉപയോഗപ്പെടുത്താം. പുതിയതായി വന്നവർക്കു സ്ഥലം ഉണ്ടാക്കി കൊടുക്കേണ്ട ജോലിയായിരുന്നു ക്രാമർക്ക്. അതും കഴിഞ്ഞ് നാടകീയമായവിധത്തിൽ കൈ വിരുത്തി അയാൾ കസേരയിലേക്കു കുഴഞ്ഞുവീണു.

"മാന്യരെ! മാന്യരെ!"

വിസാങ്ക് ആ സാധുവിന് ഒരു ഗ്ലാസ്സ് മദ്യം പകർന്നു കൊടുത്തു. കാലത്തെ തൊട്ട് ആ മേശപ്പുറത്ത് ഇരിക്കുകയായിരുന്നു ആ കുപ്പി.

"ഇതാ, ഒരിറക്ക് കുടിക്ക് അൽപ്പം ആശ്വാസം കിട്ടും."

## V

**ക്യാ**മ്പ് റോഡിലൂടെ കലമ്പിപ്പായുന്ന ട്രക്കുകളെയും മാർച്ച് ചെയ്യുന്ന സേനാവ്യൂഹങ്ങളെയും കടന്ന് റീനിബോത്ത് തന്റെ മോട്ടോർ സൈക്കിളിൽ ഇടപ്പടിയുടെ സമീപത്തേക്കു പാഞ്ഞു.

ഇടപ്പടിയിൽനിന്ന് ഒരു നൂറുവാരയകലെയായി കീറത്തുണി ചുറ്റിയ കുറെ പട്ടിണിക്കോലങ്ങൾ നിൽക്കുന്നത്—അധികപക്ഷവും കിടക്കുക

യായിരുന്നു—കണ്ടപ്പോൾ റീനിബോത്തിന്റെ സ്വാഭാവികമായ ഔദ്ധത്യം ഒന്നു നിഷ്പ്രഭമായി, അയാൾ വണ്ടി നിർത്തി തൊപ്പി നെറ്റിയിൽനിന്നു പുറകോട്ടു തള്ളിമാറ്റി; തീരെ നിസ്സഹായനായ മട്ടിൽ; പൊടിയണഞ്ഞു വൃത്തികെട്ടു, ക്ഷൗരം ചെയ്യാത്ത കുറെ എസ് എസ് ഓഫീസർമാരും അറ്റന്റർമാരും ഫ്യൂരർമാരും വ്യക്തമായ സംഭീതിയോടെ റീനിബോത്തിന്റെ സമീപത്തേക്ക്, ഇടപ്പടിയുടെ അടുത്തേക്കു ചെന്നു.

"എന്താണിവിടെ സംഗതി? എന്താണ് ഞങ്ങളെ അകത്തേക്കു കടത്തിവിടാത്തത്."

"നിങ്ങൾ എവിടെനിന്നു വരുന്നു." ആകെ കുഴങ്ങിയ റീനിബോത്ത് ചോദിച്ചു.

അവരുടെ വക്താവായിരുന്ന ഒരു ഫ്യൂഹറർ പാരുഷ്യ ത്തോടെ ചിരിച്ചു.

"നമ്മളിപ്പോൾ എവിടെനിന്നു വരുന്നു എന്നറിയണമത്രേ! അമേരിക്കക്കാരുടെ ശ്വാസം കഴുത്തിന്റെ പിന്നിൽവന്നു തട്ടി തുടങ്ങി. നിങ്ങളുടെയൊക്കെ വിചാരം ജീവിക്കുന്നതു സമാധാനകാലത്താണെന്നാണ്. ഒന്നുവേഗമാകട്ടെ സ്വർഗത്തിന്റെ ഈ കവാടം ഒന്നു തുറന്നാട്ടെ! വേഗം."

അവരെ ക്യാമ്പിലേക്ക് അയക്കുകയല്ലാതെ റീനിബോത്തിനു വേറെ യാതൊരു മാർഗവുമുണ്ടായിരുന്നില്ല. ആ ദയനീയമായ പരിഷകളെ നയിച്ചിരുന്ന എസ് എസ് കാർഅവരെ തട്ടിയെഴുന്നേൽപ്പിച്ചു. റീനിബോത്ത് വീണ്ടും ക്യാമ്പിലേക്കു പാഞ്ഞു. അയാളുടെ തലയിൽ ഒരു കൊടുങ്കാറ്റ് ചീറിയടിക്കുകയായിരുന്നു. ഇന്ന് ആളൊഴിപ്പിക്കാൻ തുടങ്ങുന്ന ദിവസമാണ്. അതിനുപകരം ഇതാ ആയിരക്കണക്കിനാളുകൾ ക്യാമ്പിലേക്കു പ്രവഹിക്കുന്നു. പ്രാകിക്കൊണ്ട് അയാൾ വണ്ടിയിൽ നിന്നു ചാടിയിറങ്ങി. ഒരു ചേട്ടത്തരം തോന്നിയപ്പോൾ അയാൾ റിപ്പോർട്ട് ഓഫീസിൽ കുത്തിയിരുന്ന ക്ലൂട്ടിക്കിനെ നോക്കി പറഞ്ഞു.

"ആളൊഴിപ്പിക്കൽ വിജയപൂർവം നിർവഹിച്ചതിന് ഇതാ എന്റെ അകമഴിഞ്ഞ അഭിനന്ദനങ്ങൾ." ആ ധിക്കാരി യുവാവിന്റെ പുച്ഛരസം ആസ്വദിക്കത്തക്ക നിലയിലായിരുന്നില്ല ക്ലൂട്ടിക്.

സംഭ്രമം കലർന്ന ഒരു ചിരിയോടെ റീനിബോത്ത് കസേരയിലേക്കു വീണു.

"എണ്ണം കൂടുതലെങ്കിൽ രസവും കൂടും. അത്യന്തം ബഹുമാനപ്പെട്ട ക്യാമ്പ് സീനിയർ എല്ലാവരേയും പാർപ്പിച്ചോളും. 46 എണ്ണത്തിനെ യാതൊരു തുമ്പും ഇല്ലാതെ അമർത്തിയവനല്ലേ. എന്തുകൊണ്ടവന് 3000ത്തിനെ മാറ്റിക്കൂടാ!"

"ഒന്നു മിണ്ടാതിരി!" ഈ പരിഹാസംകൊണ്ടു ചൂടുപിടിച്ചിരുന്ന ക്ലൂട്ടിക് ചീറി.

"താൻ പറഞ്ഞത് കേൾക്കാൻ മിനക്കെട്ടിരുന്നില്ലെങ്കിൽ എല്ലാത്തിനേയും ഞാൻ ആ കൽമടയിലിട്ടു മൂടിക്കളയുമായിരുന്നു."

"ബാ, ബ, ബ", റീനിബോത്ത് കമാന്ററെ അനുകരിച്ചു. "അർഹി

ക്കുന്ന വിധത്തിലുള്ള ബുദ്ധിയും വിവേകവും ഉപയോഗിച്ചു കൽപ്പന നടപ്പിലാക്കുക. ദൈവം, എനിക്കു മാപ്പുതരട്ടെ. ഞാനതു ചെയ്തു......"

അയാൾ ജനവാതിൽക്കലേക്കു ചെന്നു. "അതാ, അതാ, അവർ വരുന്നുണ്ട്."

നടപ്പാതയിലൂടെ യാത്രക്കാരെ തെളിച്ചുകൊണ്ടുവരുന്നുണ്ടായിരുന്നു. കാറുകൾക്ക് ഒരു ഭാഗത്തേക്കു ഒഴിഞ്ഞുമാറി നിൽക്കേണ്ടിവന്നു. ബ്ലോക്ക് ഫ്യൂഹറർമാർ മുറിയിൽനിന്നു പാഞ്ഞെത്തി. ക്ലൂട്ടിക്കും റീനിബോത്തും അങ്ങോട്ടുചെന്നു. അവർ ഗേറ്റു കാവൽക്കാരനെകൊണ്ടു പടിയുടെ രണ്ടുവാതിലുകളും മലർക്കെ തുറപ്പിച്ചു. ബ്ലോക്ക് ഫ്യൂഹറർമാരോട് കവാത്ത് മൈതാനത്തുചെന്നു കുറെ സ്ഥലത്തു വളഞ്ഞു നിൽക്കാൻ ആജ്ഞാപിച്ച് ക്ലൂട്ടിക്. ആ ഇടുങ്ങിയ ഇടവഴിയിലൂടെ ഒരു പ്രവാഹം തിങ്ങിവിങ്ങി കടന്നുവരുമ്പോൾ വല്ലാത്ത തിക്കും തിരക്കും അനുഭവപ്പെട്ടിരുന്നു. പിന്നീടവർ ഭീമാകൃതിയായ ഒരു ശേഖരംപോലെ ആ കവാത്ത് മൈതാനത്തിൽ പരന്നു. ആവേശത്തിന്റെ മൂളൽ ബ്ലോക്ക് ഫ്യൂഹറർമാരുടെ അലർച്ചയിലും അട്ടഹാസത്തിലും മുങ്ങിപ്പോയി. അവർ കൈകോർത്തു പിടിച്ചുനിന്നു. ആദ്യത്തെ വിഭാഗത്തിൽപ്പെട്ടവരെ തടഞ്ഞും, മുട്ടുകൊണ്ട് ഇടിച്ചും ചവിട്ടിയും അവരെ നിശ്ചലരായി നിർത്തി. അവർ ശ്വാസംമുട്ടി കിതച്ചുകൊണ്ട് താഴെയിരുന്നു. അംഗരക്ഷകർ എസ് എസ് ബാരക്കുകളിലേക്കു മാർച്ച് ചെയ്തുപോയി. പടിവാതിൽ അടഞ്ഞു.

മുൻവരിയിലെ ബാരക്കിലെ തടവുകാർ വാതിൽക്കൽതന്നെ കൂടി നിൽക്കുകയായിരുന്നു.

"ക്യാമ്പ് സീനിയറും ബ്ലോക്ക് സീനിയർമാരും ക്യാമ്പ് പെട്രോളും ഗേറ്റിലേക്ക്. ഉച്ചഭാഷിണിയിലൂടെ റീനിബോത്തിന്റെ ശബ്ദം അലയടിച്ചെത്തി. എന്താണ് ഇതിന്റെ ഒക്കെ അർഥം? അനിശ്ചിതാവസ്ഥയിൽ മരവിച്ചു നിന്നിരുന്ന തടവുകാർ ചെവിയോർത്തു. പെട്രോളിലെ ഭടന്മാർക്കു തങ്ങളുടെ 'നാട്യപ്രധാന'മായ തിരിച്ചിലിനിടക്ക് കിട്ടിയ ഈ ഇടവേള സ്വാഗതാർഹമായിതോന്നി, വളരെ വളരെ സ്വാഗതാർഹം. അവർ നിന്നിരുന്ന ബ്ലോക്കുകളിൽ നിന്നെല്ലാം പാഞ്ഞുവന്ന് നിലയുറപ്പിച്ച് തങ്ങളുടെ കാപോവിന്റെ നേതൃത്വത്തിൽ കവാത്തുമൈതാനത്തിലേക്കു നടന്നു. വഴിക്കുവെച്ച് അവർ ബ്ലോക്ക് സീനിയർമാരുടെ കൂട്ടത്തിൽ കൂടി.

പതിവുപോലെ അറ്റൻഷനാവാനോ, ചിട്ടപ്രകാരം റിപ്പോർട്ട് ചെയ്യാനോ റീനിബോത്ത് ക്രാമർക്ക് സമയംകൊടുത്തില്ല.

"പെട്ടെന്നു ഇവരെയെല്ലാം വിഭജിച്ചു ക്യാമ്പിൽ പാർപ്പിക്കണം."

ക്യാമ്പ് പെട്രോൾ ഇപ്പോൾ ബ്ലോക്കു ഫ്യൂഹറർമാരെ ഒഴിവാക്കി ആ ജനക്കൂട്ടത്തിനുചുറ്റും ഒരു വലയം സൃഷ്ടിച്ചു. ക്രാമർക്കു സംഗതികളുടെ കിടപ്പ് പെട്ടെന്നു മനസിലായി. ഈ ജനക്കൂട്ടത്തിന്റെ നിയന്ത്രിക്കാനാവാത്ത നിസ്സഹായതയിൽ നിന്ന് ഉടലെടുത്തതായിരുന്നു ആ രണ്ടു പേരുടേയും ധിക്കാരപരമായ സ്വരം എന്നയാൾക്കു മനസിലായി. ഈവക പരിതഃസ്ഥിതികൾക്കു ശരിയായ നയമാണ് പ്രധാനം. ഒഴിവാക്കപ്പെട്ട

ബ്ലോക്കു ഫ്യൂഹറർമാർ പേപിടിച്ച് നായ്ക്കളെപ്പോലെ അമ്പെ തകർന്ന ജനക്കൂട്ടത്തിനിടയിൽ കടന്നു വേതാള നൃത്തമാടുകയായിരുന്നു. പെട്ടെന്നു ക്രാമർ കൽപ്പന നൽകി.

"ബ്ലോക്ക് സീനിയർമാർ പതിവുപോലെ അണിനിരക്കട്ടെ." പെട്ടെന്നവർ ചാടിമാറി രണ്ടുവരിയായി നിരന്നു നിന്നു. റീനിബോത്തിനെയോ ക്ലൂട്ടിക്കിനെയോ കണക്കിലെടുക്കാതെ ക്രാമർ ആ ജനസമൂഹത്തിന്റെ അടുത്തേക്കു നീങ്ങി.

"സഖാക്കളെ, നിങ്ങളെ ഇപ്പോൾ നൂറു നൂറുപേരായി വിഭജിച്ചു വിവിധ ബ്ലോക്കുകളിലേക്ക് അയക്കുന്നതാണ്. ക്യാമ്പു പെട്രോളിലെ സഖാക്കൾ ഇപ്പോൾ ഗ്രൂപ്പുകൾ ഉണ്ടാക്കാനും അവരെ ബ്ലോക്കിലേക്ക് കൊണ്ടുപോകാനും ഉള്ള ചുമതല എടുക്കണം. അടക്കവും ചിട്ടയും ഉണ്ടെങ്കിലേ കാര്യങ്ങൾ സുഗമമായി മുന്നോട്ടു നീങ്ങൂ."

ക്യാമ്പു പെട്രോൾ കാപോ തന്റെ ദളത്തിന്റെ നേതൃത്വം ഏറ്റെടുത്തു. അയാൾ അവരെ പതിപ്പത്തു പേരടങ്ങുന്ന സംഘമാക്കി ആ പത്തുപേരും ജനക്കൂട്ടത്തിൽനിന്നു പത്തുപേരെ വീതം തെരഞ്ഞെടുത്തു. നൂറ് ആൾക്കാർ വീതമുള്ള ഓരോ നിരയുണ്ടാക്കി. പണി വളരെ എളുപ്പമൊന്നുമായിരുന്നില്ല.

ഒരു സേനാദളത്തോടെന്നപോലെ പരമപരിക്ഷീണരായ ഇവരോട് കൽപ്പിക്കാനൊന്നും നിവൃത്തിയുണ്ടായിരുന്നില്ല. പക്ഷെ തടവുകാരുടെ അന്തഃകരണം രക്ഷാഹസ്തംപോലെ ബ്ലോക്ക് ഫ്യൂഹർമാരുടെ ഇടപെടൽ തടഞ്ഞു. അതുകൊണ്ട് ആ ജോലി തടവുകാർക്കുതന്നെ വിട്ടുകൊടുത്തു. തീരെ നിസ്സഹായരായവരെ ചവിട്ടിയെഴുന്നേൽപ്പിക്കുന്ന ശ്രമത്തിൽ മുഴുകി. അതേ സമയത്ത് ക്രാമർ തന്റെ ബ്ലോക്ക് സീനിയർമാരെ ഓരോരുത്തരെയായി വിളിച്ചു. അധികം താമസിയാതെ ആദ്യത്തെ വിഭാഗം കവാത്ത് മൈതാനത്തിലൂടെ നടന്നു മറഞ്ഞു. ഒരൊറ്റ മണിക്കൂറിനകത്തു പണിയെല്ലാം നടന്നു. ബ്ലോക്ക് ഫ്യൂഹറർമാർ സ്ഥലം വിട്ടു. റീനിബോത്തും ക്ലൂട്ടിക്കും ഇതെല്ലാം നോക്കിക്കൊണ്ടു നിൽക്കുകയായിരുന്നു. ഒരുവൻ തികഞ്ഞ പുച്ഛത്തോടെ കൈവിരൽകൊണ്ട് മാറിൽ താളം പിടിച്ചും; മറ്റവൻ നഗ്നമായ വൈരാഗ്യത്തോടും. ക്രാമർ തൊപ്പിയെടുത്തു റിപ്പോർട്ടു ചെയ്തു.

"കൽപ്പന നിറവേറ്റിയിരിക്കുന്നു. പുതിയതായി വന്നവരെ ക്യാമ്പിലെ ബ്ലോക്കുകളിലാക്കിക്കഴിഞ്ഞു." ക്ലൂട്ടിക് താടി നീട്ടി.

""ഹോയ് ഇപ്പോൾതന്നെ ഒരു കമാന്ററുടെ ഗമയൊക്കെ തോന്നുന്നുണ്ട് അല്ലേ?"

പലപ്പോഴും ക്ലൂട്ടിക് മുമ്പിൽ നിൽക്കുമ്പോൾ ക്രാമർക്ക് അടക്കാനാവാത്ത വെറുപ്പു കടിച്ചമർത്തേണ്ടിവരാറുണ്ട്. ഈ ആപൽക്കാരിയായ മനുഷ്യാധമനെ കൂടുതൽ ദേഷ്യം പിടിപ്പിക്കരുതല്ലോ.

പക്ഷെ പ്രകോപനപരമായ ചോദ്യത്തിനു മറുപടി കൊടുക്കാതിരിക്കാനും അയാൾക്കു പറ്റിയില്ല. അങ്ങനെയാകുമ്പോൾ അതു സ്വീകരിച്ചപോലെയാകുമല്ലോ.

"ഇല്ല ഹെർഹോപ്റ്റംസ്കാർ ഫ്യൂഹറർ! ഞാൻ താങ്കളുടെ കൽപ്പന നിറവേറ്റുക മാത്രമായിരുന്നുവല്ലോ."

"എന്റെ കൽപ്പന നിറവേറ്റിയെന്നോ?" ക്ലൂട്ടിക് പൊട്ടിത്തെറിച്ചു. "ആ നാൽപ്പത്തിയാറുപേർ ഉച്ചക്കു മുമ്പിവിടെ എത്തിയിട്ടില്ലെങ്കിൽ ഞാൻ തന്നെ എന്റെ കൈകൊണ്ടു കൊന്നുകളയും."

യാതൊരു പ്രകോപനവുമില്ലാതെ, പെട്ടെന്നുണ്ടായ ഈ 46പേരുടെ കാര്യത്തിലേക്കുള്ള എടുത്തുചാട്ടം ക്രാമർക്ക് ഒരു മുൻകരുതലായിരുന്നു. കുട്ടിയുടെ അന്വേഷണംപോലെ ഈ 46 പേരുടെ അന്വേഷണവും കുഴപ്പമില്ലാതെ അവസാനിക്കുമെന്നായിരുന്നു അയാൾ കരുതിയത്. ഈ ഭീഷണിക്ക് ഒരു പ്രത്യാഘാതം വേണം. പക്ഷെ നിമിഷത്തിനിടയിൽ എന്തു മറുപടി കണ്ടുപിടിക്കാനാണ്.

പക്ഷെ താനറിയാതെ റീനിബോത്ത് ആ തീരുമാനം ക്രാമറിൽനിന്നു തട്ടിയകറ്റി.

"ക്യാമ്പ് പെട്രോൾ ഇപ്പോഴും തിരച്ചിൽ തുടരണം മനസിലായോ?"

"ശരി, സാർ", ക്രാമർ ആശ്വാസത്തോടെ നെടുവീർപ്പുവിട്ടു.

"പിരിച്ചുവിട്ടിരിക്കുന്നു."

ഭക്ഷണമുറിയിലേക്കു നൂറിന്റെ വിഭാഗങ്ങൾ കടന്നുചെന്നപ്പോൾ ബ്ലോക്ക് ആകെ ഒന്നിളകി. സ്വന്തം ഇഷ്ടപ്രകാരം അവർ ഒഴിഞ്ഞുകൊടുത്ത ഇരിപ്പിടങ്ങളിലേക്ക് ആ പരവശർ കുഴഞ്ഞുവീണു. ചിലർ വെറും നിലത്ത് നീണ്ടുനിവർന്നു മലർന്നുകിടന്നു. പരിസരങ്ങളെക്കുറിച്ചു അറിവോ താൽപ്പര്യമോ ഉണ്ടായിരുന്നില്ല. കഷ്ടപ്പാടുകൾ വളരെയേറെ അനുഭവിക്കണമായിരിക്കാം. പക്ഷെ എന്നാലും തലയ്ക്കുമുകളിൽ ഒരു മറവുണ്ടല്ലോ. അതായിരുന്നു നായാടപ്പെട്ട ആ മുഖങ്ങളിലെ ഭാവം.

റുങ്കിയുടെ സ്ഥാനം ഏറ്റെടുത്തിരുന്ന ബോച്ചൗവും ഒരു നൂറുപേരെ തന്റെ ബ്ലോക്കിലേക്ക് കൊണ്ടുചെന്നിരുന്നു. അയാൾ അവരെ ആ നാലു ഭാഗത്തേക്കും പറഞ്ഞയച്ചു; ജിജ്ഞാസുക്കളായ പഴയ ആൾക്കാരെ ശകാരിച്ചു.

"ഹൗ അവരൊന്നു വിശ്രമിച്ചോട്ടെ. അവർക്ക് എന്തെങ്കിലും കുടിക്കാൻ കൊടുക്കൂ. റൊട്ടിതരാൻ കഴിവുള്ളവർ ഒന്നു സഹായിച്ചാൽ വളരെ നന്നായിരിക്കും."

അയാൾ തന്റെ റേഷൻ റൊട്ടി അലമാരയിൽനിന്നെടുത്ത് അവരുടെ ഇടയിൽ വിതരണം ചെയ്തു. മറ്റുള്ളവരും ആ മാതൃക ഏറ്റെടുത്തു. പരിചാരകർ അവർക്കു കാപ്പി കൊണ്ടുകൊടുത്തു. പുതപ്പുകൾ എടുത്ത് അടിയന്തരമായി കിടക്കകളുണ്ടാക്കി. നിരവധി പേർ തങ്ങളുടെ കിടപ്പിടം രോഗികൾക്ക് ഒഴിച്ചുകൊടുത്തു. പകൽ സമയത്ത് കിടക്കകൾ ഉപയോഗിക്കാൻ പാടില്ല എന്ന നിയമത്തെപ്പറ്റി ആരുമാരും ഒന്നും മിണ്ടിയില്ല. ആരാണ് എന്തെങ്കിലും നിഷേധിക്കാൻ ധൈര്യപ്പെടുക. നശിച്ചുപോകട്ടെ.

അവർ ആ മനുഷ്യരുടെ ശരീരത്തിൽനിന്നു വൃത്തികെട്ട തുണികളെല്ലാം അഴിച്ചുമാറ്റി. തീരെ നിവൃത്തിയില്ലാത്തവർ ഒന്നു നടു

നിവർത്താനായി വൈക്കോൽ ചാക്കിന്മേൽകിടന്നു. ഒന്നു വിശ്രമിക്കാൻ അവസരം കിട്ടിയപ്പോൾ അവർ സന്തോഷത്തോടെ ചിണുങ്ങി. ഉറങ്ങുക, ഉറങ്ങുക, ഉറങ്ങുക തന്നെ. അപ്രതിരോധ്യമായ ആവശ്യത്തിന്റെ മുമ്പിൽനിന്നു വിശപ്പുപോലും ഓടിയൊളിച്ചു.

ക്യാമ്പ് ഒന്നു ശാന്തമായി. കുറച്ചു ശക്തിയുള്ളവർ സ്വന്തമായി സൗകര്യം കണ്ടെത്തിയപ്പോൾ ബോച്ചൗവിന് അവരുമായി സംസാരിക്കാൻ സാധിച്ചു. മറ്റ് അന്തേവാസികളാൽ പരിസേവിതരായ അവർ കഥ പറയാൻ തുടങ്ങി.

"നോർഡോസനി"ലെ ഒളിവുക്യാമ്പിൽനിന്ന് അവരെ ഒഴിച്ചിട്ട് ആഴ്ചകൾ പലതായി. അവിടെ കുന്നിൽ ചരുവിൽ രഹസ്യമായ ഒരു ബോംബ് വ്യവസായശാലയുണ്ടായിരുന്നു. വഴിക്കുവെച്ച് ഹാൻബർസ്റ്റാററർ, മുൻഹൗസൻ, ലാഞ്ചൻസാൽവ എന്നീ തടങ്കൽപ്പാളയത്തിൽനിന്നുള്ള തടവുകാരും ഇവരുടെ കൂട്ടത്തിൽകൂടി.

അവരുടെ കൂടെത്തന്നെ മുന്നേറിവരുന്ന അമേരിക്കക്കാരിൽനിന്നു രക്ഷപ്പെടാൻ വെമ്പുന്ന എസ് എസുകാർ സമരമുഖങ്ങൾക്കിടയിൽ എത്തുമ്പോൾ അവരെ അങ്ങോട്ടും ഇങ്ങോട്ടും ഇട്ടടിച്ചിരുന്നു. യുദ്ധമുന്നണിയുടെ സമീപത്തും വളരെ ബുദ്ധിമുട്ടി അവർ തടവുകാരാണെന്നു മനസിലാക്കാൻ പ്രയാസമായിരുന്നതുകൊണ്ട് പലപ്പോഴും അവരുടെ നീണ്ടനിരകൾ താഴ്ന്നു പറക്കുന്ന വിമാനങ്ങളുടെ ആക്രമണത്തിനു വിധേയമാകാറുണ്ട്. അവർ ദയയന്യേ അവരുടെ അണികളിലേക്ക് നിറയൊഴിച്ചിരുന്നു. ഇതിൽപ്പെട്ട നശിച്ചവരുടെ എണ്ണം അതിഭീമമായിരുന്നു. വഴിക്കുവെച്ച് എസ് എസ് ഭടന്മാരുടെ വെടിയേറ്റു മരിച്ച രോഗികളുടെയും പരവശരുടെയും കാര്യം പറയുകയും വേണ്ട. കുറെപ്പേരെയെല്ലാം വഴിക്കുവെച്ചു ഹിറ്റ്ലറുടെ യുവജനസേന തകർത്തു കളഞ്ഞു. പ്രധാന റോഡിലൂടെയെല്ലാം പട്ടാളവും ടാങ്കുകളും പീരങ്കി വണ്ടികളും തിക്കിതിരക്കി യാത്രചെയ്തുകൊണ്ടിരുന്നതിനാൽ ഇവരൊക്കെ ഇടവഴികളെയാണ് ആശ്രയിച്ചത്. ഓഫീസർമാർ യാത്രചെയ്തിരുന്ന മോട്ടോർ സൈക്കിളുകളും മറ്റു വാഹനങ്ങളും ഹുങ്കാരവം മുഴക്കി അവരെ കടന്നുപൊയ്ക്കൊണ്ടിരുന്നു. സൈനിക സമൂഹത്തിന്റെ കൂടെ തന്നെ കുറെ അഭയാർഥികളും ഞെങ്ങിഞെങ്ങി യാത്രചെയ്തിരുന്നു. തോറ്റു പിൻവാങ്ങിയവർ ടൂറിൻജിയാറോഡുകളിലൂടെ ഇരമ്പിപ്പാഞ്ഞുകൊണ്ടിരുന്നു. കടത്തിക്കൊണ്ടുപോകാനാവാത്ത പീരങ്കിവണ്ടികളും വിമാനവേധതോക്കുകളുടെ വാഹനങ്ങളും റോഡുകളുടെയും വയലിന്റെയും ഇടയ്ക്കു കിടന്നിരുന്നു. അടിവെച്ചടിവെച്ചമട്ടിലായിരുന്നു അവരുടെ പലായനം.

വലിഞ്ഞമർന്ന മുഖത്തോടെയാണ് അന്തേവാസികൾ ഈ കഥകൾ കേട്ടുകൊണ്ടിരുന്നത്. അപ്പോൾ ഇതാണ് അവിടങ്ങളിലെ സ്ഥിതി. ടൂറിൻജിയയുടെ ഔട്ട്പോസ്റ്റുകളിൽ നിന്ന് ആളെ ഒഴിക്കണമെങ്കിൽ സമരമുഖം അത്ര അടുത്ത് എത്തിയിരിക്കണം. മറ്റേ ബ്ലോക്കുകളിലെ തടവുകാരും ഇതെല്ലാം കേൾക്കുന്നുണ്ടായിരുന്നു. ക്യാമ്പിലെ ജനങ്ങളുടെ ഇടയിൽ

പ്രതീക്ഷകളും ആശകളും തുടിച്ചുയർന്നു. ഏതു ദിവസവും അമേരിക്കക്കാരെ പ്രതീക്ഷിക്കരുതോ?......

മണി പതിനൊന്നായിട്ടില്ല. അപ്പോഴേക്കും സൈറൻ ഓളിയിടാൻ തുടങ്ങി. വ്യോമാക്രമണം! ഇത്രനേരത്തെയോ? ഇതുണ്ടാകാത്തതാണ്. ഇത്തവണ തടവുകാർ കൂട്ടം കൂടിയില്ല. മെഡിക്കൽ സ്ക്വാഡിലെ പതിനാറുപേർമാത്രം കവാത്തു മൈതാനത്തേക്ക് ഓടി. ഏപ്രിൽ 4-ാം തീയതിയിലെ മൂടൽ മഞ്ഞിൽ മുങ്ങിക്കുളിച്ചു വിറങ്ങലിച്ചു കിടക്കുകയായിരുന്നു ക്യാമ്പ്. മിന്നിത്തിളങ്ങുന്ന വെള്ളിപ്പറവകൾ ആകാശത്തിലൂടെ പറന്നുപോയതുമില്ല.

വീമാറിലേക്കു നീങ്ങുന്ന ട്രക്ക് നിരകളുടെ മുകളിലേക്ക് വളരെ ഉയരത്തിൽനിന്ന് അമേരിക്കൻ വിമാനങ്ങൾ താഴ്ന്നുവന്നതുകൊണ്ടായിരുന്നു ആ സൈറൻ മുഴങ്ങിയത്. എസ് എസ് മൈതാനിയിലെ തിരക്കുപിടിച്ച തയ്യാറെടുപ്പുകൾക്ക് അപകടസൂചന ഒരു വിരാമമിട്ടു. വെടിക്കോപ്പുകൾ സൂക്ഷിച്ചിട്ടുള്ള ബങ്കറുകളുടെ മുമ്പിൽ പകുതിനിറച്ച ട്രക്കുകൾ അനാഥമായി കിടന്നു. എസ് എസുകാർ സ്ഥലംവിട്ടു. അവരുടെ രക്ഷാസങ്കേതങ്ങളിൽ കുത്തിയിരിക്കുകയായിരുന്നു. മൂന്നു ഏഷ്ലൺ ശൃംഖലയിലെ പട്ടാളക്കാർ അവരുടെ കിടങ്ങുകളിലേക്ക് തലവലിച്ചു. വിദൂരതയിൽകിടന്നു പൊട്ടിച്ചീറുന്ന പീരങ്കികളുടെ പതുങ്ങിയ ശബ്ദം ആ കുന്നിൻ മുകളിലേക്ക് അരിച്ചെത്തിയിരുന്നു.

ഒരുമണിക്കൂർനേരം നീണ്ടുനിന്നു, അപകടസമയം. എല്ലാം ശാന്തമായ അടയാളം കിട്ടി അരമണിക്കൂറിന്നകത്ത്, പുറത്ത് ആ പതിനാറുപേർ കണ്ടുപിടിച്ച കാര്യങ്ങളെല്ലാം കോഹൻ ക്രാമറെ അറിയിച്ചു കഴിഞ്ഞിരുന്നു. അങ്ങേ അറ്റത്തുള്ള കാവൽമേഖലയിൽ അവർ ഒരു മൂന്നുവരി 'ഏഷ്ലൺ' കണ്ടുപിടിച്ചിരുന്നു. പോസ്റ്റുകൾക്കിടയിൽ കൂടുതൽ കൂടുതൽ തോക്കുകൾ ഉറപ്പിച്ചിരിക്കുന്നു. ഗോപുരങ്ങളിൽ കൂടുതൽ കൂടുതൽ കാവൽക്കാരും ആയുധസംഭരണവും അവർ കണ്ടുപിടിച്ചിരിക്കുന്നു. അവിടെ ത്വരിതമായ പ്രവൃത്തികൾ നടക്കുന്നുണ്ട് എന്നതിന്റെ ലക്ഷണമായിരുന്നു ഇതെല്ലാം. അപകടസൂചന അതിനെല്ലാം വിഘാതം വരുത്തി യിരുന്നു.

സംഗതികൾ ഉടനടി ബോച്ചൗവിനെ അറിയിക്കണം. ക്രാമർ അങ്ങോട്ടു നടന്നു. മുകളിലത്തെ നിലയിലേക്കുള്ള ഇഷ്ടികകോവണിയിലേക്ക് ബോച്ചൗ ക്യാമ്പു സീനിയറെ അനുഗമിച്ചു. അവിടെ അവർക്കു യാതൊരു അലട്ടുമില്ല. ക്രാമർ തന്റെ റിപ്പോർട്ടു നൽകി. ബോച്ചൗ ശ്രദ്ധിച്ചു. ക്യാമ്പിലെ ദൃഷ്ടിപഥങ്ങളിലെല്ലാം അലഞ്ഞുതിരിയുകയായിരുന്നു അയാളുടെ കണ്ണുകൾ. അനക്കമില്ലാതെ കിടക്കുകയാണ് ബ്ലോക്കുകൾ. ഒരൊറ്റ തടവുകാരനെപ്പോലും പുറത്ത് കാണാനുണ്ടായിരുന്നില്ല.

ദൂരെ ഗേറ്റിൽ കാവൽഗോപുരങ്ങൾ നിശ്ശബ്ദമായി തലയുയർത്തി നിന്നിരുന്നു. ശ്മശാനത്തിലെ കരിയണിഞ്ഞ ചിമ്മിനിയിലൂടെ വിറളി പിടിച്ച തീനാളങ്ങൾ ഉയരുന്നുണ്ട്. തീയിൽ വീണ്ടും വിറകുകൾ ഇടുക

യാണ്. കരിഞ്ഞ മാംസത്തിന്റെ നാറ്റം, അടുക്കളയിൽ നിന്നുയരുന്ന സൂപ്പിന്റെ മണത്തോട് ഇടകലർന്നു. ബോച്ചൗ കണ്ണിറുക്കി. ബ്ലോക്കുകളുടെ മോന്തായത്തിനപ്പുറത്ത് പടിപ്പുരയും മൈതാനവും കാണാം. ഗോപുരത്തിൽ പതിവുള്ള രണ്ടു യന്ത്രത്തോക്കിന്നു പകരം നാലെണ്ണം ഉണ്ടെന്ന യാൾക്ക് തോന്നി. ഗേറ്റിൽ എല്ലാം നിശ്ചലവും ശാന്തവും ആയിരുന്നു. അശുഭകരമായ ശാന്തത-ആഞ്ഞടിക്കുന്ന കൊടുങ്കാറ്റിന്റെ മുമ്പിലുള്ള അപകടം പതിയിരിക്കുന്ന ശാന്തത.

"അവരെന്തോ പരിപാടിയിട്ടിട്ടുണ്ട്' ബോച്ചൗ മുരണ്ടു.

പക്ഷെ ഇത്തവണ ഇതു വെറും ഊഹാപോഹമായിരുന്നില്ല. ഏതൊരു നിമിഷവും ഈ ശാന്തത പൊട്ടിത്തെറിച്ചേക്കും. ഉഗ്രരോഷം മനുഷ്യരുടെ ഇടയിലേക്ക് ചീറിപ്പാഞ്ഞെത്തും. ഈ പരിതഃസ്ഥിതികളിൽ, ഐ എൽ കെയുമായി ഒരു ചർച്ച അനുപേക്ഷണീയമായിരിക്കുന്നു. പക്ഷെ ആരുമാരും കാണാതെ എങ്ങനെയെത്തും 17-ാംനമ്പറിലേക്ക്. അടുക്കളയിൽ നിന്നുള്ള മണം, ഒരു ഒളിച്ചുകളിക്കുള്ള ആശയം നൽകി.

"കേൾക്കൂ, 17-ാം ബ്ലോക്കിലെ പരിചാരകർക്കു പകരം ഇന്ന് അടുക്കളയിലേക്കു ഐ എൽ കെ യിലെ സഖാക്കൾ പോകട്ടെ. അവർ ബ്ലോക്കിലേക്കുള്ള ഉച്ചഭക്ഷണം കൊണ്ടുപോകാം. ഞാനതു ശരിപ്പെടുത്താം. ആൾത്തിരക്കിൽ ആരും ഇതറിയാൻ പോണില്ല. നിങ്ങൾ അവരെ എങ്ങനെ സ്വരൂപിക്കും."

ബോച്ചൗവിനു ക്രാമറുടെ ചോദ്യം മനസിലായി. വിസാങ്കിന്റെ നിരോധനാജ്ഞ ഉണ്ടെങ്കിലും ക്യാമ്പിൽ എല്ലായിടത്തും നടക്കാൻ സ്വാതന്ത്ര്യമുള്ള ഏകവ്യക്തി ക്യാമ്പ് സീനിയറാണ്. അതിനാൽ ക്രാമർ മുഖാന്തിരമേ, അവരെ വിവരമറിയിക്കാൻ സാധ്യമാകൂ. വിവരമറിയിക്കേണ്ടവരുടെ പേരുകളും, അവർ ഏതൊക്കെ ബ്ലോക്കുകളിലാണെന്ന വിവരവും ബോച്ചൗ ക്രാമറെ അറിയിച്ചു. അയാളുടെ ചുമലിൽ കൈവെച്ചുകൊണ്ടു ബോച്ചൗ പറഞ്ഞു.

"വാൾട്ടർ! നിങ്ങൾക്ക് അത്യന്തം ക്ലേശകരമായ സമയമായിരിക്കും. മേലിൽ സർവകാര്യങ്ങളും നിങ്ങളുടെ ചുറ്റുമായിരിക്കും കറങ്ങുക."

ക്രാമർ ഇതിനൊന്നും പറഞ്ഞില്ല. അയാൾ ആ ക്രാതിയുടെ തുരുമ്പുപിടിച്ച അഴയിന്മേൽ മുറുക്കെ പിടിച്ചു. കുറച്ചുനേരം കഴിഞ്ഞപ്പോൾ ബോച്ചൗ തുടർന്നു.

"അനുനിമിഷം നിങ്ങളുടെ ജീവൻ ഭീഷണിക്കു വിധേയമാകും. നമുക്ക് സങ്കൽപ്പങ്ങളെല്ലാം പരിത്യജിക്കേണ്ട സമയമായി. നാൽപ്പത്തിയാറു പേരെ കണ്ടുപിടിക്കാൻ അവർക്കു കഴിഞ്ഞില്ലെങ്കിൽ..... നിങ്ങളെ..... അപകടം ഇപ്പോഴും നിലവിലുണ്ട്. ഇതിന്റെ പിന്നിലുള്ള തലച്ചോറ് നിങ്ങളുടേതാണെന്നേ അവർ കരുതുകയുള്ളൂ. തക്കസമയത്ത് നിങ്ങളും അപ്രത്യക്ഷനാകുകയല്ലേ നല്ലത്. 46, 47 ആയതുകൊണ്ടു വ്യത്യാസമൊന്നും വരാനില്ല."

ക്രാമർ ബോച്ചൗവിന്റെ മുഖത്തേക്കു നോക്കി. ചിന്തകൾ ഓടിക്കളി

ക്കുകയായിരുന്നു അവിടെ. ഇതേവരെ ബോച്ചൗവിൽനിന്നു മറച്ചു പിടിച്ചിരുന്ന ക്ലൂട്ടിക്കിന്റെ ഭീഷണിയെപ്പറ്റി ഓർക്കുകയായിരുന്നു ക്രാമർ.

"ഹെർബർട്ട്, നമുക്ക് തമ്മിൽ സംസാരിക്കാൻ ഇനി സമയമോ സന്ദർഭമോ കിട്ടിയില്ലെന്നു വന്നേക്കാം." വരണ്ട ചുണ്ടുകളോടെ അയാൾ പറഞ്ഞു. "അതുകൊണ്ടു ഒരു കാര്യം പറഞ്ഞാൽ കൊള്ളാമെന്നുണ്ട് എനിക്ക്. അതു മനസിൽവെച്ചോളൂ. അവസാനത്തിന് അൽപ്പംമുമ്പു മരിക്കാൻ എനിക്ക് ഒട്ടും ആഗ്രഹമില്ല. എനിക്കു ജീവിക്കണം എന്നെ തെറ്റിദ്ധരിക്കരുതെ. അന്ത്യത്തിന്റെ രൂപം എന്തുതന്നെയാവട്ടെ ഞാൻ ജീവിക്കാൻ ആഗ്രഹിക്കുന്നത്.....അതായത്.....എന്താണ് ഉണ്ടാകാൻ പോകുന്നത് എന്നു കാണാനുള്ള മോഹം എല്ലാവർക്കും ഉണ്ടാകുമല്ലോ ....." ക്രാമർ ഉദ്ദേശിച്ച മട്ടിലുള്ള തമാശരായ ഈ വാക്കുകൾക്ക് ഉണ്ടായിരുന്നില്ല. അയാൾ ആകാശത്തേക്കു നോക്കി. "കഴിഞ്ഞവർഷം ഞാൻ എന്റെ തടങ്കൽ ജീവിതത്തിന്റെ 11-ാമത്തെ കൊല്ലവും പൂർത്തിയാക്കി. പതിനൊന്നു നീണ്ട നീണ്ട സംവത്സരം. നശിക്കാൻ! അതുകൊണ്ട് വല്ല പ്രയോജനവും ഉണ്ടോ എന്നറിയണം!" ക്രാമർ ഒന്നും മിണ്ടാതെ ചുണ്ടുകൾ കൂട്ടിക്കടിച്ചു. ബോച്ചൗ ആ നിശ്ശബ്ദതയെ ആദരിച്ചു: സ്വന്തം വികാരത്തിൽ ദേഷ്യം തോന്നിയ ക്രാമർ സ്വയം ശകാരിച്ചു കുറ്റപ്പെടുത്തി "വിഡ്ഢിത്തം, എന്നെ കൊല്ലുകയോ? ശരി അങ്ങനെ ചെയ്തു എന്നു തന്നെയിരിക്കട്ടെ! ഐ എൽ കെയുടെ തലതട്ടി എന്നായിരിക്കും അവരുടെ ആശ്വാസം. ഐ എൽ കെയെ സംബന്ധിച്ചിടത്തോളം അതൊരു നല്ല കാര്യമായിരിക്കുകയില്ലേ. അങ്ങനെയല്ലേ ബോച്ചൗ, ഇതിന് ഉത്തരം പറയുമെന്ന് ഊഹിച്ചത് അന്തമില്ലായ്മയല്ലേ. അതുകൊണ്ട്" പരിഭ്രമത്തോടെ ക്രാമർ പറഞ്ഞു. "നാം ഇവിടെ വെറുതെ നിൽക്കുന്നു ഞാൻ ഇങ്ങനെ നീട്ടി, നീട്ടി...."

ക്രാമറുടെ ആശയം വളരെ നല്ലതായിരുന്നു.

"17-ാം നമ്പറിലെ ബ്ലോക്ക് സീനിയറോട് കുറെ വാക്കുകൾ, അയാൾ പരിചാരകരോടു കുറച്ചു വാക്കുകൾ. സംഗതി ഭദ്രമായി. ഭക്ഷണം കൊണ്ടുപോകാൻ വരുമ്പോൾ കുറെപ്പേരെക്കൂടെ കൊണ്ടുവന്നോളൂ. കുറെനേരത്തേക്ക് അവർക്ക് അലട്ടൊന്നും ഉണ്ടാവരുത്. പിന്നെ ഇതിനെ കുറിച്ചൊന്നും പറഞ്ഞുകൊണ്ടു നടക്കുകയും അരുത്."

യാതൊരു ചോദ്യവും ചോദിക്കാതെ പരിചാരകരിൽ രണ്ടുപേർ കുറെപ്പേരെ അടുക്കളയിലേക്ക് കൂട്ടിക്കൊണ്ടുപോയി. അവിടെനിന്ന് യാദൃച്ഛികമെന്നോണം അവരെ വീണ്ടും ബ്ലോക്കുകളിലേക്കുതന്നെ കൊണ്ടുചെന്നാക്കി. അവർ വേഗം ആളൊഴിഞ്ഞ ഒരു വലിയ മുറിയിലേക്ക് നീങ്ങി. ചെറിയ ബ്ലോക്കിലെ അന്തേവാസികളെപോലെതന്നെ വിരസരും ദയനീയരുമായിരുന്നു ഈ ബ്ലോക്കിലെയും ആൾക്കാർ. വിവിധ ദേശക്കാരായ കുറെപ്പേർ. അവർ ഇതിൽ യാതൊരു താൽപ്പര്യവും കാണിച്ചില്ല. ചർച്ചകൾ വേഗം അവസാനിക്കണം. ഭക്ഷണം കഴിഞ്ഞാൽ അവർക്ക് ഈ പാത്രങ്ങളെല്ലാം തിരികെ അടുക്കളയിലേക്കുതന്നെ കൊണ്ടുപോകേണ്ടതാണ്. എന്നാലേ അവർക്ക് ആരുമാരും സംശയി

ക്കാതെ ഈ സ്ഥലംവിട്ടു സ്വന്തം ബ്ലോക്കുകളിലേക്ക് പോകാൻ പറ്റുകയുള്ളൂ. മുള്ളുവേലിക്കപ്പുറമുള്ള മൂന്നു ഏഷ്ലോൺ, കാവൽ ഗോപുരങ്ങളിലെ യന്ത്രത്തോക്കുകൾ, സജ്ജമാക്കി വെച്ചിട്ടുള്ള കൈബോംബുകൾ, ബസൂക്കകൾ എന്നിവയെപ്പറ്റി മെഡിക്കൽ സ്ക്വാഡ് കൊണ്ടുവന്നിട്ടുള്ള റിപ്പോർട്ടിനെപ്പറ്റി ബോച്ചൗ പ്രസ്താവിച്ചു. ശവം തീനിയായ ഒരു പക്ഷിയെപ്പോലെ അപകടം എന്നത്തേക്കാളുമേറെയായി, ക്യാമ്പിനു മുകളിലൂടെ താഴ്ന്നു പറക്കുകയാണ്. ആളൊഴിക്കൽ നടപടികൾ ആരംഭിക്കുമ്പോൾ എന്തുചെയ്യണം? പലപ്പോഴും ചോദിക്കാറുള്ള ആ ചോദ്യത്തിന് ഒരൊറ്റ ഉത്തരമേ ഉണ്ടായിരുന്നുള്ളൂ. പക്ഷി താഴോട്ടു പറന്നുവരുമ്പോൾ അതിന്റെ പിടിയിൽനിന്നു കഴിയുന്നതും ആൾക്കാരെ തട്ടിപ്പറിച്ചു എടുക്കുക - ശാന്തമായ പ്രതിരോധംകൊണ്ട്, നീട്ടാനുള്ള ഓരോ തന്ത്രങ്ങൾ ഉപയോഗിച്ചു. പ്രതിരോധ സംഘടനക്കുണ്ടായിരുന്ന ആയുധങ്ങളും, കഴിഞ്ഞകാലങ്ങളിലെ ശ്രദ്ധാപൂർവമായ തയ്യാറെടുക്കലും ഇപ്പോൾ അർഥശൂന്യമായിരിക്കുന്നു. നീട്ടിക്കൊണ്ടു പോകാനുള്ള പരിപാടികളെ കുറിച്ചു കേൾക്കാനിഷ്ടമില്ലാതെ ഉടനടി സായുധവിപ്ലവത്തിന് കച്ചകെട്ടിയിറങ്ങണമെന്നുള്ള സാഹസികനായ പ്രിബുലയുടെ വാദമുഖങ്ങൾക്കെതിരായി വാദിക്കുകയായിരുന്നുവല്ലോ ഐ എൽ കെയിലെ എല്ലാ സഖാക്കളും. ഇപ്പോൾ അവർക്കു തോന്നി അയാളുടെ നിലപാടിൽ കാര്യമില്ലേ എന്ന്.

''എനിക്കു മനസിലാകുന്നില്ല'' അയാൾ പറഞ്ഞു. ''നിരവധി ആളുകളെ മരണത്തിന്റെ വക്രത്തിലേക്കു തെളിച്ചുകൊണ്ടുപോകുമ്പോൾ വിപ്ലവം പാടില്ലത്രേ? എന്തോ എനിക്കു മനസിലാക്കാൻ സാധിക്കുന്നില്ല. നാൽപ്പത്തിയാറുപേരിൽ ആരെയെങ്കിലും കണ്ടുപിടിക്കുമ്പോൾ മാത്രമേ ലഹള പാടുള്ളൂ. ഹൗ! എന്താണിതിന്റെ അർഥം?''

"പക്ഷെ എന്തായാലും അങ്ങനെ ചെയ്യാനേ ഇപ്പോൾ നിർവാഹമുള്ളു." ബോച്ചൗ ആ തീപ്പൊരി ചെക്കനെ ആശ്വസിപ്പിച്ചു. "നമുക്ക് ഈ അവസാന കൈ എടുക്കേണ്ടിവരില്ലെന്ന് ആശ്വസിക്കാം. അവസാനമായി. അർപ്പിക്കാനുള്ളത് ജീവിതമാണ്. അത് നമ്മിൽ നിലനിൽക്കുന്നിടത്തോളം കാലം നാം അതിനെ സംരക്ഷിക്കും. സമയം വരുമ്പോൾ വിപ്ലവമുണ്ടാക്കണമെന്നുതന്നെയാണ് എന്റെ പക്ഷം. പക്ഷെ സമയം ആയിട്ടില്ല."

ബോഗോർസ്കി ബോച്ചൗവിനോടു യോജിച്ചു. "സൈനികശക്തിയിലുള്ള അസമത്വംകൊണ്ട് മുന്നേറുന്ന സൈന്യവിഭാഗവുമായി സമ്പർക്കം പുലർത്താവുന്ന ഘട്ടത്തിൽ മാത്രമേ നമുക്കു വിപ്ലവം തുടങ്ങാനാകൂ. അത്രയ്ക്കൊന്നും സമയം ആയിട്ടില്ല. ബ്ലോക്കിൽ അട്ടിയട്ടിയായി ഇട്ടിരിക്കുന്നവർക്ക് എന്തെങ്കിലും ഒരു ലക്ഷ്യം മനസിലാക്കിക്കൊടുക്കണം. അരക്ഷിതത്വവും അനിശ്ചിതത്വവും അമ്പെ അടിച്ചമർത്തണം."

സംഘടനയിലെ ആൾക്കാരും ബ്ലോക്ക് സീനിയർമാരും ക്യാമ്പിലെ വിശ്വസിക്കാൻ പറ്റിയ മറ്റു സ്നേഹിതരും ഈ മുദ്രാവാക്യത്തെ മുറുക്കി പിടിക്കട്ടെ. ആളൊഴിക്കൽ നടപടികൾ കഴിയുന്നത്ര നീട്ടിക്കൊണ്ടു

പോകണം, ഓരോ ദിവസവും ഓരോ മണിക്കൂറും നമുക്കു ഗുണകരമായിരിക്കും. ഇതായിരുന്നു ബോച്ചൗവിന്റെ നിർദേശം.

"ഒരുപക്ഷെ നാളെയാകുമ്പോഴേക്കും നിലപാട് തീരെ മാറി നമുക്കു തികച്ചും വ്യത്യസ്തമായ തീരുമാനങ്ങൾ എടുക്കാറായേക്കും. ഒരുപക്ഷെ നാളേക്കു സമരമുഖം കുറെക്കൂടി അടുത്താകും. എന്നാൽ നമുക്ക് ശക്തിയെടുത്തുതന്നെ ആളൊഴിക്കലിനെ പ്രതിഷേധിക്കാം." ഈ വാക്കുകൾ പ്രിബുലയെ ലക്ഷ്യമാക്കിയാണ് അയാൾ പ്രയോഗിച്ചത്.

അടിയന്തരമായ അപകടം അവരുടെ ശ്രദ്ധയെ അത്രമാത്രം ആകർഷിച്ചിരുന്നതിനാൽ കുട്ടിയെപ്പറ്റിയുള്ള ആവലാതികളും പരിഭ്രാന്തിയും അങ്ങനെതന്നെ കിടന്നു. ആ സമയത്ത് ആരുംതന്നെ കുട്ടിയെക്കുറിച്ചോർത്തില്ല. ആരുംതന്നെ ക്രോപ്പിൻസ്കിയെയോ ഹോഫലിനെയോ ഗൗനിച്ചതുമില്ല. അൽപ്പനേരത്തിനുമുമ്പു സുധീരമായ വിധം നിറവേറ്റിയ, മരണോന്മുഖരായ ആ 46 പേരുടെ രക്ഷയുടെ കാര്യംപോലും അവർ മറന്നു.

എല്ലാവരുടെയും വിധിയെക്കുറിച്ചുള്ള ഒരു പ്രശ്നത്തിനു മുമ്പിൽ ഇതെല്ലാം വെറും രണ്ടാംതരം മാത്രമായിരുന്നു.

ഐ എൽ കെയുടെ രഹസ്യസമ്മേളനം നടക്കുമ്പോൾ വ്യോമാക്രമണ മുന്നറിയിപ്പുമൂലം ഇടയ്ക്കുവെച്ചു മുറിഞ്ഞുപോയ കൗൺസിൽ യോഗം ഷവാളിന്റെ ഓഫീസിൽ പുനരാരംഭിച്ചിരുന്നു. അമേരിക്കക്കാരുടെ പൊടുന്നനെയുള്ള ആക്രമണംമൂലം അവർ സംഭ്രാന്തരായിരുന്നു. ഇതുവരെ കൊണ്ടുനടന്ന ആത്മനിയന്ത്രണത്തെ അമ്പെ തകർക്കാൻ ഈ അൽപ്പസമയത്തെ അപകടസൂചന മതിയായിരുന്നു. തലയെടുപ്പോടെ പെരുമാറാൻ ശ്രമിച്ചിരുന്ന ഷവാളിനുപോലും ഇപ്പോൾ നേരേ നിൽക്കാനായില്ല. പൊതുവായ ഭീതിയും ഉദ്വേഗവും അയാളേയും അവശനാക്കിയിരുന്നു. എല്ലാവരും ഒരേ സമയത്ത് വർത്തമാനം പറയുകയും ആംഗ്യം കാണിക്കുകയും ചെയ്തു. അച്ചടക്കത്തിന്റെ യാതൊരു ലാഞ്ഛനയുമുണ്ടായിരുന്നില്ല. അവിടെ ഈ ബഹളത്തിനു മുകളിൽ കേൾക്കത്തക്കവിധത്തിൽ ഷവാൾ അലറി.

"ഇതാ മാന്യരെ! ഇവിടെ അമേരിക്കക്കാർ ഇതാ നമ്മുടെ കഴുത്തിൽ എത്തി. അമേരിക്കൻ ടാങ്കുകളുടെ സ്പിയർഹെഡ് ഗോഥയ്ക്കു സമീപമുള്ള പ്രദേശത്ത് എത്തി എന്ന് എനിക്കിതാ ഒരു സന്ദേശം കിട്ടിയിരിക്കുന്നു."

വികാരവിക്ഷോഭത്തോടെ ക്ലൂട്ടിക് അലറി. "എന്നിട്ടു നമ്മൾ ഇവിടെ പ്രസംഗിക്കുകയാണല്ലോ. കാവൽഗോപുരങ്ങളിൽ ശക്തമായ യന്ത്രത്തോക്കുകൾ കയറ്റിവെച്ചിരിക്കുന്നത് എന്തിനാണെന്ന് ഒന്നറിഞ്ഞാൽ കൊള്ളാം."

അയാൾ ജനക്കൂട്ടത്തിനിടയിലൂടെ രൗദ്രമൂർത്തിയായി അങ്ങോട്ടും ഇങ്ങോട്ടും നടന്നു.

"ഇവറ്റയെ മുഴുവൻ ചുട്ടെരിക്കൂ, എന്നിട്ടു നമുക്കു കടക്കാം പുറത്ത്."

അയാളുടെ അട്ടഹാസം ഉയർത്തിയ ആരവം പ്രതിഷേധത്തിന്റെയോ സമ്മതത്തിന്റെയോ ആണെന്നു തീർത്തുപറയാൻ വയ്യായിരുന്നു. പരിഭ്രാന്തി അവിടെ അലതല്ലി.

ഷവാൾ അനായാസമായി ആ ഡസ്കിന്റെ പിന്നിലേക്കു ചാടിമാറി പോക്കറ്റിൽനിന്ന് ഒരു കൈതോക്കു തപ്പിയെടുത്തു.

“മാന്യരെ!” അയാൾ ചീറി. എല്ലാവരും അയാളുടെ നേരെ നോക്കി. കയ്യിലെ ആയുധം അവർ കണ്ടു. വക്രിച്ച മുഖത്തോടെ ക്ലൂട്ടിക് ഷവാളിനെ തുറിച്ചുനോക്കി.

“ഞാനിതാ, ഒരു വെടിയുണ്ട എന്റെ തലച്ചോറിലേക്ക് അയയ്ക്കാൻ തയ്യാറാണ്. നിങ്ങൾക്ക് ഇഷ്ടമാണെങ്കിൽ അത് കഴിഞ്ഞ് നിങ്ങൾക്ക് ക്ലൂട്ടിക്കിന്റെ കൽപ്പന നിറവേറ്റാം. പക്ഷെ ഞാൻ ജീവിച്ചിരിക്കുന്നിടത്തോളം കാലം എന്റെ കൽപ്പനയ്ക്കേ ഇവിടെ പ്രാബല്യമുണ്ടാകുകയുള്ളൂ.”

തന്റെ പ്രകടനത്തിന്റെ ഫലം അയാൾ അവരുടെ മുഖത്തു തെളിഞ്ഞുകണ്ടു. അയാൾ തോക്ക് മേശയുടെ വലിപ്പിലേക്കിട്ട് അത് ആഞ്ഞടച്ചു.

“മാന്യരെ പരിഭ്രമിക്കേണ്ട. നമ്മുടെ സേന അതിന്റെ സ്ഥാനത്ത് സുശക്തമായി നിലയുറപ്പിച്ചിരിക്കുകയാണ്. അൽപ്പം ദിവസങ്ങൾക്കകത്ത് ക്യാമ്പ് ഒഴിയും. അപ്പോൾ നമുക്കു രക്ഷപ്പെടാൻ സൗകര്യം കിട്ടും. എന്റെ കൽപ്പന ബലത്തിൽ നിൽക്കുന്നു. അത് എസ് എസ് റീഷ് ഫ്യൂഹററുടെ ആജ്ഞയാണ്.

സ്വീലിങ്ങ് ഇതേവരെ കലവറമുറിയിൽ പ്രത്യക്ഷപ്പെട്ടിട്ടില്ല. അവിടത്തെ തടവുകാരിൽ ആർക്കും തന്നെ പണിയെടുക്കാൻ ഉദ്ദേശ്യമുണ്ടായിരുന്നില്ല. അവർ ഗുമസ്തന്മാരുടെ മുറിയിലും വസ്ത്രങ്ങൾ സൂക്ഷിച്ചിട്ടുള്ള മുറിയിലുമായി യാതൊന്നും ചെയ്യാതെ തൂങ്ങിത്തിരിഞ്ഞു നടന്നു. കമാന്റോവിന്റെ വിധി എല്ലാവരേയും വിഷമിപ്പിച്ചു. പിപ്പിഗ്ഗിന്റെ മരണം അവരെ നിശ്ശബ്ദരാക്കി.

റോസ് തന്റെ സ്ഥാനത്ത് തന്നെ ഇരുന്നു. ഒറ്റത്തടവുകാരൻപോലും അയാളോടു സംസാരിച്ചിരുന്നില്ല. തന്നെ ഇങ്ങനെ ഒറ്റയ്ക്കു വിട്ടിരിക്കുന്നതിൽ പ്രതിഷേധിക്കണമെന്ന് തോന്നിയെങ്കിലും ഒരൊറ്റ ആളുടെ മുഖത്തു നോക്കാനുള്ള ധൈര്യമുണ്ടായിരുന്നില്ല അയാൾക്ക്. പക്ഷെ അവരുടെ ശാന്തമായ പുച്ഛരസം അയാളെ തകർക്കുകയായിരുന്നു. മുഖവും വീർപ്പിച്ചു നിസ്സഹായനായി മേശക്കരികെ ഇരിക്കുകയല്ലാതെ അയാൾക്ക് ഒന്നും ചെയ്യാനുണ്ടായിരുന്നില്ല. അയാൾ മാത്രമേ എന്തെങ്കിലും പണിചെയ്തിരുന്നുള്ളൂ. തടവുകാരുടെ മൗനമായ നോട്ടത്തിനു ലക്ഷ്യമായത് ആ ചാരനായ വ്യൂറാച്ച് ആയിരുന്നു. തനിക്ക് എതിരായുള്ള രഹസ്യമായ കരാർ മനസിലാക്കിയ അയാൾ കഴിയുന്നതും നല്ലപിള്ള ചമയാൻ ശ്രമിച്ചിരുന്നു. യാതൊരു വിരാമവുമില്ലാതെ സംസാരിച്ച ഒരാൾ അയാളായിരുന്നു. അന്തേവാസികൾ എന്തെങ്കിലും സംസാരിച്ചിരുന്നെ

ങ്കിൽ അത് വരാൻപോകുന്ന ആളൊഴിക്കലിനെപ്പറ്റി മാത്രം. അവരെ സംബന്ധിച്ചിടത്തോളം എത്രയും വേഗമായാൽ അത്രയും നന്ന്. അന്തമില്ലാത്ത ഭയത്തെക്കാൾ എത്ര ഭേദമാണ് നിർണായകമായ അന്ത്യം.

വ്യൂറാച്ചിന്റെ സംസാരം ആദ്യമൊക്കെ നിശ്ശബ്ദമായാണ് അവർ സ്വീകരിച്ചിരുന്നത്. സഹിക്കാൻ വയ്യാതായപ്പോൾ ഗുമസ്തന്മാരുടെ മുറിയിൽ വ്യൂറാച്ചിന്റെ ഒപ്പമുണ്ടായിരുന്ന തടവുകാരൻ പറഞ്ഞു.

“അങ്ങനെ വന്നാൽതന്നെ അതിൽനിന്ന് ഞെരുങ്ങി പുറത്തുകടക്കാൻ മിടുക്കുള്ള ചിലരെല്ലാം ഇവിടെ ഉണ്ട്.”

വേറെ ഒരാൾ പറഞ്ഞു. “അതേ അതിനുമുമ്പ് അയാളെ അമ്പേ തുലച്ചിട്ടില്ലെങ്കിൽ......”

സന്ദർഭം വ്യക്തമായിരുന്നു. താൻ വളയപ്പെട്ടു എന്ന് വ്യൂറാച്ചിനു വ്യക്തമായി. അതിലെ ആന്തരികമായ ഭീഷണിയെ പുച്ഛരിച്ചുതള്ളാൻ അയാൾ ശ്രമിച്ചു. തടവുകാർ വീണ്ടും മൗനം ഭജിച്ചു. പക്ഷെ സംഗതികൾ അവരെ കഠിനമായി അലട്ടുന്നുണ്ടായിരുന്നു. പിടികിട്ടിയിരുന്നുവെങ്കിൽ! എടാ പട്ടി; നീ ഞങ്ങളെ ചതിച്ചില്ലെ? പിപ്പിഗ്ഗിന്റെ പേരിൽ നിന്റെ മനസാക്ഷിക്കു യാതൊരു പോറലും ഏറ്റിട്ടില്ലേ! എന്നൊന്നു ചോദിക്കാൻ സാധിച്ചിരുന്നുവെങ്കിൽ! പക്ഷെ അവർക്കു ധൈര്യമില്ല അവന്റെ കഴുത്തിൽ കയറിപ്പിടിക്കാനുള്ള സമയമായിട്ടില്ല.

ഉച്ചതിരിഞ്ഞപ്പോൾ സ്വീലിങ്ങ് വന്നു. ഹോർട്ടെൻസുമായി വാഗ്വാദം നടത്തിയ മട്ടുണ്ടായിരുന്നു അയാൾക്ക്. ഇനിയൊരിക്കലും തന്റെ മുഖം ക്യാമ്പിൽ കാണിക്കുകയില്ലെന്നയാൾ ഉറച്ചിരുന്നു. പക്ഷെ “നിങ്ങൾക്കതറിയില്ല” അതായിരുന്നു തത്വചിന്താപരമായ ന്യായീകരണം. പക്ഷെ....... പക്ഷെ ഹോർട്ടെൻസ് അയാളെ തല്ലിയോടിച്ചു.

“നിങ്ങളുടെ കൂടെയുള്ളവരെല്ലാം ഇപ്പോൾ ക്യാമ്പിൽ എത്തി നിങ്ങൾമാത്രം ഇവിടെ തൂങ്ങിത്തിരിഞ്ഞു നടക്കുകയാണ്.”

“എല്ലാവർക്കും ആദ്യം സ്വന്തം കാര്യം തന്നെ വലുത്.”

“ആദ്യം.....” ഹോർട്ടെൻസ് ചീറി. “സ്വന്തം ആൾക്കാർ ആദ്യം തട്ടിക്കളയുന്നത് നിങ്ങളെയായിരിക്കും......”

“എന്തിന് എന്നെ” അതായിരുന്നു സ്വീലിങ്ങിന്റെ ചോദ്യം.

“കൊള്ളാം, ബഹുമാന്യനായ ഹോപ്റ്റ്ശ്ചാർ ഫ്യൂരർ, ആദ്യം നിങ്ങൾ ഒരു യഹൂദചെക്കനെ തട്ടിക്കളിച്ചു. ഇപ്പോഴിതാ കമ്യൂക്കളെ തട്ടി പന്തുകളിക്കുന്നു.”

“ഞാൻ ക്ലൂട്ടിക് ആയിരുന്നുവെങ്കിൽ പറയും. ഇതാ, നമുക്കു വേണ്ട തെളിവുകൾ. അയാൾ പിൻവാതിലിലൂടെ വഴുതിമാറാൻ നോക്കുകയാണ്. ആ ഭീരുവായ നായ! നട്ടെല്ലു നിവർത്തിപ്പിടിക്കേണ്ട സമയമാണിപ്പോൾ. എന്തെന്നാൽ അവസാനം നിങ്ങൾക്കു സ്വന്തം ആൾക്കാരോടൊന്നിച്ചു പോകേണ്ടിവരും. അതോ, കമ്യൂക്കൾ എന്തെങ്കിലും സൗകര്യപ്പെടുത്തിത്തരുമെന്നു സ്വപ്നം കാണുകയാണോ?”

ഹോർട്ടെൻസ് ബീഭത്സമായി ചിരിച്ചു.

“എവിടെ നിങ്ങളുടെ യഹൂദ പയ്യൻ. ഇത്തവണ അവർ നിങ്ങളുടെ കണ്ണുകൾ നല്ലപോലെ മൂടിക്കളഞ്ഞു ഇല്ലേ?”

സ്വീലിങ്ങ് നാക്കുനീട്ടി കണ്ണു തുറുപ്പിച്ചു. ആദ്യത്തെ നിലപാടെല്ലാം മാറിയിരിക്കുന്നു. ആദ്യത്തെ അമേരിക്കക്കാർ വരുന്നതിനുമുമ്പുതന്നെ ആളൊഴിപ്പിക്കൽ തുടങ്ങും എന്നതിന്റെ സൂചനകൾ സ്പഷ്ടമായി കിട്ടിയിട്ടുണ്ട്..... അജ്ഞാതമായ സ്ഥലത്തേക്ക്. ഹോർട്ടെൻസ് പറയുന്നത് ശരിയാണ്. മറ്റുള്ളവരുടെ ഒപ്പംതന്നെ സ്വീലിങ്ങിനും ഓടിപ്പോകണം.

സ്വീലിങ്ങിന്റെ വ്യത്യസ്തമായ ഭാവം കമാന്റോവിനു മനസിലായി. അയാൾ ആരേയുംപറ്റി ആവലാതിപ്പെട്ടില്ല. തന്റെ പ്രവൃത്തിയിൽ യാതൊരു ഔത്സുക്യവും കാണിച്ചതുമില്ല. അയാൾ വേഗംതന്നെ സ്വന്തം മുറിയിലേക്കു പിൻവാങ്ങി അവിടെ കുത്തിയിരുന്നു. സ്വീലിങ്ങിന്റെ പെരുമാറ്റം വ്യൂറാച്ചിന് ഒരു മുൻകരുതലായിരുന്നു. ഈ മനുഷ്യനിൽനിന്ന് ഇനി യാതൊന്നും പ്രതീക്ഷിക്കുന്നില്ല. തടവുകാരിൽനിന്നാണെങ്കിൽ ആവശ്യത്തിലധികം ഭീഷണി ഉണ്ടുതാനും. അടച്ചു തുന്നിയ ഒരു പഴുതിൽ താൻ കൈകടത്തിയിരിക്കുകയാണ്. പക്ഷെ അതിൽനിന്നു രക്ഷപ്പെടാൻ താൻ എത്രയേറെ തലപുണ്ണാക്കുന്നു എന്നയാൾ പുറത്തേക്കു കാണിച്ചതേയില്ല.

# അഞ്ച്

## I

**കു**റെയേറെ നേരമായി പ്രതീക്ഷിച്ചുകൊണ്ടിരുന്നതാണെങ്കിലും, ഉച്ചതിരിഞ്ഞ നേരത്ത് ആ കവാത്തു മൈതാനിയിലൂടെ അലച്ചലച്ച് എത്തി, ബ്ലോക്കിൽ മുഴുങ്ങിയ ആ കൽപ്പന അമ്പെ തകർക്കുന്ന മട്ടിലുള്ള ഒരാഘാതമായിരുന്നു.

എല്ലാ ജൂതന്മാരും ഉടനടി കവാത്തു മൈതാനത്തിൽ വന്ന് അണി നിരക്കണം.

റീനിബോത്തിന്റെ ശബ്ദം ബ്ലോക്കിലെ പിറുപിറുപ്പിന് ഒരു വിരാമമിട്ടു. പക്ഷെ ഒരൊറ്റ നിമിഷത്തേക്ക് മാത്രം. ഒന്നു ശ്വാസം വിടാനുള്ള നേരം മാത്രം.

“അതാ അതു തുടങ്ങി! അതു തുടങ്ങി! — ജൂതന്മാരാണ് ആദ്യം പോകേണ്ടത്!”

“മൂശയെല്ലാം വാർത്തുകഴിഞ്ഞു — ഇനി.......”

ആളൊഴിക്കൽ തുടങ്ങിയിരിക്കുന്നു! വാസ്തവം! ആദ്യം ജൂതന്മാരായിരുന്നു. പക്ഷെ ഇനി താനും തന്റെ ബ്ലോക്കും—ഇതായിരുന്നു എല്ലാവരുടെയും വിചാരം. മിക്കവരും തയ്യാറെടുത്തു. പുതപ്പുകൾ ചുരുട്ടി തട്ടുമുട്ടു സാമാനങ്ങളെല്ലാം പെറുക്കിക്കൂട്ടി.

ചിലർ ആളൊഴിക്കലിൽനിന്നു രക്ഷപ്പെടാൻ സാഹസികമായ ചില പരിപാടികളെല്ലാം ആസൂത്രണം ചെയ്തിരുന്നു. ഭൂമിയിൽ ദ്വാരമുണ്ടാക്കി അതിലൊളിക്കുക...... ബാരക്കിന്റെ അടിയിലേക്ക് നൂണ്ടുകയറുക..... അങ്ങനെപോയി സങ്കൽപ്പങ്ങൾ! തടുക്കാനാവാത്ത ആ കൽപ്പന അവരെ അമ്പരപ്പിച്ചു...... അവരെ മാരകമായ ആശയിൽ ബന്ധിച്ചു.

ക്യാമ്പിലെ ആറായിരം വരുന്ന യഹൂദ തടവുകാരുടെ ഇടയിൽ ഈ കൽപ്പന ഭയത്തിന്റെയും നൈരാശ്യത്തിന്റെയും ഒരു വേലിയേറ്റം തന്നെയുണ്ടാക്കി. ആദ്യം അവർ ഭയന്നു നിലവിളിച്ചു. ക്യാമ്പിലെ സുര

ക്ഷിതത്വം ഉപേക്ഷിച്ചു പോകാൻ അവർ തയ്യാറായിരുന്നില്ല. അവർ ഉറക്കെ ഉറക്കെ നിലവിളിച്ചു. എന്തുചെയ്യണമെന്ന് അവർക്ക് അറിയാൻ വയ്യായിരുന്നു. ഭീകരനായ ഒരു ചെന്നായയെപ്പോലെ ഭീതിദമായ ആ കൽപ്പന അവരുടെ ദേഹത്തിലേക്ക് കുതിച്ചുചാടി. അവിടെ കൂർത്തു മൂർച്ചയേറിയ പല്ലുകൾ ആഴ്ത്തിയിരുന്നു. അതിനെ തല്ലിയകറ്റാൻ അവർക്കു സാധ്യമാകുന്നില്ല. ക്യാമ്പ് വിടരുത് എന്ന വിസാങ്കിന്റെ കൽപ്പന ധിക്കരിച്ച കുറെ ജൂതന്മാർ ഭയാക്രാന്തരായി ഉന്മത്തരെപ്പോലെ പുറത്തേക്ക് ഓടി. അവർ മറ്റു ബ്ലോക്കുകളിലേക്കും, പകർച്ചവ്യാധിക്കാരുടെ ബാരക്കിലേക്കും, ചെറിയ ക്യാമ്പിലെ ആസ്പത്രിയിലേക്കും പാഞ്ഞു.

"സഹായിക്കണേ! ഞങ്ങളെ എവിടെയെങ്കിലും ഒളിപ്പിക്കണേ!"

"ഞങ്ങൾ നിങ്ങളെ എവിടെ ഒളിപ്പിക്കും. ഞങ്ങളും പോകേണ്ടവർ തന്നെ!"

എന്നിരുന്നാലും ബ്ലോക്കുകൾ അവരെ സ്വീകരിച്ചു. ജൂതന്മാരാണ് അവർ എന്നു കാണിച്ചിരുന്ന അടയാളങ്ങളെല്ലാം ചീന്തിക്കളഞ്ഞ് അവർക്കു പുതിയ വ്യക്തിത്വ അടയാളങ്ങൾ നൽകി. കോഹൻ ഹർജിക്കാരെയെല്ലാം കട്ടിലിൽ കിടത്തി അവർക്ക് പുതിയ അടയാളങ്ങളും നമ്പറും നൽകി. കുറെപ്പേർ സ്വന്തമായ രഹസ്യസ്ഥലങ്ങൾ കണ്ടെത്തിയിരുന്നു. കുറെപ്പേർ ആതുരശാലയിലെ നിലയറയിൽ ഒളിച്ചു. കുറെപ്പേർ ചെറിയ ക്യാമ്പിലെ ലായങ്ങളിലേക്ക് ഓടിക്കയറി. അവിടത്തെ ജനക്കൂട്ടത്തിൽ ലയിച്ചു. അതൊരു ബോധമറ്റ പ്രവൃത്തിയായിരുന്നു. എന്തെന്നാൽ മറ്റു രാഷ്ട്രങ്ങളിലെ ജൂതന്മാരെയെല്ലാം അവിടെയാണ് പാർപ്പിച്ചിരുന്നത്. പക്ഷെ ചെന്നായ പിന്നാലെ കുതിച്ചെത്തുമ്പോൾ ആർക്കുണ്ടാകും ആലോചനയും തന്റേടവും?.

ബ്ലോക്കിൽ തന്നെ ഇരുന്ന ജൂതന്മാർ അവസാനം ആ മാരകമായ കൽപ്പനയുടെ തളർച്ചക്കു കീഴടങ്ങി. അവരുടെ പതറിയ കണ്ണുകൾ ആസന്നമായ വിധിയിൽതന്നെ തറച്ചുനിന്നു. ജൂതന്മാർ തന്നെയായിരുന്നു ബ്ലോക്ക് സീനിയർമാർ. അവർക്ക് അവരെ ഗേറ്റിലേക്കു മാർച്ചുചെയ്തു കൊണ്ടുപോകാനുള്ള മനഃസ്ഥിതി ഉണ്ടായിരുന്നില്ല. അവിടെ മരണം പതിയിരിക്കുകയാണ്. അതിനെ നിൽക്കുന്നിടത്തുതന്നെനിന്നു കാത്താൽ പോരെ!

ബോച്ചൗ തന്നോടുതന്നെ അടരാടുകയായിരുന്നു. വിജനമായ ആ ക്യാമ്പിലേക്ക് ഓടിപ്പോകാനുള്ള ധൈര്യം തനിക്കുണ്ടാകുമോ? ഐ എൽ കെ സഖാക്കളിൽ മറ്റാരുണ്ട് ഇപ്പോൾ ക്രാമറോടൊപ്പം നിൽക്കാൻ - അങ്ങനെ അയാൾ ഗുമസ്തന്മാരുടെ മുറിയിലേക്ക് ഓടി.

"ശരി, എന്തായി ഇപ്പോൾ" താൻ അയാളെ തന്നെ കാത്തിരിക്കുകയായിരുന്നു എന്നമട്ടിൽ ക്രാമർ ചോദിച്ചു. ആ ചോദ്യത്തിൽ നിസ്സഹായതയുടെ യാതൊരു ലാഞ്ചനയുമുണ്ടായിരുന്നില്ല.

"കഴിയുന്നിടത്തോളംകാലം ഈ യാത്ര നീട്ടിവയ്ക്കണം."

"പക്ഷെ എത്രനേരം നമുക്ക് ജയിച്ചു നിൽക്കാനാകും."

"സാരമില്ല, വാൾട്ടർ, മണിക്കൂറുകൾ തന്നെയാണെങ്കിലും സാരമില്ല. വെറും മണിക്കൂറുകൾ തന്നെയാണെങ്കിലും സാരമില്ല."

ഉച്ചഭാഷിണിയിൽ ഒരു കിരുകിരുപ്പ്. റീനിബോത്തിന്റെ ശബ്ദം വീണ്ടും മുഴങ്ങി. പക്ഷെ ഇത്തവണ അതിൽ അലസതയോ പരിഹാസമോ ഉണ്ടായിരുന്നില്ല.

"ക്യാമ്പ് സീനിയർ റിപ്പോർട്ട് ഫ്യൂഹററുടെ അടുക്കലേക്ക് വരണം."

ഓരോ പ്രഖ്യാപനവും ഓരോ ചെറിയ ആഘാതവുമേന്തിയാണ് അണയുന്നത്. ക്രാമർ ആകുലപ്പെട്ടു. അങ്ങോട്ടും ഇങ്ങോട്ടും നടന്നു. ശത്രുവായ ആ ഉച്ചഭാഷിണിയെ അടിക്കാനെന്ന മട്ടിൽ കൈപൊക്കി.

"ങ! ഈ നരകം!"

ക്രാമർ തൊപ്പിയെടുത്ത് തലയിൽവെച്ച് കോട്ടു ധരിച്ചു. ധൃതിപിടിച്ച ആ ചലനങ്ങൾ നോക്കിക്കൊണ്ടു നിന്നു ബോച്ചൗ.

"വാൾട്ടർ!"

"ശരി, എന്ത്!"

അവർക്കു പറയാനുള്ളതെല്ലാം ആ ചുരുക്കം വാക്കിൽ ഒതുങ്ങി നിന്നു. അതവർക്കു മനസിൽതട്ടി. ക്രാമർ ചുമ്മാ കൈവീശി അത് അവഗണിച്ചു.

"നമുക്കതിനെപ്പറ്റി സംസാരിക്കാതിരിക്കാം. നിങ്ങൾ ബ്ലോക്കുകളിലേക്കു മടങ്ങിക്കോളൂ. ഞാനെല്ലാം ശരിപ്പെടുത്തിക്കോളാം."

റീനിബോത്ത് അക്ഷമയോടെ ക്രാമറെ സമീപിച്ചു.

"യഹൂദർ എവിടെ? ദയവായി ആ ചെകുത്താന്മാരെ ഒന്നു കൂട്ടിക്കൊണ്ടുവരൂ. അതോ ഇനി ഇതിനെപ്പറ്റി ഒന്നും ആലോചിക്കേണ്ട എന്നാണോ നിങ്ങളുടെ വിചാരം?"

"ഞാൻ ബ്ലോക്കിലായിരുന്നു. അങ്ങയുടെ കൽപ്പന നിറവേറ്റാൻ ഞാൻ കഴിയുന്നതും ശ്രമിച്ചു."

"ശ്രമിച്ചു, ഉം ശ്രമിച്ചു" അയാൾ ഗർജിച്ചു.

"ഒരു മണിക്കൂറിനകത്ത് അവരെ ഇവിടെ കൊണ്ടുവരണം. അല്ലെങ്കിൽ നിങ്ങളെ ദൈവം തന്നെ രക്ഷിക്കട്ടെ!"

ജൂതന്മാരുടെ ബ്ലോക്കുകളിലേക്കുള്ള യാത്ര വളരെ പ്രയാസമേറിയതായിരുന്നു. ഷൂസിൽ ഈയക്കട്ടിയുണ്ടെന്നു ക്രാമർക്കുതോന്നി. അയാളുടെ ഉള്ളിൽ എന്തോ ഇരുന്നു വിളിച്ചുപറഞ്ഞു, 'സഖാക്കളെ സഖാക്കളെ, ബ്ലോക്കിൽതന്നെ ഇരുന്നോളൂ, ആരും അവിടം വിടരുത്. നോക്കൂ, ഞങ്ങളുടെ കയ്യിൽ ആയുധങ്ങളുണ്ട്. ഞങ്ങൾ നിങ്ങളെ രക്ഷിച്ചോളാം.' പക്ഷെ ഉജ്ജ്വലിക്കുന്ന ആ നിലവിളി താനേ കെട്ടടങ്ങി. ക്രാമർ ആദ്യത്തെ ബ്ലോക്കിലേക്കു കടന്നു ചെന്നു.

ഭയാക്രാന്തമായ മുഖത്തോടെ, ഗദ്ഗദമുതിരുന്ന തൊണ്ടകളുമായി ആ നിർഭാഗ്യർ അയാളെ വളഞ്ഞു. അയാളാണ് അവരുടെ ഏകാശ്രയമെന്ന മട്ടിൽ!

"ഞങ്ങൾ ഇവിടെ താമസിക്കുകയാണ്. ഞങ്ങൾ എങ്ങും പോകുന്നില്ല."

ആ കയ്പേറിയ കടമ നിർവഹിക്കാൻ ക്രാമർക്ക് തന്റെ സർവ ശക്തികളുമെടുക്കേണ്ടിവന്നു.

"സഖാക്കളെ നിങ്ങൾക്കു പോകാതിരിക്കാൻ യാതൊരു നിർവാഹവുമില്ല. ഞങ്ങൾക്കും പോകേണ്ടിവരും."

ക്രാമർ തനിക്കു ചിരപരിചിതനായ ആ ചെറുപ്പക്കാരൻ ബ്ലോക്ക് സീനിയറുടെ നേരെ തിരിഞ്ഞു.

"അഖിം, ഇവരെ വരിവരിയായി നിർത്തൂ. പക്ഷെ പതുക്കെ, പതുക്കെ വളരെ വളരെ പതുക്കെ മതി കേട്ടോ! അയാൾ അവിടെകിടന്നു കൂവി വിളിക്കട്ടെ. ഒരുപക്ഷെ ഇരുട്ടാവുന്നതുവരെ ഇതു നമുക്കു നീട്ടിക്കൊണ്ടു പോകാൻ സാധിക്കുമായിരിക്കാം. രാത്രി അവർക്കു പറഞ്ഞയക്കാൻ പറ്റില്ലല്ലോ. നാളെയ്ക്ക് എന്തെങ്കിലും വ്യത്യസ്തമായ സംഭവഗതികൾ ഉണ്ടായേക്കാനും മതി."

തങ്ങളുടെ ബ്ലോക്കാഫീസറുടെ കൽപ്പന വളരെയേറെ സന്ദേഹത്തോടെ അവർ നടത്തുന്നതു കണ്ടപ്പോഴും അയാൾ ഒന്നും മിണ്ടിയില്ല.

അയാൾ മറ്റു ബ്ലോക്കുകളിലേക്കു നീങ്ങി. അവിടെയും അതുതന്നെയായിരുന്നു സ്ഥിതി. എന്തുചെയ്യേണ്ടൂ എന്നറിയാത്ത ജനങ്ങളെ വരിവരിയായി നിർത്തിയപ്പോഴൊക്കെ അവർ വീണ്ടും വീണ്ടും തിരിഞ്ഞു ബ്ലോക്കുകളിലേക്കുതന്നെ ഓടി. മാർച്ചുചെയ്യാൻ പറ്റിയ അണികൾ ഉണ്ടാക്കാൻ സാധിക്കുന്നതേയില്ല. ജൂതന്മാരുടെ ബ്ലോക്കുകളുടെ സമീപമുള്ള ജനൽവാതിൽക്കൽ തടവുകാർ തിക്കിതിരക്കി ഈ നിർഭാഗ്യവാന്മാരുടെ യാതനകൾ നോക്കിക്കൊണ്ടുനിന്നു. പോളണ്ടുകാരും അവരുടെ ബ്ലോക്കിൽനിന്ന് ഇതെല്ലാം നോക്കി കാണുന്നുണ്ടായിരുന്നു.

പ്രതിരോധ നിരയിലെ ഏതാനും സഖാക്കളുമായി പ്രിബുല ജനവാതിൽക്കൽ തൂങ്ങിനിൽക്കുന്നുണ്ടായിരുന്നു. അയാൾ മുഷ്ടി ജനൽച്ചില്ലയിൽ അമർത്തിപ്പിടിച്ചു.

"നാശം! ഇതെല്ലാം വെറുതെ നോക്കിനിൽക്കേണ്ടി വരുന്നുവല്ലോ. നാശം."

സഖാക്കൾക്ക് അയാൾ പറയുന്നത് മനസിലായി. ഒന്നും മിണ്ടാതെ ചുണ്ടുകൾ കടിച്ചമർത്തി. കണ്ണുകളിൽ കടുത്ത ജ്വാലയുമായി അവർ പുറത്തു നടക്കുന്ന നാടകം നോക്കിനിന്നു. ഈ ബഹളത്തിനിടയിൽ ഒരു ചിട്ടവും ചിതവും വരുത്താൻ ക്രാമർ ഒട്ടും തന്നെ ശ്രമിക്കുന്നില്ലെന്നും അവർക്കു മനസിലായി.

ഒരു ബ്ലോക്കിലെ ആൾക്കാരെയെല്ലാം കഷ്ടിപിഷ്ടിയായി നിരത്തി നിർത്തി എന്നു വരുമ്പോൾ ക്രാമർ മറ്റേ ബ്ലോക്കിലേക്ക് നടക്കും ഉടനടി അണികളെല്ലാം ചിന്നഭിന്നമാക്കി അവർ ബ്ലോക്കുകളിലേക്ക് ഓടും. ഒരു മണിക്കൂർ നേരത്തോളം ഈ ഓട്ടമായിരുന്നു.

"എവിടെ യഹൂദർ! ക്യാമ്പ് സീനിയർ, ഉടനടി അവരെ ഇങ്ങോട്ട് ആനയിക്കൂ."

വിളിച്ചുകൂവി ഓടിനടന്നിരുന്നവരെ പ്രയാസത്തിലാക്കി ഉച്ചഭാഷിണിയുടെ ഈ ക്രൂരമായ അലർച്ച. ഒരു ബ്ലോക്കിന്റെ മുമ്പിൽ ഏതാണ്ടു മാർച്ച് ചെയ്യാൻ പറ്റിയതരത്തിലുള്ള ഒരു നിര ഉടലെടുത്തതാണ്. പക്ഷെ മറ്റേ ബ്ലോക്ക് തയ്യാറാവുന്നതുവരെ മാത്രമേ ഇതു നിലനിന്നുള്ളൂ. അപ്പോഴെക്കും അണികൾ തകർന്നു. ചിലരെല്ലാം ബ്ലോക്കുകളിലേക്കു പാഞ്ഞു. കുറെപ്പേർ നിലവിളി, കൂക്കുവിളി, ശാപം, മോങ്ങൽ, തേങ്ങൽ, പ്രാർഥന എന്നിവയിൽ അഭയം തേടി. അവർ ഓരോരുത്തരെയായി കെട്ടിപ്പിടിക്കുകയും, ഉമ്മവയ്ക്കുകയും യാത്രപറയുകയും ചെയ്തിരുന്നു. ബ്ലോക്ക് സീനിയർ വീണ്ടും അവരോടു അണിയായി നൽക്കാൻ ആജ്ഞ നൽകി. അവർ ശയ്യാഗാരത്തിലേക്ക് ഓടി. കട്ടിലിന്റെ ചുവട്ടിലേക്ക് നൂണ്ട് കക്കൂസുകളിൽ കയറി ഒളിച്ചു. പക്ഷെ അതിലൊന്നും ഒരു കാര്യവുമുണ്ടായിരുന്നില്ല. ചെന്നായയുടെ ക്രൂരദംഷ്ട്രങ്ങൾ അവരുടെ ദേഹത്തിൽ പൂണ്ടു അവരെ ദ്രോഹിക്കാൻ ആരംഭിച്ചുകഴിഞ്ഞിരുന്നു. അവർക്ക് ഒളിക്കാനൊന്നും സാധ്യമല്ല. അതിനി കുടഞ്ഞുകളയാൻ യാതൊരു വഴിയുമില്ല.

വീണ്ടും ഉച്ചഭാഷിണിയുടെ ഭീഷണി.

“ക്യാമ്പ് സീനിയർ! അവരെ വേഗം വേഗം അണിയായി നിർത്തൂ.”

ബ്ലോക്കിന്റെ പ്രവേശനദ്വാരത്തിൽ തേനീച്ചകളെപ്പോലെ ആർത്ത് ഇരമ്പി അട്ടഹസിച്ചു നിന്നിരുന്ന തടവുകാരുടെ ഇടയിൽക്കൂടി ഒരുവിധം തിക്കിത്തിരക്കി ക്രാമർ ആ ചെറുപ്പക്കാരൻ ബ്ലോക്ക് സീനിയറുടെ ഡസ്കിന്റെ അരികിൽപോയി വീണു. അഖിമിന്ന് അയാളുടെ വിഷമം മനസിലായി.

“നമുക്കങ്ങോട്ടു പോകാം. വേറെ വഴിയൊന്നുമില്ല.”

ക്രാമർ കൈമലർത്തി, മുഷ്ടി ചുരുട്ടി ഡസ്കിൽ ഇടിച്ചു.

പിരിമുറുക്കം പൊട്ടിത്തെറിക്കാറായി. ചാടിയെഴുന്നേറ്റു പുറത്തേക്ക് ഓടുന്ന അഖിമിനോടയാൾ വിളിച്ചുപറഞ്ഞു.

“അയാൾ അവിടെ കിടന്ന് അലറുമ്പോഴെല്ലാം അവരെ നിരയാക്കി നിർത്തിക്കോളൂ. ചുമ്മാ അണിയായി നിർത്തിയാൽ മാത്രംമതി.”

ഷവാൾ, ജൂതന്മാരെ തയ്യാറാക്കി നിർത്തണമെന്ന് നിരവധി പ്രാവശ്യം റിപ്പോർട്ട് ഫ്യൂഹററോട് ആജ്ഞാപിച്ചു കഴിഞ്ഞിരുന്നു. ഒരു പറ്റം ബ്ലോക്ക് ഫ്യൂഹറർമാർ, കെട്ടിയിട്ട വേട്ടപ്പട്ടികളെപ്പോലെ ഗേറ്റിലുള്ള അവരുടെ മുറിയിൽ തിങ്ങിക്കൂടിയിരുന്നു. അരമണിക്കൂർ കഴിഞ്ഞു, കവാത്തുമൈതാനം അപ്പോഴും വിജനം തന്നെ.

ക്യാമ്പിനെ ആകെ തകർക്കുന്ന ഈ സമയത്തും, ഇങ്ങനെ ബ്ലോക്കിൽതന്നെ ചുരുണ്ടുകൂടേണ്ടിവന്ന ഗതികേട് ഒന്നു ഒഴിവാക്കി കിട്ടാൻ ബോച്ചൗ എന്തെന്തുതന്നെ നൽകുകയില്ല!

ഭയങ്കരമായ അക്ഷമയും കുത്തിപ്പിളർക്കുന്ന അനിശ്ചിതാവസ്ഥയും കടിച്ചമർത്തി അയാൾ അവിടെതന്നെ കുത്തിയിരുന്നു. ക്രാമർ ഇപ്പോൾ എന്തു ചെയ്യുകയായിരിക്കും? ജൂതന്മാരുടെ കമാന്റോവിൽ ഇപ്പോൾ

എന്തു നടക്കുകയായിരിക്കും? എന്തായിരിക്കും ഇപ്പോൾ പടിക്കൽ സംഭവിക്കുക? ഇതാ ഞരമ്പിനെ തകർത്തുകൊണ്ടു വീണ്ടും കൽപ്പന,. "ക്യാമ്പ് പെട്രോൾ ഉടനടി ഗേറ്റിലേക്കു വരണം."

റീനിബോത്തിന്റെ ശബ്ദത്തിൽ ഒരന്ത്യശാസനത്തിന്റെ മുഴക്കമുണ്ടെന്നു ബോച്ചൗ കണ്ടുപിടിച്ചു. "ഇതു കളിയല്ല." ഊണു കഴിക്കുന്ന മുറിയിൽ ബോച്ചൗവിനോടൊപ്പമുണ്ടായിരുന്ന തടവുകാർ, ഓരോ പ്രഖ്യാപനം കഴിയുന്തോറും കൂടുതൽ കൂടുതൽ പൈശാചികവും ആപൽക്കരവുമായി തോന്നുന്ന ആ ഉച്ചഭാഷിണിയെ വേദനയോടെ തുറിച്ചുനോക്കി.

"അതാ, അവർ ക്യാമ്പുപെട്രോളിനെ വിളിക്കുകയാണ്."

പെട്ടെന്നു വേറെ ഒരാൾ നീട്ടിപ്പാടി. കുറെപ്പേർ ചിരിച്ചു. അതൊരു വിരസമായ കുരപോലിരുന്നു.

സാധാരണ ഇരട്ടിച്ച വേഗതയിലാണ് ക്യാമ്പ് പെട്രോൾ പോകുക. യാതൊരു ധൃതിയും കാണിക്കാതെ ഇത്തവണ അവർ കവാത്ത് മൈതാനത്തിൽ അണിയണിയായി നിരന്നു. അതിനുതന്നെ കുറച്ചു സമയം വേണ്ടിവന്നു. ഓരോ നിമിഷവും നീട്ടിനീട്ടി കൊണ്ടുപോകാൻ ശ്രമിക്കുകയായിരുന്നു അവർ.

സൂക്ഷ്മതയോടെ, മുമ്പിലെ ജനവാതിൽക്കലിലൂടെ നോക്കിക്കൊണ്ടു നിന്നിരുന്ന തടവുകാർ, നൂറുകണക്കിനു ക്യാമ്പു പെട്രോൾ അവിടെ നിരന്നപ്പോൾ പടിക്കൽ എന്താണി നടക്കുന്നത് എന്നു ശ്രദ്ധിച്ചു.

റീനിബോത്ത് ഗേറ്റ് കടന്നുവരുന്നതും, ക്യാമ്പ് പെട്രോൾ കാപോ, റിപ്പോർട്ടു കൊടുക്കുന്നതും, യുവാവ് കൽപ്പനകൾ നൽകുന്നതും അവർ കണ്ടു. ക്യാമ്പ് പെട്രോൾ മാർച്ച് ചെയ്യാനുള്ള രൂപത്തിൽ നിരക്കുന്നതും റീനിബോത്ത് ഗേറ്റ് കടന്ന് അപ്രത്യക്ഷനാകുന്നതും അവർ കണ്ടു. അൽപ്പസമയം കഴിഞ്ഞ് ഗേറ്റ് കാവൽക്കാരൻ പടിയുടെ രണ്ടു കതകുകളും മലർക്കെ തുറന്നു. ഗദാധാരികളായി കുറെ ബ്ലോക്ക് ഫ്യൂഹറർമാർ ഗേറ്റിലൂടെ കുതിച്ചെത്തുന്നതും, കവാത്ത് മൈതാനത്തിലേക്ക് ഓടിക്കയറുന്നതും അവരുടെ കണ്ണിൽപ്പെട്ടു. ജനവാതിൽക്കൽ നിൽക്കുന്നവരുടെ ഇടയിൽ പരിഭ്രാന്തി അലതല്ലി. അവർ ജൂതന്മാരെ അന്വേഷിക്കുകയാണ്. അവർ മുരണ്ടു.

പുതിയതായി ചീറ്റിയടിക്കുന്ന ഒരു കാറ്റുപോലെ സേന തടവുകാരുടെ നേർക്കു പാഞ്ഞു. അവർ നിലവിളിച്ചുകൊണ്ട് ബ്ലോക്കുകളിലേക്ക് ഓടി. ഗദകൾ ആഞ്ഞുവീശി അവർ ആ സാധുക്കളെ വീണ്ടും പുറത്തേക്കു തന്നെ ഓടിച്ചു. ഈ അനന്തമായ കോലാഹലത്തിന്റെ ഇടയിൽ ക്രാമറുണ്ടായിരുന്നു. അപകടമേഖലയ്ക്കടുത്തു നിന്നിരുന്നവരെ, കോപക്കലി കൊണ്ട ആ കൊള്ളക്കാരുടെ താഡനങ്ങൾ ഏൽക്കാതെ അയാൾ പിടിച്ചുമാറ്റി. അതേസമയത്ത് ആ ഗദകൾ തന്റെ തലയിൽ ആഞ്ഞുപതിക്കുന്നത് അയാൾ ഗൗനിച്ചിരുന്നുമില്ല.

ചില ബ്ലോക്ക് ഫ്യൂഹറർമാർ ബ്ലോക്കുകളിലേക്കുള്ള വഴി തടഞ്ഞുനിന്നപ്പോൾ മറ്റുള്ളവർ മുറവിളി കൂട്ടുന്ന അവരെ കവാത്തു

മൈതാനത്തിലേക്കുതന്നെ തല്ലിയോടിച്ചു. നിലത്തു വീണവരെ അവർ ചവിട്ടിക്കൂട്ടി. ഷൂസുകൾകൊണ്ട് തട്ടിപ്പൊക്കി.

വന്യമായ ആ നായാട്ടു കഴിഞ്ഞിട്ടും ക്രാമർ അവിടെ തന്നെ നിന്നു. ബ്ലോക്കുകളുടെ മുമ്പിൽ ആകെ കുഴമറിതന്നെ. ഉടുപ്പുകളും പുതപ്പുകളും വെള്ളപ്പാത്രങ്ങളും അവിടെ ചിതറി കിടന്നിരുന്നു. ബ്ലോക്കുകളും കേസേരകളും ബഞ്ചുമെല്ലാം കീഴ്മേൽ മറച്ചിട്ടിരുന്നു. അലമാരികളെല്ലാം തുറന്നു മലർത്തിയിട്ടുണ്ട്. ബങ്കിൽനിന്നു വലിച്ചിട്ട വൈക്കോൽചാക്കുകളെല്ലാം തന്നെ കുത്തിക്കീറിയിട്ടുണ്ട്. ബ്ലോക്ക് സീനിയറുടെ മേശയ്ക്കരികെ ഉണ്ടായിരുന്ന, യുദ്ധവികാസങ്ങൾ അടയാളപ്പെടുത്തിയ ഭൂപടം പിച്ചിച്ചീന്തി ദൂരെയെറിഞ്ഞിരിക്കുന്നു. പതയുന്ന ശ്വാസകോശങ്ങൾക്ക് അൽപ്പമൊരു വിശ്രമം കിട്ടുന്നതുവരെ ക്രാമർ ബ്ലോക്കിലെ ആ അലങ്കോലപ്പെട്ട സ്ഥിതിവിശേഷം നോക്കിക്കൊണ്ടുനിന്നു. മാരകമായ മുറിവേറ്റു പിടഞ്ഞു പിടഞ്ഞു ചാകുന്ന മുഹൂർത്തവും കാത്തിരിക്കുന്ന ഒരു മൃഗത്തെപ്പോലിരുന്നു അയാൾ. അപ്പോൾ തൊപ്പി പിന്നോക്കം തള്ളി അയാൾ കൈത്തണ്ടുകൊണ്ടു നനഞ്ഞ നെറ്റി ഒന്നു തുടച്ചു. ജീവനറ്റ പോലെ ആ കൈ അയാളുടെ പാർശ്വത്തിൽ കുഴഞ്ഞുവീണു. അയാൾ ചുറ്റും നോക്കി. ബ്ലോക്കിൽ നിന്നു മടങ്ങി, ഇല്ല, ഇവിടെ ഇനി യാതൊന്നും ചെയ്യാനില്ല.

പേടിച്ചരണ്ട് അവിടെ ചെന്നുപെട്ടിട്ടുള്ള ആൾക്കാരെ അടുത്തു നിർത്താനുള്ള ഒരു ഇടപ്പടിയുണ്ടാക്കുകയായിരുന്നു ഗേറ്റിൽ ക്യാമ്പു പെട്രോൾ.

ബ്ലോക്ക് ഫ്യൂഹറർമാർ സ്ഥലം വിട്ടിരുന്നു. പടിപ്പുര വിജനമായി. ഒരു മണിക്കൂർ....രണ്ടുമണിക്കൂർ.... ജനതതി കാത്തുനിൽക്കുകതന്നെയായിരുന്നു. ഇരുട്ടു പരന്നു; ഇന്നിനി അവർക്കു പുറപ്പെടാൻ സാധ്യമല്ല. ഷവാൾ കൂടെക്കൂടെ വീമാറിലേക്കു ഫോണിൽ ബന്ധം പുലർത്തി. തീവണ്ടികൾ തയ്യാറായിനിന്നിരുന്നതാണ്. പക്ഷെ മാർഗതടസംമൂലം അവർക്കു പുറപ്പെടാൻ സാധ്യമല്ലാതായി. ഒരു മണിക്കൂർകൂടെ ഇഴഞ്ഞുനീങ്ങി. തടവുകാർ അപ്പോഴും കാത്തുനിൽക്കുകയായിരുന്നു. പ്രധാന ഗോപുരത്തിന്റെ ഗാലറികളിൽനിന്നിരുന്ന കാവൽപ്പടയാളികൾ ഇടയ്ക്കിടെ ഈ ജനതതിയെ നോക്കിക്കൊണ്ടിരിക്കുകയായിരുന്നു. ക്യാമ്പു പെട്രോളിലെ ഭടന്മാർ നിശ്ശബ്ദരായി കൈകൾ കോർത്തുപിടിച്ചു അവരുടെ ചുറ്റുമായി നിന്നിരുന്നു.

ഈ തടവുകാർ ഭയത്തോടെ നോക്കിക്കൊണ്ടുനിന്നു. എസ് എസ് കാരുടെ മുമ്പിൽവെച്ചു ക്യാമ്പ് പെട്രോളിലുള്ളവരോടു സംസാരിക്കാൻ അവർക്കു ധൈര്യമുണ്ടായിരുന്നില്ല. 'നിങ്ങളും ഞങ്ങളെപ്പോലെ തന്നെയല്ലേ; പിന്നെ എന്തിനു ഞങ്ങളെ ഇങ്ങനെ തടഞ്ഞുനിർത്തുന്നു,' എന്ന് അവരുടെ കണ്ണുകൾ യാചിച്ചിരുന്നു. ജൂതത്തടവുകാരന്റെ അപേക്ഷാഭാവം കണ്ട ക്യാമ്പ് പെട്രോൾ പടയാളി ചിന്തിച്ചു. "ഹോ, അയാൾ രക്ഷപ്പെടാൻ എന്തെങ്കിലും ശ്രമം നടത്തുകയാണെങ്കിൽ ഞാൻ തടയാ

നൊന്നും പോവുകയില്ല." ഈ വിചാരം നിശ്ചലമായി കൈമാറിയെന്നു വരുമോ? അവർ രണ്ടുപേരും നിശ്ചലരായി അങ്ങോട്ടും ഇങ്ങോട്ടും നോക്കിക്കൊണ്ടുനിന്നു. ജൂതൻ ശ്വാസംപിടിക്കുന്നപോലെ ഒന്നു വിറങ്ങലിച്ചു. ആ മരവിപ്പ് തീരുമാനമെടുക്കാനുള്ള ഒരു ഉദ്യമമായിരുന്നു. പെട്ടെന്നയാൾ ഇരുന്നു. ക്യാമ്പ് പെട്രോൾ ഭടനുതോന്നി തന്റെ അടുത്ത കൈ ഒന്നു ചലിച്ചു എന്ന്. പക്ഷെ ആ ജൂതത്തടവുകാരൻ കോർത്തു പിടിച്ചിരുന്ന കയ്യിനിടയിലൂടെ വഴുതിമാറി ഓട്ടം പിടിച്ചു കഴിഞ്ഞിരുന്നു.

ധീരമായ ഈ പലായനത്തിനു നല്ല പ്രത്യാഘാതമാണുണ്ടായത്. 4,5,10,15 ആൾക്കാർ തെന്നിച്ചാടി ഓടിത്തുടങ്ങി. പെട്രോൾ ഭടന്മാർ തടയുവാൻ ശ്രമിച്ചു. പക്ഷെ പ്രവാഹം നാലുഭാഗത്തുനിന്നു കുത്തിയൊലിച്ചു തുടങ്ങിയിരിക്കുന്നു. എല്ലാവരും ഒരേ സമയത്ത് ഓടിപ്പോകരുത് എന്നു മാത്രമേ വാസ്തവത്തിൽ അവർ പ്രതീക്ഷിച്ചിരുന്നുള്ളൂ. പിന്നെ അവർ കൈപൊക്കി, കൂട്ടംകൂട്ടമായിത്തന്നെ ഓടിപ്പോകാൻ അപ്പോൾ സൗകര്യമായി. ഈ നടപടികൾ തുടരുമ്പോൾ അസാധാരണങ്ങളായ വിചാരങ്ങളായിരുന്നു അവരുടെ മനസിൽ! 'എന്തുചെയ്യും? അവർ ഞങ്ങളെ വെട്ടിച്ചു ഓടുകയാണ്! ഞങ്ങൾ തടുക്കാൻ ആവുന്നതും ശ്രമിച്ചു. പക്ഷെ യാതൊരു ഫലവുമുണ്ടായില്ല.'

അതിലും വിചിത്രം ഗേറ്റിൽ യാതൊരു അനക്കവും ഉണ്ടായില്ല എന്നതാണ്. കാവൽമേടകളിലെ ഭടന്മാർ യാതൊരു അപകടസൂചനയും നൽകിയില്ല. ഇരുട്ടായെങ്കിലും അവർ അതു കാണാതിരിക്കാൻ വഴിയില്ല. റീനിബോത്ത് പ്രഭൃതികൾ എന്തേ പാഞ്ഞുവരുന്നില്ല? ഒന്നും സംഭവിക്കുന്നില്ല. പക്ഷെ ഈ പലായനം വരുത്തിവെച്ച ആഘാതംകൊണ്ട്, എന്താണ് ഇനിയുണ്ടാകുക എന്നൊന്നും ആലോചിക്കാൻ ആരും മിനക്കെട്ടില്ല. ഒരുപക്ഷെ ഈ സമയത്ത് റീനിബോത്ത് കമാന്ററുടെ ഓഫീസിൽ ആയിരിക്കും. ഒരുപക്ഷെ ഗോപുരത്തിലെ ഭടന്മാർ വിചാരിച്ചിരിക്കും. 'ഉം, ഉം, ഓടിക്കോ, ഞങ്ങൾക്ക് എന്താണ്! ഈ പൂരമെല്ലാം അവസാനിക്കാറായല്ലോ. ഓരോരോ ഭാഗങ്ങളായി അവരെയെല്ലാം വിട്ടയച്ചതിനുശേഷം അവർ വെറുതെ ആ ഗേറ്റിൽ നിന്നു.'

കാപോ ചുമൽ കുലുക്കി.

"ഇനി നമുക്കു പോകാം. ശരി വരിയായി നിന്നോളൂ."

പതുക്കെ ആരുമാരും കേൾക്കരുതെന്ന മട്ടിൽ അവർ നിരന്നുനിന്നു. ആദ്യം കുറെയൊക്കെ ആശങ്കയോടും പിന്നെ പിന്നെ മനഃസ്ഥൈര്യത്തോടും അവർ സ്വസ്ഥാനത്തു ചെന്നുനിന്നു, കവാത്തുമൈതാനിയിലൂടെ മാർച്ചു ചെയ്തകന്നു. ബ്ലോക്കുകളിലെ ആദ്യത്തെ നിരയിൽ എത്തിയപ്പോൾ ക്രാമർ അവരുടെ നേരെ ചെന്നു. അയാൾ എല്ലാം കണ്ടിരുന്നു. വീണ്ടും കാപോ കീഴടങ്ങുന്ന മട്ടിൽ ചുമൽ കുലുക്കി.

"നിങ്ങൾ ബ്ലോക്കുകളിലേക്കു പൊയ്ക്കോളൂ." ക്രാമർ പറഞ്ഞു.

ആ പരിതഃസ്ഥിതിയിൽ അവർക്കു തമ്മിൽ വേറെ യാതൊന്നും പറയാനുണ്ടായിരുന്നില്ല.

“നന്നായി” ക്ലാർക്കുമാരുടെ മുറിയിലേക്കു കടന്നുചെന്ന് അയാൾ പറഞ്ഞു. അയാൾ പിന്നെ തന്റെ സ്വന്തം ബ്ലോക്കായ മൂന്നാം നമ്പറിലേക്കു കടന്നു. നിശാനിയമം പ്രഖ്യാപിക്കാനുള്ള ചൂളം അടിക്കുന്നില്ലേ എന്ന വുണ്ടർലിച്ചിന്റെ ചോദ്യത്തിന് അയാൾ പതിഞ്ഞ സ്വരത്തിൽ പറഞ്ഞു.

“ഉം അവർക്ക് എന്റെ ....... വിസിൽ വിളിയൊക്കെ ഞാൻ അവസാനിപ്പിച്ചു.”

ജൂതത്തടവുകാരുടെ പലായനത്തിനുശേഷം ഒന്നും സംഭവിച്ചില്ല എന്നത് അത്ഭുതമായിരിക്കുന്നു. കമാന്ററുടെ മുറിയിൽനിന്നു പുറത്തു വന്ന റീനിബോത്തും കാവൽ മേടകളിലെ പടയാളികളും അതു തന്നെയായിരിക്കും പറയുക. ജൂതന്മാരുടെ ഓടിപ്പോക്കിനെപ്പറ്റി അയാൾ എല്ലാ കമാന്ററോടും പറഞ്ഞിരിക്കുമോ? ഇല്ലായിരിക്കുമോ? ക്ലൂട്ടിക് ഇല്ലായിരിക്കുമോ? ഹോ അയാളുണ്ടെങ്കിൽ തീർച്ചയായും ഓടിപ്പാഞ്ഞുവന്നു ഗേറ്റിൽ കുറെ ബഹളം ഉണ്ടാക്കാതിരിക്കുകയില്ല.

സായാഹ്നം രാത്രിക്കു വഴിമാറിക്കൊടുത്തു. ക്യാമ്പ് പെട്രോൾ യഹൂദത്തടവുകാരെ വിട്ട വാർത്ത ബ്ലോക്കുകളിലെല്ലായിടവും പരന്നു. ഇനി എന്താണ് ഉണ്ടാകുക എന്നു കാത്തിരിക്കുകയായിരുന്നു സർവരും. അവർ ആ നിശ്ശബ്ദതയിൽ ചെവിയോർത്തു പിടിച്ചിരുന്നു. ഏതു നിമിഷവും ആ ഉച്ചഭാഷിണി ആർത്തിരമ്പുമെന്ന് അവർ പ്രതീക്ഷിച്ചു. പക്ഷെ ആ പൈശാചികമായ സാധനം മുറിയുടെ വാതിൽക്കൽ മൂകമായിത്തന്നെ ഇരുന്നു. കാത്തിരുന്ന് തളർന്ന് അവരിൽ പലരും കിടപ്പുമുറിയിലേക്കു നീങ്ങി അവരുടെ ബങ്കറുകളിലേക്കു വലിഞ്ഞു കയറി.

## II

**ആ** ജർമൻകാരൻ ബ്ലോക്ക് ക്ലാർക്കും രണ്ടു പോളീഷ് സഹായികളും കുറെയേറെനേരം ഉറങ്ങാതിരുന്നു. പ്രോൾ തന്റെ രഹസ്യസങ്കേതത്തിലേക്കു കടന്നിട്ട് ഇതു രണ്ടാമത്തെ രാത്രിയാണ്.

തന്റെ നടുവൊന്നു നിവർത്താൻ സാധിക്കാത്തതിൽ അയാൾക്കു വല്ലാത്ത അസ്വസ്ഥത തോന്നിയിരുന്നു. കുനിച്ചു പിടിച്ചു കഴുത്തിലെ മാംസപേശികൾ വലിഞ്ഞുമുറുകി കഠിനമായ വേദനയുണ്ടാക്കി. വീണ്ടും വീണ്ടും അയാൾ കാലുകൾ ഇടറി വീണു. തലമാത്രമെ അയാൾ ആ കഴയുടെ ചുമരിൽ ചാരിയിരുന്നുള്ളൂ. ഇപ്പോൾ രാത്രിയോ? പകലോ? എത്ര ദിവസം കഴിഞ്ഞു. രണ്ടോ? നാലോ? പ്രോൾ നിലവിളിച്ചു. അയാൾക്ക് ക്ഷീണവും പ്രയാസവും തോന്നി. കണ്ണുകൾ അടച്ചു പിടിച്ചു നോക്കി. പക്ഷെ അയാൾക്ക് ഉറങ്ങാൻ പറ്റിയില്ല. നിശ്ചലമായി നിൽക്കുമ്പോൾ അയാൾക്ക് വലിയ വേദനയൊന്നും തോന്നിയില്ല. പക്ഷെ പതുക്കെ ഒന്നനങ്ങിയാൽ മതി, തീജ്വാലപോലെ വേദന അയാളെ കുത്തിപ്പിളർത്തി.

പ്രോൾ പല്ലു കടിച്ചു.

പെട്ടെന്നയാൾ ഞെട്ടി. തലയ്ക്കുമുകളിലെ അടപ്പുനീങ്ങുന്നു. പെട്ടെന്ന് പ്രോളിന്റെ തലക്കകത്ത് ഒരു മിന്നൽ, അവർ എന്നെ പിടിച്ചു കഴിഞ്ഞു. അപ്പോഴാണ് ചിരപരിചിതമായ പിറുപിറുപ്പ് അയാളുടെ ചെവിയിൽ എത്തിയത്. “ഫ്രിറ്റ്സ് തനിക്കു ജീവനുണ്ടോ?” സ്നേഹ ത്തിന്റെ കരുത്തുറ്റ കൈകൾ അയാളെ പൊക്കിയെടുത്തു.

പ്രോൾ വിറച്ചു. കോട്ടുണ്ടായിട്ടും രാത്രിയുടെ ഈറനണിഞ്ഞ കാറ്റേറ്റ് അയാൾ കിടുകിടുത്തു.

“വേഗം ബാരക്കിലേക്കു പോകാം.” പോളണ്ടുകാർ അയാളുടെ കയ്യി ന്മേൽ പിടിച്ചു. അവരുടെ നടുക്ക്, തൂങ്ങി വിറങ്ങലിച്ച കാലുകൾ വലിച്ചി ഴച്ച് അയാൾ മുന്നോട്ടുനീങ്ങി. ബ്ലോക്ക് ക്ലാർക്കിന്റെ ചെറിയ ക്യാമ്പിലെ ത്തിയപ്പോൾ അയാൾക്ക് തന്റേടം വന്നു.

ബ്ലോക്ക് ക്ലാർക്ക് അയാൾക്കു ചൂടുള്ള സൂപ്പുകൊണ്ടുകൊടുത്തു. വിറയ്ക്കുന്ന കൈകളോടെ അതയാൾ ചുണ്ടോടടുപ്പിച്ചു. ആ ചൂടുള്ള പാനീയം ചെന്നപ്പോൾ അയാളുടെ രക്തം വീണ്ടും ഒഴുകാൻ തുടങ്ങി. ഇപ്പോഴാണ് അയാൾക്കു റൊട്ടിയുടെ കാര്യം ഓർമ വന്നത്. ഉണങ്ങി കട്ടയായ അതെടുത്ത് അയാൾ ഒന്നു കടിച്ചു. അപ്പോഴാണ് ഒരു പോളണ്ടു കാരൻ ഓടിയെത്തിയത്. “അതാ അവർ......” പ്രോൾ ചാടിയെഴുന്നേറ്റു. ഇരുട്ടിലേക്കോടി, സഹായികൾ പിന്നാലെയും. അവർ ഓടിയത് ആ ഓവുചാലിന്റെ അടുത്തേക്കായിരുന്നു.

പ്രോൾ അതിലേക്ക് ഇറങ്ങാൻ ഭാവിച്ചപ്പോൾ ബാരക്കിന്റെ പിന്നിൽനിന്ന് രണ്ട് എസ് എസുകാർ പ്രത്യക്ഷപ്പെട്ടു. രണ്ടു നിഴലുകളാ ണെന്നേ അവരെ കണ്ടാൽ തോന്നുകയുള്ളൂ. നിലം മണപ്പിച്ചുകൊണ്ട് ഒരു വലിയ നായയും അവരുടെ കൂടെ ഓടുന്നുണ്ട്. മൂടിയ ടോർച്ച് പ്രകാശിപ്പിച്ച് അവർ വഴി തെളിയിക്കുന്നുണ്ടായിരുന്നു. ആ നാലുപേരും കല്ലായതുപോലെ സ്തംഭിച്ചുനിന്നു. അവർക്കു ശ്വാസം കഴിക്കാനുള്ള ധൈര്യം പോലുമുണ്ടായിരുന്നില്ല. ബാരക്കിൽനിന്നു കഷ്ടിച്ചു 50 അടി അകലെക്കൂടിയാണവർ നടന്നിരുന്നത്. കാൽക്കീഴിലെ ചരലുകൾ ഞെരി യുന്ന ശബ്ദം കേൾക്കാം. ഭയംകൊണ്ടു തള്ളിയ കണ്ണുകൾകൊണ്ടു ആ എസ് എസുകാർ നടന്നടുക്കുന്നതു പ്രോൾ കണ്ടു. ഓവുചാലിൽ നിന്നു വളരെ അകലെയല്ലാതെ, ബ്ലോക്കുകളുടെ ഇടയിലുള്ള ആ വഴി യവർ മുറിച്ചുകടന്നു. തടവുകാർ അവരെ കാണുന്ന വ്യക്തതയോടെ തന്നെ മറിച്ചങ്ങോട്ടും അവർക്കു കാണാമായിരുന്നു. അവർക്കിടയിൽ ഏതാനും വാര വെളിംപ്രദേശമേയുള്ളൂ. അവർ ആശങ്കിച്ചു നിൽക്കു ന്നുണ്ടോ? അവർ നടത്തം നിർത്തിയോ? അവർ തലയുയർത്തി നോക്കു ന്നുണ്ടോ? അവരെ മണത്തറിഞ്ഞു കഴിഞ്ഞോ? ഭീകരമായ ഭീതിയേറ്റ് അവരുടെ ഹൃദയം സ്തംഭിച്ചുനിന്നുപോയി.

എസ് എസുകാർ ആ തുറന്ന സ്ഥലംവിട്ടു ബാരക്കിന്റെ വശത്തു കൂടെ നടക്കുകയായിരുന്നു. അവർ അകന്നകന്നുപോയി. നാലു തലകൾ അവരെ തിരിഞ്ഞുനോക്കി. കണ്ണുകൾ ആ ഇരുളിൽതന്നെ തറച്ചുനിന്നു.

മരണം അതിന്റെ സർവഭീകരതയോടുകൂടി അമർത്തി ചവിട്ടി ഇപ്പോൾ കടന്നുപോയതേയുള്ളൂ. സ്വർഗത്തിന്റെ കറുത്ത കടൽത്തീരം അടർന്നു വീണില്ല. പ്രോൾ യാതൊരു ശബ്ദവുമുണ്ടാക്കാതെ ആ ചാലിലേക്ക് ചാഞ്ഞു. സഹായികൾ അത് അടച്ചുഭദ്രമാക്കി. അത്യന്തം പരിക്ഷീണ നായി അയാൾ തല ചുമരിലേക്കു ചാരി. ആ ദുർഘടം പിടിച്ച നിമിഷ ങ്ങളിൽ തനിക്കെന്താണ് നഷ്ടപ്പെട്ടതെന്നയാൾക്കു മനസിലായി.

പിറ്റേദിവസം ക്രാമറിന്റെ മുറിയിൽ ആദ്യം എത്തിയത് ബോച്ചൗ വായിരുന്നു. ഒരു അപകടസൂചികയുടെ നിലയാണിപ്പോൾ അയാളുടെ മുറിക്ക്. മരണശിക്ഷയ്ക്ക് വിധിക്കപ്പെട്ടവരുടെ അന്തർധാനവും ഇന്നലെ നടന്ന യഹൂദ പലായനവും തുറന്ന സമര പ്രഖ്യാപനം തന്നെയായിരുന്നു. എല്ലാവരും; ക്രാമറും ബോച്ചൗവും തടവുകാരും അതിന്റെ പ്രത്യാഘാ തങ്ങൾ കാത്തിരിക്കുകയാണ്. ഇന്നത്തേതുപോലെ ക്യാമ്പിലെ നിസാരമായ അച്ചടക്കലംഘനംകൂടി അധികാര ശക്തിയുടെ തേർവാഴ്ച ക്ക് കാരണമായിട്ടുണ്ട്.

ബ്ലോക്കുകളുടെ ഇടയിൽ ക്യാമ്പ് സജീവമാകുകയായിരുന്നു എന്തൊക്കെയാണ് ഇന്നു സംഭവിക്കാൻ പോകുന്നത് എന്ന് ഊഹിക്കുക യായിരുന്നു തടവുകാർ. ക്യാമ്പിനെ ഹാജർ വിളിക്ക് അണിനിരത്താനുള്ള റീനിബോത്തിന്റെ കൽപ്പന കാത്തുനിൽക്കുകയായിരുന്നു ക്രാമർ. പക്ഷെ അതുകൊണ്ട് യാതൊരു ഫലവുമുണ്ടായില്ല. സമയമടുത്തപ്പോൾ എസ് എസുകാരുടേയും അവരുടെ ഓഫീസർമാരുടെയും അടുക്കള വേലയ്ക്കു നിയുക്തരായിരുന്ന തടവുകാരെ വിളിക്കാനാണ് റീനി ബോത്ത് ഉച്ചഭാഷിണി ഉപയോഗിച്ചത്. അവരല്ലാതെ വേറെ തടവുകാരാരും തന്നെ പുറത്തേക്കു പോയില്ല. ഹാജർവിളിക്കാത്തതും, ശിക്ഷണ നടപടികൾ എടുക്കാത്തതും തികച്ചും അസാധാരണമായിരിക്കുന്നു. ക്രാമർ അസ്വ സ്ഥതയോടെ പടിപ്പുരയുടെ മുകളിൽവെച്ചിരുന്ന ക്ലോക്കിലേക്കു നോക്കി. സാധാരണസമയം വിട്ടു രണ്ടുമണിക്കൂർ കൂടെ കഴിഞ്ഞിരിക്കുന്നു.

"ഇന്നു ഹാജർവിളിയുണ്ടാവില്ല." അയാൾ പറഞ്ഞു. "ഇനിയൊരിക്ക ലുമുണ്ടാവില്ല ഹാജർവിളി."

"ഞാനൊരു കൂട്ടം കേട്ടു." ബ്ലോക്ക് സീനിയർമാരിൽ ഒരു ശകുനി വിളിച്ചുപറഞ്ഞു. "കമാന്റർ ഇവിടേക്കടുത്ത വിമാനത്താവളത്തിലേക്കു ഒരു ബോംബിങ്ങ് വിമാനം ആവശ്യപ്പെട്ടു ഫോൺ ചെയ്തിരിക്കുന്നു."

ക്രാമർ വെട്ടിത്തിരിഞ്ഞു.

"കേട്ടു, കേട്ടു" അയാൾ ബ്ലോക്ക് സീനിയറുടെ നേരെ കുരച്ചുചാടി? "നിങ്ങൾ ഒരു ചുക്കും കേട്ടില്ല, കേൾക്കാനും പോണില്ല. ഇനി ഈ വക ഉണ്ടയില്ലാത്ത വെടികൾ പരത്തുകയും കൂടി മതി."

"നമുക്ക് തീരുമാനിക്കാൻ കഴിയാത്ത സംഗതികൾ കൂട്ടിക്കുഴയ്ക്കാ തിരിക്കൂ." ബോച്ചൗ താക്കീതു നൽകി. "ജൂതന്മാരുടെ ഒളിച്ചോട്ടത്തിന്റെ പ്രത്യാഘാതങ്ങൾ എന്തെല്ലാമായിരിക്കുമെന്നു നമുക്ക് കാത്തിരുന്നു കാണാം."

"എനിക്കു സഹിക്കാൻ വയ്യ. ഈ സമാധാനമനഃസ്ഥിതി എനിക്ക് ഒട്ടും പിടിക്കുന്നില്ല." ക്രാമർ പിറുപിറുത്തു.

ഉച്ചഭാഷിണിയിൽ ഒരു കിരുകിരുപ്പ്. എല്ലാവരും അതിലേക്ക് നോക്കി ശ്വാസം പിടിച്ചുനിന്നു. വിദ്യുൽപ്രവാഹം ഒന്നു മുരണ്ടു. യന്ത്രം ശരിയാണോ എന്ന് ആരോ അതിലേക്ക് ഒന്ന് ഊതിനോക്കി. അവസാനം റീനിബോത്തിന്റെ ഒച്ച കേട്ടു.

"ക്യാമ്പു സീനിയർ ഇതു കേൾക്കൂ, ക്യാമ്പു മുഴുവനും കവാത്തു മൈതാനത്തിലേക്കു മാർച്ചു ചെയ്തുവരട്ടെ!"

റീനിബോത്ത് കൽപ്പനയാവർത്തിച്ചു. ഉച്ചഭാഷിണി ഒന്നു കുലുങ്ങി, വീണ്ടും ശബ്ദമില്ലാതായി. ജിജ്ഞാസ നിറഞ്ഞ ഒരു ശാന്തതയവിടെ പരന്നു. ആരും ഒന്നും പറഞ്ഞില്ല. പക്ഷെ ഓരോരുത്തരുടേയും മുഖത്തുനിന്ന് അവർക്ക് പറയാനുള്ളത് വായിക്കാമായിരുന്നു.

ക്യാമ്പിലെ അന്തേവാസികളിൽ വല്ലാത്ത ഒരു ബഹളമാണ് അത് ഉണ്ടാക്കിയത്. പുറത്തുണ്ടായിരുന്നവർ ബ്ലോക്കുകളുടെ അടുത്തേക്ക് ഓടി. അകത്ത് എല്ലാവരും ഒരേസമയത്ത് വർത്തമാനം പറഞ്ഞു തിക്കും തിരക്കും കൂട്ടുകയായിരുന്നു.

"ഞങ്ങൾ പോകില്ല. ഞങ്ങളെ ഇവിടെ നിന്നകറ്റാൻ പറ്റില്ല."

അൽപ്പസമയത്തിനകത്ത് ക്യാമ്പ് ഒരു മരിച്ച പട്ടണംപോലെയായി. ഒരൊറ്റ തടവുകാരനെ പുറത്ത് കാണാനുണ്ടായിരുന്നില്ല.

"ഞങ്ങൾ പോകില്ല; പോകില്ല"

ക്രാമറുടെ അടുക്കൽ നിന്നു ബ്ലോക്ക് സീനിയർമാർ മടങ്ങിവന്നപ്പോൾ അവർ അവരോടും വിളിച്ചു പറഞ്ഞു. "ഞങ്ങൾ പോകുകയില്ല."

"നമുക്കു പോകാതെ പറ്റില്ല." ബ്ലോക്ക് സീനിയർമാർ ഉത്തരം പറഞ്ഞു. ഒരു മണിക്കൂർ അങ്ങനെ കഴിഞ്ഞു.

ആ സമയത്ത് റീനിബോത്തും ക്ലൂട്ടിക്കും ഷവാളിന്റെ മുറിയിൽ ആയിരുന്നു. ഒതുക്കിപ്പിടിച്ച പുച്ഛത്തോടെ റീനിബോത്ത് പറഞ്ഞു.

"ഹെർ കമാന്ററർ. ക്യാമ്പ് റിപ്പോർട്ട് ചെയ്യുന്നില്ല."

മറയനെപ്പോലെ കണ്ണുകൾ മിഴിച്ച് ഷവാൾ ചോദിച്ചു.

"എന്ത് റിപ്പോർട്ട് ചെയ്യുന്നില്ലെന്നോ, അതെന്താ അങ്ങനെ?"

ചുമൽ ഒന്നു പതുക്കെ വെട്ടിക്കലായിരുന്നു റീനിബോത്തിന്റെ മറുപടി.

പക്ഷെ ക്ലൂട്ടിക് പൊട്ടിത്തെറിച്ചു.

"നിങ്ങൾ അവരുടെ ഒരൊറ്റ രോമംപോലും തൊടുകയില്ലെന്ന് ആ പട്ടിയുടെ മക്കൾക്കു മനസിലായിരിക്കുന്നു."

തെളിഞ്ഞ ഈ നീട്ടൽതന്ത്രങ്ങളെ അംഗീകരിക്കാതിരിക്കാനായി ഷവാൾ തന്റെ വിശ്രുതമായ ബ, ബ, ബ, ബ പ്രയോഗം നടത്തി ആ മുഹൂർത്തത്തിൽതന്നെ ടെലിഫോൺ മണിയടിച്ചു. തീവണ്ടികൾക്കു പോകാനുള്ള മാർഗം സുഗമമായി എന്നായിരുന്നു അയാൾക്കു കിട്ടിയ സന്ദേശം. അയാൾ ക്ലൂട്ടിക്കിന്റെ നേരെ തിരിഞ്ഞു.

“ഇതാ, ഇനിയെന്തുവേണം. വണ്ടികൾക്കു പോകാനുള്ള മാർഗം ശരിയായിരിക്കുന്നു. ഇനി പോകാം.”

പ്രതീക്ഷിക്കാത്തവിധത്തിൽ അയാൾ റീനിബോത്തിനെ നോക്കി മുക്രയിട്ടു.

“ഉടനടി അവരെ റിപ്പോർട്ടു ചെയ്യിക്കൂ; അരമണിക്കൂറിനകം അവരെ അണിയാക്കിയില്ലെങ്കിൽ, ഞാൻ സേനകളെ അങ്ങോട്ടയച്ച് അവരെയെല്ലാം പടിക്കലേക്ക് ഓടിക്കും.”

നടക്കുന്ന റീനിബോത്തിനോട് അയാൾ കൽപ്പിച്ചു.

“നിൽക്ക് കൽപ്പന കൊടുക്കുമ്പോൾ കുറച്ചു കർക്കശമായ സ്വരമുപയോഗിച്ചോളൂ. പക്ഷെ ഭീഷണിപ്പെടുത്തരുത്. പിന്നെ അവരെ നേരിടാനുള്ള ശക്തി നമുക്കില്ല എന്ന വിചാരം അവരിൽ ഉണ്ടാക്കാതെ നോക്കുകയും വേണം.”

റീനിബോത്തിന്റെ ചുണ്ടിന്റെ കോണിൽ ഒരു പുഞ്ചിരി പാറിക്കളിച്ചു. അയാളുടെ രണ്ടാമത്തെ പ്രഖ്യാപനം കൂടുതൽ തിക്കിനും തിരക്കിനും കാരണമാക്കി. ചെറിയ ക്യാമ്പ് കോലാഹലത്തിന്റെ പാരമ്യത്തിൽ എത്തി. ആകെ കുഴങ്ങിയ പരിചാരകന്മാരും ബ്ലോക്കുസീനിയർമാരും ആർത്തട്ടഹസിച്ചു.

“ഉം, നിരന്നുനിൽക്കിൻ, നിരന്നു നിൽക്കിൻ.”

കന്നുകാലി പറ്റത്തെപ്പോലെ അവർ ബ്ലോക്കിന്റെ മുമ്പിൽ ചുറ്റിപ്പറ്റിനിന്നു. ഓരോരുത്തരും അപരനെ മുമ്പിലേക്കു തള്ളിവിടാൻ ശ്രമിച്ചിരുന്നു. സർവഭാഷകളിലുമുള്ള അട്ടഹാസങ്ങളും മുറവിളികളും മുഴങ്ങി. പക്ഷെ മുന്നോട്ടു നടക്കാൻമാത്രം ആരും മുതിർന്നില്ല. ബ്ലോക്കു സീനിയർമാർ ഉന്തിയും തള്ളിയും ലഹളകൂട്ടിയും അവിടെയൊക്കെ ഓടിനടന്നുവെങ്കിലും ആ നിരയെ ഒരടി മുന്നോട്ടുവെപ്പിക്കാൻ അവർക്കു സാധിച്ചില്ല.

ക്യാമ്പിന്റെ മറ്റ് ഭാഗങ്ങളിലെ അവസ്ഥയും ഒട്ടും വ്യത്യസ്തമായിരുന്നില്ല. ബ്ലോക്കിന്റെ മുന്നിൽ അവർ കൂട്ടംകൂടിനിന്നു. പക്ഷെ കൽപ്പന നിറവേറ്റാൻ പിന്നേയുമുണ്ടായിരുന്നു പണി. ഒരു മണിക്കൂർകൂടി അടർന്നുവീണു.

ക്രാമർ ചെറിയ ക്യാമ്പിലേക്ക് ഓടി. റീനിബോത്തിന്റെ കൽപ്പന അയാളോടൊപ്പം അവിടേയും മുഴങ്ങി.

“ക്യാമ്പ് സീനിയർ, അവരെ മാർച്ച് ചെയ്യിക്കൂ; മാർച്ച് ചെയ്യിക്കൂ.”

ആ ഭീഷണി അവരിൽ ആഞ്ഞുതട്ടി. ക്രാമർ മുന്നിൽചെന്നു നിന്നപ്പോൾ ആ ജാഥ മുന്നോട്ടുനീങ്ങി. ഓരോരോ ബ്ലോക്കിനേയും അതാതിന്റെ സീനിയർമാർ മുന്നോട്ടു നയിച്ചു. അതുപതുക്കെ കുന്നുകയറി മറിഞ്ഞ് കവാത്ത് മൈതാനത്തെ ലക്ഷ്യമാക്കി നീങ്ങി. മറ്റു ബ്ലോക്കുകളും അവരുടെകൂടെ കൂടി. ആസ്പത്രിയിലെ ശുശ്രൂഷകരും പകർച്ചാവ്യാധി ബാരക്കിലെ 61പേരും അവരുടെ രോഗികളോടൊപ്പം നിന്നു. അതുപോലെ തന്നെ ക്യാമ്പിൽനിന്ന് ഒറ്റപ്പെടുത്തി നിർത്തിയിരുന്ന സോവിയറ്റ് യുദ്ധത്തടവുകാരും.

അവസാനം ക്യാമ്പ് നിരന്നപ്പോഴേക്കും ഉച്ചയാവാറായി. ഭീമമായ ആ ചതുരത്തിൽ യഹൂദബ്ലോക്കിന്റെ യാതൊരു അടയാളവുമുണ്ടായിരുന്നില്ല. അവർ കൂട്ടത്തിൽക്കൂടി ജനങ്ങളുടെ ഇടയിൽ മറഞ്ഞു. അങ്ങനെ ആ നിരയൊന്നു ശരിയായി എന്നു വന്നപ്പോഴേക്കും ബ്ലോക്ക്ഫ്യൂഹറർമാരും കമാന്റോവിലെ ഫ്യൂഹറർമാരും അവരുടെ ഇടയിലേക്ക് പാഞ്ഞുചെന്നു. യഹൂദരെന്നു തോന്നിയവരെയെല്ലാം അവർ ഉന്തിയും തള്ളിയും മാറ്റി നിർത്തി. തടവുകാർ അനങ്ങിയില്ല. ഒരു നെൽവയൽ പോലെ അവരങ്ങനെനിന്ന് ഉലഞ്ഞു. ജൂതന്മാർ അണികളുടെ ഇടയിൽ കലർന്ന് അവിടെയൊളിച്ചു. കയ്യിൽ കിട്ടിയവരെയെല്ലാം എസ് എസുകാർ കരുണയറ്റു മർദ്ദിച്ചു.

ചെറിയ ക്യാമ്പിലെ ചതുരത്തിൽ, ബ്ലോക്ക്ഫ്യൂഹറർമാർ നല്ലൊരു കൊയ്ത്തുതന്നെ നടത്തി. അൽപ്പസമയത്തിനുള്ളിൽ ആയിരക്കണക്കിനു യഹൂദത്തടവുകാരെ അവർ ബ്ലോക്കിൽ നിന്നു തല്ലിയകറ്റി ഗേറ്റിലേക്ക് ഓടിച്ചു. അവരവിടെ സംഭീതിയോടെ ആർത്തിരമ്പിനിന്നു. വേലിക്കപ്പുറത്തു നായ്ക്കൾ നിന്നു കുരയ്ക്കുന്നുണ്ടായിരുന്നു. ബ്ലോക്ക് ഫ്യൂഹററർക്ക് ആരിൽനിന്നോ എന്തോ കൽപ്പന കിട്ടിയിരിക്കണം. അവരാ ബ്ലോക്കിനെ അങ്ങനെതന്നെ വിട്ടു പടിക്കലേക്ക് ഓടി. അണികളിലെ ചാഞ്ചാട്ടമൊന്നു നിന്നു. രക്തം ചോർത്തിയെടുത്തമട്ടിൽ അവരങ്ങനെ ക്ഷീണിച്ചവശരായി നിന്നു.

ഗേറ്റിൽവെച്ചു ജൂതത്തടവുകാരെ ബ്ലോക്ക് ഫ്യൂഹർമാർ തല്ലിച്ചതച്ചുകൊണ്ടിരുന്ന സമയത്ത് തോക്കുകളുംകൊണ്ട് എസ് എസുകാർ അങ്ങോട്ടു ചാടിക്കുതിച്ചെത്തി. ഗോപുരത്തിലെ പ്രധാന മൈക്രോഫോണിലൂടെ റീനിബോത്തിന്റെ ശബ്ദം മൈതാനത്തിൽ മുഴങ്ങി.

"ബാക്കിയുള്ളവരെല്ലാം ബ്ലോക്കിലേക്കു തിരിച്ചുപോകണം."

ജ്വരതപ്തമായ വേഗതയിൽ ആ കൽപ്പന നിർവഹിക്കപ്പെട്ടു. ഏതോ ഒരു അന്തർപ്രവാഹത്തിൽ അകപ്പെട്ടതുപോലെ തടവുകാരുടെ കൂട്ടം അങ്ങനെ ചുഴികുത്തി ചുഴികുത്തി യാതൊരു അച്ചടക്കബോധവുമില്ലാതെ ക്യാമ്പിലേക്ക് ഒഴുകി. ബ്ലോക്കുകളുടെ കവാടത്തിലൂടെ ഞെങ്ങിഞെരുങ്ങി കൂട്ടംകൂടികടന്ന്, വീണ്ടും വികസിച്ച് ക്യാമ്പിലേക്ക്, ബ്ലോക്കുകളുടെ സുരക്ഷിതത്വത്തിലേക്ക് പ്രവേശിച്ചു. നന്നെ പരവശത ബാധിച്ചിരുന്ന അവർ ബഞ്ചുകളിലേക്ക് കുഴഞ്ഞുവീണു. തുടിച്ച് ഉയർന്ന ശ്വാസകോശങ്ങളിൽ നിന്ന് പിടഞ്ഞു പിടഞ്ഞാണ് വായു പുറത്തേക്ക് വന്നിരുന്നത്. അപ്പോൾ ഇങ്ങനെയൊക്കെയാണ് അന്ത്യം. എന്താണ് പ്രതീക്ഷിക്കേണ്ടത് എന്നവർക്കിപ്പോൾ മനസിലായി.

ഈ കോലാഹലത്തിനിടയിൽ കോഹന്റെ മറപിടിച്ച ബോഗോർസ്കി ബോച്ചൗവിന്റെ സമീപത്തെത്തി. ഉടനടി അവർ തമ്മിൽ ഒരു പരസ്പരധാരണയിലെത്തി. ബോഗോർസ്കി ധൃതിയിൽ ക്രാമറെ വിളിക്കാനോടിയപ്പോൾ ബോച്ചൗ പ്രിബുലയെ തേടി ഓടി. ആ യുവാവിന് ഓടിപ്പോയി കോഡിസിക്കിനെ കണ്ടുപിടിക്കേണ്ടിയിരുന്നു. ധൃതിയിൽ വിളിച്ചു

വരുത്തപ്പെട്ട അവർ ഏതാനും നിമിഷനേരത്തേക്കു 17-ാം നമ്പറിൽ സമ്മേളിച്ചു. അവരുടെ മുഖം അപ്പോഴും ജ്വലിച്ചിരുന്നു. നെറ്റിമേൽനിന്ന് തൊപ്പി പുറകോട്ടു മാറ്റുന്ന ക്രാമറുടെ കൈ വിറച്ചിരുന്നു.

പ്രിബുല ഒരു കട്ടിലിൽ ഇരുന്നു. കൂട്ടിയമർത്തിയ പല്ലുകൾക്കിടയിലൂടെ അയാളുടെ ശ്വാസം ഒരു ശബ്ദത്തോടെ പുറത്തേക്കു വരുന്നത് എല്ലാവർക്കും കേൾക്കാമായിരുന്നു. അയാൾ കൈകൾ രണ്ടും കൂട്ടിയമർത്തി. ആ കുട്ടിയുടെ വികാരാവേശം ബോഗോർസ്കിക്കു തികച്ചും പിടികിട്ടിയിരുന്നു. 'ഇല്ല' എന്നു മാത്രം പറഞ്ഞ് അയാൾ തലകുലുക്കി. ആ കണ്ണുകളിൽ അടിച്ചമർത്തിവെച്ചിരുന്ന അഗ്നിയുടെ ജ്വാല നല്ലതുപോലെ കാണാമായിരുന്നു. അയാൾ പോളീഷ് ഭാഷയിൽ പറഞ്ഞു.

"നാം കാത്തിരുന്നു സമരം ചെയ്യുകയും സമരം ചെയ്തു കാത്തിരിക്കുകയുമാണ്."

പ്രിബുലയുടെ അക്ഷമ, ബോഗോർസ്കിയുടെ തൊലിക്കുപുറമെയുള്ള ശാന്തതയെ ഒന്നുലച്ചു.

"കാത്തിരിക്കുക, എപ്പോഴും എപ്പോഴും കാത്തിരിക്കുക തന്നെ." ഉള്ളിൽ നിറഞ്ഞ വേദനയോടെ അയാൾ മുരണ്ടു.

പക്ഷെ ഇപ്പോൾ കഴിഞ്ഞ ആ ഭീകരനിമിഷത്തെ കുറിച്ചുള്ള ഓർമപോലും ബോഗോർസ്കിയുടെയും മറ്റുള്ളവരുടെയും മനസിനെ വിറപ്പിച്ചു.

"സഖാക്കളെ! ആദ്യത്തെ യാത്രാസംഘത്തെ 24 മണിക്കൂർ വൈകിക്കാൻ നമുക്കു സാധിച്ചു." എന്നു ബോച്ചൗ പറയുമ്പോൾ ജ്വരതപ്തമായ ആ വിറ അയാളുടെ കണ്ഠത്തിനുമുണ്ടായിരുന്നു. ശ്വാസതടസ്സമുണ്ടായിരുന്നതിനാൽ അയാൾ പെട്ടെന്നു നിർത്തി.

വേദനയോടെ പ്രിബുല മുഷ്ടി ചുരുട്ടിയിടിച്ചു.

"നീട്ടുക, തന്നെ, നീട്ടുക, തന്നെ." അയാൾ മുരണ്ടു.

അയാൾ പറഞ്ഞത് കേട്ടില്ല എന്നമട്ടിൽ ബോച്ചൗ ക്രാമറുടെ നേരെ തിരിഞ്ഞു. പക്ഷെ ആ മറുപടി പ്രിബുലക്കുള്ളതായിരുന്നു.

"വാൾട്ടർ! സർവകാര്യങ്ങളും നിങ്ങളെയാണ് ആശ്രയിച്ചിരിക്കുന്നത്, നീട്ടിക്കൊണ്ടുപോകുകതന്നെ! കഴിയുന്നതും നീട്ടിക്കൊണ്ടുപോകണം."

പ്രിബുലയുടെ നേരെ തിരിഞ്ഞ് ഒരു പരുപരുത്ത സ്വരത്തിൽ അയാൾ പറഞ്ഞു.

'വേറെ യാതൊരു ഗതിയുമില്ല."

ക്ഷീണത്തോടെ എഴുന്നേറ്റു പ്രിബുല വിലപിച്ചു.

"ദൈവമേ!"

"യുവാഗ" (നോക്കൂ ഇവിടെ) ബോഗോർസ്കി പോളണ്ടുകാരനോടു പറഞ്ഞു. "ഈ ആളൊഴിക്കൽ തടയാൻ സാധിക്കാത്തതു നമ്മുടെ ബലഹീനതയാലാണ്. പക്ഷെ ഫാസിസ്റ്റുകാരും ദുർബലരായി തുടങ്ങി." ബോഗോർസ്കി മറ്റുള്ളവരുടെ നേരെ നോക്കി.

"പക്ഷെ സമരമുഖം മുന്നോട്ട് അടുക്കുന്തോറും നമുക്ക് ശക്തികൂടു

കയാണ്; അവരുടെ ശക്തി കുറയുകയും." ബോഗോർസ്കി ക്രാമറുടെ ചുമലിൽ കൈവെച്ചുകൊണ്ടു പറഞ്ഞു.

"ക്ലൂട്ടിക് നിങ്ങളുടെ യാത്രാസംഘത്തെ സജ്ജമാക്കാൻ പറഞ്ഞാൽ അയാളോട് പറയണം. ശരി, സാർ ഞാനിതാ ഇപ്പോൾ തയാറാക്കാമെന്ന്?"

ക്രാമറോട് സംസാരിക്കുമ്പോൾ ബോഗോർസ്കി അത്യന്തം ശാന്തനായിരുന്നു. അയാൾ മറ്റുള്ളവരുടെ നേരെ തിരിഞ്ഞു.

"യാത്രക്കാരെ തയ്യാറാക്കുമ്പോൾ ശ്രദ്ധിക്കേണ്ട മറ്റൊരു കാര്യം കായികവും മാനസികവുമായി ദുർബലരായവർ ആദ്യമാദ്യം ഫാസിസ്റ്റുകളുടെ കയ്യിൽ അകപ്പെടത്തക്ക വിധമായിരിക്കണം ആസൂത്രണം. ക്യാമ്പ് ശുദ്ധമാക്കണം. നിങ്ങൾ ഒരു ജനറലിനെപ്പോലെ പെരുമാറണം." അയാൾ ക്രാമറോട് പറഞ്ഞു.

"നിങ്ങളുടെ നിർദേശങ്ങൾ, ഇരുമ്പുറയിട്ട കൽപ്പനകളാണ്. അനിവാര്യം മനസിലായോ?"

ക്രാമർ നിശ്ശബ്ദനായി തലയാട്ടി. പെട്ടെന്ന് സൈറൺ അലറി. ഭയചകിതമായപോലെ ആ നിലവിളി അതിന്റെ ഉച്ചസ്ഥായിയിലെത്തി, അതിന്റെ അപകടസൂചന ക്യാമ്പിലാകെ അലതല്ലി വിജയഗർവോടെ ബോഗോർസ്കി അട്ടഹസിച്ചു.

"അപകടസൂചന: എല്ലാ ദിവസവും, അതുണ്ടാകണം. ഒന്നോ രണ്ടോ പ്രാവശ്യം എന്നാൽ അവർക്ക് ആളൊഴിപ്പിക്കൽ സാധ്യമാകുകയില്ല."

"നമുക്കു പോകാം." ബോച്ചൗ ധൃതികൂട്ടി. മറ്റുള്ളവരുടെ കൂടെ പുറത്തേക്ക് ഓടാനാവാത്ത ക്രാമറെ ബോഗോർസ്കി തടഞ്ഞുനിർത്തി.

"സഖാവേ!" തികഞ്ഞ ആത്മാർഥതയോടെ ഹൃദയത്തിൽ തട്ടി അയാൾ വിളിച്ചു. ക്രാമർ ആ റഷ്യക്കാരന്റെ നേരെ കൈനീട്ടി. ബോഗോർസ്കി അയാളെ പിടിച്ചണച്ച് ചുംബിച്ചു.

5-ാം നമ്പർ മുറിയിൽ നിശ്ശബ്ദമായ ഒരു ദുരന്തം നടക്കുകയായിരുന്നു. അവർ രണ്ടുപേരും നിന്ന നിലയിൽതന്നെ നിൽക്കണമെന്നായിരുന്നു കൽപ്പന. പക്ഷെ വിചിത്രം! കഴുത്തിൽ കയർ കുടുക്കിയിട്ടതിനുശേഷം മാൻഡ്രിൽ അവരെ ചുമ്മാ വിട്ടിരിക്കുകയായിരുന്നു. അവർ ക്ഷീണിച്ച് അസ്ഥിമാത്രമായിരിക്കുന്നു. മരണത്തിന്റെ തല പോലെ തോന്നിച്ച ആ തലയോട്ടിൽ ജ്വരതപ്തമായ രണ്ടു കണ്ണുകൾ മാത്രം കത്തിനിന്നിരുന്നു. കാടുപിടിച്ച ശ്മശ്രുക്കൾ ആ മുഖങ്ങൾക്കൊരു പൈശാചികത്വം നൽകി. കുറെയേറെ ദിവസങ്ങളായി മാൻഡ്രിൽ അവർക്കു ഭക്ഷണമോ വെള്ളമോ കൊടുക്കാറില്ല. ഒരു കഷ്ണം റൊട്ടികളവായിക്കൊണ്ടു കൊടുക്കാനുള്ള ഫോർസ്റ്റെയുടെ ശ്രമം എപ്പോഴും വിജയം വരിക്കാറില്ല.

ആ മൂലയിൽ കിടന്നിരുന്ന ജാംപാത്രം നിറഞ്ഞുവഴിഞ്ഞു മുറിയിലെ അന്തരീക്ഷമാകെ വിഷം കലർത്തി; ശ്വസിക്കാൻ പോലും നിവൃത്തിയില്ലാത്ത വിധത്തിലായിരുന്നു.

തലേദിവസം ജൂതന്മാരെ വിളിക്കുന്ന, റീനിബോത്തിന്റെ ശബ്ദം കേട്ടപ്പോൾ ഹോഫൽ തലനീട്ടി പുറത്ത് എന്താണ് നടക്കുന്നത് എന്നറിയാൻ ശ്രമിച്ചു. അയാൾ അസാധാരണമായ രീതിയിൽ സംസാരിക്കാൻ തുടങ്ങി.

"മേരിയാൻ"

"ടാക്."

"കേട്ടുവോ.....! യഹൂദർ, അവരെ വിടുകയാണ്..........അവർ വീട്ടിലേക്കുപോകുന്നു..........നാമെല്ലാവരും തന്നെ വീടുകളിലേക്കു പോകുകയാണ്."

നേരം വെളിച്ചമായതിൽപിന്നെ ഹോഫലിന് എന്തോ ഒരസ്വാസ്ഥ്യം ബാധിച്ചമട്ടുണ്ട്. ബങ്കറിന്റെ വരാന്തയിൽ കല്ലിച്ച നിശ്ശബ്ദത പരന്നു കിടന്നിരുന്നു, ഒരൊറ്റ മുറി തുറന്നിട്ടില്ല. സാധാരണ ഉയർന്നുകേൾക്കാറുള്ള മാൻഡ്രില്ലിന്റെ ആർപ്പും കൂക്കും ഒരു ദിക്കിൽനിന്നും കേൾക്കുന്നില്ല. കാലത്തേ എഴുന്നേൽപ്പിക്കാനുള്ള സമയം കഴിഞ്ഞിരിക്കുന്നു. വാതിൽക്കലേക്ക് മുഖവും തിരിച്ചു കുറെയേറെ നേരമായി അവരങ്ങനെ നിൽക്കാൻ തുടങ്ങിയിട്ട്. ക്യാമ്പിലെ ഹാജർ വിളിക്കുള്ള സമയമായി. എന്നിട്ടുമില്ല ഒരനക്കവും ഒച്ചയും. അതിന്റെ സമയവും കഴിഞ്ഞു.

ഹോഫലിന്റെ അസ്വസ്ഥത വർധിച്ചു. "എന്താണ് കുഴപ്പം." അയാൾ പരിഭ്രമത്തോടെ പിറുപിറുത്തു.

പെട്ടെന്ന് അനങ്ങാതെ നിൽക്കണമെന്ന കൽപ്പന പാടേ വിസ്മരിച്ചു. അയാൾ ജനവാതിൽക്കലേക്ക് വേച്ചുവേച്ചു നടന്നു. ശ്രദ്ധയോടെ ആ ചെറിയ മൈതാനത്തിലേക്ക് തുറിച്ചുനോക്കി.

ക്രോപ്പിൻസ്കിക്ക് ഭയമായി. അയാൾ യാചിച്ചു.

"ആൻഡ്രീ, വരൂ, നാം ജനൽക്കൽ നിൽക്കുന്നത് ആരെങ്കിലും കണ്ടുപിടിച്ചാൽ കഥ കഴിഞ്ഞതുതന്നെ."

ഹോഫൽ ശക്തിയെടുത്തു തലകുലുക്കി, ഓ, പറ്റിയില്ല; കഴുത്തിൽ കുടുക്കല്ലേ. എന്നാലും അയാൾ തിരിച്ചു യാന്ത്രികമായി, തന്റെ പഴയ സ്ഥാനത്തുതന്നെ ചെന്നു നിന്നു. അയാൾ കുറെയേറെനേരം ശ്രദ്ധിച്ചു, കുറെ പ്രാവശ്യം കുടിനീരിറക്കി. കഴുത്തിലെ മുഴ അങ്ങോട്ടും ഇങ്ങോട്ടും നീങ്ങി. ചുക്കിച്ചുളിഞ്ഞ കഴുത്തിലെ ഞരമ്പുകൾ എഴുന്നുനിന്നു. ഹോഫൽ എന്തിനെയോ പറ്റി ഗാഢമായി ആലോചിക്കുകയായിരുന്നു. പെട്ടെന്നയാൾ അറയുടെ വാതിൽക്കൽപോയി ചെവി അവിടെ അമർത്തിവെച്ചു ശ്രദ്ധിച്ചു.

ക്രോപ്പിൻസ്കി പിന്നേയും അപേക്ഷിച്ചു, "സഹോദരാ മടങ്ങിവരൂ."

ഹോഫൽ പെട്ടെന്നുണ്ടായ നടുക്കത്തോടെ ക്രോപ്പിൻസ്കിയെ തുറിച്ചുനോക്കി. "പോയി" അയാൾ വാതിൽക്കലേക്കു നീങ്ങി. പക്ഷെ മുഷ്ടിചുരുട്ടി വാതിൽക്കൽ ഇടിക്കുന്നതിനുമുമ്പ് ക്രോപ്പിൻസ്കി ഓടിയെത്തി അയാളെ വലിച്ചുമാറ്റി. ക്രോപ്പിൻസികിയുടെ കൈകളിൽനിന്നു തിരിഞ്ഞുകൊണ്ടയാൾ ചിണുങ്ങി.

“അവർ പോയി.........നമ്മെ...........മറന്നു.........ഈ ലോകത്തിൽ........നാം..........തനിച്ചായി........ഇനി ഇവിടെ.......കിടന്നു .........ശ്വാസംമുട്ടി......ചത്തു..........തുലയണം.”

ക്രോപ്പിൻസ്കി അയാളെ ദേഹത്തോടമർത്തി ഒരു സഹോദരനെപ്പോലെ ആശ്വസിപ്പിക്കാൻ ശ്രമിച്ചു. അപ്പോഴേക്കും ഹോഫലിന്റെ ബോധം മറഞ്ഞു. അയാൾ പിടിവിടുവിച്ച് ഉറക്കെ നിലവിളിച്ചു.

“ശ്വാസംമുട്ടി ശ്വാസംമുട്ടി........” ഭയങ്കരമായ സംഭ്രാന്തിയോടെ ക്രോപ്പിൻസ്കി ഉള്ളംകൈകൊണ്ട് അയാളുടെ വായ പൊത്തി. അപ്പോൾ നിലവിളി ഒരു ഞെരക്കമായി. പെട്ടെന്ന് ഹോഫൽ ശക്തിയെടുത്തു തടുക്കാൻ ശ്രമിച്ചു. രണ്ടുപേരുംകൂടി കെട്ടിമറിഞ്ഞു. ഹോഫൽ കൈ തട്ടിമാറ്റി. അങ്ങനെ സ്വാതന്ത്ര്യം കിട്ടിയ അയാൾ കാഹളത്തിന്റെ കൂർത്തസ്വരത്തിൽ അട്ടഹസിച്ചു. ഭയങ്കരമായ ഭയവും നൈരാശ്യവും ബാധിച്ച ക്രോപ്പിൻസ്കി ഭ്രാന്തുപിടിച്ചപോലെ അള്ളിക്കീറിപ്പിടയുന്ന ഹോഫലിനെ പിടിച്ചു നിർത്താനും വായടച്ചു പിടിക്കാനും ശ്രമിച്ചു തൊണ്ടയിൽ ഞരക്കവും ഗദ്ഗദവും തളംകെട്ടി. ഹോഫൽ തന്നെ അമർത്തിപ്പിടിച്ചിരുന്ന കൈകളിൽ കിടന്നു പിടഞ്ഞു കുതറിച്ചാടി. പക്ഷെ സമയം അതിക്രമിച്ചിരുന്നു.

വാതിൽ തുറന്നു മാൻഡ്രിലും, പിന്നിൽ നിഴൽപോലെ, വിളറി വെളുത്ത ഫോർസ്റ്റെയും മുറിയിലേക്കു കടന്നു. ഭീതനായ ക്രോപ്പിൻസ്കി ആ നിലവിളിക്കുന്ന മനുഷ്യനെ വിട്ടകന്നു വെറുതെ തുറിച്ചുനോക്കിക്കൊണ്ടുനിന്നു. മാൻഡ്രിൽ ഒരൊറ്റക്ഷരം മിണ്ടിയില്ല. കണ്ണിറുക്കി അയാൾ കുറെനേരം ചീറിപ്പിടയുന്ന ഹോഫലിനെതന്നെ നോക്കിനിന്നു. പെട്ടെന്നയാൾ ഹോഫലിന് ഒറ്റ അടികൊടുത്തു; അതിഭയങ്കരമായ ഒരടി. എവിടെയെങ്കിലും ഒന്നു കടന്നുപിടിക്കാനെന്നമട്ടിൽ കൈപൊക്കി ആഞ്ഞുവീശി. ഹോഫൽ ആ മൂക്കിലെ ചുമരിൽ തലയടിച്ചു നിലത്തു വീണു. വീണത് ആ ജാംപാത്രത്തിലേക്കായിരുന്നു. അതിലെ ഉള്ളടക്കം ചിന്നിച്ചിതറി അയാളുടെ ദേഹമാസകലം പരന്നു. അയാളുടെ ബോധം മറഞ്ഞു. യാതൊരു ഔത്സുക്യവും ബാധിക്കാത്ത കണ്ണുകൾകൊണ്ട് തന്റെ മർദനത്തിന്റെ പ്രത്യാഘാതം നോക്കിക്കൊണ്ടു നിന്നതിന്റെശേഷം മാൻഡ്രിൽ പതുക്കെ മുറിവിട്ടു. വാതിൽ അടച്ച് ഒരു നിമിഷനേരം നിന്നു. അയാൾ ഭീഷണിപ്പെടുത്തുന്ന മട്ടിൽ പറഞ്ഞു.

“ഇവനെങ്ങാനും എന്റെ കൈകൊണ്ട് ചത്തു തുലഞ്ഞാൽ.......”

“അയാളെ ഒന്നു വൃത്തിയാക്കണ്ടെ?”

ഫോർസ്റ്റെ ഉപദേശിക്കാൻ ധൈര്യപ്പെട്ടു.

മാൻഡ്രിൽ അയാളെ വിരസമായി നോക്കി. “ഹോ, ഒരു പരോപകാരി വന്നിരിക്കുന്നതേ..........”

പരിചാരകനെ തീരെ ഗൗനിക്കാതെ അയാൾ സ്വന്തം മുറിയിലേക്കുപോയി.

അപകടസൂചനമൂലം യഹൂദത്തടവുകാരുടെ യാത്രയ്ക്കു വിളംബരം നേരിട്ടു. സൈറൻ മുഴങ്ങിയപ്പോൾ ക്ലൂട്ടിക് അവിടെ കൂടിയിരുന്നവരെയെല്ലാം, നായ്ക്കളെ വിട്ട് വിരട്ടി ക്യാമ്പിന്റെ അറ്റത്തുള്ള ഒരു ഒഴിഞ്ഞ പണിശാലയിലേക്ക് ഓടിച്ചു. 1944 ആഗസ്റ്റിലെ ബോംബാക്രമണത്തിന്റെ ഫലമായി ഒരു വലിയ ഫാക്ടറിയുണ്ടായിരുന്ന സ്ഥലത്ത് അവശേഷിച്ചിരുന്നതായിരുന്നു ആ പണിശാല. വളരെ പൊക്കത്തിൽ സുശക്തമായ ഒരു വ്യോമവ്യൂഹം ക്യാമ്പിന്റെ മുകളിലൂടെ നീങ്ങിക്കൊണ്ടിരുന്നു.

വീമാറിൽനിന്നു ക്യാമ്പിലേക്കുള്ള വഴിയിലൂടെ നീങ്ങിയ ഒരു ജാഥയെ ഈ അപകടസൂചന അത്ഭുതസ്തബ്ധരാക്കി. അമേരിക്കക്കാരെ ഭയന്നു, ഹാർഡ്മലയിടുക്കിലേയും ടുറിൻജിയയിലേയും ശാഖാ ക്യാമ്പുകളിൽനിന്നു ബുച്ചൻവാൾഡിനെ ലക്ഷ്യമാക്കി നീങ്ങുകയായിരുന്നു അവർ.

വീമാറിൽനിന്ന്, ഗ്രാമങ്ങളിൽനിന്ന്, നാലുഭാഗങ്ങളിൽനിന്നും സൈറനുകൾ ഓലിയിടുകയാണ്. അപ്പോൾ തോക്കുധാരികളായ ഭടന്മാരാൽ നയിക്കപ്പെട്ട ആ ജാഥ-ചാരനിറംപൂണ്ട ആ ദുരന്തം -ഇടവഴികളിലൂടെ അങ്ങനെ നീങ്ങുകയായിരുന്നു. ആ വെളിമ്പ്രദേശത്ത് അവർക്ക് യാതൊരു തരത്തിലുള്ള മറയുമുണ്ടായിരുന്നില്ല.

ഉയർന്നു പറക്കുന്ന ആ വിമാനങ്ങളിൽനിന്ന് അടിയന്തരമായി ഒരു അപകടവും ഉണ്ടാകാനിടയില്ല. പക്ഷെ അപകടസൂചന എസ് എസുകാരെ വന്യമൃഗത്തെപ്പോലെയാക്കി. കന്നുകാലിപ്പിള്ളേരെപ്പോലെ പൊടിയണിഞ്ഞ ഷ്വാർഫ്യൂരർമാർ, ആ അണിയിലേക്കു തള്ളിക്കയറി, മരങ്ങളിൽനിന്ന് ഒടിച്ചെടുത്ത കമ്പുകൾ ഉപയോഗിച്ച്, ആ പരിക്ഷീണരായ, മനുഷ്യക്കോലങ്ങളെ തല്ലിയോടിക്കാൻ തുടങ്ങി. നെഞ്ചും പുറവും കൂട്ടിക്കെട്ടിയ കന്നുകാലികളെപ്പോലെ ഭയചകിതരായ അവർ ആ കോരിച്ചൊരിയുന്ന അടികൾക്ക് കീഴടങ്ങി. പക്ഷെ അതുകൊണ്ടൊന്നും ജാഥയുടെ വേഗത കൂടിയില്ല.

"ഓട്,..........ഓട്.........ഓടില്ലെ."

കാലുകൾക്കു പെരുമാറാനുള്ള സ്ഥലമോ ശക്തിയോ ഉണ്ടായിരുന്നില്ല. കാലുകൾ വലിച്ചുവയ്ക്കാനവർ ശ്രമിക്കുന്നുണ്ടെന്ന് ചലിക്കുന്ന തലകൾ കാണിച്ചിരുന്നു. തലകളുടെ ആ പ്രവാഹത്തിനുമീതെ വ്യോമവ്യൂഹം ചീറിപ്പാഞ്ഞു.

ഗദകൾ നടനമാരംഭിച്ചു. കാലുകളിലെ രക്തമൊലിക്കുന്ന പച്ചമാംസത്തിൽ കീറിപ്പറിഞ്ഞ വസ്ത്രത്തിന്റെ തുമ്പുകൾ പട പട എന്നടിച്ചു. അവരെ പീഡിപ്പിച്ചിരുന്ന മരച്ചെരിപ്പുകൾ ദൂരയാത്രക്കിടയിൽ നഷ്ടപ്പെട്ടിരുന്നു. ബോംബർ വിമാനങ്ങളുടെ മുരളിച്ചയും ഷ്വാർഫ്യൂഹറേർമാരുടെ അലർച്ചയും കൂടെയായപ്പോൾ ഒരു ബീഭത്സമായ യുഗ്മഗാനമായി.

"ഓട്.......ഓട്......."

രോഷാകുലരായ ഷ്വാർഫ്യൂഹററർമാർ നാലുഭാഗത്തുനിന്നും അവരുടെമേൽ ചാടിവീണു.

വെടിയുണ്ടകൾ ചീറിപ്പാഞ്ഞു. മരിച്ചവരും വെടിയേറ്റവരും നിരത്തിൽകിടന്നു പുളഞ്ഞു. ഗാർഡ് അവരെ വഴിയുടെ ഒരു ഭാഗത്തേക്കു വലിച്ചിട്ടു. അവർ അങ്ങനെ അവിടെ കിടന്നു.

"ഓട്.........ഉം..........ഓട്....."

അടികൾ, തൊഴികൾ, വെടികൾ, മുറവിളികൾ, ചിണുങ്ങലുകൾ, പൊടി, അടിവെച്ചുകേറുന്ന കാലടികൾ, ആഞ്ഞുലയുന്ന തലകൾ, ചാവാറായവരെ പൊക്കി വലിച്ചുകൊണ്ട് അതങ്ങനെ നീങ്ങി. ആ ആയിരംകാൽ രാക്ഷസന്റെ കാൽക്കീഴിൽ പതിച്ചവരെയെല്ലാം അത് ചവിട്ടിയരച്ചുകളഞ്ഞു. വീമാറിൽനിന്നു ക്യാമ്പിലേക്ക് അഞ്ചുനാഴിക ദൂരമേയുണ്ടായിരുന്നുള്ളൂ. വഴിക്കുവെച്ച് അവരെ കണ്ട് കൃഷിക്കാർ കാഴ്ചപ്പാടിൽനിന്ന് അകന്നുമാറി. രണ്ടു പൊലീസുകാർ സൈക്കിളിൽ പാഞ്ഞുചെന്നു എസ് എസുകാരോട് തട്ടിക്കേറി.

"നിങ്ങൾ മനുഷ്യരെ വെടിവെച്ചുവീഴ്ത്തി ഇങ്ങനെയിട്ടിരിക്കുകയാണ്. അമേരിക്കക്കാർ വരുമ്പോൾ നമ്മെയായിരിക്കും അവർ കുറ്റം പറയുക."

"വായ്മൂട്, അതു കാര്യം ഞങ്ങളുടെ."

ഇനിയുമുണ്ട് ക്യാമ്പിലേക്ക് നാലര നാഴികദൂരം. റോഡ് കയറി അവർ കുന്നിൻമുകളിലെത്തി.

"ഉം ഓട്, ഓട്."

"ഓട് ഓട് ഓട്"

"എനിക്കിനി വയ്യ! എനിക്കിനി നടക്കാൻ വയ്യ."

"ശ്രമിക്കൂ, സ്നേഹിതാ ശ്രമിക്കൂ, ഇതാ ഇപ്പോൾ അവിടെ എത്തും."

ഒരു മണിക്കൂർകൂടെ നടന്നപ്പോൾ കാടായി. കയറ്റം കുത്തനെയായി. ക്ഷീണിച്ചവരുടെ ആക്രോശങ്ങൾക്കു ശബ്ദംകൂടി. പക്ഷെ ഭ്രാന്തുപിടിച്ച എസ് എസിന്റെ അടികൾക്കുമാത്രം വ്യത്യാസമൊന്നുമുണ്ടായില്ല.

വെടികൾ!

ഒന്ന്........രണ്ട്.......വീണ്ടും ഒന്ന്..........രണ്ട്.........മൂന്ന്.......വീണ്ടും.

ഓട്ടം കുറെയേറെ മുമ്പുതന്നെ പ്രാഞ്ചികിതച്ചുള്ള ഇഴയലായി തീർന്നിരുന്നു. ജാഥ ഇപ്പോൾ പരന്നുനീങ്ങിയതുകൊണ്ടു കാൽവയ്ക്കാൻ സ്ഥലം കൂടുതൽ കിട്ടി എന്നുമാത്രം. തല മുന്നിലേക്കു നീട്ടിയമട്ടിൽ ആകെ സ്തംഭിച്ച് ഏന്തിവലിഞ്ഞ് അവർ മുന്നോട്ടുനീങ്ങി. ആരോ തെന്നി തട്ടിവീണു. ആരോ ആയം കിട്ടാൻ കൈവിരുത്തി.

"നടക്കെടാ, കള്ളകഴുക........"

അറച്ചുനിന്നവരിൽ ചിലർ മരിച്ചുവീണു.

"പ്രിയപ്പെട്ട ഈശ്വരാ, എന്നെ ഇവിടെ ഇങ്ങനെ ഇട്ടേക്കരുതെ......"

ശക്തിയുടെ അവസാനത്തെ ബിന്ദുവുമെടുത്ത് അയാൾ എഴുന്നേൽ

ക്കാൻ ശ്രമിക്കുമ്പോൾ ആ ഇളകുന്ന ജാഥയുടെ നടുവിൽ നിന്ന് ഒരു ഗാർഡ് അയാളെ പൊക്കിയെടുക്കും. അയാൾ മുന്നോട്ടുനീങ്ങാൻ ശ്രമിക്കുകയാണ്. അപ്പോൾ ഒരു ഷ്വാർഫ്യൂഹറർ തോക്ക് ഊരിയെടുത്ത് അക്രമിക്ക് ഒരു കുത്തുകൊടുത്തു.

"വൃത്തികെട്ട നായ" തോക്ക് ഒന്നു തീ തുപ്പി, വീണ്ടും ഒന്നുകൂടി.

അങ്ങനെ അവർ കുന്നിന്റെ മുകളിലേക്കു മുകളിലേക്ക് കയറിക്കൊണ്ടിരുന്നു.

വീമാർ ഇപ്പോൾ വളരെ ദൂരെയാണ്. ക്യാമ്പ് അടുത്തു എന്നു എല്ലാവരും മണത്തറിഞ്ഞു. 'കേന്ദ്ര ആസ്ഥാനം' 'ജാഗ്രത' എന്ന് കറുത്ത അക്ഷരത്തിൽ എഴുതിയ വെളുത്ത ബോർഡും അടയാളമായി തലയോടും പിണച്ച അസ്ഥികളും.

കുറച്ച് ഉയർന്ന റാങ്കിലുള്ള എസ് എസ് സബേൾട്ടേൺമാർ അവരുടെ മുന്നിലൂടെ നീങ്ങി. അവർ പെട്ടെന്നു നടത്തം നിർത്തി അറ്റൻഷനായി; അതോടൊപ്പം നീങ്ങുന്ന നിരയും.

ഉരുക്കിന്റെ തൊപ്പിയും ഗ്യാസ് മുഖംമൂടിയും പ്രഥമ ശുശ്രൂഷാ സാധനങ്ങളടങ്ങുന്ന സഞ്ചികളും വഹിച്ച് നാല് തടവുകാർ അവരുടെ മുന്നിൽ നിന്നു.

"നിങ്ങൾ ആരാണ്?"

ഒരാൾ കുത്തനെ നിന്നുകൊണ്ട് റിപ്പോർട്ടുചെയ്തു.

"മെഡിക്കൽ സ്ക്വാഡ്, കമാന്ററുടെ കൽപ്പന പ്രകാരം വ്യോമാക്രമണവേളയിൽ ഏറ്റവും ഒടുവിലത്തെ കാവൽനിരയുടെ അപ്പുറത്തു കാവൽ നിൽക്കുന്നു." ഓഫീസർമാർ വൈരസ്യത്തോടെ അന്യോന്യം നോക്കി.

"എന്താണ് അവർക്കിവിടെ!"

"ഹേയ് വിദൂഷകന്മാരെ ക്യാമ്പിലേക്ക് ഇവിടെനിന്ന് എത്ര ദൂരം വരും?"

"പത്തുനിമിഷത്തെ നടത്തം മാത്രം."

ഹെർ അണ്ടർഫ്യൂഹററുടെ കയ്യിന്റെ ഒരു വീശൽ. ക്യാമ്പ് പിന്നേയും കിടങ്ങുകളെ പിന്നിട്ട് മുന്നോട്ട് ഇഴഞ്ഞുനീങ്ങി; ആറുവരി എഷ്ലോൺ പതിയിരിക്കുന്ന കിടങ്ങുകൾ.

അപ്പോൾ സൈറൺ അലറാൻ തുടങ്ങി. നീണ്ട ശ്വാസം ഒന്നു നിലച്ചു, വീണ്ടും അത് പുനരെടുത്തു. എല്ലാം ശാന്തമായതിന്റെ അടയാളം. ഇടപ്പടിയിൽ അൽപ്പമൊരു ചലനം, ഉദ്യോഗസ്ഥന്മാർ അകത്തെത്തിയപ്പോഴേക്കും കാവൽക്കാർ കിടങ്ങുകളിൽനിന്ന് ഇഴഞ്ഞു പുറത്തു വന്നിരുന്നു.

"എത്ര ചവറു തലകളാണ് നമുക്കുള്ളത്. ഞങ്ങൾക്കറിയില്ല. ഒരുപക്ഷെ 3500 അല്ലെങ്കിൽ 3000. വഴിക്കുവെച്ച് എത്ര എണ്ണം തുലഞ്ഞു. ആവോ? ആർക്കറിയാം. ഏതാണ്ട് ഒരാഴ്ചക്കു മീതെയായി നടത്തം തുടങ്ങിയിട്ട്. 'ഓഹർഡർഫ്'. 'മൂൽഹോസൽ', ബെൽസ്റ്റെഡ്', 'അബ്ദി റോഡ്' എന്നിവിടങ്ങളിൽ നിന്നാണ് ഞങ്ങൾ വരുന്നത്."

ആരോ റീനിബോത്തിനു ഫോൺചെയ്തു. മെഡിക്കൽ സ്ക്വാഡിലെ 4 പേരും തിരികെ ക്യാമ്പിൽപോയി റിപ്പോർട്ട് ചെയ്തു; നേരെ റോഡിലേക്ക് ഓടി, അവിടെവെച്ചു മറ്റുള്ളവരുടെ കൂടെകൂടി ഗേറ്റിലേക്ക് മാർച്ച് ചെയ്തു. റീനിബോത്തിന്റെ മോട്ടോർ സൈക്കിൾ അവരെ കടന്നു ഇടപ്പടിയുടെ അടുത്തേക്കു ചീറിപ്പായുന്നുണ്ടായിരുന്നു.

എല്ലാം ശാന്തമായി എന്നറിവു കിട്ടിയതോടെ ക്യാമ്പ് വീണ്ടും സജീവമായി. തടവുകാർ വീണ്ടും ബ്ലോക്കുകളുടെ മുമ്പിൽ കൂട്ടം കൂടിനിന്നു. വിധി ആ ഉറുമ്പുകൂനയിൽ ഒരു കോൽകടത്തിയിരിക്കുന്നു. വല്ലാത്ത ബഹളം. സംഭാഷണം ഓരോ വിഭാഗത്തിലുമായി പാറിനടന്നു. ഊഹങ്ങൾ, ഭയങ്ങൾ, കിംവദന്തികൾ എല്ലാം അങ്ങോട്ടും ഇങ്ങോട്ടും പായുകയാണ്.

"അവർ നമ്മെ എവിടേക്കു കൊണ്ടുപോകുന്നു.......നാം ക്യാമ്പ് വിട്ടുപോകുകയില്ല......കൂട്ടാക്കിയില്ലെങ്കിൽ അവർ ക്യാമ്പ് മുഴുവനും പുകച്ചുകളയും. ഷവാൾ നേരെ വിമാനത്താവളത്തിലേക്ക് ഒരു ബോംബിങ്ങ് വിമാനം അയച്ചുതരാൻ ആവശ്യപ്പെട്ടിട്ടുണ്ടത്രെ!"

ഇങ്ങനെയുള്ള ഭീമാബദ്ധങ്ങൾ എഴുന്നള്ളിക്കാതിരിക്കൂ മനുഷ്യാ .....ഉള്ള ഇത്തിരി വിമാനങ്ങൾ അവർക്കു യുദ്ധമുന്നണിയിലേക്ക് ആവശ്യ മുണ്ട്.....വിഷവായു നിറച്ച ബോംബുകൾ ഇട്ടാലോ......വിഡ്ഢിത്തം...... എന്നാൽ അവർക്കുമുണ്ടാവില്ലേ അതുകൊണ്ടുള്ള അപകടങ്ങളും അലട്ടുകളും....."

ആ സമയത്ത് ഐ എൽ കെ അംഗങ്ങളുടെ സന്ദേശവാഹകർ ബ്ലോക്കുകൾതോറും ഓടിനടന്നു പ്രതിരോധവിഭാഗത്തിലെ നേതാക്കൾക്ക് ആവശ്യമായ നിർദേശങ്ങൾ നൽകുകയായിരുന്നു. അവർ ബഹളം നിറഞ്ഞ അന്തരീക്ഷത്തിൽ അൽപ്പമൊരു ചിട്ടയും അച്ചടക്കവും വരുത്തി.

റീനിബോത്ത് വീണ്ടും ക്യാമ്പിലേക്കുതന്നെ ചീറിപ്പാഞ്ഞു. വീണ്ടും പരവശപ്പെട്ട ജനക്കൂട്ടത്തിന്റെ ഒരു നിര ഗേറ്റിലേക്കുതന്നെ ഓടിക്കപ്പെട്ടു. വീണ്ടും റീനിബോത്ത് ഉച്ചഭാഷിണിയിലൂടെ അലറി. എല്ലാ ബ്ലോക്ക് സീനിയർമാരും ക്യാമ്പ് സീനിയറും ഗേറ്റിലേക്ക് വരണം. ഈ വിളി കൊണ്ട് വീണ്ടും വികാരങ്ങൾ പതഞ്ഞുപൊങ്ങി. എന്തുപറ്റി! എന്താണ് കുഴപ്പം! ബ്ലോക്ക് സീനിയർമാർ ഗുമസ്തന്മാരുടെ മുറിയിലേക്ക് ഓടി അവിടെ കൂട്ടംകൂടിനിന്നു.

ഗേറ്റിലെ ഒരു ദ്വാരം അപ്പോഴെക്കും ക്യാമ്പിലേക്ക് ആർത്തിരമ്പുന്ന ജനസമൂഹത്തെ ഛർദിക്കാനാരംഭിച്ചിരുന്നു.

ഈ അലവലാതിക്കൂട്ടം പതഞ്ഞൊഴുകാൻ തുടങ്ങിയപ്പോഴേക്കും ക്ലൂട്ടിക് ചീറി.

"എന്റെ.......എനിക്കുവയ്യ......എനിക്കു മതിയായി." റീനിബോത്ത് തിരിച്ചടിച്ചു.

"എല്ലാ കുഴപ്പവും പരിഹരിക്കാൻ എന്നെ ഒഴിവു കണ്ടിരിക്കുക

യാണോ? ഞാൻ റിപ്പോർട്ട് ഫ്യൂഹറർ മാത്രമാണ്. തനിക്കാണ് ഇതിന്റെയെല്ലാം ഭാരം."

"എനിക്കോ! ഞാനും അസിസ്റ്റന്റ് ആണ്. വേണമെങ്കിൽ വിസാങ്ക് തലതല്ലട്ടെ! നരകം. ആ കള്ള നായ യാതൊന്നും ചെയ്യാതെ ഷവാളിന്റെ ഓഫീസിൽ ചടഞ്ഞുകൂടിയിരിക്കുകയാണ്."

വാസ്തവത്തിൽ ഈ മലവെള്ളപ്പാച്ചിലിനോട് പടവെട്ടാൻ ആ യുവാവിനെ തനിയെവിട്ട് ക്ലൂട്ടിക് തടവുകാരുടെ കാസിനോവിലേക്കു നടന്നുകഴിഞ്ഞിരുന്നു.

ധൃതിപിടിച്ചു വരാൻ ആവശ്യപ്പെട്ടിരുന്ന കുറെ ട്രക്കുകൾ വാതിൽക്കൽ വന്നുനിന്നു. അവയിൽനിന്ന് എസ് എസ് സെൻട്രികൾ ചാടിയിറങ്ങി. കവാത്തുമൈതാനത്തിനു ചുറ്റും എസ് എസ് സേനയെ കാവലിടാനൊന്നും റീനിബോത്ത് മിനക്കെട്ടില്ല. ആ അഴുക്ക് അങ്ങനെ ഒഴുകിക്കോട്ടെ എന്നയാൾ വിചാരിച്ചു. അപ്പോഴേക്കും ബ്ലോക്ക് സീനിയർമാരുമൊത്ത് അവിടെയെത്തിയ ക്രാമറെ നോക്കി അയാൾ ചീറി.

"ഇതാ ഇവറ്റേയൊക്കെ ബ്ലോക്കുകളിലേക്ക് തെളിച്ചുകൊണ്ടു പോയാട്ടെ. വേഗം വേഗം."

"റിപ്പോർട്ട് ഫ്യൂഹറർ ബ്ലോക്കുകൾ എല്ലാം ഇപ്പോൾ തന്നെ കവിഞ്ഞൊഴുകുകയാണല്ലോ."

"എനിക്കെന്തു നഷ്ടം! വേഗം മൈതാനം കാലിയാക്ക്." സ്വയം നിയന്ത്രിക്കാൻ ശ്രമിച്ചുകൊണ്ട് റീനിബോത്ത് പറഞ്ഞു.

ക്യാമ്പ് പെട്രോൾ റിപ്പോർട്ട് ചെയ്തപ്പോൾ അയാൾ അവരെയെല്ലാം തല്ലിയോടിച്ചു.

"ഇരുപത്തഞ്ചുപേർ ട്രക്കിൽ കയറിപ്പോട്ടെ. വഴിയിൽ കണ്ട ശവങ്ങളെയെല്ലാം പെറുക്കി കൊണ്ടുവരൂ."

ആരോ തല്ലിയോടിച്ചപോലെ അവർ പോയി. ട്രക്കുകൾ കിടന്നു കുലുങ്ങി.

ക്രാമർക്ക് പെട്ടെന്ന് പ്രവർത്തിക്കേണ്ടതായിവന്നു. ബ്ലോക്ക് സീനിയർമാരുടേയും അവിടെ കൂടിയിരുന്ന ബാക്കി പെട്രോൾ ഭടന്മാരുടേയും സഹായത്തോടെ അയാൾ കുറെപ്പേരെ കവാത്ത് മൈതാനത്തിൽനിന്നു കുളിമുറിവരെ നയിച്ചു. ക്യാമ്പിൽ ഉണ്ടായിരുന്നവരും പുറത്തേക്കിറങ്ങി അവരുടെ ഇടയിൽ ചെന്നു.

"നിങ്ങൾ എവിടെ നിന്നുവരുന്നു. എങ്ങനെയൊക്കെയാണ് സ്ഥിതിഗതികൾ."

ബ്ലോക്ക് സീനിയർമാരും ക്യാമ്പ് പെട്രോളുംകൂടി ജിജ്ഞാസാഭരിതരായ ആൾക്കാരെ അവരുടെ അടുക്കൽനിന്നു തള്ളിമാറ്റി. എല്ലാചിട്ടയും തകരുന്നതരത്തിലുള്ള ബഹളം. അവർ കുളിമുറിയുടെ മുമ്പിൽ കൂടിനിന്നു. വലിഞ്ഞുപൊട്ടാറായ ബ്ലോക്കുകളിൽ സ്ഥലം കണ്ടുപിടിക്കണം.

യാതൊരു ഒഴികഴിവുകളും അനുവദിക്കാൻ വയ്യാത്ത അടിയന്തരാവസ്ഥ. സർവശക്തികളും സംഭരിച്ചു ക്രാമർ കൽപ്പിച്ചു.

നിരാശയോടെ ഒരു ബ്ലോക്ക് സീനിയർ കയർത്തു.

"ഞാനിവരെ എവിടെക്കൊണ്ടു തട്ടും. എന്റെ ബ്ലോക്കിലെ ചുമരുകൾപോലും പൊട്ടി ചിതറാറായിരിക്കുകയാണ്"

ക്രാമർ തിരിച്ചടിച്ചു. "എല്ലാം തകരാറായ മട്ടിൽതന്നെ. നിങ്ങളുടെ ബ്ലോക്കിൽമാത്രമല്ല ഇതാ, പിടിച്ചോളൂ. അമ്പതുപേരെ. എന്നിട്ട് നേരെ നടന്നോളൂ."

ചെറിയ ക്യാമ്പിലും കയറ്റാവുന്നിടത്തോളം ആൾക്കാരെ കുത്തിക്കയറ്റി.

യഹൂദന്മാരുടെ ബ്ലോക്കുകളിൽ ഉണ്ടായിട്ടുള്ള ഒഴിവുകളിൽ ക്രാമർ നവാഗതരെ കയറ്റി. ഓരോ രാഷ്ട്രക്കാരുടെ അടിസ്ഥാനത്തിൽ ഭംഗിയായി വിഭജിക്കപ്പെട്ടിരുന്ന ബ്ലോക്കുകളെല്ലാം ഇപ്പോൾ അവിയലായി. അതുകൊണ്ടൊന്നും സാരമില്ല. എവിടെയെങ്കിലും ഇവരെയൊക്കെ പിടിച്ചിടണമല്ലോ. എത്രകാലം അവർക്കിവിടെ കഴിയേണ്ടിവരും. ക്യാമ്പ് കിടന്നു മൂളിമുരളുകയായിരുന്നു. അവിടെ ശാന്തത വരുത്താൻ ആർക്കും സാധിക്കുകയില്ല. ആ പുത്തൻ തടവുകാരെ ഒരുവിധത്തിൽ ഒതുക്കി തീർന്നപ്പോഴേക്കും നേരം ഉച്ചതിരിഞ്ഞു.

അപ്പോഴേക്കും കിട്ടിയ ശവങ്ങളുമായി ട്രക്കുകൾ എത്തി. ക്യാമ്പ് പെട്രോളിലെ 25 പേർ അങ്ങോട്ട് മാർച്ച് ചെയ്തു. ട്രക്ക് ശ്മശാനത്തിന്റെ മതിലിനപ്പുറത്ത് അപ്രത്യക്ഷമായി. പോളണ്ടുകാരായ ശവവാഹകർ ട്രക്കിൽ കയറി മൃതദേഹങ്ങളുടെ മീതെ ആയംപിടിച്ചു നിന്നു, അവയെ പുറത്തേക്കു വലിച്ചെറിയാൻ തുടങ്ങി. ശവങ്ങൾ അങ്ങനെ വായുവിലൂടെ ഊഞ്ഞാലാടി നിലത്തുവീണു. ചിലവ ആദ്യം തലകുത്തിയും ചിലവ ആദ്യം കാലുകുത്തിയുമാണ് വീണത്. ദേഹങ്ങൾ അലസമായി ആടി. കൂന വലുതായി വരുന്തോറും എറിയപ്പെടുന്ന ശവങ്ങൾ അതിന്മേൽവന്നു ഇരിക്കക്കുത്താലേ ഇരുന്നു. ചിലതെല്ലാം കുട്ടിക്കരണംമറിഞ്ഞ് കാല് മേലോട്ടാക്കി തലകുത്തി ആ നിലയിൽതന്നെ നിന്നു. ചിലപ്പോഴെല്ലാം അടുത്തുനിൽക്കുന്നവനുമായുള്ള ഒരു ഗാഢാലിംഗനത്തിൽ ഒന്നിച്ചാണ് ശവങ്ങൾ ട്രക്കിൽനിന്നു പുറത്തു കടന്നത്. ചിരിവരത്തക്കവിധത്തിൽ രസകരമായിരുന്നു ചിലരുടെ കിടപ്പ്. ശവം ചിരിക്കുമോ? ഉവ്വ്. ചിലവ ചിരിക്കുകയും ചെയ്തിരുന്നു. തുറന്ന കണ്ണുകളോടെ, ചിരിയാൽ വക്രിച്ച ചുണ്ടുകളോടെ അവർ താഴോട്ടു വീണു. ആ ശവക്കൂമ്പാരം ഒരു ഗോപുരം പോലെ ഉയർന്നു.

## III

**ക്രാ**മർക്ക് റീനിബോത്തിനെ സമീപിക്കാൻ കൽപ്പനകിട്ടി. ആ യുവാവിന്റെ അഹന്ത അൽപ്പം വിട്ടിരുന്നു. സ്വരത്തിൽ ഗർവ് കലർന്നിരുന്നു, എങ്കിലും പുച്ഛം ഒട്ടും ബാധിച്ചിരുന്നില്ല.

"അവരെയൊക്കെ ഒരു ദിക്കിൽ ആക്കിയോ?" ക്രാമർ കടന്നുവന്നപ്പോൾ അയാൾ ചോദിച്ചു.

"ഉവ്വ് സാർ"

"ശരി, നന്നായി, നാളെ പുലരുമ്പോഴേക്കും പതിനായിരംപേരെ യാത്രയ്ക്കു തയ്യാറാക്കണം. മനസിലായോ? നടക്കാൻ പറ്റുന്നവരെ. ഉം........"

"ഉവ്വ്! സാർ"

റീനിബോത്ത് ക്രാമറുടെ വളരെ അടുത്തേക്കു നീങ്ങിനിന്നു പൊട്ടിച്ചിരിച്ചു.

"ആ ജൂതന്മാരുടെ കാര്യത്തിൽ ഉണ്ടായപോലെ വല്ല പൊക്കാക്ക കളിക്കും ശ്രമിച്ചാൽ.......ങ! ഞാൻ തന്നെ ഈ ഗേറ്റിൽ തൂക്കിയിടും മനസിലായോ?"

"ഉവ്വ് സാർ."

"നാളെ കാലത്ത് എട്ടുമണിക്കു പോകാനുള്ളവർ തയ്യാറായി രിക്കണം. മനസിലായോ? ശരി പിരിച്ചുവിട്ടിരിക്കുന്നു."

റീനിബോത്തിന്റെ ഡസ്കിന്മേൽ ഇരുന്നിരുന്ന ക്ലൂട്ടിക് ചാടിയെഴു ന്നേറ്റു ക്രാമറുടെ വഴി തടഞ്ഞു.

"എവിടെ ആ 46 പേർ."

എനിക്കറിയില്ല, എന്നു പറയാനാണ് അയാൾക്ക് ആദ്യം തോന്നി യത്. പക്ഷെ പറഞ്ഞത് ഇതാണ്.

"ക്യാമ്പിലെ സംഗതികൾ ആകെ കുഴഞ്ഞുമറിഞ്ഞു കിടക്കുക യാണ്. ക്യാമ്പ് പെട്രോൾ എല്ലാ ദിക്കിലും തപ്പിത്തിരഞ്ഞു. പക്ഷെ ഒന്നും കണ്ടുപിടിക്കാനായില്ല."

ക്ലൂട്ടിക് ക്രാമറുടെ ജാക്കറ്റിന്റെ മുൻവശത്തു കടന്നുപിടിച്ചു.

"കേൾക്കെടോ, ചങ്ങാതി, ഞങ്ങൾ തന്നെ അവസാനത്തേക്ക് കരുതിയിരിക്കുകയാണ്." അയാൾ പല്ലു ഞെരിച്ചു. "ഇങ്ങനെ അങ്ങ് പോകാമെന്നു സ്വപ്നം കാണേണ്ട. ഹോഫലും പോളണ്ടുകാരനും ഉണ്ടെടാ അവിടെ. നിങ്ങൾക്ക് മൂന്നുപേർക്കും ഞാൻ ഒരുക്കിവെച്ചി ട്ടുണ്ടെടാ........"

അയാൾ ക്രാമറിന്റെ മൂക്കിനുനേരെ തോക്കുനീട്ടി. യാതൊരു ശബ്ദവുമില്ലാതെ ക്രാമർ ആ ഭീഷണി സഹിച്ചു. പക്ഷെ അയാളുടെ മനസിൽ ഒരു ചിന്ത പരന്നു.

അപ്പോൾ ഹോഫലും ക്രോപ്പിൻസ്കിയും ജീവിച്ചിരിക്കുന്നു.......

"പിന്നെ നീ ഒളിച്ചുവെച്ചിരിക്കുന്ന ആ യഹൂദചെക്കനും ഞങ്ങ ളിൽനിന്ന് രക്ഷപ്പെടാൻ പോകുന്നില്ല. അവസാനത്തെ ആളെക്കൂടി ഇവിടെനിന്നു പറഞ്ഞയച്ചു ഞങ്ങളിത് വൃത്തിയാക്കും."

റീനിബോത്ത് അവരുടെ ഇടയിൽ കയറിനിന്നു.

"നിനക്ക് കൽപ്പന കിട്ടിയില്ലേ" എന്നു പറഞ്ഞു ക്രാമറെ പറഞ്ഞ യച്ചു.

രണ്ടുപേരും തനിച്ചായപ്പോൾ റീനിബോത്ത് ക്ലൂട്ടിക്കിന്റെ നേരെ തിരിഞ്ഞുനിന്നു ചീറി.

“എടാ കഴുതെ, ഞാൻ അവരോടു പറഞ്ഞിരിക്കുന്നതു ഹോഫലും ക്രോപ്പിൻസ്കിയും പണ്ടെങ്ങോ ചത്തു തുലഞ്ഞു എന്നാണ്. ഇപ്പോൾ താൻ.......”

“നിനക്ക് എങ്ങനെ ധൈര്യം വന്നു—എന്നോട്, നിന്റെ ഹോപ്റ്റംസ് കാർഫ്യൂഹററോട് ഈ സ്വരത്തിൽ സംസാരിക്കാൻ......”

റീനിബോത്ത് ഒരു വക്രച്ചിരി ചിരിച്ചു.

“എന്റെ പൊന്നുമോനെ! ആ ഹോപ്റ്റംസ്കാർ ഫ്യൂഹററുടെ പദവിയങ്ങു മറന്നുകള! നാശം! അധികം താമസിയാതെ നമുക്കൊക്കെ സ്വൽപ്പം മാനവും മര്യാദയുമൊക്കെ പഠിക്കേണ്ടിവരും.”

നടന്ന സംഭവങ്ങളെ കുറിച്ച് അറിവുകൊടുക്കാൻ ക്രാമർ മടങ്ങുന്നതും കാത്ത് ഗുമസ്തന്മാരുടെ മുറിയിൽ ഇരിക്കുകയായിരുന്നു ബോച്ചൗ. കവാത്ത് മൈതാനത്തിലൂടെ ക്രാമർ നടന്നുവരുന്നതു കണ്ടപ്പോൾ അയാൾ ഓഫീസിലേക്കു നടന്നു. ക്രാമർ തൊപ്പി മേശപ്പുറത്തേക്കു വലിച്ചെറിഞ്ഞപ്പോൾ ബോച്ചൗവിന് എന്തോ അസാധാരണത്വം തോന്നി.

“എന്താണ് സംഗതി?”

ക്രാമർ വിസ്തരിച്ചു രസത്തോടെ ഒന്നു പുഞ്ചിരിയിട്ടു.

“അവൻ ആ വെടിവയ്ക്കുന്ന ഇരുമ്പുസാധനമിട്ട് എന്റെ മൂക്കിനു നേരെ വീശിയ ഒരു മട്ടേ.....”

“ആര്.”

“നമ്മുടെ ക്ലൂട്ടിക്.”

ക്രാമർ മേശക്കരികെ ഇരുന്നു കടുത്തമട്ടിൽ ഒന്നു ചിരിച്ചു.

“ആ വെകിളിമൂത്ത ഹോപ്റ്റംസ്കാർഫ്യൂഹറർ കാരണം റീനിബോത്തിന് എന്നെ നേരത്തെ അയക്കാനും പറ്റിയില്ല.”

“എന്താണ് ഉണ്ടായത്.” ബോച്ചൗ നിർബന്ധിച്ചു.

വിജയത്തിന്റെ പാരമ്യതയിൽ കൈകൾ തലയ്ക്കുമീതെ ഉയർത്തി ആർപ്പുവിളിക്കാനാണ് അയാൾക്ക് തോന്നിയത്. ചിരിയിൽ കുതിർന്ന ആ ആർപ്പുവിളി അയാളുടെ മുഖത്തു കാണാമായിരുന്നു. പക്ഷെ വിജയത്തിന്റെ ആ ലഹരി പെട്ടെന്നുണ്ടായ തളർച്ചയിൽ അവസാനിച്ചു. മുറുകിയ മാംസപേശികളിൽ രക്തം പതഞ്ഞൊഴുകി. ക്രാമർ കൈ താഴ്ത്തി എഴുന്നേറ്റു. അയാൾ ആത്മാർഥതയോടെ പറഞ്ഞു.

“കാത്തിരിക്കൂ ഹെർബർട്ട്, കാത്തിരിക്കൂ. എനിക്ക് ഇവിടെയുള്ള സ്നേഹിതനോട് ആദ്യം കാര്യമെല്ലാം പറഞ്ഞുവെയ്ക്കണം.”

അയാൾ ആ പരന്ന കൈകൊണ്ട് സ്വന്തം നെഞ്ച് തലോടി. ഡസ്കിനെ ഒന്നു ചുറ്റിവന്നു അയാൾ ബോച്ചൗവിന്റെ ചുമലിൽ കൈ വെച്ചു.

“നമ്മുടെ ബങ്കറിലെ രണ്ടുപേർ ജീവിച്ചിരിക്കുന്നു. എനിക്കറിയാം. പിന്നെ ഒരു കാര്യം നമ്മുടെ നാൽപ്പത്തിയാറുപേരെ നമുക്ക് കുഴിയിൽനിന്നു കരയ്ക്കുകയറ്റാം. ഇനിയൊരിക്കലും അവരെയാരും അന്വേഷിക്കുകയില്ല.”

"നല്ല തീർച്ചയുണ്ടോ."

"തീർച്ച."

ക്രാമർ ദീർഘമായി നിശ്വസിച്ചു. നാളെ കാലത്തേക്ക് എനിക്കു പതിനായിരംപേരെ ശരിപ്പെടുത്തിയെടുക്കണം. പക്ഷെ ഉച്ചസമയത്തെ ആക്രമണ മുന്നറിയിപ്പു സമയംവരെ എനിക്കു യാത്ര നീട്ടിക്കൊണ്ടു പോകാൻ സാധിച്ചേക്കും. കുറെ മണിക്കൂറുകൾ അങ്ങനെ ലാഭിക്കാൻ സാധിക്കും.

"വാൾട്ടർ നിങ്ങൾക്കു കഴിയുന്നതെല്ലാം ചെയ്യ്."

പെട്ടെന്നു യാതൊരു കാരണവും കൂടാതെ ക്രാമർ അന്വേഷിച്ചു.

"ആ കുട്ടിയെവിടെ? എവിടെ ഹെർബർട്ട്."

"എനിക്കറിയില്ല"

ആ വിശ്വസിപ്പിക്കലിന്റെ സത്യാവസ്ഥ അറിയാനെന്ന മട്ടിൽ ക്രാമർ ബോച്ചൗവിന്റെ മുഖത്തേക്കു സൂക്ഷിച്ചുനോക്കി.

"അവനെ ഒന്നന്വേഷിക്കൂ" അയാൾ ഗൗരവത്തിൽ പറഞ്ഞു.

"എന്തിന്?"

"എന്തിനെന്നോ?" ദേഷ്യത്തോടെയാണ് ക്രാമർ ആ ചോദ്യം ചോദിച്ചത്. ഡസ്കിന്റെ അടുക്കൽ ഇരുന്നു കൂമ്പിയ കൈകളിലേക്ക് നോക്കി അയാൾ മൃദുലസ്വരത്തിൽ പറഞ്ഞു.

"ആ കൊച്ചുകുഞ്ഞ് നമുക്കു കുറെയേറെ കുഴപ്പങ്ങൾ ഉണ്ടാക്കി വെച്ചവനാണ്. അവനിനി നമ്മെപ്പോലെ—നമ്മളിൽ ഒരുവനാണ്. അവൻ ഹോഫലിന്റെയും ക്രോപ്പിൻസ്കിയുടെയും ആ നാൽപ്പത്തിയാറു പേരുടെയും പിപ്പിഗ്ഗിന്റെയും എന്റെയും നിങ്ങളുടെയും കൂട്ടത്തിൽ ഒരുവനാകട്ടെ. അവൻ നമ്മുടെ ഒപ്പം മാർച്ചുചെയ്തു പുറത്തുപോകുകയോ, നമ്മുടെ ഒപ്പം മരിക്കുകയോ ചെയ്യട്ടെ. അവനെ നമുക്ക് ഇങ്ങോട്ടു കൊണ്ടുവരണം." അയാൾ മുഷ്ടി ചുരുട്ടി ഊക്കോടെ ഇടിച്ചു. "അവനെ ഇങ്ങോട്ടു കൊണ്ടുവരണം, അവനെ അന്വേഷിക്കൂ!"

ബോച്ചൗ ഒന്നും പറഞ്ഞില്ല. അയാൾക്ക് തന്റെ സ്നേഹിതനെ നല്ലപോലെ മനസിലായി. ആ ആജ്ഞാസ്വരം ബോച്ചൗവിന്റെ സ്വന്തം ഹൃദയത്തിൽ നല്ലപോലെ പ്രതിധ്വനിച്ചു.

പരുപരുത്ത സ്വരത്തിൽ ദേഷ്യത്തോടെ ക്രാമർ ബോച്ചൗവിന്റെ മൗനം ഭഞ്ജിച്ചു.

"നിങ്ങളിൽ ഒരുവനാണ് അവനെ മാറ്റിയത്. ഐ എൽ കെയിലെ ഒരാൾ ആരാണത്?"

ക്രാമർ പിന്നേയും അക്ഷമനായി, "അന്വേഷിക്കൂ" അയാൾ നിർബന്ധിച്ചു.

"നമ്മുടെ സഖാക്കളെ അവരുടെ ഒളിവുസ്ഥലങ്ങളിൽനിന്ന് രക്ഷപ്പെടുത്തുമ്പോൾ നമ്മുടെ ആ കുഞ്ഞ് മാത്രം ഒളിച്ചിരിക്കരുത്."

"വാൾട്ടർ പറയുന്നതു ശരിയാണ്. ഞാൻ അവൻ എവിടെയാണെന്ന് അന്വേഷിക്കും."

ക്രാമർ എഴുന്നേറ്റു. അയാൾക്ക് വളരെയേറെ പതംവന്നിരുന്നു.

യാത്രയ്ക്കുള്ള കൽപ്പന. സ്വതേ വിഷമത്തിൽ നിന്നിരുന്ന ബ്ലോക്കിന് അതൊരു ആഘാതമായിരുന്നു. ക്രാമർ അവരെ ഗുമസ്ത ന്മാരുടെ മുറിയിലേക്കു വിളിച്ചു, ബ്ലോക്ക് സീനിയർ അവരെ അങ്ങോട്ടു കൊണ്ടുവന്നു.

"സഖാക്കളെ, നമുക്കു നാളെ പോകേണ്ടിയിരിക്കുന്നു. പതിനായിരം ആളുകൾ. അതായത് ബ്ലോക്കുകൾ മുഴുവനും ഒഴിയും. പിടി മുറുകു കയാണ്. അവസാനത്തെ ഭാഗം കടുംകൂരിരുളിൽ ദുർഗമമായി നീണ്ടു കിടക്കുന്നു."

ആ കൽപ്പന ഏൽപ്പിച്ച സമ്മർദം പെട്ടെന്ന് മരവിപ്പിക്കുന്ന സംഭീതിയായി മാറി.

"ഞങ്ങൾ പോകുന്നില്ല. മരിക്കുകയാണെങ്കിൽ ഇവിടെ കിടന്നു മരിക്കട്ടെ."

ബ്ലോക്കു സീനിയർമാരുടെ ഹൃദയങ്ങൾ ചുളുങ്ങിക്കൂടി. അവർക്കു കഠിനമായ വാക്കുകൾ പറയേണ്ടിയിരിക്കുന്നു.

"സ്നേഹിതരെ, ഒന്നാലോചിക്കൂ, എസ് എസുകാർ ബ്ലോക്കിൽ കയറിയാൽ ഞാൻ പറയുന്ന രീതിയിലായിരിക്കുകയില്ല സംസാരിക്കുക. എനിക്കു നിങ്ങളോട് ഇവിടെ നിൽക്കാൻ പറയാൻ നിവൃത്തിയില്ല. എന്തെന്നാൽ നിങ്ങളുടെ കൊലയ്ക്കു ചുമതല വഹിക്കാൻ ഞാൻ തയ്യാറില്ല."

അതേസമയത്ത് ക്യാമ്പിൽ എല്ലായിടത്തും രഹസ്യമായ ആലോചനകൾ നടക്കുന്നുണ്ടായിരുന്നു.

സംഘടനയിലെ ലേയ്സൺ ഓഫീസർമാർ പ്രതിരോധ സംഘത്തിലെ നേതാക്കന്മാർക്ക് ആവശ്യമായ നിർദേശങ്ങൾ കൊണ്ടുകൊടുത്തിരുന്നു. ഓരോ സംഘത്തിന്റേയും കൂടെ നിങ്ങളുടെ കുറെ ആൾക്കാർ സന്നദ്ധഭടന്മാരായി പോകണം. ആൾക്കാരോടു സംസാരിച്ചു നോക്കൂ. എല്ലാവരുടെ കയ്യിലും ആയുധങ്ങൾ ഇരുന്നോട്ടെ അവർ കരുതിനിന്ന് അംഗരക്ഷകരെ വകവരുത്തി തടവുകാരെ വിമോചിപ്പിക്കണം.

ബോച്ചൗവും ബോഗോർസ്കിയും ഈ നിർദേശങ്ങൾ കൊടുത്തു. "ഐ എൽ കെയുടെ സമ്മേളനം വിളിച്ചുകൂട്ടാനുള്ള സമയമില്ല. ഗ്രൂപ്പ് നേതാക്കന്മാർ ബ്ലോക്കുകളുടെ ഇടയിലൂടെ നടന്നോ ശയനമുറിയിലെ മുക്കിലേക്ക് നീങ്ങിയിട്ടോ സംഘാംഗങ്ങളുമായി സംസാരിക്കണം. നിങ്ങൾ പോകാമോ? ചുണ്ടുകൾ നിശ്ശബ്ദമായി അമർത്തിപ്പിടിച്ചിരിക്കുമ്പോഴും ചിന്തകൾ നീളുകയായിരിക്കുന്നു.......വിദൂരതയിലേക്ക്.......ഭാര്യയോ കുട്ടികളോ മാതാവോ കാമിനിയോ കാത്തുകാത്തിരിക്കുന്ന വിദൂരതയിലേക്ക്........ഒന്നുകിൽ തലയാട്ടി സമ്മതം അല്ലെങ്കിൽ തലയാട്ടി വിസമ്മതം. ചിലർ ഉടനടിതന്നെ മറുപടി കൊടുത്തു.

"തീർച്ചയായും ഞാൻ പോയ്ക്കോളാം."

ഒരു തീരുമാനത്തിനുവേണ്ടി ആശ്രയിക്കേണ്ട സ്ഥാനമൊന്നുമില്ല. സന്നദ്ധസേനകൾ മരണത്തിന്റെ ആലിംഗനത്തിലേക്ക് സ്വയം കുതിക്കുകയാണ്.

ചെറിയ ചർച്ചകൾക്കുവേണ്ടി അവർ വേർപിരിയാനാരംഭിച്ചപ്പോൾ ബോച്ചൗ സ്നേഹിതനോട് ചോദിച്ചു.

"ലിയോനിഡ്, സത്യം പറയൂ. നിങ്ങളാണോ കുട്ടിയെ മാറ്റിയത്?"

"എന്തിനെന്നോടു ചോദിക്കുന്നു. ഞാൻ വീണ്ടും വീണ്ടും പറയുന്നു. ഞാൻ കുട്ടിയെ എടുത്തു മാറ്റിയിട്ടില്ല."

"പക്ഷെ അത് നമ്മളിലൊരാളാവനേ തരമുള്ളൂ."

ഉൽക്കണ്ഠയോടെ തലയാട്ടി ബോഗോർസ്കി സമ്മതിച്ചു.

ബോച്ചൗ നെടുവീർപ്പിട്ടു. അയാൾക്കു ബോഗോർസ്കിയെ വിശ്വാസം വന്നില്ല.

"കുട്ടി എവിടെയാണെന്നു നിങ്ങൾക്കറിയാമോ?"

ഒന്നുംമിണ്ടാതെ ബോഗോർസ്കി തലയാട്ടി.

"പിന്നെ, നിങ്ങൾ തന്നെയാണ് കുട്ടിയെ ഒളിപ്പിച്ചത്. എന്തുകൊണ്ടു പരമാർഥം പറയുന്നില്ല?"

## IV

**ഈ** സംശയാലുവായ മനുഷ്യനെ കുറിച്ചുണ്ടായ വിഷമംകൊണ്ട് വെറുതെ ചുമൽ കുലുക്കാനേ ബോഗോർസ്കിക്കു സാധിച്ചുള്ളൂ.

"നിങ്ങൾക്ക് എന്നെ വിശ്വാസമില്ലെങ്കിൽ! ശരി എനിക്കു നിങ്ങളെ ബോധ്യപ്പെടുത്താൻ നിവൃത്തിയൊന്നുമില്ലല്ലോ."

ആ സംഗതി അങ്ങനെ അവസാനിച്ചു.

അത്ഭുതമെന്നു പറയട്ടെ! അന്ന് ക്യാമ്പിൽ നാസി സൈനികനിലയത്തിന്റെ ഒരു പ്രസ്താവന പ്രക്ഷേപണം ചെയ്തു. അങ്ങനെയൊന്ന് ഉണ്ടായിട്ട് ഏറെക്കാലമായിരിക്കുന്നു.

ഉച്ചയ്ക്ക് കാംലോത്തുമായി യാത്രാകാര്യങ്ങളെക്കുറിച്ച് ചർച്ച ചെയ്യുന്നതിനിടയിൽ ഷവാൾ അതു ചെയ്യണമെന്ന കൽപ്പനകൾ നൽകിയിരുന്നു.

"സ്റ്റാൻഡാർട്ടൺ ഫ്യൂഹറർ! അപ്പോൾ ആളെ ഒഴിക്കാൻ തന്നെയാണോ നിങ്ങളുടെ പരിപാടി."

കൈകൾ പിന്നിൽ കെട്ടി ഷവാൾ മേശയ്ക്കു ചുറ്റും നടന്നു. അയാൾ കാംലോത്തിനു മറുപടിയൊന്നും കൊടുത്തില്ല.

"നശിക്കാൻ! നിങ്ങൾ സമരമുന്നണിയിൽ എന്താണു നടക്കുന്നത് എന്നൊന്നു ശ്രദ്ധിക്കുമോ? അനുസരണയെകുറിച്ചുള്ള നിങ്ങളുടെ ഭ്രാന്തൻ ആശയത്തിന്റെ ഫലമായി നിങ്ങൾ ഞങ്ങളെയെല്ലാം നരകക്കുഴിയിലേക്കു വലിച്ചെറിയും. നാം വെറുതെ സമയം കളയുകയാണ്......."

ബാധയേറ്റവനെപ്പോലെ ഷവാൾ കൂകി. "ഇപ്പോഴും നമ്മുടെ സേനകൾ കൈനിലയിൽ ഉറച്ചുനിൽക്കുകയാണ്. നമുക്കിനിയും സമയമുണ്ട്?"

"എത്രകാലം" കാംലോത്ത് പരിഹസിച്ചു. ഷവാളിന്റെ തുടുത്ത കവിൾ അരിമാവുപോലെ അയഞ്ഞു.

"എന്റെ ജീവിതം ഇതിലും ഭയങ്കരമാക്കല്ലെ. നിങ്ങൾ നാളെ പതിനായിരം പേരെ ഡാച്ചുവിലേക്കു കൊണ്ടുപോകുന്നു. അതുതന്നെ."

കാംലോത്ത് വീണ്ടും വിരസമായി ചിരിച്ചു.

"ഡാച്ചുവിലെ കുട്ടികൾക്കു നമ്മെ കാണുമ്പോൾ എന്തു രസമായിരിക്കുമെന്നോ! അവരിപ്പോൾ സ്വന്തം ക്യാമ്പിനെ ബുച്ചൻവാൾഡിലേക്കു കൊണ്ടുവരികയായിരിക്കും. നാം രസമായി- ഒളിച്ചോ ..... പിടിച്ചോ .......കളിക്കുകയാണ്. ഇവറ്റയെ മുഴുവൻ വെടിവെച്ചു തുലയ്ക്കൂ. എന്നാൽ ഈ നാശം കയ്യിൽനിന്ന് ഒഴിഞ്ഞുകിട്ടുമല്ലോ."

കോപാക്രാന്തമായ ഒരു മറുപടി കാംവോത്തിനു കൊടുക്കാനാണ് ഷവാൾ ഒരുങ്ങിയത്. പക്ഷെ ചെയ്തതോ കൈ ഒന്നു വീശി; അത്രതന്നെ. അയാൾ ഡസ്കിന്റെ ചുറ്റും നടക്കാനാരംഭിച്ചു.

"കാംലോത്ത്, നിങ്ങൾ തന്റേടമുള്ള മനുഷ്യനല്ലേ നിങ്ങൾക്കു തോന്നുന്നുണ്ടോ നിങ്ങളുടെ സൈന്യം നിങ്ങളെ അനുസരിക്കുമെന്ന്. ഇത് പഴയ സേനയൊന്നുമല്ല. വെറും ജീവനില്ലാത്ത മരക്കഷണം."

"ഒരൊറ്റ കൽപ്പന കൊടുത്താൽ മതി ശരിക്കും കാര്യം നടക്കും." കാംലോത്ത് വീമ്പിളക്കി.

ഷവാളിന്റെ മുഖം വീണ്ടും വിരിഞ്ഞു. "അതു നിങ്ങളുടെ തോന്നൽ മാത്രം. ഞാൻ മറ്റൊരു കഥപറയാം. എന്റെ സമ്മതത്തോടെ ആ നാൽപ്പത്തിയാറുപേരെ തിരയാൻ ക്ലൂട്ടിക് നിങ്ങളുടെ പോലീസ് നായ്ക്കളുടെ സഹായം ആവശ്യപ്പെട്ടില്ലേ? എന്നിട്ട് എന്തുണ്ടായി. ഒരൊറ്റ എണ്ണത്തിനെ കണ്ടുപിടിച്ചില്ല. അവർക്കാരേയും കണ്ടുപിടിക്കാൻ സാധിച്ചില്ല; അതുകൊണ്ടു തന്നെ. അല്ലെങ്കിൽ കണ്ടുപിടിക്കാൻ ആഗ്രഹിച്ചിരുന്നില്ല എന്നുമാകാം. ഒന്നു പറയൂ. നിങ്ങളുടെ സേനയെ നിങ്ങളേക്കാളും കൂടുതൽ എനിക്കറിയാം. യുദ്ധം അമ്പേ തകർന്നു. അങ്ങനെതന്നെയല്ലേ?" ഷവാൾ കാംലോത്തിന്റെ മുമ്പിൽനിന്നു.

"നാം ഇപ്പോൾ നമ്മുടെ ഹംസഗീതം (സ്വാൻസോങ്ങ്) പാടുകയാണ്. സമരം നിങ്ങൾക്ക് എതിരാകുമ്പോൾ ജനറലായാലും ശരി കുറച്ചു ശ്രദ്ധിക്കണം. ഇതിലും കൂടുതൽ ഞാൻ വിശദീകരിക്കണോ" തനിക്കു കേൾക്കാനിഷ്ടമില്ലാത്ത ആ സത്യം കാംലോത്ത് മനഃപൂർവം, ദുർവാശിയോടെ നിഷേധിക്കുകയായിരുന്നു.

"ഒരിക്കൽ നാം പുറപ്പെട്ടാൽ എന്റെ കുട്ടികൾ മുയലിനെ വേട്ടയാടുന്നതുപോലെ ശരിപ്പെടുത്തിക്കോളും."

"അതു കാര്യം വേറെ! പക്ഷെ ഇവിടെ എലിക്കണിയാണെന്റെ കുട്ടി."

"അതുകൊണ്ടെന്തു കാര്യം."

ഒരു ഫീൽഡ്മാർഷലിന്റെ അഹംഭാവത്തോടെ ഷവാൾ മറുപടി പറഞ്ഞു.

"ഞാൻ ഒരുപാടു കാര്യങ്ങളെ കുറിച്ചാലോചിക്കുന്നു. ഉദാഹരണമായി......" അയാൾ ഫോണിന്റെ സമീപം പോയി സൈനിക റിപ്പോർട്ട് ക്യാമ്പിൽ പ്രക്ഷേപണം ചെയ്യാനായി റീനിബോത്തിനോട് ആജ്ഞാപിച്ചു. അതും കഴിഞ്ഞയാൾ പറഞ്ഞു. "നാം പരാജയപ്പെടുമ്പോൾ....... നമുക്ക് ശ്രദ്ധയോടെയിരിക്കണം. അവിടെയുള്ളവർക്കും അതു ബാധകമാണ്. നാം അമേരിക്കക്കാരെ തടുത്തുനിർത്തുകയാണെന്നറിയുമ്പോൾ ശീതോഷ്ണമാപിനിയിലെ (ബാരോമീറ്റർ) രസരേഖ താഴും. നാളെ കാലത്ത് ആട്ടിൻപറ്റങ്ങളെപ്പോലെ അവർ ഗേറ്റ് കടന്ന് മാർച്ചുചെയ്തു പൊയ്ക്കോളും."

കടുത്ത ആശങ്കയോടെയാണ് ബ്ലോക്കുകൾ ആ റിപ്പോർട്ടു ശ്രവിച്ചത്. ഷവാൾ മുൻകൂട്ടികണ്ട ഫലം തന്നെയാണ് അതിനുണ്ടായത്.

ഈസനാച്ച്, മിൻസിങ്ങ്, ഗോഥ, എന്നിവിടങ്ങളിലെ അമേരിക്കൻ മുന്നേറ്റം നിലച്ചിരിക്കുന്നു.

തടവുകാർ ഉൽക്കണ്ഠയോടെ അന്യോന്യം നോക്കി. എന്താണ് ഇനി ഉണ്ടാകുക? പ്രതിരോധം ഇപ്പോഴും രണ്ടാം അപകടനിലയിൽ തന്നെയാണ്. ബ്ലോക്കു വിടാൻ അവർക്ക് അനുവാദമില്ല. അവർ തയ്യാറായി നിൽക്കണം. യാത്രക്കാരുടെ കൂടെ പോകുക എന്നതിൽ മീതെയൊരു കൽപ്പനയും അവർക്കു നേതൃത്വത്തിൽനിന്നു കിട്ടിയിട്ടില്ല. മാസങ്ങൾക്കു മുമ്പ് അവർക്കു കിട്ടിയിരുന്ന പ്രവർത്തനപരിപാടി അമ്പെ വലിച്ചെറിഞ്ഞുകളയുകയോ? സംഗതി തീരെ മയങ്ങി അവ്യക്തമായിരിക്കുകയാണ്.

എർഫർട്ടിന്റെ ഒരുഭാഗത്ത് അമേരിക്കൻ പാരച്യൂട്ട് ഭടന്മാർ ഇറങ്ങിയിരിക്കുന്നു. വാർത്ത ക്യാമ്പിൽ പരന്നതോടെ അവിടെ തളംകെട്ടിനിന്ന അവ്യക്തതയ്ക്കു, കനംകൂടി.

പതിവിലും നേരത്തെവന്ന ജോലിക്കാരാണ് ഈ വാർത്തകൊണ്ടുവന്നത്. ആവേശത്തോടെ സ്വീകരിക്കപ്പെട്ട ആ വാർത്ത ക്യാമ്പാകെ പരന്നു. എന്തെന്നാൽ, സൈനിക പ്രക്ഷേപണത്തിനു കടകവിരുദ്ധമായിരുന്നു ഈ വാർത്ത. ഇതു ശരിയാണെങ്കിൽ യാത്രാസംഘത്തിനു മുന്നേറാൻ സാധ്യമല്ല. സമരമുന്നേറ്റം നിലച്ചുവെങ്കിൽ പാരച്യൂട്ട് ഭടന്മാർക്ക് എങ്ങനെ ഇറങ്ങാൻ പറ്റും? ഇതു സാധ്യമാണോ? ഉം, യുദ്ധകാലത്ത് എന്തും നടക്കും. സൈനിക റിപ്പോർട്ട് ശരിയാണെങ്കിൽ ആളൊഴിക്കാൻ ഇനിയും ധാരാളം സമയംകിട്ടും. ഇത്രയേറെപേരുടെ യാത്ര അതാണ് കുറിക്കുന്നത്. ഏതാണ് വാസ്തവം. ഈ ഇരുളിലേക്ക് അൽപ്പം വെളിച്ചം വീശാവാൻ ആരുണ്ട്?

ക്യാമ്പിൽ സായാഹ്നത്തിന്റെ ദീപ്തി പരന്നു. കൽക്കരികൂമ്പാരങ്ങളിൽനിന്നും, ഉരുളൻകിഴങ്ങ് കലവറകളിൽനിന്നും, തടവുകാർ ഉദ്വേഗത്തോടെ രഹസ്യമായി താമസിപ്പിച്ചിരുന്നവരെ പിടിച്ചു പുറത്താക്കുകയാണ്. ക്രാമറുടെ കൽപ്പനയനുസരിച്ച് ബ്ലോക്ക് ക്ലാക്ക്, പ്രോളിനെ അഴുക്കുചാലിൽനിന്നു പൊക്കിയെടുത്തു. അങ്ങനെ സ്വാതന്ത്ര്യം പ്രാപിച്ചവർ തങ്ങളുടെ ബ്ലോക്കിലേക്ക് ഓടി. ബ്ലോക്ക് സീനിയർമാരോടെല്ലാം

ക്രാമർ നേരത്തെ പറഞ്ഞുവെച്ചിട്ടുണ്ടായിരുന്നു. അവർ മറ്റു തടവുകാരുടെ കൂട്ടത്തിൽകൂടി ബ്ലോക്കിൽ ലയിച്ചു, ചിലർ തങ്ങളുടെ രഹസ്യസങ്കേതങ്ങളിൽ തന്നെയിരുന്നു. റുങ്കിക്ക് അതിന്റെ അടിയിൽതന്നെയായിരുന്നു കൂടുതൽ സൗകര്യം. ക്രാമർക്ക് ഒരു നൂറുകൂട്ടം കാര്യം ഓടിനടന്നു ചെയ്യാനുണ്ടായിരുന്നു. ക്രാമർ ബ്ലോക്കിലേക്കു മടങ്ങുമ്പോൾ ബോച്ചൗവിനെ കണ്ടു. എർഫർട്ടിന്റെ അടുക്കൽ അമേരിക്കക്കാർ ഇറങ്ങിയിട്ടുണ്ടെന്ന വാർത്തയ്ക്ക് ആശാവഹമായ ഒരു സ്ഥിരീകരണം ലഭിക്കാൻ വേണ്ടി റിയോമെന്ററിനെ കാണാൻ പോയിവരികയായിരുന്നു ബോച്ചൗ. വൈദേശിക സ്റ്റേഷനുകൾ ഈ വാർത്ത പ്രഖ്യാപിച്ചു എന്നു മാത്രമേ കാസിനോവിലെ എസ് എസുകാരുടെ സംഭാഷണത്തിൽനിന്ന് ആ ഫ്രഞ്ചുകാരന് അറിയാൻ സാധിച്ചുള്ളൂ. അത് അത്രക്കൊന്നും ആശ്രയിക്കാൻ വയ്യ. ഇപ്പോഴത്തെ സൈനിക ആസ്ഥാനത്തെപ്പറ്റി കണിശമായ എന്തെങ്കിലും കണ്ടുപിടിക്കാൻ അതുകൊണ്ടു പ്രയോജനപ്പെടുകയില്ല.

ഒന്നും ചെയ്യാനില്ല. ബോച്ചൗ അതുകൊണ്ടു ക്രാമറോടു പറഞ്ഞു. “യാത്രാസംഘത്തെ പോകാനനുവദിക്കുക മാത്രമേ നമുക്കു ചെയ്യാനുള്ളൂ.”

“കുട്ടിയെവിടെ?”

ബോച്ചൗവിനു ക്രാമറെ നിരാശപ്പെടുത്താനുള്ള ധൈര്യമുണ്ടായില്ല. അതുകാരണം അയാൾ ഒരു കളവു പറഞ്ഞു.

“ഞാൻ എവിടെ നിന്നെങ്കിലും പിടിച്ചുകൊണ്ടുവരാം.”

ക്രാമർ തലയാട്ടി. “നന്ന്, ഹെർബർട്ട് നന്നായി. എങ്ങനെയെങ്കിലും കുട്ടി നമ്മുടെ അടുത്തെത്തണം. നമുക്ക് കടപ്പാടുണ്ട്........ആ ബങ്കറിൽ കിടക്കുന്നവരോടും.........പിപ്പിഗ്ഗിനോടും.........”

അസ്വസ്ഥമായ നിദ്രയ്ക്കുശേഷം നേരം പുലരുന്നതിനു മുമ്പുതന്നെ ക്രാമർ എഴുന്നേറ്റു. പുറപ്പെടാൻ തെരഞ്ഞെടുക്കപ്പെട്ട തടവുകാർ അവരുടെ ബ്ലോക്കുകളിൽ ഒരുങ്ങുകയായിരുന്നു. സംഘത്തിലെ സന്നദ്ധഭടന്മാർ നിശ്ശബ്ദരായി സഖാക്കളോടു വിടവാങ്ങി. സ്വന്തമായി ഉണ്ടാക്കിയിരുന്ന ആയുധങ്ങളെല്ലാം അവർ ദേഹത്തിൽ ഒളിച്ചുവെച്ചിരുന്നു. യാത്രക്കാരെ സ്വതന്ത്രരാക്കി അമേരിക്കക്കാരോടു ചേരാൻ അവർക്കു സാധിക്കുമോ? എത്ര എസ് എസുകാർ അവരെ അനുഗമിക്കുന്നുണ്ടായിരിക്കും? എങ്ങോട്ടായിരിക്കും അവരുടെ നീക്കം?

ക്രാമർ ഓരോരോ ബ്ലോക്കുകളായി കയറിയിറങ്ങി. “റീനിബോത്ത് വിളിച്ചുപറയുമ്പോൾ അണിനിരക്കാനാരംഭിച്ചോളൂ. അൽപ്പസ്വൽപ്പമൊക്കെ താമസം വരുത്തണം. മനസിലായോ? ഒരുപക്ഷെ അപകടസൂചന നേരത്തെ കിട്ടിയേക്കും. എന്നാൽ യാത്ര നീട്ടാൻ പറ്റും!”

പക്ഷെ മുൻകൂട്ടി കാണാതെ, തികച്ചും വ്യത്യസ്തമായ ഒരു കാര്യമാണ് നടന്നത്. നീട്ടിക്കൊണ്ടുപോകാനുള്ള അവരുടെ പരിപാടിയത്രയും തകിടം മറിഞ്ഞു. പറഞ്ഞ സമയത്തിന് ഒരര മണിക്കൂർ മുമ്പ് ആയിരക്കണക്കിന് എസ് എസുകാർ ഗേറ്റിലേക്കു മാർച്ച് ചെയ്തു. തോക്കുകൾ

സജ്ജമാക്കി ബൽട്ടുകളിൽ കൈബോംബുകൾ ഘടിപ്പിച്ച് ഒരു നിരയായി അവർ അവിടെ നിരന്നുനിന്നു. ഇരുമ്പുവാതിൽ തുറന്നു. തുറന്നപാടെ അതു മലർന്നു കിടന്നു. കൈകളിൽ ഗദയും തോക്കുകളുമേന്തിയ എസ് എസ് ഭടന്മാർ വിജനമായ കവാത്തുമൈതാനത്തിലൂടെ ബ്ലോക്കുകളിലേക്കു പാഞ്ഞു. അവർ ബ്ലോക്കുകളിലേക്കു കയറി, വിവേചനമന്യെ എല്ലാവരേയും തല്ലി വെളിയിലിറക്കി; ക്യാമ്പിനെ മുഴുവനുമായി ഗേറ്റിലേക്കു തുരത്തുകയാണ് തങ്ങളുടെ ലക്ഷ്യമെന്നമട്ടിൽ ഭയങ്കരമായ ഈ ബഹളത്തിനിടയിൽ അലറുന്ന ഫ്യൂഹറർമാർ രക്ഷപ്പെടാനായി നിലവിളിച്ചുകൊണ്ടു പാഞ്ഞു നടക്കുന്ന തടവുകാരുടെ ഇടയിൽ തലങ്ങും വിലങ്ങും പാഞ്ഞു. തിരിഞ്ഞുവെച്ചിരുന്നവരെല്ലാം തിക്കിലും തിരക്കിലും ബഹളത്തിലും ആരാണെന്നറിയാതെയായി. ആൾക്കാരെ പ്രധാന വഴികളിൽനിന്ന് ഇടവഴികളിലേക്കും, അവിടെനിന്ന് കവാത്തുമൈതാനം വഴി ഗേറ്റിലേക്കും ഓടിച്ചു. അടിപിടിക്കാർ തിരികെ ബാരക്കുകളിലേക്ക് പാഞ്ഞ് കൂടുതൽ കൂടുതൽ പേരെ പുറത്തേക്ക് ഓടിച്ചു.

വേട്ടയാടപ്പെട്ട ആ ആൾക്കൂട്ടത്തിന് ചിന്തിക്കാനുള്ള ശക്തി നശിച്ചിരുന്നു. ഭയവും സംഭ്രമവും മാത്രമായിരുന്നു അവരുടെ മനസിൽ. തല്ലിൽനിന്നു രക്ഷപ്പെടാൻ മാത്രമായിരുന്നു അവരുടെ പേപിടിച്ച പാച്ചിൽ. അവർ തുറന്ന ഗേറ്റിലൂടെ പുറത്തേക്ക് ഓടി, അവിടെ രക്ഷയുണ്ടാകുമെന്നമട്ടിൽ. ഒരു കൊടുങ്കാറ്റുപോലെ എല്ലാദിക്കിലും അത് ചീറിയടിച്ചു. പുറത്താക്കപ്പെട്ട തടവുകാരുടെ വിപുലമായ നിരയുടെ രണ്ടു ഭാഗത്തുമായി എസ് എസുകാർ സ്ഥലം പിടിച്ചു. ഓടിക്കലെല്ലാം ഒരുവിധം അവസാനിച്ചപ്പോൾ അവർ ഗേറ്റ് അടച്ചു. തോക്കിന്റെ പാത്തികൊണ്ടുള്ള പ്രഹരത്തിന്റെയും കൂട്ടനിലവിളികളുടെയും അകമ്പടിയോടെ അവർ നേരെ റോഡിലേക്ക് ഓടി. ഇടപ്പടിയുടെ അടുക്കലേക്ക് എത്തിയപ്പോഴേക്കും എസ് എസുകാർ അവരെ തല്ലിച്ചതച്ച് ഒരു വിധം മാർച്ച് ചെയ്യിക്കാൻ പറ്റിയ നിലയിലാക്കിയിരുന്നു.

കൊടുങ്കാറ്റിന്റെ വെപ്രാളം ഒരു മണിക്കൂറിലധികം നിലനിന്നില്ല. ബ്ലോക്കിലുള്ളവർക്ക് സംസാരിക്കാനോ ചിന്തിക്കാനോ ഉള്ള ശക്തിയുണ്ടായിരുന്നില്ല. തലച്ചോറിലും ഹൃദയത്തിലും രക്തം പതഞ്ഞൊഴുകുകയായിരുന്നു. മേശപ്പുറത്തും ബെഞ്ചുകളിലും ഉറക്കറകളിലും മറ്റുമവർ കൈക്കൊണ്ടു. കണ്ണുകൾ അടച്ചുപിടിച്ചു ശ്വാസോച്ഛ്വാസം ഒന്നു ശാന്തമാക്കാൻ ശ്രമിക്കുകയായിരുന്നു.

ഈ ഭീകരസംഭവങ്ങൾ നടന്ന് ഒരു മണിക്കൂർ കഴിഞ്ഞപ്പോൾ സൈറൺ വിലപിക്കാൻ തുടങ്ങി. തലമുടിയിൽ ചുറ്റിപ്പിടിച്ചു വലിച്ചിഴക്കപ്പെട്ട ഒരു പെൺപിറന്നവരെപ്പോലെ അത് കൂകിവിളിച്ചു. അപകടസൂചന വേറെ ഒന്നുകൂടി.

# V

**ദി**വസങ്ങളായി കലവറമുറിയിൽ വേലക്കാർ ജോലിനിർത്തിയിട്ട്. ആ കെട്ടിടം അവർക്കിപ്പോൾ സ്വാഗതാർഹമായ ഒരഭയ സങ്കേതമായിരിക്കുന്നു. ഇവിടെ യാത്രയിൽനിന്ന് അവർക്കു രക്ഷകിട്ടും. ക്യാമ്പിലാകെ കൊടുങ്കാറ്റിന്റെ പെരളി പാഞ്ഞുനടക്കുമ്പോൾ അവർക്കും പരിഭ്രാന്തി പിടിപെട്ടിരുന്നു. അപകടസൂചന കിട്ടുമ്പോൾ മാത്രമേ അവർ ശാന്തമായി ഒരിടത്ത് ഇരിക്കാറുള്ളൂ. പൊടുന്നനെ അവർക്ക് മനസിലായി വ്യൂറാച്ചിനെ കാണാനില്ല എന്ന്. ആ എലി വല്ലിടത്തും ഒളിച്ചിരിക്കുകയായിരിക്കുമോ? ഈ കെട്ടിടത്തിൽതന്നെ ഉണ്ടായിരിക്കുമോ? അവർ അയാളെ അന്വേഷിച്ചു. മുകളിലെ നിലയിലുള്ള വസ്ത്രധാരണമുറിയിലേയും, താഴെ ആയുധസംഭരണശാലയിലേയും തടവുകാരോട് അവർ അന്വേഷിച്ചു. നിങ്ങൾ എങ്ങാനും അയാളെ കണ്ടോ? ആർക്കും ഒരു വിവരവും നൽകാനായില്ല.

ഒരുപക്ഷെ തടവുകാരെ നിർബന്ധമായി അയച്ചപ്പോൾ ആ ചാരൻ ക്യാമ്പിൽ ഉണ്ടായിരുന്നിരിക്കാം. ഒരുപക്ഷെ തിരക്കിൽ മറ്റുള്ളവരുടെ ഒപ്പം അയാളേയും അടിച്ചു വെളിയിൽ തള്ളിയിരിക്കാം. അല്ലെങ്കിൽ വരാൻ പോകുന്ന പ്രത്യാഘാതങ്ങളിൽനിന്നു രക്ഷപ്രാപിക്കാൻ സ്വയമേ അവരുടെ കൂടെ പോയിരിക്കാം. തടവുകാർ മുകളിലേക്കുപോയി. അയാളെ കാണാനില്ലാത്ത കാര്യം സ്വീലിങ്ങിനെ ധരിപ്പിക്കണമോ? കുറെപേരെല്ലാം അതിനെതിരായ ഉപദേശമാണ് കൊടുത്തത്. കൈ എടുത്തോളൂ. അടുക്കാൻ വയ്യാത്തത്ര ചൂടുള്ള കാര്യമാണിത്. ഒരുപക്ഷെ ചാരന്റെ തിരോധാനംതന്നെ സ്വീലിങ്ങിന്റെ പണിയാകാം. അതിനെപ്പറ്റി ഒന്നും പറയേണ്ടതില്ലെന്നവർ തീരുമാനിച്ചു.

പ്രതിരോധസംഘം അങ്ങനെ തിളച്ചുമറിയുകയായിരുന്നു. അവർ ആയുധങ്ങൾ ആവശ്യപ്പെട്ടു. അസ്വാസ്ഥ്യവും അക്ഷമയും അച്ചടക്കത്തെ താറുമാറാക്കി. ലേയ്സൺ ഓഫീസർ മുഖേനയുള്ള സമ്പർക്കം അപര്യാപ്തമായി തുടങ്ങി. സംഗതികളുടെ അടിയന്തരാവസ്ഥയെ പുരസ്കരിച്ചു ഐ എൽ കെയിലെ സഖാക്കൾ കൂടുതൽ കൂടുതൽ മറവിട്ടു പുറത്തുവരണമെന്ന നിലയായിരുന്നു.അതുകൊണ്ട് അതിലെ നേതാക്കന്മാരുമായി ഉടനടി ഒരു ചർച്ച ചെയ്യേണ്ടത് അത്യാവശ്യമായിരിക്കുന്നു.

ഇരുട്ടു പരന്നപ്പോൾ ആളൊഴിക്കൽമൂലം വിജനമായ ഒരു ബ്ലോക്കിൽ അവരിൽ നൂറിലധികംപേർ സമ്മേളിച്ചു. ക്രാമറും അതിൽ പങ്കു ചേർന്നു.

ബോച്ചൗ സമ്മേളനം ഉൽഘാടനം ചെയ്ത ഉടനെതന്നെ ഇനിയുണ്ടാകുന്ന ആളൊഴിക്കലിനെതിരായി സായുധ വിപ്ലവംതന്നെ വേണമെന്ന് പലരും വാശിപിടിച്ചു. പതിവുപോലെ ഏറ്റവും അധികം അക്ഷമ കാണിച്ചത് പ്രിബുലയായിരുന്നു. പോളീഷ് സംഘത്തിലെ അയാളുടെ സ്നേഹിതർ അയാളെ പിൻതാങ്ങി. മറ്റുള്ള നേതാക്കന്മാരും ശാന്തമായ ഈ നയം മാറ്റണമെന്ന അഭിപ്രായക്കാരായിരുന്നു.

"നമ്മുടെ സഖാക്കളെയെല്ലാം ഇങ്ങനെ മരണത്തിലേക്കു വലിച്ചിഴച്ചുകൊണ്ടുപോകുന്നതു കാണുന്നതിൽ ഭേദം യുദ്ധം ചെയ്തു തോൽക്കുകയാണ്. ഇപ്പോൾ പതിനായിരമാണ് നാളെ പക്ഷെ മുപ്പതിനായിരമായിരിക്കും." അസ്വാസ്ഥ്യം പ്രവർധമാകുകയായിരുന്നു. "ആയുധങ്ങൾ ഉപയോഗിക്കുക നാളെ തന്നെ."

ഒരു ഭാഗത്ത് ഒഴിഞ്ഞുനിന്നിരുന്ന ക്രാമർക്ക് സ്വയം നിയന്ത്രിക്കാനായില്ല. അയാൾ ആ ബഹളത്തിന്റെ മീതെ കേൾക്കത്തക്ക വിധത്തിൽ വിളിച്ചു പറഞ്ഞു.

"ആദ്യംതന്നെ ഭ്രാന്തെടുത്തപോലെയുള്ള ആ അട്ടഹാസം ഒന്നവസാനിപ്പിക്കൂ. ഇതൊരു പണിമുടക്കു സമ്മേളനമല്ല, ഇത് തടങ്കൽ പാളയമാണ്. ശബ്ദംകൊണ്ട് എസ് എസുകാരെ ഇങ്ങോട്ടു വരുത്തണമെന്നാണോ മോഹം." പെട്ടെന്ന് അവിടം ശാന്തമായി. "നാളെ ആയുധങ്ങൾ ഉപയോഗിക്കണമോ? കൊള്ളാം ശരി! ശരി!"

ക്രാമറുടെ പരിഹാസം അവരെ ചൊടിപ്പിച്ചു. വീണ്ടും തിക്കും തിരക്കും ആരംഭിച്ചു.

"ഞാനൊന്നു പറഞ്ഞോട്ടെ!"

"നശിക്കാൻ! നമുക്കു കാര്യങ്ങൾ സംസാരിക്കാം. ക്യാമ്പു സീനിയർ എന്ന നിലയ്ക്ക് ഏറ്റവും കനത്തഭാരം പേറേണ്ടത് ഞാനാണ്. അതുകൊണ്ട് പറയേണ്ടത് പറയാൻ എനിക്കർഹതയുണ്ട്. നമുക്ക് ആയുധങ്ങൾ എത്രയുണ്ടെന്ന് കണിശമായി എനിക്കറിയില്ല. എന്നാൽ ഒന്നെനിക്ക് നിശ്ചയമുണ്ട്. അത്ര വളരെ ഉണ്ടാവുകയില്ല; 600 എസ് എസുകാരോടു അടരാടാൻ തക്ക ഗുണവും അവയ്ക്കുണ്ടാവുകയില്ല. പിന്നെയും ഒരു കാര്യം തീർച്ചയാണ്. ഇവിടെ ശവകൂടാരം കൂട്ടിയിടാൻ കമാന്റർക്ക് ഉദ്ദേശ്യം കാണുകയില്ല. സ്വന്തം മഠയത്തരംകൊണ്ട് അത് ക്ഷണിച്ചു വരുത്താതിരിക്കയല്ലേ നല്ലത്."

"നമ്മുടെ മഠയത്തരം കൊണ്ടോ?"

"ഹൗ എന്തൊരു ക്യാമ്പുസീനിയർ?"

"ഒന്നു കേട്ടാട്ടെ! ഈ ആനമടിയൻ ആ കമാന്ററെ താങ്ങിപ്പറയുക കൂടി ചെയ്യുന്നുണ്ട്."

ബോച്ചൗ ഇടയിൽ കയറി പറഞ്ഞു.

"ക്യാമ്പു സീനിയർക്കു പറയാനുള്ളതു പറയട്ടെ."

ക്രാമർ ഒന്നു ചീറി.

"നിങ്ങൾ എല്ലാവരും കമ്യൂണിസ്റ്റുകാരാണോ എന്നെനിക്കറിയില്ല. പക്ഷെ ഞാനൊരു കമ്യൂണിസ്റ്റാണ്. ഞാൻ ഉദ്ദേശിക്കുന്നത് എന്താണെന്നു മനസിലാക്കാൻ ഇതൊന്നു ശ്രദ്ധിച്ചു കേൾക്കൂ......"

ഒരു നിമിഷനേരത്തേക്ക് അയാൾ മൂകനായിനിന്നു.

"ഇവിടെ ക്യാമ്പിൽ ഒരു കൊച്ചുകുട്ടിയെ ഒളിച്ചുതാമസിപ്പിച്ചിട്ടുണ്ട്. നിങ്ങൾക്ക് അതറിയാമല്ലോ. ആ കുട്ടി കാരണം എണ്ണമറ്റ യാതനകൾ നമുക്കനുഭവിക്കേണ്ടി വന്നിട്ടുണ്ട്. ഇതിന്റെ പേരിൽ നമ്മുടെ രണ്ടാളുകളെ

ബങ്കറിൽ ഇട്ടു പൂട്ടിയിട്ടുണ്ട്. നിങ്ങൾ അവരെ അറിയുമല്ലോ. ആ കുട്ടി കാരണം നമ്മുടെ പിപ്പിഗ്ഗ് മർദനമേറ്റ് പരലോകം പൂകി. ഈ കുട്ടി കാരണം നമ്മുടെ പല സ്നേഹിതരും അപകടത്തിൽപ്പെട്ടു. ഇവിടെ ഇരിക്കുന്ന നിങ്ങളും കുട്ടിയുടെ കാര്യത്തിൽ കുഴപ്പത്തിൽപ്പെട്ടിരിക്കുകയാണല്ലോ. ക്യാമ്പിന്റെ വിധിയാകെ തലനാരിഴയിൽ തൂങ്ങിക്കിടന്നിരുന്ന ഒരു കാലമുണ്ടായിരുന്നു. ആ കുട്ടിയെ ഒളിപ്പിക്കുന്ന കാര്യത്തിൽ നമുക്ക് എന്തു മഠയത്തരമാണ് പറ്റിയത്? അതിനെ കിട്ടിയ വഴിയേ പടിക്കൽ ഏൽപ്പിച്ചിരുന്നുവെങ്കിൽ ഇപ്പോൾ പിപ്പിഗ്ഗ് നമ്മുടെ ഇടയിൽ ഉണ്ടാകുമായിരുന്നു. ഹോഫലും ക്രോപ്പിൻസ്കിയും മരണവും കാത്ത് ബങ്കറിൽ കഴിയുകയില്ലായിരുന്നു. ക്യാമ്പിൽ യാതൊരു കുഴപ്പവും ഉണ്ടാകുമായിരുന്നില്ല. പക്ഷെ അങ്ങനെയാകുമ്പോൾ തീർച്ചയായും നാം ആ ശിശുവിനെ കൊലയ്ക്കുകൊടുക്കും. എന്നാലും അത് ഇത്രത്തോളം വഷളാകുമായിരുന്നില്ല. എന്താ അങ്ങനെയല്ലേ?" അസാധാരണമായ ഒരു ജാഗ്രത അവിടെ പരന്നു.

"നിങ്ങൾ ആ പൈതലിനെ എസ് എസുകാർക്ക് ഏൽപ്പിച്ചുകൊടുക്കുമായിരുന്നോ?"

അടുക്കൽ നിന്നിരുന്ന പ്രിബുലയോടായിരുന്നു ആ ചോദ്യം. ആ യുവാവായ പോളണ്ടുകാരൻ യാതൊരു മറുപടിയും പറഞ്ഞില്ല. ആ കണ്ണുകളിൽ അമർത്തിവെച്ചിരുന്ന ദീപ്തി അയാൾ കണ്ടു.

"മരണമോ ജീവിതമോ വേണ്ടതെന്നു തീരുമാനിക്കുക എത്ര വിഷമമാണെന്നു നോക്കൂ? മരണോൻമുഖമായ ഈ യാത്രയ്ക്കു തടവുകാരെ പറഞ്ഞയക്കുന്ന കാര്യം എനിക്കു വളരെ ലഘുവാണെന്നാണോ നിങ്ങളുടെ വിചാരം.?"

ക്രാമർ ചുറ്റുമുള്ളവരെ നോക്കി. "ഞാനെന്തു ചെയ്യണം? ക്ലൂട്ടിക്കിനെ സമീപിച്ചു പറയട്ടെ. എനിക്കു നിങ്ങളുടെ കൽപ്പന കേൾക്കാൻ മനസില്ല. എന്നെ വെടിവെച്ചു കൊന്നോളൂ എന്ന്. അതൊരു മഹത്വമാകും ഇല്ലേ? ഇല്ലേ? നിങ്ങൾ എനിക്കൊരു സ്മാരകം പണിയും."

"പക്ഷെ എനിക്ക് ആ ബഹുമതി ആവശ്യമില്ല. അതിനു പകരം ഞാൻ അവരെ പടിക്കലേക്ക്, മരണത്തിലേക്ക് അയയ്ക്കുന്നു...... മറ്റുള്ളവരെ വെടിവെച്ചു തുലയ്ക്കാതിരിക്കാൻ....?"

തന്നെ തുറിച്ചുനോക്കുന്ന മുഖങ്ങളിലേക്ക് ക്രാമർ ഉറ്റുനോക്കി.

"മനസിലായോ? മനസിലാക്കാൻ അത്ര എളുപ്പമൊന്നുമല്ല. നമുക്കിപ്പോൾ ഉണ്ടാക്കേണ്ട തീരുമാനം നിസാരമായ ഒന്നല്ല. നമുക്കിപ്പോൾ രണ്ടിലൊന്നു തെരഞ്ഞെടുക്കണം- മരണമോ ജീവിതമോ വേണ്ടതെന്ന്! അത്ര ലഘുവായ പ്രശ്നമല്ല നമ്മുടെ മുമ്പിലുള്ളത്. അങ്ങനെയാണെങ്കിൽ ഞാൻ പറയുമായിരുന്നു. ശരി, ആയുധങ്ങൾ പുറത്തേക്കെടുത്തു. നാളെ നാളെ തന്നെ നമുക്കു വെടി തുടങ്ങാം.......

പറയൂ......ആ കുട്ടിയെ രക്ഷിച്ചതിന്റെ പേരിലല്ലേ നാം പിപ്പിഗ്ഗിനെ മരണത്തിലേക്ക് വലിച്ചെറിഞ്ഞത്. പറയൂ... പിപ്പിഗ്ഗിനെ രക്ഷിക്കാൻ

വേണ്ടി നാം ആ കുട്ടിയെ വലിച്ചെറിഞ്ഞുകൊടുക്കുമായിരുന്നോ? ..... ശരി, ഒന്നു പറയൂ കേൾക്കട്ടെ ആരാണ് ശരിയായ ഉത്തരം നൽകുക."

ക്രാമർക്ക് ഇനിയും കുറെയേറെ പറയാനുണ്ടായിരുന്നു. പക്ഷെ ചിന്തകൾക്കു രൂപം കൊടുക്കുന്തോറും അവ ഒന്നിനൊന്നു സങ്കീർണ്ണ മാവുകയാണ്. എങ്ങനെയാണ് അതൊക്കെ അടുക്കിനു പറഞ്ഞുമനസി ലാക്കി കൊടുക്കുക എന്നയാൾക്ക് അറിയാൻ വയ്യാതായി.

അവർ നിശ്ശബ്ദരായിരുന്നു. ക്രാമർ തന്റെ കനത്ത ഓരോ വാക്കും ത്രാസ്സിൽ നിന്നെടുത്ത് അവരുടെ ഉള്ളംകയ്യിൽ വെച്ചു കൊടുത്തപോലെ! ഉം ഇതാ നിങ്ങൾതന്നെ തൂക്കിനോക്കിക്കോളൂ.....

അവർക്കു ബോധം വന്നു. ആരംഭിച്ചതിനേക്കാൾ അച്ചടക്കത്തോടെ ആ ചർച്ച അവസാനംവരെ തുടർന്നു.

അടുത്ത ഏതാനും ദിവസത്തേക്കുള്ള തന്ത്രപരമായ പരിപാടി ഗ്രൂപ്പു നേതാക്കന്മാരും ഐ എൽ കെയിലെ സഖാക്കളുംകൂടി ആസൂത്രണം ചെയ്തു. സായുധവിപ്ലവത്തിനുള്ള ആഹ്വാനം അകാലികമെന്ന നിലയിൽ തള്ളപ്പെട്ടു. ചർച്ചകൾകൊണ്ടു പൊതുവായ ഒരു വിശ്വാസമുണ്ടായി. സമരാങ്കണത്തിലെ വിരാമം താൽക്കാലികം മാത്രമാണ്. ക്യാമ്പിലെ ഫാസിസ്റ്റുകാരുടെ ദിവസങ്ങൾ എണ്ണപ്പെട്ടുകഴിഞ്ഞു. ശാന്തമായ പ്രതി രോധവും, നീട്ടിക്കൊണ്ടുപോകാനുള്ള വഴികളുമായിരിക്കണം തന്ത്രങ്ങൾ. ആയിരമായിരം ജനങ്ങൾ പോകുന്ന കാഴ്ച ദുസ്സഹമാണെന്നിരിക്കിലും അനിവാര്യമാണത്.

ക്യാമ്പ് പെട്രോളിലെ ബ്രൻഡൽ അപ്പോഴേക്കും അങ്ങോട്ട് കടന്നു ചെന്നു. അയാൽ ബോച്ചൗവിനോട് എന്തോ സ്വകാര്യം പറഞ്ഞു. അയാ ളുടെ മുഖം ആകാംക്ഷകൊണ്ടു തുടുത്തു.

"സഖാക്കളെ!" അയാൾ വിളിച്ചു പറഞ്ഞു.

"സമരരംഗം വീണ്ടുമിതാ സജീവമായി. അവർ മുന്നേറുകയാണ്. വിശ്വാസയോഗ്യമായ തെളിവുകൾ നമുക്കു കിട്ടിയിരിക്കുന്നു. 'മുഹൂൽഹ സന്റെ സമീപം പൊരിഞ്ഞയുദ്ധം നടക്കുകയാണ്. ലാഞ്ചൽസാൽസയും ഈസിനാച്ചും വീണു കഴിഞ്ഞു......"

"മിണ്ടാതിരിക്കൂ. കിടന്നലറാതെ! നിങ്ങൾക്കു ഭ്രാന്തുപിടിച്ചോ!" ക്രാമർ ഇടയ്ക്കുകയറി ചാടിയെഴുന്നേൽക്കാനും ബഹളം ഉണ്ടാക്കാനും തുടങ്ങിയവരെ ശകാരിച്ചു.

പിറ്റേദിവസം ക്രാമർക്കു പുതിയ കൽപ്പനകൾകിട്ടി. അൽപ്പം മണിക്കൂറിനകത്ത് 1000 പേരെ തയ്യാറാക്കണം; അതുകഴിഞ്ഞ് വേറെ ഒരു 1000വും. ആ 800 യുദ്ധതടവുകാരും ഇന്നുതന്നെ ക്യാമ്പ് വിടണം.

എസ് എസ് ബാരക്കിന്റെ അട്ടഹാസങ്ങളും കൽപ്പനകളും മുഴങ്ങി. ഭീമാകാരമായ യാത്രാസംഘത്തെ അനുയാത്രചെയ്യാനുള്ളവരെയെല്ലാം സജ്ജമാക്കി. ഈസനാച്ചിന്റെ തകർച്ച മൂലമാണ് ഈ ധൃതിപിടിച്ച സന്നാഹങ്ങൾ വേണ്ടിവന്നത്. ആയിരമായിരം തടവുകാർ മാർച്ച് ചെയ്യാൻ തയ്യാറായി. ക്യാമ്പ് ആർത്തിരമ്പുകയായിരുന്നു. ബ്ലോക്ക് സീനിയർമാ

രുടെയും ക്യാമ്പ് പെട്രോളിന്റെയും സഹായത്തോടെ ക്രാമർ ആദ്യത്തെ യാത്രാസംഘത്തെ തയ്യാറാക്കിയപ്പോഴേക്കും എസ് എസുകാരുടെ നീണ്ട അണികൾ ബാരക്കിൽനിന്ന് ക്യാമ്പിലേക്ക് മാർച്ച് ചെയ്തു. ഐ എൽ കെ 17-ാം നമ്പറിൽ ധൃതിപിടിച്ചൊരു ചർച്ചായോഗം കൂടി.

യുദ്ധത്തടവുകാർ പോയാൽ പ്രതിരോധസംഘത്തിനു വളരെയേറെ ക്ഷീണം തട്ടും. കൽപ്പന അനുസരിക്കണമെന്നാണ് യുദ്ധത്തടവുകാർ തീരുമാനിച്ചത്. അമേരിക്കക്കാർ മണിക്കൂറിനു മണിക്കൂറിനു മുന്നേറുകയാണ് എന്ന് അനുമാനിക്കേണ്ടിയിരിക്കുന്നു. അമേരിക്കൻ മുന്നണിപ്പടയാളികൾ വളരെ അടുത്തു എന്നു ബോധ്യം വരുമ്പോൾ കാവൽക്കാരെ ആക്രമിച്ചു കീഴടക്കി തടവുകാരെ വിമോചിപ്പിക്കണമെന്നാണ് അവർക്കു കിട്ടിയ നിർദേശം. പിന്നീടവർക്ക് അമേരിക്കൻ അണികളിലൂടെ നീങ്ങാം. അവർക്കു കുത്താനുള്ള ആയുധങ്ങളും തോക്കുകളും നൽകണം. ആ ചുമതല ബോച്ചൗവിന്റേതായിരുന്നു. അതൊരു ജീവന്മരണ തീരുമാനമായിരുന്നു. വന്ന വേഗത്തിൽ തന്നെ ഐ എൽ കെയിലെ സഖാക്കൾ പിരിഞ്ഞുപോയി.

ഫ്രഞ്ച്, പോളണ്ട്, റഷ്യ, ജർമനി, ഡച്ച്, ചെക്ക്, ആസ്ട്രിയ, റുമേനിയ, ബൾഗേറിയ, ഹങ്കറി എന്നി വിവിധ രാഷ്ട്രങ്ങൾക്ക് അവരുടെ ആൾക്കാരെ പറഞ്ഞയക്കേണ്ടതുണ്ടായിരുന്നു. നിറയെ ആൾക്കാരുള്ള ബ്ലോക്കുകളിൽനിന്ന് ഇരമ്പലും മൂളലും തിക്കും തിരക്കും വിവിധ ഭാഷകളിലുള്ള ബഹളങ്ങളും ഉയർന്നു കേൾക്കാമായിരുന്നു.

ധൃതിപിടിച്ച കോലാഹലത്തിന്റെ മൂർധന്യത്തിൽ സൈറൺ അലറി, വ്യോമാക്രമണ മുന്നറിയിപ്പ്. എല്ലാവരും സന്തോഷത്തോടെ ബ്ലോക്കുകളിലേക്കു തിരിച്ചോടി. എസ് എസുകാർ അവരുടെ ബാരക്കിലേക്കു തന്നെ മാർച്ചുചെയ്തു. മെഡിക്കൽ സ്ക്വാഡിലെ 16 പേർ കവാത്തു മൈതാനത്തേക്ക് ഓടിയെത്തി. അടച്ച ഇരുമ്പുഗേറ്റിലൂടെ റീനിബോത്ത് അവരുടെ നേരെ ചീറി. “തിരിച്ചു പോകൂ.” ഒരു നിമിഷനേരത്തേക്ക് അവർ സന്ദേഹിച്ചുനിന്നു. പിന്നീട് അവർ വെട്ടിത്തിരിഞ്ഞു കവാത്തുമൈതാനത്തിലൂടെ ഓടിയകന്നു. മുൻപിലത്തെ ബ്ലോക്കുകളിലെ ജനൽവാതിൽക്കൽ നിൽക്കുന്നവർ വിളിച്ചു പറഞ്ഞു.

“അവർ മെഡിക്കൽ സ്ക്വാഡിനെ പുറത്തേക്കയക്കുന്നില്ല.”

കോഹൻ ആളുകളെ ആസ്പത്രിയിലേക്കു തിരിച്ചയച്ച് ഗുമസ്തന്മാരുടെ മുറിയിലേക്ക് ഓടി. ക്രാമറുടെ ഓഫീസിന്റെ വാതിൽ തള്ളിത്തുറന്നയാൾ പറഞ്ഞു. “നായാട്ട് അവസാനിച്ചിരിക്കുന്നു.” പെട്ടെന്നു വാതിൽ അടച്ച് അയാൾ സ്വന്തം ആളുകളുടെ അടുത്തേക്കുതന്നെ ഓടി.

അൽപ്പസമയത്തിനകത്ത് ക്യാമ്പിന്റെ അകവും പുറവുമെല്ലാം അടിച്ചുതളിച്ചപോലെ ശുദ്ധമായി. വിദൂരതയിൽ നിന്നു നേരിയ പൊട്ടിത്തെറിയുടെ ഒച്ചകൾ കേൾക്കാം. ബ്ലോക്കുകളുടെ ചുമരുകൾ കിടന്നു കുലുങ്ങി തടവുകാർ വൈദ്യുത കൊടുങ്കാറ്റ് ആഞ്ഞടിക്കുമ്പോൾ ഒരു കൂരയുടെ അടിയിൽ അഭയംതേടി നിൽക്കുന്നവരെപ്പോലെ അന്യോന്യം

പറ്റിപ്പിടിച്ചു നിന്നു. ചുരുട്ടിയ പുതപ്പ് ചുമലിൽ തൂക്കി, വെള്ളപ്പാത്രവും ആഹാരപാത്രവും അരയിൽ ബന്ധിച്ചു. കക്ഷത്തിൽ തുണിക്കെട്ടോ കടലാസുപെട്ടിയോ ആയി നിന്നിരുന്ന അവർ പുറത്തു നടക്കുന്ന മായാജാലം ശ്രദ്ധിക്കുകയായിരുന്നു. തങ്ങൾ ആശിച്ചതിലും അടുത്താണോ അമേരിക്കക്കാർ? എവിടെ നിന്നാണ് ആ കേൾക്കുന്ന ശബ്ദകോലാഹലങ്ങൾ? എർഫർട്ടിൽ നിന്നാണോ? വീമാറിൽ നിന്നാണോ?

ക്യാമ്പിന്റെ പുറത്തുള്ള കോൺക്രീറ്റ് കൊണ്ടുള്ള വ്യോമാക്രമണ നിരോധന ഷെഡ്ഡിൽ പറ്റിപ്പിടിച്ചിരിക്കുകയായിരുന്നു ഷവാളും റീനിബോത്തും ക്ലൂട്ടിക്കും കാംലോത്തും വിസാങ്കും സേനയിലെ മറ്റു പേരും. എസ് എസുകാരെ കിടങ്ങുകളിലും ബോംബിന്റെ പുറംതോടിലും അടക്കിവെച്ചിരിക്കുകയായിരുന്നു. അന്തരീക്ഷത്തിലെ മാറ്റൊലികൾ അവരുടെ തലകളെ പിടിച്ചുതാഴ്ത്തി. കൂടുതൽ ശക്തി, അതിന്റെ ആയാസ മർദനത്തിനു വിധേയമാക്കി അവയെ അമർത്തിപ്പിടിച്ചു.

നിശ്ശബ്ദതയും ഭീതിയും മുറ്റിനിന്ന ഒരു മണിക്കൂർ; അതിന്റെ മീതെ ഒരു മണിക്കൂർ കൂടി ഒടുവിൽ എല്ലാം ശാന്തമായി എന്ന അറിയിപ്പു കിട്ടിയപ്പോൾ ഭയാക്രാന്തരായ മൃഗങ്ങളെപ്പോലെ കുഴികളിൽനിന്ന് ഇഴഞ്ഞു കയറി അവർ അങ്ങോട്ടും ഇങ്ങോട്ടും ഓടി. അടയാളവിസിലുകൾ അലറി; കൽപ്പനകൾ മുഴങ്ങി. ഷവാളും പാർട്ടിയും ആസ്ഥാനകേന്ദ്രങ്ങളിലേക്ക് പാഞ്ഞു. റീനിബോത്ത് റിപ്പോർട്ടു മുറിയിലേക്ക് കയറി. താമസിയാതെ, ഉച്ചഭാഷിണിയിലൂടെ അയാളുടെ ശബ്ദം ഒഴുകിയെത്തി.

"ക്യാമ്പുസീനിയർ! അവരെ മാർച്ച് ചെയ്യിക്കൂ! ഉടനെ, ഉടനെ കൊണ്ടുവരു അവരെ!"

"ആയിരമായിരം ആൾക്കാർ. ആ അപകടസ്ഥലത്ത് പോകുകയില്ലെന്ന് അവർ സത്യം ചെയ്തിരുന്നവരാണ്. കൽപ്പനയുടെ ശക്തിക്കടിപ്പെട്ട് ആയിരംപേർ ഗേറ്റിലൂടെ പുറത്തേക്ക് ഓടിക്കപ്പെട്ടു. എണ്ണലൊന്നും ഉണ്ടായില്ല. അത്ര തിരക്കായിരുന്നു ബ്ലോക്കുകൾക്കിടയിൽ. ക്യാമ്പുപെട്രോളുമൊത്തു നിന്ന ക്രാമർ ഇഷ്ടമുള്ളവരെയെല്ലാം പറഞ്ഞുവിട്ടു. 'പോകൂ! പോകൂ! നിങ്ങൾക്ക് ഒരുപക്ഷെ ഭാഗ്യമുണ്ടായേക്കാം?"

ബ്ലോക്കുഫ്യൂഹറർമാർ ആരും അങ്ങോട്ടുചെന്നില്ല. ആളുകളെ ഗേറ്റ് കടത്തിവിടാനുള്ള സംരംഭത്തിൽ കവാത്തുമൈതാനത്തിൽ കിടന്നു തിരിയുകയായിരുന്നു അവർ. അവസാനത്തെ കൂട്ടം കടന്നുപോയപ്പോൾ അവർ ഗേറ്റ് ചേർത്തടച്ചു.

മിക്ക ബ്ലോക്ക് സീനിയർമാരും സമ്മതത്തോടെ തങ്ങളുടെ ബ്ലോക്കുകളോടൊപ്പം പുറത്തേക്ക് പോയി. കൊടുങ്കാറ്റെല്ലാം കഴിഞ്ഞപ്പോൾ ക്രാമർ ശേഷിച്ച ബ്ലോക്കുസീനിയർമാരെ ഒഴിഞ്ഞ ഒരു ബ്ലോക്കിൽ വിളിച്ചുകൂട്ടി.

"പതിനായിരത്തിന്റെ മറ്റൊരു സംഘം ഇന്ന് സ്ഥലം വിടണമത്രെ" അയാൾ പ്രഖ്യാപിച്ചു. ക്ഷീണത്തിന്റെ അലകൾ അയാളുടെ മുഖത്ത് സ്പഷ്ടമായി കാണാമായിരുന്നു. വൈകാരികവിക്ഷോഭം ബ്ലോക്കുസീനിയർമാരുടെ മുഖത്തും ചാലുകൾ കീറിയിരുന്നു.

"അതും നമുക്ക് സമ്മതിച്ചുകൊടുക്കേണ്ടിവരുമോ? രക്ഷക്കു വഴിയില്ലേ? അമേരിക്കക്കാർ എവിടെ എത്തിയെന്ന് ആർക്കറിയാം?"

"ആർക്കറിയാം." ക്ഷീണത്തോടെ ക്രാമർ തലയാട്ടി.

"ശ്രദ്ധിച്ചുകേട്ടു മനസിലാക്കണം. ഞാനിനി യാത്രസംഘത്തെ വിളിച്ചുകൂട്ടാനൊന്നും പോകുന്നില്ല. അപകടസൂചനകൊണ്ട് അനർഘമായ സമയം നമുക്കു കുറെകിട്ടി. ഇനിയും ഒരു സൈറൺ ഉണ്ടായിക്കൂടെന്നില്ല. എന്നാൽ അവർക്കു നമ്മെ ഒഴിപ്പിക്കാൻ സാധിക്കുകയില്ല. ഒരുപക്ഷെ വീണ്ടും ഒരു നായാട്ടുകൂടെ നടത്തി അവർ നമ്മെ പുറത്തേക്ക് ഓടിക്കുമായിരിക്കാം. എസ് എസുകാരുടെ അധികാരത്തിന്റെ കീഴിൽ ഇരിക്കുന്നിടത്തോളം കാലം എനിക്ക് അവരുടെ കൽപ്പന അനുസരിക്കാതിരിക്കാൻ സാധ്യമല്ലല്ലോ. എന്നാൽ അവർ നമ്മെ അടിച്ചോടിച്ചാലും കൊള്ളാം, ഇല്ലെങ്കിലും കൊള്ളാം. ഞാൻ ഇനിയവരെ വിളിച്ചുകൂട്ടാൻ ഉദ്ദേശിക്കുന്നില്ല. സംഗതി മനസിലായോ?"

ക്രാമർ മറുപടിക്കു കാത്തുനിന്നില്ല. അവരുടെ മുഖങ്ങളിൽനിന്ന് അത് അയാൾക്കു വായിക്കാമായിരുന്നു. "നേരെ ഉറച്ചു നിൽക്കുകതന്നെ! ആൾക്കാരോട് ഈ വിവരം പറഞ്ഞേക്കൂ."

ബ്ലോക്കുകളിലേക്കു മടങ്ങുന്ന അവരെ ആവേശഭരിതരായി തടവുകാർ തടഞ്ഞുനിർത്തി. കിംവദന്തികൾ അവരുടെ വികാരങ്ങളെ വീണ്ടും തിളപ്പിച്ചിരിക്കുന്നു. അമേരിക്കൻ പാരച്യൂട്ട് ഭടന്മാർ ബുട്ടസാഡററിൽ ഇറങ്ങിയിരിക്കുന്നുവത്രേ! അവരുടെ മുന്നണിപ്പട എർഫർട്ടിലേക്കു മാർച്ച് ചെയ്യുന്നു.

"നിങ്ങൾക്ക് എന്തെങ്കിലും അറിവുണ്ടോ? എന്തെങ്കിലും കേട്ടോ? ഇന്നൊരു യാത്രാസംഘം പുറപ്പെടുന്നുണ്ട് എന്നു പറയുന്നത് ശരിയാണോ?"

ചോദ്യങ്ങൾ! ആശകൾ! ഭയങ്ങൾ!

ക്യാമ്പിലെ അന്തേവാസികളാകെ ഇണക്കിപ്പോന്നിരുന്ന ആ അച്ചടക്കം, ഈയിടത്തെ പൊതുവായ നിയന്ത്രണം ഹേതുവായി ആകെ ശിഥിലമായിരിക്കുന്നു. ചട്ടങ്ങളെയും നിഷേധങ്ങളെയും കുറിച്ച് ആരുമാരും ശ്രദ്ധിക്കാറില്ല. ഫാസിസ്റ്റുകാരുടെ അധികാരം നഷ്ടപ്പെട്ടിരിക്കുന്നു. തടവുകാർക്ക് ഇനി ആകെയുള്ള ഭയം ഈ ആളൊഴിപ്പിക്കലും അവസാന നിമിഷത്തിൽ എല്ലാവരേയും ഒരുമിച്ചു തുലച്ചേക്കുമോ എന്ന സംശയവും ആയിരുന്നു. ക്രാമറാൽ അനുഗതനായി ബോച്ചൗ സോവിയറ്റു യുദ്ധത്തടവുകാരുടെ ബ്ലോക്കുകളിലേക്കുപോയി. ബോഗോർസ്കിയും പ്രതിരോധ നിരയിലെ കുറെ സഖാക്കളും കുറെ ജർമൻ സുഹൃത്തുക്കളുമായി അവർ കക്കൂസിലേക്കുനീങ്ങി. കിട്ടാവുന്ന അഞ്ചു തോക്കുകൾകൂടി ബോച്ചൗ കയ്യിൽ കരുതിയിരുന്നു. അവർ ധൃതിയിൽ പട്ടാളക്കാരുടെ വസ്ത്രധാരണമുറിയിലേക്ക് കയറി അപ്രത്യക്ഷരായി.

ബോഗോർസ്കി വളരെ ലളിതമായ ഒരു പരിപാടി ആസൂത്രണം ചെയ്തിരുന്നു. "സോവിയറ്റ് പ്രതിരോധനിര ജാഥയുടെ കൂടെ നടന്ന് അവ

രുടെ വശങ്ങൾക്കു സംരക്ഷണം നൽകണം. കഴിയുന്നിടത്തോളം പെട്ടെന്ന് എസ് എസുകാരെ കീഴ്പ്പെടുത്തി അവരെ നിരായുധീകരിക്കലായിരിക്കണം ഈ 'ഫ്ളാങ്ക്ഗാർഡി'ന്റെ ലക്ഷ്യം. മറ്റു ചുവപ്പു സേനാനികൾ ഉടനടി സമരത്തിൽ പങ്കുചേരണം. ആക്രമണം വിജയം വരിക്കുകയാണെങ്കിൽ അവർ ടൂറിൻജിയൻ കാടുകളിലെ കുന്നിന്റെ ഉച്ചിയിൽ കയറി മുന്നേറുന്ന അമേരിക്കൻ ഭടന്മാരുമായി സമ്പർക്കം പുലർത്തണം. പ്ലാൻ തോൽക്കുകയാണെങ്കിലോ! ശരി, നാം നമ്മുടെ കടമ ചെയ്തു." ബോഗോർസ്കി നിസാരമട്ടിൽ പറഞ്ഞു. അവർ നേതാക്കന്മാരെ പറഞ്ഞയച്ചു. അവർക്ക് ആയുധങ്ങൾ വിതരണം ചെയ്യണം. ഇപ്പോൾ അയാളും ജർമൻ സഖാക്കളും തനിച്ചായി.

വിടവാങ്ങാനുള്ള സമയം!

അവർ അന്യോന്യം യാത്രപറഞ്ഞില്ല. ക്രാമറുടെ നേരെ കൈനീട്ടി ബോഗോർസ്കി പതിവുപോലെ വിളിച്ചു. "സഖാവേ!" ഒരൊറ്റ അക്ഷരം മിണ്ടാതെ അവർ ഗാഢമായി ആലിംഗനം ചെയ്തു. ബോഗോർസ്കി നിശ്ശബ്ദനായി ബോച്ചൗവിന്റെ ചുമലിൽ കൈവെച്ചപ്പോൾ ബോച്ചൗവിന്റെ മനസിൽ വികാരങ്ങളുടെ ഒരു വേലിയേറ്റം നടക്കുകയായിരുന്നു. കണ്ണുനീരിന്റെ സ്ഫടിക പ്രഭയിലൂടെ അവരുടെ കണ്ണുകൾ ഇടഞ്ഞു. ഒരു സഹോദരസ്നേഹത്തിന്റെ ആയാസ ശൃംഖലകളാണ് അവരെ ബന്ധിച്ചിരുന്നത്. അവർ ചിരിച്ചു; കണ്ണീരിന്റെ മറവിൽ.

വികാരം ഒന്നൊതുങ്ങിയപ്പോൾ പുത്തനായ വേദനയോടെ അവർ സംസാരമാരംഭിച്ചു.

"എനിക്കൊരു കാര്യംകൂടെ ഏൽപ്പിക്കാനുണ്ട്....... നമ്മുടെ കുട്ടി"

"കിട്ടിയോ അവനെ" അത്ഭുതത്തോടെ ക്രാമർ ചോദിച്ചു.

ബോഗോർസ്കി തലയാട്ടി.

"അപ്പോൾ നിങ്ങളാണ്. അവനെകൊണ്ടുപോയത് അല്ലേ? എന്തുകൊണ്ട് എന്നോടു സത്യം പറഞ്ഞില്ല."

"ബോച്ചൗ അവസാനമായി ഞാൻ പറയുന്നു......ഞാനല്ല കുട്ടിയെ കൊണ്ടുപോയത്."

അയാൾ പുറത്തേക്കുപോയി യുവാവായ ഒരു ചുവപ്പുസേനാനിയെ കൊണ്ടുവന്നു.

''ഇതാ ഇയാൾ.'' ആ കുട്ടിയെ ചൂണ്ടിക്കാണിച്ചുകൊടുത്തു ബോഗോർസ്കി.

യുവാവ് തലയാട്ടി. ആസ്പത്രിയുടെ പിന്നിലുള്ള, എസ് എസ് പന്നി വളർത്തുകേന്ദ്രത്തിലെ ഒരു ജോലിക്കാരനായിരുന്ന ആ ചെറുപ്പക്കാരൻ സോവിയറ്റു ഭടനാണ് ബോഗോർസ്കിയുടെ നിർദേശാനുസരണം സിഡ്കോവ്സ്കിയുടെ കട്ടിലിൽ നിന്നു കുട്ടിയെ എടുത്തുകൊണ്ടു പോയിരുന്നത്. അതിനെ ചിനനിറഞ്ഞ ഒരു പെൺപന്നിയുടെ കൂട്ടിൽ ഒളിപ്പിച്ചു. ഇപ്പോഴും അവൻ അവിടെതന്നെയുണ്ട്. കമാന്റോവിലെ ഒരൊറ്റ ആൾക്കു പോലും അതിനെ കുറിച്ചറിവില്ല.

കുറച്ചുകഴിഞ്ഞപ്പോൾ ക്രാമർ അങ്ങോട്ടുചെന്നു. അയാൾ കാര്യങ്ങളെല്ലാം ബോച്ചൗവുമായി ചർച്ച ചെയ്തിരുന്നു. കുട്ടി 38-ാം ബ്ലോക്കിൽ ബോച്ചൗവിനോടൊന്നിച്ചു താമസിക്കും.

ആളൊഴിക്കൽമൂലം, പന്നിവളർത്തു കേന്ദ്രത്തിലെ ജോലിക്കാരിൽ പകുതിയും സ്ഥലംവിട്ടിരുന്നു. പഴയരീതിയിൽ പണിചെയ്തിരിക്കുന്ന ആ ഷെഡ്ഡിലേക്ക് ക്രാമർ കടന്നുചെന്നപ്പോൾ അവിടെ വളരെ കുറച്ച് ആൾക്കാരേ ഉണ്ടായിരുന്നുള്ളൂ. നീണ്ട പ്രസംഗമൊന്നും കൂടാതെതന്നെ ക്രാമർ തന്റെ സന്ദർശനത്തിന്റെ ഉദ്ദേശ്യം അവരെ ധരിപ്പിച്ചു. ഒരു കുട്ടിയെ തങ്ങളുടെ ഇടയിൽ ഒളിച്ചുവെച്ചിട്ടുണ്ട് എന്ന കഥതന്നെ അവരെ അത്ഭുത പ്പെടുത്തി. ക്രാമർ അവർക്കും അത്ഭുതംകൂറാനുള്ള ഇടയൊന്നും നൽകിയില്ല. "വരൂ" എന്ന് ആ പോളിഷ് സൂക്ഷിപ്പുകാരനോടു പറഞ്ഞ് ക്രാമർ ആ വലയത്തിനകത്തേക്ക് കടന്നു.

ആ ചെറുപ്പക്കാരൻ ഭടൻ വർണിച്ചിരുന്ന സ്ഥലത്ത് ചെന്നയാൾ നിന്നു. "അതാ അവിടെയുണ്ട് അവൻ.......ആ കുട്ടി."

ഭയപ്പെട്ടു ചിണുങ്ങിനിൽക്കുന്ന പന്നിയെ കടന്നു ആ പോളണ്ടുകാരൻ മുന്നോട്ടുനീങ്ങി. പിന്നിൽ കൂട്ടിയിട്ടിരുന്ന വൈക്കോലിനും പുറകിലായിരുന്നു കുട്ടി. കൂടെ കൊണ്ടുവന്നിരുന്ന പുതപ്പിൽ അയാൾ കുട്ടിയെ പൊതിഞ്ഞെടുത്തു.

ബോച്ചൗ അറിവുകൊടുത്തതിനെ തുടർന്ന് ബ്ലോക്കിലെ തടവുകാർ കുട്ടിയുടെ വരവ് ആകാംക്ഷയോടെ കാത്തിരിക്കുകയായിരുന്നു. അവർ ക്രാമറെ ഊൺമുറിയിലേക്ക് അനുഗമിച്ചു. ബോച്ചൗ ക്രാമറുടെ കയ്യിൽ നിന്ന് ആ ഭാണ്ഡക്കെട്ട് വാങ്ങി മേശപ്പുറത്തുവെച്ച് അതു അഴിച്ചു.

തീരെ അവഗണിക്കപ്പെട്ട്, സ്വന്തം വൃത്തികേടിൽ കുഴഞ്ഞുകിടന്നിരുന്ന ആ കുട്ടി അവരുടെ മുമ്പിൽ കൂനിക്കൂടിയിരിക്കുകയായിരുന്നു. വികാരാവേശത്തോടെ അവർ ആ കുട്ടിയെ തുറിച്ചുനോക്കി. അതു പഷ്ണികിടന്നിട്ടില്ല. യുവാവ് അവന്റെ ഭക്ഷണകാര്യത്തിൽ ശ്രദ്ധിച്ചിരുന്നിരിക്കണം. പക്ഷെ സ്വന്തം മലമൂത്രത്തിൽ കുഴഞ്ഞ അവനെ ദുസ്സഹമായി നാറുന്നുണ്ടായിരുന്നു. ക്രാമർ മൂക്കുചീറ്റിയെഴുന്നേറ്റു.

"നോക്കൂ. അവനെ ഒന്നു മനുഷ്യപ്രകൃതമാക്കൂ. ഒന്നു പരിരക്ഷിക്കൂ."

ചില നല്ലവർ അതിനൊരുങ്ങി. അവർ അവന്റെ വൃത്തികേടായ തുണികളെല്ലാം കുളിമുറിയിൽ കൊണ്ടുപോയി കഴുകി. കൂട്ടത്തിൽ ഒരു പോളണ്ടുകാരനുമുണ്ടായിരുന്നു. അയാൾ സ്വന്തം ഭാഷയിലുള്ള സാന്ത്വനവാക്കുകൾ പറഞ്ഞു ഓമനിച്ചു. അവനെ നനഞ്ഞ തോർത്തുകൊണ്ടു തുടച്ചു വൃത്തിയാക്കി. പിന്നീട് അയാൾ അവനെ ശയ്യാഗാരത്തിലേക്ക് എടുത്തുകൊണ്ടുപോയി ചൂടുള്ള പുതപ്പുകൊണ്ടു പുതപ്പിച്ചു. സംഭീതമായ ഒരു നിശ്ശബ്ദതയിൽ ആളുകൾ ആ കട്ടിലിന്റെ ചുറ്റുംകൂടി നിന്നു. എന്തോ ആലോചിച്ചുകൊണ്ട് ആരോടെന്നില്ലാത്തമട്ടിൽ ബോച്ചൗ പറഞ്ഞു.

“കുറെയേറെ കഷ്ടപ്പാടുകൾ അവൻ നമുക്കുണ്ടാക്കി. ക്ലൂട്ടിക്കും റീനിബോത്തും ഇവനെ തിരഞ്ഞു എമ്പാടും ഓടുകയായിരുന്നു. ഒരു കെട്ടുപോലെ ഒരു കയ്യിൽനിന്നു മറ്റൊരു കയ്യിലേക്കവൻ മാറി മാറി കളിച്ചു. ഇതാ ഇപ്പോൾ അവൻ നമ്മുടെ അടുക്കൽ എത്തിയിരിക്കുന്നു. അവസാനംവരെ അവൻ നമ്മുടെ കൂടെ ഉണ്ടാവുകയും ചെയ്യും.”

ചിലർക്ക് ബോച്ചൗ പറഞ്ഞത് എന്താണെന്ന് മനസിലായില്ല. അക്കൂട്ടത്തിൽ അടുത്ത കാലത്ത് ക്യാമ്പിലെത്തിയ കുറെ ഫ്രഞ്ചുകാരും പോളണ്ടുകാരും, ചെക്ക്, ബൽജിയൻ, യുക്രേനിയൻ, ഡച്ച് എന്നീ ദേശ ക്കാരും ഉണ്ടായിരുന്നു. ബോച്ചൗ എല്ലാവരുടേയും മുഖത്തുനോക്കി ചിരിച്ചു. എല്ലാ വദനങ്ങളിൽനിന്നും അതയാൾക്കു തിരിച്ചുകിട്ടി.

രണ്ടാമത്തെ ആക്രമണമുന്നറിയിപ്പ് ക്യാമ്പിനെ ശാന്തമാക്കി. അതു കുറെയേറെനേരം നീണ്ടുനിന്നു. അതിനിടക്ക് ക്യാമ്പിൽ യാതൊരു ഒച്ചപ്പാടുമുണ്ടായില്ല--വിദൂരതയിൽ നിന്നുള്ള പൊട്ടിത്തെറികളോ വിമാനങ്ങളുടെ ഹുങ്കാരവമോ ഒന്നുമൊന്നും കേൾക്കാനില്ല. ബ്ലോക്കിലെ ഉച്ചഭാഷിണി മൗനം ഭജിച്ചു. കുറെ സമയംമുമ്പ് അതിഭീകരമായ കോലാ ഹലത്തിനു സാക്ഷ്യം വഹിച്ചിരുന്ന ആ കവാത്ത് മൈതാനം ഇതാ ശുദ്ധ ശൂന്യമായി വിരിഞ്ഞു കിടക്കുന്നു. കാവൽമേടകളിലെ സേനാനി കൾപോലും നിശ്ചലരായി നിന്നിരുന്നു. പ്രകൃതീദേവി തന്നെ ആകെ സ്തംഭിച്ച മട്ടിൽ, എല്ലാം എല്ലാം മരവിച്ചു വിറങ്ങലിച്ചു നിൽക്കുക യായിരുന്നു.

വളരെ വൈകുംവരെ ഈ നിശ്ചലത നീണ്ടുനിന്നു. ഒടുവിൽ എല്ലാം ശാന്തമായി എന്നറിയിക്കാനുള്ള സൈറന്റെ ഓലിയിടൽ മുഴങ്ങിയപ്പോൾ, തന്നെ ഗ്രസിച്ചിരുന്ന മരവിപ്പിൽനിന്നു വളരെ പ്രയാസപ്പെട്ടാണ് ക്യാമ്പ് മുക്തിനേടിയത്.

അപകടസമയത്ത് ഗുമസ്തന്മാരുടെ മുറിയിൽ ഇരുന്നിരുന്ന ക്രാമർ അസ്വസ്ഥതയോടെ ജനവാതിലിലൂടെ പുറത്തേക്കു നോക്കി. ഗേറ്റിൽ എല്ലാം ശാന്തമായിരുന്നു. ബീഭത്സമായ ശാന്തത, ഒരു പതിനായിരംപേർ കൂടി പുറത്തേക്കു പോകണം. അനുനിമിഷവും ക്രാമർ ആ കൽപ്പന പ്രതീക്ഷിക്കുകയായിരുന്നു. അപ്പോഴെക്കും തല്ലുകാർ നായാട്ടാരംഭിക്കും. ആളുകളെ തയ്യാറാക്കാൻ ഇതേവരെ ക്രാമർ യാതൊരു ഉത്സാഹവും ചെയ്തിരുന്നില്ല. പക്ഷെ ഒന്നും സംഭവിച്ചില്ല.

സ്വന്തം അസ്വസ്ഥതക്ക് ഒരു ശമനമുണ്ടാക്കാൻ വേണ്ടി ക്രാമർ പറഞ്ഞു. “അപകടസൂചന അവസരോചിതമായി നമുക്കൊരു ദിവസം കിട്ടിയല്ലോ ഇന്നിനി യാത്രയൊന്നുമുണ്ടാവില്ല.”

പക്ഷെ പെട്ടെന്ന് എന്തോ അനക്കം ഗുമസ്തന്മാരുടെ മുറിയിലെ തടവുകാർ ചാടിയെഴുന്നേറ്റു. ബാരക്കിൽനിന്നു വന്നിരുന്ന ഒരു എസ് എസ് സേനാദളം ഗേറ്റിൽ അണിനിരക്കുകയായിരുന്നു. എന്താണിത്! ഇതാ..........അത്...........എത്തി.........റീനിബോത്തിന്റെ ശബ്ദം.

“ക്യാമ്പു സീനിയർ യുദ്ധത്തടവുകാരെകൂട്ടി ഗേറ്റിലേക്ക്.”

ക്രാമർ ഉച്ചഭാഷിണിയെ നോക്കി തലയാട്ടി. കനത്ത കാൽവെപ്പോടെ അയാൾ ഓഫീസിൽപോയി കോട്ടെടുത്തു ധരിച്ചു.

ആ ആഹ്വാനം ക്യാമ്പിനെ സജീവമാക്കിയിരുന്നു. തടവുകാർ കെട്ടിടംവിട്ട് പുറത്തേക്ക് ഓടി. ക്രാമർ അവിടെ എത്തിയപ്പോൾ അവരെല്ലാം യുദ്ധത്തടവുകാരുടെ ബ്ലോക്കുകളുടെ മുമ്പിൽകൂടി നിൽക്കുകയായിരുന്നു ബോച്ചൗ, കോഡിസിക്, പ്രിബുല വാൻഡാലൻ എന്നിവർ ജനങ്ങളെ തിക്കിതിരക്കി മുന്നോട്ടുചെന്നു. ജനക്കൂട്ടം അനങ്ങാൻ തുടങ്ങിയപ്പോഴും അവർ നിശ്ശബ്ദരായി നിശ്ചലരായി നിൽക്കുകയായിരുന്നു. ക്രാമർ യുദ്ധത്തടവുകാരുടെ ആദ്യത്തെ ദളവുമായി പുറത്തേക്കുവന്നു. അവർ നിരയായി നിൽക്കാൻ തുടങ്ങി. ഒടുവിൽ പുറത്ത് വന്നതു ബോഗോർസ്കിയായിരുന്നു. അയാൾ ധരിച്ചിരുന്നത് തടവുകാരുടെ വസ്ത്രമല്ല. മറ്റു സുഹൃത്തുക്കളെപ്പോലെ തന്നെ അയാളും കീറിപ്പറിഞ്ഞു നൂലുമാത്രം ശേഷിച്ച യൂണിഫോറമാണ് ധരിച്ചിരുന്നത്; ചുവപ്പുസേനാനിയുടെ യൂണിഫോറം.

തടവുകാർ പത്തുപേരടങ്ങുന്ന ഓരോ അണിയായി നിരന്നു. മാർച്ച് ചെയ്യാനുള്ള അടയാളം നൽകണം. അയാൾ അതിന്റെ മുന്നിൽചെന്നു നിന്നു. അവർ കടന്നുപോയി നിരക്കുന്നതു നിരീക്ഷിച്ചു. സൈനികവ്യൂഹത്തിന്റെ രഹസ്യവിന്യാസം ശരിയാണോ എന്നു പരിശോധിക്കുകയായിരുന്നു ബോഗോർസ്കി. പിന്നീട് അയാൾ തിരിഞ്ഞു നിന്നു ജനക്കൂട്ടത്തെ നോക്കി ജർമൻ ഭാഷയിൽ പറഞ്ഞു.

“സഖാക്കളെ! സുഹൃത്തുക്കളെ! ഇനിയും നാം കണ്ടുമുട്ടുന്നതുവരെ .....തടവുകാർ കൈവീശി. അനാവൃതശീർഷരായി നിൽക്കുകയായിരുന്നു ഐ എൽ കെയുടെ സഖാക്കൾ. നിശ്ശബ്ദമായ, നീണ്ട ഒരു നോട്ടം കൊണ്ടു ബോഗോർസ്കി അവരോടു വിടവാങ്ങി. തികഞ്ഞ സൈനിക രീതിയിൽ പ്രത്യേകമായ ഒരു താളത്തോടെ 800പേർ കവാത്തു മൈതാനത്തിലൂടെ മാർച്ച് ചെയ്തു. ബ്ലോക്കുകളിലെ ഇടനാഴികകളിൽ തടവുകാർ അവരെ തന്നെ നോക്കിനിൽക്കുകയായിരുന്നു. ആ ഇരുമ്പു വാതിൽ തുറന്നു. ജാഥ ഒന്നു നിന്നു, താളം, ശരിയാക്കി, മുന്നോട്ടുനീങ്ങി. അവസാനത്തെ ആൾകൂടി കടന്നപ്പോൾ ഗേറ്റ് ചേർന്നടഞ്ഞു.

അപ്പോഴും തൊപ്പി കയ്യിൽ പിടിച്ചുകൊണ്ടിരുന്ന ക്രാമർ അതു തലയിൽ കമഴ്ത്തി, ശൂന്യമായി കിടന്ന കവാത്തു മൈതാനത്തിലൂടെ നടന്നകന്നു.

വീണ്ടുമൊരു യാത്രാസംഘത്തെപ്പറ്റി ആരുമൊന്നും പറഞ്ഞില്ല. ഒരു അസാധാരണമായ അലസതയോടെ അന്നത്തെ ദിവസം അവസാനിച്ചു.

# ആറ്

## I

**അ**ടുത്ത ദിവസങ്ങളിൽ ആളൊഴിക്കൽ പരിപാടികൾ ഒന്നിനൊന്ന് അനിയന്ത്രിതമായി, സംഘടന പോരാത്തമട്ടിൽ വരുകയായിരുന്നു കമാന്റർ കരുതിയിരുന്നപോലെ ക്യാമ്പ് മുഴുവൻ കാലിയാക്കുന്ന കാര്യം അസാധ്യമായി. ഇടയ്ക്കിടെ ഉണ്ടായിക്കൊണ്ടിരുന്ന വ്യോമാക്രമണ മുന്നറിയിപ്പുകൾ യാത്രക്കാരുടെ പുരോഗതി തടഞ്ഞു. ചിലപ്പോൾ അവരെ തയ്യാറാക്കി നിർത്താൻപോലും സാധിച്ചിരുന്നില്ല.

ഓരോ അപകടസൂചനയുടേയും ഇടയ്ക്കുള്ള സമയങ്ങളിൽ ബ്ലോക്കിൽ, ചെന്നു വിവേകമോ വിവേചനമോ കൂടാതെ കുറെപ്പേരെ കവാത്ത് മൈതാനത്തിലേക്ക് തല്ലിയോടിച്ചിരുന്നു. എണ്ണം മതിയായാൽ അവരെ പുറത്തേക്കും ഓടിക്കും. നീട്ടിക്കൊണ്ടുപോകാനുള്ള പരിപാടികൾ നടന്നിരുന്നുവെങ്കിലും, ഇടയ്ക്കിടെ അപകടസൂചനകൾ കിട്ടിയിരുന്നുവെങ്കിലും, അവയ്ക്കിടയിലെ സമയമുപയോഗിച്ച് ആയിരമായിരം പേരെ തട്ടിപ്പടച്ചു പുറത്തേക്കയക്കാൻ അവർക്കു സാധിച്ചു. ക്യാമ്പിലെ അമ്പതിനായിരം പേരിൽ ബാക്കി നിന്നിരുന്നത് വെറും ഇരുപതിനായിരത്തിഒരുനൂറു തടവുകാർ മാത്രമായിരുന്നു.

അച്ചടക്കം, നിയന്ത്രണം, ഇവയെല്ലാം എന്നോ തിരോഭവിച്ചു കഴിഞ്ഞിരുന്നു. ഓരോ ദിവസം ചെല്ലുന്തോറും ബഹളം അധികരിക്കുകയായിരുന്നു. ബാക്കിയുള്ള തടവുകാർ തങ്ങളെ അയക്കുന്നതിനെതിരായി സർവശക്തികളുമെടുത്തു ചെറുത്തു നിന്നു. സ്ഥിരീകരിക്കാത്ത കിംവദന്തികൾ അവരെ ഒരു നിതാന്ത വികാരവിക്ഷോഭത്തിൽ നിർത്തിയിരിക്കുകയായിരുന്നു. വീമാറിന്റെ തെക്കുകിഴക്കെ ഭാഗത്തെ 'കോഹല'യിൽ അമേരിക്കക്കാർ എത്തിയെന്നൊരു വാർത്ത അവർക്കു കിട്ടി. അതിനെത്തുടർന്ന് എർഫർട്ടിൽ അമേരിക്കൻ ടാങ്കിന്റെ സമരമുഖം സ്ഥാപിച്ചു കഴിഞ്ഞു എന്നൊരു കഥയും. മറ്റൊരു പ്രസ്താവന പ്രകാരം അവർ ബുഡ്സ്റ്റാഡ്റ്റ് കടന്നു കഴിഞ്ഞു. ഈവക കിംവദന്തികൾ

ആർക്കുമാർക്കും നിയന്ത്രിക്കാൻ സാധ്യമല്ലായിരുന്നു. ഈ കുഴഞ്ഞു മറിഞ്ഞ നൂലാമാലകൾക്കിടയിൽ വേറൊരു വാർത്ത കേട്ടു. ആളൊഴിക്കൽ നടപടികൾ നിർത്തിവെച്ചു ക്യാമ്പ് അങ്ങനെതന്നെ അമേരിക്കക്കാർക്ക് അടിയറവെയ്ക്കാൻ കമാന്ററർ തീരുമാനിച്ചു കഴിഞ്ഞിരിക്കുന്നു!

ഒരു ദിവസം രാവിലെ യാതൊരു അപകടസൂചനയും കൂടാതെ രണ്ട് അമേരിക്കൻ വിമാനങ്ങൾ ക്യാമ്പിനു മുകളിൽ പ്രത്യക്ഷപ്പെട്ടു. 'അവർ എത്തിപ്പോയി' എന്ന വിളിയോടെ തടവുകാർ ബ്ലോക്കുകൾ വിട്ട് പുറത്തേക്ക് ഓടി.

കുറെ പ്രാവശ്യം ചുറ്റിക്കറങ്ങിയശേഷം വിമാനങ്ങൾ പറന്നകന്നു.

അപകടസമയത്ത് ചിലപ്പോൾ തികഞ്ഞ നിശ്ശബ്ദതയായിരിക്കും. ചിലപ്പോൾ സൈറന്റെ ശബ്ദം അവസാനിക്കുമ്പോൾ അടുത്തുനിന്നു കേൾക്കുന്ന പൊട്ടിത്തെറിക്കുന്ന ബോംബുകളുടെയും പീരങ്കികളുടെയും ശബ്ദംകൊണ്ട് ബ്ലോക്കിന്റെ കനം കുറഞ്ഞ ചുമരുകൾ കിടുകിടെ വിറയ്ക്കും. തടവുകാർ വിമോചനത്തിനുവേണ്ടി ദാഹിച്ചുഴലുകയായിരുന്നു. യുദ്ധത്തിന്റെ പ്രസവവേദന അതിന്റെ പ്രകമ്പനംകൊണ്ടു ക്യാമ്പിനെ ആകെയിട്ടു കുലുക്കി. ദിവസങ്ങൾ അങ്ങനെ ഒന്നിനൊന്ന് അടർന്നുവീണുകൊണ്ടിരുന്നു. അങ്ങോട്ടും ഇങ്ങോട്ടും ആട്ടിയോടിക്കപ്പെട്ട ആ ജനതതി, ആയിരമായിരം നിണംവാർന്നൊലിക്കുന്ന മുറിവുകളോടു കൂടിയ ഭീമാകാരമായ ഒരു ശരീരംപോലിരുന്നു. എന്നിട്ടും അതു പരിക്കു പറ്റിയ ആ വന്യമൃഗത്തിന്റെ പിടിയിൽനിന്നു കുതറിയോടാൻ കിണഞ്ഞു ശ്രമിക്കുകയായിരുന്നു. ഈ ജീവന്മരണസമരത്തിന്റെ നടുക്കുതന്നെ നിന്നു ക്രാമറും ബ്ലോക്ക് സീനിയർമാരും ക്യാമ്പു പെട്രോളും.

ഇങ്ങനെയുള്ള ഒരു പുറത്താക്കലിന്റെ അവസരമുപയോഗിച്ചു ബോച്ചൗവും പ്രിബുലയും പോളിഷ് പ്രതിരോധസംഘത്തിലെ ഏതാനും പേരുംകൂടി ആസ്പത്രിയിലെ ശസ്ത്രക്രിയാമുറിയിൽ ഒളിച്ചുനിന്നു. ക്ലൂട്ടിക്കിന്റെ നിർബന്ധം മൂലം അവിടെ ഉണ്ടായിരുന്ന ഒരു രഹസ്യ 'വാർത്താപ്രക്ഷേപിണി ട്രാൻസ്മിറ്റർ' അന്വേഷിച്ചു പിടിക്കാൻ കമാന്ററർ ഉത്തരവിട്ടിരുന്നു. അതിനെ തുടർന്നു സഖാക്കൾ അതു നശിപ്പിച്ചു. സൂക്ഷിച്ചുവെച്ചിരിക്കുന്ന അവശിഷ്ടങ്ങളിൽനിന്ന് ഒരു പോളിഷ് തടവുകാരൻ പുതിയ ഒരു ട്രാൻസ്മിറ്റർ തല്ലിക്കൂട്ടി. നല്ലവണ്ണം മറച്ചിരുന്ന അതിന്റെ വ്യോമതന്തുക്കൾ (ആന്റിന) ഇപ്പോഴും കലവറമുറിയിൽ ഉണ്ടായിരുന്നു.

കൂട്ടപ്പലായനത്തിന്റെ പ്രചണ്ഡതാണ്ഡവമങ്ങനെ ക്യാമ്പിനെ കുത്തിപ്പിളർക്കുമ്പോൾ നമ്മുടെ ധീരന്മാർ അവരുടെ അതിപുരാതനമായ ആ യന്ത്രമുപയോഗിച്ചു രക്ഷ തേടുകയായിരുന്നു.

എസ്.......ഒ......എസ്........എസ്......ഒ....എസ് ഇതു ബുച്ചൻവാൾഡ് തടങ്കൽപ്പാളയമാണ്! ബുച്ചൻവാൾഡ് തടങ്കൽപ്പാളയമാണിത്. രക്ഷ! അടിയന്തരമായ രക്ഷ! അത്യാവശ്യം! ഇതാ ഇതു ബുച്ചൻവാൾഡ് തടങ്കൽപ്പാളയം! ഇത് ബുച്ചൻവാൾഡ് തടങ്കൽപ്പാളയം.

ഹാ! ഈ മുറവിളികൾ ആരെങ്കിലും കേൾക്കുമോ! കേൾക്കുമോ!

അന്നുരാത്രി ഐ എൽ കെ സഖാക്കൾ വീണ്ടും പ്രതിരോധ സംഘ നേതാക്കളെ വിളിച്ചുകൂട്ടി. വീണ്ടുമവർ ആളൊഴിഞ്ഞ ഒരു ബ്ലോക്കിൽ സമ്മേളിച്ചു. സോവിയറ്റ് സംഘം പോയതുകൊണ്ട് സംഘടനയാകെ ഒന്നു പുനഃസംഘടിപ്പിക്കേണ്ടിയിരുന്നു. സോവിയറ്റുകാർക്ക് കൊടുത്തിരുന്ന എസ് എസ് ബാരക്ക് ആക്രമണം കമാന്റുടെ ആസ്ഥാന കേന്ദ്ര ത്തിലേക്കു നിയോഗിക്കപ്പെട്ടിരുന്ന ജർമൻ, ഫ്രഞ്ച്, ഡച്ച്, ചെക്ക് ഗ്രൂപ്പുകൾ, ഇപ്പോൾ ഏറ്റെടുക്കേണ്ടി വന്നിരിക്കുന്നു.

മുന്നണിയിലെ സ്ഥിതിയെപ്പറ്റി, വിശ്വസിക്കാവുന്ന, വ്യക്തമായ, യാതൊരു വിവരവും കിട്ടുന്നില്ല. എന്നാലും ആസന്നമായ ഒരു കൊടു ങ്കാറ്റിന്റെ ലക്ഷണങ്ങൾ അന്തരീക്ഷത്തിൽ കാണാം. ക്യാമ്പിലെ ദിവസങ്ങൾ-അല്ല മണിക്കൂറുകൾ-എണ്ണപ്പെട്ടു കഴിഞ്ഞിരിക്കുന്നു. ഏതു സമയത്തും ഫാസിസ്റ്റുകൾ ഓടുമെന്നു പ്രതീക്ഷിക്കാം. സമരമുന്നണി അടുത്താണ്. വളരെ വളരെ അടുത്താണ്. അതിനെ കുറിച്ചു സംശയ മൊന്നുമില്ല. ഈ ധൃതിപിടിച്ച ആളൊഴിക്കൽതന്നെ എസ് എസിന്റെ തിളച്ചു തൂവാറായ സംഭ്രാന്തിയുടെയും അസ്വസ്ഥതയുടെയും ഫല മാണ്. എണ്ണമറ്റ കിംവദന്തികൾ, പ്രസ്താവനകൾ; പ്രവർധമായി വരുന്ന അപകടസൂചനകൾ, വ്യോമമണ്ഡലത്തിലെ വർധിച്ചുവന്ന പ്രവർത്ത നങ്ങൾ......അവസാനമായി.......എന്നാലും നിസാരമല്ലാത്തമട്ടിൽ വ്യക്തമായി കേൾക്കാവുന്ന സമരനിനദങ്ങൾ........ഇതെല്ലാം പരിതഃ സ്ഥിതികളുടെ ചിത്രം വരയ്ക്കാനുള്ള വിവിധ ഉപാധികളാണ്. അവസാന തീരുമാനത്തിനുള്ള സമയമായി.

ബോച്ചൗ അതു വ്യക്തമാക്കി. അയാളുടെ കണ്ണുകൾ പ്രിബുലയു ടേതുമായി ഇടഞ്ഞു. ഒരു മുഖവുര കൂടാതെ അയാൾ ആ യുവാവിനോടു പറഞ്ഞു.

“നിന്റെ അറ്റമില്ലാത്ത അക്ഷമകൊണ്ട് ഇടയ്ക്കിടെയെല്ലാം നീ കാര്യ ങ്ങൾ ദുർവഹമാക്കി തീർക്കാറുണ്ട്. എന്നാലും നീയൊരിക്കലും അച്ചടക്കം ലംഘിച്ചിട്ടില്ല. അതിന്റെ പേരിൽ എന്റെ സഖാവേ, ഞാൻ നിന്നോടു ഹാർദമായി നന്ദി പറയുന്നു.”

പറയുന്നത് എല്ലാവർക്കും ശരിയായി കേൾക്കത്തക്കവിധത്തിൽ ബോച്ചൗ മേശപ്പുറത്തു കയറിയിരുന്നു.

“സായുധാക്രമണം” അയാൾ ചുരുക്കത്തിൽ പറഞ്ഞു. “രണ്ടു സാധ്യതകൾ തെളിഞ്ഞുകാണാനുണ്ട്. ഫാസിസ്റ്റുകാരുടെ ഭ്രാന്തെടുത്ത പോലുള്ള പലായനവ്യഗ്രതയിൽ ഈ ക്യാമ്പിനെ കാലിയാക്കുന്ന കാര്യത്തിൽ അവർ അധികമൊന്നും ശ്രദ്ധിക്കാനിടയില്ല. അങ്ങനെ വന്നാൽ നമുക്ക് യുദ്ധം ചെയ്യേണ്ട ആവശ്യം വരില്ല. രണ്ടാമത്തേത് അവർ അവസാനനിമിഷത്തിൽ നമ്മെ ആകെ തൂത്തുകളയാൻ ഒരുങ്ങിയേ ക്കും. അങ്ങനെയാണെങ്കിൽ യുദ്ധം ചെയ്യാതിരിക്കാനും തരമില്ല. ഏതു പരിതഃസ്ഥിതിയിലും സമരമുന്നണി അടുത്താണ്—അതെ അതിന്റെ

കവചത്തിനകത്ത് നിന്ന് ഒരു ആക്രമണം നടത്താൻ നമുക്കു സാധിക്കുന്നിടത്തോളം അടുത്തായിരിക്കുന്നു സംഗതികൾ, വ്യക്തമായോ?'

ആരും ഒന്നും പറഞ്ഞില്ല. ചിലർ തലകുലുക്കി. എല്ലാവരും ഒന്നുകൂടി ബോച്ചൗവിന്റെ അടുത്തേക്കു നീങ്ങിയിരുന്നു. കുറെകൂടി മൃദുല സ്വരത്തിൽ അയാൾ തുടർന്നു. ഫാസിസ്റ്റുകാർക്ക് സ്വാശ്രയം മാത്രമേയുള്ളൂ. ഭൂമിയിൽനിന്നോ ആകാശത്തുനിന്നോ അവർക്കൊരു സഹായവും കിട്ടാൻ പോകുന്നില്ല. നമുക്കു കാര്യങ്ങൾ അറിയാം. എന്താണ് ഇത്രയും കാലം ഷവാൾ ഈ ക്യാമ്പിനെ തകിടം മറിക്കാത്തതെന്നും നമുക്കറിയാം. പക്ഷെ അവസാനനിമിഷത്തിലും അത് ഉണ്ടാവില്ലെന്നില്ല. നാളെ തന്നെ അതു സംഭവിച്ചുകൂടായ്കയില്ല. ഒരുപക്ഷെ നാളെത്തന്നെ നമുക്ക് അതിനു തയ്യാറായിരിക്കണം." അയാൾ ഉൽക്കണ്ഠയോടെ കഴുത്ത് ഒരു ഭാഗത്തേക്കു നീട്ടി.

"സഖാക്കളെ, നാളെ ഏതുനേരത്തും നമ്മുടെ അപകട ഘട്ടം രണ്ടു മൂന്നായി മാറാം. അതിന്റെ അർഥം എല്ലാവിഭാഗക്കാരും അതിനു തയ്യാറായിരിക്കണമെന്നാണ്. ആയുധവിതരണം ഉടനെ നടക്കുന്നതാണ്. കുത്താനും മുറിക്കാനുമുള്ള ആയുധങ്ങൾക്കു പുറമെ നമ്മുടെ കൈവശം 966 തോക്കുകളും 200 ബോംബുകളും 15 വിവിധതരം ചെറുതോക്കുകളും വളരെ ശക്തമല്ലാത്ത യന്ത്രത്തോക്കുമുണ്ട്. പക്ഷെ ഇതൊന്നും അത്ര അധികമല്ല."

ബോച്ചൗ മൗനമുദ്രിതങ്ങളായ ആ മുഖങ്ങളിലേക്ക് നോക്കി.

"സമരത്തിൽ നമുക്കു സഹായകമായ രണ്ടുകാര്യമുണ്ട്—സമരമുന്നണിയുടെ സാമീപ്യവും, ഫാസിസ്റ്റുകാരുടെ സംഭ്രമവും. അവർ ആദ്യം വെടിവയ്ക്കുകയാണെങ്കിൽ തന്നെ അവർ വാലുംപൊക്കി ഓടിക്കോളും ..... മനസിലായോ?"

ബോച്ചൗ രണ്ടു കൈകൊണ്ടും നെറ്റി തടവി.

"എന്താണ് ഉണ്ടാവുക എന്നു പറയാൻ സാധ്യമല്ല. ഒരുപക്ഷെ അവർ കാവൽ മേടകളിൽനിന്ന് ഒരുവട്ടം വെടിവയ്ക്കുമായിരിക്കും. ഒരു പക്ഷെ തീപ്പന്തമെറിഞ്ഞ് ക്യാമ്പു മുഴുവനും കരിച്ചുകളയുമായിരിക്കാം."

"ഒരുപക്ഷെ ആ നായിന്റെ മക്കൾ ഒന്നും ചെയ്യാതിരിക്കാനും മതി....." ജർമൻ ഗ്രൂപ്പിന്റെ തലവൻ മുരണ്ടു.

ഈ പരിഹാസം ബോച്ചൗവിന്റെ ചിന്താസരണിയെ വിഘ്നപ്പെടുത്തി. അയാൾ കൈ താഴെയിട്ടു.

"ഏതുതരത്തിൽ നമ്മെ നശിപ്പിക്കാനവർ ഉത്സാഹിച്ചാലും നമ്മുടെ മുന്നേറ്റം ആക്രമണപരമായിരിക്കും. ഈ മുള്ളുവേലിക്കകത്ത് നാം അവരുടെ കൈപ്പിടിയിലാണ്. ഇതിൽ നിന്നു പെട്ടെന്ന് ഊരിച്ചാടുകയാണ് നമ്മുടെ രക്ഷ."

"ആ മൂന്നു നിര എഷ്‌ലോൺ അവിടെ ഉണ്ടെങ്കിലോ....." ആരോ ചോദിച്ചു. ബോച്ചൗ തലകുലുക്കി അയാൾക്കുവേണ്ടി പ്രിബുലയാണ് മറുപടി പറഞ്ഞത്.

"ഹും. ഫാസിസ്റ്റുകാർ ഓട്ടംവിട്ടു ഓടുകയാണ്. പക്ഷെ അതെല്ലാം വേഗം നടക്കും. വെടിവയ്ക്കുകയും ഓടുകയും ഏക കാലത്തു തന്നെ യായിരിക്കും. നാം കാവൽനിര തകർക്കണം അപ്പോൾ എന്തുചെയ്യും?"

"ശരിയാണ്" ബോച്ചൗ സ്ഥിരീകരിച്ചു. "ഒരേസമയത്തു തന്നെ വെടി വയ്ക്കുകയും ഓടുകയുമായിരിക്കുമവർ. ഇനിയൊന്നും കാവൽ നിരകൾ ഉണ്ടാവുകയില്ല. അവർക്കതു മനസിലായിരിക്കുന്നു."

"നമുക്ക് കഴിയുന്നതും വേഗം പുറത്തുകടക്കണം. നമുക്കു വേണ്ടി ഒരു പിളർപ്പ് ഉണ്ടാക്കേണ്ട ഭാരം പോളണ്ടുകാരും യൂഗോസ്ലോവിയ ക്കാരുമായ സംഘാംഗങ്ങൾക്കാണ്."

ആ സംഘത്തിന്റെ നേതാക്കന്മാർ തലയാട്ടി. അവരുടെ കർത്തവ്യം അവർക്കു നല്ലപോലെ അറിയാമായിരുന്നു.

പെട്ടെന്നു കാവൽ നിൽക്കുന്നിടത്തുനിന്നു മുൻകരുതൽ ശബ്ദ മുയർന്നു. പെട്ടെന്നു വിളക്കുകളെല്ലാം കെട്ടു.

"എന്താണിത്."

"ഗേറ്റിലൂടെ ഒരു ട്രക്ക് വരുന്നു."

"ഈ വഴിയോ?"

"അതെ; അതു നിന്നു."

"വിളക്ക്" ബോച്ചൗ വിളിച്ചു പറഞ്ഞു. വൈദ്യുത ബൾബുകൾ പെട്ടെന്നെരിഞ്ഞു. "വേഗം ശയ്യാഗാരത്തിലേക്ക്; എല്ലാവരും ബങ്കകളിൽ കയറി കിടന്നോളു, വേഗം......"

അവർ മേശയും കസേരയും ചവിട്ടിക്കയറി കിടപ്പുമുറിയിലേക്കോടി; വസ്ത്രമെല്ലാം ഊരി, മൂന്നുവരിയിലുള്ള ബങ്കറിൽ കയറിക്കിടന്നു പുത പ്പെടുത്തു മൂടിപ്പുതച്ചു.

"ഇതാ, വേറെ ഒരു ഓട്ടോ, അത് ഇടതുഭാഗത്തേക്കു തിരിയുന്നു."

വീണ്ടും വിളക്കുകൾ അണഞ്ഞു. നോട്ടക്കാരുടെ കൂടെ ബോച്ചൗ വും ശ്രദ്ധിച്ചുനിന്നു. കാറുകൾ ഓടിച്ചുപോയത് ശ്മശാനത്തിലേക്കാണ്! അതിന്റെ ഷ്വാർഫ്യൂഹറർ വാതിൽ തുറന്നുകൊടുത്തു. കാറുകൾ അങ്ങോട്ടു തിരിഞ്ഞു സിൽബന്ധികളോടൊപ്പം ഷവാൾ അങ്ങോട്ടു കടന്നു.

"മൂന്നു നേരിപ്പോടുകൾ എരിയുന്നുണ്ടല്ലോ. ഇല്ലെ." അയാൾ സംശയം തീർത്തു.

"കൽപ്പനപോലെ." ഷ്വാർഫ്യൂഹറർ ബോധിപ്പിച്ചു.

"എന്നാൽ വേഗം പണിതുടങ്ങിക്കോളൂ."

എസ് എസുകാർ ട്രക്കുകളിൽനിന്നു സാധനങ്ങൾ ഇറക്കാൻ തുട ങ്ങി. കുന്നുകുന്നായ രേഖകൾ. ശ്മശാനത്തിലേക്കു വലിച്ചുകൊണ്ടു പോയി അവയെല്ലാം തീയിൽ എറിഞ്ഞു.

"അവർ എന്തോ ചുടുകയാണ്" കാവൽക്കാരൻ വിളിച്ചു പറഞ്ഞു.

തമസ്കരിച്ച വാതിലിന്റെ കൊച്ചുസുഷിരത്തിൽകൂടി ബോച്ചൗ കണ്ണുകൾ അമർത്തിവെച്ചുനോക്കി. ശ്മശാനത്തിലെ കറുത്ത ചിമ്മിണി,

അന്ധകാരവൃതമായ അന്തരീക്ഷത്തിലേക്കു ഭീമാകാരമായ തീജ്വാലകളെ തുപ്പിക്കൊണ്ടിരുന്നു. എണ്ണമില്ലാത്ത കറുകറുത്ത തുണ്ടുകൾ പറന്നുയർന്നു വായുവിൽ അലഞ്ഞുതിരിയുന്നുണ്ടായിരുന്നു. കെട്ടുകൾക്കു പുറകെ കെട്ടുകൾ എസ് എസുകാർ അങ്ങോട്ടു വലിച്ചുകൊണ്ടുപോയി. തന്റെ സഖാക്കളോടൊത്ത് അവിടെ മൂകനായിനിന്നിരുന്ന ഷവാൾ പരിഭ്രമത്തോടെ സിഗററ്റ് ആഞ്ഞാഞ്ഞു വലിക്കുകയായിരുന്നു. വിറകിടുന്ന കൊച്ചറ തുറന്നപ്പോൾ അവിടെ പ്രകാശത്തിന്റെ വേലിയേറ്റം തന്നെ ഉണ്ടായി. ഷവാൾ ഒന്നു കുലുങ്ങി. അയാൾ വിറ്റിങ്ങിനെ നോക്കി.

"എന്റെ ബുദ്ധിസാമർഥ്യമെങ്ങനെ?"

വിസാങ്ക് റാൻ മൂളി.

"ഇനി ആർക്കും ഒരു തെളിവും കിട്ടുകയില്ലല്ലോ" അയാൾ സംതൃപ്തിയോടെ മുരണ്ടു.

രണ്ടു മണിക്കൂർ നേരത്തോളം ബോച്ചൗ കുന്തിച്ചിരുന്നു. കാറുകൾ പോകുന്നതയാൾ കണ്ടു. അവസാനം വണ്ടികളുടെ പിന്നിൽ കതകുകൾ അടഞ്ഞു.

തീജ്വാലകൾ എരിഞ്ഞടങ്ങി. ഇടയ്ക്കിടെ നീണ്ട നിശ്വാസത്തോടൊപ്പം ഓരോ തീപ്പൊരി മാത്രമേ പുറത്തേക്കു വന്നിരുന്നുള്ളൂ.

എന്തായിരിക്കുമവർ കത്തിച്ചത്.

ബോച്ചൗ ചുമൽ കുലുക്കി. "തീർച്ചയായും ശവശരീരങ്ങളല്ല."

ഉൽക്കണ്ഠയിൽ മുഴുകി ഒരു പുതിയ ദിവസം ഉദിച്ചുയർന്നു. എസ് എസുകാരെ പരിചരിച്ചിരുന്ന കമാന്റോവിലെ ആൾക്കാരെ പുറത്തേക്കു വിടാതിരുന്നതുകൊണ്ട് അവർ വേഗംതന്നെ ക്യാമ്പിലേക്ക് തിരിച്ചുവന്നു. തലേദിവസം വൈകുന്നേരം അവർ കൊണ്ടുവന്നിരുന്ന വാർത്ത കാട്ടുതീപോലെ ക്യാമ്പിൽ എല്ലായിടത്തും പരന്നു. അതു കഠിനമായ വിഭ്രാന്തിക്കു കാരണമായി. എർഫർട്ട് വീണിരിക്കുന്നു! ഇനി വീമാറിലേക്കു ഏഴേഏഴു നാഴിക മാത്രമേയുള്ളൂ. ഇനി മണിക്കൂറുതോറും സംഭവഗതികൾ മാറിക്കൊണ്ടിരിക്കും. ഓടിപ്പോകാൻ നിർബന്ധിതരാകുന്ന പക്ഷം ഫാസിസ്റ്റുകാർ ക്യാമ്പ് അങ്ങനെ തന്നെ വിട്ടേക്കുമെന്നു തടവുകാർ ആരുംതന്നെ വിശ്വസിച്ചിരുന്നില്ല. എന്നാലും ഒഴിപ്പിക്കൽ ഇനി അസാധ്യമാണെന്നവർക്കറിയാമായിരുന്നു. അമേരിക്കക്കാർ അത്രമാത്രം അടുത്തെത്തിയിരിക്കുന്നു. പക്ഷെ ഒരു കൂട്ടക്കൊല തടുക്കാൻ മാത്രം അടുത്ത് എത്തിയിട്ടുമില്ല. ഓരോ നിമിഷം കഴിയുന്തോറും അനിശ്ചിതാവസ്ഥ ഒപ്പത്തിനൊപ്പം വികസിക്കുകയാണ്. അപകടരഹിതമായി കഴിഞ്ഞ ഓരോ മണിക്കൂറും അപകട സമ്പൂർണമായ ശൃംഖലയിൽനിന്ന് അടർത്തിയെടുത്ത കണ്ണികളാണ്.

റുങ്കിയെ രഹസ്യസങ്കേതത്തിൽ നിന്നു പുറത്തുകൊണ്ടുവരേണ്ട സമയമായി എന്നുതോന്നി ബോച്ചൗവിന്. ജീവന്മരണ പ്രശ്നത്തെ ഏതുനിമിഷവും അഭിമുഖീകരിക്കേണ്ട ഈ പ്രതിസന്ധിയിൽ അയാളെ ആ ഇരുട്ടറയിൽ പിടിച്ചിടുന്നതിന്റെ ആവശ്യമെന്ത്? സഖാക്കളുടെ

ഹർഷാരവങ്ങൾക്കിടയിൽ വളർച്ച മുറ്റിയ താടിയോടുകൂടി വിളർത്തു മെലിഞ്ഞ റുങ്കി നിലയറയിൽ നിന്ന് ഇഴഞ്ഞു കയറിവന്നു. തടവുകാരന്റെ വസ്ത്രം വെട്ടിച്ചുരുക്കി ധൃതിയിൽ തയ്ച്ച ഒരു കുപ്പായവുമണിഞ്ഞ് കൊച്ചുമോൻ മേശപ്പുറത്ത് ഇരിക്കുന്നുണ്ടായിരുന്നു. ആ കൊച്ചു ഭാണ്ഡത്തെ റുങ്കിയുടെ നേരേ നീട്ടിക്കൊണ്ട് ബോച്ചൗ പറഞ്ഞു.

"ഇതാ നമ്മുടെ ഏറ്റവും ചെറിയ സഖാവ്."

രഹസ്യസങ്കേതങ്ങളിൽനിന്നു പുറത്തുവരുമ്പോൾ ഉപയോഗിക്കാനുള്ള കുറെ പണിയായുധങ്ങൾ ക്യാമ്പു പെട്രോൾ സജ്ജീകരിച്ചിരുന്നു; ഏളാങ്കകളും വൈദ്യുതീകരിച്ച വേലികൾ വെട്ടിനുറുക്കാനുള്ള സുരക്ഷിതമായ ചവണകളും (ഇൻസുലേറ്റഡ് നിപ്പ്പോർസ്). ക്യാമ്പിന്റെ വടക്കേച്ചെരുവിലുള്ള വെളിംപ്രദേശം ക്യാമ്പ് പെട്രോളിലെ ചില ഭടന്മാർ നോക്കിവെച്ചിരുന്നു. സമരം പൊട്ടിപ്പുറപ്പെടുന്ന ആ ശുഭമുഹൂർത്തത്തെ പ്രതീക്ഷിച്ച് ആഴ്ചകൾ മുമ്പുതന്നെ അവിടെ ചെയ്തുവെച്ചിരുന്ന സന്നാഹങ്ങൾ പരിശോധിക്കുകയായിരുന്നു അവർ. ഇടയ്ക്കിടെ കാണുന്ന മരക്കുറ്റികൾക്കിടയിൽ കുറെ പഴയവാതിലുകളും മരക്കഷ്ണങ്ങളും പലകകളും ചിന്നിച്ചിതറി കിടന്നിരുന്നു. പണ്ട് കെട്ടിടം പണിതിരുന്ന കാലത്തെ അവശിഷ്ടങ്ങളായിരുന്നു അവ. അവയൊക്കെ യാദൃച്ഛികമായി അവിടെ ചിതറിക്കിടക്കുകയാണെന്നേ ആരും ധരിക്കുകയുള്ളൂ. പക്ഷെ ഇവയ്ക്കൊക്കെ ആരും സംശയിക്കാത്ത ചില രഹസ്യപ്രയോജനങ്ങൾ ഉണ്ടായിരുന്നു. മുള്ളുകമ്പിവേലികളെ തരണം ചെയ്തു നിഷ്പക്ഷമേഖലകളിലേക്ക് കടക്കാനുള്ള പാലങ്ങളായി അവയെ ഉപയോഗിക്കാമെന്നായിരുന്നു അവരുടെ ഉന്നം.

കൽപ്പന ലഭിക്കാൻ ക്യാമ്പിലെ പ്രതിരോധ സംഘടന ജാഗ്രതയോടെ കാത്തിരിക്കുകയായിരുന്നു. പെട്ടെന്നു യന്ത്രങ്ങളുടെ മുരൾച്ചകേട്ട് അവർ പുറത്തേക്ക് ഓടി. റോഡരുകിൽ ചെന്നുനിന്ന് അവർ ആകാശത്തേക്കുനോക്കി. ഇതാ വീണ്ടും അമേരിക്കൻ ബോംബറുകൾ അവിടെ എത്തിയിരിക്കുന്നു. ഒന്ന്....... രണ്ട്........ മൂന്ന്....... നാല്..... അവ ക്യാമ്പിനെ ഒന്നു ചുറ്റി വീമാറിനെ ലക്ഷ്യമാക്കി പടിഞ്ഞാറൻ ഭാഗങ്ങളിലേക്കു പറന്നു. അപ്പോഴുമുണ്ടായില്ല അപകടസൂചനകൾ. കുറച്ചു കഴിഞ്ഞപ്പോൾ വീണ്ടും മുഴക്കം കേട്ടുതുടങ്ങി. വീമാറിൽ ബോംബുകൾ വീഴുന്നതിന്റെയായിരിക്കാം. യുദ്ധത്തിന്റെ ശബ്ദം കൂടിക്കൂടിവരുന്നു; അലസമായവ, വന്യമായവ.

ക്രാമർ, ബോച്ചൗവും മറ്റുചില നേതാക്കന്മാരുമൊത്തു തന്റെ ചെറിയ ഓഫീസ് മുറിയിൽ ഇരിക്കുകയായിരുന്നു. വലിഞ്ഞമർന്ന ഞരമ്പുകളോടെ അവരാ ശബ്ദം ശ്രദ്ധിച്ചു. സമരമുന്നണി വളരെ അടുത്താണ് എന്ന വ്യാമോഹം വളർത്തുന്നത് ഈ വിവിധ ശബ്ദ തരംഗങ്ങളാണോ? സമരകാലത്ത് ഈ മാരകമായ നിശ്ശബ്ദത അസഹനീയവും ദുർവഹവുമാണ്. ആ മനുഷ്യർ തമ്മിൽ ഒരൊറ്റ അക്ഷരം മിണ്ടിയിരുന്നില്ല. ശൂന്യമായ ആ കവാത്ത് മൈതാനത്തിലേക്കു നോക്കിക്കൊണ്ട് ഇരിക്കുകയായിരുന്നു

അവർ. കവാത്തുമേടകളിലെ ഭടന്മാർ നിശ്ചലരായിരിക്കുകയാണ്. ഗേറ്റിന്റെ അടുത്തുള്ള പ്രധാനഗോപുരങ്ങളിൽ ബസൂക്കകൾ വെച്ചിരിക്കുന്നതു കാണാം. യന്ത്രത്തോക്കിന്റെ കാഞ്ചി കൈവിരലിന്റെ ഒരമർത്തു പ്രതീക്ഷിച്ചുകൊണ്ടിരിക്കുകയാണ്. എല്ലാം നിശ്ചലമായി വിറങ്ങലിച്ച് തീരെ അസ്വാഭാവികമായിരിക്കുന്നു.

ബോച്ചൗ വിളറിയിരുന്നു. ഇതെല്ലാം സഹിക്കാൻ അയാൾക്കും വയ്യാതായി. അയാൾ ജനലിൽനിന്നുമാറി അങ്ങോട്ടും ഇങ്ങോട്ടും നടക്കാനാരംഭിച്ചു. മറ്റൊരു ജർമൻനേതാവിനും സഹികെട്ടു തുടങ്ങിയിരുന്നു. അയാൾ മുഷ്ടിചുരുട്ടി ജനൽപ്പടിയിൽ ഇടിച്ചുകൊണ്ടു പറഞ്ഞു.

“നരകം! എന്തെങ്കിലും ഒന്നു ചെയ്തേതീരൂ.”

ക്രാമർ മുരണ്ടു.

ബോച്ചൗ ചെവിയോർത്തു. പൊട്ടിത്തെറിയുടെ ശബ്ദം കേൾക്കാം. അടുക്കൽ.......വളരെ വളരെ.......അടുത്ത്........പെട്ടെന്ന് കാലത്തു പത്തുമണിയായപ്പോൾ സംഭവരഹിതമായ നിശ്ചലതയെ പിളർത്തിക്കൊണ്ടു റീനിബോത്തിന്റെ ശബ്ദം മുഴങ്ങി.

“ക്യാമ്പ് സീനിയറും ബ്ലോക്ക് സീനിയർമാരും ഗേറ്റിലേക്ക് വരട്ടെ! വേഗം വേഗം.”

തടവുകാർ ഉന്തിത്തള്ളി ഉറക്കെ നിലവിളിച്ച് ബഹളംകൂട്ടി. ബാക്കിയുള്ള ബ്ലോക്ക് സീനിയർമാർ ഗുമസ്തന്മാരുടെ മുറിയിൽ കൂട്ടംകൂടിനിന്നു. സംഭ്രാന്തികൊണ്ട് അവരുടെ മുഖങ്ങൾ വിളറിയിരുന്നു. ക്രാമർ മുറിയിൽനിന്നു പുറത്തേക്കു വന്നു.

“നമുക്കു പോകാം..........”

അവർ കുറച്ചുനേരം ഗേറ്റിൽനിന്നു. തടവുകാർ ഇടവഴികളിൽ നിന്നവരെ തുറിച്ചുനോക്കി. ഡ്യൂട്ടിയിലുണ്ടായിരുന്ന ബ്ലോക്ക് ഫ്യൂഹറർ വാതിൽ തുറന്നപ്പോൾ റീനിബോത്ത് അകത്തേക്കു കടന്നു. അയാൾ മാത്രം. കൂടെ ആരുമുണ്ടായിരുന്നില്ല. അയാളുടെ ചുണ്ടിന്റെ ഓരത്തു പ്രത്യേകരീതിയിലുള്ള ഒരു പതുങ്ങിയ ചിരിയുണ്ടായിരുന്നു.

ക്രാമർ അയാളുടെ അടുത്തേക്കു നീങ്ങിനിന്ന് റിപ്പോർട്ട് ചെയ്തു. റീനിബോത്ത് വളരെ സാവധാനത്തിലാണ് കാര്യങ്ങൾ നടത്തിയിരുന്നത്. വളരെ നിഷ്കർഷിച്ച് അയാൾ വിരലിൽനിന്നു പന്നിത്തോലിന്റെ ഉറ വലിച്ചെടുത്തു. അതൊന്നു തട്ടിക്കുടഞ്ഞു, കൈകളിൽ ഇട്ടു മിനുസപ്പെടുത്തി. കൈ പിന്നിലേക്ക് വെച്ചു രസത്തോടെ പീരങ്കിയുടെ മുഴക്കം ഒന്നു ശ്രദ്ധിച്ചു. കുത്തനെ നിൽക്കുന്ന ബ്ലോക്ക് ഫ്യൂഹറർമാരുടെ നിരയിലാകെ ഒന്നു കണ്ണോടിച്ചു. ഒടുവിൽ പറഞ്ഞു.

“മാന്യരേ!” ആ ചിരിയിൽ ലോകത്തിലെ പുച്ഛരസം മുഴുവനും കുടികൊണ്ടിരുന്നു. “മാന്യരേ! നമുക്ക് ഇപ്പോൾ പോകണം. പന്ത്രണ്ടു മണിയോടുകൂടി ക്യാമ്പ് മുഴുവനും കാലിയാകണം.” അയാൾ ക്രാമറുടെ ജാക്കറ്റിന്റെ ബട്ടണിൽ കടന്നു പിടിച്ചുകൊണ്ടു പറഞ്ഞു. “പന്ത്രണ്ടു മണിക്ക് മനസിലായോ? ഹെർജനറൽ ശരിക്കും വിനാഴിക വ്യത്യാസ

മില്ലാതെ ക്യാമ്പ് വിട്ടുപോകാൻ തയ്യാറായി നിൽക്കണം. മാർച്ചുചെയ്യാൻ ഒരുങ്ങി......അല്ലെങ്കിൽ........." അനായാസ ലാഘവത്തോടെ കൈവിരൽ ഒന്നു ഞൊടിച്ച് അയാൾ ഗേറ്റിലേക്കു തന്നെ മടങ്ങി.

മറ്റു ബ്ലോക്കു സീനിയർമാരോടുകൂടി ബ്ലോക്കിലേക്കു മടങ്ങുന്ന ബോച്ചൗ പോംവഴികളെകുറിച്ചാലോചിക്കുകയായിരുന്നു. സമരമുന്നണി വളരെ അടുത്താണ് കുറച്ചുനേരം നീട്ടിക്കൊണ്ട് പോകാൻ സാധിച്ചാൽ കുറെയേറെ ജീവിതം രക്ഷപ്പെടുത്താനാകും. പക്ഷെ റീനിബോത്ത് കൈ ഞൊടിച്ച ആ സമ്പ്രദായം തികച്ചും ആപൽക്കരമായിരുന്നു. ഇതഃപര്യന്തം ഉണ്ടായിട്ടില്ലാത്ത അപകടം ഒരു ഭാഗത്ത്; വെടിയൊച്ചകളോടൊപ്പം ക്യാമ്പിൽ പരന്ന ആശാനാളം മറുഭാഗത്ത്. ഇതിൽ ഏതിനെ തെരഞ്ഞെടുക്കണം? ഏതിനെ സ്വീകരിക്കണം?

ക്ലാർക്കുമാരുടെ മുറിയുടെ മുമ്പിൽവെച്ചു തടവുകാർ ബ്ലോക്ക് സീനിയർമാരെ വളഞ്ഞു. വാർത്ത വളരെ വേഗം ക്യാമ്പിലാകെ പരന്നു. 12 മണിക്കു പുറപ്പെടണം. എല്ലാവരും ഒരേസമയത്ത് ആർത്തട്ടഹസിക്കുകയായിരുന്നു.

"ഞങ്ങൾ പോവില്ല; ഞങ്ങൾ പോവില്ല—ഞങ്ങൾ പോവില്ല."

ക്രാമറോടൊപ്പം തന്നെയുണ്ടായിരുന്നു ബോച്ചൗ.

ഇനിയെന്ത്? എന്തുചെയ്യണം! അപകടഘട്ടം—3

ബോച്ചൗ തൊപ്പിയുയർത്തി തലതടവി.

തീരുമാനം......കഠിനമാണ്—കഠിനമാണ്.

അപകടഘട്ടം—3

ഇല്ല, ഇല്ല, ആയില്ല. കഴിയട്ടെ, കുറച്ചുകൂടി! കാത്തിരിക്കൂ!

## II

സൂര്യൻ പിന്നേയും ഉദിച്ചുപൊങ്ങി. നീലിമപൂണ്ട ഗഗനതലവും തൈത്തെന്നലും കൂട്ടുകൂടി അലസമായി വിഹരിക്കുകയാണ്. വസന്തത്തിന്റെ പൂത്തുലഞ്ഞ കാഞ്ചനഛവി തട്ടി അടുത്തുള്ളതും അകലെയുള്ളതും ഒരുപോലെ മനോഹരമായിത്തോന്നി.

ആളൊഴിഞ്ഞപോലെ നിർജീവമായിരുന്നു ക്യാമ്പ്. നരികളുടേതുപോലുള്ള മൃദുലമായ പദവിന്യാസത്തോടെ നിശ്ചലത അവിടെ ലാത്തി നടക്കുകയായിരുന്നു. മൂകമായി ക്യാമ്പിനകത്തു കാത്തിരിക്കുകയായിരുന്നു തടവുകാർ.

ഐ എൽ കെയിലെ സഖാക്കൾ ക്രാമറോടൊന്നിച്ചിരിക്കുമ്പോൾ പ്രതിരോധ സംഘത്തിന്റെ നായകന്മാർ 17-ാം ബ്ലോക്കിൽ സമ്മേളിച്ചിരിക്കുകയായിരുന്നു. ഗ്രൂപ്പിലെ കുറെ അംഗങ്ങൾ മറ്റുതടവുകാരുമായി ഇടചേർന്നു ക്യാമ്പിൽ തന്നെ ഇരുന്നു. അവരെപ്പോലെതന്നെ മൂകരായി, പ്രതീക്ഷാനിർഭരരായി.

ക്യാമ്പ് പെട്രോൾ സേനയിലെ അംഗങ്ങൾ, രഹസ്യ സങ്കേതങ്ങളിൽ ഒളിച്ചുവെച്ചിരുന്ന ആയുധങ്ങൾ വലിച്ചെടുക്കാൻ സന്നദ്ധരായി നിന്നു.

12ന് ഇനിയുമുണ്ട് അരമണിക്കൂർ. റിയോമെന്റ് എല്ലാവർക്കും സിഗററ്റ് വിതരണംചെയ്തു. തലയാട്ടി ക്രാമർ അതു നിരസിച്ചു. അയാൾ പുകവലിക്കാറില്ല.

''അവർ ഇനിയും രക്ഷപ്പെടാൻ വല്ല മാർഗവും കണ്ടിരിക്കും. അല്ലെങ്കിൽ ആളൊഴിക്കലിന് ധൈര്യപ്പെടുകയില്ല.''

പെട്ടെന്നയാളെ ഭീതിദമായ ചിന്തകൾ അമ്പരപ്പിച്ചു. സംഘനേതാക്കന്മാരെമാത്രം 17-ാം നമ്പറിൽ സ്വരൂപിക്കാൻ അനുവദിക്കുന്നത് അഭിലഷണീയമാണോ? ക്യാമ്പിലെ സമാധാനപരമായ ഈ പ്രതിരോധനത്തിന്റെ പേരിൽ അവരെ ശക്തിയെടുത്ത് അടിച്ചു പുറത്താക്കിയാലോ, നേതാക്കന്മാർ എസ് എസുകാരുടെ പിടിയിൽപെടുകയില്ലേ? ബോച്ചൗ ഐ എൽ കെ നേതാക്കന്മാരുമായി ചർച്ചചെയ്തു. അതെ ഇനിയുമുണ്ട് ആലോചിക്കാൻ സമയം. ബോച്ചൗ ഒരു യുവാവിനെ 17-ാം നമ്പറിലേക്കയച്ചു. അവർ ഉടനെ തന്നെ താന്താങ്ങളുടെ ബ്ലോക്കുകളിലേക്കു മടങ്ങി. പുതിയ നിർദേശം പരന്നു. സമാധാനപരമായ ഈ പ്രതിരോധത്തെ എസ് എസുകാർ തീകൊണ്ടു എതിരിടാൻ ഒരുമ്പെടുകയാണെങ്കിൽ—അതായത് ഒരാക്രമണം നിർബന്ധിതമാക്കുകയാണെങ്കിൽ, ആദ്യത്തെ വെടിയായിരിക്കും അടയാളം. വിദ്യുൽ വേഗതയിൽ ആയുധവിതരണം നടത്തണം; വിദ്യുൽ വേഗതയിൽ സംഘങ്ങൾ സമര സന്നദ്ധമായി അവരുടെ സ്ഥാനത്ത് നിരക്കണം. ചർച്ചകൾ അവസാനിച്ചപ്പോൾ ഐ എൽ കെ പിരിഞ്ഞുപോയി. ബോച്ചൗ സ്വന്തം ബ്ലോക്കിലേക്കു മടങ്ങി; ക്രാമർ അവിടെ തനിച്ചായി.

12 മണി; ഞരമ്പു മുറുക്കം അതിന്റെ മൂർധന്യത്തിലെത്തി!

12-5 യാതൊരനക്കവുമില്ല, ഗേറ്റ് വരെ ശാന്തം! നിശ്ചലം!

പോക്കറ്റിൽ കൈതിരുകി ക്രാമർ ആഫീസിൽ അങ്ങോട്ടും ഇങ്ങോട്ടും നടന്നു. ബ്ലോക്കുകളിൽ പരമമായ നിശ്ശബ്ദത.

12-10

പെട്ടെന്ന്—ചിരപ്രതീക്ഷിതമാണെങ്കിലും ചാട്ടവാറിന്റെ വീശൽ പോലെ വിസ്മയപ്പെടുത്തിക്കൊണ്ടു റീനിബോത്തിന്റെ ശബ്ദം മുഴങ്ങി.

"ക്യാമ്പ് സീനിയർ, അവരെ മാർച്ചു ചെയ്യിക്കൂ."

ക്രാമർ അനങ്ങാതെ കുനിഞ്ഞുനിന്നു. കഴുത്തിന്റെ പിന്നിൽ ഒരടി കാക്കുന്നതുപോലെ വീണ്ടും ആ ആഹ്വാനം ആവർത്തിക്കപ്പെട്ടു; കൂടുതൽ കൂർത്ത സ്വരത്തിൽ, കൂടുതൽ കുത്തിത്തുളയ്ക്കുന്ന രീതിയിൽ. മാർച്ച്.......

ബ്ലോക്കുകളിൽ പിറുപിറുപ്പ്; അമ്പരപ്പ്.

"മിണ്ടാതിരിക്കൂ, ചങ്ങാതികളെ മിണ്ടാതിരിക്കൂ."

12-15

സൂര്യൻ പ്രകാശിച്ചു. നീലിമ പുണർന്ന ആകാശത്തിൽ കൊച്ചു മേഘക്കീറുകൾ ഒഴുകി നടന്നു.

12–20

വീണ്ടും ഉച്ചഭാഷിണിയുടെ അലർച്ച.

“ക്യാമ്പ് എവിടെ? വേഗം വേഗം ഗേറ്റിലേക്ക്.”

ക്രാമർ അപ്പോഴും അതേ സ്ഥലത്ത് തന്നെ നിൽക്കുകയാണ്. ഇപ്പോൾ അയാൾ വളരെ ആയാസപ്പെട്ട് ഒന്നു തിരിഞ്ഞു ഡസ്കിന്റെ സമീപമിരുന്നു. കൈകൾ പരത്തിവെച്ച് അയാൾ നെറ്റി കൈപ്പടത്തിൽ അമർത്തി.

ബ്ലോക്കുകളിലെ പിറുപിറുപ്പ് അവസാനിച്ചു. തടവുകാർ ജനവാതിൽക്കൽ ചെന്നു നിന്നു. അവർക്കൊന്നും കാണാൻ പറ്റിയില്ല. ശൂന്യത .... ശൂന്യത .....ശൂന്യത.

കവാത്ത് മൈതാനത്തിനരികെയുള്ള ബ്ലോക്കിൽ നിൽക്കുന്ന തടവുകാരുടെ ഇടയിൽ പെട്ടെന്നൊരിളക്കം, ഒരനക്കം അവർ അന്യോന്യം അങ്ങോട്ടും ഇങ്ങോട്ടും തിരിഞ്ഞുനോക്കി. അവരുടെ മിഴിച്ച കണ്ണുകൾ ഗേറ്റിൽ തന്നെ തറച്ചുനിന്നു.

രണ്ടു കാറുകൾ കവാത്ത് മൈതാനത്തിലേക്ക് ഓടിവന്നു നിന്നു. ആദ്യത്തെ കാറിൽനിന്നു രണ്ടുപേർ ചാടിയിറങ്ങി. ക്രാമർ അവരെ തിരിച്ചറിഞ്ഞു. ക്ലൂട്ടിക്കും കാംലോത്തും മറ്റേ കാറിൽനിന്നു ഷവാളും വിസാങ്കും പുറത്തിറങ്ങി.

അവർ കൂട്ടംകൂടി നിന്നു. നൂറുകണക്കിന് എസ് എസുകാർ ഗേറ്റിലേക്ക് മാർച്ചുചെയ്തുവന്നു കാംലോത്ത് അവർക്ക് കൽപ്പന നൽകി.

അവിടവിടെ യന്ത്രത്തോക്കുകൾ സ്ഥാപിച്ചു. അതിൽ വെടിമരുന്നു പട്ടകൾ തിരുകി. ഒരു ദളം എസ് എസുകാർ കയ്യിൽ ടോമി തോക്കുകളും ബസൂക്കകളുമായി യന്ത്രത്തോക്കുകളുടെ പിന്നിൽ നിരന്നു.

നാഡിമിടുപ്പ്. ചെന്നി കുത്തിപ്പിളരുന്നോ?

അവർ വെടിവയ്ക്കുകയാണെങ്കിൽ മുൻനിരകളിലുള്ള ബ്ലോക്കുകളിലാണവ വന്നു പതിക്കുക. തടവുകാർ സംഭീതരായി ജനവാതിൽക്കൽ നിന്ന് ഓടിയൊളിച്ചു.

“അവർ തുടങ്ങിക്കഴിഞ്ഞു, അവർ തുടങ്ങിക്കഴിഞ്ഞു.”

അവർക്ക് ഓടാൻ തോന്നി. ധൈര്യമുള്ള ചിലർ ജനവാതിൽക്കൽ തന്നെ നിന്നു. അവർ വിളിച്ചു പറഞ്ഞു.

“ഇതാ കമാന്റോ കാറിൽ ക്യാമ്പിലേക്കു വരുന്നു.”

ക്രാമർ തന്റെ മുമ്പിലുള്ള ആ രംഗം ധൃതിയിൽ ഒന്നു നോക്കി. പ്രധാന കാവൽമേടകളിലും മറ്റു ഗോപുരങ്ങളിലും ചലനങ്ങൾ കാണാറായി. പാറാവുകാർ യന്ത്രത്തോക്കുകൾ അവയുടെ സ്ഥാനത്തു കൊണ്ടു നിരത്തുകയാണ്. തോക്കുകളുടെ മുഖം ബ്ലോക്കുകൾക്കഭിമുഖമായി തിരിച്ചുവയ്ക്കുന്നു.

ക്രാമർ പുറത്തേക്ക് ഓടി.

കാറുകൾ ബ്ലോക്കുകളുടെ അവസാനത്തെ നിരയിലേക്ക് ഓടിച്ചു കൊണ്ടുവന്നു നിർത്തി.

കാറിൽനിന്ന് ആദ്യം ചാടിയിറങ്ങിയത് ക്ലൂട്ടിക്കാണ്. അയാൾ അടുത്തു കണ്ട ബ്ലോക്കിലേക്ക് ഓടി. അത് 38-ാം നമ്പറായിരുന്നു.

ഷവാൾ തന്റെ കാറിൽനിന്ന് ഊർന്നിറങ്ങി.

"എന്താണ് തടവുകാർ റിപ്പോർട്ട് ചെയ്യാത്തത്," അയാൾ ക്രാമറെ നോക്കി അലറി.

ക്ലൂട്ടിക് വാതിൽ തള്ളിത്തുറന്നു ബ്ളോക്കിലെ ഊൺമുറിയിലേക്ക് പാഞ്ഞു. കനത്ത കണ്ണാടിക്കിടയിലൂടെ അയാളുടെ കുത്തിത്തുളയ്ക്കുന്ന കണ്ണുകൾ ധൃതഗതിയിൽ ആ മുറിയാകെ ഒന്ന് പരതി. അയാളുടെ പെട്ടെന്നുണ്ടായ വരവുകണ്ട തടവുകാർ ചാടിയെഴുന്നേറ്റു. റുങ്കി പെട്ടെന്ന് പിന്നിൽ പോയി ഒളിച്ചു. ക്ലൂട്ടിക് നിശ്ശബ്ദരായി നിരന്നു നിന്നിരുന്ന തടവുകാരെ നോക്കി. താടി അയാൾ നീട്ടിപ്പിടിച്ചിരുന്നു. അയാളുടെ കണ്ണുകൾ വികസിച്ചു. തന്റെ മുമ്പിലായി നിന്നിരുന്ന തടവുകാരെ തള്ളിമാറ്റി അയാൾ ഒരടി മുമ്പോട്ടുവെച്ചു. ബ്ലോക്ക് സീനിയറുടെ മേശമേൽ ആ കുട്ടി പേടിച്ചുവിറച്ചു. അത് ബോച്ചൗവിനെ പറ്റിപ്പിടിച്ചു നിൽക്കുകയായിരുന്നു. ബോച്ചൗ തന്റെ വിറയ്ക്കുന്ന കൈകൊണ്ട് ആ കൊച്ചു ദേഹത്തെ തന്റേതിനോട് ചേർത്തമർത്തി നിർത്തി. ക്ലൂട്ടിക് വായ തുറന്നു. അയാളുടെ ചങ്കിലെ മുഴ ഒന്നനങ്ങി. ബോച്ചൗ നിശ്ചലനായി നിന്നു. തടവുകാരുടെ മൗനം ഇപ്പോൾ മരവിപ്പായി മാറിയിരിക്കുന്നു. ക്ലൂട്ടിക് അലറി.

"അപ്പോൾ ഇതാണ് കളി, അല്ലേ!"

അയാൾ കൈത്തോക്ക് അതിന്റെ ഉറയിൽനിന്നു വലിച്ചെടുത്തു.

അപ്പോൾ തീരെ പ്രതീക്ഷിക്കാത്തവിധത്തിൽ ഒരു സംഗതി നടന്നു. ഒരൊറ്റ നിമിഷത്തിനകം ക്ലൂട്ടിക്കിന്റെ ചുറ്റും ഒരു ശൂന്യമണ്ഡലം ആവിർഭവിച്ചു. കുട്ടിയുടെ മുമ്പിൽ ഇതാ തടവുകാരുടെ ഒരു മതിൽ. ഒരൊറ്റ അക്ഷരമില്ല. ഒരൊറ്റ ശബ്ദമില്ല. കണ്ണുകൾ ഇമവെട്ടാതെ ക്ലൂട്ടിക്കിന്റെ മുഖത്തുതന്നെ തറച്ചു. അവർ അങ്ങനെ നിശ്ശബ്ദരായി നിന്നു.

എന്തോ പിന്നിൽ ഉണ്ടെന്നമട്ടിൽ ക്ലൂട്ടിക് വെട്ടിത്തിരിഞ്ഞുനോക്കി. അയാളുടെ പിന്നിലും അവർ ഒരു ചുമർ കെട്ടിയിരിക്കുന്നു, തോളോടു തോൾ ചേർന്നുചേർന്നു നിന്നു.

ക്ലൂട്ടിക് ഒറ്റപ്പെട്ട നിലയിൽനിന്നു.

അയാളുടെ ചുറ്റിലും മൗനമുദ്രിതമായ മുഖങ്ങൾ, താഴ്ത്തിയിട്ട കൈകൾ, മുഷ്ടികൾ, അയാളുടെ ഓരോ ചലനവും സസൂക്ഷ്മം ശ്രദ്ധിക്കുന്ന കണ്ണുകൾ. താൻ കെണിയിൽ അകപ്പെട്ടു; കാത്തിരിക്കൽ, ചാടാൻ തയ്യാറെടുക്കൽ. എല്ലാം അയാൾക്ക് അനുഭവപ്പെട്ടു എന്തോ അപകടം. വെടിവെച്ചാലോ? അയാൾ ഉന്നം പിടിച്ചു.

ഇതാ അപ്രതീക്ഷിതമായ മറ്റൊരുകാര്യം. വാതിൽക്കൽനിന്നിരുന്ന തടവുകാർ-വിരുദ്ധസംഘടനയിലെ അംഗങ്ങൾ പെട്ടെന്നു മാറിനിന്നു. വാതിൽ ഒഴിഞ്ഞുകിടക്കുന്നു. നിശ്ശബ്ദമായ ഒരു വെല്ലുവിളിയായിരുന്നു അത്. ക്ലൂട്ടിക്കിന്റെ കനത്തതാടിയെല്ലിൽ സ്ഫുലിംഗങ്ങൾ കത്തിജ്ജ്വലിച്ചുയർന്നു. അയാൾക്കു സംസാരിക്കാൻ സാധിച്ചില്ല. തൊണ്ട ഉണങ്ങി വരണ്ടിരിക്കുന്നു.

"അപ്പോൾ ഇങ്ങനെയാണ് സംഗതി.......ഇങ്ങനെയാണ്........."

ഒരൊറ്റ അടി നീട്ടിവെച്ച് അയാൾ വാതിൽക്കൽ എത്തി.

ക്രാമർ കമാന്റേറോടൊപ്പം നിൽക്കുന്നതു കണ്ടപ്പോൾ വേറെ ചില ബ്ലോക്ക് സീനിയർമാരും അങ്ങോട്ടു ചെന്നു.

"തടവുകാർ എന്തുകൊണ്ടു റിപ്പോർട്ടു ചെയ്യുന്നില്ല." ഷവാൾ അലറി.

ക്രാമർ ഒരടികൂടി നീങ്ങിനിന്നു ബോധിപ്പിച്ചു.

"വളരെ താഴ്ന്നുപറന്ന്, തീവണ്ടികളിലും യാത്രക്കാരുടെ മേലും ബോംബ് എറിയുന്ന വിമാനങ്ങളെ കുറിച്ചവർ ഭയപ്പെട്ടിരിക്കുകയാണ്."

ഷവാൾ ചുമൽ ഒന്നുപിന്നോക്കം തള്ളി എളിയിൽ കൈവെച്ചു.

"ഞങ്ങൾ നിങ്ങളുടെ കൂടെയുണ്ടാവും. ഞങ്ങളുടെ സംരക്ഷണത്തിലാണ് നിങ്ങൾ യാത്ര ചെയ്യുന്നത്. ഞാൻ ഒരുമണിക്കൂർനേരം സമയം തരാം. ക്യാമ്പ് ആ സമയത്തിനു റിപ്പോർട്ട് ചെയ്തിട്ടില്ലെങ്കിൽ ശക്തിയുപയോഗിച്ച് അവരെ പിടിച്ചു പുറത്താക്കേണ്ടിവരും."

ക്ലൂട്ടിക് അവരുടെ അടുത്തേക്ക് ഓടിവരുമ്പോൾ സൈറൺ അപ്രതീക്ഷിതമായി അലറി. ഷവാൾ ഭയത്തോടെ കാറിലേക്കു ചാടി. ഉയർന്നും താണുമുള്ള സൈറന്റെ മുഴക്കം അങ്ങനെ മുഴങ്ങിയിരുന്നു.

"ഹോപ്റ്റംസ്കാർ ഫ്യൂഹറർ" കാംലോത്ത് കാറിനകത്ത് നിന്ന് ഉറക്കെ വിളിച്ചു.

ക്ലൂട്ടിക് രോഷത്തോടെ വിഷംചീറ്റി നിൽക്കുകയായിരുന്നു. ക്രാമറുടെ നേരെ ചാടി അയാളുടെ മുഖത്ത് ഇടിച്ചുകൊണ്ട് അയാൾ അലറി.

"നായ, നശിക്കാൻ." ക്രാമർ ഒന്ന് ഉലഞ്ഞാടി.

ക്ലൂട്ടിക് കാറിലേക്കു ചാടി തോക്കുപൊക്കി. ഒരു ബ്ലോക്കു ഫ്യൂഹറർ ഉറക്കെ നിലവിളിച്ചു. ക്ലൂട്ടിക് കാഞ്ചിയമർത്തി ഒന്ന്......രണ്ട്......മൂന്ന്. വെടിയുണ്ടകൾ തുടരെ തുടരെ ചീറി. കാർ ഓടിയകന്നു. അതിന്റെ പിന്നാലെ പായാൻ പോകുകയാണെന്നമട്ടിൽ ക്രാമർ വായുവിലൂടെ കൈ വീശി മുഖമടച്ചു നിലത്തുവീണു.

സൈറൺ അപ്പോഴും അതിന്റെ നിലവിളി തുടരുകയായിരുന്നു.

ചുറ്റുമുള്ള ബ്ലോക്കുകളിൽനിന്നു തടവുകാർ ഓടിയെത്തി. ബോച്ചൗ ആ ജനകൂട്ടത്തിനിടയിലൂടെ തിക്കിത്തിരക്കിവന്ന് ക്രാമറുടെ നേരെ തിരിഞ്ഞുകൊണ്ടു ചോദിച്ചു.

"വേഗം, വേഗം, ആസ്പത്രിയിലേക്കു കൊണ്ടുപോകാം."

ഒരു ബഞ്ച് കീഴ്മേൽമറിച്ച് അത് മഞ്ചൽപോലെ ഉപയോഗിച്ച് അവർ ക്രാമറെ കോഹന്റെ അടുക്കലേക്കു കൊണ്ടുപോയി.

മുൻവരിയിലെ ബ്ലോക്കുകളിലുള്ളവർ വെടിയുടെ ശബ്ദം കേട്ടിരുന്നു. ജനവാതിൽക്കൽ ഉള്ളവർ കാറുകൾ മടങ്ങുന്നതുകണ്ടു അവർ അങ്ങനെ കടന്നുപോകുമ്പോൾ അപ്പോഴെക്കും അക്ഷമരായി കഴിഞ്ഞിരുന്ന എസ് എസുകാർക്കുവേണ്ടി എന്തോ കൽപ്പനകൾ ഉറക്കെ വിളിച്ചു പറഞ്ഞിരുന്നു.

സൈറന്റെ സ്വരം പതുക്കെ പതുക്കെ അലിഞ്ഞമർന്നു.

ജനവാതിൽക്കൽ നിന്നിരുന്ന തടവുകാർ, എസ് എസുകാർ തങ്ങളുടെ ആയുധങ്ങളും എടുത്ത് ഇരട്ടിവേഗതയിൽ ഗേറ്റ് കടന്ന് അപ്രത്യക്ഷമാകുന്നത് ഉത്സാഹതിമിർപ്പോടെ കണ്ടു.

"അവർ പോകുന്നു. അവർ പോകുന്നു."

ഉൽക്കണ്ഠപോലും വിറങ്ങലിച്ചു നിൽക്കുന്ന നിമിഷങ്ങൾ. പരിക്കുപറ്റിയ ആ മനുഷ്യൻ കിടക്കുന്ന മേശയ്ക്കു ചുറ്റുമവർ ശ്വാസമടക്കി നിന്നു - ബോച്ചൗവും ക്രാമറെ എടുത്തുകൊണ്ടു വന്ന ബ്ലോക്ക് സീനിയർമാരും.

ശാന്തമായ മനസ്സാന്നിധ്യത്തോടെ കോഹൻ തന്റെ പണി തുടർന്നു. അടുത്തടുത്തായി കയറിക്കൂടിയിരുന്ന രണ്ടുവെടിയുണ്ടകളെ ചവണ ഉപയോഗിച്ച് അയാൾ വൃത്തിയാക്കിയപ്പോൾ സഹായികൾ മുറിവെച്ചു കെട്ടി.

"ജീവിക്കുമോ?"

കോഹൻ യാതൊന്നും പറയാതെ വെള്ളപ്പാത്രത്തിന്റെ സമീപം പോയി കൈകഴുകി. ആ ചോദ്യം ചോദിച്ച ബോച്ചൗവിനെ നോക്കി തലയാട്ടി.

"ക്ലൂട്ടിക്കിനെപ്പോലുള്ള ഒരുത്തന്റെ കൈകൊണ്ടു മരിക്കാൻ പറ്റിയ ആളല്ല ക്രാമർ............"

അപകടസമയം രണ്ടുമണിക്കൂറായി ദീർഘിച്ചുകഴിഞ്ഞിരിക്കുന്നു. തടവുകാർ സന്തോഷത്തോടെ നോക്കിയിരുന്നു. അവിടെ മാരകമായ സമരം നടക്കുകയായിരിക്കണം. നിരന്തരമായ ഇരമ്പൽ. വെടിവെപ്പിന്റേയും പൊട്ടിത്തെറിയുടെയും ശബ്ദം അടുത്തു കേൾക്കുന്നതു പോലെ......

പരിചാരകരുടെ ഊൺമുറിയിലാണ് അവർ ക്രാമറെ കിടത്തിയിരുന്നത്. ക്രാമറുടെ ബോധം തെളിയുന്നതും കാത്തിരിക്കുകയായിരുന്നു അവർ. അവസാനം ആ മുറിവേറ്റ മനുഷ്യൻ ഒന്നനങ്ങി കണ്ണുകൾ തുറന്നു.

"ശരി എന്താണിത്?" ആ പഴയ നടന്റെ മുഖം തന്റെ നേരെ മുകളിലായി കണ്ടപ്പോൾ ക്രാമർ പരുപരുത്ത സ്വരത്തിൽ ചോദിച്ചു.

"അപകടസൂചന" സൗമനസ്യത്തോടെ കോഹൻ പറഞ്ഞു.

"കാര്യമായിട്ടൊന്നുമില്ല. ഒരു കൊച്ചുതമാശ. ഇതാ ഇതൽപ്പം കുടിക്ക്."

കൈ ചുമലിലൂടെ ചുറ്റി ക്രാമറുടെ തലപൊക്കി അയാൾ ആ കോപ്പ അയാളുടെ ചുണ്ടോടടുപ്പിച്ചു.

"നോക്കിക്കോളൂ. ചൂടുണ്ട്."

ക്രാമർ ഒരിറക്ക് സ്വാദുനോക്കി. അത്ഭുതത്തോടെ കോഹനെ നോക്കി. അയാളാകട്ടെ കുസൃതിയോടെ കണ്ണ് ഒന്നിറുക്കി പറഞ്ഞു.

"ഉം, മുഴുവൻ അങ്ങോട്ടു കുടിക്കൂ."

ആർത്തിയോടെ അതുമുഴുവൻ ഓരോ ഇറക്കായി കുടിച്ച് അയാൾ സംതൃപ്തിയോടെ ഞരങ്ങി.

"ഹേയ് മനുഷ്യാ, തനിക്ക് എവിടെനിന്നു കിട്ടി ഈ അമൃത്."

"ചോദ്യമൊന്നും ചോദിക്കരുത്. ഞാൻ നുണ പറയില്ല." ആ നല്ല കാഫിയുടെ ഉത്തേജനശക്തി വ്യക്തമായി കാണാമായിരുന്നു.

"ഇനി പറയൂ. എനിക്കെന്തുപറ്റി" ക്രാമർ നിർബന്ധിച്ചു.

"ക്ലൂട്ടിക് ആ ചുമർ കടലാസിൽ അഞ്ചാറ് ഓട്ടകൾ ഉണ്ടാക്കി. പക്ഷെ എനിക്കു തന്നെപ്പറ്റിയുള്ള അറിവു ശരിയാണെങ്കിൽ മൂന്നുദിവസത്തിനകം താൻ എഴുന്നേറ്റ് ഓടിക്കോളും." ക്ലൂട്ടിക്കിന്റെ നാമശ്രവണമാത്രയിൽതന്നെ ക്രാമർക്ക് ബോധം തെളിഞ്ഞുകിട്ടി.

"എന്താണ് പുറത്തു നടക്കുന്നത്?"

"അപകടസൂചന. ഞാൻ പറഞ്ഞല്ലോ? ഇതാ കേൾക്കുന്നില്ലെ." വളരെ അടുത്തായി കേൾക്കുന്ന ഇരമ്പൽ ശബ്ദമവർ ശ്രദ്ധിച്ചു.

"പിന്നെ എന്തെങ്കിലും ഉണ്ടായോ?"

"ഉവ്വല്ലോ."

"എസ് എസ് കെട്ടും ഭാണ്ഡവും പെറുക്കി നെട്ടോട്ടമോടി."

കണ്ണുമിഴിച്ച് പുഞ്ചിരിതൂകിക്കൊണ്ടിരുന്ന ആ അഭിനേതാവിനെ ക്രാമർ തുറിച്ചു നോക്കി.

"താൻ എന്തു പറഞ്ഞു, മൂന്നു ദിവസമെന്നോ? അതൊന്നും നടപ്പില്ല. ഞാൻ എണീക്കട്ടെ നമുക്കു പോകാം."

എണീക്കാൻ ഒരു ശ്രമം നടത്തിയ അയാൾ ഒരു ഞരക്കത്തോടെ ചെരിഞ്ഞു. കോഹൻ കരുണയോടെ ചിരിച്ചു.

"സാരമില്ല, ചങ്ങാതി, സാരമില്ല, സാരമില്ലെന്നു പറഞ്ഞില്ലേ?"

എല്ലാം ശാന്തമായി എന്ന അറിവു കിട്ടുന്നതേയില്ല. അപകടസൂചന ക്യാമ്പിൽ അങ്ങനെ തൂങ്ങിക്കിടന്നു. വീണ്ടും സൈറൺ അലറി, ആദ്യത്തെ അപകടം കഴിയുന്നതിനുമുമ്പുതന്നെ രണ്ടാമത്തെ അപകടസൂചന. ഇരുട്ടായി അതിന്റെ അവ്യക്തതയോടൊപ്പം സുഖകരമല്ലാത്ത എന്തോ ഒന്നുകൂടി ക്യാമ്പിലേക്ക് നൂണ്ടു കയറി. തടവുകാർക്ക് ഉറങ്ങണമെന്ന വിചാരമേ ഉണ്ടായിരുന്നില്ല. അവർ ഊൺമുറിയിലും കിടപ്പുമുറിയിലും ചുറ്റിക്കൂടിയിരുന്നു. വിളക്ക് തെളിയിക്കാനുള്ള മനഃസ്ഥിതികൂടി അന്നവർക്കുണ്ടായിരുന്നില്ല. ബ്ലോക്കുകളിൽ അവിടവിടെയായി നീല നിറത്തിലുള്ള അടിയന്തര ബൾബുകൾ കത്തിയിരുന്നു. ഇടയ്ക്കിടെ ഞെട്ടിയുണർന്ന് അവർ അന്യോന്യം നോക്കി. ഇരുട്ടിൽ എന്തോ ശബ്ദം കേൾക്കുന്നതുപോലെ, വിമാനങ്ങളുടെ ഇരമ്പൽ വളരെ അടുത്തായി. കേട്ട ഇരമ്പൽ ഒരു മുരൾച്ചയായി. അത് ക്യാമ്പിന്റെ മുകളിലൂടെ ആർത്തിരമ്പി പായുകയായിരുന്നു. ഇരുട്ടു വിഴുങ്ങിയ സുശക്തമായ ചിറകുകൾ; വന്നപോലെ ക്ഷണത്തിൽ അവ അപ്രത്യക്ഷമായി.

വീണ്ടും നിർഭാഗ്യകരമായ നിശ്ചലത. വിമാനങ്ങൾ മടങ്ങി വരുമോ? അവ ജർമൻകാരുടെയാണോ? ഇരുളിൽ തങ്ങളുടെ ലക്ഷ്യങ്ങൾ

കണ്ടുപിടിക്കുകയാണോ അവ? ബ്ലോക്കുകൾ തിരിച്ചറിയാനാകുമോ? ഓരോ നിമിഷവും ഡൈനാമിറ്റ് ചാർജ് ചെയ്തുവെച്ചപോലെയാണ്. അപകടം ഇപ്പോഴും നിലവിൽ ഉണ്ടോ? അതോ അതു കഴിഞ്ഞോ? സായാഹ്നത്തിൽനിന്ന് രാത്രി പതുക്കെ ഉരുത്തിരിയുകയായിരുന്നു.

കമാന്ററുടെ ഓഫീസിന്റെ മുമ്പിൽ ഇരുട്ടിൽ കാറുകൾ കിടന്നിരുന്നു. കൂട്ടത്തിൽ ക്ലൂട്ടിക്കിന്റേതുമുണ്ട്. വിസാങ്ക്, വിറ്റിങ്ങ്, കാംലോത്ത് എന്നിവരൊന്നിച്ച് അയാൾ ഷവാളിന്റെ ഓഫീസിൽ ഉണ്ടായിരുന്നു. കോൺഫറൻസ് മേശയുടെ ഒരറ്റത്ത് ഉൽക്കണ്ഠയോടെ വിളറി വെളുത്ത റീനിബോത്ത് നിന്നിരുന്നു. പിരിച്ചുവിടലിന്റെ അവസാനരംഗമായിരുന്നു അവിടെ നടന്നത്. എല്ലാവരും പല്ലും നഖവും പുറത്തെടുത്തു നടത്തിയിരുന്ന ഒരുഗ്രസമരത്തിനു ടെലിഫോണിന്റെ കൂർത്തസ്വരം ഇതാ ഒരു വിരാമം ഇട്ടതേയുള്ളൂ. ഷവാൾ ഫോൺ എടുത്തു ചെവിയോടടുപ്പിച്ചു. അയാളുടെ കൈകൾ വിറച്ചിരുന്നു. അയാൾ തന്റെ പേർ അലറി, “ഒന്നും മനസിലാകുന്നില്ല, ഒന്നുകൂടി പറയൂ” എന്നാവശ്യപ്പെട്ടു. അയാൾ തന്റെ സർവശ്രദ്ധയും ശ്രവണേന്ദ്രിയങ്ങളിൽ വിന്യസിപ്പിച്ചു കേൾക്കുകയായിരുന്നു. ആ സമയത്തു ക്ലൂട്ടിക് റീനിബോത്തിന്റെ നേരെ ചാടി.

“എടാ, അവസരവാദി, മടിയൻ, വൃത്തികെ......”

കാംലോത്ത് അയാളുടെ കയ്യിൽ പിടിച്ച് റീനിബോത്തിന്റെ അടുക്കൽ നിന്നുമാറ്റി.

ഷവാൾ ഫോൺ വെയ്ക്കുന്നതു കണ്ടപ്പോൾ അയാൾ അങ്ങോട്ടു ചാടി.

“ഇനിയെങ്കിലും ഒന്നു പറഞ്ഞു തുലയ്ക്കാമോ. നിങ്ങൾ-ഈ പേടിത്തൊണ്ടന്മാർക്ക് എന്നോട് എന്താണ് പറയാനുള്ളത്?”

ശരീരശക്തിയേറിയ കാംലോത്ത് അയാളെ കയറിപ്പിടിച്ച് തന്റെ നേരെ തിരിച്ചുനിർത്തി പൊട്ടിത്തെറിച്ചു.

‘‘എടാ, പേടിത്തൊണ്ടന്മാർ ഞങ്ങളല്ല കേട്ടോടാ, ഷവാൾ പറയുന്നതാണു ശരി.”

ക്ലൂട്ടിക് കാംലോത്തിന്റെ പിടിയിൽനിന്നു ചാടിമാറി യൂണിഫോറം വലിച്ചുനേരെയിട്ടു പൂക്കിലപോലെ വിറച്ചുകൊണ്ട് ഉഴറി.

“അവൻ പറയുന്നതു ശരിയാണ്........ഒരു നയതന്ത്രജ്ഞൻ ....... പേനതള്ളി......അവൻ......”

അയാൾ എല്ലാവരുടേയും മുഖത്ത് മാറി മാറിനോക്കി. എല്ലാവരും തനിക്കെതിരാണെന്നു കണ്ടപ്പോൾ അയാൾ ഗർജിച്ചു.

“നിങ്ങളൊക്കെ നീചരിൽ നീചരാണ്. അതെ, അതാണ് നിങ്ങൾ; ധൈര്യമില്ലാത്ത നീചപ്പരിഷ.” നാലുഭാഗത്തും അനുയായികൾ ഉണ്ടെന്ന വീമ്പിൽ ഒരടികൂടി മുന്നോട്ടു കയറിനിന്നുകൊണ്ടു ഷവാൾ ഗർജിച്ചു.

“പിന്നെ തന്റെ ബാധതുള്ളലിന്റെ പേർ ധൈര്യമെന്നാണോ?”

‘‘അപകടസൂചനകാരണം നാം ഇവിടെ തങ്ങിയതു നന്നായി. എനിക്ക് ഏറ്റവും പുതിയ റിപ്പോർട്ട് കിട്ടിയിരിക്കുന്നു. ടൂറിൻജിയൻ

കാനനങ്ങളിലെ നിരവധി രംഗങ്ങളിൽ നമ്മുടെ പടയാളികൾ കൂടുതൽ ശക്തരായ വൈരികളോട് ഏറ്റുമുട്ടിയിരിക്കുകയാണ്. താഴ്ന്നു പറക്കുന്ന ശത്രുവിമാനങ്ങൾ വീമാറിൽനിന്നു പുറപ്പെട്ട യാത്രാസംഘത്തിന്റെ തീവണ്ടിയുടെ പുരോഗതി തടഞ്ഞിരിക്കുന്നു. ഇനിയെന്ത്?"

"ഇനിയെന്ത്?" ക്ലൂട്ടിക് കാഹളമൂതി.

ഇതാ ക്യാമ്പിലെ ജനക്കൂട്ടമാകെ നമ്മുടെ തലമുടിയിൽ പേൻ പോലെ കടിച്ചു തൂങ്ങിക്കിടക്കുന്നു.

ഷവാൾ ചെറിയ കുട്ടിയെപ്പോലെ തലയാട്ടി. "എന്നാൽ ഈ പേനുകളാണ് എന്റെ ഏറ്റവും വലിയ ആലിബി" അയാൾ കൈമലർത്തി മറ്റുള്ളവരുടെ നേരെ തിരിഞ്ഞു. "നമുക്കു മനുഷ്യത്വമുണ്ടെന്നല്ലേ അവർ പറയൂ, എന്താ അങ്ങനെതന്നെയല്ലേ."

"നീയൊരു പേടിത്തൊണ്ടൻ നായാണ്. ഇപ്പോൾതന്നെ നിന്നെ വെടിവെച്ചു തുലയ്ക്കണം."

ക്ലൂട്ടിക് ഉറയിൽനിന്നു തോക്കൂരി. കാംലോത്ത് ചാടി അവരുടെ നടുക്കെത്തി. ക്ലൂട്ടിക്കിനെ അമർത്തിപ്പിടിച്ചു. അയാൾ കിതച്ചു. കട്ടികൂടിയ കണ്ണാടിച്ചില്ലിനുള്ളിൽക്കിടന്ന് അയാളുടെ കണ്ണുകൾ മിനുങ്ങി. തോക്ക് ഉറയിൽതന്നെയിട്ടു, എന്താണ് സംഭവിക്കുന്നതെന്നു മറ്റുള്ളവർ മനസിലാക്കുന്നതിനുമുമ്പുതന്നെ അയാൾ വാതിൽക്കലേക്കു പാഞ്ഞു.

"നമുക്കു വേണ്ടിയിരുന്ന ഒരേഒരുത്തൻ അയാളായിരുന്നു." വിസാങ്ക് ആശ്വാസത്തോടെ നെടുവീർപ്പിട്ടു. വീണ്ടും കമാന്ററായി തീർന്ന ഷവാൾ കോൺഫറൻസ് മേശയ്ക്കുചുറ്റും നടക്കാനാരംഭിച്ചു.

"മാന്യരെ! ഇന്നവസാനത്തെ രാത്രിയാണ്. നമുക്ക് നാളേക്ക് തയ്യാറായിരിക്കണം."

മുമ്പിലെ വിളക്കിന്റെ പ്രകാശം താഴ്ത്തി ക്ലൂട്ടിക് ധൃതിയിൽ വണ്ടിയോടിച്ചു. അയാൾ സ്വീലിങ്ങിന്റെ വീടിന്റെ മുമ്പിൽചെന്നു വണ്ടി നിർത്തിയപ്പോൾ ഹോർട്ടെൻസ് പുറത്തിറങ്ങി വന്നു. നിശാവസ്ത്രത്തിനു മുകളിൽ അവളൊരു കോട്ടുകൂടി വലിച്ചിട്ടിരുന്നു.

"നിങ്ങളുടെ സാമാനം" അയാൾ ആക്രോശിച്ചു. അവളേയും കടന്നു വീട്ടിന്നകത്തേക്കു പ്രവേശിച്ചു.

സ്വീലിങ്ങ് മേശയ്ക്കരികെയിരുന്നു ഒരു ചെറിയ പെട്ടിയിൽ സാമാനങ്ങൾ അടുക്കുകയായിരുന്നു.

"വേഗം അവസാനിപ്പിക്കൂ" അത്ഭുതപ്പെട്ടു നിന്ന അയാളോട് ക്ലൂട്ടിക് കയർത്തു. "സാമാനമെവിടെ?" ക്ലൂട്ടിക്കിനെ പിൻതുടർന്ന ഹോർട്ടെൻസ് സ്വീലിങ്ങിനെക്കാളും മുമ്പിൽ എത്തി.

"അതാ, ഇവിടെയുണ്ട്—ഞാൻ എന്തെങ്കിലുമൊന്ന് എടുത്തിടട്ടെ." അവൾ നേരെ കിടപ്പുമുറിയിലേക്കു കടന്നു.

"ഇതാ ഇതൊക്കെ ഒന്നു പുറത്തേക്കു കൊണ്ടുപോകൂ."

അപ്പോഴും സംഭീതനായ സ്വീലിങ്ങ് കണ്ണുതള്ളി നിൽക്കുകയായിരുന്നു. ക്ലൂട്ടിക് ആ സമയംകൊണ്ട് പളുങ്ക് പാത്രപ്പെട്ടിയിൽ കടന്നുപിടിച്ചിരുന്നു.

"ഇതാ; ഒരു കൈ സഹായിക്കൂ."

അവർ ആ പെട്ടി കാറിലേക്ക് പിടിച്ചുകൊണ്ടുപോയി. "ഞാൻ പത്തു മിനിറ്റിനകം മടങ്ങിവന്നു നിങ്ങളേയും കൊണ്ടുപോകാം." ക്ലൂട്ടിക് സ്വീലിങ്ങിനെ വീട്ടിലേക്ക് ഓടിച്ചു.

അയാൾ ഹോർട്ടെൻസിനെ തള്ളി കാറിന്നകത്താക്കി.

സ്വന്തം ഗൃഹത്തിനു മുമ്പിൽ കാർ നിർത്തി, അയാൾ ധൃതിയിൽ അകത്തേക്ക് ഓടി രണ്ടുപെട്ടികൾ എടുത്തുകൊണ്ടുവന്നു സാമാനങ്ങൾ വയ്ക്കുന്ന സ്ഥലത്തേക്കു തള്ളി.

"നമുക്കു പോകണം വേഗം കയറൂ."

"സ്വീലിങ്ങ്."

"അവനോ, അവന്റെ മേൽ—ഇപ്പോൾ ഞാൻ പറയുന്നതു കേൾക്കൂ."

ഹോർട്ടെൻസ് അയാളെ പിൻതുടർന്ന് കാറിലേക്ക് ചാടിക്കയറി വാതിൽ ആഞ്ഞടച്ചു. ക്ലൂട്ടിക്കിന് ഉറക്കെ ചിരിക്കാൻതോന്നി. പക്ഷെ പുറത്ത് വന്നത് വെറും കുറുങ്ങൽമാത്രം. അയാൾ ചക്രത്തിന്റെ മുകളിലൂടെ ആ സ്ത്രീയെ തന്നോടടുപ്പിച്ചു. ആർത്തിയോടെ കെട്ടിപ്പിടിച്ചുകൊണ്ട് അയാൾ കിതച്ചു. "എന്തുകൊണ്ട്......വയ്യ"

സംതൃപ്തിയോടെ ആ അടുപ്പം ഹോർട്ടെൻസ് അനുഭവിച്ചു.

പക്ഷെ തന്റെ മദനപാരവശ്യത്തിൽനിന്നു വിമുക്തിനേടി അയാൾ അവളെ അവളുടെ സ്ഥാനത്തേക്കുതന്നെ തള്ളിമാറ്റി. ഗ്യാസ് തുറന്നു വണ്ടിയുടെ വേഗത കൂട്ടി.

കാസിനോവിലെ മേശക്കരികെ മാൻഡ്രിലും മിസീഗറും ബ്രോവറും കൂടി മദ്യമത്തരായി ഇരിക്കുകയായിരുന്നു. അവശേഷിച്ച ബ്ലോക്കുകളിലെയും കമാന്റോവിലെയും ഫ്യൂഹർമാർ എല്ലാം അവസാനിപ്പിക്കുകയാണ്. ഷെൽഫിൽ ഉണ്ടായിരുന്ന കുപ്പികളെല്ലാം അവർ കാലിയാക്കി. കുഴലിൽ ഉണ്ടായിരുന്നതെല്ലാം ഊറ്റിക്കുടിച്ചു. അതൊരു കിരാതമായ കാഴ്ചതന്നെയായിരുന്നു. അവർ ആർപ്പുവിളിക്കുകയും തമ്മിൽത്തല്ലുകയും ചെയ്തു. അവരോളംതന്നെ ലഹരിപിടിച്ച മിസീഗറും ബ്രോവറും കമാന്റോയും, അയാളുടെ അടുക്കലേക്ക് വയറിന്മേൽ ഇഴഞ്ഞുചെന്ന കാംലോത്തിനേയും നീചമായി തെറി പറഞ്ഞു. എല്ലുന്തിയ മിസിഗറിന്റെ മുഖക്കുരു നിറഞ്ഞ മുഖം വെണ്ണക്കട്ടിപോലിരുന്നു. ചിലമ്പിച്ച സ്വരത്തിൽ അയാൾ ഉഴറി.

"എല്ലാ കുതിരകളും ശുദ്ധകഴുതകൾതന്നെ. എനിക്ക് അങ്ങോട്ടു പ്രവേശനമുണ്ടായിരുന്നുവെങ്കിൽ ഒരൊറ്റ തെണ്ടിപോലും അവിടെ ജീവനോടെ ഉണ്ടാകുമായിരുന്നില്ല. നാളെ നമുക്ക് ഇവിടെ നിന്നു കടക്കണം, ഒരുപക്ഷേ ഇന്നു രാത്രി തന്നെ."

കരുത്തനായ ബ്രോവർ ഒരു കുപ്പി മേശപ്പുറത്ത് ഇട്ട് ഇടിച്ചുകൊണ്ടു മുക്കറയിട്ടു.

"നാളെ ആ പേന തള്ളികാള നിങ്ങളെ കൊണ്ടു ബങ്കർ തുറപ്പിക്കും. എന്നിട്ടു കൽപ്പിക്കും —പറന്നോളൂ. പക്ഷികളെ പറന്നു പറന്നു പോയ്ക്കോളൂ."

കണ്ണുകൾ കുപ്പിച്ചില്ലുപോലിരുന്നുവെങ്കിലും മാൻഡ്രിൽ ഉറച്ചു തന്നെ നിന്നിരുന്നു.

"ഉം ഉം, കണ്ടു! എന്റെ ബങ്കറിനകത്ത് ഉള്ളതെല്ലാം എന്റേതാണ്."

"ഹൂറൈ" മിസീഗർ അട്ടഹസിച്ചു. "എടാ മാൻഡ്രിൽ നീയൊരു പുള്ളി തന്നെയാണല്ലോടാ, ഹാ, അവനൊരു മിടുക്കൻ പയ്യനല്ലെ? ഞങ്ങൾക്ക് എല്ലാവർക്കും തന്നെ പേടിയാണ്. താനൊരു പുള്ളിതന്നെയാണേ....."

രണ്ടു മരപ്പലകകൾപോലെ മാൻഡ്രില്ലിന്റെ കൈകൾ മേശപ്പുറത്ത് കിടന്നു.

'എന്റെ ബങ്കറിനകത്തുള്ളവരെ കൊണ്ടുപോകാൻ ഞാൻ സമ്മതിക്കുകയില്ല. ഷവാളായാലും ശരി, മറ്റാരായാലും ശരി.'

മിസീഗർ മാൻഡ്രില്ലിനെ ഒന്നു തോണ്ടി, തല നുള്ളിക്കളയുന്ന ആംഗ്യം കാട്ടിക്കൊണ്ട് ചോദിച്ചു.

"ഇതാണോ താൻ ചെയ്യാൻ പോകുന്നത്."

ബ്രോവർ ഒരു ഗൂഢാലോചനക്കാരെപ്പോലെ തല താഴ്ത്തിക്കൊണ്ട് അന്വേഷിച്ചു. "നാളെയോ?"

കണ്ണിന്റെ തുമ്പുകൊണ്ട് അയാളെ നോക്കിക്കൊണ്ട് മാൻഡ്രിൽ പറഞ്ഞു.

"ഇപ്പോൾ തന്നെ."

ബ്രോവർ ബലംപ്രയോഗിച്ചു മാൻഡ്രില്ലിനെ തന്നോടടുപ്പിച്ചുകൊണ്ടു പറഞ്ഞു.

"അതിനൊക്കെ സ്വൽപ്പം ബോധംവേണം."

ബ്രോവർ തലയാട്ടി. "എനിക്കു തരിമ്പുമില്ല വെളിവുകേട്". മിസീഗർ തൊപ്പി നെറ്റിമേൽനിന്നു പിന്നോക്കം മാറ്റി.

ഫോർസ്റ്റെ അവരുടെ വരവിന്റെ കോലാഹലം കേട്ടിരുന്നു. മുഴുവൻ വേഷവും ധരിച്ചു തന്റെ ബങ്കറിൽ കിടന്നുറങ്ങിയിരുന്ന അയാൾ ചാടിയെഴുന്നേറ്റു വാതിൽക്കൽ പറ്റിച്ചേർന്നു ശ്രദ്ധിച്ചു.

മിസീഗർ തന്റെ തോക്കു പുറത്തെടുത്തിരുന്നു. മാൻഡ്രിൽ അതു ഉറയിൽതന്നെ ഇടിച്ചു.

"ബങ്കറിൽ വെടിവയ്ക്കാനൊന്നും പറ്റില്ല."

രണ്ടുപേരേയും കൂട്ടിക്കൊണ്ടു സ്വന്തം മുറിയിലേക്കു പോയ അയാൾ ഒരു പെട്ടിയിൽനിന്ന് ഒരു വലിയ ചവണയും വീതുളിയും എടുത്തു സ്നേഹിതരുടെ കയ്യിൽ കൊടുത്തു.

"എനിക്കു ചോരകണ്ടു നിൽക്കാൻ വയ്യ." അയാൾ പറഞ്ഞു. അയാളുടെ വായയുടെ സമീപം ഒരു ചാരനിറം കാണാമായിരുന്നു. അയാൾ അടുത്തുള്ള ബങ്കർ തുറന്നു.

കൈ കുരിശുപോലെ മേലോട്ടു പൊക്കിപ്പിടിച്ച് പിടയുന്ന ശ്വാസഗതിയോടെ ഫോർസ്റ്റെ ചുമരിന്റെ സമീപം ഒതുങ്ങിനിന്നു.

മുറി തുറന്നപ്പോൾ മുറിയിലെ തടവുകാരെല്ലാം ചാടിയെഴുന്നേറ്റു. നീല ബൾബിന്റെ പൈശാചികമായ വെളിച്ചത്തിൽ അവർ മാൻഡ്രില്ലിനേയും റോട്ടൻ ഫ്യൂഹററേയും കണ്ടു.

ബ്രോവറും മിസീഗറും രണ്ടു തടവുകാരെ തല്ലിത്താഴെയിട്ടു. എന്താണ് നടക്കുന്നത് എന്നു മനസിലാകുന്നതിനുമുമ്പുതന്നെ ശക്തിയേറിയ അടിയേറ്റ് ബാക്കിയുള്ളവരും നിലംപതിച്ചു, അവസാനത്തെ പിടച്ചിൽ നിൽക്കുന്നതുവരെ അവർ തന്റെ മർദനപരിപാടി തുടർന്നു. മറ്റെ മുറിയിലെ ആൾക്കാരും ഈ തല്ലും പിടിയും ചവിട്ടലും കുഴയ്ക്കലും ബഹളവും നിലവിളിയുമെല്ലാം കേട്ടിരുന്നു. ഉടനെതന്നെ 5-ാം നമ്പറിന്റെ അടുത്ത മുറിയിലെ ആരോ ഉറക്കെ നിലവിളിച്ചു. അസ്വാഭാവികമായ കുത്തിക്കീറുന്ന മട്ടിലുള്ള നിലവിളി. രണ്ടാമത്തവന്റെ നീണ്ട വിലാപവും അതിനോട് ഇടകലർന്നു.

ഹോഫലും ക്രോപ്പിൻസ്കിയും തലനീട്ടിപിടിച്ചു. ആ ഇരുട്ടിൽ ചെവിയോർത്തുനിന്നു. നിലവിളി അവരുടെ മുറിയിലേക്കും അലച്ചെത്തി.

പ്രാകിക്കൊണ്ട് മാൻഡ്രിൽ വാതിൽ തുറന്ന് മുറവിളികൂട്ടുന്നവരെ പിടിച്ചു പുറത്തേക്കു വലിച്ചിട്ടു. മറ്റ് ശ്വാർഫ്യൂഹറന്മാരും അവരുടെ ശരീരത്തിലേക്ക് ചാടിവീണു. അവർ അവരെ മാരകമായ വിധത്തിൽ ഇടിച്ചും തൊഴിച്ചും തള്ളിത്താഴെയിട്ടു.

രാക്ഷസീയമായ കരുത്തോടെ മാൻഡ്രിൽ ആ നിലവിളിക്കുന്ന മനുഷ്യനെ വരാന്തയുടെ അവസാനത്തെ മൂലയിലേക്കു വലിച്ചു കൊണ്ടുപോയി. അവിടെ ഒരു അഴിവാതിലുണ്ടായിരുന്നു. അയാൾ ആ സാധുവിന്റെ തല വാതിലിന്റെ ഇടയിലേക്ക് കയറ്റിവെച്ചു. വാതിലിന്റെ കുറ്റി ശരിക്കും കഴുത്തിൽ കൊള്ളത്തക്കവിധത്തിൽ അയാൾ ആ വാതിൽ അടിച്ചമർത്തിയപ്പോൾ ദീനദീനമായ ഒരു കുറുങ്ങലോടെ ആ ശരീരം നിശ്ചേഷ്ടമായി നിലംപൊത്തി. ശ്വാസംമുട്ടിച്ചുകൊന്ന അയാളേയും വലിച്ചുകൊണ്ടുപോയി, മുറിയിൽ തല്ലിക്കൊന്നിട്ടിരിക്കുന്നവരുടെ കൂട്ടത്തിൽ തള്ളി.

"എനിക്ക് നിലവിളി തീരെ പിടിക്കുകയില്ല." അയാൾ ചുമ്മാ പറഞ്ഞു.

മിസീഗറുടെ ചുണ്ടുകൾ രക്തക്കൊതികൊണ്ടു വിറയ്ക്കുകയായിരുന്നു. ബ്രോവർ അഞ്ചാംനമ്പർ വാതിൽ തുറക്കാനാഞ്ഞപ്പോൾ മാൻഡ്രിൽ വിളിച്ചു പറഞ്ഞു.

"വേണ്ട, അവരെ എനിക്കു വേണം."

ഒരൊറ്റ അടിനീട്ടിവെച്ച് അവർ മറ്റൊരുമുറിയുടെ അടുത്തെത്തി.

"സൂക്ഷിച്ചോളൂ, അവർ ആറുപേരുണ്ട്."

അവർ വാതിൽക്കൽനിന്നു ശ്രദ്ധിച്ചു. ഉള്ളിൽ യാതൊരു ഒച്ചയും കേൾക്കാനില്ല.

മിസീഗറും ബ്രോവറും അടിക്കാൻ തയ്യാറായി നിന്നു. മാൻഡ്രിൽ ഒരു നിമിഷം ശങ്കിച്ചുനിന്നതിന്റെശേഷം വാതിൽ മലർക്കെ തുറന്നു. ഒരു രൂപം അകത്തുനിന്നു പുറത്തേക്ക് പാഞ്ഞു-തുടർന്ന് നാല് ..... അഞ്ച്..... ബ്രോവർ ഉറക്കെ നിലവിളിച്ചു. മാൻഡ്രിൽ താഴെ വീണു—ഒരുകൂട്ടം ആൾക്കാരും അലറിക്കൊണ്ടു മറ്റു രണ്ടുപേരും ആ കൂട്ടത്തിലേക്ക് ചാടി. പക്ഷെ നൈരാശ്യം ബാധിച്ച ആ മനുഷ്യർക്ക് ആവശ്യമായ ശക്തിയുണ്ടായിരുന്നില്ല. ഒരു കരടിയെപ്പോലെ കരുത്തനായ മാൻഡ്രിൽ അക്രമിയെ കുടഞ്ഞുകളഞ്ഞു, അയാളെ തട്ടി താഴെയിട്ട് നെഞ്ചിൽ കയറിയിരുന്നു കഴുത്തിൽ അമർത്തി, ആ മനുഷ്യന്റെ തല സിമന്റ് തറയിൽ ആഞ്ഞടിച്ചു.

ഭയങ്കരമായ ആ സമരം അൽപ്പനിമിഷമേ നീണ്ടുനിന്നുള്ളൂ. തടുക്കാൻ വയ്യാത്തമട്ടിൽ അവർ തളർന്നിരുന്നു. ഇതാ അവരിപ്പോൾ ജീവനറ്റ് അങ്ങിങ്ങ് ചിന്നിച്ചിതറി കിടക്കുന്നു.

അപ്രതീക്ഷിതമായ ഈ പ്രത്യാക്രമണം ബ്രോവറെ ഒരു രാക്ഷസനാക്കി മാറ്റിയിരുന്നു.

ഹോഫലും ക്രോപ്പിൻസ്കിയും മുറിയുടെ മൂലയിലേക്ക് ഓടി രക്ഷപ്പെട്ടിരുന്നു. ഭയംകൊണ്ട് വക്രിച്ച മുഖഭാവത്തോടെ ചാടാൻ തയ്യാറായി അവർ കാത്തുനിന്നു.

ഹോർസ്റ്റെയും ഒരു കൈനോക്കാൻ സന്നദ്ധനായി. അവർ തന്റെ അടുക്കലേക്കുവന്നാൽ; അയാൾ ചിന്തിക്കുകയായിരുന്നു. ആദ്യം മുറിയിലേക്കു കടക്കുന്നവന്റെ കഴുത്തിലേക്കു ചാടി വീഴുകതന്നെ; അത് ആരായാലും. അവർ വന്നാൽ....മാരകമായ ഭയത്തിൽനിന്ന് ഉടലെടുത്തതായിരുന്നു ആ തീരുമാനം. പക്ഷെ അയാളുടെ മുറിയുടെ വാതിൽ അടച്ച മട്ടിൽതന്നെ കിടന്നു.

രാത്രിയുടെ അസ്വാഭാവികമായ അന്ധകാരത്തിൽനിന്ന് ഇഴഞ്ഞിഴഞ്ഞ് പുലരിപ്പെണ്ണ് പുറത്തു കടന്നു. ശ്യാമവർണം ഒരു ചാരനിറമായി മാറി. ഫോർസ്റ്റെ തന്റെ മുറിയിലെ ബങ്കറിൽ ഇരിക്കുകയായിരുന്നു. സർവത്തിനും സാക്ഷിയായിരുന്ന തന്നെ മാൻഡ്രിൽ ജീവനോടെ വിടുകയില്ലെന്നയാൾക്കു തീർച്ചയാണ്. ചാരനിറം പൂണ്ട പ്രഭാതം അയാളുടെ അരികിലേക്ക് അരിച്ചെത്തി. ആ പ്രകാശം മുറിയുടെ ചുമരുകൾക്കു കണ്ണുകൾ കൊടുത്തു. അവ അയാളെ തുറിച്ചുനോക്കി. അയാൾ തികച്ചും നിസ്സഹായനായി ഒരു നിഴൽപോലെ ആ ബങ്കറിനകത്ത് കിടന്നു തുലയും. നിലനിൽപ്പിനുള്ള മനുഷ്യന്റെ സ്വാഭാവികശക്തിയുടെ അവസാനശകലം പോലും ആ രാത്രിയുടെ യാതനയിൽ വറ്റിപ്പോയിരിക്കുന്നു. എന്നിട്ടും അതിന്റെ ചാരത്തിനിടയിൽ ഒരു കൊച്ചു സ്ഫുലിംഗം മിനുങ്ങുന്നുണ്ട്. ആശ അതിനെ വീശിയുണർത്തുകയാണ്. തന്റെ ജീവൻ രക്ഷിക്കാനുള്ള ഒരു പോംവഴിക്കു വേണ്ടി കിണഞ്ഞുശ്രമിക്കുകയായിരുന്നു അയാളുടെ മനസ്സ്. അധികം സമയമൊന്നുമില്ല പ്രഭാതത്തിന്റെ നിഴലുകൾ നീളുന്നതിനൊപ്പം കുറഞ്ഞുവരികയാണ് തന്റെ ജീവിതമേഖല. ആ മുറിയിൽ

അങ്ങനെ തന്നെ അപ്രത്യക്ഷനാകാൻ വല്ല വഴിയുമുണ്ടോ? ചാടി മാൻഡ്രില്ലിന്റെ കഴുത്തിൽ കുത്തിപ്പിടിച്ചാലോ? ബങ്കറിന്റെ ഉള്ളിലെ ങ്ങാനുമുണ്ടോ പതുങ്ങിയിരിക്കാൻ അൽപ്പം സ്ഥലം? ചിന്തകൾ അങ്ങ നെ പായുകയായിരുന്നു.

ഏതാണ്ട് ഇതുപോലുള്ള അനുഭൂതികളിലൂടെ തന്നെയാണു ഹോഫലും ക്രോപ്പിൻസ്കിയും സഞ്ചരിച്ചിരുന്നത്. മരണത്തിന്റെ ഒരു രാത്രി അവരുടെ സമീപത്തു കൂടെ ഇഴഞ്ഞുനീങ്ങിപ്പോയി........ഭീകരമായ, കിടിലം വളർത്തുന്ന ഒരു രാത്രി. ആ ബങ്കറിൽ ജീവനോടെ അവശേ ഷിച്ചത് തങ്ങൾ മാത്രമാണെന്ന് അവർക്ക് അറിയാമായിരുന്നു. എന്തെ ന്നാൽ അവസാനം മരിക്കേണ്ടത് അവരാണ്. തമ്മിൽത്തമ്മിൽ ഒട്ടിനിന്ന് അവർ ആശ്രയവും ആശ്വാസവും കണ്ടെത്തി. ജനവാതിലിലൂടെ അരി ച്ചെത്തിയ പൊൻപ്രഭയിൽ അവർ അന്യോന്യം കണ്ടു. ഇരുവരും അപ രന്റെ മുഖത്തുനിന്നു തങ്ങളുടെ പ്രതിഫലനം മനസിലാക്കി. ജീവനറ്റ തുറന്ന കണ്ണുകൾ, അവയവങ്ങളിൽ നിതാന്തമായ, മാരകമായ ഭീതിയുടെ മുദ്രകൾ, ക്രോപ്പിൻസ്കി പിറുപിറുത്തു.

"ഒരുപക്ഷെ മാൻഡ്രിൽ ഇവിടെ ഉണ്ടായിരിക്കുകയില്ല. അയാൾ പോയി കാണും."

ശക്തിയെടുത്ത് ഹോഫൽ പ്രതിഷേധിച്ചു.

"ഇല്ല, അയാൾ ഇവിടെ തന്നെയുണ്ട്. എനിക്കറിയാം. എനിക്ക് അങ്ങനെ തോന്നുന്നു. അവർ ഓടിപ്പോകുമായിരുന്നുവെങ്കിൽ, മറ്റുള്ള വരോടൊപ്പം നമ്മെയും ശരിപ്പെടുത്തുമായിരുന്നു. അയാൾ ഇന്നുവരും."

ഹോഫലിന്റെ പാഞ്ഞുനടക്കുന്ന നയനങ്ങൾ ശൂന്യമായ ആ അറ യിൽ അങ്ങനെ അലഞ്ഞുതിരിഞ്ഞ് വാതിൽക്കൽ ഉറച്ചുനിന്നു.

"മേരിയാൻ, കേൾക്കൂ, ഇതാണ് നാം ചെയ്യേണ്ടത്" ഹോഫൽ വാതി ലിന്റെ ഒരറ്റത്തുചെന്നുനിന്നു. "ഞാൻ ഇവിടെ നിൽക്കാം. താൻ അവി ടെയും" മറ്റേ മൂല ചൂണ്ടിക്കാണിച്ചുകൊണ്ടു ഹോഫൽ പറഞ്ഞു. ക്രോപ്പിൻസ്കി അവിടെ ഞെരുങ്ങിനിന്നു.

"അയാൾ വരുമ്പോൾ ഉടനടി അയാളുടെ കഴുത്തിൽ കയറിപ്പിടിച്ച് അമർത്തണം. അതു ചെയ്യാൻ ഒക്കുമോ."

സ്വതേ ശാന്തനായ ക്രോപ്പിൻസ്കി ആകെയൊന്നു മാറി. അയാൾ കണ്ണുകൾ ചുരുക്കി കീഴ്താടിയെല്ല് മുന്നോട്ടുതള്ളി. കൈകൾ പതുക്കെ കൂട്ടി, പിന്നെ തുറന്നു.

"ഞാൻ താഴ്ന്ന് അയാളുടെ കാലുവാരാം. പോരെ?"

ഹോഫൽ പൊട്ടിച്ചീറി.

"പോര; അങ്ങനെയല്ല അയാൾ വരുമ്പോൾ സർവശക്തികളു മെടുത്തു ഞാനവന്റെ വയറ്റിൽ ഒരു കുത്തു കൊടുക്കും. അതോടെ പോണമവന്റെ ശ്വാസം. അപ്പോൾ താൻ അവന്റെ കഴുത്തിൽ കൈ അമർത്തണം."

ജ്വരതപ്തമായ വിധത്തിൽ അവർ അന്യോന്യം നോക്കി. സ്വന്തം ധൈര്യമവർ അന്യന്റെ മുഖത്ത് പരീക്ഷിച്ചുനോക്കി. വാതിൽക്കൽ അമർന്നവർ കാത്തുനിന്നു.

# III

**വെ**ളിച്ചമായി, ഇന്നലെ രാത്രിയിലെപ്പോലെ ഇതിനുമുമ്പ് ഒരിക്കലും സമരത്തിന്റെ പ്രതിധ്വനി ഇത്ര വ്യക്തമായി മുഴങ്ങിക്കേട്ടിട്ടില്ല. അന്നുരാത്രി എർഫർട്ട് കീഴടങ്ങി. അതോടെ വീമാറിലേക്ക് നേരിട്ടുള്ള ഒരു പാന്ഥാവ് തെളിഞ്ഞു. അമേരിക്കൻ സേനയുടെ മുന്നണിദളം നിർണായകമായ ഒരാഘാതത്തിനു തയ്യാറെടുക്കുകയായിരുന്നു.

ഓരോ മണിക്കൂർ ചെല്ലുന്തോറും ഇരമ്പവും കമ്പവും മുരൾച്ചയും ശക്തിയാർജിക്കുകയാണ്. ക്യാമ്പിനു ചുറ്റുമുള്ള ഗ്രാമപ്രദേശമാകെ സമരരംഗമായി മാറിയിരിക്കുകയാണ്.

അസ്വസ്ഥമായ ആ രാത്രിയിൽ, ബങ്കറിൽ നടന്ന മൃത്യുദേവതയുടെ കരാളനൃത്തത്തെപ്പറ്റി അവശേഷിച്ച 21000 പേരിൽ ആരുംതന്നെ അറിഞ്ഞിരുന്നില്ല. അപകടകാരിയായ ക്ലൂട്ടിക്കാണ് ആദ്യമായി പലായനം ചെയ്തത് എന്ന പരമാർഥവും അവർക്ക് അജ്ഞാതമായിരുന്നു. കാറുകൾ തയ്യാറായി കിടക്കുകയാണെന്നോ എസ് എസുകാർ ഭാണ്ഡം മുറുക്കുകയാണെന്നോ അവർ അറിഞ്ഞിരുന്നില്ല. അമേരിക്കക്കാരുടെ പിടിയിൽ പെടാതിരിക്കണമെങ്കിൽ അവർക്ക് ഇപ്പോൾ, ഇപ്പോൾ രക്ഷപ്പെടണം. അല്ലെങ്കിൽ ഇനിയൊരിക്കലും അതിനു തരപ്പെടുകയില്ല.

ഒരൊറ്റ കൽപ്പന, യന്ത്രത്തോക്കുകളുടെ അടുക്കലേക്ക്, ബസൂക്കകളുടെ അടുത്തേക്ക്, തീപ്പന്തങ്ങളുടെ സമീപത്തേക്ക് ഒരു നീക്കം. കഴിഞ്ഞു, എല്ലാം കഴിഞ്ഞു. പത്തുമിനിറ്റുനേരം അഗ്നിഭഗവാൻ ഒന്നുറ്റു ശ്രമിച്ചാൽമതി--ആ മുള്ളുവേലിക്കപ്പുറത്തുള്ള ജീവചൈതന്യം മുഴുവൻ കത്തിക്കരിഞ്ഞു ചാമ്പലാകും.

ആ അപകടം തക്കസമയത്തുതന്നെ ഒഴിവാക്കണം! ആ ചാരനിറം പൂണ്ട പ്രഭാതത്തിൽ അവർ അവസാനമായി അത് തീരുമാനിച്ചിരുന്നു. സായുധവിപ്ലവം! മുന്നേറ്റം!

ഇനിമേലിൽ സാധുതയുള്ള കൽപ്പനകൾ ഒരൊറ്റ വ്യക്തിയിൽനിന്നേ പുറപ്പെടുകയുള്ളൂ.....ബോച്ചൗവിൽനിന്ന്....... അവരുടെ സൈനിക ഓഫീസർ.

അയാളുടെ കൽപ്പനയും കാത്ത്, ആക്രമണസന്നദ്ധമായി ആ സംഘടന അങ്ങനെ ബ്ലോക്കുകളുടെ മുമ്പിൽ കാത്തു കാത്ത് നിൽക്കുകയാണ്. ആയുധങ്ങളുടെ രഹസ്യസങ്കേതങ്ങളിൽ പതിവുപോലെ ക്യാമ്പ് പെട്രോൾ കാവലുണ്ട്. കാവൽഗോപുരങ്ങളിലെ കാവൽക്കാരുടെ ദൃഷ്ടിപഥത്തിൽ നിന്നകന്ന് ക്യാമ്പ് പെട്രോളിലെ മറ്റംഗങ്ങൾ, ക്യാമ്പിന്റെ വടക്കെച്ചെരുവിലുള്ള മൈതാനം നിരീക്ഷിച്ചുകൊണ്ടു നിൽക്കുകയാണ്. അവർക്ക് ദൂരദർശിനിപോലും (ഫീൽഡ് ഗ്ലാസ്സ്) കിട്ടിയിട്ടുണ്ട്.

വിദൂരതയിൽ ഇടിനാദത്തിന്റെ മുരളിച്ച; പ്രകമ്പനം, മുള്ളുവേലികൾക്ക് ഏതാനും വാരയപ്പുറത്താണ് ഗുണ്ടുകൾ വീണു പൊട്ടിച്ചീറുന്നത് എന്ന മട്ടിൽ അത്ര അടുത്തുനിന്നാണ് ശബ്ദം കേൾക്കുന്നത്. വളരെ നേരം മുമ്പുതന്നെ തടവുകാർ ബ്ലോക്കുവിട്ടു വെളിയിൽ വന്നു നിന്നിരുന്നു. സംശയത്തോടെ വഴിയിലേക്കും ഗോപുരത്തിലേക്കും നോക്കിക്കൊണ്ടവർ വെറുതെ നിൽക്കുകയായിരുന്നു. പെട്ടെന്ന് അവരൊന്നു ചലിച്ചു. പ്രഭാപൂരിതമായ ആകാശത്തിൽ ഒരു നിര അമേരിക്കൻ ബോംബറുകൾ ക്യാമ്പിന്റെ മുകളിലൂടെ ഇരമ്പിയാർത്തു പറന്നകന്നു. തടവുകാർ ഉല്ലസിച്ചു.

"അവർ വരുന്നു. അവർ വരുന്നു" പക്ഷെ വിമാനങ്ങൾ എവിടേയോ അപ്രത്യക്ഷമായി. ചില കൂട്ടുകാരോടൊപ്പം പുറത്തേക്കു ഓടിവന്ന ബോച്ചൗ വിമാനങ്ങൾ പോയ വഴിയേ നോക്കി നിന്നു. ചുണ്ടുകൾ ചേർത്തമർത്തി, കൈകൾ പോക്കറ്റിൽ തിരുകി, പ്രിബുലയും ബോച്ചൗവിന്റെ തൊട്ടടുത്തു നിന്നിരുന്നു.

"എന്തിനിങ്ങിനെ അവസാനനിമിഷംവരെ കാക്കുന്നു." അയാൾ കയർത്തു. ബോച്ചൗ മിണ്ടിയില്ല. ഇപ്പോൾ വലിഞ്ഞു പൊട്ടിപ്പോകുമെന്ന നിലയിലാണ് സിരാവ്യൂഹം. ഒന്നിനൊന്നു പുറകിൽ അടുത്തടുത്തായി പൊട്ടിത്തെറികൾ മുഴങ്ങുകയാണ്. അടുത്തും അകലെയും യന്ത്രത്തോക്കുകൾ ആഗ്നേയഗോളങ്ങൾ തുപ്പിവിടുന്നു.

ഒൻപതുമണിക്ക് സ്വീലിങ്ങ് ക്യാമ്പിലെത്തി. പിപ്പിഗ്ഗ് ഒളിച്ചുവെച്ചിരുന്ന തോക്കുകൾ തക്കസമയത്ത് തന്നെ എടുത്തുകൊണ്ടു വരാൻ പെട്രോളിലെ മുള്ളറും ബ്രൻഡലും കലവറ മുറിയുടെ അടുത്ത പ്രദേശങ്ങളിൽ ഉണ്ടായിരുന്നു. സ്വീലിങ്ങ് കടന്നുവന്നത് അവർ കണ്ടിരുന്നു എന്തായിരിക്കുമോ അയാൾക്ക് ഇവിടെ ആവശ്യം?

9.30നു ശ്വാസം കിട്ടാത്ത വിധത്തിൽ ഓടിക്കിതച്ചെത്തിയ ക്യാമ്പ് പെട്രോളിലെ ഒരു ഭടൻ ബോച്ചൗവിന് ഒരു റിപ്പോർട്ടു നൽകി. വടക്കെച്ചരുവിൽനിന്നു നോക്കിയാൽ ദൂരെ കുന്നിന്റെ ഉച്ചിയിൽ ടാങ്കുകളുടെ ചലനം കാണാം. ഏതു കക്ഷിയുടേതാണവ? ഫാസിസ്റ്റിന്റേതോ അമേരിക്കക്കാരന്റേതോ? രക്ഷയാണോ, അതോ ശിക്ഷയോ? പറയാൻവയ്യ ഒരൊറ്റ വഴിയേയുള്ളൂ. കാത്തിരുന്നു കാണുക!

ക്ലൂട്ടിക് തിരിച്ചുവരുമെന്നു കരുതി സ്വീലിങ്ങ് കുറെയേറെ കാത്തു. വെളിച്ചമായപ്പോൾ ആ പൊണ്ണന് മനസിലായി, തന്റെ പ്രിയതമ ഹോപ്റ്റംസ്കാർഫ്യൂഹററുമൊത്ത് സ്ഥലംവിട്ടു എന്ന്. കോളനിയിൽ നരകത്തിന്റെ തേർവാഴ്ച തന്നെയായിരുന്നു പിരാകിത്തൊഴിച്ചുകൊണ്ട് ഷ്ചാർഫ്യൂഹറർമാരും അവരുടെ ഭാര്യമാരും കുട്ടികളും വിങ്ങിപ്പൊട്ടാറായ കാറുകളിൽ തിങ്ങിനിന്നു. സ്വന്തം ചിന്തകളുമായി സ്വീലിങ്ങ് മാത്രം തന്റെ വീട്ടിലെ വിരുന്നു മുറിയിൽ അവശേഷിച്ചു. ഇനി എങ്ങനെ തടി തപ്പണം എന്ന് ആലോചിച്ചു തീരുമാനിക്കേണ്ടിയിരിക്കുന്നു. അയാൾ പരിഭ്രാന്തിയോടെ ചുറ്റുംനോക്കി. ഭീതിയും വെപ്രാളവും ശാപവചസ്സുകളിലൂടെ പുറത്തേക്ക് ഒഴുകി.

"തന്തയില്ലാത്ത അലസന്മാർ......" ദേഷ്യപ്പെട്ട ഒരാംഗ്യത്തോടെ അയാൾ തന്റെ അസ്വസ്ഥചിന്തകളെ അകറ്റി. ഇതുകൊണ്ട് എന്തുപ്രയോജനം. അയാൾ എന്തിനെയോപ്പറ്റി ഓർത്തു; ആ ചിന്ത അയാളെ കലവറയിലേക്ക് ഓടിച്ചു. ഗുമസ്തന്മാരുടെ മുറിയിൽചെന്ന് അയാൾ തടവുകാരുടെ അടയാളശീട്ടുകൾ വെച്ചിരുന്നിടത്ത് തപ്പി തിരഞ്ഞു. മേശപ്പുറത്തു വലിച്ചുവാരിക്കൂട്ടിയ രേഖകളുടെ ഇടയിൽ വിറയ്ക്കുന്ന കൈകൊണ്ട് ഒരുമണിക്കൂർ നേരത്തോളം അയാൾ പരതി. ഇപ്പോഴും ഫോർസ്റ്റെ സ്വന്തം മുറിയിൽ പഴയ സ്ഥാനത്തുതന്നെ കുത്തിയിരിക്കുകയാണ്. ഒന്നനങ്ങാനുള്ള ധൈര്യംപോലുമില്ല. അയാൾ ഹൃദയം നിറഞ്ഞ താപത്തോടെ മനസിലാക്കി: ഇനി രക്ഷപ്പെടാൻ യാതൊരു മാർഗവുമില്ല. ആ ബങ്കറിനകത്ത് ഒരു പിശാചിനെപ്പോലെ കഴിച്ചുകൂട്ടിയ നീണ്ടകൊല്ലങ്ങൾ തന്നെ ഒരിക്കലും കർക്കശനാക്കിയിട്ടില്ല എന്നയാൾക്കു സമ്മതിക്കേണ്ടിവന്നു. അയാൾ ഒരിക്കലും ഒരു യോദ്ധാവായിരുന്നില്ല. എന്നാലും സംതൃപ്തിയുണ്ട്, താൻ എന്നുമെന്നും ഒരു മാന്യനായിരുന്നു. തന്നോടൊപ്പം മരണത്തിന്റെ കെണിയിലേക്കു പതിക്കാൻ പോകുന്ന ആ ഹോഫലിനും ക്രോപ്പിൻസ്കിക്കും വേണ്ടി ചെയ്തതെല്ലാം സന്തോഷത്തോടെ അയാൾ ഓർത്തു. മരണംകൊണ്ട് പേരോ അക്കമോ ഇല്ലാത്ത നിരവധി പേരുടെ കൂടെ ഒരാളാവും അയാളും. ഭാവിയിലെ പിടിവാളുമാകും അയാളും. ക്യാമ്പിന്റെ വാതിൽ മലർക്കെ തുറക്കുമ്പോഴേക്കും, ഭൂമി അയാളെ അവകാശപ്പെട്ടുകഴിഞ്ഞിരിക്കും.........

പോർ വിമാനങ്ങൾ പാഞ്ഞകന്നിട്ടു മണിക്കൂർ ഒന്നായി. ഇതാ, ഇതുവരെ കണ്ടിട്ടില്ലാത്ത ഒരു പ്രത്യേക വിമാനം പ്രത്യക്ഷപ്പെടുന്നു. പതുക്കെ സാമാന്യം താഴ്ന്ന് അത് മുമ്പോട്ടും പുറകോട്ടും വട്ടത്തിൽ പറന്നു. കാവൽമേടകളിലെ പാറാവുകാർ ഉൽക്കണ്ഠയോടെ അതിനെ നോക്കി, സംഭ്രമത്തോടെ എന്തോ വിളിച്ചു പറഞ്ഞു. ബ്ലോക്കുകളുടെ ഇടയിൽ നിന്നിരുന്ന തടവുകാർ അസാധാരണമായ ആ പ്രതിഭാസത്തെ തുറിച്ചു നോക്കി. ലക്ഷ്യങ്ങൾ കുറിച്ചുവയ്ക്കാനുള്ള ഒരു അമേരിക്കൻ സൈനിക നിരീക്ഷണ വിമാനമായിരുന്നു അത്. തടവുകാരുടെ ഇടയിൽ മാത്രമല്ല എസ് എസുകാരുടെ അണിയിലും അത് അമ്പരപ്പുണ്ടാക്കി. എസ് എസ് മോട്ടോർ സൈക്കിളുകൾ മുള്ളുവേലിക്കരികിലൂടെ ചീറിപ്പാഞ്ഞുനടന്ന് കാവൽക്കാർക്ക് കൽപ്പനകൾ നൽകി.

സ്വീലിങ്ങ് അന്വേഷിച്ചത് അയാൾക്കു കിട്ടിയെന്നു തോന്നുന്നു. കൃത്രിമ കടലാസുകൊണ്ട് മറപിടിക്കാൻ മാത്രമായിരുന്നില്ല അയാളുടെ ഉദ്ദേശ്യം. തടവുകാരുടെ പഴയ ഉടുപ്പുകെട്ടിൽനിന്ന് ഒരു വരയൻ സൂട്ടും തിരഞ്ഞെടുത്ത് അയാൾ തന്റെ വേഷം മാറ്റി.

പെട്ടെന്ന് ഭയംകൊണ്ട് ഞെട്ടിത്തെറിച്ച് അയാൾ പിൻതിരിഞ്ഞു പിന്നിലിതാ ഒരു മനുഷ്യൻ വ്യൂറാച്ച്. ചെകുത്താനെ കണ്ടാലെന്നപോലെ സ്വീലിങ്ങിന്റെ തലമുടി എഴുന്നേറ്റുനിന്നു.

"തനിക്ക് ഇവിടെ എന്താണാവശ്യം?"

തന്റെ രഹസ്യമായ സ്ഥലത്തുനിന്ന് നുഴഞ്ഞു കയറി വന്ന വ്യൂറാച്ച് തടവുകാരുടെ വേഷമണിഞ്ഞ സ്വീലിങ്ങിനെ കണ്ടപ്പോൾ ചീറി.

"അപ്പോൾ ഇതാണ് തന്റെ വേല.....എടാ......നായേ......."

സ്വീലിങ്ങ് പുറകോട്ടുചാടി.

"ഉം, കടക്കെട വെളിയിൽ"

ആപൽക്കരമായ മട്ടിൽ വ്യൂറാച്ച് തലപൊക്കി. സ്വീലിങ്ങ് പോക്കറ്റിൽനിന്നു തോക്കെടുത്തു.

മുള്ളറും ബ്രാൻഡലും വെടിയുടെ മുഴക്കം കേട്ടു.

"എന്താണവിടെ?" അവർ അന്യോന്യം നോക്കി.

"ഏതായാലും അകത്തു കടക്കുക."

അവർ കെട്ടിടത്തിന്റെ അകത്തേക്ക് ഓടി കോവണികൾ ചാടിക്കയറി വാതിൽ അകത്തുനിന്ന് ബന്ധിച്ചിരുന്നു. ശക്തിയേറിയ ചവിട്ടുകൾ കൊണ്ട് അവർ ആ കതക് ചവിട്ടി പൊളിച്ചു.

"പൊക്ക് കൈ."

തോക്ക് അപ്പോഴും കയ്യിൽ ഉണ്ടായിരുന്നുവെങ്കിലും സംഭ്രാന്തനായ സ്വീലിങ്ങ് കൈ ഉയർത്തി. ക്യാമ്പ് പെട്രോൾ അയാളുടെ നേരെ ചാടി. വ്യൂറാച്ച് രക്തത്തിൽ കുളിച്ച് അവിടെ മരിച്ചു കിടന്നിരുന്നു.

ഓഫീസിൽ ഷവാൾ കാംലോത്തിനോടു കയർക്കുകയായിരുന്നു. "നിങ്ങൾക്കു ഭ്രാന്തായോ?" അയാളുടെ വിളറി ചാരനിറമായ കവിൾത്തടം തുളുമ്പുന്നുണ്ടായിരുന്നു.

പട്ടാളം പിൻവാങ്ങി പതിനഞ്ചുമിനിറ്റു കഴിഞ്ഞാൽ ബ്ലോക്കുകളുടെനേരെ വെടിവയ്ക്കാൻ കാംലോത്ത് കൽപ്പന നൽകിയിരുന്നു.

"കൽപ്പന പിൻവലിക്കൂ, ഉടനടി, നിങ്ങൾ എല്ലാവരേയും കഴുവിൽ കയറ്റും." കാംലോത്ത് ശപിച്ചു. "നിങ്ങൾ ഏതുതരത്തിൽ വേണമെങ്കിലും പോയിത്തുലയൂ, ഏതായാലും നമ്മൾ കെണിയിൽ പെട്ടുകഴിഞ്ഞു."

"തെമ്മാടി" വിസാങ്ക് മുരണ്ടു.

കാംലോത്ത് അയാളുടെ വയറ്റിൽ പിടിച്ചൊരു തള്ളുകൊടുത്തപ്പോൾ ആ പാവം വേച്ചുവേച്ചു പുറകോട്ടു മാറി.

"ശരി നിങ്ങൾതന്നെ പയറ്റിക്കോളൂ." തൊപ്പി ഒരു കണ്ണിന്റെ മുകളിലേക്കു വലിച്ചിട്ടുകൊണ്ടു കാംലോത്ത് പറഞ്ഞു. "ഞാനിതാ സ്ഥലം വിടുന്നു........"

ആകെ തകർന്ന ഷവാൾ ഒരു ചാരുകസേരയിലേക്ക് വഴുതിവീണു. പുറത്ത് കാംലോത്തിന്റെ കാറിന്റെ ഭർ ഭർ ശബ്ദം മുഴങ്ങി. നാലഞ്ചു ഗുണ്ടുകൾ സമീപത്തെവിടെയോ പൊട്ടിത്തെറിച്ചു. ഷവാൾ ചാടിയെഴുന്നേറ്റു പരിഭ്രമിച്ച വിസാങ്കിനെ നോക്കി അയാൾ അലറി.

"എന്താണിനി?, ഇനി എന്ത്? എന്ത്?"

വിസാങ്ക് നിസ്സഹായനായി തലയാട്ടി. മേശയ്ക്കരികിലേക്ക് ഓടി ഷവാൾ രേഖകളും കടലാസുകളുമെടുത്ത് പോക്കറ്റിൽ കുത്തിനിറച്ചു. കോട്ട് ചുമലിലേക്ക് വലിച്ചിട്ടു തൊപ്പി അമർത്തി. അയാൾ കിതച്ചു.

"പോകാം, നമുക്ക് ഇവിടെനിന്നു പോകാം."

ജനവാതിലിൽക്കൂടെ നോക്കിക്കൊണ്ടിരുന്ന റീനിബോത്ത് ഷവാളിന്റെ കാർ ചീറിപ്പായുന്നതുകണ്ടു. മുറിയിൽ ഉണ്ടായിരുന്ന മാൻഡ്രില്ലിനോടയാൾ പറഞ്ഞു.

"ഇതാ, ഇതാ, ഷവാൾ പായുന്നു."

വരാന്തയിൽ മാൻഡ്രില്ലിന്റെ കനത്ത കാലടിയുടെ ശബ്ദം കേട്ടപ്പോൾ മുറിയിലുണ്ടായിരുന്ന ഫോർസ്റ്റെ കിടിലംകൊണ്ടു. മുറിയുടെ പൂട്ട് വലിച്ചുമാറ്റിക്കൊണ്ടയാൾ കൽപ്പിച്ചു.

"പുറത്തുകടക്കൂ."

മാൻഡ്രില്ലിന്റെ ചാരഛവിപൂണ്ട മുഖത്ത് ഒരാവേശത്തുടിപ്പുകണ്ട ഫോർസ്റ്റെ—ഒരിക്കലും അനുസരണക്കേടോ തർക്കമോ കാണിച്ചിട്ടില്ലാത്ത ആ മനുഷ്യൻ—മുറിയിൽനിന്നു പുറത്തുകടന്നു. രാത്രിയിൽ മരിച്ചവരുടെ ശവങ്ങൾ ആ വരാന്തയിലങ്ങനെ ചിതറിക്കിടന്നിരുന്നു. മുഷ്ടികൊണ്ടു ഫോർസ്റ്റെയെ സ്വന്തം മുറിയിലേക്കു തള്ളി ഒരു പെട്ടി ചൂണ്ടിക്കാണിച്ചുകൊണ്ട് അയാൾ ആജ്ഞാപിച്ചു.

"ഇതാ ആ സാധന ങ്ങൾ എല്ലാം ഒതുക്കിവെയ്ക്കൂ." കടുംതുടി കൊട്ടുന്ന ഹൃദയത്തോടെ, ഭയംകൊണ്ടു വിറങ്ങലിച്ച് അയാൾ വലിപ്പുകളും അലമാരികളും നോക്കി യടുക്കിവെച്ചു തുടങ്ങി.

മുള്ളറും ബ്രാൻഡലും സ്വീലിങ്ങിനെ മുറിയുടെ ഒരു മൂലയിൽ കൊണ്ടുപോയിനിർത്തി. അവർ ഡസ്ക്മാറ്റി, പരവതാനി തെറുത്തു. സ്വീലിങ്ങിന്റെ കയ്യിൽനിന്ന് തട്ടിപ്പറിച്ച് തോക്ക് അയാളുടെ നെഞ്ചിനു നേരെ ഉന്നംവെച്ചുകൊണ്ടു ബ്രാൻഡൽ കാത്തുനിന്നപ്പോൾ, മുള്ളർ ഒരുളി ഉപയോഗിച്ചു പലകകൾ പൊക്കി. ആയുധങ്ങൾ പുറത്തേക്കു വരുന്നതു കണ്ടപ്പോൾ സ്വീലിങ്ങിന്റെ കണ്ണുകൾ അത്ഭുതംകൊണ്ടു പുറത്തേക്കുതള്ളി.

"തീരെ വിചാരിച്ചിരുന്നില്ല; അല്ലേ! ങേ" ബ്രാൻഡൽ ചിരിച്ചു. തികഞ്ഞ പുച്ഛത്തോടെ വഴിയുന്ന അഭിമാനത്തോടെ. സ്വീലിങ്ങിന്റെ കീഴ്ചുണ്ടിൽ നിന്നൊരു ചിണുങ്ങൽ.

"ഞാനോ ..... ഞാൻ ...... അറിഞ്ഞിരുന്നില്ല."

"അല്ലേ, ഞങ്ങൾ അതു അവിടത്തോടു പറഞ്ഞിരുന്നില്ല എന്നു തന്നെ വെച്ചോളൂ. ബ്രാൻഡൽ കളിയാക്കി. തോക്കുകൾ സ്വീലിങ്ങിന്റെ മൂക്കിന്റെതാഴെ കൊണ്ടുചെന്നു മുള്ളർ ഒന്നാഞ്ഞുവീശി. എസ് എസുകാരന്റെ പിന്നിലാണ് ഏറ്റവും നല്ല സുരക്ഷിതസ്ഥാനം. അയാൾ തോക്കുകൾ പോക്കറ്റിലിട്ടു.

"നാം വളരെ നേരത്തെയാണല്ലോ തോക്കുകൾ എടുത്തത്. ഇതുവരെ കൽപ്പന കിട്ടിയിട്ടില്ല ഇനിയെന്തു ചെയ്യും?"

ബ്രാൻഡൽ ചുമൽ കലുക്കി.

"കൽപ്പന കിട്ടുന്നതുവരെ കാക്കാം."

"ഇയാളെ എന്തുചെയ്യണം?"

"ഇയാളും നിൽക്കട്ടെ ഇവിടെ. നമ്മുടെ ആദ്യത്തെ യുദ്ധത്തടവുകാരനാണ്."

സ്വീലിങ്ങിന്റെ മുട്ടുകൾ കൂട്ടിയടിച്ചു. ബ്രാൻഡൽ അയാളെ പൊക്കി ചുമരിനോട് ചേർത്തുനിർത്തി.'

"മ്. നേരെ നില്ലെടാ, തെമ്മാടി"

ആദ്യത്തെ നിരയിലെ ബ്ലോക്കുകളുടെ ജനവാതിലിലൂടെ തടവുകാർ പുറത്തേക്കുതന്നെ നോക്കിക്കൊണ്ടു നിൽക്കുകയായിരുന്നു. വല്ലാത്ത പണിത്തിരക്കാണ് അവിടെ. പടിപ്പുരയിൽ എസ് എസുകാർ വലിയ പെട്ടികൾ ചുമന്നു കൊണ്ടുവന്നു ട്രക്കിൽ കയറ്റുന്നു. ആ കോലഹലത്തിനകത്ത് കിടന്ന് അങ്ങോട്ടും ഇങ്ങോട്ടും ഓടിക്കൊണ്ട് റീനിബോത്ത് ഓരോരോ കൽപ്പനകളും നിർദേശങ്ങളും നൽകുന്നുണ്ട്. ബങ്കറിൽനിന്നു വന്ന മാൻഡ്രിൽ തന്റെ പെട്ടിയും കെട്ടും ട്രക്കിലേക്ക് ഇട്ടു.

"അവരിതാ കെട്ടുകെട്ടുന്നു," ആവേശത്തോടെ തടവുകാർ പിറുപിറുത്തു.

ഫോർസ്റ്റെയുടെ മനസിൽ ഒരു ജീവന്മരണസമരം നടക്കുകയാണ്. താനിപ്പോൾ ചെയ്യുന്ന പണി അവസാനത്തേതാണ്. മാൻഡ്രിൽ പലായനത്തിന് ഒരുങ്ങുന്നു. രക്ഷപ്പെടാനുള്ള അവസാനത്തെ സന്ദർഭം കണ്ടുപിടിക്കാനുഴറുകയാണ് ഫോർസ്റ്റെ. എവിടെയാണത്! എവിടെ! എവിടെ! ഒരു നിമിഷ നേരത്തേക്കു മാൻഡ്രിൽ അയാളെ വിട്ടകന്നപ്പോൾ കാര്യവ്യഗ്രത നടിച്ച ഫോർസ്റ്റെ സ്വയരക്ഷക്കുള്ള മാർഗങ്ങൾ തേടുകയായിരുന്നു. ഈ മുറിയിൽതന്നെ വിഘ്വാതങ്ങൾ സൃഷ്ടിച്ചാലോ? ബങ്കറിൽ എവിടെയെങ്കിലും ഒളിക്കാനാവുമോ? ഓടിപ്പോകാനാകുമോ? പെട്ടെന്നു മുറിയുടെ വാതിലിൽ അതാ താക്കോൽ. അടിച്ചമർത്തപ്പെട്ട നിലവിളിപോലെ ഭയം നെഞ്ചിൽമുട്ടിത്തിരിഞ്ഞു. ഇതാണോ?

രണ്ടു ശ്ചാർഫ്യൂഹറർമാരോടൊന്നിച്ചു മാൻഡ്രിൽ ധൃതിയിൽ പോയി. അവർ പെട്ടികൾ കാറിലേക്കു കൊണ്ടുപോകുകയായിരുന്നു.

നിമിഷങ്ങൾക്കകം ഫോർസ്റ്റെ ഒരു തീരുമാനമെടുത്തു. ഒരൊറ്റ ചാട്ടത്തിന് അയാൾ വാതിൽക്കൽ എത്തി. താക്കോൽ വലിച്ചെടുത്തു മുറിയിലേക്ക് പാഞ്ഞ് അയാൾ അകത്തുകയറി വാതിൽ പൂട്ടി. ആലിലപോലെ വിറയ്ക്കുന്ന ദേഹത്തോടെ അയാൾ വാതിൽക്കൽ ചാരിനിന്നു. അയാളുടെ രക്തം പതഞ്ഞൊഴുകുകയായിരുന്നു. ഭയങ്കരമായ ആ മുഹൂർത്തത്തിൽ ഇതാ മറ്റൊരു സംഭവം. വിരസമായ, മുഴങ്ങുന്ന ഒരു ശബ്ദം. പെട്ടെന്ന് അത് ഊതി വീർത്ത് കുത്തിത്തുളയ്ക്കുന്ന മട്ടിലായി. അവസാനവിധിയുടെ കാഹളം! അതെ, അത് ശത്രുവിന്റെ അപകടസൂചനയായിരുന്നു, ഇതാ, വൈരി അടുത്തു അടുത്തു എന്നതിന്റെ സൂചന. ഭീകരമായ ആ ശബ്ദം സർവരേയും കുത്തിത്തുളച്ചു. അത് ബ്ലോക്കിൽ അലയടിച്ചു—തടവുകാരുടെ ശ്വാസം അവരുടെ തൊണ്ടയിൽ തന്നെ അമർന്നുനിന്നു. ബോച്ചൗവും സഖാക്കളും പുറത്തേക്കു പാഞ്ഞുവന്നു. മൈതാനിയിൽ ഇരമ്പിയലച്ച ആ ശബ്ദം എസ് എസുകാരെ

കോലാഹലത്തിന്റെ മരണച്ചുഴിയിലേക്കു തന്നെ എടുത്തെറിഞ്ഞു; ബാരക്കിൽനിന്നത് എസ് എസുകാരെ വിരട്ടിയോടിച്ചു. അവർ യാതൊരു അച്ചടക്കവുമില്ലാതെ അവിടവിടെ ഓടിനടന്നു. ശ്വാർഫ്യൂഹറർമാർ പേപിടിച്ചപോലെ ഓട്ടംപിടിച്ചു. സാധനങ്ങൾ നിറച്ച ട്രക്കുകൾ ഈ കോലാഹലത്തിനിടയിലൂടെ കിലുങ്ങിക്കിലുങ്ങി യാത്രയായി. മാൻഡ്രിൽ ബങ്കറിലേക്ക് ഓടി പൂട്ടിയ വാതിൽ കുലുക്കി നോക്കി, ബൂട്സിട്ട കാലുകൊണ്ടു ചവിട്ടിനോക്കി. റീനിബോത്ത് ധൃതികൂട്ടി.

"വരൂ വരൂ, വേഗം വരൂ." ഉറക്കെ അലറി വിറച്ചുതുള്ളുന്ന മാൻഡ്രി ല്ലിനെ കാക്കാതെ തന്നെ അയാൾ പോകാൻ ഒരുങ്ങി, മോട്ടോർ സൈക്കിളിന്റെ യന്ത്രം പുറപ്പെടുവിച്ച് അയാൾ ഒരിക്കൽ കൂടി വിളിച്ചു. "മാൻഡ്രിൽ" പിന്നീട് അയാൾ സീറ്റിലേക്ക് ചാടിക്കയറി. ഹുങ്കാരവം മുഴക്കി അതു പുറപ്പെടാൻ ഒരുങ്ങിയപ്പോഴേക്കും മാൻഡ്രിൽ ഓടിവന്ന് അതിന്റെ വശത്തുള്ള കാറിലേക്കു ചാടിക്കയറി. യന്ത്രം ശബ്ദംകൂട്ടി ചീറി പ്പാഞ്ഞു.

പൂട്ടിയിട്ട മുറിയുടെ ഒരു മൂലയിൽ ഫോർസ്റ്റെ മുട്ടുകുത്തി വീണു. അയാളുടെ ശക്തിയുടെ അവസാന കണികയുംകൂടെ കണ്ണുനീരായി പുറ ത്തേക്ക് ഒഴുകി. ആ കണ്ണുനീരിലൂടെ അയാൾക്കു കിട്ടിയ ആശ്വാസം അയാളുടെ ജീവിതത്തിലെ ഏറ്റവും പരമമായ, മാധുര്യമൂറുന്ന അനുഭവ ങ്ങളായിരുന്നു; അയാൾ അത് അറിഞ്ഞിരുന്നില്ല എങ്കിലും. നിരാശയുടെ പാരമ്യതയിൽ തീരുമാനിച്ചപോലെ ചാടാൻ തയ്യാറെടുത്ത് സർവ ശ്രദ്ധയും കേന്ദ്രീകരിച്ചു വാതിലിന്റെ പിന്നിൽ നിൽക്കുകയായിരുന്നു ഹോഫലും ക്രോപ്പിൻസ്കിയും. അവരാ കാഹളത്തിന്റെ ഒച്ചയും പുറത്തെ ഭയങ്കരമായ കോലാഹലങ്ങളും കേട്ടിരുന്നു. റീനിബോത്തിന്റെ അലർച്ചയും മാൻഡ്രില്ലിന്റെ മുക്കറയിടലും വാതിൽ ചവിട്ടിപ്പൊളി ക്കുന്നതും അവർ കേട്ടിരുന്നു.

പെട്ടെന്നു മുഴക്കവും വരാന്തയിലെ ബഹളവുമെല്ലാം ആരോ വിഴുങ്ങിക്കളഞ്ഞപോലെ ശാന്തമായി, ക്രോപ്പിൻസ്കി വാതിലിന്റെ ചാരെ, കൈകൾ രണ്ടും തുറന്ന വൃത്തംപോലെയാക്കി നിന്നിരുന്നു. ആ രണ്ടു പേരും ശ്വസിക്കാൻകൂടി ധൈര്യപ്പെട്ടിരുന്നില്ല. ആ നിശ്ശബ്ദതയിൽ നേരിയ വ്യോമതന്തുക്കളെപ്പോലെ, തങ്ങളുടെ മനസിന്റെ മണിയറയിൽ കിടന്നു തുടിക്കുന്ന ആ ദുർബലമായ ആശാകിരണത്തെ പരിഗണി ക്കാനും അവർ ധൈര്യപ്പെട്ടില്ല.

ചുറ്റുമുള്ള ഗ്രാമപ്രദേശങ്ങളിലെ സമസ്ത ശബ്ദകോലാഹലങ്ങ ളോടുമിടകലർന്നു സൈറൺ അലറിത്തുടിക്കുമ്പോൾ സംഘടനാ നേതാ ക്കൾ 17-ാം നമ്പർ ബ്ലോക്കുകളിലേക്ക് ഓടി.

ഭയചകിതമായ തടവുകാരെകൊണ്ടു വഴിഞ്ഞൊഴുകുകയായിരുന്നു ആ ഇടവഴികൾ എല്ലാംതന്നെ.

അവരില്ലെല്ലാവരിലും, ബോച്ചൗവിലും 17-ാം നമ്പറിലേക്ക് ഓടിയിരുന്ന ഐ എൽ കെയുടെ സഖാക്കളിലും ഒരു തീരുമാനത്തിന്റെ അഗ്നിജ്വാല തുടിച്ചുയർന്നിരുന്നു.

സമയമായി.

അതൊരു പന്ത്രണ്ടാം മണിക്കൂറുപോലെയായിരുന്നു. ലോഹത്തിന്റെ മേൽ തട്ടി പ്രതിധ്വനിക്കുന്ന മുഴക്കമൊഴിച്ചു ബാക്കിയെല്ലാം ഉണ്ടായിരുന്നു.

"അപകടഘട്ടം 3 ആയുധങ്ങൾ വിതരണം ചെയ്യട്ടെ! സംഘാംഗങ്ങൾ അവരുടെ സ്ഥാനത്ത് നിരക്കണം. ഉടനടി ആക്രമണം ആരംഭിക്കുക," ബോച്ചൗ കൽപ്പിച്ചു.

പ്രിബുല തലയ്ക്കുമീതെ കൈകൾ ഉയർത്തി ഒരൊറ്റ വാക്കയാൾ മിണ്ടിയില്ല. പക്ഷെ ആ വീരന്റെ ശരീരത്തിലെ പരമാണുക്കൾ വരെ സ്വാതന്ത്ര്യാട്ടഹാസം മുഴക്കാൻ വെമ്പിത്തുടിക്കുകയായിരുന്നു. അയാൾ മറ്റു നേതാക്കന്മാരുടെ കൂടെ ഓടിപ്പോയി. പെട്ടെന്ന് എല്ലാ ബ്ലോക്കുകളിൽ നിന്നു കൽപ്പനയുടെ ശബ്ദം ഉയർന്നുപൊങ്ങി. സംഘമാകെ നിരന്നു നിൽക്കണം. അത്ഭുതസ്തബ്ധരായ തടവുകാർ എന്താണ് നടക്കുന്നത് എന്നു മനസിലാക്കുന്നതിനു മുമ്പുതന്നെ അച്ചടക്കമുള്ള ഒരു സേനാദളം ബ്ലോക്കിന്റെ മുമ്പിൽ നിരന്നു കഴിഞ്ഞിരുന്നു. തങ്ങൾ ഉയർത്തിയ ആ വിസ്മയത്തെ പാടെ അവഗണിച്ചുകൊണ്ട് അവർ ഇരട്ടിവേഗതയിൽ ഓരോ ബ്ലോക്കുകളിലേക്കും ആസ്പത്രിയിലേക്കും പൈപ്പിന്റെ സമീപത്തേക്കും അഴുക്കുചാലിന്റെ അടുത്തേക്കും മാർച്ചുചെയ്തു. ആ വക സ്ഥലങ്ങളിലേക്കു നിയോഗിച്ചിരുന്ന ക്യാമ്പ് പാറാവുകാർ അവിടെ തയ്യാറെടുത്തു നിന്നിരുന്നു. നിലങ്ങൾ ഉഴുതുമറിച്ചു, ചുമരുകൾ തല്ലിത്തകർത്തു, പിക്കാസും മമ്മട്ടിയുമെടുത്തവർ കുഴികൾ തോണ്ടി; എല്ലാദിക്കിൽനിന്നും പുറത്തേക്ക് ഒഴുകി........ആയുധങ്ങൾ, ആയുധങ്ങൾ, ആയുധങ്ങൾ ആയുധങ്ങൾ.

പ്രിബുലയും പോളീഷ് ഗ്രൂപ്പിൽപ്പെട്ട ചില സഖാക്കളും കൂടെ ആസ്പത്രിയിലേക്ക് ഓടി. അവിടെ ജനൽപ്പടിമേൽ വെച്ചിരുന്ന ചെടിച്ചട്ടികൾ തല്ലിത്തകർത്ത്, എണ്ണപുരണ്ട കീറത്തുണിയിൽ പൊതിഞ്ഞുവെച്ചിരുന്ന തോക്കുകൾ പുറത്തെടുത്തു.

ഒരു സംഘം, യന്ത്രത്തോക്കുമായി ഗുമസ്തന്മാരുടെ മുറിയിലേക്കു പാഞ്ഞു. പടിപ്പുരയ്ക്കുനേരെ എതിരായിരുന്ന ക്രാമറുടെ ഓഫീസിൽ അവർ അതു സ്ഥാപിച്ചു. ബോച്ചൗ നേതൃത്വം ഏറ്റെടുത്തു.

അൽപ്പനിമിഷങ്ങൾക്കകം ആയുധങ്ങളെല്ലാം വിതരണം ചെയ്യപ്പെട്ടു; സേനകൾ അവരുടെ സ്ഥാനങ്ങളിൽ നിലയുറപ്പിച്ചു.

ആവശ്യത്തിൽക്കൂടുതൽ ഒരു നിമിഷംപോലുമവർ സന്ദേഹിച്ചു നിന്നില്ല. വടക്കെച്ചെരുവിൽനിന്ന് ആദ്യത്തെ വെടിയൊച്ച മുഴങ്ങിയപ്പോഴേക്കും, ഭയാക്രാന്തരായ കാവൽ പടയാളികളുടെ തലയ്ക്കുമീതെ കൂടെ വെടിയുണ്ടകൾ ചീറിപ്പായാൻ തുടങ്ങിയിരുന്നു.

കൊടുങ്കാറ്റ് ആരംഭിച്ചു കഴിഞ്ഞു.

വടക്കെ ചെരുവിലെ സംഘാംഗങ്ങൾ ആ വെളിംപ്രദേശം കടന്ന് നിഷ്പക്ഷമേഖലകളിലേക്കു പാഞ്ഞു. ജർമൻ, യുഗോസ്ലാവ് സേനാ

വ്യൂഹങ്ങൾ ചുറ്റുമുള്ള ഗോപുരങ്ങളിലേക്ക് തോക്കു ചൂണ്ടി രക്ഷാനിര സൃഷ്ടിച്ചു. പ്രിബുലയുടെ നേതൃത്വത്തിലുള്ള പോളിഷ് ഭടന്മാർ അപ്പോഴേക്കും മുള്ളുകമ്പി വിഘാതങ്ങളിൽ പലകകളും വാതിലുകളുമെല്ലാം വെച്ചു കഴിഞ്ഞിരുന്നു. ഒരേസമയത്ത് അഞ്ചും ആറും ദിക്കുകളിലെ കമ്പികൾ അവർ പൊളിച്ചു. വിജയാട്ടഹാസത്തോടെ പ്രിബുലയും കൂട്ടുകാരും ആ ദ്വാരങ്ങളിലൂടെ കയറി മറഞ്ഞു. വിദൂരമായൊരു കാവൽമേടയിൽ നിന്ന് ഒരു യന്ത്രത്തോക്ക് അവരെ ലക്ഷ്യമാക്കി പ്രവർത്തിക്കുന്നുണ്ടായിരുന്നു. നാലുഭാഗത്തേക്കും ഭയങ്കരമായ വിധത്തിൽ കൈബോംബുകൾ എറിഞ്ഞിരുന്ന ഫാസിസ്റ്റ് കാവൽക്കാരെ യുഗോസ്ലേവിയൻ സേനാദളം പെട്ടെന്നു നിയന്ത്രിച്ചു. കാവൽഗോപുരങ്ങളെ ഉന്നംവെച്ച് എറിഞ്ഞിരുന്ന സ്ഫോടകകുപ്പികൾ ഭയങ്കരമായ ശബ്ദഘോഷത്തോടെ പൊട്ടിത്തെറിച്ചു. പടർന്നു കത്തുന്ന തീ കാവൽക്കാരെയെല്ലാം താഴേയ്ക്ക് ഓടിച്ചു. പ്രിബുലയും സംഘവും ഒരു കാവൽമേടയിലേക്ക് ഓടിക്കയറി, ഒരു ചെറിയ മൽപ്പിടുത്തം കൊണ്ടവർ കാവൽ ഭടന്മാരെ അമ്പേ തോൽപ്പിച്ചു. തട്ടിയെടുത്ത ഒരു യന്ത്രതോക്ക് ആളുകൾ നിറഞ്ഞ മറ്റൊരു കാവൽ ഗോപുരത്തെ ലക്ഷ്യമാക്കി തിരിച്ചുവെച്ചു പ്രിബുല ആനന്ദമത്തനായി വെടിവർഷമാരംഭിച്ചു.

വടക്കെച്ചെരുവിൽ പൊട്ടിപ്പുറപ്പെട്ട വിപ്ലവത്തോടൊപ്പം തന്നെ ഗേറ്റിലും കൊടുങ്കാറ്റ് ചീറിയടിക്കാൻ തുടങ്ങിയിരുന്നു. ജനവാതിൽ പാളിയുടെ മറപിടിച്ചു യന്ത്രത്തോക്കിലൂടെ പിഴക്കാത്ത ഉന്നം കുറിച്ച്, ഗേറ്റിലെ പ്രധാന ഗോപുരത്തിലേക്ക് റിയോമെന്റ് വെടിയുണ്ടകൾ ശരവർഷം പൊഴിക്കുകയായിരുന്നു. ഉടഞ്ഞ ജനവാതിലിന്റെ ചില്ലുകൾ നാലുഭാഗത്തും  അടർന്നുവീണു. ഒരു കാവൽക്കാരനു വെടിയേറ്റു. കൈകൾ വായുവിൽ വീശി അയാൾ നിലംപൊത്തി. പെട്ടെന്നുള്ള ആക്രമണംമൂലം പരിഭ്രാന്തരായ കാവൽക്കാർ താഴേക്ക് ഓടി.

നിമിഷങ്ങൾക്കുശേഷം ആദ്യത്തെ നിരയിലെ ബ്ലോക്കിൽ ഉണ്ടായിരുന്നവർ തങ്ങളുടെ ഒളിസ്ഥലങ്ങളിൽനിന്നു പുറത്തേക്കുചാടി. സ്വന്തം ഭാഷകളിലുള്ള പോർവിളികളോടെ സായുധരായ അവർ മൈതാനിയിലൂടെ ചീറിപ്പാഞ്ഞു. ആ കൂട്ടത്തിൽ ജർമൻകാരും ഫ്രഞ്ചുകാരും ചെക്കോസ്ലോവാക്കിയക്കാരും  ഡച്ചുകാരുമുണ്ടായിരുന്നു.

റിയോമെന്റിന്റെ യന്ത്രത്തോക്ക് ഇരുവശങ്ങളിലേക്കും തീ തുപ്പി. ഈ തീവർഷത്തിന്റെ മറപിടിച്ചു, ക്യാമ്പ് പെട്രോളിലെ ഒരുഭാഗം ആ ഇരുമ്പു ഗേറ്റിലേക്ക് ഓടി. പിക്കാസുകളും വണ്ടികളുമുപയോഗിച്ച് അവർ ആ നശിച്ച വാതിൽ മലർക്കെ തുറന്നിട്ടു.

“വെടിനിർത്തൂ” ബോച്ചൗ റിയോമെന്റിനോട് ഉറക്കെ വിളിച്ചു പറഞ്ഞു. ഉത്തരക്ഷണത്തിൽ ആ യന്ത്രം അതിന്റെ രോഷാഗ്നി പിൻവലിച്ചു. ഗേറ്റിൽ ആ സമയത്ത് ഒരു പ്രത്യേകവ്യൂഹം ഗോപുരത്തിന്റെ കോവണി പ്പടിയിലൂടെ ധൃതിയിൽക്കയറുന്നുണ്ടായിരുന്നു. മറ്റൊരു ഗ്രൂപ്പിലെ നൂറുകണക്കിനാളുകൾ തുറന്ന വാതിലിൽകൂടിയും മുള്ളുവേലി

യുടെ ഇടതും വലതും ഭാഗങ്ങളിലൂടെയും പാഞ്ഞടുത്തു. ആക്രമിക്കുന്നവരുടെ നേർക്കവർ കൈബോംബുകൾ വലിച്ചെറിഞ്ഞു. യന്ത്രത്തോക്കുകൾ ചീറി, പക്ഷെ ആയിരമായിരം കടന്നലുകളെപ്പോലെ അവർ ഗോപുരങ്ങളിലേക്കു ചീറിപ്പാഞ്ഞു. അവരുടെ പോർവിളികളും അട്ടഹാസങ്ങളും മതിലിന്റെ ചുറ്റുനിന്നുമുള്ള വെടിയൊച്ചകളും ഗ്രാമങ്ങളിൽ നടക്കുന്ന സമരത്തിന്റെ നാനാവിധ ശബ്ദവിശേഷങ്ങളോട് ഇടകലർന്നു. കുന്നിന്നപ്പുറത്തു ചാരനിറവും മഞ്ഞയും ചേർന്ന തൂണുകൾപോലുള്ള പുകപടലം വ്യോമസീമയിലേക്ക് ഉയരുന്നുണ്ടായിരുന്നു. നിരീക്ഷണ വിമാനം വീണ്ടും പ്രത്യക്ഷപ്പെട്ടു, ഇപ്പോൾ അത് ക്യാമ്പിന്റെ നേരെ മുകളിൽ കൊച്ചുകൊച്ചു വൃത്തങ്ങൾ വിന്യസിക്കുകയായിരുന്നു. താഴ്ന്നു പറക്കുന്ന വിമാനങ്ങൾ ഭൂമിയിലേക്ക് വെടിയുണ്ടകൾ ഉതിർത്തു. അവരുടെ യന്ത്രത്തോക്കിന്റെ കലപിലശബ്ദം വ്യക്തമായി കേൾക്കാമായിരുന്നു. പലായനം ചെയ്യുന്ന നാസികളുടെ ടാങ്കുകളായിരുന്നു അവരുടെ ലക്ഷ്യം.

നേതാക്കന്മാരാൽ പരിത്യജിക്കപ്പെട്ട, പെട്ടെന്നുണ്ടായ ആക്രമണത്താൽ സംഭീതരായ കാവൽഭടന്മാർക്ക് ഏറ്റുമുട്ടലിനോട് എതിർത്തു നിൽക്കാൻ സാധ്യമായില്ല. നിരവധി കൊല്ലങ്ങളായി ഊട്ടം കൂട്ടിയിട്ടിരിക്കുന്ന തടവുകാരുടെ കോപം ഒരു പൊട്ടിത്തെറിപോലെയായിരുന്നു. അടുത്തണയുന്ന സമരമുന്നണിയുടോയും പിടിച്ചടക്കപ്പെട്ട ഓരോ തോക്കിനോടും താഴെ തള്ളിയിടപ്പെട്ട ഓരോ യന്ത്രത്തോക്കിനോടുമൊപ്പം സമരക്കലിയേറിയേറിവന്നിരുന്ന ആയിരമായിരം തടവുകാരുടെ ഇടയിൽപെട്ട കാവൽഭടന്മാർക്ക് ഈ കൊടുങ്കാറ്റിനെതിരായി സ്വയം രക്ഷിക്കാനുള്ള ആത്മധീരതപോലുമുണ്ടായിരുന്നില്ല.

ഓടിപ്പോകാത്തവരെയെല്ലാം തടവുകാരായി പിടിച്ചു. കീഴടങ്ങാൻ കൂട്ടാക്കാത്തവരെയെല്ലാം വധിച്ചുകളഞ്ഞു. ഗോപുരങ്ങൾ ഓരോന്നായി പടയാളികൾ കീഴടക്കി കയ്യേറി.

പെട്ടെന്നു ക്രാമറെ കാണാതായി. അവിടേക്കു കൊണ്ടു ചെന്നിരുന്ന പരുക്കേറ്റവരെ ശുശ്രൂഷിക്കുന്നതിനിടയിൽ, അതിലെ കടന്നുപോയ സഹായികളെനോക്കി കോഹൻ അലറി.

"എടാ, കഴുതകളെ! എന്തെടുക്കുകയായിരുന്നു, നിങ്ങൾ. ഒട്ടുംതന്നെ ശ്രദ്ധിച്ചിരുന്നില്ല. ശ്വാസകോശത്തിൽ രണ്ടുണ്ടകൾ ഏറ്റ ആ മനുഷ്യൻ ചോര വാർന്നു മരിക്കണമെന്നാണോ നിങ്ങളുടെ ആഗ്രഹം! ഓട്, ഓടി അയാളെ പിടിച്ച് ഇങ്ങോട്ടു കൊണ്ടുവരൂ."

ചെറിയ കാലുറയും ബനിയനും ധരിച്ചു കോട്ട് തോളിൽ തൂക്കിയിട്ടിരുന്ന ക്രാമർ തന്നെ ആരും ശ്രദ്ധിക്കാത്ത നിമിഷം നോക്കി അവിടെ നിന്ന് എഴുന്നേറ്റു. പക്ഷെ അധികം ദൂരംപോകാൻ അയാൾക്കു സാധിച്ചില്ല. ശ്വാസംമുട്ടി കിതച്ചു വേച്ച് അയാൾ 38-ാം ബ്ലോക്കിലേക്കു കടന്നു. ഞരങ്ങിക്കൊണ്ടയാൾ അവിടെ ഒരു ബഞ്ചിൽ ഇരുന്നു. ഉടനെതന്നെ ബ്ലോക്കുകളിൽ ഉണ്ടായിരുന്ന ചിലർ—സമരസേനയിൽ പെടാത്തവർ — അയാളെ വളഞ്ഞു.

“ഇപ്പോൾ എവിടുന്നു വരുന്നു?”

ക്ഷീണം ബാധിച്ചപോലെ ക്രാമർ പ്രയാസപ്പെട്ടു ശ്വാസം കഴിച്ചു. അയാളുടെ കണ്ണുകളിൽ ജ്വരത്തിന്റെ ജ്വാല കത്തിനിന്നിരുന്നു.

“എന്റെ ഈശ്വരാ, വാൾട്ടർ, നിങ്ങൾ ഇപ്പോൾതന്നെ ആസ്പത്രിയിലേക്കു മടങ്ങണം.” തന്നെ താങ്ങാൻ ശ്രമിച്ച റുങ്കിയെ തള്ളിമാറ്റിക്കൊണ്ടു ക്രാമർ പറഞ്ഞു.

“ഉം, എടുക്കണം, കൈ.”

മറ്റുള്ളവരും അദ്ദേഹത്തെ താങ്ങി സഹായിക്കാൻ ഒരുങ്ങി.

“കടന്നുപോകൂ” ക്രാമർ മുരണ്ടു. “ഞാൻ ഇവിടെ ഇരിക്കാൻ പോകുകയാണ്.”

അയാൾ തടവുകാരെ നോക്കി. തന്നേക്കുറിച്ചുള്ള ഉൽക്കണ്ഠ അവരുടെ മുഖങ്ങളിൽ പ്രകടമായിത്തന്നെ ക്രാമർ കണ്ടു. അയാൾ അതൊന്നും കാര്യമാക്കാതെ പുറത്തുനിന്നു കേൾക്കുന്ന പൊട്ടലും ചീറ്റലും ശ്രദ്ധിച്ചു കൊണ്ടുനിന്നു.

“നരകം! ഈ അവസാന നിമിഷത്തിൽ തകർന്നടിയേണ്ടി വന്നതേ ..........”

“വാൾട്ടർ അൽപ്പംകൂടി ശ്രദ്ധിക്കുകയാണെങ്കിൽ നിങ്ങൾക്കു സുഖമാകും.” റുങ്കി സൂക്ഷിച്ചു കൈ അയാളുടെ ചുമലിൽവെച്ചു.

“എവിടെ നമ്മുടെ കുട്ടി. അവനെ ഞാൻ നിങ്ങളുടെ കയ്യിലാണല്ലോ തന്നത്. എവിടെ അവൻ? നിങ്ങൾ അവനെ എവിടെ സൂക്ഷിച്ചിരിക്കുന്നു.”

“ഇതാ, വാൾട്ടർ, ഇതാ.”

ചിലർ കിടപ്പുമുറിയിലേക്ക് ഓടി കുട്ടിയെ എടുത്തുകൊണ്ടുവന്നു ക്രാമറുടെ മടിയിൽ ഇരുത്തി.

ക്രാമറുടെ പേശികൾ ഒന്നയഞ്ഞു. ആത്മാർഥതയോടെ ചിരിച്ചു കൊണ്ട് അയാൾ ആ കൊച്ചുതല തടവി.

“എന്റെ കൊച്ചു കൊച്ചു പൂച്ചക്കുഞ്ഞ്.”

പെട്ടെന്നു ക്രാമർ മൃദുലസ്വരത്തിൽ അപേക്ഷിച്ചു. “ചങ്ങാതികളെ! എന്നെ ഇവിടെ ഇരിക്കാൻ അനുവദിക്കൂ. ഞാൻ നിങ്ങളുടെ കൂടെ ഇരുന്നോളാം. എനിക്കു വളരെ സുഖം തോന്നുന്നുണ്ട്.”

അവർ ഒരു വൈക്കോൽ ചാക്കു കൊണ്ടുവന്നു. മേശയുടെയും ബഞ്ചിന്റെയും ഇടയിലായി ചാരാൻ സൗകര്യമുള്ള മാതിരിവെച്ചു. നന്ദിപൂർവം ക്രാമർ അതിലേക്കു ചാഞ്ഞു. ഒരമ്മയെപ്പോലെ തന്നെ നോക്കുന്ന റുങ്കിയുടെ നേരെ നോക്കി ചിരിച്ചുകൊണ്ടയാൾ പറഞ്ഞു. “ശരി, ഓട്ടോ, എന്റെ ചങ്ങാതി” റുങ്കി ചിരിച്ചുകൊണ്ട് അയാളെ തലോടി.

ധാരാളം പറയാനുള്ളപ്പോൾ വാക്കുകൾ കിട്ടാതാകുക സ്വാഭാവികമാണല്ലോ. പക്ഷെ പുറത്തു നടക്കുന്ന വർണനാതീതമായ ആ സംഗതികളുടെ പ്രതിഫലനം ക്രാമറുടെ പരുപരുത്ത ആത്മാർത്ഥതയിലും റുങ്കിയുടെ അനാകർഷമായ അരുമഭാവത്തിലും പ്രകടമായിരുന്നു. ക്യാമ്പിന്റെ ചുറ്റുമുള്ള ഒച്ചയും വെടിയും ശബ്ദവും അതിനൊരു വ്യാഖ്യാനമേകി.

ക്രാമർ മെല്ലെ കണ്ണുകൾ അടച്ചു.

റിയോമെന്റിന്റെ ആദ്യത്തെ വെടി ചീറിയടിച്ചപ്പോൾ ആയിരമായിരം കണ്ഠങ്ങളിൽനിന്നു പോർവിളികൾ ഉയർന്നപ്പോൾ, ആളുകൾ മൈതാനയിലൂടെ ചീറിപ്പാഞ്ഞു നടന്നപ്പോൾ, ബങ്കറിന്റെ നടയിൽ ചേതനയറ്റപോലെ കിടന്നിരുന്ന ഫോർസ്റ്റെ ചാടിയെഴുന്നേറ്റു. ബങ്കറിന്റെ ജനവാതിലിലൂടെ അയാൾ ആ കൊടുങ്കാറ്റ് ചീറിയടിക്കുന്നതുകണ്ടു. വിശ്വസിക്കാൻ വയ്യാത്ത ആ കാഴ്ചകണ്ടപ്പോൾ പുറത്തേക്ക് ഉദ്ഗമിച്ച ആ നിലവിളി അയാളുടെ മാറിടം തന്നെ പിളർന്ന മട്ടായി. പുറത്ത് ഗേറ്റിലെ വാതിൽ തുറന്നപ്പോൾ അയാൾ മുറിവിട്ട് ഓടി, ശവങ്ങളെ ചവിട്ടിമെതിച്ച്, അവയിൽ തട്ടിത്തടഞ്ഞ് അയാൾ 5-ാം നമ്പർ അറ വാതിൽക്കൽ എത്തി.

ഹോഫലും ക്രോപ്പിൻസ്കിയും സർവശക്തികളുമെടുത്തു വാതിൽക്കൽ തട്ടി വിളിക്കുകയായിരുന്നു. ഫോർസ്റ്റെ താഴ് വലിച്ചുനോക്കി. പക്ഷെ അത് പൂട്ടിയിരുന്നു. പെട്ടെന്ന് ബോച്ചൗവും റിയോമെന്റും കോഡിസക്കും ഒന്നിച്ചവിടെ എത്തി. ശവങ്ങൾ ചിന്നിച്ചിതറിക്കിടക്കുന്നതു കണ്ടപ്പോൾ അവർ ഞെട്ടിത്തിരിഞ്ഞു നിന്നുപോയി.

ആ വരാന്തയിലെ അർധാന്ധകാരത്തിലേക്ക് നോക്കി ബോച്ചൗ ഉറക്കെ വിളിച്ചു.

"ഹോഫൽ, ക്രോപ്പിൻസ്കി എവിടെ നിങ്ങൾ."

"ഇവിടെ, ഇവിടെ."

ഫോർസ്റ്റെ അങ്ങോട്ട് ഓടി.

"വാതിൽ പൂട്ടിയിരിക്കുകയാണ്. എന്റെ കയ്യിൽ താക്കോലില്ല."

ബോച്ചൗ ആ അറയുടെ നേരെ ചാടി.

"ഞാനാണ്, ബോച്ചൗ കേൾക്കാമോ."

"ഉവ്വ്, ഉവ്വ്, ഉവ്വ് എന്റെ ദൈവമെ!"

"ഹെർബർട്ട് ഉവ്വ്, ഉവ്വ്, ഉവ്വ് ഞങ്ങൾ കേൾക്കുന്നുണ്ട്."

"വാതിൽക്കൽനിന്നു മാറിനിന്നോളൂ. ഞാൻ പൂട്ടു വെടിവെച്ചു പൊളിക്കാൻ പോകുന്നു."

ബോച്ചൗ തോക്കു വലിച്ചെടുത്തു

"സൂക്ഷിച്ചോളൂ. ഞാൻ വെടിവയ്ക്കാൻ പോകുകയാണ്."

വെടിശബ്ദം മുഴങ്ങി, ബോച്ചൗ തിര മുഴുവനും ഒഴിച്ചു. സർവരും ഏകോപിച്ചു ശക്തിയെടുത്തു വാതിൽതള്ളി. തകർന്ന പൂട്ട് കലപില ശബ്ദമുയർത്തി നിലത്തു വീണു. ഹോഫലും ക്രോപ്പിൻസ്കിയും വാതിലിൽ ആഞ്ഞുവീണു. വാതിൽ പാളി തുറന്നു. രണ്ടുപേരും പുറത്തേക്കു മറിഞ്ഞു. മറ്റുള്ളവർ അവരെ താങ്ങിപ്പിടിച്ചു. കിതച്ചു കിതച്ച് ഒരു പഴം തുണിപോലെ ഹോഫൽ ബോച്ചൗവിന്റെ കയ്യിൽ തൂങ്ങിക്കിടന്നു.

അവർ ഗോപുരങ്ങൾ കയ്യേറി. നൂറുകണക്കിന്നാളുകൾ വടക്കെ ചെരുവിലേക്കു ഓടി. 'ഹോട്ടൺസ്റ്റെഡ്റ്റി'നടുത്തുള്ള ഒരു മിൽ കത്തിയെരിയുന്നുണ്ടായിരുന്നു. അടുത്തടുത്തായി ഇടിവെട്ടുപോലുള്ള പൊട്ടിത്തെറികൾ. പൊടിയും പുകയും അന്തരീക്ഷത്തിലേക്കുയർന്നിരുന്നു. ഗദകളും

കല്ലുകളും മരക്കൊമ്പുകളും ചുരുക്കത്തിൽ കയ്യിൽ കിട്ടിയതെല്ലാം പെറുക്കിയെടുത്തു തടവുകാർ നിഷ്പക്ഷ മേഖലയിലേക്ക് ഓടി, വിലങ്ങുകൾ എല്ലാം അവർ ചാടിക്കടന്നു. വിജയാട്ടഹാസങ്ങളോടെ ദ്വാരങ്ങളിലൂടെ അവർ നൂണ്ടുകയറി. പിടിക്കപ്പെട്ട എസ് എസുകാരെയെല്ലാം യോദ്ധാക്കളുടെ കയ്യിൽനിന്ന് ഏറ്റുവാങ്ങി അവരെ നൂട്ടകളിലൂടെ കടത്തിക്കൊണ്ടുവന്നു, ജനതതിയുടെ അട്ടഹാസകോലാഹലങ്ങൾക്കിടയിൽ 17-ാം ബ്ലോക്കിലേക്ക് ഓടിച്ചു. അതിനു ചുറ്റും മുള്ളുവേലി ഉണ്ടായിരുന്നു. തട്ടിയെടുത്ത തോക്കുകളും ഊരിപ്പിടിച്ച് സായുധരായ തടവുകാർ അതിനു കാവൽനിന്നു കഴിഞ്ഞിരുന്നു. മുള്ളറും ബ്രാൻഡലും കൂടി സ്വീലിങ്ങിനെ നേരത്തേ അതിനകത്ത് പ്രതിഷ്ഠിച്ചിരുന്നു. അവരുടെ ആദ്യത്തെ യുദ്ധത്തടവുകാരൻ.

പ്രിബുലയും സംഘവും കാടുകളിലൂടെ ഓടി ഹോർട്ടൻസ്റ്റെസ്റ്റിലേക്കുള്ള റോഡിലൂടെ പാഞ്ഞു.

അപ്പോഴേക്കും ബോച്ചൗ സ്വതന്ത്രരാക്കിയവരെ മാൻഡ്രില്ലിന്റെ മുറിയിലേക്കുകൊണ്ടുവന്നു. പടയാളികളിൽ പലരും ബങ്കറിൽ തടിച്ചുകൂടി. ചിലർ ശവങ്ങളെ വലിച്ചു ബങ്കറിലെ കുളിമുറികളിൽ കൊണ്ടിട്ടു. ഹോഫലും ക്രോപ്പിൻസ്കിയും ഒരു സൈനിക കട്ടിലിൽ ഇരിക്കുകയായിരുന്നു. ഫോർസ്റ്റെ അവർക്ക് ഓരോ കപ്പു പച്ചവെള്ളംകൊണ്ടു കൊടുത്തു. ക്ഷീണിതരായ അവർ ആ നവജീവൻ നൽകുന്ന പാനീയം തികഞ്ഞ അത്യാർത്തിയോടെ വലിച്ചുകുടിച്ചു.

ഒരു ദൂതൻ ഓടിപ്പിടഞ്ഞെത്തി ബോച്ചൗവിനോടു പറഞ്ഞു. അവസാനത്തെ ഗോപുരവും കയ്യടക്കിക്കഴിഞ്ഞു.

ആനന്ദംകൊണ്ടു മതിമറന്ന അയാൾ ഹോഫലിനെയും ക്രോപ്പിൻസ്കിയെയും കെട്ടിപ്പിടിച്ചു. രക്ഷപ്പെട്ടു! അവരുടെ മുഖത്തേക്കു നോക്കി അയാൾ അലറി ആ നിമിഷത്തിൽ വേറെ ഒന്നിനുംതന്നെ ആ മനസിൽ സ്ഥാനമുണ്ടായിരുന്നില്ല.

ഐ എൽ കെയിലെ സഖാക്കളോടൊപ്പം അയാൾ ഗേറ്റിന്റെ മറ്റേഭാഗത്തേക്ക് റീനിബോത്തിന്റെ ഓഫീസിലേക്ക് ഓടി.

പ്രധാനഗോപുരത്തിൽ സമരക്കാർ സ്വസ്തികക്കൊടി കീറിയെറിഞ്ഞു. എവിടെനിന്നോ കൊണ്ടുവന്ന വെള്ളക്കൊടി നാട്ടിയിരുന്നു.

റേഡിയോയന്ത്രം എങ്ങനെ പ്രവർത്തിപ്പിക്കണമെന്നു ബോച്ചൗ പെട്ടെന്നു മനസിലാക്കി. അയാൾ ഉച്ചഭാഷിണി തുറന്നു. ആ ശബ്ദം മുഴങ്ങി, ക്യാമ്പാകെ പ്രതിധ്വനിച്ചു, ബ്ലോക്കുകളിലാകെ അലച്ചലച്ചെത്തി.

"സഖാക്കളെ! നാം വിജയിച്ചിരിക്കുന്നു! ഫാസിസ്റ്റുകൾ ഓടിരക്ഷപ്പെട്ടു! നാം സ്വതന്ത്രരായി! കേൾക്കുന്നുണ്ടോ! സ്വതന്ത്രരായി! സ്വതന്ത്രരായി!"

ബോച്ചൗ തേങ്ങിക്കൊണ്ടു തന്റെ നെറ്റി ആ യന്ത്രത്തിന്മേൽ അമർത്തി. അയാളുടെ നിയന്ത്രണംവിട്ടു. വികാരം ഹർഷാശ്രുവായി പുറത്തേക്ക് ഒഴുകി. അത് അടക്കാൻ അയാൾക്കായില്ല.

ബ്ലോക്കിൽ അടങ്ങിയിരുന്നവർകൂടി ചാടിയെണീറ്റു. ആ ആഹ്വാനത്തിന്റെ തീജ്വാല ആയിരമായിരം ശബ്ദങ്ങളിൽ തുടിച്ചുയർന്നു. അതിനൊര് അറ്റവും അന്തവുമുണ്ടായിരുന്നില്ല. അങ്ങനെ അലച്ചലച്ചുയർന്നു, വീണ്ടും വീണ്ടും അലയടിച്ച് ഉയർന്നു.

സ്വതന്ത്രരായി, സ്വതന്ത്രരായി. അവർ ചിരിച്ചു, കരഞ്ഞു, നൃത്തം ചവിട്ടി. മേശകളിൽ കയറിനിന്ന് കൈകൾ ഉയർത്തി ഓരോരുത്തരുടേയും മുഖങ്ങളിലേക്ക് ആ വാക്കുകൾ വലിച്ചെറിഞ്ഞു. ഭ്രാന്തെടുത്തപോലെ പിന്നെയും പിന്നെയും അവർ ആർപ്പുവിളിച്ചു. അവരെ ഇനി തടുക്കാൻ സാധ്യമല്ല. അവർ ബ്ലോക്കിൽനിന്നു പുറത്തേക്ക് ഓടി. എല്ലാവരും പുറത്തേക്ക് ഓടി. ഒരു കല്ലോലമാലപോലെ ആ മത്തുപിടിച്ച ജനതതി കവാത്ത് മൈതാനത്തിൽ ഒരു പ്രളയം സൃഷ്ടിച്ചു.

ഒരൊറ്റ അട്ടഹാസം! മലവെള്ളപ്പാച്ചിൽ! ഗേറ്റിലേക്ക്! ഗേറ്റിലേക്ക്.

അന്തമില്ലാത്ത പലായനമല്ല ഇത്. സ്വാതന്ത്ര്യത്തിന്റെ മധുരം മോന്തിക്കുടിച്ചവർ പ്രവഹിക്കുകയാണ്. അവസാനം തുറന്നുകിട്ടിയ വെറുക്കപ്പെട്ട ഭീകരമായ ആ ഗേറ്റിന്റെ ഉള്ളിലൂടെ ചെകിടടപ്പിക്കുന്നവിധത്തിൽ ആർത്തുവിളിച്ച് അവർ ഓടുകയാണ്. സ്വാതന്ത്ര്യദേവതയുടെ നീട്ടപ്പെട്ട കരതാരിലേക്ക് കയ്യും മെയ്യും മറന്ന് അവർ കറങ്ങിക്കറങ്ങി ഒഴുകുകയാണ്.

ബ്ലോക്കിൽ ക്രാമറുടെ കൂടെ ഉണ്ടായിരുന്നവരും ബൃഹത്തായ ആ ആഘോഷത്തിന്റെ അലകളിൽപ്പെട്ട് പുറത്തേക്കു ഒഴുകി. ക്രാമറെക്കൂടി മറന്നു പുറത്തേക്കു പ്രവഹിക്കാൻ മാത്രം ശക്തിമത്തായിരുന്നു അവരുടെ ആനന്ദം. ക്രാമർ ചിരിച്ചു. പ്രാകി ഒരേ സമയത്തുതന്നെ.

“നോക്ക് മോനെ! ആ തന്തയില്ലാത്തവർ നമ്മെ മറന്നു, നമ്മെയും കൂടെക്കൊണ്ടുപോകാനവർ മറന്നു.”

അങ്ങേഅറ്റം ഒച്ചയെടുത്ത് ആ കൊച്ചുകുഞ്ഞിനെ നോക്കി ക്രാമർ അട്ടഹസിച്ചപ്പോൾ ആ കുട്ടി ഉറക്കെ കരയാൻ തുടങ്ങി.

“അലറ്, മോനെ അലറ്, അതാണ് ശരി. ഉറക്കെ ഉറക്കെ അലറണം, വാ നമുക്കും പുറത്തുപോയി അവരുടെ ഒപ്പം ഉറക്കെ ഉറക്കെ ഉറക്കെ ഗർജിക്കണം. കേട്ടില്ലേ മോനെ ഇതാ പുറത്തവർ ആർപ്പുവിളിക്കുകയാണ്.”

തന്റെ ദൗർബല്യം പാടെ മറന്ന്, കരയുന്ന ബാലനെ തന്റെ ആ നല്ല കയ്യിൽ വഹിച്ചുകൊണ്ട് ക്രാമർ വേച്ചു വേച്ചു പുറത്തേക്കിറങ്ങി.

വഴിക്കുവെച്ച് ആനന്ദമത്തരായ തടവുകാർ അയാളെ കയറിപ്പിടിച്ചു. അയാളെ താങ്ങാനും കുട്ടിയെ കയ്യിൽ നിന്നു വാങ്ങാനുമായിരുന്നു അവരുടെ ശ്രമം.

“എടുക്കൂ കൈ” അസൂയയോടെ, ആനന്ദത്തോടെ, കിതച്ചു പ്രാഞ്ചി അയാൾ കവാത്ത് മൈതാനത്തിൽ എത്തി.

ആ കുന്നിൻപുറത്ത് അവർ നിൽക്കുന്നതയാൾ കണ്ടു. കൂട്ടത്തിൽ ബോച്ചൗവും ഉണ്ടായിരുന്നു; താൻ തന്നെ അഴിച്ചുവിട്ട ആനന്ദത്തിന്റെ ഒഴുക്കിൽപ്പെട്ടു പരമനിസ്സഹായനായി നിൽക്കുന്ന ബോച്ചൗ.

ക്രാമർ കണ്ടു—ആനന്ദാതിരേകംകൊണ്ട് ആ ഹൃദയം ഒരു നിമിഷം സ്പന്ദിക്കാൻ മറന്നുപോയോ?

"ആൻഡ്രി," അയാൾ ആർത്തുവിളിച്ചു "ആൻഡ്രി, ആൻഡ്രി, മേരിയാൻ" ആ തികഞ്ഞ ബഹളത്തിനിടയിൽ അയാളുടെ ശബ്ദം ആരുമാരും കേട്ടില്ല പക്ഷെ മറ്റവർ അയാളെ കണ്ടുകഴിഞ്ഞിരുന്നു.

'വാർട്ടർ' ഹോഫൽ മത്തനായി വിളിച്ചു. അപ്പോഴും കഴുത്തിൽ തൂങ്ങിക്കിടക്കുന്ന കയറോടെ ഹോഫൽ അങ്ങോട്ടു പ്രാഞ്ചി പ്രാഞ്ചി യെത്തി.

"കുട്ടിയെ എടുക്കു, എനിക്കു താങ്ങാൻ വയ്യ."

മറ്റുള്ളവർ അപ്പോഴെക്കും അവിടെ എത്തി. തളർന്നു വീഴാറായ അയാളെ റയ്മെന്റും ഡാൻവാലനും കൂടെതാങ്ങി. അപ്പോഴേക്കും ഹോഫൽ കുട്ടിയെ പിടിച്ചു കഴിഞ്ഞിരുന്നു. തന്റെ വടിക്കാത്തതാടി ആ മനുഷ്യൻ കുട്ടിയുടെ ദേഹത്തമർത്തിയപ്പോൾ അവൻ ഉറക്കെ കരഞ്ഞു. മുട്ടുകൾ തളർന്നമട്ടിൽ ഹോഫൽ മുന്നോട്ടാഞ്ഞു. ക്രോപ്പിൻസ്കി കുട്ടി യെ കടന്നെടുത്തു.

അയാൾ ചിരിച്ചു, കൂക്കിവിളിച്ചു, ജർമനും പോളീഷും കൂടിയ ഒരു ഭാഷയിൽ കുട്ടിയോടു കൊഞ്ചി. അയാൾ ആ വാത്സല്യത്തിടമ്പിനെ എല്ലാവർക്കും പൊക്കി പൊക്കി കാണിച്ചുകൊടുത്തു.

പെട്ടെന്നു കുട്ടിയെ മുമ്പിൽ നീട്ടിപ്പിടിച്ചുകൊണ്ടു ഗേറ്റിനെ ലക്ഷ്യ മാക്കി, ആ ജനപ്രളയത്തിന്റെ നടുക്കലേക്ക് ക്രോപ്പിൻസ്കി ഒരൊറ്റ ഓട്ടം വെച്ചുകൊടുത്തു.

"മേരിയാൻ" ഹോഫൽ വിളിച്ചു. "താൻ എങ്ങോട്ടാണ് പായുന്നത്."

അപ്പോഴേക്കും ആ നീർച്ചുഴി അയാളെ വിഴുങ്ങിക്കഴിഞ്ഞിരുന്നു. അപ്രതീക്ഷിതമായ ഒഴുക്കിൽ ജനതതി ചവിട്ടിമെതിക്കാതിരിക്കാൻ വേണ്ടി ക്രോപ്പിൻസ്കി ആ കരയുന്ന ഭാണ്ഡത്തെ തലയ്ക്കുമുകളിൽ ഉയർത്തിപ്പിടിച്ചു. പൊങ്ങിത്താഴുന്ന ആയിരമായിരം മനുഷ്യശിരസ്സു കൾക്കു മീതെ ആ കുട്ടി നീന്തി.

ഒരു നീർച്ചുഴി പോലെ കറങ്ങി കറങ്ങി ഗേറ്റിന്റെ ഇടുങ്ങിയ ദ്വാരത്തി ലൂടെ അവർ ഒഴുകി. അനിയന്ത്രിതമായ വിധത്തിൽ ആർത്തിരമ്പുന്ന സ്വാതന്ത്ര്യത്തിന്റെ വലിയ വലിയ തിരമാലകളിലൂടെ അതങ്ങനെ ഒഴുകി യൊഴുകി പോയി.

www.ingramcontent.com/pod-product-compliance
Ingram Content Group UK Ltd.
Pitfield, Milton Keynes, MK11 3LW, UK
UKHW042138021026
15589UKWH00003B/903

9 788126 203772